துயில்

எஸ்.ராமகிருஷ்ணன்

தேசாந்திரி பதிப்பகம்

தேசாந்திரி பதிப்பக வெளியீடு: 29

ISBN: 978-93-87484-27-6

துயில் (நாவல்) ~ எழுத்தாளர்: எஸ்.ராமகிருஷ்ணன் ~ ©எஸ்.ராமகிருஷ்ணன் ~ மொழி: தமிழ் ~ பக்கங்கள்: 592 ~ முதல் பதிப்பு: ஏப்ரல் 2018 ~ அளவு: டெமி 1 x 8 ~ காகிதம்: 18.6 கி.கி மேப்லித்தோ ~ வெளியீடு: தேசாந்திரி பதிப்பகம், டி-1, கங்கை அப்பார்ட்மெண்ட், 110, 80 அடி ரோடு, சத்யா கார்டன், சாலிக்கிராமம், சென்னை 600 093, இந்தியா ~ தொலைபேசி: 044 23644947~ மின்னஞ்சல்: desanthiripathippagam@gmail.com ~ அட்டை வடிவம்: மணிகண்டன் ~ புத்தக வடிவம்: ஆர்.பிரகாஷ்.

Thuyil (Novel) ~ Author: S.Ramakrishnan ~ ©S.Ramakrishnan ~ Language: Tamil ~ Pages : 592 ~ First Edition: Apr.2018 ~ Size : Demy 1x8 ~ Paper : 18.6 kg maplitho ~ Published by : Desanthiri Pathippagam, D-1, Gangai Apartments, 110, 80-Feet Road, Satya Garden Saligramam, Chennai - 600 093, India ~ Ph:044 23644947 Email : desanthiripathippagam@gmail.com ~ Wrapper Design: Manikandan ~ Book Design: R.Prakash.

Rs. 525

எஸ். ராமகிருஷ்ணன்

எஸ். ராமகிருஷ்ணன், விருதுநகர் மாவட்டம் மல்லாங்கிணறு கிராமத்தில் 1966இல் பிறந்தார். முழுநேர எழுத்தாளரான இவர் தற்போது சென்னையில் வசிக்கிறார்.

சிறுகதைத் தொகுப்புகள்: எஸ். ராமகிருஷ்ணன் கதைகள், நடந்து செல்லும் நீரூற்று, பதினெட்டாம் நூற்றாண்டின் மழை, அப்போதும் கடல் பார்த்துக்கொண்டிருந்தது, நகுலன் வீட்டில் யாருமில்லை, புத்தனாவது சுலபம், வெளியில் ஒருவன், காட்டின் உருவம், தாவரங்களின் உரையாடல், வெயிலைக் கொண்டு வாருங்கள், பால்ய நதி, மழைமான், குதிரைகள் பேச மறுக்கின்றன. காந்தியோடு பேசுவேன், நீரிலும் நடக்கலாம், என்ன சொல்கிறாய் சுடரே.

நாவல்: உபபாண்டவம், நெடுங்குருதி, உறுபசி, யாமம், துயில், நிமித்தம், சஞ்சாரம், இடக்கை, பதின்.

கட்டுரைத் தொகுப்புகள்: விழித்திருப்பவனின் இரவு, இலைகளை வியக்கும் மரம், என்றார் போர்ஹே, கதாவிலாசம், தேசாந்திரி, கேள்விக்குறி, துணையெழுத்து, ஆதலினால், வாக்கியங்களின் சாலை, சித்திரங்களின் விசித்திரங்கள், நம் காலத்து நாவல்கள், காற்றில் யாரோ நடக்கிறார்கள், கோடுகள் இல்லாத வரைபடம், மலைகள் சப்தமிடுவதில்லை, வாசகபர்வம், சிறிது வெளிச்சம், காண் என்றது இயற்கை, செகாவின் மீது பனி பெய்கிறது, குறத்திமுடுக்கின் கனவுகள், என்றும் சுஜாதா, கலிலியோ மண்டியிடவில்லை, சாப்ளினுடன் பேசுங்கள், கூழாங்கற்கள் பாடுகின்றன, எனதருமை டால்ஸ்டாய், ரயிலேறிய கிராமம், பிகாசோவின் கோடுகள், இலக்கற்ற பயணி, செகாவ் வாழ்கிறார், ஆயிரம் வண்ணங்கள்.

திரைப்பட நூல்கள்: பதேர் பாஞ்சாலி—நிதர்சனத்தின் பதிவுகள், அயல் சினிமா, உலக சினிமா, பேசத்தெரிந்த நிழல்கள், இருள் இனிது ஒளி இனிது, பறவைக் கோணம், சாமுராய்கள் காத்திருக்கிறார்கள்.

குழந்தைகள் நூல்கள்: கால் முளைத்த கதைகள், ஏழு தலைநகரம், கிறுகிறு வானம், லாலிபாலே, நீளநாக்கு, தலையில்லாத பையன், எனக்கு ஏன் கனவு வருது, காசுகள்ளன், பம்பழாபம், சிரிக்கும் வகுப்பறை, அக்கடா.

உலக இலக்கியப் பேருரைகள்: ஆயிரத்தொரு அரேபிய இரவுகள், ஹோமரின் இலியட், ஷேக்ஸ்பியரின் மெக்பத், ஹெமிங்வேயின் கடலும் கிழவனும், தஸ்தாயெவ்ஸ்கியின் குற்றமும் தண்டனையும், லியோ டால்ஸ்டாயின் அன்னா கரீனினா, பாஷோவின் ஜென் கவிதைகள்.

வரலாறு: எனது இந்தியா. மறைக்கப்பட்ட இந்தியா.

நாடகத் தொகுப்பு: அரவான், சிந்துபாத்தின் மனைவி, சூரியனைச் சுற்றும் பூமி.

நேர்காணல் தொகுப்பு: எப்போதுமிருக்கும் கதை, பேசிக்கடந்த தூரம்.

மொழிபெயர்ப்புகள்: நம்பிக்கையின் பரிமாணங்கள், ஆலீஸின் அற்புத உலகம், பயணப்படாத பாதைகள்.

தொகை நூல்: அதே இரவு அதே வரிகள் (அட்சரம் இதழ்களின் தொகுப்பு), வானெங்கும் பறவைகள்.

ஆங்கிலத்தில் வெளிவந்துள்ள நூல்கள்: Nothing but water, Whirling swirling sky.

இணையதளம்: www.sramakrishnan.com

மின்னஞ்சல்: writerramki@gmail.com

முன்னுரை

நோய் ஒரு போதும் தனியே வருவதில்லை. பயமும் நிச்சயமின்மையும் அதனுடன் சேர்ந்தே வருகின்றன. பல நோய்களுக்குச் நவீன சிகிச்சை இருப்பினும் நோய் பற்றிய கற்பனைகளும் பயங்களும் மனிதனை இடைவிடாமல் அலைக்கழிக்கின்றன. எங்குப் பயமும், நிச்சயமின்மையும் ஒன்று சேர்கிறதோ அங்கு மதம் நுழைந்து விடுகிறது.

இந்திய மக்கள் நோய்மையை எதிர்கொள்வதற்கும் மேற்கத்திய மக்கள் எதிர்கொள்வதற்கும் மிகப்பெரிய வேறுபாடு உள்ளது. ஆங்கில மருத்துவம் உடலை ஒரு இயந்திரத்தைப் போலவே பார்க்கிறது .இந்திய மருத்துவமோ உடலை பிரபஞ்ச இயக்கத்தின் வெளியாகக் கருதுகிறது. இந்த இரண்டு புள்ளிகளுக்குள்தான் துயில் நாவல் ஊசலாடுகிறது.

துயில்தரு மாதாவின் திருவிழாவுக்குச் செல்லும் அழகர் மற்றும் அவனது கடற்கன்னியாக வேஷமிடும் அவனது மனைவி, அதே திருவிழாவிற்கு வந்து சேரும் ரோகிகள், அவர்களை ஆற்றுபடுத்தும் கொண்டலு அக்கா, இன்னொரு புறம் இந்தியாவிற்கு மருத்துவச் சேவை செய்ய வந்த ஆலன் பாவர் என்ற பெண் மருத்துவர் என நான்கு கோணங்களுக்குள் மருத்துவம் குறித்த ஆழ்ந்த விசாரணை நாவல் முழுவதும் வெளிப்படுகிறது.

என்னை வழிநடத்தும் ஆசான்கள் எஸ்.ஏ.பெருமாள், கவிஞர் தேவதச்சனுக்கும், என்னையும் எழுத்தையும் நேசிக்கும் அன்பு மனைவி சந்திரபிரபா, பிள்ளைகள் ஹரி மற்றும் ஆகாஷ் இருவரின் அன்பிற்க்கும் இதை வெளியிடும் தேசாந்திரி பதிப்பகத்திற்கும் அன்பும் நன்றியும்.

சென்னை — மிக்க அன்புடன்

பிப்ரவரி 12.2018 — **எஸ். ராமகிருஷ்ணன்**

புறப்பாடு

அத்யாயம்
01

1982

ஆத்திகுளம் ரயில் நிலையம்

அவர்கள் காத்துக்கொண்டிருந்தார்கள். வடக்கி லிருந்து வரவேண்டிய ரயில் இன்னமும் வரவில்லை. ஆத்திகுளம் ரயில் நிலையத்தில் மிகக் குறைவான பயணிகளே இருந்தனர். ஒரு நாளைக்கு மூன்று பாஸஞ் சர் ரயில்களும் இரண்டு மெயிலும் அந்த வழியில் செல்கின்றன. அதில் பாஸஞ்சர் ரயில்கள் மட்டுமே அங்கே நிற்கக்கூடியன. அதுவும் ரயில் நிலையம் ஊரை விட்டு வெகுதூரம் தள்ளியிருப்பதால் ராமேஸ்வரம் போகின்ற யாத்ரீகர்களைத் தவிர வேறு யாரும் அங்கு வருவதேயில்லை.

புங்கை மரங்களும் ஒற்றை வேம்பும் கொண்ட ரயில் நிலையமது. அருகாமையில் ரயில்வே ஊழியர்களுக்கான மூன்று வீடுகள் இருந்தன. ஆனால் அதில் இப்போது யாரும் தங்கியிருக்கவில்லை. வெக்கை பீறிடும் கரிசல் ரயில் நிலையத்திற்கு யார் குடிவரப்போகிறார்கள். தொலைவிலிருந்து வேலைக்கு வரும் ரயில்வே ஊழியர்கள் கூட ஸ்டேஷன் அறைக்குள்ளே தங்கிக்கொள்கிறார்கள்.

சின்னராணியும் செல்வியும் இரும்புக் கிராதிகளைத் தாண்டி சரிந்து கிடந்த மரநிழலில் குத்தவைத்து உட்கார்ந்திருந்தார்கள். வெக்கையை

எஸ்.ராமகிருஷ்ணன் ❖ 9

வாரி இறைத்தபடியே வெயில் கொதித்துக்கொண்டிருந்தது. கேங்மேன்களின் காப்பறையை ஒட்டித் தள்ளி நின்றிருந்தான் அழகர். ஒட்ட வெட்டிய தலைமயிரும் கலங்கிய செம்மஞ்சள் நிறமான கண்களும் கொண்டிருந்தான். அவனது சட்டைப் பொத்தான்களில் இரண்டு திறந்துகிடந்தன. பச்சைக் கரையிட்ட வேட்டியை ஏற்றிக் கட்டியிருந்தான். அவன் முகத்திலும் வெயில் வழிந்து கொண்டிருந்தது. ஆனால் அதைத் துடைக்க அவன் கைகள் எத்தனிக்கவேயில்லை.

திருவிழா நடக்கும் ஊர் ஊராகப் போய் கடற்கன்னி நிகழ்ச்சி நடத்திக்கொண்டிருந்தான் அழகர். இன்றைக்கும்கூட தெக்கோட்டில் நடைபெறப் போகும் துயில்தரு மாதா திருவிழாவில் கடற்கன்னி ஷோ நடத்துவதற்குச் செல்லவே அவர்கள் காத்திருந்தார்கள். சின்னராணிதான் கடற்கன்னியாக வேஷமிடுகின்றவள். இதற்காக அவள் உடலில் மாட்டிக்கொள்ளும்படியாக மீன் செதில்களுடன் கூடிய விசேஷ உடை தைக்கப்பட்டிருந்தது. இடுப்பு வரை மீனின் உடையை மாட்டிக்கொண்டு அதோடு இறுக்கமாகப் பொருந்துவதாக உடலோடு ஒட்டிய தவிட்டுநிற ஜாக்கெட்டையும் அணிந்து, மார்பை மறைக்க கூந்தலை முன்னால் தூக்கிப் போட்டு வெறித்த கண்களுடன் பெரிய கண்ணாடியாலான நீர்த்தொட்டி ஒன்றினுள் அவள் படுத்துக் கொள்ளும்படியாக ஏற்பாடு செய்யப்பட்டிருந்தது. அதனுள்ளே அவள் சாய்ந்துகொண்டு வாலை அசைத்தபடியே இருக்கவேண்டும். கண்ணாடித் தொட்டியின் ஒரு பக்கம் தடுப்புச்சுவரோடு தண்ணீர் நிரப்பப்பட்டிருக்கிறது, ஆகவே வெளியில் இருந்து பார்க்கின்றவர்களுக்குத் தண்ணீருக்குள் கடற்கன்னி அசைந்து கொண்டேயிருப்பதைப் போலத் தோன்றும்.

இந்த சூட்சுமங்களை எல்லாம் அழகரே உருவாக்கியிருந்தான். அத்தோடு அவள் வங்கக் கடலில் காணப்படும் ஓர் அதிசயமான கடற்கன்னி என்றும் புயலில் கரை ஒதுங்கிய அவளை தான் மிகவும் கஷ்டப்பட்டுக் காப்பாற்றிப் பராமரித்து வருவதாகவும் மைக்கில் கதை அளந்து கொண்டிருப்பான். கடற்கன்னியைப் பார்ப்பதற்கு இரண்டு ரூபாய் கட்டணம். அவளை இதுவரை ஆயிரக்கணக்கான ஆட்கள் பார்த்து அதிசயப்பட்டுப் போயிருக்கிறார்கள்.

கடற்கன்னியைப் பார்ப்பதில் என்ன அதிசயமிருக்கிறது. ஐந்து கால் ஆட்டுக்குட்டி, குரங்கு போல வால் உள்ள சிறுமி, யானைத்தலை கொண்ட சிறுவன் என்று இப்படி எத்தனையோ விசித்திர உருவங்கள் திருவிழாவிற்கு வருகின்றன. அப்படி அவளும் ஒரு காட்சிப்பொருள்தான்.

மச்சக்கன்னி வேஷமிடத் துவங்கிய நாட்களில் அவளுக்கு, தன்னைப் பலரும் வேடிக்கை பார்க்கிறார்களே என்று கூச்சமாகவும் வேதனையாகவும் இருந்தது. எப்படியாவது இந்த உடையைக் கழட்டி எறிந்துவிட்டு எங்காவது கல் உடைக்கும் வேலைக்குப் போய்ச் சம்பாதிக்கலாம் என்றுகூட அழுதிருக்கிறாள். அழகர் அவள் சொன்னதைக் கேட்டுக் கொள்ளவேயில்லை. 'வேடிக்கைதானே பார்க்கிறார்கள். அதில் உனக்கு என்ன கஷ்டமிருக்கிறது. ராணியைப் போல காலை நீட்டிக் கொண்டு படுத்துக்கிடந்தால் போதும். உன்னைக் காட்டி நான் சம்பாதித்துவிடுகிறேன்' என்று அவன் ஏளனமாகப் பேசுவான்.

கடற்கன்னி உடையை மாட்டிக்கொண்டு நாள் முழுவதும் சயனத்திலே கிடப்பது எளிதானதில்லை. உடலைப் புரட்டவே முடியாது. மூத்திரம் முட்டிக்கொண்டு அடிவயிறு வலிக்கும்போதுகூட எழுந்து போக முடியாது. தாகத்திற்காக ஒரு வாய் தண்ணீர் குடிக்கக்கூட ஆள் இல்லாத நேரம் வரும்வரை காத்திருக்கவேண்டும். இத்தனை நெருக்கடி யிலும் எப்போதுமே சந்தோஷமாக, உற்சாகமாக இருப்பதுபோல வாலை ஆட்டிக்கொண்டிருப்பது இன்னும் அவமானமாயிருக்கும். ஊரில் இருந்தவரை அவளை யாருமே நின்று கவனித்துப் பார்த்ததேயில்லை, அவள் உடல்வாகு அப்படி. ஆனால் இன்றோ தினம் நூறு நூறு கண்கள் அவளைக் கண்டு போகின்றன. ஆனால் அதில் அவள் சந்தோஷம் கொள்ளவேயில்லை. வேடிக்கை பார்க்கின்ற கண்களை அவள் வெறுத்தாள். அத்தனையையும் பிடுங்கி எறிந்துவிட வேண்டும் என்பதுபோல் உள்ளூற ஆத்திரப்பட்டாள். பகல் என்ற ஒன்றே வராமல் இருக்கக் கூடாதா என்றுகூட பிரார்த்தனை செய்தாள். ஆனால் அப்படி எதுவும் நடக்கவேயில்லை.

எல்லா ஊர்களிலும் வேடிக்கை பார்க்கின்ற கண்கள் அவள் உடலைத் தொடுகின்றன, ஊர்ந்து தடவுகின்றன. பார்வையாலே தின்கின்றன. சில வேளைகளில் அவை கம்பளிப்புழுவைப் போல எச்சில் ஒழுக ஊர்ந்து போகின்றன. இலையின் மீது ஊர்ந்து செல்லும் புழுவை விலக்கமுடியாமல் இலை நடுங்குவதைப் போன்றதுதான் அவள் நிலையும்.

உள்ளுக்குள் அழுகை பீறிட்டபடியே இருக்கும். ஆனால் வாய்விட்டு விம்ம முடியாது. உடம்பு இறுகி உறைந்துவிட்டது போலாகிவிடும். பகலெல்லாம் அடக்கி வைத்த மூத்திரத்தை இரவில் பெய்த பிறகுகூட அடிவயிற்றில் வலி இருப்பது போலவே இருக்கும். சுருண்டு படுத்துக் கொண்டு அழுவாள். அப்போதுகூட அவளை ஆறுதல்படுத்த யாரும் இருக்க மாட்டார்கள்.

செல்விக்கு இப்போது பதினோரு வயது நடந்து கொண்டிருக்கிறது. ஆனால் அவள் இதுவரை பள்ளிக்கூடத்திற்குப் போனதேயில்லை. அவளது இடது கால் சூம்பிப்போயிருக்கிறது. அதனால்தானோ என்னவோ அவளை சின்னராணி பள்ளிக்கு அனுப்பவேயில்லை.

செல்வியைக் கருக்கொண்ட நாட்களில் தனக்குக் குழந்தையே வேண்டாம், கருவைக் கலைத்துவிடலாம் என்று அழகர் கத்தினான். கரு வளர்ந்து விட்டால் கடற்கன்னி உடையை மாட்டிக்கொள்ள முடியாது. அவள் முகம் மாறிவிடும். தன்னால் ஷோ நடத்திப் பிழைக்க முடியாது என்று அழகர் சண்டையிட்டான். அதை தன்னோடு படுத்து சுகங்காணுவதற்கு முன்பாக யோசித்திருக்க வேண்டும் என்று சின்னராணியும் ஆத்திரத்தில் கத்தினாள். அவளுக்கு பிள்ளை முக்கியம் என்றால் தான் வேறு ஒரு பெண்ணை வேஷங்கட்ட அழைத்து வந்து அவளோடு சேர்ந்து வாழப்போவதாக அழகர் மிரட்டினான். இரண்டு நாட்கள் அவள் கடற்கன்னி உடையணிந்து கொள்ளாமல் பிடிவாதம் செய்து பார்த்தாள். அழகரின் கோபம் தணியவேயில்லை.

முடிவில் கருவைக் கலைத்துவிடுவது என்று முடிவு செய்து, அவளை மருத்துவச்சியிடம் அழைத்துப் போய்வந்தான் அழகர். ஆனால், 'கரு எண்பது நாளைத் தாண்டிவிட்டது. இனிக் கலைப்பது சிரமம். எதற்கும் வெறும் வயிற்றில் மூன்று நாட்களுக்கு இந்த மருந்தைச் சாப்பிடு, பார்க்கலாம்' என்று மூன்று லேகிய உருண்டைகளைத் தந்தாள் மருத்துவச்சி. அந்த உருண்டைகளைச் சாப்பிடக் கையில் எடுக்கும்போதெல்லாம் சின்னராணி மனதிற்குள் அழுதாள். ஆனால் அழகர் தனக்குப் பிள்ளை வேண்டாம் என்பதில் உறுதியாகவே இருந்தான். அவனது கட்டாயத்தால் மனசில்லாமல் சின்னராணி மருந்தைச் சாப்பிட்டுவைத்தாள். ஆனால் கர்ப்பம் கலையவில்லை.

தாங்களே வேண்டாம் என்று நினைத்த காரணத்தால் தானோ என்னவோ செல்வி பிறக்கும்போதே கால்கள் சூம்பிப்போய், தலை வீங்கியவளாகப் பிறந்தாள். குழந்தை நாலைந்து நாட்களுக்கு மேல் பிழைக்காது என்று பொதுமருத்துவமனை நர்ஸ் சொல்லிவிட்டுப் போனாள். அப்படித்தான் சிசுவும் இருந்தது. அது மூச்சுவிடுவதற்குச் சிரமப்பட்டு வயிற்றை எக்கிக்கொண்டிருந்தது. கண்கள் பிசுபிசுப்போடு ஒட்டிக்கொண்டிருந்தன. விட்டுவிட்டு அதற்கு வலிப்பு வருவதும் அடங்குவதுமாக இருந்தது. நோயுறுவதில் மிகவும் கொடுமையானது சொல்லத்தெரியாத குழந்தைகளுக்கு நோய் பீடிப்பது. அது படும் கஷ்டங்களை அருகில் இருந்து காணுவதைப்போல் வேதனை வேறு எதுவுமேயில்லை. எதற்காக இப்படி ஒரு குழந்தையைப்

பெற்று அதை வேதனையில் துடிக்கவிடுகிறோம் என்று தன்மீதே சின்னராணிக்கு ஆத்திரமாக வந்தது. அதைப் பார்த்துப் பார்த்து அவள் நெற்றியில் அடித்துக்கொண்டு அழுதாள். குழந்தை இறந்து போய்விடும் என்று அழகர் உறுதியாக நம்பிக்கொண்டிருந்தான். அதனால்தானோ என்னவோ அவன் செல்வி பிறந்தபோது அருகில் வந்து பார்த்ததோடு மருத்துவமனையை விட்டு வெளியேறிப் போய் விட்டான். துணையாள் யாருமின்றி, மரணம் கால்களை பிடித்து இழுக்க அதிலிருந்து விடுபடப் போராடும் சிசுவோடு சின்னராணி தனிமையில் கிடந்தாள். அந்த மருத்துவமனையின் சுவர்கள், ஜன்னல்கள், வெளியில் உள்ள மரங்கள் அத்தனையும் தூசியடைந்து போயிருந்தது. ஆட்கள் நடந்து வரும் சப்தம் தரையில் விசித்திரமாகக் கேட்டது. வெள்ளை உடை அணிந்த செவிலிப்பெண்கள் நோயாளிகளின் முனங்கல்கள், வேதனைகளைக் கண்டுகொள்ளாமல் தங்களுக்குள் பேசிச் சிரித்தபடியே கடந்து போய்க்கொண்டிருந்தார்கள். குழந்தை இரவில் அதிகம் நடுக்கமுற்றது. அது வேதனையைத் தாங்கிக்கொள்ள முடியாமல் கால்களை உதறியது.

இரவெல்லாம் குழந்தையை அரவணைத்தபடியே இருந்த அவளுக்கு அதைக் காணமுடியாமல் அழுகை முட்டியது. என் செல்லம் செல்லம் என்று ஏதோ உளறிக்கொண்டிருந்தாள். அவளது படுக்கையின் அருகில் இருந்த நோயாளியோடு துணையாக வந்திருந்த செந்நெல் குடியைச் சேர்ந்த ஒரு வயதானவள் குழந்தையின் சிரமத்தைக் கண்டவளாகச் சொன்னாள்,

"பச்சப்பிள்ளை இந்தப் பாடுபடுறதைப் பாக்க மனசு கேட்க மாட்டேங்குது. நீ ஆஸ்பத்திரி மருந்தைக் கொடுக்காதே. காலைல பிள்ளையை என்கிட்டே குடு. ஒரு வைத்தியம் செஞ்சி கொண்டுட்டு வர்றேன். இங்கே வச்சி மருந்து அரைக்க முடியாது. அந்த நர்ஸ் பார்த்தா திட்டுவா."

சின்னராணிக்குப் பயமாக இருந்தது. குழந்தையைக் கொடுப்பதா, வேண்டாமா? எங்கேயாவது கொண்டுபோய் ஏதாவது செய்துவிட்டால் என்ன செய்வது என்று புரியாமல் திகைத்தபடியே மறுநாள் செல்வியை அவள் கையில் தந்தாள். சேலையால் மூடிக் குழந்தையை எடுத்துக் கொண்டு அந்த வயதானவள் வெளியேறிப் போன பிறகு சின்னராணியின் மனம் தட்டழியத் துவங்கியது.

குழந்தை இறந்து போய்விடுவது போலவும், அதன் உடலைப் பார்த்து தான் ஓங்காரமிட்டு அழுவது போலவும் மனதில் ஏனோ தோன்றிக் கொண்டேயிருந்தது. நர்ஸ் வந்து கேட்டால்

குழந்தையை மசூதியில் மந்திரிக்கக் கொண்டுபோயிருப்பதாகப் பொய் சொல்லிவிட வேண்டும் என்றும் மனது இன்னொரு பக்கம் யோசனை செய்து கொண்டிருந்தது.

அன்றைய பகலெல்லாம் அவள் குழந்தையில்லாமல் தனித்துக் கிடந்தாள். வெற்றுச் சேலையைச் சுருட்டிக் குழந்தையைப் போல அருகில் அணைத்தபடியே படுத்துக்கிடந்தாள். குழந்தையில்லாத வெறுமையை அவளால் தாங்கிக்கொள்ள முடியவில்லை. பால்முட்டி மார்பு கனமாகி வலித்துக்கொண்டிருந்தது. கால்கள் கனத்து முறிந்த போய் வாழைத்தண்டைப் போலக் கிடந்தன. மாலையில் அந்தச் செந்நெல்குடி பெண் திரும்பி வந்தபோது குழந்தை உறங்கிக்கொண்டிருந்தது. அதன் கையில் சிறிய கறுப்புக் கயிறு ஒன்றைக் கட்டியிருப்பது தெரிந்தது.

சின்னராணியிடம் குழந்தையைத் தந்துவிட்டு இனி உன் பிள்ளை பிழைச்சி வந்துரும்பா என்றபடியே அவளுக்கும் நெற்றியில் திருநீறு பூசிவிட்டாள் செந்நெல்குடி பெண் குழந்தை அன்று முழுவதும் உறங்கிக்கொண்டிருந்தது. இரவிலும்கூட அது எழுந்து கொள்ளவில்லை. பால் கொடுக்க எழுப்ப முயன்றபோதுகூட அது கண்விழித்துக்கொள்ளவில்லை. முலைகளை அதன் உதட்டில் வைத்துத் திணித்தபோதும்கூட அது சப்ப முயலவில்லை. ஒருவேளை குழந்தை அப்படியே இறந்து போய்விடுமோ என்றுகூட உள்ளூம் பயந்து கொண்டேயிருந்தாள்.

அதனால் இரவில் அவளால் நிம்மதியாகத் தூங்க இயலவில்லை. குழந்தை வீறிட்டு அழுவதுபோல சப்தம் கேட்டுத் திடுக்கிட்டு எழுந்து கொள்வாள். ஆனால் குழந்தை உறங்கிக்கொண்டிருக்கும். அதற்கு மூச்சு வருகிறதா என்று கையை மூக்கின் முன் வைத்து வைத்துப் பார்த்துக்கொள்வாள். உறக்கத்தில் கூட அது நிம்மதியற்று இருக்கிறதோ எனும்படியாக முகம் வாடிப்போயிருந்தது. சின்னராணி அதைப்பார்த்து வேதனைப்பட்டாள்.

மறுநாள் விடிகாலையில் குழந்தையின் அழுகுரல் கேட்டது. இதுவும் பிரம்மைதானோ என்று முதலில் தோன்றியது. ஆனால் குழந்தையின் கால்கள் அவளை உதைத்தது. அவள் குழந்தையை வாறி எடுத்து அணைத்துக்கொண்டாள். குழந்தை பசியில் முலையைச் சப்பிச் சப்பிக் குடிக்கும்போதே சின்னராணிக்குத் தன் குழந்தை இயல்பாக இருப்பது தெரிந்துவிட்டது. அவளை அறியாமல் கண்களில் நீர் கசிந்தது. பால் குடித்து முடித்த குழந்தை காற்றில் கைவீசிச் சிரித்த போது அவள் அதைக் கொஞ்சிக்கொண்டு ஆசை தீர முத்தமிட்டாள்.

என்ன மருந்துவம் செய்தாள், எப்படி வலிப்பு நோய் அடங்கியது என்று செந்நெல்குடிப் பெண்மணி சொல்லவேயில்லை. அவளைத் தேடிய போது தனது அத்தை இரவிலே ஊருக்குப் போய்விட்டதாகச் சொன்னாள் அடுத்த படுக்கைநோயாளி. செந்நெல்குடிப் பெண்ணைப் பார்த்து அவள் காலில் விழுந்து நன்றி சொல்லவேண்டும் போலிருந்தது.

அடுத்த இரண்டு நாட்கள் செந்நெல்குடிப் பெண் வரக்கூடும் என்று சின்னராணி காத்துக்கொண்டேயிருந்தாள். ஆனால் அவள் அதன்பிறகு மருத்துவமனைக்கு வரவேயில்லை. செல்வியைப் பிழைக்க வைக்க வேண்டும் என்பதற்காக வந்தவளைப் போலவே தோன்றியது. நாம் ஒரு தடவை செந்நெல்குடிக்கே போய் நன்றி சொல்லிவிட்டு வர வேண்டும் என்று அழகரிடம் சொன்னாள். அவன் அதைக் கவனம் கொள்ளவேயில்லை. அதன்பிறகு செல்வி பிழைத்துக்கொண்டாள்.

இடது கால் மட்டும் முடங்கிக் கொண்டுவிட்டது. இப்போது அதை இழுத்து இழுத்து நடக்கப் பழகிவிட்டாள். தலை மட்டும் மற்ற சிறுமிகளைப் போலின்றிச் சற்றுப் பெரியதாக இருக்கிறது. அவளைப் பார்க்கும்போதெல்லாம், தான் கால்களை ஒடுக்கிக்கொண்டு கடற்கன்னி வேஷம் போட்டுப் பிழைப்பதால்தான் செல்விக்குக் கால் இப்படியாகிப்போயிருக்கிறது என்ற குற்றவுணர்வு சின்னராணிக்கு மேலோங்கியிருந்தது.

*

பத்தரை மணிக்கு வரவேண்டிய பாஸஞ்சர் ரயில் மதியம் இரண்டு மணியாகியும் இன்னமும் வரவில்லை. எப்படியும் தெக்கோடு போவதற்கு ஐந்து மணியாகிவிடும் போலிருந்தது. வழியில் எங்கும் சாப்பிடவும் முடியாது. ரயிலில் வெள்ளரிப்பிஞ்சு விற்கின்றவன் வந்தால் கொஞ்சம் வாங்கிக்கொள்ளலாம். இல்லாவிட்டால் ராச் சாப்பாடுதான். வெயிலின் மீது அழகருக்கு எரிச்சலாக வந்தது. என்ன எழவிற்கு இந்த வெயில் மனுசனை இப்படி நொம்பலப்படுத்தி எடுக்கிறது. யார் கேட்டார்கள் வெயில் வேண்டும் என்று. இரவில் கூட நிம்மதியாக உறங்கமுடியவில்லை. இருட்டில் அலையும் பூனையின் கண்களைப் போலத் தூக்கத்தின் ஊடாகவும் வெளிச்சம் மினுங்கிக்கொண்டேயிருக்கிறது. பகலில் வெயில் ஏற ஏற நாவுலர்ந்து உதடுகள் ஒட்டிக்கொள்கின்றன. தாகம் தீரமறுக்கிறது. முழுக்கிணற்றின் தண்ணீரை இறைத்துக் குடித்தாலும் தீராது என்பது போல உடல் காய்ந்து கொண்டிருக்கிறது.

காதோரம் வழிந்துகொண்டிருந்த வியர்வை ஈரத்தைப் புறங்கையால் துடைத்தபடியே அழகர் டவுசர்ப் பைக்குள் கையை விட்டுத் துழாவினான். பீடி கிடைக்கவில்லை. தீப்பெட்டி மட்டுமே அகப்பட்டது. தன் மீதே அழகருக்கு எரிச்சலாக வந்தது. ஒரு நாளாவது பை நிறைய காசு வைத்துக்கொண்டு செலவழிக்க முடிகிறதா? எப்போதும் இல்லாத பாடுதான். சொற்பக் காசுகளை வைத்தே எத்தனை நாட்களைத்தான் ஓட்டுவது, கட்டுக்கட்டாக பீடி வாங்கிப் போட்டுக்கொண்டு புகைக்க வேண்டிய நாள் எப்போதுதான் வரப்போகிறதோ?

அவன் வேண்டுமென்றே ஒரு தீக்குச்சியைப் பற்றவைத்து எரிய விட்டான். பகல் வெளிச்சத்தில் தீக்குச்சியின் ப்ரகாசம் எடுபடவேயில்லை. அது பகலைக் கண்டு வெட்கப்பட்டதைப் போல வேகமாக அணைந்தது. அவன் விரலில் வைத்தபடியே கரிந்த தீக்குச்சியைப் பார்த்துக்கொண்டிருந்தான். கரிந்த மணம் நாசியில் ஏறியது.

தன்னை அறியாமல் நாக்கில் பீடி புகைப்பதற்கான எச்சில் சுரக்க ஆரம்பித்தது. உதட்டை எச்சில் படுத்தியபடியே தீக்குச்சியைச் சுண்டி விட்டான். அது தண்டவாளத்தின் நடுவில் போய் விழுந்தது. அழகரை விட்டு சற்றுத் தள்ளி வெயிலைப் பொருட்படுத்தாமல் ஒரு ஆள் வேப்பமரத்தடியில் உறங்கிக்கொண்டிருந்தது தெரிந்தது. ஒருக்களித்துப் படுத்திருந்த அவன் இறந்துகிடக்கும் மனிதனைப் போலவே தோன்றினான். வயிறு மட்டும் விட்டுவிட்டு லேசாக அசைந்து கொண்டிருந்தது. ஏன் உறங்கும்போது மனிதர்கள் முகம் இவ்வளவு இறுக்கம் கொண்டு விடுகிறது. அழகர் அவனையே பார்த்துக் கொண்டிருந்தான். மரத்தின் இலைகளுக்கு ஊடாக ஒளிந்து வெயில் உறங்கும் மனிதனைப் பார்ப்பதும் மறைவதுமாக இருந்தது. உறங்குபவன் பாதிக் கனவில் மிதந்து கொண்டிருக்கக்கூடும்.

பகல் நேரங்களில் ரயில் நிலையங்கள் சவக்களை கொண்டு விடுகின்றன. அந்த இறுக்கமும் பேரமைதியும் தாங்கமுடியாததாகவே இருக்கிறது. அதைக் கலைப்பதற்காக ஒரு குருவியோ மைனாவோ சப்தமிட்டால் பரவாயில்லை என்பது போலிருந்தது. பறவைகள் இதுபோன்ற வறண்ட ரயில் நிலையங்களுக்கு வருவதில்லை. இதுவரை அவன் ஒரு பறவை கூடக் கரிசல் ரயில் நிலையத்தின் ஓட்டில் அமர்ந்தோ, ரயில்வே நிலையத்துத் தண்டவாளங்களில் உட்கார்ந்தோ பார்த்ததேயில்லை.

குருவிகள் எப்போதும் தொலைவில் உள்ள தந்திக்கம்பங்களின் மீதுதான் அமர்கின்றன. அதுவும் மாலை நேரங்களில் வரிசையாக

அவை தந்திக் கம்பங்களில் உட்கார்ந்துகொண்டு தங்களுக்குள் வாய்விட்டு எதையோ பேசிக்கொள்கின்றன. பைத்தியம் பிடித்து விட்டதைப் போல வளைய வளையமாக எட்டுப் போட்டு ஒன்றாகச் சேர்ந்து சுற்றுகின்றன. பின்பு ஒன்றாகக் கூடு திரும்புகின்றன. தனிக்குருவி ஒன்றைக் காண்பதைவிட கூட்டமாகக் குருவிகளைக் காண்பதே அழகருக்குப் பிடித்திருந்தது. குருவிகள் நிம்மதியற்றவை என்றும் ஏனோ தோன்றியது.

அவை மனிதர்களைப் போல ஒருநாளும் தன்னை மறந்து உறங்குவதில்லை. சிறு சலனத்திற்குக்கூட பயந்துவிடுகின்றன. நாளெல்லாம் அவை அலைந்துகொண்டேயிருக்கின்றன. ஒருநாள் மூத்திரம் பெய்வதற்காக வைக்கோல் படப்பின் பின்னால் ஒதுங்கியபோது அழகர் அங்கேயொரு தவிட்டுக்குருவியைப் பார்த்தான். அது மக்கிப் போய் சாக்கடை வழிந்தோடிய வைக்கோல் கழிவுகளைக் கொத்திக் கிளறிக் கொண்டிருந்தது. வயலிலும் நெல் அடிக்கும் களத்தை ஒட்டியும் எவ்வளவோ தானியங்கள் சிதறிக்கிடக்கின்றன. அங்கே போய் உணவைத் தேடாமல் இந்தக் குப்பைக்குள் போய் குருவி ஏன் தேடுகிறது. ஒருவேளை அதுவும் தன்னைப் போல கிறுத்திருவம் கொண்டதுதானோ என்று நினைத்தபடியே மூத்திரம் பெய்து கொண்டிருந்தான்.

குருவி அவன் மூத்திரம் பெய்வதை ஒரு நிமிடம் திரும்பிப் பார்த்து விட்டு மறுபடியும் குப்பையைக் கிளறத் துவங்கியது. குருவிகளும் கூட இழிந்த வாழ்க்கையைத்தான் வாழ்கின்றன போலும். அவனுக்கு அந்தக் குருவியைச் சகித்துக்கொள்ள முடியவில்லை. குனிந்து ஒரு கல்லை எடுத்து அதை நோக்கி வீசினான். குருவி அதை எதிர்பார்த்தது போலச் சட்டெனப் பறந்து அருகாமையில் உள்ள முருங்கை மரத்தின் மீது போய் உட்கார்ந்துகொண்டது. அந்த மரத்தில் எவ்வளவு பூக்கள் இருக்கின்றன. அதில் எதையாவது தின்று வாழ வேண்டியதுதானே, குருவிகள் பூக்களைச் சாப்பிடுமா? ஏன் பறவைகள் பூக்களைச் சாப்பிடு வதில்லை. தான் விலகிப் போனதும் அந்தக் குருவி மறுபடி அதே குப்பையைக் கிளறத் துவங்கிவிடும் என்பது ஆத்திரமாக வந்தது.

முருங்கை மரத்தை விட்டும் அதை விரட்ட வேண்டும் என்று நினைத்தான். இன்னொரு கல்லை எடுத்து மரத்தை நோக்கி எறிந்தான். குருவி பறக்க எத்தனிப்பது போலச் சிறகடித்து மீண்டும் அதே இடத்தில் உட்கார்ந்து கொண்டது. எத்தனை கல்லைப் பார்த்திருக்கிறேன் என்பதுபோல அதன் பார்வையில்

ஒரு பகடியிருந்தது. அழகர் அதை அடித்து வீழ்த்திவிடவேண்டும் என்பது போல் உக்கிரம் கொள்ள ஆரம்பித்தான். சரியான கல்லாக வேண்டும் என்று குனிந்து அங்குமிங்கும் தேடினான். வாகான கல் கிடைக்கவில்லை. வைக்கோல் படப்பின் அருகாமையில் இருந்த வேலிச் செடிக்குள் குனிந்து ஒரு சீனிக்கல்லை எடுத்துவிட்டுத் திரும்பிப் பார்த்தான்.

குருவியைக் காணவில்லை. என்ன செய்வது என்று தெரியாமல் கல்லை வைத்துக்கொண்டேயிருந்தான். எங்கே போயிருக்கும் அந்தக் குருவி. சுற்றிலும் தேடிப் பார்த்தான். குருவியின் அரவமே இல்லை. கல்லை வேலிச்செடிக்குள்ளாகவே தூக்கி எறிந்துவிட்டுத் திரும்பி நடக்க ஆரம்பித்தான். திடீரென அவனுக்குச் சிரிப்பாக வந்தது. எதற்காக அந்தக் குருவி மீது இவ்வளவு ஆத்திரப்பட்டோம் என்று நினைத்துக்கொண்டே நடந்தான். அன்றைக்கும் பகலில் வெயில் இப்படித்தானிருந்தது.

ரயில் நிலையத்தின் கிழக்கில் தொலைவு வரை வெட்ட வெளி மட்டுமேயிருந்தது. தண்டாவளங்கள் மீது வெயில் கம்பளிப் பூச்சி ஊர்ந்து செல்வதுபோல மெதுவாக முக்கி முக்கிச் சென்று கொண்டிருந்தது. சூடு தாங்கமுடியாத ரயில்வே கிராதிகள் முறுக்கேறித் திமிறிக் கொண்டிருந்தன. புழுதி படிந்து கசங்கிக் கிடந்த காகிதம் ஒன்று வெயில் தாளாமல் நடுங்கியபடி இருந்தது. வானில் ஈரமேயில்லை. ஒரேயொரு சூரியன். அதன் இரக்கமில்லாத வெயில் வீச்சு மேகமில் லாத துல்லியம். தூரத்தில் தெரியும் பனைகளின் நிழல்கள்கூட நடுங்கிக்கொண்டிருந்தன. கருணையற்ற கோடைக்காலம் பூமியைப் புரட்டிக்கொண்டிருக்கிறது. வேலிச் செடிகள் மட்டுமே பச்சை மாறாமல் இருக்கின்றன.

அழகர் எங்காவது பாதி பிடித்து எரியப்பட்ட பீடி கிடக்கிறதா என்று கண்களாலே தேடினான். பசி அவன் வயிற்றில் நாலைந்து கைகளைக் கொண்டு பிசைவதைப் போலிருந்தது. சாப்பிடுவதற்கு இங்கே இரும் பைத் தவிர என்னவிருக்கிறது என்று எரிச்சலாக வந்தது. விடிகாலையில் எழுந்து கிளம்பியிருந்தால் இந்நேரம் தெக்கோடு போயிருக்கலாம். சின்னராணிதான் ரயிலில் போகவேண்டும் என்பதில் குறியாக இருந்தாள். அதற்காகவே அவர்கள் ஆத்திகுளத்திற்கு நடந்து வந்திருந்தார்கள்.

அப்படி என்ன இருக்கிறது இந்த ரயிலில். பெண்கள் ஏன் ரயிலில் போவதில் இத்தனை அக்கறை காட்டுகிறார்கள். சின்னராணி எந்த ஊருக்குக் கிளம்பினாலும் ரயிலில் போகலாமா என்றுதான் முதலில் கேட்கிறாள். அழகர் பெரும்பான்மை நேரங்களில் அவர்களைப்

பேருந்தில்தான் அலைத்துச் செல்வான். சிலவேளைகளில் அவர்கள் லாரியில், வேனில் கூடப் போயிருக்கிறார்கள். செல்வி பிறப்பதற்கு முன்பு ஒரு முறை நடுமங்கலத்தில் இருந்து ஷோ முடித்துத் திரும்பிவரும் போது அவர்கள் மன்றாடியாரின் ஜீப்பில் வந்தார்கள். எஸ்டேட் ஜீப் அது. மங்கிய ஊதா நிறத்திலிருந்தது. மன்றாடியார் ஓட்டிக் கொண்டுவந்தார். திறந்த ஜீப் என்பதால் காற்றில் செல்லும்போது அவனுக்குச் சிரிப்பாக வந்தது. சின்னராணியைத் திரும்பிப் பார்த்தான். அவள் கைகளால் காற்றைத் தடுப்பது போல முன்னால் அசைத்தபடியே தானும் சிரித்துக்கொண்டு வந்தாள்.

அப்படி சின்னராணியைப் பார்ப்பது அபூர்வமாக இருந்தது. தன்னோடு கூடவே இருக்கும் பெண் என்றாலும் இதுபோன்ற நேரங்களில் அவளிடம் காணப்படும் அழகும் சிரிப்பும் மற்ற நேரங்களில் ஏன் இருப்பதில்லை என்று அழகர் யோசித்தபடியே அவளைப் பார்த்துக் கொண்டிருந்தான். காற்று சின்னராணியின் முகத்தில் கேசத்தை விழச் செய்வதும் அவள் ஒதுக்கிவிட்டுச் சிரிப்பதுமாக இருந்தாள். மன்றாடியார் ஜீப்பை ஓட்டியபடியே அதைப் பார்த்துத் தானும் சிரித்துக்கொண்டார்.

அதுபோன்ற ஜீப் ஒன்றைத் தானே வாங்கிக்கொண்டுவிட்டால் ஊர் ஊராக ஓட்டிக்கொண்டு போய் ஷோ நடத்தலாம். சின்னராணி ரொம்பவும் சந்தோஷப்படுவாள் என்று ஏக்கத்துடன் அழகர் அதைப் பார்த்தபடியே வந்தான். மன்றாடியார் மிக வேகமாக ஜீப்பை ஓட்டிக் கொண்டிருந்தார். வளைவில் ஜீப் திரும்பும்போது கைப் பிடியிலிருந்து சோப் நழுவிப்போவது போல கை பிடிமானத்திலிருந்து நழுவிக் கூச்சமாக இருந்தது. அன்று வழியெல்லாம் அவர்கள் சிரித்தபடியே தான் வந்தார்கள். சைகையால் அதுபோன்ற ஒன்றை தான் வாங்கட்டும்மா என்று கேட்டான் அழகர். அதற்கும் சின்னராணி சிரிக்கவே செய்தாள். வேறு எந்த வாகனத்தில் போவதைவிடவும் அழகருக்கு ஜீப்பில் போவதுதான் பிடித்திருந்தது. அதை எப்படியாவது சம்பாதித்து வாங்கிவிடவேண்டும் என்று மனதிற்குள் நினைத்துக்கொண்டான்.

மன்றாடியார் அவர்களைச் சந்தையடியில் இறக்கிவிட்டு புருசனும் பெண்டாட்டியும் புதுத் துணி வாங்கிக்கோங்க என்று நூறு ரூபாய் பணத்தை சின்னராணியிடம் தந்து போனார். சின்னராணி வெட்கத்துடன் தலையாட்டியபடியே வாங்கிக்கொண்டாள். ஆனால் அந்தப் பணத்தில் அவர்கள் துணி எடுக்கவில்லை. சின்னராணி தனக்காகக் கால் கொலுசு வாங்கிக்கொண்டாள். பட்டுக் குஞ்சலமும் படவுர் சோப்பும்,

எஸ்.ராமகிருஷ்ணன் ❖ 19

அழகருக்கு டயர் செருப்பு ஒன்றும் கைவைக்காத பனியன்களும் வாங்கிக்கொண்டார்கள். அன்றைக்குத்தான் அவளும் அழகரும் முதன்முறையாகப் புகைப்படம் எடுத்துக்கொண்டார்கள்.

ஷோ நடக்கும் ஊர்களில் கூடாரம் அடித்துத் தங்கும் இரவுகளில் அந்தப் புகைப்படத்தைக் கையில் வைத்தபடியே சின்னராணி பார்த்துப் பார்த்து ஆதங்கத்துடன் பெருமூச்சிட்டுக் கொண்டேயிருப்பாள். அப்படி என்னதான் பார்க்கிறாள். அழகர் சிலவேளைகளில் அந்த போட்டோவைக் கையில் எடுத்து வைத்துப் பார்த்துக்கொண்டிருப்பான். போட்டோவில் அவன் முகம் முறைத்துக்கொண்டிருக்கிறது. இதுவரை எடுத்த எல்லா போட்டோக்களிலும் அவன் முகம் இப்படி சினத்தோடு வெறிப்பது போலத்தானிருக்கிறது. அப்படி என்னதான் எழவு யோசனை, கோபம். எதற்காக மூஞ்சியை இப்படி வைத்துக்கொண்டிருக்கிறோம்.

அவன் திட்டமிட்டால் கூட போட்டோ எடுக்கும்போது அவனால் சிரிக்க முடிந்ததில்லை. போட்டோவில் இருந்த அவன் கண்கள் பழுப்பேறியிருக்கின்றன. புருவம் திருகியிருக்கிறது. கழுத்தடியில் கருமை படிந்து போயிருக்கிறது. புருவமயிர்கள் கூடத் துருத்திக் கொண்டிருக்கின்றன. திருடப்போன இடத்தில் பிடிபட்டுக் கட்டிப் போடப்பட்ட களவாணிப் பயலைப் போல முறைத்துப் பார்க்கும் கண்களுடன் எண்ணெய் வழியும் தன்னுடைய முகத்தைப் பார்க்க அவனுக்கே பிடிக்கவில்லை. அதைக் கிழித்துப் போட்டுவிடவேண்டும் என்று நினைப்பான். ஆனால் சின்னராணி கோவித்துக்கொள்வாள். அழ ஆரம்பித்தால் ரெண்டு நாட்களுக்குச் சாப்பிடாமல் பிடிவாதம் வேறு செய்வாள்.

சில வேளைகளில் அவளை நினைத்தால் அழகருக்கு பயமாக இருக்கும். பேய் பிடித்த பெண்களின் உக்கிரம் அவளுக்குள்ளும் இருக்கிறது. அதை எப்போதாவதுதான் காட்டுகிறாள். மற்றபடி அவள் தனக்கு பயந்து அடங்கியிருக்கிறாள் என்பது உண்மையில்லை என்று அவனுக்குப் புரிந்தேயிருந்தது.

சின்னராணி நாளெல்லாம் எதையோ யோசித்துக் கொண்டே யிருக்கிறாள். அப்படி என்னதான் யோசிப்பாள். அதைப்பற்றி அழகர் கேட்டுக்கொள்வதில்லை. கேட்டாலும் அவள் சொல்லப்போவதில்லை. கழுத்தை வெட்டி ஒரு முறைப்புடன் வெடுக்கென்று திரும்பிக்கொண்டு விடுவாள். இப்போதும்கூட அவள் எதையோ யோசித்தபடியேதானிருக்கிறாள். வெயிலை மீறி அந்த யோசனை அவள் முகத்தில் படர்ந்து கொண்டிருந்தது. சின்னராணியின் கழுத்தடியில் கசகசப்புடன் இறங்கிய வேர்வை

மார்பெங்கும் ஈரமாக்கியிருந்தது. அவள் வெறுங்கையால் விசிறிக் கொண்டிருந்தாள். தரையில் கோடு கிழித்து செல்வி ஏதோ விளையாடிக்கொண்டிருப்பது தெரிந்தது. அவன் தன்னைப் பார்ப்பதை உணர்ந்தவளைப் போல சின்னராணி என்னவென்று நாடியை உயர்த்திக் கேட்டாள். அழகர் ஒன்றுமில்லை என்று தலையை ஆட்டி மறுத்தான்.

விலகி நின்று பார்க்கும்போது தன் மனைவியும் மகளும் ஒன்றுபோல உட்கார்ந்திருப்பது தெரிந்தது. அவர்களையே உற்றுப் பார்த்துக் கொண்டிருந்தான். இருவருக்கும் ஒன்றுபோலச் சிறிய நெற்றி, கண்கள், உதடுகள். அச்சில் வார்த்து எடுத்து வைத்ததைப்போல தாயும் மகளும் தோற்றத்தில் மட்டுமில்லை, உடல்வாகும் ஒன்று போலவேயிருந்தது. அவன் பார்த்துக்கொண்டிருந்தபோதே மரத்திலிருந்து ஓர் இலை உதிர்ந்து விழுந்தது. பகல் நேரம் மிகப்போவதாகத் தோன்றியது. இன்னமும் ரயில் வரவில்லை. தண்டவாளங்களின் வெறுமையைத் தாங்க முடியாத அழகர் பொறுமையில்லாமல் ரயில்வே கைகாட்டி உள்ள இடத்தை நோக்கி மெதுவாக நடக்கத் துவங்கினான்.

*

ஆத்திகுளம் ரயில் நிலையம் ஒரு கருங்கல் கட்டடம். பராமரிப்பின்றி அதன் முகப்பு வளைவுகள் இப்போது அழுக்கேறி யிருக்கின்றன. ஜே. சி. ஆண்ட்ரு என்ற பொறியாளரின் பெயரைக் கொண்ட கல்வெட்டுகூட எழுத்துகள் மங்கித் தெரிகின்றன. யார் நினைவிலும் ஜே. சி. ஆண்ட்ருவின் முகம் இன்று இருக்கவில்லை. அவர்தான் இந்த ரயில் நிலையத்தின் முதல் அதிகாரி போலும். ஒரு வேளை அவர் பணிக்கு வந்த நாளில் கூட இதே வெயில் இதே உலர்ந்த ஆகாசம் தானிருந்திருக்கக்கூடும். நிச்சயம் அவர் வெறுமையின் உச்சத்தை இந்த ரயில் நிலையத்தின் வழியே அறிந்திருப்பார். ஆள் அற்ற ரயில் நிலையங்களில் பணியாற்றுவது ஒரு சாபம். எல்லா ரயில் நிலையங்களும் பயணம் செய்து போனவர்களை எளிதாக மறந்துவிடுகின்றன. அதன் நினைவில் மிச்சமிருப்பது அங்கு பணியாற்றிய மனிதர்களும் அவர்களின் தனிமையும் மட்டும்தான் போலும்.

மஞ்சளும் கறுப்புமான பெயர்ப்பலகைகள், டிக்கெட் கொடுக்கும் வலைக்கூண்டு என யாவும் துருவேறிப்போய் புறக்கணிப்பின் உச்சத்தை அடைந்திருந்தன. பயணிகளுக்கான இரும்பு பெஞ்சுகள் கூட வெக்கையேறித்தானிருக்கிறது. பெஞ்சின் அடியில் கிடந்த உலர்ந்த இலைகள் நெடுங்காலமாக அங்கேயே கிடக்கின்றன

எஸ். ராமகிருஷ்ணன்

என்பதை அதன் பழுத்த நிறத்தாலே தெரிந்துகொள்ள முடிகிறது. சுற்றிலும் அசைவேயில்லை. ஒரு மிடறு காற்று கிடைத்தால் போதும் உலர்ந்த முகமும் உதடும் ஆசுவாசம் கொண்டுவிடும் என்பதுபோலக் காத்திருந்தனர் பயணிகள்.

ரயில் நிலையத்தின் புறவெளியில் மரங்கள் இருக்கின்றன. ஆனால் அவை அசைவது போன்ற தோற்றத்தை வெயில்தான் ஏற்படுத்துகிறது. மனிதர்களைப் போலவே மரங்களும் மதிய நேரத்தினை வெறுக்கின்றன போலும். அவை அசைவற்று அமுங்கிக் கிடந்தன.

ஸ்டேஷன் மாஸ்டரின் அறையினுள் இவ்வளவு வெயிலின் ஊடாகவும் சிறிய திட்டுப் போல இருள் அடர்ந்திருக்கிறது. அதைப் போக்க எந்த ஒளியாலும் முடியவேயில்லை. அந்த மூலை எப்போதுமே இருண்டிருக்கிறது. காகிதத்தில் சிந்திய மைக்கறை போல அந்த இருளைப் போக்கவே முடியவில்லை அறையிலிருந்த பழமையான மரமேஜையும் தொலைபேசியும் கூடத் தூசியேறியிருக்கின்றன. தெற்குப் பார்த்து ஒரு ஜன்னலிருக்கிறது. அதைத் திறந்து வைத்தால் உஷ்ணம் அலை யலையாக உள்ளே நுழைகிறது. மூடிவைத்தால் அறை இறுக்கமாகி விடுகிறது. அதனால் அதை அடிக்கடி திறக்கவும் மூடவும் ஒரு ஆள் அருகிலே நாற்காலி போட்டு உட்கார்ந்திருந்தார். அங்கே மின்சாரம் மிகக் குறைவான நேரங்களில் மட்டுமே கிடைக்கிறது. மற்ற வேளைகளில் ஸ்டேஷன் மாஸ்டரின் கை தானாகப் பனை யோலை விசிறியை விசிறிக்கொண்டேயிருக்கிறது. ஓணானின் தலை வெடுக் வெடுக்கென அலைவதைப் போல அவரது தலை நிமிடத்திற்கு ஒருமுறை வெளியே பார்ப்பதும் திரும்புவதுமாக இருக்கிறது. அந்தக் கண்கள் என்ன தேடுகின்றன?

ரயில்வே பணியாட்கள் குடிப்பதற்குக்கூட அங்கே தண்ணீர் இருப்பதில்லை. தினமும் காலை மலைப்பட்டியிலிருந்து ஒரு பெண் இரண்டு குடம் தண்ணீர் கொண்டுவந்து தருகிறாள். அதுதான் ஒரு நாளைக்கான குடிநீர். அதில் கால்வாசியை மண்பானையே குடித்துவிடுகிறது. எவ்வளவு தண்ணீர் குடித்தாலும் தாகம் தீருவதேயில்லை. ஈய டம்ளரில் தண்ணீரை அள்ளிக் குடிக்கும்போது உதட்டில் தண்ணீர் படும் நிமிடம் அற்புதமாயிருக்கிறது. ஸ்டேஷன் மாஸ்டர் குமாரசாமி தண்ணீர் குடிக்கும்போது வேண்டுமென்றே தனது சட்டையை நனைத்துக் கொள்ளுமளவு தண்ணீரை வழிய விடுகிறார். தேனை ருசிப்பது போல பாவனையாகச் சப்புக் கொட்டுகிறார்.

ஒவ்வொரு முறை தண்ணீர் குடித்ததும் காலி டம்ளரை முகர்ந்து பார்ப்பது அவரது வழக்கம். ஏதோவொரு பழகிய மணத்தை மறுபடி கண்டுபிடிக்க முயல்பவரின் நோக்கம் போலவே அது இருக்கிறது. பிறகு டம்ளரை வைத்துவிட்டு தன் நாற்காலியில் போய் சாய்ந்து உட்கார்ந்து கொள்கிறார். சலிப்பும் வெறுமையும் அவரை பலமாகப் பீடித்திருக்கின்றன. அதனால் அவரது இயல்பு சிடுசிடுப்பாகவே மாறியிருக்கிறது. அவர் கடந்த ஒரு வருடகாலமாக விடுப்பில் போகவேயில்லை.

அதே ரயில் நிலையத்தின் உள்ளேயே இருக்கிறார். வெறுமையும் தனிமையும் அவரது கால்களைக் கட்டிப்போட்டுவிட்டன என்கிறார்கள் ரயில்வே ஊழியர்கள். குமாரசாமி எப்போதாவது இளம்பெண்கள் ரயிலுக்காகக் காத்திருப்பதைக் காணும்போது மட்டும் மனைவியை நினைத்துக்கொள்கிறார். அப்போதும் கூட அவளது திரட்சியான உடலும் பாலின்பத்திற்கான ஏக்கமும் மட்டுமே மனதில் தோன்றி மறைகிறது. அதை மறைத்துக்கொள்ளச் சற்று நேரம் ரயில்வே தண்டவாளத்தின் இரும்பை வெறித்துப் பார்த்தபடியே நின்றிருப்பார்.

மனைவியின் ஸ்தனங்கள் வெள்ளரிப்பழம் போல மிருதுவானவை. அவற்றில் முகம் புதையுண்டு கிடப்பதை விட்டு எதற்காக இந்த ரயில் நிலையத்தில் வந்து அவதிப்படுகிறேன் என்று தனக்குள்ளாகவே திட்டிக்கொள்வார். அதைப்பற்றி நினைக்க நினைக்க விவரித்துச் சொல்ல முடியாத வலியும் ஏக்கமும் பீறிட ஆரம்பிக்கும். ஆனால் இரண்டு நிமிடங்களில் இந்த மனநிலை சட்டென மாறிப்போய்விடும். இங்குள்ள இரும்புப் பொருள்களைப் போலத்தான் நானும். இதே தண்டவாளங்கள் எவ்வளவு நாட்களாக அதே இடத்தில் இரும்பு திருகாணிகள் போட்டு முறுக்கேறி நிற்கின்றன. அப்படித்தான் நானும் இதை விட்டுப் போகவே முடியாது என்று சலித்துக்கொண்டபடியே தன் கையில் உள்ள கொடியை விரித்தபடியே நடந்து போக ஆரம்பிப்பார்.

கோடையின் எல்லா பகல் பொழுதுகளிலும் அடிவானம் ஒன்று போலவேயிருக்கிறது. பழுப்பேறிப்போன ரயில்வே நிலைய அறிவிப்புக் காகிதங்கள்கூட வெக்கைத் தாங்கமுடியாமல் படபடவென அடித்துக் கொள்கின்றன. ஊழியர்கள் ஒருவருக்கொருவர் பேசிக்கொள்வது கூட கோடையில் மிகவும் குறைந்து போயிருந்தது. அதையும் மீறிப் பேசும் சூழலில் அவரவர் குரல் மாறிப்போய் எரிச்சலான தொனி தானே கூடிவிடுகிறது. துண்டிக்கப்பட்ட பல்லியின் வால் தனியே துடித்துக்கொண்டிருப்பதைப் போல தங்கள் கண்முன்னே பகல் துடித்துக்கொண்டிருப்பதை அவர்கள்

பார்த்தபடியே இருக்கிறார்கள். அங்கேயே தங்கிக்கொள்ளும் ரயில்வே ஊழியர்கள் இரவில் நல்ல உறக்கம் கொள்வதேயில்லை. ரயில் நிலையத்தின் இருட்டு உறக்கத்தைக் கொண்டுவருவதில்லை. அது சாணக்கரைசலைப் போல லேசாகத் திட்டுத் திட்டாகவும் கலங்கியதாகவும் உள்ளது. அத்தோடு யாரோ அந்த இரவில் அருகாமையில் இருந்து கொண்டு புலம்புவது போன்ற சப்தம் கேட்டபடிதானிருக்கிறது.

யார் புலம்புகிறார்கள்? என்ன குரலது? கரிசலின் வெக்கையில் பிறந்து வளர்ந்து நிராசைகளுடன் செத்துப்போன கிராமத்து விவசாயிகளின் எலும்புகள்தான் முணுமுணுக்கிறதோ என்னமோ. அந்தக் குரல்கள் அறையின் வெளியில் ஆட்கள் உட்கார்ந்து பேசுவது போலவே இருக்கும். விக்கி விக்கி அழுவது போன்று கூடச் சில நேரம் கேட்டிருக்கிறது.

சில பொழுதுகளில் யாரோ ரயில் நிலையத்தை முழுமையாகக் கூட்டிப் பெருக்கிச் சுத்தம் செய்வது போன்றுமிருக்கும். காற்றுதான் அப்படிச் செய்கிறது என்றார்கள். இங்குள்ள காற்றுக்கும் மனிதர்களின் சுபாவமே கூடியிருக்கிறது. அதுவும் நிம்மதியற்று அலைந்தபடிதானிருக்கிறது. உறங்கும் மனிதனின் காதருகே வந்து கூப்பாடு போடுகிறது. தட்டி எழுப்புகிறது. ஆழ்ந்த துயில் கொள்ளவிடாதபடி அவனை இம்சிக்கிறது. ரயில் நிலைய ஊழியர்கள் காற்றடி காலத்தில் ஓலமிடும் காற்றுக்குப் பழகிவிட்டார்கள். எப்போதாவது காற்றின் சுழித்தனம் அதிகமாகும் போது அவர்கள் கெட்டவார்த்தைகளால் காற்றை ஏசுவதும் உண்டு. உடனே காற்று ஒடுங்கிவிடுவதில்லை. அது சண்டை யிட விரும்பியதைப் போல அருகாமையிலிருந்த தகரத்தை டமடம் வென அடித்துச் செல்கிறது.

ஆத்திகுளம் ரயில் நிலையத்திற்கு இரவில் பயணிகள் வருவதே யில்லை. வெளிச்சமில்லாத பாதைகள் என்பதால் ஆட்கள் பயணம் செய்ய வருவது குறைவு. கடந்த இரண்டு நாட்களாகத்தான் அழுக்கடைந்த வேஷ்டிகளும் புழுதி படிந்த முகங்களுமாக நோயாளிகள் சிலர் கையில் மூட்டை முடிச்சுகளுடன் வந்து மூடிக்கிடக்கும் நாற்றமடிக்கும் கழிப்பறையின் முன்னால் உட்கார்ந்திருப்பதை குமாரசாமி பார்த்தார். அவர்கள் யாரோ வருவதற்காகக் காத்திருப்பது போல அதே இடத்திலே ஒரு நாள் முழுவதும் உட்கார்ந்திருந்தார்கள். அவர்களைச் சுட்டிக் காட்டி ரயில்வே ஊழியரான பராங்குசம் "தெக்கோட்டில் உள்ள துயில்தரு மாதா கோவில் திருவிழா ஆரம்பமாகப் போகிறது. அதற்காக ரோகிகள் வரத்துவங்கியிருக்கிறார்கள்" என்றார்.

குமாரசாமி கடந்த சில வருடங்களாகவே அப்படியான ரோகிகளின் வருகையைப் பார்த்துக்கொண்டுதானிருக்கிறார். துயில்தருமாதா கோவிலில் ஆனிமாதம் உற்சவம் துவங்கியதும் பகலிரவாக ஆட்கள் பயணம் போய்க்கொண்டேயிருக்கிறார்கள். அவ்வளவும் நோயாளிகள். கால்முடமானவர்கள், சயரோகக்காரர்கள், இழுப்புவாதம் கொண்டவர்கள், தொழுநோயாளிகள், முடக்குவாதக்காரர்கள், வலிப்பு நோயாளிகள், மேகவெட்டை கண்டவர்கள், எலும்புருக்கி தாக்கிய நோயாளிகள், ஊமைகள், பைத்தியங்கள், குருடர்கள், செவிடர்கள், பித்தவாதக்காரர்கள், காமாலை கொண்டவர்கள், கால் ஆணி, மூலம், பவுத்திரம், சிறங்கு சொறி படை கண்டவர்கள், இப்படி எண்ணிக்கையற்ற நோயாளிகள். ஒரு வாரகாலம் அவர்கள் ஒன்று திரண்டு ஊசிக் கிணற்றில் குளித்து உபவாசமிருந்து ஜெபித்து பிரார்த்தனையின் வழியே நோய்மை நீங்கிப் போகிறார்கள் என்கிறார்கள்.

தெக்கோடு போவதற்கு ஆத்திகுளம் வழியாகத்தான் போக வேண்டும் என்பதால் இங்கே வந்து தங்கி ரயில் ஏறிப்போவது வழமையாக இருந்தது. தெக்கோடு போவதற்காக வரும் நோயாளிகள் ரயில் நிலையத்திலே சேர்ந்து ஜெபிப்பார்கள். பாடுவார்கள். வலி தாங்க முடியாமல் கதறி அழுவார்கள். அவர்களின் வருகை மட்டுமே ரயில் நிலையத்தை உயிர்ப்பிக்கிறது. மற்றபடி வருடத்தின் மற்ற நாட்கள் யாவிலும் அந்த ரயில் நிலையம் வெறிச்சோடிப்போய் சவமேட்டிலிருந்து பூமியைக் கீறி வெளியே வந்த கபாலம் ஒன்றினைப் போல கேட்பாரற்றுக் கிடக்கிறது.

குமாரசாமி இதுவரை ஒரு முறைகூட தெக்கோடு மாதா கோவிலுக்குப் போனதில்லை. ஆனால் நிறைய கேள்விப் பட்டிருக்கிறார். ரோகிகள் சொல்கின்ற கதைகளோடு அவரது கடைநிலை ஊழியர்கள் சென்று வந்து சொல்லிய விபரங்களும் மனதில் வியப்பூட்டியபடியே இருந்தன. எங்கிருந்து இவ்வளவு நோயாளிகள் வந்து சேர்கிறார்கள். என்ன நம்பிக்கை அவர்களை வழிநடத்துகிறது என்பதை அவரால் புரிந்து கொள்ள முடிந்த தில்லை. ஆனால் பாஸஞ்சர் ரயில் முழுவதும் நோயாளிகள் மட்டுமே நிரம்பியிருப்பதைப் பார்த்திருக்கிறார்கள். அந்த வலி ததும்பிய கண்களில் தெக்கோட்டிற்குச் சென்றதும் நோயிலிருந்து விடுபட்டுவிடுவோம் என்ற நம்பிக்கை ஒளிர்வதைக் கண்டிருக்கிறார்.

சில நேரம் நோயாளிகளை ஒருமித்துக் காணும்போது மனதில் பயம் தோன்ற ஆரம்பிக்கும். ஒரு காலத்தில் நாமும் இவர்களைப் போலாகி விடக்கூடுமோ என்று யோசித்துப் பார்ப்பார்.

அந்தக்காட்சி அவரை மிகவும் வேதனை கொள்ளச் செய்யும். அந்த நாள் முழுவதும் பற்றற்ற ஞானியைப் போல சாவைப் பற்றியும் வாழ்வின்பத்தில் கிடைக்கும் அற்பசுகங்களைப் பற்றியும் ஆராய்ந்து பார்த்தபடியே இருப்பார். பின்பு இது என்ன வீண் யோசனை என்று அவரே அதை முடித்துக் கொண்டுவிடுவார்.

தெக்கோடு மாதா கோவில் திருவிழாவை ஒட்டி காணிக்கைப் பட்டு தருவது, பட்டயங்கட்டியார் முறைகள், விண்ணரசி பூசை, சப்பரம், ஊர்வலம் என நாளுக்கொரு பண்டிகையாகக் கோலாகலமாக நடைபெறுவதுண்டு. மாதாகோவிலின் மேற்கில் இதற்காகப் பெரிய மைதானமிருந்தது. துயில்தரு மாதாகோவில் திருவிழாவை ரோகம் தீர்க்கும் பண்டிகை என்றே தென்மாவட்ட மக்கள் அறிந்திருந்தார்கள். அதனால் கிறிஸ்துவர்கள் மட்டுமின்றி அனைத்து மதத்தைச் சேர்ந்த மக்களும் அங்கு போவதை வழக்கமாக்கியிருந்தார்கள்.

தெக்கோடு போவதற்கு ஆத்திகுளம் ஸ்டேஷனில் ரயில் ஏறி மூன்றரை மணி நேரப் பயணம் செய்யவேண்டும். தெக்கோடு விலக்கு என்ற சிறிய ரயில் நிலையம் போய் இறங்கி, அங்கிருந்து நடந்தால் சங்குணி மடம் என்ற சத்திரமிருக்கிறது. அதுதான் தெக்கோட்டின் எல்லை. அதன் வழியாகத் தெக்கோட்டிற்குள் நடந்து போகவேண்டும். அந்தப் பாதை முழுவதும் புளியமரங்கள் பருத்து அடர்ந்து வளர்ந்திருந்தன. யார் அதை வைத்தார்கள் என்று தெரியவில்லை. ஆனால் நிழல் விரிந்து அந்தப் பாதையை அழகாக்கி வைத்திருக்கிறது.

இந்த வழி முன்பு ஒற்றையடிப் பாதையாக இருந்தது. மாதா கோவில் பிரசித்தி பெறத் துவங்கிய பிறகு பாதைகள் தார்ச் சாலையாக மாற்றப்பட்டிருந்தன. ஆனாலும் பேருந்துகளும் வாகனங்களும் ஊருக்குள் வருவதற்கு அனுமதிக்கப்படவில்லை. விழா நாட்களில் கொச்சியில் இருந்து வரும் தலைமைப் பாதிரிகள்கூட சங்குணி மடத்தோடு காரை நிறுத்திவிட்டு காலார நடந்துதானே வருகிறார்கள். தெக்கோடு மாதாவைக் காணவேண்டும் என்றால் சங்குணி மடத்திலிருந்து நடந்துதான் வரவேண்டும் என்பதில் திருச்சபை மிக உறுதியாக இருந்தது.

தெக்கோடு மிகச் சிறிய ஊர். கரிசலின் தென்கோடியில் கடைவாயில் ஒளிந்து கொண்டுவிட்ட பல்லைப் போல அது ஓரமாக ஒடுங்கியிருந்தது. அருகாமையில் பெரிய நகரங்கள் எதுவுமில்லை. அங்கிருந்து கடலைக் காணவேண்டும் என்றால் இரண்டுமணி நேரம் பயணம் செய்ய வேண்டும். வடக்கிலும் தெற்கிலும் கூடப்

பெரிய கிராமங்கள் எதுவுமில்லை. ஒரு காலத்தில் அந்த ஊரில் வெறும் நாற்பத்தியெட்டு வீடுகளே இருந்தன என்கிறார்கள். இன்று ஐநூறுக்கும் மேற்பட்ட வீடுகள் இருக்கின்றன. அதுவும் பெரிய இரட்டை மாடிவீடுகள், மச்சுவீடுகள் வந்துவிட்டன.

ஊரின் மையமாக துயில்தரு மாதா கோவிலிருந்தது. அதன் கோபுரம் மிக உயரமானது. கோவிலின் உள்வேலைப்பாடுகளை இத்தாலியில் இருந்து வந்து திருப்பணி புனிதர் பெஞ்சமின் செய்ததாகவும், அங்குள்ள கண்ணாடி ஓவியங்கள் ரோமில் இருந்து கொண்டுவரப்பட்டவை என்றும் சொல்லிக்கொள்கிறார்கள். கோவிலின் வெண்கல மணி மிக பிரமாண்டமானது. அதன் ஓசை பதினைந்து மைல்களுக்குக் கேட்கக்கூடியது. அதைப் புதுச்சேரியில் உள்ள வார்ப்புப் பட்டறை ஒன்றில் அடித்து மாட்டுவண்டியில் ஏற்றிக் கொண்டுவந்திருந்தார்கள். அந்த மணியின் உள்ளே தங்கப்பன் ஆசாரி என்ற பெயர் சிறிய எழுத்தில் பொறிக்கப்பட்டிருக்கிறது.

கோவிலின் உள்ளே இரண்டு மாடங்கள் உள்ளன. இசைக் கலைஞர்களுக்கான தனிமேடையிருக்கிறது. புனிதர்களின் சொரூபங்களும் மலர்த்தோட்டமும் மதாம் பெர்னியாளின் ப்யானோ ஒன்றும் அங்கிருக்கிறது. சுவரில் இயற்கையான தாவரச்சாற்றில் உருவான வண்ணங்களால் வரையப்பட்ட ஓவியங்களில் எக்காளமிடும் வானவர்களும் தேவதைகளும் நிரம்பியிருந்தனர். தேக்குமரத்தாலான பெஞ்சுகள் அமைக்கப்பட்டிருந்தன. ஒன்பது வாசல்கள் கொண்ட அந்த தேவாலயத்தின் உள்ளே பகலிலும் மெழுகுவர்த்திகள் எரிந்து கொண்டிருந்தன.

தேவாலயத்தின் இருபுறமும் நீண்டு செல்லும் வீதிகள்தான் பிரதான மானவை. வடபகுதியில் ஊசிக்கிணறும் மணிக்கூண்டும் கோவில் நிர்வாகக் கட்டடங்கள், பார்வையற்றவர்களுக்கான அச்சுக்கூடம். மெழுகுவர்த்தி செய்யும் சிறிய பணிக்கூடம். கன்னிமார்மடம் இவையிருந்தன. இடப்பக்கம் பெரிய மைதானமும் ஸ்தூபி ஒன்றும் காணப்பட்டன.

தெக்கோடு மாதா கோவில் திருவிழா துவங்க இன்னும் இரண்டு நாட்களிருந்தன. ஆண்டுதோறும் விழாவில் கலந்து கொள்ளும் கூட்டம் அதிகமாகிக்கொண்டே போகிறது. ஆகவே அந்தத் திருவிழாவில் ஒரு வாரம் ஷோ நடத்தினால் போதும். ஒரு மாசத்திற்கு உட்கார்ந்து சாப்பிடலாம் என்பது போல வருமானம் இருந்தது. ஆனால் விழாவில் கடை போடுவதற்கு முன்னதாகத் திருச்சபையில் அனுமதி கேட்கவேண்டும். அவர்கள் விதிமுறைகளை

மீறாமல் நடந்தால் மட்டுமே திருவிழா மைதானத்தில் கடை போட அனுமதி தருவார்கள். அதற்காகப் பத்து நாட்களுக்கு முன்னதாகவே அழகர் தெக்கோடு போயிருந்தான். அப்போதே திருவிழா முன்னேற்பாடுகள் துவங்கியிருந்தன.

ரோகிகளின் கூட்டம் ஒன்று மாதாகோவிலின் முன் உள்ள திடலில் உட்கார்ந்தபடியே ஜெபப்பாடல்களைப் பாடிக்கொண்டிருந்தது கேட்டது. பங்குத் தந்தை ராயப்பரைப் பார்ப்பதற்காக அவரது அலுவலகத்தில் காத்திருந்தான். அவரது குடியிருப்பும் அருகாமை வீடுகளும் முழுக்க கருங்கற்களால் கட்டப்பட்டிருந்தன. ராயப்பரின் வீட்டில் சிறிய பூந்தோட்டமிருந்தது. அதில் செவ்வாழைகள் வைத்திருந்தார். ராயப்பரை வணங்கி, தனக்குத் திருவிழாவில் ஒரு கடை ஒதுக்கித் தரும்படியாகக் கேட்டான். ராயப்பர் அவனது விண்ணப்பத்தைப் படித்தபடியே 'ஒரு பெண்ணைக் கடற்கன்னி, என்று காட்டி ஏமாற்றுவது கடவுளுக்கு எதிரானது' என்று அனுமதி தர மறுத்தார். ஆனால் அழகர் 'அது வெறும் வேடிக்கை நிகழ்ச்சி. கடற்கன்னியாக நடிப்பவள் தன் மனைவி. வயிற்றுப்பிழைப்பதற்காகச் செய்யும் வித்தை மட்டுமே. யாரையும் ஏமாற்றுவதில்லை' என்று குரல் தளுதளுக்கச் சொன்னான்.

ராயப்பர் திருவிழா ஆரம்பிப்பதற்கு முன்பாக அவன் மனைவியை நேரில் அழைத்து வந்து காட்டிய பிறகே நிகழ்ச்சியை அனுமதிக்க முடியும்' என்றார். அழகர் அதற்கு ஒத்துக்கொண்டான். பத்துநாள் ஷோ நடத்தினால் எப்படியும் எல்லாச் செலவும் போக மிச்சம் இரண்டாயிரத்திற்கும் மேலாகக் கிடைக்கக்கூடும். பிறகு மாரியம்மன் கோவில் தீச்சட்டி எடுக்கும் விழா ஆரம்பிக்கையில் தம்மம்பட்டிக்குப் போய்விடலாம் என்று அவன் மனது கணக்குப் போட்டுக் கொண்டிருந்தது.

*

சின்னராணி கண்முன்னே விரிந்து கிடந்த எல்லையற்ற தொலைவைப் பார்த்துக்கொண்டிருந்தாள். கானலின் ஊடே ரயில் வருவது போன்ற பொய்த்தோற்றம் தெரிந்தது. அவளுக்கும் பசிக்கத் துவங்கியிருந்தது. ஆனால் அதை அவள் காட்டிக்கொள்ளவில்லை. கடற்கன்னியாக வேஷமிடத் துவங்கிய பிறகு முதன்முதலில் அவள் பசியை அடக்கிக் கொள்ளத்தான் பழகினாள். பசி வயிற்றைப் புரட்டத் துவங்கி நாக்கு துடித்துப் போய்விடும். அப்போது அழுகையாக வரும். ஆனால் அதைக் காட்டிக்கொள்ள முடியாது. எல்லோரையும் போல பசித்த நேரத்தில் சாப்பிடுவதற்கு அவள் ஒன்றும் சாதாரணப்பெண் இல்லையே. அதிசயமான கடற்கன்னி

அல்லவா. கடற்கன்னிகளுக்கும் பசிக்குமா. அவர்கள் சோறு குழம்பு என்று சாப்பிடுவார்களா என்ன?

சேடபட்டியில் நடந்த திருவிழாவின்போது அவர்கள் ஷோ போட்டிருந்தார்கள். அங்கே ஒரு நாள் பிளைமவுத் கார் ஒன்று வந்து நின்றது. அதிலிருந்து மருக்கொழுந்து சென்ட் மணக்க நாற்பது வயதுள்ள பருத்த வயிறு கொண்ட ஒரு குருடன் துணைக்கு அவன் வயதை ஒத்த ஒரு ஆளைக் கூட்டிக்கொண்டு கடற்கன்னி நிகழ்ச்சி பார்க்க இறங்கினான். அவர்கள் டிக்கெட் வாங்கிக்கொண்டு உள்ளே போகும் போது 'குருடன் கடற்கன்னிக்கு எத்தனை வயசிருக்கும்' என்று கேட்டான். "பதினாறு வயசுக் குமரி" என்றான் துணையாள். அவர்கள் இருவரும் நெடுநேரம் கண்ணாடிப் பெட்டியின் முன்பாகவே நின்றிருந்தார்கள். சின்னராணிக்கு அவர்கள் பேசுவது நன்றாகக் கேட்டது.

குருடன் வாயில் எச்சில் ஒழுக, தன்னோடு கூட இருந்தவனிடம் "எப்படியிருக்கா குட்டி" என்று கேட்டான். துணைக்கு "வந்தவன் அச்சு அசல் பொம்பளை மாதிரித்தான் இருக்கா" என்றான்.

குருடன் கரகரத்த குரலில் "முலை இருக்கா" என்று கேட்டான். அதைக் காண மறந்தவனைப் போல துணைக்கு வந்த ஆள் உற்றுப் பார்த்துவிட்டு இருக்கு என்று சொன்னான்.

குருடன் பல்லை இளித்தபடியே "எவ்வளவு பெரிசா இருக்கு" எனக் கேட்டான். துணையாள் அவன் இரண்டு கைகளையும் ஒன்று சேர்த்துக் குவித்து வைத்து அளவு காட்டினான். குருடன் சிரித்தபடியே "கண்ணாடிப் பெட்டிக்குள்ள இருக்கவளைத் தொட்டுப்பாக்க முடியுமா?" என்று கேட்டான். உடனே துணையாள் 'நீ கிட்டவா... உன் கையைக் கொடு. கண்ணாடிப் பெட்டியை தொட்டுப்பாக்கலாம்' என்று சொன்னதும் குருடனின் விரல்கள் ஆசையுடன் முன்னால் நீண்டன. அவளுக்குத் தாங்கமுடியாத அரூயையாக வந்தது.

குருடன் கண்ணாடியின் மீது கையை வைத்து அழுத்தியபடியே நாவைச் சப்புக் கொட்டினான். பிறகு மிக ஆபாசமான ஒன்றைச் சொல்லிச் சிரித்தான். துணையாளும் சேர்ந்து சிரித்துக்கொண்டான். சின்னராணி வால் அசைப்பதை நிறுத்திவிட்டு இறுகிய முகத்தோடு வெறித்துப் பார்க்கத் துவங்கினாள். குருடன் தன் துணையாளிடம் "இவகூடப் படுக்கிறதுக்கு எம்புட்டு காசு கேட்பாங்க" என்று கேட்டான்.

"இவகூடப் படுத்தா நோய் வந்துரும். நமக்கு எதுக்கு சுகக்கேடு" என்று சொன்னான் துணையாள். அவளுக்கு வெளியே போங்கடா

முண்டப் பயகளா' என்று கத்தவேண்டும் போலிருந்தது. ஆனால் மௌனமாகப் படுத்தே கிடந்தாள். நெடுநேரம் அந்த இருவரும் அவள் முன்னாடி நின்று அவள் உடலைப் பற்றிப் பேசியபடியே இருந்தார்கள். துணையாள் 'போவமா' என்று கேட்டான்.

குருடன் மனதேயில்லாமல் நின்றபடியே 'போவம். அதான் ரெண்டு ரூபா குடுத்திருக்கம்ல. அவளை மோந்து பாத்து மணக்குதானு சொல்லு' என்று கேட்டான். அப்போது நாலைந்து சிறுவர்களுடன் ஒரு குடும்பம் உள்ளே வந்தது. சிறுவர்கள் வியப்போடு அவளை நெருங்கிப் பார்த்து "பொம்பளை மீனுடா" என்று சொல்லிக் கொண்டிருந்தார்கள். குருடன் "போடா போய் அவகிட்டே பால்குடி" என்று அதையும் கேலி செய்தான். ஒரு மணி நேரத்திற்கும் மேலாக அவர்கள் அவளைப் பார்த்தபடியே இருந்தார்கள். பிறகு குருடன் மனதில்லாமல் வெளியேறிப் போனான். அவளுக்குக் குமட்டிக் கொண்டு வந்தது. மலத்தைக் காலில் மிதித்துவிட்டு அப்படியே படுத்துக் கிடப்பதைப் போலிருந்தது.

அன்றிரவு 'இனிமேல் தான் கடற்கன்னி வேஷமிடப்போவதில்லை' என்று கரைந்து அழுதாள். அழகர் அவள் சொல்வதைக் கேட்டு ஆத்திரமாகி, "குருட்டுப்பய இம்புட்டு வேலை காட்டிட்டானா? நாளைக்கு வச்சிக்கிடுறேன்" என்று பொறுமிக்கொண்டிருந்தான்.

மறுநாள் பகலிலும் அதே இரண்டு பேர் டிக்கெட் வாங்கிக் கொண்டு உள்ளே வந்து நின்றனர். குருடன் இன்றைக்குப் பட்டுச் சட்டையும் வேஷ்டியும் அணிந்திருந்தான். தலைமயிர் எண்ணெய் தேய்த்துப் படிய வாரிவிடப்பட்டிருந்தது. இடது கையில் மல்லிகைப்பூச் சூடி அதற்கு மேலே வாட்ச் கட்டியிருந்தான். துணையாளிடம் அவன் சப்தமாக "அவளுக்கு தொப்பூழ் இருக்கானு பாத்தியா" என்று கேட்டான். அவன் 'இல்லை' என்றதும் அவள் கால் முதல் தலை வரை எப்படியிருக்கிறது என்று விரிவாக மறுபடியும் கேட்டான். அவர்கள் சப்தமாகச் சிரித்துக்கொண்டிருந்தபோது உள்ளே நுழைந்த அழகர் கையில் வைத்திருந்த விறகுக்கட்டை ஒன்றால் குருடனின் மண்டையில் ஓங்கியடித்துக் கூச்சலிட்டான். குருடனுக்கு என்ன நடக்கிறது என்றே புரியவில்லை. துணையாள் பயத்தில் கத்துவது கேட்டது.

குருடனைப் பிடித்து வாசலில் உள்ள தூணில் கட்டிய அழகர் அவன் வயிற்றில் மாறிமாறிக் குத்தியதோடு அவன் சட்டைப் பையில் கையை விட்டுத் துழாவினான். குருடன் திமிறியபடியே "கையை எடுறா... டேய் வலிக்குது, கையை எடுறா" என்று

கத்திக் கொண்டிருந்தான். பையில் இருந்த பணம் முழுவதையும் எடுத்துக்கொண்டு வாட்ச் மோதிரம் பட்டு வேஷ்டி சட்டை எல்லாவற்றையும் அழகர் பிடுங்கியபடியே அவர்களை போலீஸில் கூட்டிப்போய் ஒப்படைக்கப் போவதாக மிரட்டினான்.

துணையாள் அழகரின் கையைப் பிடித்துக் கெஞ்சி அழுது குருடனை மீட்டு கூட்டிக்கொண்டு போனான். அழகர் அன்று நிறைய குடித்து விட்டு வந்து சின்னராணியிடம் பெருமையாகச் சொன்னான்.

"அந்தக் குருட்டுப்பய... நல்லா வந்து மாட்டுனான். அவன் கிட்டேயிருந்து அறுநூறு ரூபா பிடுங்கிட்டேன். வாட்ச் மோதிரம் வேற. எப்படி அழகா இருக்கா" என்று தன் கையைக் காட்டிச் சிரித்தான். சின்னராணிக்கு அழகர் மீது ஆத்திரமாக வந்தது. "மசிரு மாதிரி இருக்கு" என்று சொல்லிவிட்டு திரும்பிப் படுத்துக் கிடந்தாள். அன்றைய இரவில் அவளுக்கு உறக்கம் பிடிக்கவேயில்லை. இப்படியே எத்தனை நாளைக்கு அவமானத்தைச் சகித்துக்கொண்டு வாழ்வது. பேசாமல் அழகரை விட்டு ஓடிப்போய்விடலாம் போலிருந்தது. தொட்டிலில் உறங்கிக்கொண்டிருக்கும் பிள்ளையின் நினைப்பு அவளை வதைத்தது. செய்வதறியாமல் அன்றிரவெல்லாம் நினைத்து நினைத்து விசும்பிக்கொண்டிருந்தாள்.

இந்தக் குருடனைப் போல ஒவ்வொரு ஊரிலும் நூறு பேர் இருக்கிறார்கள்தான். இப்படிப் பிழைப்பதற்கு பதிலாக நாலு பேருடன் சேலையை அவிழ்த்து வைத்துவிட்டு படுத்து எழுந்து பிழைத்துவிடலாம் தானே என்று தன்னைத் தானே திட்டிக்கொள்ளவும் செய்தாள்.

விடியும் வரை அவளுக்கு யோசனையும் குழப்பமுமாகவே இருந்தது. விடிகாலையில் அழகரை விட்டு ஓடிவிடுவது என்று முடிவு செய்தாள். கைப்பிள்ளையான செல்வியைத் தூக்கிக் கொண்டு வில்லாபுரத்தில் உள்ள பரிமளம் சித்தி வீட்டிற்குப் போய்விடலாம். அழகரால் கண்டுபிடிக்க முடியாது என்று முடிவு செய்து அவன் பெட்டியிலிருந்து இருபது ரூபாயை எடுத்துக் கொண்டு இருட்டிற்குள்ளாக நடந்து போகத் துவங்கினாள். எங்கே அழகர் எழுந்து வந்துவிடுவானோ என்று பயமாக இருந்தது. முக்குரோடிற்கு வந்து நின்றபோது விடியத் துவங்கியிருந்தது. அவள் ஒரு புளியமரத்தடியில் நின்றபடியே கரையும் பறவைகளின் சப்தத்தைக் கேட்டுக்கொண்டிருந்தாள்.

செல்விக்கு உறக்கம் கலையவில்லை. லேசாகக் கண்விழித்துப் பார்த்து விட்டு மறுபடியும் தூங்கிவிட்டாள். சாலையில் ஒரு ஆள்

பசுமாடு ஒன்றை ஓட்டிக்கொண்டு போய்க்கொண்டிருந்தான். மதுரை செல்லும் பஸ் வருவது தெரிந்தது. கையை நீட்டியதும் பேருந்து நின்றது. அதில் ஏறி உட்கார்ந்து கொண்டாள். பேருந்தில் நாலைந்து ஆட்களே இருந்தார்கள். அவர்கள் முகத்திலும் தூக்கம் கலையவில்லை. ஒரு ஆள் மட்டும் நெற்றி நிறைய திருநீறு பூசிப் படிய வாரிய ஈரத்தலையோடு இருந்தான். அவள் ஜன்னலை ஒட்டி உட்கார்ந்துகொண்டாள். புளிய மரங்கள் பின்னால் ஓடத்துவங்கின. அவளுக்கு பயமாகவும் இருந்தது, சந்தோஷ மாகவும் இருந்தது. மருதங்குளம் தாண்டிப் போகையில் செல்வி விழித்துக்கொண்டாள். தாயும் மகளும் பேருந்தின் ஜன்னலில் இருந்தபடியே தூரத்தில் தெரியும் பனைகளை பார்த்தபடியே சிரிப்போடு போய்க்கொண்டிருந்தார்கள்.

பரிமளம் சித்தி அவளை எதிர்பார்க்கவில்லை. வாசலில் உட்கார்ந்து தீப்பெட்டி ஒட்டிக்கொண்டிருந்தவள் பசை படிந்த கையை சேலையில் துடைத்தபடியே "வா... சின்னு" என்று ஆசையாக அழைத்தபோது அவளால் அழுகையை அடக்க முடியவில்லை. தன்னை மீறிக் கதறி விட்டாள். "என்னடி ஆச்சி. எங்கே உன் மாப்பிள்ளை" என்று அவள் கையைப் பிடித்துக்கொண்டு சித்தி ஆதங்கத்துடன் கேட்டாள். சின்னராணியால் பதில் சொல்லமுடியவில்லை.

சித்தி ஆறுதலாக அவள் முதுகைத் தடவிவிட்டு வீட்டிற்குள் அழைத்துக் கொண்டுபோய் குடிக்கத் தண்ணீர் தந்தாள். ஒரு சொம்பும் தண்ணீரையும் மொத்தமாகக் குடித்துவிட்டுச் சுவரில் சாய்ந்து உட்கார்ந்து கொண்டாள். சித்தி கையைக் கழுவிக்கொண்டு அடுப்பில் பால் பாத்திரத்தை வைப்பது தெரிந்தது. சித்தப்பாவைக் காணவில்லை. செல்வி பின் வாசலில் நின்று சப்தமிடும் காக்காவை நோக்கித் தவழ்ந்து போய்க் கொண்டிருந்தாள். சித்தி அவளை ஆசையோடு தூக்கியபடியே "என் செல்லம். காக்கா பாக்கியா" என்று கொஞ்சியபடியே கிணற்றடிக்குத் தூக்கிக்கொண்டு போனாள். இரவெல்லாம் தூங்காமலிருந்தது சின்னராணிக்குக் கண்ணைச் செருகியது. அப்படியே சுருண்டு படுத்துக்கொண்டாள். தரையின் குளிர்ச்சியும் மனதில் உருவான ஆசுவாசமும் தன்னை அறியாமல் தூக்கத்தில் கொண்டுபோய் தள்ளியது. சித்தி காபி போட்டுக்கொண்டு வந்து அவள் முன்னால் வைத்தபோது சின்னராணி உறங்கிப்போயிருந்தாள்.

சித்தி அவள் கையைத் தொட்டு எழுப்பப் பார்த்துவிட்டு பின்பு வேண்டாம் என்றவளாக பிள்ளையை இடுப்பில் தூக்கிக்கொண்டு

முன்வாசலுக்குப் போகத் துவங்கினாள். சின்னராணி விழித்துக் கொண்டபோது வெயில் ஏறியிருந்தது. செல்வி தொட்டிலில் தூங்கிக் கொண்டிருந்தாள். இரண்டு காகங்கள் கிணற்றடியில் நின்று கத்திக் கொண்டிருந்தன. தன்னை அறியாமல் அயர்ந்து உறங்கியது சின்னராணிக்கு வெட்கமாக இருந்தது. அவள் அவிழ்ந்து போன சேலையைச் சரிசெய்தபடியே கிணற்றடிக்கு வந்து நின்று தண்ணீரை இறைத்து முகத்தைக் கழுவிக்கொண்டாள்.

ஈரம் பட்டதும் குளிர்ச்சியில் கண்கள் எரிந்தன. அவள் தண்ணீரை மாறி மாறி முகத்தில் தெளித்துக்கொண்டாள். பின்பு குனிந்து கிணற்றை எட்டிப் பார்த்தாள். அரைக்கிணறு தண்ணீர் கிடந்தது. கிணற்றின் அருகில் ஒரு நெல்லிமரமிருந்தது. அவள் சித்தியைத் தேடி முன்வாசலுக்கு வந்து சேர்ந்தாள். சித்தி சிரித்தபடியே “உட்காரு” என்று கையைக் காட்டினாள். சித்தியின் அருகில் உட்கார்ந்துகொண்டபடியே “சித்தப்பா வேலைக்குப் போயாச்சா” என்று கேட்டாள். சித்தி தீப்பெட்டி ஒட்டிக்கொண்டே “அவுங்க காலைல ஆறுமணிக்கு எல்லாம் புறப்பட்டுப் போனா வர்றதுக்கு பதினோரு மணி ஆகிரும். சீசன் நேரம்ல நிறைய துணி வந்து சேருது” என்றாள்.

அழகர் இந்நேரம் தன்னைத் தேடிக்கொண்டிருப்பான் என்று சின்னராணிக்குத் தோணியது. அவளைக் காணவில்லை என்றதும் உடனே அவளது ஊருக்குத்தான் புறப்பட்டுப் போவான். அய்யாவிற்குத் தெரிந்தால் மனசு கஷ்டப்படுவார். அவரும் சேர்ந்து கொண்டு தேடத்துவங்குவார். அவள் எங்கே போயிருப்பாள் என்று தெரியாத ஆத்திரத்தில் அழகர் நிச்சயம் அதிகம் குடித்துவிட்டுக் கத்துவான். தேடி அலையட்டும் என்று தோணியது.

சித்தி அழகரைப் பற்றி எதுவும் கேட்டுக்கொள்ளவில்லை. அவளது அழுகையே நடந்த எல்லாவற்றையும் சொல்லிவிட்டிருக்கக்கூடும். சித்தி அவளைப் பரிவோடு பார்த்தபடியே “ஏன்டி இப்படிக் கறுத்துப் போயிருக்கே. கன்னம் ஒட்டிப்போய் கழுத்து எழும்பெல்லாம் துருத்திக்கிட்டு இருக்கு. ஒழுங்கா வேளை வேளைக்கு சாப்பிடுறயா இல்லையா” என்று கேட்டாள். சின்னராணி பதில் சொல்லாமல் வெறுமனே தலையை மட்டுமே ஆட்டிக்கொண்டாள். சித்தி ஒட்டிப் போட்டிருந்த அடிப்பெட்டிகளை ஓரமாக ஒதுக்கிவைத்துவிட்டு “வா சாப்பிடலாம்” என்றாள். சின்னராணி எழுந்து கொண்டாள். சித்தி அவளுக்காகத் தேங்காய்த் துவையல் அரைத்திருந்தாள். மோர் விட்ட சாதமும் துவையலும் சாப்பிடுவதற்கு அமிர்தமாக இருந்தது.

சித்தி வெங்காயத்தைக் கடித்துக்கொண்டு மோர்சாதத்தைச் சாப்பிட்டுக் கொண்டிருப்பதைப் பார்க்க அவளுக்கு முத்து அண்ணனின் நினைவு வந்தது. அண்ணன் உயிரோடு இருந்தவரை இதுதான் காலைச் சாப்பாடு, பச்சை வெங்காயத்தின் மீது அண்ணனுக்குத் தீராத ஆசை. அதை நறுச்நறுச்சென கடித்துச் சாப்பிடும்போது முகத்தில் ஒளிரும் சந்தோஷத்தை மறக்கவே முடியாது. சித்தி தட்டில் இருந்த மோரைத் தூக்கிக் குடித்தபடியே "நீ இன்னும் கொஞ்சம் சாதம் போட்டுக்கோடி" என்றாள். சித்திக்குக் காதோரம் கற்றையாக நரைத்து போயிருக்கிறது. அதைப் பார்த்தபடியே சின்னராணி போதும் என்று எழுந்து கொண்டாள். மறுபடியும் சித்தி தீப்பெட்டி ஒட்டப் போய் உட்கார்ந்து கொண்டாள். சாப்பிட்ட திருப்தியோடு இதமான காற்றுடன் சித்தி அருகில் உட்கார்ந்துகொண்டு சிறுமியைப் போல் பேப்பரை மடித்து விளையாடிக்கொண்டிருந்தாள் சின்னராணி.

சித்தி வேலை செய்தபடியே இப்போ "உன் மாப்ளே என்ன வேலை செய்றாரு" என்று கேட்டாள். எதற்கு அவளை கஷ்டப்படுத்த வேண்டும் என்பதைப் போல "அதே அலுமினிய பாத்திர வியாபாரம்தான் என்றாள் சின்னராணி. "சைக்கிள்ள கொண்டுபோய்த்தான் விற்கிறாரா என்று மறுபடியும் சித்தி கேட்டாள். "இல்லை சித்தி... இப்போம் மொத்ததில வாங்கி விக்கிற வேலை. மாசம் ரெண்டு தடவை வடக்கே போய் வாங்கிட்டு வர்றாங்க" என்று பொய் சொன்னாள் சின்னராணி. அது பொய் என்று சித்திக்குத் தெரிந்துவிட்டதைப் போல அதைப் பற்றி மேலே கேட்கவேயில்லை. சின்னராணியே அவளை சமாதானப் படுத்துவதுபோல சொன்னாள்.

"செல்விக்கு திருப்பரங்குன்றத்தில ஒரு நேத்திக்கடன் இருக்கு. அதை முடிச்சிட்டுப் போகலாம்னு வந்தேன். அவுக நாளை மறுநாள் வருவாக" என்றாள். சித்தி அதைப் பொருட்படுத்தவேயில்லை. தெருவில் ஐஸ் விற்பவன் சைக்கிளில் வந்து கொண்டிருந்தான். சித்தி அவள் முகத்தை ஏறிட்டு நோக்கி "பால்ஐஸ் வாங்கிக்கிடுறயா" என்று கேட்டாள். சின்னராணி தலையாட்டினாள். ஆளுக்கு ஒரு ஐஸ் வாங்கி சப்பிச் சாப்பிடும்போது சித்தியின் மீது எல்லையில்லாத அன்பும் நேசமும் பெருகியது. தன்னை சித்தி பத்து வயதுச் சிறுமியைப் போலவே நடத்துவது அவளுக்குப் பிடித்திருந்தது. மதியம் வரை அவர்கள் பேசிக் கொண்டேயிருந்தார்கள்.

கனகராஜ் சித்தப்பா டெய்லராக இருந்தார். அவரது கடை ஆயிரங்கால் மண்டபம் உள்ளேயிருந்தது. வீட்டிலும்

ஒரு தையல் மிஷின் வாங்கிப் போட்டிருந்தார். இரவில் வீடு வந்து சேர்ந்த பிறகு உறங்கும் வரை அவர் தையல் மிஷினை ஓட்டிக்கொண்டேயிருப்பார். அவரது கால்கள் உறக்கத்திலும் அசைந்து கொண்டேயிருக்கக்கூடியவை. அன்றிரவு சித்தப்பா வீடு திரும்பியபோது அவளைக் கண்டதும் கையைப் பிடித்துக் கொண்டு "எப்படிம்மா இருக்கே" என்று ஆதங்கத்துடன் கேட்டார். அவள் "ஏதோ இருக்கேன் சித்தப்பா" என்றாள். சித்தப்பா தொட்டிலில் கிடந்த பிள்ளையைப் பார்த்துவிட்டு "உன்னை மாதிரியே இருக்கா" என்று சொல்லியபடியே சித்திக்காக வாங்கி வந்திருந்த பால் பன்னையும் இனிப்பு பிஸ்கட்டையும் அவளிடம் கொடுத்து சாப்பிடச் சொன்னார். அன்றைய இரவில் சித்தியும் சித்தப்பாவும் அவளைப் பற்றி நெடுநேரம் பேசிக்கொண்டிருந்தது சின்னராணிக்குக் கேட்டது.

சித்தப்பா அவளை சொந்த மகள் போலவே பார்த்துக்கொண்டார். அவர் சின்னராணி என்று கூப்பிடும் விதத்திலே அன்பும் அக்கறையும் கலந்திருந்தது. சித்திக்குப் பிள்ளைகள் இல்லை. அவர்கள் ஒரு ஊமைப் பையனைத் தத்து எடுத்து வளர்த்துக்கொண்டிருந்தார்கள். சித்தி அவனை எப்போதும் கொஞ்சிக்கொண்டேயிருப்பாள். அந்தப் பையன் காமாலை கண்டு இறந்துபோன பிறகு அவர்கள் மனம் ஒடிந்துப் போய்விட்டார்கள். அதிலிருந்து சித்தப்பா யார் வீட்டிற்கும் வருவதும் போவதுமில்லை. சித்தியின் மனதிற்குள்ளும் அந்தக் கவலை தீராமல்தானிருந்தது. அதனால்தானோ என்னவோ சின்னரணியை அவர்கள் தங்கள் மகளைப் போலவே அன்பு காட்டினார்கள். சின்னராணிக்கு எந்த நேரமும் தன்னைத் தேடி அழகர் வந்துவிடுவானோ என்று உள்ளூர பயமாகவே இருந்தது.

நல்லவேளை, அவனுக்கு பரிமளம் சித்தி வீட்டைப் பற்றி எதுவும் தெரியாது. ஆனால் ஊருக்குப் போய் விசாரித்தால் சொல்லிவிடுவார்கள். எப்படியும் அவன் தேடி வருவதற்கு நாலைந்து நாட்கள் ஆகக்கூடும். அதற்குள் இங்கேயே சித்தப்பாவிடம் சொல்லி ஏதாவது ஒரு வேலை வாங்கிக்கொண்டுவிட்டால் நிம்மதியாக மிச்சமிருக்கிற காலத்தை மதுரையிலே போக்கிவிடலாம் என்று நினைத்துக் கொண்டிருந்தாள்.

சித்தப்பா அவளுக்காகப் புதுசாக ரெண்டு ஜாக்கெட் தைத்து, கொடுத்தார். மூன்று நாட்கள் அவள் பகலில் தாயமாடியபடியும், நினைத்த போதெல்லாம் உறங்கி எழுந்தும், கறிச்சோறு சாப்பிட்டும் அண்டை வீட்டுப் பெண்களுடன் ஒன்றாகப் பேசிச் சிரித்தும் தன்னை மறந்து கொண்டிருந்தாள். அவள் வந்தபிறகு சித்தியின்

சுபாவம் மாறியிருப்பதாக சித்தப்பா ஒருநாள் கேலியாகச் சொன்னார். சித்திக்கு எந்த நேரமும் செல்வியைத் தூக்கி இடுப்பில் வைத்துக்கொண்டு இருப்பது தான் வேலையாக இருந்தது. அந்தப் பிள்ளையை அவர்களுக்கே தந்துவிடலாமா என்றுகூட சின்னராணி யோசித்தாள். நாலாம் நாளின் இரவில் அவள் பாதித் தூக்கத்திலிருந்தபோது வெளியே அழகரின் குரல் கேட்டது. அவன் குடித்திருந்தான். அவனது ஆவேச மான குரலைக் கேட்டு அருகாமை வீட்டுக்காரர்கள் பயத்தோடு எழுந்து வெளியே வந்திருந்தார்கள். அவன் கோபத்தோடு கத்தினான்.

"இங்கே வந்து ஒளிஞ்சிகிட்டா. உன்னை அப்படியே விட்ருவேன்னு நினைச்சயாடி தேவிடியா. என்னடி மசிரு உறக்கம். வெளியே வாடி..."

சித்தப்பா எழுந்து முன்விளக்கைப் போட்டபடியே அழகரை நோக்கி நடந்தார். அவன் தன்னை நோக்கி அவர் அடிக்க வருகிறாரோ என்று நினைத்து ஒரு கல்லை எடுத்துக் கையில் வைத்தபடியே "ஏய் கிட்ட வராதே" என்று கத்தினான்.

சித்திப்பா நெருங்கி வந்து "வாங்க மாப்ளே... எதுக்கு ரோட்ல நின்னு சப்தம் போடுறீங்க. எதுவாயிருந்தாலும் உள்ளே வந்து பேசுங்க" என்று கையைப் பிடித்துக் கூப்பிட்டுக்கொண்டிருந்தார். அவன் ஆத்திரத்துடன் "யோவ் கையை விடுய்யா. அந்த ஓடுகாலி முண்டை எப்படியும் போகட்டும். எனக்கு என் பிள்ளை வேணும். அதை மட்டும் குடுத்திரச் சொல்லு. இப்படியே போய்க்கிட்டு இருப்பேன். எனக்கு என் மக வேணும்" என்று கத்தினான்.

சின்னராணிக்கு அழுகையாக வந்தது. அவள் அழுகையை மறைத்துக் கொண்டு ஆத்திரத்துடன் வெளியே வந்து நின்று கத்தினாள்.

"என்னைய கொன்னு புதைச்சிட்டு உன் பிள்ளையைத் தூக்கிட்டுப் போ. வந்துட்டான் பெரிசா கத்திக்கிட்டு" என்றாள். அவன் பாய்ந்து அவளது தலைமயிரைப் பிடித்து இழுத்து அடித்தான்.

சித்தப்பா அவனைத் தடுத்த போதும் அவரைத் தள்ளிவிட்டு அவள் இடுப்பில் ஓங்கி மிதித்தான். சின்னராணி அவனைப் பிடித்துத் தள்ள முயன்றாள். ஆனால் அவள் கன்னத்தில் முதுகில் அடி விழுந்து கொண்டேயிருந்தது. வலியில் தன்னை மீறி வெடித்து அழுதாள். அழகர் அடியை நிறுத்தவேயில்லை. அடிவயிற்றில் ஓங்கி மிதித்தான்.

சித்தி பயத்துடன் "அய்யய்யோ அவளைக் கொன்றாதீங்க. சொன்னா கேளுங்க மாப்ளே. நான் சொல்லி உங்க கூட அனுப்பி வைக்குறேன்" என்று கையெடுத்துக் கும்பிட்டாள்.

அழகர் ஆத்திரம் அடங்காமல் பல்லைக் கடித்தபடியே "நாதாறி முண்டே. அவ்வளவு கொழுப்பு கூடிப் போச்சா" என்று கத்தினான். சித்தப்பா அவனை இறுக்கிப் பிடித்துக்கொண்டிருந்தார். அவன் திமிறிக்கொண்டு துள்ளினான். அடிபட்டுக் கிடந்த சின்னராணியை சித்தி தூக்கி சேலையால் கையைத் துடைத்துவிட்டுக்கொண்டிருந்தாள். சித்தப்பாவைத் தள்ளிக்கொண்டுபோன அழகர் ஆங்காரத்துடன் தொட்டிலில் உறங்கிக்கொண்டிருந்த செல்வியைத் தூக்கினான். சின்னராணி பயந்து போய் "அய்யோ, என் பிள்ளையைக் கொண்டுட்டுப் போறானே. அவளை விடுறா" எனக் கத்தத் துவங்கினாள்.

போதையிலும் மகளை முத்தமிட்டபடியே "அய்யா வந்துட்டேன்டா கண்ணு. நாம் ஊருக்குப் போகலாம்" என்று சொல்லியபடியே வெளியே நடந்துபோக முயன்றான்.

சின்னராணி அவன் காலைக் கட்டிக்கொண்டாள். அவன் சின்னராணியை உதறியபடியே "ஊர்மேயப் போனவதானேடி. இப்போ என்ன பாசம் பொத்துக்கிட்டு வருது. போ. போயி கொண்டிமாடு மாதிரி தெருவுல திரி" என்று எத்தினான்.

சித்தப்பா இதைத் தாங்கிக்கொள்ள முடியாத கோபத்தில் "ஏன்டா சொல்லிக்கிட்டே இருக்கேன்... பெரிய மசிரு மாதிரி பிள்ளை தூக்கிட்டுப் போய்க்கிட்டு இருக்கே" என்று துணிவெட்டும் கத்திரியை கையில் எடுத்துக்கொண்டு ஆவேசமாகி நின்றார்.

அழகர் குழப்பத்துடன் அவரை ஏறிட்டபடியே "என் பிள்ளைய நான் கொண்டு போறேன். உங்களை என்ன செய்யுது" என்று தடுமாற்றத்துடன் உளறினான். "அப்போ உன் பொண்டாட்டியையும் கூட்டிக்கிட்டுப் போடா" என்று சித்தப்பா சொன்னார்.

அழகர் பதில் பேசவில்லை. சின்னராணியைத் திரும்பிப் பார்த்தான். அவள் அவசர அவசரமாக வீட்டிற்குள் சென்று தனது சேலைத்துணிகளை மஞ்சள் பையில் திணித்துக்கொண்டு அவனிடமிருந்த பிள்ளையைப் பிடுங்கித் தன் தோளில் போட்டுக்கொண்டாள். அழகர் தள்ளாடியபடியே தெருவில் நடந்து போக ஆரம்பித்தான். வேலிச் செடியைக் கடந்ததும் அவள் விடுவிடுவென முன்னால் நடந்துபோகத் துவங்கினாள். தன்னை விட்டு அவள் மறுபடி ஓடிப்போய்விடுவாளோ என்ற பயத்துடன் அழகர் வேகவேகமாகக் கூடவே நடந்து வந்தான்.

அவர்கள் இருள் அடைந்து போயிருந்த பாதையில் நடந்து கொண்டிருந்தார்கள். தெருவிளக்குகள் அணைந்திருந்தன. வீடுகளில் உறக்கம் பீடித்திருந்தது. மேடேறி நடந்தபோது வாகனவெளிச்சம் தொலைவில் தென்பட்டது. பிரதான சாலைக்கு வந்து பேருந்து ஏதாவது வருகிறதா என்று பார்க்க நின்றபோது அழகர் அவளை முறைத்துப் பார்த்தபடியே "வீட்டை விட்டு ஓடுற உன் கால வெட்டுறனா இல்லையா பாருடி" என்று கத்தினான். அவள் பதில் பேசவேயில்லை. முறைத்தபடியே நின்றுகொண்டிருந்தாள். சாலை வெறிச்சோடியிருந்தது. பேருந்து எதையும் காணவில்லை.

வேலிச் செடிகள் அடர்ந்த பாதைக்குள் இருந்து சித்தப்பா சைக்கிளில் வருவது தெரிந்தது. அவர் சின்னராணியின் அருகில் சைக்கிளை நிறுத்திவிட்டு அவள் கையில் நான்கு ஐம்பது ரூபாய்களைத் திணித்து விட்டு கண்கலங்கியபடியே "என்கிட்டே இம்புட்டுதான் இருக்கும்மா... இதை வச்சிக்கோ. உன் தலைவிதி இவன் கூட வாழ்ந்து சீரழியணும்னு இருக்கு. நான் என்னம்மா செய்யமுடியும்" என்று ஆதங்கத்துடன் சொன்னார். சித்தப்பா அப்படிச் சொன்னது அவளது வலியை அதிகப் படுத்தியது. அவள் மறுபடியும் அழுதாள். இருவரும் ஒருவரையொருவர் பார்க்கமுடியாமல் தலை கவிழ்ந்து நின்றனர்.

சித்தப்பா பின்பு உடைந்துபோன குரலில் "இந்நேரம் பஸ் கிடைக்காது மாப்ளே. ராத்தங்கிட்டு விடிஞ்சதும் போகலாம்லே" என்று சொன்னார்.

"என்னைக் கொல்றதுக்கு கத்திரிய தூக்கின மசிரு நீ... உன் வீட்ல நான் வந்து தூங்கணுமா? ஏன் தூக்கத்திலே கல்லைத் தலையில் போட்டுக் கொன்றலாம்னு பாக்கியா? எப்படி ஊருக்குப் போறதுனு எங்களுக்குத் தெரியும். உன் சோலி மசிரை பாத்துட்டு கிளம்பு" என்றான் அழகர்.

சித்தப்பா அவமானத்தை சகித்துக்கொண்டு நின்று கொண்டேயிருந்தார்.

"டேய், மசிரு. இப்போ போறயா இல்லை செவுள்ள அடிக்கவா?" என்று ஆங்காரமாகச் சொன்னான் அழகர். சின்னராணி சித்தப்பா அருகில் போய் "நீங்க கிளம்புங்க சித்தப்பா. நான் இந்த எடுபட்ட பயலோட போயி எங்கயாவது செத்துத் தொலையுறேன்" என்றாள்.

சித்தப்பா தன் வயதை மறந்து அழுதார். அவள் சேலையால் வாயைப் பொத்திக்கொண்டு விம்மினாள். தன்னை அப்படி விட்டுப்போக மனதில்லாத சித்தப்பாவைப் பார்க்க அவளுக்கு

38 ❖ துயில்

வேதனையாக இருந்தது. "நீங்க ஏன் மருகிக்கிட்டு நிக்குறீங்க. வீட்டுக்குப் போய் சித்தியைப் பாத்துக்கோங்கோ" என்று உடைந்த குரலில் சொன்னாள். சைக்கிளை உருட்டிக்கொண்டு சித்தப்பா நடந்து போகத் துவங்கினார். அது சாவு வீட்டிற்குப் போய்விட்டுத் திரும்பிப் போகின்றவரின் நடையைப் போல இருந்தது. சித்தப்பா மறையும் வரை சின்னராணி அவரையே பார்த்துக்கொண்டிருந்தாள். ஒரு லாரி சாலையில் ஓடி மறைந்தது.

இப்படியே இங்கேயே செத்துப்போய்விட்டால்கூடத் தேவலாம் என்பது போலிருந்தது. அழகர் ஒரு பீடியைப் பற்றவைத்து இழுத்துக் கொண்டேயிருந்தான். அவர்களைத் தவிர அங்கே ஆட்களே இல்லை. குழந்தை இத்தனை களேபரத்திற்கும் இடையிலும் உறக்கம் கலையாமலே அவள் தோளில் சாய்ந்து இருந்தது.

நீண்ட நேரத்தின் பிறகு அழகர் சாலையில் வந்த மண்லாரி ஒன்றை நிறுத்தி அவளை ஏறச்சொன்னான். அவள் ஏறிக்கொண்டாள். லாரி அவர்களை மேம்பாலம் அருகே இறக்கிவிட்டுப் போனது. அவர்கள் மத்திய பேருந்து நிலையத்திற்குப் போனபோது பேருந்துகளே இல்லை. வெறிச்சோடியிருந்தது. ஆங்காங்கே ஆட்கள் உறங்கிக் கொண்டிருந்தார்கள். காலியான சிமென்ட் பெஞ்ச் ஒன்றில் அழகர் காலை நீட்டிப் படுத்துக்கொண்டான். நாய் ஒன்று படுக்க இடம் தேடி அலைந்து கொண்டிருந்தது.

மூடிக்கிடக்கும் லாட்டரிச் சீட்டு விற்கும் கடையின் முன்பாக உட்கார்ந்து கொண்டாள் சின்னராணி. என்ன வாழ்க்கையிது, தெருநாய் போலத்தான் தானும் வாழ்கிறோமா என்று தோன்றியது. பிச்சைக்காரர்களில் ஒருவன் உறங்கத்திலிருந்து எழுந்து நடந்தபடியே மூத்திரம் பெய்து கொண்டு கடந்து போனான். அழுக்கடைந்துபோன தரையில் அவள் உட்கார்ந்திருந்தாள். குழந்தை மடியில் உறங்கிக் கொண்டிருந்தது.

இதுதான் தனது தலையெழுத்து போலும். இதிலிருந்து மீளவே முடியாது என்று அவளுக்கு நன்றாகத் தெரிந்து போனது. ஊரில் அய்யாவிற்குப் தெரிந்து போய் இந்நேரம் மன வருத்தம் கொண்டிருப் பார். நம் ஒரு ஆளால் எத்தனை பேருக்கு கஷ்டம். இனிமேல் நம் கஷ்டம் நம்மோடு இருந்து மடியட்டும் என்றபடியே அவள் இருளை வெறித்துப் பார்த்துக்கொண்டிருந்தாள்.

உறக்கத்தில் செல்வி எதற்கோ சிரித்துக்கொண்டிருந்தாள். இந்தப் பிள்ளையை மட்டுமாவது தான் நன்றாக வளர்த்துப் படிக்க வைத்து நல்ல இடமாகக் கொடுத்து வாழ வைத்துவிடவேண்டும். அதற்காக மட்டுமே இனித்தான் வாழ வேண்டும் என்று அன்றிரவு

அவளுக்கு தோன்றியது. அவள் உறங்கிக்கொண்டிருக்கும் மகளின் முகத்தை தடவிக் கொஞ்சினாள். குழந்தை சிணுங்கலுடன் காலை உதறியது. பின்னிரவில் காற்றில் லேசான குளிர்ச்சி ஏறியிருந்தது. அதை உணர்ந்தவளைப் போல சேலையில் குழந்தையைச் சுற்றிப் போட்டு அவளும் ஒருக்களித்துச் சேர்ந்து படுத்துக்கொண்டாள்.

பொழுது விடிந்தபோது அவள் அருகில் கையில் ஒரு டீயோடு உட்கார்ந்து கொண்டிருந்த அழகர். எங்கேயோ போய் முடிவெட்டி சவரம் செய்துகொண்டு வந்திருக்கிறான். முந்திய தினத்தின் சுவடே யில்லாமல் வேறு மனிதனைப் போல பாசத்துடன் "சூடு ஆறிரப் போகுது டீ குடிம்மா. நாம் பழனிக்குப் போய் சாமி கும்பிட்டு ரெண்டு நாள் கழிச்சி வீட்டுக்குப் போகலாம்" என்றான். அவள் பதில் பேசவேயில்லை. செல்வியைத் தூக்கிக் கொஞ்சியபடியே அவளுக்கு பேருந்தின் சப்தத்தைக் காட்டி வேடிக்கை செய்து கொண்டிருந்தான்.

அடுத்த இரண்டு நாள் அவர்கள் பழனியிலிருந்தார்கள். அவளுக்கு இரண்டு புதிய சேலை, பவுடர், கண் மை, சாந்துப் பொட்டு என்று கேட்காமலே வாங்கித் தந்தான் அழகர். செல்விக்கு மொட்டை போட்டார்கள். கோவில் சத்திரத்தில் தங்கியிருந்த இரவில் அவள் கையைப் பிடித்துக்கொண்டு அவள் தன்னை விட்டுப் போய்விட்டால் தான் செத்துப்போய்விடுவேன் என்று அழகர் அழுதான். அது நிஜம் போலதானிருந்தது. மூன்றாம் நாளின் காலையில் அவன் மணிகிராமத்தில் திருவிழா நடக்கப் போகிறது என்று சொல்லி ஷோ போடக் கிளம்பவேண்டும் என்றான். அதன் பிறகிலிருந்து அவள் தன்னை மாற்றிக்கொள்ளத் துவங்கினாள். அன்றோடு அழகரை விட்டு ஓடிப்போக வேண்டும் என்ற எண்ணம் மனதில் இருந்து வடிந்து போனது.

இந்தப் பத்து வருசத்திற்குள் அவள் நிறைய மாறியிருந்தாள். நிறைய நேரங்களில் அவளே தன்னைத் தானே ஒரு கடற்கன்னியாக நம்ப துவங்கியிருந்தாள். உடைகளை மாட்டிக்கொண்டு கண்ணாடித் தொட்டிக்குள் போனதும் அவளையறியாமல் கனவு போல ஒன்று அவளைப் பீடித்துக்கொண்டுவிடுகிறது. அந்த நினைப்பிலே படுத்து கிடப்பாள். தன்னைச் சுற்றி நடப்பவை அத்தனையும் கனவில் நடப்பது போலவே இருக்கும். தான் கடலின் ஆழத்தில் நீந்திக்கொண்டிருப்பது போலவும், தனக்கென வீடும் உறவினர்களும் கடலின் அடியில் இருப்பதாகவும் அவள் நம்பத் துவங்கினாள்.

ஷோ இல்லாத நேரங்களில்கூட அந்த நினைப்பிலிருந்து விடுபட முடியாது. கால்கள் தானே அசைந்து கொண்டிருப்பது

போலவும், தன்னைச் சுற்றிலும் கடல் அலைவுறுவது போலவுமே இருக்கும். அவளது கூந்தல் கூட உப்பேறிப் பிசுபிசுப்பது போலவே அவளுக்கு தோன்றும். கடலில் உண்மையாக யாராவது கடற்கன்னிகள் இருக்கிறார்களா என அவளுக்குத் தெரியாது. அவள் கடலை ஒரேயொரு முறை மட்டுமே பார்த்திருக்கிறாள். அதுவும் சரியாக நினைப்பில் இல்லை. அவர்கள் ஊரில் கடல் என்றுகூட யாரும் சொல்ல மாட்டார்கள். சமுத்திரம்தான். சிறுகுழந்தைகளுக்கு மொட்டை போட திருச்செந்தூருக்குச் சென்ற சில குடும்பங்கள் மட்டுமே சமுத்திரம் பார்த்தவர்கள். மற்றவர்கள் சமுத்திரத்தைப் பற்றிக் கேள்விபட்டதோடு சரி. அழகரைத் திருமணம் செய்துக்கொள்வதற்கு முன்பு வரை அவள் கடலைப் பற்றியோ கடற்கன்னி பற்றியோ எதையும் அறிந்திருக்கவேயில்லை.

அழகர் அவளைத் திருமணம் செய்துகொண்ட போது சின்னராணிக்குப் பதினேழு வயது. புலிகுத்தியைச் சேர்ந்த மாட்டுத் தரகர் வழியாகவே அழகர் அவளைப் பெண் கேட்டு வந்திருந்தான். சைக்கிளில் ஊர் ஊராகப் போய் அலுமினியப் பாத்திரம் விற்பதாகப் பொய் சொல்லித்தான் அவளைத் திருமணம் செய்து கொண்டான். திருவிழாவில் கடற்கன்னி வேஷம் போட வேண்டும் என்று சொல்லியிருந்தால் அவளது அய்யா திருமணத்திற்கு ஒத்துக்கொள்ளாமலே போயிருக்க கூடும். அவளேகூட வேண்டாம் என்று சொல்லியிருப்பாள்.

பெண் பார்க்க வந்த நாளில் அழகர் மிக அழகாக இருந்தான். சுருண்டு முன்விழுந்த தலைமயிர். சரியாகக் கத்தரிக்கப்பட்ட வெட்டு மீசை. கழுத்தில் மடித்துச் செருகிய கர்ச்சீப். புலிநக செயின். வெள்ளை வேஷ்டி. பச்சைநிறக் கோடு போட்ட சட்டை. இடது கையில் ஒரு வாட்ச். காலில் ரப்பர் செருப்புகள். வலது கையில் ஒரு துணிப் பை. அதற்குள் ஐந்தும் பத்துமாகக் கையளவு ரூபாய் நோட்டுகள். அய்யா தன்னுடைய மாப்பிள்ளை வியாபாரத்தில் பெரிய கில்லாடியாக இருக்கக்கூடும் என்று நினைத்திருப்பார். சின்னராணிக்கு அழகரைப் பிடித்திருந்தது. அவளைப் போல மெலிந்து கறுப்பாக உள்ள பெண்ணை கட்டிக்கொள்ள ஒருத்தனும் வர மாட்டான் என்று அவளைப் பெற்ற அய்யாகூட கோபத்தில் கத்தியிருக்கிறார். சின்னராணிக்குள் அந்த பயம் எப்போதும் இருந்துகொண்டேயிருந்தது.

அவர்கள் ஊரில் நங்கா என்ற பெண் முப்பத்தைந்து வயதாகியும் திருமணம் செய்து கொள்ளாமலே இருந்தாள். நங்கா ஊதிப் பெருத்த பெண். தானியக் குலுக்கை போலிருப்பாள். சிக்குப்பிடித்த

தலையுடன் பருத்து முட்டும் முலைகளும் அகன்ற இடுப்பும் உலக்கை போல உறுதியான உடற்கட்டும் கொண்ட பெண்ணவள். அவளது வலக் கண்ணில் பூ விழுந்திருந்தது. ஆகவே கண்ணை ஒருசாய்த்துத்தான் யாரையும் பார்ப்பாள். அவள் அருகில் வந்தாலே காய்ந்து போன கழுதை விட்டை போல நாறுவதாக விடலைப் பையன்கள் கேலி செய்வார்கள். அவளை ஊரில் ஒருத்தருக்கும் பிடிக்கவேயில்லை.

நங்காவிற்கோ பதினைந்து வயசிலே கல்யாண ஆசை துவங்கிவிட்டது. அதனால் ஊரில் யாருக்குத் திருமணம் நடந்தாலும் தன்னை அலங்கரித்துக்கொண்டு வந்துவிடுவாள். அதற்காகவே ரிப்பன், அலங்காரப் பில்லைகள், சாந்துப் பொட்டு, குஞ்சலங்கள் வைத்திருக்கிறாள். பவுடர் அப்பிய முகத்துடன் அவளாகவே புதுமாப்பிள்ளைக்கு ஆரத்தி எடுப்பது, ஓலை விசிறியால் வீசுவது, வெற்றிலை மடித்துத் தருவது, சீர்தலையணைகளை சுமந்து வருவது என்று யார் தடுத்தாலும் கேட்காமல் பார்த்துப் பார்த்து சேவகம் செய்வாள். எல்லாக் கல்யாண மாப்பிள்ளைகளையும் அவளுக்குப் பிடிக்கும்.

என்னமோ உனக்கே கல்யாணம் ஆகுற மாதிரியில்லே வெட்கப்படுறே என்று பெண்கள் அவளை கேலி பேசுவதுண்டு. இது மாதிரி ஒரு மாப்பிள்ளை எனக்கும் வராமலா போயிருவார் என்று அவள் ஏக்கத்துடன் சொல்வாள். ஆனால் அப்படி யாரும் வரவேயில்லை. நங்கா பார்த்து பிறந்த பெண்கள்கூட திருமணம் செய்து கொண்டு போய்விட்டார்கள். அவள் அந்தக் கோபத்தில் தட்டு நிறைய சோற்றை போட்டு அள்ளி அள்ளிச் சாப்பிடுவாள். ஒரு நாளைக்குப் பத்து தடவை சோற்றைத் தின்கிறாள் என்று அவளது அம்மாச்சி திட்டுவாள். நங்கைக்கு அம்மா இல்லை. அப்பா கொழும்புவிற்குப் பிழைக்கப் போனவர் திரும்பிவரவேயில்லை. அம்மாச்சிதான் அவளை வளர்த்து ஆளாக்கிவிட்டாள்.

நங்கா யாரைப் பார்த்தாலும் கல்யாணம் பற்றியே பேசுவாள். அதிலும் பச்சை பச்சையாக அவள் சம்போகம் பற்றிச் சொல்வதைக் கேட்பதற்காகவே ருதுவான பெண்கள் அவளோடு பல்லாங்குழியாடுவார்கள். 'உனக்கு எப்படி நங்கா இதெல்லாம் தெரியும்' என்று கேட்டதற்கு, அது ஒரு பாட்டி சொன்னாங்க' என்று சொல்வாள். காமம் அவள் உடலில் அரும்பி முற்றியிருந்தது.

ஒரு நாள் அவள் தன் உதட்டைக் கருவேல முள்ளால் குத்தி ரத்தம் கொப்பளிக்க வைத்துக்கொண்டிருந்தாள். ரத்தம் வடிவது நிற்கவேயில்லை. என்னடி இது என்று கேட்டதற்கு "ருசியாக இருக்குல்லே" என்றாள். "அவளுக்கு ஆம்பளைக்

கிறுக்குப் பிடிச்சுப்போச்சி. அதான் இப்படிச் செய்றா” என்று அருகாமை வீட்டுப் பெண்கள் பேசிக் கொண்டார்கள். அதனால் ஆத்திரமாகியவள் தன் உடல் முழுவதும் முள்ளால் குத்தி வலியை ரசித்துக்கொண்டிருந்தாள். போதும்டி உன் கிறுக்கு என்று அவளது அம்மாச்சி முள்ளைப் பிடுங்கி வீசி எறிந்து பத்துப் போட்டுவிட்டாள்.

பின்பொருமுறை ஒப்பிலாமணி வாத்தியாரின் மகள் திருமணத்தின் போது சந்தனம் பூசிவிடுகிறேன் என்று நகரத்திலிருந்து வந்த புது மாப்பிள்ளையின் கையைப் பிடித்து ஒரு முத்தம் கொடுத்துவிட்டாள் என்று அவளுக்கு விளக்குமாற்று அடி விழுந்தது. அடிவாங்கியபடியே “ஒரேயொரு தடவைதானே உங்க மாப்பிள்ளையைத் தொட்டேன். நான் தொட்டா உங்க வீட்டு மாப்பிள்ளை என்ன கரைஞ்சா போயிடுவாக” என்று ஆதங்கத்துடன் திரும்பத் திரும்பக் கேட்டுக் கொண்டேயிருந்தாள் நங்கா.

ஒப்பிலாமணி வாத்தியார் ஆவேசத்துடன் அவளை செருப்பைக் கழட்டி மூஞ்சியிலே அடித்தார். ஆனால் நங்கா அழவேயில்லை. “இதான் வாத்தியாரு லட்சணமா, இதான் வாத்தியார் லட்சணமா” என்று மட்டுமே கேட்டுக்கொண்டேயிருந்தாள். யாரும் நங்காவிற்காக இரக்கம் கொள்ளவேயில்லை. நங்காவை அவளது அம்மாச்சி ஆவேசமாக இழுத்துக்கொண்டு போய் கிணற்றடியில் வைத்து நாலு குடம் தண்ணீரை இறைத்துத் தலையில் ஊற்றி “ஏன்டி இப்படி உசிரை வாங்குறே. உன்னை யாரும் கட்டிகிட மாட்டாங்க. நீ ஆயுசுக்கும் தனிக்கட்டைதான்” என்று ஏசினாள்.

“நீயே அப்படிச் சொல்லாதே. என்னாலே தனியா இருக்க முடியாது” என்று நங்கா வாய்விட்டுக் கதறினாள். அம்மாச்சி தண்ணீரை ஊற்றியபடியே “நான் என்னடி செய்ய? ஊர்ல எந்த ஆம்பளைக்கும் உன்னைப் பிடிக்கலையே” என்றாள். நங்கா அழுவதை நிறுத்திவிட்டு ஆத்திரமாகி ஊர் ஆண்களைத் திட்டினாள்.

தன்னை எவருக்கும் பிடிக்கவில்லை என்பதற்கு தண்டனையாக அவள் தனது மார்பில் சிணுக்கோலியால் சூடு வைத்துக்கொண்டாள். சில நாட்கள் யாரோடும் பேசாமல் இருந்தாள். ஆனால் அந்த வேதனை எல்லாம் ஒருவார காலத்திற்குத்தான். பிறகு அவள் தாயமாடியபடியே ஆண்களின் குறி அளவை கேலி செய்து ஏதாவது ஒரு பெண்ணிடம் பேசிக்கொண்டிருப்பதைத் தெருவே பார்த்துக் கொண்டுதானிருந்தது.

நங்கா அதன்பிறகு எந்தப் புதுமாப்பிள்ளைக்கும் அருகில் அமர்ந்து சேவகம் செய்யவேயில்லை. ஆனால் சில நாட்கள் திருமணம் முடிந்து புதுமாப்பிள்ளை வீதிவலம் வரும்போது அவரது பாதம் பட்ட மண்ணை எடுத்து ஆசையோடு நெறுநெறுவெனத் தின்பாள். பார்க்கவே பயமாக இருக்கும். நங்காவை ஏன் ஒருவருக்குக்கூடப் பிடிக்காமலே போனது; சில பெண்களை ஏன் ஆண்கள் காரணம் இல்லாமலே விலக்கி வைத்துவிடுகிறார்கள் என்று சின்னராணிக்கு ஆதங்கமாக இருந்தது.

நங்காவிற்கு சித்தம் கலங்கிப்போய்விட்டதாகச் சொல்வார்கள். நிஜம்தானோ என்றுகூடத் தோன்றும். யாராவது கர்ப்பிணிப் பெண்ணை வழியில் பார்த்தால் நங்கா ஓடிப்போய் அவள் வயிற்றை முத்தமிட்டு “நானும் இப்படி நடக்கணும்னு ஆசைப்படுறேன். ஒரு ஆம்பளையும் வசமாக சிக்க மாட்டேங்கிறாங்க” என்று சொல்லிச் சிரிப்பாள்.

அழகர் தன்னைக் கல்யாணம் செய்துகொள்ளாமல் போயிருந்தால் தானும் நங்காவைப் போல் ஆகிவிடுவோமோ என்று நினைத்து சின்னராணி பயந்திருக்கிறாள். நல்லவேளை அப்படி எதுவும் நடக்கவில்லை. அவர்கள் திருமணம் இருக்கன்குடிக் கோவிலில் வைத்து நடந்தேறியது. அழகர் அவளைக் கல்யாணமான நாலாம் நாளிலே மதுரைக்கு அழைத்துக்கொண்டு புறப்பட்டான்.

ஊரைப் பிரிந்து செல்லும் நாளில் நங்காவைத் தேடிப்போய் அவளுக்கு ஒரு கோகுல் பவுடர் டப்பாவும் கண் மையும் சாந்துப் பொட்டும் தந்தாள் சின்னராணி. அவளை நங்கா கட்டிக் கொண்டபடியே “உன் புருசன் மேல எல்லாம் நான் ஆசைப்பட மாட்டேன். அவுக சிநேகிதன் யாராச்சி இருந்தா என்னைக் கட்டிக்கிடச் சொல்லு. நாம் ரெண்டு பேரும் பக்கத்து பக்கத்து வீட்ல குடியிருந்துகிடலாம். நான் நிறைய பக்குவம் சொல்லித் தர்றேன்” என்று ஆதங்கத்துடன் சொன்னாள். என்ன சமாதானம் சொல்வது என்று தெரியாமல் சின்னராணி அவள் கையை இறுக்கி அழுத்திப் பிடித்துக்கொண்டாள்.

நங்கா அதைத் தாங்க முடியாமல் அழுதாள். இடையில் அவள் சின்னராணியின் நெற்றியைத் தடவிவிட்டபடியே “நீ நல்லா இருப்பே. நீ திரும்பி வர்றதுக்கு முன்னாடி ஒருவேளை நான் கல்யாணம் ஆகிப் போனாலும் போயிருப்பேன். சித்திரைத் திருவிழாவுக்கு வர்றப்போ நீயும் நானும் பேசிக்கிடுவோம்” என்றாள். சின்னராணி அழுகையை அடக்கிக்கொண்டு வீடு திரும்பினாள்.

அதன் ஐந்து மாதங்களுக்குப் பிறகு சின்னராணி கர்ப்பிணியாகி ஊர் திரும்பியபோது கோவில் மண்டபத்தில் நங்கா தூக்குப்போட்டுக் கொண்டு செத்துப்போய்விட்டதாகச் சொன்னார்கள். அவளால் நம்பவே முடியவில்லை. கோவில் சுவர் முழுவதும் நங்கா தன் பெயரோடு ஊரிலிருந்த பல ஆண்களின் பெயரைச் சேர்த்துச் சேர்த்து எழுதி வைத்திருந்தாள். தன் ஆடைகளைக் களைந்து எறிந்துவிட்டு அவள் கோவில் மண்டபத்தில் ஒரு நாள் முழுவதும் படுத்துக்கிடந்தாள் என்றும் அவளை சேலை கட்டச் சொல்லியவர்களைக் கல்லால் அடித்து விரட்டியதாகவும் சொன்னார்கள்.

முடிவில் நாலைந்து ஆண்கள் ஒன்று சேர்ந்து அவளை மடக்கிப்பிடித்து உடம்பில் சேலையைச் சுற்றிவிட்டுக் கையைக் கட்டிக்கொண்டுபோய் அம்மாச்சி வீட்டின் இருட்டறையில் அடைத்தார்கள். அம்மாச்சி கரண்டியை அடுப்பில் காயப் போட்டு உடம்பெல்லாம் சூடு போட்டிருக்கிறாள். வேப்ப எண்ணெயை வாயில் ஊற்றியிருக்கிறாள். விளக்கு மாற்றால் அடித்திருக்கிறாள். "அம்மாச்சி நீயே என்னை கொன்னுரு. என்னைக் கொன்னுரு" என்று நங்கா அலறியது இரவெல்லாம் கேட்டபடியிருந்திருக்கிறது.

இது நடந்த நாலாம் நாளில் நங்கா தன் தலைமயிர்களைத் தானே அறுத்துக்கொண்டுவிட்டவளாக ஆள் ஒடுங்கிப்போய் உட்கார்ந்திருக்கிறாள். பிறகு ஒரு நாளின் அதிகாலை தெருவின் நடுவில் விழுந்து வணங்கி "நீங்க எல்லாரும் என்னை மன்னிச்சிருங்க. உங்களை ரொம்ப கஷ்டப்படுத்திட்டேன்" என்று சொல்லி தன் வீட்டுக் கதவைப் பூட்டிக்கொண்டுவிட்டாள். அன்று மதியம் அவள் கோவிலின் பின்பு உள்ள இடிந்த மண்டபத்தில் தூக்கில் தொங்கிப் போனாள் என்கிறார்கள். காமம் ஆளைக் கொன்றுவிடக்கூடியதா என்ன ?

சின்னராணிக்கு அந்த வீதியில் நடக்கும்போது தன்னை நங்கா கூப்பிடுவது போலவே இருக்கும். அவள் நங்காவிற்காக ஒரு நாள் முழுவதும் அழுதாள். கர்ப்பமாக இருக்கிற பொண்ணு அழக்கூடாது என்று ஆறுதல் சொன்னதோடு அவளை உடனடியாக மதுரைக்குத் தானே கூட்டிக்கொண்டும் கிளம்பினான் அழகர். அதன்பிறகே செல்வி பிறந்தாள்.

*

ரயில்வே தண்டவாளத்தில் சிவப்புக் கொடியுடன் ஒரு டிராலி கடந்து போனது. அதில் இரண்டு பேர் உட்கார்ந்திருந்தார்கள்.

ஒரு ஆள் அந்த டிராலியைத் தள்ளியபடியே வெயிலோடு ஓடிக் கொண்டிருந்தான். அவன் தலையில் சிவப்புத் துணியை வண்டு கட்டியிருந்தான். அந்த அழுக்கேறிய துணி காற்றின் வேகத்தில் அசைந்து கொண்டிருந்தது. செல்வி அந்த ஆளைப் பார்த்து கையசைத் தாள். அதை அவன் கண்டுகொள்ளவேயில்லை. தண்டவாளத்தின் நடுவே அவன் வண்டியைத் தள்ளியபடியே ஓடிக்கொண்டிருந்தான்.

அந்த வண்டி எங்கே போகிறது. ஏன் தன்னை அவர்கள் ஏற்றிக் கொள்ளாமல் போகிறார்கள் என்றபடியே அதைப் பார்த்துக்கொண்டிருந்தாள் செல்வி. தண்டவாளத்தில் ரயில் வரக்காணோம். விளையாடு வதற்கும் அங்கே யாருமில்லை. எரிச்சலோடு அவள் எதிரில் இருந்த மரத்தைத் திட்டினாள். அதைக் கேட்டுப் புரிந்து கொண்டதைப் போல நிழல் லேசாக அசைந்து கொண்டேயிருந்தது. செல்வி ஒரு இலையை எடுத்து மடித்து ஊதல் போலச் சுருட்டி வாயில் வைத்து ஊதினாள். அதிலிருந்து சப்தம் வரவில்லை. அவளாக வாய்விட்டுக் கத்திக்கொண்டிருந்தாள். அவளது ஜடையில் இருந்த ரிப்பன் அவிழ்ந்து தொங்கிக்கொண்டிருந்தது.

அவள் தன்னை எப்போதும் ஒரு கடல்மீனாகவே நினைத்துக் கொண்டிருந்தாள். கடற்கன்னியின் மகள் அல்லவா. அதனால் தானும் வளர்ந்து பெரிய ஆள் ஆனதும் தன் உடலில் பாதி மீனாக மாறிவிடும் என்ற நம்பிக்கை அவளிடமிருந்தது.

அதைப்பற்றி அம்மாவிடம் ஒன்றிரண்டு முறை கேட்டிருக்கிறாள். அம்மா எரிச்சலோடு "அதெல்லாம் ஒரு மண்ணும் கிடையாது. நானும் இந்தப் பூமியில் கை காலோடுதான் பொறந்தேன். உங்கப்பன் தான் என்னை இப்படி ஆக்கிவச்சிருக்கான்" என்று சொல்வாள். அம்மா சொல்வதுதான் நிஜம், அய்யா பொய் சொல்கிறார் என்று தோன்றும். ஆனால் அய்யா டெண்டில் ஒட்டிவைத்துள்ள பழைய பேப்பரில் சமுத்திரக்கரையோரம் ஒதுங்கிய கடற்கன்னியின் புகைப் படம் உள்ளது. அது அம்மாவைப் போலத்தானே இருக்கிறது. அதை ஏன் அம்மா மறைக்கிறாள் என்று சில சமயம் தோன்றும்.

அம்மா கடற்கன்னியா இல்லை சாதாரணப் பெண்ணா என்பதை பற்றி அவளாகவே நிறைய கற்பனை செய்துகொள்ளத் துவங்குவாள். அவளுக்கு அம்மா கடற்கன்னியாக இருப்பதுதான் பிடித்திருந்தது. ஆனால் இப்படி ஒரு கண்ணாடிப் பெட்டிக்குள் எப்போது பார்த்தாலும் படுத்துக்கொண்டே கிடக்கக் கூடாது. சமுத்திரத்தின் உள்ளே பெரிய அலைகளை மீறிப் போய் நீந்த

வேண்டும். கப்பல்களின் முன்னால் தாவிக் குதிக்கவேண்டும். யாருமே இல்லாத கடற்கரையில் தனியே விளையாட வேண்டும். கடலின் அடியில் மனிதர்கள் யாருமே போகவே முடியாத ஆழத்தில் மாளிகை கட்டிக்கொண்டு வசிக்க வேண்டும். இப்படி அவளாகவே மனதிற்குள் அம்மாவின் கடலை பற்றி யோசித்துக்கொண்டேயிருப்பாள்.

இரவில் ஷோ முடிந்தபிறகு அம்மா அசதியோடு உடம்பெல்லாம் தைலம் தேய்த்துக்கொண்டு அவளைப் பிடித்துவிடும்படியாகச் சொல்லும்போது அம்மா மற்றப் பெண்களைப் போலத்தானே இருக்கிறாள். அவள் கடல்கன்னி என்று சொல்வது பொய்தானே என்று தோன்றும். அதுவும் அம்மா எதற்கென காரணமேயில்லாமல் அழும்போது அம்மா நிச்சயம் கடற்கன்னியில்லை என்று உறுதியாகவே உணர்வாள்.

அய்யாவிடம் ஒரு நாள் அம்மா நிஜமாகவே கடற்கன்னிதானா என்று கேட்டாள். அவர் பீடியை இழுத்து ஊதியபடியே “உங்கம்மா பகலில் கடற்கன்னியாக இருப்பா. ராத்திரியான பொம்பளையா மாறிடுவா. இது ரகசியம். யார்கிட்டயும் வெளியே சொல்லிராதே” என்று சொன்னார். அதுதான் உண்மை என்று தோன்றியது. இதுவரை அம்மா ஒருநாளும் கடற்கன்னியாகவே உறங்கியதில்லை.

ஷோ முடிந்து விளக்குகள் அணைக்கப்பட்டவுடன் அவள் எழுந்து குளிக்கச் செல்வதை செல்வி எப்போதுமே கண்டுவருகிறாள். குளித்து ஈரத்தலையுடன் புடவையில் அம்மா வந்து நிற்கும்போது தண்ணீருக் குள் அந்த மச்சக்கன்னி ஒளிந்து கொண்டுவிட்டு வேறு ஒரு பெண் வெளியே வந்துவிட்டதைப் போலவே இருக்கும்.

இதற்காகவே அம்மாவோடு சேர்ந்து குளத்தில் போய்க் குளிக்க செல்வி பயந்திருக்கிறாள். ஒருவேளை அம்மா தன்னைத் தண்ணீருக்குள் இழுத்துக்கொண்டு போய்விட்டால் பிறகு கரைக்கு வரவே முடியாது என்ற பயமிருந்தது. இதனால் அம்மாவின் கையைப் பிடிக்காமல் தள்ளிநின்று அவளாகவே குளிப்பாள். ஷோ நடத்தும் ஊர்களில் அம்மா ஆள் நடமாட்டம் துவங்குவதற்கு முன்பாகக் குளத்தில் குளித்து விட்டுக் கரையேறி நடக்க ஆரம்பித்து விடுவாள். ஆள் பார்த்துவிட்டால் அடையாளம் தெரிந்துவிடுமே என்ற பயம்தான் காரணம். குளத்தில் உள்ள தாமரைகளைப் பறிக்க வேண்டும் என்றோ, கரையோர பிள்ளையாரைக் கும்பிட வேண்டும் என்றோ அம்மா ஒருநாளும் நின்றதேயில்லை. ஏதோவொரு யோசனையோடு நடந்து வருவாள். அதே யோசனை கலையாமல் குளித்து நடந்து திரும்பியும் விடுவாள்.

“உங்க அம்மாவைப் பற்றி உங்கய்யா சொல்ற கதைகள் எல்லாம் பொய். இந்த உலகத்துல கடற்கன்னி யாருமே கிடையாது. உங்க அம்மா வேஷம் போட்டு ஊரை ஏமாத்துறா” என்று செல்வியிடம் பன்னீர் என்ற ஊதல் விற்கும் சிறுவன் புளியங்குடித் திருவிழாவில் சொன்னபோது அவன் மீது செல்விக்கு ஆத்திரமாக வந்தது.

அந்தச் சிறுவனை முறைத்தபடியே “நீ கூட இருந்து பாத்தியோ. எங்கம்மா பிறந்தது கடலுக்குள்ளே. புயல் அடிச்சிதான் எங்கம்மா கடலை விட்டு வெளியே வந்துட்டா. நாங்க எல்லாம் ஒரு நாள் கடலுக்குள்ளயே பெரிய வீடு கட்டி அங்கேயே குடி போயிருவோம் தெரிஞ்சிக்கோ” என்றாள்.

சிறுவன் விடாப்பிடியாக “எங்க, உங்கம்மாவைக் கடலுக்குள்ளே போயி ஒரு நாள் மூச்சைப் பிடிச்சிகிட்டு இருக்கச் சொல்லு. செத்துப்போயி பொணமா மிதப்பாங்க” என்று கேலி பேசினான். அவனை முகரையோடு அறையவேண்டும் போலிருந்தது. பல்லைக் கடித்துக் கொண்டு செல்வி சொன்னாள்,

“இருந்துட்டா என்னடா பந்தயம் கட்டுவே. எங்கம்மாவாலே ஒரு. நாள் இல்லே. ஒரு வருசம் வேணும்னாலும் கடலுக்குள்ளேயே இருக்க முடியும் தெரிஞ்சிக்கோ.”

அதைக் கேட்ட சிறுவன் “உன்னைய நல்லா ஏமாத்திவச்சிருக்காங்க. நீ வேணும்னா ஐஸ் விற்கிற காதர் அண்ணாச்சிகிட்ட கேட்டுப்பாரு... அப்போ தெரியும் எது நிஜம்னு” என்று சொன்னான். அவன் சொன்னதற்காகவே கேட்கவேண்டும் போலிருந்தது. ஒருவேளை அவரும் அம்மா வேஷம் போட்டு ஏமாற்றுகிறாள் என்று சொல்லி விட்டால் என்ன செய்வது என்றும் யோசனையாக இருந்தது. அதற்காக அம்மாவைப் பற்றி மற்ற யாருக்கும் தெரியாத ரகசியத்தை இவனிடம் சொல்லிவிடக்கூடாது என்பதில் உறுதியாக இருந்தாள்.

பன்னீர் வக்கணை காட்டியபடியே கேட்டான். “வர்றீயா ஐஸ்கார அண்ணாச்சிகிட்டே போய்க் கேட்கலாம்.”

அவள் ஆத்திரத்தில் கீழே கிடந்த புழுதியைக் கை நிறைய அள்ளி அவன் தலையில் போட்டுவிட்டாள். பன்னீர் கண்ணில் மண் விழுந்திருக்கவேண்டும். கையால் கண்ணைக் கசக்கியபடியே அய்யோ. அம்மா என்று கதறி உருண்டு அழத்துவங்கினான். யாராவது வந்து தன்னைப் பிடித்துக்கொள்வதற்குள் டெண்டிற்குள் ஓடி அய்யாவின் பின்னால் ஒளிந்து கொண்டுவிடவேண்டும் போலிருந்தது. செல்வி காலை இழுத்துக்கொண்டு வேகமாக

ஓடத்துவங்கினாள். அவள் ஓடுவதைக் கண்டதும் பன்னீரின் அழுகைக் குரல் மிக அதிகமானது. அவன் நிச்சயம் துணைக்கு நாலு பேரைக் கூட்டிக்கொண்டு அவர்கள் டெண்டிற்கு வந்து சேர்வான். அவன் தலையில் மண்ணை அள்ளிப் போட்டதற்காக அய்யா அவளை அடிக்கவும் கூடும் என்று பயமாக இருந்தது.

ஆனால் அதற்காகத் தெருவில் நின்று வேறு யாரோ ஒரு ஆள் கையில் அடிவாங்குவதை அவள் விரும்பவில்லை. அதற்காகவே அவள் திருவிழாவின் ஊடாக ஓடினாள். மேளச்சத்தமும் நாதஸ்வரமும் கோவிலடியில் நிரம்பியிருந்தது. தெருவில் சுழித்து ஓடி வீட்டு வாசலில் போடப்பட்டிருந்த கோலங்களை மிதித்து அழித்தபடியே வேகமாக ஓடினாள். யாராவது தன்னைத் துரத்தி வருகிறார்களா என்றும் அடிக்கடி திரும்பியும் பார்த்துக்கொண்டாள்.

பன்னீரின் அழுகுரல் கேட்காத தூரம் வந்த பிறகும் அவன் முகம் மனதில் இருந்து மறையவேயில்லை. எதற்காகப் பன்னீர் இப்படி பொம்பளைப் பிள்ளை போல அழுகிறான். அவள் மெதுவாகக் காலை இழுத்துக்கொண்டு நடந்து ஷோ நடக்கும் டெண்டின் உள்ளே போனபோது கடற்கன்னியாகக் கண்ணாடிப் பெட்டியினுள் படுத்திருக்கும் அம்மாவை வேடிக்கை பார்த்தபடியே நாலைந்து ஆட்கள் நின்றிருந்தார்கள். அவர்கள் யாராவது தன்னை நிறுத்தி யார் என்று கேட்டுவிட்டால் என்ன பதில் சொல்வது என்று குழப்பமாக இருந்தது. இதற்காகவே அய்யா அவளை எப்போதும் டெண்டின் பின்பக்கமிருந்து மட்டுமே வரச்சொல்வார்.

இன்றைக்கு பயத்தில் முன்னாடி ஓடி வந்துவிட்டாள். வேடிக்கை பார்க்கின்ற கிராமத்துப் பெண்களில் ஒருத்தி கடற்கன்னியாக உள்ள அம்மாவின் முகத்தைப் பார்த்தபடியே ‘பொம்பளை மாதிரியே இருக்கு’ என்றாள். அவளோடு வந்திருந்த மற்றவள் (குறைப்பிறவி பிறந்திருக்காளோ’ என்று ஆதங்கப்பட்டாள். அவர்கள் நெடுநேரம் அம்மாவின் இமைக்காத கண்களையே பார்த்தபடியிருந்தனர். அவர்கள் வெளியேறும் வரை ஓரமாக நின்றிருந்த செல்வி அம்மாவின் அருகில் போய் தானும் வேடிக்கை பார்க்கின்ற ஒரு ஆளைப்போல அம்மா வையே பார்த்துக்கொண்டிருந்தாள்.

அம்மாவின் இமைகள் அசைவதையும் அவள் உதடுகள் மௌனமாக உள்ளே வா என்று அழைப்பதையும் உணர்ந்தாள் செல்வி. நீலநிறத் திரை தடுப்பின் வழியாக உள்ளே போய் அம்மா படுத்துக்கிடந்த கண்ணாடி அருகேபோய் நின்றுகொண்டாள். ஏனோ அவ்வளவு நெருக்கத்தில் பார்த்தபோது அது தன்னுடைய அம்மா இல்லை. வேறு யாரோ ஒரு பெண் என்பது போலிருந்தது.

அம்மாவை வெறித்துப் பார்த்தபடியே அவள் கடலில் யாரோடு இருந்தாள், ஏன் புயலில் சிக்கிக்கொண்டு கரை ஒதுங்கினாள், அவளோடு வேறு யாரெல்லாம் கடலில் நீந்தியிருப்பார்கள் என்று நினைத்துக் கொண்டிருந்தாள்.

அம்மா என்றாவது தனது கடலுக்குத் திரும்பிப் போய்விடுவாளா என்ன? கட்டாயமாகப் போகத்தான் செய்வாள். ஒருவேளை அப்போது தன்னையும் உடன் இழுத்துக்கொண்டு போய்விடுவாளர். சில நேரம் அப்படிச் செய்தால் நன்றாக இருக்கும் என்று தோன்றும். சில வேளைகளில் கடலினுள் போய் மூச்சுமுட்டி செத்துப் போய்விட்டால் என்னாவது என்று பயமாகவும் இருக்கும்.

அம்மா கடலுக்குள் திரும்பிப் போகின்ற நாளில் நிச்சயம் அய்யாவைக் கூட்டிக்கொண்டு போக மாட்டாள். அவளுக்கு அய்யாவைப் பிடிப்ப தேயில்லை. நிறைய நாட்கள் இருவரும் சண்டை போடுவதைக் கேட்டபடியே செல்வி படுத்துக்கிடந்திருக்கிறாள். அப்போதெல்லாம் அய்யா ஏன் இப்படிக் கத்துகிறார் என்று தோன்றும். அய்யா ஆத்திரமான நேரங்களில் அம்மாவின் தலைமயிரைப் பிடித்து இழுத்து செவுளோடு அடிக்கவும் செய்வார். அம்மா ஓங்காரமெடுத்து அழுவாள். ஆனால் அம்மாவின் அழுகை சில நிமிடங்களில் தானே நின்று போய்விடும் என்று அவளுக்குத் தெரியும். அடிவாங்கிய நாட்களில் அம்மா சாப்பிடாமல் சுருண்டு படுத்துக்கொள்வாள். அதுபோன்ற நாட்களில் அம்மா எப்போது தூங்கினாள் என்று யாருக்கும் தெரியாது. விடிவதற் குள் அவளாகவே கண்ணாடிப் பெட்டிக்குள் கடற்கன்னியின் உடையை மாட்டிக்கொண்டு படுத்துக்கொண்டு பூட்டிக் கொண்டுவிடுவாள். அது அவளது கூண்டு போலும். அய்யா கண்ணாடிக்கு வெளியே நின்று கத்துவார். அவள் கண்களை இமைக்காமல் அவரையே பார்த்துக்கொண்டிருப்பாள்.

அதுபோன்ற நேரங்களில் அம்மாவைப் பார்க்க ரொம்ப பயமாக இருக்கும். அதிலும் அம்மாவின் கண்கள் உறைந்து போய் முகம் அசைவில்லாமல் அவள் செத்துப்போய்விட்டாளோ எனும்படியாக இறுகிப்போயிருக்கும். அய்யா அவளை “பைத்தியக்கார முண்டை ஏன்டி என்னை சாகடிக்கிறே வெளியே வந்து தொலை” என்று வசையிடும்போது நிஜமாகவே அம்மாவிற்குப் பைத்தியமோ என்று தோன்றும்.

செல்விக்கு பைத்தியங்களிடம் பயமேயிருப்பதில்லை. அவள் திருவிழாவில் நிறைய பைத்தியங்களைக் கண்டிருக்கிறாள். சில பைத்தியங்களோடு ரகசியமாக அருகில் உட்கார்ந்து பேசியிருக்கிறாள். ஆனால் அதைப்பற்றி அம்மாவிடம் எதுவும்

சொன்னதில்லை. சக்கரக்கோட்டைத் திருவிழாவின் போது ஒரு செம்பட்டை மயிர் கொண்ட பைத்தியத்தைப் பார்த்தாள். வைக்கோல் பொம்மை போன்ற குள்ளமான உருவம். கிழிந்துபோன பேண்ட் அணிந்திருந்தான். நெளிந்து போன பாத்திரம் போன்ற தலை. புண்ணாகிப்போயிருந்த பெரிய உதடுகள். வாயில் எச்சில் ஒழுகிக்கொண்டிருந்தது. ஆளைப் பார்த்தால் சிறுவனா அல்லது பெரிய ஆளா என்று பிரித்துச் சொல்ல முடியாதபடி தோற்றமிருந்தது. கைவிரல்கள் இடைவிடாமல் நடுங்கிக் கொண்டிருந்தன. முன்பற்கள் உடைந்து போயிருந்த அவன், தனக்குத் தானே எதையோ முனங்கிக்கொண்டிருந்தான். செல்வி அருகில் உட்கார்ந்து அவனையே பார்த்துக்கொண்டிருந்தாள்.

அந்தச் செம்பட்டை அவளிடம் “கெபேகெபேகெபே” என்றான். அவள் உடனே “பகேபக்கே” என்றாள். அவன் உற்சாகமாகி “பகே கபே பகே பக்கே கெபே கெக்கே” என்று வாய் ஓயாமல் சொல்லிக் கொண்டேயிருந்தான். அவளும் இடைவிடாமல் “பகே கபே கேபே பக்கே” என்று உளறினாள். அவன் உதட்டில் விரலை வைத்து ஒரே சப்தத்தை இடைவிடாமல் செய்யத் துவங்கினான். அவளால் சிரிப்பை அடக்கவே முடியவில்லை. அவள் சிரிப்பதையே பார்த்துக் கொண்டிருந்த செம்பட்டை உற்சாகத்தில் கைத்தட்டினான். அவன் வாயில் இருந்து வடிந்த எச்சிலைத் துடைக்கவேயில்லை. மஞ் சளான பற்களைக் காட்டியபடியே இளித்தான்.

பிறகு காலடியில் இருந்த மண்ணைத் தெள்ளி நல்ல மிருதுவான மணலாகக் கையில் தட்டி அப்படியே வாயில் போட்டுக்கொண்டான். புழுதி படிந்த கையைக் காட்டி உனக்கும் வேணுமா என்று கேட்டான். அவள் ‘ச்சீ வேண்டாம்’ என்று தலையாட்டினாள். செம்பட்டை நாக்கைச் சப்புக் கொட்டியபடியே நல்லா இனிச்சிக்கிடக்கு என்று உதட்டை நாவால் தடவி இழுத்தபடியே “உங்க வீடு எங்கே இருக்கு” என்று கேட்டான்.

அவள் “கடலுக்கு உள்ளே இருக்கு” என்று சொன்னாள். அப்படியா என்பது போலத் தலையாட்டிக்கொண்டான்.

“நீ யார்கிட்டயும் சொல்லமாட்டேன்னா ஒரு உண்மையைச் சொல்றேன். நான் ஒரு கடல்கன்னி. கொஞ்ச நாள் கழிச்சி கடலுக்குள்ளே போயிருவேன்” என்றாள் செல்வி.

“நீ யார்கிட்டயும் சொல்லமாட்டேன்னா நானும் ஒரு உண்மையைச் சொல்றேன். நிஜமா நானும் ஒரு கடல்கன்னி. கொஞ்ச நாள் கழிச்சி கடலுக்குள்ளே திரும்பிப் போயிடுவேன்” என்றான் செம்பட்டை.

அவள் அதைக்கேட்டுக் கைதட்டிச் சிரித்தபடியே "அய்யய்யோ. நீ ஆம்பளை. கடல்கன்னின்னா பொம்பளை" என்றாள்.

அவன் உடனே "அப்போ நான் கடற்கண்ணன்" என்றான்.

"அப்படி யாருமே உலகத்தில கிடையாது. நீ பொய் சொல்றே" என்றாள் செல்வி.

அவன் அது புரியாமல் "போடி... கடற்கன்னிங்கிறது பொம்பளையில்லை. அது ஒரு பூதம்" என்றான்.

அவள் கோபத்துடன் "போடா லூசு. அது எங்க அம்மா" என்றாள்.

உடனே செம்பட்டை கைகொட்டியபடியே "அப்போ உங்க அம்மா ஒரு லூசு" என்றான்.

செல்விக்கு ஆத்திரமாக வந்தது.

"நீதான்டா லூசு. உன் பல்லைப் பாத்தாலே தெரியுது" என்று வக்கணை காட்டினாள்.

அவனும் அதுபோலச் செய்ய முயன்று தோற்றுப்போய் "உன் தலைமுடி அழகா இருக்கு" என்றான்.

அவள் பெருமிதமாக "நான்தான் இந்த ஊர்லயே அழகி" என்றாள்.

செம்பட்டை அவளிடம் "நீ யாரையாவது கடிச்சி வச்சிருக்கியா" என்று கேட்டான்.

அவள் "நான் என்ன நாயா, கடிச்சி வைக்குறதுக்கு. நான் யாரையும் கடிக்க மாட்டேன்" என்றாள்.

அவன் பெருமையாக "நான் கடிச்சி வச்சிருக்கேன். ஒரு ஆளை கையில கடிச்சி வச்சிட்டேன். அழுதுகிட்டே ஓடுனான். அப்போ ஒரு குசு போட்டுட்டான்.

செல்வி அதைக் கேட்டுச் சிரித்தாள். செம்பட்டை அவள் வாயைப் பொத்தி கோபமாக "எதுக்குடி சிரிக்கே" என்றான்.

"அது என் இஷ்டம் உனக்கென்ன" என்று கோபப்பட்டாள்.

செம்பட்டை அவளைத் தொட்டுப் பார்த்தபடியே "நீ கடலுக்குள்ளே போயிட்டு வெளியே வரும்போது ஒரு கடல்குச்சி கொண்டுட்டு வா. சிலேட்டில் எச்சிவச்சி அழிச்சி எழுதினா நல்லா இருக்கும்" என்றான்.

அவள் தலையாட்டிக்கொண்டாள். அவன் தனது கிழிந்துபோன டவுசரில் இருந்து ஒரு நத்தையை வெளியே எடுத்து அவளிடம் தந்து "இவன் தூங்கிட்டு இருக்கான். எந்திரிச்ச உடனே அவன் வீட்டில் கொண்டுபோய் விட்டுறணும். அதுக்காதான் உட்கார்ந்திருக் கேன்" என்றான்.

செல்வி சிரித்தபடியே "இது நத்தை. இது எந்திரிக்கவே செய்யாது. நாலு நாளைக்குத் தூங்கிட்டு இருக்கும்" என்றாள்.

செம்பட்டை அவளை முறைத்தபடியே "நத்தையில்லை இவன் பேரு ஒண்டி" என்றான்.

அவள் "உனக்கு நத்தை எப்படிக் கிடைச்சது" என்று கேட்டாள்.

செம்பட்டை பெருமையோடு "எங்க வீட்டுக்குப் போற வழியில் பார்த்தேன். இவனாத்தான் என்னைக் கூப்பிட்டுப் பேசினான். என்னடா வேணும்னு கேட்டேன். வீட்டுக்குப் போற வழி தெரியலை. இந்த பக்கம் வந்துட்டேன் பயமா இருக்குனு சொன்னான்...

"உன் பேரு என்னடானு கேட்டேன். ஒண்டினு சொன்னான். அவனை நான் வழிகாட்டித் தர்றேனு பைக்குள்ளே தூக்கிப் போட்டுக் கொண்டுட்டு வந்துட்டேன். ஆனா இவன் பாதியில் தூங்கிட்டான். எழுப்புனா எந்திரிக்க மாட்டேங்கான். இவனை எப்படி எழுப்புறது" என்று கேட்டான்.

அவள் நத்தையைப் பார்த்தபடியே இருந்தாள். அவளது வலது கையை நீட்டச்சொல்லி அதில் உறங்கும் நத்தையை வைத்த செம்பட்டை "இவனை எப்படியாவது எழுப்பிவிடு" என்றான்.

அதைக் கேட்ட செல்வி "டேய் ஒண்டி எந்திரிடா" என்று நத்தையை அதட்டி எழுப்ப முயன்றாள்.

நத்தையிடம் சலனமேயில்லை. எங்கோ கொட்டுக்காரர்களின் வருகையும் நாதஸ்வர சப்தமும் கேட்டது. மறுநிமிசம் அவளோடு பேசிக்கொண்டிருந்த செம்பட்டை படுவேகமாக அதை நோக்கி ஓடத்துவங்கினான். அவள் கையில் நத்தையை வைத்து கொண்டு என்ன செய்வது என்று தெரியாமல் பார்த்தபடியே இருந்தாள். எப்படி நத்தையை எழுப்புவது என்று அவளுக்கும் தெரியவில்லை.

"டேய் ஒண்டி எப்படா எந்திரிப்பே" என்று கேட்டாள். நத்தையிடம் சலனமேயில்லை. நத்தையைத் தூக்கத்திலிருந்து எப்படி எழுப்புவது என்று யாரிடமாவது கேட்கலாம் என்றபடியே அவள் திருவிழாவை நோக்கி நடந்து போனாள்.

தேர்முட்டி அருகே பாட்டிலில் சாக்ரீனை தண்ணீரில் கலந்து கலர் சர்பத் என்று கூவிக் கூவி இரண்டு சிறுவர்கள் விற்றுக்கொண்டிருந்தார்கள். அவர்கள் முன்பாகப் போய் உட்கார்ந்துகொண்டு கலர் சர்பத் பாட்டிலையே செல்வி பார்த்துக்கொண்டிருந்தாள்.

"குடிக்கியா ஒரு பாட்டில் பத்துப் பைசாதான்" என்று சிறுவன் கேட்டான்.

அவள் தன்னிடம் காசில்லை என்று சொன்னாள். உடனே மற்றவன் வாயைத் திற என்று ஒரு மூடி ஊற்றிவிட்டான். அது உதடுவழியாக வழிந்து தாடைக்குக் கீழே போனது. "எப்படியிருந்துச்சி" என்று கேட்டான். அவள் "வாய்ல வைக்க முடியல. கழுதை மூத்திரம் மாதிரி இருக்கு" என்று சொன்னாள்.

சிறுவன் ஆத்திரத்துடன் "போடி. எச்சிக்கலை நாயி. ஓசிக்குக் குடிச்சிட்டு என்ன பேச்சு பேசுறா என்று அவளைத் தள்ளிவிட்டான். அவள் தன் கையில் வைத்திருந்த நத்தையோடு கூட்டத்திற்குள்ளாகவே சுற்றினாள். இரவாகி திருவிழா முடியப் போகும் நேரத்திலும் கூட அது எழுந்துகொள்ளவேயில்லை.

எதற்காக நத்தை இவ்வளவு நேரம் தூங்குகிறது. திருவிழாவில் இவ்வளவு கொண்டாட்டங்கள், வேடிக்கைகள் நடக்கும் போது அதை எல்லாம் கவனிக்காமல் எதற்கு இப்படிப் படுத்தே கிடக்கிறது என்று செல்விக்கு எரிச்சலாக வந்தது.

"ஏய் ஒண்டி எவ்வளவு நேரம்டா உன்னை எழுப்புறது. தூங்குனது போதும் எந்திரிடா" என்று கத்தினாள். நத்தையிடம் சலனமேயில்லை. அவள் நத்தையுடன் பேசியபடியே விசிறி விற்பவன் அருகில் உட்கார்ந்து கொண்டாள். அருகில் இருந்த துருப்பிடித்த தாடியுள்ள பிச்சைக்காரன் ஒருவன் பல்லை இளித்தபடியே "என்ன பாப்பா செய்றே" என்று கேட்டான்.

"இவன் தூங்கிட்டு இருக்கான். எந்திரிக்கவே மாட்டேங்கிறான்" என்று நத்தையைக் காட்டிச் சொன்னாள்.

"அப்படியா, எங்கே என் கைல குடு பாப்போம்" என்று வாங்கிக் கொண்டு "ஆமாம். தம்பிப்பய தூங்கிட்டுதான் இருக்காப்லே" என்றபடியே "அவனை எழுப்பிவிட்டா எனக்கு என்ன குடுப்பே?" என்று கேட்டான்.

அவள் தயங்கியபடியே "உன்னாலே இவனை எழுப்ப முடியுமா?" என்று கேட்டாள். அவன் தலையாட்டியபடியே, "நீ

அந்த கடல்கன்னி ஷோ நடத்துற அழகர் மகதானே" என்றான். ஆமாமெனத் தலையசைத் தாள்.

"நீ என்ன செய்றே, உங்க கல்லாப்பெட்டியில் இருந்து நைசா ஒரு எட்டணாவை எடுத்துட்டு வந்து என்கிட்டே குடு. இவனை நான் முழிக்க வச்சிக்காட்டுறேன்."

அவள் ஒரு நிமிடம் யோசித்தாள். பிறகு இவனை "நீ பத்திரமா வச்சிரு. வந்துர்றேன்" என்று வேகமாக ஷோ நடக்குமிடத்தை நோக்கி ஓடினாள்.

அன்றைக்கு ஷோவிற்கு நிறைய கூட்டம். அவள் உள்ளே போனபோது அய்யா கையில் மைக்கை வைத்துக்கொண்டு வேகமாக பேசிக் கொண்டிருந்தார். பின்வாசல் வழியாக உள்ளே போய் அய்யாவின் தகரப்பெட்டியை நைசாகத் திறந்து பார்த்தாள். அதற்குள் சில்லறைக் காசுகளை அய்யா போடுவதைப் பார்த்திருக்கிறாள். கையை விட்டுத் துழாவினாள். ஏதோவொரு காசு அகப்பட்டது. மறுநிமிடம் யாரும் பார்த்துவிடக்கூடாது என்று காசை வாயில் போட்டு ஒதுக்கிக்கொண்டு ஓடினாள். பிச்சைக்காரன் அவள் வருவதைப் பார்த்தவுடன் நத்தையை எழுப்புவது போல பாசாங்கு செய்தான்.

அவள் ஓடிவந்த பெருமூச்சு வாங்க "ஒண்டி எந்திரிச்சிட்டானா?" என்று கேட்டாள். "அவன் இப்போதான் முழிச்சி உன்னைய எங்கேனு கேட்டான். இந்தா வந்துருவானு சொன்னேன். அதுக்குள்ளே குட்டித் தூக்கம் போட ஆரம்பிச்சிட்டான். காசு கொண்டுவந்திருக்கியா" என்று கேட்டான்.

அவள் பல் இடுக்கில் கடித்தபடியே காசை காட்டினாள். "இந்தா காசு." பிச்சைக்காரன் எரிச்சல்பட்டபடியே, "உன்னையே எட்டணாதானே கொண்டுட்டு வரச்சொன்னேன். இது நாலணா. யாருக்கு வேணும். என்னாலே இவனை எழுப்ப முடியாது. இந்தா நீயே தூக்கிட்டுப் போ" என்றான்.

அவள் புரியாமல் "இதை வச்சிக்கோ. பிறகு எட்டணா தர்றேன்" என்று நீட்டியபடியே "முதலில் இவனை எழுப்பிவிடு" என்றாள்.

அவளிடமிருந்து நாலணாவைப் பிடுங்கினான் பிச்சைக்காரன். பிறகு அவளை முறைத்தபடியே "போடி லூசு" என்று சொல்லி பல்லை நரநரவெனக் கடித்தான். அவள் பயத்துடன் "என் ஒண்டியைக் குடுத்திரு" என்று கத்தினாள். அவன் அதை உடைக்கப் போவதைப் போல ஓங்கி அடித்தான். செல்வி கத்திக் கூப்பாடு போட்டாள்.

எஸ்.ராமகிருஷ்ணன்

விசிறிக்கடைக்காரன் அந்த சப்தம் கேட்டு "என்னடா செஞ்சே" என்று பிச்சைக்காரனைத் திட்டினான். ஆட்கள் வந்துவிடப்போகிறார்கள் என்று பயந்த பிச்சைக்காரன் அங்கிருந்து நழுவிக் கூட்டத்திற்குள் போனபடியே அவளை பார்த்து "உன்னை ஒருநாள் தூக்கிட்டு போய் கண்ணை நோண்டி பிச்சைக்காரியா அலையவிடப்போறேன் பாரு" என்றான். செல்வி அழுதபடியே நத்தையைக் கையில் தூக்கி கொண்டு அவர்கள் ஷோ நடக்கும் இடத்திற்குப் போனாள். அவளால் பேசவே முடியவில்லை.

"என்னடி நடந்துச்சி" என்று அழகர் கோபமாகக் கேட்டான். "பிச்சைக் காரன் என்னை அடிச்சிட்டான்" என்று சொன்னாள். "நீ எதுக்கு பிச்சைக்காரன்கிட்டே போறே" என்று அவளுக்கு செவுளோடு ஒரு அறை விழுந்தது. அத்துடன் "இது என்ன கையில்" என்று கோபமாகக் கேட்டான். அவள் நடுங்கியபடியே "ஓண்டி" என்று சொன்னாள். அதைப் பிடுங்கி இருட்டில் தூக்கி வீசி எறிந்தார். அன்றிரவு எல்லாம் அந்த "ஓண்டி" வீட்டிற்குப் போயிருக்குமா என்று தெரியாமல் அதே யோசனையோடு இருந்தாள். ஏன் யாருக்குமே நத்தையை எழுப்பத் தெரியவில்லை என்பதுதான் நெடுநாட்களாக அவளுக்குக் குழப்பமாக இருந்தது.

*

ரயில் வருவதற்கான மணி அடித்தது. ஆனாலும் அங்கிருந்த எவரும் பரபரப்புக் கொள்ளவேயில்லை. ரயிலைக் கண்ணால் பார்க்காமல் நம்பமுடியாது என்றவர்களைப் போலவே தொலைவை வெறித்துப் பார்த்தபடியே நின்றிருந்தார்கள்.

செல்விமட்டும் தண்டவாளத்தில் ரயில் வருகிறதா என்று கைகளைக் குவித்துப் பார்த்துக்கொண்டிருந்தாள். பிறகு ஓடி அங்கிருந்த தந்தி கம்பத்தில் காதை வைத்து ரயில் வருகிறதா என்று சப்தம் கேட்டு பார்த்தாள். பின்பு அவளாகவே ரயில் வரவில்லை என்று ஏமாற்ற மடைந்தவளைப் போலச் சொல்லியபடியே தன் இடத்திற்குப் போய் உட்கார்ந்து கொண்டாள்.

அழகர் மகளை அருகில் அழைத்தான். அதை அவள் கண்டுகொள்ள வேயில்லை. மகள் மிகவும் மெலிந்து போயிருக்கிறாள் என்று பார்வை யிலே தெரிந்தது. அவர்களை விட்டு விலகி, காய்ந்து போன தண்ணீர்த் தொட்டி அருகே குடையோடு ஒரு வயதானவர் நின்றுகொண்டிருந்தார். அவரது காலடியில் நாலைந்து கருப்பட்டி சிப்பங்கள் இருந்தன. வெயிலில் கருப்பட்டி இளகிய மணம் வழிந்து கொண்டிருப்பதை அழகர் உணர்ந்தான். அவனது

இடப்புற கிராதி மீது உட்கார்ந்தபடியே காகம் ஒன்று அவர்களை வெறித்துப் பார்த்துக்கொண்டிருந்தது.

அழகருக்கு எரிச்சலாக வந்தது. ரெண்டு மைல் நடந்து போயிருந்தால் முக்கு ரோட்டில் போய் பஸ்ஸை பிடித்துப் போயிருக்கலாம். எதற்கு இந்த வீண் வேலை. அவனால் நிலைகொள்ள முடியவில்லை. எதை எதையோ யோசித்துக்கொண்டிருந்தான். ரயிலுக்காகக் காத்திருப்பது எரிச்சல் ஊட்டக்கூடியதாகவிருந்தது. வெயிலை மறந்து சின்னராணியும் மகளும் தட்டாங்கல் விளையாடிக்கொண்டிருந்தார்கள். எவ்வளவு வயதான போதும் பெண்களுக்குள் ஒரு சிறுமியிருக்கவே செய்கிறாள் போலும். அச்சிறுமி எப்போதாவது விழித்துக் கொண்டுவிடுகிறாள். பிறகு விளையாட்டு வேடிக்கை தானே கூடிவிடுகிறது.

அங்குமிங்கும் நடந்தபடியே காத்திருந்த பயணிகளின் முகங்களை ஏறிட்டான் அழகர். யாவர் முகத்திலும் வேப்பம்பிசின் போல வெயில் பிசுபிசுப்பாக வழிந்திருந்தது. தன் தலையின் மீதும் வெயில் வழிந்து சுடுகின்றது என்று தெரிந்தபோதும் அவன் நிழல் தேடிப் போகவேயில்லை.

நரைத்த தாடி கொண்ட ரயில் நிலைய டிக்கெட் விற்பனையாளர் ஜோசப் தன் அறையில் இருந்து ஒரு அலுமினியக் குவளையில் தண்ணீர் கொண்டுவந்து முகத்தை நன்றாகக் கழுவிக் கொண்டிருந்தார். பூமியில் சிந்திய தண்ணீரை மண் நிமிடத்தில் உறிஞ்சிக் குடித்து மறையச் செய்தது. நீர்ச் சுவடேயில்லை. அவரது முகம் வெக்கை தாங்காமல் எரிந்து கொண்டிருந்தது போலும். ஈரமான கண்களை அவர் துடைக்கவேயில்லை. தாடியில் நீர்த்துளிகள் ஒட்டிக்கொண்டிருந்தன. அவரது பருத்த உதடுகள் எதையோ தனக்குத்தானே முணுமுணுத்துக் கொண்டன. இதுபோன்ற ஊர்களில் பணியாற்றுவது தண்டனைதான் போலும். அந்த மனிதர் ஆறு வருசங்களுக்கும் மேலாக ஆத்திகுளம் ரயில் நிலையத்தில் இருக்கிறார். ஒருபோதும் அவர் சிரித்து யாரும் பார்த்ததேயில்லை. அவர் அசைவற்றிருக்கும் மரத்தடியைப் பார்த்தபடியே இருந்தார்.

சில மாதங்களுக்கு முன்பு அந்த மரத்தடியில் ஒரு மனிதன் இறந்து போய்க்கிடந்தான். அவன் எங்கிருந்து வந்தான். எதற்காக இங்கே வந்து இறந்துகிடந்தான் என்று எந்த விபரமும் தெரியவில்லை.

ஆனால் அவனது இறப்பு அந்த ரயில் நிலையத்தின் இயல்பை துளிக்கூட மாற்றிவிடவேயில்லை. அவனது வாய்

எஸ்.ராமகிருஷ்ணன் ❖ 57

கிழிந்துபோயிருந்தது. யாருடனாவது சண்டையிட்டிருக்கவேண்டும். கால் பெருவிரலை விட அடுத்த விரல் நீளமாக இருந்தது. அழுக்கடைந்து ரத்தக்கறை காய்ந்துபோன வேஷ்டி கட்டியிருந்தான். வெளிர் மஞ்சள் நிறச் சட்டை. கைகள் பாதி சுருட்டிவிட்டிருந்தான்.

அவனது உடல் மெலிவாக இருந்தது. அடிவயிற்றில் தேமல் போலப் படர்ந்திருந்தது. ரயில் நிலையத்திற்குத் தண்ணீர் கொண்டுவரும் பெண் அந்த ஆள் இரண்டு நாட்களின் முன்பாக தனது ஊரில் உள்ள பிள்ளையார் கோவில் திண்ணையில் படுத்துக்கிடந்ததைக் கண்டதாகச் சொன்னாள். அந்த உடலை யாரும் புரட்டி முழுவதுமாக பார்க்கவில்லை. மாலையில் அருப்புக்கோட்டையில் இருந்து வந்து சேர்ந்த காவலர்கள் அவனது உடலை ஒரு ஓலைப்பாயில் சுருட்டி பாஸஞ்சர் ரயிலில் கொண்டுபோனார்கள். ஆத்திகுளம் ரயில் நிலையம் எந்த மனிதனின் சாவாலும் தன் இயல்பை மாற்றிக்கொள்ள போவதில்லை என்று ஜோசப்பிற்குத் தோணியது. அவர் ரயிலுக்காகக் காத்திருந்த பயணிகளைக் கண்களால் நோட்டமிட்டபடியே இந்த ரயில் நிலையம் காய்ந்துபோன நத்தைக்கூடு போல வெறுமையைத் தனக்குள்ளாக நிரப்பிக்கொண்டிருந்தது என்று தனக்குத்தானே சொல்லியபடியே தன் அறைக்குள்ளாக மறுபடி சென்றார்.

அழகர் மனைவி மகளுடன் ரயில் நெருங்கிவரக் காத்துக் கொண்டேயிருந்தான். நீண்ட நேரத்தின் பிறகு கரிப்புகை வானில் பரவத் தூரத்திலிருந்து பாஸஞ்சர் ரயில் வந்துசேர்ந்தது. செல்வி ஆசையோடு ரயிலை நோக்கி ஓடினாள். சின்னராணி தன் கையில் ஒரு பெட்டியைத் தூக்கிக்கொண்டாள். அழகர் கடற்கன்னியின் உடைகள் மற்றும் கூடாரம் போடுவதற்கான துணிகளை கொண்ட மரப்பெட்டி, சிவப்புத் துணிப்பையைத் தூக்கிக்கொண்டு ரயிலை நோக்கி நடந்து போக ஆரம்பித்தான். ரயில் சீற்றத்துடன் பெருமூச்சிட்டபடியே நின்றுகொண்டிருந்தது. ரோகிகள் மெதுவாக ரயிலேறிக்கொண்டிருந்தார்கள்.

இரண்டே பயணிகள் ரயிலை விட்டு இறங்கினார்கள். பெரும் பான்மை பெட்டிகள் காலியாக இருந்தன. ஒரு பெட்டியில் ஏறி சின்னராணியும் செல்வியும் உட்கார்ந்து கொண்டார்கள். அழகர் ரயிலினுள் ஏறி நின்றபடியே ஏதாவது விட்டுவந்துவிட்டோமா எனத் திரும்பிப் பார்த்தான். அதே நரைத்த தாடி உள்ள ஜோசப் இப்போதும் முகம் கழுவிக்கொண்டிருந்தார். ரயில் மிக மெதுவாகக் கிளம்பியது. செல்வி ஜன்னலைப் பிடித்தபடியே வெளியே எட்டிப் பார்த்துக் கொண்டிருந்தாள். ரயில் வளைந்து திரும்பும்போது

அழகர் ஆத்திகுளம் ஸ்டேஷனை ஏறிட்டுப் பார்த்தான். யாராலும் தீர்க்க முடியாத தனிமையில் ஊறிக்கிடப்பது போல அது அலாதியாக நின்று கொண்டிருந்தது.

கரும்புகை காற்றில் கலைந்து போக ரயில் முன்னோடிக் கொண்டிருந்தது. செல்வி ஓடும் மரங்களைக் கண்டபடியே கத்திக்கொண்டிருந்தாள். சின்னராணி காலியாக இருந்த பெஞ்சில் படுத்துக்கொண்டாள். வெம்பரப்பின் ஊடாக ரயில் போய்க் கொண்டிருந்தது. அன்றிலிருந்து இரண்டு நாட்கள் கழித்துத் துவங்கப் போகின்ற தெக்கோடு மாதா திருவிழாவிற்கு ரோகம் தீர்க்கப் போய்க்கொண்டிருந்த நாலைந்து பயணிகள் அதே பெட்டியினுள் இருந்தார்கள். அவர்கள் கண்களும் வெயிலைத் தின்றபடியே வெளியே பார்த்துக்கொண்டுதானிருந்தன. அடிபட்ட மிருகம் ஒன்று வலியோடு காலை இழுத்து இழுத்துச் செல்வது போல முனங்கியபடியே நீண்ட பகலிற்குள் சென்று கொண்டிருந்தது ரயில்.

எஸ்.ராமகிருஷ்ணன் ❖ 59

அத்யாயம்

02

1873

கல்கத்தா கிரேட் ஹவுஸ்

கிழக்கு வங்காளத்தில் உள்ள பெர்காம்பூரில் மருத்துவப் பணிக்காக இரண்டு ஆண்டுக்காலம் சேவையாற்றிவிட்டு 1873 ஆம் ஆண்டு மார்ச் 3 ஆம் தேதி தெக்கோட்டிற்குப் பணிமாற்றம் பெற்ற கிறிஸ்துவ மிஷனரியைச் சார்ந்த பெண் மருத்துவரான ஏலன் பவர் தனது ஞானத்தந்தையான பாதிரி லகோம்பை கல்கத்தாவில் உள்ள கிரேட் ஹவுசில் சந்தித்துப் பேசியதன் முதல்குறிப்பு.

*

"என் அன்பிற்கும் மரியாதைக்கும் உரிய ஞானத் தந்தையே.

நோய்மை என்பது கடவுள் மனிதனுக்குத் தரும் தண்டனை என்று நீங்கள் நம்புகிறீர்களா. உங்கள் மனசாட்சியைத் தொட்டுச் சொல்லுங்கள்" என்றாள் ஏலன்.

அப்போது தனது தோட்டத்து வீட்டின் பசுமையான புல் தரையில் போடப்பட்டிருந்த மர நாற்காலியில் அமர்ந்தபடியே இங்கிலாந்தில் இருந்து வந்திருந்த கடிதங்களையும் திருத்தப்பட்ட ஆண்டு அறிக் கையின் படிவங்களையும் சரி பார்த்தபடியே சூடான

கடுங்காப்பியை அருந்தியபடியே பாதிரி லகோம்பே மெல்லிய புன்னகையோடு சொன்னார், "நோய்மை நிச்சயம் கடவுள் தரும் தண்டனையில்லை. ஆனால் கடவுள் பற்றி சிந்திப்பதற்கான முதல் வழிகாட்டுதல் என்று எடுத்துக் கொள்ளலாம்தானே. மனிதர்கள் தங்கள் உடலை எப்போதுமே ஒரு இயந்திரத்தைப் போலத்தான் பயன்படுத்துகிறார்கள். அது செம்மையாக இயங்கிக்கொண்டிருக்கும் வரை அவர்கள் அதை கவனிப்பதேயில்லை. ஆனால் அதில் ஏதாவது கோளாறு என்று வந்துவிட்டால் உடனே பயம் கொண்டுவிடுகிறார்கள்.

நோய்மையின் காரணத்தை அறிவதைவிடவும் அதிலிருந்து உடனே மீளவேண்டும் என்பதிலேதான் பொது நாட்டமிருக்கிறது. நோய் உண்மையில் ஒரு விசாரணை. உடல் எப்படி இயங்குகிறது. எது அதன் ஆதாரம் என்ற கேள்விக்கான விசாரணை. உடலை அறிவது தான் மனிதனின் முதல் தேடல். நாமோ அதை ஒரு தண்டனையாகக் கருதுகிறோம்.

நோய் ஒரு நல்ல ஆசான். அது மனிதனுக்கு வேறு எவர் கற்றுத் தந்ததையும்விட அதிகம் கற்றுத் தந்திருக்கிறது. ஒவ்வொரு மனிதனும் நோயிடமிருந்து நிறைய கற்றுக்கொள்கிறான். அப்போது தான் அவனுக்கு உடலின் அமைப்பும் நுணக்கமும், விசித்திரங்களும் புரியத் துவங்குகிறது. ஆனால் நோய்மையிலிருந்து விலகியதும் அந்தப் பாடங்களை மறந்துவிடுகிறான். அதை நினைவுபடுத்தவும், உடல் வெறும் எந்திரமில்லை; அது ஒரு ஆத்மாவின் கூடு என்று அடையாளம் காட்டவும் மதம் தேவைப்படுகிறது. அதைத்தான் உலகின் சகல மதங்களும் செய்துகொண்டிருக்கின்றன. மதம் என்பது நம்பிக்கையை உருவாக்கும் ஒரு மையம், அது மனிதனை துயரத்தால் விழுந்து விடாதபடியே தூக்கிப் பிடித்துக்கொண்டிருக்கிறது. ஒருவேளை மதம் என்ற அமைப்பே இல்லாமல் போயிருந்தால் மனிதன் மிருக நிலைக்குத்தான் போயிருப்பான்" என்றார்.

லகோம்பேயின் சாதுர்யமான பேச்சை ரசித்தபடியே தனது கோபத்தை அடக்கிக்கொண்ட ஏலன் சொன்னாள்,

"நீங்கள் ஒரு மதபோதகராகப் பேசுகிறீர்கள். நானோ ஒரு மருத்துவ ராகப் பேசுகிறேன். உண்மையில் மருத்துவத்தின் முதல் எதிரி மதம்தான். மதத்தின் பெயரால்தான் எல்லா நோய்மைகளும் அடை யாளப்படுத்தப்படுகின்றன. நோயைச் சொல்லித்தான் மனிதர்களை மதம் தன்வசம் இழுக்கிறது. இந்த பயத்தால்தான் அவர்கள் கடவுளை வணங்குகிறார்கள்.

தந்தையே நோய்மையுறுவதைப் பாவம் என்று அடையாளப் படுத்தியது மதம்தானே. இதில் பாவ புண்ணியத்திற்கு என்ன இடமிருக்கிறது. சாத்தான் நோயை உருவாக்குகிறான் என்கிறது நமது மதம். வாதையின் கடவுள் நோயை உருவாக்குகிறது என்கிறது இந்து மதம். தீவினை நோய்மை தருகிறது என்கிறது யூதம். இப்படி நோய்மையின் மீது நன்மை தீமைகளைத் திணித்தது மதம்தானே? அதை ஏன் மருத்துவக் கல்லூரிகள் விவாதிக்க மறுக்கின்றன. மருத்துவர்கள் அப்படியே ஏற்றுக்கொள்கிறார்கள். மருத்துவரும் உபதேசியாரும் ஒருவரில்லையே. ஆனால் இருவரும் ஒரே பணியைச் செய்வதைப் போல ஏன் தோற்றம் உருவாகிறது.

நோய்மையை அகற்றுவதைவிடவும் அதை மதத்தோடு ஒன்று சேர்ப்பதிலிருந்து மனிதர்களை விடுவிப்பதே முக்கியமாக இருக்கிறது. மதம் நோய்மையைத் தனது வலிய அஸ்திரமாகப் பயன்படுத்திக் கொள்கிறது. நோயின் நிறமாகக் கறுப்பை அடையாளப்படுத்தியது மதம்தான்."

அதைக் கேட்டு பாதிரி லகோம்பே பலமாகச் சிரித்தபடியே "இந்தியா உன்னை இரண்டு ஆண்டுகளுக்குள் நன்றாக மாற்றி வைத்திருக்கிறது. நீ வெறும் மருத்துவரில்லை. மத சேவகம் செய்ய வந்த மருத்துவர். நான் சொற்களால் ஆத்மாவை குணப்படுத்துவது போல நீ உன் மருத்துவத்தால் மனிதர்களை சொஸ்தப்படுத்துகிறாய். மற்றபடி நீ தரும் மருந்தல்ல நோயாளியை குணமாக்கியது. ஆண்டவரின் கிருபை மற்றும் நோயாளி உன் மீது கொண்டிருந்த நம்பிக்கை தான் அவனை நலமாக்குகிறது.

நம்பிக்கை என்பது நோயாளி உன்மீது கொள்வது மட்டுமில்லை. திருச்சபை அதைவிடப் பெரிய நம்பிக்கையை உன் மீது கொண்டிருக்கிறது. அந்த நம்பிக்கை, நீ செய்யும் ஊழியத்தால் கடைத்தேற்ற முடியாத எத்தனையோ துயருண்ட ஆன்மாக்கள் தேவனின் அனுக்கிரகம் பெற முடியும் என்பதே.

மகளே, நீ நினைப்பதுபோல மதத்தை மருத்துவத்தில் இருந்து பிரிப்பது எளிதானதில்லை. ஒருவேளை அப்படியான முயற்சிகளை யாராவது மேற்கொள்ள முயன்றால் அவன் மத துவேசியாகிவிடுவான். இதுபோன்ற சிந்தனைகளேகூட தெய்வநிந்தனைகள்தான்.

மதம் என்ற மாளிகைக்கு நான்கு தூண்கள் அடிப்படையாக இருக்கின்றன. அதில் ஒன்று நோய். மற்றது பசி. மூன்றாவது காமம். நான்காவது அதிகாரம். இந்த நான்கிலிருந்தும் உலகில் எந்த மதமும் விலக முடியாது. இந்த நான்கினையும் தனக்கு ஏற்றாற் போல

உருவகித்தும் உருமாற்றியும் கொள்கின்றன. அதை மீறும் போது தண்டனை தருவதைத் தனது கடமையாகக் கொண்டிருக்கின்றன. கடவுளுக்குக் குடும்பம் என்ற ஒன்று எதற்கு தேவை. ஆனால் எல்லா கடவுள்களும் குடும்பத்தைக் கொண்டிருக்கின்றன. தந்தை, தாய், மனைவி, சகோதரன், உறவினன் என்று கடவுளின் குடும்பம் மனிதர்களின் குடும்பத்தைப் போலவே இருக்கிறது. அது எதற்காக அப்படி உருவாக்கப்பட்டிருக்கிறது.

மனிதர்கள் தங்களைவிட உன்னதமான ஒன்றை எளிதாக ஏற்றுக் கொள்வதில்லை. அவர்களுக்கு சராசரி மனிதன் தெய்வமாவது தான் முக்கியம். அதனால்தான் தெய்வங்கள் அவதாரங்கள் கொள்கின்றன. மனிதர்களுடன் சேர்ந்து வாழ்ந்து தங்கள் இறைத்தன்மையை வெளிப்படுத்துகின்றன. உண்மையில் மனிதர்கள் தங்களுக்குள்ளே ஒரு கடவுளைத் தேடிக்கொண்டிருக்கிறார்கள். அந்த இடம் யாராலோ எப்போதாவது ஒரு முறை பூர்த்தி செய்யப்படுகிறது. மதம் உருவாகும் முன்பே கடவுளை உருவாக்கிவிட்டார்கள் என்பதை நாம் மறந்துவிட்டோம். மதம் உண்மையில் கடவுளை சுவீகரித்துக்கொண்டு தனது படையைப் போல விருப்பப்படி உருட்டி விளையாடிக் கொள்கிறது. மனிதர்கள் புராதனமான எந்த நம்பிக்கையையும் எளிதில் கைவிட்டுவிட மாட்டார்கள். அது ஒரு ஆழமான பயம். கூடவே வளரும் பயம். அப்படித்தான் கடவுளும் பயமாக அறிமுகமாகி பயமாகவே மனதில் தங்கியிருக்கிறார்.

ஏலன், கடவுளின் தேவை என்பது ஒரு மனிதன் தனது அகத்தில் உருவாக்கிக்கொள்வது. அதற்கு நிறுவனங்கள், ஊழியங்கள் தேவையில்லை. ஆனால் ஒரு மனிதன் உணரும் கடவுளை இன்னொரு மனிதன் உணர்வதில்லை. ஒரு மனிதன் கடவுளால் கொள்ளும் ஆறுதல் இன்னொருவனுக்குக் கிடைப்பதில்லை. ஆகவே தான் கடவுளை முன்னிறுத்தவும், அவரின் பெயரால் சேவைகள் செய்யவும் மதம் முயற்சி செய்கிறது.

மதம் கடவுளை மனிதனுக்கு நினைவுறுத்துகிறது. வழிகாட்டுகிறது. மனிதர்கள் இயல்பில் எதையும் மறந்துவிடக்கூடியவர்கள். அவர்களுக்கு அருகாமையில் உள்ளதைக்கூட யாரோ சுட்டிக் காட்டவும் நினைவுறுத்தவும் வேண்டியிருக்கிறது. தன் முகத்தைக் கண்ணாடியில் பார்த்துத் தெரிந்துகொள்பவன்தானே மனிதன். அவனுக்கு எப்படி அகதரிசனம் கிடைக்கக்கூடும்.

கிணற்றில் உள்ள தண்ணீரை எப்படி ஒரு வாளி அள்ளிக் கிணற்றின் மேல் உள்ள மனிதனுக்குக் கொண்டுவந்து தருகிறதோ அது போன்றதுதான் நமது பணியும். நாம் வெறும் வாளிகள்.

எஸ்.ராமகிருஷ்ணன் ❖ 63

கிணற்றில் தண்ணீர் இருந்தால் நாம் அதை மேலே கொண்டுவந்து தருவோம். கிணறு வற்றிப்போய்விட்டால் நாம் எதையும் தர இயலாது.

கிணற்றில் தண்ணீர் இல்லை என்பதற்காக உலகில் தண்ணீர் இல்லை என்று அர்த்தமில்லை, கிணறு வறண்டு கொண்டிருக்கிறது. அல்லது கிணறு சுத்தமாக இல்லை, அடைப்பு உள்ளது என்று தானே பொருள். மனிதர்களின் அகமானது அதுபோன்ற ஒரு பெருங்கிணறுதான். அதில் நாம் ஆற்றும் சேவையானது அதன் நன்மைகளை வெளிக்கொண்டுவருவது மட்டுமே.

யோசித்துப் பார். பகலில் நடப்பதற்கு வெளிச்சம் தேவைப் படுவதில்லை. இருளில் நம் பாதத்தின் முன் கிடக்கும் பெரும்பள்ளம் கூடக் கண்ணில் தெரியாது. அப்போது விளக்கில்லாமல் நடக்க முற்படுவது முட்டாள்தனம். அதுபோன்ற நேரங்களில் விளக்கின் வெளிச்சம் அவசியமானது. விளக்கு எவ்வளவு பெரியதாக இருந்தாலும் சரி, சிறியதாக இருந்தாலும் சரி வெளிச்சம் ஒன்றுதான். நீயும் நானும் செய்யும் வேலை இதுபோன்ற வெளிச்சம் காட்டுவதுதான். ”

அதைக்கேட்ட ஏலன் மௌனமாக தாமும் காபி அருந்தியபடியே பாதிரி லகோம்பையைப் பார்த்துக்கொண்டிருந்தாள். நாற்பதாண்டுக் காலம் தென்னாப்பிரிக்கா மற்றும் ஆசிய நாடுகளில் ஊழியம் செய்துவிட்டு கடந்த பதினாறு வருடமாக கல்கத்தா மிஷனின் தலைமையேற்று இருக்கும் மனிதர் என்றால் சாதாரணமல்லவே. பேச்சின் வழியே எல்லா தர்க்கங்களையும் உடைத்து எறிந்துவிடக் கூடிய நுட்பம் அவரிடமிருப்பதை முழுமையாக உணர்ந்தாள்.

பாதிரி லகோம்பே அவளிடம் அங்கிருந்த ஒரு நீல நிற மலரைச் சுட்டிக் காட்டினார். இந்தத் தோட்டத்தில் இதுபோல நிறைய செடிகள் இருக்கின்றன. ஒவ்வொன்றும் ஒருவிதமான பூவைப் பூக்கின்றது. சில பூக்கள் மணமுள்ளதாக உள்ளன. சில பூக்கள் மணமற்று உள்ளன. சில பூக்கள் அளவில் பெரியதாக உள்ளன. சில பூக்கள் இருப்பதே கண்ணில் படவில்லை. ஆனால் இந்த நீலப்பூவைப் பார். அது தன்னைக் கடந்துசெல்லும் எந்த மனிதனையும் ஒரு நிமிடம் தன்னை உற்றுப் பார்க்க வைக்கிறது.

நீயும் வந்தவுடனே அதைக் கவனித்தாய். அது எப்படிச் சாத்தியம்? இதுதான் இயற்கையின் புதிர். பூந்தோட்டத்தில் உள்ள ஏதோ ஒரு பூ மற்றப் பூக்களைவிட தான் உயர்வானது என்று எண்ணுகிறது. அதன் விசேஷத்தை அது வெளிப்படுத்துகிறது. இதைவிட உயர்வான பூ வெளியே தெரியாமல் ஒடுங்கிப்

போயிருக்கக்கூடும். ஆனால் இந்த நீலப்பூ அதைப் பற்றிக் கவலை கொள்ளவில்லை. அது தன் இருப்பை உலகறியச் செய்ய முயற்சி எடுக்கிறது. கண்ணில் பட்டு விட்ட சந்தோஷம் கொள்கிறது.

திருச்சபை ஊழியம் செய்பவர்கள் இதுபோன்ற நீல மலர்கள்தான். அவர்களைவிடவும் அதி உன்னதமானவர்கள் நிறைய இருக்கக் கூடும். ஆனால் அவைகளைவிட இவர்கள் தங்களை வெளிப்படுத்திக்கொள்வதில் முதன்மையாக இருக்கிறார்கள். நீயும் அது போன்ற ஒரு நீல மலர். இன்னும் சொல்லப்போனால் பனித்துளி படிந்த ஒரு நீல மலர். உன் தாயிடம் உள்ள அத்தனை தூய அம்சங்களும் உன்னிடம் அப்படியே உள்ளன. அது அபூர்வமானது. உன் தாயின் கண்களை நீ கொண்டிருக்கிறாய். உன் தாயைப் போலவே மன உறுதி கொண்டிருக்கிறாய். உன் தாய் கடவுளின் மீது சொல்ல வொண்ணாத பக்தி கொண்டவள்.

அவளது பிரார்த்தனையைக் கண்டிருக்கிறேன். அந்தக் கண்ணீர் உண்மையானது. கணவனைப் பறிகொடுத்துவிட்டு தாங்களே பிள்ளைகளை வளர்க்கும் பெண்களின் கண்ணீர் மற்றவர்களின் கண்ணீரைவிட அதிக வெப்பமானது. உன் தாயின் கண்ணீரும் அப்படியானதுதான். அந்தக் கண்ணீருடன் அவள் ஆண்டவரிடம் மன்றாடிக் கேட்டதெல்லாம் உன்னையும் உன் சகோதரர்களையும் உலகின் முன்னால் நல்ல ஆத்மாக்களாகக் கொண்டுவரவேண்டும் என்பதுதான்.

எனக்கு நிச்சயமாகத் தெரியும். உன் தாய் தனக்காக வேறு எதையும் கேட்டிருக்க மாட்டாள். அவளது உதடுகள் தனக்காக எதையும் யாசிக்கத் தெரியாதவை. தேவாலயத்தின் மணிகள் எப்போதும் அடுத்தவருக்காக ஒலி எழுப்பக்கூடியவை. தனது பேரோசையால் மணிக்கு ஒரு பயனும் இருக்கப்போவதில்லை. தன்னை வருத்திக் கொண்டு எவன் மற்றவர்களுக்கு அறிவிப்புத் தரும் ஓசையாக இருக்கிறானோ அவன் பாக்கியவான். உன் தாய் அது போன்றவள். அதனால்தான் நீ மருத்துவம் படிப்பதற்கு உதவி செய்ய நானே திருச்சபைக்குப் பரிந்துரை செய்தேன். உன் தாயின் கனவுகளை நீயும் மெய்யாக்கினாய்.

ஆனால் உன் மனது இந்தியாவிற்கு வந்தபிறகு காற்றில் அறுபட்ட பட்டம் போல் அலைந்துகொண்டிருக்கிறது. உண்மையைச் சொன்னால் நீ இப்போதெல்லாம் தேவாலயத்திற்குப் போய் மண்டியிட்டு பிரார்த்தனை செய்வதுகூடக் கிடையாது என்கிறார்கள். மகளே, மருத்துவராக இருப்பது புனிதமானது. ஆனால் எல்லா மருத்து வரைவிடவும் கருணையானவர் ஆண்டவர் மட்டுமே. நீ அதை ஒருபோதும் மறந்துவிடாதே" என்றார்.

ஏலன் அவர் சொன்னது அத்தனையும் உண்மை என்று ஆமோதித்த வளைப் போலவே சொன்னாள்.

“என் மனது பெர்காம்பூருக்கு வருவதற்கு முன்பாக நீங்கள் சொல்லியது போல இந்த நீலமலரைப் போலத்தானிருந்தது. ஆனால் கிழக்கு வங்காளத்தில் நான் கண்ட காட்சிகள், அங்குள்ள மனிதர்களின் நோய்மை, கடவுளிடமிருந்து என்னைச் சற்று விலக்கியே வைத்திருக்கின்றன.

உண்மையைச் சொல்வதாக இருந்தால் எனக்குக் கடவுளின் மீது கோபமாக வருகிறது. என் சிறுவயதில் இருந்து எவரை எல்லாவித மான கருணையும் அன்பும் கொண்டவராக நினைத்து பிரார்த்தனை செய்து வந்தேனோ அவரை இப்போது என்னால் ஏற்றுக்கொள்ள முடியவில்லை. கடவுளின் அன்பும் கருணையும் எளியவர்களைவிட வசதியானவர்களுக்குக் கூடுதலாகவே எப்போதும் ஏன் கிடைக்கிறது என்று யோசித்துக்கொண்டேயிருக்கிறேன்.

உங்களுக்கே தெரியும், நமது இந்த ஊழியங்களுக்காகப் பணஉதவிகள் செய்துவரும் அத்தனை பெரிய வணிகர்களும் மனசாட்சியில் லாதவர்கள். என் பாஷையில் சொல்வதானால் கிருமிகள். அந்தக் கிருமிகள் நம்மைப் பயன்படுத்திக்கொள்கிறார்கள். தேவாலயத்தில் கூட அவர்களுக்குத்தான் முக்கிய அதிகாரம் வழங்கப்படுகிறது. அவர்கள் பொய்யான சிரிப்போடு பகட்டோடு, மிதமிஞ்சிய பொய்களை உதிர்த்தபடியே நமது திருச்சபையை மாசுபடுத்துகிறார்கள். நாம் அந்தக் கசடுகளைத் துடைத்து எறியாமல் அதன் மீது சாய் மானம் கொண்டபடியே தூய்மையை, கருணையைப் பற்றிப் பேசிக் கொண்டிருக்கிறோம்.

பெர்காம்பூரின் அருகில் முஷாபுரி என்ற கிராமம் இருக்கிறது. அங்கே ஒரு வீட்டில் நோயாளியைக் காணச் சென்றிருந்தேன். அதை வீடு என்று சொல்ல முடியாது. அமெரிக்காவில் உள்ள பன்றிக்கொட்டடிகூட அதை விட சுத்தமாகவும் காற்றோட்ட மாகவும் இருக்கும். அப்படியான ஒரு குடியிருப்பு. அந்த வீட்டில் ஆண்களும் பெண்களும் குழந்தைகளுமாகப் பதினேழு பேர் இருந்தார்கள். எங்கே படுப்பார்கள், என்ன சாப்பிடுவார்கள் எதுவும் தெரியவில்லை. அதில் ஒரு பெண் வயிறு வீங்கிப் படுத்துக் கிடந்தாள். அவளை ஒரு கிழிந்த துணியில் கிடத்தியிருந்தார்கள்.

அவளுக்கு இருபத்தைந்து வயதுதானிருக்கக்கூடும். அதற்குள் ஒன்பது பிரவசங்களைத் தாண்டியிருக்கிறாள். சில குழந்தைகள் இறந்து விட்டன. இரண்டு முறை கர்ப்பம் கலைந்திருக்கிறது. அவள் கண்கள் சோர்ந்துபோய் விரல்கள் ஈரமில்லாமல்

வெளிறிப்போயிருந்தன. அவளால் வாயைத் திறந்து காட்ட முடியவில்லை. என்னோடு துணைக்கு வந்திருந்த உதவியாளர் வங்காளத்தில் அவளிடம் நாக்கினை நீட்டும்படியாகச் சொன்னாள். அந்தப் பெண்ணின் உதடுகள் உலர்ந்து ஒட்டிக்கொண்டிருந்தன. அவள் மிகுந்த பிரயாசையுடன் நாக்கினை நீட்டினாள்.

அது வெள்ளையும் மஞ்சளும் படிந்துபோயிருந்தது. அவள் என்ன சாப்பிடுகிறாள். என்ன செய்கிறது உடலுக்கு என்று எனக்குத் தெரிந்த அறைகுறை வங்காளத்தில் கேட்டேன். அவள் கணவன் ஒரு மீனவன் என்றும் அவனுக்குக் கடந்த இரண்டு மாதங்களாக ஆற்றில் மீன்பிடிப்பு முறையாகக் கிடைப்பதேயில்லை என்பதால் அதற்கு காரணம் இவளை ஒரு துர்தேவதை பற்றிக்கொண்டிருப்பது தான் என்று உள்ளூர் பூசாரி சொல்லியதாகவும் அந்தப் பெண்ணின் அருகாமையில் இருந்த வயதானவள் சொன்னாள். அதற்கு என்ன செய்தீர்கள் என்று கேட்டேன்.

அன்றிலிருந்து இவளுக்கு ஒருவேளை மட்டும் ஆகாரம் தந்து உடம்பில் துணியில்லாமல் இருட்டு அறையில் போட்டு வைத்திருந்தோம். பதினாலு நாட்கள் ஆகிவிட்டன. பதினைந்தாம் நாள் அவள் தலைமயிரில் இருந்து ஒரு கொத்தை துண்டித்து கோவில் முன் உள்ள மரத்தில் அடித்துவிட்டு. அவளுக்கு இரும்பால் சூடு போட்டிருக்கிறோம் என்றாள்.

சூடு போட்ட இடம் எங்கே தெரியுமா. அடிவயிற்றில் எந்த வயிறு அந்த மீனவனின் பிள்ளைகளைப் பெற்றுத் தந்ததோ அதே அடி வயிற்றில் பட்டையாக சூடு போட்டிருக்கிறார்கள். அது புண்ணாகி வலி தாங்கமுடியாமல் அவள் அலறியிருக்கிறாள். அப்படி அலறுவது துர்தேவதை கத்துகிறது என்று நினைத்து அவளை துடைப்பத்தைக் கொண்டு அடித்திருக்கிறார்கள். அவளால் அடிதாங்கமுடியவில்லை. வாயை மூடிக்கொண்டுவிட்டாள்.

அந்தக் காயம் உலர்ந்தவுடன் அவள் கணவனுக்கு மீன்கள் மறுபடியும் நிறைய கிடைக்கும் என்று காத்திருக்கிறார்கள். என்னால் அதை நம்ப முடியவேயில்லை. என் எதிரில் அந்தப் பெண்ணின் கணவன் நின்றுகொண்டிருந்தான். ஐம்பது வயதான தோற்றம். அவன் முகத்தில் வன்முறையின் சுவடேயில்லை. உழைத்து சலித்துப்போன உடற்கட்டு, அப்பாவியான கண்கள். அவன் உண்மையில் தன் மனைவியை ஏதோ துர்தேவதை பிடித்திருக்கிறது என்று நம்புகிறான். அந்தப் பெண் பெற்ற பிள்ளைகள் கூட தன் தாய்க்கு துர்வினைகள் பீடித்திருப்பதாகவே நம்புகிறார்கள்.

அந்த வீட்டில் உள்ள கணவனின் சகோதரர்கள், அவன் தாய் தந்தை அத்தனை பேருமே அந்தப் பெண்ணிற்கு தாங்கள் நல்லது செய்வதாகவே நினைக்கிறார்கள். அதைத்தான் என்னால் தாங்கிக்கொள்ள இயலவில்லை. யாரோ ஒரு முட்டாள் தனமான பூசாரி சொன்னதைக் கேட்டு ஒரு பெண் பட்டினி போடப்படுகிறாள். உடம்பில் துணியில் லாமல் இருட்டு அறையில் அடைக்கப்படுகிறாள். அடிவயிற்றில் போட்ட சூடு ரணமாகியிருக்கிறது. அந்த வலியை அவள் வெளிப்படுத்த முடியவில்லை. ஒருவேளை அவள் இப்படியே கைவிடப்பட்டால் செத்துப்போயிருப்பாள்.

செத்துப்போனால் அவர்களைப் பொறுத்தவரை அது மண்பாண்டம் உடைந்துபோனது போல ஒரு சம்பவம் மட்டுமே. அந்தப் பெண்ணின் காயத்தைப் பரிசோதித்து பார்த்தேன். அது புரையோடிப் போயிருந்தது. அதைக்களிம்பிட்டு ஆற்றிவிட முடியும் என்ற நம்பிக்கை வந்தது. இரண்டு வாரமாகவே அந்தப் பெண் ஒருவேளை உணவு மட்டுமே சாப்பிட்டுக்கொண்டிருக்கிறாள்.

அதிலிருந்து முதலில் அவளை மீட்கவேண்டும் என்று தோன்றியது. அவளுக்குச் சாப்பாடு கொண்டுவரும்படியாகச் சொன்னேன். யாரும் அந்தக் குரலுக்குச் செவி சாய்க்கவேயில்லை. ஆத்திரமாகி நான் கத்தியதைக் கேட்டு அந்தப் பெண்ணின் மகள் கொஞ்சம் பழங்கஞ்சி கொண்டுவந்து ஒரு தட்டில் ஊற்றி நீட்டினாள். அந்தப் பெண் அதை வாங்கிக்கொள்ளவேயில்லை.

தன்னால் கணவனின் மீன்பிடி தொழில் தடைபட்டுவிடும் என்று பயப்படுகிறாள் என்பது தெரிந்தது. ஆத்திரத்துடன் நான் அவளை பார்த்து 'நீ கஞ்சியைக் குடி. நீ குடிக்காமல் இருந்தால் செத்துப் போய்விடுவாய்' என்று கத்தினேன். அந்தப் பெண்ணின் கண்கள் அங்கிருந்த ஆண்கள் அத்தனை பேரையும் ஒருமுறை நோட்ட மிட்டன.

யோசித்துப் பாருங்கள். ஒரு பெண் தன் பசிக்கு ஒரு வாய் கஞ்சி குடிப்பதற்குத் தன்னை நம்பிய மனிதர்களிடம் யாசிக்க வேண்டியிருக்கிறது. நாய்கள் கூட இந்த நிலையில் இல்லை. யாரும் அவளை அனுமதிக்கவில்லை. அந்தப் பெண் என்மீதுள்ள மரியாதையில் தனக்குப் பசிக்கவில்லை என்று கூறினாள். நான் மற்றவர்களை அங்கிருந்து வெளியே போகும்படியாகக் கத்தினேன். அவர்கள் தங்களது வீட்டிற்கு வந்து தங்களை ஒரு வெள்ளைக்காரி வெளியேற்றுகிறாளே என்று கோபப்பட்டார்கள்.

அந்தப் பெண்ணின் கைகளைப் பிடித்துக்கொண்டு கைக் குழந்தைக்கு ஊட்டிவிடுவதைப் போல் புகட்டிவிட்டேன். அவள் அழுதாள். விம்மி விம்மி அழுதாள். என்னாலும் அழுகையைக் கட்டுப்படுத்த முடியவில்லை. இருவருமாகக் கதறினோம். பின்பு அந்தப் பெண் நான் எதிர்பாராமல் என் காலைத் தொட்டு வணங்கியபடியே என்னைத் தன் இறந்துபோன அக்காவாக நினைப்பதாகச் சொன்னாள். எனக்கோ ஆத்திரமாக வந்தது.

'நமக்குள் இப்படியான ஒரு உறவும் வேண்டாம். நீ உன் உடலைத் தெரிந்துகொள்ளாமல் இருக்கிறாய். ஒரு பெண்ணாக உன் உடலை யாரோ ஒரு குடும்பத்திற்கு ஒப்படைத்துவிட்டு அதன் வலிகளைக் கூட வெளிப்படுத்த முடியாமல் இருக்கிறாய். உன் உடல் உனக்கானது. அதை நீ மீட்டுக்கொள். அதைச் சொந்தமாக்கிக் கொள். யாரோ உழுது விதைத்து அறுவடை செய்துவிட்டுப் போவதற்கு நீ வயல் இல்லை என்றபடியே தினமும் இந்த மருந்தினைப் பூசிக் கொள். பத்துநாட்கள் மூன்று வேளையும் சாப்பிடு. மற்றவர்கள் உன்னைக் கேலி செய்வதைக் கண்டு கொள்ளாமல் பசித்த போதெல்லாம் சாப்பிடு. உனக்கு வலித்தால் நீ சப்தமிடு. வலியை எப்போது நீ மறைக்கத் துவங்குகிறாயோ அப்போது நீ உன்னை ஏமாற்றிக் கொள்ளத் துவங்குகிறாய்' என்றேன்.

அந்தப் பெண் என் கைகளை பிடித்துக்கொண்டு என்ன கேட்டாள் தெரியுமா,

'நான் கடவுளை மீறிச் சாப்பிட்டுவிட்டேன். என்னை கடவுள் எதுவும் செய்துவிட மாட்டாரா? பயமாக இருக்கிறது. '

அப்படியே அவளது செவிட்டில் அறையலாம் போலிருந்தது. 'கடவுள் பெண்கள் விஷயத்தில் எப்போதுமே தான் ஒரு ஆண் என்பதில் உறுதியாக இருக்கிறார். இந்த உலகில் உள்ள பெண் கடவுள்களுக் கும்கூட பெண்களுக்கு உதவுவதில் மனதில்லை. ஆண்களின் சுயநலம் தான் கடவுளைக் கண்டுபிடித்தது. காப்பாற்றி வருகிறது. கடவுள் இல்லாமல் பெண்களால் வாழ முடியும். ஆண்களால் முடியாது. ஆனால் எதிர்மாறாக உலகை நம்ப வைத்திருக்கிறார்கள். பெண் சிருஷ்டிக்கின்றவள். அவள் மிக தைரியமானவள். ஆனால் ஒடுக்கப்பட்டிருக்கிறாள். பெண்ணை பயமுறுத்தும் எந்தக் கடவுளும் இனி உனக்குத் தேவையில்லை. யாராவது உன் மீது அந்த பயத்தைத் திணிக்க முயன்றால் காறித் துப்பு' என்றேன்.

அவளுக்கு நான் பேசியது புரிந்திருக்குமா எனத் தெரியவில்லை, நானே இப்போது யோசிக்கையில் அன்று ஏன் அவ்வளவு

கோபமாக இருந்தேன் என்று யோசிக்கிறேன். ஆனால் அன்று நான் செய்த காரியத்தின் விளைவு என்னவானது தெரியுமா.

எனது குடியிருப்பிற்கு அந்தக் கிராமத்தின் மூன்று பெரியவர்கள் ஆட்களுடன் தேடிவந்தார்கள். நான் அவர்கள் தெய்வத்தை நிந்தனை செய்வதாகச் சொல்லிக் கூச்சலிட்டார்கள். என் வீட்டு வாசலில் உள்ள பூந்தொட்டியை உடைத்து எறிந்தார்கள். என்னை உயிரோடு வயலில் கொளுத்திவிடப் போவதாகப் சொன்னார்கள். நான் அவர்களிடம் கோபம் கொள்ளவில்லை. மனைவியை சமமாக நடத்தத் தெரியாத உங்களிடம் நான் பேசப்போவதில்லை என்று மட்டுமே சொன்னேன். ஒரு ஆள் தனது தடியால் எனது மண்டையை உடைக்கப் பாய்ந்தான். ஆனால் அவனுக்கு தைரியம் வரவில்லை. தடியைக் கீழே போட்டுவிட்டு ஆபாசமாகக் கத்தினான். பெண்ணை மோசமான சொற்களை வைத்து எளிதாகக் காயப்படுத்தி விட முடியும் என்று உலகத்திற்கே தெரியும்தானே. நான் என் வாசற்கதவை மூடிக்கொண்டேன். அவர்கள் இரவில் நெடுநேரம் கத்திக்கொண்டேயிருந்தார்கள்.

மறுநாள் அதே பூசாரி நான் சென்று வந்த வீட்டிற்கு மறுபடி போயிருக்கிறான். நான் அவர்களை மதம் மாறச் செய்ய முயற்சி செய்வதாகக் கூக்குரலிட்டிருக்கிறான். நான் வந்து சென்ற தீட்டை சரி செய்கிறேன் என்று சாந்தி பூஜை செய்திருக்கிறான். அந்த பெண்ணை இழுத்துவந்து இரண்டு கைகளையும் பின்னால் கட்டி நாற்பது குடம் தண்ணீர் ஊற்றியிருக்கிறான். முடிவில் அவளைப் பட்டினி போட்டு இருட்டு அறையில் தள்ளும்படி செய்துவிட்டிருக்கிறான். மூன்றாம் நாள் அந்தப் பெண் வலி தாளமுடியாமல் இறந்து போய்விட்டாள். என்னால் அதைத் தாங்கிக்கொள்ளவே முடியவில்லை.

உடனே இதைப் பற்றி நான் புகார் செய்ய டாக்காவில் இருந்த மாவட்ட அதிகாரி வில்லியம் ஹாஸ்ட்லேயிடம் சென்றேன். அவர் என்ன சொன்னார் தெரியுமா? ‘அந்தப் பெண்ணை மருத்துவத்தால் குணமாக்குவதை விடவும் அவளது ஆத்மா ரட்சிக்கப்பட்டிருக்க வேண்டும். அது முக்கியம். நீ உடனே நமது பாதிரிகளையும் திருச்சபை ஊழியர்களையும் அங்கே அனுப்பியிருக்கவேண்டும். ஒரு சந்தர்ப்பம் கைநழுவிவிட்டது’ என்னால் அதை சகித்துக்கொள்ளவே முடியவில்லை.

அந்தப் பெண்ணின் சாவிற்கு காரணம் மதம். அது உருவாக்கி வைத்திருக்கிற முட்டாள்தனமான நம்பிக்கைகள். இது ஏதோ கிராம தெய்வங்கள் சம்பந்தப்பட்ட விஷயம் என்று மட்டும் நினைத்துக்

கொள்ளாதீர்கள். நாமும் பலநேரங்களில் மதத்தின் பெயரால் எளிய மனிதர்களைத் துன்புறுத்தியிருக்கிறோம். அவர்கள் நோய்மைக்கு காரணமாக இருந்திருக்கிறோம். அற்ப காரணம் காட்டித் தீயிட்டு எரித்த சம்பவங்கள் நிறையவே இருக்கின்றன.

இந்த இரண்டு ஆண்டுகால எனது அனுபவம் என்னை கடவுளை மறுவிசாரணை செய்யவே தூண்டுகிறது. உண்மையான கடவுள் நம்பிக்கை கொண்டவளாக என் தாயைப் போல நடந்து கொள்ள முடியாமல் இருக்கிறேன் என்று எனக்கே தோன்றுகிறது.

என் தாயைப் போன்ற பெண்கள் உலககெங்கும் ஒன்றுபோல தானிருக்கிறார்கள். அவர்கள் கண்ணீர் விடுவதால் மட்டுமே கடவுளின் கருணை கிடைத்துவிடப்போவதில்லை. அந்த கண்ணீருடன் அவர்கள் போராடவும் வேண்டும். இந்த நீலநிறப்பூச்செடி மற்ற செடிகளிடம் இருந்து தன்னைத் தனித்துக் காட்டிக்கொள்ளவதற்கு எத்தனிக்கிறது. மற்ற செடிகளைவிட அது சற்று உயர்ந்திருக்கிறது. அல்லது அப்படிக் காட்டிக்கொள்கிறது. அப்படி நாம் முனைப்பாக இருக்க வேண்டியிருக்கிறது. அப்படிக் காட்டிக்கொள்ள செடிக்குள் ஒரு போராட்டம், ஆழ்ந்த உந்துசக்தி நடந்திருக்கவேண்டும். அது நம் கண்ணில் படுவதில்லை. மிக உயரமாக வளர்ந்துவிட்ட மரங்கள் தனிமையைதான் சந்திக்கின்றன. ஆனால் அந்தத் தனிமை ஒரு பெருமிதம். மரங்கள் நம் கண்ணுக்குத் தெரியாமல் பூமிக்கடியில் ஒரு பெரிய யுத்தத்தை நடத்திக்கொண்டிருக்கின்றன. ஒவ்வொரு மரமும் ஒரு போர்வீரனைப் போலத்தான் நடந்து கொள்கிறது. அது பூமியின் கீழே வேர்களை அனுப்பிப் பாறைகளை உடைக்கிறது. தண்ணீர் தேடி அலைகிறது. தண்ணீர் கிடைக்கவில்லை என்று எந்த மரமும் தன் இருப்பிடத்திலிருந்து தப்பியோடிவிடுவதில்லை. அது ஒரு துறவியைப் போலக் காத்திருக்கிறது. இந்த யுத்தவேகம் வெளியே தெரியாமல் மெல்லிய பூக்கள், பசுமையான இலைகள் என்று மரம் சாந்தமாக இருக்கிறது. அது ஒரு பொய் தோற்றம். மரங்கள் போராளிகளைப் போல வலிமையானவை. அதை அறிந்துகொள்வதற்குக் கண் மட்டும் போதாதது. அவை கடவுளின் கருணைக்காகக் காத்திருக்கவில்லை. அதன் பந்தம் அத்தனையும் நிலத்தோடுதான். மண்ணை எவர் பற்றிக்கொள்கிறார்களோ அவர்கள் போராளிகளாக மாறுவது தவிர்க்க முடியாதது. ஒருவேளை இந்தக் கடவுள் பிரார்த்தனைகள், வேண்டுதல்கள் இல்லாமல் போய் விட்டால் மனிதர்கள் தங்கள் பிரச்சனைகளை நேரடியாகச் சந்தித்து நேரடியாகவே தீர்த்துக்கொள்வார்களோ என்னவோ.”

இதைக் கேட்டதும் பாதிரி லகோம்பே கைதட்டிச் சிரித்தார். "இப் போது நீ என் முன்னே பேசியதை நமது கல்கத்தா மிஷனின் வேறு யார் கேட்டிருந்தாலும் நீ விசாரணை இல்லாமலே தண்டிக்கப்பட்டிருப்பாய். மகளே, நன்றாக பேசக்கற்றுக் கொண்டிருக்கிறாய். அது இந்தியாவின் இயல்பு. இங்கே வந்து சேர்ந்ததும் ஊமைகள் கூடப் பேசத் துவங்கிவிடுகிறார்கள்.

'நோயைக் கண்டறிய துவங்கும் போது கடவுளின் மீது சந்தேகம் வரத்துவங்குவது இயல்புதான். நானே உடல் நலமற்ற நாட்களில் கடவுள் மீது சற்றுத் தடுமாற்றம் கொள்ளவே செய்கிறேன். ஆனால் இது மெழுகுவர்த்தியின் சுடர் காற்றில் ஆடுவது போன்றது. காற்று நின்று போனதும் சுடரின் தடுமாற்றம் அடங்கிவிடும்.

கடவுளின் தேவை என்பது பிரார்த்தனைகள்; வேண்டுதல்களுக் கானது மட்டுமில்லை. அதைவிட உயர்வானது. நாம் சொல்லிச் சொல்லி முனை மழுங்கிப் போன ஒரு வார்த்தையை தான் நானும் இப்போது பயன்படுத்தப் பார்க்கிறேன். அந்தச் சொல்லின் பெயர் அன்பு.

கடவுளின் இருப்பு என்பது ஒரு அளவற்ற அன்பு. அது யாவருக்கும் உரியது. மனிதர்களால் அப்படி எல்லாவற்றின் மீதும் ஒன்று போல அன்பு செலுத்த முடிவதில்லை. நிறைய வேறுபாடுகள், பேதங்கள், விருப்பு வெறுப்புகள் இருக்கின்றன. ஒருவேளை அன்பு செலுத்தினால் கூட பிரதிபலன் எதிர்பார்க்கப்படுகிறது.

கடவுளின் அன்பு கைமாறு அற்றது. பேதமற்றது. இன்னும் சொல்லப் போனால் அது தண்ணீரைப் போல் எளிமையானது. யாவருக்கு மானது. பகிர்ந்துகொள்ளப்படாத அன்பும் அதற்காக ஏக்கமுமே மனிதர்களை இயக்குகிறது.

ஒரு மனிதன் தான் மற்றவர்களால் நேசிக்கப்படவில்லை என்பதைத்தான் தனது ஆதங்கமாகச் சொல்கிறான். தன்னை நேசிக்க செய்வ தற்காகவே பணம், பொருள், புகழ், அதிகாரம் அத்தனையும் சம்பாதிக்கிறான். முடிவில் இந்தக் காரணிகளுக்காகவே அவன் நேசத்தை இழந்தும் போகிறான்.

அதோ அந்தப் பறக்கும் வண்ணத்துப்பூச்சியைப் பார். அது எப்போதும் உயரத்தில்தான் பறக்கிறது. ஆனால் அதன் நிழல் இந்தச் சாக்கடையின் மீது படிந்தும், அதோ தெரிகிறதே அந்த அழகான பூக்களின் மீது படிந்தும் என உலகின் அத்தனை மேன்மை கீழ்மைகளில் பட்டுக்கடந்தே போகிறது.

வண்ணத்துப்பூச்சியின் நிழல் போன்றதுதான் நமது செயல்களும். நமது எண்ணம் உயர்வாகப் பறக்கும்போது நமது செயல்கள் இன்னொரு அளவில் கீழாகச் சென்றுகொண்டிருக்கும்.

உனது கேள்விகள் தவறானவை என்று நான் ஒருபோதும் சொல்ல மாட்டேன். ஆனால் இந்தக் கேள்விகளுக்காக நீ கடவுளிடமிருந்து விலகிப்போனால் நான் துயரப்படுவேன்.

நமது எளிய புரிதல்களால் கடவுளை நாம் வரையறை செய்துவிட முடியாது. அது ஒரு மனிதன் கடலைக் கண்ணால் கண்டு சொல்வது போன்றது. கண்ணில் தெரிவது வெறும் காட்சி. கண்ணால் கடல் உப்பாக இருக்கிறது என்று எவருக்காவது தெரியுமா, அல்லது இந்தக் கடல் பல்லாயிரம் வருடப் பழமையானது என்று கண் சொல்கிறதா?

இல்லையென்றால் பெரும்புயல் இந்தக் கடலிற்குள் துயில் கொண்டிருக்கிறது என்று கண்ணில் பார்த்துச் சொல்லிவிட முடியுமா?

கடவுளிடம் நீ சண்டையிடு. கடவுளிடம் நீ விவாதம் செய். முடிந்தால் கடவுளுக்குச் சவால் விடு. ஆனால் இதில் நீ ஜெயித்து கடவுளை கேலி செய்யவேண்டும் என்று மட்டும் நினைக்காதே. இது ஒரு பாதிரியாக நான் சொல்வதில்லை. உன் ஞானத்தந்தை என்ற முறையில் எனது ஆசைகள்.

மகளே நீ டாக்காவில் கண்ட அனுபவத்தைவிடவும் தென்னிலம் மூர்க்கமானது. அது ஒரு கானல். அங்கே நீ காணப்போகும் காட்சிகளில் எது நிஜம் என்று நீ அறிந்துகொள்வதற்கே சில காலமாகும்.

அதுபோலவே தெற்குச் சீமையில் ஊழியம் செய்யச் சென்றவர்கள் மூக்கு அறுபட்டும் பல் உடைபட்டும், உயிர்ச்சேதமாகியுமே திரும்பியிருக்கிறார்கள். மருத்துவர்களால் அங்கே சில வாரங்கள் கூடத் தங்கியிருக்க முடியவில்லை. அங்கே நீ விரும்பியபடியே உன் மருத்துவச் சேவையை மட்டுமே தொடர்ந்து செய்.

ஒருவேளை உன்னால் அதைக் கைவிட நேர்ந்தால் மறுபடியும் நீ டாக்காவிற்கே திரும்பிவிடலாம். எனக்குத் தெரிந்த திருச்சபை ஊழியர்கள் சிலர் புதுச்சேரியில் இருக்கிறார்கள். அவர்களின் உதவி உனக்கு நிச்சயம் கிடைக்கும்.

நீ தெக்கோட்டின் மனிதர்களைத் தெரிந்து கொள்வதற்கு அவர்களின் மொழியைக் கற்றுக்கொள்வது அவசியமானது. அது

எஸ். ராமகிருஷ்ணன் ❖ 73

எளிதானதில்லை. நான் தமிழ் மொழியின் நான்கு வார்த்தைகள் கற்றிருக்கிறேன். "

'உனக்கு இது உபயோகமாக இருக்கக்கூடும் என்று நூலகத்தில் இருந்து தேடி எடுத்துவந்திருக்கிறேன். நமது திருச்சபையை சேர்ந்தவர் எழுதிய எளிய அறிமுக நூல் இது' என்று அவர் தனது மேஜையில் கிடந்த கடிதங்களுக்கு அடியில் இருந்த, கையால் தைக்கப்பட்ட அட்டை கொண்ட சிறிய புத்தகம் ஒன்றினை அவளுக் குத் தந்தார். அது தரங்கம்பாடியில் வாழ்ந்த ஜகன்பால் எழுதிய கிராமடிக்கா தமுலிக்கா (Ziegenbalg's Grammatica Damulica) என்ற புத்தகம். 1716ஆம் ஆண்டு ஐரோப்பாவில் வெளியான முதல் தமிழ் இலக்கண நூல். அவள் அதன் முகப்பைப் புரட்டிவிட்டு "தான் எப்போது புறப்பட வேண்டும்" என்று கேட்டாள்.

அடுத்த கப்பல் பதினாறாம் தேதி புறப்படுவதால் அன்று அவள் புறப்படலாம், அவளோடு இடுக்கியில் பணியாற்றுவதற்காகச் செல்லும் இரண்டு செவிலியர்கள் உடன்வருவார்கள் என்றும் எட்வினாவின் பணிக்குத் தேவையான மருந்துப்பொருட்கள், மற்றும் உபகரணங்கள், உதவியாட்கள் அத்தனையும் மதராஸில் ஏற்பாடு செய்யப்பட்டிருக்கிறது என்றும் அவள் கிறிஸ்துமஸிற்கு கட்டாயம் கல்கத்தா திரும்பிவிட வேண்டும் என்றும் பாதிரி லகோம்பே கூறினார்.

ஏலன் அவரது அன்பிற்கு நன்றி தெரிவித்தபடியே அவர் மகள் கேதரீன் நலமாக இருக்கிறாளா என்று கேட்டாள். பாதிரி லகோம்பே "நீ ஊருக்குப் புறப்படும் முன்பு அவளை ஒரு முறை நன்றாகப் பரிசோதித்துவிடு. அவள் பிரசவத்திற்காக இங்கிலாந்து போகக் கூடும். அவள் உடல் நிலை அதற்குத் தகுதியாக இருக்கிறதா என்று நீதான் சொல்லவேண்டும்" என்றார்.

ஏலன் தலையாட்டிக்கொண்டாள். பிறகு அவள் விடை பெற்று தன்னோடு லண்டனில் ஒன்றாக மருத்துவம் படித்த முதல் இந்தப் பெண் மருத்துவரான யமுனா கோபால் ஜோஷியைப் பார்ப்பதற்காக சர்க்குலர் ரோடில் உள்ள ஜோஷியின் வீட்டிற்குச் செல்லத் துவங்கினாள். அப்போது தெக்கோடு என்பது அவள் வரையில் ஒரு பெயராக மட்டுமே எஞ்சியிருந்தது.

அத்யாயம்
03

1982

உப்பாற்றுப் பாலம்

ரயில் நடுவழியில் நின்றிருந்தது. கடந்து செல்லும் ராமேஸ்வரம் மெயிலின் வருகைக்காகக் காத்திருப்பதாக ரோகிகளில் ஒருவன் சொன்னான். கண் நீளும் தூரம் வரை சுற்றிலும் வெம்பரப்பாகவே இருந்தது. சம்பந்தமேயில்லாமல் ஒரு சேவல் மட்டும் களர்நிலத்தில் தனியே அலைந்துகொண்டிருந்தது. இங்கே என்ன இருக்கிறது என்று சேவல் கிறுக்கு பிடித்து அலைகிறது என்று அதை வேடிக்கை பார்த்துக் கொண்டிருந்தான் அழகர். அது தலையைச் சிலுப்பியபடியே கிழக்கு நோக்கிப் போய்க்கொண்டிருந்தது.

ரயில் கடந்து வந்த வழியெல்லாம் வீடுகளை விட வெற்றிடமே அதிகமாக இருப்பதுபோலத் தோன்றியது. உப்பாற்றுப் பாலத்தை தாண்டும்போது அருகாமையில் எரிந்து சிதிலமாகிக் கிடந்த பழைய பஞ்சுப்பேட்டை ஒன்றைக் கண்டான். அது வெள்ளைக்காரர்கள் காலத்தில் பருத்திப் பொதிகள் வாங்கி விற்கும் இடமாக இருந்தது. தெற்கில் விளைந்த பருத்திகளை எல்லாம் இங்கேதான் கொள்முதல் செய்தார்கள். அதற்காகவே ஒரு வண்டிப்பாதையிருந்தது. வண்டி மாடுகள் தண்ணீர் குடிப்பதற்காகக் கல்லில் வரிசையாக நீர்த் தொட்டிகள் அடித்திருந்தார்கள்.

ஒரு தீ விபத்தில் மொத்த பஞ்சுப்பேட்டையும் எரிந்து போயிருந்தது. அந்தக் கரிப்புகையும் வெடித்துப்போன கதவுகளின் மிச்சமும் வருடங்கள் கடந்தும் அப்படியே இருந்தன. மாடுகளை சந்தைக்கு ஓட்டிப்போகும் தரகர்களில் சிலர் எப்போதாவது அந்த இடிபாடுகளின் நிழலில் மதியம் தங்குவதுண்டு. மற்றப் பொழுதுகளில் அங்கே ஆள் நடமாட்டமே கிடையாது. ஒருமுறை பழைய இரும்பு ஆணிகள் பொறுக்கி விற்கும் அன்சாரியோடு அந்த இடத்திற்கு அழகர் வந்திருக்கிறான்.

தலைச்சுமை அளவிற்கு இரும்புக் கம்பிகளையும் எரிந்துபோன மரத்திலிருந்து வெடித்துத் துருவேறிய ஆணிகளையும் அவர்கள் சேகரித்தார்கள். அன்றைக்கு ரயில் வருமா என்று பார்ப்பதற்காக இடிந்த சுவரின் மீது நின்றபடியே அழகர் பார்த்துக்கொண்டிருந்தான். அவர்கள் ஆணிகளை அள்ளி முடிக்கும் வரை ரயில் வரவேயில்லை. ஆத்திரத்துடன் அழகர் கத்தினான். அந்தக் குரல் காற்றில் கரைந்து போனது. இன்று பார்க்கும்போது தானே அங்கே நின்று ரயிலைப் பார்த்துக் கத்திக்கொண்டிருந்தது போல நினைப்பு வந்து மறைந்தது.

வெயிலின் ஊடாக ரயில் நின்றிருந்ததால் காற்றில்லாத புழுக்கம் அழகரை மேலும் எரிச்சல்படுத்தியது. கதவைத் திறந்து வெளியே எட்டிப் பார்த்தான். கைப்பிடி இரும்புகூட சூடாகியிருந்தது.

எட்டும்வரை சூரிய வெளிச்சம் கொப்பளித்துக்கொண்டிருந்தது. ரயில்பாதையோரம் காணப்படும் மஞ்சனத்திச் செடிகளைக்கூடக் காணவில்லை. ரயிலை விட்டுக் கீழே குதித்து ஓரமாகப் போய் உட்கார்ந்து மூத்திரம் பெய்தான். கடுகடுத்தது. குறியில் கொஞ்சம் மூத்திரம் பெய்த ஈரமண்ணை அள்ளி வைத்துக்கொண்டான். பின்னாடியிருந்து யாரோ அவனைப் பார்த்துக்கொண்டிருப்பது போலிருந்தது. பசியில் பீடி இல்லாமல் போனது ஆத்திரமாக வந்தது. நாக்கைச் சுழற்றிக்கொண்டு தண்டவாளத்தில் கிடந்த கல் ஒன்றை எடுத்து வீசினான். அது வெயிலைக் கிழித்துக்கொண்டு தாவியது.

செல்வி ஜன்னல் வழியாக அவனை அய்யா, அய்யா எனக் கூப்பிட்டபடியே இருந்தாள். மெயில் வருவதற்கான அறிகுறியே இல்லை. அழகர் தண்டவாளத்தை ஒட்டியே நடந்தான். கடைசி பெட்டி வரை போய்விட்டுத் திரும்பி வரும்போது ஒரு ரயில் பெட்டியின் ஜன்னலோரம் சாய்ந்திருந்த நீல நிறச் சேலை கட்டிக் கனகாம்பரம் வைத்திருந்த ஒரு பெண் அவனையே பார்த்துக்கொண்டிருந்தாள். அந்த வெயிலிலும் அவள் அழகாகவே இருப்பதாகத் தோன்றியது. அழகர் அந்தப் பெண் இருந்த

பெட்டியில் வேண்டுமென்றே ஏறினான். அங்கும் ஒன்றிரண்டு பயணிகளே இருந்தனர். ஒரு தொழுநோயாளி கால் புண்ணை உடைந்த பிளேடால் சுரண்டிக்கொண்டிருந்தான்.

ரத்தமும் சீழும் வழிந்து கொண்டிருந்தது. காகிதத்தைத் தன் நாக்கில் தொட்டு அந்தப் புண்ணின் மீது ஒட்டிக்கொண்டிருந்தான். நீலநிறச் சேலை அணிந்த பெண்ணுடன் ஒரு வயதானவர் உட்கார்ந்திருந்தார். அவர் வெயில் தாங்கமுடியாமல் சட்டையைக் கழட்டி ஓரமாக மடித்து வைத்திருந்தார். அந்தப் பெண் அவனிடம் ரயில் எப்போ கிளம்பும் என்று கேட்டாள். தெரியலை என்றபடியே அழகர் அவளும் தெக்கோட்டுத் திருவிழாவிற்குத்தான் வருகிறாளா என்று கேட்டான். அவள் இல்லை என்றபடியே தான் மானாமதுரைக்குப் போவதாகச் சொன்னாள்.

பசி அடிவயிற்றைப் பிசையத் துவங்கியிருந்தது. சாப்பிட ஏதாவது வைத்திருக்கிறாளா என்று அவளிடம் கேட்டான் அழகர். அவள் ஒண்ணும் கொண்டுட்டு வரலை என்று கையை விரித்துக் காட்டினாள். வெற்றிலை வச்சிருக்கியா என்று கேட்டான். அவள் தன் சுருக்குப் பையை அவிழ்த்து அதில் வாடிக்கிடந்த இரண்டு மூன்று வெற்றிலைகளை பிரித்து வெளியே எடுத்து ஒன்றினைத் துடைத்துவிட்டு அவனிடம் நீட்டினாள். பாக்கு என்று கேட்டான் அழகர். வெற்றிலையை குடு என்று அவனிடமிருந்து வாங்கி அவளாகவே அதைப் பாக்கு சுண்ணாம்பு வைத்து மடித்து நீட்டினாள். அவளை முன்பு எங்கேயோ பார்த்திருப்பது போலத்தானிருந்தது.

வெற்றிலையை மென்றபடியே “நீ மதுரையா” என்று கேட்டான். அவள் ஆமாமெனத் தலையாட்டினாள். “சிந்தாமணி தியேட்டர் கிட்டே தானே வீடு” என்று கேட்டான். அவள் வியப்புடன் “உனக்கு எப்படித் தெரியும்” என்றாள். “உன்னைப் பார்த்திருக்கிறேன். உங்க தந்திமரத் தெருவுல மணினு எனக்குத் தெரிஞ்ச பய ஒருத்தன் இருக்கான்” என்றான்.

அவள் மடித்து உட்கார்ந்திருந்த இடது காலைத் தொங்க விட்டபடியே “யாரு செல்வமணியா” என்று கேட்டாள். அவள் தன்னோடு பேச ஆசைப்படுகிறாள் என்பது அழகருக்குப் புரிந்தது. அதை உணர்ந்து கொண்டவனைப் போல “அவன் இல்லே. இவன் ஒரு காலைக் கெந்திக் கெந்தி நடப்பான். பலூன் விக்கிறவன். கட்டை மணினு சொல்வோம் என்றான். அவள் உதட்டை ஈரப்படுத்தியபடியே அவரு பேரு தவமணி. அவங்க அக்காவைக்கூட பனங்குடில் குடுத்திருக் காங்க. அவங்க

வீட்டுத்திண்ணைல ஒரு கிளிக்கூண்டு இருக்குமே" என்றாள். அழகர் நினைத்தது சரிதான்.

இவள் அந்தத் தெரு ஆம்பளைகளை அறிந்து வைத்திருக்கிறாள். வேண்டும் என்றே அவளிடம் அழகர் கேட்டான். "விட்டா தவமணிக்கு எங்க மச்சம் இருக்கும்னு கூட சொல்லுவே போலிருக்கு" என்றான். அவள் சிரித்தபடியே "மச்சம்தானே... அதையும் பாத்திருக்கேன்" என்றாள். அழகர் சிரித்துவிட்டான். அவளுக்கும் தன்னை அவன் யார் என்று சொல்லாமலே அறிந்து கொண்டுவிட்டதில் பரிகாசமே இருந்தது. இருவரும் பேசிக்கொள்ளாமல் ஒருவரையொருவர் பார்த்துச் சிரித்துக்கொண்டார்கள். அவள் சேலை முந்தானையால் வேண்டு மென்றே அவன் முகத்தில் அடித்தாள்.

அழகர் சிரித்தபடியே தணிவான குரலில் "இவரு யாரு" என்று கேட்டான். "உன்னைப் போலதான் தெரிஞ்சவரு" என்றாள். அப்போது அவள் கண்களில் இருந்த பரிகாசத்தைக் கண்டு கிறங்கிக்கொண்டிருந்தான் அழகர். நடுவழியில் நின்றுபோன ரயிலின் வெறுமை தாங்க முடியாமல் ஒரு ரோகி பாட்டுப் பாடத்துவங்கினான்.

'நெஞ்சம் அலைமோதவே, கண்ணும் குளமாகவே, கொஞ்சும் கண்ணனை பிரிந்தே போகிறாள், ராதை கண்ணனைப் பிரிந்தே போகிறாள்' என்று அவன் ராதே... ராதே... என நெஞ்சம் விம்மிப் பாடுவது வெயிலைத் தாண்டி அவர்களை ஆசுவாசம் கொள்ள வைத்துக்கொண்டிருந்தது.

"நீ பாட்டுப் படிப்பியா" என்று அழகர் கேட்டான். "அதெல்லாம் தெரியாது. நிறைய படம் பாப்பேன். நேத்துக்கூட நியூசினிமாவில் பழனி படம் பார்த்தேன். அழுகை அழுகையாக வந்துச்சி" என்றாள். அழகர் அதற்கும் சிரித்துக்கொண்டான். அவள் சேலையால் விசிறியபடியே "எந்தூருக்குப் போறே"ன்று கேட்டாள். "தெக்கோடு திருவிழாவுக்கு" என்றான் அழகர். அவள் "தனியாவா போறே" என்று கேட்டாள். பொண்டாட்டியும் பிள்ளையும் அடுத்த பெட்டில் இருக் காங்க என்று கையைக் காட்டினான்.

அவள் தனது சுருக்குப் பைக்குள் விரலை விட்டு இரண்டு சிறிய ஆரஞ்சு மிட்டாய்களை வெளியே எடுத்தாள். "உனக்குப் பிடிக்குமா" என்று சொல்லி ஆரஞ்சு மிட்டாயை நீட்டினாள். "சின்னப் பிள்ளை யாட்டாம் ஆரஞ்சு மிட்டாய் திங்கிறயாக்கும்" என்றான். "ஏன் சின்னப்பிள்ளைக மட்டும்தான் மிட்டாய் திங்கணுமா. எனக்கு ஆரஞ்சு மிட்டாய்னா ரொம்பப் பிடிக்கும். எப்பவும் ஐம்பது பைசாவுக்கு வாங்கி வச்சிருப்பேன்" என்று அவனிடம் நீட்டினாள்.

அதைக் கையில் வாங்கும்போது அழகருக்கு திடீரெனத் தனது பத்து வயசிற்குத் திரும்பியது போலிருந்தது.

அவள் வாயிலிட்டுச் சுவைத்தபடியே சொன்னாள். "மிட்டாயைக் கடிச்சித் தின்னுறாதே. சப்பு" என்றாள். அவன் எப்போதுமே மிட்டாயை சுவைத்துத் தின்றது கிடையாது. நறநறவெனக் கடித்துத் தின்றுவிடுவான் அது எப்படி இவளுக்குத் தெரிந்தது என்று வியப்பாக இருந்தது. அவள் நாக்கில் சப்பிச் சாப்பிட்டுக்கொண்டிருந்தாள்.

ரயில் இன்னும் எவ்வளவு நேரம் நிற்கும் என்று தெரியவில்லை. இல்லாவிட்டால் இவளை அருகாமையில் எங்காவது கூட்டிக் கொண்டு போய்விடலாம். எங்கேயாவது இடமிருக்கிறதா என்று கண்களால் தேடினான். அதை அறிந்து கொண்டவள் போலச் சிரித்தாள். பார்க்க சாதுவாக உள்ள இந்தப் பெண் அவனது கள்ளத்தனம் அத்தனையையும் பார்வையிலே அறிந்து கொண்டுவிடுகிறாள் என்பது அழகருக்கு பிடித்திருந்தது. அவன் வேண்டுமென்றே அவள் தொடையில் கிள்ளி வைத்தான். அவள் உதட்டைச் சுழித்தாள். "உன் பேரு என்ன" என்று கேட்டான். அவள் "பொன்னி" என்றாள்.

ஜன்னலுக்கு வெளியே பார்த்துக்கொண்டிருந்த அவளோடு வந்திருந்த பெரியவர், "பேசாம பஸ்லேயே போயிருக்கலாம்" என்று அலுத்துக் கொண்டபடியே "நான் கண் அசருறேன். ஊரு வந்தா எழுப்பிவிடு" என்று அங்கிருந்து எழுந்து அருகில் காலியாக இருந்த பெஞ்சில் படுத்துக்கொண்டார். இப்போது அவர்கள் இருவர் மட்டுமே இருந்தார்கள். அவள் நெருங்கி உட்காருவதை உணர்ந்தான். அவனை அவளுக்குப் பிடிச்சிருப்பது போலத் தெரிந்தது. அவனும் பக்கமாக உட்கார்ந்து கொண்டான். அவள் யாரையோ சொல்வதுபோல பேசினாள், "ஆம்பளை எங்கயும் எவ கூடயும் படுத்து எந்திருச்சி போய்க்கிட்டே இருப்பான். பொம்பளை பாடுதான் திண்டாட்டம்."

அழகர் அவளைச் சீண்ட வேண்டும் என்றே சொன்னான்,

"அப்படி எல்லாம் பொதுவாகச் சொல்லாதே. நாங்க எல்லாம் அப்பிடியில்லை. பொம்பளைகிட்டே ஏமாந்துதான் போயிருக்கோம்."

பொன்னி அந்தப் பேச்சை பிடித்துக்கொண்டாள்.

"அது எவ. உன்னை ஏமாத்திட்டு போனது."

அழகர் சிரிப்புடன் "ஆளைச் சொன்னாலும் பேரைச் சொல்லக் கூடாதுல்லே" என்றான்.

பொன்னி தன்னை கேலி செய்வதற்காகவே சொல்கிறான் என்று தெரிந்து கொண்டவள் போலச் சொன்னாள்,

"நீ முறைச்சிகிட்டு நின்னுருப்பே. அதான் உனக்கு பெப்பே காட்டிட்டுப் போயிருப்பா."

அழகர் அவள் முகச்சுழிப்பை வெகுவாக ரசித்தான். மறுநிமிடமே ஏதோ யோசனைக்கு மாறிய பொன்னி வருத்தமான குரலில் சொன்னாள்,

"பழசெல்லாம் நினைச்சா... என்னாலே நிம்மதியா ஒரு நாள் ராத்தூங்க முடியாது. பட்டு சீரழிஞ்சி இன்னைக்குத்தான் சுதாரிச்சி நிக்கேன். நீ பேசுறதைக் கேட்டா ஒரு பக்கம் மனசு சந்தோஷமா இருக்கு. இன்னொரு பக்கம் என்னென்னமோ நினைப்புக்கு வந்து மனது கஷ்டமா இருக்கு."

அவள் தன் கடந்த காலக் காயங்கள் எதையோ நினைத்துக்கொள்கிறாள் என்பதைப் புரிந்துகொண்ட அழகர் அவளை வேடிக்கை செய்ய வேண்டுமென்றே அவளது சுருக்குப் பையைப் பிடுங்கி உள்ளே விரலை விட்டுப் பார்த்துவிட்டு "பைதான் பெரிசா இருக்கு. உள்ளே காசையே காணோம்" என்றான்.

"நோட்டு நோட்டா வச்சி செலவழிக்கணும்னு ஆசைதான். நீ சம்பாதிச்சிப் போடுறது" என்றாள் பொன்னி.

"கூட வந்தா அள்ளித்தரமலா போயிருவேன்" என்றான்.

"வேணும்னா என்னையும் கடல்ல இருந்து பிடிச்சாந்தேனு சொல்லி டிரஸ்ஸ மாட்டிவிடு. நானும் ஒரு பக்கம் மச்சக் கன்னியாட்டாம் படுத்துக்கிடக்கேன்" என்றாள்.

அழகர் அவளது கையைச் சொடக்கிட்டபடியே "உன்னை எவன் பாப்பான். வேணும்னா. காட்டில இருந்து பிடிச்சிட்டு வந்த குரங்குனு சொல்லி வித்தை காட்ட வைக்கலாம்" என்றான்.

"எப்படியும் உனக்கு சம்பாதிச்சிக் குடுத்தா போதும்னு பாக்குறே. அப்படித்தானே" என்றாள் பொன்னி. இருவரும் சிரித்துக் கொண்டார்கள்.

அவள் வேண்டுமென்றே அழகர் மீது சாய்ந்து உட்கார்ந்து கொண்டாள். அழகர் அவள் விரலைத் தடவியபடியே "நீ தெக்கோட்டுக்கு வர்றியா. ஆகும் செலவை நான் பாத்துகிடுறேன்" என்றான் அழகர்.

அவள் பதில் சொல்லாமல் வெறுமனே தலையாட்டினாள். யாரோ அவர்களைக் கடந்துபோனார்கள். பசியும் வெக்கையும் மீறி அவனுக்குள் காமம் பீறிடத்து வங்கிக்கொண்டிருந்தது. கழிப்பறைக்குள் அவளை அழைத்துக்கொண்டு போய்விடலாமா என்று நினைத்து ரகசியமாகக் கேட்டான். "அய்யோ நான் அங்கெல்லாம் வரமாட்டேன்" என்றபடியே அவள் மறுபடியும் சிரித்தாள். அப்போது வெளியே இருந்து அவனை செல்வி கூப்பிடும் குரல் கேட்டது. எழுந்து போவதா வேண்டாமா என்று பொன்னியைப் பார்த்துக்கொண்டிருந்தான்.

செல்வி வாய் ஓயாமல் கத்திக்கொண்டிருந்தாள். அழகருக்கு எரிச்சலாக வந்தது. "என் மக கூப்பிடுறா" என்றான். அவள் கால் மாற்றி அமர்ந்தபடியே "தெக்கோட்டுல எங்க இருப்பே" என்று கேட்டாள். 'ராட்டினம் போடுறவன்கிட்டே வந்து அழகருனு கேளு. சொல்வான்" என்றபடியே அவனும் மனதின்றி எழுந்துகொண்டான்.

செல்வி ரயில் பெட்டியில் இருந்து கீழே இறங்கி காலை இழுத்துக் கொண்டு தண்டவாளத்தில் நடந்தபடியே "அய்யா அய்யா" என்று கூப்பிட்டபடியே போய்க்கொண்டிருந்தாள். அவள் தலையை எட்டிப் பார்த்தபடியே செல்வி கடந்து போவதைக் கவனித்தவளாக "இதான் உன் மகளா. மெலிஞ்சிபோய் இருக்கா. கால் சூம்பிப் போயிருக்கு" என்றாள்.

அழகர் அவளிடம் ஆதங்கத்துடன் "அது பிறப்புல இருந்தே அப்படித்தான் இருக்கு. வைத்தியம் பாத்தும் சரியாகலே. நீ தெக்கோடு வருவேல்ல" என்று கேட்டான்.

"பாக்கலாம்... நீ போ. பிள்ளை தேடுது" என்றாள்.

அழகர் அந்தப் பெட்டியில் இருந்து கீழே குதித்தான். செல்வி அவனைப் பார்த்துவிட்டாள். கையை வீசியபடியே காலை வேகமாக இழுத்து அருகில் வந்து "உன்னை அம்மா தேடுறா. எங்கே போயிட்டே" என்றாள். அழகர் அவளைத் தூக்கிக்கொண்டாள். அவள் கூச்சத்துடன் கீழே விடும்படியாகச் சொன்னாள். வண்டிக்குள்ளிருந்து பொன்னி ஜன்னல் வழியாக செல்வியைப் பார்த்துச் சிரித்தாள். செல்வியும் பதிலுக்குப் புன்னகை செய்தாள்.

அழகர் மகளோடு நடந்து தன் மனைவியிருந்த ரயில் பெட்டியில் ஏறினான். சின்னராணி தனியே உட்கார்ந்திருந்தாள். அவனைக் கண்டதும் அவளது முகம் சுருங்கியது.

"எங்க போய்த் தொலைஞ்சே" என்று எரிச்சலுடன் கேட்டாள்.

அழகர் தன் சிரிப்பை மறைத்துக்கொண்டு “ஒண்ணுக்குப் போயிருந்தேன்” என்றான். அவள் அதை நம்பாதவள் போல “வெற்றிலை போட்டயா” என்று கேட்டாள். தலையாட்டிக் கொண்டான்.

“யாரு கொடுத்தா” என்று கேட்டாள்.

“அந்தப் பெட்டில் தெரிஞ்ச ஆட்டுவியாபாரி ஓர் ஆளைப் பார்த்தேன். பேசிக்கிட்டு இருந்தப்போ குடுத்தாரு” என்றான்.

சின்னராணி அவன் கண்ணில் தெரிந்த கள்ளத்தனத்தைப் புரிந்து கொண்டவளைப் போல முறைத்தாள். அழகர் பேச்சை மாற்ற விரும்பியவன் போல “டம்ளர் இருந்தா குடு. பிள்ளைக்குக் குடிக்க தண்ணி வாங்கிட்டு வர்றேன்” என்றான்.

“ஒண்ணும் வேணாம். பேசாம இங்கயே உட்காந்திரு” என்று கடுத்த குரலில் சொன்னாள். அழகர் உட்கார்ந்துகொண்டான்.

ரயில் லேசாக அசைவது போலிருந்தது. செல்வி உற்சாகமாக சப்த மிட்டாள். தெக்கோடு போகும் நோயாளிகள் வெக்கை தாங்க முடியாமல்கிறங்கிப் போயிருந்தார்கள். ரயிலின் உள்ளே காற்றேயில்லை. நோயாளிகள் உலர்ந்து போய்க்கொண்டிருந்தார்கள். சவப் பெட்டி ஒன்றினுள் ஒடுங்கிக் கிடப்பது போலிருந்தது.

நீண்ட காத்திருப்பின் பிறகு ராமேஸ்வரம் மெயில் அவர்களைக் கடந்து போனது. செல்வி ரயில் போலவே ஊ ஊ என்றபடியே பெட்டிக்குள் அங்குமிங்கும் ஓடினாள். அவர்களது ரயில் புறப்பட ஆரம்பித்தது. வேகமில்லை. ஆமை நீந்துவதைப் போன்ற நிதானம். அந்த வேகமேகூட காற்று சடசடப்பதற்குப் போதுமானதாக இருந்தது. கன்னத்தை ஒற்றும் காற்றில் லயித்துக்கிடந்தவளாய் சின்னராணி பெருமூச்சிட்டுக்கொண்டாள்.

அழகருக்கு அடுத்த பெட்டியில் இருந்த பொன்னியின் நினைவு வந்தபடியே இருந்தது. அவளோடு கலவி செய்வது போலவே மனதில் நினைத்தபடியே காலியான ஒரு பெஞ்சில் அவனும் படுத்துக் கொண்டான். ரயில் மெல்ல வேகமெடுக்க ஆரம்பித்தது. தலையில் முக்காடு போட்டபடியே சின்னராணி ஜன்னலோடு சாய்ந்துகொண்டாள். காற்று அவள் சேலையை படபடக்கச் செய்தபடியே இருந்தது. செல்வியைக் காணவில்லை.

ரோகிகளுடன் ஏதாவது கதை பேசிக்கொண்டிருக்கக்கூடும். சூடு தாங்கமுடியாமல் எரியும் கண்களை மூடிக்கொண்டு அழகர் படுத்துக் கொண்டான். தானே பசி அடங்கியிருந்தது. ஆனால் காமம் வடிந்து போகவேயில்லை. அது எரியும் மெழுகுவர்த்தி

உருகி அதன் துளிகள் கையில் சொட்டியது போன்ற ஒரு பிசுபிசுப்பையும் சூட்டையும் ஏற்படுத்தியிருந்தது. எப்போதுமே முன்பின் தெரியாத பெண்கள் அவனோடு முதல் சந்திப்பிலே நெருக்கமாகவும் இணக்கமாகவும் இருந்திருக்கிறார்கள். ஏனோ அவனை அவர்களுக்கு ரொம்பவும் பிடித்தும் போய்விடுகிறது.

தனது பதின்வயதின் ஒரு அதிகாலையில் ஜிக்கியை பேரின்ப விலாசில் சந்திக்காமல் போயிருந்தால் இப்படி அலைந்து திரிந்திருக்க மாட்டான். எதற்காகத் தன்னை ஜிக்கி முதல் சந்திப்பிலே என் கூட வருகிறாயா என்று கேட்டாள். சந்தையில் தன்னை வாங்கியவன் பின்னால் எங்கே அழைத்துப் போகிறான் என்று தெரியாமல் துள்ளியபடியே போகும் ஆட்டுக்குட்டியைப் போல் தானும் எதற்காக அவள் பின்னாடியே போனேன். இப்போது ஜிக்கி எங்கேயிருப்பாள்? அழகர் யோசித்துக்கொண்டேயிருந்தான். வெளியே காற்று மாறிக்கொண்டிருந்தது. வெயில் அடங்கிய வெளியில் ரயில் போய்க்கொண்டிருந்தது.

அப்போது அழகருக்குப் பதினாறு வயதிருக்கக்கூடும். அம்மா இறந்து போனதோடு அவன் பள்ளிப்படிப்பு முடிந்து போனது. அவர்கள் சொந்த ஊரை விட்டு இடம்மாறி காரியாபட்டிக்குக் குடியிருக்க வந்திருந்தார்கள். அது பிரதான சாலையில் உள்ள சிறிய ஊர். சிறிய ஓட்டுவீட்டில் குடியிருந்தார்கள். வீட்டில் சமையல் கிடையாது. கூட்டுரோட்டில் உள்ள கிட்ணன் ஹோட்டலில்தான் மூன்று வேளையும் சாப்பாடு. அவன் அண்ணன் வேலு லாரியில் டிரைவராக பம்பாய் பக்கம் ஓடிக்கொண்டிருந்தான். அதனால் எப்போதாவது ஒரு நாள் வீட்டிற்கு வருவது உண்டு. அவனது அய்யா முத்திருக்கை சித்ரா டாக்கீஸில் வாட்ச்மேனாக இருந்தார். அங்கே இரண்டே காட்சிகள். அதுவும் மாலைக்காட்சி இரவு ஏழு மணிக்குத்தான் துவங்கும். அதனால் அய்யா பகல் முழுவதும் உறங்கிக்கொண்டு தானிருப்பார்.

இரவுக்காட்சி முடிந்தபிறகு தியேட்டரை விளக்குமாற்றால் கூட்டிப் பெருக்கிக் குப்பைகளை அள்ளிப்போட்டுவிட்டு ஆபரேட்டர் வீட்டிற்குப் போனபிறகு முன்கேட்டைப் பூட்டிவிட்டு அய்யா தியேட்டரில் படுத்துக்கொண்டுவிடுவார். வீட்டில் அழகர் மட்டுமே தனியே படுத்துக்கிடப்பான். இருட்டில் வேலிப் புதர்களில் இருந்து பேய்கள் எழுந்து அவன் வீட்டுக்கதவைத் தட்டுவது போலவே இருக்கும். இதற்காகவே கதவில் சிறிய ஓட்டைகூடத் தெரியாமல் அடைத்துவிடுவான். ஜன்னலை மூட முடியாது. அதற்குக் கதவு கிடையாது; ஆகவே பேய்கள் ஜன்னலுக்கு

எஸ்.ராமகிருஷ்ணன் ❖ 83

வெளியே இருந்து தன்னைப் பார்த்துக்கொண்டிருக்கக்கூடுமோ என்று சுவரோடு ஒண்டிக்கொண்டு படுத்துக் கிடப்பான்.

வீட்டில் மின்சார விளக்குகள் கிடையாது. மண்ணெண்ணெய் விளக்குதான். அது எரியும்போது வரும் புகை அடிவயிற்றைக் குமட்டிக் கொண்டு வரும். எப்போதாவது சில நாட்கள் மட்டுமே அந்த விளக்கைக் கொளுத்திவைப்பான். மற்ற நாட்களில் தூங்கும் நேரம் வரை ஏதாவது ஒரு பையனுடன் தெருவில் சுற்றிக்கொண்டேயிருப்பான். வீட்டில் ஒன்றிரண்டு சமையல் பாத்திரங்களைத் தவிர வேறு பொருட்களுல்லை. அதனால் அவன் கதவை மூடுவதேயில்லை.

அய்யா சாராயம் குடிப்பதற்காக வைத்திருந்த அலுமினிய டம்ளரும் இரண்டு சாப்பிடுகின்ற தட்டுகளும் டீ வாங்கி வருவதற்காக வைத் திருந்த தூக்குச்சட்டியும் மட்டுமே தினமும் கழுவி வைக்கப்பட்டன. அய்யா காலையிலே குடிக்கத் துவங்கி விடுவார். கண்கள் சிவந்து உக்கிரமேறிய போது பற்களை நறநறவெனக் கடித்துக் கொண்டு “ஈனத் தேவிடியா முண்டை செத்துப்போயிட்டா” என்று இறந்துபோன தன் மனைவியைத் திட்டிக்கொண்டேயிருப்பார்.

அந்த நேரங்களில் அவருக்கு அழகரைக் கண்டால் கோபம் அதிகமாகிவிடும். அவனை அடிப்பதற்குப் பாய்வார். அழகர் பயத்துடன் வீட்டின் முன் உள்ள வேம்படியில் போய் உட்கார்ந்து கொள்வான். அய்யா போதை உச்சமடைந்தவுடன் அழத்துவங்குவார். மூக்கிலிருந்து கோழை வழிய அவர் விக்கி விக்கி அழுவார்.

பிறகு அவனைக் கூப்பிட்டு பாசிங்ஷோ சிகரெட் வாங்கிவரும்படி சொல்வார். அழகர் கூட்டு ரோடு வரை சென்று சிகரெட் வாங்கிக் கொண்டு வருவான். மிச்சமிருக்கும் சில்லறைகளை அவர் ஒருபோதும் கேட்பதேயில்லை. அதற்கு முறுக்கோ, மிட்டாயோ வாங்கிக்கொள்வான். அய்யா சிகரெட் புகைத்தபடியே வெளியே உட்கார்ந்திருப்பார். அதன்பிறகு அடுத்த நாள் வரை அவர் பேசவே மாட்டார். மாலையில் குளித்துவிட்டு நெற்றி நிறைய திருநீறு பூசி, கையில் காவல்கம்பை எடுத்துக்கொண்டு அய்யா நடந்து சினிமா தியேட்டருக்குப் போகும் போவதைப் பார்த்துக் கொண்டேயிருப்பான்.

அய்யா போன பிறகு வெளியேறித் தெருவிற்குள் ஓடிவிடுவான். அதன்பிறகு வீட்டிற்குப் போகவேண்டும் என்றே தோன்றாது. கொட்டகையில் வாரம் மூன்று படம் மாற்றுவார்கள். அந்த நாட்களில் மட்டும் அவன் படம் பார்க்கப் போவான். மற்றபடி

அவனது வேலை கிட்ணன் ஹோட்டலில் போய் கிராமபோன் பிளேயரில் சினிமா பாட்டு கேட்பதுதான். அந்த ஒரேயொரு உணவகம் மட்டுமே கூட்டுரோட்டில் இருந்தது. மில் வேலைக்குப் போகின்றவர்கள் ஷிப்ட் முடிந்து வருவதற்காகப் பதினோரு மணி வரை திறந்து வைத்திருப்பார்கள். அந்தக் கடையில் மாதக்கணக்கு வைத்து சாப்பிடுகின்றவர்கள் நிறைய இருந்தார்கள்.

கூட்டம் அதிகமான நேரங்களில் ஒத்தாசைக்கு அழகரைக் கூப்பிட்டுக் கொள்வார்கள். கடையை நடத்தும் கிட்ணன் ஆள் மெலிந்து போனவ ராக உசரமாக இருந்தார். அவர் எப்போதுமே பனியன்தான் அணிந்திருப்பார். அதுவும் உடல் அளவிற்குப் பொருந்தாத பனியன். அவர் மனைவியோ அவருக்கு நேர்மாறாக ஊதிப்பெருத்து கைகள் ஒவ்வொன்றும் அளவு பெரியதாக நண்டின் கைகள் போலிருந்தன். எப்போதுமே அவள் தான் கல்லாவில் இருப்பாள். கிட்ணன் உணவு பரிமாறிக் கொண்டிருப்பார். அழகர் டம்ளர் வைத்துத் தண்ணீர் ஊற்றுவது, இலை போடுவது போன்ற வேலைகளைச் செய்து கொண்டிருப்பான். ஒரு நாள் எச்சில் இலைகளை அவனை எடுத்துப் போடச் சொல்லி கிட்ணன் பொண்டாட்டி சொன்னதற்கு டீ மாஸ்டராக வேலை செய்யும் சௌடையா மிகவும் கோவித்துக்கொண்டான். தன் மனைவி செய்தது தப்புதான் என்று கிட்ணனும் ஆமோதித்தார். அதனால் தானோ என்னவோ சௌடையாவை அவனுக்குப் பிடித்து போனது.

சௌடையா தினமும் அழகரை தன் சைக்கிளில் வைத்து அழைத்துக் கொண்டு குளிக்கக் கூட்டிச் செல்வார். அவர்கள் சூரியகாந்திகள் நிரம்பிய குட்டியப்பா தோட்டத்திற்குக் குளிக்கப் போவார்கள். குளிக்கப் போவது என்பது வெறும் காரணம் மட்டுமே. உண்மையில் அவர்கள் கிணற்றுப்படியில் உட்கார்ந்து கொண்டு ரொம்ப நேரம் பேசிக்கொண்டிருப்பார்கள். அப்போது சௌடையாவிற்குக் கல்யாணம் ஆகவில்லை. அவரது சொந்த ஊர் பழனி என்றும் ஆயக்குடியில் அவர் தங்கச்சி திருமணமாகி இருக்கிறார் என்றும் ஒரு நாள் சொன்னார்.

சௌடையா தனது ஹோட்டலுக்கு வந்துபோகும் ஒவ்வொரு பெண்ணையும் உன்னிப்பாகக் கவனிப்பவர். அதனால் அந்தப் பெண்களைப்பற்றி அழகருடன் பச்சை பச்சையாகப் பேசிக்கொண்டிருப்பார். அவரிடம் ஒரு பாக்குவெட்டியிருந்தது. அது நிர்வாணமான ஆண் பெண் உடலின் வடிவத்தில் இருந்தது. அதில் பாக்கை வைத்து வெட்டிக்காட்டும்போது உடல் இரண்டும் ஒன்று சேர்வதுபோல வேடிக்கையாக இருக்கும். சௌடையாவிற்குக்

கழுத்தடி முழுவதும் பருக்கள் போல கொழுப்புதிரட்சிகள் தொங்கிக்கொண்டிருந்தது. அவர் அதற்காகவே சோப் போட்டுக் குளிப்பதில்லை. சோப்பு போட்டால் உடம்பு அரிக்கிறது என்பார்.

குளிக்கப் போகும் இடத்தில் சிரட்டை கிடைத்தால் அதில் ஈர மண்ணை அள்ளி கையால் இறுக்கமாகத் தட்டிப் பிறகு அதைக் கவிழ்த்துவிடுவார். அந்த மண் பெண்களின் முலை போன்ற வடிவில் இருக்கும். அதில் கையை வைத்து ஆசை தீரத் தடவியபடியே அவனையும் தொட்டுப் பார்க்கச் சொல்வார். அவனுக்குக் கூச்சமாக இருக்கும். அவர் பெண் உடலைப்பற்றி வாய்க் கூசாமல் பேசுவதை அதன் அர்த்தம் புரியாமலே கேட்டுச் சிரித்துக்கொண்டிருப்பான். சில நாட்கள் அவர் நிர்வாணமாக நீந்திக் குளிப்பார். அவரது ஆண் உறுப்பை வியப்போடு பார்த்தபடியே படியில் உட்கார்ந்திருப்பான் அழகர்.

அவர் ஒரு நாள் ஈர உடலோடு நின்ற அழகரைக் கட்டிப்பிடித்து உதட்டோடு முத்தமிட்டுக் கொஞ்சியபடியே "நீ மட்டும் பொம்புளப் புள்ளையா இருந்திருந்தா எப்பிடியிருக்கும் தெரியுமா... எனக்கு ஒரு முத்தம் குடுறா" என்றார். அவரது கொஞ்சலைப் பிடிக்காமல் தள்ளிவிட்டான் அழகர். அவர் சிரித்தபடியே நீர் சொட்டும் தலையுடன் ஒரு பீடியைப் பற்றவைத்து புகைக்கத் துவங்கினார்.

அழகர் எழுந்து கிணற்றை விட்டு வெளியே வந்து சூரியகாந்திச் செடிகளுக்குள் போய் பெரிய வட்டு போன்ற சூரியகாந்திப்பூ ஒன்றினைப் பிடுங்கிக் கொண்டுவந்தான். அவர் எழுந்து ஈரமான தனது கைலி மற்றும் பனியன்களைப் பிழிந்து எடுத்துக்கொண்டு சைக்கிளில் அவனை எதுவும் நடக்காதவரைப் போல இயல்பாகக் கூட்டிக்கொண்டு போனார்.

எதற்காகத் தன்னை அப்படி சௌடையா முத்தமிட்டார் என்று அழகருக்குப் புரியவேயில்லை. ஆனால் அதன் மறுநாள் அவர் காரணம் இல்லாமலே கோவித்துக்கொள்ளத் துவங்கியதோடு குளிக்கப் போகும் போது உடன் கூட்டிப்போகவும் இல்லை.

அழகராகவே போய்ப் பேசியபோதுகூட "உன் தரம் என்ன, ஏன் தரமென்னடா, பொடிப்பயலா இருந்துகிட்டு ஏன்டா வீணாப்போறே. போயி எங்கயாவது சைக்கிள் கடைல வேல பாத்து அஞ்சுபத்து சம்பாரிக்கிற வழிய பாருடா" என்று திட்டி அனுப்பினார். அதைக் கேட்டு கிட்ணன் பெண்டாட்டி பலமாகச் சிரித்தாள்.

அழகருக்கு அவமானமாக இருந்தது. சௌடையாவை முறைத்தபடியே ஹோட்டலை விட்டு வெளியே போய்

நின்றுகொண்டான். சௌடையா "என்னடா முறைக்கே. வெந்நியைப் பிடிச்சி மூஞ்சில ஊத்தவா" என்று சொன்னார். அதற்கும் கிட்ணன் மனைவி சிரித்துக் கொண்டாள். ஆத்திரத்துடன் அங்கிருந்து நடந்து சித்ரா டாக்கீஸை நோக்கி வந்தான் அழகர். புளிய மரத்தடியில் ஐந்தாறு பெண்கள் நின்றுகொண்டிருந்தார்கள். மலைக்கள்ளன் படம் ஓடிக்கொண்டிருந்தது.

எப்போதுமே சனிக்கிழமை மாலைக்காட்சிக்கு அதிகம் பெண்கள் வருவார்கள். அது ஏன் என்று அவனுக்குப் புரியவில்லை. சைக்கிள் கேட் வழியாக உள்ளே சென்று அய்யாவைத் தேடினான். அவர் ஒரு ஓரமாக உட்கார்ந்து பசை காய்ச்சிக்கொண்டிருந்தார். அவரை கண்டுகொள்ளாமல் படியேறி மாடியில் இருந்த ஆபரேட்டர் ரூமின் சுற்றுச்சுவரில் சாய்ந்தபடியே சாலையை வேடிக்கை பார்க்க துவங்கினான். அப்படியும் ஆத்திரம் அடங்கவில்லை. கடந்து போகின்ற எல்லோர் மீதும் கோபம் கோபமாக வந்தது.

ஆபரேட்டர் திரவியம் சைக்கிளில் வந்து இறங்கித் தனது இரவுச் சாப்பாட்டைக் கையில் எடுத்துக்கொண்டபடியே படியேறி மேலே வந்து கொண்டிருந்தார். அவரைக் கண்டதும் அழகர் லேசாகச் சிரித்துக்கொண்டான். அவர் தனது தூக்குவாளியை அவனிடம் நீட்டியபடியே "உள்ளே கம்பில் கொண்டுபோயி மாட்டு. ஒண்ணுக்குப் போயிட்டு வர்றேன்" என்றார். அழகர் வாங்கிக்கொண்டபடியே கேபின் ரூம் உள்ளே போனான்.

அந்த தியேட்டரில் ஒரேயொரு மிஷின் மட்டுமே இருந்தது. அதனால் படத்தை அரை மணி நேரத்திற்கு ஒரு முறை நிறுத்தி நிறுத்திப் போடுவார்கள். கரண்ட் போய்விட்டால் அன்றைக்கு காட்சிகள் கிடையாது. டிக்கெட்டில் சீல் அடித்துத் தந்துவிடுவார்கள். மறுநாள் அந்த டிக்கெட்டைக் காட்டிப் படத்திற்கு வரலாம். படம் ஆரம்பிக்கத் துவங்கியதும் சில நாட்கள் அய்யாவும் ஆபரேட்டர் திரவியமும் சீட்டு விளையாடத் துவங்கிவிடுவார்கள்.

ரீல் மாற்ற வேண்டிய நேரம் வரை அழகர் ஆபரேட்டர் ரூம் உள்ளே உட்கார்ந்து பார்த்துக்கொண்டிருப்பான். ரீல் கட் ஆனாலோ அல்லது மிஷின் வேகம் குறைந்துபோனாலோ சப்தம் கொடுப்பான். திரவியம் எழுந்து வந்து மாற்றிவிட்டுப் போவார்.

அன்றைக்கு ஏனோ படம் பார்க்க அவனுக்கு இஷ்டமேயில்லை. எத்தனை சைக்கிள் வந்திருக்கிறது என்று எண்ணிக்கொண்டிருந்தான். பிறகு வாசலுக்கு வந்து சீட்டாடும் அய்யாவின் அருகில் உட்கார்ந்து கொண்டான். அய்யா அவனை முறைத்தபடியே "உள்ளே போயி படத்தைப் பாருடா" என்றார்.

அழகர் கதவைத் தள்ளித் திறந்துகொண்டு உள்ளே சென்றான். திரையில் பானுமதி ஒரு குதிரையில் போய்க்கொண்டிருந்தாள். தான் அவளைப் பார்த்துக்கொண்டிருக்கிறோம், அவள் ஏன் தன்னைப் பார்க்கவேயில்லை என்று ஏனோ தோன்றியது. எதற்காக நான் மட்டும் திரையைப் பார்க்கவேண்டும் என்ற வீம்பில் எழுந்து தரை டிக்கெட் வாசல்வழியாக வெளியே வந்தான்.

ஒரு லுங்கி கட்டிய ஆள் சைக்கிள் ஸ்டாண்ட் அருகே உட்கார்ந்து கஞ்சா போட்டுக்கொண்டிருந்தான். அவன் அழகரைப் பார்த்ததும் சிரித்தபடியே அருகில் வந்து உட்கார்ந்துகொள்ளச் சொன்னான். அழகர் தள்ளி உட்கார்ந்து கொண்டான். உள்ளங்கையில் போட்டு கஞ்சாவைக் கசக்கியபடியே அவன் சிகரெட்டினுள் தட்டித்தட்டி ஏற்றிக்கொண்டிருந்தான். அந்த வாசனை என்னவோ போலிருந்தது. அழகர் முகஞ்சுழிப்பதைப் பார்த்து லுங்கி கட்டியவன் மணத்தை நன்றாக முகர்ந்து கொண்டு சிரித்தான். நாலு சிகரெட்டுகள் அவன் கஞ்சாவை அடைத்தான்.

பிறகு அதிலிருந்து ஒரு சிகரெட்டைப் பற்ற வைக்க அந்த ஆள் தீப்பெட்டி தேடி கக்கூஸிற்குள் நுழைந்தான். வெளியே வரும்போது புகையை விழுங்கியபடியே வந்தான். அவன் கண்கள் கொஞ்சம் கொஞ்சமாக மாறிக்கொண்டிருந்தன. அவன் தன் டவுசர் பாக்கெட்டிலிருந்து ஒரு ரூபாயை எடுத்து அழகரிடம் நீட்டி "கலர் வாங்கிக் குடிச்சிக்கோ" என்றான். கைநீட்டி வாங்குவதற்கு பயமாக இருந்தது. அவன் கஞ்சாவை நன்றாக இழுத்தபடியே "நான் திருப்பி எல்லாம் கேட்கமாட்டேன். நீ பவண்டோ வாங்கிக் குடிச்சிக்கோ" என்றான்.

அந்தக் காசைக் கையில் வாங்க நீட்டியபோது "அஸ்கு புஸ்கு" என்று அந்த ஆள் ஏமாற்றிவிட்டுச் சிரித்தான். அழகருக்கு ஆத்திரமாக வந்தது. "உன் காசும் வேணாம் ஒரு மசிரும் வேணாம்" என்றான்.

அதைக் கேட்டு பல்லைக் காட்டியபடியே அந்தக் கஞ்சா குடிப்பவன் "சும்மா விளையாட்டுக்குச் செஞ்சேன். இந்த ரூவா உனக்குத்தான்" என்று அதை வீசி எறிந்தான். அழகர் காசை எடுத்துக்கொண்டு வேகமாகப் போய் ஒரு பவண்டோ வாங்கி வந்தான். அதைக் குடிக்கும்போது நாக்கு சுரீரென்றது. அவன் "வா படம் பாக்கலாம்" என்று அவனையும் உள்ளே கூப்பிட்டான். தரை டிக்கெட்டில் முன்னால் போய் உட்கார்ந்துகொண்டார்கள். அவன் பானுமதியைப் பார்த்தவுடன் வாய்விட்டுக் கதறி அழத் துவங்கிவிட்டான். "அண்ணே எதுக்கு அழுகுறே. என்னண்ணே" என்று அழகர் பயந்துபோய் கேட்டான். அவன் பதிலே

சொல்லவில்லை. பானுமதி வரும் காட்சியில் எல்லாம் தன்னை மீறி அழுதான்.

அவனால் அழுகையைக் கட்டுப்படுத்த முடியவில்லை. காரணமே இல்லாமல் ஏன் அழுகிறான் என்று பயந்துபோய் அவனைவிட்டு எழுந்து போய்விடலாமா என்று பார்த்தான். அவனோ இறுக்கமாக அழகரின் கைகளைப் பிடித்துக்கொண்டு சிறுபிள்ளையைப் போல அழுதுகொண்டிருந்தான். இடைவேளையின்போது கஞ்சா குடித்த வனை அருகில் இருந்தவர்கள் வியப்போடு பார்த்தபடியே வெளியே போனார்கள். அவன் தன் உணர்வின்றிக் கிடந்தான். அப்படியே மணலில் அவனைப் படுக்கவைத்துவிட்டு அழகர் வெளியேறி வந்த போது அய்யாவும் ஆபரேட்டரும் வெளியே போய்க்கொண்டிருப்பது தெரிந்தது. மறுநாள் போடப்படும் புதிய படத்தின் பெட்டி வந்து இறங்கிக்கொண்டிருந்தது.

படம் விட்டு யாவரும் வெளியே போகும்போது அழகர் அன்றைக்கு தியேட்டரிலே படுத்துக்கொள்கிறேன் என்றான். அய்யா காரணம் கேட்டுக்கொள்ளவேயில்லை. ஷோ முடிந்து அய்யா தியேட்டரை சுத்தம் செய்யும்போது தனியே திரையின் முன்னால் நின்றபடியே அதைத் தொட்டுப் பார்த்துக்கொண்டிருந்தான் அழகர். எல்லா கதவுகளையும் மூடிவிட்டு அய்யா சைக்கிள் ஸ்டாண்டை ஒட்டிய திண்ணையில் போய்ப் படுத்துக்கொண்டார்.

அழகருக்கு எங்கே படுப்பது என்று தெரியவில்லை. அவன் ஆபரேட்டர் ரூமுக்கு முன்னால் படுத்துக்கொண்டான். உறங்க நினைத்துக் கண் அசரும்போது யாரோ வாசலில் வந்து நின்று கேட்டைத் தள்ளிக் கொண்டிருக்கும் சப்தம் கேட்டது. அழகர் கண்ணைத் திறந்து பார்த்தான். வாசலில் கிட்ணனின் மனைவி நின்றுகொண்டிருந்தாள். பூனைபோல வந்து அய்யா கதவைத் திறந்துவிட்டார். அவள் பருத்த தனது பிருஷ்டத்தை ஆட்டியபடியே "என்ன கடைக்கு வரலே" என்று மெதுவான குரலில் கேட்டாள்.

"பையன் இன்னைக்கு இங்கயே தூங்கப்போறேனு வந்துட்டான்" என்று அய்யா சொன்னார். அவள் தயக்கத்துடன் "வேற யாரும் இருக்காங்களா" என்று கேட்டாள். "ஒரு ஈக்குஞ்சி கூடக் கிடையாது" என்று சொல்லிச் சிரித்தார். அவள் பெண்கள் கழிப்பறையை நோக்கி மூத்திரம் பெய்யச் செல்வது தெரிந்தது. அய்யா ஆபரேட்டர் அறையின் படியேறி அவன் தூங்குகிறானா என்று பார்த்துப் போக வந்தார். அழகர் புரண்டு படுத்துக்கொண்டான்.

அய்யா படியோரம் சாய்த்து வைக்கப்பட்டிருந்த ஒரு பாயை எடுத்துக்கொண்டு கீழே இறங்கிப் போனார். அவர் தரை

டிக்கெட்டின் வாசலைத் திறக்கும் சப்தம் கேட்டது. அழகர் கீழே இறங்கிப்போய் பார்க்கலாமா என்று யோசித்தபடியே படுத்துக்கிடந்தான். அவர்கள் சிரிக்கும் சப்தம் கேட்டது. மெதுவாக இறங்கி நடந்தான். பின்னிலவு வானில் மங்கியபடி ஒளிர்ந்தது. தியேட்டரின் பின் உள்ள தெரு விளக்கின் வெளிச்சம் விட்டுவிட்டு எரிந்து அடங்கியது. கதவு பாதி திறந்து கிடந்தது. திரையின் முன்னால் உள்ள தரை டிக்கெட்டு மண்ணில் அய்யா உடம்பில் துணியே இல்லாமல் படுத்துக் கிடந்தார். மயிர் நிறைந்த அவரது கால்கள் விரிந்து கிடந்தன.

அவர்மீது கிட்ணன் மனைவி உடையில்லாமல் ஏறிப்படுத்துக் கிடந்தாள். அவளது பருத்த உடல் பிதுங்கி வழிந்து கொண்டிருந்தது. அந்தப் பெண்ணை அய்யா முத்தமிட்டுக்கொண்டிருந்தார். அழகருக்கு அதைப் பார்க்க ஏனோ ஆத்திரமாக வந்தது. ஒரு கல்லை எடுத்து எறியலாமா என்று நினைத்துக்கொண்டிருந்தான். தெருவில் சில நாட்கள் நாய்கள் ஒன்றோடு ஒன்று கூடிக்கொண்டு குறிபிரிய முடியாமல் சிக்கி இழுபடும்போது கல்லெறிந்து விரட்டியிருக்கிறான். அந்த ஞாபகம் வந்துபோனது. அந்தப் பெண்ணின் பெரிய மார்புகள் அய்யாவின் முகத்தில் விழுந்து கிடந்தன. வேகவைத்து உரித்த உருளைக்கிழங்கினைப் போல அவளது உடம்பு மினுங்கிக்கொண்டிருந்தது.

அவன் வேண்டுமென்றே தண்ணீர்த் தொட்டியின் மீது ஒரு கல்லை எடுத்து எறிந்தான். அது அவன் எதிர்பார்த்ததைவிட பலமான சப்தம் உண்டாக்கியது அந்தப் பெண் பதற்றத்துடன் யாரோ வர்றாங்க என்றாள். அய்யா அவளை விட மனதில்லாமல் “இங்கே யாரு வரப்போறா. பூனை அலையுதுனு நினைக்கேன்” என்று பிடித்து இழுத்துக்கொண்டார்.

அழகருக்கு அவர்கள் உடல்கள் பின்னிக்கொள்வது அருவருப்பைத் தந்தது. அதைக் காணாதது போல நடந்து படியோரம் வைத்திருந்த பசைச் சட்டியைக் காலால் எத்திவிட்டுத் திரும்பவும் தன் இடத்தில் போய்ப் படுத்துக்கொண்டான். மறுநாள் காலை கிட்ணன் ஹோட்டலில் போய் அவளை முண்டக்கட்டையாகப் பார்த்ததைச் சொல்ல வேண்டும் போலிருந்தது. அவளும் அய்யாவும் எழுந்து தியேட்டரை விட்டு வெளியேறி ஹோட்டலை நோக்கி நடந்து போய்க்கொண்டிருந்தார்கள். அவனால் தியேட்டரில் படுத்திருக்க முடியவில்லை.

பேசாமல் எங்காவது ஓடிவிடலாமா என்று நினைத்துக்கொண்டான். எங்கே ஓடிப்போவது, என்ன செய்வது என்று தெரியவில்லை.

ஆனாலும் ஓடிப்போய்விட வேண்டும் என்ற உந்துதல் அதிகமாகிக் கொண்டேயிருந்தது. இன்னும் விடிவதற்கு நிறைய நேரமிருந்தது. இராக்கோழி எங்கிருந்தோ சப்தமிட்டுக்கொண்டிருந்தது. தியேட்டர் கதவைத் தள்ளிக்கொண்டு அய்யா திரும்பிவரும் சப்தம் கேட்டது.

அவர் பசை கிண்டும் குச்சியைக் கையில் எடுத்தபடியே படியேறி வந்தார். உறங்குபவன் போலக் கண்களை இறுக்கிக்கொண்டு குப்புறப் படுத்துக்கொண்டான். முதல் அடி சுரீரென முதுகில் விழுந்தது. பதறி எழுந்தபோது அய்யா குடிவெறியேறிய கண்களுடன் “நானும் பாத்துக்கிட்டு இருக்கேன். என்ன கிறுத்திருவம் ஜாஸ்தியா போயிருச்சி. மசிரு எட்டிப் பாக்கயோ” என்று சொல்லி அந்தக் குச்சியால் அவனை மாறிமாறி அடித்தார். அழகர் வலி தாங்காமல் சுவரோரம் ஒண்டிக்கொண்டபடியே “நான் ஒண்ணும் பாக்கலைய்யா” என்று கதறினான். அது அய்யாவின் கோபத்தை மேலும் அதிகமாக்கியது. அவன் அழகரின் தலைமயிரைக் கொத்தாகப் பிடித்துக்கொண்டு சுவரோடு சேர்த்து தலையை முட்டவைத்தார். அழகர் கத்தினான். அவர் பல்லோடு சேர்த்து அடித்தார். தப்பி ஓடிவிட முயன்றவனைப் போல் அழகர் திமிறினான்.

அய்யா அவனது அடிவயிற்றோடு மிதித்துக் கையை இறுக்கிக் கொண்டு நங்கு நங்கெனக் குத்தினார் அவனால் வலியைத் தாங்கிக்கொள்ள முடியவில்லை. பெருங்குரல் எடுத்து அழுதான்.

“உன்னை அப்பவே வெட்டிப் பொலிபோட்டு இருப்பேன். அந்தப் பொம்பளை இருக்காளேனு பார்த்தேன். புடிச்சி ஒழுங்கா மோளத் தெரியாது. அதுக்குள்ளே புத்தி போகுது பாரு” என்று சொல்லிச் சொல்லி அடித்தார்.

அழகர் கை சுவரில் உரசி ரத்தம் கசியத் துவங்கியது. அய்யா அவன் பிடறியைப் பிடித்து இழுத்து வந்து தியேட்டர் கேட்டினை விட்டு வெளியே தள்ளிக் கதவைப் பூட்டினார். சாலை திறந்து கிடந்தது. புழுதியில் கிடந்தபடியே அழகர் “போடா மசிரு” என்று தனது அய்யாவைத் திட்டிக்கொண்டிருந்தான். கோவம் அப்படியே கிட்ணன் மனைவி மீது திரும்பியது. ஆத்திரத்துடன் எழுந்து கிட்ணன் ஹோட்டலை நோக்கி நடந்துபோக ஆரம்பித்தான். சாலையில் இயக்கமேயில்லை. விடிகர்லைக்கு இன்னும் சில மணிநேரங்களே இருந்தன.

சைக்கிள் ஒன்றில் பால்க்காரன் கேனுடன் போய்க்கொண்டி ருந்தான். வீடுகளில் ஆட்கள் உறங்கிக்கிடந்தார்கள். சாலைச் சரிவில் கிடந்த நாய்கூட அவன் நடந்து போவதைக் கண்டு

தலையை நிமிர்த்திவிட்டுத் திரும்ப உறங்கிக்கொண்டது. கிட்ணன் கடையின் முன்னால் போய் நின்றபடியே எறிவதற்காகக் கல்லைத் தேடினான். கைகொள்ளுமளவு பெரிய கல் கிடைத்தது. அதை ஹோட்டலின் நாழி ஓட்டை நோக்கி வீசி எறிந்தான். கல் விழுந்து ஓடு உடையும் சப்தம் கேட்டது.

யாரோ வீட்டினுள் எழுந்து கொண்டார்கள். சரமாரியாக நாலைந்து கற்களை வீசி எறிந்தான். உள்ளிருந்து கிட்ணன் சட்டை போடாத வெற்றுடம்புடன் பயந்துபோன குரலில் "யாரு... யாரு..." என்று கேட்டபடியே வெளியே வருவது தெரிந்தது. அந்தக் குண்டச்சியைக் காணவில்லை. அழகர் ஒளிந்து நின்று கொண்டான். அவிழ்ந்துபோன சேலையைத் திருத்தியபடியே கிட்ணன் பெண்டாட்டி வாசலில் வந்து நின்றபடியே "அது எந்த முண்டப்பயடா என் கடைல கல் எறியுறது. ஆம்பளையா இருந்தா நேர்ல வாடா" என்று கத்திக் கொண்டிருந்தாள்.

ஒரு கல்லை எடுத்து அவளது நெற்றிக்குக் குறி வைத்து வீசி எறிந்தான். அது அவளது தாடையில் பட்டிருக்கக்கூடும். வலி தாங்கமுடியாமல் அவள் ஓங்காரமிட்டுக் கத்தினாள். அழகர் ஓடத் துவங்கினான். நடமாட்டம் இல்லாத வீதிகளின் வழியே ஓடி, சுண்ணாம்புக் கால்வாசல் சந்திற்குள் புகுந்து பேருந்து நிலையத்தின் பின்பக்கம் வந்து அங்கிருந்து புளியமரத்தடிப்பாதை வழியாக ஓடி, ஊரின் வடபுறத்திற்கு வந்து சேரும்வரை அவன் திரும்பிப் பார்க்கவேயில்லை. அவள் தன்னைப் பார்த்திருக்கக் கூடும் என்று மட்டும் தெரிந்தது. ஒரு வேலிப்புதரை ஒட்டிய இருளுக்குள் போய் உட்கார்ந்து கொண்டான். அய்யாவின் மீது ஆத்திரம் தணியவேயில்லை. அவனை உறக்கம் வேறு அழுத்திக்கொண்டிருந்தது. அவன் உறங்கக் கூடாது என்ற வைராக்கியத்தோடு இருளை வெறித்தபடியே நெடுநேரம் உட்கார்ந்திருந்தான்.

பொழுது புலர்ந்து கொண்டிருந்தது. விடிகாலையின் மென் வெளிச்சம் அடிவானிலிருந்து கசிந்து வரத்துவங்கி, பறவைகள் கீச்சிட்டுக்கொண்டிருந்தன. மதுரைக்குச் செல்லும் முதல் பேருந்து அவனைக்கடந்து போனது. அழகர் எழுந்து நடக்கத் துவங்கினான். பெட்ரோல் பங்கைத் தாண்டி அவன் சேக்கிழார் பள்ளிக்கூடத்தின் அருகில் உள்ள பேருந்து நிறுத்தமருகே வந்து அங்கிருந்த நிழல்குடையில் நின்றபோது தன்னை யாருமே துரத்திவரவில்லை என்பது புரிந்தது.

இனிமேல் என்ன செய்வது என்று புரியவில்லை. இப்படியே எங்கே யாவது ஓடிப்போய்விடலாமா என்று யோசித்தான். எங்கே போவது. கையில் காசில்லை. யார் வீட்டிற்குப் போனாலும் அய்யா பிடித்துக் கொண்டுவந்துவிடுவார். விடிகாலையின் காற்றில் லேசான குளிர்ச்சியிருந்தது. அவன் குழப்பத்துடன் சாலையைப் பார்த்தபடியே நின்றிருந்தான். அவனது கால்கள் நடுங்கத் துவங்கியிருந்தன. எந்தப் பக்கம் போவது என்று தெரியவில்லை. இங்கேயே நின்றால் ஒருவேளை தெரிந்தவர்கள் யாராவது பார்த்துவிடுவார்கள் என்றும் தோன்றியது.

வடக்கே எங்கேயாவது போய்விட வேண்டியதுதான் என்றபடியே அவன் ஊரை விலக்கிச் செல்லும் சாலையில் மெதுவாக நடந்து போகத்துவங்கினான். கடந்து செல்லும் வாகன வெளிச்சம் பட்டு பாம்பு ஊர்வது போல சாலையில் ஏதோ மினுமினுப்புத் தோன்றி மறைந்தது. அய்யா அடித்த வலியின் எரிச்சல் அடங்காமல் நடந்து கொண்டிருந்தான் அழகர்.

செங்கல்சூளையொன்றைத் தாண்டி வந்தபோது ஒரு லாரி சாலையை விட்டு கீழே இறங்கி நின்றிருந்தது. நடுத்தர வயதுள்ள ஒரு ஆள் லாரி பேனட் மீது ஏறி ஊதாநிறத் துணியால் கண்ணாடியைத் துடைத்துக்கொண்டிருந்தார். அழகர் அதை வேடிக்கை பார்த்தபடியே அங்கேயே நின்றுகொண்டிருந்தான். துடைத்து முடித்த அவர் அழகரிடம் “பக்கத்தில் எங்காவது பம்ப்செட் ஓடுமா” என்று கேட்டார்

“செங்கல் சூளை பின்னாடி இருக்கிற நல்லுசாமி தோட்டத்தில் மோட்டார் ஓடும்” என்றான். அவர் “குளிக்கிறதுக்கு நீயும்கூட வர்றயா” என்று கேட்டார். அழகர் தான் ஊருக்குப் போய்க் கொண்டிருப்பதாகச் சொன்னான். “எந்த ஊருக்கு” என்று லாரி டிரைவர் கேட்டார். அந்த நிமிடம் சௌடையா சொன்ன பழனி நினைவிற்கு வந்தது. உடனே டிரைவரிடம் “பழனிக்குப் போறேன். அங்கே ஆயக்குடியில எங்க அக்கா இருக்காங்க” என்று பொய் சொன்னான். “நானும் கேரளாதான் போறேன் உன்னைய நானே இறக்கிவிடுறேன்” என்றபடியே “குளிச்சிட்டு வருவமா” என்று கேட்டார்.

அவரோடு நடந்து கிணற்றடிக்குப் போனான். அங்கே மோட்டார் ஓடிக்கொண்டிருந்தது. இருவரும் பீச்சியடிக்கும் தண்ணீரில் ஆசைதீரக் குளித்தார்கள். அவர் தண்ணீரை வாயில் நிரப்பி சிறுபையனைப் போல துப்பிக்கொண்டிருந்தார். குளித்துக்கொண்டிருந்தபோது ஏனோ அழகருக்கு ஆபிரகாம் அண்ணனின் நினைவு வந்தது.

அவர்கள் லாரிக்குத் திரும்பி வந்தபோது காலை துவங்கியிருந்தது. அவன் லாரியில் ஏறிக்கொண்டான். அது வடக்கு நோக்கிச் செல்லத்துவங்கியது. லாரியில் உள்ள ரேடியோவில் அன்பினாலே உண்டாகும் இன்பநிலை என்ற பாட்டு ஒலித்துக்கொண்டிருந்தது. வேகமாக காற்றும் பாட்டும் ஒன்றுசேர அவன் அயர்ந்து தூங்கியிருந்தான். கண்விழித்துப் பார்த்த போது லாரி வெயிலோடு போய்க்கொண்டிருந்தது. அவர் சிரித்தபடியே "வீட்ல சொல்லாம ஓடிவந்துட்டயா" என்று கேட்டார். "எங்கய்யா அடிச்சிட்டாரு. அதான் கோவிச்சிக்கிட்டு வந்துட்டேன்" என்று சொன்னான்.

டிரைவர் சிரித்தபடியே "நீ தூங்குறயேனுதான் வழியில சாப்பிட நிப்பாட்டம ஓட்டிகிட்டு இருக்கேன். எங்கேயாவது சாப்பிடுவமா" என்று கேட்டார். அழகர் தலையாட்டிக்கொண்டான். அவனுக்கும் பசித்தது. அவர்கள் புறவழிச்சாலையோரம் உள்ள ஒரு உணவகத்தில் நிறுத்திச் சாப்பிடப் போனார்கள். அங்கும் ஒரு பெண்தான் கல்லாவில் உட்கார்ந்திருந்தாள். கிட்ணன் பெண்டாட்டிக்கு நிச்சயம் தாடை உடைந்துபோயிருக்கக்கூடும் என்று நினைத்துச் சிரித்தபடியே சாப்பிட் உட்கார்ந்தான். பூரியும் வடையும் வாங்கித் தந்து சாப்பிடச் சொன்னார். பசியடங்கியதும் அவனாக ஒரு வாளியில் தண்ணீர் பிடித்து லாரியைத் துடைத்தான். சாலையோரம் உள்ள மஞ்சள் பூக்களைப் பறித்து பேன்ட்டில் செருகி வைத்தான். டிரைவர் அதைப் பார்த்து சிரித்தபடியே "போவமா" என்று கேட்டார். லாரி புறவழிச் சாலையில் செல்லத் துவங்கியது.

அவன் முன் கண்டிராத கிராமங்கள், மனிதர்களைக் கடந்து போய்க் கொண்டிருந்தது லாரி. பழனியில் தனக்கு யாரையும் தெரியாது என்ற உண்மையைச் சொல்லிவிடலாமா என்று யோசித்துக்கொண்டிருந்தான். லாரி டிரைவர் பீடி புகைப்பதும், ரேடியோவில் பாடும் பாட்டுடன் சேர்ந்து பாடுவதுமாக வண்டி ஓட்டிக் கொண்டிருந்தார். ஒரு சாலைத் திருப்பத்தில் ஆட்டுக்குட்டிகள் கூட்டமாக சாலையைக் கடந்து போயின. ஒரு ஆட்டுக்குட்டி மட்டும் நின்று அவனைத் திரும்பிப் பார்த்துப் போனது. ஆலமரங்களும் சிறு கோவில்களும், கீற்று வேய்ந்த வீடுகளையும் கண்டபடியே சென்று கொண்டிருந்தான். ஒவ்வொரு செக்போஸ்டாக நின்று நின்று லாரி பழனிக்கு வந்து சேர்ந்தபோது மாலையாகியிருந்தது.

அவர் "ஆயக்குடி பக்கமா லாரி போகாது. நீ இறங்கி டவுன் பஸ்ல போயிடுறயா" என்று கேட்டார். அழகர் இறங்கி நின்றுகொண்டான். டிரைவர் ஏதோ யோசனைக்குப் பிறகு அருகில் அழைத்து இரண்டு

ரூபாய்களைத் தந்து வைத்துக்கொள் என்றார். லாரி தன்னைக் கடந்து போவதையே பார்த்துக்கொண்டிருந்தான். லாரி கண்ணை விட்டு மறைந்தபோது தொண்டை அடைத்துக்கொள்வதுபோல வலித்தது. தனக்குத் தெரிந்த ஒரே ஆளும் போய்விட்டார். இனி என்ன செய்வது. குழப்பமாக இருந்தது. சாலையில் வரிசையாக லாரிகள் போய்க்கொண்டேயிருந்தன.

எந்தப் பக்கம் ஊர் இருக்கிறது என்று தெரியவில்லை. சுற்றிலும் உள்ள மலையும் அடிவாரத்து வீடுகளும் மஞ்சள் வெளிச்சத்தில் மினுங்கிக்கொண்டிருந்தன. அவன் வயதை ஒத்த சிறுவர்கள் பள்ளி முடித்து சைக்கிளில் திரும்பிப் போய்க்கொண்டிருந்தார்கள். ஒரு கோவிலில் ஸ்பீக்கர் கட்டி பாட்டுப் போட்டுக்கொண்டிருந்தார்கள். கால் போன போக்கில் நடந்துபோகவேண்டியதுதான் என்று அழகர் நடக்கத் துவங்கினான். வீடுகளின் வெளியே தென்படும் முகங்கள், சைக்கிளில் தன்னைக் கடந்து போகின்றவர்கள், பெட்டிக் கடைகளில் நிற்பவர்கள், பேருந்தினுள் அமர்ந்தபடியே கடந்து போகின்றவர்கள் என்று யாவருமே வியப்பாகத் தெரிந்தார்கள்.

அவன் கடைவீதிகளுக்குள்ளாகவே நடந்து சென்றான். பாத்திரக் கடைகளும் மளிகைக்கடைகளுமாக இருந்த வணிக வீதிகளைத் தாண்டி நடந்தபோது எங்கே போவதற்காகத்தான் இப்படிச் செல்கிறோம் என்று அவனுக்கே தெரியவில்லை. யாராவது தன்னை நிறுத்தி விசாரித்தால் என்ன சொல்வது என்று குழப்பமாகவும் இருந்தது. ஒருவேளை போலீஸ் பிடித்துக்கொண்டுபோய்விடுவார்களா. அவன் ஒரு ரயில்வே கேட்டை ஒட்டியிருந்த பெட்டிக்கடையை பார்த்தான். அங்கே வரிசை வரிசையாகப் பாட்டுப் புத்தங்கள் விற்பனைக்காகத் தொங்கவிட்டிருந்தார்கள். அதில் ஒன்றை வாங்கலாம் என்று நினைத்தான். கடைக்காரனிடம் நாலணாவைக் கொடுத்து மதுரை வீரன் பாட்டுப் புத்தகம் ஒன்றினை வாங்கினான். மீதிக் காசுகளை எண்ணியபடியே வேறு "ஏதாச்சும் வேணுமா தம்பி" என்று கேட்டார். ஒரு முறுக்கு மட்டும் வாங்கிக்கொண்டான். கடை அருகே ஒரு அரச மரத்தடியில் ரிக்ஷா ஸ்டேண்ட் இருந்தது. அங்கே சிவப்பு மண்பானை ஒன்றில் குடிப்பதற்குத் தண்ணீர் வைத்திருந்தார்கள்.

அழகர் அந்தப் பானையில் இருந்து இரண்டு டம்ளர் தண்ணீர் குடித்துவிட்டு அங்கேயே உட்கார்ந்து பாட்டுப்புத்தகத்தைப் புரட்ட துவங்கினான். அரசமரத்திலிருந்து காய்ந்த இலையொன்று உதிர்ந்து விழுந்தது. "ஏச்சிப்பிழைக்கும் தொழிலே சரிதானா பாட்டு

எஸ்.ராமகிருஷ்ணன் ❖ 95

எனக்கு மனப்பாடமாத் தெரியும்" என்று ஒரு குரல் கேட்டது. அழகர் நிமிர்ந்து பார்த்தான் அவன் வயதை ஒத்த இன்னொரு சிறுவன் சிவப்புநிற பனியனும் காக்கி டவுசரும் அணிந்தபடியே நான் பராசக்தி பாட்டு பொஸ்தகம் வாங்கியிருக்கேன் என்று காட்டினான். அழகருக்கு அவனோடு என்ன பேசுவது என்று தெரியவில்லை. அந்தச் சிறுவன் தனது பாட்டுப்புத்தகத்தைத் திறந்து வைத்துக்கொண்டு "கா... கா... கா..." என வாய்விட்டுப் பாடத்துவங்கினான். அவன் பாடுவது வேடிக்கையாக இருந்தது.

ஒரு ரிக்‌ஷாக்காரன் திரும்பிப் பார்த்து ரசித்தபடியே கைத்தாள மிட்டான். சிறுவன் அடுத்தப் பாடலுக்குப் போவதற்கு முன்பாக அழகரிடம் "நீயும் பாட்டுப் படிறா" என்றான். அழகர் தனக்கு பாட வராது என்று சொன்னான். "அப்போ எதுக்கு உனக்குப் பாட்டுப் புத்தகம்" என்றபடியே அவனே வாங்கிக் கொண்டு எனக்கும் அவர்க்கும் என்ற பாட்டைப் பாடத்துவங்கினான். இன்னொரு ரிக்‌ஷா வந்து சேர்ந்தது. அதிலிருந்து இறங்கியவன் அவர்களை நாயை விரட்டுவது போல புறங்கையால் விரட்டிவிட்டான். அந்த சிறுவன் மதுரைவீரன் பாட்டுப் புத்தகத்தைப் பிரித்தபடியே நடந்து போய்க்கொண்டிருந்தான். அழகர் அவன் பின்னாடியே போனான். அச்சிறுவன் ரயில்வே தண்டவாளத்தைத் தாண்டி மறுபக்கம் போய்க் கொண்டிருந்தான். கூடவே போனான் அழகர். மூடிக்கிடந்த பழைய சிமெண்ட் குடோன் ஒன்றின் படிக்கட்டில் உட்கார்ந்தபடியே அழகரையும் அருகில் உட்காரச் சொன்னான். தன்னுடைய பாட்டுப் புத்தகத்தை அவனிடமிருந்து வாங்கிக்கொண்டான் அழகர்.

அந்தச் சிறுவன் தன் டவுசர் பையில் இருந்து ஒரு பீடியை எடுத்துச் கையிலிட்டு உருட்டியபடியே, பிடிக்கிறாயா என்று கேட்டான். அழகர் வேண்டாம் என்று மறுத்தான். "இரு பத்தவச்சிட்டு வர்றேன்" என்று சொல்லிய அச்சிறுவன் நடந்து சாலையில் சென்றுகொண்டிருந்த ஒரு ஆளிடம் நெருப்புக் கேட்டு பீடியைப் பற்றவைத்துக்கொண்டு வந்தான். அவன் வயதை ஒத்த சிறுவன் பீடி புகைப்பது வேடிக்கையாக இருந்தது. அதைக் கண்ட அழகர் "உன் பேரு என்ன" என்று கேட்டான். அதற்கு அச்சிறுவன் "பாரி" என்றான். தன் பெயரை அழகர் சொன்னபோது அந்தச் சிறுவன் "எங்க அண்ணன் பேரும் அழகர்தான்" என்றபடியே "உங்க வீடு எங்க இருக்கு" என்று கேட்டான்.

அழகர் அவனிடம் பொய் சொல்ல விரும்பாமல் "நான் வீட்டை விட்டு ஓடிவந்துட்டேன்" என்றான். "நானும் ரெண்டு வருடம்

முன்னாடி ஓடிவந்தேன். இப்போ ராசியாகிருச்சி" என்றபடியே அந்தச் சிறுவன் சிரித்தான்.

"என்ன வேலை செய்றே" என்று அழகர் கேட்டான்.

"பேரின்பவிலாஸ் ஹோட்டல்ல வேலை பாக்குறேன். நீயும் அங்கே வந்து சேர்ந்துக்கிடுறயா" என்று கேட்டான் பாரி.

அழகர் தயக்கத்துடன் "என்னைய சேத்துப்பாங்களா" என்று கேட்டான்.

அதற்கு பாரி "அங்கே உன்னைய மாதிரி எத்தனை பேர் வந்தாலும் சேத்துகிடுவாங்க. இப்போ புதுசா அடிவாரத்தில் இன்னொரு ஹோட்டல் திறந்து இருக்காங்க. வேலைக்கு ஆள் கிடைக்கலை. தட்டழியுறாங்க" என்றான்.

அழகர் அவனிடம் தயக்கத்துடன் "ஹோட்டல்ல நீ என்ன வேலை பாக்குறே" என்று கேட்டான். அந்தச் சிறுவன் பீடியை இழுத்தபடியே "நான் காபிடம்ளர் கழுவுவேன். எப்பவாது பாய்லர் கழுவுவேன்" என்றான். பிறகு "நீ என்னை விட உசரமா இருக்கேல்ல. உன்னைய மேஜை துடைக்கப் போட்ருவாங்க. மாசம் பனிரெண்டு ரூபா சம்பளம். நாம் தினம் செகண்ட் ஷோ படத்துக்குப் போகலாம்" என்றான்.

"எனக்கு சினிமா பாக்கப் புடிக்காது" என்றான் அழகர். "அப்போ நீ கணேசன் அண்ணன்கூடப் போ. உன்னை கம்பளி சாமியார்கிட்டே கூட்டிகிட்டு போயி கழுத்தில் கொட்டையை மாட்டிவிட்டு தவம் பண்ண வச்சிருவாரு" என்றான்.

யாரு கணேசன் என்று அழகர் கேட்டுக்கொள்ளவில்லை. பாரி தன் கையில் வைத்திருந்த பாட்டுப் புத்தகத்தின் எல்லாப் பாடல்களையும் ஒருமுறை பாடி முடித்துவிட்டு பிறகு அதை டவுசர் பையில் செருகி வைத்துக்கொண்டான். பிறகு இருவரும் பேசாமல் உட்கார்ந்தேயிருந்தார்கள். ஒரு கூட்ஸ் ரயில் போவது தெரிந்தது.

பின்பு அழகரிடம் "உனக்குப் பாட்டுப் புத்தகம் வேணாமா" என்று கேட்டான்.

அழகர் அவனிடம் "நீயே வச்சிக்கோ" என நீட்டியதும் அதையும் வாங்கி பாக்கெட்டில் செருகிக்கொண்டு "நாம் தெப்பக்குளம் வரைக்கும் போயி ஏதாவது பொதுக்கூட்டம் நடக்க போர்டு வச்சிருக்காங்களானு பாத்துட்டு வருவமா" என்று கேட்டான். அழகர் தலையாட்டிக் கொண்டான்.

இருவரும் சாலையோரமாக நடந்தார்கள். ஒரு பெட்டிக்கடையின் முன்னால் விழுந்துகிடந்த வாழைப்பழத்தோலை எடுத்து டவுசரில் துடைத்துவிட்டு அதன் மெல்லிய தோலை உரித்துத் தின்றான் பாரி. தெருவிளக்குகள் எரியத்துவங்கியிருந்தன. எங்கும் ஒளிமயமாக இருந்தது. ஒரு ஜவுளிக்கடையின் முன்பாகக் கடந்து போகையில் கண்ணாடிப் பெட்டிக்குள் இருந்த பொம்மை ஜிகுஜிகுவெனக் கண்ணைப் பறிக்கும் சேலை கட்டியிருந்தாள்.

பாரி அவனிடம் “இப்போ பாரேன்” என்றபடியே அந்தப் பொம்மையின் முன்னால் போய் நின்றபடியே கண்ணாடியைத் தொட்டு அவளுக்கு ஒரு முத்தம் கொடுத்தான். ஜவுளிக்கடையின் வாட்ச்மேன் அவனைத் துரத்துவது தெரிந்தது. பொய்யோட்டமாகத் தாவி மறுபக்கம் வந்து நின்ற பாரி “இந்தப் பொம்மைக்கு நான் ஒரு பேரு வச்சிருக்கேன். அம்லு. இவ தினம் ஒரு சேலை புதுசா கட்டிக்கிடுவா. அவ மூஞ்சியை பாக்க அழகா இருக்கும். இவளுக்கு யாரு அம்மா அப்பானு தெரியலை” என்று சொல்லிச் சிரித்தான். பாரியை அழகருக்குப் பிடித்திருந்தது. தன்னால் பாரியைப் போல் இவ்வளவு வேடிக்கையாக இருக்க முடியவில்லை என்று யோசித்தான்.

பாரி ஒரு பேருந்து நிறுத்தத்தில் நின்றுகொண்டு டவுன் பஸ் கண்டக் டருக்குக் கைகாட்டினான். லாட்டரிச் சீட்டு விற்பவன் கிழித்துப் போட்ட சீட்டுகளை எடுத்துக்கொண்டு அது ஒவ்வொன்றும் எவ்வளவு லட்சம் என்று எண்ணிக்கொண்டிருந்தான். அவர்கள் தெப்பக்குளம் அருகே வந்தபோது ஒரு பொதுக்கூட்ட விளம்பரம் மிகப்பெரியதாக இருந்தது. அதன் அருகில் போய் நின்றபடியே ஒவ்வொரு எழுத்தாகக் கூட்டிக்கூட்டி வாசித்தான் பாரி. பிறகு “நான் எம். ஜி. ஆர் கட்சி” என்றபடியே அந்த பொதுக்கூட்டத்திற்கு லாரி லாரியாக ஆட்கள் வருவார்கள் என்றும் சொன்னான்.

அழகருக்குப் பசிக்கத் துவங்கியிருந்தது. கடந்துபோகும் ஒரு தண்ணீர் லாரியில் இருந்து தண்ணீர் கொட்டிக்கொண்டே போய் சாலையெங்கும் நீர் வழிந்து கொண்டிருந்தது. பாரி அவித்த வேர்க்கடலை விற்கும் பெண்ணிடமிருந்து நாலைந்து வேர்க்கடலைகள் ஓசிவாங்கி வந்திருந்தான். இருவரும் தின்றபடியே பேரின்ப விலாசை நோக்கி நடக்க ஆரம்பித்தார்கள்.

“இன்னைக்கு உனக்கு லீவா” என்று அழகர் கேட்டான்.

பாரி சிரித்தபடியே “கோவில் கடைக்குப் போறேனு சொல்லிட்டு நைசா ஓடிவந்துட்டேன். உன்னை கேஷியர்கிட்டே கூட்டிட்டுப்

போயி எங்க ஊருனு சொல்வேன். நீ தலையை ஆட்டீடு" என்றான். அதற்கே அழகர் தலையாட்டிக்கொண்டான்.

சாலையோரங்களில் பிளாஸ்டிக் பொருள் விற்பவர்கள், குடை ரிப்பேர்க்காரர்கள், தள்ளுவண்டி உணவகங்கள், பழக்கடைகள், சாமி படம் மற்றும் கறுப்புக்கயிறு விற்பவர்கள் என்று நிரம்பியிருந்தன. கோவிலுக்குப் போகின்றவர்கள், வருகின்றவர்கள் கடந்து போய்க் கொண்டிருந்தார்கள். மொட்டையடிக்கப்பட்ட தலையுடன் அழுது வீங்கிய கண்களுடன் ஒரு சிறுமி அவனைப் பார்த்தபடியே நடந்து போனாள்.

பேரின்பவிலாஸ் ஹோட்டல் மிகப்பெரியதாக இருந்தது. வாசலில் நிறைய சைக்கிள்கள் நின்றிருந்தன. அழகர் உள்ளே போவதா வேண்டாமா என்று தெரியாமல் நின்றுகொண்டிருந்தான். பாரி அவனை உள்ளே அழைத்துக்கொண்டு போய் கேஷியர் முன்பாக நிறுத்தி ஏதோ சொன்னான். கேஷியர் அழகரை அருகில் வரச்சொன்னார். அழகர் கைகளை மார்பின் குறுக்காகக் கட்டியபடியே தலைகவிழ்ந்து நின்றிருந்தான். "என்னடா ஒழுங்கா வேலை செய்வியா?" என்று கேட்டார். அழகர் தலையாட்டிக் கொண்டான். "உன் பேரு சொல்லு" என்றார்.

அழகர் சொன்னதும் "உள்ளே கூட்டிட்டுப் போயி ராஜப்பன் கிட்டே சொல்லு" என்றார். ஹோட்டலின் உள்ளே நடந்தார்கள். சாப்பிடுகின்ற கூட்டமும் சப்ளையர்களின் இடைவிடாத சப்தமும் மேஜை துடைக்க நின்றிருக்கும் பையன்களும் கடந்து அவர்கள் சமையல் அறைக்குள் போனார்கள். இரண்டு கட்டுகளாக இருந்தது சமையல் அறை. ஒன்றில் பனிரெண்டு சமையல் அடுப்புகள் எரிந்து கொண்டிருந்தன. அதன் ஒரு பக்கம் காபி, டீ போடுபவர் பாய்லருடன் ஒரு சில்வர் பாத்திரத்தில் பால் கொதிக்க விட்டுக்கொண்டிருந்தார்.

அந்த அறையின் பின்னால் பாத்திரம் கழுவுவது, காய்கறி நறுக்குவது, இலை வெட்டுவது, சமையல் பொருட்களைப் புடைப்பது, அரைப்பது போன்றவை நடந்து கொண்டிருந்தன. அதற்கும் பின்னால் ஒரு அடிகுழாயும் கிணற்றடியும் இருந்தது. அதை ஒட்டிய திறந்த வெளியில் உள்ள கொடியில் இட்லித் துணிகள் காய்ந்து கொண்டிருந்தன.

சமையற்கட்டிற்குள்ளாக பத்துப் பதினைந்து சர்வர்கள், வேண்டிய உணவை ஆர்டர் கொடுப்பதும் அடுப்பில் இருந்து சூடாக எடுத்த தோசை, அடைகளைத் தட்டில் வாங்கிக்கொண்டு போவதுமாக இருந்தார்கள். தண்ணீர் அண்டாவில் இருந்து

ஒரு சிறுவன் ஜக்கில் தண்ணீர் மோந்து கொண்டிருந்தான். இடைவிடாத இரைச்சலின் ஊடாக நடந்துபோன பாரி மாவு அரைத்துக்கொண்டிருந்த இடத்தில் சிவப்புத் துண்டைத் தலையில் கட்டியபடியே மேற்பார்வையிட்டுக் கொண்டிருந்த ராஜப்பனிடம் அவனை அழைத்துக்கொண்டு போனான். ராஜப்பன் ஏறிட்டுப் பார்த்தபடியே "யாருடா இவன்?" என்று கேட்டார்.

பாரி பெரிய மனிதன் போல் "கேஷியர்கிட்டே பாத்து பேசியாச்சி. வேலை என்னனு மட்டும் சொல்லச் சொன்னாரு" என்றான்.

ராஜப்பன் அவனை அடிக்கக் கையை ஓங்குவதுபோலப் பாவனை செய்தபடியே "ஆருனு கேட்குறேன். அதுக்கு முதல்ல பதில் சொல்றா" என்றார்.

பாரி அவரை முறைத்தபடியே "அதான் சொல்றம்லே அதுக்குள்ளே என்ன முறைப்பு. எங்க ஊர்க்காரன். எங்க மாமா மகன்" என்று சொன்னான்.

ராஜப்பன் அவனிடம் "வீட்ல இருந்து ஓடிவந்துட்டயா" என்று கேட்டார்.

அழகர் "ஆமாம்" என்றான்.

"ஓட்டல் வேலை செஞ்சிப்பழக்கம் இருக்கா" என்று கேட்டார். அதற்கும் தலையாட்டினான்.

"நாளைல இருந்து இவனைப் பாத்திரம் கழுவப் போடு. இப்போ போயி அந்தக் கரி அடுப்பை ஊதுறா" என்றார். பிறகு பாரியிடம் "உன்னைய கோவில் கடைக்கு மாத்திட்டாங்களா" என்று கேட்டார்.

"அங்கே எல்லாம் நான் போக மாட்டேன். வேற யாரையாச்சும் அனுப்புங்க" என்றான்.

"நீதான் போகணும்னு கோபால்ராவ் சொல்லிக்கிட்டு இருக்கார்" என்று சொல்லிச் சிரித்தார் ராஜப்பன்.

பாரி கோபத்துடன் "அந்த ஆளை நான் ஒருநாள் இல்லே ஒருநாள் கட்டாயம் வயிற்றில் கத்தியாலே குத்திப்புடுவேன்" என்று சொன்னான்.

அதைக்கேட்டு மாவு அரைத்துக்கொண்டிருந்த ஆண்டி சிரித்தபடியே "இவன் செஞ்சாலும் செய்வான்" என்றார்.

"போடா, நீ ஏன் வாயைப் பாத்துக்கிட்டு நிக்கே. போயி கரி அடுப்பை ஊது" என்றார் ராஜப்பன்.

அழகரிடம் அடுப்பு இருக்குமிடத்தைக் காட்டினான் பாரி. பிறகு ரகசியமாகக் காதில் "யார்கிட்டயும் எதுவும் பேசாதே" என்று சொல்லிவிட்டு தன்னுடைய வேலையைச் செய்ய ஓடிவிட்டான்.

மாவு ஆட்டுகின்றவன் பெரிய அலுமினிய பாத்திரம் ஒன்றில் வழித்துத் தோண்டிப் போட்டுக்கொண்டிருந்தான். அழகர் கரி அடுப்பின் முன்னால் உட்கார்ந்துகொண்டு ஊதினான். சாம்பல் பறந்து அவன் கண்ணில் விழுந்தது. பலமாக ஊதியதும் புகை எழும்பியது. கண்ணைக் கசக்கியபடியே ஊதுகுழலால் மாறி மாறி கரி அடுப்பை ஊதத் துவங்கினான். எவ்வளவு ஊதினாலும் கங்கு கனன்று எரிய மறுத்தது. அவன் வாய் ஓயாமல் ஊதிக்கொண்டேயிருந்தான். அடுப்புப் பற்றிக்கொள்ளவேயில்லை.

கரி அடுப்பில் உள்ள பாத்திரத்தில் என்ன வேகவிட்டிருக்கிறார்கள் என்று திறந்து பார்க்கத் தயக்கமாக இருந்தது. அழகருக்கு ஊதி ஊதி வாய் வலிக்கத் துவங்கியது. அத்துடன் புகைவேறு கண்களில் பட்டு எரிச்சலைத் தந்து கொண்டிருந்தது. பசிக்கு ஏதாவது சாப்பிடக் கிடைக்குமா என்று கண்ணால் நோட்டமிட்டான்.

சமையல் அடுப்பிலிருந்து கசிந்து வரும் உணவின் மணம் அடிவயிற் றைத் தூண்டிவிட்டுக்கொண்டிருந்தது. அவன் பல்லைக் கடித்தபடியே அடுப்பை ஊதிவிட்டுக்கொண்டிருந்தான். அவன் பின்னந்தலையில் ஒரு அடிவிழுந்தது. "மண்ணெண்ணெயை ஊத்தாம் அடுப்பு எப்படிறா எரியும்" என்று சொல்லியபடியே அருகில் இருந்த பாட்டிலில் இருந்து கொஞ்சம் மண்ணெண்ணெயை அடுப்பில் ஊற்றிப் பற்ற வைத்து ஊதினார் ஒரு ஆள். அடுப்பு குபீரென எரியத் துவங்கியது. அவன் முறைத்தபடியே உட்கார்ந்தான். அந்த ஆள் பாத்திரத்தைத் திறந்து பார்த்துவிட்டு புதுசா என்று கேட்டார். அழகர் பதில் பேசவில்லை. அவர் "உள்ளே போயி ஒரு கரண்டி வாங்கிட்டு வா" என்றார். அழகர் எழுந்து உள்ளே நடந்தான்.

யாரிடம் கரண்டி கேட்பது என்று தெரியவில்லை. தோசை போட்டுக் கொண்டிருந்தவன் அருகில் போய் "கரண்டி வேணும்" என்று கேட்டான். "யார் கேட்டாங்க" என்றபடியே அந்த ஆள் தோசையை கல் அடுப்பில் வார்த்துக்கொண்டிருந்தான். அவரது பெயர் என்னவென்று அழகருக்குத் தெரியவில்லை. பேசாமல் நின்றுகொண்டிருந்தான்.

"என்ன கரண்டி" என்று அந்த ஆள் மறுபடியும் கேட்டார். அழகர் பேசாமல் நின்றான். "முன்னாடி ஒரு ஆள் பில் போட்டுக்கிட்டு இருப்பாரு. அவர்கிட்டே போய்க் கேளு" என்று

சொல்லி அடையாளம் காட்டினான். அழகர் தயக்கத்துடன் நடந்து டேபிள்களைத் தாண்டி முன்னால் பில்போடுகின்றவர் அருகில் நின்றான்.

அவர் ஒரு சர்வருடன் பேசியபடியே பென்சிலால் பில்போட்டுக் கிழித்து தந்தபடியே இருந்தார். அவன் நிற்பதைப் பார்த்தவுடன் "என்னடா வேணும்" என்றார்.

அழகர் பயத்துடன் "கரண்டி" என்றான். அந்த ஆள் "கரண்டியா. இங்கே வந்து கேட்டா" என்று கோபத்துடன் முறைத்தார்.

அழகர் அவர் தன்னை அடிக்கக்கூடுமோ என்று பயந்துபோய் நின்று கொண்டிருந்தான். "ஆரு கேட்கச் சொன்னா" என்று கேட்டார்.

அவன் "தோசை போடுறவர்" என்று சொன்னான். உடனே பில் போடுகின்றவர் "அந்த பாலையாவுக்கு நக்கல் ஜாஸ்தியா போய்க்கிட்டு இருக்கு. என்னை அவன் வீட்டு வேலையாள்னு நினைச்சிட்டானா கூடவாடா. இன்னைக்கு ரெண்டுல ஒண்ணு கேட்டுறேன்" என்று சப்தமிடத் துவங்கினார்.

ஒரு சர்வர் அவர் கத்துவதைப் பொருட்படுத்தாமல் சாப்பிட்ட கணக்கைச் சொல்லிக்கொண்டிருந்தான்.

பில் போடுகின்றவர் கோபத்துடன் சமையல்கட்டிற்குள் வந்து "உன் மனசில் என்னடா நினைச்சிட்டு இருக்கே" என்று கேவலமான வசையொன்றால் திட்டினார்.

தோசை போட்டுக்கொண்டிருந்தவன் "ஐயரே, இந்தப் பையன் தான் என்கிட்டே வந்து கரண்டி குடு நொரண்டி குடுனு கேட்டுக்கிட்டு இருந்தான். அதான் ஹோட்டல்ல ரொம்ப பொறுப்பான ஆளு நீங்கதான்னு கேட்கச் சொன்னேன்" என்று சொன்னான்.

பில் போடுகின்றவர் ஆத்திரத்துடன் "இந்த கேலிக்குத்தல் எல்லாம் என்கிட்டே வேணாம். அப்புறம் முதலாளிகிட்டே போயிடுவேன் பாத்துக்கோ" என்றார்.

தோசை போடுகின்றவன் "போ. போயி சொல்லிப் பாரு. என்னைய வேலையை விட்டுத் தூக்கிட்டா இங்கே ஸ்பெஷல் தோசை எவன் போடுவான். எனக்கு ஒண்ணுமில்லே. சரஸ்வதி விலாஸ்ல கூப்பிட்டுக் கிட்டுதான் இருக்காங்க. குண்டி மண்ணை தட்டிவிட்டுட்டு அங்கே போய்ச் சேந்துருவேன்" என்றான்.

பில் போடுகின்றவர் மேற்கொண்டு பேசமுடியாமல் அழகரின் பின்னந்தலையில் ஒரு அடி அடித்தபடியே "ஏன்டா என் உசிரை

வாங்க வந்திருக்கே. உள்ளே போய்த் தொலைடா” என்றார். அழகர் வலியைக் காட்டிக்கொள்ளாமல் பின்கட்டிற்கு நடந்தான்.

“ஏய் மூதி, ஒரு கரண்டி வாங்கிட்டு வர இவ்வளவு நேரமா” என்று அங்கிருந்த ஆள் கத்தினார். அழகருக்கு இங்கே வந்து ஏன் மாட்டிக் கொண்டோம் என்று பயமாக இருந்தது. கரி அடுப்பில் இருந்த ஆள் அவனிடம் “போ. போயி நீயும் காபி டம்ளரை கழுவிப்போடு” என்றார்.

ஒரு வாளியில் தண்ணீரை வைத்துக்கொண்டு பாரி பரபரப்பாக காபி டம்ளரைக் கழுவிக்கொண்டிருந்தான். அவன் கைகள் டம்ளரை சுத்தம் செய்யும் விதம் ஒரு மாயம் போலிருந்தது. சுத்தமான காபி டம்ளர்கள் டபராக்களைத் தனியே பிரித்து அடுக்கி வைத்திருந்தான். அழகர் அங்கே வந்து நிற்பதைக் கண்டதும் பாரி “அந்த வாளியை எடுத்துக்கோ” என்றான். அழகர் ஒரு இரும்புவாளியை எடுத்துத் தண்ணீர் பிடித்துக்கொண்டான்.

அவனும் காபி டம்ளரைக் கழுவத் துவங்கினான். பாரி சுற்றிலும் பார்த்துவிட்டு தன் டவுசர் பாக்கெட்டில் இருந்து ஒரு மெதுவடையை எடுத்து “பிய்த்துத் தின்னுறா” என்று கொடுத்தான். எப்படி அவனுக்குக் கிடைத்தது என்று தெரியவில்லை. பசியில் அதை யாரும் பார்த்து விடுவதற்குள் அவசரமாகத் தின்றான். தொண்டையில் அடைத்துக் கொண்டது. எச்சில் கூட்டி விழுங்கினான் இருவரும் சேர்ந்து மிச்சமிருந்த காபி டம்ளர்களை ஒன்றாகக் கழுவி வைத்தார்கள்.

“அடி வாங்குனயா” என்று பாரி கேலியாகக் கேட்டான். “ஆமாம்” என்றான் அழகர். “நான் பாத்துக்கிட்டுதான் இருந்தேன். அடிக்கு பயந்தா இங்கே வேலை செய்ய முடியாது. எல்லாத்தையும் துடைச் சிட்டுப் போய்க்கிட்டே இரு” என்றான். அவன் பேசுவது பெரிய மனிதன் பேசுவது போலவே இருந்தது.

ஹோட்டல் பத்தரை மணிக்குத்தான் மூடுவார்கள். ஆனால் காபி முடிந்தவுடன் அவர்களுக்கு வேலை முடிந்துவிட்டது என்றும் பாரி சொன்னான். அழகர் ஈரமான கையை டவுசரில் துடைத்தபடியே சமையற்கட்டைப் பார்த்துக்கொண்டிருந்தான். “நமக்கு சாப்பாடு இங்கே கிடையாது. கபிலர் தெருவுல தனியா வீடு எடுத்துருக்காங்க. அங்கேதான் தங்குறது சாப்பாடு எல்லாம்” என்றான். இருவருமாகப் பின்வாசல் வழியாக இறங்கி நடந்து போகத் துவங்கினார்கள். பத்து நிமிட தூரத்தில் இருந்தது கபிலர் தெரு.

அது மிகப்பழமையானதொரு வீடு. பெரிய ஹாலும் நாலைந்து அறைகளும் இருந்தன. மாடியும் அதே அளவில் இருந்தது. கிணற்றடியின் அருகில் மூன்று கழிப்பறைகள் இருந்தன. வீட்டின் பின்புறம் இருந்த வீதியில் இருந்த பிள்ளையார் கோவில் கோபுரம் தென்பட்டது. விளக்குகள் பாதி மின்சாரத்தில் எரிவதுபோல மங்கலாக இருந்தன. பாரி தனது பெட்டியை மாடியில் உள்ள ஒரு அறையில் வைத்திருந்தான். அங்கேயே அழகரையும் தங்கிக்கொள்ளச் சொன்னான். அந்த அறையின் சுவர்களில் காரை உதிர்ந்து கொண்டிருந்தது. சுவர் மூலையில் நாலைந்து பாய்கள் சுருட்டி வைக்கப்பட்டிருந்தன. கதவில்லாத அலமாரியில் ரசம்போன கண்ணாடி ஒன்றும் தேங்காய் எண்ணெய் பாட்டிலும், பவுடர் டப்பாவும் இருந்தன. தரை அழுக்கேறி பிசுபிசுப்புடன் இருந்தது. பேப்பரில் வெளிவந்திருந்த துணிவே துணை என்ற ஜெய்சங்கர் பட விளம்பரம் கத்தரித்து சுவரில் ஒட்டப்பட்டிருந்தது. அதன் அடியில் எம்ஜிஆர் அடிமை பாரி என்று கரியால் எழுதப்பட்டிருந்தது.

பாரி தனது சட்டையைக் கழட்டிவிட்டு குளிப்பதற்காகக் கிணற்றடிக்குச் சென்றான். அழகருக்குக் குளிக்கவேண்டும் என்று தோன்றவில்லை. ஆனாலும் பின்னாடியே சென்றான். ஹோட்டல் ஊழியர்கள் கிணற்றடியில் குளித்துக்கொண்டிருந்தார்கள். யாரும் அவனை எந்த கேள்வியும் கேட்கவில்லை. பாரி ஈரத்தலையை சிலுப்பியபடியே "ரொம்ப பசிக்குதா" என்று கேட்டான். அழகர் பதில் பேசாமல் நின்றுகொண்டிருந்தான்.

அவர்கள் சாப்பிடுவதற்காகத் தனியறை ஒன்றிருந்தது. அங்கே ஒரு வாய் அகன்ற பாத்திரத்தில் உப்புமாவும் இன்னொரு பாத்திரத்தில் தண்ணீர் விட்ட சாதமும் தூக்குவாளி நிறைய ஊறுகாயும் இருந்தன. வேண்டியதை அகப்பையில் அள்ளி அவரவர் தட்டுகளில் போட்டு சாப்பிட்டுக்கொண்டிருந்தார்கள். "இந்தத் தட்டு ரங்கசாமியோடது. அவன் ஓடிப்போயிட்டான். நீ எடுத்துக்கோ" என்று ஒரு அலுமினியத் தட்டினை நீட்டினான் பாரி.

அழகரும் பாரியும் சாப்பிட்டுவிட்டுப் படுப்பதற்காக மொட்டை மாடிக்குப் போனார்கள். நிறைய நட்சத்திரங்கள் அடர்ந்திருந்த இரவு ஒரு ஆள் கால் மேல் கால் போட்டபடியே சிறிய ரேடியோவில் பாட்டுக் கேட்டுக்கொண்டிருந்தான். யாரோ பீடி புகைத்துக் கொண்டிருந்தார்கள். அந்தப் புகை நாசியில் ஏறி இருமலை கொண்டுவந்தது. பாரி யாவரையும் விட்டு விலகித் தனியாக ஒரு இடத்தில் தனது பாயைப் போட்டுக்கொண்டான்.

அழகருக்கு அன்று பாய் கிடைக்கவில்லை. இருவரும் ஒரே பாயில் படுத்துக்கொண்டார்கள். பாரி ஆகாசத்தைப் பார்த்தபடியே “வீட்டு ஞாபகம் வந்துருச்சா” என்று கேட்டான். அழகர் இல்லை என்றபடியே “எங்க அம்மா செத்துப் போச்சி” என்று சொன்னான். “உங்கம்மா பேரு என்னது” என்று கேட்டான் பாரி. “சௌந்திரவல்லி” என்று அழகர் சொன்னபோது யாரோ தீக்குச்சியைக் கொளுத்தி படுக்க இடம் தேடிக்கொண்டிருந்தார்கள். அந்த வெளிச்சம் மொட்டை மாடியை ஒரு நிமிடம் பிரகாசமாக்கி மறைந்தது.

அய்யா இந்நேரம் படம்விட்டு அந்த ஹோட்டல்காரியை தேடிப் போயிருப்பார். அவள் நிச்சயம் தன்னைப் பற்றி அய்யாவிடம் சொல்லி மாட்டிவிட்டிருப்பாள். இனி என்றைக்கு வீட்டிற்குப் போனாலும் அய்யாவின் அடியில் இருந்து தப்பிக்கவே முடியாது. அம்மா செத்துப்போனதுதான் இத்தனைக்கும் காரணம் என்றுகூட அழகருக்கு தோணியது. அய்யாவைப் போலவே அவனும் அம்மா ஏன் செத்துப் போனாள் என்று திட்டிக்கொண்டான். பாரி உறங்கியிருந்தான். அழகர் ஒடுங்கிப்படுத்துக்கொண்டு உறங்கும் பாரியின் கைகளை இறுகப் பற்றிக்கொண்டான்.

காற்றின் வேகம் அதிகமாகியிருந்தது. ரேடியோவை அணைத்திருந்தார்கள். தூரத்துக் கோவிலின் விளக்குள் மினுங்கிக் கொண்டிருந்தன. யாரோ குறட்டைவிட்டு உறங்கும் சப்தம் கேட்டது. வானில் இருந்த நட்சத்திரங்கள் தன்னிச்சையாக அங்குமிங்கும் ஓடிக்கொண்டிருந்தன. நினைக்க நினைக்க அய்யாவின் மீது கோபமாகவும் ஆத்திரமாகவும் இருந்தது. தான் வளர்ந்து பெரியவனாகி ஒரு நாள் அந்த ஆள் சங்கை அறுத்துச் சாகடித்துவிட வேண்டியதுதான் என்று மனதிற் குள்ளாகவே சொல்லிக்கொண்டான்.

உறக்கம் பிடிக்காத ஒரு ஆள் மாடியின் விளிம்பில் உட்கார்ந்த படியே தனக்குத்தானே பேசிக்கொண்டிருந்தான். கனவில் ஒடுங்கிய பாரி வேணாம் “என்னை அடிக்காதீங்க. நான் இனிமே அப்படிச் செய்ய மாட்டேன்” என்று அரற்றிக்கொண்டிருந்தான். அழகருக்கு அதைப் பார்க்க பயமாக இருந்தது.

*

தெக்கோடு செல்லும் ரயில் போய்க்கொண்டிருந்தது. ஆறேழு நோயாளிகள் வெக்கையைத் தாங்கமுடியாமல் துணியால் முகத்தை மூடியபடியே உட்கார்ந்திருந்தார்கள். அவர்களுடன்

செல்வி உட்கார்ந்திருந்தாள். ஒரு நோயாளி கிழிந்த காகிதம் ஒன்றினை எச்சிலைத் தொட்டுத் தனது புண்ணில் ஒட்டவைத்துக் கொண்டிருந்தான். இன்னொரு நோயாளியோ தனது கால் பாதத்தில் இருந்த வெடிப்புகளுக்குக் கரிப்பொடியை மருந்தாகப் பூசியிருந்தான். குள்ளமான ஆளின் தாடைக்குக் கீழே சுரைக்காய் அளவிற்கு சதை தொங்கிக் கொண்டிருந்தது. இப்படியாக நோயாளிகள் வெக்கை தாளாமல்கிறங்கிப்போய்க் கிடந்தனர். ரயிலின் வேகத்தில் மரங்கள் பின்னோக்கி ஓடுவதைப் பார்த்தபடியே செல்வி ரோகிகளுடன் உட்கார்ந்திருந்தாள்.

எப்படி இவ்வளவு வேகமாக மரங்கள் ஓடுகின்றன என்று அவளுக்கு ஆச்சரியமாக இருந்தது. அவள் அதை எண்ண முயன்றாள். ஆனால் அதற்குள் அவள் கண்ணிலிருந்து தப்பி மரங்கள் மறைந்துவிடுகின்றன. எதற்காக மரங்கள் இவ்வளவு வேகமாக ஓடுகின்றன. யார் அதைத் துரத்துகிறார்கள் என்று புரியாத திகைப்புடன் அவள் வெளியே பார்த்தபடியே வந்தாள்.

அதை அறிந்து கொண்டவனைப் போல தலையில் சிவப்புத் துணியை முக்காடு கட்டிய ஒரு நோயாளி அவளிடம் "அந்த மரமெல்லாம் எங்கே ஓடுது தெரியுமா" என்று கேட்டான்.

அவள் இல்லையெனத் தலையாட்டினாள்.

"இந்த மரமெல்லாம் தெக்கோட்டுக்கு பக்கத்தில் ஒரு காடு இருக்கு. அதுக்குப் பேரு தட்டைக்காடு. அங்கேதான் ஓடிக்கிட்டு இருக்கு. நாம மாதா கோவிலுக்கு சாமி கும்பிடப் போற மாதிரி வருசா வருசம் இந்த மரங்கள் எல்லாம் தட்டைக்காட்ல ஒண்ணுகூடி ரெண்டு நாள் சாமியைக் கும்பிட்டுட்டுத் திரும்ப அது அது ஊருக்குத் திரும்பிப் போயிரும்" என்றான். செல்வியால் நம்பமுடியவில்லை. ஆனால் மரங்கள் பின்னோக்கி ஓடிக்கொண்டிருப்பதைக் கண் முன்னாடி பார்த்தபடியேதானிருந்தாள். அதனால் சந்தேகத்துடன் மரத்துக்குக் கால் இருக்கிறதா" என்று கேட்டாள்.

அவளுக்குப் பதில் சொல்லாமல் அந்த நோயாளி தனது துணிப் பொட்டலத்தைப் பிரித்து அதில் இருந்து கருப்பட்டி வட்டு ஒன்றினை வெளியே எடுத்துத் தட்டினான். சிறிய துண்டு ஒன்று உடைந்தது. அதைக் கையால் பிய்த்து வாயிலிட்டபடியே "உனக்கு வேணுமா" என்று செல்வியிடம் கேட்டான். அவள் வாங்கிக்கொண்டாள். கருப்பட்டியின் ருசி நாக்கில் தித்திப்பை உருவாக்கியது.

செல்வி அவனையே பார்த்துக்கொண்டிருந்தாள். அவனுக்கு வலது கையில் மூன்று விரல்கள் மட்டுமேயிருந்தன. இடது கை

விரல்களில் ஒன்று புண்ணாகிக் கொப்பளித்துப்போயிருந்தது. கால்கள், கைகள் யாவும் சொறிசிரங்கு வந்ததுபோல படர்ந்து போயிருந்தது. எண்ணெய் காணாத அவனது தலைமயிர் சிக்காகியிருந்தன. அவனோடு இருந்த மற்றவன் கையில் மரச் சிலுவையை வைத்துக்கொண்டிருந்தான். அவனது வயிறு ஊதிப் போயிருந்தது. இரண்டு பேரும் செல்வியை பார்த்துக் கள்ளச்சிரிப்பு சிரித்துக்கொண்டார்கள்.

அந்த ரோகி கேள்வியை மறந்து போனவன் போல பொய்யாக நடித்தபடியே "என்ன கேட்டே" என்றான்.

செல்வி "இந்த மரத்துக்கு எல்லாம் கால் இருக்கா" என்று கேட்டாள்.

"ஆங். அதைக் கேட்கிறயா" என்றபடியே அது ஓடும்போது தானா கால் முளைச்சிரும். தட்டைக் காட்டை நீ பாத்திருக்கியா" என்று அருகில் இருந்த இன்னொரு நோயாளியிடம் கேட்டான். அவன் பார்த்ததில்லை என்று தலையாட்டினான். அவனது மூக்கு விடைத்துக் கொண்டு சிவந்து போயிருந்தது.

"தட்டைக்காடுங்கிறது லேசுப்பட்ட இடமில்லை. அது ரொம்ப பெரிசா இருக்கும். கொசுவலை பாத்திருக்கியா. அதுக்குள்ளே எப்பிடி ஒரு கொசு உள்ளே நுழைய முடியாதோ அப்படித்தான் இந்த காடும். எங்கே பார்த்தாலும் மரம். சின்னதும் பெரிசுமா நம்மாலே எண்ணவே முடியாது அம்புட்டு மரமிருக்கும். அந்தக் காட்டுக்குள்ளே ஆள் நுழைஞ்சி நடக்கவே முடியாது. ஒரு மரமும் இன்னொரு மரமும் இடிச்சிகிட்டும் உரசிகிட்டும் இடைவெளியில்லாம நிக்கும். எந்த ஊர்ல இருந்தாலும் தட்டைக் காட்டுல நடக்கிற காட்டாளன் பண்டிகைக்கு எல்லா ஊர் மரமும் ரெண்டு நாள் தட்டைக்காட்டுக்கு வந்து சேந்திரும். அதுகளுக்கும் வேடிக்கை வேண்டிக் கிடக்குல்லே. எத்தனை நாளைக்குத்தான் ஒரே இடத்தில நின்னுகிட்டு போறவர்ற ஜனங்களை வெறிச்சி வெறிச்சி பாத்துகிட்டே இருக்கிறது. அதனால தட்டைக்காடு பண்டிகைக்கு மரங்கள் எல்லாம் ஓடி வந்து சேந்துரும்.

அங்கே ரெண்டு நாளும் ஒரே கொண்டாட்டம்தான். இது வரைக்கும் அந்தத் தட்டைக்காட்டுக்குள்ளே மனுசங்க போனதே கிடையாது. ஆனா திருவிழா முடிஞ்சி மரங்கள் எல்லாம் இருப்பிடத்துக்கு திரும்பிப்போன பிறகு மரங்கள் நடந்து போன வழியெல்லாம் ஒரே பூவும் காயும் கனியுமாக விழுந்துகிடக்கும். அங்கே கிடக்கிற பழத்தைப் பொறுக்கித் திங்க ஆட்கள் போவாங்க. நான் கூட சின்னப்பிள்ளைல போயிருக்கேன். நவாக்கொட்டை

மாதிரி ஒரு பழம். மண்ணில் விழுந்து கிடந்துச்சி. எடுத்து மண்ணைத் துடைச்சிட்டுத் தின்னேன். என்னா ருசி தெரியுமா. அப்படி ருசியான பழத்தைப் பார்த்ததேயில்லை" என்றான்.

செல்விக்கு அதைக்கேட்கும் போதே நாக்கில் எச்சில் ஊறியது.

"தட்டைக்காட்ல மரங்கள் எல்லாம் ஒண்ணுகூடி என்ன செய்யும்" என்று வியப்போடு கேட்டாள் செல்வி.

"நான் பார்த்ததில்லை. ஆனா சொல்லிக் கேட்டிருக்கேன். உண்மையை சொல்லணும்னா அந்தக் காட்டுக்குள்ளே ஒரேயொரு ஓணான் கிடக்கு. அது உண்மையில ஒரு ஓணான் கிடையாது. ஒரு கிழவி. அவ பிறந்ததில் இருந்து அந்தக் காட்டை விட்டு வெளியே வரவேயில்லை. அவளுக்கும் கால்ல வேர் முளைச்சிருக்கும்னு சொல்வாங்க. அந்தக் கிழவி மரத்தோட பேசுவாளாம். அதுகளும் கிழவிக்காக டான்ஸ் எல்லாம் ஆடுமாம்." அதைக்கேட்டதும் செல்வியால் சிரிப்பை அடக்க முடியவில்லை. "நிஜமாவா" என்று கேட்டாள்.

நோயாளி தலையாட்டியபடியே "அவதான் ஓணானா மாறி காட்டுக் குள்ளயே இருக்காளாம். அவ எப்போ பாத்தாலும் புலம்பிக்கிட்டே இருப்பாளாம். எனக்குனு யாரு இருக்கா. நான் ஒத்தையா கிடந்து கஷ்டப்படுறேனு அழுகிட்டே இருப்பாளாம். அவளை சந்தோஷப்படுத் தத்தான் மரங்கள் எல்லாம் ஒண்ணுகூடி காட்டாளன் பண்டிகையைக் கொண்டாடி ஆடிப்பாடிக்கிட்டு இருக்குதாம்."

செல்விக்கு வியப்பு தாங்க முடியவில்லை. "அந்த ஓணான் கிழவி எம்புட்டு பெருசு இருப்பா" என்று கேட்டாள்.

அவன் இரண்டு கைகளையும் மிகப்பெரியதாக விரித்தான். அவளால் நம்பவேமுடியவில்லை. "ஆனை அளவு பெரிசாவா இருப்பா" என்று கேட்டாள். அவனோ "அவ்வளவு பெரிசு இருக்கமாட்டா. ஆனா ஒரு முதலை தண்டி இருப்பா" என்றான்.

"அவ கண்ணு எப்படியிருக்கும்" என்று கேட்டாள் செல்வி.

"அந்தக் கண்ணுல படாம காட்டுக்குள்ளே ஒரு ஆள் உள்ளே போயிர முடியாது. ரெண்டு கண்ணும் வாத்து முட்டை அளவு இருக்கும். அவ கண்ணைத் திறந்து வச்சிகிட்டே தூங்குவா. அவ பல்லு எல்லாம் கறுப்பு கலர்ல இருக்கும்" என்றான். அந்தக் கிழவியைப் பற்றிக் கேட்க செல்விக்கு உள்ளூற பயமாக இருந்தது. அவள் வேண்டுமென்றே "மரத்துக்கு எல்லாம் தட்டைக்காட்டுக்குப் போற வழி எப்படித் தெரியும்" என்று கேட்டாள்.

நோயாளி அவளது பயத்தைப் புரிந்து கொண்டவன் போல "அதைக் கேட்குறயா. நம்ம ஊரு பக்கம் எங்கே எந்தச் செடி முளைச்சாலும் அது கனவுல தட்டைக்காட்ல இருக்கிற ஓணான் கிழவி வந்து வருசம் தவறாம திருவிழாவுக்கு வந்து சேரணும்னு சொல்லிருவா. அப்படி ஏதாவது ஒரு மரம் போகாம இருந்துச்சின்னா அது வேர் நாலு நாள்ள பட்டுப் போயி ஒரு இலை இல்லாம் பட்டுப்போயி காய்ஞ்சி விழுந்துரும்."

செல்வி ஆர்வத்துடன் "தட்டைக்காடு திருவிழாக்கு பறவைங்க எல்லாம் வருமா" என்று கேட்டாள்.

நோயாளி தூரத்துப் பனைமரம் ஒன்றினைப் பார்த்தபடியே கைகளை சொடக்குப் போட்டுக்கொண்டான். பிறகு "ஒரு பறவை ரெண்டு பறவையில்லை. ஆயிரமாயிரம் பறவை வரும். அன்னைக்கு எந்த ஊர்லயும் ஒரு காக்கா கூட பாக்க முடியாதுன்னா பாத்துக்கோயேன். அவ்வளவு பறவைகளும் ஒண்ணுகூடி மரம் அடைஞ்சி நின்னுகிட்டு வாய் ஓயாம கத்துங்க. அதைப் பாத்த குரங்கும், அணிலும் தானும் கத்திக் கூப்பாடு போட்டு ஒரே கொண்டாட்டம்தான்.

உன்னைய மாதிரி சின்ன வயசா இருக்கிறப்போ ஒரு நாள் எங்கய்யாகிட்டே நான் தட்டைக்காடு காட்டாளன் பண்டிகை பாக்கப் போறேனு சொன்னேன். அங்கே எல்லாம் போகக் கூடாது. போனவங்க யாரும் திரும்பி வந்ததேயில்லைனு சொன்னாரு. நான் கேட்கவேயில்லை. என்கூட சித்ரவேலுனு ஒரு பையனைக் கூட்டிகிட்டு யாருக்கும் தெரியாம நடந்து போனேன். தட்டைக்காடு எங்கே இருக்கு தெரியுமா. தெக்கோடு கம்மாய் இருக்கில்லே அதுக்குள்ளே இறங்கி நடந்து போனா ஒரு கருவேலங்காடு வரும். அதைக்கடந்து போனா ஒரு நரிப்பாதை வரும். அதிலயே போனா மொண்டிவீரன் கோவில் வரும்.

அதையும் தாண்டிப் போகணும். போனா சோத்துப்பாறைனு ஒரு பெரிய பாறை வரும். அதுதான் தட்டைக்காடு ஆரம்பிக்கிற இடம். அதுக்கு மேல யாரும் போகமுடியாது. ஒரே முள்ளு. நடந்தா காலை உள்ளே இழுத்துக்கிடுற புதைமண்ணு. நாங்க சோத்துப்பாறை மேல நின்னுகிட்டு அந்தப் பக்கமா போற பறவை ஒவ்வொண்ணையா பாத்து கத்துக்கிட்டு இருந்தோம். காட்டில் இருந்து ஒரு மணம் வர ஆரம்பிச்சது. அப்படிப்பட்ட வாசத்தை இதுநாள் வரை நான் முகர்ந்து பார்த்ததேயில்லை. வாசனை அருவியா கொட்டினா எப்படியிருக்கும். அப்படிப்பட்ட மணம். அதுல நாங்க ரெண்டு பேரும் குளிச்சி எந்திரிச்ச மாதிரி

ஆகிட்டோம். சித்ரவேலு என்ன வாசம்டா இதுனு கேட்டுக்கிட்டே இருந்தான். பேரு தெரியலை. ஆனா அது ஆளை மயக்குற மாதிரி இருந்துச்சி.

நாங்க ரெண்டுபேரும் எப்படியாவது காட்டுக்குள்ளே போயிர மாட்டமானு நினைச்சி பாத்துக்கிட்டே இருந்தோம். உள்ளே போக வழியே தெரியலை. சாயங்காலமா ஆக ஆரம்பிச்சிருச்சி. வீட்டுக்குத் திரும்பிப் போயிரலாமானு சித்ரவேலு கேட்டான். இரு போவோம்னு சொல்லி அவனை உட்கார வச்சிட்டேன். திடீர்னு காட்டுக்குள்ளே இருந்து பறவைகள் ஒண்ணா வெளியே கிளம்பி வானத்தில் வட்ட வட்டமா சுத்த ஆரம்பிச்சிருச்சி. கிறுக்குப் பிடிச்சது மாதிரி அவ்வளவு வேகமாக சுத்துறதும் தலைகுப்புற விழுறதுமாக பாக்க எங்களுக்குக்கே மயக்கமா வர ஆரம்பிச்சிருச்சி. ஆனா பறக்கையில் ஒரு பறவைகூட கத்தவேயில்லை. அந்த ஆட்டம் முடிஞ்சி காடு தணிய ஆரம்பிச்சது. இருட்டிப் போய் கருவேலங்காட்டுப் பாதை தெரியாம இருட்டு நிரம்பிகிடுச்சி. சித்ரவேலு பயத்தில் அழுக ஆரம்பிச்சான். நான் தான் தைரியமா இருடானு சோத்துப் பாறைல கூட உட்கார வச்சிகிட்டேன்.

ராத்திரியானதும் காட்ல இருந்து பச்சை நிறத்தில் வெளிச்சம் அடிக்க ஆரம்பிச்சது. இலை மாதிரி அளவுல வெளிச்சம் ஊர்ந்து போய்க்கிட்டு இருக்கு. காத்துல மிதக்குமே இலை அப்படி வெளிச்சம் மிதந்துகிட்டு இருக்கு. எம்புட்டு வெளிச்சம் தெரியுமா. மின்மினிப்பூச்சி அலையுறது மாதிரி காடு பூரா வெளிச்சம் சுத்துது. நாங்க ஆச்சரியத்தோட இருந்தோம். நாங்க ஒளிஞ்சி நிக்கிறதை ஒரு மரம் பாத்துருச்சி. டேய் யாருடா நீங்கன்னு ஒரு கத்து கத்துச்சி. பயத்தில உசிரைக் கைல பிடிச்சிகிட்டு ஓரே ஓட்டம். கால்ல முள் குத்துனதுகூட தெரியலை. காட்டில் இருக்கிற மரம் எல்லாம் ஒண்ணா சேர்ந்து விரட்டினா எப்பிடி இருக்கும். அப்படி இருந்துச்சி. தப்பிச்சி பிழைச்சி எங்க ஊருக்கு வரும்போது ஊரே தூங்கிட்டு இருந்துச்சி.

சொன்னா நீ நம்பமாட்டே. எங்க ஊர்ல அன்னைக்கு ஒரு நாள் ஒரு மரம் கிடையாது. தெருவைப் பாக்க மயானத்தில இருக்கிற மாதிரி இருந்துச்சி. வீட்டுக்கு வந்து படுத்துக்கிட்டேன். கால் கை நடுங்குது. ஆனா அந்த வாசனை நெஞ்சுக்குள்ளே இருந்துகிட்டே இருந்துச்சி. நாலு நாளைக்குக் காய்ச்சல் வந்தவன் மாதிரி படுத்துக் கிடந்தேன்.

தட்டைக்காட்டுக்குள்ளே என்ன நடக்குனு இப்போகூட யாருமே பாத்தது கிடையாது. நம்ம தெக்கோடு திருவிழாவில்

மாதா சப்பரத்தில் வரும்லே இது முடிஞ்ச மறுநாள்தான் தட்டைக்காடுல ஓணான் பண்டிகை" என்றான். செல்விக்கு அவன் சொன்னது எல்லாம் வியப்பாக இருந்தது. அவன் மறுபடியும் ஒரு கருப்பட்டித்துண்டை எடுத்து வாயிலிட்டுக்கொண்டபடியே உன்னால் நம்பமுடியலையா என்று கேட்டான்.

செல்வி நம்புவதாகத் தலையாட்டினாள்.

"அண்டரண்டா பட்சினு ஒரு பறவை இருக்கு. அது காலைப் பிடிச்சிக்கிட்டா நம்மளைத் தூக்கிட்டு பறந்து போகும்னு சொல்வாங்க. அப்படி போனா தட்டைக்காட்டுக்குள்ளே நடக்கிற பண்டிகையை பாத்திரலாம்" என்று சொன்னான். செல்விக்கு அந்தப் பறவையின் கால்களைப் பிடித்துக்கொண்டு உடனே பறக்கவேண்டும் போலிருந்தது. ரயில் வளைந்து திரும்பியதில் ஒரு சுண்ணாம்பு கால்வாசல் தெரிந்தது. ஒரு நாய் ரயிலைப் பார்த்து ஆவேசமாக குலைத்துக்கொண்டிருந்தது.

ரயிலினுள் இருந்த நோயாளிகள் வெக்கை தாங்கமுடியாமல் துணியால் விசிறிக் கொண்டார்கள். ரயிலின் வேகம் குறைந்திருந்தது. நோயாளி செல்வியிடம் "காசு வச்சிருக்கியா" என்று கேட்டான். செல்வி அவள் அய்யாவிடம் கேட்டு வாங்கி வருவதாகச் சொன்னாள். நோயாளி "வேண்டாம்... யாருக்கு உடம்பு முடியலை" என்று கேட்டான்.

அவள் "நாங்க சாமி கும்பிடப் போகலை. எங்க அம்மா கடற்கன்னி. எங்க அய்யா திருவிழாவுல கடை போடுவாரு. அதுக்குத்தான் போய்க் கிட்டு இருக்கோம்" என்றாள்.

இதைக்கேட்ட மற்றொரு நோயாளி "அப்போ நீயும் மச்சக்கன்னியா" என்று கேட்டான். ஆமாம் என்று தலையாட்டினாள்.

"எங்கே உனக்கு வால் இருக்கானு காட்டு பாப்போம்" என்றான். மற்றவர்கள் சிரித்தார்கள்.

ஒரு நோயாளி அவளிடம் "திங்கிறதுக்கு எதுனாச்சிம் வச்சிருக்கியா" என்று கேட்டான். அவள் "இரு வாங்கிவருகிறேன்" என்று அம்மாவை நோக்கி ஓடினாள்.

நோயாளிகள் வலியும் அசதியுமாக சாய்ந்துகொண்டார்கள். கதை சொன்ன நோயாளியைப் பார்த்து மற்றவன் "சின்னப்புள்ளை நீ சொன்னதை அப்படியே நம்பிருச்சி" என்றான்.

உடனே நோயாளி "பொய்யா சொல்றேன். அம்புட்டும் நிஜமா நடந்ததுடா" என்றான். தன்னை முட்டாள் ஆக்குவதாக

நினைத்துக் கொண்ட நோயாளி "எனக்குப் பத்துவயசில காது குத்தியாச்சிண்ணே" என்று சொல்லிக் காதைக் காட்டினான்.

ஒரு ஈ பறந்து வந்து கால் புண்ணைச் சுற்றத் துவங்கியது. கதை சொன்ன நோயாளி கோபத்துடன் "என்ன மசிரு இருக்குனு என் புண்ணை நோண்ட வந்திருக்கே" என்று ஈயோடு சண்டையிட்டுக் கொண்டிருந்தான். ரயில் வடபட்டியைத் தாண்டியிருந்தது.

*

சின்னராணி முகத்தைத் துடைத்துக்கொண்டாள். உடம்பே நசநசப்பாக மாறியிருந்தது. பிடறியில் இருந்த மயிர்கள் ஈரமாகியிருந்தன. எதற்கு இவ்வளவு தலைமயிர். பேசாமல் ஏதாவது ஒரு கோவிலில் போய் மொட்டை அடித்துக்கொண்டுவிடலாம் போலிருந்தது. பெண்கள் மொட்டை அடித்துக்கொள்வது அழகருக்குப் பிடிக்காது. ஒரு தரம் இருக்கங்குடி கோவிலில் வைத்து மொட்டை அடித்துக்கொள்ளவா என்று கேட்டதற்கு அழகர் மிகவும் கோபப்பட்டு "நான் செத்துப் போனதுக்கு அப்புறம் மொட்டை அடிச்சி நீ மூளியா இருந்தா போதும்" என்றான்.

அவளுக்கு விபரம் தெரிந்து அவள் மொட்டை அடித்துக் கொண்டது கிடையாது. தினசரி இந்தத் தலைமயிரை எண்ணெய் வைத்து சிக்கெடுத்து பராமரிப்பது அவளுக்கு எரிச்சல் தருவதாக மாறியிருந்தது. அவர்கள் ஊரில் இருந்த பள்ளிக்கூடத்திற்கு டீச்சராக வந்த சரஸ்வதி எப்போதும் சீப்பும் கையுமாகவே இருப்பாள். தலைக்கு அவள் செம்பருத்தியிட்ட எண்ணெய் வைத்துக்கொள்வதோடு ஒரு மயிர் சிக்காகிவிடாமல் பாதுகாத்தும் வைத்திருப்பாள். அவளது சீப்பில் ஒரு மயிர்கூட கழிந்து வராமலிருப்பதைக் காண்பது அதிசயமாக இருக்கும்.

ருதுவான பெண்கள் அவளிடம்தான் தலைமுடியைப் பராமரிக்க யோசனை கேட்பார்கள். சரஸ்வதி வீட்டில் மட்டும்தான் அந்த ஊரிலே ஆள் உயரக் கண்ணாடியிருந்தது. டீச்சர் அந்தக் கண்ணாடியில் தன்னுடைய நீளமான கூந்தலை முன்னால் தூக்கிப்போட்டு அழகு பார்த்துக்கொண்டிருப்பாள். அவ்வளவு நீளமான கூந்தல் கொண்டவர்கள் அந்த ஊரில் யாருமேயில்லை. காலில் ரோஸ் நிறச் செருப்பு அணிந்து கையில் குடையேந்தி, மடிப்புக் கலையாத சேலையுடன் அவள் பள்ளிக்கூடம் போவதைக் காணும்போது தான் ஒரு நாளாவது இப்படி இருக்கவேண்டும் என்று ஆசைப்பட்டிருக்கிறாள் சின்னராணி.

சரஸ்வதி டீச்சர் ஒரு ஆள்தான் அந்த ஊரில் எல்லா ஆண்களுடனும் நேரடியாக முகம் பார்த்துப் பேசக்கூடியவள். அதற்காகத் தெருப் பெண்கள் அவளைக் கேலி செய்தார்கள். ஆனால் டீச்சர் அதைக் கண்டுகொள்வதேயில்லை. டீச்சர் புருசன் அருப்புக்கோட்டையில் வேலை செய்து கொண்டிருந்தான். அவன் வாரம் ஒரு நாள்தான் வீட்டிற்கு வந்து போகிறான். ஆனாலும் டீச்சர் தினமும் அலங்காரமும் ஒப்பனைகளும் செய்துகொண்டு தானிருக்கிறாள். ருதுவாகியிருந்த நாட்களில் ஒரு நாள் மதியம் சின்னராணியும் டீச்சரைத் தேடிச் சென்றாள். டீச்சர் தலைக்குத் தைலம் போன்ற ஒன்றினைத் தடவிக் கொண்டிருந்தாள். மணம் கமழ்ந்து கொண்டிருந்தது. அதற்குப் பெயர் ஆலுவேரா என்றும் மிலிட்டரியில் வேலை பார்க்கும் தம்பி நைனிடாலில் இருந்து வாங்கி வந்ததாகவும் சொன்னாள்.

அந்த வாசனைக்காகவே அதைத் தலையில் தேய்த்துக்கொள்ள வேண்டும் போலிருந்தது. வாய்விட்டுக் கேட்க கூச்சப்பட்டவளாக சின்னராணி சரஸ்வதியின் கூந்தலை எடுத்து முகர்ந்து பார்த்தாள். டீச்சர் அவள் ஆசையைப் புரிந்து கொண்டவளைப் போல "கிட்ட வாடி" என்று அவளுக்கும் தைலம் தேய்த்துவிட்டாள். அந்த மணம் இரண்டு நாட்களுக்குத் தலையில் இருந்து கொண்டேயிருந்தது. தனக்கு அதுபோல ஒரு தம்பி இருந்து அவன் மிலிட்டரியில் வேலை செய்து வாசனைத் தைலம் வாங்கிவந்து தந்தால் நன்றாக இருக்குமே என்று தோன்றியது. ஆனால் மறுநிமிடமே அந்த யோசனை கலைந்து போனது. ஊரில் அவர்கள் முடிவெட்டுவதும், கல் உடைப்பதுமான வேலைக்குப் போவதற்கு எதற்கு வாசனை தைலம் பூசிய தலைமயிர். சீவிச் சிங்காரித்துக்கொள்வதை யார் கவனிக்கப்போகிறார்கள். செடியில் இருந்து ஒரு பூ உதிர்வதுபோல அந்த ஆசை கண்முன்னே உதிர்ந்து போனது.

அதன்பிறகு தன்னை அழகுபடுத்திக்கொள்ளவேண்டும் என்ற நினைப்பே அவளிடம் இல்லாமல் போய்விட்டது. செல்வி பிறந்து இப்படி ஊர் ஊராகக் கடற்கன்னிவேஷம் கட்டி அலையும் பிழைப்பிற்கு அழகுபடுத்தி என்னாவாகப் போகிறது என்ற சலிப்பேறிவிட்டிருந்தது. அதனால்தானோ என்னவோ கூந்தல் வறண்டு உலர்ந்து போயிருந்தது.

அவள் அதற்காகவும் பெருமூச்சிட்டுக்கொண்டாள். காத்திருக்கும் இந்தப் பகல் தன்னை ஏனோ பழைய நினைப்புகளுக்குள்ளாகவே கொண்டுபோய்த் தள்ளுகிறது என்று ஆதங்கமாக இருந்தது.

இந்த ரயில் பெட்டியில் தான் ஒருத்தி மட்டுமே வேஷம் கட்டு கின்றவள். மற்றவர்கள் யாவரும் நோயாளிகள் என்று தோன்றியது. தானும் கூட ஒரு நோயாளிதான். மற்றவர்களைப் போல கண்ணிற்குத் தெரியும் நோயில்லை. ஆனால் உள்ளூக்குள்ளாக தனக்குப் பிடிக்காத ஒன்றைச் செய்கிறோம் என்ற நோய் அவளுக்கு வேதனையை உருவாக்கியிருந்தது. அந்த நினைப்பு ஊசியை நகக்கண்ணில் இறக்குவதைப் போலக் கூர்மையான வலியை ஏற்படுத்துகிறது. தினமும் அவ்வலியை அனுபவித்துக்கொண்டேதானிருந்தாள். அதற்கு என்ன மருத்துவமிருக்கிறது. சாகும்வரைக்கும் இந்த வலி கூடவே இருந்து கொஞ்சம் கொஞ்சமாக கொன்றுவிட்டுத்தான் போகும் போலிருந்தது.

செல்வி அவள் காலடிக்குக் கீழே இருந்த துணிப்பையினுள் எதையோ தேடிக்கொண்டிருப்பது தெரிந்தது.

எரிச்சலோடு "என்னடி தேடுறே" என்று கேட்டாள்.

செல்வி பதில் சொல்லாமல் சின்னராணியின் புடவைகள், ஜாக்கெட்டுகளை வெளியே இழுத்துப்போட்டு தேடிக் கொண்டிருந்தாள். "கேட்கிறேன்ல. என்னடி தேடுறே சொல்லு" என்று சற்று கோபமான குரலில் சொன்னாள் சின்னராணி.

செல்வி தானும் முறைத்தபடியே "உன் திருநீற்றுபையை எங்க வச்சிருக்கே" என்று கேட்டாள்.

"அது உனக்கு எதுக்கு" என்றாள் சின்னராணி.

"எங்க இருக்குனு சொல்லும்மா" என்று செல்வி பிடிவாதம் செய்தாள்.

"சிவப்புப்பைக்குள்ளே பாரு" என்றாள் சின்னராணி.

உடனே அருகில் இருந்த சிவப்புப்பைக்குள் கையை விட்டு திருநீற்று பையை வெளியே எடுத்தாள் செல்வி.

அதற்குள்ளாகத்தான் அழகருக்குத் தெரியாமல் சின்னராணி காசு சேர்த்து வைத்திருக்கிறாள். அத்தனையும் சில்லறைக் காசுகள். திருநீற்று பையில் விரலை விட்டு ஒரு நாலணாக் காசை வெளியே எடுத்துக்கொண்டு சுருக்குப் பையை மறுபடி திணித்துவிட்டு ஓடினாள். "உனக்கு எதுக்குடி காசு" என்று சின்னராணி கேட்டுக்கொண்டிருந்ததை அவள் கண்டுகொள்ளவேயில்லை. ரயில் பெட்டியின் மறுமுனையை நோக்கி ஓடிக்கொண்டிருந்தாள்.

சுருக்குப்பை சரியாக மூடப்படாமல் திருநீறு கொட்டிக் கொண்டிருந்தது. குனிந்து அந்தப் பையை சரிசெய்தபடியே

கொஞ்சம் திருநீற்றை அள்ளி நெற்றியில் பூசிக்கொண்டாள். சாமியைத் தவிர இனிமேல் தன்னைக் காப்பாற்ற யாருமேயில்லை. சின்னராணி தினமும் காலையில் ஒரு தரமும் படுக்கைக்குப் போவதற்கு முன்பும் சாமியை மனதார கும்பிட்டுக்கொள்கிறாள். சில நாட்களில் சாமி படத்தின் முன்பாக நிற்கும்போது அழுகையே வந்துவிடுகிறது. அவரைத் தவிர வேறு யார் காப்பாற்றுவதற்கு இருக்கிறார்கள்.

அழகர் மீதான நம்பிக்கை அவளுக்குக் குறைந்து போயிருந்தது. செல்வி விபரம் தெரியாத பெண். அவளை வளர்த்து எடுத்து பெரிய ஆளாக்கிக் கட்டிக் கொடுப்பதற்கு இன்னமும் எவ்வளவோ நாட்கள் இருக்கின்றன. அவ்வளவு வருடங்கள் தான் உயிரோடு இருப்போமா என்று தெரியவில்லை. ஒருவேளை தான் முன்னதாகவே செத்துப்போய்விட்டால் செல்வி பாவம். அவளை அழகர் தன்னைப் போலவே ஏதாவது ஒரு ஷோ நடத்துகின்ற பொருளாக மாற்றிவிடுவான். அதற்காகவாவது தான் உயிரோடு இருக்கவேண்டும். ஒருவேளை அழகர் அதற்கு முன்பாகச் செத்துப்போய்விட்டால் உடனே இந்தக் கடற்கன்னி வேஷம் போடுவதை நிறுத்திக்கொண்டு எங்காவது ஒரு வெற்றிலை பாக்குக் கடை வைத்துக்கொண்டு பிழைப்பை ஓட்டிவிடலாம்.

எது நடக்கப் போகிறது என்று யாருக்குத் தெரியும். வயதாகி உடம்பு பெருத்துப்போய்விட்டால் அப்புறம் இந்த வேஷம் கட்ட வேண்டிய அவசியமிருக்காது. அதற்கு எப்படியும் இன்னும் பத்து இருபது வருஷமாகிவிடும்.

சின்னராணிக்கு ஒவ்வொரு நாளும் போவது ஒரு யுகம் போவது போலிருந்தது. ‘போற உசிரு சொல்லிகிட்டா போகப் போகுது என்று அய்யா அடிக்கடி சொல்லிக்கொள்வார். அதுதான் நிஜம். தன் வீட்டிலே எத்தனை சாவுகள் எதுவும் இப்படி நடக்கும் என்று யாருக்குத் தெரியும். அவளுக்குத் தெரிந்து அவள் கட்டுப்படுத்த முடியாமல் அழுத்து முத்து அண்ணன் சாவு. அவர்கள் வீட்டிலே அவன்தான் ரொம்ப உசரம். எப்போதும் சிரித்துக்கொண்டேயிருப்பான். அல்லது அப்படியான முகவாகு. வீட்டிற்கே வரமாட்டான். எப்போ துமே தோட்டத்தில்தான் இருப்பு. அவனுக்காகவே ஒரு கயிற்றுக் கட்டில் வேப்பமரத்தடியில் போடப்பட்டுக் கிடக்கும். ஒத்தை ஆளாக அவன் கரிசல்காட்டில் என்னதான் செய்கிறான் என்று அவளுக்கு வியப்பாக இருக்கும்.

அவன் துணைக்கு ஒரு கறுத்த நாய் இருந்தது. இருவரும் ஒன்றாகவே அலைவார்கள். தினசரி மாலை வேளைகளில் அவன் தோட்டத்தில் இருந்து பறித்த பழங்களோ, காய்கறிகளோ

எதையாவது கொண்டு வருவான். அத்துடன் மயில் இறகும் காட்டுப்பறவைகளின் முட்டையும் கொண்டுவருவான். மற்றவர்களை விடவும் அவன் சின்னராணியிடம் தான் ஒட்டுதல் அதிகம். அவளை சின்னராணி என்பதற்கு பதிலாக செல்லராணி என்று கூப்பிடுகின்றவன் அவன் ஒருவன் மட்டுமே. அப்படிக் கூப்பிடுவது அவளுக்கு மிகவும் பிடிக்கும். அவனுக்காகவே கடுங்காப்பி போட்டுத் தருவாள்.

அவன் மிக சந்தோஷமாக இருந்த நாட்களில் அவளோடு கேலி பேசுவான். அப்போது "கல்யாணம் ஆகி புருசன் வீட்டுக்குப் போனதும் எங்களை எல்லாம் செல்லராணி மறந்துருவா" என்பான். அதைக் கேட்கும்போதே அவளுக்குத் தொண்டை வலிக்கும். "நான் அப்படி எல்லாம் இல்லே. யாரையும் மறக்க மாட்டேன்" என்று சொல்வாள்.

"எல்லா பொம்பளைப் பிள்ளைகளும் இப்படித்தான் சொல்வாங்க. ஆனா புருசன் வீட்டுக்குப் போயிட்டா உன் வீடு தேடி வந்தா இப்படி ஒரு வாய் கடுங்காப்பி குடுப்பியோ என்னமோ" என்று சீண்டுவான். அவளுக்கு அழுகையும் கோபமும் ஒன்று சேர்ந்து வரும். "போண்ணே. நீ இப்படிப் பேசினா நான் அழுதுருவேன்" என்பாள். அவன் சமாதானப்படுத்தும் விதமாக "அய்யோ என்ன செல்லம். அண்ணன் சும்மா கேலிக்கு சொன்னேன்" என்பான்.

வீட்டில் அய்யாவும் முத்து அண்ணனும் பேசிக்கொள்வது வேடிக்கையாக இருக்கும். அய்யா அண்ணனை முகம் பார்த்துப் பேசுவதேயில்லை. "மூத்தவனே... நாத்து வாங்கிட்டு வந்தாச்சா... மூத்தவனேகளை எடுப்புக்கு ஆள் விடுவமா" என்று யாரிடமோ கேட்பது போலத்தான் பேசுவார். வீட்டில் தன்னோடும் அக்காவோடும் அருகாமை வீட்டுக்காரர்களுடன் இனிக்க இனிக்க பேசுகின்ற அண்ணன் அய்யாவோடு மட்டும் எதற்கு மனத் தாங்கலாக இருக்கிறான் என்று அவளுக்குப் புரியவேயில்லை. சில வேளைகளில் அவள் அண்ணனிடம் கேட்டும் இருக்கிறாள், "உனக்கு அய்யாகூட அப்படி என்ன கோபம்?"

முத்து அண்ணன் பெருமூச்சிட்டபடியே சொல்வான், "கோபம் என்ன கோபம். அவரு நம்மளை எல்லாம் சுமையா நினைக்கிறாரு. அவருக்குத் தன் பசி. தன் சுகம் மட்டும்தான் முக்கியம். பெத்த பிள்ளைக, கட்டுன பொண்டாட்டி எல்லாம் அவருக்கு வேத்து ஆட்கள்தான். பெத்த கடனை முடிச்சிட்டா போதும்னு நினைக்கிறாரு. இந்தா கிடக்குதே சீனிக்கல்லு. இதுவும் அவரும் ஒண்ணுதான். அவர் மனசில யார் மேலயும் பிரியம் கிடையாது.

நம்ம அம்மா செத்துப் போனதுக்கு இவரு தானே காரணம். கொஞ்ச அடியா அடிச்சிருக்காரு. சீக்காளியாக் கிடந்து அம்மா செத்துப் போகலை. இவரு படுத்துன பாடு தாங்கமுடியாம மனசு உடைஞ்சி போய் கிணத்துல விழுந்து செத்துப் போனா. அதை என்னாலே மறக்கவே முடியலை செல்லராணி.

உனக்கு அப்போ ஒரு வயசிருக்கும். நான்தான் உன்னைய தூக்கிட்டுத் திரிவேன். அம்மா மெலிஞ்சிபோய் நடக்கமாட்டாம் பாயில் முடங்கிக் கிடந்தா. ஒரு நா உங்கய்யா எங்கேயோ போயி ரெண்டு கிலோ பன்னிக்கறியை வாங்கிக்கொண்டு வந்து வீட்ல வச்சிட்டு இதைக் குழம்பு வச்சிக் குடுனு நிக்குறாரு. அம்மாவாலே எந்திரிக்கவே முடியலை. அவருக்கு ஆத்திரம். ஊரு. உலகத்தில நீ மட்டும்தான் அதிசயமா பிள்ளை பெத்து இருக்கியா. என்னடி குறப்பாவலா போடுறே, எந்திரிச்சி கறிக்குழம்பு வையுடீனு கத்துனாரு.

அம்மா பதிலே பேசலை. அப்படியே சுருண்டு படுத்துக்கிட்டா. அய்யா தானே சமைக்கப் போறேன்னு அடுப்பை பத்த வச்சா. ஒரே புகை. அம்மாவுக்கு இருமல், மூச்சுத் திணறல் ஆகிருச்சி. அவருக்கு அடுப்பு சரியா எரியலேனு பிரச்சனை. அம்மா இருமிக் கிட்டே நீங்க அடுப்பை அணைச்சிட்டுப் போங்க. நான் செஞ்சி வைக்குறேனு சொன்னா.

அதை அந்த மனுசனாலே தாங்க முடியலை. ரோஷம் பொத்துக்கிட்டு வந்திருச்சி. குழம்புக் கரண்டியாலே அவளுக்கு அடி. ஒண்ணு ரெண்டு இல்லை. கரண்டி வளைஞ்சி போற வரைக்கும் அடிச்சிட்டு அவளை வசவா வசவு வஞ்சிட்டுப் போனாரு. அம்மா ஒரு சொட்டு அழவேயில்லை.

விடுவிடுனு எந்திரிச்சிப் போயி கண்மாய் பாதைல இருக்கிற பாங்கிணத் துல குதிச்சி செத்துப்போயிட்டா. உடம்பு மிதக்குதுனு ஊர்ல வந்து சொன்னாங்க. நான் கிணத்து மேட்ல நின்னுகிட்டு அழுகையா அழுதேன். நாலு பேரு ஒரு கட்டிலைக் கட்டி உள்ளே இறக்கி அம்மா உடம்பைத் தூக்குனாங்க. தண்ணியைக் குடிச்சி உடம்பு ஊதிப்போயிருச்சி. அந்த முகம் என் கண்ணுக்குள்ளயே இருக்கு. அது பயத்துல உறைஞ்சிபோன முகம். அய்யா ஒரு சொட்டுக்கூட அழுகல. வாயில் துண்டை வச்சிப் பொத்திக்கிட்டு தன்மேல பழிவந்திரக்கூடாதுன்னு நோய்ல படுத்தவ வலி தாங்கமுடியாம செத்து போயிட்டானு சொல்லிக்கிட்டு இருந்தார்.

அம்மா செத்துப் போனதுக்கு அய்யாதான் காரணம். நானும் அக்காவுமாக உன்னை வளக்க எவ்வளவு பாடுபட்டோம்னு

எங்களுக்குத்தான் தெரியும். வேற ஆளா இருந்தா அடிச்சே கொன்னு போட்ருப்பேன். பெத்தவரா போயிட்டார்... என்ன செய்றது. அதான் இருந்து தொலையட்டும்னு விட்டு வச்சிருக்கேன். அவரு முகத்தை பார்க்கும்போதெல்லாம் செத்து கிணத்தில் மிதந்த அம்மாதான் ஞாபகம் வருது" என்றான்.

அம்மா கிணற்றில் விழுந்து செத்துப்போனதைப் பற்றி அவள் பலமுறை கேட்டிருக்கிறாள் என்றாலும் அண்ணன் சொல்லும்போது அவளால் அழுகையைக் கட்டுப்படுத்த முடியவேயில்லை. அம்மாவின் முகம்கூட எப்படியிருக்கும் என்று அவளுக்குத் தெரியாமல் போனதை நினைத்து அழுதாள். ஆனால் அண்ணனைப் போல அவளால் அய்யாவை வெறுக்க முடியவில்லை. அவர் என்ன செய்வார்.

கரிசல் காட்டில் நாளெல்லாம் உடம்பு வலிக்க வேலை செய்யும் மனுஷன் கறி சாப்பிடுவதற்கு ஆசைப்படுவதில் என்ன தப்பிருக்கிறது.

சாப்பாட்டைத் தவிர வேறு என்ன சுகத்தை அய்யா அறிந்திருக்கிறார். அதுவும் இல்லாவிட்டால் என்னதான் வாழ்வதற்கு அர்த்தமிருக்கிறது என்று தோன்றும். அண்ணன் அவளது எந்த சமாதானத்தையும் ஏற்றுக்கொள்ளவேயில்லை. முத்து அண்ணன் தானாக முயற்சி எடுத்துதான் அக்காவை திருத்தங்கல்லில் கட்டிக் கொடுத்தான். மாப்பிள்ளை அச்சாபீஸில் வேலை செய்கின்றவர். ஒருவேளை அவன் இருந்திருந்தால் தன்னைக் கூட அழகருக்குக் கட்டி வைக்காமல் வேறு நல்ல இடமாகத் தேடிக் கொடுத்திருக்கக்கூடும். ஆனால் விதியை யார் தடுத்து நிறுத்திவிட முடியும்.

அன்றைக்கு மூன்று மணியிருக்கும். ஜோகில்பட்டி சாலையில் சைக்கிளில் வந்த அண்ணனை ஒரு லாரிக்காரன் அடித்துப் போட்டு விட்டுப் போயிருந்தான். புளியமரத்தடியில் சைக்கிள் வளைந்து போய் விழுந்துகிடந்தது. சைக்கிள் பின்னாடியிருந்த உர மூட்டை சிதறி ரோடெங்கும் யூரியா சிதறிப்போயிருந்தது. அண்ணன் பின் மண்டையில் அடிபட்டுச் செத்து விழுந்துகிடந்தான். ரத்தம் ஓடி உறைந்திருந்தது. முகத்தில் அடிபடவில்லை. சாலையெங்கும் கூட்டம் நிரம்பி வேடிக்கை பார்த்தது. சின்னராணி ஓங்காரமிட்டு அழுதாள். அண்ணன் செத்துப்போய் விட்டான் என்பதை நம்பக்கூட முடியாமல் இருந்தது. அவள் அண்ணன் உடம்பைத் தொடுவதற்கு போலீஸ்காரர்கள் விடவேயில்லை.

மதுரை ஆஸ்பத்திரிக்குக் கொண்டுபோய் அறுத்து உடலைப் பொட்ட லம் கட்டித் தந்தார்கள். அக்காவும் அவளும் அழுத அழுகை சொல்லி முடியாது. அண்ணன் செத்துப்போன நான்கு நாட்களுக்கு அந்தக் கறுப்பு நாய் அவர்கள் வீட்டு வாசலில் நின்று ஊளையிட்டது. அதைக் கேட்கும்போது மனதைப் பிசையும்.

தன் வாழ்க்கையில் எதையும் அனுபவிக்காமல் அண்ணன் ஏன் செத்துப்போனான். எதற்காக இந்த அவசர வாழ்க்கை. அண்ணன் செத்துப் போன பிறகு அய்யாவிடம் நிறைய மாற்றங்கள் உருவானது. அவர் வீட்டில் யாரோடும் பேசிக்கொள்வதேயில்லை. சாப்பாடு கேட்பதுகூட நின்று போனது. அவர்களாக சாப்பாடு செய்ய சொல்லிச் கொடுத்தால் மட்டுமே சாப்பிடுகின்றவராக இருந்தார். அண்ணனுக்கும் அய்யாவுக்குமான அந்த வெறுப்பு தீராமலே அவன் செத்தும் போய்விட்டான்.

எதற்காக சாவு இவ்வளவு அவசரமாக அவனைத் தங்களிடம் இருந்து பறித்துக்கொண்டது. அண்ணனுக்கு நண்பர்கள் என்றுகூட யாருமேயில்லை. ஆம்பளைப் பிள்ளை பிறந்தால் அண்ணன் பெயரைத்தான் வைக்கவேண்டும் என்று நினைத்திருந்தாள். ஆனால் பெண் பிறந்துவிட்டது. அண்ணனைப் போன்ற ஒருவன் தங்களோடு சேர்ந்து வாழ்ந்தான் என்பதை நினைத்து அழுவதைத் தவிர வேறு என்ன இருக்கிறது. அவன் வாழ்ந்த வாழ்க்கையின் சுவடுகள் கூட இன்றில்லையே.

ரயில் போய்க்கொண்டிருந்தது. ‘அன்னையை போல் ஒரு தெய்வமில்லை. அவள் அடிதொழ மறப்பவர் மனிதரில்லை’ என்று யாரோ ஒரு ரோகி பாடிக்கொண்டிருந்தான். அதைக் கேட்க கேட்க சின்னராணிக்கு தன்னை மீறி அழுகை பொங்கியது. தன்னை யாராவது பார்க்கிறார்களா என்று திரும்பிப் பார்த்துக்கொண்டாள். யாருமில்லை. அழுத கண்களை சேலையால் துடைத்தபடியே அரற்றினாள்.

“புருசன் வீட்டுக்குப் போனதுக்கு அப்புறம் ஒரு வாய் கடுங்காப்பி குடுப்பியானு கேட்டயே அண்ணே. அதுக்குக் குடுப்பினை இல்லாம போயிருச்சே. முத்தண்ணே...” என்று முணுமுணுத்துக் கொண்டபடியே வெளியே பார்த்துக்கொண்டிருந்தாள். வெளியில் ஓடும் தந்திக் கம்பங்களில் இருந்து ‘டியூங், டியூங்’ என்ற சப்தம் கேட்டு மறைந்தது. ரயில் சோளம் விளைந்த நில வெளி ஒன்றினுள் போய்க்கொண்டிருந்தது.

அத்யாயம்
04

1982

எட்டூர் மண்டபம்

நோயுற்றவர்களின் முகங்கள் யாவும் ஒன்று போலவே இருக்கின்றன. அவர்களின் கண்களில் வலியும் துயரும் படிந்து உதடுகள் ரத்தம் வெளிறிப்போய் ஒடுங்கிக்கொண்டுவிடுகின்றது. கடந்த இரண்டு நாட்களாக நாலு திசைகளில் இருந்தும் தெக்கோட்டினை நோக்கி யாத்திரை செல்லும் நோயாளிகள் சாரைசாரையாக வந்து கொண்டேயிருந்தார்கள். தெக்கோடு போவதற்கு முன்பு அவர்கள் ஒரு இரவு ராத்தங்குவதுண்டு. அப்படி அவர்கள் விரும்பி ராத்தங்கும் இடமாக ஆக்கிக்கொண்டது எட்டூர் மண்டபம். அது வெறும் ராத்தூங்குவதற்கான இடம் மட்டுமில்லை. அது இளைப்பாறுதல் தரும் ஒரு ஆரோக்கிய நிலையம். அங்கே வந்து சேர்ந்து நோயாளிகள் தங்களை ஆசுவாசப்படுத்திக்கொள்கிறார்கள்.

முந்திய நாளின் இரவில் இருந்தே எட்டூர் மண்டபத்தில் நோயாளிகளின் வருகை அதிகமாகிக் கொண்டிருந்தது. நீண்ட தூரத்திலிருந்து கையில் கழியோடு மெதுவாக நடந்து எட்டோ பத்தோ ரோகிகள் ஒன்றாக வருகிறார்கள். அவர்களின் நடை நிழல்கள் கடந்து செல்வது போலவே இருக்கிறது.

பாதை ஏன் நீண்டுகொண்டே போகிறது என்பதுபோல அவர்கள் வெறித்துப் பார்த்த கண்களுடன், நடந்து வந்து கொண்டிருந்தார்கள். எப்போதாவது ஒரு நோயாளி அசதி தாங்கமுடியாமல் வலியை வெளிப்படுத்துவான். அவனோடு வந்த மற்றவன் தனது வலியை மறைத்துக்கொள்வதற்காக ஒரு ஜெபப் பாடலை உரக்கப் பாடுவான். அந்தப் பாடலைப் பற்றிக்கொண்டு மற்றவர்கள் நடக்கத் துவங்குவார்கள்.

புழுதியும் கரடும் படிந்த மண்சாலையின் வழியே ரோகிகள் நடந்து வருகிறார்கள். ஒரு நோயாளி வழியில் இருந்த புளியமரங்கள் அத்தனையும் எண்ணிக்கொண்டே வந்தான். சம்பந்தமில்லாமல் புளியமரங்களுக்கு நடுவே ஒரு வாகை மரமிருந்தது. அது எப்படி வந்தது என்ற யோசனையே அவனது கால்வலியை மறக்கச் செய்திருந்தது. அவர்கள் கிராமங்களை விலக்கியே நடந்து வந்து கொண்டிருந்தார்கள். அப்படியும் சில வேளைகளில் நாய்கள் அவர்களைக் கண்டு குரைப்பதும் பின்னாடியே துரத்திவந்து நின்று ஊளையிடுவதும் உண்டு.

கருவேல மரங்களும் கண்மாய்களும் ஆடு மேய்ந்து கொண்டிருக்கும் பெருவெளியும் சிறு குன்றும் கடந்து ரோகிகள் நடந்து சென்றார்கள். எல்லா ஊர்களும் தொலைவில் இருந்து பார்க்க யாரோ செய்து வைத்த விளையாட்டுப் பொருள்தானிருக்கிறது. சில வேளைகளில் நடந்து செல்லும் அவர்களை வழிநிறுத்தி கிராமப் பெண்கள் மாதா கோவிலில் சேர்த்துவிடும்படியாகக் காணிக்கைப் பொருட்களும், காசுகளும் கொடுத்துவிடுவது உண்டு. அப்படி ஒரு பெண் மாதாவிடம் சேர்த்துவிடும்படியாக ஒரு சேவலை ரோகி ஒருவனிடம் தந்தாள். அவன் ஆசையோடு ஒரு குழந்தையை வாங்கிக்கொள்வதைப் போல அந்தச் சேவலை வாங்கிக்கொண்டான்.

முற்றி வளர்ந்த சேவலது. அதன் கொண்டைச் சிவப்பு அழகு காட்டிக் கொண்டிருந்தது. சேவலின் கண்களில் பயமேயில்லை. அவன் சேவலைத் தூக்கித் தனது தோளில் வைத்துக்கொண்டு நடந்து வந்துகொண்டிருந்தான். அதுவரை அவனைப் பற்றிக்கொண்டிருந்த தனிமை மறைந்து போய்விட்டது போலவும் தான் இந்தச் சேவலை கொண்டுபோய்ச் சேர்ப்பதற்காகவே கோவிலுக்குப் போவதாகவும் பாவனை செய்து கொண்டான். அந்தச் சேவலிடம் வழியெல்லாம் அவன் பேசிக்கொண்டே வந்தான். அந்த சேவலை ரோகிகள் பலருக்கும் பிடித்தேயிருந்தது. அவர்கள் அதை ஒரு செல்லப்பிள்ளையைப் போல கொஞ்சினார்கள். ரோகிகளில்

ஒருத்தியாக வந்த பெண் அந்த சேவலின் ஒற்றைக்கண் தெளிவாக இல்லை என்று சொன்னாள். சேவலை வைத்திருந்த ரோகி அதற்கு மிகவும் கோபப்பட்டான்.

எறும்புகள் வேறு வேறு பக்கங்களில் இருந்து ஊர்ந்து வந்து ஒரு இடத்தில் ஒன்று சேர்ந்துவிடுவதைப் போல அவர்கள் ஆளுக்கு ஒரு திசையிலிருந்து வந்தாலும் எட்டூர் மண்டபத்தில் ஒன்று சேர்ந்து விடுகிறார்கள்.

நடக்கவே முடியாத நோயாளிகள் சிலரை சிறிய சக்கரமிட்ட இழுவை வண்டியில் உட்கார வைத்து இழுத்துக்கொண்டும் வருகிறார்கள். பெரும்பான்மையான ரோகிகள் கைகளில் கழிகள் ஊன்றிக் கொள்வதற்காக இருந்தன. அந்தக் கழிகளை அவர்கள் பத்திரமாகப் பாதுகாத்து வைத்திருப்பார்கள் போலும். அது கைப்பிடிப்பு பட்டு களிம்பேறிப் போயிருந்தது. வெயில் உக்கிரமான நேரங்களில் தலையை மூடிக்கொள்ள ஆளுக்கு ஒரு துணியை வைத்திருக்கிறார்கள். அதைப் போர்த்திக்கொண்டு அவர்கள் அயர்ச்சியோடு நடப்பார்கள்.

வழியில் நடக்க முடியாமல் ஏதாவது நோயாளி பின்தங்கிவிட்டால் அவனுக்காக யாரும் உடன் நிற்கவே மாட்டார்கள். அவன் தனித்து விடப்படுவான். தன்னோடு வந்த ரோகிகள் கூட்டத்தை விட்டு விலகி அவன் தனியாகவே நடந்து வர வேண்டியதிருக்கும். அப்படி தனித்துச் செல்லும் சில நோயாளிகளை கிராமவாசிகள் பார்த்துக் கொண்டேயிருக்கிறார்கள். ஒரு ரோகி கண்களைக் கட்டிக்கொண்டு நடந்து போவதைக் கண்டது வியப்பாக இருந்தது. உடம்பெல்லாம் முடிச்சு முடிச்சாகக் கட்டிகள் கொண்ட ஒரு நோயாளி தனித்து ஒரு நாள் கடந்து போனான். ரெட்டியாபட்டியைச் சேர்ந்த ரோஸம்மாள் என்ற பெண் தன் ஊரின் வடகோடியில் நின்றுகொண்டு ஊரை கடந்து போகும் ரோகிகள் ஒவ்வொருவருக்கும் கைநிறையக் கற்கண்டை அள்ளிக்கொண்டு எப்போதாவது வலி தெரிகிறது என்றால் இதைச் சப்பி சாப்பிடுங்கள் என்று சொல்லி தனக்காக அவர்கள் ஒரு முறை பிரார்த்தனை செய்ய வேண்டும் என்று வேண்டிக் கேட்டுக்கொண்டாள்.

கூமாபுரம் என்ற ஊரில் மட்டும் ரோகிகள் தங்கள் ஊரை கடந்து செல்வதால் நோய்மை பரவிவிடும் என்று அவர்களை அந்த ஊர்ப் பாதையில் செல்ல அனுமதிக்கவேயில்லை. தெரியாமல் வந்துவிடும் நோயாளிகள் மீது நாய்களை அவிழ்த்துவிட்டார்கள்.

நடுகைப்பட்டிப் பாதை மிக அழகானது. இரண்டுபக்கமும் அடர்த்தியான மருதமரங்கள். நிழலின் குகை ஒன்றிற்குள் நடந்து

செல்வது போலவே இருக்கும். அந்தப் பாதையில் நடக்கும்போது சாலை முடிந்துவிடக் கூடாது என்று ஒவ்வொரு நோயாளியும் மனதிற்குள்ளாக வேண்டிக்கொண்டிருப்பான். ஊர்களே இல்லாத வெட்டவெளியைக் கடந்து செல்லும்போது வானில் கடந்து செல்லும் கொக்குகளையும், கிணற்றில் இருந்து சட்டெனத் தாவி மறையும் குருவியையும் கண்ணுக்குத் தெரியாமல் எங்கோ பதுங்கியிருந்துகொண்டு குரல்தரும் குயிலின் சப்தத்தையும் கேட்டபடியே நடந்து போவார்கள். வெளிறிய ஆகாசத்தில் குமிழ் குமிழாச் சிதறியபடியே மேகங்கள் கடந்து போய்க்கொண்டிருக்கும். ரோகிகளில் சிலர் உதிர்ந்து கிடந்த பறவைகளின் சிறகுகளையும் மிதக்கம்பழங்களையும் எடுத்துக் கொள்வதுண்டு. எங்கோ கிடந்த ஒரு மயிலிறகை ஒரு ரோகி தேடி எடுத்து வைத்து ஆட்டிக்கொண்டே நடந்தான்.

அரிதாக எங்காவது ஒரு மஞ்சணத்திச் செடியில் பழங்கள் அடர்ந்து போயிருக்கும். அதைப் பறித்து நோயாளிகள் தங்களுக்குள் பகிர்ந்து சுவைத்தபடியே சிரித்துக்கொள்வார்கள். ஒரு ரோகி மண்ணில் புதையுண்டிருந்த பெரிய இரும்புச்சாவி ஒன்றினைக் கண்டு எடுத்து காட்டினான். அது எந்த வீட்டின் சாவி. எங்கே யிருக்கிறது. யார் தொலைத்தது என்று தெரியாமல் கையில் வைத்துப் பார்த்தபடியே இருந்தான். மிகக் கனமானதாயிருந்தது. அவன் அந்தச் சாவியை வைத்துக்கொண்டு அந்த வீட்டினைப் பற்றி அவனாகவே ஒரு கனவை உருவாக்கிக்கொண்டு நடக்கத் துவங்கினான்.

மேக்கரை என்ற ஊரைக் கடந்து போகையில் இரண்டு சுடுகாடுகளை அவர்கள் தாண்டிப் போகவேண்டியிருந்தது. அதில் ஒன்று மிகப் பழமையானது. மற்றது புதிதாக உருவாக்கப்பட்ட சுடுகாடு. இந்தப் பாதையில் ஏன் நடந்து போகிறோம் என்ற பயம் பெரும்பான்மையினருக்கு இருந்தது. புதைமேடுகளைக் காணும்போது அவர்களின் மனது தானே நடுங்கத் துவங்கிவிடுகிறது. ஒரு நோயாளி தன்னை மீறிய துக்கத்தில் நானும் ஒரு நாள் இதுபோல் புதைமேடாக இருப்பேன். உங்களை போல யாரோ என்னையும் கடந்து போவார்கள். அப்படி மண்ணிற்குள் புதைந்து போவதற்குள் இந்த நோய் சரியாகிவிட வேண்டும் என்று அழுதான். அந்த அழுகை மற்றவர்களை மிகவும் சங்கடப்படுத்தியது. யாரோ தங்களைத் துரத்துவது போல அவர்கள் வேகவேகமாக அந்த இடத்தினைக் கடந்து போனார்கள். நடந்து காலில் கொப்பளமானவர்கள் இரவில் உறங்கமுடியாமல் புலம்புவதும்,

விடிகாலையில் கிளம்பும்போது முந்தைய நாளின் நினைவுகளை அழித்துவிட்டு மறுபடி நடக்கத் துவங்குவதும் இயல்பாக இருந்தது.

மாதா கோவிலுக்குப் போய் ரோகம் தீர்க்கவேண்டும் என்றால் நடந்து சென்றுதான் வழிபட வேண்டும் என்ற ஐதீகம் தென்மாவட்ட மெங்கும் வழக்கமாக இருந்தது. அதிலும் நோயாளிகள் தங்கள் குறைபாடான உடல் உறுப்புகளை மண்ணில் செய்து கொண்டுவந்து தெக்கோடு மாதாவிடம் செலுத்தி பத்து நாள் திருவிழாவில் தங்கிப் பிரார்த்தனை செய்தால் நோய்மை விலகிவிடும் என்று உறுதியாக நம்பினார்கள்.

மதுரைக்குக் கிழக்கே முப்பத்தியாறு மைல் தொலைவில் பழைய ராஜபாட்டை சாலையில் இருந்தது எட்டூர் மண்டபம். நாயக்க மன்னர்கள் காலத்தில் கட்டியது என்றும் அங்கே முன்பு குதிரைப் படைகள் இராத்தங்கிப் போவதுண்டு என்றார்கள். அதன் அத்தாட்சி போல நாற்பது தூண்கள் கொண்ட பெரிய கல்மண்டபம் ஒன்றும் அருகாமையில் குதிரை கட்டுமிடமும் சற்று விலகி ஒரு பெரிய தெப்பம் ஒன்றும் காணப்படுகிறது.

சிதலமாகிப் போயிருந்த அந்த மண்டபத்தினைச் சீர்செய்து பயன்படச் செய்தவள் கொண்டலு அக்கா. அவள் வந்தபிறகுதான் அங்கிருந்த குளம் தூர்வாரப்பட்டு தண்ணீர் நிரம்பி உள்ளது. இடிந்துபோன கல்மண்டபத்தின் தூண்களை அவள் தாங்கு கம்புகள் கொடுத்துத் தூக்கி நிறுத்தியிருக்கிறாள். அன்றாடம் மண்டபத்தை சுத்தம் செய்வ தோடு இரவில் தீபமேற்றி ஒளிரவும் செய்கிறாள். மண்டபத்தின் கிழக்குப் பகுதியைச் சுற்றிலும் அவள் வைத்த வேப்பங்கன்றுகள் துளிர்த்து ஆள் உயரமாகி நிற்கின்றன.

கொண்டலு அக்கா எதற்காக அந்த ஊருக்கு வந்தாள் என்று யாருக்குமே தெரியாது. அவளுக்கு நாற்பத்தைந்து வயதிருக்கக்கூடும். உடல் முழுவதும் வெண்தேமல் படர்ந்திருந்தது. சராசரிப் பெண்களை விட மீறிய உயரம். அகலமான நெற்றியும் அடர்ந்த கூந்தலும் கொண்டவள். ஆனால் கூந்தலில் அவள் தினசரி களிமண்ணை அப்பிக்கொள்வதால் அது நெல் நாற்றுகளைப் போல மண்பிடித்துப் போயிருந்தது. தலைக்கு ஏன் களிமண் வைத்துக் கொள்கிறாள் என்று கேட்டால் அக்காவிடம் இருந்து கிடைக்கும் பதில் சிரிப்பு மட்டுமே.

சில வேளை அவள் பரிகாசம் செய்வது போல "நம்ம மண்டைக்குள்ளே களிமண்ணுதானே இருக்கு. அதான் வெளியேயும் களிமண்ணை பூசிக்கிடுறேன்" என்பாள்.

அக்கா எப்போதுமே அடர்பச்சை நிறச் சேலையைத்தான் கட்டுகிறாள். அவளிடம் மூன்றே புடவைகள்தானிருந்தன. அவையும் நாள்பட்டவை. தினசரி துவைத்து, காயவைத்து உடுத்திக்கொள்கிறாள். அக்காவின் கண்கள் மிகக் கனிவானவை. அவள் கோபப்பட்டு இந்நாள்வரை யாருமே கண்டதேயில்லை. அவள் பேசும்போது சிலவேளையில் பேரறிவு கொண்ட ஞானியின் முன்னால் இருப்பது போலிருக்கிறது. அதுவே சில வேளைகளில் பத்து வயது விளையாட்டுச் சிறுமியின் வேடிக்கைப் பேச்சைப் போலவும் இருக்கிறது. அக்கா தன்னைப் பற்றி அதிகம் சொல்லிக்கொள்வதில்லை.

எப்போதாவது யாராவது அக்கா நீங்கள் யார் என்று கேட்டால் நான் அடித்துத் துரத்தப்பட்ட ஒரு பெட்டை நாய் என்று பதில் சொல்லிச் சிரிப்பாள்.

அது அவளது இயல்பு. அக்கா தன்னைத் தேடிவருபவர்களின் நோய்மையைத் தீர்க்க எந்த வைத்தியமும் செய்வதில்லை. மாறாக நோயாளியின் வலியை, துயரை அவள் பகிர்ந்து கொள்கிறாள். ஒரு நாள் அவர்களை தன்னோடு தங்க வைத்து அவர்களுக்காக பத்தியக் கஞ்சி காய்ச்சித் தருகிறாள். புண்களைத் தானே துடைத்து மருந்து அரைத்துப் போட்டுவிடுகிறாள். சிலவேளைகளில் கசாயம் காய்ச்சிப் புகட்டியும் விடுகிறாள். அக்கா அந்தப் பாழடைந்த மண்டபத்தினை ஒரு ஆரோக்கிய சாலையாக மாற்றியிருக்கிறாள். சிலர் அங்கேயே எப்போதும் தங்கியிருக்கிறார்கள். அவர்கள் நோய்மையால் வீட்டிலிருந்து துரத்தப்பட்டவர்கள். அக்காவோடு வேலைகளைப் பகிர்ந்து கொண்டு அங்கேயே தங்கியிருக்கிறார்கள். வெட்டவெளியில்தான் யாவரும் உறங்குகிறார்கள். விடிகாலையில் யாவரையும் துயில் எழுப்பி பச்சிளங்குழந்தைகளைக் குளிக்கச் செய்வது போல அவளே குளிக்க வைக்கிறாள்.

தண்ணீரைப் போல உன்னதமான மருந்து எதுவும் உலகில் இல்லை. அதுதான் உண்மையான மருத்துவச்சி. தண்ணீரைப் போல மனிதனை ஆறுதல்படுத்த வேறு என்ன இருக்கிறது. உலகின் ஒரே ஔஷதம் தண்ணீர் என்றபடியே தலைமுதல் கால்வரை தண்ணீரால் சுத்தம் செய்யச் சொல்வாள்.

வேண்டாம் அக்கா கூச்சமாக இருக்கிறது என்று யாராவது சொன்னால் இதில் என்ன தம்பி கூச்சம். நோயாளிகளில் ஆண் பெண் என்று என்ன பேதமிருக்கிறது. எல்லாம் ஒன்றுதான். உன்னை இப்போது ஒரு மரப்பொம்மை என்று நினைத்துக்கொள் என்பாள். அவர்களைச் சுத்தப்படுத்தும்போது தண்ணீரில் இறங்கி

முறையாகக் குளிக்கக்கூட நாம் கற்றுக்கொள்ளவில்லை. பாதிக்கு மேலாக காக்காய் குளியல்தான் போடுகிறார்கள் என்று சொல்லிச் சிரித்தபடியே தலை துவட்டி விடுவாள்.

பின்பு அக்கா அவர்களுக்குக் காலை ஆகாரமாகப் பச்சைக் காய்கறிகளையும் தேங்காயையும் தருகிறாள். அதுதான் உணவு. குழந்தைகளாக இருந்தால் இளநீரும் பழத்துண்டுகளும் கிடைக்கக்கூடும். வயிற்றில் பசியைக் காப்பாற்றி வைத்திருந்து, அடுப்பின் நெருப்பைப் போல தூண்டுவதும் குறைப்பதுமாக இருக்கவேண்டும் என்பாள். பகல் வேளையில் மண்டபத்தின் வெளியில் உள்ள மரநிழலில் நோயாளிகளை உட்கார வைத்து பஞ்சில் திரி செய்யச் சொல்லுவாள். இது எதற்கு அக்கா என்று கேட்டாள். "பஞ்சைத் திரிக்கும்போது மனதும் சேர்ந்து எளிதாகவிடும் தம்பி. அதுதான் மிகப்பெரிய தியானம்" என்பாள்.

மதிய உணவு சூரியன் உச்சிக்குச் சென்றவுடன் தருவாள். அது கஞ்சி. நான்கு வகையான கஞ்சிகள். அதில் ஓமம். வெந்தயம். மிளகு, பூண்டு என்று ஏதாவது போட்டுக் காய்ச்சியிருப்பாள். அந்தக் கஞ்சியின் மணமும் சுவையும் ருசியாக இருக்கும். அத்தோடு வேக வைத்த காய்கறிகள், பழச்சாறு தருவதுண்டு. "நாவின் ருசிக்காக நான் சமைப்பதில்லை. அது நம்மை அடிமையாக்கிவிடும். உடலின் சக்திக்கானதை மட்டுமே சமைக்கிறேன். சமைப்பது என்பது மிகப் புனிதமான வேலை" என்பாள்.

அக்கா எதற்காக இதை எல்லாம் செய்கிறாள் என்று கேட்டால் "மரம் எதற்காகத் தம்பி நிழல் கொடுக்கிறது. மேகம் எதற்காகத் தம்பி மழை கொடுக்கிறது" என்று எதிர்க்கேள்வி கேட்பாள்.

"அக்கா ஒரு தாதி. அவள் நோயாளியின் மனதைத் தேற்றி ஆறுதல் படுத்துகிறாள். அழுது வீங்கிய கண்களை குளிர்ச்சி செய்து அனுப்பி வைக்கிறாள். அக்கா ஒரு அபூர்வமான பிறவி" என்பார் சுருளியப்பன். அவர்தான் அக்காவின் எட்டூர் மண்டபத்தின் பொறுப்பாளர். மண்டபத்திற்கு வந்து சேரும் நோயாளிகளை முகம் கோணாமல் கவனித்து அனுப்பி வைப்பது அவரது வேலை.

எட்டூர் மண்டபத்தைக் கடந்து போகும் நாயாக இருந்தால்கூட அதை அன்பாக அருகில் அழைத்து நெற்றிதடவிவிட்டு கால்களை உருவிவிட்டு சொந்தப்பிள்ளையைக் கேட்பது போல "எதுக்குடா தம்பி இப்படி வேகாத வெயிலில் அலைஞ்சிகிட்டு இருக்கே. கொஞ்சம் கஞ்சிகுடிக்கியா" என்று கேட்பவள் அக்கா.

அவளுக்கு உயிர்களிடம் பேதமில்லை. அது ஆட்டுக்குட்டியாகவோ, அணிலாகவோ, குரங்காகவோ, பூனையாகவோ எதுவாயினும்

தனது சொந்தத் தம்பிகள்தான் பெண்ணாக இருந்துவிட்டால் பாப்பா என்று அழைக்கிறாள்.

எதற்காக தம்பி என்று அழைக்கிறீர்கள் என்று கேட்கையில் ‘உலகில் உள்ள உறவிலே அக்கா தம்பியைப் போல பாசமான வேறு உறவு எதுவும் கிடையாது. எத்தனை வயதானாலும் தம்பியின் மீது அக்காவிற்குப் பாசம் குறைவதேயில்லை. தூக்கி இடுப்பில் வைத்து சுமந்த அன்பு அப்படியேதானிருக்கிறது. அதுபோலத்தான் தம்பிகளுக்கும். அவர்கள் வளர்ந்து எவ்வளவு பெரியவர்களாக ஆனாலும் வலி என்று வந்துவிட்டால் அக்காவின் நினைவு வந்துவிடும். அதனால்தான் எல்லோரும் எனக்குத் தம்பிகளாகத் தோன்றுகிறது” என்பாள். பெண்கள் அக்காவின் கண்களுக்கு பச்சிளங்குழந்தைகள் போலவே தெரிகிறார்கள் போலும். அதனால் பாப்பா என்கிறாள்.

அக்கா தவழும் குழந்தையை வாரி அணைப்பது போன்றுதான் நோயாளிகளை ஆசையோடு தூக்குகிறாள். புண் உமிழும் குருதியைத் துடைத்துவிடுகிறாள். நோயுற்ற சிறுவர்களை முத்தமிடுகிறாள்.

அக்கா எந்த நோயாளியிடமும் கைமாறாக எதுவும் வாங்கிக் கொள்வதில்லை. சிலர் அவர்களாக மண்டபத்திற்கு வந்து போகும் நோயாளிகளுக்கான உணவிற்குத் தேவையான பொருட்களும் விளக்குப் போடுவதற்கான எண்ணெயும் வாங்கி தந்து போகிறார்கள். கானாடு காத்தான் செட்டி ஒருவர் அக்காவிடம் சிகிச்சை எடுத்துக்கொண்ட நன்றிக்கடனுக்காக அவளது மண்டபத்தைப் பராமரிப்பதற்குத் தனது சொத்தில் ஒரு பங்கை எழுதி வைத்து அதை நிர்வகித்து உரிய சேவை செய்யும்படி கணக்கர் ஒருவரையும் நியமித்து, மண்டபத்தின் பின்னால் இரண்டு சரக்கு அறைகளும் கட்டித் தந்து போயிருக்கிறார்.

அக்காவிற்கு சமைக்கும் நேரத்தில் தானியமும், காய்கறிகளும் வேண்டும். இல்லாவிட்டால் ஒரு நார்ப்பெட்டியைத் தூக்கிக்கொண்டு அருகாமை கிராமத்திற்குக் கிளம்பிப் போய்விடுவாள். அக்கா வீதியில் வருகிறாள் என்றால் வீட்டுப் பெண்கள் தாராள மனதோடு சொளகில் அள்ளிவந்து தானியம் தருவார்கள். காய்கறிகளுக்காக எட்டூர் மண்ட பத்தின் தென்பகுதியில் அவர்களே ஒரு தோட்டம் அமைத்திருக்கிறார்கள். அதை நீருற்றிப் பராமரித்து வருபவர்கள் நோயாளிகளே.

அக்காவிற்குத் தேவையான தேனும் காட்டு மிளகும் தினையும், மலைப்பழங்களும் கொண்டுவருவதற்காக அடிக்கடி மலைப்பளியர்கள் வந்து போகிறார்கள். அக்காவின் முன்

வந்து காலில் விழுந்து வணங்கி மலைப்பொருட்களைத் தந்து போகிறார்கள். பளியர்கள் வரும் நாளில் அவர்களுக்காகவே அக்கா நாட்டுச் சக்கரையில் செய்த இனிப்புக்கஞ்சி செய்வாள். அதைச் சிரட்டையில் ஊற்றி அவள் கையால் புகட்டி விடுவாள். அத்தோடு மலைப்பளியர்கள் கையில் ஒரு சிவப்புக் கயிறு கட்டிவிட்டு தானும் அவர்களில் ஒருத்தி என்று வணங்குவாள்.

அப்போதெல்லாம் அக்காவும் மலைப்பளியர்களில் ஒருத்திதானோ என்று சந்தேகமாக இருக்கும். ஆனால் இதுபோலவே காயல்பட்டினத்தில் இருந்து சாலி மரைக்காயர் பனைவெல்லமும் உப்பும் கடற் பாசிகளும் கொண்டுவந்து அவளிடம் ஒரு வாய் கஞ்சி வாங்கிக் குடித்துப் போகும்போது அவர் கையிலும் இதே சிவப்புக் கயிறு கட்டிவிடுவதோடு தானும் அவர்கள் வீட்டுப் பெண்தான் என்பாள்.

அக்கா நீங்கள் துறவியா என்று கேட்டால் புன்னகைத்தபடியே ‘உன் தாயோ, சகோதரியோ, மனைவியோ செய்ய இயலாத எதை நான் செய்துவிட்டேன். இந்தச் சிறுசெடியைப் பார். அது தன்மட்டும் ஒரு நிழல் தருகிறது. அந்த நிழல் அடியில் ஒரு சின்னப்பூச்சி தங்கி இளைப்பாறுதல் பெறுகிறது. நான் செய்வது அதுபோன்ற வேலை தான்.

என்னை நான் எப்போதுமே சமையற்காரியாகவே நினைக்கிறேன். சமைப்பது உன்னதமானது. இந்த உலகில் பெரும் அற்புதம் எதுவாவது இருக்கிறதென்றால் அது சமைப்பதுதான். அடுப்பில் உணவு தயார் ஆகும் நிமிடங்களைவிட பரவசம் வேறு என்ன இருக்கிறது. மனிதர்களுக்குக் கடவுள் கொடுத்த பரிசுதான் உணவு. அதனால் தான் இதை வேறு விலங்குகள் கற்றுக்கொள்ளவேயில்லை. நான் சமைப்பவள். சமைத்ததைப் பரிமாறுகின்றவள். அத்தோடு சாப்பிட முடியாமல் அவதிப்படும் நோயாளிகளுக்குப் பத்தியம் செய்பவள்.

இந்தக் கீழாநெல்லிச் செடியைப் பார். இது பார்க்க அழகானதில்லை. குப்பையில்தான் விளைகிறது. ஆனால் இது மகத்தானது. காமாலை கண்ட மனிதனை குணப்படுத்தும் அருமை கொண்டது. அப்படிப்பட்டதுதானப்பா நம் வாழ்க்கை. இங்கே எது யாருக்குப் பயன்படும் என்று எப்படித் தெரியும். என்பாள். பல நேரங்களில் அக்கா இவ்வளவு பகிரங்கமாகக்கூடச் சொல்வதில்லை. வெறும் சிரிப்போடு கடந்து போய்விடுவாள்.

அக்காவைத் தேடி வருசமெல்லாம் நோயாளிகள் வந்தபடியே இருக்கிறார்கள். எட்டூர் மண்டபத்தின் உள்ளேயும் வெளியேயும் வீடற்ற நோயாளிகள் தங்கியிருக்கிறார்கள். வெட்டவெளியில்

உறங்கு வதும் முறையான குளியலும் குறைவான உணவும்தான் சிகிட்சையே. அங்கு பிரார்த்தனைகளோ, வழிபாடோ எதுவும் கிடையாது.

சமைப்பதற்கும் சாப்பிடுவதற்கும் மண்பாத்திரங்கள் மட்டுமே பயன்படுத்தப்பட்டன. குளிரோ வெயிலோ யாராக இருந்தாலும் வெட்ட வெளியில்தான் உறங்கவேண்டும். விடிகாலை நான்கு மணிக்கு துயில் எழுந்துவிட வேண்டும்.

மாலையில் அக்கா நோயாளிகளை மனம்விட்டுப் பாடச் சொல்லு வாள். 'பாடுங்கள் அது ஒன்றுதான் உங்களின் நோய்மையில் இருந்து உங்களை மீட்கும் வழி. பாடும்போது நமது அகம் விழித்துக்கொள்கிறது.

நாம் எல்லாத் துயரங்களில் இருந்தும் விடுபட முடிகிறது" என்பாள். அவரவர் தனக்கு விருப்பமான பாடலைப் பாடுவார்கள். அரிதாக எப்போதாவது அக்கா பாடுவாள்.

பாபஞ் செய்யா திருமனமே
நாளைகோபஞ்செய்தேயமன்
கொண்டோடிப் போவான்.
பாபஞ்செய்யாதிரு மனமே

அவள் பாடும்போது அதன் பூரண அர்த்தம் புரிந்துகொண்டு விட்டதைப் போல கேட்பவரின் மனது உருகிப்போய் கண்ணீர் வருவதைக் காணமுடிகிறது. அக்காவும் பாடலின் முடிவில் அழுத் கண்ணீரைத் துடைத்துக்கொள்வாள். எப்போதாவது அக்காவின் மனது மிகுந்த சந்தோஷம் மீறும் நாட்களில் அவள் ஒரு வேடிக்கைப் பாடலைப் பாடுவாள்.

ஈரிரண்டைப் போட்டா
இருக்க மாட்டைக் கட்ட்டா
பருத்திக் கொட்டையை வையடா
ஆக்குருத்தலம் குருத்தலம்
அடுப்புத் தண்டலம் தண்டலம்
வேம்பு கட்டால் வெண்கலம்
நாலை வச்சு நாலெடு
நாராயணன் பேரெடு
பேரெடுத்துப் பிச்சையெடு

அது சிறுமிகளின் விளையாட்டுப் பாடல். அப்பாடலை அக்காவிற்கு ஏனோ பிடித்திருக்கிறது. சந்தோஷமான தருணங்களில்

துள்ளியபடியே அதைப் பாடும்போது அந்த ஆனந்தம் யாவரையும் பற்றிக் கொள்கிறது.

பின்பு அக்கா மண்டபத்தின் அருகில் உள்ள பசுக்களின் கொட்டடிக்குப் போய்விடுவாள். அதுதான் அக்கா தங்கியுள்ள இடம். ஓய்வான நேரங்களில் அக்கா பசுக்களுடன் தானிருப்பாள். அங்கே உள்ள சாணக்குவியல்களின் மணம் தனக்குப் பிடிக்கிறது எனும் அக்கா வைக்கோல்கள் சிதறிய தரையில் காலை ஒரு பக்கம் மடக்கி உட்கார்ந்து கொள்வாள். மாலைவரை அவளிடம் நோயாளிகள் யார் வேண்டுமானாலும் மனம்விட்டுப் பேசலாம்.

மாலையில் சூரியன் அடங்கும்போது அக்கா மேற்காக நின்றபடியே சூரியனை ஒரு முறை வணங்கிக் கொள்கிறாள். பிறகு கல்விளக்குகளில் எண்ணெயிட்டு ஏற்றச் சொல்லுவாள். இரவும் கஞ்சிதான் உணவு. அது மதியம் தந்த கஞ்சி போல இல்லாமல் இன்னும் தண்ணீராக இருக்கும். அதைச் சாப்பிட்டு முடித்தவுடன் படுப்பதற்காக வெட்ட வெளியை நோக்கிப் போய்விடுவார்கள். குழந்தைகளிடம் கதை கேட்பவள்போல அக்கா ஒவ்வொரு நோயாளியின் அருகாமையிலும் வந்து உட்கார்ந்து கொண்டு அவனுக்குக் கைகால் பிடித்துவிட்டு நெற்றி நீவிவிட்டு 'சொல்லு தம்பி உன் மனதின் பாரத்தை' என்று கேட்டுவாங்கிக் கொள்வாள்.

பேசமுடியாமல் ததும்பி அழுகின்றவர்களை தனது சேலை கொண்டு கண்களைத் துடைத்து முதுகில் தடவி ஆறுதல்படுத்துவாள். எவருக்கும் அக்கா சொல்லும் ஒரே ஆறுதல் மொழி.

"உடலை நோய்மையிலிருந்து மீட்டுவிடலாம். மனதை மீட்கவே முடியாது. ஆகவே யார்மீதும் வெறுப்போ கசப்போ கொள்ளாதீர்கள். துவேஷமும் பொறாமையும் வன்மமும் எந்த வைத்தியனாலும் சரி செய்ய முடியாத நோய்கள். உங்கள் மனதை கசடுகளால் நிரப்பிக்கொள்ளாதீர்கள். பாசிபடிந்த குளத்தில் எவ்வளவு தண்ணீர் நிரம்பினாலும் அது குடிக்கப் பயன்படாது."

இதைக்கூட அவள் தனக்கு உரிமையான தம்பியிடம் சொல்வது போலதான் சொல்கிறாள். இதற்காகத் தானோ என்னவோ அக்காவைத் தேடி வரும் நோயாளிகள் பெருகிக் கொண்டேயிருக்கிறார்கள்.

எத்தனை நோயாளிகள் வருகிறார்கள். எப்போது போகிறார்கள் என்று எதையும் அக்கா கேட்டுக்கொள்வதில்லை.

அக்கா சித்தம் கலங்கியவள் என்று அவதூறு பரப்பும் சிலரும் அந்தப் பகுதியில் இருந்தனர். அவர்கள் அக்கா நாலு

வருசம் இந்த மண்டபத்தில் தங்கியிருந்து கிழக்கில் உள்ள ஒரு சுவரையே வெறித்துப் பார்த்துக்கொண்டிருந்தாள் என்றும். அந்த நாட்களில் அவள் இமைகள்கூட தாழவில்லை. அதில் பித்தம் முத்தி ஒரு நாள் அவள் ஓலமிட்டதைத் தாங்கள் கேட்டிருப்பதாகவும் சொல்கிறார்கள். அக்காவிடம் அதற்கான விளக்கங்கள் எதுவுமில்லை.

அவளிடம் இப்படி எல்லாம் உங்களைப் பற்றி அவதூறு பேசுகிறார்களே என்று யாராவது ஆதங்கப்படும்போது புண்ணை நோண்டி அதில் சீழ்வடியும் குருதியை சாப்பிட ஈக்களுக்குப் பிடிக்கும். அது ஈக்களின் குணம். நாம் என்ன செய்ய முடியும் என்பாள்.

*

முந்தைய இரவில் எட்டூர் மண்டபத்திற்கு ரோகிகளின் கூட்டம் ஒன்று வந்து சேர்ந்திருந்தது. நீண்ட நேரம் நடந்து வந்த உபாதையில் உருவான கால்வலியும் உடல் நோவுமாக அயர்ந்து போய் மண்டபத்தின் வடக்காக உள்ள காலி இடத்தில் உட்கார்ந்து கொண்டார்கள். சுருளியப்பன் அவர்களின் காலடிச் சப்தம் கேட்டு இறங்கி வந்து மண்குடமொன்றில் குடிப்பதற்குத் தண்ணீர் கொண்டுவந்து தந்தார். ஒரு ரோகி அவரைக் கையெடுத்துக் கும்பிட்டு தான் அக்காவை இந்த இரவில் காண முடியுமா என்று கேட்டான்.

“அக்கா உறங்கிவிட்டார்கள். காலையில் பார்க்கலாம்” என்றார் சுருளியப்பன். ரோகியோ “தன்னால் இங்கே ராத்தங்க முடியாது. நாளைக்குள் தெக்கோடு போய்விட வேண்டும் என்று நினைக்கிறேன். ஒரேயொரு முறை உறங்கும் அக்காவைப் பார்த்தால்கூடப் போதும்” என்றான். சுருளியப்பன் அதை அனுமதிக்காமல் “இப்போது பின்னிர வாகிவிட்டது. நீங்கள் இங்கேயே ஓய்வெடுங்கள். விடிகாலையில் அக்காவே உங்களைத் துயில் எழுப்புவாள்” என்றார்.

அதற்கு அந்த ரோகி “அய்யா, எனக்கு உறக்கம் வருவதேயில்லை. வேண்டுமானால் நான் கண்களை மூடிக்கொண்டு படுத்துக் கொள்கிறேன். அது உறங்குவது போன்ற வெறும் பாவனைதான். பல வருடமாக நான் கண்களை மட்டும்தான் மூடிக்கொள்கிறேன். உறக்கம் என்னை விட்டு விலகி நின்று கேலி செய்கிறது. அதன் அணைப்பை மறந்து நெடுங்காலமாகிவிட்டது. ஒருபோதும் என்னால் உறக்கத்தினுள் ஆழ்ந்து கிடக்க முடிந்ததேயில்லை. மனம்

உறக்கத்திலும் விழித்துக் கொண்டேதானிருக்கிறது. அக்காவிற்காக இன்றிரவும் அப்படி இருந்துவிட்டுப் போகிறேன். அவர்கள் துயில் எழும்வரை காத்திருக் கிறேன்" என்றான்.

மற்ற ரோகிகள் ஆங்காங்கே படுத்துக்கொண்டார்கள். உறக்கம் வராத ரோகி மட்டும் காலை ஆட்டிக்கொண்டு வெட்டவெளியைப் பார்த்துக்கொண்டிருந்தான். தலைக்கு மேலாக இரண்டு நட்சத்திரங்கள் பூனையின் கண்களைப் போல அவனை உற்றுப்பார்த்துக்கொண்டிருந்தன. பின்னிரவின் மங்கிய வெளிச்சத்தில் யாவும் கரைந்த தோற்றங்களாகத் தெரிந்தன. ரோகி தன் உடல் உபாதையை நொந்தபடியே தன்மீதே ஆத்திரம் கொண்டவனைப் போல பற்களைக் கடித்துக் கொண்டு கண்களை மூடிக்கொண்டான்.

காற்றில் பறந்து வந்த வேப்பிலை ஒன்று அவன் மீது விழுந்ததை உணர முடிந்தது. அதை எடுத்துப் போட வேண்டும் என்று மனம் சொல்லியது. ஆனால் கைகள் அதைச் செய்யவில்லை. சில நிமிடங்களில் மனமும் அதை மறந்துபோனது. அவன் மீதிருந்த வேப்பிலையைக் கைகள் எடுத்துப் போட்டபோது விடிந்திருந்தது.

அந்தக் கைகள் கொண்டலு அக்காவுடையது. அவள் ரோகியின் தலையைத் தடவிவிட்டு கண் இமைகளை பெருவிரலால் தேய்த்து விட்டு. "தம்பீ, சுகமான உறக்கமிருந்ததா" என்று கேட்டாள்.

அது கனவுதானே என்பது போல திடுக்கிட்டுப்போன ரோகி சுற்றிலும் பார்த்தான்.

விடிகாலையின் வெளிச்சம் கசிந்து கொண்டிருந்தது. ரோகிகள் பலரும் நடமாடிக்கொண்டிருந்தார்கள். அக்கா தன் முன்னே நின்றுகொண்டிருக்கிறாள் என்றால் இரவில் நான் நன்றாக உறங்கியிருக்கிறேன். அதுவும் தன்னை மீறி உறங்கியிருக்கிறேன் என்பதை உணர்ந்துகொண்டான்.

அக்கா அவன் திகைப்பை அறிந்து கொண்டவளைப் போல "உறக்கம் தேனைப்போன்றது. அளவோடு இருந்தால் அமிர்தம் அதிகமாகி விட்டால் விஷம். உன் உதட்டில் உறக்கத்தின் தேன் ஒட்டியிருக்கிறது" என்று சொல்லியபடியே சிரித்தாள்.

அவன் அக்காவின் கால்களைப் பிடித்துக்கொண்டு அரற்றினான். அக்கா அந்த ரோகியின் தலையில் எண்ணெய் வைத்து அவனிடம் "தம்பீ, குளித்துவிட்டு வா பசியாறலாம்" என்றாள். அந்த ரோகி எழுந்து கொண்டு பொம்மலாட்ட பொம்மை இயங்குவதுபோல அக்காவின் பின்னாடியே சென்றான்.

அத்யாயம்

05

1971

அவனியாபுரம்

சின்னராணிக்கு நன்றாக நினைவிருக்கிறது. அப்போது திருமணமாகி பத்து நாட்களே முடிந்திருந்தது. முதன்முதலாக அவள் உடல் அளவிற்கான கடற்கன்னி உடையைத் தைத்து வாங்குவதற்காக அவளும் அழகரும் தவிட்டுச்சந்தையின் அருகில் உள்ள முத்தப்பா டெய்லர் கடைக்குப் போயிருந்தார்கள். நாடகத்திற்கான உடைகள் தைப்பதற்கும் வாடகைக்கு விடுவதற்கும் என்றிருந்த ஒரே டெய்லர் முத்தப்பா மட்டும்தான். அவரே ஒரு காலத்தில் நாடகங்களில் நடித்தவர் என்றார்கள். அவரது உருவத்திற்கு பபூன் வேஷம்தான் தருவார்களாம். அதற்காக மீசை வழித்துப் பழகியதால் எப்போதுமே மீசையில்லாமல்தான் இருந்தார். தலைமுடி பின்னந்தலையில் அலைபோல் படிந்திருந்தது. நெற்றியில் சந்தனமும் சிறிய குங்குமமும் வைத்திருந்தார். புகையிலையோடு வெற்றிலை போடும் பழக்கம் வேறு இருந்ததால் உதட்டின் நிறமே மாறியிருந்தது.

அவரது கடை மிகச்சிறியதாக இருந்தது. சுவரில் ஒரு பக்கம் கிட்டப்பா, மகாலிங்கம் துவங்கி நாடக மேடையை அலங்கரித்த விஸ்வநாததாஸ், பாஸ்கர தாஸ் படங்கள் வரை தொங்கிக் கொண்டிருந்தன.

அந்த போட்டோக்களுடன் நேதாஜியின் படமும் காந்தியின் படமும் மாட்டப்பட்டிருந்தது. இன்னொரு பக்கம் பத்துவயதுப் பெண்குழந்தை ஒன்று ரெட்டை சடை போட்டு கையில் ஒரு கிலுகிலுப்பையை வைத்தபடியே நின்றுகொண்டிருந்த படம் சுவரில் மாட்டப்பட்டிருந்தது. அதற்குக் குங்குமம் வைத்து பூமாலை போட்டிருந்தார்கள்.

முத்தப்பா தையல் மிஷினில் உட்கார்ந்து தைத்தபடியே தெருவில் போகின்ற வருகின்றவர்களையும் கவனித்துக் கொண்டிருப்பது வழக்கம். அவரது பக்கத்துக் கடை கல்யாண பாத்திரங்கள் வாடகைக்கு விடுவது. அதனால் யார் வந்தாலும் அங்கேயிருந்து ரெண்டு மடக்கு நாற்காலியைத் தூக்கிக்கொண்டுவந்து போட்டு உட்காரச் சொல்லி விடுவார். சின்னராணியை அழைத்துக்கொண்டு அழகர் போனபோது முத்தப்பாவின் முன்னால் ஒரு நாடக நடிகர் தங்க சரிகைகள் வைத்த தனது சட்டையைப் போட்டு அளவு காட்டிக்கொண்டிருந்தார்.

அழகரையும் சின்னராணியையும் அருகில் கிடந்த ஸ்டூலில் உட்காரச் சொன்னார் முத்தப்பா. அந்த நடிகர் அவர்களைத் திரும்பிப் பார்த்துவிட்டு மெதுவான குரலில் "நடிக்கிறதுக்கும் யாராச்சி புதுப் பொண்ணு வந்தா நம்ம கம்பெனிக்குச் சொல்லிவிடுங்க. ஆளு கிடைக்க மாட்டேங்குது. அடுத்த வாரம் மதுரைவீரன் போடலாம்னு இருக்கேன். பொம்மிக்கு ஆள் கிடைக்கலை" என்றார்.

முத்தப்பா தலையாட்டிக்கொண்டே "இடுப்பு அளவு ஒரு இன்ஞ் கூட வைக்கவா" என்று கேட்டார். "அதான் போன தடவை கவுத்தீட்டீகள்ளே" என்றான் அந்த நடிகர்.

முத்தப்பா கேலியான குரலில் "உனக்கு எந்த டிரஸ் போட்டாலும் பொருத்தமாதானப்பா இருக்கும். நீ பிறவி நடிகன்லே" என்றார்.

அந்த நடிகர் பொய்க்கோபத்துடன் "உங்க பேச்சைக் கேட்டு நான்ல அவமானப்பட்டேன். சோழவந்தான்ல நாடகம். நிகழ்ச்சி ஆரம்பிக்கப் போகுது. நீங்க தச்சிக் குடுத்த பேண்டைப் போட்டா இடுப்புல நிக்கலை. அண்ணாகயிற்றைப் போட்டு இறுக்கினாலும் நிக்க மாட்டேங்குது. வேற வழியில்லாம ரெண்டு சண்லை வாங்கி இறுக்கிக்கட்டி முடிச்சிப்போட்டு. அதுக்கு மேல் சட்டையைப் போட்டேன். பேண்டு தொளதொளனு தேர்ல கட்டுற தொம்பை மாதிரி இருக்கு. அப்படியே மேடையில் போய் நின்னு ஆக்ட் பண்ண ஆரம்பிச்சிட்டேன். ஒரே கைதட்டு. ஆனா பாடி ஆடுறதுக்குள்ளே பேண்டு அவுந்து போயிருச்சி... ஒரே மானக்கேடு.

ஜனமெல்லாம் சிரிக்குது. மேடையை விட்டு ஓடியே போயிட்டேன்" என்று சொன்னான்.

முத்தப்பா சிரித்தபடியே "எப்படியோ உன்னைப் பாத்து ஜனங்க சிரிச்சாங்கள்ளே. பிறகென்னப்பா. போன வாரம் நான் ஒரு துஷ்டி வீட்டுக்காக திருமங்கலம் வரைக்கும் போயிட்டேன். என் மச்சினன் டிரஸை தச்சான். அதான் கொஞ்சம் முன்னே பின்னேயிருக்கும். நான் பிடிச்சி தைச்சிக் குடுத்துருறேன்" என்றார்.

அந்த நடிகர் போட்டோவில் இருந்த கிட்டப்பாவின் புகைப்படத்தையே உற்று உற்றுப் பார்த்துக்கொண்டிருந்தார். முத்தப்பா அதைக் கவனித்த படி "உனக்கும் கிட்டப்பா சாயல் இருக்கு. நீ பாட்டை மட்டும் வசமா பிடிச்சிட்டேனு வை. அப்புறம் நீ தான் ராஜபார்ட் அடிக்க ஆளே கிடையாது" என்றார். அவன் தனது புதிய துணிகளை அவரி டம் தந்துவிட்டு "எப்போ வந்து வாங்கிக்கிடுறது" என்று கேட்டான். முத்தப்பா முன்பணமாக இருபது ரூபாய் வாங்கிக்கொண்டு வெள்ளிக் கிழமை வரச்சொன்னார்.

சின்னராணி அவர் கடையில் தொங்கிக்கொண்டிருந்த நாடக உடைகளை வியப்போடு பார்த்துக்கொண்டிருந்தாள். அந்த நடிகர் கிளம்பிப் போனதும் அழகரை அருகில் கூப்பிட்டார் முத்தப்பா. அழகர் தயக்கத்துடன் எப்பப் பேசுவது என்று தெரியாமல் நின்றுகொண்டிருந்தான். அவர் "நாடக கம்பெனியா" என்று கேட்டார். அழகர் "இல்லை" என்று சொன்னான். முத்தப்பா ஒரு வெற்றிலையை மென்றபடியே "ரிக்கார்டு டான்ஸா" என்று மறுபடியும் கேட்டார். அதற்கும் அழகர் இல்லையென்றான்.

வெற்றிலையோடு புகையிலையைத் திணித்தபடியே "என்ன தைக்கணும்" என்று சின்னராணியிடம் கேட்டார். அழகர், "இவளுக்கு கடற்கன்னி டிரஸ் ஒன்று தைத்துத் தரவேண்டும்" என்று சொன்னான். முத்தப்பா எச்சிலைத் துப்பிவிட்டு "கடற்கன்னி வேஷமா. திருவிழாவுல ஷோ போடுறயா" என்று கேட்டார். அழகர் தலையாட்டிக்கொண்டான். முத்தப்பா சின்னராணியைப் பார்த்தபடியே "ரொம்ப சின்னப் புள்ளைய இருக்கு. நாள் பூராம் படுத்தே கிடக்கணும். முதுகுவலி வந்துரும்பா" என்றார்.

அழகர் அது தன் பெண்டாட்டி என்றும் தான் திருவிழாவில் முன்பே ஷோ நடத்தியிருப்பதாகவும் சொன்னான். முத்தப்பா அவளை அருகில் அழைத்து முன்பின்னாக திரும்பச் சொன்னார். பிறகு ஜிப் வச்சி வேணுமா இல்லை பேண்டு மாதிரி மாட்டிகிடுறயா என்று கேட்டார். சின்னராணிக்கு எதுவும் புரியவில்லை. பேண்டு

மாதிரி டைட்டா போட்டா ஒண்ணுக்கு போறது கஷ்டம். ஆனா அப்படி போடாட்டி உடம்பு ஊதிகிட்டு தெரியும். பாக்குறவங்க நம்ப மாட்டாங்க என்றார். அழகர் அவள் உடலுக்கு கச்சிதமாக பொருந்துகிற மாதிரி உடை இருக்க வேண்டும் என்றும், மீனின் உடலில் உள்ளது போன்றே செதில்கள் வைத்து தைக்க வேண்டும் என்றான்.

“எத்தனை செட் வேண்டும்” என்று கேட்டார். “ஒண்ணு தைக்க எவ்வளவு செலவாகும்” என்றபடியே தன் இருப்பில் உள்ள பணத்தை வெளியே எடுத்து எண்ணிப் பார்க்கத் துவங்கினான். முத்தப்பா பணத்தைப் பார்த்த சந்தோஷத்தில் “எப்படியும் நூறு ரூபாய்க்கு மேலே ஆயிரும். ரெண்டு செட்டா தச்சிரு. இல்லேன்னா ஈரமாகி பிஞ்சி போச்சின்னா ஷோ நடத்த முடியாது” என்றார். அழகர் அவ்வளவு காசு தன்னிடமில்லை. இப்போதைக்கு ஒரு டிரஸ் போதும் என்றான். முத்தப்பா அவளை அருகில் வரச்சொல்லி அளவு எடுத்தார். அவர் இடுப்பைப் பிடித்தது சின்னராணிக்குக் கூச்சமாக இருந்தது. “மேல்உடுப்பும் வேணும்லே” என்றபடியே எச்சிலை அருகில் உள்ள டப்பா ஒன்றில் துப்பினார்.

அழகர் “அதுக்கு எவ்வளவு ஆகும்” என்றான். முத்தப்பா ஒரு சிக ரெட் அட்டையை எடுத்து அதில் பென்சிலால் எதையோ குறித்து விட்டு “அதெல்லாம் பாத்துப் போட்டுக்கிடலாம். நீ டிரஸை ஒன்பதாம் தேதி வந்து வாங்கிக்கோ” என்றார்.

அழகர் தன்னிடமிருந்த பணத்தில் ஐம்பது ரூபாய் கொடுத்தான். முத்தப்பா அவனிடம் “இந்தப் பொண்ணு நாடகத்தில் நடிக்கிறதுக்கு இஷ்டப்படுமா” என்று கேட்டார். அழகர் “அதுக்கு அவ்வளவு விபரம் பத்தாது” என்று சொன்னான். முத்தப்பா “கடற்கன்னி வேஷம் எல்லாம் இப்போ யாரு பாக்க வர்றாங்க. அதுல என்ன காசு கிடைக்கப் போகுது. நாடகத்தில் சைடு ரோல் நடிச்சா கூட மாதம் ஐம்பது, நூறு பாத்துறலாம்” என்றபடியே “உங்களுக்கு எந்த ஊரு” என்று கேட்டான். அழகர் உண்மையான ஊரைச் சொல்லாமல் மருதங்குடி என்று சொன்னான். என்ன சாதி என்று கேட்டார். அழகர் சொன்னதும் அவர் சிரித்தபடியே “அப்போ எல்லாம் நம்ம ஆட்கள்தானா” என்று அடுத்த வெற்றிலையைக்கிள்ளிக் கொண்டார்.

முத்தப்பா சிரித்துக்கொண்டு “இல்லேன்னா எந்த வீட்டுப் பொம்ளை இப்பிடி கடற்கன்னி வேஷங்கட்ட வரப்போறா” என்றபடியே அவளிடம் “உன் பேரு என்னம்மா” என்று கேட்டாள். சின்னராணி தன் பெயரைச் சொன்னாள். டெய்லர் தனது

வலதுகைப்பக்கம் வெட்டிப்போட்டு வைத்திருந்த துணிகளைக் கலைத்து அதன் உள்ளேயிருந்து பட்டுத் துணியால் செய்த ஒரு சுருக்குப் பையை எடுத்து அவளிடம் நீட்டி "வச்சிக்கோ" என்றபடியே சிரித்தார்.

அவள் சுவரில் தொங்கிக்கொண்டிருந்த சிறுமியின் படத்தையே பார்த்துக்கொண்டிருந்தாள். முத்தப்பா அந்தப்படத்தைக் காட்டி "அது என் தங்கச்சி. சின்னப்பிள்ளைல குளத்தில விழுந்து செத்து போச்சி. எனக்கு எப்பவும் அது ஞாபகம்தான். அது பேர்லதான் கடையே வச்சிருக்கேன். தினம் வந்தவுடன் அதுக்குப் பூப் போட்டு கும்பிடுவேன். இப்போ இருந்தா பிள்ளை குட்டி பெத்து பெரிய மனுஷியா ஆகியிருப்பா. அதுக்குக் குடுத்து வைக்கலே. அந்தச் சிரிப்பைப் பாரு. எம்புட்டு அழகா இருக்கு. தங்கச்சியை எப்பவும் நான் இடுப்பிலே தூக்கி வச்சிக்கிட்டு திரிவேன். செத்துப்போன அன்னைக்கு பாத்து நான் அந்தப் பிள்ளையை கோவத்தில் அடிச்சிப் போட்டேன். அது என் கூட சண்டை போட்டுட்டு தனியா விளையாட போச்சி. எப்படி தண்ணில போயி விழுந்துச்சினு தெரியலை. ஆனா குளத்தில் பிள்ளை செத்து மிதக்குதுனு சொன்னாங்க. ஓடிப் போய் எங்க அம்மா பாத்து தூக்குறதுக்குள்ளே உசிரு போயிருச்சி. அன்னைக்கு இருந்து எதுக்கு நான் அந்தப் பிள்ளையை அடிச்சேன்ங்கிறது மனசுல உறுத்திக்கிட்டே இருக்கு. அதனாலே யார்கிட்டயும் இப்போ வரைக்கும் ஒரு சுடு சொல் சொல்றதேயில்லை. இன்னைக்கும் கடையை எடுத்து வச்சிட்டு வீட்டுக்குக் கிளம்புறதுக்கு முன்னாடி என் தங்கச்சிகிட்டே நான் தெரியாம செஞ்சிட்டேன் என்னை மன்னிச்சிரும்மானு சொல்லிட்டுதான் போறேன். என்னாலே வேற என்ன செய்ய முடியும்" என்றார்.

அதைச் சொல்லும்போது அவர் குரல் தழுதழுத்தையும், கண்கள் சற்றுக் கலங்கித் துடிப்பதையும் சின்னராணி அறிந்தாள். அந்தச் சிறுமியின் முகம் அவ்வளவு லட்சணமாக இருந்தது. முத்தப்பா புகையிலை எடுத்துப் போட்டபடியே "மனுசன் வாழ்க்கை எப்படி முடியும்னு யாருக்கும்மா தெரியும். கொடுப்பினை இருந்தா வாழலாம். இல்லேன்னா போய்ச் சேர வேண்டியதுதான்" என்றார். சின்னராணிக்கு உள்ளுக்குள் வலித்தது. அழகர் அந்தக் கடையில் வைக்கப்பட்டிருந்த நாடக விளம்பரம் ஒன்றினை வாசித்தபடியே "இந்த பிரிண்டிங் பிரஸ் எங்கே இருக்கு" என்று கேட்டுக்கொண்டிருந்தான். முத்தப்பா "பெருமாள் மேஸ்திரி வீதி பக்கம்" என்று சொன்னார். சின்னராணி அவரிடம் "உங்க தங்கச்சி பேரு என்னது" என்று கேட்டாள். அவர் "தங்கரத்தினம்"

என்று சொன்னார். அழகர் "உடுப்பு அளவு சரியா இருக்கணும். இல்லேன்னா ஷோ நடத்தமுடியாது" என்று எச்சரிக்கை உணர்வோடு சொன்னான். முத்தப்பா தலையாட்டிக் கொண்டார். அழகரும் அவளும் கடையை விட்டுக் கிளம்பும்போது அழகர் சொன்னான்.

"நாமளும் இது மாதிரி நம்ம கடற்கன்னி ஷோவுக்கும் நோட்டீஸ் அடிச்சி ஊர் பூரா குடுக்கணும். விளம்பரம் இல்லாம போனா கூட்டம் வராது."

அவள் அமைதியாகக் கேட்டுக்கொண்டாள். இருவருமாக பிரிண்டிங் பிரஸ்ஸைத் தேடிப்போய் நோட்டீஸ் அடிக்கக் கொடுத்தார்கள். டெண்ட் அடிக்கும் துணி வாங்கப் புதுமண்டபம் போனார்கள். கண்ணாடிப் பெட்டி செய்வதற்காக இரண்டு ஆட்களை சந்திக்கப் போகவேண்டும் என்று சொல்லிக்கொண்டிருந்தான் அழகர். அவ்வளவு ஜனநெருக்கடியான வீதியினுள் நடந்துபோய்க் கொண்டிருக்கும்போது கூட சின்னராணிக்கு தான் தனியே எங்கோ மாட்டிக்கொண்டது போலவே இருந்தது. அவள் தனது பயத்தையும் நடுக்கத்தையும் வெளிக்காட்டிக்கொள்ளாமல் கூடவே நடந்துகொண்டிருந்தாள்.

உடுப்பு தைக்க அளவு கொடுத்தபோதே அவளுக்கு நடுக்கம் வரத் துவங்கிவிட்டது. அத்தோடு முத்தப்பா சொன்னது போல நாளெல்லாம் படுத்துக்கிடந்தால் முதுகுவலி வந்து நோயாகிவிடுமோ என்று பயந்தாள். அழகர் அவளை அழைத்துக்கொண்டு மார்டன் கபேயில் சாப்பிடச் சென்றான்.

சின்னராணி திருமணத்திற்கு முன்பு வரை வெளி ஊர்களுக்கு வந்ததே கிடையாது. விபரம் தெரிந்து அவள் ஊரைவிட்டு ஒரேயொரு முறை போயிருக்கிறாள். அது அய்யாவோடு சாமி கும்பிடுவதற்காக உப்பத்தூருக்குப் போனது. அவர்களது குலசாமி அங்கேதானிருந்தது. மாட்டுவண்டி கட்டிக்கொண்டு போனார்கள். அந்த சாமி ஆற்றின் உள்ளே இருந்தது. ஆற்று மணலிற்குள்ளாகவே வண்டியைப் போட்டு விட்டு பொங்கல் வைத்து சாமிக்குப் படைத்துக் கிடாவெட்டி கறிச்சோறு சாப்பிட்டார்கள். அன்றிரவு ஆற்றுமணலில்தான் உறக்கம்.

விடிகாலையில் அவர்களை எழுப்பி அய்யா கூட்டிக்கொண்டு வரும்போது அருப்புக்கோட்டையைப் பார்த்தாள். அப்போது முத்து அண்ணன் உயிரோடு இருந்தான். அவன் இறங்கிப் போய் வண்டியில் இருந்த அத்தனை பேருக்கும் சேர்த்து காரச்சேவும் சீனிமிட்டாயும் வாங்கி வந்து தந்தான். சின்னராணிக்கு மட்டும்

கூடுதலாக அதிரசமும் லட்டும் வாங்கிவந்திருந்தான். மற்றபடி அவள் திருமணம் செய்யும் வரை ஊரிலேதான் இருந்தாள். கல்யாணம் ஆன நாலாம் நாள் அவளை முதன்முறையாக கமுதிக்குக் கூட்டிப்போயிருந்தான் அழகர்.

இருவரும் ஜோடியாக பஸ்ஸில் போனது சந்தோஷமாக இருந்தது. கமுதியில் வைத்து சின்னராணிக்குச் செருப்பு வாங்கிக் கொடுத்தான். அதைப்போட்டுக்கொண்டு நடக்கக் கூச்சமாக இருந்தது. அழகரின் நண்பன் சோமு வீட்டில் விருந்து. அழகர் குடிப்பான் என்பது அன்றுதான் அவளுக்குத் தெரிந்தது. மதியம்வரை நாட்டுச்சாராயம் குடித்தபடியே அழகர் மாட்டுத்தொழுவத்தில் சீட்டு விளையாடிக் கொண்டிருந்தான். சின்னராணிக்கு அவன் மீது கோபம் கோபமாக வந்தது. சோமுவீட்டில் கறிச்சாப்பாடு செய்திருந்தார்கள். குடிவெறியில் நிறைய கறியும் எலும்புகளையும் கடித்துவிழுங்கிவிட்டு எதுக்களிக்க முடியாமல் இலையிலே வாந்தி எடுத்து வைத்துவிட்டான். வாந்தி வழிந்து சட்டை வேஷ்டி எல்லாம் படிந்திருந்தது. அவனைக் கைத்தாங்கலாக சின்னராணி தூக்கிவிட்டாள். அவன் தானே எழுந்து கொள்ளப்போவதாக முயன்று அவளைத் தள்ளினான். சின்னராணிக்கு ஆத்திரமாக வந்தது. அவன் தனது வாந்தியைக் கண்டு கொள்ளாமல் சிரித்தபடியே "நீ சாப்பிடும்மா" என்றான்.

"எல்லாம் எங்களுக்குத் தெரியும். நீ முதல்ல போயி சட்டை வேஷ்டியை கழுவு" என்றாள். அழகர் வாளியில் வைத்திருந்த தண்ணீரை அள்ளி முகத்தில் ஊற்றிக்கொண்டான். அவன் சட்டை வேஷ்டியை உருவிவிட்டு கட்டிக்கொள்ள ஒரு லுங்கி கொடுத்தாள். அவன் கயிற்றுக்கட்டிலில் சாய்ந்து படுத்துக்கொண்டான்.

சட்டை வேஷ்டியைத் துவைத்துப் போட்டுவிட்டு சோமுவின் மனைவியோடு அவள் சாப்பிட உட்கார்ந்தபோது எதுக்குதான் இம்புட்டு குடிக்கிறாங்களோ என்று சோமு மனைவி ஆத்திரப்பட்டாள். இருட்டும் வரை அழகர் எழுந்துகொள்ளவேயில்லை. பிறகு அவனை எழுப்பிவிட்டு கடுங்காப்பி போட்டுக் கொடுத்து ஈரம் காயாத வேஷ்டி சட்டையைப் போட்டு ஊருக்குப் போகலாம் என்றாள். இருவரும் பேருந்து நிலையத்திற்கு நடந்தே வந்தார்கள். வழியில் சின்னராணி அவனோடு ஒருவார்த்தைகூடப் பேசவில்லை.

பேருந்து நிலையம் அருகில் மூத்திரம் போய்வருவதாகத் சொல்லி இருட்டில் மறைந்த அழகர் சாராய நெடியோடு திரும்பிவந்து சிரித்தான். அவனை முறைத்தபடியே "நீ ஒண்ணும் என் கூட வரவேண்டாம்" என்று திட்டினாள் சின்னராணி. அவன்

சிறுவனைப் போல கைகளைக் கட்டிக்கொண்டு "புருசனைப் பாத்து அப்படி பேசக்கூடாது சின்னராணி" என்றான். அவர்கள் பேருந்தில் ஏறிய போது சின்னராணி தனியே பெண்கள் சீட்டில் போய் உட்கார்ந்து கொண்டாள். அழகர் பஸ்ஸில் விசில் அடித்துக்கொண்டே வந்தான்.

அன்றிரவு அவனோடு கோபமாகி சண்டையிட்டாள். வேலைக்குப் போய்விட்டால் பிறகு குடிக்கமாட்டேன் என்றான் அழகர். அந்த சமாதானத்தை அவளால் ஏற்றுக்கொள்ள முடியவில்லை. மதுரையில் தனியே வீடு எடுத்து அவளைத் தங்க வைக்கப்போவதாகவும், தான் மில்லில் வேலை பார்த்தால் மாசம் ஆயிரம் சம்பளம் கிடைக்கும் என்றும், அவர்கள் கொஞ்ச நாளில் மதுரையிலே சொந்த வீடு கட்டிவிடுவார்கள் என்றும், நாலு இடத்திற்குப் போய்வர ஒரு கார் வாங்கிவிடுவான் எனவும் அப்புறம் பிள்ளைகள் பிறந்து பெரிய ஆட்கள் ஆகத் துவங்கியதும் சொந்தமாக ஒரு பஸ் வாங்கி விடப்போவதாகவும் ஏதேதோ சொல்லிக்கொண்டிருந்தான். அதை எல்லாம் கேட்கும்போதே நடந்துவிட்டது போன்று சின்னராணிக்கு உள்ளூற சந்தோஷமாக இருந்தது.

அவர்கள் ஊரில் இருந்து திருமணமாகிச் சென்ற பெண்களில் எவரும் இதுவரை ஒருவர்கூட கார் வாங்கவில்லை. ஒரேயொருத்தி மட்டும் மிலிட்டரிக்காரனைக் கட்டிக்கொண்டு எங்கோ வட இந்தியாவிற்குப் போய்விட்டாள். அவர்கள் ஊருக்குத் திரும்பி வரும்போது பைக்கில் வருவார்கள். மற்றபடி தான் ஒருத்திதான் முதலில் கார் வாங்கப் போவதாக நினைத்துக்கொண்டாள்.

அடுத்தநாள் தான் மதுரைக்குப் போய்வருவதாகச் சொல்லி அழகர் கிளம்பிப் போனான். அன்றிரவு வீடு திரும்பவேயில்லை. இரண்டு நாட்களுக்குப் பிறகு ஒரு மதியமிருக்கும். சின்னராணி முருங்கை மரத்தடியில் பாத்திரங்களைக் கழுவிக்கொண்டிருந்தாள். ஒரு ஆள் அவள் வீட்டின் முன்பாக வந்து சைக்கிளில் நின்றபடியே "சின்னராணி உன் புருஷன் குடிச்சிட்டு ரயில்வே கேட் முன்னாடி விழுந்து கிடக்கிறான். கூப்பிட்டா வீட்டுக்கு வரமாட்டேங்கிறான். கைகால்ல அடிவேற பட்டுக்கிடக்கு" என்றான். சின்னராணி பதறிக்கொண்டு ஓடினாள். ஊரை விட்டுத் தள்ளியிருந்த ரயில்வே கேட்டின் அருகில் உள்ள புளியமரத்தடியில் வேட்டி விலகிக் கிடக்க புரண்டுகிடந்தான் அழகர். அருகில் போய் ஆத்திரத்துடன் அள்ளித் தூக்கினாள். "டேய்விடுடீ. அவங்களை இன்னைக்கு அவிங்களை வகுந்துராம் விடமாட்டேன். யாருனு நினைச்சிகிட்டாங்க" என்று

கத்தினான். யாரோடோ சண்டை போட்டுவிட்டு வந்திருக்கான் என்று தெரிந்தது. கையில் காலில் அடிபட்ட காயமிருந்தது. “வா வீட்டுக்குப் போவோம்” என்று அவனை இழுத்தாள்.

அவன் திமிறிக்கொண்டு “உன்னை யாருடி இங்கே வரச் சொன்னது. இன்னைக்கு நானா அவங்களானு பாத்துட்டுதான் வருவேன். வெட்டிக் கொல்லாம் நான் எங்கயும் வரமாட்டேன்” என்றான். அவள் அவிழ்ந்த வேஷ்டியை இழுத்துச் செருகிவிட்டு இடுப்போடு சேர்த்து அணைத்துத் தள்ளியபடியே அவனைக் கூட்டிச் சென்றாள். அழகர் திமிறிக்கொண்டிருந்தான். ஆனால் அவளது பிடி இறுக்கமாக இருந்தது. வீட்டின் அருகில் கூட்டி வருவதற்குள் அவன் எச்சில் ஒழுகி, கைகளை காற்றில் வீசியபடியே ஓங்காரமிட்டுக் கொண்டுவந்தான்.

அவனை அமுக்கி உட்கார வைத்து தலையில் ஒரு குடம் தண்ணீர் ஊற்றிவிட்டாள். அவன் நனைந்தபடியே உட்கார்ந்திருந்தான். அவளே ஒரு துண்டை எடுத்துவந்து துவட்டிவிட்டு அவன் சட்டையைக்: கழட்டிப் போட்டுவிட்டு கயிற்றுக்கட்டிலில் போய்ப் படுக்க வைத்தாள். பகலில் படுத்தவன் எழுந்து கொள்ளும்போது இரவு யாவரும் உறங்கியிருந்தார்கள். சின்னராணி கோபத்துடன் வாசலில் உட்கார்ந்திருந்தாள். பஞ்சாரத்தில் அடைக்கப்பட்ட கோழிக்குஞ்சுகள் சப்தமிட்டபடியே இருந்தன.

அவன் போதை கலைந்து அடிபட்ட வலியோடு “இல்லை சின்னு. சும்மா போன என்னைய வழிய இழுத்து வம்புச் சண்டைக்கு வந்துட்டாங்க. அதான் கைகலப்பா போச்சு. ஒருத்தன் மண்டையை உடைச்சிப் போட்டேன்” என்றான். சின்னராணி எதையும் கேட்டுக் கொள்ளவில்லை. “எனக்கும் நாலு அடிவிழுந்துச்சி” என்றபடியே எழுந்து போய் மூத்திரம் பெய்து வந்தான். அவள் சினமேறியவளாக அவனை முறைத்துப் பார்த்தபடியே உட்கார்ந்திருந்தாள். அவன் வலியால் காலைத் தாங்கித் தாங்கி நடந்தபடியே கட்டிலில் வந்து உட்கார்ந்து கொண்டு “பசிக்குது” என்றான்.

சின்னராணி கறாரான குரலில் “நீ முதல்ல மில் வேலைக்குக் கிளம்பு. இங்கே உட்காந்து விருந்து சாப்பிட்டுக்கிட்டு இருந்தா நாம பிழைக்க முடியாது” என்றாள். அழகர் தலையாட்டிக்கொண்டான். சின்னராணி ஒரு தட்டில் சோற்றைப் போட்டுக் கொண்டு வைத்தாள். அழகர் மௌனமாக அதைச் சாப்பிட்டு முடித்துவிட்டு “கைல இருந்த காசு செலவாகிப் போச்சி. உங்கய்யாட்ட கேட்டு ஐம்பது ரூவா வாங்கிக்குடு” என்றான். அவள் முறைத்தபடியே பதில் சொல்லாமல் போனாள். அடுத்த நாள் அவன் மதுரைக்கு

மில் வேலை தேடிப்போகையில் சின்னராணி கையில் முப்பது ரூபாய் பணம் தந்து வேலை கிடைச்சவுடன் அவளும் கிளம்பிவந்துவிடுவதாகச் சொன்னாள். இது நடந்த மூன்றாம் நாள் அழகர் இரவு அவளைத் தேடி வந்து சேர்ந்தான். அவள் உறங்கியிருந்தாள்.

அவளை எழுப்பி ஜிலேபியும் புதுச்சேலையும் தந்து வேலை முடிவாகி விட்டது. மறுநாள் அவள் தன்னோடு கிளம்பி வரவேண்டும் என்றான். சின்னராணிக்கு சந்தோஷமாக இருந்தது. "என்ன வேலை" என்று கேட்டாள். அவன் "இப்போதைக்கு ஒரு வேலை பாத்து வச்சிருக்கேன். பின்னாடி மாறிக்கிடலாம்" என்று மட்டுமே சொன்னான்.

மறுநாள் அவர்கள் கிளம்பும்போது வீட்டுசாமான்களை வந்து எடுத்துக் கொள்வதாகச் சொல்லி ஒரேயொரு பெட்டியில் அவளது உடைகளை மட்டுமே எடுத்துக்கொள்ளச் சொன்னான். ஒரு தகரப்பெட்டியில் அவள் உடைகளை எடுத்துக்கொண்டாள்.

அவர்களை பஸ் ஏற்றிவிடுவதற்காக விலக்கு ரோடு வரை அய்யா கூடவே வந்தார். பேருந்து வருவதற்கு முன்பாக அழகரை தனியே அழைத்துப் போய் அய்யா ஏதோ பேசிக்கொண்டிருப்பது கேட்டது. அழகர் தலையைத் தலையை அசைத்தபடியே இருந்தான். அவர்கள் பஸ் ஏறி மதுரைக்கு வந்து சேர்ந்தார்கள்.

பெட்டியோடு அவனியாபுரத்தில் உள்ள அழகரின் கூட்டாளி சீனிச் சாமி வீட்டிற்குப் போய்ச் சேர்ந்தார்கள். அது நாலைந்து குடும்பங்கள் ஒன்றாக வசித்திருந்த வளவு வீடாக இருந்தது. அதில் ஒருபக்கம் அழகரின் நண்பன் இருந்தான். அவன் ஊர் ஊராகப் போய் பலூன் விற்கின்றவன் என்று அழகர் அறிமுகம் செய்து வைத்தான். அறையில் ஒரு பெரிய பிளாஸ்டிக் பை நிறைய பலூன்கள் கிடந்தன. அழுக்கேறிய காகிதங்களும் சாப்பிட்டு ஒரு மூலையில் தூக்கி எறிந்திருந்த காய்ந்த வாழைஇலைகளும், காலி சோடாபாட்டில்களும் உடைந்துபோன பிளாஸ்டிக் மக்கும் கிடந்தன. அவன் பாதிநாட்கள் வெளியூர் போய்விடுவதால் அங்கேயே நாம் தங்கிக்கொள்ளலாம் என்றான் அழகர். அவளுக்கு அந்த இடம் அசூயையாக இருந்தது. அழகரும் சீனிச்சாமியும் அவளை விட்டுவிட்டு வெளியேறிச் சென்றார்கள்.

பக்கத்து வீட்டில் இருந்து ஒரு பெண் வெளியே வந்து அவள் பெயர் என்னவென்று விசாரித்தாள். சின்னராணிக்கு அவளோடு பேசவே கூச்சமாக இருந்தது. அவள் ரிக்காடு டான்ஸ் ஆடுகின்றவள் என்று சொன்னாள். எப்படி நாலு பேர் முன்பாகக்

கூச்சமில்லாமல் இடுப்பை ஆட்டி ஆடுகின்றாளோ என்று சின்னராணிக்கு எரிச்சலாக வந்தது. அந்தப் பெண் சின்னராணி குடிப்பதற்காக டீ போட்டுக் கொண்டுவந்து தந்தாள். அதை சின்னராணி குடிக்கவேயில்லை.

அழகர் அன்றிரவு ஊர் ஊராகப் போய் அவன் கடற்கன்னி ஷோ நடத்தப்போவதாகவும் அதற்கான ஏற்பாடுகளைச் செய்துவிட்டதால் அவள் கடற்கன்னியாக வேஷமிட வேண்டும் என்றும் சொன்னான். அவளால் அதை ஏற்றுக்கொள்ள முடியவேயில்லை. கடற்கன்னி வேஷம் என்றால் என்னவென்றே அவளுக்குச் சரியாகப் புரியவில்லை. ஆனால் அதைத்தான் செய்ய முடியாது என்று உறுதியாக இருந்தாள்.

அழகர் ஆத்திரத்தில் அவள் தலைமயிரைப் பிடித்து உலுக்கி "பிழைக்கிற துக்கு வேற என்னடி செய்யச் சொல்றே. நான் என்ன உன்னை எவன் கூடவும் படுக்கவா சொல்றேன். மகாராணி மாதிரி காலை நீட்டிப் படுத்துக்கோ உன்னையக் காட்டி நான் காசு சம்பாதிச்சிக்கிடுறேன்னு சொன்னா வலிக்குதா" என்று கத்தினான். சின்னராணி அவன் கையை உதறிவிட்டு "இப்படி அசிங்கமா பேசிகிட்டு இருந்தா நான் செத்து போயிருவேன் பாத்துக்கோ" என்றாள்.

அவன் கோபத்தில் அவள் பல்லோடு சேர்த்து அடித்து "செத்துப்போ. எனக்கு பிரயோசனம் இல்லாம எதுக்குடி இருக்கே. இப்பவே செத்துப் போடி" என்று மாறிமாறி அடித்தான். சின்னராணி அழுதாள். தான் அழுவது அருகாமை வீட்டில் இருப்பவர்களுக்குக் கேட்கும் என்பது இன்னும் கூடுதல் அவமானமாக இருந்தது. "நீ என்ன தான் அழுதாலும் நான் என் முடிவை மாத்திக்கிட மாட்டேன். நாளைக்கு நீ என் கூட வந்து டெய்லர்கிட்டே துணி தைக்க அளவு குடுக்குறே" என்றான். சின்னராணி போகமுடியாது என்பதில் பிடிவாதமாக இருந்தாள்.

அழகர் அடுத்தநாள் காலையிலே வெளியேறிச் சென்றுவிட்டான். பகல் முழுவதும் சாப்பிடாமலே கிடந்தாள் சின்னராணி. அருகாமை வீட்டுப் பெண் அவளுக்கு ஆறுதல் சொல்வது போல சொன்னாள்.

"அழகரண்ணே சொல்றது என்ன தப்பு இருக்கு. உன்னை என்ன கழைக்கூத்தாடி மாதிரி கயத்திலயா நடக்கச் சொல்றாப்லே. இது நாடகம் மாதிரி டிரஸ்ஸைப் போட்டுக்கிட்டு படுத்துக்கிடக்குறது தானே. கௌரவமா பிழைக்கிறதுக்கு நாம் எதைச் செஞ்சா என்ன. நாம என்ன படிச்சா இருக்கோம். இல்லே நம்ம அப்பன் ஆத்தா

கோடிகோடியா கொட்டி வச்சிருக்காங்களா. நான்கூட முதல்ல ரிக்காடு டான்ஸ் ஆட மாட்டேனு சொன்னேன். என்னைய விட்டுட்டு வேற பொம்பளையக் கூட்டிட்டுப்போய் அவகூட வாழ ஆரம்பிச்சிட்டான். பிறகு என்ன செய்றது நானே ஆடுறேனு இறங்கி வந்துட்டேன். இப்போ நீ வேணாம்னா அழகரு வேற பொம்பளை எவளையாவது கூட்டிகிட்டுப் போயிருவான். இந்த உலகத்தில பொம்பளையா கிடைக்க மாட்டா" என்றாள்.

சின்னராணிக்கு அதை எல்லாம் கேட்க மிகவும் வேதனையாக இருந்தது.

பகலெல்லாம் தான் என்ன செய்வது என்று புரியாமல் அழுதாள் மாலையில் இதைத் தவிர வேறு வழியில்லை என்பது புரிந்து போனது. அழகர் திரும்பி வந்து அவளிடம் "நீ கிளம்பு, உன்னைய உன் ஊர்ல உங்கய்யா வீட்ல கொண்டுபோய் விட்டுட்டு வந்துருறேன்" என்றான். அது இன்னும் அவமானமாய் இருக்கும். ஊர்ப் பெண்கள் அவளைப் பற்றி மோசமாகப் பேசத் துவங்கிவிடுவார்கள் என்று தலை கவிழ்ந்தபடியே இருந்தாள்.

"என்னடி சொல்றே. கிளம்புறயா இல்லையா" என்று கேட்டான். அவள் கடற்கன்னி வேஷம் போடுவதற்கு ஒத்துக்கொள்வதாகச் சொன்னாள். அழகர் அதை கேட்டதும் முகம் மாறியவனாக "அது ஒண்ணும் கஷ்டமில்லை சின்னு. நாளைக்கு நீயே சொல்வே பாரேன்" என்றான். சின்னராணி அவன் முகத்திலிருந்த கள்ளத்தையே பார்த்துக்கொண்டிருந்தாள். அழகர் அருகாமை வீட்டுப் பெண்ணிடம் ஏதோ பேசிச் சிரித்துக்கொண்டிருந்தான். மறுநாள் அவர்கள் முத்தப்பா டெய்லரைப் பார்த்து அளவு கொடுப்பது என்று முடிவு செய்து கொண்டார்கள்.

*

மார்டன் கபேயில் மிகப்பெரிய தோசை வந்தது. சின்னராணி அவ்வளவு பெரிய தோசையை அதன் முன்பு பார்த்தது கூட கிடையாது. ஒரு வாளி நிறைய சாம்பாரை அருகில் வைத்துவிட்டுப் போனார்கள். அழகர் அவனாக ஊற்றிக்கொண்டான். சின்னராணி அருகில் சாப்பிடுகின்றவர்கள் தன்னை கவனிக்கிறார்களா என்று பார்த்துக் கொண்டிருந்தாள். அழகர் சாப்பிட்டபடியே முத்தப்பா துணி தைக்கிறதுல பெரிய கில்லாடி, அவர் தைத்துக் கொடுத்த சட்டை களைத்தான் பெரிய பெரிய நடிகர்கள் அத்தனை பேரும் அணிந்திருக்கிறார்கள் என்றான். சின்னராணி தோசையை மெதுவாக சாப்பிட்டுக் கொண்டிருந்தாள்.

அவர்கள் ஷோ நடத்துவதற்கு, கையில் வைத்துப் பேசும் மைக் மற்றும் துணியில் கடற்கன்னி உருவம் வரைந்த விளம்பரம் ஒன்றும் ரெடி பண்ணவேண்டும் என்றான் அழகர். சின்னராணி அதைக் கேட்டுக்கொண்டதாகவேயில்லை. தாணிக்குடியில் நடக்கப் போகும் திருவிழாவில் அவர்கள் முதன்முதலாக ஷோ போட்டுவிட வேண்டும் என்பதில் அழகர் முனைப்பாக இருந்தான்.

சின்னராணி ஹோட்டலில் இருந்து வெளியேறும் போதும் "வேற ஏதாச்சும் வேலை உனக்குக் கிடைக்காதா" என்று கேட்டாள்.

"ஏன்டி உன் கண்ணு முன்னாடிதானே ஐம்பது ரூபா அட்வான்ஸ் குடுத்து டிரஸ் தைக்கச் சொல்லிட்டு வர்றேன். அதுக்குள்ளே என்ன — மண்டை குடைசல்" என்று கேட்டான்.

"இது எனக்குப் பிடிக்கலை. நாம கோவில் வாசல்ல தேங்காய்க் கடை வச்சாகூட பிழைச்சிக்கிடலாம்" என்றாள்.

அழகர் ஆத்திரத்துடன் "தேங்காய்க் கடை வச்சா ஒரு நாளைக்கு பத்து ரூபா கிடைக்கும். அதுல நாம ரெண்டு பேரும் எப்படி பிழைக்கிறது. இல்லை உங்கப்பன்கிட்டே சொல்லி ஐநூறு ரூபாய் வாங்கிக் குடு. ஒரு சைக்கிள் கடை வச்சிப் பாக்குறேன். அது ஓடுனா. நீ கால் ஆட்டிகிட்டு சாப்பிடலாம்" என்றான்.

அவள் அழகரை முறைத்தபடியே தானே எதையோ முணுமுணுத்துக் கொண்டு நடந்து வந்தாள். அதன்பிறகு தினசரி அழகரைத் தேடி ஆட்கள் வீட்டிற்கு வந்து போகத்துவங்கினார்கள். யார் யாரிடமோ அழகர் கடன் வாங்கிக்கொண்டிருக்கிறான் என்பது புரிந்தது.

ஒன்பதாம் தேதியன்று முத்தப்பாவைத் தேடிப் போனபோது அவர் உடைகளைத் தைத்திருக்கவில்லை. அழகருக்குக் கோபம் வந்தது. அவரைக் கண்டபடி திட்டிவிட்டான். முத்தப்பா சிரித்துக்கொண்டே "கடற்கன்னி டிரஸ் தைக்கிறது கவனமா செய்ய வேண்டிய வேலை. நாளைக்கு அதைப் போட்டுட்டு ஓட்டையாகிப் போச்சின்னா எனக்குல்லே கேவலம்" என்றார். அழகர் எப்போது கிடைக்கும் என்றதற்கு திங்கள்கிழமை தந்துவிடுவதாகச் சொன்னார்.

அழகர் அதற்குள் கடற்கன்னி ஷோ பற்றிய துணிவிளம்பரத்தைத் தயார் செய்து வாங்கிக்கொண்டு வந்தான். மைக்கும், ஸ்பீக்கரும்கூட தயார் ஆனது. இதை எல்லாம் போட்டு எடுத்துக் கொண்டுபோக ஒரு மரப்பெட்டியும் ரெடி செய்துவிட்டான். முத்தப்பா திங்கள்கிழமை இரவில் கடற்கன்னி உடையைத் தைத்து கடையில்

தொங்கவிட்டிருந்தார். தூரத்தில் நின்று பார்க்கும்போது ஒரு மச்சக்கன்னியே கொடியில் தொங்கிக்கொண்டிருப்பது போலவே இருந்தது. அழகர் சிரித்தபடியே ரொம்ப நல்லா இருக்கு என்றான். அவர் அதை மடித்துத் தந்தபடியே "இன்னொரு செட் தச்சிவச்சிக்கோ. இது நாலு மாசம் கூட தாங்காது" என்றார். அன்றிரவு வீட்டில் நாற்பது வாட்ஸ் பல்ப் வெளிச்சத்தில் கடற்கன்னி உடையை முதன்முதலாக அணிந்து பார்த்தாள். படுத்துக்கொண்டுதான் போட்டுக்கொள்ள வேண்டும் போலிருந்தது.

சேலையை அவிழ்த்துவிட்டு அந்த உடையை கால் வழியாக மாட்டிக் கொள்வது கூச்சமாக இருந்தது. இதுவரை அவள் அப்படி எந்த உடையும் அணிந்ததேயில்லை. கால் வழியாக உடையை மாட்டிக் கொண்டாள். அதில் இரண்டு ஜிப்புகள் இருந்தன. அதை அழகர் போட்டுவிட்டு, மேல் ஜாக்கெட்டையும் போட்டுக்கொள்ளச் சொன்னான். தான் போட்டிருந்த ஜாக்கெட்டின் மேலாகவே அதை அணிய முயற்சி செய்தாள். "அதைக் கழட்டிட்டு இதைப் போடு. இங்கே வேற யாரு இருக்கா" என்றபடியே அவனே அவளது ஜாக்கெட்டைக் கழற்ற முயற்சி செய்தான். கதவு மூடி இருந்தபோதும் யாரோ தன்னைப் பார்த்துக்கொண்டிருந்தது போல இருந்தது. அவள் போட்டிருந்த ஜாக்கெட்டினைக் கழட்டினாள். உள்பாடி அணிந்திருக்கவில்லை. அவளது முலைகள் கருத்து விம்மியிருந்தன. அதைத் தன் உதட்டால் முத்தமிட்டபடியே அழகர் சிரித்தான். தன் கைகளால் மார்பை மறைத்தபடியே அவன் வாங்கி வந்திருந்த மேல்ஜாக்கெட்டைப் போட்டுக்கொண்டாள்.

இப்போது அவளைப் பார்க்க நிஜமான கடற்கன்னி போலவே இருந்தது. அழகர் அவளையே பார்த்துக்கொண்டிருந்தான். பிறகு வாலை மட்டும் லேசாக அசைக்கச் சொன்னான். அவள் வாலை ஆட்டினாள். "இடுப்புல பிடிக்குதா" என்று கேட்டான். அவள் "இல்லை" என்று சொன்னாள். "நல்லா சாஞ்சி படுத்துக்கோ" என்றான். அவள் சற்றுச் சாய்ந்து கொண்டாள். தள்ளி நின்று பார்த்த அழகர் அவள் அப்படியே கடற்கன்னி போல இருப்பதாகச் சொன்னான். அவளுக்கு கூச்சமாக இருந்தது. "டிரஸைக் கழட்டிப் பத்திரமாக வைத்துக்கொள். தினம் துவைச்சிப் போட்டு ராத்திரிக் குள்ளே காயவிட்ரு" என்று அறிவுரை சொல்லியபடியே அவள் உடைகளை அவிழ்க்க உதவி செய்தான்.

அவள் தனது சேலையைக் கட்டிக்கொண்டு அந்த உடைகளைப் பார்த்தபடியே இருந்தாள். அந்த வேஷம் அவளுக்குப் பொருந்தாதது போலவே தோன்றியது. டிரஸை மடித்து வைத்துவிட்டு "நிஜமா

கடல்ல இப்படி மச்சக்கன்னி இருக்காங்களா" என்று கேட்டாள். அழகர் "நிறைய இருக்கிறார்கள், அவர்கள் கப்பல் போகும்போது கூடவே பாடிக்கொண்டு போவார்கள். அந்தப் பாட்டைக் கேட்டு மாலுமிகள் மயங்கிப் போய்விட்டதும் கடற்கன்னிகள் கப்பலைப் பாறையில் மோதவிட்டு வெடிக்க வைத்துவிடுவார்கள். அதனால் மச்சக்கன்னியைப் பார்ப்பதை மாலுமிகள் துரதிருஷ்டமாக நினைப்பார்கள்" என்றான். மச்சக்கன்னிகள் தன்னைப் போலவா இருப்பார்கள்? என யோசித்தாள்.

அழகர் பீடி பற்றவைத்துக்கொண்டபடியே "இந்த வேஷம் கட்டுறதுக்கு முன்னாடி ஒரு நாள் ரெண்டு நாள் ஒண்ணுக்குப் போறதை அடக்கிப் பாத்துக்கோ. ஏன்னா நீ நினைச்ச நேரம் எந்திருச்சி ஒண்ணுக்குப் போக முடியாது" என்றான். அவனுக்காக அடுத்த சில நாட்கள் நிறைய தண்ணீர் குடித்துவிட்டு மூத்திரத்தை அடக்கிக் கொண்டிருக்கப் பழகிக்கொண்டாள்.

*

தாணிக்குடியில் உள்ள மாரியம்மன் கோவில் திருவிழா ஒருவாரம் நடக்கக்கூடியது. அது சந்தை நடக்கின்ற ஊர் என்பதால் அருகில் உள்ள கிராமங்களில் இருந்து மக்கள் திரண்டு கூடுவது வழக்கம். சுற்றிலும் நிறைய சின்னக் கிராமங்கள் இருந்தன. ஊரின் கிழக்கே ஒரு பெரிய ஓடையிருந்தது. அதில் தண்ணீர் ஓடிப் பார்ப்பது அரிது. மிதமிஞ்சி மழை பெய்யும் காலங்களில் அந்த ஓடையில் தண்ணீர் ஓடியிருக்கிறது. மற்றபடி அது வெறும் மணல் பாதை. தண்ணீர் வரத்து திசைமாறிவிட்டது என்றார்கள்.

ஆனால் தாணிக்குடிக்காரர்கள் ஓடைக்குள் வைத்து பஞ்சம் பிழைக்க வந்த ஒரு கர்ப்பிணிப் பெண்ணையும் அவளது மாமியாரையும் யாரோ கொலை செய்துவிட்டார்கள். அதன் பிறகிருந்தே ஓடையில் தண்ணீர் வரத்து நின்றுபோனது என்றார்கள்.

அந்தப் பெண்ணைக் கொன்ற இடம் ஓடைக்குள்தான் இருக்கிறது. அதன் அருகே மணலில் ஊற்றுத் தோண்டி தண்ணீர் எடுக்கிறார்கள். அதனால் வாரிப்போட்ட மணல் குவிந்து சிறிய மேடு போலாகியிருந்தது.

இன்றைக்கும் அந்த மணல்மேட்டை வழிமறிச்சான் மேடு என்றுதான் சொல்கிறார்கள். அந்த மணல்மேட்டைத் தாண்டி கர்ப்பிணிப் பெண்கள் ஓடைக்குள் போனால் அது காலைப் பிடித்து இழுத்துக் கொன்றுவிடும் என்ற பயம் உருவாகியிருந்தது. வழிமறிச்சான் மேடு முள்ளும் குப்பையும் சேர்ந்து கரடேறிப்

போயிருந்தது. ஊற்றின் கண் மூடிப்போனதால் இப்போது அதில் தண்ணீர் அதிகம் சுரப்பதில்லை. ஆனாலும் அந்தக் கர்ப்பிணிப் பெண் செத்துப் போன நிகழ்வு ஊர் மக்களின் மனதில் நினைவழியாமல் இருந்தது. அது நடந்து ஐம்பது வருடங்களுக்கு முன்னிருக்கக்கூடும். அது தாரண வருடப் பஞ்சம் வந்த நேரம். ஆறு வருடங்களுக்கு தொடர்ச்சியாக மழையற்றுப் போயிருந்தது. தாணிக்குடியில் குடிக்கத் தண்ணீர் கிடையாது. ஈரம் கண்டு வருசமாகியிருந்தது. ஒவ்வொரு நாளும் விவசாயிகள் வானத்தைப் பார்த்தபடியே இருந்தார்கள். மேகம் திரளவேயில்லை.

ஒரேயொருநாள் கிழக்கே இடி இடிப்பது போன்றிருந்தது. பறவைகள் அவசரமாக மேற்கில் போய்க்கொண்டிருந்தன. மழை வருவதற்காக மணம் கசிய ஆரம்பித்தது. நிச்சயம் அன்று மழை பெய்யப்போவதாக நம்பினார்கள். மழைத் தண்ணீர் பிடிப்பதற்காக பெண்களும் ஆண்களும் பாத்திரங்களை வீட்டின் தூம்பு வாயில் தயாராக வைத்திருந்தார்கள். மழையில் நனையட்டும் என்று தன் மாடுகளைக் கூட தெருவில் அவிழ்த்துவிட்டார்கள். வானம் குமுறிக்கொண்டேயிருந்தது. ஆனால் மழை பிடிக்கவில்லை. மேய்ச்சலுக்குப் போன ஆடுகளை ஓட்டிக்கொண்டு போவது போல யாரோ தெற்காக மேகங்களைக் கொண்டுபோய்க்கொண்டிருந்தார்கள்.

ஊர்மக்கள் ஆத்திரம் தாங்க முடியாமல் மண்ணை அள்ளித் தூற்றினார்கள். மழை அந்த ஊரைக் கடந்துபோய்விட்டது. அந்த ஏமாற்றத்தை ஆட்களால் தாங்கிக்கொள்ளவே முடியவில்லை. பெண்களில் சிலர் ஆற்றாமையை அடக்க முடியாமல் வாயைப் பொத்திக்கொண்டு அழுதார்கள். ஏமாந்து போன விவசாயிகளில் ஒருவர் புழுதியை வாரித் தலையில் போட்டுக்கொண்டு “மசிருலே மழை வருது” என்று கத்தினார்.

அதன்பிறகு தாணிக்குடி பக்கம் மழை எட்டிப்பார்க்கவேயில்லை. பகல் இரவாக வெக்கை வாரியடித்துக்கொண்டிருந்தது. கரிசல் பூமி வெடித்து பாளம் பாளமாகிப் போயிருந்தது. கண்மாயில் இருந்த கருவேல மரங்களில் இருந்த முட்கள் கூடக் காய்ந்து உக்கிரமாகியிருந்தன். ஈரம் பூமியை விட்டு மறைந்திருந்தது. பெண்கள் குடிநீருக்காக பக்கத்து ஊரில் இருந்த நல்ல தண்ணீர்க் கிணற்றின் முன்னால் நாளெல்லாம் சண்டையிட்டார்கள்.

வீட்டில் இருப்பு வைத்திருந்த தானியங்கள் குறைய ஆரம்பித்தது. எங்காவது கொத்து வேலைக்குப் போய்ப் பிழைத்துக்கொள்ளலாம் என்று குடும்பங்கள் வடக்கு நோக்கி வெளியேறிப் போனார்கள்.

ஊரில் திருட்டு மலிந்து போகத் துவங்கியது. இரவில் உறக்கமற்றுப் போனவர்கள் பெருகினார்கள்.

மாடுகள் நாவறண்டு போய் இரவெல்லாம் கத்தின. பின்னிரவில் கத்திய காளைமாடு ஒன்றை யாரோ ஒரு விவசாயி புளிய விளாறால் மாறி மாறி அடிக்கும் சப்தம் கேட்டது. வறட்சி மனிதர்களின் மன இயல்பை மாற்றியிருந்தது.

வறட்சி முற்றிய நாளில்தான் அந்தத் தாயும் கர்ப்பிணிப் பெண்ணும் தெற்கேயிருந்து பஞ்சம் பிழைப்பதற்காக தாணிக்குடிக்கு வந்து சேர்ந்திருந்தார்கள். அவர்கள் நினைத்தது போலவே கிழக்கேயும் ஊர்கள் வறண்டு உலர்ந்துபோயேயிருந்தன.

குருவி குடிக்கக்கூட எங்கும் தண்ணீரில்லை. ஒரு வெள்ளைச் சீலை கட்டிய முதியவளும் அவள் மருமகளும் நடந்து களைத்துப் போயிருந்தார்கள். தாய்க்கு வயது ஐம்பதைத் தாண்டியிருக்கக்கூடும். அவளின் கர்ப்பிணியான மருமகளுக்கு இருபது வயதிருக்கக்கூடும். பச்சை சேலை கட்டியிருந்தாள். நடந்து வந்த புழுதியில் அந்தச் சேலையின் நிறமே மாறியிருந்தது.

எண்ணெய்க் காயாத தலை என்பதால் அவள் முகம் அழுக்கடைந்து விகாரம் கொண்டிருந்தது. அந்த மாமியாரும் மருமகளும் தெற்கிலிருந்து நெடுநாட்கள் நடந்து வந்திருந்தார்கள். பகலில் அவர்கள் தாணிக்குடியினுள் வந்தபோது யாரும் அவர்களுடன் முகம் கொடுத்துப் பேசவில்லை. அந்தத் தாய் மருமகளை ஒரு வேப்பமரத்தடியில் உட்கார வைத்துவிட்டு ஊருக்குள் நடந்தாள்.

தெருவில் வெயில் வழிந்து கொண்டிருந்தது. காய்ந்த வேப்பிலை போல உலர்ந்து உயிர்ப்பற்றிருந்தது வீதி. வீட்டுத் திண்ணைகளில் ஆட்கள் இல்லை. ஆடுகளின் அரவம்கூட இல்லை. ஒரு ஆள் வண்டிச்சக்கரம் ஒன்றினைக் கோடாரியால் பிளந்து கொண்டிருந்தான். பகல் வெளிச்சம் மிகவும் பிரகாசமாக இருந்தது. எந்த வீட்டின் வாசலிலும் கோலமிடப்படவில்லை. வயதான அந்த முதியவள் பசியோடு தன் சொந்த சாதி ஆட்கள் இருக்கின்ற தெரு எதுவென்று விசாரித்துக்கொண்டு அங்கே போய்ச் சேர்ந்தாள். பெரிய தெருவாக இருந்தது. அந்தத் தெருவைக்கண்டதும் நம்ம சாதி ஆட்கள் என்றால் நமது உறவினர் போல தானே என்று நினைத்துக்கொண்டு நடந்தாள். பெரிய பெரிய வீடுகளைக் காணும்போது நம்ம சாதிக்காரர்கள் இவ்வளவு வசதியாக வாழ்கிறார்களே என்று சந்தோஷமாக இருந்தது. அவள் இந்தத்

தெருவிலே பெரிய வீடாக இருந்த பொம்மையா வீட்டு வாசலில் போய் நின்று சப்தமிட்டாள்.

வீட்டின் உள்ளிருந்து வந்த ஒரு நடுத்தர வயதுக்காரன் "ஆரு வேணும்" என்று தெலுங்கில் கேட்டார்.

வயதானவள் தானும் தெலுங்கில் அவரிடம் "தானும் அவர்கள் சாதிதான்" என்று சொன்னாள்.

அவர் தெலுங்கிலே நீங்கள் எந்த ஊர் என்று மறுபடியும் கேட்டார்.

அவள் "தெற்கே மல்லஞ்சருகு" என்று சொன்னாள்.

"உங்க ஊர்ல மழைத் தண்ணி உண்டா" என்று கேட்டார். அவள் இல்லையெனத் தலையசைத்தபடியே மிகுந்த தயக்கத்துடன் "குடிப்பதற்கு கொஞ்சம் கம்மங்கஞ்சி இருக்கிறதா" என்று கேட்டாள். அந்த ஆள் பதில் சொல்லாமல் வீட்டினுள் நடந்து போனார். வாசலில் கிடந்த ஒரு நாய் அவளை முறைத்தபடியே இருந்தது. கஞ்சி குடித்துவிட்டால் மாலைக்குள் புதுப்பட்டி போய்விடலாம். அங்கே சொந்தத் தம்பியிருந்தான். அவன் வீட்டில் தங்கி மருமகளுக்கு பிரசவம் பார்த்துவிட்டு மழை பெய்த பிறகு ஊர் திரும்பிவிடலாம் என்று நினைத்துக்கொண்டே வெயிலில் நின்றாள்.

வீட்டிற்குள் போன ஆள் திரும்பி வெளியே வரவேயில்லை. அவள் பொறுமையில்லாமல் வீட்டின் படியில் வழிந்து கொண்டிருக்கும் வெயிலையே பார்த்துக்கொண்டிருந்தாள். வேம்பில் உட்கார்ந்திருந்த காகம் அவளையே பார்த்துக்கொண்டிருந்தது. கிளைகள் அசையவில்லை. காற்று ஒடுங்கியே இருந்தது.

நெடுநேரமாகியும் அந்த ஆள் வீட்டிலிருந்து வரவேயில்லை. பிள்ளைத் தாச்சியை வேறு தனியே உட்கார வைத்துவிட்டு வந்துவிட்டோம். அவளுக்கும் வெயிலில் நடந்து நடந்து மூத்திரகடுப்பாகியிருந்தது. கர்ப்பிணி என்பதால் வேகமாக நடக்கவும் முடியவில்லை. பிள்ளையை எப்படி பெறப்போகிறாள் என்பதை நினைத்தாலே மனது திக்கென்று இருந்தது. அவளுக்கு மகன் மீது ஆத்திரமாக வந்தது. என்ன ஆம்பளை அவன், கட்டின பெண்டாட்டியை விட்டுப் போட்டு மிலிட்டரிக்குப் போய்விட்டான். ரெண்டு பெண்களாகக் கிடந்து அல்லாட வேண்டியிருக்கிறது.

தம்பி வீடு வரைக்கும் நல்லபடியாகக் கொண்டுபோய்ச் சேர்த்து விடும்படியாக சென்னகேசவ பெருமாளை மனதிற்குள்ளாகவே பிரார்த்தனை செய்து கொண்டாள் அந்த வயதான தாய்.

வெயிலேறிக்கொண்டிருந்ததே தவிர வீட்டிலிருந்து யாரும் வெளியே வரக்காணோம். வாசல் படியில் நின்றபடியே மறுபடியும் குரல் கொடுத்தாள். இந்த முறை உயரமான ஒரு பெண் வாசலுக்கு வந்தாள். தயக்கத்துடன் “தாயீ குடிக்க கம்பங்கஞ்சி கேட்டேன்” என்றாள்.

வீட்டிலிருந்து வந்தவள், “நீ யாருடி முண்டை, என் வீட்டுப் படியேறி, கஞ்சி கேட்குறதுக்கு” என்று தரக்குறைவாகப் பேசினாள். வயதான வளுக்கு ஆத்திரமாக வந்தது. தானும் அவர்கள் சாதிதான் என்று பணிவாகச் சொன்னாள்.

“சாதில ஒண்ணா இருந்தா தராதரம் வேணாமா. நாங்க என்ன யார் வீட்லயும் போயி கையேந்திப் பிச்சை கேட்கிறமா. தட்டு கெட்டுப் போய் பிழைக்கிறதுமில்லாம சாதியைச் சொல்லி உறவு கொண்டாடப் பாக்குறயா” என்று ஆவேசப்பட்டாள்.

முதியவள் ஆத்திரத்தை அடக்கிக்கொண்டு அவளை முறைத்தபடியே நின்றாள்.

“இங்கே என்ன கொட்டியா கிடக்கு. வீட்ல இருக்கிற ஆடு மாடுகளுக்கே போடுறதுக்கு தவிடு இல்லே. உனக்கு கம்பங்கஞ்சி கேட்குதாக்கும். போயி. அந்தா கிடக்குதே கட்டை மண்ணு. அதை அள்ளித் தின்னு” என்றாள்.

வயதானவளுக்கு ஆத்திரம் பொங்கியது. “நீயெல்லாம் ஒரு பொம் பளையா. உன் வாய் அவிஞ்சி போக. உன் நாறப்புத்திக்கு உன் வீடு அய்யோனு போயிரும் பாருடி” என்று திட்டினாள். அந்தப் பெண் வாசலில் கிடந்த நாயைக் கூப்பிட்டு அவளைத் துரத்தினாள். நாய் பாய்ந்து அவள் தொடையோடு கடித்தது. வயதானவள் நாயிடமிருந்து விலகித் தெருவில் ஓடினாள். அது வெறிகொண்ட பல்லோடு துரத்தியது. அவளால் ஓட முடியவில்லை. புழுதியில் விழுந்தாள். தெருவில் வந்து நின்று அந்த வீட்டுக்காரி கத்திக் கொண்டிருப்பது கேட்டது.

முதியவளுக்கு வலியைவிட அவமானம் தாளமுடியாமலிருந்தது. “பசினு வந்து நின்னவளுக்கு ஒரு வாய் கஞ்சி தர மாட்டேங்குறாளே” என்று புலம்பியபடியே எழுந்து புழுதியைத் துடைத்தபடியே மரு மகளைத் தேடிக்கொண்டுவந்தாள். வேம்படியில் மருமகளைக் காணவில்லை. எங்கே போயிருப்பாள். ஒருவேளை மயங்கி விழுந்து விட்டாளோ. அல்லது மூத்திரம் பெய்யப் போயிருப்பாளோ என்று தேடினாள். வடக்கே சில கூரைவீடுகளாக இருந்தது. அங்கே பன்றிகள் நிற்பதைக் கண்டாள். அதைப் பார்க்கும்போதே

ஊர்ப்பகடைகளின் வீடுகள் உள்ள சேரிப்பகுதி என்பது தெரிந்தது. அதற்குள்ளாக தனது மருமகள் போயிருக்க மாட்டாள் என்று தோன்றியது. ஆனாலும் போய்ப் பார்த்துவிட வேண்டியதுதான் என்று அசூயையோடு நடந்தாள். அங்கே ஒரு வீட்டின் முன்னால் உட்கார்ந்தபடியே சோளக்கஞ்சியைக் கலயத்தில் வைத்து வெங்காயத்தைக் கடித்தபடியே குடித்துக்கொண்டிருந்தாள் மருமகள்.

கிழவிக்கு அதைக் கண்டதும் ஆத்திரம் தாங்கமுடியவில்லை. ஓடிப்போய் அவள் தலைமயிரைப் பிடித்து “கேடு கெட்ட முண்ட... இங்கே வந்து எதுக்குடி கஞ்சி வாங்கிக் குடுக்குறே. நாம யாரு. இவங்க யாரு. சாதி கெட்ட வீட்ல போயி கஞ்சி வாங்கிக் குடிக்கிறதுக்கு பன்னிப்பீயைத் திங்க வேண்டியதுதானே” என்றாள்.

மருமகள் சோளக்கஞ்சியை உறிஞ்சியபடியே கிழவியை முறைத்தாள். மருமகள் அருகே ஒரு பன்றி மேய்ப்பவன் உட்கார்ந்திருந்தான். அவனைப் பார்த்த மாத்திரத்தில் அந்தத் தாய்க்குப் பிடிக்காமல் போனது. “சொல்லிக்கிட்டே இருக்கேன். குடிக்கிறா பாரு... அப்படி என்ன மசிருக்குடி கஞ்சி குடிச்சி உசிர் வாழணும்” என்று அவளது கலயத்தைத் தட்டிவிட்டாள்.

மருமகள் ஆவேசத்துடன் கத்தினாள், “வயித்துப் பசியைத் தாங்க முடியலை, கண்ணைக் கட்டிக்கிட்டு வருது. இதுல சாதி என்ன மசிரு சாதி. உன் சாதிக்காரங்க அள்ளி அள்ளிக் குடுத்தாங்களா. எங்க கஞ்சிக் கலயத்தைக் காணோம்” என்று கேட்டாள்.

மருமகள் சாதி கெட்ட வீட்டில் வாங்கிக் குடித்ததோடு தன்னையும் கேலி செய்கிறாளே என்று ஆத்திரமாகி “இதுக்கு என் மூத்திரத்தைக் குடிடீ” என்று கிழவி முதுகிலே மாறிமாறி அடித்தாள்.

பன்றி மேய்கின்ற ஆள் கிழவியைத் தடுத்து “அம்மா அடிக்காதீங்க. பசி தாங்கமுடியாதுனு நான்தான் கஞ்சி குடுத்தேன்” என்று சொல்லிக் கொண்டிருந்தான். கிழவி, “நீ யாருடா எங்களுக்குக் கஞ்சி ஊத்துறதுக்கு. உன் சாதி என்ன. பிழைப்பு என்ன. நாங்க சம்சாரிகடா. நீ பன்னி மேய்க்கிற பய. உன்கிட்டே வாங்கிக் குடிக்கிறதுக்கு நாண்டுகிட்டு செத்துப்போயிருவோம்டா” என்று தாய் அவன் மீது ஒரு கல்லை எடுத்து வீசி எறிந்தாள். அவன் விலகிக்கொண்டான். ஆத்திரம் அடங்காமல் மருமகள் கழுத்தைப் பிடித்தபடியே அவள் வாயில் விரலைக் கொடுத்து “கக்குடி — குடிச்ச கஞ்சியை எல்லாம் கக்குடி” என்று திணித்துக்கொண்டிருந்தாள் கிழவி. மருமகள் வாயை இறுக்கமாக மூடிக்கொண்டாள்.

பிறகு கிழவி மருமகளை ஆத்திரம் தீரும் மட்டும் அடித்து நொறுக்கினாள். மருமகள் அழவேயில்லை. அவள் மண்ணில் வழிந்து கிடந்த கஞ்சியை வெறித்துப் பார்த்தபடியே இருந்தாள். கிழவி பிறகு மரு மகளை இழுத்துக்கொண்டு நடக்க ஆரம்பித்தாள். மருமகள் அவளோடு வர மறுத்து ஒரு வேம்படியில் சுருண்டு படுத்துக்கொண்டாள். கிழவிக்கு ஆத்திரமாக வந்தது. பசியில் இப்படி நம்மை நாய் போல அலைய விடுகிறாளே என்று நினைத்து நினைத்து அழுதாள்.

மாலை சூரியன் அடங்கும் வரை அவர்கள் அங்கேயே இருந்தார்கள். கிழவியின் முகம் வெளிறி இறுகிப் போயிருந்தது.

மருமகள் அசதி கலைந்து எழுந்தவுடன் "வா போகலாம்" என்று கூப்பிட்டாள். மாமியார் பதில் பேசவேயில்லை. இருவரும் ஊரைக் கடந்து வெளியே நடந்தார்கள். ஓடைக்குள் இறங்கினால் குறுக்கு வழியாகப் போய்விடலாம் என்றாள் கிழவி.

இருவரும் நடக்கத் துவங்கினார்கள். ஓடையில் இருட்டு அடையத் துவங்கியிருந்தது. மருமகளுக்கு வழி தெரியவில்லை. பின்னாடி வந்த கிழவியைக் கூப்பிட்டாள். பதிலே இல்லை. கிழவி எங்கே போய் விட்டாள் என்று புரியாமல் திரும்பியபோது எதிரில் ரௌத்திரமிக்க முகத்துடன் கிழவி ஒரு பாறாங்கல்லைத் தூக்கிக்கொண்டு நின்றாள்.

அந்தப் பார்வையிலே கிழவி என்ன செய்யப்போகிறாள் என்பது மருமகளுக்குப் புரிந்துவிட்டது.

"யம்மா... வேணாம். சொன்னா கேளுங்க. பிள்ளைத்தாச்சியாலே பசி பொறுக்க முடியாது. அதனாலே ஒரு வாய் கஞ்சி வாங்கி குடிச்சிட்டேன். என்னை மன்னிச்சிருங்க" என்றாள்.

கிழவியின் கண்களில் இருந்த ஆத்திரம் அடங்கவேயில்லை. மருமகள் தன் வயிற்றைக் காட்டி "உங்க வம்சம் வயித்துல வளருதும்மா" என்று ஈனமான குரலில் சொன்னாள். கிழவி பதில் பேசவேயில்லை. அவள் ஆத்திரத்துடன் மருமகளைக் கீழே தள்ளிவிட்டு அந்தக் கல்லை அவளது தலைமீது போட்டாள்.

மண்டைச் சிதறி ரத்தம் பீச்சியடித்தது. செத்துப்போன உடலை பார்த்தபடியே "சாதிகெட்டுப்போய் கஞ்சி வாங்கிக் குடிச்சி வாழுறதுக்கு செத்துப்போக வேண்டியதுதானடி" என்றபடியே கிழவி மருமகளின் காலைப் பிடித்து இழுத்து ஒரு புதரோடு போட்டுவிட்டு விடுவிடுவென இருட்டிற்குள் நடந்து போகத் துவங்கினாள்.

எஸ்.ராமகிருஷ்ணன்

விடிகாலையில் மலம் கழிக்க ஆற்றிற்கு நடந்து போன ஒரு ஆள் கரையோரமிருந்த புளியமரத்தில் ஒரு கிழவி வெள்ளைச்சேலையால் தூக்குப் போட்டுத் தொங்குவதைக் கண்டு அலறினான். அன்றைய பகலில் பாறாங்கல்லை போட்டுக் கொலைசெய்யப்பட்ட கர்ப்பிணிப் பெண்ணையும் அடையாளம் கண்டார்கள். கிழவியையும் மருமகளையும் யாரோ கொன்றுவிட்டார்கள் என்று அந்த ஊரே பேசிக்கொண்டது. நடந்த உண்மையை அறிந்த பன்றி மேய்ப்பவர்கள் மட்டும் அதை யாரிடமும் சொல்லவேயில்லை.

தங்களுடைய ஊருக்கு வந்து கஞ்சி கிடைக்காமல் வன்கொலை செய்யப்பட்ட இரண்டு பெண்களை சாந்தி செய்தவற்காக ஒவ்வொரு வருடமும் ஊர்த்திருவிழாவின்போதும் பெண்கள் கஞ்சிகாய்ச்சி ஊற்றும் சடங்கு நடக்கிறது. கேந்திப்பூக்களும் கனகாம்பரமும் வளையல்களும் வாங்கிவந்து பெண்கள் கம்பங்கஞ்சி காய்ச்சி அந்த நிறைசூலியை கும்பிட்டுப் போகிறார்கள். நடந்த நிஜம் அறியாமல்.

*

சின்னராணி கடற்கன்னிவேஷமிட வந்த முதல் நாளில் அவளிடம் இந்தக் கதையை ஒரு பூ விற்கும் பொம்பளை சொல்லிக் கொண்டிருந்தாள். ஏனோ சின்னராணிக்கு மண்மேட்டிற்குப் போய் தானும் ஒரு விளக்குப் போட்டுவிட்டு வரவேண்டும் என்று தோன்றியது. தனது படையலுக்காக அந்தப் பூக்காரப் பெண் கொஞ்சம் கஞ்சி தயார் செய்து கொண்டுவர முடியுமா என்று கேட்டாள் சின்னராணி. பூக்காரி சிரித்தபடியே, “என் மக்கூட கஞ்சி காய்ச்சி எடுத்துட்டு சாமி கும்பிடப் போவா. அவளை உங்ககூட அனுப்பிவைக்குறேன்” என்றாள்.

வந்த இடத்தில் பிழைப்பைப் பார்க்காமல் இது என்ன வேண்டாத வேலை என்று அழகருக்குத் தோன்றியது. கோவித்துக்கொண்டால் மறுநாள் கடற்கன்னி வேஷம் போட மறுத்துவிட்டால் என்ன செய்வது என்று யோசனையாக இருந்தது. அவன் கோவிலை ஒட்டியே கூடாரம் அடித்துத் தயாராக வைத்திருந்தான். வெளியே கட்டப்பட்ட விளம்பரப் பலகையைப் பார்த்தபடியே சிறுவர்கள் மச்சக்கன்னியைப் பற்றி பேசிக்கொண்டிருந்தார்கள்.

கரடி வித்தை காட்டுகின்றவன், ரப்பர்ப்பந்து விற்பவன், குடை ராட்டினம், பலூன் விற்பவர்கள். வளையல் பாசி விற்கும் ஆட்கள், பழச்சாறு விற்பவர்கள், பிளாஸ்டிக் சாமான் விற்கும் கடைகள். ஒரு ரூபாய்க்கு போட்டோ எடுத்துத் தருபவன் என்று அந்தத் திருவிழா களைகட்டியிருந்தது.

முதன்முறையாக தனியே ஷோ நடத்தப்போகிறோம். அது வெற்றி பெற்றுவிட்டால் அப்புறம் கையில் பணம் புரளத் துவங்கிவிடும். ஜிக்கி வாழ்ந்ததைப் போல அள்ளிச் செலவு செய்து வாழலாம் என்று அவன் மனது ஒரு கணக்குப் போட்டபடியே இருந்தது.

கோவில் வாசலில் புலிவேஷம் கட்டிய ஒருவன் கொட்டுக் காரர்களின் இசையோடு துள்ளியாடிக்கொண்டிருப்பது தெரிந்தது. ஒரு சிறுமி சேமியா பாயாசம் விற்றுக்கொண்டிருந்தாள். ஒரு டம்ளர் நாலணா என்றாள். அழகர் அவளிடம் ஒரு டம்ளர் வாங்கிக் குடித்தான். பாயாசம் சுவையாகவே இருந்தது. அந்தச் சிறுமி வீட்டில் இன்னொரு வாளி பாயாசம் வைத்திருப்பதாகவும் இதை விற்று முடித்தவுடன் அதைத் தூக்கிக்கொண்டு வரப்போவதாகவும் சொன்னாள். பத்து வயதிருக்கக் கூடும். அதற்குள்ளாகவே சம்பாதிக்கவேண்டிய அவசியம் வந்து விட்டது என்று அவளையே பார்த்துக்கொண்டிருந்தான்.

*

கொாட்டுக்காரர்களின் உரத்த சப்தமும் நாதஸ்வர சப்தத்திற்கும் இடையில் கோவிலில் சாமிக்கு பூஜை துவங்கியிருந்தது. அக்னிச் சட்டி எடுத்து வந்து செலுத்திக்கொண்டிருந்தார்கள். கோவிலை ஒட்டிய திடலில் கடற்கன்னி ஷோ துவங்கியிருந்தது.

கண்ணாடிப் பெட்டிக்குள் படுத்தபடியே சின்னராணி பயத்தை மறைத்தபடியே தன்னைக் கடந்து செல்லும் ஆட்களைப் பார்த்த படியே இருந்தாள். முதன்முறையாக ஒரு பெட்டிக்குள் வேஷம் கட்டிக் கொண்டு படுத்துக்கிடக்கிறோம் என்பது மிகுந்த கூச்சம் தருவதாக இருந்தது. கண்களை மூடிக்கொண்டேயிருந்தாள். அழகர் அதை கவனித்தபடியே “நீ இப்படிக் கிடந்தா உசிரோட இருக்கியா இல்லை யானு தெரியாது. வாலை ஆட்டிக்கிட்டு நல்லா கண்ணைச் சிமிட்டிக் கிட்டு இரு” என்றான். அதன் பிறகு அவள் வாலை ஆட்டத் துவங்கினாள்.

சிறுவயதில் அவர்கள் ஊருக்கு ஒரு வித்தைகாட்டுகின்றவன் வந்திருந்தான். அவன் தெருவின் நடுவில் நின்றுகொண்டு அங்கிருந்த உரல் அம்மி போன்றவற்றை காற்றில் பறக்கச் செய்வதாகச் சொன்னான். தெருவாசிகள் எவரும் நம்பவில்லை. காற்றில் பறக்க அது என்ன காகிதமா என்று கேலி செய்தார்கள். தான் பறக்க வைத்துவிட்டால் ஆளுக்கு ஒரு படி தானியம் தருவார்களா என்று கேட்டான். ஒன்றிரண்டு பேர் ஒத்துக்கொண்டார்கள். அவன்

தெருவில் கிடந்த உரல்களையும் அம்மிகளையும் கொண்டுவந்து ஒரு இடத்தில் போடச் சொன்னான். பிறகு தன்னிடமிருந்த ஒரு கறுப்புத் துணியை மூடி ஏதோ மந்திரங்கள் சொன்னான்.

சில நிமிடங்களின் பின்பு அந்த உரல்களும் அம்மிகளும் தரையில் இருந்து எழுந்து காற்றில் பறக்கத் துவங்கின. காய்ந்த சருகு ஒன்று காற்றில் பறப்பது போல் அத்தனை லகுவாக அந்தக் கல்லுரல்கள் பறந்து கொண்டிருந்தன. எப்படி அது சாத்தியமானது என்று எவருக்குமே புரியவில்லை. பறந்து அவை ஊரைவிட்டே போய்விடுமோ என்பதுபோல காற்றில் சென்றபடியே இருந்தன. அவன் மறுபடியும் தன்னுடைய கைகளை அசைத்தான்.

அந்தக் கல்லுரல்கள் குருவிகள் தரையிறங்குவது போல இயல்பாக இறங்கி அதனதன் இடத்தில் உறைந்து கொண்டுவிட்டன. இது எப்படி நடந்தது என்று அதிசயத்தில் வீதியே பார்த்துக்கொண்டிருந்தது. அவன் புன்சிரிப்போடு "உங்களில் யாராவது ஒரு சின்னப்பையன் முன்னால் வாங்க. ஒரு வித்தை செஞ்சி காட்டுகிறேன்" என்றான். யாரும் அந்த வித்தைக்காரனிடம் போக பயந்தார்கள்.

அவன் யாராவது வாருங்கள் என்று கைகளைக் காட்டி அழைத்துக் கொண்டேயிருந்தான். ஒருவரும் முன்வரவேயில்லை.

அவன் சின்னராணியைப் பார்த்து "நீ வா. உன்னை வச்சி ஒரு வித்தை காட்டுறேன்" என்றான்.

அவள் பக்கத்துவீட்டுப் பெண்ணின் பின்னால் ஒளிந்து கொண்டாள். அவன் "பாத்தியா பயப்படுறே. நீ வித்தை காட்ட முன்னாடி வராம போயிட்டா. உன்னையை இந்த உரலு காத்துல பறந்து போன மாதிரி பறக்க வச்சிருவேன்" என்றான்.

அவளுக்குக் கால்கள் நடுங்கத் துவங்கின. சேலையை இறுக்கிப் பிடித்துக்கொண்டாள். பக்கத்துவீட்டுப் பெண், "சும்மா போடி... நாங்க இருக்கோம்லே" என்றாள். சின்னராணி போக மறுத்தபடியே நின்றாள். அந்த நேரம் கூட்டத்திற்குள் வந்த அவளின் அண்ணன் "நான் வேணும்னா வர்றேன்" என்றான்.

சின்னராணிக்குப் பயமாக இருந்தது. எதற்காக அவள் அண்ணன் இந்த வித்தைக்காரனிடம் போய் மாட்டிக்கொள்கிறான் என்று போகவேண்டாம் என்று சைகை காட்டினாள். வித்தைக்காரன் அவனைப் பாராட்டி "இவன்தான் ஆம்பளைச் சிங்கம்" என்றபடியே அருகில் வந்து நிற்கச் சொன்னான்.

பிறகு அண்ணனிடம் "நீ ஒரு நாளைக்கு எவ்வளவு சொம்பு தண்ணி குடிப்பே" என்று கேட்டான்.

அண்ணன் “நாலு சொம்பு” என்று சொன்னான்.

அந்த ஆள் அண்ணனிடம் “ஒரு பானைத் தண்ணியை உன்னால குடிக்க முடியுமா” என்று கேட்டான்.

அண்ணன் “முடியாது” என்றான். வித்தைக்காரன் “இப்போ இவனை ஒரு பானைத் தண்ணி குடிக்க வச்சிக் காட்டுறேன் பாருங்க” என்றபடியே “யாராவது ஒரு பானைத் தண்ணி குடுங்க” என்றான்.

அருகாமை வீட்டில் இருந்து ஒரு பானை நிறையத் தண்ணீர் கொண்டுவந்தார்கள். ஒரு பானை தண்ணியைக் குடித்தால் வயிறு வெடித்துப் போய் செத்துப் போய்விடுவானோ என்று சின்னராணிக்கு பயமாக இருந்தது. பேசாமல் அய்யாவைக் கூட்டிவந்து அண்ணனை மீட்டு கூட்டிப்போய்விடலாமோ என்றுகூட நினைத்தாள். அண்ணன் காதில் அந்த ஆள் ஏதோ ரகசியம் சொல்வது கேட்டது. அண்ணன் தலையாட்டிக்கொண்டான். பிறகு வித்தைக்காரன் அண்ணன் உதட்டு அருகே பானையைக் கொண்டுசென்று உறிஞ்சி குடி என்று சொன்னான். அண்ணன் வாயை எடுக்காமலே ஒரு பானைத் தண்ணீரையும் உறிஞ்சிக் குடித்தான். ஒரு சொட்டு மிச்சமில்லை. அது எப்படி நடந்தது என்று எவருக்குமே புரியவில்லை. எல்லோரும் கைதட்டிச் சிரித்தார்கள்.

வித்தைக்காரன் அண்ணனிடம் “உனக்கு இன்னொரு பானைத் தண்ணி வேணுமா” என்று கேட்டான். அண்ணன் “போதும்” என்றான்.

“நீ குடிச்சது அடுத்தவங்க வீட்டுத் தண்ணி. அதை நாம் திருப்பித் தந்திரலாமா” என்று கேட்டான்.

அண்ணன் தலையாட்டினான். உடனே வித்தைக்காரன் ஒரு கத்தியை எடுத்தான். “வயிற்றிலே சின்ன ஓட்டை போட்டு அந்தத் தண்ணியை வெளியே எடுத்திரலாம்” என்றான். சின்னராணி பயத்தை அடக்க முடியாமல் “அண்ணே. உன் வயிற்றைக் கிழிக்கப் போறான். தப்பிச்சி வீட்டுக்கு ஓடிப்போயிரு” என்று கத்தினாள். அதைக்கேட்டு கூட்டமே சிரித்தது.

ஆனால் அண்ணன் ஓடவில்லை. அந்த ஆள் அண்ணன் வயிற்றில் கத்தியால் சிறியதாகக் கீறினான். பிறகு பானையை அருகில் வைத்தான். வயிற்றில் இருந்து ஒரு பானைத் தண்ணீரும் கொட்டியது. பானை நிரம்பியதும் “போதும். நன்றி தம்பி போயிட்டுவா” என்று சொன்னான். எல்லோரும் கைத்தட்டினார்கள். பயத்தில் கத்திய சின்னராணியின் அருகில் வந்து வித்தைக்காரன்

“உனக்காக இந்த ரோஜாப்பூவை தர்றேன்” என்று காற்றில் இருந்து ஒரு ரோஜாவைப் பறித்துத் தந்தான். அது வாசனையாகவே இருந்தது.

வித்தைக்காரன் வீடுவீடாகப் போய் தானியம் வாங்கினான். முடிவில் “இதெல்லாம் ஒரு கண்கட்டுவித்தை. பிழைக்கிறதுக்கா செய்றது. நீங்க யாரும் இப்படி செஞ்சிப்பாக்கக் கூடாது” என்று சிறுவர்களுக்கு எச்சரிக்கை செய்தபடியே அடுத்த ஊரைப் பார்த்துக் கிளம்பிப் போனான்.

வீட்டிற்கு வந்த அண்ணன் சட்டையைக் கழட்டி சின்னராணி அவன் வயிற்றைப் பார்த்தாள். அதில் கத்தியால் கிழித்த தழும்பேயில்லை. “நீ எப்படிண்ணே ஒரு பானைத் தண்ணியை குடிச்சே” என்று கேட்டாள்.

அவன் சிரித்தபடியே நான் எங்க குடிச்சேன். அது கண்கட்டு வித்தை” என்றான்.

“அப்போ அது நெசமில்லையா” என்று கேட்டாள்.

“நிஜமா இருந்தா வயிற்றுல ஓட்டை இருக்கணும்லே. எங்கே இருக்கு” என்றான் அண்ணன்.

“எப்படி அது. கண்முன்னே அவன் ஒரு பானைத் தண்ணீர் குடித்ததை எல்லோரும் பார்த்தோமே. என்ன வித்தை அது” என்று யோசித்துக் கொண்டேயிருந்தாள்.

அண்ணன் அவனை கேலி செய்யும் விதமாக “எதுக்கு அப்படி பயந்துபோய் கத்துனே” என்று கேட்டான். சின்னராணி சிரித்தபடியே “உன் வயிற்றைக் கிழிச்சிட்டா என்ன செய்றது” என்றாள். அவன் சின்னராணியின் தலையைத் தடவிக் கொடுத்தபடியே “நான் வராம போயிருந்தா அந்த ஆள் உன்னை காத்துல பறக்க வச்சிருப்பான். நீயும் பறந்து போயிருப்பே” என்றான்.

அதை நினைத்துப் பார்க்கவே மனதிற்குக் கஷ்டமாக இருந்தது. மறுநாள் அந்த வித்தைக்காரனைப் போலவே தெருவில் கிடந்த அம்மி, உரல்களை காற்றில் பறக்க வைக்க சிறுவர்கள் முயற்சி செய்து கொண்டிருந்தார்கள். அன்று பின்னாளில் தன்னையும் இது போல் மக்கள் கைதட்டி வேடிக்கை பார்க்கப் போகிறார்கள் என்று சின்னராணிக்குத் தெரியவேயில்லை. அண்ணன் காதில் அந்த வித்தைக்காரன் என்ன சொன்னான் என்று கடைசிவரை அண்ணன் யாரிடமும் சொல்லவேயில்லை. மனித ரகசியங்கள் மனிதர்கள் இறந்துவிடுவதோடு தானும் சேர்ந்து ஏன் புதைந்து போய்விடுகின்றன.

இந்த யோசனையின் பீடிப்பிலே வாலை அசைத்தபடியே கிடந்தாள் சின்னராணி. கடற்கன்னியைப் பார்ப்பதற்காக நிறைய கூட்டம் வந்திருந்தது. அவள் சுற்றிலும் பார்த்தாள். அந்த முகங்கள் அவளை வியப்போடு காண்கின்றன. ஒவ்வொரு முகத்திலும் ஒரு துளி சந்தேகம் ஒட்டிக்கொண்டேயிருக்கிறது. சில முகங்கள் அவளை வெறுப்பதை அறிந்தாள். ஒரு ஆள் மற்றவனிடம் "கடற்கன்னி ஆளை மயக்கிரும்னு சொல்லுவாங்க. இதைப் பாத்தா அம்புட்டு அழகா தெரியலையே" என்றான். அதற்கு மற்றவன் "அது கடல்ல இருக்கிறப்போ அழகா இருக்கும். பிடிபட்டு கரைக்கு வந்துட்டா அந்த அழகு காணாமப் போயிரும். எத்தனையோ கப்பலை இந்தக் கடற்கன்னிகள் கவிழ்த்து இருக்குனு கதை படிச்சிருக்கேன்" என்றான்.

ஒரு சிறுவன் தன் அம்மாவிடம் "இதுதான் கடலாம்மா" என்று கேட்டுக்கொண்டிருந்தான். சிறுவனின் தாய் "இல்லை. இது தண்ணி" என்று சொன்னாள்.

"கடல்லயும் தண்ணிதானம்மா இருக்கு" என்றான்.

அவள் எரிச்சலோடு "அது வேற தண்ணி. இது வேற தண்ணி கடல் தண்ணி உப்பா இருக்கும்" என்றாள்.

"கடற்கன்னின்னா கடல்லதானம்மா இருக்கும்" என்றான் சிறுவன்.

"இது கடல்ல இருந்து பிடிச்சிட்டு வந்த கடற்கன்னி. அதான் இங்கே இருக்கு" என்று சொன்னாள்.

சிறுவன் ஆதங்கத்துடன் "இந்தத் தண்ணி உப்பா இருக்குமா" என்று கேட்டான்.

"இருக்காது. பேசாம வாயை மூடிக்கிட்டுப் பாரு" என்றாள் அம்மா.

சிறுவன் தயக்கத்துடன் "உப்பா இருக்காதுனு உனக்கு எப்படிம்மா தெரியும்" என்று கேட்டான்.

"ஏன்டா உசிரை எடுக்குறே" என்று முதுகில் ஒரு அறைவிட்டாள் அம்மா அப்போதும் சிறுவனிடம் கேள்வி அடங்கவில்லை. சிறுவன் இடைவிடாமல் "ஏன்மா இந்தத் தண்ணி அலையடிக்கவே மாட்டேங்குது" என்று கேட்டுக்கொண்டிருந்தான்.

சிறுவனின் தாய் என்ன பதில் சொல்வது எனப் புரியாமல் இருந்தாள்.

எஸ்.ராமகிருஷ்ணன்

அந்தச் சிறுவன் "கடற்கன்னிக்குப் பல் இருக்குமா" என்று மறுபடி கேட்டான்.

அவனின் அம்மா அலுப்பான குரலில் "ஏன்டா படுத்துறே... உங்கப்பா எங்கே போய்த் தொலைஞ்சார்னு தெரியலை. திருவிழா பாக்க வந்த இடத்தில எவ பின்னாடியாவது மோப்பம் பிடிச்சிகிட்டு திரியப் போறாரு. வா. போவோம்" என்று சொன்னாள்.

சிறுவன் கண்ணாடியை நெருங்கி வந்து தொட்டுப் பார்த்தான்.

பிறகு "இந்தக் கடற்கன்னிக்கு எத்தனை வயசாகுதும்மா" என்று கேட்டாள்.

சிறுவனின் தாயின் கவனம் அவள் மீதேயில்லை. "வாடா போகலாம்" என்று சிறுவனை இழுத்துக்கொண்டு வெளியேறும் வாசலை நோக்கி நடந்தாள். இடைவெளியில்லாமல் ஆட்கள் உள்ளே வருவதும் போவதுமாக இருந்தார்கள்.

சின்னராணி தன்னைக் கடந்துபோகும் கண்களைப் பார்த்த படியே இருந்தாள். சாதாரணப் பெண்ணாக இருந்திருந்தால் நிச்சயம் இத்தனை பேர்கள் பார்த்திருக்க மாட்டார்கள். மனிதர்கள் அக்கறைப் படுவதற்கு ஏதாவது ஒரு அதிசயம் வேண்டியிருக்கிறது போலும்.

ஒரு ஆள் அவளையே பார்த்துக்கொண்டு நின்றிருந்தான். முன்வழுக்கை விழுந்த முகம். அவள் கடற்கன்னிதான் என்று நம்பமுடியாதவன் போல கண்ணாடியை நெருங்கி உற்றுப் பார்த்தான். வேண்டும் என்றே வாலை அசைத்தாள் சின்னராணி. அவன் சந்தேகம் தீராமல் அவளை வெறித்துப் பார்த்தபடியே இருந்தான்.

வெளியே அழகர் மைக்கில் கடற்கன்னி பற்றிய கதையைப் பரவசத்துடன் சொல்லிக்கொண்டிருந்தான். நாலைந்து சிறுவர்கள் அண்ணாந்து பார்த்தபடியே அவள் பேசுவதைக் கேட்டுக் கொண்டிருந்தார்கள்.

"வாருங்கள். வந்து பாருங்கள். இதுவரை மனிதர்கள் பார்க்காத அதிசயம். சாதாரணப் பெண் இல்லை. பாதி உடல் பெண்ணாகவும் பாதி மீனாகவும் உள்ள அதிசய கடற்கன்னி. பொய்யில்லை. ஏமாற்றில்லை. உங்கள் கண்முன்னால் படுத்துக்கிடக்கிறாள். அவளால் வாய் பேச முடியாது. ஆனால் அவளுக்கும் வயிறு இருக்கிறது. உங்கள் தயவால் அவள் ஒரு வேளை சாப்பிட்டு உயிர்வாழ உதவி செய்யுங்கள். தாய்மார்களே, தந்தைமார்களே,

அண்ணன்மார்களே, தம்பிமார்களே வாருங்கள். வந்து பாருங்கள். நீங்கள் கண்டறியாத உலக அதிசயம். கட்டணம் சிறுவர்களுக்கு எட்டணா. பெரியவர்களுக்கு ஒரு ரூபாய்.

வாருங்கள். வந்து பாருங்கள். உலகில் இதுவரை நீங்கள் பார்த்தறியாத. மச்சக்கன்னி. அண்ணா வாங்க. அம்மா... வாங்க. வா... தம்பி. வா" என்று அழகரின் குரல் உயர்ந்து கொண்டிருந்தது.

திருவிழாவில் விலக முடியாத கூட்டம். கூட்டத்தில் பாதி மொட்டையடிக்கப்பட்ட தலைகள், கோவில் ஆற்றின் கரையோரம் இருந்தது. வழியெங்கும் திருவிழா நெரிசல், காற்றாடிகள், ஓலை விசிறிகள், பீச்சியடிக்கப்படும் தண்ணீர். கூவிக்கூவி இனிப்பு விற்பவர்கள். வடை முறுக்கு விற்கும் சிறுவர்கள். காற்றில் பறக்கும் கழிந்த தலை மயிர்கள். நன்னாரி சர்பத் கடை, தூள் ஐஸ் விற்பவன், குடை ராட்டினக்காரன், பாம்பிற்கும் கீரிக்கும் சண்டைவிடும் மோடிமஸ்தான், காணிக்கைக்காக மண் உருவங்கள் விற்பவன், சோப்பு நுரை விற்பவன், கைரேகை பார்கிறவன், முள்மெத்தையில் படுத்துக் கிடக்கும் துறவி, துணியால் கையை மூடிக்கொண்டு பிச்சையெடுக்கும் தொழுநோயாளி என்று திருவிழா திமிறிக்கொண்டிருந்தது.

முதல் நாள் இரவு சின்னராணி தனது கடற்கன்னி வேஷத்தைக் கலைத்துவிட்டு குளிக்கச் சென்றபோது அழகர் வசூல் ஆன காசை எண்ணிக்கொண்டிருந்தான். அவனால் நம்பமுடியவில்லை. ஒரே நாளில் நூற்று நாற்பது ரூபாய் வசூலாகியிருந்தது. அவன் தன் முன்னே கிடந்த நாணயங்களையும் ரூபாய்த் தாள்களையும் ஆசையோடு எடுத்துக் கொஞ்சியபடியே சிரித்துக்கொண்டான். ஒரு வாரத்தில் எப்படியும் ஐநூறு ரூபாய் கிடைக்கும் போலிருந்தது. அந்த மகிழ்ச்சியில் இருநூறு மில்லி சாராயம் குடித்து வரலாம் என்று புறப்பட்டான். சின்னராணி திரும்பிவந்தபோது அவளது உடைகள் வைத்திருந்த பெட்டியின் மீதுள்ள ஒரு பிளாஸ்டிக் வாளியில் சில்லறைக் காசுகளாகக் கிடந்தது. அவள் கைநிறைய காசை எடுத்து வைத்தபடியே சிறுமிகளைப் போல விளையாடத் துவங்கினாள்.

அத்யாயம்

06

1873

தெக்கோடு

தெக்கோட்டில் இருந்து ஏலன்பவர் பாதர் லகோம்பேவிற்கு அனுப்பிய இரண்டாவது கடிதம் எழுதப்பட்ட தேதியில் இருந்து ஒன்பது நாட்கள் கழித்து தபாலில் சேர்க்கப்பட்டிருக்கிறது. பென்சிலால் எழுதப்பட்ட அந்த நீண்ட கடிதத்தை பாதர் லகோம்பே இரண்டு முறை படித்துவிட்டு அதற்கு விரிவான பதில் எதுவும் எழுதத் தேவையில்லை என்று முடிவு செய்து கொண்டார். கடிதத்தோடு இணைக்கபட்டிருந்த செம்பளுப்பான பறவையின் இறகு ஒன்றினைக் கையில் எடுத்துப் பார்த்தார். என்ன பறவை இது. எதற்காக இதை அனுப்பியிருக்கிறாள். தான் இந்த ஒற்றைச் சிறகைப் போலத்தான் இருக்கிறேன் என்று சுட்டிக்காட்டுகிறாளா?

உதிர்ந்த சிறகு இனி ஒருபோதும் பறவையிடம் ஒன்று சேராது தானில்லையா? அது எதை உணர்த்துகிறது. ஒரு சிறகு உதிர்வ தால் பறவை கவலைப்படுகிறதா என்ன? அந்தச் சிறகின் வழியே தான் கண்டறியாத அந்தப் பறவையைப் பற்றி மனதில் ஒரு சித்திரத்தை வரைந்து கொண்டிருந்தார். பிறகு அதைத் தனது படிப்பு மேஜையின் உள் இழுப்பறையில் வைத்துவிட்டு எட்வினா இந்தச் சிறகை தன்னை விட அதிகமாக நேசித்திருப் பாள் என்றபடியே லண்டனில் வசிக்கும்

அவளின் தாய்க்கு அடுத்த கப்பல் செல்லும்போது கொஞ்சம் காபூல் பேரிட்சைப் பழங்களும் குறுமிளகும் பூவேலைப்பாடு செய்த சால்வை ஒன்றும் அனுப்பி வைக்கவேண்டும் என்று நினைத்துக்கொண்டார்.

தெக்கோட்டில் இருந்து எட்வினா லகோம்பேக்கு எழுதிய இரண்டாவது கடிதமிது.

*

1873 ஆம் ஆண்டு ஏப்ரல் 2 ஆம் நாள்.

தெக்கோடு கிராமம்.

அன்பிற்குரிய ஞானத்தந்தை லகோம்பே அவர்களுக்கு,

உங்கள் வழிகாட்டுதலே என்னை எப்போதும் செயல் படுத்தி வருகிறது. ஆண்டவர் உங்கள் வழியாகவே என் மீது கருணையும் அன்பும் காட்டிவருகிறார். உங்களிடம் ஆசி பெற்றுக்கொண்டு நான் கல்கத்தாவில் இருந்து கப்பலில் புறப்பட்ட நாளில் இடுக்கிக்குச் செல்லும் செவிலியர்களான சகோதரிகள் எவ்லினும் க்ளராவும் தன்னை அறிமுகம் செய்துகொண்டார்கள். இருவரும் எளிமையும் அன்பான உள்ளமும் கொண்டவர்கள்.

இருவரும் முதன்முறையாகத் தென்னிந்தியாவிற்குப் பயணம் செய்கிறார்கள். அதுவும் பழங்குடி மக்களிடம் பணியாற்றப் போகிறார்கள் என்ற பதற்றமும் பயமும் அவர்களிடம் இருந்தது. நான் அவர்களை ஆறுதல் படுத்தினேன். உண்மையைச் சொல்வதாக இருந்தால் நானும் அதுபோன்ற பயத்தையே உள்ளூறக் கொண்டிருந்தேன். அது எந்த ஊருக்குப் புறப்படும் போதும் எனக்குள்ளாக உருவாகவே செய்கிறது.

இந்தப் பயத்தின் காரணமாகவே சிறுவயதில் வெளியே எங்கும் செல்லத் தயங்குவேன். அம்மா என்னிடம் உன்னை நீ உண்மையாக அறிந்துகொள்ள வேண்டுமானால் பயணம் செய்து பார் என்று அடிக்கடி சொல்வார். அப்படியான தேவை எதுவும் எனக்கில்லை என்று சொல்லி மறுத்திருக்கிறேன். ஒரு முறை நாங்கள் அப்பாவின் உறவினர் ஒருவரின் வீட்டிற்குப் பயணம் செய்யவேண்டிய கட்டாயம் உருவானது. நாங்கள் ஒரு குதிரைவண்டியில் சென்றோம்; அது ஒரு கிராமப்பாதை. தூரத்தில் தெரியும் பசுமையான மலையும் நீலநிற மேகங்களும் இளமைத் துடிப்புள்ள காற்றும் சேர்ந்து ஒரு கனவினுள் போவது போலவே

இருந்தது. சாலையில் செல்வதே அபூர்வமான அனுபவமாக இருந்தது. காற்றாலையில் சுழலும் கிணற்றையும் பருத்த மடுவுள்ள பசுக்களையும் டெய்சி பூக்களையும் பார்த்தபடியே வந்தேன்.

அப்பாவின் உறவினர் வீடு மிகப்பெரியது. தொலைவில் இருந்து பார்க்கும்போது அந்த வீட்டில் நூறு அறைகளுக்கும் மேலாக இருக் கக்கூடும் என்றும் அதில் ஆளுக்கு ஒரு அறையில் படுத்து உறங்கலாம் என்றும் நானும் தம்பியும் கனவு கண்டோம். உண்மையில் அவர்களது வீடு மட்டும்தான் பெரியதாக இருந்தது. மனது மிகவும் சிறியது.

அவர்கள் நாங்கள் தங்கிக்கொள்ள வேலையாட்களின் அறை ஒன்றை ஒதுக்கித் தந்தார்கள். அப்பா அதை ஒரு அவமானமாகக் கருதவேயில்லை. என் தம்பி இதை வெளிப்படையாகக் கத்தி எதிர்ப்பைத் தெரிவித்தான். உறவினர் வீட்டு வேலையாள் தம்பியை ஓங்கி அடித்து, வாயை மூடிக்கொண்டு படுத்து உறங்குடா பன்றிப் பயலே. உங்கள் வீட்டில் எத்தனை அறை இருக்கிறது என்று கேள்விப்பட்டிருக்கிறேன் பரதேசியே' என்றான். அவன் சொன்னது உண்மைதான். எங்கள் வீட்டில் இரண்டே அறைகள் தானிருக்கின்றன. ஆனால் அதற்கும் நூறு அறைகள் உள்ள வீட்டில் நாங்கள் அவமதிக்கப்படுவதற்கும் என்ன காரணம்.

வறுமை மற்றும் எளிமை. அப்பா இந்த இரண்டையும் தனது சொத்தாகவே வைத்திருந்தார். அந்த வேலைக்காரன் தம்பியை அடித்ததற்காக அம்மா வருத்தப்பட்டாள்.

அப்பா அதைப் பெரியதாக எண்ணவேயில்லை. குழந்தைகள் அடுத்த வீட்டில் அவமானப்படும்போது அதைக் கண்டுகொள்ளாத பெரியவர்களின் செயலைப் போன்ற முட்டாள்த்தனம் எதுவுமில்லை. என் தம்பி அடிவாங்கியதைவிடவும் அப்பா கண்டுகொள்ளவில்லை என்பதற்காக நிறைய அழுதான். அவனை சமதானப்படுத்த நானும் அழுதேன்.

இருவருமே அன்றிரவு அந்த வீட்டில் உறங்கக்கூடாது என்று முடிவு செய்தோம். இதற்காக யாவரும் உறங்கிய பிறகு வீட்டின் பின்கதவை திறந்து வைத்துக்கொண்டு குளிரில் விறைத்தபடியே எங்களுக்கு பிடித்தமான கதைகளைச் சொல்லிக்கொண்டிருந்தேன். அந்த இரவு மறக்கவே முடியாதது. வறுமை எல்லா அவமானங்களையும் நம்மீது சுமத்திவிடும் என்பதை அந்த இரவு உணர்த்தியது.

வீடு திரும்பி வரும்போது இனிமேல் நான் இதுபோன்ற எவர் வீட்டிற்கும் அதிதியாகப் போகக்கூடாது என்று வைராக்கியம்

செய்து கொண்டேன். ஆனால் அப்படியிருக்க முடியவில்லை. வறுமை எந்த வைராக்கியத்தையும் அர்த்தமற்றதாக்கிவிடும் என்பதுதானே உண்மை. என் விஷயத்திலும் அப்படித்தான் நடந்தது.

அடுத்த முறை நாங்கள் அம்மாவின் தம்பி சார்லஸின் வீட்டிற்குச் சென்றோம். இந்த முறை அப்பா எங்களுடன் வரவில்லை. நானும் அம்மாவும் மட்டுமே சென்று அவமானப்பட்டு வந்தோம். வீடு வருவதற்கு முன்பாக அம்மா என் கைகளைப் பிடித்துக்கொண்டு 'நடந்த எதையும் யாரிடமும் சொல்லிவிடாதே. அவமானத்தை விடவும் அதை பகிரங்கமாக வெளிப்படுத்துவது அசிங்கமானது. பெண்கள் ரகசியத்தைக் காப்பாற்றப் பிறந்தவர்கள். நீயும் என்னைப் போலவே இந்த அவமானங்களை உனக்கான ரகசியமாகத் சேர்த்துக்கொள்' என்றாள். அப்படிச் சேர்ந்த ரகசியங்கள் நிறைய இருக்கின்றன. அதனால் ஒவ்வொரு முறை எனது இருப்பிடம் விட்டு வெளியேறிப் போகையிலும் நிச்சயம் ஏதாவது அவமானம் என் நிழல் போல பின்னாடி வந்துகொண்டிருக்கும் என்ற உள்ளுணர்வு எனக்கு இருந்துகொண்டேதானிருக்கிறது. இந்த முறை அப்படி எதுவும் நிகழவில்லை. மாறாக சந்தோஷமான சம்பவங்கள் நிறையவே நடந்தேறின.

இந்த சந்தோஷங்களின் தலையான செய்தி என்னோடு மருத்துவம் படித்த யமுனா கோபால் ஜோஷியைப் பற்றியது. உங்களுக்கு அவளை ஒருமுறை அறிமுகம் செய்து வைத்திருக்கிறேன். பிரா மணப் பெண். ஒன்பது வயதில் அவளுக்குத் திருமணமாகிவிட்டது. அவள் கணவன் கோபால் ஜோஷி ஆங்கில கல்வியை ஆதரிப்பவர். அதிலும் பெண்கள் படிக்கவேண்டும் என்பதில் மிகுந்த ஆர்வம் கொண்டவர். அவருக்கும் யமுனாவிற்கும் இருபத்தி மூன்று வயது வித்தியாசம். இருவரையும் பார்த்தால் அப்பா மகள் போலதானிருப்பார்கள்.

தபால் துறையில் வேலை செய்த அவருக்கு தன் மனைவியைப் படிக்க வைக்கவேண்டும் என்பதில் மாளாத ஈடுபாடு. கோபாலின் பெற்றோர்கள் அதை அனுமதிக்கவேயில்லை. அவளது முதல் குழந்தை பிறந்தபோது அது தலையில் கொடி சுற்றிக்கொண்டு சரியான மருத்துவம் பார்க்காமல் போனதால் இறந்துபோய்விட்டது.

குழந்தையின் சாவை யமுனாவால் தாங்கிக்கொள்ளவே முடியவில்லை. கோபால் ஜோஷி இதற்காகவே தன் மனைவியை மருத்துவம் படிக்க வைக்கவேண்டும் என்று விரும்பி அமெரிக்கா அனுப்ப முடிவு செய்தார். ஆனால் அங்கே சென்று படிக்க

அவர்களிடம் பொருளாதார வசதிகள் இல்லை. அப்போது அவர் கல்கத்தா மிஷனரியை அணுகி உதவி கேட்டபோது மதமாற்றம் செய்ய வேண்டும் என்ற சூழ்நிலை உருவானது. அதை யமுனா ஏற்றுக் கொள்ளவில்லை. உதவி கேட்டு கோபால் ஜோஷி ஒரு பகிரங்க அறிவிப்பை ஆங்கில நாளிதழ்களில் வெளியிட்டார். அதைக் கண்ட பணம் படைத்த விதவையான த்யோசியா கார்பெந்தர் என்ற பெண்மணி தானே அதற்கான பொறுப்பை ஏற்றுக் கொள்வதாகவும் அவள் மதம் மாறத்தேவையில்லை என்றும் சொல்லி யமுனாவை அமெரிக்கா வரவைத்திருந்தார்.

கடைசி நிமிடம் வரை ஜமுனாவின் பெற்றோர் அதை விரும்பவில்லை. அனுமதி தர மறுத்தார்கள். பிடிவாதமாக இருந்த கோபால் ஜோஷியின் காரணமாக அவள் கப்பலில் பயணம் செய்து அமெ ரிக்கா வந்து சேர்ந்தாள். பென்சில்வேனியாவில் உள்ள பெண்கள் மருத்துவக் கல்லூரியில் என்னோடு பயின்றாள். எங்கள் வகுப்பில் அவளே மிகவும் மெலிந்தவள். சைவ உணவு மட்டுமே சாப்பிடுகின்றவள். அவளுக்குக் குளிரும் காற்றும் ஒத்துக்கொள்ளவேயில்லை. அடிக்கடி மூச்சுத் திணறல் ஏற்படும். அவள் காலணிகள் அணிந்து கொள்ள வெறுத்தாள். அது தனது சம்பிரதாயத்திற்கு ஏற்றவில்லை என்று உறுதியாக நம்பினாள். போராடி அவளைக் காலணிகள் அணிய வைத்தோம். அதுபோலத்தான் தன்னோடு படிக்கும் எந்த ஆணுடனும் அவள் பேசுவதேயில்லை. அதில் என்ன தவறு இருக்கிறது என்று கேட்டால் அது கணவனுக்குச் செய்யும் துரோகம் என்பாள்.

இந்தியப் பெண்கள் ஆயிரமாயிரம் மைல் கடந்து தனியே வாழ்ந்தாலும் அவர்களது கலாச்சாரமும் குடும்பமும் உருவாக்கிய பிடி மானத்திலிருந்து மீளவே முடியாது என்று தோன்றியது. ஆரம்ப நாட்களில் அவள் அறையில் மெழுகுவர்த்திகள் ஏற்றி வைக்க மாட்டாள். அதை கிறிஸ்துவம் பயன்படுத்தும் பொருள் என்பாள்.

மெழுகுவர்த்திகள் கிறிஸ்துவர்களுக்கானது மட்டுமில்லை. அதை யாவரும் பயன்படுத்துகிறார்கள் என்று புரிய வைக்க நிறைய நாட்கள் ஆனது. அதுபோலத்தான் எங்கும் அவள் ஒரு தேநீரோ, ரொட்டித்துண்டோகூட சாப்பிட்டதில்லை. தன் அறையில் தனக்காகக் கொண்டுவந்திருந்த வெண்கல டம்ளரில்தான் தண்ணீர் குடிப் பாள். தானே சமைத்துத்தான் சாப்பிடுவாள்.

பென்சில்வேனியாவில் உடல் முழுவதும் சேலையைக் கட்டிக் கொண்டு பொம்மை போல நடந்து செல்லும் ஒரே பெண் இவளாகத் தானிருந்தாள். ஆனால் படிப்பில் அவள் மருத்துவக்கல்லூரியின்

முதல் மாணவியாக இருந்தாள். இந்தியப் பெண்கள் கல்வியில் காட்டும் அக்கறை வியப்பானது. அவர்கள் மிக வேகமாக எதையும் கற்றுக்கொண்டுவிடுகிறார்கள். ஆரம்ப நாட்களில் ஆங்கிலத்தில் சரளமாகப் பேசத்தடுமாறிய யமுனா அதன்பிறகு அமெரிக்க உச்சரிப்பில் பேச எளிதாகப் பழகிவிட்டதோடு உள்ளூர்வாசிகளைப் போலவே தலையசைக்கவும் செய்தது ஆச்சரியமாக இருந்தது. யமுனா சதா படித்துக்கொண்டேயிருந்தாள். முதன்முதலாக பள்ளியில் சேர்த்துவிடப்பட்ட சிறுமி பாடசாலையைப் பற்றியே நினைத்துக்கொண்டிருப்பதைப் போலத்தான் அவளும் இருந்தாள். எங்களோடு படித்த சில அமெரிக்க மாணவிகள் அவளை அடிக்கடி கேலி செய்வார்கள். அப்போது அவள் முகம் சுருங்கிப் போய்விடும். ஆனால் அவள் அழுவதில்லை. அவள் அறையில் எப்போதுமே ஒரு சுகந்தம் கமழ்ந்துகொண்டிருந்தது. அது ஒரு வாசனைப் பொருள் என்றும் அதைப் புகைக்க விடுவதால் இப்படி மணம் வருவதாகவும் சொன்னாள். எனக்கு அந்த வாசனை மிகவும் பிடித்திருந்தது. அவள் கணவன் ஊரிலிருந்து அடிக்கடி கடிதம் எழுதிக் கொண்டிருந்தான். அவள் அந்தக் கடிதத்தை வாசிக்கும் முன்பு அதைக் கண்களில் ஒற்றிக்கொண்டுதான் வாசிப்பாள்.

குளிர்காலத்தில் கூட அவள் வீட்டிற்குள் காலணிகள் அணிந்து கொண்டதேயில்லை. அவளது கூந்தல் மிக அடர்த்தியாகவும் கருமையாகவும் இருந்தது. அதைப் பராமரிப்பது மிகச் சிரமமானது என்று நினைத்துக்கொண்டிருந்தேன். ஆனால் யமுனா அதைச் சில நிமிடங்களில் ஒழுங்காகச் சீவி முடித்துக்கொண்டுவிடுவதை காண வியப்பாக இருக்கும். அவள் அறுவை சிகிச்சைக்கான பயிற்சிகளின்போது கத்தியைப் பயன்படுத்தும் விதத்தைக் கண்டு பேராசிரியர் நார்மன் வியந்து சொன்னார். இதுபோல ஜப்பானிய சாமுராய்கள் மட்டுமே நுட்பமாக வாளைப் பயன்படுத்துவார்கள். அந்த நுட்பம் இவளுக்கு இயல்பாகவே இருக்கிறது என்றார். அவள் இறந்த உடல்களைக் கண்டு ஒருபோதும் பயங்கொள்ளவேயில்லை. அவளது பயம் உயிருள்ள மனிதர்கள். அதுவும் அவளைச் சுற்றிலும் வெறித்துப்பார்க்கும் ஆண்கள். அதுதான் அவளை அதிகம் பய முறுத்தியது. இரவில் அவள் ஆழ்ந்து உறங்கியதேயில்லை என்பது அவள் கண்களைப் பார்க்கும்போதெல்லாம் தெரியும். அதுபோலத்தான் அவள் வாய்விட்டுச் சிரித்தும் யாரும் கண்டதேயில்லை.

அவள் உறுதியான மனதோடு படித்தாள். அவளது ஆய்வு இந்தியப் பெண்களின் பிரசவகால நெருக்கடிகள் பற்றியதாகவே இருந்தது. அதை விரிவாக ஆய்ந்து எழுதியிருந்தாள். அது சிறப்பாகப்

பேசப்பட்டதுடன் அவளுக்கு நிதிநல்கை கிடைக்கவும் பரிந்துரை செய்யப்பட்டது.

ஆனால் அவள் உயர்படிப்பு தேவையில்லை என்று மருத்துவம் படித்து முடித்தவுடன் இந்தியா திரும்பி டேராடுனில் ஒரு ஆண்டு பணியாற்றிவிட்டு தற்போது கோல்காபூரில் அரசு மருத்துவராகப் பணியேற்று இருக்கிறாள். அவளை தெக்கோடு புறப்படும் முன்பாகச் சந்தித்தேன். மருத்துவம் பெண்களுக்கு அளித்துள்ள தைரியம் அவள் கண்களில் ஒளிர்கிறது. உண்மையில் நான் அவளின் கணவனைத்தான் சந்திக்க விரும்பினேன்.

தனது சொந்த பெற்றோர்களை எதிர்த்து மனைவியைப் படிக்க அனுப்பி அவளை மருத்துவராக்கிய அவரோடு ஒருமுறை கை குலுக்கவேண்டும் போலிருந்தது. நான் நினைத்ததை விடவும் கோபால் ஜோஷி மிகவும் அமைதியானவராக இருந்தார். அவர் தன் மனைவியோடு கோல் காபூர் போவதால் தனது தபால் துறை வேலையை விட்டுவிட்டேன் என்றபடியே தற்போது தன்னை மருத்துவர் யமுனாவின் கணவன் என்று பலரும் அழைக்கிறார்கள். இது பெருமையாகவே உள்ளது என்றார். இந்தியாவில் நான் சந்தித்த மேன்மையான மனிதன் நீங்கள்தான் என்று சொல்லிக் கை குலுக்கினேன்.

அவர்களுக்கு ஆண்டவர் குழந்தைச் செல்வங்களைத் தந்து வளமை செய்யவேண்டும் என்று பிரார்த்தனை செய்துகொண்டேன். நான் விரும்பியதைப் போன்ற கனவு என்னோடு படித்த இன்னொரு பெண்ணிற்கு நனவாகியிருக்கிறது. அந்த சந்தோஷம் உன்னதமானதில்லையா.

இன்னொரு சந்தோஷம், என் தம்பி தற்போது ராணுவ சேவைக்காக இந்தியா அனுப்பப்பட இருக்கிறான். அவன் வந்துவிட்டால் கூடவே அம்மாவும் வந்துவிடுவாள். நாங்கள் சில காலம் இங்கே ஒன்றாகச் சேர்ந்து தங்கியிருக்க முடியும். அம்மா தம்பிகளோடு சேர்ந்து ஒன்றாக உணவருந்தி நான்கு ஆண்டு காலமாகிவிட்டது.

இந்த சந்தோஷங்களுடன் பெரிய பரிசாக எனக்குப் புதிய மைக் ரோஸ் கோப் ஒன்று லண்டனில் இருந்து அனுப்பிவைக்கப் பட்டிருக்கிறது. அதில் இனி நானே ரத்தத்தை சோதனை செய்துகொள்ள முடியும். விஞ்ஞானத்தின் துணையைக் கொண்டால் நோய்மையை எளிதாக விலக்கிவிடலாம். முறையான பரிசோதனைச் சாலைகள் எல்லா ஊர்களிலும் உருவாக்கப்படவேண்டும். படித்த முறையான மருத்துவர்கள் இந்தியாவிற்கு நிறைய வேண்டும்.

எனது சந்தோஷங்களை இத்துடன் முடித்துக்கொள்கிறேன். கப்பல் பயணத்தில் நாங்கள் ஒன்றாகப் பாடினோம். இரவு கூட்டு ஜெபம் செய்தோம். அந்தப் பெண்கள் என்னை மிகவும் நேசித்தார்கள். மதராஸிற்குக் கப்பல் வந்து சேரும்போது அந்த செவிலிபெண்கள் கண்ணீர் விட்டார்கள். நான் அவர்களுக்குத் தொடர்ந்து கடிதம் அனுப்புவதாகச் சொல்லியிருக்கிறேன்.

வேப்பேரியில் இருந்த மிஷனரி அலுவலகத்திற்குச் சென்றபோது தான் தெக்கோடு என்பதைப் பற்றிய அடிப்படைத் தகவல்களை அறிந்துகொண்டேன். என்னோடு மருத்துவச் சேவைக்காக வருவதாக இருந்த இரண்டு உதவியாளர்களும் வர மறுத்துவிட்டார்கள் என்றும், தற்காலிகமாக ஒரு குதிரைவண்டி எனக்குத் தரப்படுவதாகவும், அது என்னை இறக்கிவிட்டதும் திரும்பிவிடும் என்றும், எனக்கான தனிவாகனம் சில மாதங்களில் ஏற்பாடு செய்யப்படும் என்றும் தெரிவித்தார்கள்.

என்னிடம் அதிகமான மருத்துவப் பொருட்களும் தரப்படவில்லை. பஞ்சும் ஊசிமருந்துகளும்களிம்பும் கிருமிநாசினிகளும் அதிகம் வேண்டும் என்ற கோரிக்கை வைத்தேன். அவை விரைவில் அனுப்பி வைக்கப்படும் என்றார்கள். நான் புறப்பட்ட நாள் அன்று காலை ஒரு பெரிய ஆற்றைக் கடந்து சென்றேன். அதன் பெயர் கூவம் என்கிறார்கள். பார்க்க அழகாக இருந்தது. பெண்கள் திறந்தவெளியில் நின்று குளித்துக்கொண்டிருந்தார்கள். அதைச் சில ஆண்கள் வேடிக்கை பார்த்தபடியே நிற்பதைக் கண்டேன். ஆற்றோரம் முழுவதும் மரங்கள் அடர்ந்திருந்தன. நாட்டுப்படகில் சிலர் மீன் பிடித்துக் கொண்டிருப்பதைக் கண்டேன்.

எங்களது குதிரை வண்டி பயணம் மிக மெதுவாகவே இருந்தது. மண்பாதைகளும் காடுகள் நிரம்பிய ஒற்றையடிப் பாதையுமாக வண்டி சென்றது. பசுமையான வயல்கள், நீர்நிலைகள், வெளிர்நீல வானம். தாமரைக்குளங்களைக் கண்டபடியே சென்றேன். கிராமங்கள் மிகச் சிறியதாகயிருந்தன. தெக்கோடு போவதற்குள் இரண்டு இடங்களில் ராத்தங்க வேண்டியது வரும் என்றான் வண்டியோட்டி. எந்த இடம் என்று நான் கேட்டுக்கொள்ளவில்லை. குதிரை வண்டி சீராகச் சென்றது.

அன்றிரவு நாங்கள் அரிய மந்திரம் என்ற இடத்தில் உள்ள ஒரு கிராம நிர்வாக அதிகாரியின் வீட்டில் தங்கிக்கொண்டோம். அது ஒரு ஓட்டுவீடு. உள்ளே வைக்கோல் பரப்பி அதில் ஒரு துணியை படுக்க விரிந்திருந்தார்கள். கழிப்பறைகளோ, குளியல் அறைகளோ

எதுவும் கிடையாது. உணவு ஒரு முதலியாரின் வீட்டில் இருந்து வரவழைக்கப்பட்டிருந்தது. அந்தப் பகுதியில் உள்ள எந்தக் கிராமத்திற்கும் மின்சார வசதி வரவில்லை. அதனால் கிராமமே இருளுக் குள் மூழ்கிக் கிடந்தன. நான் பயண அசதியின் காரணமாக படுத்த உடனே உறங்கிவிட்டேன். விடிகாலையில் சேவல்களின் சப்தம் கேட்டுத்தான் விழித்தேன். நிறைய புளியமரங்கள் கொண்ட ஊர். வண்டியோட்டி குதிரைகளுக்குப் புல் அறுத்துப் போட்டுக்கொண்டிருந்தான். கிராமப் பெண்கள் இடுப்பிலும் தலையிலும் இரண்டு தண்ணீர் குடம் சுமந்து வருவது வியப்பாக இருந்தது.

வெயிலேறுவதற்குள் நாங்கள் அங்கிருந்து கிளம்பினோம். காவேரி ஆற்றைக் கடக்கும்போது மதியமாகியிருந்தது. மிகப் பெரிய ஆறு. கரைகொள்ள முடியாதபடி தண்ணீர் ஓடிக்கொண்டிருந்தது. சிறிய கற்பாலம் ஒன்றினை அமைத்திருந்தார்கள். அதில் போகையில் விழுந்துவிடுவோமோ என்று பயமாக இருந்தது.

அதன் பிந்திய பகல் வெக்கையை வாரி இறைத்தது. நாவறட்சியுடன் வண்டிக்குள் மூடுதிரை போட்டு சாய்ந்துகிடந்தேன். பனைமரங்களும் கரட்டு நிலங்களும் தவிர கிராமங்களே காணவில்லை. அன்றிரவு நாங்கள் நிலக்கோட்டையின் அருகாமையில் இருந்தோம். அங்கிருந்தும் சில மணி நேரம் பயணம் செய்தால் தெக்கோடு போய்விடலாம். ஆனாலும் இருட்டிவிட்டதால் மறுநாள் காலை பயணம் புறப்படலாம் என்றான். அன்றிரவு அங்குள்ள ஒரு செட்டிவீட்டில் தங்குவதற்கு ஏற்பாடு செய்யப்பட்டிருந்தது. அதை வீடு என்று சொல்லமுடியாது. ஒரு பெரிய மாளிகை. அதன் தூண்கள் ஒவ்வொன்றும் இரண்டு ஆட்கள் சேர்ந்து பிடிக்குமளவு இருந்தன.

வரிசை வரிசையாக அறைகள். அந்த வீட்டிற்கு நானூறு ஜன்னல்கள் இருப்பதாகச் சொன்னார்கள். இத்தாலியில் இருந்து கொண்டு வரப்பட்டிருந்த லாந்தர் விளக்குகள் தொங்கிக் கொண்டிருந்தன. செட்டியின் மனைவி இரவிலும் கழுத்து நிறைய நகை அணிந்திருந்தாள். அவர்கள் வணிகர்கள் என்றும் பர்மாவில் வணிகம் செய்யும் பெரிய செல்வந்தர்கள் என்றும் அறிமுகம் செய்து கொண்டார்கள். நான் அந்த வீட்டின் ஒவ்வொரு அறையிலும் செய்யப்பட்டிருந்த வேலைப்பாடுகளைக் கண்டு பிரமித்துப் போனேன். பெரிய பெரிய ஊஞ்சல்கள், தந்தவேலைப்பாடுகள், தைல ஓவியங்கள், பட்டு மெத்தைகள்.

ஆனால் இந்த வீட்டில் கழிப்பறைகள் கிடையாது என்பது கேட்கவே விசித்திரமாக இருந்தது. வீட்டின் பின்னால் உள்ள திறந்தவெளியைத்தான் கழிப்பறையாக உபயோகப்படுத்திக்கொள்ள வேண்டும். தேவைப்படும் தண்ணீருக்காக பின்னால் தனிக் கிணறு இருப்பதாகச் சொன்னார்கள். என்னால் இந்த முரணைப் புரிந்துகொள்ளவே முடியவில்லை.

வீட்டில் எத்தனை பேர் வசிக்கிறார்கள் என்று கேட்டேன். ஐந்து பேர் என்றார்கள். ஐந்து பேர் வசிப்பதற்கு எதற்காக இவ்வளவு பெரிய வீடு என்று கேட்டேன்.

வீடு என்பது வசிப்பதற்கான இடமில்லை. அது நாம் எப்படி வாழ்கிறோம் என்பதற்கான அடையாளம். இங்குள்ள ஒவ்வொரு வீடும் அந்த ஆளின் வாழ்க்கை எவ்வளவு செல்வாக்கோடு இருக்கிறது என்பதற்கான அடையாளம். அதோ தெரிகிறதே ஒரு வீடு. அது பத்து வருடமாகப் பூட்டப்பட்டுக் கிடக்கிறது. உரிமையாளர்கள் ரங்கூனில் இருக்கிறார்கள். ஒரு பணியாள். வீட்டை சுத்தம் செய்வ தோடு சரி. ஆனால் அந்த வீடு ரங்கூன் செட்டியின் அடையாளம் என்பதில்தான் பெருமையே இருக்கிறது என்றார்கள். எனக்குக் குழப்பமாக இருந்தது.

இவ்வளவு பெரிய வீட்டைப் பராமரிப்பதற்கு எவ்வளவு பேர் இருக்கிறார்கள் என்று கேட்டேன். இரண்டே வேலையாட்கள். அதுவும் வயது முதிர்ந்த பெண்கள் இருக்கிறார்கள் என்றார்கள். அந்தப் பெண்கள் என் முன்னால் வர மறுத்துவிட்டார்கள். அவர்கள் விருந்தாளிகளின் முன்னால் வர அனுமதிக்கப்படுவதில்லை என்றார் வீட்டின் உரிமையாளர். உணவருந்தும் மேஜையில் அத்தனையும் வெள்ளிப் பொருள்களாக இருந்தன. மிக ஆச்சரியமாக இருந்தது. அமெரிக்காவில் கிடைக்கின்ற டின்னில் அடைத்த பிஸ்கட்டுகளும் மாவுப்படவுர்களும் அந்த உணவு மேஜையில் இருந்தன. வீட்டின் உரிமையாளர் ஆங்கிலத்தில் மிக நன்றாக உரையாடினார். அவர்களுக்கு எத்தனை குழந்தைகள் இருக்கிறார்கள் என்று கேட்டேன். தங்களுக்குக் குழந்தைகள் இல்லை என்றும் தனது வாரிசாக ஒருவரைத் தத்து எடுத்திருப்பதாகவும் சொன்னார்கள்.

நான் அவரின் மனைவியை ஒருமுறை பரிசோதனை செய்து பார்க் கவா என்று கேட்டேன். செட்டியார் மறுத்தபடியே அது ஒரு தெய்வ நிந்தனை. அவளது ஜாதகப்படி பிள்ளைகள் பிறக்க சாத்தியமேயில்லை என்றார். அப்படி யார் முடிவு செய்தது என்று கேட்டேன். ஜாதங்கள் மனிதனின் தலைவிதியின் வரைபடம். அதை

மீறி எதுவும் நடைபெறாது என்றபடியே போன ஜென்மத்தில் இவள் செய்த பாவம் இப்படிப் பிறந்திருக்கிறாள் என்றும் சொன்னார். ஏன் இப்படி எளிய விஷயங்களைக்கூட இந்தியர்கள் குழப்பிக்கொண்டு கதை சொல்லத் துவங்கிவிடுகிறார்கள் என்று ஆத்திரமாக வந்தது. சரி உங்களை நீங்கள் மருத்துவப் பரிசோதனை செய்திருக்கிறீர்களா என்று கேட்டேன்.

செட்டியார், அதற்குத் தேவையேயில்லை. அத்தாட்சிகள் சில உள்ளூரில் இருக்கின்றன என்று சொல்லிச் சிரித்தார். அதன் அர்த்தம் எனக்கு அப்போது விளங்கவில்லை. அவர் மனைவியைத் தவிர வேறு பெண்களுடன் அவருக்குத் தொடர்பு இருந்து அதில் பிள்ளைகள் பிறந்திருக்கிறார்கள் என்றுதான் பொருள் என்று தெக்கோட்டில் அறிந்துகொண்ட போது அந்த மனிதன் மீது எரிச்சலே மிஞ்சியது.

அங்கிருந்து கிளம்பி தெக்கோடு நோக்கிக் குதிரை வண்டி புறப்பட்ட போது காற்று தெருவில் புழுதியைச் சுழற்றியபடியே வளையமிட்டுக் கொண்டிருந்தது. மிகக் குறைவான தூரம்தான். ஆனால் பாதைகள் சரியாக இல்லாத காரணத்தால் அங்கு சென்று சேர்வதற்கு மதியம் நான்குமணியாகிவிட்டிருந்தது. தெக்கோட்டினைச் சுற்றிலும் ஒரு ஊர்க்கூட கிடையாது. செம்புழுதி பறக்கும் ஊர். ஆங்காங்கே ஒன்றிரண்டு பனைமரங்கள் தனித்துத் தெரிந்தன. மற்றபடி அந்த ஊரின் ஒரு பக்கம் மிகப்பெரிய நீர் தேங்குமிடம் இருந்தது.

நூறுக்கும் குறைவான வீடுகளே இருந்தன. குதிரை வண்டியின் சப்தம் கேட்டு நாலைந்து சிறுவர்கள் சப்தமிட்டபடியே ஓடி வந்தார்கள். எண்ணெய் காணாத தலையும் கிழிந்த துணியில் ஒரு கோவ ணமும் கட்டிய அந்தக் கறுத்த சிறுவர்களைக் காண்பது வருத்தம் தருவதாக இருந்தது. ஒரு சிறுவன் கூட போஷாக்குடன் காணப்படவில்லை. அவர்கள் கண்கள் பிதுங்கிக்கொண்டிருப்பது போலிருந்தது. எல்லோரது காதுகளும் பெரியதாக இருந்தன. அது ஏன் என்று வியப்பாக இருந்தது. தேவாலயத்தின் முன்பு வீடுகளேயில்லை. அதன் ஒருபக்கம் நாலைந்து சிறிய ஓட்டுவீடுகள் தென்பட்டன.

இவ்வளவு சிறிய ஊரில் இவ்வளவு பிரமாண்டமான தேவாலயத்தை யார் கட்டினார்கள் என்று வியந்து பார்த்துக் கொண்டேயிருந்தேன். இந்தியாவில் நான் பார்த்த மிகப்பெரிய தேவாலயம் இதுவே என்பேன். அது வானைத் தொடுவதுபோல் உயர்ந்திருந்தது. பொலிவூட்டும் மாதாவின் திருவுருவம். அகலமான

நுழைவாசல்கள், பெரியஜெபமேடை. புனிதர்களின் திருவுருவங்கள். காற்றோடமிக்க வளைவுகள், தேவாலயத்தைச் சுற்றிலும் மிகப்பெரிய திறந்தவெளி உள்ளது. திருச்சபையை நிர்வகித்து வந்த செபஸ்டீனை சந்தித்த போது அவர் நான் வரப் போவதைப் பற்றிய கடிதம் கிடைத்தது என்று மகிழ்ந்து உள்ளே அழைத்துச் சென்றார். செபஸ்டீனுக்கு நாற்பது வயதிருக்கக்கூடும். பெரிய தொப்பையுடன் இருந்தார். தலையில் பாதி வழுக்கை விழுந்திருந்தது. அடர் கறுப்புநிறம். அவரது கழுத்தின் கீழே சதைகள் தொங்கிக்கொண்டிருந்தன. ஒரு பக்கம் சாய்ந்து நிற்பது போல் கால்களை வளைத்துக்கொண்டு நின்றார்.

பிறகு இந்த ஊரில் நான் தங்கிக்கொள்வதற்கான வாடகை வீடு எதுவும் கிடைக்கவில்லை என்றும் உண்மையில் இந்த ஊரில் வாடகை வீடு என்று எதுவுமேயில்லை என்றும் அவரவர் சொந்தமாகக் கட்டிக்கொண்ட மண்வீடுகள் தான் இருக்கின்றன என்றார். அப்படியானால் நான் எங்கே தங்குவது என்று கேட்டேன்.

தற்காலிகமாக ஒரு ஓலைக்கீற்று வேய்ந்த அறை அமைக்கப் பட்டிருக்கிறது. அங்கே தங்கிக்கொள்ளலாம். அல்லது தேவாலயத்தின் காப்பறை ஒன்று உள்ளது. அதையும் பயன்படுத்திக் கொள்ளலாம் என்றார். நான் காப்பறையைப் பார்வையிட்டு அதை எனது தங்கு மிடமாகவும், அருகாமையில் உருவாக்கப்பட்டிருந்த ஓலைக்கொட்டடியை எனது மருத்துவநிலையமாகவும் ஆக்கிக் கொள்வதாக அறிவித்தேன்.

எனது மருந்துப்பொருட்கள், உடைகள், படிப்பதற்கான புத்தகங்கள் அத்தனையும் வண்டிக்காரன் எனது அறையில் கொண்டுவந்து வைத்தான். இங்கும் கழிப்பறைகள் கிடையாது என்பது புரிந்து கொண்டேன்.

குதிரைவண்டிக்காரனுக்கு உரிய கூலியைத் தந்து அனுப்பிய போது செபஸ்டின் அவள் ஒருவேளை திரும்ப பயணம் செய்ய வேண்டியது வந்தால் என்ன செய்வது என்று சந்தேகத்துடன் கேட்டார். நான் இனி ஒரு ஆண்டிற்கு இங்கிருந்து வெளியே பயணம் செல்ல மாட்டேன் என்று சொல்லியபோது இதுவரை தெக்கோட்டிற்கு வந்த வெளியாட்கள் எவரும் மூன்று நாட்களுக்கு மேல் தங்கியதில்லை. எதற்கும் வண்டியை அதன்பிறகு திருப்பி அனுப்பி வைக்கலாம் என்றார்.

அது எனக்கு எரிச்சலை உண்டுபண்ணியது. ஒருவேளை இந்த ஊரின் வெக்கையைத் தாங்கமுடியாமல் நான் செத்துப் போவதாக இருந்தால் கூட என்னை இங்கேயே புதைத்துவிடுங்கள் போதுமா

என்று சொன்னேன். குதிரைவண்டிக்காரன் கிளம்பிச்செல்லும்போது சிறுவர்கள் கூடவே ஓடினார்கள். நான் காப்பறைக்குள் கிடந்த மர நாற்காலி ஒன்றில் உட்கார்ந்துகொண்டேன்.

வண்டி போய்விட்டது. இனி நான் திரும்பிப்போக முடியாது. இன்றிலிருந்து இதுதான் எனது ஊர். நான் எந்தச் சூழலிலும் இங்கிருந்து வெளியேறிப் போகக் கூடாது என்று உள்ளூற முடிவு செய்து கொண்டேன்.

செபஸ்டின் ஒரு பனையோலை விசிறியும் மண்பானையில் தண்ணீரும் தூக்கிக்கொண்டு வந்து ஒரு மூலையில் வைத்துவிட்டு சொன்னார்,

'இதைக் குடிநீராகப் பயன்படுத்திக்கொள்ளுங்கள். இந்தப் பகுதியில் குடிநீர் கிடைப்பது அரிதானது. அதற்காக தெக்கோடு பெண்கள் பனிரெண்டு மைல் நடந்து போய்வருகிறார்கள். ஊரில் உள்ள கிணற்றில் உள்ள தண்ணீர் உப்பானது. அதைக் குளிப்பதற்கும் மற்ற தேவைகளுக்கும் பயன்படுத்திக்கொள்ளலாம். உடைகளை முடிந்த வரை தினசரி துவைக்கவேண்டாம்.

எனக்காக உணவு தயாரிக்கும் ஒரு பெண் இருக்கிறாள். அவளே உங்களது உணவையும் தயாரித்துவிடுவாள். கண்மாய் மீன்கள் கிடைக்கும். விரும்பினால் முயலும் குருவியும் பிடித்து சமைத்துத் தருவார்கள். கத்திரிக்காயும் சுண்டக்காயும் குருணைக் கஞ்சியோ, கம்பங்கஞ்சியோ தினசரி கிடைக்கும். குச்சிக்கருவாடுதான் இவர்களின் ருசிமிக்க உணவு. அது உங்களுக்குப் பிடிக்குமா எனத் தெரியாது. மற்றபடி இங்கே தமிழ் தெரியாமல் நீங்கள் நாட்களை ஓட்ட முடியாது. உடனே தமிழ் கற்றுக்கொள்ளத் துவங்கிவிடுங்கள்.

பேசும்போது எதிராளியின் முகத்தையே பார்த்துக்கொண்டிருப்பது இவர்களுக்குப் பிடிக்காது. முடிந்தவரை தலை கவிழ்ந்தபடியே பேசுங்கள். வெக்கை மிகுந்த இடம் என்பதால் தேளும் பாம்புகளும் நிறைய வந்து சேர்கின்றன. அதிலிருந்து உங்களைப் பாதுகாத்துக் கொள்ள எச்சரிக்கையாக இருங்கள். மற்றபடி உங்களுக்கு உதவி செய்வதற்காக சீயாளி என்ற ஒரு சிறுமியை வேலைக்கு வரச் சொல்லியிருக்கிறேன்.

அவள் தெக்கோட்டில் வசிப்பவளில்லை. அவளது ஊர் சிறுகுளம் அருகில் இருக்கிறது. அதனால் உங்களுடனே தங்கிக் கொள்வாள். வாரம் ஒருமுறை வீட்டிற்குப் போய்வர அனுமதித்தால் போதும். அவளுக்குக் கூலியாக எதுவும் தர வேண்டியதில்லை. அவள் குடும்பம் திருச்சபையின் நிலத்தை

உழுது பயிரிட்டு வருகிறது. ஆகவே அதில் இருந்து பணத்தைக் கழித்துக்கொள்ளலாம். நான் வாரம் இரண்டு நாட்கள் மட்டுமே இங்கே தங்கியிருப்பேன். மற்ற நாட்களில் சைக்கிளில் பயணம் செய்து பிரசங்கம் செய்கிறேன். அதனால் என்னை எதிர்பாராமல் உங்கள் கடமையைச் செய்யுங்கள்.

கடிதங்கள் அனுப்புவது சிரமமானது. திருச்சபைக்குக் கடிதம் கொண்டுவருவதற்காக ஒருவன் மதுரையில் இருந்து வந்து போவான். அவன் வசமே கடிதங்களைக் கொடுத்து அனுப்பினால் போதுமானது. என்னிடம் அதிக மெழுகுவர்த்திகள் கிடையாது. ஆகவே இரவில் உங்களுக்குப் படிக்கப் பயன்படும்படியாக மெழுகுவர்த்திகளை அனுப்பச் சொல்லிக் கடிதம் எழுதுங்கள். நானும் அதில் கொஞ்சம் பெற்றுக்கொள்கிறேன்.

இந்தக் கிராமம் பார்க்க எளிமையாகத் தோற்றம் தருகிறது. ஆனால் இந்த நூறு வீடுகளுக்குள் மூன்று சாதியை சேர்ந்தவர்கள் இருக்கிறார்கள். அதில் இரண்டு ஒரே சாதியின் உட்பிரிவுகள். மற்றது மிகவும் பின்தங்கிய அடித்தட்டு சாதி. அதனால் நீங்கள் யாரோடு பேசும்போதும் எச்சரிக்கையாக இருங்கள்.

மருத்துவக் கட்டணம் தருவதற்கு இங்குள்ளவர்களிடம் பணம் கிடையாது. ஆகவே கோழிமுட்டைகளையோ, கம்பு, கேப்பை குதிரை வாலி போன்ற தானியங்களையோ, பசும்பாலையோ நீங்கள் கட்டணமாகப் பெற்றுக்கொள்ளலாம். அதுவும் தர இயலாதவர்களை மண்வெட்டுவது, தோட்டம் போடுவது போன்ற வேலைக்குப் பயன்படுத்திக் கொள்ளுங்கள்.

புறத்தோற்றத்தை வைத்து எவர் மீதும் உடனே அன்பு காட்டிவிட வேண்டாம். இவர்கள் பாம்பின் குட்டிகள் போன்றவர்கள். அது பார்க்க அழகாகத்தானிருக்கும். ஆனால் அதுவும் விஷமானதே' என்றார்.

செபஸ்டின் சொன்ன எச்சரிக்கைகள் யாவும் என்னை பயமுறுத்தச் சொல்வதாகவே இருந்தது. நான் மருத்துவத்திற்காகக் கட்டணம் எதுவும் வாங்கப்போவதில்லை. சேவையாக மட்டுமே செய்யப் போகிறேன். ஆகவே சூழ்நிலையைக் கவனமாகச் சமாளித்துக்கொள்கிறேன் என்றேன்.

அதற்கு செபஸ்டின் என்னிடம் ஏதாவது ரொக்க பணம் இருந்தால் அதைத் தன்னிடம் கொடுத்துவிடும்படியாகச் சொல்லி, தான் தேவா லயத்தின் உள்ளே இருக்கின்ற பெட்டகத்தில் வைத்துப் பாதுகாத்துத் தருகிறேன். அங்கு மட்டும்தான் இந்த ஊரில்

திருடர்கள் வருவதில்லை என்றார். எனது சேமிப்பில் இருந்த பணத்தை ஒரு சிறிய மரப்பெட்டியில் வைத்திருந்தேன். அதை செபஸ்டினிடம் தந்து தேவைப்படும்போது பெற்றுக்கொள்கிறேன் என்றேன். செபஸ்டின் உறங்குவதாக இருந்தால் கதவுகளைப் பூட்டிவிட்டு உறங்குங்கள். இரவில் யார் கூப்பிட்டாலும் வெளியே வர வேண்டாம் என்றபடியே எனது பணப்பெட்டியோடு தேவாலயம் நோக்கிச் செல்லத் துவங்கினார்.

மாலை முடிந்து இரவு வரப்போகிறதென்று பார்த்துக் கொண்டேயிருந்தேன். ஆனால் இரவு துவங்கவில்லை. மாலை நீண்டுகொண்டேயிருந்தது. இவ்வளவு நீண்ட பகலை இப்போதுதான் முதன்முதலாகக் காண்கிறேன். இது ஏதோ நத்தை ஒன்று மலையின் மீது ஏற முயல்வது போன்றுதானிருக்கிறது. அவ்வளவு மெதுவாக ஊர்ந்துபோகிறது பகல். தெக்கோட்டிற்கு வந்தவுடனே அங்கே பெரும் நிசப்தம் கவிழ்ந்திருப்பது போன்று அமைதியை உணர்ந்தேன். குதிரையின் வால் அடிப்பதுகூட துல்லியமாகக் கேட்டது. அது மாலை நீளும்போது முழுமையாக உணர்ந்தேன். பசுமையாக இந்த ஊரில் எதுவுமேயில்லை. பகல் வயசாளியின் மூச்சைப் போல நடுங்கி நடுங்கி மெதுவாக சீரற்றுப் போய்க்கொண்டிருந்தது. எனது உடைகளை மாற்றிக்கொள்ளலாம் என்று நினைத்தேன். பிறகு அதன் அவசியம் என்னவென்று தோன்றி மனதை மாற்றிக்கொண்டுவிட்டேன்.

பகல் ஒடுங்கி இரவு உருவானது. இவ்வளவு அந்தகாரமான ஒரு இரவை இங்கேதான் காண்கிறேன். இந்த இரவு அடர்த்தியாக இருந்தது. மற்ற இடங்களில் அறியாத ஏதோவொரு மணம் இந்த இரவிற்கு இருக்கிறது. என் கண்முன்னே இருந்த தேவாலயம் தெரியாதபடி இருள் கூடியிருந்தது. நான் ஒரேயொரு மெழுகுவர்த்தியைக் கொளுத்தி வைத்துக்கொண்டேன். அதைத் தின்பதற்கு நிறைய பூச்சிகள் வட்டமிட்டுக்கொண்டிருந்தன. இருட்டிற்குள்ளாகவே ஆட்கள் நடந்து போவதும் வருவதும் தெரிந்தது. சிறுவர்கள் கை கோர்த்தபடியே ஓடியாடி தட்டாமாலை சுற்றி ஆடிக்கொண்டிருந்தார்கள். ஆகாசத்திலும் வெளிச்சமில்லை.

பயணத்தின்போது செட்டியார் வீட்டில் இருந்து கொண்டு வந்திருந்த பிஸ்கட்டில் இரண்டை எடுத்துச் சாப்பிட்டுவிட்டுப் படுத்துக்கொண்டேன். இருட்டிற்குள் நிழல்கள் அலைவதுபோன்ற உணர்வு உரு வானது. யாரோ நெஞ்சைப் பிடித்து அமுக்குவது போன்ற ஒரு உணர்வு. அறையின் கதவுகளைத் திறந்து வைத்துப்

படுக்கவேண்டும் போலிருந்தது. ஆனால் செபஸ்டீன் சொன்ன எச்சரிக்கை பயத்தை உருவாக்கியது.

பனையோலை விசிறியால் விசிறிக் கொண்டபடியே படுத்துக் கிடந்தேன். நாய்களின் குரைப்பொலி, மாடு கத்தும் ஓசை, பறவைகள் சண்டையிடும் சப்தம் என்று விநோதமான சப்தங்களால் நிரம்பியிருந்தது இரவு முடிவாகக் கதவைத் திறந்து வைத்துக் கொள்ளா விட்டால் உறங்க முடியாது என்பதை உணர்ந்தேன். கதவைத் திறந்து வைத்துவிட்டுப் படுத்துக்கொண்டேன். விடிந்து நான் எழுந்தபோது என் காலணிகளும் கழற்றிப் போட்டிருந்த மேலங்கியும் களவு போயிருந்தன. யார் எடுத்திருப்பார்கள் என்று தெரியவில்லை. ஊருக்குள் வந்து சேர்ந்த முதல் நாளே திருட்டுப் போனதைப் பற்றி சொல்லி பிரச்சினையை உருவாக்கவேண்டாம் என்று தோன்றியது. செருப்பு அணியாமல் நடக்கக் கூச்சமாக இருந்தது. நடந்து தேவா லயத்தின் பின் உள்ள செபஸ்டின் அறைக்குப் போனபோது குளித்து விட்டு ஈரத்தலையைத் துடைத்துக்கொண்டிருந்தார்.

அவரிடம் காலை வணக்கம் சொல்லியபடியே ஒரு ஆளை வைத்து அருகாமை ஊர்களில் தமுக்கு அடித்து மருத்துவ சேவை பற்றி அறிவிப்புச் செய்ய இயலுமா என்று கேட்டேன். செபஸ்டின் எனது கால்களை கவனித்திருக்க வேண்டும். உங்கள் காலணிகள் திருடு போய்விட்டதா என்று கேட்டார். நானும் தலையசைத்தேன். “இதற்காகத்தான் கதவுகளைத் திறந்து போட்டு தூங்காதீர்கள் என்றேன். நான் இன்றே தமுக்கு அடித்துச் சொல்ல ஏற்பாடு செய்கிறேன். உங்கள் காலணி மாலைக்குள் திரும்ப வந்து சேரும் பாருங்கள்'' என்றபடியே சட்டையில்லாத உடலுடன் அவர் தெருவில் இறங்கி நடந்து சென்றார்.

அன்றைய பகலில் நான் ஒருத்தியாகவே மருந்துப் பொருட்களை அடுக்கிவைத்து, நோயாளிகள் அமர்வதற்காக ஒரு பெஞ்சை ஏற்பாடு செய்தேன். மதியம் உணவு நேரமிருக்கும்போது பெரிய மீசை கொண்ட ஒரு ஆள் மருத்துவ அறையின் வெளியே நின்றிருந்தான். என்ன வேண்டும் என்று சைகையால் கேட்டேன். அவர் எனது செருப்பைக் காட்டி இது உங்களுடையதுதானா என்று கேட்டார். ஆமாம் என்று தலையாட்டினேன். வைத்துக் கொள்ளுங்கள் என்றபடியே விறுவிறுவென இறங்கி நடந்து போகத் துவங்கினார்.

அவருக்கு எப்படிக் கிடைத்தது. யார் திருடியவர் என்று யோசித்தபடியே இருந்தேன். செபஸ்டின் பாதிரி சைக்கிளில் வந்து

இறங்கினார். எனது செருப்பைக் கண்டதும் சிரித்தபடியே 'எனக்கு இவனுகளைப் பத்தி நல்லா தெரியும். தானா கொண்டுவந்து குடுத்துட்டான் பாத்தீங்களா' என்றார். அவர் என்ன செய்தார் என்று கேட்டேன்.

இந்த ஊரில் ஒவ்வொரு பொருளையும் ஒரு குறிப்பிட்ட ஆள்தான் திருடுவான். உங்கள் செருப்பை அவர்கள் திரும்ப கொடுத்துவிட்டதற்குக் காரணம் அதை அணிந்துகொள்ள இந்த ஊரில் எந்தப் பெண்ணிற்கும் விருப்பமில்லை என்பதுதான். இங்கே பெண்கள் எவரும் செருப்புப் போட்டுக்கொள்வதில்லை. திருடியவன் இதை யாரிடமும் விற்கவும் முடியாது. அதனால் திரும்ப கிடைத்துவிட்டது. இதை யார் திருடியிருந்தாலும் அவன் மாதாவின் கோபத்திற்கு ஆளாகி அவனுடைய பிள்ளைகள் வாந்திவயிற்றுப் போக்கிற்கு ஆளாகிவிடுவார்கள் என்று காலையில் பயமுறுத்தினேன். பயந்து போய் திரும்பத் தந்துவிட்டார்கள்' என்றார்.

நான் எனது செருப்பை அணிந்து கொண்டு எனது இருப்பிடத்திற்குப் போய்ச் சேர்ந்தேன். பகல் முழுவதும் மருத்துவ அறையைத் திறந்து வைத்து உட்கார்ந்திருந்தேன். யாருமே வரவில்லை. நானாக யாரோ நோயாளி வந்திருப்பது போலவும் அவரை பரிசோதனை செய்வது போலவும் பாவனை செய்துகொண்டேன். டாக்காவில் இருந்த போதும் ஆரம்ப நாட்களில் இப்படித்தானிருந்தது. நிச்சயம் நோயாளிகள் என்னைத் தேடிவருவார்கள் என்றே தோன்றியது. அன்று பகல் நின்று எரிந்தது. ஈரத்துணியால் முகத்தைத் துடைத்தபடியே இருந்தேன். தாகம் நாவை உலரச் செய்திருந்தது. கண்கள் வெக்கை தாங்க முடியாமல் ஒடுங்கிக்கொண்டுவிட்டன.

பகல் எவ்வளவு கொந்தளிப்பு மிக்கது என்பதை தெக்கோட்டில் தான் உணர்ந்தேன். இந்த வெக்கைக்குள் பிறந்து இதற்குள் வாழ்ந்து கொண்டிருப்பவர்களை நினைக்கும்போது வியப்பாகவே இருக்கிறது. மனிதர்களால் எந்தச் சூழலுக்கும் ஏற்பத் தன்னை மாற்றிக்கொள்ள முடிகிறது. நானும் பழகிவிடுவேன். பின்பு எனக்கும் இந்த வெயிலும் உக்கிரமும் பிடித்துப்போய்விடும். பகலில் ஊரே வெறிச்சோடியிருந்தது. சிறுவர்களையும் ஒன்றிரண்டு வயதானவர்களையும் தவிர மற்றவர்கள் வேலைக்குப் போயிருக்கக் கூடும். சிறுவயதில் படித்த கதைகளில் கூட இப்படியான ஊர்களை அறிந்ததேயில்லை. அது தான் வாழ்வின் புரியாத பந்தாட்டம் போலும். நானே விரும்பித்தான் இங்கே வந்திருக்கிறேன். நான்

விரும்பியது நடக்கும்வரை காத்திருப் பேன் என்றபடியே பைபிளைத் திறந்து யோபுவைப் பற்றி வாசிக்கத் துவங்கினேன். யோபுவிற்கு சாத்தான் துன்பம் விளைவிப்பது கடவுளுக்குத் தெரிந்தேயிருந்தது. கடவுள் ஒருவனை சோதிக்க விரும்பினால் அவனோடு சாத்தனை சமர் செய்ய அனுப்பி அவனது மன திடத்தைப் பரிச்சயம் செய்து பார்ப்பார் என்பது புரிந்தது. நானும் யோபுவைப் போல மனதிடத்துடன் இருக்க வேண்டும் என்று முடிவு செய்து நாள் முழுவதும் பைபிளை வாசித்துக்கொண்டிருந்தேன்.

முதல் நாள் ஒரு நோயாளிகூட என்னிடம் வரவில்லை. வெறும் நாளாகவே போனது. ஆனால் இந்த ஊரின் விசித்திரமான பகல் என்னை நிறைய யோசிக்க வைத்தது.

அத்யாயம்

07

1982

எட்டூர் மண்டபம்

மாலைக்குள் மேலும் நூற்றுக்கணக்கான நோயாளிகள் எட்டூர் மண்டபத்திற்கு வந்து திரண்டுவிட்டார்கள். அதனால் மண்டபத்திலும் சுற்றுவெளியிலும் ஒரே பேச்சரவமாக இருந்தது. கொண்டலு அக்கா மறைந்து கொண்டிருக்கும் சூரியனைப் பார்த்து நன்றி சொல்லிக் கொண்டிருந்தாள். அவள் செய்கையைப் பின்பற்றுவது போல பல நோயாளிகள் தாங்களும் சூரியனுக்கு நன்றி சொல்லிக்கொண்டிருந்தார்கள். அக்கா அதை வெறும் சம்பிரதாயம் போல இல்லாமல் நிஜமான வாஞ் சையோடு சூரியனை வழி அனுப்பிக் கொண்டிருந்தாள். சூரியன் மெல்லச் சரிந்து மேற்குவானில் மறைந்தது. அக்காவின் பணியாளர்கள் எங்கும் தீபமேற்றத் துவங்கினார்கள். கல் விளக்குகளில் எரியும் தீப ஒளியில் அந்த இடம் விசித்திரமாக இருந்தது.

அக்கா அங்கிருந்த அத்தனை நோயாளிகளையும் அருகில் அழைத்துக் கொண்டாள். விளையாடுவதற்காக சிறுவர்கள் ஒன்றாக அமர்வது போல நோயாளிகள் அவளைச் சுற்றிலும் உட்கார்ந்து கொண்டார்கள். அக்கா அமைதியான குரலில் சொன்னாள்,

"நாம் நோய்மையுறும்போது அதைப்பற்றி அடுத்தவரோடு பேச விரும்புகிறோம், ஆனால்

நோய்மையுற்றவனின் பேச்சை யாருமே செவி கொடுத்துக் கேட்பதில்லை. அதனால்தான் நோயாளி தனக்குத் தானே பேசிக்கொள்ளத் துவங்குகிறான். தன்னோடு பேசிக்கொள்ளாத நோயாளி யாராவது இருக்கிறார்களா சொல்லுங்கள்.

நோயுறுகையில் மனம் இடைவிடாமல் எதை எதையோ நினைத்துக் கொண்டேயிருக்கிறது. தறியில் ஓடும் ஓடத்தைப் போல மனது சதா பயத்தை நெசவு நெய்ய ஆரம்பிக்கிறது. ஒவ்வொரு நோயும் ஒரு விசித்திரம். அது எப்படி உருவானது என்பதை யாருமே அறிந்து கொள்வதில்லை. மருத்துவர் நோயினை பரிசோதனை செய்கிறார். மருந்து தருகிறார். குணமாகிறது. ஆனால் நோய்மை எப்படி உருவானது என்ற நோயாளியின் கடந்தகால வாழ்வை அவர் அறிந்து கொள்வதில்லை. அதற்கு ஆர்வம் காட்டுவதுமில்லை. நல்ல மருத்துவன் நோயாளியை தோழனைப் போல நடத்துவார். அவனது அந்தரங்க வலியைத் தொட்டு உணர்ந்து ஆறுதல் படுத்துவார்.

நோய் நீங்கிப் போனாலும் நோயாளியின் மனதில் தான் எப்படி நோய்வாய்ப்பட்டோம் என்பது அப்படியே தங்கிப் போய்விடுகிறது. அதை முதலில் அகற்ற வேண்டும். நோய்மையுற்றவனுக்கு முதல் தேவை ஆறுதலான சொற்கள். அவனை அந்தச் சொற்களே வலியில் இருந்து மீளச் செய்கிறது. கதகதப்பான போர்வையைப் போல ஆதரவான சொற்கள் அவனைப் பாதுகாக்கின்றன.

ஆனால் நாம் நோயாளிகளிடம் தான் அதிகம் கோபப்படுகிறோம். அவர்களது உபாதைகளை தேவையற்ற தொந்தரவுகளாகக் கருதுகிறோம்.

நோய்மை எல்லா மனிதர்களையும் அவர்களது வயதைக் கரைத்து விடுகிறது. அவனுக்குள் இருந்து ஒரு சிறுவனோ, சிறுமியோ வெளிப்பட்டுவிடுகிறாள். அந்த பால்ய உருவம் பிடிவாதமானது. வலி தாங்கமுடியாமல் புலம்பக்கூடியது. உலகைக் கண்டு பயப்படக் கூடியது. கசப்பான ஒரு மருந்தைவிட ஆறுதலான ஒரு கையைப் பிடித்துக்கொள்ளவே அது விரும்புகிறது.

நோய்மையின் விசித்திரங்களை நாம் கேட்டும் புரிந்தும் பகிர்ந்தும் கொள்ளும்போதுதான் அதை நிஜமாக எதிர்கொள்ளவும் கடந்து போகவும் முடியும். மருந்தால் நோயை எதிர்கொள்வதற்கு முன்பாக நாம் நோயின் ஆதாரமான வேர்களைத் தெரிந்துகொள்ளவேண்டும்.

தம்பிகளே, நீங்கள் பேசுங்கள். உங்கள் நோய்மையின் வலியை, வேதனையை எனக்குத் தாருங்கள். உங்கள் துயரத்தை அடுத்தவர் பகிர்ந்து கொள்ளும்போதும் அது உலர்ந்து போகத் துவங்குகிறது.

காப்பாற்றிப் பொத்தி வைக்கப்பட்ட வேதனைகள் நம்மை ரணமாக அறுத்துக்கொண்டேயிருக்கக்கூடியது. ஈர உடைகள் காற்றில் உலர்ந்து தூய்மையடைவதைப் போல நீங்கள் மனம் விட்டுப் பேசுவதால் மனதில் உள்ள துயரம் குறையக்கூடும். இங்கே நான் ஒருத்தி மட்டுமில்லை. நூறு நூறு மனிதர்களின் காதுகள் உங்கள் துயரங்களை ஏற்றுக்கொள்ளத் திறந்திருக்கின்றன. வெட்கப்படாமல், அவமானமாக எதையும் கருதாமல் பேசுங்கள்.

என் அம்மா சிறுவயதில் எனக்கொரு கதை சொல்வாள். அது ராமகிருஷ்ண பரமஹம்சர் சொன்ன கதை. ஒரு வணிகன் சொர்க்கத்திற்குப் போவதற்கு எவ்வளவு தங்கக்காசுகள் சேர்க்க வேண்டும் என்று துறவியிடம் கேட்டிருக்கிறான். அவர் 'ஒரு பை நிறைய தங்கக்காசுகள் சேர்த்துவிட்டு வா சொல்கிறேன்' என்றார். அவனும் கடற்பயணம் செய்து அலைந்து கஷ்டப்பட்டு தங்கக்காசுகளைச் சேர்த்துவிட்டான். பை நிறைய தங்கக்காசுகளைச் சுமந்து கொண்டு துறவியிடம் போய் 'அய்யா இப்போது சொல்லுங்கள் சொர்க்கத்திற்கு எப்படிப் போவது' என்று கேட்டான்.

அதற்கு அவர் 'நீ இந்தத் தங்கக்காசுகளை கங்கை நதியில் வீசி எறிந்துவிட்டுவா சொல்கிறேன்' என்றார். அவனுக்குத் திகைப்பாக இருந்தது. 'சொன்னபடி செய் ' என்றார் துறவி. அவன் வேறு வழி யில்லாமல் தங்கக்காசுகளைத் தூக்கிக்கொண்டு ஆற்றங்கரைக்குச் சென்றான். மூட்டையைப் பிரித்து ஒவ்வொரு காசாக ஆற்றில் வீசி எறிந்தான். உடனே அங்கிருந்த மீனவர்கள் காசை எடுக்க ஆற்றில் தாவிக் குதித்துச் சண்டையிட்டனர்.

அவன் ஒவ்வொரு காசாக வீசி எறிவதைக் கண்ட ஒரு மீனவன் 'காசைச் சேர்க்கும்போதுதான் ஒவ்வொன்றாகச் சேர்க்கவேண்டும். வீசி எறியும்போது மொத்தமாக வீசி எறிய வேண்டியதுதானே' என்றான்.

அந்த உண்மை வணிகனுக்கு உறைத்திருக்கிறது. தன்னிடமிருந்த மொத்தக் காசுகளையும் தூக்கி எறிந்துவிட்டு துறவியைத் தேடித் திரும்பியிருக்கிறான். அப்போது துறவி சொன்னார். இப்போது தெரிகிறதா, நீ ஆண்டாண்டுக்காலமாகச் சேர்த்த செல்வம் ஒரே நொடியில் தூக்கி எறிந்தால் ஆற்றில் போய்விடக்கூடியது. சொர்க்கம் என்பது எதையும் தேடிச் சேகரிப்பதில் இல்லை. அத்தனையும் விட்டுவிலகுவதில் தானிருக்கிறது. சேகரித்த தங்கக் காசுகளை ஆற்றில் தூக்கி எறிவதைப் போல உங்கள் மனதில் உள்ள துயரங்களை அள்ளிக் கொட்டுங்கள். '

அதைக்கேட்டு நோயாளிகள் வாய்விட்டுச் சிரித்தார்கள். அக்கா தணிந்த குரலில் 'தம்பிகளே உங்களில் யார் தனது துயரத்தை பகிர்ந்து கொள்ளப் போகின்றவர்' என்றாள்.

'அக்கா' என்று ஒரு குரல் கேட்டது. ஒரு வயதான ஆள் எழுந்து நின்று அக்காவை வணங்கினார். அவரை உட்காரும்படியாக அக்கா சொன்னாள். அவரது தலை மொட்டையடிக்கப்பட்டு சில நாட்கள் ஆனதைப் போலிருந்தது. ஐந்தடிக்கும் குறைவாக இருந்தார். இடுக்கமான கண்கள். ஊதிப்போன கன்னங்கள். அவரது கைகள் சிறியதாக இருந்தன. நெற்றியிலும் கைகளிலும் திருநீறு பூசியிருந்தார். கதர் வேஷ்டியும் சட்டையும் அணிந்திருந்தார்.

அவர் தனது பெயர் சீயன்னா என்றும் கண்டனூரில் வசிக்கும் தனக்கு முப்பது வருடமாகவே அடிக்கடி மூச்சிரைப்பு ஏற்படுகிறது எனவும் மூச்சிரைப்பு வந்தால் மார்பு எக்கிப் பிடித்துக் கொண்டுவிடும். கண்கள் சொருகிக்கொண்டு சில நிமிடங்கள் உயிர் போய் உயிர் வருவது போலிருக்கும். யாரையும் அழைக்கவும் முடியாது. உடம்பெல்லாம் வியர்த்துக் கொட்டிவிடும். அது ஒரு மரண வேதனை. மூச்சிரைப்பு வந்தபிறகு படுக்கையில் படுத்திருக்கவும் முடியாது. எழுந்து உட்காரவும் முடியாது.

சாய்வு நாற்காலியில் சாய்ந்தபடியே ஜன்னலை வெறித்து பார்த்துக் கொண்டேயிருப்பேன். என்னை அறியாமல் விடிகாலையில் உறங்கினால் உண்டு. அதுபோன்ற நேரங்களில் வெற்றிலை போட்டால் சற்று மூச்சிரைப்பு மட்டுப்படுவதுண்டு. இதற்காக நானும் எவ்வளவோ வைத்தியங்கள் செய்து பார்த்துவிட்டேன். நோய் என்னை விட்டுப் போவதாக இல்லை. என் மனைவி சீதையாச்சி பர்மாவில் காலமான பிறகு வீட்டில் நானும் என் வளர்ப்பு மகனும் அவனது மனைவி பிள்ளைகளும்தானிருக்கிறோம். அவர்கள் இருப்பது வீட்டின் மேல்பகுதி. ஆகவே என் குரலுக்கு யாரும் வந்து பார்க்கவும் முடியாது.

அக்கா நான் உங்களிடம் சொல்ல விரும்புவது எனது வேதனை களைப் பற்றியல்ல. இந்த மூச்சிரைப்பு நோய்த் துவங்கியதற்குப் பின்னால் ஒரு விசித்திரமான கனவு இருக்கிறது. அதைத்தான் சொல்ல நினைக்கிறேன்.

நான் பர்மாவில் அரிசி வணிகம் செய்துவிட்டுத் திரும்பி வந்து பல வருடங்கள் கடந்து போய்விட்டது. ஆனாலும் அந்த ஊரின் மிச்சம் போல எனக்கு மூச்சிரைப்பு நோய் வந்தபடியேயிருக்கிறது என்றும் தனது வாழ்க்கைக் கதையைச் சொல்லத்துவங்கினார்.

பெட்டியடி பையனாக பர்மாவிற்குப் போன நான் அங்கேயே காலூன்றி அரிசி வியாபாரம் செய்யத் துவங்கினேன். அந்த நாட்களில் பர்மாவிற்குப் போய்வர கப்பல் மட்டும்தானிருந்தது. கப்பல் பயணம் போவதற்கு முன்பு நோய்த்தடுப்பு ஊசி போட்டுக் கொள்ளவேண்டும். பர்மாவில் இருந்து வரும் செட்டிகள் அங்குள்ள வளத்தைப் பற்றிச் சொன்னதில் இருந்து எப்படியாவது வாழ்க்கையை அங்கே நிலை நிறுத்திக்கொண்டுவிட வேண்டும் என்ற முனைப்பு எனக்கு அதிக மிருந்தது. அருணாசலம் கடையில் தான் எனது வேலை. பசி தூக்கம் மறந்து ஓடியாடி வேலை செய்கின்றவனாயிருந்தேன். அதனால் கடை ஆட்களுக்கு என்னைப் பிடித்துப் போனது. என்னைப் போன்ற மற்றப் பெட்டியடி பையன்கள் நகரில் உல்லாசமாகச் சுற்றியலைந்த போது நான் கணக்குவழக்குகளை எழுதவும், கொள்முதல் சூட்சுமங்களையும் கற்றுக்கொண்டிருந்தேன்.

சில வருடங்களில் நான் லட்சுமி ஆச்சியின் விருப்பத்திற்குரிய கடையாளாக ஆனதால் அவர்களே முதல் போட்டு எனக்கு அரிசி வாங்கி விற்க உதவினார்கள். அந்த நாட்களில்தான் சூயி என்ற பர்மாகாரனின் அறிமுகம் கிடைத்தது. அவன் கொத்தமங்கலத்து செட்டிகளோடு வணிகம் செய்து அனுபவம் பெற்றிருந்தான். நன்றாகத் தமிழ் பேசவும் தெரிந்திருந்தது. அவனைக் கூட்டாளியாகச் சேர்த்துக்கொண்டு மாண்டலேயில் அரிசி கொள்முதல் செய்வதற்குத் துவங்கினேன். நான் நினைத்தை விடவும் அதிக லாபம் கிடைத்தது.

சூயி அரசு அதிகாரிகள், கிராமத்துப் பெரிய மனிதர்கள் என அத்தனை பேரிடமும் இணக்கமாக நடந்துகொள்வதுடன் அடிக்கடி பாரீன் போத்தல்கள் வாங்கிப் பரிசாகத் தந்தும் வைத்திருந்தால் எங்கள் வணிகத்திற்கு பிரிட்டீஷ் அதிகாரிகள் நல்ல ஒத்துழைப்பு தந்தார்கள். ஒரு முறை அரிசி மூட்டைகள் ஏற்றிச்செல்லும் படகிலே நானும் பயணம் செய்தேன். அப்போதுதான் ஐராவதி ஆற்றின் பிரமாண்டத்தையும் அதன் கரையோரமாக உள்ள கிராமங்களையும் முழுமையாக அறிந்து கொண்டேன். எவ்வளவு வளமான ஊர்கள் அவை. மக்களும் மிக எளிமையானவர்கள். எவரையும் எளிதில் நம்பிவிடக்கூடியவர்கள். நல்ல உழைப்பாளிகள். நானும் சூயியும் சேர்ந்து காட்டுமரங்களை வெட்டி விற்கவும் திட்டமிட்டோம். சூயி அதற்கு யானைகள் தேவை என்பதால் உள்ளூர் யானைக் கொட்டடியை தனது வசமாக்கிய பிறகு அதைச் செய்யலாம் என்று ஆலோசனை கூறியிருந்தான்.

எனது கனவில் பர்மாவில் நான் ஆள்படை சேவகம் சூழ எட்டு அடுக்கு மாளிகை கட்டிக் குடியிருப்பது போலவும், சொந்தமாக ஒரு கப்பல் விட்டு வியாபாரம் செய்து கொண்டிருப்பது போலவும் அடிக்கடி வரும். அதைப்பற்றி சூயியிடம் சொல்லியிருக்கிறேன். அவன் 'அதெற்கென்ன சீயன்னா. ஒருநாள் உம்ம கப்பல் கடல்ல ஓடும்பாரும்' என்று உற்சாகப்படுத்துவான். அப்போது அவனது நீலக்கண்களைக் காண எனக்கு மிகவும் பிடிக்கும். அதில் கேலியும் சந்தோஷமும் ஒன்றாக மிளிர்ந்து கொண்டிருப்பதே காரணம்.

சூயி குடிக்கக்கூடியவன். நாட்டுச் சாராயம் குடித்த நேரத்தில் அவன் தமிழ்ப்பாடல்களை உரக்கப் பாடுவதுண்டு. அவனுக்கு முருகக்கடவுளைப் பிடித்திருந்தது. எப்போது உணர்ச்சி வசப்பட்டாலும் 'முருகன் மீது சத்தியமய்யா' என்று சொல்வான். பர்மாக்காரன் வாயால் முருகனைப் புகழ்ந்து கேட்பது எனக்குப் பிடித்தமானதாயிருந்தது. சூயி ஒரு சண்டைச் சேவலை வைத்திருந்தான். அது அந்த வட்டாரத்தில் மிகப் பிரபலமாக விளங்கியது. ஒருமுறை எனக்காக அவன் வீட்டின் முற்றத்தில் சேவற்சண்டை விட ஏற்பாடு செய்திருந்தான். சூயியின் சேவல் அவனது சுபாவத்தையே கொண்டிருந்தது. அது ஆரம்பத்தில் ஒதுங்கி பின்வாங்கி பின்பு ஒரே பாய்ச்சலில் எதிர்சேவலின் தொண்டையை அறுத்துவிட்டது.

சூயி அந்தச் சேவலை அள்ளி குழந்தையைப் போலக் கொஞ்சிக் கொண்டு 'பார்த்தீங்களா சீயன்னா நம்ம பையன் விளையாட்டை' என்று குதூகலித்தான். நான் அந்தச் சேவலை கையில் வாங்கிப் பார்த்தேன். அதன் துடிப்பு அடங்கவில்லை. அது உள்ளுக்குள் சீற்றம் கொண்டேயிருந்தது. சூயி அந்தச் சேவலுக்குத் தங்கத்தில் கால் காப்பு செய்து போட்டிருந்தான் என்றுகூட கேள்விப்பட்டேன். அவனுக்கு எழுதப்படிக்கத் தெரியாது என்றாலும் எங்களுக்குள் வணிகத்தில் நல்ல உறவும் நட்பும் இருந்தது. நாங்கள் வயலை விளைச்சலின் முன்பாக மொத்த குத்தகைக்கு எடுத்து நாங்களே அறுவடை செய்து அரிசியைக் கொள்முதல் செய்யத் துவங்கினோம். அதனால் சூயி அடிக்கடி கிராமங்களுக்குப் பயணம் செய்ய வேண்டியதாக இருந்தது.

சூயின் வீடு மரத்தால் ஆனது. அது ஐராவதி ஆற்றின் கரையில் இருந்தது. அவனுக்கு இரண்டு பெண்பிள்ளைகள். அவன் மனைவி மியா எப்போதும் சிவப்புப்பட்டு உடுத்தி தலையில் மஞ்சள் பூவைச் சூடியிருப்பாள். துடிப்பான அழகான பெண். அவர்கள் புத்தமதத்தைச் சார்ந்தவர்கள். அதனால் பகோடாவிலிருந்து மணியோசை கேட்டவுடன் பிரார்த்தனைக்குக்

கிளம்பிவிடுகிறார்கள். என் மனைவி சீதையாச்சியும் மியாவும் நல்ல தோழிகள். ஆச்சிக்கு உடல் நலமில்லை என்றால் மியாதான் உடனிருந்து கவனித்துக் கொள்வாள். அவளுக்கு நம் ஊர் சமையலும் கைவந்திருந்தது.

அப்போதுதான் உலக யுத்தம் துவங்கி ரங்கூன் நகரில் குண்டுவீச்சு துவங்கியிருந்தது. நான் மற்ற செட்டிகளைப் போலவே நகரை விட்டுக் கிளம்பி கப்பலில் தாயகம் போய்விடலாம் என்ற முனைப்பில் இருப்பில் உள்ள அரிசிகளையும் விளைநிலத்தையும் விற்க ஏற்பாடு செய்து கொண்டிருந்தேன். சூயி என் முடிவை ஏற்றுக்கொள்ளவில்லை. ‘நாங்கள் இருக்கும்போது ஏன் வீணாக பயப்படுகிறீர்கள்’ என்று என்னை ஆறுதல்படுத்தித் தனது குடியிருப்பின் அருகில் என் குடும்பத்தைத் தங்கவும் வைத்துக்கொண்டான். ஆச்சி குண்டுவீச்சினை கண்டு மிகவும் பயந்துபோயிருந்ததால் அவளை மட்டுமாவது தாயகம் அனுப்பிவிடுவது என்று யோசித்தேன். மியா ஆச்சியை அனுப்ப ஒத்துக்கொள்ளவேயில்லை. யுத்த நாட்களில் நாங்கள் வெளியே வரவேயில்லை, நகரம் என் கண்முன்னே சிதறி அழிந்து கொண்டிருந்த சப்தம் கேட்டுக்கொண்டிருந்தது. பர்மீயர்கள் தங்களது இயல்பிற்கு மாறாக கோபமும் வன்முறையுமாகச் சுற்றியலைந்து கிடைத்த பொருட்களை சூறையாடிக்கொண்டிருந்தார்கள்.

சாலைகளில் ராணுவ ஜீப்புகளும் அபாய அறிவிப்புகளும் கேட்டபடியே இருந்தன. அந்த நாட்களில் எங்களுக்கான உணவு சூயியின் வீட்டில்தான் தயாரிக்கப்பட்டது. ஒவ்வொரு நாளின் மாலையிலும் சூயி நகரில் குண்டுவீச்சால் பாதிக்கப்பட்ட இடங்களைப் பற்றி சொல்லிக்கொண்டிருப்பான். நகரை காலி செய்து போகும் ஜனக் கூட்டம் எங்கள் வீடுகளைக் கடந்து போவதை ஜன்னலில் இருந்து பார்த்துக்கொண்டேயிருந்தேன். நடந்தே இந்தியாவிற்குப் போய்விட முடியும் என்பது போன்ற வைராக்கயத்துடன் அவர்கள் போய்க் கொண்டிருந்தார்கள். யுத்தம் ஒரு தொற்றுநோயைப் போலப் பரவிக் கொண்டிருந்தது. அந்த நாட்களில் ஆச்சியின் உடல் நலம் கெட்டுப் போகவும் ஆரம்பித்தது. அவள் மிகவும் பயந்து போயிருந்தாள். தூக்கத்தில் கூட அவள் உதடுகள் பேசிக்கொண்டிருந்தன. மியா அவளுக்காக பகோடாவில் பிரார்த்தனை செய்து புத்தபெருமானின் தாமரைப் பூ ஒன்றைத் தந்து தலைமாட்டில் வைத்துக் கொள்ளும்படியாகச் சொன்னாள்.

நான் யுத்தம் முடிந்தபிறகும் பர்மாவில் வணிகம் செய்து கொண்டு தானிருந்தேன். என் மனைவி சீதையாச்சி யுத்தத்திற்குப்

பிறகான தொற்றுக்காய்ச்சலால் பீடிக்கப்பட்டு தொடர்ச்சியான வயிற்றுப் போக்கும் ரத்தவாந்தியும் ஏற்பட்டு இறந்து போன பிறகு சூயிதான் என்னை ஆறுதல்படுத்தி கவனித்துக்கொண்டான். இனிமேல் சொந்த ஊருக்குப் போய் என்ன ஆகப்போகிறது என்ற வைராக்கியம் எனக்குள் வேர் ஊன்ற ஆரம்பித்தது. முன்புபோல நானும் வணிகத்தில் முழுக்கவனம் செய்யத் துவங்கினேன். ஒரு கொள்முதலுக்காக உப்பா என்ற கிராமத்திற்குப் போன சூயி திரும்பி வந்தபோது அதே தொற்றுக்காய்ச்சலுக்கு ஆளாகியிருந்தான். ஒரே பகலிரவுக்குள் அவன் வாழ்க்கை முடிந்து போய்விட்டது. சூயியும் இறந்து போனான். அதை என்னால் தாங்கிக்கொள்ள முடியவில்லை. திடீரென என் கைகால்கள் முடமாகிப்போனதைப் போல உணர்ந்தேன். வீட்டிற் குள்ளாகவே சில நாட்கள் அடைந்து கிடந்தேன். இனி பர்மாவில் இருக்க வேண்டாம் என்று உள்மனது சொல்லத்துவங்கியது. அதன் பிறகு நான் இந்தியா திரும்பினேன்.

அப்போதும்கூட எனது வீடு நிலங்கள் அத்தனையும் சூயின் தம்பி ஒருவனிடம் ஒப்படைத்துவிட்டு எனக்கு உரிமையான வியாபார முதலீட்டுப் பணத்தை மட்டுமே திரும்ப வாங்கிக்கொண்டு தாயகம் வந்தேன்.

ஊர் வந்து சேர்ந்து அதை வங்கியில் முதலீடு செய்துவிட்டு கொஞ்சம் ரொக்கத்தை உள்ளூரில் கொடுக்கல் வாங்கல் செய்து கொண்டு குடியிருக்கத் துவங்கினேன். ஐந்து வருடத்தில் பர்மா முற்றிலும் மறந்துபோய்விட்டது.

ஒருநாள் இரவு நல்ல உறக்கத்தில் இருந்தபோது ஒரு கனவு வந்தது. அதில் என் படுக்கை அருகில் ஒரு ஆள் உட்கார்ந்திருந்தான். அவனும் ஒரு பர்மீயன். ஊ போ க்யூன் என்ற அவன் அந்த ஊரின் பிரசித்திபெற்ற திருடன் இரும்பு போல உறுதியான உடல். பூனையின் கண்களைப் போல மினுங்கும் கண்கள். ஒருகாலத்தில் அவன் யானைகளைப் பழக்குகின்றவனாக இருந்திருக்கிறான். ஒரு வெள்ளைக்காரனைக் கொன்றுவிட்டு தலைமறைவானதில் இருந்து வழிப்பறிக் கொள்ளையும் படகில் செல்பவர்களை மறித்து கொலை செய்து தானிய மூட்டைகளுடன் தப்பி ஓடுவதையும் தொழிலாகக் கொண்டிருந்தான்.

அவனை நேரில் பார்த்தவர்களே குறைவு. பர்மாவில் திருடர்களாக இருந்தாலும் மதப்பற்று மிக்கவர்களாகவே இருப்பார்கள். ஊ போ க்யூன் புத்த துறவிகளை எங்கே கண்டாலும் மரியாதையாக வணங்குவான் என்பார்கள். அவன் போபோவில் உள்ள பகோடாவிற்கு மரத்தூண்கள் அமைக்க பண உதவி

செய்திருக்கிறான் என்றுகூடச் சொன்னார்கள். அவன் ஏன் என் கனவில் வந்திருக்கிறான் என்று புரியவேயில்லை.

நான் அவன் உருவத்தை நன்றாகக் கவனித்தேன். அவனேதான், இடது புருவத்தில் ஒரு வெட்டுத் தழும்பு இருக்கிறது. இறுக்கமான முகம். உறைந்துபோன உதடுகள். அவன் என்னையே உற்றுப்பார்த்துக் கொண்டிருந்தான். நான் அவனிடம் உனக்கு என்ன வேண்டும் என்று கேட்டேன். அவன் பதில் சொல்லவேயில்லை.

என்னை ஒரு அலங்காரப் பதுமையைப் பார்ப்பதுபோல உற்றுப் பார்த்துக்கொண்டிருந்தான். எதற்காக அவன் என்னைப் பார்க்கிறான். அவனுக்கும் எனக்கும் என்ன பிரச்சினையிருக்கிறது என்று புரியவேயில்லை.

அவனது பார்வை என்னை ஏனோ குற்றவுணர்ச்சி கொள்ளத் தூண்டியது. அதனால் எரிச்சல் அடைந்து 'போ... இங்கிருந்து போய்விடு' என்று கத்தினேன். அவனோ என்னைப் பார்ப்பதில் இருந்து கண்ணை விலக்கவேயில்லை. ஆத்திரத்துடன் அவனை அடிக்கக் கையை ஓங்கினேன். காற்றில் புகை மறைவது போல அவன் மறைந்துபோய்விட்டான். திடுக்கிட்டு விழிப்பு வந்து எழுந்து கொண்டேன். என்னால் நம்பவே முடியவில்லை. மாண்டலேயில் நான் பார்த்த திருடன் எப்படி இங்கே என் கனவில் வந்தான். எதற்காக என்னைப் பார்த்துக்கொண்டிருக்கிறான் என்று அறியாமல் திகைத்துப் போய்விட்டேன்.

கட்டிலில் எழுந்து ஒரு செம்பு தண்ணீர் குடித்துவிட்டு மறுபடி கண் அயர்ந்தேன். அதே கனவு, அதே திருடன். இப்போது அவன் என் படுக்கையில் அருகில் உட்கார்ந்திருந்தான். அவன் கண்கள் எதையோ யாசிக்கின்றன. அவன் எதையோ கேட்க விரும்புகிறான் என்பதுபோலவே இருந்தது. நான் அவன் பெயரைச் சொல்லி 'ஊ போ க்யூன் உனக்கு ஏதாவது தேவையா' என்று கேட்டேன். அவன் ஒரு புத்தகத்தை நெருங்கி வந்து வாசிப்பவனைப் போல என் முகத்தைப் பார்த்துக்கொண்டேயிருந்தான். அது எனக்கு பயத்தை கொடுத்தது. கைகளை அசைத்து அவன் என்னை நெருங்கிவராமலிருக்க முயன்றேன். அவன் உற்றுப் பார்த்துக் கொண்டேயிருந்தான்.

நான் கனவிலிருந்து விடுபட விரும்பிப் புரண்டு புரண்டு பார்த்தேன். கனவு கலையவேயில்லை. மரத்தின் கிளை முறிவது போல கனவு முறிந்து எழுந்துகொண்டபோது விடிகாலையாக இருந்தது. மொட்டை மாடிக்குப் போய் நின்றபடியே இந்தத் திருடன் என் கனவில் எதற்காக வருகிறான் என்று யோசித்துக் கொண்டேயிருந்தேன்.

பர்மாவில் என்னோடு வணிகம் செய்துகொண்டிருந்த ராமநாதனுக்கு ஒரு கடிதம் எழுதி அதில் 'ஊ போ க்யூன் என்ற திருடன் என்னவானான்' என்று விசாரித்து எழுதினேன். இது நடந்த ஆறாம் நாள் மறுபடியும் கனவில் அதே திருடன் வந்திருந்தான். இந்த முறை. தனியாக வரவில்லை. அவனோடு அவன் மனைவியும் வந்திருந்தாள். அவன் மனைவி மிகவும் மெலிந்தவளாக, ஒடிசலான ஆளாக இருந்தாள். அவள் ஆரஞ்சு வண்ண உடையணிந்திருந்தாள். அவள் கையில் ஒரு கட்டு ஊதுபத்தி எரிந்து கொண்டிருந்தது. அவர்கள் இருவருமாக என் முன்னே மண்டியிட்டபடி இருந்தனர்.

இது என்னடா அவஸ்தையாக இருக்கிறது. எதற்காக ஒரு திருடனும் அவன் மனைவியும் என் முன்னால் வந்து மண்டியிடு கிறார்கள். அவர்கள் ஏதாவது தவறு செய்துவிட்டார்களா இல்லை நான் செய்த தவறைச் சுட்டிக்காட்டுகிறார்களா என்று புரியாமல் தவித்துக் கொண்டிருந்தேன். அவர்கள் ஒரு வார்த்தை என்னிடம் பேசவில்லை.

மீன் தொட்டிக்குள் நீந்தும் மீன்கள் வெளிஉலகை வெறித்து பார்த்துக் கொண்டிருப்பதைப் போல சலனமில்லாத கண்களுடன் என்னை பார்த்துக்கொண்டிருந்தார்கள். பர்மாவிற்குச் சென்ற நாளில் இருந்து என்ன தவறுகள் செய்தேன் என்று யோசித்துக் கொண்டேயிருந்தேன்.

நிச்சயம் திருடனோடு நான் எந்த பிரச்சினையும் செய்யவில்லை. பின்பு எதற்காக அவன் என் கனவில் நுழைந்து எதற்காக என்னைப் பார்த்துக்கொண்டிருக்கிறான் என்று குழப்பமாக இருந்தது.

நான் அவனிடம் கைகூப்பி 'உனக்கு என்ன வேண்டும்' என்று கேட்டேன். அவர்கள் பதில் சொல்லவில்லை. ஆனால் அவர்கள் கண்கள் என்னிடம் எதையோ சொல்ல முயன்றன. நான் ஆத்திரமடைந்தேன். துர்வினையின் உருவம் போல அவர்களை நினைத்துக் கத்தினேன். அப்படியும் அவர்கள் கலைந்து போகவில்லை. அதே நேரம் என்னால் படுக்கையில் இருந்து எழுந்து கொள்ளவும் முடியவில்லை. விழித்துக் கொண்டபோது காலையாக இருந்தது. எழுந்து இதை யாரிடம் சொல்வது என்று தெரியாமல் உடனே பிள்ளையார்பட்டி கோவிலுக்குப் போய்வந்தேன். ஆனாலும் மனது சாந்தி கொள்ளவேயில்லை.

கனவில் திருடன் வந்துவிடுவான் என்ற பயம் என்னைப் பிடித்துக் கொள்ள ஆரம்பித்தது. ஆனால் அதன் பிந்திய நாட்கள் அப்படியான கனவு எதுவும் வரவில்லை. இதற்குள் பர்மாவில்

இருந்து எனக்கு ஒரு கடிதம் வந்திருந்தது. 'ஊ போ க்யூன் காவலர்களிடம் பிடிபட்டு பொது இடத்தில் தூக்கிலிடப்பட்டு வருடங்கள் ஆகிவிட்டன என்றும் அவன் மனைவி பிள்ளைகள் கூட ஆற்றில் வெள்ளம் வந்தபோது செத்துப்போய்விட்டார்கள்' என்றும் தெரியப்படுத்தி நான் எதற்காக திடீரென இதைப் பற்றி எல்லாம் விசாரிக்கிறேன். ஏதாவது பிரச் சினையா என்று ராமநாதன் எழுதியிருந்தான். என்றோ தூக்கிலிடப்பட்ட திருடன் என் கனவில் ஏன் வருகிறான் என்று ஆத்திரமாக வந்தது.

அதன் பிறகு ஒரு வேலையாக மதுரைக்குச் சென்றிருந்தேன். அங்கே லட்சுமணன் செட்டிவீட்டில் ராத்தங்கினேன். அன்றும் இதே கனவு வந்தது. சொன்னால் நீங்கள் நம்பமாட்டீர்கள். அன்று கனவில் திருடன் அவன் மனைவி மட்டுமில்லை. அவர்களது இரண்டு குழந்தைகளும் வந்திருந்தார்கள்.

என்னால் அந்தச் சிறுமிகளின் முகத்தைப் பார்க்க முடிந்தது. களங்க மில்லாத தூய்மையான முகங்கள் துடைத்து வைக்கப்பட்ட புத்தர் சிலையில் காணப்படுவது போன்ற அதே உள்ளோடிய சிரிப்பு. அவர்கள் கைகளிலும் இப்போது ஊதுபத்தி எரிந்து கொண்டிருந்தது. என்னை அவர்கள் முற்றுகையிட்டு எதையோ சொல்ல முயற்சி செய்கிறார்கள் என்பது துல்லியமாகப் புரிந்தது.

என் நினைவில் எந்தத் தவறுகளையும் நான் செய்யவில்லை. வீணே இவர்கள் சித்ரவதை செய்கிறார்கள் என்றே தோன்றியது. அன்றும் விடிகாலை வரை அந்தக் கனவு நீண்டது. மறுநாள் நான் ஒரு ஜோதிடக் காரனை சந்தித்து நடந்ததைச் சொன்னேன். அவன் சாந்தி செய்து ஒரு கயிற்றைக் கையில் கட்டிக்கொண்டால் இனி அக்கனவு வராது என்றான்.

அப்படியும் கையில் கட்டிக்கொண்டேன். ஆனால் அதே கனவு திரும்ப வந்தது. அக்கனவில் இப்போது திருடன் அவன் மனைவி அவனது இரண்டு பிள்ளைகள், திருடனின் வயதான தாய் தகப்பன் ஆகியோர் இருந்தனர். அத்தனை பேரும் இறந்துபோன மனிதர்கள். அவர்கள் ஏன் என்னிடம் பேச மறுக்கிறார்கள். என்ன வேண்டும் என்று வாய்விட்டுக் கேட்டால் கொடுத்துத் தொலைத்துவிடலாம் என்றபடியே நான் கத்தினேன்.

என் சப்தம் மாடி அறை வரை கேட்டிருக்கக்கூடும். எனது வளர்ப்புப் பையன் எழுந்து வந்து என் அறையின் கதவைத் தள்ளிப் பார்த்துவிட்டு போனான். நான் விழித்துக்கொண்டு உட்கார்ந்தபடியே 'ஏதோ கெட்ட கனவு' என்றேன். இந்தப் பிரச்சினை என்னைக் கொஞ்சம் கொஞ்சமாக மூச்சுத் திணறச் செய்யத் துவங்கியது.

சில வாரங்களில் என் கனவில் படுக்கையைச் சுற்றிலும் திருடன் அவன் மனைவி பிள்ளைகள். அவன் பெற்றோர்கள், அவன் உறவினர்கள், அவன் நண்பர்கள் என்று பலரும் நிரம்பிவிட்டார்கள். ஏதோ ஒரு ஜனத்திரளின் உள்ளே நான் மாட்டிக்கொண்டதை போல உணர்ந்தேன். அப்போதுதான் முதல் மூச்சு அடைப்பு ஏற்பட்டது. எனக்கு மார்பு ஏறிப் பிடித்துக்கொண்ட போது அவர்கள் ஊதுபத்தியோடு நின்று என்னைப் பார்த்துக்கொண்டிருந்தார்கள். அந்த பத்தியின் மணம் என் நாசியில் ஏறியது. அதைக் கனவு என்று என்னால் எளிதாக விலக்கிவிட முடியவில்லை. மார்புத் துடிப்பு அதிகமாகி வியர்த்து வழிந்தது.

என் மூச்சிரைப்பு அப்படித்தான் துவங்கியது. அன்றிலிருந்து இப்போது வரை ஒவ்வொரு முறை எனக்கு மூச்சிரைப்பு வரும் நாளிலும் அதே கனவு வருகிறது. அதே திருடனும் அவனது ஆட்களும் என்னிடம் ஏதோ மன்றாடுகிறார்கள். என்னால் இந்த அவஸ்தையில் இருந்து விடுபடவே முடியவில்லை. இதை மருத்துவர்களிடம் சொன்ன போது அது எனது மனப்பிரம்மை என்று எளிதாக விலக்கிவிட்டார்கள். ஆனால் இது என்னுடைய மனப்பிரம்மையில்லை. இது உண்மை.

என் கைகள் அந்தத் திருடனைத் தொட்டிருக்கின்றன. அவனது குடும்பம் என்னிடம் எதையோ யாசிக்கிறது. நான் அதைத் தெரிந்து கொள்ள முடியாமல் மூச்சிரைப்பால் அவதிப்படுகிறேன். நோய் உருவாக்கும் வலியைவிட இது என்னை அதிகமாக வேதனைப் படுத்துகிறது. அந்தத் திருடன் யார். எதற்காக என் கனவில் வருகிறான். அவனிடமிருந்து எனக்கு விடுதலை கிடைக்காதா" என்று சொல்லி விட்டு தலைகவிழ்ந்து கொண்டார் சாத்தப்பன்.

அக்கா அவரையே பார்த்துக்கொண்டிருந்தாள். பிறகு ஒரு சிறுவனிடம் சொல்வதுபோன்ற மென்மையான குரலில் சொன்னாள்,

"சீயன்னா... உன் கனவு நிஜமானது என்று நான் உணர்கிறேன். ஆனால் உனக்கே அந்தத் திருடன் எதற்காக யாசிக்கிறான் என்ற காரணம் தெரியும். நீ அதை வெளிப்படுத்த மறுக்கிறாய். மனிதர்கள் தனது தவறுகளை மறைத்துக்கொள்வதில் காட்டும் அக்கறை தவறு செய்யாமல் இருக்கக் காட்டுவதேயில்லை. உன் மூச்சிரைப்பிற்கு காரணம் உனது கனவில்லை. மாறாக நீ என்றோ செய்த தவறு. அதை மறைத்துவிட்டு தூரதேசம் வந்துவிட்டாய். ஆனாலும் அது கிளைத்து வளர்ந்து கொண்டேயிருக்கிறது.

உண்மையை ஒளிக்காமல் சொல். உனக்கு ஏன் அந்தத் திருடன் உன்னைத் தேடி வருகிறான் என்பது தெரியாதா? அவன் என்ன யாசிக்கிறான் என்பது உன் மனதிற்குப் புரியவில்லையா."

சீயன்னா மௌனமாக இருந்தார்.

"நடந்தவைகளுக்கு சாட்சிகள் இல்லையென்று நம்புவது மனதின் அறியாமை. எல்லா சம்பவங்களுக்கும் சாட்சியிருக்கின்றன. நீ அந்தத் திருடனை ஒருமுறையாவது சந்தித்திருப்பாய். அவன் உன்னை எங்காவது எதிர்கொண்டிருப்பான். எப்போது என்று நினைவுபடுத்திச் சொல்" என்றாள் கொண்டலு அக்கா.

சீயன்னா தனது மௌனத்தைக் கலைத்துவிட்டு "நான் அவனை ஒரேயொரு முறை கண்டேன். நான் ரகசியமாக உறவு வைத்திருந்த ஒரு பெண்ணின் வீட்டிற்குப் போய்விட்டு நள்ளிரவில் வெளியேறி வரும்போது அவள் வீட்டிற்குள் அந்தத் திருடன் குதிப்பதைக் கண்டேன். அவளை ஏதாவது செய்துவிடுவானோ என்ற பயத்தில் நான் பின்கதவின் வழியாகப் போய்ப் பார்த்தேன். அந்தப் பெண் திருடனுடன் வாழைமரம் அருகே மிக ரகசியமான குரலில் பேசிக் கொண்டிருந்தாள்.

பிறகு அவனுக்கு அவள் உணவு அளிப்பதைக் கண்டேன். அவன் சாப்பிட்டு கிணற்றில் கைகழுவும் போது கதவின் பின்னால் மறைந்திருந்த என்னைப் பார்த்துவிட்டான். ஆனால் அவன் அதைக் காட்டிக்கொள்ளவில்லை.

நானோ எங்கே அவன் என்னைப் பின்தொடர்ந்து வந்துவிடுவானோ என்று அவசரமாக வயல்வெளியின் வழியாக நடந்து வீடு திரும்பினேன். அதன்பிறகு அந்தத் திருடனை நான் காணவேயில்லை" என்றார்.

அக்கா சீயன்னாவை அருகில் அழைத்து அவன் கைகளைப் பற்றிக் கொண்டு தீர்க்கமான குரலில் கேட்டாள்,

"அந்தப் பெண் உன்னோடு வணிகத்தில் கூட்டாளியாக இருந்த சூயின் மனைவிதானே."

சீயன்னாவிற்கு உண்மை வெளிப்பட்டதில் திகைப்பாக இருந்தது. ஆமாமெனத் தலையாட்டிக்கொண்டார்.

கொண்டலு அக்கா உறுதியான குரலில் சொன்னாள்,

"என்றோ நடந்த உண்மைகளை எதற்காகச் சுமந்து கொண்டிருக் கிறாய். இறக்கி வைத்துவிடு."

சீயன்னா மனதில் ஒளிந்திருந்த மற்ற விஷயங்களையும் சொல்ல துவங்கினார்.

"சூயின் மனைவி மியா மிகவும் அழகான பெண். மரப்பாச்சி பொம்மை போல் உடல்வாகு. அவள் என்னிடம் காட்டிய அன்பை நான் தவறாகப் புரிந்து கொண்டுவிட்டேன். அவள் அடிக்கடி என் வீட்டிற்கு சீதையாச்சியைக் காண வரும்போதெல்லாம் எனக்குக் காமம் தலைக்கு ஏறியது. அறுவடைக் காலத்தில் சூயி நெல் கொள்முதலுக்காக பெகுவிற்குக் கிளம்பிப் போனான். மியா வீட்டில் தனியாக இருந்தாள்.

இரவில் அவள் வீட்டிற்குச் சென்றேன். தனியாக இருந்த அவளிடம் இச்சையோடு நடந்து கொள்ள முயன்றேன். அவள் மறுத்தாள். ஆனால் நான் அவளை மிரட்டிப் பணிய வைத்தேன். எங்களுக்குள் பாலுறவு நடந்தேறியது. அவள் அதன் பிறகான நாட்களில் என்னிடம் நல்லவிதமாகவே நடந்து கொண்டாள். எங்களுக்குள் ரகசிய உறவு இருந்தது சூயிக்குத் தெரியாமல் பார்த்துக்கொண்டோம். மியாவின் உடல் மீனைப் போலிருந்தது. அதை என் கையில் பிடிக்க முயலும் போது நழுவிக்கொண்டு போனது. அந்தக் கிளர்ச்சியை நான் வெகுவாக ரசித்தேன். அவள் கைப்பிடிக்குள் அடங்கிய சோளக்கதிரைப் போலிருந்தாள். அந்த மெலிந்த உடலுக்குள் ஒரு எரிமலை கொதித்துக் கொண்டிருப்பதை உணர்ந்தேன். அவளை முத்தமிடும்போது ஒரு சிறுமியை முத்தமிடுவது போலத்தானிருந்தது.

சில நேரங்களில் அவளது நிர்வாண உடலைப் பார்த்தபடியே இருப்பேன். அவள் தன்னை அம்மணமாக்கிக்கொள்வதில் கூச்சமற்று இருந்தாள். அப்படி என் மனைவி சீதையாச்சியை நான் கண்டதேயில்லை. மியாவின் உடலில் ஒரு சிறு மருவோ, மச்சமோ கூடயில்லை. அவள் உடல் தவளையின் அடிவயிற்று நிறத்திலிருந்தது. அவளுக்கு அதிக தலைமயிரும் கிடையாது. அவளோடு உடலுறவு கொள்ளும் போது அவள் சிரித்துக்கொண்டேயிருந்தாள். அதுதான் என்னை மயக்கியிருந்தது. அப்படியான பெண்ணை நான் அறிந்ததேயில்லை. உடலின்பம் முடிந்தபிறகு நான் அவளை ஏமாற்றி அனுபவித்து வருவதைப் பற்றியே நினைத்துக்கொண்டிருப்பேன். சூயிக்கு எங்களது கள்ள உறவு தெரியவந்தால் என்ன செய்வான் என்ற பயம் அடிக்கடி தோன்றி மறையும். மியா அதைப்பற்றிப் பேசும்போது நிசப்தமாகி விடுவாள். அவளும் என்னைப் போலவே பயப்படுகிறாள் போலும்.

மியா என் வழியாக ஒரு ஆண் குழந்தையைப் பெற்று எடுத்தாள். அந்தக் குழந்தை பிறந்தால் எங்களது உறவு வெளிப்பட்டுவிடும் என்று பயந்துகொண்டிருந்தேன். அந்தக் குழந்தை மெலிந்து ஈர்க்குச்சி போல எடையில்லாமல் பிறந்திருந்தது. அதன் பிறந்த நாள் கொண்டாட்டத்திற்கு என்னை சூயி அழைத்திருந்தான். போகக் கூடாது என்பதற்காகவே ஒரு வேலையை ஏற்படுத்திக்கொண்டு நகரைவிட்டு விலகிப் போனேன். இரண்டு வாரத்தின் பிறகு ஒருநாள் நான் அவர்கள் வீட்டில் போய் குழந்தையைப் பார்த்து வந்தேன். மியா அந்தக் குழந்தையைக் காட்டி 'உங்கள் குழந்தை, பிறந்து இத்தனை நாள் ஆகியும் நீங்கள் ஏன் இதைப் பார்க்க வரவேயில்லை' என்று விசும்பினாள்.

அந்தக் குழந்தை நலம் பெற புத்தர் கோவிலுக்குக் கொண்டுபோய் புனிதமந்திரங்கள் சொல்லிக் கொண்டுவந்தார்கள். ஆனால் ஆண் குழந்தை சில நாட்களில் இறந்து போனது. மியா அது தனக்கு புத்தர் கொடுத்த தண்டனை என்று உணர்ந்து கொண்டவளைப் போல துயரத்தில் நோய்மையுற்றுப் போனாள். இரண்டு மாத காலம் அவள் படுக்கையில் கிடந்தாள். உடல் நலிந்து அவள் முகம் ஒடுங்கிப் போயிருந்தது. அவளைச் சந்திக்கப் போகும் நாளில் எல்லாம் அவள் கதவை ஓங்கியடைத்து என்னை விரட்டி அனுப்பினாள். அவள் மாறிவிட்டாள் என்று தோணியது. ஆனால் அவளது வெறுப்பு எனக்குள் காமத்தை அதிகமாக்கியது. மீண்டும் ஒருமுறை அவளை சுகிக்க வேண்டும் என்று பேராசை கொண்டவனைப் போல அவள் வீட்டினைச் சுற்றியே வந்தேன். அதை உணர்ந்து கொண்டவளைப் போல அவள் ஒரேயொரு முறை அனுமதிப்பதாகச் சொல்லிவரச் சொன்னாள்.

அவளைப் பார்த்து ஆறுதல் சொல்வதற்காகவே அன்றிரவு அவள் வீட்டிற்குப் போனேன். அவள் என் கைகளைப் பிடித்துக்கொண்டு அழுதாள். இறந்து மண்ணில் புதைக்கப்பட்ட அந்தக் குழந்தையின் தகப்பன் நான் தான் என்று ஒத்துக்கொள்ளவேண்டும் என்றாள்.

இனிமேல் அதற்கான அவசியம் என்னவென்று நான் மறுத்து விட்டேன். மியா என்மீது கோபம் கொண்டு கத்தினாள். அதன்பிறகு நான் அவளைத் தேடிப்போகவில்லை. மியா எப்போதும் போலவே ஆச்சியைத் தேடிக்கொண்டுவருவாள். சூயி என்னிடம் காட்டிய அன்பிலும் பேதமேயில்லை. இந்த அப்பாவிப் பெண் எவ்வளவு நடிக்கிறாள் என்று எனக்குப் பயமாக இருந்தது. ஆனால் அவள் எங்களின் ரகசிய உறவைக் காட்டிக்கொள்ளவேயில்லை.

ஒரேயொரு நாள் சூயி என்னிடம் வந்து உங்களுக்காக என் மனைவி ஒரு பரிசைத் தந்திருக்கிறாள் என்று சிறிய மரப்பெட்டி

ஒன்றினைத் தந்துவிட்டுப் போனான். அவன் முன்பாகத் திறந்துப் பார்க்கத் தயக்கமாக இருந்தது. இரவில் நான் அதைத் திறந்து பார்த்தேன். உள்ளே ஒரு எலும்பு இருந்தது. அது ஒரு மனித எலும்பு. அநேகமாக அது எனக்கும் அவளுக்கும் பிறந்த குழந்தையின் எலும்பாக இருக்கக்கூடும் என்று நினைத்தேன். அதைக் கையில் எடுத்துப் பார்க்க பயந்தேன்.

எதற்காக இறந்துபோன குழந்தையின் எலும்பை எனக்கு அனுப்பியிருக்கிறாள் என்று குழம்பிப் போனேன். ஆனால் அந்த எலும்பைத் தூக்கி எறிய எனக்குத் தைரியமில்லை. அதை என் மனைவிக்குத் தெரியாமல் கணக்கு நோட்டுகள் வைத்திருந்த பீரோவில் வைத்து பூட்டிக்கொண்டேன். இந்தியா திரும்பி வந்தபோது நான் எடுத்துக்கொண்டு வந்த பொருட்களில் அதுவும் ஒன்று. இன்றும் என் வீட்டில் அந்த எலும்பு இருக்கிறது.

சூயி யுத்த காலத்தில் இறந்து போன பிறகு மியா தன் பிள்ளைகளுடன் சொந்த ஊருக்குப் போய்விட்டாள். அவளை அதன் பிறகு நான் பார்க்கவேயில்லை. இதுதான் நடந்த உண்மை. இதற்கும் அந்தத் திருடனுக்கும் என்ன சம்பந்தம். அவன் ஏன் மியாவிற்காக என் கனவில் புகுந்து என்னை அவதிப்படுத்துகிறான். நான் என்னதான் செய்யச் சொல்கிறான்" என்றார் சாத்தப்பன்.

அக்கா பெருமூச்சிட்டபடியே "நீ சொல்வதில் இருந்து மியாவும் அந்தத் திருடனும் ஒரே ஊரைச் சேர்ந்தவர்கள் என்று தெரிகிறது. அவன் தன்னை ஒரு திருடன் என்று அறிந்தும் உணவளித்த பெண்ணிற்கு நன்றிக்கடன் செலுத்த விரும்புகிறான். அவளது மனத்துயரைத் தான் ஏற்றுக்கொண்டிருக்கிறான். திருடன் கொல்லப்பட்டிருக்கலாம். ஆனால் இறப்பு ஒரு முடிவில்லை. திருடன் ஒரு உண்மையான பௌத்தனாக வாழ்ந்து இறந்திருக் கிறான். அதனால் அவன் தன் தவறுகளுக்கான மீட்சியாக உன் கனவிலும் வந்து மன்றாடுகிறான். அவனது குடும்பமே உன்னிடம் யாசிப்பது நீ அந்தக் குழந்தையை உன்னுடையது என்று ஏற்றுக்கொள் என்பதுதான்.

அதை நீ செய்யாதவரை ஏற்றுக்கொள்ளாதவரை திருடனும் மற்றவர்களும் கனவிலிருந்து விலகிப் போக மாட்டார்கள். உயிரோடு இருப்பவர்களிடம் அன்பு செலுத்தமுடியாவிட்டாலும் இறந்தவர்களிட மாவது அன்பு செலுத்து. அவர்கள் நிச்சயம் உன்னிடம் வேறு எதையும் எதிர்ப்பார்க்க மாட்டார்கள்."

சீயன்னா தன்னுடைய துக்கத்தைக் கட்டுப்படுத்த முடியாமல் அழுதார். அது தன்னுடைய குழந்தை என்று ஊர் அறிய ஒத்துக்

கொள்வதாகச் சொன்னார். தனக்கு முன் அறிமுகமேயில்லாத அந்தத் திருடன் மற்றும் மனைவி குழந்தைகளிடம் தன் தவற்றை மன்னித்து தன் கனவிலிருந்து அவர்கள் விலகிச் செல்லுமாறு கண்ணீருடன் மன்றாடினார்.

அக்காவின் முன்னிருந்த நோயாளிகள் அந்தத் திருடனைப் பற்றிய கனவைக் கேட்டு வியப்படைந்தார்கள். அக்கா சீயன்னாவிடம் "நோய் என்பது வெறும் அறிகுறி மட்டும்தான் அதன் வேர் எங்கோ தொலைவில் புதையுண்டிருக்கிறது. யோசித்துப்பார்.

அந்தக் குழந்தை என்ன தவறு செய்தது. அது ஏன் உன் வழியாக இந்தப் பூமிக்கு வரவேண்டும். பிறந்த சில நாட்களில் பெயர்கூட இடாமல் இறந்து போக வேண்டும். விதி என்று சொல்லி ஒதுங்கிக் கொள்ள முடியாது. அது நீ செய்த தவறின் அடையாளம்.

அந்தக் குழந்தைக்கு இப்போதாவது ஒரு பெயரிடு. அதன் பெயரால் உன்னால் முடிந்த தர்மங்களைச் செய்து வா.

மியா என்ற அந்த பர்மீயப் பெண்ணைத் தேடிப்போய் உன் இயலாமையை ஒத்துக்கொண்டு அவள் முன்னே மண்டியிடு. செய்த தவறை சாவதற்கு முன்பாகத் திருத்திக்கொள்ளாவிட்டால் அது உன் வாரிசுகளின் மீதும் கறையாகப் படிந்துவிடும். நோய்மை மனிதனுக்கு அவன் தவறுகளைத்தான் அடையாளம் காட்டுகிறது. அதைப் புரிந்து கொள்ளாமல் போனால் அது நம்மை விட்டு விலகுவதேயில்லை" என்றாள்.

சீயன்னா அதை உணர்ந்தவரைப் போல் கொண்டலு அக்காவை வணங்கி ஏற்றுக்கொண்டார். நோயாளிகள் அந்தத் துயரக் கதையின் சுமையேறி மனது கனத்துப்போயிருந்தார்கள். அக்கா எழுந்து கொண்டாள்.

"இனி நீங்கள் ஒருவரோடு மற்றவர் பேசிக்கொண்டிருக்கலாம். நான் இரவிற்கான கஞ்சியைத் தயாரிக்கப் போகிறேன். இன்று என்னோடு உதவி செய்ய வருபவர்கள் யாராக இருந்தாலும் உடன் வரலாம்" என்றாள்.

இருபது பேர்களுக்கும் மேலாக அவளோடு நடந்து போனார்கள். அக்கா அடுப்பைப் பற்றவைத்துவிட்டு அடுப்பிடம் செல்லம் கொஞ்சு பவள் போலச் சொன்னாள்,

"உன்னை மதியத்திலிருந்து உறங்க அனுமதித்துவிட்டேன். இப்போது நீ கண்விழித்து எங்கள் பசியாற்றவேண்டும்."

மற்றவர்களுக்கு அது வேடிக்கையாக இருந்தது. சிறு சுள்ளிகளை உடைத்து அடுப்பில் வைத்துப் பற்றவைத்தாள். நெருப்பு சீராக எரிந்தது. அக்கா நெருப்பிடம் "தம்பி என்னடா அவசரம். ஏன் இப்படி பதற்றமாக இருக்கிறாய். நின்று நிதானமாக ஆட்டா" என்றாள்.

உணவுப்பாத்திரங்களுக்குச் செல்லப்பெயர் சொல்லி அழைத்தாள். அவளுக்குத் துணையாக வந்தவர்கள் ஆளுக்கு ஒரு வேலை செய்யத் துவங்கினார்கள். அடுப்பின் முன் அமர்ந்தபடியே அவள் குழந்தைக்குக் கதை சொல்வதைப் போல கதைகள் சொல்லத் துவங்கினாள்.

வரிசை வரிசையாக அடுப்புகள் சீராக எரிந்து கொண்டிருந்தன. தண்ணீர் கொதிக்கின்ற சப்தம் கேட்டது. அக்கா ஒரு நிமிடம் கண்களை மூடியபடியே அந்த ஓசையில் தன்னை மறந்திருந்தாள். பிறகு தீட்டி வைத்திருந்த குருணை அரிசியை உலையில் இட்டாள். பிறகு சமையலின் ஊடாகவே வேடிக்கையான பாடல் ஒன்றினைப் பாடத்துவங்கினாள். அக்கா பாடுவதைக் கேட்டபடியே அவர்கள் வேலை செய்து கொண்டிருந்தார்கள்.

அக்கா சமைத்து முடித்தபிறகு யாவரையும் ஒன்றாக அமர வைத்து சிறு பிள்ளைகளுக்கு ஊட்டிவிடுவதுபோல சாப்பிடச் செய்தாள். ஒரு ஆள் அக்காவின் கைகளைப் பிடித்துக் கொண்டு "இந்தக் கையால் கஞ்சி வாங்கிக் குடிக்க வேண்டும் என்பதற்காகவே இரண்டு நாட்கள் நடந்து வந்தேன்" என்றான். அக்கா அவனது அருகில் இருந்து புகட்டிவிட்டாள். அன்றிரவு நல்ல நிலாவெளிச்சமிருந்தது. எல்லோரும் வெட்ட வெளியில் படுத்துக்கொண்டார்கள். வானில் இருந்த நட்சத்திரங்களை எண்ணிக்கொண்டு படுத்திருக்கும் நோயாளிகளிடம். அக்கா சொன்னாள். "இந்த வெட்டவெளியின் கீழே மொத்த உலகமே ஒன்றாகத் துயில் கொண்டிருக்கிறது. நம் எல்லோருடைய துயரங்களையும் சாந்தம் செய்யும் துயிலுக்கு நன்றி சொல்வோம்" என்றாள்.

ஒரு நோயாளி வாழ்வின் வெறுமையைப் பற்றி 'சமரசம் உலாவும் இடமே என் வாழ்வில் காணா' எனப் பாடத்துவங்கினான். அந்தப் பாட்டின் கனம் அங்கிருந்த யாவரையும் மௌனத்தில் ஆழ்த்தியது. அக்காவும் பாட்டின் ஈடுபாட்டில் கரைந்து போனாள். எட்டூர் மண்டபத்தின் வெளியே இருந்த ரோகிகள் ஒரு சிலர் இரவிலும் அப்பாடலை நினைத்து உறக்கம் வராமல் கிடந்தனர்.

அத்யாயம்
08

1982

பனையூர்

ரயில் பனையூர் தாண்டிப் போய்க்கொண்டிருந்தது. ரயில் பெட்டியினுள் காலை இழுத்துக்கொண்டு ஓடிவந்து கொண்டிருந்தாள் செல்வி. அவளைத் துரத்திக்கொண்டு பின்னாடியே ஒரு கிழவி வந்து கொண்டிருந்தாள். அவளுக்கு உதடு பிளவுபட்டிருந்தது. வளைந்த முதுகோடு காதுகள் தொங்கிப் போயிருந்தன. உலர்ந்த திராட்சையைப் போல முகம் சுருங்கிப் போயிருந்தது. அவளும் காலைச் சவட்டி சவட்டி நடந்து வந்தாள். நரம்புகள் புடைத்துப்போன கையை நீட்டியபடியே கண்களை உருட்டி, “பாப்பா குடுத்துரு. என் எச்சித் தட்டை வச்சி என்ன செய்யப் போறே” என்று கேட்டுக்கொண்டிருந்தாள். தான் பிடுங்கிக்கொண்டு வந்த அந்த அலுமினியத் தட்டை வெளியே தூக்கி எறிந்துவிடலாமா என்பது போல பொய்யாகப் பாவனை காட்டிக்கொண்டிருந்தாள் செல்வி. கிழவி அவளிடம் “நான் உன்னைய இனிமே திட்டமாட்டேன். என் கண்ணுல குடுத்துரு” என்று சொன்னாள்.

அவள் தட்டை கிழவியிடம் நீட்டுவது போல பாசாங்கு காட்டிவிட்டு வீசி எறிந்தாள். அது தள்ளிப்போய் விழுந்தது. சப்தம் கேட்டு அழகர் விழித்துக்கொண்டுவிட்டான். எங்கே தன்னை கிழவி

மாட்டிவிட்டு விடுவாளோ என்பது போல செல்வி அவளையே பார்த்துக்கொண்டிருந்தாள். கிழவி தனது அலுமினியத் தட்டை எடுத்துக்கொண்டபடியே "பாப்பா விளையாடுது" என்றாள். அழகர் திரும்பி செல்வியைப் பார்த்தபோது அவள் வெளியே ஓடும் மரத்தைக் காண்பதுபோல முகத்தைத் திருப்பிக்கொண்டிருந்தாள். அழகர் அவளிடம் "மானா மதுரை போயிருச்சா" என்று கேட்டான். கிழவி "இன்னும் வரலை. ரயிலு ரொம்ப மெதுவா போய்க்கிட்டு இருக்கு" என்றபடியே தனது இடத்திற்கு உட்காரச் சென்றாள்.

செல்வி அய்யா அருகில் போய் நின்றபடியே "மானாமதுரை ஸ்டேசன்ல வடை விப்பாங்களாய்யா" என்று கேட்டாள். அவன் செல்வியின் கலைந்த தலையை சரிசெய்துவிட்டபடியே "வந்தா வாங்கித் தர்றேன்" என்றான். சின்னராணி ஒருக்களித்துப் படுத்துக் கிடந்தாள். அவளுக்கு செல்வி பேசுவது கேட்டுக் கொண்டுதானிருந்தது. அழகர் எழுந்து துணிப்பையினுள் கையை விட்டு எதையோ தேடினான். செல்வி நெருங்கி வந்து அம்மா விழித்திருக்கிறாளா என்று அருகில் சென்று உற்றுப் பார்த்தாள். அழகர் துணிப்பையில் இருந்து கையில் எடுத்த சீப்பால் தலை சீவியபடியே வேஷ்டியால் வாயைத் துடைத்துக்கொண்டான். வெளியே வெயில் வடிந்திருந்தது.

ஒரு மழை வந்தால் வெக்கை குறையக்கூடும் என்று நினைத்த படியே ரோகிகள் எவனிடமாவது பீடியிருக்கக்கூடும் என்ற யோசனையோடு அவர்களைத் தேடிச் சென்றான். ஒருவன் கதவில் சாய்ந்தபடியே பீடி புகைத்துக்கொண்டுவருவது தெரிந்தது. அவனிடம் பீடியிருக்கிறதா என்று அழகர் கேட்டான். அவன் புகைத்துக்கொண்டிருந்த பீடியை பாதியாக நீட்டியபடி "வேற இல்லை" என்றான். அதை வாங்கி இரண்டு இழுப்பு இழுத்துவிட்டு எச்சிலைக் காறி வெளியே துப்பினான்.

அந்த நோயாளி பீடியை முழுமையாக இழுத்துக்கொண்டிருந்தான். அழகர் கதவைப் பிடித்தபடியே நின்று கொண்டு "நீ எந்தூரு" என்று கேட்டான். அந்த நோயாளி கொடிக்குளம் என்றபடியே அழகரை பார்த்து உங்களை நைனார் கோவில் திருவிழாவில ஒருக்க பாத்து இருக்கேன். ராட்டினம் சுத்துற ஆள்தானே நீங்க" என்றான்.

இல்லை என்று மறுத்தபடியே "நான் கடற்கன்னி ஷோ போடுறவன். அந்த ஊர்ல திருவிழாக்கு வந்து எட்டு பத்து வருசமிருக்குமே" என்றான்.

அதை மறுத்தபடியே அந்த நோயாளி "நான் சொல்றதும் இன்னும் முன்னாடி. அப்போ நீங்க தலை முடி கூட முன்னாடி

குருவிக்கூடு போல சுருட்டிவிட்டு இருந்தீங்க. உங்க்கூட ஒரு தடியா ஒரு பொம்பளை இருந்துச்சி. ரெண்டுபேரும் என் சர்பத் கடைல வந்து குடிச்சிருக்கீங்க. முகம் நல்லா ஞாபகமிருக்கு" என்றான்.

அழகரால் நம்பவே முடியவில்லை. அவனோடு கூட வந்தவள் ஜிக்கி. என்றோ ஒரு நாள் ஜிக்கியோடு சர்பத் குடித்ததை இன்று வரை ஒருவன் ஞாபகம் வைத்துக் கொண்டிருப்பது வியப்பாக இருந்தது.

"நீ திருவிழால சர்பத் கடை போட்டயா" என்று கேட்டான். அதற்கு அந்த நோயாளி "கடை என் மச்சினன் போட்டான். நான் கூட ஒத்தாசைக்கு இருந்தேன். அந்தப் பொம்பளையும் நீங்களும் ரொம்ப நேரம் சிரிச்சி சிரிச்சி பேசிக்கிட்டே இருந்தீங்க" என்றான்.

தான் மறந்து போன ஒருத்தியை எதற்காக இவன் ஞாபகப்படுத்துகிறான் என்பது போலவே அழகர் யோசித்தபடியே "அப்படியா" என்று கேட்டான்.

ரயில் இப்போது சாலையை ஒட்டிச் சென்றது. சாலையில் ஒரு பேருந்து செல்வது தெரிந்தது. அவனோடு பேச்சுக் கொடுக்க வேண்டாம் என்பதுபோல் அந்த பேருந்தையே பார்த்துக்கொண்டிருந்தான்.

பீடி புகைத்துக்கொண்டிருந்த நோயாளி தூரத்தில் தெரியும் செல்வியைக் காட்டி "உங்க மக ரொம்ப அழகா இருக்கா" என்றான். அழகர் பதில் சொல்லவில்லை. வெறுமனே தலையாட்டிக் கொண்டான்.

அவன் மனதில் ஜிக்கியின் முகம் ததும்பிக்கொண்டிருந்தது. எத்தனையோ நாட்களாக மறந்து போனவளை ஒரு சொல்லால் திரும்ப உயிர்பெற வைத்துவிட்டானே என்பது போல அவளைப் பற்றியே நினைத்துக்கொண்டிருந்தான். ரயில் கருவேல மரங்கள் அடர்ந்த வெளியில் சென்றுகொண்டிருந்தது. ஒரு திட்டு மேகங்கள் தனியே மிதந்து கொண்டிருந்தன. இரண்டு கொக்குகள் ரயிலோடு கூடவே பறந்து வந்து கொண்டிருந்தன. கதவில் சாய்ந்தபடியே ஜிக்கியைப் பற்றி நினைக்கத் துவங்கினான் அழகர்.

ஜிக்கியை சந்தித்திராமல் போயிருந்தால் நிச்சயம் இப்படியான தொழில் செய்துகொண்டு பிழைப்பவனாக ஆகியிருக்க முடியாது. பேரின்ப விலாஸ் ஹோட்டலில் பாத்திரம் கழுவுகின்ற ஆளாக மட்டும்தான் இருந்திருப்பான். எதற்காக தன்னைப் பார்த்தவுடன் ஜிக்கி என்னோடு வந்துவிடுகிறாயா என்று கேட்டாள். இன்றைக்கு வரை அவனுக்கு அதற்கான பதில் தெரியவேயில்லை.

*

பழனியில் உள்ள பேரின்பவிலாஸ் ஹோட்டலில் அழகர் வேலைக்குச் சேர்ந்த பத்து நாட்களுக்கு அவனுக்கு வேலை பழகவேயில்லை. தினமும் யாரிடமாவது அடிவாங்குவான். கோவிலுக்கு வருகின்ற கூட்டத்தால் ஹோட்டல் நிரம்பி வழிந்து கொண்டிருந்தது. அதனால் வேலை கடுமையாக இருந்தது. வியர்வையும் பதற்றமும் ஒன்றுசேர நாளெல்லாம் நடுக்கத்துடன் அவன் டம்ளர் கழுவுவது மேஜை துடைப்பது என்று வேலை செய்து கொண்டிருந்தான். மதியம் மூன்று மணியாகிவிடும் சாப்பிடுவதற்கு, அதுவும் உட்கார்ந்து நிதானமாகச் சாப்பிட முடியாது. பாதிநாட்கள் சாப்பிடும்போது விக்கல் வந்துவிடும். இரவு உணவு மட்டும்தான் நிதானமாக சாப்பிடலாம். ஆகவே அவனும் பாரியைப் போலவே தன்னையும் மாற்றிக் கொள்ளத் துவங்கினான். தினசரி காலை ஆறுமணிக்கு எல்லாம் எழுந்துவிடுவான். பாரி அவனையும் மலஜலம் கழிக்க ரயில்வே தண்டவாளங்களை ஒட்டி நடந்து கூட்டிச் செல்வான். இருவரும் கல்குவியல் மறைவில் இருந்தபடியே பேசிக்கொண்டிருப்பார்கள்.

தங்கியிருந்த இடத்தில் உள்ள கிணற்றிற்கு அவர்கள் குளிக்க வரும் போது எப்படியும் நாலைந்து பேர் குளித்துக்கொண்டிருப்பார்கள். கிணற்றின் அடியாழத்தில் தண்ணீர் கிடந்தது. வாளியை விட்டு இறைப்பதற்குள் மூச்சு வாங்கிவிடும். தகர டிரம்மில் இறைத்து ஊற்றிக் குளிக்கவேண்டும். அதற்கு பாரிக்குப் பொறுமை யிருக்காது. அவன் அப்படியே வாளித் தண்ணீரைத் தலையில் ஊற்றிக்கொள்வான்.

பாரி சோப் வாங்குவதே கிடையாது. யார் சோப்பையாவது நைசாக எடுத்துப் போட்டுக்கொண்டுவிடுவான். ஹோட்டல் வேலையாட்கள் அத்தனை பேரும் வாசனை சோப்பு போட்டுக் குளிப்பதில் ஆர்வம் கொண்டவர்கள், அதிலும் சினிமா தியேட்டர்களில் விளம்பரம் செய்யப்படும் சோப்பை கட்டாயம் வாங்கிவிடுவார்கள். பாரிக்குலிரில் சோப்பின் வாசனைதான் பிடித்திருந்தது. அவன் அந்த மணத்தை உடம்பைத் துடைக்கும்போது நுகர்ந்து பார்த்துக்கொள்வான்.

கடையில் வேலை செய்யும் பையன்கள் தினசரி துவைத்த டவுசர் பனியன் போட்டிருக்கிறார்களா என்று பரிசோதனை செய்ய வேண்டியது முத்து பிள்ளை என்பவரது வேலை. அவர் முன்பாக தினசரி போய் நிற்கவேண்டும். அவர் தலைமுதல் கால்வரை உற்றுக் கவனிப் பார். யாரும் நீளமாக முடி வளர்க்க கூடாது. உணவில் தலைமயிர் விழுந்துவிடும் என்பதால் கட்

பண்ணச் சொல்லிவிடுவார்கள். அதுபோல தாடி வளர்க்கக் கூடாது. கையில் கடிகாரம் கட்டி வரக்கூடாது. பற்களைச் சுத்தமாகத் தேய்த்து வைத்திருக்கவேண்டும். இதைச் சரியாகச் செய்கிறார்களா என்று பார்க்க முத்து பிள்ளை பல்லைக் காட்டச் சொல்வார். சப்ளையர்கள் அதை ஒரு கடமை போலச் செய்வார்கள். இவ்வளவு கெடுபிடியும் தூய்மையும் இல்லா விட்டால் உணவகத்தின் பெயர் கெட்டுப்போய்விடும் என்று மேனேஜர் கோபால்ராவ் அடிக்கடி சொல்வார். அவரது ஏற்பாடுதான் இத்தனையும். அவர் மங்களூரில் ஹோட்டல் வைத்திருந்தவர். அவர் ஒருவருக்குத் தான் தினம் எவ்வளவு பேர் வருவார்கள். என்ன சமைக்க வேண்டும் என்ற உத்தேசம் தெரியும்.

அவருக்கு ஹோட்டலில் தனியே ஒரு அறை ஒதுக்கப்பட்டிருந்தது. அதற்குள் உட்கார்ந்தபடியே நாள் முழுவதும் அவர் கணக்கு வழக்குகள் பார்த்துக்கொண்டிருப்பார். சிலவேளைகளில் அவர் சமையற்கட்டிற்குள் வந்து மேற்பார்வை செய்வதும் உண்டு. கடையின் மொத்த கொடுக்கல் வாங்கல் அவர் வழியாகவே நடந்து வந்தது. அவருக்கு சப்ளையர் வேலைக்கு வரும் சிறுவர்களை ரொம்பவும் பிடிக்கும். யாரையும் கோபித்துக்கொள்ள மாட்டார். யாராவது ஏதாவது பிரச்சினை செய்தால்கூட அவர்களைத் தண்டிக்காமல் விட்டுவிடுவார்.

பாரி உடை விசயத்தில் கச்சிதமாக இருப்பான். அவன் நெற்றியில் திருநீறு பூசி, துவைத்த டவுசர் பனியன் அணிந்து முகம் நிறைய சிரிப்போடு முத்து பிள்ளையின் முன்னால் போய் நிற்பான். அவர் பாரியை பல்லைக் காட்டச் சொல்வதேயில்லை. ஆனால் அவனாகக் காட்டுவான். பிறகு தான் இந்த வேலையைச் செய்யட்டும்மா என்று அவனாகக் கேட்டு வாங்கிக் கொள்வான். அப்படியிருக்க அழகரால் முடிந்ததில்லை.

அவனுக்கு முத்து பிள்ளையின் முன் போய் நிற்கும்போது கால்கள் நடுங்கத் துவங்கிவிடும். அவர் ஆரம்பத்தில் சில நாள் அவனைத் திட்டியதோடு சரி, பின்பு கண்டுகொள்ளவேயில்லை. பாரியும் அவனும் ஒன்றாகத்தான் சாப்பிடுவார்கள். ஒன்றாகத்தான் வேலை முடிந்து போவார்கள். சில நாட்கள் பாரியின் வேலை முன்பாகவே முடிந்து போனால்கூட அவன் அழகருக்காகக் காத்திருப்பான்.

ஒரு மாதம் இப்படியே கடந்து போனது. அய்யா அவனைத் தேடி வரவேயில்லை. எப்போதாவது சில நேரம் அவரது நினைவு வரும். சினிமா தியேட்டரும் உதிர்ந்து கிடக்கும் வேப்பம் பூக்களும் மனதில் வந்து போகும். கிட்ணன் மனைவி அவனைத் துரத்துவது

போல ஒரு நாள் கனவு வந்தது. என்றாவது தன்னைத் தேடி வந்து பிடித்துக் கொண்டுவிடுவார்களோ என்ற பயம் அழகருக்கு உள்ளூற இருந்து கொண்டேயிருந்தது.

அவனைப் போலவே வேறுவேறு ஹோட்டல்களில் வேலை செய்யும் பையன்கள் நிறைய இருந்தார்கள். அவர்கள் மலையடிவாரத்தில் உள்ள ஒரு பாலத்தில் இரவில் சந்தித்துக் கொள்வார்கள். சில பையன்கள் பூக்காரத்தெருவில் வசிக்கும் வேசைகளைத் தேடிப்போவதுண்டு. சில வேளைகளில் கோவிலுக்கு சாமி கும்பிட வந்த இளம் பெண்களோடு நட்பாகிவிடுவதும் உண்டு.

கங்கா ஹோட்டலில் வேலை பார்த்த ஒரு பையன் சாமி கும்பிட வந்த ஒரு பெண்ணோடு இரண்டு நாட்களில் ரொம்பவும் ஸ்நேகமாகி விட்டான். அவளுக்காக மொட்டை போட்டுக்கொண்டு கையில் கறுப்புக்கயிறு கட்டிக்கொண்டுவிட்டான். அவர்கள் சண்முகவிலாசில் தங்கியிருந்தார்கள். அந்த அறையை ஒட்டியே சுற்றி சுற்றிவந்தான். அந்தப் பெண் கதவைத் திறந்து வெளியே வரும்போதெல்லாம் அவனைப் பார்த்துச் சிரித்துவிட்டுப் போனாள். அவளுக்காகப் படியில் நடந்து கோவிலுக்குப் போனான். மூன்றாம் நாள் காலை அவர்கள் டாக்சியில் ஊருக்குக் கிளம்பப் போகிறார்கள் என்று தெரிந்து சண்முகவிலாசின் அருகில் உள்ள அரசமரத்தருகே நின்றபடியே கேவிக்கேவி அழுது கொண்டிருந்தான்.

அந்த இளம் பெண் அறையின் கதவை விட்டு வெளியே வந்து கையசைத்தபடியே காரில் ஏறிப் போய்விட்டாள். ஆனால் அந்த ஹோட்டல் பையனால் அதைத் தாங்கிக்கொள்ள முடியவில்லை. அவள் யார், எந்த ஊர் என்று எதுவும் தெரியாமல் காய்ச்சல் கண்டு புலம்பியபடி இருந்திருக்கிறான். பிறகு ஒரு பகல் வேளையில் தூக்கிலிட்டுச் செத்தும் போய்விட்டான் என்றார்கள்.

ஹோட்டல் சிறுவர்களிடம் சொல்வதற்கு எண்ணிக்கையற்ற கதைகள் இருந்தன. அவர்களில் முத்துகணேஷ் என்பவனை மட்டும் அழகருக்குப் பிடித்திருந்தது. அவன் எப்போதாவது அழகரைத் தேடி அவன் ஹோட்டலுக்கு வருவதும் உண்டு. அவர்கள் இருவரும் ஒருநாள் ஒன்றாக காசு கொடுத்து ஜோசியம் பார்த்தார்கள். அதில் அழகர் பெரிய முதலாளி ஆகிவிடுவான் என்றும் முத்துகணேஷ் சினிமாவில் நடிக்கப் போய்விடுவான் என்றும் வந்தது. அதை நினைத்து நினைத்து அன்றெல்லாம் உற்சாகம் கொண்டார்கள்.

அழகர் முதன்முறையாக வேலை செய்ததற்கு சம்பளம் வாங்கினான். அன்றிரவு அவனும் பாரியும் சினிமாவிற்குப்

போனார்கள். பாரி ஒரு உண்டியல் வாங்கித் தந்து அதில் பணத்தைச் சேர்த்து வைத்துக் கொள்ளச் சொன்னான்.

அழகருக்கு யாராவது தனது உண்டியலைத் திருடிப்போய்விட்டால் என்ன செய்வது என்று யோசனையாக இருந்தது. அவன் பணத்தை யாரும் அறியாமல் ஒரு தீப்பெட்டிக்குள் அடைத்து ஒளித்து வைத்துக் கொண்டான். அதை பாரியிடம் கூட சொல்லிக் கொள்ளவில்லை. ஒருநாள் மதியம் வயிறு வலிப்பதாகச் சொல்லி பாரி தங்குமிடத்திற்குக் கிளம்பிப் போய்விட்டான். தானும் துணைக்கு வரவா என்று அழகர் கேட்டதற்கு அவன் வேண்டாம் என்று மறுத்துவிட்டான். இரவு அறைக்குத் திரும்பியபோது பாரி உற்சாகமாகப் படுத்துக் கிடந்தான்.

வயிற்றுவலி எப்படியிருக்கிறது என்று அழகர் கேட்டபோது பாரி உற்சாகமாகச் சிரித்தபடியே ஒரு கூலிங்கிளாஸை காட்டினான். அழகாக இருந்தது. அதுபோன்ற ஒன்றை எம்ஜி ஆர் ஒரு படத்தில் போட்டுக்கொண்டுவருவார். அது எப்படி இவனுக்குக் கிடைத்தது என்று புரியாமல் வாங்கிப் போட்டுப் பார்த்தான். பாரி ஸ்டைலாக அதைப் போட்டுக்கொண்டு நடனமாடிக் காட்டினான். எல்லோரும் சிரித்தார்கள். பாரிக்கு எப்படி அந்தக் கண்ணாடி கிடைத்தது என்று அவன் சொல்லவேயில்லை.

அதன் இரண்டு தினங்களுக்குப் பிறகு ஒரு நாள் காலை பாரி ஒரு வயதானவரை கையைப் பிடித்து அழைத்துக்கொண்டு வருவதை அழகர் பார்த்துக்கொண்டிருந்தான். பாரி அவரை ஹோட்டலின் உள்ளே அழைத்து வந்து கோபால்ராவ் முன்னாடி நிற்க வைத்தார். அவர் ஏதோ கணக்கைச் சரி பார்த்துக் கொண்டிருந்தவர் நிமிர்ந்து பார்த்துவிட்டு "என்னடா" என்றார். பாரி "இது எங்க நைனா" என்றான். அந்த வயதானவர் கோபால்ராவிற்கு வணக்கம் சொன்னார். கோபால்ராவ் அவரது மெலிந்த தோற்றத்தைக் கண்டதும் மனதில் இரக்கம் கொண்டவரைப் போல "உள்ளே கூட்டிகிட்டுப் போய் சாப்பிட வை" என்றார்.

பாரி அப்பாவை அழைத்துக்கொண்டு ஒரு டேபிளில் உட்கார வைத்துவிட்டு முத்து பிள்ளையிடம் போய் "எங்க நைனா" என்று அடையாளம் காட்டினான். பிறகு அவனாகவே சமையற்கட்டிற்குள் போய் ஒரு நெய் ரோஸ்ட்டும் கொஞ்சம் கேசரியும் ஒரு வடையும் தட்டில் எடுத்துக்கொண்டு வந்து நைனாவின் முன்னால் வைத்து "நல்லா சாப்பிடு நைனா" என்றான். அவர் மெதுவாகக் கிள்ளி எடுத்துச் சாப்பிடத் துவங்கினார். "சாம்பார் ஊத்திக்கிடுறயா" என்று பாரி கேட்டான். அவர் வேண்டாம் என்று தலையாட்டினார்.

அவர் சாப்பிட்டுக்கொண்டிருப்பதற்குள் ஹோட்டலில் இருந்த அத்தனை பேரிடமும் தனது நைனாவை அறிமுகப்படுத்தி அவர் கோவிலுக்குச் சாமிகும்பிட வந்திருப்பதாகச் சொன்னான். அழகருக்கு வியப்பாக இருந்தது. பாரியின் அப்பாவிற்கு இவ்வளவு வயதாகி விட்டதா என்று பார்த்துக்கொண்டிருந்தான். பூரியும் கிழங்கும் எடுத்துக்கொண்டு அத்தோடு கட்டிச்சட்னியும் கொண்டுவந்து வைத்த பாரி "நல்லா இருக்கும். இதையும் சாப்பிடு" என்றான். அவனது அப்பா தலையாட்டிக்கொண்டார்.

"நாம ரெண்டு பேரும் நைனாகூட கோவிலுக்குப் போயிட்டு வருவதா" என்று அழகரிடம் கேட்டான் பாரி. அழகர் "போகலாம்" என்றான். நைனா சாப்பிட்டு முடிக்கும்வரை பாரி அருகில் உட்கார்ந்து கவனித்துக்கொண்டான். அவர் கூச்சத்துடன் அங்கிருப்பவர்களைப் பார்த்துக் கும்பிட்டுவிட்டு வெளியேறினார். பாரி முத்து பிள்ளையிடம் போய்ச் சொல்லிவிட்டு வந்தான். பாரியின் நைனா மிக மெதுவாக நடந்தார். பாரி அவருக்கு கோவிலுக்குப் போகும் வழியில் உள்ள ஒவ்வொன்றாகக் காட்டிக்காட்டிச் சொல்லிக்கொண்டிருந்தான்.

ஒரு தள்ளுவண்டிக் கடையில் அவருக்கு அன்னாசிப்பழம் ஒன்று வாங்கித் தந்தான். பாரி அவன் நைனாவைக் கூட்டிக்கொண்டு போவது ஒரு சிறுவனை முதன்முறையாக கோவிலுக்கு அழைத்துக் கொண்டு போவது போலவே இருந்தது. அதைப் பார்க்க அழகருக்குச் சிரிப்பாக வந்தது. அவனும் அவரை நைனா என்றே கூப்பிட்டான். அவர்கள் மொட்டை போடும் மண்டபம் அருகே வந்து நின்றார்கள். பாரியின் நைனா தனது சட்டையை கழட்டி அவனிடம் தந்துவிட்டு மொட்டை போட்டுக்கொண்டார். பாரி அவர் தலைக்கு சந்தனம் வாங்கி வந்து தடவிவிட்டான். ஊரில் இருந்து சிலர் வந்திருக்கிறார்கள். அவர்களுடன் சேர்ந்து கோவிலுக்குப் போய்க்கொள்கிறேன் என்றார் நைனா.

பாரி தனது டவுசர் பையில் வைத்திருந்த ஐம்பது ரூபாயை எடுத்து அவரிடம் தந்து "செலவுக்கு வச்சிக்கோ. நான் தீபாவளிக்கு வரும்போது டிரஸ் வாங்கிட்டு வர்றேன்" என்றான். நைனா அமைதியாக அந்தப் பணத்தை வாங்கிக்கொண்டார். பால்காவடி எடுத்துவரும் கூட்டம் ஒன்று மண்டபத்தினுள் நுழைந்தது. பாரி நைனாவிடம் "பத்திரமாக ஊருக்குப் போய்ச் சேரு" என்று சொல்லியபடியே அழகரை அழைத்துக் கொண்டு கிளம்பினான்.

வரும் வழியில் இருந்த சினிமா தியேட்டர் முன்பாக நின்றபடியே அழகரிடம் "நான் ஐம்பது ரூபா கொடுத்ததை யார் கிட்டயும் சொல்லாதே" என்றான்.

எஸ்.ராமகிருஷ்ணன் ❖ 205

பாரிக்கு ஏது பணம்? அவன் மாசச்சம்பளத்தில் எப்படி ஐம்பது ரூபாய் சேமித்து வைத்திருக்க முடிந்தது? ஆனால் அழகர் அதை கேட்டுக்கொள்ளாமல் அமைதியாக இருந்தான். இருவரும் வரும் வழியில் ஒரு சேமியா ஐஸ் வாங்கி சப்பியபடியே நடந்து வந்தார்கள். பாரி தன் நைனாவை நடத்திய விதம்பற்றி முத்து பிள்ளை சொல்லிச் சொல்லி சிரித்துக்கொண்டிருந்தார். பாரிக்கே அதைக் கேட்க வெட்கமாக இருந்தது.

இது நடந்த ஒருவாரத்தின் பிறகு ஒருநாள் பாரி உடல் நலமில்லை என்று காலையில் ஹோட்டலுக்கு வராமல் படுத்துக் கொண்டான். மதியம் அழகர் பாரியைப் பார்ப்பதற்காக ஹோட்டலில் இருந்து கொஞ்சம் சாப்பாடு எடுத்துக்கொண்டு வந்தான். பாரி தன் அறையில் உட்கார்ந்து மட்டன் பிரியாணி சாப்பிட்டுக்கொண்டிருந்தான். அவனோடு கூட ஒரு ஆள் இருந்தார். அவருக்கு முப்பது வயதிருக்கக் கூடும். இருவரும் அழகரைப் பார்த்ததும் கண் அடித்துக் கொண்டார்கள்.

பாரி அழகரிடம் “பிரியாணி சாப்பிடுறயா” என்று கேட்டான். அழகருக்கு அவன் ஏன் இப்படி நடந்து கொள்கிறான் என்று புதிராக இருந்தது. தனக்கு பிரியாணி வேண்டாம் என்றபடியே தான் ஹோட்டலுக்குப் போவதாகச் சொல்லி வெளியேற முயன்றான். பாரி “நாங்க சினிமாவுக்குப் போறோம் நீயும் வர்றயா” என்று கேட்டான். அழகருக்குப் போவதா வேண்டாமா என்று தயக்கமாக இருந்தது. நான் வரலை என்றபடியே ஹோட்டலுக்குச் சென்றான். மறுநாள் சரக்கறையில் வைத்து பாரியை முத்து பிள்ளை விசாரித்துக்கொண்டிருந்தார். அவன் தலைகவிழ்ந்திருந்தான். அவனது புறங்கையை ஒரு கயிற்றால் இறுக்கமாகக் கட்டியிருந்தார்கள். அடிவிழுந்திருக்க வேண்டும் போல கன்னம் வீங்கியிருந்தது,

பாரி ஆத்திரத்துடன். “நான் ஒண்ணும் அப்படி செய்யலை” என்று சொல்லிக்கொண்டிருந்தான். முத்து பிள்ளை ஆத்திரத்துடன் “ஹோட்டலுக்கு வாங்குற எண்ணெய் டின்னு, சக்கரை எல்லாம் திருடித்திருடி வெளியே விக்குறேனு சொல்லிக்கிட்டே இருந்தாங்க. ஒருநா வசமா மாட்டுவேனு நினைச்சேன். நேத்து மத்தியானம் நீ தண்டபாணி கடைல கொண்டுபோய் எண்ணெய் டின்னை வித்திருக்கே. உன்கூட ஒரு ஆளு வந்தானு அந்தக் கடைப்பையன் சொல்றானே. உண்மையைச் சொல்லுடா” என்றார்.

பாரி “அதெல்லாம் பொய். நான் எங்கேயும் போகலை. ரூம்ல வயித்தாலே போயி படுத்துக்கிடந்தேன்” என்றான். அழகருக்கு

அது பொய் என்று நன்றாகத் தெரிந்தது. முத்து பிள்ளை பாரியின் செவுளோடு அறைந்தபடியே “அந்த தண்டபாணி கடை ஆளை வரச் சொல்றா” என்றார்.

தண்டபாணி மளிகைக் கடையில் இருந்து ஒரு ஆள் வெளியே நின்றிருந்தான். அவன்தான் முந்திய நாள் பாரியோடு இருந்தவன். அவன் தலைகவிழ்ந்து நின்றிருந்தான். “நீதான் இவன்கூட கூட்டுக் களவாணியா” என்று கேட்டார். அவர் மௌனமாக இருந்தான். “ரெண்டு பேரையும் போலீஸ்ல பிடிச்சிக் குடுத்தா. ஆறு மாசம் உள்ளே இருக்கணும். என்ன போலீஸை வரச்சொல்லவா” என்று கேட்டார். பாரி அவனை முறைத்தபடியே “நான் ஒண்ணும் செய்யலை” என்றான்.

“உன்கூட இதுல யாருக்கு எல்லாம் கூட்டுனு சொல்லிரு” என்றார் முத்து பிள்ளை.

அவன் பல்லைக் கடித்தபடியே நின்று கொண்டிருந்தான். தண்டபாணி கடைஆள் நடந்த உண்மையைச் சொல்லிக் கொண்டிருந்தான்.

பாரிக்கு மறுபடியும் செவுளோடு அறை விழுந்தது. அவன் மயங்கி விழுந்தவன் போல நடித்தான். அதனால் ஆத்திரமான முத்து பிள்ளை அவன் வயிற்றோடு ஓங்கி எத்தினார். ராஜப்பன் அருகில் வந்து “அடிதாங்காம செத்துப் போகப் போறான். பாத்து அடிங்க” என்றார். அதைக்கேட்ட முத்து பிள்ளை “இதெல்லாம் பாவலா. இந்த நாயைப் பத்தி எனக்குத் தெரியும்” என்றபடியே இன்னும் ரெண்டு மிதி மிதித்தார். பிறகு அழகரை மட்டும் தனியே அழைத்துக்கொண்டு கோபால்ராவ் அறைக்குப் போனார் முத்து பிள்ளை.

அழகர் தான் மதியம் அவர்கள் ரெண்டு பேரையும் ஒன்றாக தங்குமிடத்தில் பார்த்தாகவும் அவர்கள் பிரியாணி சாப்பிட்டுக் கொண்டிருந்ததாகவும் சொன்னான். அவனை அனுப்பிவிட்டு பாரியை கோபால்ராவ் அறைக்கு மறுபடியும் அழைத்தார்கள்.

கோபால்ராவ் “அவனை வேலையை விட்டு அனுப்பிவிடலாம்” என்றார். ஆனால் முத்துபிள்ளை “இப்படியே விட்டால் திருட்டுப் பழக்கம் ஜாஸ்தியாகிவிடும். போலீஸில் பிடித்துக் கொடுத்தால் சிறுவர் ஜெயிலுக்கு அனுப்பிவிடுவார்கள்” என்றார்.

கோபால் ராவ் நீண்ட யோசனைக்குப் பிறகு “ஹோட்டல் பேரு கெட்டுப் போயிரப்போகுது” என்றார். ஆனால் முத்து பிள்ளையோ “இப்படிச் செய்யாம விட்டா நாளைக்கு இன்னொரு

பையன் இதே தப்ப துணிச்சலா செய்ய ஆரம்பிச்சிருவான். நான் பாத்துகிடுறேன்" என்றார். இருவரும் நீண்ட நேரம் இதைப் பற்றிப் பேசிக்கொண்டார்கள்.

பாரியை போலீஸில் ஒப்படைப்பது என்று முடிவு செய்தார்கள். அழகருக்கு அதைத் தாங்கிக்கொள்ள முடியவில்லை. பாரி ஏன் இப்படிச் செய்தான் என்று யோசித்துக்கொண்டேயிருந்தான். பாரி என்னவெல்லாம் திருடினான் என்ற பட்டியல் ஒன்றினை முத்து பிள்ளை தயாரித்து அதை தண்டபாணி கடை ஆளிடம் காட்டிச் சரிபார்த்து கையெழுத்து வாங்கிக்கொண்டார். பிறகு பாரியை வாழை இலைக்கட்டுகள் போட்டுவைத்திருக்கின்ற அறையில் அடைத்து வைக்கச் சொல்லிவிட்டு தானே போய் போலீஸ் ஸ்டேஷனில் சொல்லி இன்ஸ்பெக்டரைக் கூட்டி வருவதாக புறப்பட்டார். பாரியை வெளியே அழைத்துக்கொண்டு வந்தபோது அவன் அழகரை மிக மோசமான வசைகளால் திட்டிக்கொண்டிருந்தான். பாரியின் தலைமயிரைப் பிடித்து இழுத்து பல்லோடு அறைந்தபடியே இழுத்துக் கொண்டு போனார் ராஜப்பன்.

அன்று மதியம் உணவுவேளை முடிந்தபிறகு சமையற்கட்டிற்குள் கோபால்ராவ் வந்து "எல்லோருக்கும் இது ஒரு பாடமாக இருக்கட்டும்" என்று எச்சரிக்கை செய்துவிட்டுப் போனார். அழகருக்கு பாரியை போலீஸில் ஒப்படைக்காமல் விட்டுவிடச் சொல்லவேண்டும் என்று தோன்றியது. ஆனால் பேச்சுவரவில்லை. மாலையில் ஒரு இன்ஸ்பெக்டரும் இரண்டு கான்ஸ்டபிள்களும் வந்து பாரியைக் கூட்டிக்கொண்டு போனார்கள்.

பாரி ஹோட்டலை விட்டுப் போகும்போது அழுதான். அது நிஜமான அழுகையாக இருந்தது. அவன் கண்ணில் படாமல் அழகர் ஒளிந்து கொண்டுவிட்டான். பாரியை சாலையில் போலீஸ் அழைத்துக் கொண்டு போகும்வரை ஹோட்டல் சப்ளையர்கள் வேடிக்கை பார்த்துக்கொண்டிருந்தார்கள். அவன் போன பிறகு பாரி திருடி சம்பாதித்த காசில் வாங்கிய கூலிங்கிளாஸ், டிரான்சிஸ்டர் ரேடியோ, சென்ட் பாட்டில் பற்றி சமையல் கூடமே பேசிக்கொண்டிருந்தது.

அழகருக்கு நடுக்கமாக இருந்தது. ஏன் அவனைக் காட்டிக் கொடுத்தோம். அதைச் சொல்லாமல் இருந்திருந்தால் பாரி பிடிபட்டிருக்க மாட்டான் என்று தோன்றியது. அழகர் அன்று மதியம் சாப்பிடவேயில்லை. மாலைவரை பிரம்மை பிடித்தவன் போல உட்கார்ந்தேயிருந்தான். மாலையில் முத்து பிள்ளை பாரியைப் புதுக்கோட்டையில் உள்ள சிறுவர் ஜெயிலுக்கு

அனுப்பிவிடுவார்கள் என்றும் எப்படியும் வெளியே வருவதற்கு அஞ்சு ஆறு வருசமாகிவிடும் என்றார்.

அன்றிரவு அழகர் தனியாக அறைக்குத் திரும்பினான். நடந்து வருவதற்கே வேதனையாக இருந்தது. இரவும் அவனுக்குச் சாப்பிட மனதேயில்லை. பாரியின் துணிப்பெட்டியும், அவனது பொருட்களும் அப்படியே இருந்தன. பாரியின் கீச்சிடும் குரலும் வேடிக்கைகளும் பற்றி நினைக்க நினைக்க அவனுக்கு வேதனை மிகுவதாக இருந்தது. ஆனால் அவனைத்தவிர வேறு யாரும் பாரியை பற்றி நினைக்கவில்லை. பாரி வாங்கி வைத்திருந்த கண்ணாடி, டிரான்ஸ்சிஸ்டர் இரண்டையும் ஆளுக்கு ஒன்றாக இரண்டு சப்ளையர்கள் எடுத்துக்கொண்டார்கள்.

பாரிக்கு அவன் அம்மாவிடம் இருந்து வந்த கடிதங்களும் அவனது டவுசர் சட்டைகளையும் அழகர் எடுத்து வைத்துக்கொண்டான். அன்றிலிருந்து அவனுக்கு ஹோட்டல் வேலையில் மனம் கூடவேயில்லை. ஆனால் ராஜப்பன் மட்டும் அழகருக்கும் பாரியின் திருட்டுப் பழக்கத்தில் நிச்சயம் பங்கிருக்கும் என்று சொல்லிக்கொண்டேயிருந்தார்.

தினசரி தனியாக காலையில் எழுந்து குளித்துவிட்டு வேலைக்குப் போவது கஷ்டமாக இருந்தது. ஆனால் ஒரு வாரத்தில் பாரியை அந்த ஹோட்டலில் வேலை செய்த யாருமே நினைவில் வைத்திருக்கவில்லை. பாரிக்குப் பதிலாக புதிதாக இரண்டு சிறுவர்கள் வேலைக்குச் சேர்ந்திருந்தார்கள். அவர்கள் அழகரை அண்ணன் என்று அழைக்கத் துவங்கியிருந்தார்கள். பாரி தன்மீது காட்டிய அன்பைப் போலவே அழகர் அந்தச் சிறுவர்களிடம் நடந்து கொண்டான்.

எப்போதாவது கோவில் மண்டபத்தை கடந்து போகையில் பாரியின் நைனா நினைவிற்கு வருவார். அவர்கள் பாரியை சிறுவர் ஜெயிலில் போய்ப் பார்த்திருப்பார்களா, பாரி அங்கேயும் முன்புபோல துடுக்குத் தனமாகத்தான் இருப்பானா? பேசாமல் நாமும் அந்தத் திருட்டில் கூட இருந்ததாகச் சொல்லி பாரியோடு சிறுவர் ஜெயிலுக்குப் போயிருக்கலாமே என்று தோன்றியது.

இதற்கிடையில் பேருந்து நிலையத்தின் முன்பாக புதிதாக வசந்தம் என்ற பெரிய உணவகம் ஒன்றைத் திறந்திருந்தார்கள். அந்தக் கடைத் திறப்பு விழாவிற்கு சென்னையில் இருந்து வந்திருந்த நடிகர்களைக் காண ஊரே திரண்டு இருந்தது. வசந்தம் திறந்த இரண்டு நாளில் பேரின்ப விலாசில் இருந்து ராஜப்பன் முத்து பிள்ளை உள்ளிட்ட பதினாறு பேர் அந்தக் கடைக்குச் சம்பளம் அதிகமாகத் தருவதாக சொல்லிப் போய்விட்டார்கள்.

கோபால்ராவால் அந்த அடியைத் தாங்கிக்கொள்ள முடியவில்லை. அவர் உடனே மதுரைக்குப் போய் புதிதாக ஐந்தாறு பேரை வேலைக்குக் கொண்டுவந்து சேர்ந்தார். அழகரை பாத்திரம் கழுவும் வேலையில் இருந்து மாற்றி காலை ஆறு மணி முதல் ஒன்பது மணிவரை சப்ளையர் வேலையிலும், மதியம் சாப்பாட்டு நேரத்தில் சாம்பார் வாளியும் கொடுத்து பரிமாறச் சொன்னார்கள்.

அழகருக்கு ஹோட்டலே உருமாறிவிட்டது போலிருந்தது. திருவிழாப் போல எப்போதும் விலக இடமில்லாமல் இருந்த உணவகம் மெல்ல ஆள்வரத்து குறையத் துவங்கியது. அதிலும் வசந்தம் ரூப் கார்டன் எனப்படும் திறந்தவெளி உணவகம் அமைக்கப்பட்டவுடன் இரண்டு தோசை மாஸ்டர்களும் அந்தக் கடைக்குப் போன பிறகு பேரின்ப விலாஸ் தள்ளாடத் துவங்கியது. கோவில் அருகாமையில் இருந்ததால் மட்டுமே அதை நடத்த முடிந்தது.

கோபால்ராவ் கடையில் வேலை பார்த்த ஆட்கள் நன்றி கெட்டவர்கள் என்று திட்டிக்கொண்டிருந்தார். அப்போதுதான் ஒரு நாள் காலை ஆறுமணியிருக்கும். ஒரு டாக்ஸியில் இருந்து இறங்கிய ஜிக்கி பேரின்ப விலாசிற்குள் வந்தாள். முகம் கழுவிவிட்டு தனக்குச் சூடாக காபி வேண்டும் என்றாள். பால் இன்னமும் சூடாகவில்லை. கொஞ்ச நேரம் காத்திருக்கும்படியாகச் சொன்னான் அழகர். அவள் பத்து ரூபாயை அவன் கையில் தந்து எதிரே உள்ள மருந்துக்கடையில் ஒரு தலைவலி மாத்திரை வாங்கிவர முடியுமா என்று கேட்டாள்.

அழகர் கல்லாவில் இருந்தவரிடம் சொல்லிவிட்டு வெளியேறிச் சென்றான். அவள் மாத்திரையைப் போட்டுவிட்டு சூடாக காபி குடித்தாள். பிறகு அவனிடம் மிச்ச சில்லறையை அவனே வைத்துக் கொள்ளும்படியாகச் சொன்னாள்.

தனக்கு இரண்டு ரூபாய் போதும் என்று மிச்சத்தை அவளிடமே அழகர் கொடுத்தான். அவள் சில்லறையை வாங்கிக்கொண்டு "நீ என்கூட வந்துர்றயா" என்று கேட்டாள். எதற்காகக் கூப்பிடுகிறாள் என்று புரியாமல் அழகர் திகைத்துப் போனான்.

அவள் "இங்கே உனக்கு என்ன சம்பளம் கொடுக்குறாங்க" என்று கேட்டாள். அழகர் பேசாமல் இருந்தான். "நான் கோவிலுக்குப் போய் சாமி கும்பிட்டுட்டு வர்றேன். நீ கூட வர்றதா இருந்தா யோசிச்சி சொல்லு" என்றபடியே வெளியே இறங்கி நடக்கத் துவங்கினாள்.

யார் அவள், எதற்காகத் தன்னைக் கூப்பிடுகிறாள், எதுவும் அழகருக்குத் தெரியவில்லை. ஒருவேளை தன்னை அழைத்துக் கொண்டு எங்காவது சிக்கலில் மாட்டிவிடுவாளோ என்றுகூடத் தோன்றியது. யாரிடம் இதைப்பற்றிக் கேட்பது என்று தெரியாமல் இருந்தது. கேட்டால் இங்கிருந்து போக விடமாட்டார்கள். போவதா வேண்டாமா என்று குழப்பத்துடன் சப்ளை செய்துகொண்டிருந்தான்.

அன்றைக்குக் கூட்டம் அதிகமாக இருந்தது. மதிய உணவு துவங்கும் வரை ஜிக்கி வரவில்லை. தன்னை வெறுமனே சீண்டிவிட்டிருக்கிறாள் என்று மட்டுமே தோணியது. ஆனால் பனிரெண்டரை மணிக்கு ஹோட்டல் வாசலில் கார் வந்து நின்றது. டிரைவர் உள்ளே வந்து அவனை அழைப்பதாகச் சொன்னார்கள். கல்லாவில் இருந்தவர் "யாருடா அது" என்று கேட்டார். அழகர் "தெரிஞ்சவங்க" என்று சொன்னான்.

காரினுள் நெற்றி நிறைய திருநீறு பூசி தலையில் நிறைய பூச்சூடி ஜிக்கி உட்கார்ந்திருந்தாள். அவள் முகத்தில் சிரிப்பு பொங்கிக்கொண்டிருந்தது. "என்னடா கூட வர்றயா" என்று கேட்டாள். அழகர் தலையாட்டினான்." முன்னாடி ஏறிக்கோ" என்றாள்.

யாரிடமும் சொல்லிக்கொள்ளாமல், அவனது உடைகள், சேமித்து வைத்த பணம் எதையும் எடுத்துக்கொள்ளாமல் காரில் ஏறிக்கொண்டான். கார் பழனியை விட்டு விலகி பொள்ளாச்சி சாலையில் செல்லத் துவங்கியது. ஊரைக் கடந்து வரும்வரை அவனுக்கு நம்பிக்கையேயில்லை.

மலை கண்ணில் இருந்து மறைந்து போய் சிற்றூர்கள் வரத் துவங்கின. அவன் தன்னை மறந்து சிரிக்க ஆரம்பித்தான். அதைக் கண்டவள் போல "உன்பேரு என்னடா" என்று கேட்டாள். "அழகர்" என்றான். "என் பேரு ஜிக்கி. நாம் இப்போ சேலத்துக்குப் போறோம். நீ என் கூடவே இருந்து எடுபிடி வேலை பாத்துக்கிட்டு இரு. சாப்பாடு போட்டு கைச்செலவுக்குப் பணம் தர்றேன் சரியா?" என்றாள். அழகர் அதை ஏற்றுக்கொண்டான். அப்படித்தான் அவனுக்கு ஜிக்கியோடான உறவு துவங்கியது.

*

ஜிக்கி சேலத்திலிருந்து ஓமலூர் போகும் சாலையில் ஒரு பழைய நாலுகட்டு வீட்டினை வாடகைக்குப் பிடித்திருந்தாள். அதன் வெளியே சகுந்தலா பரிமளத் தைலம் விற்குமிடம் என்று பெயர்ப்பலகை நடப்பட்டிருந்தது. வீட்டின் ஒருபகுதியில் கண்ணாடி

எஸ்.ராமகிருஷ்ணன் ❖ 211

பீரோ ஒன்றில் நாற்பது ஐம்பது வாசனை தைலப்புட்டிகள் அடுக்கி வைக்கப்பட்டிருந்தன். அதற்குப் பொறுப்பாக ஒரு வயதான பெண் உட்கார்ந்திருந்தாள். அவள் கையில் ஓலை விசிறி ஒன்று இருந்தது. வெளியில் இருந்து பார்ப்பவர்களுக்குத்தான் இந்த ஜோடனை என்று அப்போது அழகருக் குத் தெரியவில்லை. உண்மையில் ஜிக்கி அந்த வீட்டில் ஏழெட்டுப் பெண்களை வைத்துத் தொழில் நடத்திக்கொண்டிருந்தாள்.

வீட்டில் நிறைய அறைகள் இருந்தன. ஆள் உயரக் கண்ணாடி ஒன்று ஹாலின் நடுவில் மாட்டி வைக்கப்பட்டிருந்தது. சிவப்புச் சேலை அணிந்து தாமரை சூடிய ஒரு பெண்ணின் ஓவியம் சுவரின் ஒருபக்கம் மாட்டி வைக்கப்பட்டிருந்தது. வீட்டிற்குள்ளாகவே மாடிக்குச் செல்லும் மரப்படிக்கட்டுகள் இருந்தன. அதில் உட்கார்ந்தபடியே இரண்டு இளம்பெண்கள் பேன் சீப்பால் தலை சீவிக்கொண்டிருந்தார்கள். ஜிக்கி இடது பக்கமிருந்த பெரிய அறையில் தங்கியிருந்தாள். அந்த அறையின் சுவர்கள் ஆரஞ்சு வண்ணத்திலிருந்தன. பெரிய மரக்கட்டில் ஒன்றும் நான்கு தலையணைகளும் கிடந்தன. சுவரோரம் கண்ணாடி பதித்த ஒரு மர பீரோவும் முக்காலி ஒன்றும் காணப்பட்டது. ஒரு கயிற்றுக் கொடியில் அவளது சேலைகளும் கட்டம் போட்ட துண்டும் கிடந்தன.

அழகர் அங்கிருந்த பெண்களை வெறித்துப் பார்த்தபடியே ஜிக்கியோடு காரை விட்டு இறங்கி நடந்து உள்ளே போன போது ஒரு பெண் அவனைப் பார்த்து வேண்டுமென்றே கண்ணைச் சிமிட்டினாள். ஜிக்கி அவளிடம் “ஏன்டீ, வந்த அன்னைக்கே இவனைத் துரத்திவிட பாக்குறயா. நீ வா... ராஜா” என்று உள்ளே அழைத்துக்கொண்டு போனாள்.

அழகர் கிணற்றடியின் அருகில் உள்ள சிறிய அறை ஒன்றில் தங்கிக் கொள்ளலாம் என்றும், அவள் சொல்கின்ற எடுபிடி வேலைகளைச் செய்துகொண்டு கூடவே இருந்தால் மாதம் நூறு ரூபாய் தருவதாகவும் சொன்னாள் ஜிக்கி. என்ன வேலை என்று கேட்டுக்கொள்ளவில்லை. அடுத்த அறையில் இருந்து யாரோ பெண்கள் சிரிக்கும் சப்தம் கேட்டது. நீலநிற ரிப்பனை சடையில் வைத்து மடித்துக் கட்டிக் கொண்டே ஒரு பெண் ஜிக்கி அறையை எட்டிப் பார்த்துவிட்டுப் போனாள்.

ஜிக்கி சிரித்தாள்.

“ஏன்டீராமி, ஆம்பளை வாசனை வந்தா உடனே வந்துருவியா? சின்னப் பய. நம்ம கூடமாட எடுபிடிக்கு இருக்கட்டும்னு கூட்டிகிட்டு வந்தேன்” என்றாள்.

அந்தப் பெண் கேலியான குரலில் "உங்களுக்கும் ரெண்டு நாள் ஒருக்க முட்டி வலி வந்து கால் வீங்கிக்கிடுது. அதுக்கு ஒத்தடம் கொடுக்க இப்படி ஒரு பையன் இருந்தா நல்லதுதான்" என்றாள்.

அழகர் ஆணைப் போல சட்டை போட்டபடி நிற்கும் பெண்ணையே பார்த்துக்கொண்டிருந்தான். பெரிய மார்புகள். விம்மிப் புடைத்துக் கொண்டிருந்தன. அந்தப் பெண் குள்ளமானவளாக இருந்தாள்.

ராமி அழகர் தன் மார்பைப் பார்ப்பதை அறிந்தவள் போல் "மாடியில் தான் இருப்பேன். பிறகு வா. மாரைத் தொட்டுப் பாக்கலாம்" என்று சொல்லிவிட்டுப் போனாள். ஜிக்கி அதைக் கேட்டுச் சிரித்தபடியே "அழகரு, இங்கே நிறைய பொம்பளைப் பிள்ளைக இருக்காங்க. யார் கூப்பிட்டாலும் போய் உட்கார்ந்து பேசிகிட்டு இருக்கக் கூடாது. தெரியுதா. இவளுக சகவாசமே உனக்கு வேணாம். இல்லாட்டி பிஞ்சில் முத்திப்போயிடுவே" என்றாள்.

அழகர் புரியாத திகைப்புடன் தலையாட்டினான்.

ஜிக்கி தனது மணிப்பர்ஸில் இருந்து பத்து ரூபாயை எடுத்து நீட்டி "ரோட்டைத் தாண்டிப் போனா ஒரு பிள்ளையார் கோவில் வரும். அதுகிட்ட ஒரு ரொட்டிக்கடை இருக்கு. அங்கே போய் தேங்காய் பன் வாங்கிட்டு வர்றயா" என்று கேட்டாள். அழகர் காசைக் கையில் வாங்கிக்கொண்டான்.

"மாடில என் தங்கச்சி டோலி இருப்பா. அவகிட்டே ஏதாவது வேணுமானு கேட்டுட்டுப் போ" என்று படுக்கையில் சாய்ந்து கொண்டாள்.

அழகர் எந்த அறையில் இருக்கிறாள் என்று தெரியாமல் தயங்கித் தயங்கி மாடிப்படியில் ஏறி நடந்தான். ஒரு அறையினுள் பேச்சரவமாக இருந்தது. கதவைத் தட்டிக் கூப்பிடலாமா என்று தயங்கி நின்று கொண்டிருந்தான். அவன் முதுகில் ஒரு அடி விழுந்தது. அவன் பின்னால் ஒரு பெண் ஈரத்துணியோடு நின்றுகொண்டிருந்தாள். அழகர் பயந்துப் போய்த் திரும்பினான்.

"யாருடா நீ... இங்கே என்ன பண்றே" என்று கேட்டாள்.

அழகர் நடுங்கும் குரலில் "ஜிக்கி அக்கா கூட்டிட்டு வந்துருக்காங்க" என்றான். அந்தப் பெண் ஈரத்துணியை அவன் தோளில் போட்டபடியே "முதல்ல இதைக் கொடில காயப்போட்டுட்டு வா" என்று அனுப்பி வைத்தாள். ஈரப்பாவாடை ஜாக்கெட்டுகளைக்

கொண்டு போவது கூச்சமாக இருந்தது. கொடி நிறைய துணிகள் காய்ந்து கொண்டிருந்தன. அதில் ஒரு மஞ்சள் பூப் போட்ட துணி அவனுக்குப் பிடித்திருந்தது. யாருடைய உடை அது என்று தெரியவில்லை. எங்கே காயப்போடுவது என்று தெரியாமல் அவன் சுற்றுச்சுவரில் அந்த ஈர உடைகளைக் காயப்போட்டுவிட்டு வெளியே எட்டிப் பார்த்தான். பெரிய கிணற்றடி இருந்தது. அங்கே இரண்டு பெண்கள் குளித்துக்கொண்டிருந்தாள். ஒரு பெண் கல்லில் அடித்துத் துவைத்துக் கொண்டிருந்தார்கள். அழகர் எங்கே அந்தப் பெண்கள் தன்னைப் பார்த்துவிடப்போகிறார்களோ என்று பயத்துடன் ஜிக்கியின் தங்கையைத் தேடித் திரும்பிச் சென்றான்.

அறையில் இருந்த கூச்சல் அடங்கவேயில்லை. அழகர் தயக்கத்துடன் கதவைத் தட்டினான். ஒரு பெண் "யாரு அது" என்று சப்தமாகக் கேட்டாள். என்ன பதில் சொல்வது என்று தெரியாமல் அழகர் வாசலில் நின்றபடியே "ஜிக்கி அக்கா கூட்டிட்டு வந்துருக்காங்க. நான் கடைக்குப் போறேன். ஏதாவது வேணுமா" என்று கேட்டான். "உள்ளே வாடா" என்ற சப்தம் வந்தது. கதவைத் தள்ளிக்கொண்டு உள்ளே போனான். ஒரு பாயை விரித்து நாலைந்து பெண்கள் உட்கார்ந்திருந்தார்கள். சீட்டு விளையாட்டு மும்முரமாகப் போய்க் கொண்டிருந்தது. கையில் சீட்டைப் பிடித்தபடியே காலை மடித்து உட்கார்ந்த ஒரு பெண் அவனை முறைத்தபடியே "உன் பேரு என்னடா" என்று கேட்டாள்.

"அழகர்" என்று சொன்னான். சீட்டைக் குனிந்து எடுத்த சுருண்ட தலைமயிர் கொண்ட அழகான பெண் அவனிடம் "அக்கா என்ன வாங்கிட்டு வரச் சொன்னாங்க" என்று கேட்டாள். அவள்தான் ஜிக்கியின் தங்கை போலும். அதே முகச்சாடையிருந்தது. "தேங்கா பன்னு" என்று சொன்னான். அந்தப் பெண் சீட்டை இறக்கியபடியே "எனக்கு செர்ரிப்பழம் வேணும். அந்தக் கடைல வாங்கிக்கோ. அப்படி வரும் போது ஒரு பள்ளிக்கூடம் தெரியும். அது முன்னாடி நெல்லிக்காய் விற்பாங்க. அதுவும் ரெண்டு ரூபாய்க்கு வாங்கிக்கோ" என்றாள்.

சீட்டாடிக்கொண்டிருந்த இன்னொரு பெண் தனக்குத் தலைவலி மாத்திரைகள் வேண்டும் என்றாள். அவளோடு இருந்தவள் "அக்கா எனக்குக் கடலை மிட்டாய் வேணும்" என்றாள். உடனே ஜிக்கி தன் ஜாக்கெட்டிற்குள் இருந்து சிறிய பர்ஸை எடுத்து பத்து ரூபாய் எடுத்து நீட்டியபடியே "இதுல அஞ்சு ரூபாய்க்கு முறுக்கு கடலை மிட்டாய் வாங்கிட்டு, இவளுக்குத் தலைவலி மாத்திரை வாங்கிட்டு வா. இதை அக்காகிட்டே சொல்லக்கூடாது

தெரிஞ்சதா" என்றாள். அழகர் தலையாட்டிக்கொண்டான். ஜிக்கியின் தங்கை சீட்டை அடுக்கியபடியே "வேகமாப் போயிட்டு வேகமா வரணும். தெரியுதா. ஓடு" என்றாள். அழகர் மாடிப்படியில் இருந்து இறங்கிக் கடையை நோக்கி ஓடத்துவங்கினான்.

சாலையில் நிறைய லாரிகள் நின்றிருந்தன. அந்த இடம் நகரைவிட்டு விலகிய புறநகரம் போலிருந்தது. சாலையில் இருந்து உள்ளே தள்ளி சில வீடுகள் கண்ணில் தென்பட்டன. பூச்சிமருந்து விற்கும் கம்பெனி ஒன்று பெரிதாகத் தெரிந்தது. தென்னை மரங்கள் அடர்ந்த ஒரு வீட்டைத் தாண்டி மண்சாலையில் இறங்கி நடந்தபோது அழகர் சுவரில் ஒட்டப்பட்டிருந்த வீரத்திருமகன் படத்தின் போஸ்டரைப் பார்த்தான். ஆனந்தன் வாளோடு நின்றுகொண்டிருப்பது போல அவனும் நின்று பார்த்தான். பிறகு பிள்ளையார் கோவிலை தாண்டியிருந்த ரொட்டிக்கடைக்குச் சென்று தேங்காய்பன் வாங்கிக்கொண்டு அருகில் இருந்த மருந்துக்கடையில் மாத்திரைகள் வாங்கினான்.

அவன் திரும்பி வந்தபோது அந்தப் பெண்களில் ஒருத்தி மற்றவள் மீது தலைமயிரைப் பிடித்து சண்டையிட்டுக்கொண்டிருந்தாள். சீட்டுகள் கிழித்துப் போடப்பட்டிருந்தன. ஓங்காரமாகக் கத்திக்கொண்டு சண்டையிடும் பெண்ணை விலக்கிவிட இன்னொரு பெண் முண்டிக் கொண்டிருந்தாள். அழகர் பயத்தோடு மாத்திரைகளையும் முறுக்கு, கடலை மிட்டாயையும் ஜன்னலோரமாக வைத்துவிட்டு இறங்கி கீழே ஜிக்கியின் அறைக்குச் சென்றான். அங்கே ஜிக்கி மடியில் படுத்துக்கொண்டு ரேடியோவில் பாட்டுக் கேட்டுக்கொண்டிருந்தாள் அவள் தங்கை. அவர்களின் அன்னியோன்யத்தைப் பார்க்க இரண்டு சிறுமிகள் போலவே தெரிந்தார்கள்.

ஜிக்கி அவனைத் திரும்பிப் பார்த்து "ஒரு பன் ரொட்டி வாங்கிக் கொண்டுவர இவ்வளவு நேரமா" என்று கோவித்துக்கொண்டாள்.

அவனை யார் என்றே அறியாதவள்போல டோலி கேட்டாள்,

"யாருக்கா இவன். இங்க எதுக்கு ஆம்பளைப் பயக. எனக்குப் பிடிக்கலை. அனுப்பிவச்சிரு..." என்றாள்.

அதைக்கேட்டதும் ஜிக்கி தங்கையின் தலையைத் தடவி விட்டபடியே "பாத்தா நல்ல பயலா தெரிஞ்சான். அதான் பழனில இருந்து கூட்டிட்டு வந்தேன்" என்றாள்.

அதைக் கேட்டதும் டோலி கேலியான குரலில் "உனக்குனு எப்படித்தான் இப்படி பசங்க கிடைப்பாங்களோ. ரெண்டு

மாசத்துக்கு முன்னாடி ஒரு பயல் உன் கொலுசைத் தூக்கிட்டு ஓடினானே. அது பத்தாதா" என்றாள்.

ஜிக்கி சிரித்தபடியே "என்னடி செய்றது... நீயும் நானும் பொம்பளையா போயிட்டோம். கல்யாணமும் பண்ணிக்கிடலை. ஒரு காபி டீ வாங்கிக் குடுக்கிறதுக்கு கைகால் பிடிச்சிவிடுறதுக்கு யாரு இருக்கா. இந்தப் பயலைப் பாத்தா நல்லவிதமா தெரியுது. இருந்துட்டுப் போகட்டும்" என்றாள்.

டோலி சோர்வோடு "நான் வேணாம்னு சொன்னா நீ கேட்கவா போறே எனக்குத் தூக்கம் வருது. நான் போயி தூங்குறேன்" என்றபடியே வெளியே போகும் போது தன் பின்னால் வரும்படியாக அழகருக்கு கண்சிமிட்டினாள்.

ஜிக்கி தேங்காய் பன்னைப் பிய்த்துச் சாப்பிடத் துவங்கினாள். அந்த அறையில் இருந்து விலகி மெதுவாக நடந்து டோலி எங்கே சென்றாள் என்று தயங்கி நடந்து வந்தான். ஒரு கதவு பாதி திறந்து கிடந்தது. தள்ளி எட்டிப்பார்த்தான். அதுதான் டோலியின் அறை. அவள் படுக்கையில் கால் மேல் கால் போட்டபடியே "செர்ரிப்பழம் வாங்கினயா" என்று கேட்டாள். அவளது கெண்டைக்கால் தசை தெரிந்து கொண்டிருந்தது. தன் டவுசர் பாக்கெட்டில் இருந்து நெல்லிக் காயும் செர்ரி பழங்களையும் எடுத்துத் தந்தான்.

அதில் ஒன்றை எடுத்து அழகரிடம் நீட்டியபடியே "உனக்கு என்னடா வயசு ஆகுது" என்று கேட்டாள். "பதினாறு" என்று சொன்னான். "கிட்டவா. உனக்கு மீசை முளைக்குதானு பாக்குறேன்" என்று கூப்பிட்டாள். அழகருக்கு அருகில் போகக் கூச்சமாக இருந்தது. தயங்கி நின்றுகொண்டேயிருந்தான். "வாடா" என்று கையை நீட்டி இழுத்தாள். அருகில் போய் நின்றான். அவன் முகத்தில் தன் விரலால் தடவியபடியே மீசை முளைக்கப் போகுதுடா என்று சொல்லிச் சிரித்தபடியே "உன் குஞ்சைக் காட்டு பாப்போம்" என்றாள். அழகர் வெட்கத்தில் டவுசரில் கையை வைத்துப் பொத்திக்கொண்டான். அவள் சிரித்தபடியே "நான் அழகா இருக்கனா" என்று கேட்டாள். அழகர் "ஆமாம்" என்றாள். அவள் ஜன்னலில் வைத்திருந்த பவுடர் டப்பாவைக் காட்டி "அதை எடுத்து முதுகில போட்டுவிடு" என்று திரும்பிப் படுத்துக்கொண்டாள்.

அழகர் பவுடர் கிண்ணத்தில் கொஞ்சமாக பவுடரைக் கொட்டி ஒத்தும் பஞ்சால் அவள் முதுகில் தடவிவிட்டான். அவள் கண்களை மூடிக்கொண்டபடியே "இந்த வாசனை உனக்குப் பிடிச்சிருக்கா" என்றாள். அது அவன் நுகர்ந்திராத நறுமணமாக இருந்தது. "நீயும்

போட்டுக்கிடுறயா" என்று கேட்டாள். "வேண்டாம், அக்கா, அடிப்பாங்க" என்றான் அழகர். டோலி சிரித்துக்கொண்டே "நான் தூங்கப் போறேன். கதவை மூடிட்டுப் போ" என்றாள். அழகர் கதவைச் சாத்திவிட்டு மறுபடியும் ஜிக்கி அறைக்குச் சென்றான். அவள் உறங்கிக்கொண்டிருந்தாள்.

மாடிக்குப் போகலாமா என்று யோசனையாக இருந்தது. அங்கே போகாமல் கிணற்றடிக்குச் சென்று அங்கே கிடந்த மாமரத்தின் இலைகளைச் சுருட்டியபடியே உட்கார்ந்திருந்தான். ஒரு அணில் அங்குமிங்கும் ஓடிக்கொண்டிருந்தது. உதிர்ந்துகிடந்த மாம்பிஞ்சு ஒன்றை எடுத்துக் கடித்துப் பார்த்தான். புளிக்கவேயில்லை. சாலையில் லாரிகள் செல்லும் சப்தம் கேட்டுக்கொண்டேயிருந்தது. டோலியிடம் மிச்ச சில்லறையைத் தரவேயில்லை என்பது ஞாபகம் வந்தது. டவுசர் பாக்கெட்டில் இருந்த காசுகளை எடுத்து எண்ணிப்பார்க்கத் துவங்கினான். இரண்டு ரூபாய்க்கும் மேலாக இருந்தது. டோலி இதைத் திரும்பக் கேட்பாளா அல்லது அவனே வைத்துக்கொள்ள வேண்டியதுதானா என்று யோசனையாக இருந்தது.

மதியம் வரை கிணற்றடியில் உட்கார்ந்தேயிருந்தான். ஒரு பெண் மட்டும் உறங்காமல் மாடியில் அங்குமிங்கும் நடந்து கொண்டிருப்பது தெரிந்தது. காற்றில் பெண்களின் உடைகள் அலைந்து கொண்டிருப்பது அவனுக்கு யாரோ அருகில் நிற்பது போன்ற ஒரு உணர்வைத் தந்து கொண்டேயிருந்தது.

வீட்டின் பின்னால் தனித்து இருந்த ஒரு சமையற்கட்டில் வயதான பெண் மீனை வறுத்துக்கொண்டிருந்த மணம் வந்துகொண்டிருந்தது. அந்தப் பெண் அடிக்கடி இருமிக்கொண்டேயிருந்தாள்.

மூன்று மணியைத் தாண்டும்போது உறங்கிக்கொண்டிருந்த பெண்கள் எழுந்து கொண்டார்கள். கலைந்த தலையும் எச்சிலோடிய முகங்களும் கசங்கிய உடைகளுடன் அவர்கள் சோம்பல் முறித்தபடியே ஜிக்கியின் அறையைத் தேடி வந்தார்கள். ஜிக்கி உறக்கம் கலையாமலே "என்னடி சாப்பாடு" என்று கேட்டாள். ஒரு பெண் "நாட்டுக்கோழிக் குழம்பு" என்று சொன்னாள். அந்தப் பெண்கள் யாவரும் ஒன்றாகச் சாப்பிடச் சென்றார்கள். ஜிக்கி அழகரையும் சேர்ந்து சாப்பிடும்படியாக அழைத் தாள். டோலியைத் தவிர மற்றப் பெண்கள் யாவரும் அங்கிருந்தார்கள். ஒன்பது பெண்கள் அங்கிருப்பதை அப்போதுதான் கவனித்தான். அனைவருக்கும் ஒன்று போல் சில்வர் தட்டுகள் இருந்தன. வயதான பெண் அவர்களுக்கு உணவைப் பரிமாறினாள். அழகருக்கு மட்டும்

ஒரு முட்டை வடிவிலானத் தட்டை தந்திருந்தார்கள். அந்தப் பெண்கள் மிகுந்த பசியோடு இருந்தது போல் வேகவேகமாக சாப்பிட்டார்கள். கோழி எலும்புகளை ஒரு பெண் கடித்துத் துப்பிக்கொண்டிருந்தாள்.

அழகர் சாப்பிட்டுவிட்டு தட்டைக் கழுவி வைத்துவிட்டு ஜிக்கியின் அறையில் போய் உட்கார்ந்து கொண்டான். அந்தப் பெண்கள் யாவரும் ஜிக்கியின் அறைக்குத் திரும்பி வந்து உட்கார்ந்துகொண்டு வெற்றிலை போட ஆரம்பித்தார்கள். ஐந்து மணி வரை அவர்கள் எதையோ கதை பேசிச் சிரித்துக்கொண்டிருந்தார்கள். ஐந்து மணியைத் தொடும்போது ஓடிசலான ஒரு ஆள் சைக்கிளில் வந்து இறங்கி ஜிக்கியின் அறையை நோக்கி வந்தான். அந்த ஆளை நெடுநாட்களாக ஜிக்கிக்குத் தெரியும் என்பதுபோல் முக்காலியில் உட்காரச் சொன்னாள்.

வந்த ஆளிடம் ஒரு பெண் சிகரெட் வைத்திருக்கிறாரா என்று கேட்டு ஒன்றை வாங்கிக்கொண்டாள். அந்த ஆள் ஜிக்கியோடு தனித்து எதையோ பேசிக்கொண்டிருந்தான். பிறகு ஜிக்கி இரண்டு பெண்களை அழைத்து "நீங்க ரெண்டு பேரும் மயில்வாகனம்கூடப் போயிட்டு வாங்க அருவில் தண்ணி நிறைய விழுகுதுனு சொல்றாங்க. அதுல குளிக்க வேண்டாம் புரிஞ்சதா" என்றாள். அந்தப் பெண்களில் ஒருத்தி "நான் போகலை. மீனாவை அனுப்பிவையுங்க" என்றாள்.

ஜிக்கி "அப்போ அவளைக் கிளம்பி ரெடியா இருக்கச் சொல்லு. காரு ஆறுமணிக்கு வரும்" என்றாள்.

மயில்வாகனம் சிரித்தபடியே "எங்கே டோலியைக் காணோம். தூக்கமா" என்று கேட்டார்.

ஜிக்கி அவரிடம் "மழை பெஞ்சா இந்த வீடு ஒழுகுது. சரி பண்ண ஆள் கூட்டிட்டு வாங்கனு சொல்லிகிட்டே இருக்கேன். ஏற்பாடு பண்ண மாட்டேங்கிறீங்க" என்றாள். மயில்வாகனம் "அதுக்கு என்ன நாளைக்கே வரச்சொல்றேன்" என்றபடியே அழகரைப் பார்த்து ஜாடையில் யார் என்று கேட்டார்.

ஜிக்கி அவரிடம் "என் தம்பி, ஊர்ல இருந்து வந்துருக்கான்" என்றாள்.

மயில்வாகனம் சிரித்தபடியே "இது எத்தனாவது தம்பி" என்று கேட்டார். ஜிக்கி கோபத்துடன் "இந்த கேலி மசிரு எல்லாம் என்கிட்டே வேணாம் பாத்துக்கோ" என்றாள். மயில்வாகனம் அதற்கும் சிரித்துக்கொண்டே ஒரு வெற்றிலை குடு என்று கேட்டு

வாங்கிப் போட்டுக்கொண்டார். அவர் கிளம்பிப் போகையில் படியை விட்டு இறங்கி வந்த ஒரு பெண்ணின் பிருஷ்டத்தைத் தடவிவிட்டுப் போனார். அந்தப் பெண் பொய் கோபத்தில் அடிப்பது போல கையை ஓங்கினாள். மயில்வாகனம் சிரித்தபடியே சைக்கிளில் வெளியேறிச் செல்லத் துவங்கினார்.

வீட்டிலிருந்த பெண்கள் தலைசீவி மைதீட்டிப் பூ முடித்து பொலிவு கொள்ளத் துவங்கினார்கள். வாசனைத் திரவியங்களின் மணமும் தைல எண்ணெயின் வாசனையும் கமழ்ந்து கொண்டிருந்தது. டோலி தூங்கி எழுந்து முகம் கழுவிக்கொண்டிருந்தாள். ஜிக்கி அவளை அவசரப்படுத்தி "என்னடி நீ இன்னும் ரெடியாகாம இருக்கே. காரு வந்துரும்" என்று சொன்னாள்.

டோலி அவசரமே காட்டவில்லை. அவள் மெதுவாகக் குளித்துவிட்டு வந்து எலுமிச்சை நிறத்தில் புடவை கட்டிக்கொண்டு தலை நிறையப் பூ வைத்துக்கொண்டு உதட்டுச் சாயம் பூசிக் கொண்டாள். இப்போது அவளைப் பார்க்க வேறு யாரோ ஒருத்தியைப் போலிருந்தாள். அவளது உடல்வாகே மாறியிருந்தது. சிறிய ஹேண்ட்பேக், வெள்ளை நிறச் செருப்புகள் அணிந்து அவள் நாற்காலியில் உட்கார்ந்துகொண்டாள். ஜிக்கி ஒரு ஆங்கில வார இதழ் ஒன்றினைச் சுருட்டிக்கொண்டு வந்து டோலியிடம் கொடுத்து "இதைக் கையில் வச்சிக்கோ. படிச்ச பொண்ணாதான் வேணும்னு கேவியார் சொல்லியிருக்கார். அவர் முன்னாடி நாலு பக்கமாவது படிச்சிட்டு இரு. அப்போதான் காசு தேறும்" என்று சொல்லிச் சிரித்தாள்.

டோலி ஸ்டைலாக அந்தப் பத்திரிக்கையைப் புரட்டியபடியே சப்தமாக வாசிக்க ஆரம்பித்தாள். அதைக்கேட்டு மற்றப் பெண்கள் சிரிக்க ஆரம்பித்தார்கள். அடுத்த அரைமணி நேரத்தில் கேவியாரின் கார் அவர்கள் வீட்டுவாசலில் வந்து நின்றது. எப்போதும் போலவே டிரைவர் மட்டும் வந்திருந்தான். டோலி ஸ்டைலாக நடந்து காரில் ஏறிக்கொண்டாள். அவள் போவதைக் கண்ட மற்றப் பெண்கள் பெருமூச்சிட்டுக்கொண்டார்கள். ஜிக்கி தானும் அலங்காரம் செய்து கொள்ளத் துவங்கினாள். ஜிகினா வைத்துத் தைத்த சேலையைக் கட்டிக்கொண்டு முகம் நிறைய ரோஸ் பவுடர் பூசியபடியே நிறைய செண்டு போட்டுக்கொண்டாள் ஜிக்கி. அழகர் அதைப் பார்த்துச் சிரித்தான். அவனையும் அருகில் வரவழைத்து செண்ட் போட்டு விட்டாள்.

பிறகு ஏதோ யோசனையோடு "நாளைக்குப் போயி உனக்கு நாலு டவுசர் சட்டை எடுக்கலாம்" என்று சொன்னாள். வாசலில்

ஒரு ஸ்கூட்டர் வந்து நின்றிருந்தது. அதிலிருந்து நடுத்தர வயது ஆள் இறங்கி கலைந்த தலையுடன் உள்ளே வந்து கொண்டிருந்தான். அவனது கையில் சிறிய லெதர் பையிருந்தது. அவன் முகப்பில் போடப்பட்டிருந்த கூடைச் சேரில் உட்கார்ந்தபடியே ஒரு சிகரெட்டைப் பற்ற வைத்துக்கொண்டான். மாடியில் இருந்து இறங்கிவந்த பெண் அவனைப் பார்த்தவுடன் அருகில் உட்கார்ந்து கொண்டாள். அவன் மாலை பேப்பரைப் புரட்டியபடியே "விஜயா இருக்காளா" என்று கேட்டான். அவள் "நான்தான் விஜயா" என்று சொன்னாள். அவன் இறுக்கமான முகத்துடன் "விஜயா இருந்தா வரச்சொல்லுடி, சினிமாவுக்குப் போகணும்" என்றான்.

அவள் மாடிப்படியில் நின்று சப்தமாகக் கூப்பிட்டாள். விஜயா கீழே இறங்கி வந்தாள். அக்காவும் அந்த ஆளும் பேசிக் கொண்டிருந்தார்கள். வந்தவனின் ஸ்கூட்டரில் விஜயா ஏறிக்கொண்டாள். அந்த ஆள் ஏதோ யோசனைக்குப் பிறகு "லேட்டாகியிருச்சுன்னா காலைல வருவா" என்றான். ஜிக்கி "அது வழக்கம் கிடையாது. விஜயா நீ இறங்கி உள்ளே போடி" என்றாள். ஸ்கூட்டரைப் பிடித்துக் கொண்டே விஜயா அந்த ஆளின் சட்டை பாக்கெட்டில் இருந்து ஒரு நூறு ரூபாய் நோட்டை எடுத்து "இதை வச்சிக்கோங்க அக்கா. வந்துருவோம்" என்று சொல்லியபடியே "நாம போகலாம். படம் போட்ருவாங்க" என்றாள். அந்த ஆள் தன் ஸ்கூட்டரைக் கிளப்பினான். அழகர் அவர்கள் போவதையே பார்த்துக்கொண்டிருந்தான்.

ஏழு மணி அளவிலிருந்து அந்தப் பெண்களைத் தேடி ஆட்கள் வரத்துவங்கினார்கள். வாசலில் இருந்த வயதானவள் ஒவ்வொரு ஆள் வரும்போதும் ஜிக்கியிடம் வந்து சொல்லுவாள். ஜிக்கி வெளியே வந்து ஆளிடம் பேரம் பேசிப் பணத்தை வாங்கிக்கொண்டு மாடியேறிச் செல்லும்படியாகச் சொல்லுவாள். சிரிப்பும் போதையும் கூச்சலுமாக அந்த இடம் பகலில் காணாத விசித்திரமானதாக இருந்தது. பின்னிரவு வரை அந்தப் பெண்களைத் தேடி வரும் ஆண்களும், பெண்களின் காமக் கொந்தளிப்புமாக அந்த இடம் பொங்கி வழிந்து கொண்டிருந்தது.

அழகர் சிகரெட் வாங்கி வருவதற்கும், சோடா கலர் வாங்கி வருவதற்கும் அலைந்து கொண்டேயிருந்தான். பனிரெண்டரை மணி அளவில் டோலியின் கார் வந்து நின்றது. அவள் இறங்கி வரும்போது டிரைவர் கூடவே ஒரு பையை எடுத்துக்கொண்டு வந்தான். அவனை அனுப்பிவிட்டு டோலி வெளியே கிடந்த பிரம்பு நாற்காலியில் உட்கார்ந்துகொண்டாள். அந்த வீடு அடங்கத் துவங்கியிருந்தது. யாரோ ஒரு ஆள் இரண்டாம் ஆட்டம்

சினிமாவில் பாதியில் எழுந்து வந்து அந்த வீட்டின் கதவைத் தட்டியபோது ஜிக்கி எழுந்து போய் "நாளைக்கு வா" என்று கோபத்துடன் திட்டி அனுப்பினாள்.

அந்தப் பெண்கள் அனைவரும் ஜிக்கியின் அறையில் ஒன்றாகக் கூடினார்கள். ஜிக்கி ஒவ்வொரு பெண்ணிற்கும் உரிய பணத்தை அவளிடம் தந்தாள். பிறகு அவர்கள் டோலி வாங்கிக்கொண்டு வந்திருந்த பிரியாணிப் பொட்டலங்களைச் சாப்பிட்டபடியே ஒருவரையொருவர் கேலி செய்யத் துவங்கினார்கள்.

அழகருக்குத் தூக்கம் வடிந்து கொண்டிருந்தது. ஒப்பனை கலைந்த முகமும் திறந்து கிடக்கும் மார்புமாக அந்தப் பெண்கள் சாப்பிடுவதைப் பார்க்க என்னவோ போலிருந்தது. அந்தப் பெண்களில் ஒருத்தி தன் இடது தொடையைக் காட்டி அதில் இருந்த நகக்கீறலைப் பற்றிச் சொல்லிக்கொண்டிருந்தாள். ஒரு பெண் மிக ஆபாசமாக தன்னிடம் வந்த ஆளைத் திட்டிக்கொண்டிருந்தாள். அவர்கள் யாவரும் அவரவர் அறைக்குத் திரும்பியபோது இரண்டு மணியாகியிருந்தது.

கிணற்றடியை ஒட்டிய சிறிய அறையில் அழகர் தங்கியிருந்தான். அங்கே மரப்பலகைகள், உடைந்த நாற்காலிகளைப் போட்டு வைத்திருந்தார்கள். அதன் ஒரு பக்கம் கயிற்றுக்கட்டில் கிடந்தது. அதில் ஏறிப் படுத்துக்கொண்டான். இந்தப் பெண்கள் அத்தனை பேரும் மோசமான வர்கள். தான் எதற்காக அவர்களிடம் வந்து மாட்டிக்கொண்டோம் என்று யோசித்தபடியே படுத்துக்கிடந்தான் அழகர். ஆனால் அன்று ஒரு நாளில் மட்டும் அவன் இருபது ரூபாய்களுக்கு மேலாக சில்லறையாகவே சம்பாத்தியம் செய்திருந்தது ஆச்சரியமாக இருந்தது. யார் எப்படி வேண்டுமானாலும் இருந்துவிட்டுப் போகட்டும். தனக்குக் காசு வருகிறதுதானே என்று மனது சொல்லிக்கொண்டேயிருந்தது.

அதைவிடவும் அந்தப் பெண்களின் அருகாமையும், அந்த உடலின் கவர்ச்சியும் அவனை அறியாமல் உள்ளுக்குள் ஒரு குறுகுறுப்பை உருவாக்கிக்கொண்டேயிருந்தது. கொஞ்ச நாட்கள் அந்த வீட்டில் இருந்து பார்த்துவிட வேண்டியதுதான் என்றபடியே அவன் கண்களை மூடிக்கொண்டான். யாரோ ஒரு பெண் உறக்கம் வராமல் தனியே பாடிக்கொண்டிருப்பது கேட்டது. மாமரத்தின் இலைகள் காற்றில் அசைவது யாரோ நடமாடுவது போன்ற சப்தத்தை உருவாக்கிக் கொண்டிருந்தது. மாவிலையின் மணம் அடர்ந்து அந்த அறையெங்கும் நிரம்பியிருந்தது. அசதியும் களைப்புமாக உறங்கத் துவங்கியிருந்தான் அழகர்.

விடிந்து எழுந்தபோது ஒரு பெண் அதே கிணற்றடியில் உட்கார்ந்தபடியே குருவிக்கு தானியம் போட்டுக்கொண்டிருந்தாள். மற்றப் பெண்கள் எழுந்து கொள்ளவில்லை. குருவிக்குத் தானியம் போடுகின்ற வளைக் காணும்போது ஏனோ பல்லிக் குஞ்சின் நினைவு வந்து கொண்டேயிருந்தது.

அன்று காலைக்காட்சிக்கு சினிமாவிற்குப் போகலாம் என்றாள் டோலி. இரண்டு பெண்கள் தானும் வருவதாகச் சொன்னார்கள். டோலி "கொட்டகையில் என்ன படம் ஓடுது" என்று கேட்டாள். "வீரத்திருமகன்" என்றான் அழகர்.

தங்களோடு சினிமாவிற்கு வருகிறானா என்று கேட்டாள் ஜிக்கி. அவன் போவதா வேண்டாமா என்று யோசித்தான். பிறகு வருவதாகத் தலையாட்டினான். அவர்கள் ஐந்து ரோட்டில் இருந்த திரையரங்கிற்குப் படம் பார்க்கப் போனார்கள். வழியில் தலை நிறைய பூ வாங்கி வைத்துக்கொண்டாள் டோலி.

பெண்கள் டிக்கெட்டில் ஜிக்கி அருகில் உட்கார்ந்து கொண்டான் அழகர். சுற்றிலும் பெண்களாக இருந்தது கூச்சமாக இருந்தது. பத்து வயது சிறுமியைப் போல டோலி அக்கா தோளில் சாய்ந்து கொண்டாள். படம் முழுவதும் அக்காவும் தங்கையும் பேசிக் கொண்டேயிருந்தார்கள். படம் முடிந்து ரிக்‌ஷாவில் திரும்பி வரும்போது டோலி உற்சாகத்துடன் சீட்டியடித்துக்கொண்டுவந்தாள்.

அன்றைய பகலில் டோலி 'பாடாத பாட்டெல்லாம் பாடவந்தாய்' என்று தன் பொய்த்தொண்டையால் பாடிக்கொண்டிருந்தது வீடெங்கும் கேட்டபடியிருந்தது. அதைக் கேட்க கேட்க அழகருக்குச் சிரிப்பாக வந்தது.

அதன் பிந்திய நாட்களில் அங்கிருந்த ஒவ்வொருவரும் அழகரிடம் ஒரு வேலையைச் சொல்லி அதைச் செய்யச் சொன்னார்கள். சில நேரம் ஜிக்கி அவனை வாய்க்கு வந்தபடி திட்டினாள். ஒரு டீ டம்ளரை அவன் கீழே போட்டுவிட்டான் என்பதற்காக அடி விழுந்தது. அழகர் எதற்காகத் தான் இந்தப் பெண்களுக்கு சவரட்டணை செய்து கொண்டு இங்கே இருக்கிறோம் என்றுகூட தோன்றியது. டோலி ஒருத்திதான் அவனை ஒருபோதும் திட்டியதேயில்லை. ஒரு நாள் ஜிக்கி தனக்குக் குளிப்பதற்காக ஒரு லக்ஸ் சோப் வாங்கி வரும்படியாகச் சொன்னாள். உடனே இன்னொருத்தி அப்படியே தனக்கு ஒரு பன்னீர் சோடா வேண்டும் என்றாள். அவளோடு இன்னும் இரண்டு பெண்கள் சேர்ந்து கொண்டு சீயக்காய், கறுப்பு நூல்கண்டு என்று ஆளுக்கொன்றைச் சொன்னார்கள். ஜிக்கி பணத்தை

எடுத்துத் தந்து "உடனே ஓடிப்போய் வாங்கிட்டு வா" என்றாள். இத்தனையும் செய்துமுடிக்க அரைநாள் ஆகிவிடும் போலிருந்தது. அவன் முறைத்தபடியே நின்றுகொண்டிருந்தான். "என்னடா முறைக்கே. தின்னுட்டு சும்மாதானே உட்கார்ந்திருக்கே. ஓடிட்டு வா" என்றாள் ஒருத்தி.

அழகருக்குக் கோபமாக வந்தது. என்ன மசிருக்கு இந்தப் பொம்பளைகளுக்கு நாம சேவகம் பண்ணிகிட்டு இருக்கோம் என்றபடியே அவள் தந்த காசில் சோப்போ, நூல்கண்டோ வாங்காமல் டவுன் பஸ் ஏறி டயர் பேக்டரி அருகில் போய் இறங்கினான். மதிய ஷிப்டிற்காகக் காத்திருக்கும் ஆட்கள் வேம்படியில் உட்கார்ந்திருந்தார்கள். அழகர் வேலிச்செடிகளைக் கடந்து சென்று பனங்கள் விற்பவனிடம் கையிலிருந்த காசிற்குக் குடித்தான். பிறகு ரயில் நிலையம் நோக்கி நடந்தான். பகல் நேரத்தில் பிளாட்பாரம் காலியாக இருந்தது.

யாரும் இல்லாத பெஞ்சில் காலை நீட்டிப் படுத்துக்கொண்டான். ஜிக்கியும் டோலியும் தன்னைத் தேடிக்கொண்டிருப்பார்கள் என்பது அவனுக்கு சந்தோஷம் தருவதாக இருந்தது. கள்ளின் போதை லேசான மயக்கத்தை உருவாக்கியபடியே இருந்தது. ஜிக்கியை வாய்க்கு வந்தபடி எல்லாம் திட்டினான். வேலியில் பட்டுவரும் காற்று சுனை நீர் போல் மெதுவாகச் சுரந்து கொண்டிருந்தது. கால்விரல்களில் காற்று தடவியபோது கூச்சமாக இருந்தது. தொலைவில் ஒரு காகிதம் காற்றில் படபடத்து சப்தம் எழுப்பியபடியே இருந்தது. தன்னை மறந்து அழகர் தூங்கினான். அவன் எழுந்து கொண்டபோது அந்த இடமே இருட்டாகியிருந்தது. அங்கிருந்து விலகி நடந்து செல்ல ஆரம்பித்தான். வழியெல்லாம் வேலிச் செடியிலிருந்த பூச்சிகள் கத்திக் கொண்டிருந்தன. நாவு வறண்டு தாகமாக இருந்தது. ஒரு இடத்தில் நின்று சோம்பல் முறித்தபடியே ரயில் நிலையத்தை வெறித்துப் பார்த்தான். கடந்து செல்லப் போகிற ரயில் ஒன்றிற்காக மணியடித்தார்கள். மெதுவாக நடந்து டயர் பேக்டரி அருகில் வந்தபோது விளக்குகள் எரிந்து கொண்டிருந்தன. இரண்டு லாரிகள் ஓரமாக நின்றிருந்தன.

டீக்கடையில் போய் குடிப்பதற்குத் தண்ணீர் கேட்டான் அழகர். கடைக்காரன் முன்னால் இருந்த தகர டிரம்மைக் காட்டி மோந்து கொள்ளச் சொன்னான். அழகர் ஒரு ஈயக்குவளை நிறைய தண்ணீரை அள்ளிக் குடித்தான். மிச்சமிருந்ததை முகத்தில் அடித்துக்கொண்டான். மணி என்னவென்று தெரியவில்லை. ஜிக்கியைத் தேடிப் போவதா இல்லை இரண்டாம் ஆட்டம்

எஸ்.ராமகிருஷ்ணன் ❖ 223

சினிமாவிற்குப் போகலாமா என்று யோசனையாக இருந்தது. ஏனோ மறுபடியும் ஜிக்கி வீட்டிற்கே போகலாம் என்றே தோன்றியது.

தெருவிளக்குகள் பாதி மங்கி எரிந்துகொண்டிருந்தன. ஜிக்கி வீடு பரபரப்பாக இருந்தது அவன் கட்டாயம் திரும்பி வருவான் என்று ஜிக்கி நம்பியிருந்தவள் போல சிரித்தபடியே "என்னடா அழகரு. சாப்பிட்டயா" என்று கேட்டாள். அவன் பேசாமல் நின்றான்.

"உள்ளே மீன் குழம்பு இருக்கு. எடுத்துப் போட்டு சாப்பிடு" என்றபடியே அவள் கட்டிலில் போய் உட்கார்ந்துகொண்டாள். அக்காவும் தங்கையும் ஒரே கட்டிலில் படுத்துக் கிடப்பார்கள் போலும். டோலி அவனைப் பார்த்ததும் சிரித்தபடியே "செம்பில மோரு இருக்கு" என்று சொன்னாள்.

அழகர் அவனாக சமையலறைக்குப் போய் சாப்பாட்டை எடுத்துப் போட்டு மீன் குழம்பை ஊற்றித் திங்கத் துவங்கினான். சாப்பிட்ட தட்டைக் கழுவி அவன் சுவர் ஓரமாக வைத்துவிட்டு பின்வாசலைத் திறந்து படியில் உட்கார்ந்து கொண்ட போது இரண்டு பெண்கள் யாரோடோ பேசிச் சிரித்துக்கொண்டிருப்பது கேட்டது. அன்று இரவு உறங்கும்வரை யாரும் அவனிடம் ஒரு வார்த்தைகூட எங்கே போனான் என்று கேட்கவேயில்லை. ஜிக்கி மட்டும் அவனிடம் வந்து "உன்னை என் தம்பியைப் போல நினைச்சிகிட்டு இருக்கேன். உனக்கு எது வேணும்னாலும் என்கிட்டே கேளு" என்று மட்டும் சொன்னாள். அழகர் தலையாட்டிக்கொண்டான்.

எதற்காகத் தான் இப்பிடி நடந்து கொண்டோம். ஏன் இந்தப் பெண்கள் தன்னை எதுவும் கேட்கவில்லை. அவர்களாக ஏதாவது தன்னைப்பற்றிப் பேசியிருப்பார்களோ. அழகருக்கு அது அதிகம் குற்றவுணர்ச்சி தரத் துவங்கியிருந்தது. இருட்டை வெறித்துப் பார்த்தபடி இருந்தான். பிறகு இனிமேல் நாம் அந்தப் பெண்களுக்குத் தான் விசுவாசமாக நடந்து கொள்ள வேண்டும் என்று அவனாகவே சொல்லிக்கொண்டான்.

அத்யாயம் 09

1873 ஆகஸ்ட்
தெக்கோடு

தெக்கோட்டிற்கு ஏலன் பவர் வந்து ஐந்து மாதங்களாகியது. அவள் அந்த இடைப்பட்ட காலத்தில் லகோம்பேக்குக் கடிதம் எதுவும் எழுதியதாகத் தெரியவில்லை. ஆகஸ்ட் இரண்டு என்று தேதியிடப்பட்ட இந்தக் கடிதத்தை அவள் கல்கத்தாவிற்கு அனுப்பாமல் பெர்காம்பூரில் உள்ள ஒரு மிஷனரி அலுவலகத்திற்கு அனுப்பியிருக்கிறாள். ஒருவேளை லகோம்பேயிடமிருந்து முன்னதாக அவளுக்குக் கடிதம் வந்திருக்கக்கூடும். அந்தக் கடிதம் இப்போது கிடைக்கவில்லை. இந்தக் கடிதத்தை லகோம்பே பெர்காம்பூரில் பெற்றுக்கொண்டதோடு அதைத் தன்னோடு கல்கத்தாவிற்குக் கொண்டு போய்ப் பாதுகாத்திருக்கிறார்.

ஏலன்பவரின் இக்கடிதத்தில் முதல் பக்கம் காணப்படவில்லை. ஒருவேளை அவளே அதைக் கிழித்து எறிந்து இருக்கக்கூடும். அல்லது அந்த ஒரு பக்கத்தை லகோம்பே பாதிரி தனியே எடுத்து வைத்திருக்கவும் கூடும். ஆனால் நிறைய அடித்தல்களுடன்கூடிய இந்தக் கடிதம் எழுதிய நாளில் அவள் மிகுந்த மனச்சோர்வடைந்து போயிருக்கக்கூடும் என்பது தெளிவாகத் தெரிகிறது.

*

அன்பிற்குரிய ஞானத்தந்தை லகோம்பே அவர்களுக்கு,

தெக்கோடு வந்துசேர்ந்து ஐந்து மாத காலம் கடந்து போய்விட்டது. என்னிடம் இதுவரை ஒரு நோயாளிகூட சிகிச்சைக்கு வரவேயில்லை. என்னை ஒரு மருத்துவராக அவர்கள் ஒத்துக்கொள்ளவேயில்லை. என்னை ஏன் அவர்கள் வெறுக்கிறார்கள். நான் அவர்களின் பொருட்டு சேவை செய்வதற்காகத்தானே எனது குடும்பம், சொந்த ஊர், அத்தனையும் விலக்கிவிட்டு வந்திருக்கிறேன். அதை ஏன் புரிந்துகொள்ள மறுக்கிறார்கள்.

அவர்கள் என்னை வெறுப்பதற்கு இரண்டு காரணங்களை யூகிக்க முடிகிறது. ஒன்று நான் பெண்ணாக இருப்பது, மற்றொன்று நான் மருத்துவராக இருப்பது. பெண்ணை ஒரு மருத்துவராக அவர்களால் ஏற்றுக்கொள்ளவே முடியவில்லை. பெண்களுக்கு பிரவசம் பார்ப்பதற்கு மட்டுமே மருத்துவச்சியை அனுமதிக்கிறார்கள். மற்றபடி எந்த ஆணும் தான் ஒரு பெண் மருத்துவரிடம் சிகிட்சை எடுத்துக்கொள்ள விரும்புவதேயில்லை. நோயாளிக்கு எதற்கு ஆண் பெண் என்ற பேதம். நோய்மை அறிவதில் ஆண் பெண் என்ற பிரிவு எப்படி வந்தது? யார் மருத்துவராக இருக்கிறார் என்பதா முக்கியம்?

இங்குள்ள நோயாளிகள் நான் இதுவரை பார்த்தவர்களில் இருந்து முற்றிலும் மாறுபட்ட மன அமைப்பைக் கொண்டிருக்கிறார்கள். இவர்களில் எவரும் சாவதைப் பற்றி பயங்கொள்வதேயில்லை. காயங்கள், வயிற்று உபாதைகள், தலைவலி, கண்வலி போன்ற யாவற்றிற்கும் தானே வைத்தியம் செய்துகொள்கிறார்கள். கால்கள் வீங்கி நடக்க முடியாமல் போன ஒருவன்கூட அதை ஒரு பெரிய விஷயமாகக் கருதவேயில்லை. அதுபோலவே நோய்மையின் பொருட்டாக உணவை மாற்றிக்கொள்வதையோ இயல்பு வாழ்விலிருந்து துண்டித்துக்கொள்வதையோ அவர்கள் ஒருபோதும் செய்வதேயில்லை. இவர்களுக்கு நோய் என்பது காலில் களிமண் ஒட்டிக்கொள்வது போல தற்செயலாக நடந்துவிட்ட ஒன்று. அதைத் துடைக்க அக்கறையின்றிக் களிமண்ணோடு நடந்து நடந்தே அதைப் போக்கிக் கொண்டுவிட முடியும் என்று நம்புகிறார்கள்.

இந்தத் தெக்கோட்டின் அருகாமையில் கிராமங்களில் ஒன்றிரண்டு பாரம்பரிய வைத்தியர்கள் இருக்கிறார்கள். அவர்கள் மூலிகைகளைக் கொண்டு மருந்துகளைத்தானே தயாரிக்கிறார்கள். அந்த வைத்தியர்களின் தோற்றம் பயமுறுத்துவதாக உள்ளது. அடர்த்தியான தலை மயிரும் சிக்குப் பிடித்துப்போன தாடியும் காவியேறிய பற்களும் கஞ்சா குடித்துச் செருகிய கண்களும்

கொண்டிருக்கிறார்கள். மருந்து தயாரிப்பதை ஒரு அரிய ரகசியம் போல வைத்திருக்கிறார்கள். அந்த அறிவை அவர்கள் எவரோடும் பகிர்ந்து கொள்வதில்லை. மூலிகைகளைப் பறிக்கச் செல்லும்போது அவர்கள் சில மந்திரங்களைச் சொல்கிறார்கள். சில தாவரங்களைப் பறிப்பதற்கு முன்பு அதனிடம் அனுமதி கேட்கிறார்கள். அந்த மருந்தை வடித்தும் அரைத்தும் தயாரிக்கப்பட்ட மருந்தை நோயாளிகளுக்குத் தருகிறார்கள்.

நோயாளி மருத்துவரிடம் பேசுவதற்கே பயங்கொண்டிருக்கிறான். அந்த வைத்தியர்கள் தன்னை சிவனின் அவதாரங்கள் என்று சொல்லிக்கொள்கிறார்கள். அதில் ஒரு வைத்தியன் என்னிடம் பெண்கள் அத்தனை பேருமே நோயாளிகள், அவர்கள் உடலில் கெட்ட ரத்தம் ஒழுகிக்கொண்டிருக்கிறது என்று கேலி செய்தான். நான் அவனிடம் உனது வைத்திய முறைகளை நான் மதிக்கிறேன்.

அதுபோலதான் எனது மருத்துவ முறையும் என்று சொன்னேன். அவன் வைத்தியம் என்பது பாரம்பரியமாக வரக்கூடிய அறிவு. அதை யாரோ எங்கோ கற்றுக்கொண்டு வந்து பரிசோதனை செய்து பார்க்கக் கூடாது. அதற்கு கடவுளின் அனுக்கிரகம் வேண்டும். நாள் தவறாமல் வைத்தியம் பூசை செய்யவேண்டும். பாலுறவு கொள்ளாமல் விரதமிருந்து மருந்து தயாரிக்க வேண்டும். உன் வைத்தியம் வெறும் ஏமாற்றுவேலை என்று சொன்னான்.

ஒரு நோயாளியை நான் நலமாக்கிக் காட்டுகிறேன். பிறகு சொல் என்று கத்திவிட்டு வந்தேன். அவனைப் போலேவே என்னை கேலி செய்கின்றவர்கள் இங்கே நிறைய இருக்கிறார்கள். அதில் பாதிப்பேர் பெண்கள் என்பதுதான் இன்னமும் வேதனையானது. ஒரு பெண் என்னிடம் வந்து என்னைப் பார்த்தால் வெண்தேமல் வந்து உடல் முழுவதும் வெள்ளையாகிப் போனவள் போல இருக்கிறேன். இது தொட்டால் ஒட்டிக்கொண்டுவிடும் என்றாள். இல்லை பிறந்ததில் இருந்தே நான் இதே நிறத்துடன்தானிருக்கிறேன் என்றேன். அந்தப் பெண் உனக்கு ஏன் முலைகள் வளரவேயில்லை என்று கேட்டாள். எனக்கு பதில் சொல்லக் கூச்சமாக இருந்தது. அந்தப் பெண் உன்னோடு எவராவது படுத்து எழுந்தால் நோயாளியாகிவிடுவார்கள் என்று சொல்லி கேலி செய்துவிட்டுப் போனாள். அந்த அவமானத்தை என்னால் தாங்கிக்கொள்ளவே முடியவில்லை.

அன்றிரவு நான் ஆண்டவரிடம் கண்ணீருடன் பிரார்த்தனை செய்தேன். ஆனாலும் ஒரு நோயாளிகூட என்னை நெருங்கவே யில்லை, ஒவ்வொரு வீடாகப் போய் நானே அறிமுகம் செய்து

கொண்டேன். யாரும் என்னிடம் சிகிச்சைக்கு முன்வரவேயில்லை. மருத்துவ சிகிச்சைக்குப் பதிலாக ஊர்க்கிணற்றை ஒரு நாள் சுத்தம் செய்ய முயன்றேன். அதைக்கூட அவர்கள் அனுமதிக்கவில்லை. தேவாலயத்தின் பாதிரியே அதற்கு எதிராக நிற்கிறார். நான் பெண் என்பதால் மருத்துவம் செய்ய அருகதை அற்றவள் ஆகிவிடுவேனா? என்ன மன நிலையது. வெக்கையும் வறுமையும், சுகாதரமற்ற குடிநீரும் இந்த ஊரில் விதவிதமான நோய்களைக் கொண்டுவந்திருக்கிறது. ஆனால் எவருக்கும் சிகிச்சை தேவைப்படவேயில்லை. ஏன் இத்தனை பிடிவாதம்?

இங்கு இன்னொரு விஷயத்தைக் கண்டுபிடித்தேன். அருகாமை ஊரிலிருந்து ஒரு தாடி வளர்ந்த வயதான பூசாரி வாரம் ஒரு முறை இந்த ஊருக்கு வருகிறான். அவன் திருநீறு பூசிவிட்டு வேப்பிலையால் நோயாளிகளை மந்திரிக்கிறான். அதில் உடல் நலம் சரியாகிவிடும் என்று நம்புகிறார்கள். அந்தப் பூசாரிகள் குடிப்பதும் பெண்போகத்தில் மிதப்பதும் உண்டு என்றார்கள். அவனை நம்புகின்ற மக்கள் ஏன் என்னை ஏற்றுக்கொள்ள மறுக்கிறார்கள்.

தேவாலயத்திற்குக் குறைவானவர்களே வருகிறார்கள். அவர்களை என்னிடம் வைத்தியம் செய்ய வரும்படி போதகரை அறிவுறுத்தும் படியாகச் சொன்னேன். அவர் ஒருவன் நோய்மையுறுவது அவனது பாவத்தின் அடையாளம். அதற்குப் பாவமன்னிப்பு கேட்டுவிட்டு மனம் உருகி பிரார்த்தனை செய்தால் போதும் நலமாகிவிடுவான். ஆங்கில மருந்துவம் என்பது தீர்க்கப்பட முடியாத நோய்களுக்கு மட்டுமேயானது. ஆகையால் இதை திருச்சபையில் பரிந்துரை செய்ய முடியாது என்று கடுமையாக மறுத்துவிட்டார்.

கடந்த சில நாட்களாகவே நான் அறையின் வெளியே நின்றபடியே வெயிலையும் எப்போதாவது கடந்து செல்லும் பறவைகளையும் பார்த்தபடியே இருக்கிறேன். நாட்கள் என்னை விட்டுப் போய்க் கொண்டேயிருக்கின்றன. மனம் சோர்ந்து சலிப்பில் வீழ்ந்து கிடக்கிறது. எப்படி என்னை மீட்டுக்கொள்வது என்றே தெரியவில்லை.

என்னை அவர்கள் வெறுப்பதற்கு இன்னொரு காரணம் நான் தேவா லயத்தின் சார்பில் வந்திருக்கிறேன் என்பது. அதை ஒரு பெண்மணி வெளிப்படையாகவே சொன்னாள். உன்னிடம் வைத்தியம் செய்து கொண்டால் நீ எங்கள் மனதை மாற்றி எங்கள் சாமியிடமிருந்து பறித்துக்கொண்டு போய்விடுவாய். எனக்கு உன்னைப் பார்க்கவே பயமாக இருக்கிறது. நீ சூன்யம் வைக்கிறவளை போலவே இருக்கிறாய் என்றாள்.

அவள் சொன்னதை நான் ஏற்றுக்கொள்ளவில்லை. நான் செய்வது ஒரு சேவை. இதற்குக் கட்டணம் எதுவுமில்லை. நீங்கள் எந்தக் கடவுளையும் கும்பிடுங்கள். நான் அதைத் தவறாக எண்ணவே மாட்டேன் என்றேன். அந்தப் பெண் அதைப் புரிந்து கொள்ளவேயில்லை.

இங்கே தெக்கோட்டின் போதகர் பற்றி நீங்கள் புரிந்துகொள்ள வேண்டும். அவர் இந்த ஊருக்கு ஒரு மருத்துவரின் தேவை அவசியமில்லை என்றே நினைக்கிறார். நோய்மையிலிருந்து ஆண்டவரின் கிருபை மட்டுமே மனிதனை குணமாக்கமுடியும் என்று சொல்கிறார். தனது புனித நீரால் நோய்மை அகன்றுவிடும் என்று சொல்வதோடு யாராவது இதைப் பொய் என்று சொன்னால் அவர்கள் கடவுளால் தண்டிக்கப்படுவார்கள் என்று எச்சரிக்கை விடுகிறார்.

வறுமைதான் இந்த ஊரின் நோய்மைக்கு முக்கிய காரணி. அதை மாற்றுவதற்கு என்ன வழி செய்வது என்று யோசித்துக் கொண்டிருக்கிறேன்.

எனக்குத் தேவையான மருந்துகள் வரவில்லை. மருத்துவக்கருவிகள் கேட்டிருந்தேன். உடன்பணியாற்ற சில செவிலியர்களும் போதுமான மருந்துகளும் இருந்தால் நான் வெற்றிபெற முடியும் என்று நம்புகிறேன். ஒருவேளை அது சாத்தியமாகாவிட்டால் நிச்சயம் நான் தெக்கோட்டில் இறந்துபோய்விடுவேன். எனக்காக ஒரு சிறிய கல்லறை அமைக்கக்கூட இங்கே யாரும் இருக்கமாட்டார்கள் என்று நன்றாகத் தெரியும்.

என்று எட்வினாவின் கடிதம் முடிவற்று இருந்தது. அவள் இதன் மிச்சதை எழுதிக் கிழித்திருக்கக்கூடும்.

*

அவளது கடிதம் கிடைத்த ஆறாம் நாளில் இரவில் லகோம்பே அவளுக்கான இந்த பதில் கடிதத்தை எழுதியிருக்கிறார்.

*

பிரியத்துக்குரிய ஏலன்,

உனது மனச்சோர்வை என்னால் புரிந்துகொள்ள முடிகிறது. சேவை செய்வது என்பது எளிதாக ஏற்றுக்கொள்ளப்படாத ஒன்று. இது தண்ணீர்த்துளிகளால் ஒரு பாறையைத் துளையிட விரும்புவது போன்றது. தண்ணீர்த் துளி எப்படி ஒரு பாறையைத் துளையிட முடியும் என்று கேலி செய்வார்கள். முட்டாள்தனம்

என்று பரிகாசம் செய்வார்கள். நமக்கே வியர்த்தம் என்றுகூடத் தோன்றும், ஆனால் தண்ணீர்துளி இடைவிடாமல் ஒரே இடத்தில் சொட்டிக் கொண்டேயிருந்தால் பாறையில் நிச்சயம் ஒரு நாள் துளை விழும். அது சாத்தியமாகியிருக்கிறது. அது வரை நீயும் காத்திரு.

வறுமைதான் நோய்மையின் முதல் காரணம் என்று சொல்கிறாய். அதை என்னால் ஏற்றுக்கொள்ள முடியவில்லை. வறுமை என்பது ஒரு நெருக்கடி. அதனால் நோய்மை உருவாவதில்லை. உண்மையில் வறுமையால் உருவாகும் நோய்மையைவிட அதிகப் பணமும் வசதியும் சேர்வதால் ஏற்படும் நோய்மைகள்தான் அதிகம். பணக்காரன் எப்போதுமே நிறைய நோய்களைக் கொண்டிருக்கிறான்.

ஏழை நோயுறுவதில்லை. ஆகாரமின்மையால் நலக்குறைபாடு அடைகிறான். ஒருவேளை நோயுற்றாலும் அதைப் பெரிய பிரச்சினையாகக் கொள்வதில்லை. தனக்குத் தெரிந்த வழியில் மீள முயல்கிறான். அதிலிருந்து மீளமுடியாதபோது இறந்து போய்விடுகிறான். பணக் காரன் அப்படியில்லை. அவன் தனது அலட்சியமான உணவு, மற்றும் போகத்தால் நோய்களை உருவாக்கிக்கொள்கிறான். அதன் வலிவேதனைகளை நினைத்துக் கூச்சலிடுகிறான். முடிவில் அது அகன்று போவதற்காக எவ்வளவு பணத்தையும் செலவழிக்கத் துவங்குகிறான். பணம் சேர்வதுதான் நோய்மையை உருவாக்குகிறது.

வறுமையால் ஒரு மனிதனின் பொருளாதாரத் தேவைகள் மட்டும் தான் பாதிக்கப்படுகின்றன. உடல் ஆரோக்கியம் அதிகம் கெடுவதில்லை. அவனது உடல் நலம் அவன் உட்கொள்ளும் உணவு சார்ந்தே தீர்மானிக்கப்படுகிறது. வறுமையில் வாடுபவன் விரும்பியதைச் சாப்பிட முடியாமல் இருக்கிறான். போதுமான அளவு சாப்பிடாமல் இருக்க முடியாமல் இருக்கிறான் என்று வேண்டுமானால் சொல். யோசிக்கிறேன். ஆனால் அவன் கிடைத்ததை எல்லாம் சாப்பிடுகின்றான். அது உடலுக்கான உணவு, நாக்கிற்கானதில்லை.

வறுமையைக்கூட என்னால் புரிந்து கொள்ளவும் பரிவுகாட்டவும் முடிகிறது. ஆனால் நோய்மையின் காரணமாக ஒருவன் நோயுற்று பிச்சைக்காரன் ஆவதை என்னால் சகித்துக்கொள்ளவே முடியாது. காரணம் அது ஆன்மாவின் அழிவு. அவன் நோய்மையை காரண மாகச் சொல்லி தனது நல் உணர்வுகளை சிதைக்கத் துவங்குகிறான். அது மன்னிக்க முடியாத குற்றம்.

நோய்மையின் மீதான நமது பயத்தை அவன் தூண்டிவிடுகிறான். அதனால் நாமும் யாசகம் தருகிறோம். நமக்குள் அது போன்ற நோய்கள் வந்துவிடக்கூடாது என்று உள்ளூற ஒரு எச்சரிக்கைக் குரல் எழும்பி மறைகிறது என்பதுதான் உண்மை.

உழைப்பைத் தவிர வேறு எந்த விசேஷ தகுதியும் இல்லாத மனிதர்கள்தான் உலகில் அதிகமிருக்கிறார்கள். அவர்கள் உழைப்பதற் காகவே மட்டுமே ஆரோக்கியமாக இருக்க விரும்புகிறார்கள். இது செக்கு மாடு நலமாக இருக்க வேண்டும் என்று நினைப்பது போன்றதுதான். நலமாக இருந்தால் செக்கை நாள் முழுவதும் இழுக்கலாம் என்பது தானே காரணம்.

மனிதன் நோய்மை முதலாக உணர்வது தான் சாப்பிடும் உணவு கசக்கும்போதுதான். அல்லது விரும்பிய உணவை உடல் ஏற்றுக் கொள்ளாமல் மறுக்கும் போதுதான், நாம் உடலை ஒரு குப்பைத் தொட்டியைப் போலத்தான் பயன்படுத்தி வருகிறோம். அது தேவாலயம் என்று உணர்வதேயில்லை. எவன் தன் உடலை தேவனின் இருப்பிடமாக உணர்கிறானோ அவனே விழிப்புற்ற மனிதன்.

கடவுள் ஒரு மனிதனைத் தண்டிக்க விரும்பினால் அவனுக்குப் பசியையும் கொடுத்து சாப்பிட முடியாமலும் செய்துவிடுவார் என்பார்கள். அது மற்ற யார் விஷயத்தில் உண்மையோ இல்லையோ பல நோயாளிகள் விஷயத்தில் அது உண்மையாகத்தான் நடந்து கொண்டிருக்கிறது. நீ நோயாளிகள் குறித்து தேவைக்கு அதிகமாக கவனமும் அன்பும் செலுத்துகிறாயோ என்றுகூடத் தோன்றுகிறது. உண்மையில் பல நோயாளிகள் வசதியாக வளர்க்கப்பட்ட வீட்டின் செல்லப்பிள்ளைகள் போன்று சிறிய விஷயங்களுக்குக்கூட அதிகம் அலட்டிக்கொள்பவர்கள். தன்னைப் பற்றி மிகையாகப் பேசிக்கொள் வதுடன், அதீதமான உணர்ச்சிகளையும் காட்டிக் கொள்பவர்கள்.

ஒரு நோயாளி தன்னைப் பற்றிச் சொல்வதில் எப்போதும் பாதி அளவே உண்மையிருக்கிறது. அந்தப் பாதி உண்மைகளைக்கூட அவன் தன் வலி தாங்க முடியாமல்தான் சொல்கிறான். ஆகவே நீ நோயாளிகள் மூலமாக அறிந்து கொண்ட தெல்லாம் மிகையான உணர்ச்சி வெளிப்பாடாகவே நினைக்கிறேன். நோயாளிகள் தன் வலி, வேதனை பற்றி கற்பனை செய்கிறவர்கள். பயம் அவர்களின் மூல ஊற்று. அதிலிருந்து எண்ணிக்கையற்ற பொய்களை அவர்கள் உருவாக்கிக்கொள்கிறார்கள். நோயாளி உண்மையில் ஒரு நம் கனைப் போலவே தன் முகத்தை மாற்றிக்கொள்கிறான். மருத்துவர்கள் இதில் ஏமாந்து போய்விடக்கூடாது.

உனக்கே தெரியும். இயேசுவை சிலுவையில் அறைந்த மரமானது கர்த்தரின் வேதனைகளுக்கு காரணமாக இருந்தது என்று. அதை மக்கள் பல ஆண்டுக்காலம் வெறுத்து ஒதுக்கி யார் வீட்டிலும் வளர்க்கக் கூடாது என்றார்கள். பிரான்ஸ் தேசத்தில் அந்த மரம் தீவினையின் அடையாளமாகவே கருதப்பட்டது. பின்பு அதே மரம் ஆண்டவரின் கிருபை கொண்டதாகக் கருதப்பட்டு அதன் அடியில் நின்று முத்தமிடுவது புனிதமாக உருமாறியது. இப்படி எது நம்பிக்கைக்கு உரியதாக உள்ளதோ, அது மறுதலிக்கப்படுவதும் பின்பு அதுவே புனிதமாக்கப்படுவதும் மனித இயல்பு. இதற்கெல்லாம் நீ கடவுளைக் குற்றம் சொல்ல வேண்டாம்.

ஒரு நோயாளி உன் முன்னே வந்து அமர்வது தற்செயலான ஒன்றில்லை. இந்த உலகில் எவ்வளவோ மருத்துவர்கள் இருக்கிறார்கள். அத்தனை பேரை தேடிச் செல்லாமல் அவன் உன் உன்னே வந்திருக்கிறான். அது ஒரு அசாதாரணம். அவன் உன்னை நம்பி வந்திருக்கிறான். அவனை நீ எதிர்கொள்ளும் தருணம் முக்கியமானது. நோயாளியை மரியாதை செய்யத் தவறிய மருத்துவன் மீது நோயாளி ஒருபோதும் நம்பிக்கை கொள்வதேயில்லை. ஆகவே நீ அவனை முதலில் மரியாதை செய். மரியாதை என்பது அவனை நடத்தும் விதத்திலும் பேச்சிலும், மன வெளிப்பாட்டிலும் இருக்க வேண்டும். மருத்துவமனையின் தனி அடையாளம் மௌனம் சூழப்பட்டிருப்பது. காரணம் நோயாளியின் மனது கொதித்துக்கொண்டிருக்கிறது. அவன் உள்ளூற ஓயாமல் பேசிக்கொண்டேயிருக்கிறான். அவனுக்கு மருந்தைப்போல மௌனமும் தேவைப்படுகிறது. அதனால் மருத்துவமனையை எப்போதும் நிசப்தமாக வைத்துக்கொள்.

நோயாளியிடம் பேசும் முன்பாக அவனுடன் வந்திருப்பவர்களை ஆறுதல் படுத்து. அவர்கள் நோயாளியை விடவும் அதிகம் துயருற்ற வர்கள். அவர்கள் மனம் சாந்தம் கொள்ளத் துவங்கினால் அது நோயாளியை இன்னும் சற்றுக் கூடுதலாக அக்கறைகொள்ள உதவும்.

அவர்களோடு நல்லவார்த்தைகள் பேசி கவலையிலிருந்து விடுவித்து அமைதி கொள்ளச் செய். அதன் அப்புறம் நோயாளியோடு பேசு. ஒருபோதும் நோயாளியை பரிகாசம் செய்துவிடாதே. அது அவனுக் குள் ஆறாத வடுவை உண்டாக்கிவிடும். பேச்சின் வழியே அவன் இதயத்தைத் தொட முயல்வதுதான் மருத்துவரின் முதல் வேலை. உன்னால் அவன் மனதிற்குள் செல்ல முடிந்தால் பாதி மருத்துவம் முடிந்துவிடும்.

காற்றைப் பிடித்தபடியே நடக்க முயலுவதும் குழந்தையைப்போல தான் நோயாளி நடந்து கொள்வான். அவன் ஒரு அதிசயத்தை எதிர் பார்க்கிறான். உன் முன்னே அமர்ந்தவுடனே நோய் அகன்று போய்விடும் அற்புதத்தை அவன் வேண்டுகிறான். அது ஒருபோதும் நடவாதது. ஆனால் அதை நீயாக உறுதி செய்யாதே. அந்தக் கனவை அவன் வளர்த்துக்கொள்ள உதவி செய். உன்னை அவன் அற்புதன் என்று நினைக்கிறான். அது தேவையானது. அதிலிருந்து தான் நீ நோய்மையை குணமாக்க முடியும்.

ஒரு நேரத்தில் இரண்டு நோயாளிகளுடன் ஒருபோதும் உரையாடாதே. அது மிக மோசமான விளைவுகளை உண்டாக்கி விடும். ஒரு நோயாளி மற்றொரு நோயாளியின் கூறுகளைத் தனதாக்கிக் கொண்டுவிடுவான். அதுபோல எந்த நோயாளியையும் மற்ற ஒருவரோடு ஒப்பிடாதே. அதுவும் அவனை பலவீனமாக்கிவிடும். நோயாளியை விசாரணை செய்யும் நீ ஆரோக்கியமாகவும் பொலி வோடும் இருக்க வேண்டும். அது முக்கியமானது. உனது தோற்றம், கவலையற்ற முகம், மென்மையான பேச்சு இவைதான் நோயாளி உன்னை நம்புவதற்கான எளிய வழிகள்.

பார்வையற்றவனுக்கு நீச்சல் பழக்கித் தருவது போன்றதுதான் மருத்துவம் என்றே சொல்வேன். அவன் உன்மீது சாய்ந்து உனது பலத்தில்தான் தன் நோய்மையிலிருந்து விடுபட முயற்சி செய்கிறான். ஆகவே நீ உறுதியாக இரு. நீ சஞ்சலமோ, குழப்பமோ கொண்டிருக் காதே. நோயாளிகளோடு எந்தவிதமான நெருக்க உறவும் கொள் ளாதே. அது உன்னை அறியாமல் உணர்ச்சிவசமாக்கிவிடும். நோய்மை அறிவது ஒரு கலை. அது ஓவியத்தைவிட, இசையைவிட வெகு நுண்மையானது. அதை நீ முறையாகப் பயிலாவிட்டால் உன்னால் தேர்ந்த மருத்துவராக முடியாது. பேசத்தெரியாதவன் ஒருபோதும் மருத்துவராக முடியாது என்பேன்.

ஏலன் நீ நோயாளியைக் காணும்போது உனது கண்கள் அவனது இன்றைய நிலையைத்தான் அறிகின்றன. அவனது கடந்தகாலத்தைத் தோற்றத்தின் வழியே அறிந்துகொள்ள முடியாது. ஆனால் நோய்மை கடந்த காலத்தில்தான் வேர்விட்டிருக்கிறது. அதை நீ அறிந்துகொள்ள வேண்டுமானால் நோயாளியோடு அவன் உற்றார் உறவினர் என்று பலரையும் ஆழ்ந்து பேசி அறிந்து கொள். கடந்த காலம்தான் நோய்மையின் விளைநிலம். அதை அறிந்து கொள்ளாமல் நோய்மையை விலக்கவே முடியாது.

உண்மையில் நோயாளிகளின் கண்ணீர் என்பது ஒரு தந்திரம். ஒரு சுயபச்சாதாபம் கொள்ள வைக்கும் பாவனை. அவ்வளவே.

வலியைத் தாங்கிக்கொள்ளவேண்டும் என்று மனிதனுக்கு எவ்வளவோ கற்றுக் கொடுக்கப்பட்டிருக்கிறது. ஆனால் வலியைக் கண்டவுடன் மனிதன் ஓலமிடத் துவங்குகிறான். புலம்புகிறான். நினைத்து நினைத்துக் கத்துகிறான். இது தனக்கு மட்டுமே ஏற்பட்டிருக்கிறது என்று ஆத்திரப்படுகிறான். அடுத்தவன் வலியை எள்ளிநகைப்பவன் தனது வலிக்கு அழுவது வேடிக்கையாக இல்லை.

யோசித்துப் பார். யுத்தமுனையில் நமது வீரர்கள் எவ்வளவு வலியைச் சந்தித்திருப்பார்கள். ஏன் அவர்கள் அழுவதேயில்லை. காரணம் அழுகை அவர்களைக் காப்பாற்றாது என்று அவர்களுக்கு நன்றாகத் தெரியும். அவர்கள் வலியை எதிர்கொள்கிறார்கள். பல நேரங்களில் வென்றுவிடுகிறார்கள். போயர் யுத்தத்தின்போது ஒருவன் தனது காயம்பட்ட இடதுகையை தானே துண்டித்துக்கொண்டு நடந்து வந்து உயிர் பிழைத்த கதையை நீ அறிந்திருக்க மாட்டாய்.

நோயாளி தன் உடலை ஒரு கண்ணாடிக் கோப்பையைப் பார்த்துக் கொண்டிருப்பதைப் போல உற்று பார்த்தபடியே இருக்கிறான். அதில் பட்டுத் தெறிக்கும் வலியின் சிறு அசைவுகள்கூட அவனுக்கு பூதாகர மாகத் தெரிகின்றன. ஏலன், மனிதன் தனது சந்தோஷத்தை என்றாவது இப்படி துளித்துளியாக அறிந்திருக்கிறானா. அல்லது ஆராய்ச்சி செய்திருக்கிறானா. இல்லையே. சந்தோஷத்தை அறியும் போது அவன் உடலை மறக்கவே விரும்புகிறான்.

புலன் இன்பத்தைத் திரட்டி வைத்துக்கொள்ளும் கூடுதான் உடல் என நம்புகிறான். வண்ணத்துப்பூச்சி தன் உணர்கொம்புகளால் தேனை எடுப்பதைப் போல உடலால் சுகத்தைத் தேடித் தேடி அனுபவிக்கிறான். புலன் இன்பங்கள் வெறும் கிளர்ச்சியன்றி அது முற்றான உண்மையில்லை. தேன் வைத்திருந்த பாத்திரமும் ருசிப்பது போலதான் உடலும்.

மகளே நோயாளிகளைவிட பரிவுகொள்ள வேண்டியவர்கள் முதியவர்கள். அவர்கள் முதுமையை அடைவதோடு நோய்மையும் ஒன்றாகப் பற்றிக்கொள்கிறார்கள். அப்போது நோய்மைகூட புறக்கணிக்கப்படுகிறது. அவர்கள் தங்கள் மனதில் இளவயதின் சந்தோஷங்கள், மகிழ்ச்சியான தருணங்களை மறுபடி நினைவில் கொண்டுவந்து அதன்வழியே முதுமையைக் கடந்து போய்விட நினைக்கிறார்கள். காகிதத்தில் ஒரு கப்பலைச் செய்து அதை மழைநாளில் நனைய விட்டு அந்தக் கப்பலின் வழியே நீண்ட தூரம் போய்விட முடியும் என்று நினைக்கும் சிறுவனின் மனப்போக்கு போன்றதுதான் அதுவும்.

ஏலன், நோயாளிகள் அக்கறை காட்டப்பட வேண்டியவர்கள்தான். ஆனால் அந்த அக்கறை மிகும்போது அது நோயை எப்போதும் அதிகமாக்கிவிடும். ரோமில் கிளேடியஸ் என்ற ஒரு பெருவணிகன் இருந்தான். அவன் ஒரு முறை மழையில் வீடு திரும்பும்போது நனைந்துவிட்டான். மறுநாள் ஒரே தும்மல். உடனே கிளேடிஸின் மூத்தமனைவி ஒரு மருத்துவரை அழைத்துவந்தாள். இரண்டாம் மனைவி ஒரு ஆருடக்காரனை வரவழைத்தாள். மூன்றாம் மனை வியோ நாட்டின் தலைசிறந்த மனிதரை அழைத்துவர பல்லக்கை அனுப்பி வைத்தாள். ஒரு நாளைக்கு ஆறு வைத்தியர்கள் அவனைப் பரிசோதித்தார்கள். முடிவில் அவனுக்கு 21 விதமான சிகிச்சைகள் அளிக்கப்பட்டன. அவனைக் காண உறவினர்கள் பலரும் வந்து சேர்ந்தார்கள்.

நகரவணிகர்கள் அவனுக்கு மிக மோசமான நோய் பற்றியுள்ளதாக வதந்தி பரப்பினார்கள். அவனது வணிகக் கப்பல் சென்ற துறைமுகங்களில் கிளேடிஸ் செத்துவிட்டான் என்றே செய்தி பரப்பப்பட்டது. ஒரு சாதாரணத் தும்மலை அவன் மனைவியும், உறவினர்களும் மருத்துவர்களும் ஒன்று சேர்ந்து அவனை சாவிற்கு போராடும் நோயாளியாக்கிவிட்டார்கள். முடிவாக கிளேயடிஸ் அவர்களிட மிருந்து தப்பியோடி ஒரு குகையில் ஒளிந்துகொண்டான் என்று ஒரு கதையிருக்கிறது.

கிரேக்கில் உள்ள மருத்துவர்கள் இதுபோன்று வசதியான வீட்டில் நோயாளிகளை பரிசோதிக்கச் சென்றால் உங்களை கிளேடியஸ் வியாதி என்று சொல்லி கேலி செய்வார்களாம். அப்படியான நோயாளிகள் நம்மிடம் அதிகமிருக்கிறார்கள்.

ஏலன், நோயாளி எப்போதுமே உண்மைக்கு வெகு தூரத்தி லிருக்கிறான். அவன் உதடுகள் பொய்யால் அலங்கரிக்கப் பட்டிருக்கின்றன. அவன் உண்மையில் மருத்துவர்களை உள்ளூற வெறுக்கிறான். ஆனால் மருத்துவர்கள் இல்லாமல் தன்னால் குணமாக முடியாது என்று தெரிந்து இருப்பதால் மட்டுமே உன்னிடம் ஆலோ சனை கேட்கிறான். ஒருவன் நோய்மையிலிருந்து விடுபடுவது வேறு ஆரோக்கியமாக இருப்பது என்பது வேறு. ஆரோக்கியமாக இருப்பது என்பது உடல் நலம் சம்பந்தப்பட்டது மட்டுமில்லை. அவனது ஆரோக்கியம் மனதையும் சேர்த்தே கணக்கில் எடுத்துக்கொள்ளப்பட வேண்டும்.

ஒருமுறை இங்கிலாந்தின் சிறைச்சாலையில் உள்ள ஒரு தூக்குத் தண்டனைக் கைதிக்குக் கடுமையான விஷ சுரம் கண்டது. அவனை காப்பாற்ற மருத்துவர்கள் நாளைக்கு இரண்டு முறை சிறைக்குச்

சென்றார்கள். அருகில் இருந்து வேளைதோறும் மருத்து கொடுத்தார்கள். அந்த மனிதன் கடைசியில் பிழைத்துக்கொண்டான். அவ்வளவு அக்கறை எடுத்து ஒரு மனிதனை ஏன் காப்பாற்றினார்கள் என்றால் அவன் சட்டப்படி தூக்கிலிடப்பட வேண்டும் என்பதற்காகத்தான். எவ்வளவு மடத்தனமாக இருக்கிறது பார். ஒரு மனிதனை நோய்மையில் இருந்து விடுவித்து தாங்களே கொல்வது என்பது எவ்வளவு முட்டாள்தனமோ அதை ஒத்தது தான் நோயாளியை குணமாக்கி அவனது எல்லா மனக்கசடுகளையும் அனுமதிப்பது.

பலநேரங்களில் நோயுற்ற ஒரு காரணத்தால் மட்டுமே அவன் தனது பாவங்களைக் குறைத்திருப்பான். நீங்கள் அவனை நோய்மை அகற்றியதும் அவன் மறுபடி தனது பாவங்களை தீவிரமாகச் செய்யத் துவங்கிவிடுவான்.

பாரீஸில் சென்ற நூற்றாண்டில் ஒரு கொடிய கொலைபாதகன் இருந்தான். அவன் நகரில் பத்து வயதிற்கும் உட்பட்ட சிறுமிகளை கழுத்தை அறுத்துக் கொலை செய்துகொண்டிருந்தான். அவனை யாரும் பிடிக்க முடியவேயில்லை. ஒருமுறை அவன் தனது காயத்திற்கு மருந்திட மருத்துவரைக் காணச் சென்றபோது அவர் அவனைப் பரிசோதனை செய்துவிட்டு அவனுக்குப் புற்றுநோய் இருப்பதைக் கண்டறிந்து சொன்னார்.

நாடே பார்த்து பயந்து அலறும் அந்தக் கொலைபாதகன் என்ன செய்தான் தெரியுமா, சிறுமியைப் போல தேம்பித் தேம்பி அழுதிருக்கிறான். வைத்தியர் தன் உயிரைக் காப்பாற்ற முடியாது என்றவுடன் அவன் நோயைத் தாங்கிக்கொள்ள முடியாமல் தற்கொலை செய்து கொண்டுவிட்டான்.

பின்பு தெரிய வந்தது. அது மருத்துவர் சொன்ன பொய் என்று. ஆனால் ஒரு மருத்துவர் தேசத்தின் கொலையாளி ஒருவனை தானே இறந்துபோகும்படிச் செய்திருக்கிறார். கொலைகாரன் மருத்துவரின் ஒரு பொய்யை நம்பித் தன்னை மாய்த்துக்கொண்டிருக்கிறான். இதுதான் எட்வினா நோயாளியின் நிஜமான மனநிலை.

நோயாளிகளைப் போலவே மருத்துவர்களும் பொய்யைப் பயன்படுத்த வேண்டியிருக்கிறது. பல நேரங்களில் உண்மை மனிதனைக் கொன்றுவிடும். பொய்யான நம்பிக்கை, பொய்யான ஆறுதல்கள் மனிதனைத் தேற்றுவதோடு அவனைத் தொடர்ந்து செயல்படச் செய்யும். ஆகவே நீ உண்மையாக நடந்துகொள்வதாக நினைத்து மருத்துவரின் பொய்களை விட்டு விலகிவிடாதே. ஒரு நல்ல மருத்துவன் எல்லா நேரங்களிலும் உண்மையைச்

சொல்வதில்லை. அவன் உண்மையை அறிந்துகொள்வதில்தான் ஆர்வம் காட்டுகிறான். அதை உலகிற்கு வெளிப்படுத்துவதில்லை. நீ பரிசோதிக்கும் நோயாளிகளிடமிருந்து உண்மைகளைக் கற்றுக்கொள். அந்த உண்மைகளை நீயே என்றாவது உணரும்போது மட்டுமே வெளிப்படுத்து. அதுவரை அவை நதியின் அடியில் தேங்கிக் கிடக்கும் கூழாங்கற்களைப்போல உனக்குள்ளாகவே கிடக்கட்டும்.

என்றும் உன் நலனிற்காக பிரார்த்தனை செய்யும்

பிரான்சிஸ் லகோம்பே

*

அந்தக் கடிதத்தை வாசித்த ஏலன் பவர் அதற்கு நன்றி தெரிவித்து எழுதிய கடிதத்தின் ஒரு பகுதியிது.

*

ஞானத்தந்தை லகோம்பே அவர்களுக்கு,

உங்கள் கடிதம் வாடிய செடி ஒன்றிற்குத் தண்ணீர் கிடைத்தது போல மிகுந்த மன ஆறுதலைத் தந்தது. நீங்கள் சொல்வது உண்மை என்பதை நான் வங்காளத்தில் பணிபுரியும்போது நன்றாக உணர்ந்து கொண்டிருந்தேன். நான் துர்காபூர் என்ற ஒரு கிராமத்தில் மருத்துவ முகாம் அமைக்க விரும்பினேன். துர்காபூர் மிகச்சிறிய கிராமம். ஊரைச் சுற்றிலும் கடுகுச்செடிகள் பூத்துக்கிடந்தன. நான் அங்கிருந்த உள்ளூர்ப் பணியாளர் மூலம் கடுகுச்செடிகளில் கொஞ் சத்தை அகற்றிவிட்டு அந்த இடத்தில் ஒரு கூடாரம் அமைக்கச் சொன்னேன். அந்தக் கிராம மக்கள் கொந்தளித்துவிட்டார்கள். இதில் என்ன தவறிருக்கிறது என்று எனக்குப் புரியவில்லை. உள்ளூர் வாசிகளில் ஒருவன் இதை அவர்கள் கடவுளாக நினைக்கிறார்கள் என்று சொன்னான். கடுகுச்செடியை எதற்காக கடவுளாக நினைக்கிறார்கள் என்று கேட்டேன். அது ஒரு பழங்கதை. இந்தக் கதையை கேட்டால் நீங்கள் நம்பாமலும் போகக்கூடும். ஆனால் இவர்கள் அந்தக் கதையை இன்றுவரை நம்புகிறார்கள். இந்தச் செடிகளை தங்களைக் காக்கும் தெய்வசக்திகளாகக் கருதுகிறார்கள் என்றான். என்ன கதை அது என்று கேட்டேன். துர்காபூரின் பணியாளர் சொன்ன கதை இதுதான். ஆயிரம் வருடங்களுக்கு முன்பாக நடந்தது. உண்மையான சம்பவமிது என்று சொன்னான். அந்தக் கதை என் மனதில் அழியாத பிம்பமாக உள்ளது. இது நடந்து எப்படியும் ஆயிரம் வருடங்கள் இருக்கக்கூடும்.

*

ஆகவே இந்தச் சிறுமி இனிப் பிழைக்கமாட்டாள், அவள் உயிரோடு இருக்கும் நாள்வரை தினமும் ஒரு மிடறு தண்ணீரும், இந்தப் பச்சிலைச்சாற்றையும் கொடுங்கள். அவள் கண்களின் அசைவை உற்றுப் பார்த்தபடியே இருங்கள். அது தடுமாறத்துவங்கினாலோ, தானே நிலைகுத்திக்கொண்டாலோ ததாகரைப் பிரார்த்திக்கத் துவங்கிவிடுங்கள். உங்கள் வீட்டில் வந்து பிறந்து, உங்களின் அன்பிற்கும் ஆசைக்கும் உரியவளாக வளர்ந்த இந்தச் சிறுமி உங்களிடமிருந்து விடைபெற்றுப் போகப்போகிறாள். அவளோடு இனி நீங்கள் பேச முடியாது. அவளால் உங்கள் குரலுக்கு பதில் தர முடியாது. அந்த இதயம் உங்களோடு சேர்ந்து வாழவேண்டும் என்ற பேராசையுடன் ஒவ்வொரு நிமிடமும் துடித்துக்கொண்டேயிருக்கும். அந்த ஓசை உங்கள் காதுகளில் விழும்போது எழும் துக்கம் அடக்கமுடியாதது. ஆனாலும் எந்தக் கண்ணீராலும் அந்த இதயத்தை ஆறுதல் படுத்திவிட முடியாது.

உடல் ஒரு மண்கலயம். அதில் ஏதோவொரு முனையில் சிறு பொத்தல் விழுந்துவிட்டால் போதும். பின்பு அதில் நாம் எவ்வளவு நீரைச் சேமித்தாலும் வடிந்து போய்விடும். ஒரு மருத்துவனாக இதுபோன்று சாவின் முன்னிலையில் எதுவும் செய்ய இயலாமல் கைவிரித்தபடி நிற்கும் நிமிடங்களில் மட்டும் நான் மிகுந்த வேதனைப்படுகிறேன். நோய் என்னைப் பார்த்துப் பரிகசிக்கும்போது என் மனது ரணமாகிறது.

எல்லா நோய்களுக்கும் ஒரே தாய்தானிருக்கிறாள். அது உணவு. சரியான, தேவையான, எளிதான உணவைக் கைக்கொள்ளத் தவறும்போது நோயின் கைகள் நம்மைப் பற்றிக்கொள்ளத் துவங்குகின்றன. பசியை எதிர்கொள்வதும், அதைக் கடந்து செல்வதும் எளிதானதில்லை. அது மனிதவதைகளில் முக்கியமானது.

பசிதான் மனிதனை இயக்குகிறது. அது ஒரு நெருப்பு. அணையாத பெரும் நெருப்பு. அதை நேர்கொண்டு தணிப்பது எளிதானதில்லை. அது ஒரு கலை. மனித அனுபவம் அத்தனையும் ஒன்று சேர்ந்தாலும் புரிந்துகொள்ள முடியாத கலையது. ஒவ்வொரு மனிதனும் பசியை ஒருவிதத்தில் எதிர்கொள்கிறான். தணித்துக்கொள்கிறான்.

பசியின் பிள்ளைகள்தான் நோய்கள் போலும். அவை எப்போதுமே பசியை அலட்சியம் செய்பவனிடமும், பசியை காரணம் கொண்டு மிகுதீனி உண்பவனிடமும் உடனே அடைக்கல மாகிவிடுகின்றன.

பசியும் தூக்கமும் இரட்டைக்குழந்தைகள். அவர்கள் சேர்ந்தே வருகிறார்கள். சேர்ந்தே போகிறார்கள். ஒருவரை அலட்சியம்

செய்தால் மற்றவர் பாதிக்கப்படுகிறார்கள். மருத்துவனாக நான் கற்றுக்கொண்ட முதல் பாடம் பசியையும் தூக்கத்தையும் புரிந்து கொள்வதுதான். நோயாளி இந்த இரண்டிலும்தான் அதிகம் அவதிப்படுகிறான். அதை முறைப்படுத்துவது எளிதானதில்லை.

காட்டில் பற்றிக்கொண்ட நெருப்பு பட்டமரம், பசுமையான மரம் எனப் பேதம் காண்பதில்லை. அது பற்றி எரிந்து கொண்டே போவது போல பசியும் தூக்கமும் கெடும்போது உடலில் ஒவ்வொரு உறுப்புகளாக அது பரவி வெடிக்கத் துவங்குகிறது.

சந்தோஷத்தை வெளிப்படுத்த ஆயிரமாயிரம் வழிகளைக் கற்று வைத்திருக்கிறான் மனிதன். ஆனால் வலியை வெளிப்படுத்த அழுவதைத் தவிர வேறு வழிகளேயில்லை. அழுது அடங்கிய மௌனம் கொண்ட நோயாளியின் முகங்களைப் பார்த்தபடியே இருக்கிறேன். அதில் படிந்துள்ள துயரத்தின் பிசுபிசுப்பை என்னால் உணர முடிகிறது.

உடலைப் பேணுவது எளிதானதில்லை. அது ஒரு அகல்விளக்கை வெட்டவெளியில் வைத்துவிட்டு காற்றில் அணைந்து போகாமல் காப்பாற்றுவதை விடவும் கடினமானது. ஒவ்வொரு நோயாளியும் மருத்துவருக்கு உடலின் விசித்திரம் பற்றிக் கற்றுக் கொடுக்கிறான்.

நலமடைதல் என்பது மருந்தால் மட்டும் ஏற்படுவதில்லை. அது ஒரு அகவிளைவு. மருந்து அதை உருவாக்கத் துணை செய்கிறது. மருந்திற்கு சமமாக, மருந்தைவிட சில நேரங்களில் மேலானதாக நோயாளியின் உடனிருப்பவர்கள், அவனது குடும்பம், அவன் மீது அக்கறை கொண்டவர்களின் நம்பிக்கைகள், பிரார்த்தனைகள், தீராத அன்பு அவனை நோய்மையிலிருந்து நலமடையச் செய்கிறது.

உலகில் மனிதர்கள் மட்டுமே நோய்மையை அகற்றிக்கொள்ள மருத்துவரை நாடுகிறார்கள். மற்ற உயிரினங்கள் தனது நோய்மையைத் தானே எதிர்கொள்கின்றன. தீர்த்துக்கொள்கின்றன. அல்லது அழிந்து போகின்றன.

நோயுற்ற ஒரு சிறு செடியை உற்றுக் கவனித்துப் பார். அது மொழி யில்லாமல் தன்னை வெளிப்படுத்திக்கொள்கிறது. ஒரு செடி நோய்மையுறும் போது உடனே அருகில் உள்ள இன்னொரு செடியும் நோய்மை அடைந்துவிடுகிறது. நோய்மையுற்ற செடி தன் சிரிப்பை மறந்துவிடுகிறது. காற்றோடு தான் செய்யும் வேடிக்கைகளை ஒடுக்கிக் கொண்டுவிடுகிறது. உலகம் அதன் மீது கருணை கொள்வ தேயில்லை. அதே உக்கிரமான வெயில், அதே பெருங்காற்று, அதே விடாக்குளிர். நிராதரவின் உச்சநிலை அது தானில்லையா.

எஸ்.ராமகிருஷ்ணன்

நாம் அந்த வகையில் அதிர்ஷ்டசாலிகள். மருத்துவம் என்ற கதகதப் பின் கீழாக நம்மை ஒப்படைத்துக்கொண்டுவிடுகிறோம். காப்பாற்றப் படுகிறோம்.

நான் சொல்வதெல்லாம் எனது பட்டறிவின் வெளிப்பாடுகள் மட்டுமே. உன் மகளைக் காப்பாற்றுவதற்கு இனி எனது மருந்தால் பயனில்லை. மருத்துவன் கைவிடுவதால் மட்டுமே நோயாளி இறந்து விடுவதில்லை என்பதை நான் அறிவேன்.

நம்மை இந்த உலகிற்குக் கொண்டுவந்தவள் தாய். அவளது கர்ப்பத்தில் இருந்து உயிர் கொண்டோம். இப்போது நான் அதே தாயிடம் இந்தச் சிறுமியை ஒப்படைத்துவிட்டுப் போகிறேன். இது அவள் உடலினுள் வளர்ந்த உயிர். இதன் முடிவும் அவளிடமேயிருக்கிறது. நான் விடை பெறுகிறேன்.

ஒரு நோயாளிக்கு சிகிச்சை அளிக்க புத்தன் எனக்குத் தந்த இந்தச் சந்தர்ப்பத்திற்கு நன்றி சொல்லிக்கொள்கிறேன். எனது மருத்து வத்தை ஏற்றுக்கொண்ட அந்த நோயாளிக்கும் எனது நிறைந்த நன்றி. நோயாளிகள் மருத்துவரை எளிதில் மறந்துவிடுவார்கள். ஆனால் சில நோயாளிகளை மருத்துவர்கள் தனது வாழ்நாள் முழுவதும் மறக்கவே முடியாது. அவர்கள் நிரந்தரமாக மனதில் தங்கிப்போய்விடுகிறார்கள். உங்கள் மகளும் அதில் ஒருத்தி' என்று சொல்லி பௌத்த மருத்துவர் பத்த கபிலானி சிறுமியை அவள் தாயிடம் ஒப்படைத்துப்போன சம்பவம் ஆயிரத்து முந்நூறு வருடங்களுக்கு முன்பாக கங்கையை ஒட்டி இருந்த உதயானா என்ற கிராமத்தில் நடந்தேறியது.

அந்தச் சிறுமியின் பெயர் வேதிகை. ஐந்து வயதிருக்கக்கூடும். மருத்துவரால் கைவிடப்பட்ட வேதிகை இரண்டு மாதங்களாகவே கோரைப்பாயில் படுத்துக் கிடக்கிறாள். சுட்டிப்பெண்ணைப் போல ஓடியாடித் திரிந்த வேதிகை ஒருநாள் மாலை குளிர்கிறது என்று சுருண்டு படுத்து நோயில் விழுந்தாள். பின்பு எழுந்து கொள்ளவேயில்லை. உடல் நீலமடைந்து போயிருந்தது.

நாட்டுமருந்துகளும் கஷாயமும் தந்து பார்த்தாகிவிட்டது. கிரக நிலைகளை அறிந்து சாந்தி செய்தும் அவள் உடல் நலம் தேறவேயில்லை. உதயானாவைச் சுற்றிலும் இருபத்தியோரு கிராமங்கள் இருந்தன. அந்தக் கிராமங்கள் எதிலும் வைத்திய சாலைகள் கிடையாது. பத்த கபிலானி என்ற ஒரேயொரு மருத்துவர் இருந்தார். அவர் ஒரு பௌத்த துறவி. கல்பாந்தா மடாலயத்தைச் சேர்ந்தவர். துறவியாக இருந்தபோதும் அவர் மருத்துவ சிகிச்சைக்காகவே தன்னை அர்ப்பணித்துக்கொண்டிருந்தார். பத்த

கபிலானி நோயாளிகளைத் தேடி அவர்கள் இருப்பிடத்திற்கே மருத்துவர்கள் போய்வர வேண்டும் என்ற எண்ணம் கொண்டவர்.

மருத்துவரைக் காண்பதற்காக நோயாளி நடந்தோ வாகனத்திலோ வரும்போது அவனது நோய்க்குறி அதிகமாகிவிடுகிறது. வெளிக் காற்று, வெக்கை, பதற்றம், குளிரின் தூண்டல் காரணமாக எப்போதுமே நோய் அதிகமாகிவிடக்கூடும்.

அத்துடன் நோய்மையை அறிந்துகொள்ள நோயாளி மட்டும் முக்கியமன்றி அவனது இருப்பிடம், புறச்சூழல், காற்றோட்டம், குடிநீர். உணவுவகை, குடும்பச்சூழல், பாலின்பம் என அத்தனையும் அறிந்துகொள்ளவேண்டும் என்று நினைப்பவராக இருந்தார். அவரது மருத்துவ சிகிச்சைகள் அத்தனையும் இலவசமானது. அவராக மூலிகைகளைப் பறித்துவந்து அரைத்து மருந்து உருவாக்கித் தருகிறார். இதற்காக கல்பாந்தா மடத்தில் ஒரு அறை அவருக்கு ஒதுக்கப்பட்டிருந்தது. இவரைப் போலவே மருத்துவம் செய்யும் பிக்குகள் சிலர் இருந்தார்கள். அவர்கள் நடந்து ஊர் ஊராகச் சென்று மூலிகை பறித்து வருவார்கள். ஒரு பிக்குவிடம் கிடைக்கும் மூலிகைகள் அடுத்த பிக்குவிற்குக் கைமாற்றப்படும். இப்படியாக அவர்கள் ஒரு நடமாடும் ஆரோக்கிய நிலையம் போலச் செயல்பட்டு வந்தார்கள். நோய்மை அகற்றியதற்காகத் தரப்படும் பழங்கள், தானியங்களைக்கூட அவர் ஏற்றுக்கொள்வதில்லை. அவர் நோயாளியிடமிருந்து நோய்மையை மறைக்கக்கூடாது என்ற எண்ணம் கொண்டிருந்தார். அதனால் மரணம் உள்ளிட்ட எதையும் அவர் ஒளிவின்றி வெளிப்படையாகச் சொல்லிவிடுகின்றவராக இருந்தார்.

பத்த கபிலானி ஒரு நோயாளியைப் பரிசோதித்துக் கைவிட்டு விட்டால் அவன் இனிப் பிழைக்கமாட்டான் என்ற நம்பிக்கை பொதுவில் இருந்தது. ஆறடிக்கும் அதிகமான உயரமும் கனத்த தோள்களும், கற்சிலையின் கண்கள் போல துடிப்பில்லாத வலிமையான கண்களும் கொண்டிருந்தார். பத்த கபிலானி நோய்மையை அறிவதில் காட்டும் ஈடுபாடு வியப்பானது. முன்பு ஒருமுறை அவர் மதஹாரா என்ற கிராமத்தில் ஒரு நோயாளியைப் பரிசோதிக்கச் சென்றபோது நடந்த சம்பவத்தை மடாலயம் என்றுமே நினைவில் வைத்திருக்கிறது.

பத்த கபிலானி பார்க்கச் சென்ற நோயாளி ஒரு எளிய விவசாயியாக இருந்தான். அவனது வீடு வயல்வெளியின் ஊடாகவே மண்ணில் அமைக்கப்பட்டிருந்தது. நான்கு பெண் குழந்தைகள், வயதான தாய் மனைவி என்று ஒரு குடும்பமே அவனது உழைப்பை நம்பி வாழ்ந்து கொண்டிருந்தது. அவன் நரம்பு

சோகை நோயால் அவதிப்பட்டுக் கொண்டிருந்தான். திடீரென அவன் உடல் நலமற்று மயங்கி வீழ்ந்த போது குடும்பம் தடுமாறிப் போனது. பத்த கபிலானி அந்த நோயாளியைப் பரிசோதனை செய்து பார்த்தார். நோய் முற்றி உடல் தளர்ச்சி யடைந்திருக்கிறது. அவனுக்குத் தரப்பட வேண்டிய முக்கிய மருந்து ஓய்வு மட்டுமே.

அவன் இரண்டுமாத காலமாவது மருந்தை உட்கொண்டு ஓய்வு எடுக்கவேண்டும். அப்போதுதான் உடல் நலம் விருத்தியடையும் என்று அவருக்குத் தெரிந்தது. அதை நோயாளியிடம் சொன்னபோது தன்னால் விதைப்பு காலத்தில் ஓய்வு எடுக்க முடியாது. அறுவடைக்குப் பின்பாக ஓய்வு எடுக்கிறேன் என்றான். அதற்கு இன்னும் ஆறு மாதம் காத்திருக்கவேண்டும். அதற்குள் நோய் முற்றிவிடும். ஒரு வேளை அவன் இறந்துபோய்விடுவதற்கு அதிக சாத்தியங்கள் இருந்தன.

என்ன செய்வது என்ற யோசனையோடு பத்த கபிலானி அன்றிரவு அந்த வீட்டிலே தங்கிக்கொண்டார். விடிகாலையில் நோயாளி எழுந்து பத்த கபிலானியைத் தேடியபோது அவர் வயலில் வேலை செய்துகொண்டிருந்தார். ஆறுமாத காலம் அவர் அந்த நோயாளியின் ஓய்விற்காக அவரே விவசாயியாக வேலை செய்ய ஆரம்பித்தார்.

துறவியே வயலில் இறங்கி வேலை செய்வதைக் கண்ட அருகாமை விவசாயிகள் அவருக்கு உதவ முன்வந்தார்கள். பத்த கபிலானி அந்தக் குடும்பத்திற்காக ஒரு பசுவை தானம் பெற்று வந்து தந்தார். விவசாயி குற்றவுணர்வோடு மருந்தை உட்கொண்டபடியே பௌத்த துறவி தனது வயலில் நாளெல்லாம் வேலை செய்வதைப் பார்த்துக் கொண்டேயிருந்தார்.

துறவிகள் ஒரு குடும்பத்தோடு சேர்ந்து இருந்து வேலை செய்வது மடாலயத்தின் சட்டத்திற்கு எதிரானது என்று பத்த கபிலானி மீது விசாரணை நடந்தது. அதற்குகூட கபிலானி போய் கலந்து கொள்ளவில்லை. அவரை மடாலயத்தை விட்டு நீக்கிவைத்தார்கள். அவர் எதையும் கண்டுகொள்ளவேயில்லை.

ஆறு மாதங்களின் முடிவில் வயலில் அறுவடை செய்ய நாள் குறிக்கப்பட்டது. அதற்குள் விவசாயி உடல் நலம் தேறியிருந்தான். பத்த கபிலானி தனது பணி முடிந்துவிட்டது என்று இரவோடு இரவாக யாரிடமும் சொல்லிக்கொள்ளாமல் அங்கிருந்து அடுத்த நோயாளியைக் காணக் கிளம்பிச் சென்றுவிட்டார். அன்றிலிருந்து பத்த கபிலானியை மதஹாரா கிராம் மக்கள் தெய்வமாக வணங்குகிறார்கள்.

அவரை அழைத்துவந்து தன் மகளைக் காட்டி மருந்து வாங்கிக் கொடுத்தால் நலமாகக் கூடும் என்று வேதிகையின் தந்தை பலநாட்கள் கங்கையின் படித்துறைகளிலே காத்துக்கிடந்தார். பாடலிபுத்திரத்திற்குச் செல்லும் பிக்குகளின் கூட்டம் படகில் போவதும் வருவதுமாக இருந்தது. அவர் விடிகாலையிலே படகுத்துறைக்குப் போய்விடுவார். யாராவது பத்த கபிலானியைப் பார்த்தார்களா என்று விசாரித்துக்கொண்டேயிருப்பார். அவர் எந்த ஊரில் எந்த நோயாளியின் வீட்டிலிருக்கிறாரோ என்றபடியே பிக்குகள் கடந்து போனார்கள். ஒரு நாள் படகு முழுவதும் குதிரைகள் ஏற்றப்பட்டு போய்க்கொண்டிருப்பதை வேதிகையின் தந்தை கண்டார். எங்கேயோ யுத்தம் துவங்க இருக்கிறதோ என்று மனசஞ்சலம் உருவானது. பாடலிபுத்திரத்திற்குப் போய் மகாவைத்தியர்கள் எவரை யாவது அழைத்துவரலாமா என்றுகூட யோசனை ஓடி மறைந்தது. பின்பு ஒரு மழை நாளின் இரவில் படகில் இருந்து இறங்கி நடந்து வந்த கபிலானியை அடையாளம் காட்டி அதோ போகிறார் நீ தேடும் வைத்தியர் என்றார். வேதிகையின் தந்தை மழைக்குள் ளாகவே ஓடி கபிலானியின் முன் கைகூப்பியபடி தன் மகளை அவர் எப்படியாவது காப்பாற்ற வேண்டும் என்றார்.

அந்தத் தந்தையின் முகத்தில் இருந்த வேதனையைக் கண்ட கபிலானி அவரைத் தனது ஓலைக்குடைக்குள் வரச்சொல்லி ‘எந்த ஊரில் வசிக்கிறீர்கள்’ என்று கேட்டார்.

உதயானா என்று வேதிகையின் தந்தை சொன்னதும் கபிலானி தலையசைத்தபடியே ‘புத்தபெருமான் உங்கள் ஊருக்கு வந்து போயிருக்கிறார். மூங்கில் வனம் கொண்ட ஊரல்லவா’ என்றார்.

‘வேதிகையின் தந்தை உங்களைக் காண பனிரெண்டு நாட்களாக இதே படித்துறையில் காத்துகிடந்தேன்’ என்றார்.

பத்த கபிலானி பெருமூச்சிட்டபடியே வழியெங்கும் மழை. ஆற்றில் பயணம் செய்ய முடியவில்லை. ஒரு நோயாளியைக் காண ஜீவ கவனம் வரை சென்றிருந்தேன். அங்கும் இடைவிடாத மழை. தண்ணீர் உலகின் ஒப்பற்ற மருந்து. அதுவே நோயிற்கும் காரண மாகிவிடுகிறது. எவ்வளவு முரண் பாருங்கள்’ என்றார். வேதிகையின் தந்தை ‘நாம் உதயானா புறப்படலாமா’ என்று கேட்டார்.

பத்த கபிலானி கண்களை மூடி ஒரு நிமிடம் தியானம் செய்தார். ‘பிறகு உங்களுக்கு ஒரே மகளா’ என்று கேட்டார். வேதிகையின் தந்தை ஆமோதித்தவுடன், ‘உங்கள் முகம் சிவந்து போயிருக்கிறது. உங்கள் கண்கள் ஓய்வை நாடிச் சொருகிப்போயிருக்கின்றன.

இன்றிரவு இதே படகுத்துறையில் தங்கிவிட்டு விடிகாலையில் புறப்படலாம்' என்றார்.

வேதிகையின் தந்தை ஒத்துக்கொண்டார். அன்றிரவு அவர்கள் படகுத்துறையை ஒட்டியிருந்த ஒரு கல்மண்டபம் ஒன்றில் தங்கிக் கொண்டார்கள். இடைவிடாத மழை காற்றோடு சேர்ந்து கொண்டது. படகை ஆறு இழுத்துக்கொண்டு போய்விடுவது போல போராடிக் கொண்டிருந்தது. மின்னல் வெட்டு ஏதோ ஒரு மாயப்பறவை தன் சிறகை விரித்துக் காட்டி மூடிக்கொண்டதைப் போலிருந்தது.

பத்த கபிலானி மழையை ஒரு சிறுவனைப் போல் வேடிக்கை பார்த்துக்கொண்டிருந்தார். வேதிகையின் தந்தைக்கு நிம்மதியாக உறக்கம் கொள்ள முடியவில்லை. அந்த மண்டபத்தில் பாடலி புத்திரத்திற்குச் செல்லும் ஒரு வணிகர் குழுவும் தங்கியிருந்தது. அதில் ஒருவன் பத்த கபிலானியிடம் நிறைய கேள்விகள் கேட்டுக்கொண்டேயிருந்தான். அவர் முகம் சுழிக்காமல் பதில் சொல்லிக்கொண்டேயிருந்தார்.

அந்த வணிகன் கேட்ட கேள்வியில் ஒன்று வேதிகையின் தந்தை மனதிலும் இருந்தது.

'நோயே இல்லாத மனிதர் எவராவது இந்த உலகில் இருக்கிறார்களா?'

பத்த கபிலானி சொன்னார்.

'நமது பிறப்பே ஒரு நோய்மை தானே. பின் எப்படி நோய்மையில்லாத மனிதன் இருப்பான். நோய்மை தவறானதில்லை. அதைக் கண்டு நாம் பயம் கொள்வதுதான் தவறானது. காரணமில்லாமல் உபாதைகள் வருவதேயில்லை. சீரற்ற உணவு, அசுத்தமான குடிநீர், மனக் கொந்தளிப்பு, மலமூத்திரம் அடக்குதல், சுவாச ஒழுங்கின்மை, பயம், சோம்பல், கோபம், பொறாமை, வஞ்சகம், மிதமிஞ்சிய போகம், அதீத காம இச்சை இவைகள்தான் நோய்மையின் பிரதான காரணிகள். இவற்றை நாம் அறிந்தே செய்கிறோம். நோய்மையுறுகிறோம்.

உடல் உபாதைகளுக்கு காரணம் தேவையற்ற உணவு நம் வாய்க்குள் செல்வது. பிரச்சினைகளுக்கு காரணம் தேவையற்ற சொற்கள் நம் வாயிலிருந்து வெளியேறுவது என்று பகவான் புத்தர் சொல்லியிருக்கிறார். காலம், இடம், பசி அறிந்து உணவைக் கொள்ளாதவன் நோய்மையிலிருந்து தப்பவே முடியாது.

காற்று அதிகமாகி மண்டபத்தினுள் மழையைச் சிதறடித்தது. வணிகர்கள் விளக்கில்லாத மண்டபத்தினுள் ஒடுங்கியபடியே கபிலானியின் பேச்சைக் கேட்டுக்கொண்டிருந்தனர். இடியோசையைக் கேட்டு அந்த மண்டபமே ஒரு நிமிடம் மௌனமாகி பின்பு அந்த மௌனத்தைக் கலைக்க எவரும் முற்படவேயில்லை.

விடிகாலையில் அவர்கள் படகில் கிளம்பியபோது பத்த கபிலானி சொன்னார்,

'மண்டபத்தில் இருந்த ஒருவரும் நிம்மதியாக உறங்கவேயில்லை. நல்ல நித்திரையில்லாதவனின் மனது சூடேற்றப்பட்ட தண்ணீரைப் போல கொதிக்கக்கூடியது. பாவம் மனிதர்கள் கனவில்கூட யாரையோ கண்டு பயப்படுகிறார்கள். யாரிடமோ சண்டையிடுகிறார்கள். '

கங்கையின் சுழித்தோடும் தண்ணீரை விலக்கிக்கொண்டு துடுப்பு போட்டுக்கொண்டிருந்தான் படகோட்டி. அவனது புஜத்தைக் கவனித்தபடியே இருந்தார். பறவைகள் ஆற்றின் மீது கடந்து போய்க் கொண்டிருந்தன. அருகாமை கிராமத்து மீனவர்களின் படகுகள் ஆற்றில் மிதந்து கொண்டிருந்தன. அவர்கள் உதயானாவிற்கு வந்து சேர்ந்தபோது வெயில் ஏறியிருந்தது.

பத்த கபிலானி வழியில் இருந்த குளத்திலிருந்து ஒரு வெண்தாமரைப் பூவைப் பறித்துக்கொண்டார். வயல் நிறைய நின்றிருந்த கொக்குகளை கவனித்தபடியே அவர் வரப்பின் மீதாக நடந்து சென்றார். அவர்கள் வேதிகையின் வீட்டிற்குப் போனபோது சிராவதி எதையோ பொடித்துக்கொண்டிருந்த சப்தம் கேட்டது.

பத்த கபிலானி அந்த வீட்டினை ஒரு நிமிடம் தள்ளி நின்று பார்த் தார். பிறகு கண்களை மூடிக்கொண்டு எதையோ உணர்ந்தார். வேதிகையின் தந்தை அவரை உள்ளே அழைத்துச் சென்றார்.

பாயில் படுத்துக் கிடந்த சிறுமியின் அருகில் உட்கார்ந்தார் கபிலானி. கண்களை மூடி மஹா வைத்தியனாகிய பௌத்தனிடம் எதையோ பிரார்த்தனை செய்தார். பிறகு அவளது கைகளை தன்னோடு எடுத்து வைத்து சோதித்தார்.

பின்பு தான் வழியில் பறித்துக்கொண்டுவந்த வெள்ளைத் தாமரையை நீட்டியபடியே 'உனக்காக பிரார்த்தனை செய்து கொண்ட மலர். இனி உன் நோய் உன்னிடமிருந்து விலகிப் போய்விடும்' என்றார். சிறுமியின் கண்கள் அந்தப் பூவை

ஆசையோடு பார்த்தன. ஆனால் அவள் உதடு பிரியவில்லை. கைகளால் அதை வாங்கிக்கொள்ள முடியவில்லை. பத்த கபிலானி சிறுமியை முழுமையாக பரி சோதனை செய்தார். பிறகு வீட்டில் உள்ள ஒவ்வொருவரிடமாக அவளைப்பற்றிப் பேசினார். அதன் முடிவில் மருந்தைத் தயார் செய்து வருவதாகக் கிளம்பிச் சென்றார். அவர் அரைத்துக் கொடுத்த சூரணங்கள், தைலங்கள் அவள் உடலைத் தேற்றிவிடுவதுபோல அறிகுறி தோன்றியது. ஆனால் அவள் எழுந்து கொள்ளவேயில்லை. உதிர்ந்துபோன வேப்பிலை உலர்ந்து வருவதைப்போல அவள் கண் முன்னாடி ஒடுங்கிக்கொண்டே வந்தாள்.

கபிலானி பத்து நாட்களுக்கு ஒருமுறை அவளைப் பரிசோதனை செய்ய வருவதும் பெருமூச்சுடன் வெளியேறிப் போவதும் நடந்து கொண்டேயிருந்தது. ஒருமுறை அவள் அருகில் உட்கார்ந்தபடியே பலமணிநேரம் கண் இமைக்காமல் அவளைப் பார்த்தபடியே இருந்தார். அவளுக்காகப் பிரார்த்தனைகள் கூட செய்தார். அவளது நோய் மட்டுப்படவேயில்லை.

வேதிகையின் அண்ணன்களும் தந்தையும், தாத்தாவும் அவளை காணும்போதெல்லாம் அவள் படும் அவதியைத் தாங்கிக்கொள்ள முடியாமல் அழுதார்கள். அவள் படுத்துக் கிடந்த பாயின் அருகா மைக்கு வருவதற்குக்கூட அவர்களுக்கு மனதிடமில்லாமல் போனது. வேதிகை எப்போதாவது கண்ணை விழித்துக்கொண்டு வெயில் இறங்கியபடி உள்ள ஓட்டை வெறித்துப் பார்த்துக் கொண்டிருப்பாள். யாருடனும் அவள் பேசுவதேயில்லை. கைகால்களை அசைப்பதற் குக்கூட வலிப்பதுபோல் முகம் சுழித்துக் கொள்வாள். ஒரே வார்த்தை அம்மா என்பதுதான் வாயிலிருந்து வெளியாகிறது.

இரவில் வேதிகையின் அருகிலே அவளின் தாய் சிராவதி படுத்துக் கொள்கிறாள். அவளும் உறங்குவதேயில்லை. வேதிகையின் கால்கள் உறக்கத்தில் அசைந்தால்கூட சிராவதி எழுந்து கொண்டுவிடுகிறாள். உறங்கும் குழந்தையின் முகத்தில் படிந்துள்ள வலியைப் பார்த்துப் பார்த்து மனத்துயர் கொள்கிறாள். விடிகாலையில் எப் போதாவது தன்னை மீறி அவள் உறங்கிவிடும் போது குழந்தை நோயில் கிடக்கும் போது இப்படி உறங்குகிறேனே என்று குற்றவுணர்ச்சி கொள்கிறாள்.

வேதிகை நோயில் படுத்த பிறகு சிராவதி தனது தலையைப் பின்னிப் பூவைப்பதோ, பசித்த நேரத்தில் சாப்பிடுவதோகூடக் கிடையாது. வேதிகை படுத்துக்கிடக்கும் அறைக்குள் பகலிலும் ஒரு கல்விளக்கு எரிந்து கொண்டேயிருக்கிறது. அதற்கு நேரநேரத்திற்கு

எண்ணெய் விட்டு ஒளி அடங்காமல் பார்த்துக்கொள்கிறாள். சில வேளைகளில் மகளைத் தூக்கித் தன் மடியில் கிடத்தி ஈரத்துணியால் துடைத்து மெல்லிய புடவையை விரித்து அதில் படுக்க வைக்கிறாள்.

வேதிகை பாயிலே சில வேளைகளில் மூத்திரம் போய்விடும் போது. அதைத் துடைத்து சுத்தம் செய்கிறாள். பகல் வேளைகளில் வேதிகையின் பாயில் ஒன்றிரண்டு எறும்புகள் ஊர்ந்து போவதைக் கண்டால் சிராவதி ஆத்திரமாகி உடனே நசுக்கிக் கொல்கிறாள். மகளின் பேச்சு நின்றுபோனதைப் போலவே தாயின் பேச்சும் ஒடுங்கிக் கொண்டே வந்தது. கணவனோ பிள்ளைகளோ ஏதாவது கேட்டால் மட்டுமே சிராவதி பதில் சொல்கிறாள். மற்ற நேரமெல்லாம் யோசனை. முடிவற்ற யோசனை அவளைப் பின்னிக்கொண்டேயிருக்கிறது.

உலர்ந்த உதடுகளுடன் வேதிகை 'அம்மா' என்று அழைப்பது எந்த வேலை செய்துகொண்டிருந்தாலும் சிராவதிக்குக் கேட்டுவிடுகிறது. அவள் பதற்றத்துடன் வேதிகையின் அருகில் சென்று அமர்ந்து அவள் நெற்றியில் கைவைத்துத் தடவிவிட்டபடியே மனதிற்குள்ளாக எதை எதையோ பிரார்த்தனை செய்து கொள்கிறாள்.

ஒவ்வொரு நாளும் மாலையில் மகள் நலமடைவதற்காக புத்தனை பிரார்த்தனை செய்து தாமரை மலர்களை சமர்ப்பிக்கிறாள். வேதிகை நலமடைந்தால் பிக்குகளுக்கு பதினாறு வகை தானம் தருவதாகக் கூட வேண்டுதல் போட்டிருக்கிறாள். அவை அத்தனையும் மருத்துவர் வேதிகையை இனிக் காப்பாற்றவே முடியாது என்று சொல்லிப் போகும் நாளின் முன்புவரை நடந்தேறியது.

ஆனால் மருத்துவர் கைவிட்ட நாளின் இரவில் வேதிகையின் அருகில் வந்து உட்கார்ந்த அவளின் தந்தை சிறுபிள்ளையைப் போல குலுங்கி அழுதார். அண்ணன்கள் சாப்பிட மறுத்துத் தொண்டையில் துக்கம் இறுக்கிப் பிடித்துக்கொள்ள ஆற்ற முடியாத மனதோடு புலம்பிக்கொண்டிருந்தார்கள். சிராவதி மட்டும் அழவேயில்லை.

அவளுக்குள் கபிலானியின் சொற்கள் உள்ளே போகவேயில்லை. அவள் அந்த அறையில் பல நாட்களாக மூடி வைத்திருந்த இரண்டு கதவுகளையும் திறந்துவிட்டாள். எதையோ முடிவு செய்துவிட்ட வளைப் போல உபாலியின் வீட்டிற்குப் போய்க் கொஞ்சம் பஞ்சும் நூல் நூற்பதற்கான தக்களியும் ஊசியும் மரச்சட்டங்களும் வாங்கிக் கொண்டு வந்தாள். மூன்று நாட்கள் அவள் பகலிரவாக அந்தப் பஞ்சிலிருந்து நூல் நூற்று அதை வைத்து தானே ஒரு சல்லாத்

துணியை நெய்தாள். அந்த வஸ்திரத்தை வேதிகையின் மார்பின் மீது போர்த்திவிட்டபடியே அருகிலே உட்கார்ந்து கொண்டாள்.

அவளைத் தவிர வேறு யாரையும் வேதிகையைப் பார்க்க அவள் அனுமதிக்கவேயில்லை. சில வேளைகளில் அவள் பேசிக்கொண்டிருக்கும் சப்தம் கேட்கும். யாரோடு பேசிக் கொண்டிருக்கிறாள். சில வேளைகளில் அவள் எதையோ அரைத்து அடுப்பில் வைத்துக் காய்ச்சி எடுத்துச் செல்கிறாள். கர்ப்பிணிப் பெண் தன் வயிற்றில் உள்ள சிசுவைப் பராமரிப்பது போலவே நடந்து கொள்கிறாளோ என்றுகூட வேதிகையின் தந்தைக்குத் தோன்றியது.

அதன் ஆறு நாட்களுக்குப் பிறகு வேதிகையின் மீது போர்த்தியிருந்த துணியை அவள் அகற்றினாள். வெண்ணிறமான அந்த வஸ்திரம் இப்போது மஞ்சளும் அரக்கும் கலந்தது போன்று நிறமாற்றம் கொண்டிருந்தது. அதை எடுத்துப்போய் வீட்டின் பின்புறமிருந்த கடுகுச்செடியில் கட்டிவிட்டு வந்தாள். இது நடந்த இரண்டாம் நாளின் காலை அந்தச் செடி வாடிப் போகத் துவங்கியது. ஆனால் வேதிகை எழுந்து உட்கார்ந்துகொண்டாள். அவளாக அம்மா பசிக்கிறது என்றாள்.

சிராவதி அடுப்பைப் பற்றவைத்து இனிப்பிட்ட கஞ்சி வைத்துத் தந்தாள். அன்றிரவு வேதிகை அம்மாவோடு பேசிக்கொண்டிருக்கும் சப்தத்தை வீட்டில் இருந்த அத்தனை பேரும் கேட்டார்கள். அந்தக் குரலைக் கேட்கையில் அவர்களை அறியாமல் கண்ணீர் வந்தது. மறுநாள் காலை வேதிகையை எழுப்பிக் குளிக்க வைத்தாள். அவள் படுத்திருந்த பாயைச் சுருட்டிக்கொண்டுபோய் கங்கையில் வீசி எறிந்துவிட்டு வந்தாள். அதிலிருந்து பத்து நாட்களுக்குள் வேதிகை தானே எழுந்து நடமாடவும் இயல்பாகச் சாப்பிடவும் துவங்கினாள்.

பின்பு ஒரு பகலில் வேதிகை 'நான் வாசல்ல போய் விளையாட வாம்மா' என்று கேட்டதும் 'போயி விளையாடு' என்றாள். வேதிகை பகல் முழுவதும் வாசலில் உள்ள மரநிழலில் கூழாங்கற்களை வைத்து விளையாடிக்கொண்டிருப்பதை அந்த வீதியே வியப்பில் பார்த்தது.

அன்றிரவு வேதிகை தன் அம்மாவிடம் 'எனக்கு உடம்பு சரியா ஆகிருச்சாம்மா' என்று கேட்டாள். 'இனி உனக்கு ஒன்றுமேயில்லை. நீ எப்போதும் போல ஓடியாடலாம்' என்று சொன்னாள் சிராவதி வேதிகை அம்மாவைக் கட்டிக்கொண்டபடியே 'ஏன்மா நீ தலையிலே பூவே வச்சிக்கிட மாட்டேங்குறே' என்று செல்லமாகக்

கேட்டாள். பொங்கிவரும் கண்ணீரை அடக்கியபடியே 'இனிமே வச்சிக்கிடுறேன்டா கண்ணு' என்று மகளைக் கட்டிக்கொண்டாள்.

வேதிகை பிழைத்துக்கொண்டதைப் பற்றி ஊரே பேசியது. வேதிகையின் தந்தை தன் மனைவியிடம் பலமுறை இதைப்பற்றிக் கேட்ட போது அவள் மௌனமாகவே இருந்தாள். பின்பு ஒரு நாள் வேதிகையின் தந்தை தற்செயலாக மருத்துவர் கபிலானியைப் பார்த்தபோது என் மகள் பிழைத்துக்கொண்டுவிட்டாள் உங்கள் மருத்துவமுறை தவறானது. நீங்கள் துறவியின் தர்மத்தை மீறிச் சாவை பற்றிய பயத்தை உருவாக்கிவிட்டீர்கள் என்று கோவித்துக்கொண்டு சண்டையிட்டார்.

அதைக் கேட்ட கபிலானி அமைதியான குரலில் சொன்னார்,

'நம்பிக்கை ஒரு மகத்தான மருந்து. அது எல்லா மருந்துகளையும் விட வலிமையானது. அந்த மருந்தால்தான் உன் மகள் குணமாகியிருக்கிறாள். நோயாளியின் மீது எவர் ஒருவர் தீராத அன்பும் பரிவும் காட்டுகிறாரோ அது உன்னதமானது. அந்த அன்பு ஒன்று மட்டுமே நோயிலிருந்து விடுபடும் உந்துதலை ஏற்படுத்திவிடக் கூடியது.

நோய்மையுற்றோர் தனது வலி, வேதனைகளை யாரோடும் பகிர்ந்து கொள்ள முடியவில்லையே என்றுதான் ஆதங்கப்படுகிறார்கள். கண்ணீர் விடுகிறார்கள். ஒரு அரவணைப்பும் ஆறுதலான சொற்களும், உறக்கத்தில் கூட நம்மை யாரோ அருகில் இருந்து கவனித்துக்கொள்கிறார்கள் என்ற நம்பிக்கையும் போதும் நோயாளி சொஸ்தமாகிவிடுவான்.

பலநேரங்களில் மருத்துவம் தோற்று நம்பிக்கை ஜெயித்திருக்கிறது. ஆனால் வெறும் நம்பிக்கை மட்டும் நோயாளியை குணமாக்கிவிடும் என்று நான் நம்பவில்லை. மருந்தும் நம்பிக்கையும் ஒன்று சேரும் போது அற்புதங்கள் நிகழக்கூடும்.

உன் மனைவி உன் மகளின் நோய்மையை தான் நெய்த ஒரு சல்லாத்துணியின் வழியே ஒரு செடிக்கு மாற்றிவிட்டாள். அந்தச் செடி உன் மகளின் நோய்மையை ஏற்றுக்கொண்டிருக்கிறது. அதனால்தான் அது பட்டுப்போனது.

ஒருவர் நோயை ஏதோ ஒரு செடி எப்படி ஏற்றுக்கொள்ள முடியும் என்று நீ யோசிக்கக்கூடும். நோய் நீங்குதல் விளக்கப்படமுடியாத காரணங்களைக் கொண்டது. அதில் இதுவும் ஒன்று என்று வைத்துக்கொள்.

எல்லா நோய்களும் மருந்தால் மட்டுமே குணமாவதில்லை. மருத்துவம் நோய்மையைப் புரிந்துகொள்ளும் வழிமட்டுமே. முழுமையாக

அதனால் எல்லா மனித உயிர்களையும் காப்பாற்றிவிட முடியாது. நலமடைவது எப்போதுமே ஒரு அற்புதம். அதில் எத்தனையோ விந்தைகள் நடக்க சாத்தியம் இருக்கவே செய்கின்றன.

நோய்மையுறும் போதுதான் நாம் கூட இருப்பவர்களின் அன்பையும் அக்கறையும் வெறுப்பையும் ஏளனத்தையும் புரிந்துகொள்ள ஆரம் பிக்கிறோம். அதுதான் நோய் கற்றுத்தரும் முதல் பாடம்.

உன் மனைவியும் அப்படி ஒரு பாடத்தைக் கற்றுத்தந்திருக்கிறாள்' என்றார் பத்த கபிலானி.

*

வேதிகைக்காகக் கடுகுச்செடி அவளது நோய்மையை ஏற்றுக் கொண்ட நாளில் இருந்து உதயானாவிலும் அதை ஒட்டிய கிராமங்களிலும் கடுகுச்செடியை ஊர்மக்கள் தங்கள் வீட்டு பிள்ளையைப் போல நினைக்கிறார்கள். எவராவது நோய்மை யுறும்போது கடுகுச் செடியின் இலைகளைப் பறித்துவந்து படுக்கை அடியில் போட்டு விடுகிறார்கள். நலமடைந்தால் அந்தச் செடியை வணங்குகிறார்கள். அந்தச் செடி அழியாமல் பாதுகாத்து வருகிறார்கள். அந்தக் கதை ஊர் ஊராகப் பரவி கிழக்கு வங்காளம் வரை வேரோடியிருக்கிறது. இங்கும் நோய்மையுற்றவர்கள் தாவரங்களிடம் தங்களது நோய் மையை ஏற்றுக்கொள்ளும்படியாகச் செய்கிறார்கள். இதற்கான சடங்குகள் ரகசியமாக நடத்தப்படுகின்றன.

தாவரங்களின் கருணையில்லாமல் மனிதன் நோய்மையிலிருந்து விடுபடவே முடியாது என்பதன் சாட்சியைப் போல கடுகுச்செடிகள் பல வருடங்களாக அந்த நில வெளியெங்கும் காற்றில் அசைந்து கொண்டே இருந்தன என்றான்.

என்னால் நோய்மையின் விசித்திரங்களை கூடப் புரிந்துகொள்ள முடிகிறது. ஆனால் நம்பிக்கையின் விசித்திரங்களைப் புரிந்து கொள்ள முடியவேயில்லை. எது விந்தையாக இருக்கிறதோ அதை இயல்பாகவும், எது இயல்பாக இருக்கிறதோ, அதற்குள் ஒரு விந்தையையும் இவர்கள் அறிந்து வைத்திருக்கிறார்கள். அந்த மனப்போக்கினை என்னால் புரிந்து கொள்ள முடியவேயில்லை. ஆனால் அந்த நம்பிக்கைகளை அறிந்துகொள்ளும் போது மட்டுமே நான் இவர்களோடு ஒருவராகச் சேர்ந்து வாழ முடியும் என்பது முற்றிலுமாகப் புரிகிறது.

அத்யாயம்

10

1982

எட்டூர் மண்டபம்

ரோகிகள் நிரம்பியிருந்தார்கள். ஒரு நோயாளி மற்றவனிடம் அவனது நோய்மை குறித்து கேட்டு அறிந்து கொண்டு ஆறுதல் சொல்லிக்கொண்டிருந்தான். மற்றவனை ஒப்பிடும்போது தனது நோய் ஒன்றுமில்லை என்பதுபோல் உள்ளூற நினைத்தபடியே அவர்கள் தங்களுக்குள்ளாகவே பேசிக்கொண்டிருந்தார்கள்.

கொண்டலு அக்கா, உடம்பெல்லாம் அம்மை வந்ததுபோலப் புண்ணாகிச் சீழ்பிடித்துப்போயிருந்த ஒருவரைத் துடைத்துச் சுத்தம் செய்து கொண்டிருந்தாள். அந்த நபர் அவள் கைகளை உற்றுப் பார்த்தபடியே கண்கலங்கிக்கொண்டிருந்தார். கொண்டலு அக்கா பஞ்சால் புண்களை சுத்தம் செய்துவிட்டு "தம்பி உன் பெயரென்னப்பா. எத்தனை ஆண்டுகளாக இந்தப் புண்கள் ஆறாமல் இருக்கின்றன" என்று கேட்டாள். அவர் தன் பெயர் சரவணமுத்து என்றும் கடந்த ஐந்து வருடங்களாக இந்தப் புண்கள் உலர்வதேயில்லை, தானும் எவ்வளவோ வைத்தியம் செய்து பார்த்துவிட்டதாகவும் கூறினார்.

அக்கா சொன்னாள், "எனக்கென்னவோ இந்தப் புண்கள் ஆறாமல் இருப்பதற்கு நீ யாரையோ வெறுப்பதுதான் காரணம் என்று தோன்றுகிறது. உன்

கூடவே இருக்கும் யாரோ ஒருவரை நீ அளவுக்கு மீறி வெறுக்கிறாய். ஆனால் அதைக் காட்டிக்கொள்ளவே முடியவில்லை. அதுதானே உண்மை" என்றாள்.

"ஆமாம் அக்கா. நான் அப்படி ஒருவரை என் வாழ்நாள் முழுவதும் வெறுத்துவருகிறேன். அதை யாரிடமும் பகிர்ந்து கொண்டதேயில்லை" என்றார் சரவணமுத்து.

"நீ யாரை வெறுக்கிறாய் என்று என்னிடமாவது சொல்லலாம் தானே" என்றாள். அவர் தயக்கத்துடன் சொன்னார், "என் மனைவியை. அவள் போல ஒரு பெண்ணை இந்த உலகில் காணவே முடியாது. அவள் நோயை ஒரு தந்திரமாக்கி நடிக்கின்றவள் அக்கா சொன்னால் நம்பமாட்டீர்கள். அவளுக்கு நினைத்த நேரத்தில் நோய் பிடித்துக் கொள்ளும். எந்த மருத்துவத்திலும் குணமாகாது. உண்மையில் அவளுக்கு எந்த நோயுமில்லை. அவள் நடிக்கிறாள். நோய்மை வேஷம் போட்டுக்கொண்டு தன் மீது மற்றவர்கள் பச்சாதாபம் காட்டவேண்டும் என்பதற்காக நடிக்கிறாள்.

அவளது நடிப்பை யாரும் சுட்டிக்காட்டிவிடக்கூடாது. அதைக் கேள்விகேட்டால் போதும் உன்மத்தமாகிவிடுவாள். இந்நாள் வரை நான் அவளது நோய்மை வேசத்தை நம்புவது போல நடித்துக்கொண்டு தானிருக்கிறேன். அதற்காக எவ்வளவோ மருத்துவர்களுக்குப் பணம் செலவழித்திருக்கிறேன். இப்படி என்னை வதைத்துப் பார்ப்பதில் அவளுக்கு ஒரு ஆனந்தமிருக்கிறது. அதை வெகுவாக ரசிக்கிறாள். என்னால் அதை நன்றாக உணர முடிகிறது. ஆனால் அவளிடமிருந்து என்னால் விடுபட முடியாது.

ஒரு முறை நான் கோபத்தில் இனிமேல் உன் முகத்திலே விழிக்க மாட்டேன் என்று வீட்டைவிட்டு வெளியேறி இரண்டு மூன்று நாட்கள் திருப்பரங்குன்றம் கோவிலில் போய்த் தங்கியிருந்தேன். என்னைத் திரும்ப வரவழைப்பதற்காக என்ன செய்தாள் தெரியுமா? தன் உடலின் மீது நெருப்பு வைத்துக்கொண்டாள். தீக்காயங்களுடன் அவளை என் அண்ணி காப்பாற்றி மருத்துவமனையில் சேர்த்தபோது செய்வதறியாமல் அவளைக் காணச் சென்றிருந்தேன். படுக்கையில் கிடந்த அவள் என்னைப் பார்த்துச் சிரித்தபடியே எப்படி உங்களைத் தேடி வரவைத்தேன் பார்த்தீர்களா' என்று கேட்டாள். என்ன பெண் இவள் என்று ஆத்திரமாக வந்தது.

அந்தத் தீக்காயங்கள் ஆற ஒரு மாதகாலமானது. மருத்துவ மனையில் என்னைக் கூடவே இருக்கச் செய்தாள். இரவில் நான் உறங்கக்கூட முடியாது. அதுதான் எனக்குத் தந்த தண்டனை என்று சொன்னாள். அவள் உடலில் நிரந்தரத் தழும்புகளாக

மாறியிருந்தன. அதன்பிறகு அதைக் காட்டிக் காட்டி என்னை வதைக்கத் துவங்கினாள். அவள் தீக்குளித்தப்பிறகு வீட்டில் யாரும் அவளோடு எதிர்வார்த்தை பேசுவதேயில்லை. அப்படி வீட்டு ஆட்கள் ஒதுங்கிப் போனாலும் அவள் விடுவதில்லை. எதையாவது காரணம் காட்டி மற்றவர்களை அவள் அவமதிப்பதும் அழவைப்பதும் வாடிக்கையாக இருந்தது.

அக்கா... ஒவ்வொரு நாளும் வீட்டில் நரகமாகவே இருந்தது. வெட்கத்தை விட்டுச் சொல்கிறேன் அக்கா. எனது கட்டிலில் அவள் மட்டுமே படுத்துக்கொள்வாள். நான் தரையில் ஒரு பாயை விரித்துத்தான் தினமும் உறங்குவேன். அதுவும் நல்ல தூக்கத்தில் என்னை எழுப்பி வெந்நீர் வைத்துக் கொண்டுவரச் சொல்லுவாள். நான் உறக்கம் கலைந்து வெந்நீர் வைத்துக் கொண்டுவந்து தந்தால் அதை ஒரு மிடறு குடித்துவிட்டு ‘சூடாக இல்லை’ என்று கீழே ஊற்றிவிடுவாள்.

எனக்குத் தூக்கத்தில் விழித்துவிட்டால் மறுபடியும் உறக்கம் பிடிக்காது. விட்டத்தை வெறித்தபடியே கடந்தகாலத்தை நினைத்துப் பார்த்துக் கொண்டிருப்பேன். அக்கா, அவளை ஏன் திருமணம் செய்து கொண்டேன் என்று ஒவ்வொரு இரவும் நான் வேதனைப்பட்டிருக்கிறேன். திருமணம் என்பது எத்தனை மடத்தனமானது என்றுகூட அப்போது தோன்றும். நான் தவறு செய்துவிட்டேன். அதனால் என் குடும்பமே அவதிப்படுகிறது என்ற குற்றவுணர்ச்சி எனக்குள் அதிகமாகிக் கொண்டே வந்தது. அதை யாரிடமும் பகிர்ந்து கொள்ளவும் முடியவில்லை.

அக்கா என் மனைவியால்தான் எனது குடும்பம் சிதறிப்போனது. என் அண்ணன் என்னை விட்டு விலகிப் போனார். எனது திருமணத்தின் முன்பு வரை அவள் அப்படியிருந்ததேயில்லை. அவளின் அம்மா சொக்கநாதர் கோவிலின் வாசலில் பூக்கட்டுகின்றவளாக இருந்தாள். இவளும் சில நாட்கள் பூவிற்க உட்கார்ந்திருப்பதுண்டு. அப்படித்தான் அவளோடு பழக்கம் துவங்கியது. நான் நாள் தவறாமல் மாலை கோவிலுக்குப் போய் வருவேன். எங்களுக்கு என ஒரு எண்ணெய்க் கடையிருந்தது. அதை நானும் என் அண்ணனும் ஒன்றாகக் கவனித்துக்கொண்டோம். கூட்டுக்குடும்பமாக வாழ்ந்து கொண்டிருந்தோம்.

மாலை நேரம் நான் கோவிலுக்குச் சென்று வெளிப்பிரகாரத்தில் உட்கார்ந்தபடியே சங்கீதம் கேட்டுக்கொண்டிருப்பேன். அது மனநிம்மதி தரக்கூடிய ஒன்று. உண்மையில் நான் சிறுவயதில் சங்கீதம் கற்றுக் கொள்ள ஆசைப்பட்டேன். அதை யாரும் ஊக்கப் படுத்தவேயில்லை. அந்த ஆசைதானோ என்னவோ மாலையில்

கோவிலில் வாசிக்கப்படும் நாதஸ்வரத்தையும் மேளத்தையும் கேட்க வந்துவிடுவேன். அந்த இசையைக் கேட்கும் போது சிலவேளைகளில் என்னை அறியாமல் அழுதிருக்கிறேன். யாரோ நம்மைத் தொட்டுத் தடவி ஆறுதல் படுத்துவது போலிருக்கும். சங்கீதம் எவ்வளவு உன்னதமானது என்பதை அந்தக் கோவிலில்தான் அறிந்துகொண்டேன்.

சில வேளைகளில் கோவில் வாசலில் பூ விற்றுக்கொண்டிருந்த என் மனைவி அமுதினியைப் பார்ப்பேன். கசங்கிய புடவை அணிந்த எளிமையான தோற்றம். காதில் கழுத்தில் நகைகள் எதுவும் கிடையாது. தலையைப் படிய வாரியிருப்பாள். புகை படிந்து போன சிம்னி போல இருக்கிறாள் என்றுதான் தோன்றும். தாயும் மகளும் பேசிக் கொண்டு நான் பார்த்ததேயில்லை. அமுதினி முகத்தில் எப்போதும் விவரிக்க முடியாத சோகம் படிந்து போயிருந்தது. இருட்டும் நேரத்தில் விற்காத பூக்களுடன் அவள் தலை கவிழ்ந்து உட்கார்ந்திருக்கும் தோற்றம் என் மனதில் ஆழப்படிந்து போய்விட்டது. நானாகவே போய் அவளிடம் பேசிப் பழகத் துவங்கினேன். அவள் பட்டும் படாமலும் என்னோடு பழகினாள்.

ஒரு நாள் அவள் அம்மாவிடம் அமுதினியைத் திருமணம் செய்து கொள்ளப் போவதாகச் சொன்னேன். அவள் 'எதற்கும் நன்றாக யோசித்துச் செய்யுங்கள்' என்று சொன்னாள். பெற்ற தாயே தன் பெண்ணைப் பற்றி இப்படிப் பேசுகிறாளே என்று அன்று தோன்றியது. மறுநாள் என் அண்ணனிடம் அமுதினியைத் திருமணம் செய்து கொள்ளப் போவதைப் பற்றிச் சொன்னேன். அவரும் 'நீண்ட காலம் வறுமையில் வளர்ந்த பெண், அதிலும் தகப்பன் இல்லாத வீடு என்றால் அவளுக்குள் நிறைய மனச் சிக்கல்கள் இருக்கும். எதற்கும் யோசித்துக்கொள்' என்றார்.

நான் அவரது பேச்சைக் கேட்கவில்லை. அமுதினியைத் திருமணம் செய்துகொள்ளப் போவதாக அவளிடமே சொன்னேன். அதைக் கேட்டதும் அவள் முகத்தில் பிரகாசம் வந்தது. நான் அந்த பிரகாசத்தைப் போல ஒன்றைக் கண்டதேயில்லை. அவள் என் கைகளைப் பிடித்துக் கொண்டு 'என்னை எப்படியாவது இந்த நரகத்திலிருந்து காப்பாற்றிக்கொண்டுபோய்விடுங்கள்' என்றாள். அந்தக்குரலில் இருந்த பதற்றம் என்னை நடுங்கச் செய்தது. 'கட்டாயம் திருமணம் செய்து கொள்கிறேன்' என்று சொன்னேன். மறுநாள் காலை அவர்கள் அம்மாவோடு திருமண ஏற்பாடு பற்றிப் பேசுவதற்காக பண்டாரத் தெருவில் இருந்த அவர்கள் வீட்டிற்குப் போயிருந்தேன். ஒரேயொரு அறையுள்ள மிகச்சிறிய வீடு.

நாலைந்து ஈயப்பாத்திரங்களும் தகரக் குடம் ஒன்றுமேயிருந்தது. பூக்கட்டும் நார்களும் பூக்கூடையும் ஓரமாக இருந்தன. சேலையை விரித்துத்தான் அவர்கள் படுத்துக் கொள்வார்கள் போலும், ஒரு பாய்கூட காணப்படவில்லை. வீட்டின் சுவர்கள் அழுக்கடைந்து போயிருந்தன. வீட்டின் உள்ளே தாயும் மகளும் எதற்கோ சண்டையிட்டுக்கொண்டிருந்த சப்தம் கேட்டது. நான் வாசலில் நின்றுகொண்டிருந்தேன். அமுதினியின் உரத்த குரல் கேட்டது.

நான் வந்த வழியே திரும்பிப் போய்விடலாமா என்பது போல நினைத்துத் திரும்பியபோது அமுதினியின் அம்மா நான் வெளியே நிற்பதைக் கண்டுகொண்டதை போல புடவையைச் சரிசெய்தபடியே வாசலுக்கு வந்து உள்ளே வரும்படியாகச் சொன்னாள். என்னை அமுதினி கண்டிருக்கக்கூடும். அவள் அவசரமாக ஒரு ஈயப்போணியில் தண்ணீரை அள்ளி முகம் கழுவுவது தெரிந்தது. நான் பிறகு வருவதாகச் சொல்லிக் கிளம்ப எத்தனித்தேன்.

அதற்குள் அமுதினியின் அம்மா எனக்காக அருகாமை வீட்டில் இருந்து ஒரு முக்காலியை வாங்கிக்கொண்டுவந்து உட்காரச் சொன்னாள். நான் திருமண ஏற்பாடு சம்பந்தமாகப் பேச வந்துள்ளதாகச் சொன்னேன். அமுதினி தலையை வாரி பவுடர் போட்டு அமைதியான பெண்ணைப் போல புன்னகையோடு நின்றுகொண்டிருந்தாள். அவளுக்கு நகை புடவைகள் எடுப்பதற்காக என் கையில் கொண்டு போயிருந்த பணத்தை நீட்டினேன்.

அமுதினியின் அம்மா மகளிடம் வாங்கிக்கொள்ளும்படியாகச் சொன்னாள். அமுதினி அதை வாங்கிக்கொண்டு படுத்தால் தூக்கம் வரமாட்டேன் என்கிறது. உங்கள் நினைப்புதான்' என்று சொன்னாள்.

அம்மாவின் முன்னாடியே பெண் இப்படிப் பேசுகிறாளே என்ற கூச்சத்துடன் நான் அமைதியாக இருந்தேன்.

அமுதினி தன் அம்மாவை உள்ளே அழைத்து ஏதோ சொன்னாள். சில நிமிடங்களில் அமுதினியின் அம்மா கையில் ஒரு சொம்பை எடுத்துக்கொண்டு வெளியேறிச் செல்ல முற்பட்டாள். 'எனக்காக எதுவும் வாங்க வேண்டாம்' என்று தடுத்தேன். அமுதினியின் அம்மா 'நீங்கள் பேசிக்கொண்டிருங்கள்' என்றபடியே வெளியேறிச் சென்றாள்.

அம்மா வெளியேறிச் சென்ற மறுநிமிடம் அமுதினி வாசற்கதவைச் சாத்திவிட்டு வெளியே பக்கத்துவீட்டுக்காரர்கள் வேடிக்கை

பார்த்துக் கொண்டிருக்கிறார்கள்' என்று சொல்லிச் சிரித்தாள். அப்படி யாரும் பார்த்ததாக எனக்குத் தெரியவில்லை. அவள் என்னைக் கட்டிக்கொண்டு கன்னத்தில் முத்தமிட்டபடியே 'உங்கள் வீட்டில் என்னைக் கட்டிக் கொள்ள யாவருக்கும் சம்மதம்தானே' என்று கேட்டாள்.

நான் பைத்தியக்காரனைப் போல இல்லை, என் அண்ணனுக்கு உன்னைப் பிடிக்கவில்லை. அண்ணிகூட வேறு பெண் பார்க்கலாம் என்றார்கள், நான்தான் பிடிவாதமாக இருந்தேன்' என்று சொன்னேன். அவள் முகம் அதைக் கேட்டதும் மாறியது. அவள் 'நீங்கள் என்னை ஒருபோதும் கைவிட மாட்டீர்கள்தானே' என்று இறுக்கமாக என்னை அணைத்துக்கொண்டாள்.

அமுதினியின் அம்மா வந்துவிடப்போகிறார்களோ என்று உள்ளூறக் கூச்சமாக இருந்தது. ஒருவேளை அவர்கள் வந்துவிட்டால் என்னைப் பற்றி என்ன நினைப்பார்கள் என்ற பயத்தில் அவளை விட்டு விலக முற்பட்டேன். 'நான் அம்மாவைக் கோவிலுக்கு அனுப்பிவிட்டேன். இனிமேல் அவர்கள் மதியம்தான் வருவார்கள்' என்றாள். எனக்கு அவளது ஸ்பரிசமும் இறுக்கமும் அப்போது தேவையானதாகவேயிருந்தது. நானும் அவளைக் கட்டிக்கொண்டேன். அதன்பிறகு அவள் என் கழுத்தில் போட்டிருந்த செயினைத் தடவிப் பார்த்தபடியே எத்தனை பவுன் இது' என்று கேட்டாள். அதைக் கழட்டி அவளுக்கே போட்டு விட்டு 'உனக்கு நகை போட்டால் அழகாத்தானிருக்கிறது' என்றேன். அவள் செல்லமாகச் சிரித்தபடியே என் வீடு, வியாபாரம் என்று எதை எதையோ கேட்டுக்கொண்டிருந்தாள்.

ஒரு மணி நேரத்திற்குப் பிறகு நான் கிளம்பிக் கடைக்குச் செல்ல முற்பட்டேன். அவள் தெருமுனை வரை என் கூடவே வந்தாள். மற்றவர்கள் பார்க்கிறார்களே என்ற கூச்சமேயில்லாமல் அவள் என் கைகளைப் பிடித்தபடியே வந்தது எனக்கு ஆச்சரியமாக இருந்தது. அன்று மாலை நான் எண்ணெய்க்கடையில் இருந்தபோது தாயும் மகளும் கடைக்கு வந்திருந்தார்கள். 'டெய்லர் கடைக்கு வந்தோம்' என்று ஒன்றாகச் சொல்லியபடியே அவர்கள் என் கடையைப் பார்த்துக்கொண்டேயிருந்தார்கள். அண்ணனுக்கு அது பிடிக்கவேயில்லை. அவர்களை வீட்டிற்கு அனுப்பி வைத்துவிட்டு வரும்படியாகச் சொன்னார். அன்றிரவு அண்ணி அமுதினி இப்படிச் செய்தது தவறு என்று புகார் சொன்னபோது நான் அமுதினியின் பக்கமே நியாயமிருப்பதாகப் பேசினேன். இப்படி திருமணம் நடக்க இருந்த ஒரு வாரத்திற்குள் அவள் அடிக்கடி

என்னைத் தேடி வருவதும் நான் அவள் வீட்டிற்குப் போவதுமாக இருந்தோம்.

ஆரம்பத்தில் என்னைக் கண்டதும் விலகிப்போய்விடும் அமுதினி அம்மா பிறகு என்னை மாப்பிள்ளை என்று உரிமையோடு கூப்பிடத் துவங்கியதோடு அமுதினி என்னை அத்தான் என்று அழைக்கவும் ஆரம்பித்தாள். நான் அவர்களின் மயக்கத்திலே இருந்தேன்.

நான் அடுத்த சில நாட்களில் அமுதினியை அதே கோவிலில் வைத்துத் திருமணம் செய்து கொண்டேன். எங்கள் வீடு மிகப்பெரியது. நானும் அமுதினியும் மாடி அறையை எடுத்துக்கொண்டோம். இறந்துபோன என் அம்மாவின் நகைகளில் இருந்து ஐம்பது சவரன் அவளுக்கு அளிக்கப்பட்டது. வீட்டில் சமையல் செய்ய குறுக்குத்துறையைச் சேர்ந்த ஒரு ஆள் இருந்தார். அதனால் பெண்கள் சமைக்க வேண்டிய வேலையில்லை.

அமுதினி ஆரம்பத்தில் யாரோடும் பழகாதவளாக இருந்தாள். ஆனால் சில வாரங்களில் அவளது போக்கு மாறத் துவங்கியது. அவள் வீட்டில் இருந்த அத்தனை பேரோடும் சண்டையிட்டாள். சமையற்காரரை அசிங்கமாகத் திட்டினாள் என்று அவர் கோவித்துக் கொண்டார். அத்தோடு அவள் தனக்கு இல்லாத நோய்களை இருப்பது போலவே உருவாக்கிக்கொண்டாள். எப்போதும் போர்வையால் மூடியபடியே படுத்துக்கிடப்பாள். அறையின் ஜன்னல்கள்கூட திறக்கப்பட மாட்டாது. சாப்பிடும் வேளையில் மட்டும் எழுந்து இயல்பாகச் சாப்பிடுவாள். பிறகு படுக்கைக்குச் சென்றுவிடுவாள். என்னோடு உடலுறவு கொள்வதைக்கூட அவள் விலக்கியே வந்தாள்.

வீட்டில் ஒரு நாள் என் அண்ணன் அவளைக் கடுமையாகக் கோவித்துக்கொண்டார். அன்றிரவு வெறிபிடித்தவள் போல தனக்குத் தலைவலி மண்டையைப் பிளக்கிறது என்று கத்தினாள். நான் அவளை மருத்துவரிடம் அழைத்துப் போனேன். அவரும் மாத்திரைகள் தந்து அனுப்பிவைத்தார். ஆனால் அவள் இரவெல்லாம் வலி தாங்க முடியாதவளைப் போல அலறினாள். அந்த அலறலில் பாதி என் அண்ணன் மீதான கோபமாக இருந்தது. அவர் இந்த வீட்டிலிருந்து விலகி வெளியேறிப் போகாவிட்டால் தனது தலைவலி தீராது என்று புலம்பினாள்.

அக்கா... சொன்னால் நம்பமாட்டீர்கள். அவள் எங்கள் வீட்டிற்குள்ளே திருடினாள். சண்டை மூட்டினாள். வீட்டில் யாராவது சிரிக்கும் சப்தம் கேட்டால் உடனே தனக்குத் தலைவலி

முற்றிவிட்டது என்று கத்தி அழுவாள். அவளுக்கு அந்த வீட்டில் மற்றவர்கள் இருப்பது பிடிக்கவேயில்லை.

அவள் நாளுக்கு ஒரு நோயைக் கண்டுபிடித்தாள். மற்றவர்கள் அதை நடிப்பு என்று விமர்சனம் செய்தபோது நான் அதை நம்பாத வனைப் போலவே இருந்தேன். நான் அவள் பிடியில்தானிருக்கிறேன் என்பது போலவே நடந்து கொண்டேன்.

காலையில் நான் எண்ணெய்க் கடைக்குக் கிளம்பிப் போனதும் அவள் உடல் நலம் பெற்று எழுந்து உட்கார்ந்து கொள்வாள். சில வேளைகளில் சிங்காரித்துக்கொண்டு தன் அம்மாவைத் தேடிப் போய்ப் பார்ப்பாள். எங்கள் திருமணத்திற்குப் பிறகு அமுதினியின் அம்மா கோவில் வாசலில் பூ விற்பதை நிறுத்திக்கொண்டுவிட்டாள். வீடு மாறி தேரடித் தெருவிற்குப் போய்விட்டாள். தாயும் மகளும் பகல் முழுவதும் பேசிக்கொண்டிருப்பார்கள். மாலையில் அமுதினி வீடு திரும்புவாள். யாராவது அவளை எங்கே சென்றாய் எனக் கேட்கும் முன்பாகத் தனக்கு ஒற்றைத் தலைவலி என்று கூப்பாடு போடத்துவங்குவாள். அவளுக்காக நாட்டுமருந்துகள், ஆங்கில மருந்துகள், கஷாயம், மூலிகைப் பொடி என்று ஒரு அலமாரி நிறைய மருந்துகள் வாங்கி வைத்திருந்தேன்.

அமுதினியைத் திருமணம் செய்து கொண்ட பிறகு முன்புபோல மாலை வேளைகளில் கோவிலுக்குப் போவதும் நின்று போனது. ஒரு நாள் அண்ணன் எனது கவலை அடைந்த முகத்தைக் கண்டு தானே என்னைக் கோவிலுக்கு அழைத்துக்கொண்டு போனார். அன்றும் அதே நாதஸ்வர இசை கேட்டது. ஆனால் அதை என்னால் சகித்துக்கொள்ளவே முடியவில்லை. நிஜமாகவே தாங்க முடியாத தலைவலி உண்டானது. எந்த சங்கீதத்தை மணிக்கணக்கில் ரசித்துக் கொண்டிருந்தேனோ அதை ஐந்து நிமிடம் கேட்க முடியாத மனநிலை கொண்டவனாகியிருந்தேன்.

அது வெறும் ஓசை போலவும், கேட்கக் கேட்க காதைத் துளைப்பதாகவும் உணர்ந்தேன். பிரகாரத்தின் பிரம்மாண்டம் என் கண்ணில் படவேயில்லை. வெளிச்சுவரில் உட்கார்ந்திருந்த காகம் ஒன்று மட்டுமே கண்ணில் பட்டது. கோவிலுக்குள் வருகின்ற போகின்றவர்கள் நிழல் போலவே இருந்தார்கள். ஆலய மணிச்சப்தம்கூட என் காதிற்குள் போகவில்லை. ஏதோ ஒரு புகைச் சுழலுக்குள் நான் மாட்டிக் கொண்டுவிட்டது போலவே யிருந்தது. எனது கோலத்தைக் கண்ட அண்ணன் மனம் வெதும்பி என்னை தனியாகச் சில நாட்கள் வெளியூர் சென்று வரும்படியாகச் சொன்னார்.

எங்கே போவது என்று தெரியாமல் தவித்தேன். அண்ணன் தனது நண்பர்களில் ஒருவர் குற்றாலத்தில் விடுதி நடத்துவதாகச் சொல்லி இரண்டு நாள் அருவிக்குளியல் போட்டுவரும்படியாக என்னை அனுப்பிவைத்தார். நான் கிளம்பப் போவதாக அமுதினியிடம் சொல்லவேயில்லை. அப்படியே கோவிலில் இருந்தபடியே என்னைக் கிளம்பச் சொன்னார் அண்ணன்.

நான் கட்டிய வேஷ்டி சட்டையோடு அண்ணன் தந்த பணத்தை வாங்கிக்கொண்டு கிளம்பினேன். குற்றாலம் வரும்வரை அவளது நினைப்பில் இருந்து விடுபடவேயில்லை. ஈரக்காற்றுடன் கூடிய நல்ல சாரல் மனதை மாற்றத் துவங்கியது. அண்ணனின் நண்பருக்குச் சொந்தமான விடுதியில் அறை எடுத்துக்கொண்டு குளிப்பதற்காக எண்ணெய் தேய்த்துக்கொண்டிருந்தேன்.

எனக்கு போன் வந்துள்ளதாகச் சொன்னார்கள். நான் வரவேற்பு அறைக்குப் போய் போனில் தொடர்பு கொண்டபோது அண்ணன் பதற்றத்துடன் அமுதினி ஒரு வாடகை கார் எடுத்துக்கொண்டு இரவோடு கிளம்பி அங்கே வந்துகொண்டிருப்பதாகச் சொன்னார். என்னால் அதை நம்பவே முடியவில்லை.

நான் குளிக்கக் கிளம்பாமல் அறையிலே இருந்தேன். மதிய நேரம் அமுதினி வந்து சேர்ந்தாள். அவள் முகம் இறுகிப்போயிருந்தது. உறக்கமற்ற முகத்தில் கோபம் உறைந்திருந்தது. அறையின் வாசலில் நின்றபடியே 'நான் செத்துப்போன பிறகு நீங்கள் தலைமுழுக வேண்டியதுதானே அதற்குள் என்ன அவசரம்' என்று கத்தினாள். நான் அமைதியாக நின்றுகொண்டிருந்தேன். 'அண்ணனும் தம்பியும் சேர்ந்து என்ன நாடகம் ஆடுகிறீர்கள். நான் அங்கே நோயால் செத்துக்கொண்டிருக்கிறேன். இங்கே எண்ணெய்க் குளியல் கேட்கிறதா' என்று ஆபாசமாகத் திட்டினாள்.

நான் அமுதினியை எதிர்த்துப் பேசவேயில்லை. அவள் கத்துவதை அந்த விடுதியே வேடிக்கை பார்த்துக்கொண்டிருந்தது. 'காரில் ஏறுங்கள். நாம் இப்போதே கிளம்புகிறோம்' என்று சொன்னாள். நான் மறுப்புச் சொல்லாமல் காரில் ஏறிக்கொண்டேன்.

அவள் காரில் என் மடியில் படுத்து அழுது கொண்டே வந்தாள். கார் புளியங்குடியைத் தாண்டி வரும்போது 'நீங்கள் இவ்வளவு ஆசையாக அருவியில் குளிக்க வந்த போது நான்தான் அதைத் தடுத்துவிட்டேன்' என்று காரை மறுபடியும் குற்றாலத்திற்குத் திருப்பச் சொன்னாள்.

என்ன பெண் இவள். ஏன் இத்தனை புத்தித் தடுமாற்றம் என்றபடியே அமைதியாக வந்தேன். திரும்பி வரும் வழியில்

சாரலைக் கை நீட்டிப் பிடித்து என் முகத்தில் தெளித்தபடியே 'பழைய குற்றாலம் சென்று குளிக்கலாம் அங்கே கூட்டமே இருக்காது' என்றாள். நான் பதில் பேசவேயில்லை. ஒரு சிறுவனைக் கையைப் பிடித்து அழைத்துக் கொண்டு போவதைப் போல என்னை இழுத்துக்கொண்டு போய் அருவியில் குளிக்க வைத்தாள். அருவியில் கூட்டமேயில்லை. அவள் கூந்தலை விரித்தபடியே சப்தமாகச் சிரித்துக்கொண்டு குளித்துக் கொண்டிருந்தாள்.

அரை மணி நேரத்தின் முன்பாக ஆர்ப்பாட்டம் செய்து சண்டை போட்ட பெண் இவள்தானா என்று எனக்கே சந்தேகமாயிருந்தது. அவள் வாயில் தண்ணீரை நிரப்பி ஊதி விளையாடிக்கொண்டிருந்தாள். நான் அருவியில் நனைந்தபடியே அவளைப் பார்த்துக்கொண்டிருந்தேன். ஈர உடலோடு அவளைப் பார்க்கப் பார்க்கக் காமம் தலைக்கு ஏறியது. அவள் குளித்து முடித்து ஒரு செண்பகப் பூவை வாங்கிக் கையில் வைத்துக்கொண்டு என்னைப் பார்த்துச் சிரித்தபடியே 'அதுக்குள்ளயே குளிச்சிட்டீங்க. போயி நல்லா குளிங்க' என்று தள்ளிவிட்டாள்.

மறுபடியும் அருவிக்குள் போய் நின்றேன். எனது மண்டையில் இருந்த உஷ்ணம் முழுவதும் கரைந்தோடிக்கொண்டிருந்தது. அருவிக் குள்ளிருந்தபடியே அவளைப் பார்த்துக்கொண்டிருந்தேன். அவளது முகத்தில் முன் எப்போதும் இல்லாத பொலிவு கூடியிருந்தது. அவளது ஈரப்புடவையும் நீர் சொட்டும் கூந்தலும் என்னை மயக்க மூட்டிக்கொண்டிருந்தது. நடுங்கியபடியே ஈரத் தலையோடு அவளை நோக்கி வந்தபோது அவள் ஒரு அருவிக்கரைத்துண்டு வாங்கிக் கையில் வைத்திருந்தாள். அதில் என் தலையைத் துவட்டிவிட்டு 'அந்த அறையை காலி செய்துவிட்டீர்களா' என்று கேட்டாள். நான் 'அது என் அண்ணனின் நண்பர் விடுதி. மறுபடி எடுத்துக் கொள்ளலாம்' என்றேன்.

'யார் உங்களைக் குற்றாலம் போகச் சொன்னது' என்று கேட்டபடியே வந்தாள். நான் பதில் சொல்லவேயில்லை. அறைக்குத் திரும்பியபோது வெயில் ஏறியிருந்தது. இருவருக்குமான மதிய உணவைச் சொல்லிவிட்டு நான் காமம் பீடித்த உடலுடன் அவளைக் கட்டிக்கொள்ள முயன்றேன். அவள் படுக்கையில் புரண்டபடியே 'யார் உங்களைக் குற்றாலத்திற்கு அனுப்பிவச்சது' என்று மறுபடியும் கேட்டாள்.

'என் அண்ணன்' என்று சொன்னேன். 'அப்போ அவர்கூட போயி படுத்துக்கோங்க. இதுக்கு மட்டும் நான் வேண்டுமா என்று கத்தினாள். நான் அவளை விட்டு என் கையை விலக்கினேன். தனக்குத் தலை வலிக்கிறது என்று சொல்லி கடையில் போய்

ஏதாவது தலைவலித் தைலம் வாங்கிவரும்படியாகச் சொன்னாள்.

என்னால் காமத்தைக் கட்டுப்படுத்தவே முடியவில்லை. அவளை வெறித்து பார்த்தபடியே இருந்தேன். அவள் அதை அறிந்து கொண்டு தான் விளையாடுகிறாள் என்பது நன்றாகத் தெரிந்தது. காமத்தை அடக்குவது ஒரு சித்ரவதை. அந்த வலியை நான் அனுபவிப்பதைக் கண்டு உள்ளூற அவள் சிரிப்பதை என்னால் உணர முடிந்தது.

நான் அறைக்கதவைத் திறந்து வெளியே நடந்தேன். சாலையே மங்கலாகத் தெரிந்தது. காம எண்ணங்கள் மட்டுமே மனதில் பீறிட்டுக் கொண்டிருந்தது. எப்படி நடந்து எந்தக் கடையில் தலைவலித் தைலம் வாங்கினேன் என்றே தெரியவில்லை. அறைக்குத் திரும்பி வந்த போது அவள் அலங்காரம் செய்து தயாராக உட்கார்ந்திருந்தாள். தலைவலித் தைலத்தை அவளிடம் தந்தபோது நாம் இப்போதே ஊருக்குக் கிளம்பிவிடலாம் என்று சொன்னாள்.

நான் அவளோடு மறுபடியும் காரில் ஏறி உட்கார்ந்து கொண்டேன். வழியில் அவள் என்னோடு பேசவேயில்லை. ஆனால் எங்கள் வீட்டின் அருகாமை வந்தவுடன் அவள் முகம் விகாரமடைந்து போனது. விடுவிடுவெனப் படியேறி வீட்டிற்குள் போய் அவள் படுக்கையில் விழுந்து போர்வையைப் போர்த்திப் படுத்துக்கொண்டாள். அன்றிரவு நான் சாப்பிடவில்லை. அண்ணன் என்னைத் தனியே அழைத்துக் கொண்டுபோய் 'குற்றாலத்தில் ஏதாவது பிரச்சினை நடந்ததா' என்று கேட்டார்.

நான் அப்படி ஒன்றுமில்லை. இயல்பாகத்தான் இருந்தோம்' என்றேன். 'நேற்று உன் மாமியாரைப் போய்ப் பார்த்துப் பேசி வந்தேன். அமுதினி சிறுவயதில் இருந்தே அதிகம் ஆசைப்படுகின்றவளாக வளர்ந்திருக்கிறாள். ஆனால் ஆசைப்பட்ட எதுவும் கிடைக்கவில்லை என்பதால் அவள் மிகுந்த மனக்குழப்பம் அடைந்திருக்கிறாள். இதனால் பல நேரங்களில் அவள் தன் தாயை அடிப்பது கூட உண்டு' என்றார்.

நான் அமுதினியைப் பற்றி அதற்குள் நன்றாகவே அறிந்து கொண்டிருந்தேன். அவளுக்குப் பாதுகாப்பான வீடும் பணமும் வசதிகளும் வேண்டும். அது தன் கைவிட்டுப் போய்விடக்கூடாது என்பதில் மிகக் கவனமாக இருந்தாள். அதே நேரம் தனது பலவீனங்களை யாராவது கண்டுபிடித்துவிடுவார்களோ என்பதால் நோயாளி போல நாடகம் ஆடிக்கொண்டிருக்கிறாள் என்று புரிந்திருந்தது.

‘அமுதினிக்கு ஒரு குழந்தை பிறந்துவிட்டால் அவள் மனது மாறிவிடும்’ என்றார் அண்ணன். அவரிடம் எனது உடலுறவுச் சிக்கல்களை எப்படிச் சொல்வது என்று புரியாமல் ‘ஆகட்டும்’ என்று சொல்லி வைத்தேன்.

ஆனால் அவள் என் அண்ணனை வீட்டில் இருந்து வெளியேற்றி அனுப்புவதிலே குறியாக இருந்தாள். அதற்காகவே இல்லாத காரணங்களை உண்டாக்கினாள். ஒவ்வொரு நாள் இரவு கடையை எடுத்து வைத்துவிட்டு வீடு திரும்பி வரும்போதும் என்ன பிரச்சினை வீட்டில் காத்திருக்கிறது என்ற பயத்தோடுதான் வரத்துவங்கினேன். நினைத்ததை விட பெரியதாகத்தான் பிரச்சினைகள் இருந்தன.

‘அமுதினி தானும் நிம்மதி இல்லாமல் மற்றவர்களையும் நிம்மதியாக இருக்க விடாமல் அடித்துக்கொண்டிருக்கிறாள்’ என்று அண்ணன் வெளிப்படையாக அவள் முகத்திற்கு எதிராகவே சொல்லிய நாளில் அவர் மீது சாப்பாட்டுத் தட்டை எடுத்து அடித்துவிட்டாள் அமுதினி. அண்ணன் பிள்ளைகள் அதைக் கண்டு பயந்து போய்விட்டார்கள். என் அண்ணியால் அந்த சம்பவத்தைத் தாங்கிக்கொள்ள முடியவில்லை. அவர்கள் அடுத்த இரண்டு நாட்களில் எங்கள் வீட்டில் இருந்து விலகிப் போனதோடு கடையைப் பிரித்துத் தனியே கிட்டங்கித் தெருவில் புதிதாக எண்ணெய்க்கடை ஒன்றும் துவங்கிவிட்டார்.

அமுதினியும் நானும் சமையற்காரரும் மட்டுமே வீட்டில் இருந்தோம். அடுத்த சில நாட்களில் அமுதினியின் அம்மா எங்களோடு வந்து சேர்ந்து கொண்டாள். பகல் முழுவதும் தாயும் மகளும் தாயமாடுவார்கள். மாலையில் இருவரும் வெளியே கிளம்பிப் போய்விடுவார்கள். இரவு நான் வீடு திரும்பி வரும்போது அமுதினியின் அம்மா மகளின் தலைக்குப் பத்துப் போட்டுக்கொண்டோ, ஆவி பிடிப்பதற்கு வெந்நீர் வைத்துக் கொண்டோ இருப்பாள். அந்த நாடகம் அடங்கவேயில்லை.

அமுதினி தான் செத்துக்கொண்டிருப்பதாகவும் தன்னைக் காப்பாற்றிப் பிழைக்க வைக்க நான் எந்த முயற்சியும் எடுப்பதில்லை என்றும், ஒருவேளை அவள் செத்துப்போய்விட்டால் வேறு பெண்ணைத் திருமணம் செய்துகொண்டு சந்தோஷமாக இருக்கத் திட்டமிடுகிறேன் என்று கத்துவாள். இதற்காகவே அவளை டாக்சி வைத்து ஒவ்வொரு மருத்துவரிடமாக அழைத்துப் போய் வந்தேன். அவள் எந்த மருத்துவர் தந்த மருந்தையும் முறையாகச் சாப்பிடுவதில்லை.

தீபாவளியின் முந்தைய நாள் இரவு கடையில் வியாபாரம் பரபரப்பாக நடந்து கொண்டிருந்தது. அமுதினியின் அம்மா தன் மகள் மயங்கி விட்டாள் என்று சொல்லி என்னை அழைப்பதற்காகக் கடை வாசலில் நின்றிருந்தாள். 'மாற்று ஆள் யாருமில்லை. பத்து நிமிடத்தில் வந்து விடுகிறேன்' என்று சொன்னேன். 'என் மகள் உசிரைவிட உனக்கு வியாபாரம் பெரியதாகப் போய்விட்டதா. உடனே கிளம்பி வாருங்கள்' என்று கத்தினாள்.

என்னால் ஆத்திரத்தை அடக்க முடியவேயில்லை. போடி... நீ கோவில் வாசலில் பூ விற்றவள்தானே. அந்த புத்திதான் உன் மகளுக்கும் இருக்கும்' என்று சொல்லிவிட்டேன். அவள் முறைத்த படியே விடுவிடுவென வெளியேறிப் போனாள். ஏன் அப்படிச் சொல்லிவிட்டேன் என்று எனக்கே வருத்தமாக இருந்தது. உடனே கடையை விட்டு இறங்கி வீட்டிற்குப் போனேன்.

அமுதினியின் அறைக்கதவு மூடிக்கிடந்தது. நான் தட்டியபோதும் அது திறக்கவில்லை. சமையற்காரர் அய்யா அப்படியே விட்டுவிடுங்கள். தாயும் மகளும் உள்ளே கிடந்து சாகட்டும்' என்றார். நான் இடை விடாமல் கதவைத் தட்டிக்கொண்டேயிருந்தேன். முடிவில் அமுதினி கதவைத் திறந்துவிட்டு நான் செத்த பிறகு வரவேண்டியதுதானே' என்றாள். அவளை மருத்துவரிடம் அழைத்துப் போக டாக்சி வரச்சொல்லவா என்று கேட்டேன். அவள் என் அம்மா காலில் விழுந்து முதலில் மன்னிப்புக் கேளுங்கள். இல்லாவிட்டால் அவர்கள் தற்கொலை செய்து செத்து போய்விடுவார்கள்' என்று ஓங்காரமாகக் கத்தினாள்.

வேறு வழியில்லாமல் நான் அந்த அம்மாவிடம் மன்னிப்புக் கேட்டேன். அவள் தன் மகளை அழைத்துக்கொண்டு தனி வீடு பார்த்துப் போகப் போவதாகச் சொன்னாள். அப்படிச் செய்தால் என் மானம் போய்விடும் என்று நான் அவர்களை மன்றாடிக் கேட்டுக்கொண்டேன். என் நிலையைக் கண்டு சமையற்காரர் கண்ணீர் விட்டு அன்றோடு வேலையில் இருந்து நின்றுகொண்டார். அன்றிரவு என்னால் தூங்கவே முடியவில்லை. ஏன் என் வாழ்க்கை இப்படியானது. போதுமான வசதிகள், நல்ல தொழில், அன்பான அண்ணன், அண்ணி அத்தனையும் இருந்து நான் ஏன் என்னை அழித்துக்கொண்டேன். காமத்தின் பொருட்டில் அவளைத் திருமணம் செய்ய நினைத்தேன் என்றாலும் அதுவும் நிறைவேறவில்லையே என்று புழுங்கிக் கொண்டிருந்தேன்.

மறுநாள் என் உடலில் அம்மை போட்டது போல கொப்பளங்கள் வரத்துவங்கியிருந்தன. அம்மை கண்டிருக்கிறது என்று என்னைத்

எஸ்.ராமகிருஷ்ணன் ❖ 263

தனி அறையில் போட்டுவிட்டு தாயும் மகளும் என் அண்ணனிடம் தகவல் சொல்லி அனுப்பினார்கள். அண்ணன் தன் குடும்பத்தோடு வந்து இருந்து எனக்கு வைத்தியம் செய்து பார்த்தான். ஐந்து நாட்களில் அந்தப் புண்கள் ஆறியதுபோல ஒடுங்கியது. நான் ஆறாம் நாளில் கடைக்குச் சென்றேன். என் உருவத்தைக் கண்ணாடியில் பார்க்க எனக்கே திகைப்பாக இருந்தது. கடைப்பையன்கள் நான் மிகவும் மெலிந்துவிட்டதாகச் சொன்னார்கள். அன்றிரவு வீடு திரும்பிய போது அமுதினி ‘இந்த வீடு நமக்கு ராசியில்லை. வேறு வீடு ஒன்றிற்குக் குடிபோய்விடலாம். என் அம்மா பார்த்து வைத்திருக்கிறார்கள்’ என்றாள்.

‘இந்த வீட்டில்தான் நான் பிறந்தேன். இது என் அப்பா கட்டிய வீடு. அதை விட்டு வெளியேறி வர மாட்டேன்’ என்றேன். அமுதினி கோபம் அதிகமாகி என்னை வாய்க்கு வந்தபடி திட்டினாள். அதன் மறுநாள் முன்பு போலவே எனக்கு உடலில் கொப்பளங்கள் வரத்துவங்கியது. இது அம்மையில்லை என்று மருத்துவர் சொல்லி ‘புண்கள் உடலில் ஏற்படும் உஷ்ணத்தால் உருவாகிறது. தொடர்ந்து ஒருமாத சிகிச்சை எடுங்கள்’ என்றார்.

நான் வீட்டில் இருந்தபடியே சிகிச்சை எடுத்துக்கொண்டிருந்தேன். அதைக்கண்ட அமுதினி ‘எங்கேயோ போய் எவளோடோ படுத்து உறங்கி நோயை வாங்கிக்கொண்டு வந்துவிட்டீர்கள் என்று கத்தினாள். அதை அவள் அம்மாவும் உறுதிபடுத்திச் சொன்னதோடு தாயும் மகளும் தனியே போவதாகச் சொல்லி என்னை விட்டுப் போனார்கள்.

நோயாளியாக வீட்டில் நான் மட்டுமே இருந்தேன். மனத்துயரைத் தாங்கிக்கொள்ளவே முடியவில்லை. இப்படியே செத்துப்போய்விடக் கூடாதா என்றுகூட நினைத்தேன். ஆனால் என் அண்ணன் தானே நேரில் போய் சமாதானம் சொல்லி அமுதினியை மறுபடி வீட்டிற்கு அழைத்து வந்திருந்தார். அவள் தன் பெயருக்கு வீட்டையும் சொத்தையும் எழுதி வைக்கச் சொல்லிவிட்டாள். அப்படியே எழுதியும் தந்தாகிவிட்டது. ஆனால் அவளது குணம் மாறவேயில்லை. கடந்த இரண்டு வருடமாக அவள் என்னைத் தேடி வரவேயில்லை. தாயும் மகளுமாகத் தனித்து வாழ்கிறார்கள்.

இன்று வரை என் நோய்மை மட்டுப்படுவதும் மறுபடி கொப்பளிப்பது மாகவே இருக்கிறது. அக்கா நான் அவளை உள்ளூற வெறுக்கிறேன். அவள் இறந்து போய்விடக்கூடாதா என்றுகூட பிரார்த்தனை செய்திருக்கிறேன். ஆனால் இதை யாரிடமும் சொல்லி ஆறுதல் தேட வழியில்லை. கரையான் புற்றைப் போல

வெறுப்பு எனக்குள்ளாகவே வளர்ந்து போயிருக்கிறது. நான் தனித்து விடப்பட்டிருக்கிறேன். நோய்மை ஒரு கள்ளநாடகம் என்று என் மனதில் பதிந்துபோன கருத்தை அழிக்கவே முடியவில்லை" என்று சொல்லி விசும்பி அடங்கினார் சரவணமுத்து.

அக்கா அவரது தலையைக் கோதிவிட்டு, குளிர்ந்த நீரைப் பருகச் செய்து, "தம்பி... வாழ்க்கையின் விசித்திரம் இதுதானப்பா. பெண்களின் மனதிற்குள் ஒரு எண்ணம் புகுந்துவிட்டால் அது எளிதில் வெளியேறிப் போகவே போகாதப்பா. அதை அவர்கள் வளர்த்துக் கொண்டேயிருப்பார்கள். செயல்படுத்திப் பார்ப்பார்கள். அதில் தாங்களும் துயர மடைந்து உடனிருப்பவர்களையும் துயரமடையச் செய்வார்கள்.

நீ முட்செடி மீது ஆசைப்பட்டிருக்கிறாய். அது குத்தத்தானே செய்யும். மனிதர்கள் நோயுறுவதற்கு வார்த்தைகள்தான் முக்கியக் காரணமாக இருக்கிறது. மனதை நோகச் செய்யும் வசைகளும் தூஷணைகளும் அவமதிப்பூட்டும் சொற்களையும் கேட்டுக் கேட்டுத்தான் மனிதன் அதிகம் வேதனைப்படுகிறான்.

நாக்குதானப்பா நமக்கு விரோதி. நாக்கை அடக்கி வைக்கத் தெரியாதவன் துயரப்பட்டே தீருவான். உன் மனைவிக்குள் தீர்க்க முடியாத கசப்பு ஊறிக்கிடக்கிறது. அதற்கு நீ காரணமில்லை. ஆனால் அந்தக் கசப்பை நீ பருக வேண்டிய துரதிருஷ்டம் ஏற்பட்டிருக்கிறது. உன் வாழ்வின் துயரங்களில் இருந்து விடுபடுவதற்கு வீட்டிற்குள் உனக்கு இனிவழியில்லை. ஆனால் இந்தக் கசப்பு உனக்குள் ஊறி நிரம்பிவிட்டால் உன் இருப்பை அர்த்தமற்றதாக்கிவிடும். அதனால் நீ ஒரு குழந்தையைத் தத்து எடுத்துக்கொள். அதை வளர்ப்பதில் ஈடுபாடு காட்டு. அதுதான் உன் நோய்க்கான மருந்து. உன்னை நேசிப்பதற்கு ஒரு ஆள் உருவாகி விட்டால் நோய்மை அகன்றுவிடுமப்பா. அதுதான் நான் அறிந்த உண்மை" என்றாள்.

சரவணமுத்து அப்படியே செய்வதாக ஏற்றுக்கொண்டார். கொண்டலு அக்காவிற்குப் பரிசாகக் கொடுப்பதற்காக ஒரு ரோகி பேசும் கிளி ஒன்றைக் கொண்டுவந்திருந்தான். அந்தக் கிளிக்கூண்டை அக்காவிடம் தந்து "நீங்கள் எதைப் பேசினாலும் இதுவும் பேசும் அக்கா" என்று சொன்னான்.

அக்கா அந்தக் கிளியிடம் "பறந்து போ" என்று சொன்னாள். கிளி தானும் "பறந்து போ" என்று சொன்னது. அக்கா கூண்டின் கதவைத் திறந்துவிட்டு "பறந்து போ" என்றாள். கிளி பதில் சொல்லாமல் சிறகடித்தபடியே வானில் பறந்து போகத் துவங்கியிருந்தது.

அத்யாயம்

11

1982

அச்சம்பட்டி

ரயில் அச்சம்பட்டி என்ற சிறிய ரயில் நிலையத்தில் நின்றுகொண்டிருந்தது. ஸ்டேஷன் தெரியாத அளவு வேப்பமரங்கள் நிரம்பியிருந்தன. இந்த மரங்களை யார் வைத்தார்களோ தெரியவில்லை. ஆனால் ரயில் நிலையத்தின் முகப்பு தெரியாதபடி மரங்கள் அடர்ந்து வளர்ந்திருந்தன. சிவப்பு ஓடுகள் வேய்ந்த ரயில் நிலையமது. இதுவும் ஊரைவிட்டு விலகியே இருந்தது. வெளிறிய ஊதாநிறமான ஒரு குடிநீர்த்தொட்டி கண்ணில் பட்டது. தொட்டியில் தண்ணீர் இருக்கிறதா என்று பார்த்து வருவதற்காக அழகர் ரயிலை விட்டு இறங்கினான்.

அந்த ரயில் நிலையத்திலிருந்து ஒரு பாம்பாட்டியும் அவன் மனைவி பிள்ளைகளும் சின்னராணியிருந்த ரயில் பெட்டியில் ஏறினார்கள். ஒன்றிரண்டு ரோகிகள் ரயிலை விட்டு இறங்கி பிளாட்பாரத்தில் ஏதாவது துண்டுப்பிடிகள் கிடக்கிறதா என்று தேடினார்கள். ஒரு ரோகி ஓடிப்போய் வேப்பங்கொழுந்தைப் பிடுங்கி வாயில் போட்டுக் கொண்டு திரும்பி வந்தான். சிலர் ஒரு பெட்டியில் இருந்து இறங்கி இன்னொரு பெட்டிக்கு இடம் மாறிக்கொண்டார்கள்.

அழகர் குடிநீர்த்தொட்டியின் குழாயைத் திறந்து பார்த்தான். தண்ணீர் வரவேயில்லை. எந்த ரயில்

நிலையத்திலும் குடிக்க தண்ணீர் இருக்காதா என்று ஆத்திரமாக வந்தது. ரயில் புறப்படுவதற்காக மணி அடிக்கும் ஓசை கேட்டது. அழகர் வேகமாக நடந்து தனது பெட்டியில் ஏறிக்கொண்டான். ரயில் பெட்டியின் மறுபக்கக் கதவைப் பிடித்துக்கொண்டு கிழக்கே பார்த்துக்கொண்டிருந்தாள் சின்னராணி. அவள் முதுகிற்குப் பின்னால் போய் நின்றபடியே அவனும் புறவெளியைப் பார்த்தான். சிறிய குன்றுபோல ஒன்று தொலைவில் தெரிந்தது.

ரயில் மெதுவாகச் செல்லத் துவங்கியது. சின்னராணி அந்தக் குன்றையே பார்த்துக்கொண்டிருந்தாள். அந்தக் குன்றின்மீது யாராவது இருக்கிறார்களா என்று அவளது கண்கள் தேடின. அழகர் தன் இடத்திற்குத் திரும்பி அலுப்போடு உட்கார்ந்து கொண்டான். பசியும் தாகமும் அவனை நிலை கொள்ளாமல் செய்திருந்தது.

காற்றைக் கிழித்தபடியே ரயில் சென்றுகொண்டிருந்தது. சின்னராணி காற்று தன் முகத்தில் படர்ந்து போவதை அனுபவிப்பது போல் அங்கேயே நின்றுகொண்டிருந்தாள். காற்றும் கூட உஷ்ணமாகவே இருந்தது. திடீரென ஒரு மழை பெய்தால் நன்றாக இருக்கும் போலிருந்தது. ரயில் புகை காற்றில் மெல்ல மறைந்து போய்க்கொண்டிருந்தது. ஒரு ஆள் தனது மாட்டை ஓட்டிக்கொண்டு தூரத்தில் போய்க்கொண்டிருந்தான். ரயில் வளைந்து திரும்பும்போது ஒரு மரம் கைத்தொடும் தூரத்தில் சென்று மறைந்தது. அடிவானத்தின் நிறம் கலங்கியதாயிருந்தது. அடிவானத்தையே சின்னராணி வெறித்துப் பார்த்துக் கொண்டிருந்தாள். அவள் கால்களுக்குப் பின்னால் இருந்து முண்டியபடியே எட்டிப்பார்த்த செல்வி "யம்மா அதுதான் கடலா" என்று அடிவானத்தைக் காட்டிக் கேட்டாள்.

சின்னராணி மகளை அணைத்தபடியே "அது கடல் இல்லை" என்றாள்.

செல்வி அதை ஏற்றுக்கொள்ள முடியாதவளைப் போல "நீ கடல் பார்த்திருக்கயாம்மா" என்று கேட்டாள்.

"உன் வயசில ஒரு தடவை பாத்துருக்கேன். சரியா ஞாபகம் இல்லை" என்று சொன்னாள்.

செல்வி ஏக்கத்துடன் "நான் ஏன்மா கடலே பாக்கலை" என்று கேட்டாள்.

என்ன பதில் சொல்வது என்று தெரியவில்லை. அவர்கள் ஊரில் கடல் என்ற சொல் கூட கிடையாது. சமுத்திரம்தான். அதுவும்

எஸ்.ராமகிருஷ்ணன் ❖ 267

திருச்செந்தூர் முருகன் கோவிலுக்குப் போனவர்கள் மட்டும்தான் கடலைப் பார்த்திருக்கிறார்கள். ஊரில் பெரும்பான்மையினர் கடல் பார்க்காதவர்கள். சின்னராணி சிறுவயதில் கடலைப் பற்றி நிறைய கேள்விப்பட்டிருக்கிறாள். தெருவில் மாலையில் விளையாடும் போது கடல் எவ்வளவு பெரியதாக இருக்கும் என்பதற்கு இரண்டு கைகளையும் அகல விரித்துக்கொண்டு சுற்றுவார்கள். அந்த நினைப்பு அப்படியே தங்கியிருந்தது.

அவர்கள் ஷோ போடுவதற்காகக் கடற்கரை உள்ள ஊர்களில் நடைபெறும் திருவிழாவிற்குச் சென்றதேயில்லை. அவர்கள் நிகழ்ச்சி நடந்த பெரும்பகுதி ஊர்கள் வறண்டு உலர்ந்துபோன கரிசல் நிலம் கொண்டவை. அல்லது வயலும் விவசாயமும் சார்ந்த நாஞ்சில் நாடும், கொங்குப்பகுதி கிராமங்களும். அரிதாக சிறிய நகரங்களில் ஷோ போட்டிருக்கிறார்கள்.

ஒரேயொரு முறை தொண்டிக்கு ஷோ போடப் போனது. கடலைப் பார்க்க நிச்சயம் அழைத்துப் போவதாக அழகர் சொன்னான்.

ஆனால் கடைசி வரை அழைத்துப் போகவேயில்லை. இரவிலாவது தனியே போய், கடலைப் பார்த்துவிட்டு வந்துவிடவேண்டும் என்று தோன்றிக்கொண்டிருந்தது. ஆனால் தனியே போக பயமாக இருந்தது. சின்னராணி போகவேயில்லை.

சிறுவயதில் அவர்கள் ஊரில் சாயக்கார தெருவில் வசித்த குலராமன் என்ற நெசவாளி தன் பெண்டாட்டி மற்றும் இரண்டு மகளுடன் சாமி கும்பிட திருச்செந்தூர் கோவிலுக்குப் போனபோது அலையில் மாட்டி அவரின் பெண்டாட்டியையும் மூத்த மகளையும் கடல் இழுத்துக்கொண்டுபோய்விட்டதாகச் சொல்வார்கள். நாலு நாள் தேடியும் பிணம் கரை ஒதுங்கக் காணோம். ஒருவேளை உடம்பை மீன்கள் தின்றிருக்கக்கூடும் என்று சொன்னார்கள். 'கட்டின பொண்டாட்டி பிள்ளைகளின் பொணத்தைக்கூடக் கண்ணாலே பாக்க முடியாமப் போன பாவியாகிட்டேனே' என்று குலராமன் குமுறி குமுறி ஒப்பாரி வைத்தார்.

ஒரு வாரத்தின் பிறகு கிழிந்துபோன வேஷ்டியோடு இரண்டாவது மகளைக் கையில் பிடித்துக்கொண்டு அழுது சிவந்த கண்களும் உடைந்து போன மனதுமாக குலராமன் சாயக்காரத் தெருவுக்கு வந்து நின்று கொண்டு 'அய்யோ அய்யோ' என்று மாரில் அடித்துக் கொண்டு அழுததைப் பற்றி இன்றைக்கும் பெண்கள் பேசிக் கொள்வார்கள். சமுத்திரம் ஆளை விழுங்கிக் கொண்டுவிடும் என்ற பயம் அவர்கள் ஊரில் எப்போதுமே இருந்தது.

லட்சுமியாக்கா வீட்டின் திண்ணையில் உட்கார்ந்து கொண்டு தெருப் பெண்கள் சமுத்திரத்தின் அலைகள் பெண்களைப் பிடித்து இழுத்துப் போய்விடுவதைப் பற்றி கதை கதையாகப் பேசிக்கொண்டிருந்தார்கள். எதற்காக சமுத்திரம் பெண்களை இழுத்துக்கொண்டு போகிறது என்று கேட்டதற்கு லட்சுமி அக்கா, கடலுக்கு அடியில் நம்மளைப் போலவே ஆட்கள் வசிக்கிறார்கள். அவர்களுக்குப் பெண் கிடைப்பது எளிதானதில்லை என்பதால் கரைக்கு வந்து பெண்களைத் தூக்கிக் கொண்டு போய்விடுவார்கள்' என்றாள்.

குலராமனின் பெண்டாட்டியும் மகளும் கடலின் அடியில் வசிக்கக் கூடும் என்று அவளும் நம்பிக்கொண்டிருந்தாள். குழந்தைகளை மிரட்டுவதற்காக கடலில் கொண்டுபோய் போட்டுவிடுவேன் என்று திட்டும்போது எல்லாம் குலராமனின் மனைவி நினைவுதான் அவளுக்குள் பீறிடும்.

தன் வாழ்நாள் முழுவதும் குலராமன் திரும்ப கடல் பக்கமே போகவில்லை. அதைவிடவும் தன் மகளை அவர் வீட்டை விட்டு வெளியே அனுப்பவேயில்லை. இடுப்பில் ஒரு கயிற்றைக் கட்டி அதைத் தன் கையில் பிடித்துக்கொண்டிருப்பவரைப் போல கூடவே வைத்துக் கொண்டிருந்தார். இதற்காகவே உள்ளூரிலே திருமணம் செய்து கொடுத்தார். தன்னால் வீடு வீதியும் தவிர வேறு எங்குமே போகமுடியாமல் போனதற்குக் கடல்தான் காரணம் என்ற கோபம் குலராமனின் மகளுக்கு நீண்ட காலம் இருந்தது. அவளும் சாகும்வரை அந்த ஊரைவிட்டு வெளியேறிப் போனதேயில்லை என்பார்கள். இப்போது குலராமன் வசித்த வீட்டில் யாருமில்லை. அவர்களின் வீடு இடிந்து தறிக்குழிக்குள் தண்ணீர் தேங்கிப்போயிருக்கிறது. குலராமனின் பேரன் பேத்திகள் எந்த ஊரில் வசிக்கிறார்களோ? ஆனால் குலராமன் ஏற்படுத்திய கதை ஊரில் இப்போதும் அதே உயிர்த்துடிப்போடு இருக்கிறது. யாராவது அதை அடிக்கடி நினைவுபடுத்திக்கொண்டேயிருக்கிறார்கள்.

சின்னராணி இந்தப் பத்து வருஷத்தில் நூற்றுக்கணக்கான ஊர்களுக்குப் போய்வந்துவிட்டாள். சில ஊர்களில் அவர்கள் ஒருநாள் இரண்டு நாள் மட்டும் நிகழ்ச்சி நடத்தியிருக்கிறார்கள். அதிகநாட்கள் அவர்கள் ஷோ நடத்தியது ஒரேயொரு ஊரில் மட்டுமே. அது அரப்பளி என்ற மலைக்கிராமம். அங்கே ஒரு தண்டபாணி கோவிலிருந்தது. அந்தத் திருவிழாவிற்கு நிறைய கூட்டம் வரும். அரப்பளி சுற்றிலும் மலைகளின் நடுவே

எஸ்.ராமகிருஷ்ணன் ❖ 269

அமைந்திருந்த சிறிய ஊர் என்பதால் நிறைய மலைவாசிகள், எஸ்டேட் தொழிலாளர்கள் திருவிழாவிற்கு வந்து சேர்வார்கள்.

அந்த ஊரின் புறவெளியில் இரண்டு பெரிய ஏரிகள் இருந்தன. எப்போதும் தூங்கி வழிந்து கொண்டிருக்கும் ஊர் என்பது போல ஜனங்களின் நடமாட்டத்தில் துவங்கிக் கடைகள், காய்கறிச் சந்தைகள் வரை அத்தனையும் சோம்பல் படிந்து போயேயிருந்தது. ஆறுநாள் ஷோ நடத்துவதற்குத் திட்டமிட்டுத்தான் அவர்கள் அரப்பளி சென்றிருந்தார்கள். ஆனால் அங்கே ஷோ பார்க்க வந்த கூட்டமும் வசூலும் கண்டு இரண்டரை மாதங்கள் அங்கேயே தங்கியிருந்தார்கள். திருவிழா முடிந்துபோன பிறகும் அரப்பளியை ஒட்டிய மலைக்கிராமங்களில் இருந்து ஆட்கள் வந்து வந்து கடற்கன்னியைப் பார்த்துக் கொண்டேயிருந்தார்கள்.

சின்னராணிக்கே ஆச்சரியமாக இருந்தது. மற்ற ஊர்களைப் போல ஒருவர்கூட அவளைப் பார்த்து சந்தேகப்படவேயில்லை. நிஜமாகவே அவளை ஒரு கடற்கன்னி என்பது போல வியப்புடன் பார்த்துப் போனார்கள். அதிலும் கூட்டமாகப் பெண்கள் நிகழ்ச்சி பார்க்க வந்து கண் இமைக்காமல் அவளைப் பார்த்தபடியே இருந்தனர். சில பெண்கள் அவளுக்காக காட்டில் பறித்த பூக்கள், பறவைகளின் இறகுகளைக் கொண்டுவந்து கண்ணாடிப் பெட்டியின் முன்னால் வைத்துவிட்டு அவளுக்காக கண்ணீர் விட்டதுகூட நடந்தேறியது. எவ்வளவு எளிமையான மக்களாக இருக்கிறார்கள் என்று சின்னராணி ஆச்சரியப்பட்டாள்.

அரப்பளியில் திருவிழா முடிந்த பிறகு ஷோ நேரத்தை மாற்றிக் கொண்டுவிட்டார்கள். மதியம் நாலு மணிக்குத் துவங்கி ஆறுமணிக்கு முடிந்துவிடும். ஆனால் மலைவாசிகள் காலையிலே வந்து அவர்கள் கூடாரத்தின் அருகில் இருந்த மர நிழலில் உட்கார்ந்திருப்பார்கள்.

ஒருநாள் ஒரு மலைவாசி அழகருக்குக் காட்டுத்தேனும் நாட்டுச் சாராயமும் தந்து ஒரேயொரு முறை அவளைத் தங்களது மலைக்கிரா மத்திற்குக் கொண்டுவரவேண்டும் என்றான். 'மலையில் ஏறுவது கடினம், அப்படி அழைத்துக் கொண்டுவர முடியாது என்றான் அழகர்.

அந்த மலைவாசி தன் வயதான தந்தையான மூப்பன் அவளை ஒரேயொரு முறை பார்க்க ஆசைப்படுகிறார், அவர் இடுப்பு முறிந்து படுக்கையில் கிடப்பதால் அவரை இங்கே அழைத்துக்கொண்டு வர முடியவில்லை' என்றான். அழகர் 'அதற்கு நிறைய செலவு ஆகும். நூறு ரூபாய் தந்தால் மலைக்கு கடற்கன்னியை அழைத்துவருகிறேன்'

என்றான். அந்த ஆள், தன்னிடம் அவ்வளவு பணமில்லை, என்று சொல்லிக் வேண்டுமானால் ஒரு மூடை கடுக்காய் கொண்டுவந்து தருகிறேன். எங்கள் ஊருக்கு கடற்கன்னியை அழைத்துக் கொண்டுவந்து விடு' என்றான். அழகருக்கு அவனிடமிருந்து நிறைய பிடுங்கலாம் என்று தோன்றியது. 'இரண்டு நாளில் முடிவு செய்து சொல்கிறேன்' என்று கொண்டுவந்த பழங்களையும் தேனையும் வாங்கிக்கொண்டு நாட்டுச்சாராயத்தை அவனோடு பகிர்ந்து குடித்தான்.

மலைக்கிராமங்களில் கடற்கன்னியைக் காண்பதை அதிர்ஷ்ட மாகவே கருதினார்கள். சில வேளைகளில் அவளது கண்ணாடிக் கூண்டின் முன்பாக வந்து நின்றபடியே அவர்கள் மண்டியிட்டு பிரார்த்தனை செய்வதைக்கூடக் கண்டிருக்கிறாள். அவளுக்காகக் காட்டுப்பூக்களையும் நாணல் கட்டுகளையும் கொண்டுவந்து கண்ணாடிப் பெட்டியின் முன்னால் படையல் செய்தார்கள். கர்ப்பிணிப் பெண்கள் மட்டும் அவளைப் பார்க்கக் கூடாது என்றும், ஒருவேளை அதை மீறிப் பார்த்து விட்டால் பிறக்கப் போகும் குழந்தை கடற்கன்னியாகப் பிறந்துவிடும் என்று மலைவாசிகள் சொன்னார்கள். இவர்களைப் போய் ஏமாற்றுகிறோமே என்றும் சின்னராணிக்கு ஆதங்கமாக இருந்தது.

அழகர் ஒரு மலைவாசியிடம் அவன் எப்போதாவது கடலைக் கண்டிருக்கிறானா என்று கேட்டான்.

அதற்கு மலைவாசி தாங்கள் கடல் பக்கம் போனால் அது பிடித்துக் கொண்டுவிடும் என்றும், தாங்கள் மலைவிட்டு இறங்கினால் கூட இரவிற்குள் மறுபடி மலையேறிவிட வேண்டும் என்றான். அப்படியானால் கடற்கன்னியை மட்டும் எப்படி அவர்கள் நம்புகிறார்கள் என்று அழகர் கேட்டதற்கு, பாதி உடல் மீனா உள்ளது நிச்சயம் தெய்வமாகத்தானிருக்கும். அவர்கள் கும்பிடுகின்ற தெய்வத்திற்கு பாதி உடல் மானாக இருப்பதாகச் சொன்னான்.

அழகர் மலைவாசிகளின் நம்பிக்கையைப் பயன்படுத்தி வேண்டும் அளவு சம்பாத்தியம் செய்துகொள்ளலாம் என்பதற்காகவே அவளை மலைக்குக் கொண்டுபோவதைத் தள்ளிப்போட்டுக்கொண்டேயிருந்தான்.

அரப்பளியைச் சுற்றியிருந்த ஏரியும் அது சார்ந்த மலைப்பாதையும் காண்பதற்கு மிகவும் அழகாயிருந்தது. சின்னராணி அந்த நாட்களில் மிகவும் சந்தோஷமாக இருந்தாள். விடிகாலையில் குளிரைப் பொருட்படுத்தாமல் அவள் நடந்து செல்லத் துவங்குவாள்.

புற்களில் ஈரம் படிந்து போயிருக்கும். விதவிதமான பெயர் தெரியாத பூக்கள். மரங்கள் கூட மழைக்குள் பின்பு நிற்பதைப் போல ஒடுங்கிப் போயிருக்கும். நடக்க நடக்க லேசான காற்றும் சுகந்தமுமாக இருக்கும். அவள் ஒரு பச்சைப்புல்லை கையில் பிடுங்கிக்கொண்டு மெதுவாக நடப்பாள். யாரோ அவளை முதுகில் தட்டிக் கொடுப்பதுபோல பனிக்காற்று தொட்டுச் செல்லும். இப்படி ஷோ காட்டும் பிழைப்பு இல்லாமல் போனால் இங்கே எல்லாம் வந்தேயிருக்க முடியாது என்று நினைத்தபடியே அவள் நடந்து செல்வாள்.

ஏரிக்குப் போவதற்கு அருகில் ஒரு சிறிய பாலமிருக்கிறது. அந்தப் பாலத்தின் அருகில் ஒரு பெரிய பாறையும் குத்துக்கல் ஒன்றும் காணப்பட்டது. அதில் உட்கார்ந்து கொள்வாள். இப்படியே காற்றில் கரைந்து போய்விட்டால் நன்றாக இருக்கும் என்பது போலிருக்கும். மனதில் நாள்பட்டு இருந்த வலியும் வேதனையும் கூட அந்த குளிர் காற்றால் துடைத்து எறியப்படுவதை அவள் உணர்ந்தாள்.

சில வேளைகளில் பாறையில் இருந்து கீழே இறங்கிச் செல்லும் அரக்கு நிறப் புழு ஒன்றைக் காண்பாள். அது மிக மெதுவாகப் பாறையைப் பிடித்துப் பிடித்துக் கீழே இறங்கிக் கொண்டிருக்கும். ஏனோ அதோடு பேசவேண்டும் போலிருக்கும். மனதிற்குத் தோன்றியதை எல்லாம் அந்தப் புழுவோடு பேசுவாள். அது தலையை உயர்த்திப் பார்த்தபடியே உடலை இழுத்து இழுத்து போய்க்கொண்டேயிருக்கும். அப்போது செல்வி பிறந்திருக்கவில்லை. அதனால் அவளுக் குத் தனது கஷ்டங்களை யாரிடம் பேசுவது என்று தெரியாது. இது போல ஏதாவது புழு பூச்சியிடம் சொல்வதால் மனது ஆறுதல் அடைகிறது என்று அடக்கிவைத்த அத்தனையையும் அதனிடம் கொட்டிவிடுவாள்.

வானில் இருந்து வெளிச்சம் மெல்லக் கசிந்து பீறிடும். நடக்கிற சப்தம் கேட்டால் வெளிச்சம் திடுக்கிட்டுத் திரும்பிப் போய்விடுமோ எனும்படியா மெதுவாக அடி எடுத்து நடந்து செல்வாள். வழியில் இருந்த கொடியில் தென்படும் கிச்சலிக்காய் போன்ற ஒன்றைப் பிடுங்கிக்கொண்டு அவள் ஏரியின் முன்னால் போய் நிற்கும்போது பொழுது நன்றாக விடிய ஆரம்பித்திருக்கும்.

காலை வெளிச்சத்தில் ஏரியைக் காண்பதைப் போல ரம்மிய மானது வேறு எதுவுமில்லை. வெளிச்சம் தண்ணீரின் மீது பரவி அதன் துயிலை துடைத்துக்கொண்டிருக்கும். ஏரி முழுவதுமாக விழிப்பு கொள்வதேயில்லை. அது பாதி தூங்கியும் பாதி

விழித்திருப்பது போலவும் இருக்கும். ஒரு கல்லை எடுத்து எறிந்து பார்ப்பாள். ஏரியில் அது சிறிய சலனத்தை உருவாக்கிவிட்டு மறுபடி அடங்கிவிடும். இரண்டு ஏரிகளையும் காணும்போது அது பூமியின் இரண்டு கண்களைப் போலவே தோன்றும்.

அவள் தன் விருப்பம் போல் ஏரியில் நீந்திக் குளிப்பாள். மேகங்கள் மட்டுமே எப்போதாவது அவளைக் காண்பதுண்டு. மற்றபடி பறவைகள் கூட அங்கே நின்று அவளைக் காண்பதில்லை. குளித்துவிட்டு கூந்தலில் காட்டுப்பூக்கள் சூடி, திரும்பி வரும்போது அவள் பறவைகளின் சப்தத்தைக் கேட்பாள். தானும் அதுபோல் பதிலுக்குச் சப்தமிடுவாள்.

அரப்பளியில் இருந்த நாட்களில் அவள் மிக சந்தோஷமாக இருந்தாள். மிதமான காற்றும் குளிர்ச்சியும், பசித்த வேளைகளில் உண்ண விதவிதமான பழங்களும், பிடித்தமான வாசனைப் பொருட்களும் என அவள் உடல் பொலிவு கொள்ளத் துவங்கியிருந்தது.

அழகர் ஒரு நாள் காட்டில் இருந்து ஒரு உடும்பைப் பிடித்துக் கொண்டு வந்திருந்தான். அதைச் சமைத்துச் சாப்பிட்டால் அவளுக்கு நல்லது என்று சொன்னான். அவளுக்கு அந்த உடும்பைப் பார்க்க பரிதாபமாக இருந்தது. அதைத் தனக்குச் சமைக்கத் தெரியாது என்றாள். மலைவாசிகளே அந்த உடும்பைச் சமைத்து தருவதாகச் சொன்னார்கள். அன்றிரவு அவள் முதன்முறையாக உடும்புக்கறியைச் சாப்பிட்டாள். அது முற்றிய சேவலின் கறியைப் போலிருந்தது. உடும்பு சாப்பிட்டால் உடலில் நோயே வராது என்றான் அழகர்.

மலைவாசிகளின் மூப்பர் அவளைக் காணவேண்டும் என்ற ஆசை மீறவே அவனை ஒரு தூளியில் வைத்துத் தூக்கிக்கொண்டு வந்திருந்தார்கள். அவன் கண்ணாடிப் பெட்டியின் முன்பு பகல் முழுவதும் உட்கார்ந்திருந்தார். அவளை வியப்பு அடங்காமல் பார்த்துக்கொண்டேயிருந்தார், இத்தனை ஊர்களில் ஷோ நடத்தியிருக்கிறோம். எவ்வளவோ பேர் தன்னைப் பார்த்துப் போயிருக்கிறார்கள். ஆனால் இந்த மூப்பனைப் போல இமைக்காமல் அவளை மணிக்கணக்கில் பார்த்துக்கொண்டேயிருந்தவர் வேறு எவருமேயில்லை என்று அவளுக்குக் கூச்சமாக இருந்தது. ஒருவேளை அந்த ஆள் போதையில் இருக்கிறானோ என்றுகூடத் தோன்றியது.

மூப்பர் அவ்வப்போது யாராவது ஒரு மலைவாசியை அழைத்து எதையோ கேட்டுக்கொண்டிருப்பார். பிறகு அவளை உற்றுப்

எஸ்.ராமகிருஷ்ணன்

பார்க்க ஆரம்பிப்பார். அன்று மாலையில் அழகரிடம் அந்த மூப்பர் “அது சாதாரண கடற்கன்னியில்லை. பெண் தெய்வம். அதைக் கடலில் கொண்டுபோய் விட்டுவிடாவிட்டால் அது உன்னைக் காவு வாங்கி விடும்” என்றார்.

அழகர் சிரித்தபடியே “அது தனக்கும் தெரியும். அதற்கு ஒரு மந்திரம் வைத்திருக்கிறேன்” என்றான். அழகரின் சிரிப்பைக் கண்ட மூப்பர், “நான் அந்தக் கடற்கன்னியின் ஆன்மாவோடு பேசிக் கொண்டிருந்தேன். அது தன் இருப்பிடத்திற்குப் போக ஆசைப்படுகிறது. நீண்ட நாட்கள் அதை உன்னால் அடக்கி வைத்திருக்க முடியாது. அது தன்னை விடுவித்துக்கொள்ளும்போது துயரமான சம்பவங்கள் நடைபெறும்” என்றார்.

மூப்பர் போதையில் ஏதோ உளறுகிறார் என்பதைப் போல அழகர் “பாத்தது போதுமா. மலைக்குக் கிளம்பலாமா” என்று கேட்டான். மூப்பர் போதாது என்று சொல்லி அந்தக் கண்ணாடித் தொட்டியின் அருகில் கண்களை வைத்து கடற்கன்னியை உற்றுப் பார்த்தார்.

பிறகு பெருமூச்சிட்டபடியே “சாவதற்குள் நான் இது போன்ற அதிசயம் ஒன்றைப் பார்த்துவிட்டேன். மூப்பர்களாக இருந்த எவரும் இதுபோல ஒரு கடற்கன்னியைப் பார்த்ததே கிடையாது. நான் அதிர்ஷ்டசாலி” என்றபடியே தான் கொண்டுவந்திருந்த மலைப் பொருட்களான கிராம்பு, ஏலம், மிளகு, கடுக்காய், மான்தோல் யாவையும் அவளுக்குப் பரிசாகத் தந்துவிட்டு அவளை வணங்கிப் போனார்.

அன்றிரவு அழகர் அவளிடம் இதைச் சொல்லிச் சொல்லிச் சிரித்து “மலைவாசிகள் உன்னைக் கண்டு பயந்துபோய்விட்டார்கள். முரட்டு ஆட்களாக இருந்தாலும் பாவம் அப்பாவிகள்” என்றான். ஆனால் சின்னராணி அந்த மூப்பர் சொன்னது உண்மை என்று நம்பத் துவங்கினாள்.

அந்த மூப்பர் தன்னை உற்றுப் பார்த்தபோது தன் மனதில் ‘எத்தனை நாட்களுக்கு இந்த வேஷம் போட்டுப் பிழைப்பது, விட்டுத் தொலைய வேண்டியதுதானே’ என்று எண்ணிக்கொண்டிருந்தது நினைவிற்கு வந்தது. மூப்பர் அவள் மனதின் உள்ளே புதைந்து கிடந்த நினைவுகளைத் தொட்டு அறிந்துவிட்டுப் போய்விட்டதைப் போலவே உணர்ந்தாள்.

அழகர் அங்கிருந்த நாட்களில் குடிப்பதும் ஆடுவதுமாகத் தன்னை மறந்துபோயிருந்தான். அவர்கள் பனிக்காலம் முழுவதையும்

அரப்பளியிலே கழித்தார்கள். பின்பு அங்கிருந்து கிளம்பித் திருமயத்திற்கு அவர்கள் புறப்பட்டபோது அவள் இந்த ஏரியின் கரையிலே ஒரு வீடு போட்டுக்கொண்டு தங்கியிருந்துவிடக்கூடாதா என்ற ஆதங்கத்துடன் அங்கிருந்து வெளியேறிப் போனாள்.

ஷோ நடத்த ஆரம்பித்த இந்தப் பத்துவருடத்தில் இந்த ஒரேயொரு ஊரும் அதன் மனிதர்களும் அங்கிருந்த நினைவுகளும் மட்டுமே அவள் மனதில் எப்போதும் சந்தோஷம் தருவதாக இருந்தது.

அத்யாயம்

12

1873 டிசம்பர்

தெக்கோடு

கிறிஸ்துமஸ் பண்டிக்கையின் இரண்டு நாட்களுக்குப் பின்பு நடைபெற்ற இந்தச் சம்பவம் குறித்து ஏலன் பவர் விரிவாகத் தனது கடிதத்தில் எழுதியிருக்கிறாள். ஆனால் இக்கடிதம் பாதர் லகோம்பேயிற்குத் தாமதமாகவே கிடைத்திருக்கிறது. அவர் புதுவருஷத்தின் ஐந்தாம் நாளில்தான் அதை வாசித்திருக்கிறார். அன்றிரவே அவளுக்கான பதிலை எழுதி மறுநாளே கப்பலில் அனுப்பும்படியாகச் செய்திருக்கிறார்.

*

அன்பிற்குரிய ஞானத்தந்தை லகோம்பே அவர்களுக்கு,

உங்கள் நலனுக்காக என்றும் பிரார்த்தனை செய்துகொள்ளும் ஏலன் பவர் எழுதிக்கொண்டது. ஆண்டவரின் கருணையின் பெயரால் எனக்கு நல்லவை நடக்கத் துவங்கியிருக்கின்றன என்ற சந்தோஷத்தை முதலில் தெரிவித்துக்கொள்கிறேன். இந்த வாய்ப்பினை உருவாக்கித் தந்த உங்களுக்கு என் பணிவான நன்றியை இந்த நேரத்தில் தெரிவிப்பது என் கடமையாகக் கருதுகிறேன்.

கிறிஸ்துமஸ் பண்டிகைக்குச் சில நாட்கள் முன்பாகத் தெக்கோட்டு தேவலாயம் அலங்கரிக்கப்பட்டு தினசரி இசைநிகழ்ச்சிகள் நடந்து கொண்டிருந்தன. இதற்காக மதுரையில் இருந்து இரண்டு இசைக் குழுக்கள் தெக்கோட்டிற்கு வந்து தங்கியிருந்தனர். விசித்திரமாக சப்தமிடும் இசைக்கருவிகளையும், அவர்கள் பாடும் முறையையும் கண்டு கிராமவாசிகள் கேலி செய்தபடியே இருந்தனர். ஆனால் அதைப்பற்றிய கவலையின்றி இசைக்குழுவினர் வீதிவீதியாகச் சென்று ஆண்டவரின் மகிமையைப் பாடியபடியே சென்றனர். தேவா லய வளாகத்தில் கிறிஸ்துமஸ் மரம் ஒன்று அலங்கரிக்கப்பட்டிருந்தது. அந்த ஒரு வார காலம் முழுவதும் என்னை கிறிஸ்துமஸ் சேவைக்காக அர்ப்பணித்துக்கொண்டிருந்தேன். சிறுவயதில் எங்கள் வீட்டில் கிறிஸ்துமஸ் மரம் நடப்படும் நாளிற்காகக் காத்துக் கொண்டேயிருப்பேன்.

பால்யவயதில் எங்கள் வீட்டில் நிஜமாகவே இயேசு நாதர் வந்து பிறக்கப்போவதாக நம்பிக்கொண்டிருந்தேன். காரணம் என் தம்பி பிறக்கும் வரை அவன் பிறக்கப் போவதைப் பற்றி நான் அறிந்து கொள்ளவேயில்லை. ஒரு நாள் அப்பா என்னை மருத்துவமனைக்கு அழைத்துச் சென்று 'இதுதான் உன் தம்பி' என்று காட்டினார். நான் துணியில் சுருட்டப்பட்டிருந்த ஒரு குழந்தையைக் கண்டேன். அது என் தம்பி என்று என்னால் ஏற்றுக்கொள்ளவே முடியவில்லை. அம்மா அந்தக் குழந்தையைத் தன் மார்பில் பால் குடிக்க வைத்த போது அது எனக்குரிய ஒன்றாக இருந்ததை இந்தக் குழந்தை வந்து தனதாக்கிக்கொள்கிறதே என்று கோபமாகக்கூட வந்தது. அதனாலே எனக்கு என் தம்பியைப் பிடிக்கவில்லை. அதை எல்லாம் இப்போது நினைத்தால் வேடிக்கையாக இருக்கிறது.

உண்மையில் மருத்துவம் படிக்கும் வரை நான் என் உடலைப் பற்றி அறிந்துகொள்ளவேயில்லை. அதைப் பற்றிப் பேசுவதற்கோ, சந்தேங்களைக் கேட்டுக்கொள்வதற்கோ வீட்டில் யாருமில்லை. அம்மா தன் உடலைப் பற்றிப் பேசுவதேயில்லை. சில வேளைகளில் அவளது தொடைகளில் ரத்தக்கறை படிந்திருப்பதைக் கண்டிருக்கிறேன். அதைப் பற்றிக் கேட்டால் 'வாயை மூடு' என்று அம்மா திட்டுவாள். மருத்துவம் படிக்கச் சென்ற பிறகு என் உடலைப் பற்றிய உண்மைகள் யாவும் மாறிப்போய்விட்டது. உடல் ஒரு ரகசியமான இயந்திரம் என்றே தோன்றியது.

நரம்பு மண்டலங்களின் வரைபடம் ஒன்றினை ஒரு நாள் கையில் வைத்துப் பார்த்துக்கொண்டிருந்தேன். என்னால் நம்பவே முடியவில்லை. இத்தனை நரம்புகள் எனக்குள்ளும் ஓடுகின்றதா. என்ன சூட்சுமம் அது. உடலை நான் ஒரு புதிரான

ம்யூசியம் போலவே உணர்ந்தேன். அதற்குள் நிறைய புதிர்கள் விடையறியாமல் இருந்தன. அறுவை சிகிச்சைக்கான மேடையில் ஒரு உடலைக் கிடத்தித் திறக்கும்போது அது மனிதன் என்று மனதில் தோன்றுவதேயில்லை.

உடல் ஓர் அற்புதம் என்பதை மருத்துவம் படித்த பிறகே நான் உணர்ந்து கொண்டேன். எத்தனை முடிச்சுகள், வளைவுகள், வலைப் பின்னல்கள். பெருங்கானகத்தில் கூட இத்தனை அதிசயங்கள் ஒன்றா யிராது என்று தோன்றியது. ஆணும் பெண்ணும் உடல்ரீதியாகவே வேறுபாடு கொண்டவர்கள் என்பதை மருத்துவமே எனக்கு ஆழமாகப் புரிய வைத்தது. அதன்பிறகு புறஉலகின் கவர்ச்சியில் இருந்து நான் துண்டித்துக்கொள்ள ஆரம்பித்தேன்.

பதின்வயதில் மற்றப் பெண்களைப் போல வீதியில் செல்லும் ஆண்களைக் காண்பதற்கோ, நடனவிருந்தில் கலந்து கொள்வதற்கோ எனக்கு விருப்பம் ஏற்படவில்லை. நான் தனிமையில் இருக்கவே விரும்புகிறேன். ஒரு கண்ணாடிச் சுவரின் பின்புறம் நின்றபடியே உலகைக் காண்பது போன்ற செயலே எனக்குப் பிடித்தமானதாயிருந்தது. சில வேளைகளில் என்னைப் பார்த்து இளைஞர்கள் ஈர்க்கப் படும்போதுகூட எனக்கு அது வெறும் ஹார்மோன்களின் தூண்டல் என்றே மனதில் தோன்றும்.

உடல் நிறைய இடைவெளிகளையும் துளைகளையும் கொண்டிருக்கிறது. அது பூர்த்திசெய்யப்படவேண்டும் என்ற ஆசை உடலுக்கே இருக்கிறதோ என்னவோ, அதனால்தான் அது மற்றொரு உடலைத் தனதாக்கிக்கொள்ள முயல்கிறது.

பருவம் எய்திய நாட்களில் எனக்கு மிகவும் விருப்பமாக இருந்த ஒரே புத்தகம் புனிதர் அகஸ்தீன் எழுதிய ‘கன் பெஷன்ஸ்.’ அவர் பிஷப்பாக இருந்து ஆப்பிரிக்காவில் இறை ஊழியம் செய்தவர். அந்தப் புத்தகத்தை எவ்வளவு முறை படித்திருப்பேன் என்று கணக்கேயில்லை.

அகஸ்தீன் ஒளிவுமறைவில்லாமல் தனது மனதைத் திறந்து காட்டியிருக்கிறார். புனிதர்களில் இவர் ஒருவரே பாலின்பம் பற்றி விரிவாகப் பேசியவர். மனதை இவர் அவதானித்தது போலத் துல்லியமாக அடையாளம் காட்டும் இன்னொருவரை நான் வாசித்ததேயில்லை. என் மனமாற்றங்களுக்கு புனிதர் அகஸ்தீன் முக்கியக் காரணமாக இருந்தார்.

ஆனால் அவரை நான் வாசிக்கக்கூடாது என்பதில் அப்பா மிகவும் கறாராக இருந்தார். அகஸ்தீன் புனிதராக இருந்தபோதும் வேசைகளுடன் பழகியவர் என்று அப்பா ஏளனமாகச் சொன்னார்.

எனக்கு அகஸ்தீனைப் பிடித்தேயிருந்தது. அவர்தான் என் இளமையின் துணைவனாக இருந்தார். கடவுளே என்னை ஏன் பாவ எண்ணங்களை நினைக்கத் தூண்டுகிறாய் என்று அகஸ்தீன் கதறும் வாசகத்தைப் படித்து நிறைய நாட்கள் அழுதிருக்கிறேன்.

அம்மா என்னைக் கன்னியர் மடத்தில் சேர்த்துத் துறவியாக்கவே விரும்பியிருந்தாள். ஆனால் அப்பாவின் ஆசைக்காகவே நான் மருத்துவம் படித்தேன். ஒருவேளை நான் கன்னியர் மடத்தில் சேர்ந்திருந்தால் இன்னும் கூடுதலாக சேவைகள் செய்திருப்பேனோ என்று கூடத் தோன்றுகிறது. எங்கள் வீடு கிராமத்துப் பண்ணை வீட்டை போன்றது. அங்கே கிறிஸ்துமஸின் முந்திய இரண்டு தினங்களில் உறவினர்கள் வருவதும், இனிப்பு அப்பங்கள் தயாரிப்பதும் நடந்து கொண்டிருக்கும்.

ஒவ்வொருவரும் கிறிஸ்துமஸிற்கு விருப்பமானதொரு பரிசு கிடைக்க வேண்டும் என்று பிரார்த்தனை செய்துகொள்வோம். ஒரு ஆண்டு கூட நான் ஆசைப்பட்ட எதுவும் கிடைக்கவேயில்லை. ஆனாலும் நான் பிரார்த்தனையைக் கைவிடவில்லை. இந்த ஆண்டு கிறிஸ்து மஸ் தெக்கோட்டில் கழிப்பது என்பது விசித்திரமாக இருக்கிறது.

எனது ஊருக்கும் இந்தச் சிறிய கிராமத்திற்கும் இடையில் எவ்வளவு தூரமிருக்கிறது. யாராவது என் சிறுவயதில் இப்படியொரு ஊருக்கு நான் போகப்போகிறேன் என்று சொன்னால் நம்பியிருக்க மாட்டேன். அதுதான் தேவனின் விருப்பம் போலும்.

தெக்கோட்டின் மாதாகோவிலில் மண்டியிட்டபடியே இந்த கிறிஸ்து மஸசக்கான எனது பரிசை வேண்டிக்கொண்டேன். அந்த வேண்டு தலை உங்களிடம் ஒளிக்கவேண்டிய அவசியமில்லை. எனக்கு ரத்தப் பரிசோதனை செய்ய ஒரு மைக்ராஸ்கோப் கருவி தேவைப்படுகிறது. அது கிறிஸ்துமஸ் பரிசாகக் கிடைக்கவேண்டும் என்று வேண்டுதல் செய்துகொண்டேன். இத்தாலியில் இருந்து அதை யார் கொண்டு வந்து சேர்ப்பார்கள் என்றுதான் தெரியவில்லை. பொய்த்துப்போகும் என்று தெரிந்தே இந்த முறை நான் பரிசை வேண்டிக்கொண்டிருக்கிறேன்.

இந்தப் பண்டிகையில் என்னைவிட எனக்கு உதவி செய்ய வந்துள்ள சீயாளி என்ற அந்தச் சிறுமிதான் அதிகம் உற்சாகம் கொண்டிருக்கிறாள். அவள் மிகத் துறுதுறுப்பானவள். எட்டு வயதிருக்கக்கூடும். அதற்குள் உயரமாக வளர்ந்துவிட்டிருக்கிறாள். பச்சைநிற உடையைத்தான் எப்போதும் அணிந்து வருகிறாள். அவள் அப்பா ஒரு சவரத்தொழிலாளி. ஊர்கூடி அவரை ஆண்டுக்கு

இரண்டு மூட்டை தானியம் தருவதாகச் சொல்லி ஊரில் தங்க வைத்திருக்கிறார்கள். அதுதான் அவர்களது வருமானம்.

அவர்களாகவே கரட்டு நிலமொன்றில் ஆள் உயரக் கட்டைச் சுவரில் பனையோலையால் ஆன வீட்டைக் கட்டிக் கொண்டிருக்கிறார்கள். சீயாளியோடு பிறந்தவர்கள் ஏழு பேர். அதில் ஐந்து பெண்கள். அவள் அம்மா கிராமத்துப் பெண்களுக்குக் கைவத்தியம் செய்து கொண்டிருந்தாள் போலும். அதனால் என்னைக் கண்டாலே அவளுக்குப் பிடிப்பதில்லை.

சீயாளிக்கு மருத்துவம் மீது அதிக ஆர்வம் இருந்தது. அவள் எல்லாவற்றையும் கேட்டுக்கொண்டேயிருந்தாள். அந்தச் சிறுமி என்னைப் போலவே படிக்க ஆசை கொண்டிருந்தாள் என்பதை ஒரு நாள் அவளே சொல்லிக் கேட்டேன். நானே ஓய்வு நேரங்களில் அவளுக்கு ஆங்கிலம் கற்றுத் தரவும் முயற்சி செய்தேன். நான் எதிர்பார்த்ததை விட அவள் வேகமாக ஆங்கிலம் கற்றுக் கொண்டாள். என் மருத்துவமனையில் இருந்த எல்லாப் பொருட்களுக்கும் அவளுக்கு ஆங்கிலத்தில் பெயர் தெரிந்திருந்தது.

சீயாளியின் வீட்டில் காலை உணவு கிடையாது. மதியம் கம்பங்கஞ்சி குடிக்கிறார்கள். இரவில் வீடுவீடாகப் போய் சீயாளியின் அம்மா உணவை யாசகம் கேட்டு சேகரித்து வருகிறாள். அதுதான் சாப்பாடு.

தினசரி தலைக்கு எண்ணெய் வைப்பதோ, பற்களைச் சுத்தமாக வைத்துக்கொள்வேதா அவளுக்குத் தெரிந்திருக்கவில்லை. சோப்பை அவள் பயன்படுத்தியதேயில்லை.

சீயாளி சில நேரங்களில் எனது பூவேலைப்பாடுள்ள உடைகளைத் தொட்டுத் தொட்டு ஆச்சரியப்படுகிறாள். ஒரு நாள் இந்த உடைகள் கொக்கின் இறகில் இருந்து செய்யப்பட்டதா என்று ஆதங்கத்துடன் கேட்டாள். அவளுக்கு நான் இதுபோன்ற ஆடை ஒன்றைக் கப்பலில் வரவழைக்கிறேன் என்று சொல்லி வைத்திருக்கிறேன்.

அவளை தேவாலயத்தினுள் எடுபிடிப் பணிகளுக்குப் பயன் படுத்தக்கூடாது என்று கோவில் போதகர் என்னிடம் கறாராகச் சொன்னார். எதற்காக என்று கேட்டபோது அவள் மிகவும் கீழான சாதியைச் சேர்ந்தவள். அவளை அனுமதிப்பதன் வழியே கோவிலின் புனிதம் கெட்டுவிடும் என்றார். நான் அதை ஒத்துக்கொள்ளவில்லை. அந்தச் சிறுமி தினசரி என்னிடம் சுவிசேஷப்பாடல்களைக் கற்றுக்கொண்டிருக்கிறாள். அத்துடன் எந்த வேலையையும் சரியாகச் செய்யக்கூடிய வள் என்றேன்.

போதகரோ அவளது சேவையை உங்கள் ஆளே வராத மருத்துவ மனையோடு வைத்துக்கொள்ளுங்கள் என்று கோபமான குரலில் சொன்னார். நல்லவேளை எங்கள் சண்டையின்போது அங்கே சீயாளியில்லை. நான் அவரது இந்தப் பேதங்காட்டும் முறையைப் பற்றி கல்கத்தாவில் உள்ள மிஷனரி அலுவலகத்திற்கு உடனே கடிதம் எழுதப்போவதாகச் சொன்னேன்.

போதகர் என்னை முறைத்தபடியே உங்கள் விருப்பத்திற்காக அந்தச் சிறுமியை அனுமதிக்கிறேன். ஆனால் அவள் கோவிலின் வெளி வேலைகளை மட்டும் கவனிக்கலாம் என்றார்.

சீயாளி என்னோடு சேர்ந்து மண்டியிட்டுப் பிரார்த்தனை செய்ய ஆசைப்படுகின்றவளாக இருந்தாள். அவளை எப்படி மறுப்பது என்று தயக்கமாக இருந்தது. முதல் நாள் நாங்கள் இருவரும் கோவிலின் புறத்தில் அமைக்கப்பட உள்ள அலங்கார வேலைகளைச் செய்து கொண்டிருந்தோம். சீயாளியின் தகப்பன் இரண்டு ஆட்களுடன் வந்து நான் தன் மகளை மதமாற்றம் செய்துவிட்டதாகச் சொல்லிக் கூச்சலிட்டான். இப்போதே நாவிதரின் மகளைத் திருப்பி அனுப்பி விடுங்கள் என்று உடன் வந்தவர்கள் சொன்னார்கள்.

சீயாளி அவர்களுடன் போக மறுத்தாள். நான் அந்தச் சிறுமியை மதமாற்றம் செய்யவில்லை. இது அலங்கார வேலை. யாவரும் பகிர்ந்து செய்யக்கூடிய ஒன்று. இவளுக்காக நான் போதகரிடம் சண்டையிட்டேன் என்று விளக்கிச் சொன்னபோதும் அவர்கள் நம்பவில்லை. என் கண் முன்பாகவே சீயாளியைத் தரதரவென இழுத்துக் கொண்டுபோனார்கள். அவளுக்குக் காலில் சூடு வைக்கப்பட்டது என்று போதகர் இரவில் என்னிடம் வந்து சொன்னார்.

அன்றிரவு நான் அந்தச் சிறுமியைக் காண்பதற்காக அவளது வீட்டிற்குச் சென்றிருந்தேன். அவள் வீட்டுவாசலில் ஒரு பழைய சேலையை விரித்துப் படுத்துக்கிடந்தாள். என்னைக் கண்டதும் ஆங்கிலத்தில் வணக்கம் சொன்னாள். நான் சீயாளியின் அம்மாவிடம் அவளது மகள் அறிவாளி. நிறைய கற்றுக்கொண்டு வருகிறாள். ஒரு நாள் அவள் கப்பல் ஏறி வெளிநாடு போகப் போகிறாள் என்று சொன்னேன். சீயாளியின் அம்மா என்னோடு முகம் கொடுத்துப்பேசவில்லை.

நான் அந்தச் சிறுமிக்காக என்னிடமிருந்த பிஸ்கோத்துகளைக் கொண்டுபோயிருந்தேன். அதை மற்றப் பிள்ளைகள் ஆசையோடு சாப்பிட்டார்கள். இது நடந்த மறுநாள் மாலை சீயாளி முன்பு

எஸ்.ராமகிருஷ்ணன் ❖ 281

போலவே என் அறைக்கு வந்திருந்தாள். அவளோடு அவள் அப்பாவும் வந்திருந்தார். அவர் தலைகவிழ்ந்தபடியே இருந்தார். என்ன சீயாளி என்று கேட்டேன். அவளின் அப்பா யாரோ சொல்லிக் கொடுத்து அவ்வாறு நடந்து கொண்டார், இனிமேல் அப்படி ஒருபோதும் நடக்காது என்றாள்.

நான் பார்த்துக்கொண்டிருக்கும்போதே அந்த நாவிதர் என் காலில் விழுந்து தன் தவற்றை மன்னித்துவிடும்படியாகச் சொன்னார். நான் அதிர்ச்சியடைந்துபோனேன். அவரைத் தூக்கி விட்டு உங்கள் மகளை முன்னேற்றவேண்டியது எனது கடமை என்று சொன்னேன்.

சீயாளி அதன்பிறகு என்னோடு கூடவே தங்கிக்கொண்டாள். அவள் கிறிஸ்துமஸ் நாளில் என் அறையில் ஒரு சுவிசேஷப் பாடலைப் பாடிய விதம் நெஞ்சை உருக்குவதாகயிருந்தது. நான் அதற்காக அவளுக்கு ஒரு வாசனைத் திரவியப் புட்டியைப் பரிசாக தந்தேன். அவள் அதைப் பூசிக்கொண்டு வீதியெல்லாம் சந்தோஷமாக ஓடினாள்.

அதன் மறுநாள் ஆச்சரியமான சம்பவம் நடந்தேறியது. சீயாளியின் தகப்பனும் தாயும் தன் பிள்ளைகளுடன் கிறிஸ்துவத்தில் இணைந்து கொண்டுவிட்டார்கள். எப்படி இது நடந்தது என்று போதகரிடம் கேட்டேன். அவர் சிரித்தபடியே அது ஆண்டவரின் கிருபை என்று சொல்லி, அவர்களிடம் பேசவேண்டிய விதமாகப் பேசினேன். அவர்களுக்கு ஆண்டவரின் மகிமை புரிந்துவிட்டது என்றார்.

ஊரில் நாவிதர் கிறிஸ்துவத்திற்கு மதம் மாறியதை எவரும் ஏற்றுக் கொள்ளவில்லை. அவரை ஊரைவிட்டு விலக்கி வைத்து விடப் போவதாக மிரட்டினார்கள். போதகர் தலையிட்டு அதைத் தடுத்து நிறுத்தினார். முடிவில் மதமாற்றம் பெற்றபோதும் அவர்கள் ஞாயிற்றுக்கிழமைகளில் சபையில் மற்றவர்களுக்குச் சமமாக அமர்ந்து பிரசங்கம் கேட்கவோ, பிரார்த்தனை செய்யவோ கூடாது என்ற தடை விதிக்கப்பட்டது. யாவரும் இல்லாத இரவு நேரங்களில் இசக்கியேல் என்று பெயர் மாற்றப்பட்ட நாவிதர் தன் குடும்பத்துடன் வந்து நின்று கைகூப்பி நின்று மாதாவிடம் வேண்டுவதைக் காணும்போது எனக்கே ஆதங்கமாக இருக்கும்.

சீயாளி தனக்கும் பெயரை மாற்றிவிடுவார்களா என்று கேட்டாள். அப்படி அவசியமில்லை. உன் பெயரோடு சேர்த்துக்கொள்வதுபோல ரூத் சீயாளி என்று மாற்றி வைக்கிறேன் என்றேன். அவள் தனது புதிய பெயரைச் சொல்லிச் சொல்லி பார்த்துக்கொண்டாள்.

ரூத் என்ற பெயரை ஆங்கிலத்தில் எப்படி எழுதுவது என்று என்னிடம் கேட்டு அறிந்து கொண்டாள். தனது பெயரை மாற்றிக்கொள்ள முடியாது என்று சீயாளியின் அம்மா மட்டும் பிடிவாதமாக இருந்தாள். அதை அப்படியே விட்டுவிடலாம் என்று போதகரும் சொல்லிட்டார்.

இசக்கியேலாக மதமாற்றம் பெற்ற நாவிதரை ஊர் புறக்கணித்தது. அவருக்குப் பதிலாக கொண்டியூரிலிருந்து புதிய நாவிதர் தன் குடும்பத்தோடு அழைத்து வரப்பட்டார். அவரை, ஒரு நாளும் தான் மதமாற மாட்டேன் என்று காட்டுக்கருப்பசாமி கோவிலில் சூடமேற்றி சத்தியம் செய்து அழைத்து வந்தார்கள்.

இது நடந்து ஒரு மாதத்தின் பிறகு இசக்கியேல் குடும்பத்திற்காக ஒரு துண்டு நிலம் சபையில் இருந்து அளிக்கப்பட்டிருந்தது. அதில் அவர்கள் நாலைந்து ஆடுகளை வைத்துப் பிழைத்துக்கொள்ள வழி செய்யப்பட்டிருந்தது. சீயாளிதான் எனது முதல் மருத்துவ சிகிச்சைக் குக் காரணமாக இருந்தாள். ஆறு மாதங்களுக்கும் மேலாக நான் எவ்வளவோ பேசிப்பார்த்தும் பழகியும் வராத நோயாளிகள் அதன் பிறகு என்னைத் தேடி வரத்துவங்கினார்கள்.

அது ஒரு பின்மதிய நேரம். நான் வெயில் தாங்கமுடியாமல் மதிய நேரங்களில் உறங்கிவிடுவேன். அன்றும் அப்படி எனது தங்குமிடத்தில் உறங்கிக்கொண்டிருந்தேன். சீயாளி என்னைப் பாதித் தூக்கத்தில் எழுப்பினாள். அவள் முகத்தில் பதற்றம் அப்பியிருந்தது. என்ன நடந்தது என்று கேட்டேன்.

‘வடக்குத்தெருவில் ஒரு பெண் நல்ல பாம்பு கடித்து வாயில் நுரை பொங்கக் கிடக்கிறாள். அவள் செத்துப்போகப் போகிறாள் என்று ஊரே கூடி வேடிக்கை பார்க்கிறது’ என்றாள்.

நான் உடனே எனது மருந்துப் பொருட்களுடன் வடக்குத் தெருவை நோக்கி ஓடினேன். வீதியை அடைத்துக்கொண்டது போல் ஆட்கள் நிரம்பியிருந்தார்கள். தரையில் ஒரு பெண் விழுந்துகிடந்தாள். அவளுக்கு முப்பது வயதிருக்கக்கூடும். அவளது வாயில் நுரை தள்ளியிருந்தது. ஒரு ஆள் கண்விழியைத் திறந்து பார்த்துவிட்டு ‘வாய்பூட்டிக்கொண்டுவிட்டது. இன்னும் சில நிமிடங்களில் செத்துப் போய்விடுவாள்’ என்றான்.

அந்தப் பெண்ணின் குழந்தைகள் சப்தமாக அழுது கொண்டிருந்தன. அவள் புருஷன் கிணறு வெட்டும் வேலைக்காகச் சென்றிருந்தான் என்றார்கள். நான் அந்தப் பெண்ணைப் பரிசோதிக்க விரும்பினேன். ஆனால் அங்கிருந்த மற்ற பெண்கள் அதை விடவில்லை. நல்ல பாம்பு கடித்துப் பிழைத்தவர்கள் என்று

ஒருவர்கூடக் கிடையாது. சாகப்போகிறவளுக்குக் கடைசியாகப் பிள்ளைகள் கையால் ஒரு மடக்கு பால் கொடுத்தால் அவள் புண்ணியத்துடன் செத்துப் போவாள் என்றார்கள்.

நான் ஆத்திரம் மீறிக் கத்தினேன். சீயாளி அங்கிருந்த பெண்களை விலக்கிவிட்டு தரையில் விழுந்துகிடந்த பெண்ணைத் தூக்கினாள். பாம்பு கடித்து எவ்வளவு நேரமாகியிருக்கும் என்று கேட்டேன். ஒருவரும் பதில் சொல்லவில்லை. நான் அந்தப் பெண்ணின் நாடித் துடிப்புகளைக் கண்டேன். அது தாவி எகிறிக்கொண்டிருந்தது. அவள் கண்களைத் திறந்தபோது நீலம்பாரிக்கத் துவங்கியிருந்தது.

எனது மருந்துவப்பெட்டியில் இருந்து மருந்தை எடுத்து சிரிஞ்சில் செலுத்தினேன். அவளை நான் ஏதோ செய்யப்போகிறேன் என்று நினைத்த பெண்கள் கண்களை மூடிக்கொண்டார்கள். அதைக்கண்டு பாம்பு கடித்தவளின் பிள்ளைகள் அதிகம் அழத்துவங்கின.

நான் அந்தப் பெண்ணின் உடலில் மருந்தைச் செலுத்தினேன். பிறகு ஒரு பழைய துணியை எடுத்து அதில் அவள் வாயில் வழியும் நுரையைத் துடைத்துவிட்டேன். அந்தப் பெண்ணின் கேசம் முழுவதும் புழுதிபடிந்து போயிருந்தது. சீயாளியிடம் அவளை எப்படிப் பாம்பு கடித்தது என்று கேட்கச் சொன்னேன். ஓடைக்குள் வேலிமுள் வெட்டச் சென்றபோது பாம்பு கடித்துவிட்டதாக அவள் கேட்டுச் சொன்னாள்.

நான் அந்தப் பெண்ணின் உடலில் ஏதாவது மாற்றம் தெரிகிறதா என்று பார்த்தேன். கொஞ்சம் குடிநீர் கொண்டுவரச்சொல்லி அவளுக்கு ஒரு மருந்தைக் கரைத்துப் புகட்டிவிட்டேன். அதைக் குடிக்க முடியாமல் அவள் என் கைகளிலே வாந்தியெடுத்தாள். அந்தப் பெண்ணின் உடல் தளர்ச்சியடைந்து கொண்டேயிருந்தது. சீயாளி அவளை எழுப்ப முயன்றவளைப் போல 'யக்கா யக்கா' என்று கூப்பிட்டபடியே இருந்தாள். அந்தப் பெண்ணின் உடல் தூக்கிப் போட்டதுபோல முறிவு கொண்டது. நான் பயத்துடன் அவள் நாடித் துடிப்பை மறுபடி பரிசோதனை செய்தேன். அது இயல்பாகிக் கொண்டிருப்பதை உணர்ந்தேன். அடுத்த ஒரு மணிநேரத்தில் அந்தப் பெண் கண்விழித்துக்கொண்டாள். அவளாகவே எழுந்து உட்கார்ந்தபடியே வீதியில் இருப்பவர்களைத் திகைப்போடு பார்த்தாள்.

சீயாளி அவளை உள்ளே கூட்டிப்போய்ப் படுக்க வைக்கும் படியாகச் சொல்லிவிட்டு எனது மருந்துப்பையைக் கையில் எடுத்துக்கொண்டாள். இனி அந்தப் பெண் பிழைத்துக்கொள்வாள்

என்று உறுதியாகத் தெரிந்தது. நான் ஒரு உயிரைக் காப்பாற்றி யிருக்கிறேன் என்ற மகிழ்ச்சியோடு எனது மருத்துவ மனைக்குச் சென்றேன். அன்றிரவு சீயாளி நாலைந்து முறை அந்தப் பெண் வீட்டிற்குப் போய் அவள் எப்படியிருக்கிறாள் என்று கேட்டு அறிந்து வந்தாள்.

மறுநாள் வெயில் அடங்கியிருந்த பகலாக இருந்தது. பாம்பு கடித்த பெண் தன் குழந்தைகளைக் கூட்டிக்கொண்டு என் மருத்துவமனையின் வாசலில் நின்றிருந்தாள். அவளோடு அவள் கணவனும் நின்றிருந்தான். அவன் கையில் ஒரு சேவல் இருந்தது. அவன் அதை என்னிடம் நீட்டியபடி 'என் மனைவி உசிரோட பிழைத்ததற்கு நீங்கள் தான் காரணம். இதை ஏற்றுக்கொள்ளுங்கள். இதைத் தவிர என்னிடம் வேறு எதுவுமில்லை' என்று கைகூப்பி வணங்கினான். 'பரவாயில்லை. இது உன்னிடமே இருக்கட்டும்' என்றேன்.

அவன் 'வைத்தியருக்கு எதுவும் தராமல் வைத்தியம் செய்தால் பலிக்காது என்பார்கள். ஏற்றுக்கொள்ளுங்கள்' என்று சேவலை சீயாளிடம் நீட்டினான். அவள் வாங்கிக்கொண்டாள்.

அந்தப் பெண் என் முன்னால் கண்ணீர் விட்டபடியே இரு கையெடுத்து நன்றி சொன்னாள். அவளது பிள்ளைகளுக்கு நான் பிஸ் கோத்துகளைத் தின்னக் கொடுத்தேன். அந்தப் பெண்ணின் கணவன் எனக்காக எந்த வேலையும் செய்யத் தயாராக இருப்பதாகச் சொன்னான். தேவைப்படும்போது நிச்சயம் அவனை அழைத்துக் கொள்வதாகச் சொன்னேன்.

அந்தப் பெண் பிழைத்த விஷயம் தெக்கோட்டில் மட்டுமில்லை, அரு காமை ஊர்களுக்கும் பரவியிருந்தது. மறுநாள் முதல் நோயாளிகள் ஒன்றிரண்டு பேர்களாக என்னைப் பார்க்க வரத்துவங்கினார்கள். அதை விடவும் முன்பு என்னை வெறுத்து வந்த தெக்கோட்டுவாசிகள் அதன்பிறகு என்னை அவர்களில் ஒருத்தியாக ஏற்றுக்கொண்டார்கள்.

சீயாளி அந்தச் சேவலுக்கு சிலுப்பன் என்று பெயரிட்டாள். காரணம் அந்தச் சேவல் சதா கொண்டைச் சிலுப்பிக்கொண்டேயிருந்தது. அந்தச் சேவல் தான் எங்கள் வீட்டில் இருந்த ஒரே ஆண் என்று நான் சொல்லிச் சிரித்துக்கொண்டேன். இது நடந்த ஒரு வாரத்தின் பிறகு புதுச்சேரியில் இருந்து ஒரு சரக்கு வண்டி வந்திருக்கிறது என்று பாதிரி என்னை அழைத்திருந்தார். நான் அந்த மாட்டுவண்டியில் உள்ள பொருட்களைப் பார்வையிடச்

சென்றபோது நீங்கள் எனக்காக வாங்கி அனுப்பி வைத்திருந்த புதிய மைக்ரோஸ்கோப் கருவி அதில் இருந்தது.

என்னால் நம்பவே முடியவில்லை. ஆண்டவர் எனது வேண்டுதலுக்குச் செவி சாய்த்துவிட்டார் என்ற சந்தோஷத்துடன் அதைப் பார்வையிட்டேன். ஒரிஜினல் பெஞ்சமின் மார்ட்டின் மைக்ரோஸ்கோப். அத்துடன் கூடுதல் உபகரணமாக மெகாலாஸ் கோப்பும் இருந்தது. அதை மிகுந்த கவனத்துடன் எனது மருத்துவமனைக்குக் கொண்டு சென்றேன். அந்த உபகரணத்துடன் நீங்கள் அனுப்பிய ஒயின் பாட்டில்கள், கையுறைகள், பிஸ்கோத்துகள், தேயிலைப் பொட்டலங்கள், மருந்துப் பொருட்கள், பூவேலைப்பாடுள்ள திரைச்சீலைகள், மருத்துவப் புத்தகங்கள் அத்தனையும் சேர்ந்து என்னை மகிழ்ச்சியில் ஆழ்த்திவிட்டன.

அந்த மைக்ரோஸ்கோப்பை வைத்து நான் என்ன செய்யப் போகிறேன் என்று புரியாமல் சீயாளி என்கூடவே இருந்தாள். என் ரத்தத்தில் ஒரு துளியை எடுத்து அதில் முதன்முறையாகப் பரிசோதனை செய்து பார்த்தேன். சீயாளி தனது ஒரு கண்ணை மூடிக்கொண்டு லென்ஸ்வழியாகப் பார்த்துவிட்டு 'ஒரே புழுமாதிரி நெளியுது' என்றாள். 'அதுதான் நம் ரத்தத்தில் ஓடுகின்ற சிவப்பு அணுக்கள்' என்றேன்.

'இதுதான் ரத்தமா' என்று வியப்போடு கேட்டாள். நான் 'ஆமாம்' என்றதும் மறுபடி பார்த்துவிட்டு 'என் உடம்பிலும் இதுபோல புழுக்கள் ஓடுமா' என்று பயத்தோடு கேட்டாள். நான் சிரித்தபடியே அதனால் ஒரு தீங்குமில்லை' என்றேன்.

அவள் என் மருத்துவமனையில் இருந்து இறங்கியோடி வீதி வீதியாக தான் கண்ட அதிசயத்தை அன்றெல்லாம் சொல்லிக் கொண்டிருந்தாள்.

புதிய விளையாட்டுப் பொருள் கிடைத்த சிறுமி நாள் முழுவதும் அதை வைத்து விளையாடிக்கொண்டிருப்பதைப் போல நான் அந்த மைக்ரோஸ்கோப்பில் எதை எதையோ வைத்துப் பரிசோதனை செய்துகொண்டிருந்தேன். இந்த சந்தோஷத்திற்கு இணையாக இன்னொன்றை என் வாழ்நாளில் நான் அனுபவிப்பேனா என்று சந்தேகமாயிருந்தது. இப்போதுதான் எனது மருத்துவமனை முழுமையானதொரு மருத்துவமனையானது போலிருந்தது. இனி நான் எனது சேவையை மிகுந்த ஊக்கத்துடன் செய்வேன் என்று எனக்கு நானே சொல்லிக்கொண்டேன்.

அத்யாயம்

13

1982

எட்டூர் மண்டபம்

ரோகிகளில் ஒருவராயிருந்தார் சிவபாலன். தோற்றத்தில் எந்தக் குறையும் இல்லாதவரைப் போலத் தோன்றும் அவருக்கு ஒரு விசித்திரமான நோய் பீடித்திருந்தது. அவருடைய இரண்டு கைளிலும் வியர்வை மிக அதிகமாகச் சுரந்தபடியே இருந்தது. ஏதாவது ஒரு துணியில் கையைத் துடைத்தால் பிசுபிசுப்பு படிந்து ரத்தக்கறை போலாகிவிடுகிறது. கைகளின் நசத்தல் தாங்கமுடியாமல் அவர் நாள் முழுவதும் கைகளைத் துடைத்தபடியும் கழுவியபடியுமே இருந்தார். அப்படியும் வியர்வை குறையவேயில்லை.

சில வேளைகளில் வியர்வையைத் துடைக்காமல் விடும்போது அது கையிலிருந்து நீராகச் சொட்டவும் துவங்கிவிடுகிறது. என்ன நோய் அது. ஏன் தனக்கு மட்டும் இப்படிக் கைகளில் வியர்த்துக் கொட்டுகிறது என்று அவருக்கே தெரியவில்லை. ஆனால் அவர் கைபட்ட காகிதங்கள் துணிகள் யாவும் துர்வாடை அடிப்பதையும், அவர் சாப்பிடுவதற்காகக் கையில் எடுக்கும் உணவில்கூட இந்த வாசனையிருப்பதையும் அவர் உணர்ந்தேயிருந்தார்.

திடீரெனத் தன் கைகளுக்கு என்னவானது என்று புரியாமல் அவர் வத்ராப்பில் உள்ள ஒரு சித்த

மருத்துவரோடு மேற்குமலை அடிவாரத்தில் ஒரு மாதகாலம் தங்கி சிகிச்சை பெற்றார். அப்போதும் வியர்வை குறையவில்லை. ஆந்திராவில் உள்ள ஒங்கலுக்குப் போய் சில மாதம் வைத்தியம் பார்த்தார். இப்படியாக இந்த நான்கு வருஷத்தில் அவர் பதினாறு விதமான மருத்துவத்தையும் பார்த்து சலித்துவிட்டார். கையில் வியர்த்து ஒழுகுவது நிற்கவேயில்லை. 'என்னடா எழவு இந்தக் கருமம்' என்று அவர் சலித்துப்போயிருந்தார்.

கையில் உள்ள பிசுபிசுப்பால் கிருமித்தொற்று ஏற்பட்டு அடிக்கடி புண்ணாகிப் போய்விடுவதுடன் விரல்களைப் பிரிக்கவே முடியாமல் ஒட்டிக்கொண்டும் விடுகின்றன. அதனாலோ என்னவோ அவர் தன் இரண்டு கைகளையும் சல்லாத்துணியால் சுற்றியே வைத்திருந்தார். அப்படியும் துணி ஈரமாகிவிடுவதால் அதை இரண்டு மணி நேரத்திற்கு ஒரு முறை மாற்றிக்கொண்டேயிருக்க வேண்டியதாக இருந்தது.

சிவபாலனின் குடும்பம் அவரை ஆரம்பத்தில் அக்கறையோடுதான் கவனித்தது. ஆனால் வீட்டில் இருந்த பாத்திரங்கள், துணிகள், புத்தகங்கள், படுக்கை தலையணைகள் என எங்கும் அவரது வியர்வை வழிந்து நாற்றமாகிவிடவே அவர்கள் எரிச்சல்படவும் முகத்திற்கு எதிராகவே அவரைத் தூற்றிப் பேசவும் துவங்கினார்கள். சிவபாலனுக்கு வீட்டில் இருந்த தனது இடம் பறிபோய்விட்ட எரிச்சல் ஒரு பக்கமும் மறுபக்கம் தான் பெற்ற பிள்ளைகளே வாய்க்கு வந்தபடி பேசுகிறார்களே என்ற ஆதங்கமுமாக இருந்தது.

அவர் மனைவி அவரை தனியாகப் படுத்துக்கொள்ளும்படியாகச் சொல்லிவிட்டாள். அவருக்குத் தனியே தட்டும் டம்ளர்களும் துண்டும் தரப்பட்டன. குழந்தைகளுக்கும் இந்த நோய் வந்துவிடும் என்று சொல்லி அவரது உடைகளை தனியே துவைக்கவும் கூட ஏற்பாடு செய்தாள் அவர் மனைவி. வீட்டின் வளர்ப்பு நாயை விடவும் தான் மிகவும் தனிமைப்படுத்தப்படுவதை உணர்ந்த சிவபாலன் ஒரு நாள் ஆத்திர மிகுதியில் "இது நான் உழைத்து சம்பாரித்த வீடு. நீங்கள் வெளியேறிப் போங்கள்" என்று கத்தினார். அதற்கு அவர் மனைவி "இந்த வீடு சொத்து எதுவும் உங்கள் பெயரில் இல்லை. நீங்கள் வேண்டுமானால் வெளியேறிப் போங்கள்" என்றாள்.

அன்று இருவருக்கும் கடுமையான வாக்குவாதமானது. அவள் சொன்னது நிஜம். அந்த வீடும் நிலமும் அவரது சொத்துகள் அத்தனையும் பினாமி பெயரில் தானிருந்தன. அவர் எதையும் தன் பெயரில் வாங்கிக்கொள்ளவில்லை. அரசு ஊழியராக இருப்பவர்

தன் பெயரில் எப்படிச் சொத்து வாங்குவது என்று தன் மனைவி மைத்துனன் பெயரிலே சொத்துகள் வாங்கிக் குவித்திருந்தார் சிவ பாலன். அவர் தனியார் மற்றும் கூட்டுறவுச் சங்கங்களின் தணிக்கை உயர் அதிகாரியாக அரசுப்பணியில் இருந்தார்.

மனைவியும் பிள்ளைகளும் ஒன்று சேர்ந்து தன்னை வெளியேறிப் போகச் சொன்ன நாளில் அவர் மிகவும் மனம் உடைந்து போனார். சாதாரண வியர்வை தன்னுடைய வாழ்வை சூறைக்காற்றுப் போல சுழற்றி வீசி எறிந்துவிட்டுப் போய்விடும் என்று அவர் ஒருபோதும் நினைக்கவேயில்லை.

அரசு தணிக்கை அதிகாரியாக அவர் வேலைக்குச் சேர்ந்த பிறகு அவர் வியர்வையை அறிந்திருக்கவேயில்லை. எப்போதும் தலைக்கு மேல் ஒரு மின்விசிறியும் அருகாமையில் ஒரு சுழல் விசிறியும் சுற்றிக் கொண்டேயிருந்தன. குளிர்சாதனம் செய்யப்பட்ட படுக்கை அறை. குளிர்சாதனம் செய்யப்பட்ட கார்கள். குளிர்சாதனம் செய்யப்பட்ட அலுவலக அறை என்று அவர் வாழ்விலிருந்து வியர்வை முற்றிலும் மறைந்து போயிருந்தது.

அபூர்வமாக ஏதாவது சில நாட்கள் மின்சாரமற்றுப் போகும். அப்போதும் கூட இரண்டு கடைநிலைப் பணியாளர்கள் அவருக்கு ஓலை விசிறியால் வீசிக்கொண்டேயிருப்பார்கள். மழைக்காலங்களில் கூட அவர் அறையில் குளிர்சாதன வசதி குறைக்கப்படவே கூடாது என்பதில் கறாராக இருந்தார். வெயிலை விட குளிரின்மீது அவருக்கு மிகுதியான விருப்பம் உருவாகியிருந்தது. குளிர்பானங்கள், ஐஸ்கிரீம்கள் என்று அவரது உணவுமுறையைக்கூட மிதமானதாக மாற்றியிருந்தார். வெக்கை கொப்பளிக்கும் தனது பூர்வகிராமத்திற்குப் போவதை முற்றிலும் துண்டித்துக்கொண்டுவிட்டார். கொடைக்கானலின் ஏரியை பார்த்தபடியே ஒரு நிலத்தை வாங்கி வீடு கட்டிக் குடி போய்விட வேண்டும் என்று முயற்சி செய்து இடம் வாங்கிப் போட்டிருந்தார்.

சிவபாலனின் வேலை தணிக்கை செய்வது. அதுவும் வாரம் மூன்று நாட்கள் வேறு வேறு ஊர்களுக்குப் பயணம் செய்து கூட்டுறவுச் சங்கங்களின் கணக்கு வழக்குகளைத் தணிக்கை செய்துவரவேண்டும். அலுவலகம் இதற்காக அவருக்குப் பயணப்படி வழங்கியது. ஆனால் சிவபாலன் எப்போதும் தன்னுடைய சொந்தக் காரில்தான் சென்று வந்தார். அந்தக் காரை அவருடைய மச்சினன் பெயரில் வாடகைக்கு விட்டிருந்தார். சிவபாலனின் அலுவலகம் மிகப்பெரியது. அங்கே அவரைப்போல பல உயர் அதிகாரிகள். அவர்கள் அத்தனை பேரும் குளிர்விரும்பிகள். யாரும்

ஒருபோதும் சூடாகத் தேநீர் குடிப்பதோ, வெயிலில் நடப்பதையோ விரும்பாதவர்கள்.

ஒவ்வொருவருக்கும் மாதம் ஒரு இலக்கிருந்தது. அப்படி சிவபாலனின் மாத இலக்கு மூன்று லட்சம். இந்தப் பணத்தை எப்படியாவது லஞ்சமாக அவர் வாங்கிவிடக்கூடிய திறமை கொண்டிருந்தார். ஆரம்ப நாட்களில் இதற்காக அவர் போராடியபோதும் பிறகு தன் சக அதிகாரிகளைப் போல லஞ்சம் பெறும் திறமைகளை வளர்த்துக்கொண்டுவிட்டார்.

சில நாட்கள் சங்கத்து ஆட்களே அவரை அழைத்து போய் விலை உயர்ந்த மதுவை வாங்கித் தந்து குடிக்க வைத்துக் கறி தோசை வாங்கி சாப்பிடச் செய்து வீட்டில் விடுவதும் உண்டு. சில கூட்டுறவு சங்கங்களின் கணக்கு வழக்குகளைப் பார்க்கும் போது லட்சக்கணக்கில் பணம் களவுபோயிருப்பது அவருக்குத் தெரிய வரும். அது போன்ற நாட்களில் அவர் மிகுந்த சந்தோஷம் அடைவார். எப்படியும் அந்தச் சங்கம் அவர் கேட்கின்ற பணத்தைத் தருவதோடு அவருக்குத் தேவைப்படும் வீட்டு உபயோகப் பொருட்கள், துணிகளை வாங்கியும் தந்துவிடும்.

சென்னராயன்பட்டியில் உள்ள கூட்டுறவுச் சங்கத்தில் அப்படி கணக்கை நல்லவிதமாக முடித்துக் கொடுத்ததற்காக அவருக்கு ஒன்றரை லட்சம் பணமும் ஒரு கலர் டிவியும் கிடைத்தது. முன்னதாகவே அவருக்கு இரண்டு சங்கங்கள் டிவி, ப்ரிட்ஜ், மரக்கட்டில், குளியல் தொட்டி என்று வாங்கித் தந்திருக்கின்றன. அவரது வீட்டில் நான்கு தொலைக்காட்சிப் பெட்டிகளிருந்தன. அதில் இரண்டை அவர் ஒரே அறையில் வைத்திருந்தார்.

தேசிய நெடுஞ்சாலையை ஒட்டியே பதினாறு இடங்களில் நிலம் வாங்கிப் போட்டிருந்தார். அவர் மனைவி தங்கத்தில் ஒரு ஜோடி கால் கொலுசுகள் வாங்கி அணிந்து கொள்ளுமளவு அவருக்கு மேற்படி வருமானமிருந்தது. ஆனால் இந்த உபரி வருமானத்தால் தன் மீது அலுவலக ஊழியர்கள் பலருக்குப் பொறாமை இருக்கிறது என்று அவர் உள்ளூர் உணர்ந்தேயிருந்தார். அதனால்தானோ என்னவோ தனது தெருவில் உள்ள பிள்ளையார் கோவிலின் ஆண்டுவிழாவிற்கு அவராகவே பத்தாயிரம் பணம் தருவதை வழக்கமாக வைத்துக் கொண்டார். அத்தோடு மாதம் மனைவியை அழைத்துக்கொண்டு முருகன் கோவிலுக்குப் போய் ஆராதனைகளும் அபிஷேகங்களும் செய்வதையும் தவறாமல் செய்து வந்தார்.

எப்போதாது மிதமிஞ்சிக் குடித்துவிட்டு லஞ்சப்பணத்துடன் வீடு திரும்பும்போது அவருக்குள் மெலிதாகக் குற்றவுணர்ச்சி எழ ஆரம் பிக்கும். நான் உண்மையில் யாரையோ ஏமாற்றுகிறேனா. இப்படி ஏமாற்றிப் பணம் சம்பாதிப்பது குற்றமில்லையா என்று உள்ளூறத் தோன்றி மறையும். ஆனால் நான் மட்டுமா இப்படியிருக்கிறேன். சக அலுவலர்கள், பிற அலுவலர்கள் எனத் துவங்கி சாதாரண ஆட்டோக்காரன் வரை ஏமாற்றத்தானே செய்கிறான். மற்றவர்கள் என்னை ஏமாற்றும்போது நான் பிறரை ஏமாற்றுவதில் என்ன தவறு இருக்கிறது. சிறுவயதில் நானும் பணத்திற்காக ரொம்ப கஷ்டப்பட்டிருக்கிறேனே என்று சுயசமாதானம் செய்து கொள்வார்.

மற்றபடி ஞாயிற்றுகிழமைகளில் கூட அவர் தனக்கான வருவாயைப் பெறுவதற்கு உரிய சகல முயற்சிகளையும் இயல்பாகவே செய்துவந்தார். அவரைப் போல அவரது அலுவலக ஊழியர்களும் லஞ்சத்தில் ஊறிப்போயிருந்தார்கள். அதனால் அவர் அடித்துப் பொறுக்கிக் கையூட்டு பெறுவதை யாரும் பெரிதாகக் கண்டுகொள்ளவேயில்லை.

திருமணமாகி இரட்டைக் குழந்தைகள் பெற்றுக்கொண்டு அவர்கள் ஏழாம் வகுப்புப் படிக்கும் வரை வாழ்வு சீராகத்தான் சென்று கொண்டிருந்தது. அதன் பிறகு இது போன்ற கோடைக்காலத்தில் தான் வாழ்வின் முதல் விரிசல் உண்டானது.

ஒருமுறை தம்மம்பட்டி கூட்டுறவுச் சங்கத்தின் கணக்கைச் சரி செய்யப் போயிருந்தபோது அதன் பொறுப்பாளர் ராமரத்னம் கணக்கு வழக்குகளை இன்னும் தயார் செய்யவில்லை. ஆகவே அவர் இரண்டு நாட்கள் கன்னியாகுமரியில் தங்கி ஓய்வெடுத்துக்கொண்டிருந்தால் அங்கே வந்து கணக்கை ஒப்படைப்பதாகச் சொன்னார். ஆரம்பத்தில் இதற்கு ஒத்துக்கொள்ள மறுத்த சிவபாலனுக்கு பின்பு இரண்டு நாட்கள் தங்கி ஓய்வு எடுப்பதில் என்ன பிரச்சினை வந்துவிடப்போகிறது என்று தோன்றியது.

மனைவிக்கு போன் செய்து சொல்லிவிட்டு வாடகை காரில் புறப்பட்டார். அவருக்குத் துணையாக கூட்டுறவுச் சங்கத்தின் பொருளாளர் சேது வந்திருந்தான். காரில் இருவரும் பேசியபடியே பயணம் சென்றார்கள். தனக்கு வேண்டிய லுங்கி டவல் ஜட்டி முதல் அடுத்த நாள் அணிந்துகொள்ளப் போகும் வேஷ்டி சட்டை வரை அத்தனையும் நாகர்கோவிலில் உள்ள ஐவுளிக்கடையில் புதிதாக வாங்கிக்கொண்டார்கள். அவருக்காகப் போடப்பட்டிருந்த அறை மிகப்பெரியதாகக் கடல் பார்த்திருந்தது. ஏற்கனவே

முன்பதிவு செய்து வைத்திருந்தார்கள் போலும். ஒவ்வொரு ஆண்டும் கணக்கைச் சுலபமாக முடிக்க இதுதான் அவர்களின் தந்திரம் என உள்ளூற சிரித்தார்.

அவர் சிரிப்பதைக் கண்ட சேது 'வருசா வருசம் இங்கதான் கணக்கு வழக்கு கொண்டுவந்து காட்டுறோம். போன வருசம் தாவீது சார் வந்து நாலு நாள் தங்கியிருந்தாங்க. இங்கேயிருந்து வீட்டுக்குப் போக அவுகளுக்கு மனசேயில்லை" என்றான். அப்படிச் சொல்லும் போது அவன் கண்களில் தெரிந்த கள்ளத்தனம் அவருக்கு எரிச்சல் ஊட்டியது.

அவனிடம் தான் கறாராக இருக்கவேண்டும் என்று முடிவு செய்தவ ரைப் போல சிவபாலன், "நாளைக்குக் காலைல கணக்கு நோட்டு எல்லாம் கரெக்டா வந்திரணும். நான் சும்மா உட்கார்ந்துகிட்டு இருக்க முடியாது பாத்துக்கோ" என்றார். சேது தலையாட்டிக் கொண்டான்.

இரண்டு அறை எடுத்திருந்தார்கள். தன் அறையில் ஷவரில் குளித்து விட்டு சிவபாலன் ஜன்னலைத் திறந்து வைத்தபடியே வெளியே பார்த்துக்கொண்டிருந்தார். காலிங்பெல் அடிக்கும் சப்தம் கேட்டது. கதவைத் திறந்தபோது ஒரு தட்டில் ப்ளூலேபிள் ஸ்காட்ச் விஸ்கியும் சோடாவுமாக நின்றிருந்தான் பணியாள். யாரு கொண்டுவரச் சொன்னது என்று தயக்கத்துடன் கேட்டார். "கீழே சேது சார் சொல்லிட்டுப் போயிருக்காங்க. வேற ஏதாச்சி வேணுமா" என்று கேட்டான். அதை அறையின் டீப்பாயில் வைக்கச் சொல்லிவிட்டு "முந்திரிப் பருப்பு வறுத்தது கிடைக்குமா" என்று கேட்டார்.

அவன் "பொறித்த கோழியும் முந்திரிப் பருப்பும் முன்னதாகவே சொல்லிவிட்டார்கள். அதுவும் பத்து நிமிசத்தில் வந்துவிடும்" என்று சொல்லிச் சிரித்தான். சேது கெட்டிக்காரனாக இருக்கிறான் என்றபடியே சிவபாலன் கதவைத் தாழிட்டுக்கொண்டு டம்ளரில் ஊற்றத் துவங்கினார்.

கடற்காற்று ஏகாந்தமாக இருந்தது. தூரத்தில் ரேடியோவிலிருந்து வரும் பாட்டு வேறு மனதை சந்தோஷப்படுத்திக்கொண்டிருந்தது. மறுபடியும் கதவைத் தட்டும் சப்தம் கேட்டது. அவர் திறந்தபோது வெளியே சேது கையில் ஒரு பெரிய பொட்டலத்துடன் நின்றிருந்தான்.

அவனது கண்கள் ஸ்காட்ச் பாட்டில் திறக்கப்பட்டிருக்கிறதா என்று தந்திரமாக நோட்டம் விட்டன. தன்னிடமிருந்த பொட்டலத்தை டீபாயில் வைத்தபடியே "திராட்சைப் பழமும்

ஆப்பிளும் வாங்கிட்டு வந்திருக்கேன். அவிச்ச வேர்க்கடலையும் சூடா கிடைச்சது. அப்புறம் கை துடைக்க டிஷ்யூ பேப்பர் கேட்பீங்களே, அதுவும் வாங்கியாச்சி. ராமரத்னம் ராத்திரி கிளம்பி விடிகாலைல வந்துருவாங்க. வேற ஏதாச்சி வேணுமா சார்” என்றான்.

இவ்வளவு தீனிகளையும் ஒரு ஆளாக எப்படிச் சாப்பிடுவது என்று புரியாமல் “நீயும் சாப்பிடு” என்றார் சிவபாலன்.

அவன் ஒரு நாற்காலியை இழுத்துப்போட்டு உட்கார்ந்து கொண்டான். சிவபாலன் என்ன பேசினாலும் அவன் வியந்து பாராட்டிக்கொண்டிருந்தான். அவனுக்கு மது போதை ஏறவேயில்லை என்பது முகத்தைப் பார்த்த மாத்திரம் தெரிந்தது. ஆனால் அவன் அடிக்கடி மூத்திரம் பெய்வதற்காக உள்ளே போய் முகத்தைக் கழுவிக்கொண்டு வேறு வந்தான்.

பயல் நம்மிடமே நடிக்கிறான் என்று சிவபாலன் நினைத்தபடியே குடித்துக்கொண்டிருந்தார். இரவு ஒன்பதரை மணி அளவில் இருவரும் அறையில் மீனும் கறிச் சாப்பாடும் கொண்டுவரச் சொல்லிச் சாப்பிட்டார்கள்.

அவர் விரும்பினால் கடற்கரையில் ஒரு நடை போய்வரலாம் என்று சொன்னான். சிவபாலன் இதைக் கூட இவன் அறிந்து வைத்திருக்கிறானே என்றபடியே அவனோடு இறங்கி நடக்க ஆரம்பித்தார்.

கடற்கரையில் ஒரு வெள்ளைக்கார ஜோடிகள் உட்கார்ந்து பேசிக் கொண்டிருந்தார்கள். சாலையில் சுற்றுலாப் பயணிகளின் இரைச்சல். ஓலைத்தொப்பி ஒன்றை வைத்தபடியே ஊதா பனியன் அணிந்த ஒரு வெள்ளைக்காரப் பெண் அவரைக் கடந்து போனாள். அவளது கேசம் பொன்னிறமாக இருந்தது. அவள் உள்ளாடைகள் அணியவில்லையோ என்று சிவபாலனுக்குத் தோணியது. திரும்பிப் பார்க்கக் கூச்சப்பட்டபடியே கண்டுகொள்ளாதவர் போல நடந்தார்.

சேது வழியில் ஒரு வார்த்தை பேசவில்லை. அவர்கள் நடைப்பயிற்சி முடிந்து அவரவர் அறைக்குத் திரும்பினார்கள். “சாருக்கு எந்த நேரம் எது வேணும்னாலும் என் ரூம் கதவைத் தட்டுங்க” என்றபடியே சேது தன் அறைக்குள் போய்த் தாழிட்டுக்கொண்டான்.

போதையும் மிதமிஞ்சிய உணவும் அவர் உடலை சோர்வுறச் செய்திருந்தது. படுக்கையில் விழுந்தார். அறைக்கண்ணாடியில்

அவரது பருத்த தொப்பை தெரிந்தது. கண்ணாடி முன்பாக வந்து நின்றபடியே தன் உடலை அவர் உற்றுப் பார்த்துக்கொண்டிருந்தார். தொப்பை சரிந்துகிடந்தது. மயிர் அடர்ந்த கால்களும் தளர்ச்சியுற்ற குறியும் எரிச்சல் ஊட்டின. அவர் ஒரு சிகரெட்டைப் பற்றவைத்துக்கொண்டு பாத்ரூமிற்குள் சென்றார். மூத்திரம் பெய்யும்போது கடுத்தது.

யாரோ கதவைத் தட்டுவது போலிருந்தது. பாதி சிகரெட்டை அணைத்து விட்டு கதவைத்தள்ளித் திறந்தார். வாசலில் ஒரு வெள்ளைக்காரப் பெண் நின்றிருந்தாள். மெலிந்த தோற்றம், ரோஸ் நிற கவுன் அணிந்திருந்தாள். யார் அவள் என்று புரியாமல் சிவபாலன் திகைத்தபோது சேது அனுப்பிவைத்ததாக அவள் சிரிப்போடு சொன்னாள்.

கள்ளப்பயல், இதைக்கூடக் கண்டுபிடித்துவிட்டானே என்று சிரித்தபடியே உள்ளே வரச்சொன்னார். அந்தப் பெண் குடிப்பதற்கு ஏதாவது இருக்கிறதா என்று கேட்டாள். அவர் தான் குடித்துவிட்டு மிச்சம் வைத்திருந்த ஸ்காட்ச் பாட்டிலை நீட்டினார். அவள் தனியே அமர்ந்து குடிக்க ஆரம்பித்தாள். இடையில் அவருக்குத் தூக்கம் வருகிறதா என்று கேட்டுக்கொண்டாள். அவளது ஒடிசலான உடலைப் பார்த்தபடியே எந்த நாட்டினைச் சேர்ந்தவள் என்று கேட்டுக்கொண்டிருந்தார். அவள் இத்தாலி என்று சொன்னாள். ஏனோ அவருக்கு சிரிப்பாக வந்தது.

அரைமணி நேரத்தின் பின்பு உடைகளைக் களைந்து அவரோடு படுத்துக்கொண்டாள். மூட்டைப்பூச்சி மருந்தின் வாசனை அவள் உடலில் இருந்து வந்து கொண்டிருந்தது. அவளை முத்தமிடும்போது பிளாஸ்டிக்கை முத்தமிடுவது போன்றேயிருந்தது. அவள் உடலுறவு முடிந்தவுடன் எழுந்து தன்னுடைய அறைக்குக் கிளம்புவதாகச் சொன்னாள். அவளுக்குத் தனது பர்ஸில் இருந்து பணத்தை எடுத்து நீட்டினார். சேது தந்துவிட்டதாகச் சொல்லியபடியே அவள் கதவைச் சாத்திவிட்டு வெளியேறி போனாள்.

இரவு அவர் சேதுவைப் புகழ்ந்தபடியே உறங்கிப்போனார். மறுநாள் மதியம்வரை ராமரத்னம் வந்து சேரவில்லை, சேது முந்தைய நாளின் இரவைப்பற்றிக் கேட்டுக்கொள்ளவேயில்லை. பகல் எல்லாம் ராம் ரத்னம் வருவதற்காகக் காத்திருந்தார்கள். முடிவில் மாலை ஆறு மணியளவில் அவர் கணக்கு நோட்டுகளைக் கொண்டுவந்திருந்தார். அதில் ஏகப்பட்ட குளறுபடிகள். சிவபாலன் மனது வைத்து முடித்துக் கொடுத்துவிட்டால் என்ன வேண்டும்

என்று நினைக்கிறாரோ அதை எல்லாம் செய்து தந்துவிடுவதாகச் சொன்னான் சேது.

இது ஒரு தங்க முட்டையிடும் வாத்து என்று சிவபாலனுக்குத் தெரிந்திருந்தது. இங்கேயே தங்கியிருந்தால் தன்னை எப்படியாவது பேசி மயக்கிக் கையெழுத்து வாங்கிவிடுவார்கள். கொஞ்சம் அலைய விட்டுப் பிடிக்கலாம் என்று நினைத்தபடியே அவர் தனக்கு நாளை காலை ஒரு கோர்ட் வேலையிருப்பதால் உடனே இரவு கிளம்ப வேண்டும் என்றார்.

சேதுவும் ராமரத்னமும் இதை முடித்துக் கொடுத்துவிட்டுப் போய் விடலாம் என்று கெஞ்சினார்கள். தன் அறைக்குள் போய்க் கதவை மூடிக்கொண்ட சிவபாலன் அவராகவே ஒரு வாடகைக்கார் வரும்படி செய்து கொண்டார்.

சேது சற்று ஆத்திரப்பட்டவன் போல அவர் அறைக்கதவைத் தட்டிக் கோபப்பட்டு "நீங்க இப்படி செஞ்சா எப்படி சார். உங்களுக்கு நாங்க எதுல குறை வச்சோம்" என்றான். "இல்லை சேது. நீ நினைக்கிற மாதிரி கிடையாது. இதில மாட்டினா என் வேலை போயிடும்" என்றார் சிவபாலன்.

அவன் "ஒரு பிரச்சினையும் வராமல் நாங்க பாத்துக்கிடுறோம் சார் நீங்க கையெழுத்து மட்டும் போடுங்க" என்றான். சிவபாலன் ஒத்துக் கொள்ளவேயில்லை. மூவரும் ஒன்றாகவே அன்றிரவு காரில் பயணம் செய்தார்கள். வழியில் பேசிக்கொள்ளவேயில்லை. கோபாலன் நகரில் அவரது வீடு இருந்த தெருமுனைக்கு கார் வந்தபோது இறங்கிக்கொண்ட சிவபாலன் "மணிலாட்ஜ்க்கு ஆறாம் தேதி வாங்க. பாக்கலாம்" என்றபடியே வீட்டை நோக்கி நடந்துபோகத் துவங்கினார்.

சேது பின்னாடியே எதுவோ கேட்பதற்காக வந்தான். அவனோடு பேசக்கூடாது என்பதுபோல அவர் வேகமாக வீட்டிற்குள் போய்க் கதவை மூடிக்கொண்டார். எப்போதும் போல அவரது லெதர் பையைத் திறந்துப் பார்த்த அவரது மனைவி வியப்போடு "ஒண்ணுமே கொடுக்கலையா" என்று கேட்டாள்.

அடக்கிவைக்கப்பட்ட ஆத்திரம் முழுமையும் அவள் மீது திருப்பியபடியே "ஒரு மசிரும் குடுக்கலை போதுமா" என்றார். அவள் முறைத்தபடியே சமையல் அறைக்குள் போனாள். தான் நினைத்தது போலவே இந்த நாடகம் நன்றாக நடந்துவருவது சிவபாலனுக்கு சந்தோஷமாக இருந்தது. மறுநாள் நிச்சயம் தன்னைத் தேடி சேது வருவான் என்று அவர் எதிர்பார்த்திருந்தார்.

அதுபோலவே அலுவலகம் முடியும்போது சேது வெளியே நின்றுகொண்டிருந்தான்.

அவர் வருவதைக் கண்டதும் வேஷ்டியைக் கீழே இறக்கிவிட்டு கும்பிடு போட்டு ஒரு மஞ்சள் பையை அவரிடம் நீட்டினான். “என்ன சேது இது” என்று கேட்டார். “இது இருக்கட்டும். கணக்கை எங்கே கொண்டுவெர்றதுனு மட்டும் சொல்லுங்க” என்றான். பையைத் திறந்து பார்த்தார். அத்தனையும் நூறு ரூபாய் தாள்கள். அவர் சிரித்தபடியே “சொன்னனே மணி லாட்ஜ்” என்றார். அவன் மறுத்தபடியே “அங்கே வேணாம். நான் சுல்தானியாவில் ரூம் போட்டு வச்சிருக்கேன். நீங்க மதியமா வந்தா போதும்” என்றான். வீட்டிற்குப் போய் பையில் இருந்த பணத்தை எண்ணிப்பார்த்த போது ஒரு லட்சமிருந்தது.

சிவபாலனின் மனைவி, பிள்ளைகளுக்கு நெக்லஸ் வாங்க வேண்டும் என்று சொல்லிக்கொண்டிருந்தாள். சிவபாலன் அந்தப் பணத்தை அப்படியே பையில் போட்டுச் சுருட்டி பீரோவில் வைத்துவிட்டு தனது திறமையை தானே பாராட்டிக்கொண்டார்.

அடுத்தநாள் அவர் சுல்தானியாவிற்குச் சென்றபோது மணி நான்கைத் தாண்டியிருந்தது. ராமரத்னம் மட்டுமே காத்துக்கொண்டிருந்தார். சேது ஒரு வேலையாக திருச்சிவரை போயிருப்பதாகச் சொல்லியபடியே அறைக்குள் அழைத்துப் போனார். இந்தக் கணக்கு வழக்குகளை முடிக்க எப்படியும் பத்து லட்சம் தேவைப்படும் என்று கறாராகச் சொன்னார் சிவபாலன். ராமரத்னம் அவ்வளவு தன்னால் முடியாது என்றும் இன்னும் ரெண்டு லட்சம் தருவதாகப் பேரம் பேசினான். அது சிவபாலனுக்கு ஆத்திரத்தைத் தந்தது. அவர் கணக்கு நோட்டுகளை வீசி எறிந்து எடுத்துக்கொண்டு போகும்படியாகச் சொன்னார்.

அன்றைக்கு இன்னொரு ரெண்டு லட்சம் அவருக்குக் கிடைத்தது. மிச்சப்பணம் வெள்ளிக்கிழமை தருவதாக ஒப்புக்கொண்டார் ராம் ரத்னம் வீடு திரும்பும்போது வழியில் இருந்த பிள்ளையார் கோவிலில் இறங்கி சாமி கும்பிட்டுவிட்டு அதற்கு தானே ஒரு மண்டபம் கட்டித் தருவதாக பிரார்த்தனை செய்து கொண்டார். அன்று மாலை தன் இரண்டு மகள்கள் மனைவியோடு சினிமாவிற்குச் சென்று திரும்பினார்.

அடுத்தநாள் அலுவலகம் கிளம்பக் குளித்தபோது முதன்முதலாகக் கைகளில் வியர்க்கத் துவங்கியது. சூடு அதிகமாகிவிட்டது என்று நினைத்து குளிர்ந்த தண்ணீரை ஒரு பாட்டில் குடித்துக்கொண்டார். அப்படியும் வியர்வை நிற்கவில்லை. கையை டவலில் துடைத்துக்

கொண்டு அலுவலகம் கிளம்பிப் போனார். தனது இருக்கைக்குப் போய்ச் சேருவதற்குள் வியர்வை வழிந்து அவரது கர்சீப் ஈரமேறியிருந்தது. பிசுபிசுப்பு தாங்க முடியவில்லை. அலுவலகத்தில் சோப் வாங்கி வைத்திருக்கவில்லை என்று கோபத்துடன் கத்தினார். வாசனை சோப் வாங்கிவந்து தந்தார்கள். அப்படியும் வியர்வை போகவேயில்லை.

அலுவலகத்தில் அவருக்குக் கீழாக வேலை செய்யும் சுந்தரி என்ற டைப்பிஸ்ட் "சார் ஏதோ கெட்டவாடை அடிக்குது. கவனிச்சீங்களா" என்று கேட்டாள். "அதெல்லாமில்லையே" என்று சமாளித்தார். ஆனால் அவரது வியர்வை பட்ட பைல்கள், அறிக்கைகள் யாவும் கறையாகிப் போவதையும், அவரிடமிருந்து துர்வாடை அடிப்பதையும் அவள் அலுவலகம் முழுவதும் சொல்லிவிட்டிருந்தாள். அன்றிரவு வீட்டிற்குப் போனதும் மூன்று முறை சோப் போட்டும் கைகளில் வியர்வை போகவில்லை. அருகாமையில் உள்ள மருத்துவரைச் சென்று பார்த்தார். அது சுரப்பிகளின் குறைபாடு என்று மருந்து எழுதிக் கொடுத்து இரண்டு நாட்கள் கைகளை டெட்டால் போட்டுக் கழுவும்படியாகச் சொன்னார். அலுவலகத்தில் விடுப்பு எடுத்துக் கொண்டு நாள் முழுவதும் கை கழுவியபடியே இருந்தார்.

சேது போன் செய்து கணக்கை முடித்துத் தரவேண்டும் என்று அவசரப்படுத்திக்கொண்டிருந்தான். அவருக்கோ வியர்வைப் பிசுபிசுப்பு தாங்க முடியாத அவமானத்தைத் தருவதாக இருந்தது. மூன்றாம் நாள் அவர் மதிய உணவு சாப்பிட்டுவிட்டு கைகழுவச் சென்றபோது குடிநீர்ப் பானை அருகே செக்ஷன் கிளார்க் அன்புக்கரசி சொல்லிக் கொண்டிருந்தாள்,

"பாத்தேயில்லை. அவர் வாங்கின லஞ்சக் காசுக்கும் ஆடுன ஆட்டத்துக்கும் கடவுளாக பாத்து தண்டனை கொடுத்திருக்கான். இது நிச்சயமாக மோசமான வியாதியாதான் இருக்கும். நாம இந்த ஆள்கிட்ட நின்னு பேசினா நமக்கு ஒட்டிக்கிடும். வியர்வை நாத்தம் தாங்க முடியலை. எப்படித்தான் இவர்கூட பொண்டாட்டி பிள்ளைகள் இருக்காங்களோ."

கைகழுவமுடியாமல் ஆத்திரம் பொங்கிக்கொண்டு வந்தது. அன்று மதியம் மூன்று மணிக்கு சேது கணக்கை முடித்துவிடலாமா என்று கேட்பதற்கு வந்து நின்றான். அவர் கோபம் மிகுதியாகி "நீங்க செஞ்ச திருட்டுத்தனத்துக்கு நான் பூசி மெழுகணும்னு சொல்றயா" என்று கத்திவிட்டார்.

சேது தலைகவிழ்ந்தபடியே "சும்மா ஒண்ணும் கேட்கலை. கை நீட்டிப் பணம் வாங்கியிருக்கீங்களே, அது களவாணித்தனமில்லையா" என்றான். அது சிவபாலனின் ஆத்திரத்தை மேலும் அதிகமாக்கியது. அவனது கணக்கு நோட்டினை தூக்கி எறிந்து இனி அவர்கள் ஜென்மத்துக்கும் தன்னிடமிருந்து கையெழுத்து வாங்கிவிட முடியாது. அவர்கள் மீது ஒழுங்கு நடவடிக்கை எடுக்க சிபாரிசு செய்வதாகக் கத்தினார்.

சேது "உங்களாலே முடிஞ்சா என்ன வேண்டுமானாலும் செய்து கொள்ளுங்கள்" என்றபடியே வெளியேறிப் போனான். அதன் பிறகு சேது அவரைத் தேடி வரவில்லை. ஆனால் மறுநாள் இரவு ராமரத்னம் வீடு தேடிவந்து இன்னும் ரெண்டு லட்சம் பணம் கொண்டுவந்திருப்பதாக சொல்லி ஒரு பையைத் தந்துவிட்டுப் போனார். அதை வேண்டாம் என்று மறுத்துவிட நினைத்தார். ஆனாலும் மனது கேட்கவில்லை.

"இத்தோடு கணக்கை முடித்துவிட வேண்டியதுதான் என்று லஞ்சப் பணத்தை வாங்கிக்கொண்டு நாளைக்கு வாருங்கள்" என்று அவர்களை வெளியே அனுப்பி வைத்தார். அடுத்த பத்தாம் நிமிடத்தில் அவர் வீட்டின் வாசலில் ஒரு இன்ஸ்பெக்டரும் இரண்டு கான்ஸ்டபிள்களும் நின்றிருந்தார்கள். அவர்களுடன் ராமரத்னம் நின்றுகொண்டிருந்தார். சிவபாலனுக்குப் புரிந்துவிட்டது. தன்னை சூழ்ச்சி செய்து லஞ்ச ஒழிப்புத் துறையில் மாட்டிவிட்டிருக்கிறார்கள்.

தான் கைது செய்யப்படப் போகிறோம். இனி அடுத்து நடக்கபோவதைப் பெரிய பிரச்சினையாக மாற்றவேண்டாம் என்பதுபோல இன்ஸ்பெக்டரிம் தான் வாங்கிய பணப்பையை கொண்டுவந்து தந்தார்.

இன்ஸ்பெக்டர் அவரை காவல்நிலையத்திற்கு அழைத்துப் போகத் துவங்கியபோது அவர் மனைவி என்ன செய்வது என்று புரியாமல் அவள் அண்ணனுக்கு போன் செய்து கொண்டிருந்தாள். மறுநாள் காலை பேப்பரில் சிவபாலனின் புகைப்படம் லஞ்சக் குற்றசாட்டிற்காக அலுவலர் கைது என்று வெளியாகியிருந்தது. அவர் எந்தக் குற்றத்தையும் மறுக்கவில்லை. அலுவலகம் அவர் மீது ஒழுங்கு நடவடிக்கை எடுத்தது. நீதிமன்ற விசாரணை நடந்து கொண்டிருந்தது. தற்காலிக நீக்கம் செய்யப்பட்ட அவர் வீட்டிலே முடங்கிக் கிடந்தார்.

"வியர்வை சுரப்பது நிற்கவேண்டுமானால் சங்கரன்கோவிலுக்குப் போய் உப்பு வாங்கிப் போட்டுவாருங்கள்" என்று ஒரு நண்பர் ஆலோசனை சொன்னார். அதன்படி விடிகாலையில் சங்கரன்

கோவில் போய்ச் சேர்ந்து உப்பு வாங்கிப்போட்டு அங்கு பிரசாதமாகத் தரப்படும் புற்றுமண்ணைக் கையில் பூசிக்கொண்டு வந்தார். ஆனால் அதனால் வியர்வை நின்றபாடில்லை. சிவகிரிசாமியாரிடம் வைத்தியம் செய்தால் நோய் சரியாகிவிடும் என்றார்கள். அதற்காக அவரை தேடிக் காத்திருந்து அவர் சொல்லிய நாளில் பத்தியமிருந்தார். சிவகிரி சாமி அவரை அழைத்துக்கொண்டு வேப்பாற்று மணலில் கழுத்துவரை தோண்டி அரை நாள் நிற்கும்படியாகச் செய்தது. மணல் உடலில் இறுக்கிக் கொண்டு ரணவேதனையாக இருந்தது. அந்த சிகிச்சைக்கு பிறகு சில நாட்கள் வியர்வை சுரப்பது குறைவது போலிருந்தது. ஆனால் அது மட்டுப்படவில்லை.

தென்வடல் கோவிலுக்குப் போய் பச்சைப் பயிறு அவித்துப் போட்டு கண்டங்கத்திரிக்காயும் காட்டு இலந்தையும் படையலாகச் செய்தால் நோய் குறையும் என்றார்கள். அதற்காக பச்சைப் பயிறு பத்துப்படி வாங்கிப் போட்டு வேண்டியும் பார்த்தார். ஏலகிரி மலையில் காட்டுப் பன்றியின் ரத்தத்தைக் கொண்டு தைலம் ஒன்று விற்கப்படுவதாகவும் அதைத் தலையில் ஊறவிட்டு, மூன்று நாட்கள் உப்பு காரமில்லாத பத்தியமிருந்து, போத்தை என்ற காட்டு தெய்வத்தை வணங்கி அதற்கு உதிரப்பலி கொடுத்தால் நோய் இறங்கும் என்றொரு ஆலோசனையைக் கேட்டு அதையும் செய்து பார்த்தார். எந்தக் கடவுளும் அவரைக் காப்பாற்ற வரவேயில்லை. அவரது நோய்மையை கடவுள்களும் சேர்ந்து பரிகசிப்பது போலவே இருந்தது.

அவரது நோய்மைக்குக் காரணம் அவர் மிதமிஞ்சி வாங்கிய லஞ்சப் பணம்தான். எல்லோருமே அவர் முன்பாகவே சொல்லத் துவங்கினர். ஆரம்பத்தில் அதை மறுத்த சிவபாலனின் மனைவி பிள்ளைகள் கூட சில நாட்களில் அதுதான் உண்மை என்று நினைக்கத் துவங்கினர். தன்னிடமிருந்த பணத்தில் எதையும் வாங்கிவிடலாம் என்று நினைத்தவருக்கு இன்றைக்கு ஒரு டம்ளர் தண்ணீரைக்கூட தன்னால் நாற்றமில்லாமல் குடிக்க முடியவில்லையே என்று ஆதங்கமாக இருந்தது.

தனது கோபத்தை வீட்டில் இருந்தவர்களிடம் காட்டத் துவங்கினார். வியர்வை வழிந்து கைகளை நனைத்தபடி இருந்தது. மனசாட்சிக்கு விரோதமாக தான் கையூட்டுப் பெற்றதுதான் வியர்வைக்கு காரணம் என்று அவருக்கு ஒத்துக்கொள்ள முடியவேயில்லை. இது ஏதோவொரு வியாதி. அது தன்னைப் பற்றிக்கொண்டுவிட்டது. எவ்வளவு பணம் செலவானாலும் அதைத் தீர்த்துவிடவேண்டியதுதான் என்று முனைப் போடு அலைந்தார்.

ஒரே நாளில் மூன்று மருத்துவர்களைக் காண்பது. களிம்புகள், சூரணங்கள், ஆங்கில மருந்துகள் என்று எதையெதையோ சாப்பிட்டு வந்தார். எதிலும் வியர்வை சுரப்பது குறையவேயில்லை.

ஏனோ கடைசியாக அவரது படுக்கையைப் பகிர்ந்து கொண்ட வெள்ளைக்காரப் பெண் நினைவிற்கு வந்து கொண்டேயிருந்தாள். அவள்தான் இந்த நோயின் மூலகாரணம் என்று அவராகவே மனதில் முடிவு செய்து கொண்டார்.

சேது தன்னைத் திட்டமிட்டுப் பழி வாங்கிவிட்டான். அவன் ஒரு ஏமாற்றுக்காரன். அவனால் தனது வாழ்க்கை சூறையாடப்பட்டு விட்டது என்ற கோபம் மிதமிஞ்சி, தலைக்கேறியிருந்தது. அந்த மனநிலையும் நோயும் ஒன்று சேர்ந்த பிறகு அவரால் நிம்மதியாக வீட்டில் இருக்க முடியவில்லை. பழைய நினைவுகள் குமட்டலைப் போல திரும்பத் திரும்ப வந்தபடியே இருந்தன. நாள் முழுவதும் தனியே உட்கார்ந்து குடிக்கத் துவங்கினார்.

குடியும் நாட்டுமருந்துகளும் ஒன்று சேர்ந்து அவர் மனதை எப்போதும் எரியும் கொள்ளிக்கட்டையாக வைத்திருந்தன. அவர் தன் மனைவி மகள் என்று யாவர் மீதும் எரிந்து விழுந்தார். தனது தெருவில் உள்ள பிள்ளையார் மீதுகூட தாங்கமுடியாத கோபம் வந்தது. தனது லஞ்சப் பணத்தை ஏன் தன் மனைவி குற்றவுணர்வே இல்லாமல் ஏற்றுக்கொண்டாள். அப்படியானால் அவளுக்குள்ளும் நல்லுணர்வே கிடையாதா என்றுகூட சில சமயங்களில் தோன்றியது.

தான் ஏற்படுத்திக்கொண்ட கறை தன் வீட்டில் உள்ள எல்லோர் மீதுதானே படிந்திருக்கிறது. ஏன் அவர்களை நோய்மை பற்றிக் கொள்ளவில்லை, தான் மட்டும் ஏன் குற்றவாளியாகப்படுகிறோம் என்று கோபமாக வந்தது.

கோர்ட் வழக்குகளை சரிகட்ட தன்னிடமிருந்த பணத்தைச் செலவழிக் கத் துவங்கினார். தன்னோடு வேலை பார்த்தவர்கள் நண்பர்கள் எவரையும் பார்க்க மனமில்லாமல் போனது. அதன்பின்பு ஒதுங்கி வாழத் துவங்கினார். மணி லாட்ஜில் தனியே அறை எடுத்துக்கொண்டும் கோபாலசாமி மலை அடிவாரத்தில் ஒற்றை அறையொன்றை வாடகை எடுத்துக்கொண்டும் மருந்துவம் செய்தபடி வாழ்ந்து பார்த்தார்.

தனிமை காமத்தைப் பெருக்குவதாக இருந்தது. ஆனால் எந்தப் பெண்ணும் அவரது வியர்வை வாடைக்கு பயந்து உடன் படுத்துக் கொள்ளத் தயங்கினாள். அதனால் தன்னை

அழித்துக் கொள்ளுமளவு குடிக்கத் துவங்கினார். ஒரு வருடத்தில் அவரது தோற்றம் நசிவுற்றதோடு கண்கள் குழிவிழுந்து தாடை எலும்புகள் துருத்திக்கொள்ளத் துவங்கின. அவர் செருப்பில்லாமல் நடந்து திரிந்தபடியே எப்போதும் போதையிலே இருந்தார். ஒரு ரிக்ஷாக்காரன் மட்டுமே அவருக்குத் துணையாளாக இருந்தான்.

அவன் தான் "தெக்கோடு மாதா கோவிலுக்குப் போய் வாருங்கள்" என்று அவரை சொல்லிக்கொண்டேயிருந்தான். முதல்முறையாக அவர் போனபோது நோயாளிகளின் பெருங்கூட்டத்தைக் கண்டதும் அதை தாங்கிக்கொள்ள முடியாமல் தப்பியோடி அறைக்குத் திரும்பி மூன்று நாட்கள் குடித்துக்கொண்டேயிருந்தார். இந்த வருசம் அவனும் வருவதாகச் சொல்லி இருவருமாக நடந்து போகலாம் என்றான். அப்படித்தான் இருவரும் தெக்கோடு நோக்கி நடக்கத் துவங்கினர். ஒரு நாள் நடப்பதற்குள் ரிக்ஷாக்காரனின் கால்கள் கொப்பளமாகிவிட்டிருந்தன. அவன் வழியில் தங்கிக்கொண்டுவிட்டான். தனி ஆளாக சிவபாலன் நடந்து எட்டூர் மண்டபத்திற்கு வந்து சேர்ந்திருந்தார். அங்கு தங்கியிருந்த நோயாளிகளை விட்டு ஒதுங்கி தனியே உட்கார்ந்திருந்தார். மதியம் தந்த கஞ்சியைக் கூட அவர் குடிக்கவேயில்லை. எப்படியாவது இந்த நோயிலிருந்து விடுபட்டால் போதும் என்று விரக்தியுற்று இருந்தார்.

அக்காவின் கண்கள் எப்படி அவரை தனித்து அடையாளம் கண்டு கொண்டன என்று அவருக்கே புரியவில்லை. அக்கா அவர் அருகில் வந்து உட்கார்ந்தபடியே "தம்பீ நலமாக இருக்கிறாயா" என்று கேட்டாள். சிவபாலன் பதில் பேசாமல் இருந்தார். அக்கா அவர் கையில் சுற்றிய துணியை தானே உருவி எடுத்துவிட்டு அவரது ரணமாகிப்போயிருந்த கைகளைத் தொட்டுப்பார்த்துவிட்டு கண்களை மூடிக்கொண்டாள். மிகுந்த தயக்கத்துடன் சிவபாலன் அவளிடம் கேட்டார்,

"எனது கைகளில் வடியும் வியர்வை குணமாகிவிடுமா அக்கா?"

அக்கா ஆறுதல் தருவது போன்ற குரலில் சொன்னாள்.

"தம்பீ. உன் கைகளை நீ எப்படிப் பயன்படுத்தினாய் என்று உனக்கே தெரியும். நம் தவறுகள் நம்மை எப்போதுமே பின்தொடர்ந்து கொண்டுதானிருக்கின்றன. அவை விதையைப் போல நமக்குள்ளாகவே வேர்விட்டு முளைக்கத் துவங்குகின்றன. இந்த உபாதைகள் யாவும் அதன் பூக்கள். தம்பீ… நமது கைகள் நமக்கு மட்டுமே உரியதில்லை. அதை மற்றவருக்காவும் பயன்படுத்த முடியும். அணைக்கவும் ஆறுதல் படுத்தவும் துணை செய்யவும்,

தாங்கிப்பிடிக்கவும் கைகள் முன்வர வேண்டும். நீ நடைபழகும் குழந்தையைப் பார்த்திருக்கிறாயா. அது நம் கைகளை எவ்வளவு உறுதியாகப் பற்றிக்கொள்கிறது. அந்தப் பிடிமானம்தான் கைகளின் தனித்துவம். நடந்து வளர்ந்த பிறகும் அந்த ஏக்கம் நமக்குள் இருந்துகொண்டேதானிருக்கிறது. உன் கைகளை பிறருக்காகப் பயன்படுத்து தம்பி. உனது கறையிலிருந்து உன்னை விடுவித்துக்கொள்ள உன் கைகளைப் பயன்படுத்தி கடினமான வேலைகளைச் செய்யத் துவங்கு. கைகளால் மண்ணைத் தோண்டு. தண்ணீர் இறைத்து ஊற்று. செடிகளை வளர்த்துப் பார். மற்றவருக்கு உணவிடு. உன்னை சுற்றியுள்ள அருகாமையை சுத்தம் செய்து பார். அப்போது மீட்சி கிடைக்கும்" என்றாள்.

அது நிஜம்தானோ என்று சிவபாலனுக்குத் தோன்றியது. அக்கா பரிவோடு அவருக்குப் பயிற்றுக்கஞ்சியைத் குடிக்கும்படி தந்தாள். அப்போது சிவபாலனை விட்டுத் தள்ளி அமர்ந்து கஞ்சி குடித்துக் கொண்டிருந்த ஒரு நோயாளி இருமல் வந்து நெஞ்சை எக்கிப் பிடித்துக்கொண்டு வாந்தி எடுக்கத் துவங்கினான். அக்கா ஓடிப்போய் அந்த நோயாளியின் நெஞ்சைத் தடவிவிட்டு தனது கைகளில் வாந்தி எடுக்கும்படியாகச் சொன்னாள்.

அந்த மனிதன் தயங்கினான். அக்கா அவன் முதுகைத் தடவிவிட்டு வாந்தியெடுக்கும்படி சொன்னாள். அவன் அக்காவின் கைகளில் கொழகொழவென வாந்தியெடுத்தான். அக்கா அருவருப்பு இல்லாமல் அதை ஓரமாகக் கொண்டுபோய்க் கொட்டிவிட்டு ஒரு மண்கலயத்தில் தண்ணீரும் துணியும் கொண்டுவந்து அந்த நோயாளியைத் துடைத்து விட்டு குடிக்க தண்ணீர் தந்தாள். அந்த மனிதன் கண்கள் கசிந்து கொண்டிருந்தன.

"எதற்காகத் தம்பி அழுகிறாய். நோயிற்காக அழுவது என்றால் உலகமே அழுதுகொண்டுதானிருக்கும். என்றாவது தெருநாய் தனக்குக் கால் வலிக்கிறது, காய்ச்சல் அடிக்கிறது என்று அழுதிருக்கிறதா, இல்லை ஆட்டுக்குட்டிகள் தனக்கு வயிறு சரியில்லை என்று ஓலமிடுகிறதா. வலியைத் தாங்கிக்கொள்கின்றன தம்பி. எத்தனை நாட்கள் நாய்களின் மீது கல்லெறிந்து விரட்டியிருக்கிறோம். அதற்கு வலிக்காது என்று அர்த்தமில்லை. மனிதனைத் தவிர எல்லா உயிர்களும் வலியை சகித்துக்கொள்ளப் பழகியிருக்கின்றன. இருப்பதிலே நம்மைப் போன்ற மனிதர்கள்தான் பாவமான ஜென்மங்கள். விரல் நகத்தில் அடிபட்டால்கூட கத்திக் கூப்பாடு போடுகிறோம்" என்று சொன்னாள்.

அந்த நோயாளி “அக்கா, நான் வலியை நினைத்து அழவில்லை. நீங்கள் தந்த கஞ்சி என் தாய் சிறுவயதில் செய்து தந்தது போலவே இருந்தது. ஒரு மிடறு குடிப்பதற்குள் மனது கனமாகிவிட்டது. தாய் இறந்துபோன பிறகு தாய் தந்த சுவையும் நம்மை விட்டுப் போய்விடுகிறது. அதை மறுபடி சுவைக்கையில் என்னால் தாங்க முடியவில்லை. அந்தத் துயரம்தான் என் கேவலுக்கு காரணம் அக்கா” என்றான்.

அக்கா ஆழ்ந்து பெருமூச்சிட்டபடியே “தம்பீ, நானும் என் அம்மாவிட மிருந்துதான் இந்தக் கஞ்சி வைக்க கற்றுக்கொண்டேன். குடித்தம்பி” என்று அவருக்குத் தண்ணீரைப் புகட்டிவிட்டாள்.

நீர் உதடுவழியே வழிந்தபோது அதைச் சேலையால் துடைத்துவிட்டு ரகசியம் பேசுவதுபோல் காதருகே வந்து “நீ ரொம்பவும் களைத்துப்போயிருக்கிறாய். சிம்னி விளக்கில் புகை படிந்து போயிருப்பதைப் போல் உன் மீது துயரம் படிந்து போயிருக்கிறது. நான் உன் கருமையைத் துடைத்துவிடுகிறேன். உனக்குள் உள்ள விளக்கின் வெளிச்சம் பிரகாசமாக ஒளிரும்” என்றபடியே அவள் “இன்னும் கொஞ்சம் கஞ்சி தரட்டுமா தம்பி” என்று கேட்டாள்.

நோயாளி “வேண்டாம் அக்கா” என்றான்.

அக்கா அவன் விரல்களைப் பிடித்துச் சொடக்கிட்டபடியே “தம்பீ, நாம் அப்பாவும் அம்மாவும் கற்றுத்தந்த எத்தனையோ நல்ல விஷயங்களை மறந்துவிட்டோம். உணவையாவது நினைவில் வைத்திருப்பது நல்லதுதானே” என்றார். நோயாளியால் பேசமுடியவில்லை. அவன் உடல் குலுங்குவது தெரிந்தது.

சிவபாலனுக்கு எல்லாமே தன்னைப்பற்றியே சொல்வது போலவே இருந்தது. இருமி நெஞ்சைப் பிடித்துக்கொண்ட நோயாளி அக்காவின் கைகளைப் பற்றியபடியே “என் அம்மா இறந்து போனபோது அவளது உடலைக்கூட நான் பார்க்கவில்லை. அவள் வறுமையோடு போராடி என்னைப் படிக்க வைத்தாள். நான் நகருக்கு வந்து படித்து இங்கேயே வேலை செய்யத் துவங்கினேன். அவள் எப்போதாவது என்னைப் பார்க்க வருவாள். ஒவ்வொரு முறையும் அவள் என் அறையைப் பார்த்துவிட்டு சுத்தமாயில்லை என்று கோவித்துக் கொள்வாள். என்னோடு நட்பாகப் பழகிய ஒரு பெண்ணை அம்மா வெறுத்தாள். பணத்தை முறையாக நான் செலவு செய்வதில்லை என்று குற்றம்சாட்டுவாள். என் இன்பங்களுக்கு அவள் தடையாக இருக்கிறாள் என்று அவளை நான் விரும்பியே புறக்கணித்தேன்.

அம்மா சாவதற்கு இரண்டு நாட்களுக்கு முன்பு ஒரு நாள் காலை நான் தங்கியிருந்த வீட்டின் கதவைப் பிடித்துக்கொண்டு அவள் நின்றிருந்தாள். 'உன்னை யார் இங்கே தேடிவரச்சொன்னது' என்று கத்தினேன்.

அவளோ பதற்றமான குரலில் எனக்கொரு கனவு வந்தது. அதில் நீ நோயாளியாகப் படுத்துக்கிடக்கிறாய். உன் நெஞ்சு படபடவென அடித்துக்கொள்கிறது. அம்மா அம்மா என்று அரற்றுகிறாய். அந்தக் கனவில் இருந்து விழித்து எழுந்த பிறகு என்னால் ஊரில் மன சமாதானத்துடன் இருக்க முடியவில்லை. அதனால் அவசரமாகக் கிளம்பி வந்துவிட்டேன்' என்றாள்.

நான் அம்மாவை வீட்டினுள் கூட அழைக்கவில்லை. 'உன் கற்பனையாக கனவுகளால் நான் செத்துவிட மாட்டேன். உனக்கு காசுதானே வேணும். அதற்காக புதுசாக கதை எல்லாம் அளக்காதே' என்று கத்தினேன். அம்மா மௌனமாக நின்றபடியே நான் உனது முகத்தை ஒரு தடம் தொட்டுத் தடவிக் கொடுத்துவிட்டுப் போய்விடுகிறேன்' என்றாள். நான் அதை அனுமதிக்கவேயில்லை. அவளை ஒரு நாயைப் போல விரட்டியடித்தேன். வாசலில் நின்றபடியே அம்மா வாய் விட்டு அழுதாள்.

அப்போது அது ஒரு நாடகம் என்றே தோன்றியது. எனது வாழ்க்கையின் எல்லா நெருக்கடிகளுக்கும் அம்மாதான் காரணம் என்று நம்பிக் கொண்டிருந்தேன். அம்மா வெளியே போக மனதில்லாமல் நின்று கொண்டிருந்தாள். அவள் முன்னால் பத்து ரூபாயை வீசி எறிந்துவிட்டு நான் விடுவிடுவெனக் கதவை மூடிக்கொண்டு வெளியே நடந்து போனேன்.

நான் திரும்பி வந்தபோது அந்தப் பத்து ரூபாய் அதே இடத்தில் கிடந்தது. அம்மா போயிருந்தாள். அது கூடுதலாக எனக்கு ஆத்திரத்தை தந்தது. நான் வெறுத்தேன். அம்மாவை மிகவும் வெறுத்தேன். யாரோ ஒரு ஆளை நம்பி என்னைப் பெற்றுப்போட்டு நாளெல்லாம் வறுமையில் வளர்த்து எந்த வசதியும் செய்து தர முடியாமல் போய் அற்ப வேலைக்கு அனுப்பிய அவளது கடந்தகாலத்தை நினைத்து நினைத்து வெறுத்தேன்.

அதன் மறுநாள் அம்மா இறந்து போய்விட்டாள் என்ற செய்தி வந்தது. நான் சொந்த ஊருக்குப் போகவேயில்லை. மாறாக அம்மா இறந்துபோய்விட்டாள் என்பதை ஏதோவொரு தடை நீங்கியது போல உணர்ந்தேன். அவளுக்கான எந்தச் சடங்கையும் நான் செய்யவில்லை. எனக்குள் அம்மாவின் மீதான வெறுப்பு அப்படியே உறைந்து போயிருந்தது.

ஆனால் இன்று நீங்கள் தந்த கஞ்சி அந்த வெறுப்பைக் கரைத்துவிட்டது. சிறுவயதில் நான் நோயுற்ற நாளில் அருகில் விழித்திருந்த அம்மாவின் கண்கள் நினைவிற்கு வந்துவிட்டன. என்னால் துக்கத்தைத் தாங்கிக் கொள்ளவே முடியவிடில்லை. நான் மன்னிக்கவே முடியாத குற்றம் செய்தவன். அம்மாவின் அந்தக் கனவு உண்மையாகிவிட்டது. நான் நோயாளியாகிவிட்டது. ஒருவேளை அம்மாவின் கைவிரல்கள் என் நெற்றியில் பட்டிருந்தால் நான் நோய்மையுறாமல் போயிருப்பேன். என் விதி. என் வெறுப்பு. என்னை இப்படி ஒடுக்கிவிட்டது" என்று சொல்லி விம்மினான்.

அக்கா அவன் கைகளைப் பிடித்துக்கொண்டு "உன் மனதில் உள்ள வெறுப்புகள் அத்தனையும் வெளியேறும்வரை அழுது தீர்த்துவிடு தம்பி. அழுகையைத் தவிர வேறு எதுவும் மன சாந்தி தராது. தம்பீ, உன்னைச் சுற்றிலும் திரும்பிப் பார். அத்தனை பேரும் நோயாளிகள். இவர்களில் எவரும் நோயாளியாகப் பிறக்கவில்லை. நோயாளியாக உருமாறியவர்கள். நோய் நீங்கியதும் இந்த வேஷம் கலைந்து போய்விடும். அதுவரை நோயாளிகள் அத்தனை பேரும் ஒன்றுபோலத்தான் தன்னை உணர்கிறார்கள்.

என்னுடைய சிறுவயதில் ஒருமுறை என் அம்மாவிற்கு முதுகில் ஒரு கட்டிவந்தது. அதை நரம்புச்சிலந்தி என்பார்கள். வலி தாங்க முடியாது. அம்மா அந்த வலியை ஒருபோதும் காட்டிக்கொண்டதேயில்லை. ஒரு நாள் அம்மா நாவிதரை வரவழைத்து அந்தக் கட்டியை அறுத்து நீக்கிவிடலாம் என்றார்.

எங்களூரில் நாவிதர்கள்தான் வைத்தியர்கள். அவரும் ஒத்துக் கொண்டார். அடுத்த நாள் தனது கத்தியைச் சாணை பிடித்து நாட்டு மூலிகை அரைத்து எடுத்துக்கொண்டு அம்மாவைத் தேடி அவர் வந்தபோது அவள் நின்று சமைக்கும் அடுப்பில் சமையல் செய்து கொண்டிருந்தாள். அது விசேஷ நாட்களில் ஏற்றப்படும் அடுப்பு. என்ன செய்கிறாள் என்று புரியாமல் நாவிதர் வணக்கம் சொன்னபோது அம்மா 'நான் அடுப்பில் வேலை செய்து கொண்டிருக்கிறேன். நீ முதுகில் உள்ள கட்டியை அறுத்து எறிந்துவிடு' என்றாள்.

நாவிதர் பயத்துடன் 'அம்மா நிறைய ரத்தம் போய்விடும். மயக்கமாகி விடுவீர்கள்' என்றார். அம்மா இந்த அடுப்பு வேலையை கவனிக்கும் போது வேறு எதுவும் மனதில் நிக்காது. இன்றைக்கு நான் தயாரிக்கும் இந்த உணவு விசேஷமானது. அதைச் செய்து முடிக்க ஒரு மணிநேர மாகும். அதற்குள் கட்டியை அறுத்துவிடு'

எஸ்.ராமகிருஷ்ணன்

என்றாள். நாவிதர் கடவுளின் மீது பாரத்தைப் போட்டு அம்மாவின் முதுகில் இருந்த கட்டியை அறுக்கத் துவங்கினார்.

அம்மா மர ஸ்டுல் மீது உட்கார்ந்தபடியே வெண்கலப் பானையில் உணவைத் தயார் செய்து கொண்டிருந்தாள். ரத்தம் முதுகில் வழிந்து இடுப்பில் இறங்கித் தொடை வரை சென்றது. அழுகையோ கூக்குரலோ எதுவுமில்லை. கட்டியை அறுத்து அதில் மருந்திட்டுக் கட்டிய பிறகு, அம்மாவை நோக்கிக் கைகூப்பிய நாவிதர், 'அம்மா கர்ண மகாராஜா இப்படி வலியைத் தாங்கும் மனது கொண்டவர் என்று பாரதம் சொல்லிக் கேட்டிருக்கிறேன். நீங்கள் அதையும் மிஞ்சி விட்டீர்கள்' என்றார். அம்மா சிரித்தபடியே 'நீயும் இருந்து இன்று நான் செய்த கல்கண்டுப் பொங்கலைச் சாப்பிட்டுவிட்டுப் போயேன்' என்றாள்.

அன்றைக்கு பொங்கலில் இருந்த தித்திப்பு ருசியை நாவிதர் தன் வாழ்நாளில் மறக்கவேயில்லை. எனக்கு ஆறு வயதிருக்கும். அன்று சாப்பிட்ட அந்தப் பொங்கலின் ருசி என் நாவில் இன்றும் தித்திக்கிறது. தம்பி என் அம்மா அன்று எனக்குக் கற்றுத்தந்த பாடம் சமையலில் தன்னை ஈடுபடுத்திக்கொண்டுவிட்டால் எந்த வலியும் தெரியாது என்பதுதான். அன்றாடம் சமையல் அடுப்பின் முன்பு நிற்கும்போது அம்மாவின் சொற்கள் நினைவிற்கு வந்து போகின்றன. அவைதான் எனக்கு வாழ கற்றுத் தருகின்றன. தம்பீ, பெண்கள் நெருப்போடு பேசத்தெரிந்தவர்கள்.

நல்ல சமையற்காரி நெருப்போடு பேசுவாள். நெருப்பு அவளிடம் ஏதேதோ கதைகள் சொல்லும். நெருப்புடன் ஸ்நேகம் கொள்ளாமல் சமைக்க முடியாது. நெருப்பு அறியாத ரகசியம் என்ன இருக்கிறது. நெருப்பில் நேற்றைய நெருப்பு இன்றைய நெருப்பு என்ற பேதமிருக்கிறதா என்ன?

அம்மாவின் தைரியத்தில் நூறில் ஒரு மடங்கு எனக்கில்லை என்று தான் தோன்றுகிறது. இந்த உடம்பிற்குள் அவள் ஒரு மூலையில் இருந்துகொண்டு என் செயல்களை வேடிக்கை பார்த்துக் கொண்டிருக்கிறாள். நான் என்றாவது ஒரு நாள் அம்மாவின் நிலைக்கு உயர முடிந்தால் அது போதும் என் வாழ்க்கைக்கு" என்றாள். மூச்சிரைப்பு கொண்டவனால் அந்த அனுபவத்தைத் தாங்கிக்கொள்ள முடியவில்லை. உடைந்து போனவனைப் போல தலை கவிழ்ந்து கொண்டான். அக்கா எழுந்து தன் கண்ணீரைத் துடைத்தபடியே சொன்னாள்,

"நோயாளிகளின் கண்ணீர் கொதி மிக்கது. அதை எந்த சமாதானமும் தேற்றிவிட முடியாது."

சிவபாலன் தன்னை அறியாமல் அதைக் கேட்டு அழுதுகொண்டிருந்தார்.

*

அன்றிரவில் அக்கா உறங்குவதற்கு முன்பாக எல்லா நோயாளிகளையும் தன் அருகில் வந்து உட்காரும்படியாகச் சொன்னாள். ஏதோ பிரசங்கம் செய்யப்போகிறாள் என்பது போல் ஆர்வத்துடன் ஒன்று சேர்ந்தார்கள். கொண்டலு அக்கா அவர்களைப் பார்த்து சிரித்தபடியே. "நான் எந்த அறிவுரையும் சொல்லப்போவதில்லை. நாம் விளையாடலாமா" என்று கேட்டாள்.

அக்காவின் செயலைப் புரிந்துகொள்ள முடியாமல் நோயுடன் சிரமப்படும் நம்மை விளையாட அழைக்கின்றாளே என்று அவர்கள் வெறித்துப் பார்த்தார்கள்.

"நாய்கள் வயிறு சரியில்லாமல் போனால் ஓடிக்கொண்டேயிருக்கும். களைத்து ஓயும்வரை ஓடுவதை நிறுத்தாது. அப்போது நாயைப் பார்த்தால் கிறுக்குப் பிடித்ததுபோலதானிருக்கும். ஆனால் அதுதான் வைத்தியம். நாம் விளையாடுவதும் ஒரு வைத்தியம்தான். வாருங்கள் ஆடலாம்" என்றாள். சிலர் விலகிப் போனார்கள், பலர் ஒன்று சேர்ந்தார்கள்.

ஒவ்வொருவரும் ஒரு சிறு கல்லைக் கையில் எடுத்துக் கொள்ளும்படியாகச் சொன்னாள். அந்த இடத்தில் இருந்த நோயாளிகள் அக்கா சொல்வதைப் போலவே ஆளுக்கு ஒரு கல்லை எடுத்துக்கொண்டனர். அக்கா தானும் ஒரு கல்லைக் கையில் எடுத்துக்கொண்டாள்.

பிறகு அக்கா எதையும் பேசாமல் மௌனமாகிவிட்டாள். கையில் வைத்திருந்த கல்லை என்ன செய்வது என்று தெரியாமல் உட்கார்ந்திருந்தவர்கள் திகைத்துப் போனார்கள். சிலர் அருகில் இருந்தவர்கள் என்ன செய்கிறார்கள் என்று வேடிக்கை பார்த்தார்கள். அக்காவிடம் சலனமேயில்லை. அவள் கையில் ஒரு கல்லை வைத்து நீட்டியபடியே உட்கார்ந்திருந்தாள்.

என்ன செய்வது என்று புரியாமல் கையில் வைத்திருந்த கல்லைப் பார்த்துக்கொண்டேயிருந்தனர். கல் எடை கூடி கனமாவது போலவும் சில நேரம் எடையில்லாமல் மிதப்பது போன்றும் விநோதமான உணர்ச்சிகள் எழும்பத் துவங்கின. ஐந்து நிமிடங்களுக்கு மேலாகக் கல்லை எவராலும் வைத்திருக்கவில்லை. சிலர் ரகசியமாக கீழே போட்டனர் சிலரோ கைமாற்றி வைத்துக்

கொண்டனர். ஒரு சிலர் கல்லைப் பார்த்தபடியே என்ன செய்வது என்று யோசித்துக்கொண்டேயிருந்தனர். இந்த அமைதி நீண்டு கொண்டே போனது. ஒருவன் கையில் இருந்த கல்லை தூரமாக வீசி எறிந்தான். அப்போதும் நிசப்தம் கலையவேயில்லை. அரைமணி நேரத்தின் பிறகு அக்கா சிரித்தாள்.

"இந்தக் கல்லை காரணம் இல்லாமல் வைத்துக்கொண்டிருப்பது எரிச்சலாக இருக்கிறதா. இதைக் கையில் வைத்திருக்கப் பொறுமை யில்லையா?"

பலரும் தலையசைத்தார்கள்.

"உங்களை என்ன செய்கிறது இந்தக் கல். ஏதாவது துன்புறுத்தியதா. அல்லது அதன் கனத்தைத் தாங்கமுடியாமல் கை வலி தந்ததா" என்று கேட்டாள். "இல்லை" என்றார்கள்.

அக்கா மறுபடியும் புன்னகையோடு "பின்பு ஏன் கல்லைக் கையில் வைத்துக்கொள்ள ஒருவருக்கும் இஷ்டமில்லை" என்றாள். "எதற்காக இந்தக் கல்லை வைத்துக்கொள்வது என்று யாரோ ஒரு நோயாளி" கேட்டார்.

"காரணம் சொன்னவுடன் நீங்கள் கல்லை நேசிக்க ஆரம்பித்து விடுவீர்களா என்ன?

உங்களுக்குக் கண்ணுக்குத் தெரிய ஒரு பெண் தனது கர்ப்பத்தில் தன் சிசுவைப் பத்து மாதங்கள் சுமந்துகொண்டிருக்கிறாள். அவளுக்குப் பொறுமையிருக்கிறது. இதோ மரத்தில் பிஞ்சும் காயுமாக ஆயிரமாயிரம் காய்ந்து தொங்குகின்றது. அவை பழுத்துக் கனியட்டும் என்று மரம் பொறுமையாக இருக்கிறது. உங்கள் கையில் உள்ள கல் என்றோ எதற்காகவோ பொறுமையாகக் காத்திருக்கிறது. ஏன் நமக்குப் பொறுமையில்லை? ஏன் நம்மால் சிறு கல்லைக் கூடக் கையில் ஏந்தி வைத்திருக்க முடியவில்லை. கல் அல்ல காரணம். நமது மனது. அது அலைபாய்ந்து கொண்டே யிருக்கிறது. அதற்கு எல்லாவற்றிற்கும் ஒரு காரணம் ஒரு விளக்கம் சொல்லவேண்டும். மனதின் பிரச்சினை கல்லோடு அது தன்னை எளிதாக கலந்துவிட முடியாது என்பதே.

கல்லிற்கு பதிலாக உங்களிடம் ஒரு தாமரைப் பூவைத் தந்திருந்தால் நீங்கள் அதைப் புனிதமாகக் கருதி வைத்திருப்பீர்கள். ஆனால் கல் ஏன் மலராக உங்களுக்குத் தெரியவில்லை. பூ எப்படி மலர்ந்திருக்கிறதோ. கல்லும் அப்படியே மலர்ந்திருக்கிறது.

பூவின் மணம் வெளிப்படையாக உள்ளது. கல்லில் அப்படியில்லை. ஆனால் கல்லும் மிருதுவானதே. அதை ஏன் நாம் வெறுக்கிறோம்? நமது ஆயுதமாக மாற்றிக்கொள்கிறோம்?

கல்லில் நமது பயம் ஏற்றப்படுகிறது. நமது ஆவேசம் ஏற்றப்படுகிறது. நமது வன்மம் கல்லின் வழியே தன்னை வெளிப்படுத்திக் கொள்கிறது. இவ்வளவு கல்லைப் பயன்படுத்தத் தெரிந்த நமக்கு ஏன் கல்லை நேசிக்கத் தெரியவில்லை. அது தேவையற்றது என்று ஏன் கருதுகிறோம்.

தம்பிகளே... எதற்கு என்று காரணம் அறியாமல் ஒன்றைக் கையில் சுமப்பது எவ்வளவு மர்மமாக இருக்கிறது. உண்மையில் இந்த கற்களைப் போலத்தான் நாம் இருக்கிறோம். எதற்குப் பயன்படப் போகிறோம் என்று நமக்கே தெரியாது. யார் கையில் என்னவாகப் போகிறோம் என்ற மர்மம் நம் கூடவே இருக்கிறது. நாமும் இந்தக் கல்லைப் போலக் காத்திருக்கிறோம்."

நோயாளிகள் கையிலிருந்த கல்லை வெறித்துப் பார்த்தபடியே இருந்தனர். பிறகு அக்கா சொன்னாள், "நம்மை நாம் உணரத் தவறினால் அதன் இழப்பு நமக்கு மட்டுமானதில்லை. உலகத்திற்கும் சேர்த்ததுதான்."

நோயாளிகள் அன்றிரவு நீண்ட நேரம் அதே யோசனையில் கிடந்தனர். யாரோ தனது தவற்றை உணர்ந்து விசும்பும் சப்தம் விட்டுவிட்டுக் கேட்டுக்கொண்டிருந்தது.

அத்யாயம்

14

1982

ஈச்சங்காடு

ரயில் முன்னால் போகிறதா அல்லது பின்னால் போகிறதா என்று தெரியாத குழப்பமாக இருந்தது. பாம்பாட்டியின் முன்னால் உட்கார்ந்திருந்தாள் செல்வி. அவன் தனது தோளில் மாட்டியிருந்த பையில் இருந்து வறுத்த அரிசியைக் கொஞ்சம் அள்ளி வாயிலிட்டு மென்று கொண்டிருந்தான். செல்வி பயமும் வியப்பும் பாம்புள்ள பெட்டியைப் பார்த்தபடியே "இப்போ பாம்பு என்ன செய்யுது" என்று கேட்டாள். பாம்பாட்டி "அது தூங்குது" என்று சொன்னான்.

"பாம்பு எப்பவும் பகல்லதான் தூங்குமா" என்று கேட்டாள். அவன். பதில் சொல்ல விருப்பமில்லாதவன் போல "அது சில நாள் பகல்லயும் தூங்கும்" என்றான். அவள் ஆர்வத்துடன் "பாம்பு தூங்குவதை நான் பார்க்கலாமா" என்று கேட்டாள். "வேண்டாம் ஆள் பார்த்தால் எழுந்துவிடும்" என்றான்.

'எழுந்து என்ன செய்யும்' என்று கேட்க நினைத்தாள். பிறகு அந்தக் கேள்வியை தனக்குள்ளாக விழுங்கிக் கொண்டு "இந்தப் பாம்புக்கு என்ன பேரு" என்று கேட்டாள். பாம்பாட்டி "நாராயணன்" என்று சொன்னான். அவள் சிரிப்போடு "அப்போ இது

ஆம்பளையா” என்று கேட்டாள். “பாப்பா, எனக்குத் தூக்கம் வருது. பாம்பு முழிச்சவுடனே நான் உன்னைக் கூப்பிடுறேன். பிறகு வா” என்று சொன்னான்.

அவள் சன்னமான குரலில் “நாராயணா” என்று கூப்பிட்டுப் பார்த்தாள். தனது குரல் பாம்பிற்குக் கேட்டிருக்குமா என்று தெரியவில்லை. கேட்டிருந்தால் யார் தன்னைக் கூப்பிடுகிறார்கள் என்று எட்டிப் பார்த்திருக்கும்தானே. ஒருவேளை காது கேட்காத பாம்பாக இருக்குமோ. அவள் பாம்பாட்டியைப் பார்த்தபடியே அருகில் உட்கார்ந்திருந்தாள். அவன் ஆறடிக்கும் உயரமாக இருந்தான். இடது கையில் காப்பு அணிந்திருந்தான். உடம்பெல்லாம் மயிராக இருந்தது. அவன் உடம்புக்குப் பொருந்தாத சட்டை அணிந்து வேஷ்டி கட்டியிருந்தான். அவன் மனைவி அவன் உயரத்தில் பாதியளவுகூடயில்லை. அவள் ஒரு பாசிமாலையைக் கோர்த்துக் கொண்டிருந்தாள். அவனது பிள்ளைகள் இரண்டும் ஜன்னலின் வெளியே பார்த்தபடியே ரயில் போலக் கத்திக்கொண்டிருந்தன. பாம்பாட்டி அசதியில் சாய்ந்து உட்கார்ந்து கண்களைச் செருகிக் கொண்டான். உண்மையில் அந்தப் பெட்டியில் பாம்பு இருக்கிறதா என்று சந்தேகமாயிருந்தது.

செல்வி பாம்பாட்டி மனைவியிடம் திரும்பி “நான் யாருனு தெரியுமா” என்று கேட்டாள். அந்தப் பெண் “தெரியலையே தாயி” என்றாள். செல்வி பெருமிதத்துடன் “எங்கம்மா கடல்கன்னி. நானும் கடல்ல தான் பிறந்தேன்” என்றாள். அந்த பெண் சிரித்தபடியே “எப்போ கரைக்கு வந்தீங்க” என்று கேட்டாள். “நான் சின்னப்பிள்ளையா இருக்கும்போது எங்கப்பா பிடிச்சிட்டு வந்துட்டார். எங்களுக்கு கடலுக்குள்ளே பெரிய வீடு இருக்கு. அதுல ஒரு ஊஞ்சல் இருக்கு. அந்த ஊஞ்சல்ல உட்கார்ந்து ஆடினா கடலை விட்டு வெளியே வந்திரலாம். அப்படித்தான் நாங்க கடலை விட்டு வெளியே வந்தோம். திரும்ப கடலுக்குள்ளே போகணும்னா அந்த ஊஞ்சலைக் கூப்பிடு வோம். அது வெளியே வரும். ஏறிக்கிட்டு நாங்க கடலுக்குள்ளே போயிருவோம்” என்றாள்.

“கடலுக்குள்ளே உங்களை மீனு கடிக்காதா” என்று அந்தப் பெண் கேட்டாள். “எங்களை ஒண்ணுமே செய்யாது. ஏன்னா நாங்களே மீனுதானே” என்றாள். அந்தப் பெண் பாசிமாலையைக் கோர்த்தபடியே “கடலுக்குள்ளே நிறைய காசு வச்சிருக்கீங்களா” என்று கேட்டாள். “எங்ககிட்டே ரெண்டு மூடை காசு இருக்கு. உனக்கு வேணும்னாலும் தர்றேன்” என்றாள்.

அந்தப் பெண் “நல்லா பேசுறே, உன் பேரு என்ன பாப்பா” என்று கேட்டாள்.

"என் பேரு திருச்செல்வி. ஆனா எல்லாரும் கூப்பிடுறது செல்வி" என்றாள்.

ஜன்னலின் வழியே வேடிக்கை பார்த்துக்கொண்டிருந்த பாம்பாட்டியின் பையன் கண்ணில் கரிப்புகை விழுந்தவனாகக் கசக்கியபடியே "அம்மா கண்ணு எரியுது" என்று அருகில் வந்தான். பாம்பாட்டியின் மனைவி சேலையால் அவனது கண்ணைத் துடைத்துவிட்டபடியே "வெளியே எட்டிப்பார்க்காதீங்க. கண்ணு கரிக்கும்" என்றாள். அவன் "அண்ணன் மட்டும் எட்டிப் பாக்கான்" என்றான். "அவனையும் கூப்பிடு" என்றதும் இரண்டு சிறுவர்களும் அம்மா அருகில் உட்கார்ந்துகொண்டார்கள். பாம்பாட்டி மனைவி ஒரு நூலையும் கொஞ்சம் பாசிமணிகளையும் அவனிடம் தந்து கோர்க்கச் சொன்னாள். இரண்டு சிறுவர்களும் போட்டியிட்டுக்கொண்டு பாசியைக் கோர்க்க ஆரம்பித் தார்கள். பாம்பாட்டி மனைவி தான் கட்டிமுடித்த பாசிமாலையை செல்வி கழுத்தில் போட்டுப் பார்த்தாள். செல்வி அதை ரசித்தபடியே "இந்த மாலை எனக்கு அழகா இருக்கா" என்று கேட்டாள்.

பாம்பாட்டி மனைவி "ரொம்ப லட்சணமா இருக்கு. நீயே வாங்கிக் கிடுறயா" என்று கேட்டாள். "எவ்வளவு காசு" என்று செல்வி கேட்டதும். "எட்டணா தா. போதும்" என்றாள். செல்வி அந்தப் பாசிமாலையை அணிந்தபடியே அம்மாவை நோக்கி ஓடினாள்.

சின்னராணி வெக்கை தாளமுடியாமல் அசந்து போய் ஜன்னல் கம்பியின் மீது சாய்ந்து உட்கார்ந்திருந்தாள். செல்வி அவள் அருகில் போய் நின்றபடியே "எப்படிம்மா இருக்கு" என்றாள். பாதிக் கண்ணை திறந்தபடியே "ஏதுடி இது" என்று சின்னராணி கேட்டாள். "பாம்பாட்டி பொண்டாட்டிகிட்டே வாங்கினேன். எட்டணா குடு" என்றாள். சின்னராணி தன் இடுப்பில் இருந்த சுருக்குப்பையை அவிழ்த்து அதிலிருந்து எட்டணாவைக் கொடுத்து "காசைக் கீழே போட்ராதே" என்றாள். செல்வி காசோடு ஓடியபோது அந்தச் சிறுவர்கள் ஒருவருக் கொருவர் சண்டையிட்டுக்கொண்டிருந்தார்கள்.

இரண்டு பிள்ளைகளையும் தலையில் அடித்துத் திட்டிக் கொண்டிருந்தாள் பாம்பாட்டியின் மனைவி தூக்கத்திலே பாம்பாட்டி அவர்கள் கழுத்தைத் திருகிக் கொன்றுவிடப்போவதாக மிரட்டினான். கையில் வைத்திருந்த காசை எடுத்து பாம்பாட்டி மனைவியிடம் தந்த செல்வி "இப்போ பாம்பு எந்திருச்சிருக்குமா"

என்று கேட்டாள். அந்தப் பெண் "உனக்கு பாம்பைப் பாக்கணுமா" என்று கேட்டாள். செல்வி ஆமாமென்றாள். அந்தப் பெண் பாம்பாட்டி கையருகே வைத்திருந்த பெட்டியை எடுத்து அதன் ஓலையால் ஆன மூடியைத் திறந்து காட்டினாள். உள்ளே பாம்பு சுருண்டு வளைந்துகிடந்தது. "கையில் எடுத்துத் தர்றேன் பாக்கியா" என்று அந்தப் பெண் கேட்டாள்.

செல்வி பயந்து போய் வேண்டாம் என்றாள். "பல்லு பிடுங்கின பாம்பு உன்னைய கடிக்காது. சும்மா தொட்டுப் பாரு" என்று அந்தப் பெண் சொன்னாள். செல்விக்கு அதைக் கையில் தொடுவதற்கே பயமாக இருந்தது. அவள் கூடையை மூடிவிடும்படியாகச் சொன்னாள். அந்தப் பெண் கூடையை மூடிவிட்டு "எந்தூருக்குப் போறீங்க" என்று கேட்டாள். "நாங்க தெக்கோடு திருவிழாவுல ஷோ போடப்போறோம்" என்றாள். பாம்பாட்டியின் மனைவி தாங்களும் தெக்கோடு போவதாகச் சொன்னாள்.

இரண்டு சிறுவர்களும் இப்போது ஒன்றாகியிருந்தார்கள். ஒரு சிறுவன் கையில் கலர்பாட்டில் மூடியொன்று இருந்தது. அதைக் கையில் வைத்து விசில் போல ஊதிக்கொண்டிருந்தான். தானும் ஊதிப்பார்க்க வேண்டும் என்று செல்விக்கு ஆசையாக இருந்தது. அந்தச் சிறுவர்கள் அவளுக்கு தரமறுத்தார்கள். அவள் அவர்களை கடலுக்குத் தன்னோடு அழைத்துக்கொண்டு போவதாகச் சொன்னாள்.

அந்தச் சிறுவர்கள் "கடலுக்குள்ளே போனா செத்துப் போயிருவோம்" என்றார்கள். செல்வி அவர்கள் முட்டாளாக இருக்கிறார்கள் என்று எண்ணியபடியே அந்தச் சிறுவர்களோடு காய்விடுவதாகச் சொன்னாள். அந்தச் சிறுவர்கள் "போடி நொண்டிக்காலு" என்று திட்டினார்கள்.

செல்விக்கு ஆத்திரமாக வந்தது. அவர்களை அடித்தால் பாம்பை விட்டு கடிக்க வைத்துவிடுவார்களோ என்று பயமாக இருந்தது. அந்தச் சிறுவர்கள் கையில் வைத்திருந்த கலர் பாட்டில் மூடியைத் தட்டிவிட்டு வேகமாக ஓடினாள். அவளை அடிப்பதற்காக ஒரு சிறுவன் துரத்தியபோது அவள் ஓடி அம்மாவின் அருகில் ஒளிந்து கொண்டுவிட்டாள்.

அந்தச் சிறுவன் சின்னராணியைக் கண்டவுடன் அமைதியாகத் திரும்பிப் போய்விட்டான். சின்னராணி அவளைத் திரும்பிப் பார்த்து "என்னடி செஞ்சே... அந்தப் பையனை அடிச்சியா" என்று கேட்டாள்.

எஸ்.ராமகிருஷ்ணன்

“நான் ஒண்ணும் அடிக்கலை. அவன் தான் என்னை நொண்டிக் காலுனு சொல்றான்” என்றாள். “உன்னை எதுக்கு அப்படிச் சொல்றான். நீ ஏதாவது செஞ்சிருப்பே” என்று கேட்டாள்.

“நான் சும்மாதான் இருந்தேன். அவனாதான் அப்படித் திட்டுறான்” என்றாள்.

“பேசாம ஒரு இடத்தில போய் உட்காரு” என்றபடியே “உங்கய்யா எங்க. போனாரு” என்று கேட்டாள். “அந்தா உட்கார்ந்து இருக்காரு” என்று ரயில் பெட்டியின் வாசலை ஒட்டிய ஒரு பெஞ்சைக் காட்டினாள்.

“உங்கய்யா தூங்கிட்டாரா முழிச்சிட்டு இருக்காரானு பாரு” என்றாள். செல்வி மெதுவாக நடந்து அய்யா சாய்ந்து உட்கார்ந்திருந்த பெஞ்சிற்குப் போனாள். அவர் கால்களை அகல விரித்தபடியே பாதி மூடிய கண்களுடன் இருந்தார்.

பூனை போல மெதுவாகத் திரும்பி வந்து “அய்யா தூங்கிட்டாரு” என்றாள்.

செல்வியை இன்னொரு பெஞ்சில் படுத்துக்கொள்ளும்படி சொல்லி விட்டு தானும் கண்ணை மூடிக்கொண்டாள். ரயில் பனைகூட்டங்கள் அடர்ந்த பாதையில் சென்றுகொண்டிருந்தது. ஒரு மாட்டுவண்டி தொலைவில் பொதியேற்றியபடியே மெதுவாகச் சென்று கொண்டிருப்பது தெரிந்தது. வெயில் அடங்கிய போதும் இறுக்கம் குறையவேயில்லை. வெடித்துக் கிடந்த நிலம் இரண்டு பக்கமும் ஒன்றுபோலவே தெரிந்தன. காற்றில் ரயிலின்களிப்புகைகள் திட்டுத்திட்டாகப் படிந்து கொண்டிருந்தன.

*

யாரோ தன்னை எழுப்புவதைப் போலிருந்தது. அது தூக்கத்திலா இல்லை நிஜத்திலா என்று தெரியாமல் அழகர் தடுமாறினான். “எவ்வளவு நேரம் தூங்கிட்டு இருப்பே. எந்திரிச்சி கடைக்குப் போயிட்டு வா” என்ற குரல் தெளிவாகக் கேட்டது. தன் உசார் வந்தவனைப் போல எழுந்து கொண்டு திரும்பிப் பார்த்தபோது ரயில் போய்க் கொண்டிருந்தது. தன்னை எழுப்பியது ஜிக்கியின் குரல். எதற்காக இத்தனை வருடங்களுக்குப் பிறகும் அது என் மனதிற்குள்ளாக ஒலித்துக்கொண்டேயிருக்கிறது. தாடையில் வழிந்து போயிருந்த எச்சிலைத் துடைத்தபடியே அவன் நிமிர்ந்து உட்கார்ந்து கொண்டான். ஜிக்கி வீட்டில் தங்கியிருந்த நாட்களில் அவனும் பகல் தூக்கத்திற்குப் பழகியிருந்தான். அந்தப் பெண்கள் அவனை அப்படிப் பழக்கி வைத்திருந்தார்கள்.

வீடெங்கும் பெண்களாக இருந்ததால் அவனுக்கு எப்போதும் பேச்சுத் துணையிருந்தது. அதிலும் வந்த நாளிலே அவனைப் பிடித்துப் போய் விட்ட ராமியோடு ரொம்பவும் நெருக்கமாகிப்போனான். அவள் அறை மாடியில் கடைசியில் இருந்தது. அவள் துணிகளைக் குப்பை போல் போட்டுவைத்திருப்பாள். ஆம்பளை போலப் சட்டைகளைப் போடுவதில் தான் அவளது விருப்பம்.

அங்கிருந்த பெண்கள் அத்தனை பேரும் உடலை விற்பவர்கள் என்றாலும் அவர்களில் ஒருவர்கூட சந்தோஷமாயில்லை. நோவும் வலியும் அழுகையுமாக அவர்கள் பகல் வேளைகளில் முடங்கிக் கிடப்பதைக் கண்டிருக்கிறான்.

ஜிக்கியும் அவள் தங்கை டோலியும் மட்டும்தான் அங்கே சந்தோஷமாயிருந்தார்கள். அதிலும் ரேடியோவோடு கூடவே பாடிக்கொண்டு நடனமாடியபடியே இருந்த ஒரே பெண் டோலி மட்டும்தான். அவளுக்குத்தான் மற்ற பெண்களைவிட அதிக கிராக்கி. அவள் தன்னை அலங்கரித்துக்கொள்வதற்கே இரண்டு மணி நேரமாகிவிடும்.

அழகருக்கு அங்கு வந்த ஒரு மாத காலம் மூச்சுத் திணறியது போலிருந்தது. அந்தப் பெண்களின் பகட்டான ஒப்பனையும் பொய்யான சிரிப்பும் கேலியும், அவர்களைத் தேடி வரும் குடியர்களும், பருத்த, பிதுங்கி வழியும் தொப்பை கொண்ட ஆண்களையும் காணும்போது அருவருப்பாக இருந்தது. தன் அறையை விட்டு வெளியே வராமலே இருப்பான். அந்தக் கூத்துகள் எல்லாம் முடிந்து வீடு நிசப்தமான பின்னிரவில் அவன் எழுந்து வந்து எல்லாவற்றையும் சுத்தம் செய்வான்.

அப்படி அவன் நடந்து கொண்டது ஜிக்கிக்கு ரொம்பவும் பிடித்திருந்தது. காலி சோடாபாட்டில்கள், மதுப்புட்டிகள், சிகரெட் பெட்டிகள், பிடித்துத் தூக்கி எறிந்த சிகரெட்டுகள் என அத்தனையும் அள்ளி ஒரு கூடையில் போட்டு வைத்திருப்பான். பகலில் அதைக் குப்பை மேட்டில் போடுவான். இரவில் சுத்தப்படுத்தும் வேலை முடிந்தவுடன் ஜிக்கி அவனை அழைத்து முழங்கால் வலிக்குத் தைலம் தேய்த்துவிடும் படியாகச் சொல்வாள். தைலத்தை கையில் ஊற்றி கரகரவெனக் காலில் தேய்த்துவிடுவான். அவளது காலில் உள்ள பூனை ரோமங்களைத் தொடும்போது சிலிர்ப்பாக இருக்கும்.

கால்களை அழுத்தித் தேய்க்கையில் சில வேளைகளில் அவளது யோனியைக் கூடக் கண்டிருக்கிறான். அதைப் பற்றி ஜிக்கி பெரிதாக அலட்டிக்கொண்டதில்லை. பத்து நாட்கள் கடந்து

எஸ்.ராமகிருஷ்ணன் ❖ 315

போயிருக்கக்கூடும். ஒரு நாள் பகலில் அவன் மாடியறையில் டீ கிளாசைத் தேடி எடுக்கப்போனபோது முதன்முறையாக ஒரு பெண்ணின் நிர்வாணத்தைக் கண்டான். அவள் உடையே இல்லாமல் உறங்கிக்கொண்டிருந்தாள்.

கதவைத் திறந்தபடியே அந்த உடலை பார்த்துக்கொண்டிருந்தான். அவன் வந்த சப்தமோ, கதவை திறந்ததோ அவளுக்கு உணர்வே யில்லை. குடித்திருக்கிறாளோ என்றுகூட தோன்றியது. டீ கிளாசை எங்கே வைத்திருக்கிறாள் என்று தேடியபடியே அந்த உடலை நெருக்கமாகச் சென்று பார்த்தான். அது அவனுக்குள் நடுக்கத்தை ஏற்படுத்தியது. ஆனாலும் கண்ணை விலக்க முடியவில்லை. பார்த்துக்கொண்டேயிருக்க வேண்டும் போலிருந்தது. உடலின் நெளிவுகளும் சதையின் வசீகரமும் அவனை ஈர்த்துக்கொண்டேயிருந்தது. யாராவது தன்னைப் பார்க்கிறார்களா என்ற அச்சமும் கூடவே இருந்தது.

திடீரென எதையாவது அவள் உடல் மீது போர்த்திவிட வேண்டும் போலிருந்தது. அவளது புடவையைக் கொடியில் இருந்து உருவி உடலின் மீது போர்த்திவிட்டு கதவைச் சாய்த்தி வைத்துவிட்டு அவன் வெளியே வரும்போது ராமி நின்றிருந்தாள்.

"என்னடா, உள்ளே முண்டகட்டயா தூங்குறாளா" என்று கேட்டாள்.

அழகர் பதில் சொல்லவேயில்லை.

"போயி பக்கத்தில் நின்னு பாத்தியா" என்று கேட்டாள்.

அழகர் தலைகவிழ்ந்து நின்றுகொண்டிருந்தான். "என் கூட ரூமுக்கு வா" என்றபடியே அவள் நடந்து போனாள். அழகர் அவள் பின்னாடியே நடந்து சென்றான்.

அழகர் அறைக்குள் வந்தவுடன் கதவை மூடிக்கொண்டு "சிகரெட் பிடிப்பியா" என்று கேட்டாள். "இல்லை" யென்று சொன்னான். "இப்போ பிடி" என்று சொல்லி ஒரு சிகரெட்டைப் பற்றவைத்து அவள் உறிஞ்சிவிட்டு அவன் உதட்டில் திணித்தாள். அவனுக்கு அதைப் புகைக்கத் தெரியவில்லை. "நல்லா புகையை உள்ளே இழு" என்றாள். ஆழமாக இழுத்தான். "அப்படித்தான் மூக்கு வழியா புகையை வெளியே விடு" என்றாள். அவன் சில நிமிடங்களில் புகைக்கக் கற்றுக்கொண்டுவிட்டான்.

"இருமல் வராமல் சிகரெட் பிடிக்கப் பழகிட்டே. அந்த சிகரெட்டைக் குடு" என்று வாங்கிக்கொண்டாள். பிறகு அவனை

அருகில் வர வழைத்து அவன் டவுசர் பொத்தானை அவிழ்த்து எட்டி பார்த்தாள். அழகருக்கு கூச்சமாக இருந்தது. அவள் தனது ஜாக்கெட்டை அவிழ்த்து மார்பைக் காட்டி "இதைத் தொட்டுப் பாக்கத்தானே ஆசைப்பட்டே. வா. வந்து தொடுறா" என்றாள்.

அழகர் தயங்கியபடியே இருந்தான். அவளாக அவனது கையை எடுத்து மார்பில் தொட்டாள். அவனுக்கு அப்போதும் நடுக்கமாக இருந்தது. "எப்படியிருக்கு" என்று கேட்டாள்.

கோவில் பொந்தில் ஒளிந்திருக்கும் புறாவைத் தொடுவது போல படபடப்பாயிருந்தது. அதைச் சொன்னபோது அவள் சிரித்தபடியே "இன்னைக்கு உனக்கு எல்லாத்தையும் சொல்லித் தரப்போறேன்" என்றபடியே அவனை உடைகளை களையச் சொன்னாள்.

அழகர் தன் வாழ்நாளில் அந்த மதியத்தில்தான் பெண் உடலின் இன்பங்களை முதன்முறையாக அறிந்து கொண்டான். கிணற்றில் நீச்சல் தெரியாமல் விழுந்தவன் தண்ணீர் மூக்கில் ஏறித் தவித்தது போன்றே அந்த அனுபவமிருந்தது. உடலுக்குள்ளிருந்து மேலும் நாலைந்து கைகள் முளைத்து அவளை இறுக்கிக்கொண்டதைப் போலவே உணர்ந்தான். அவனுக்கு இச்சை தலைக்கு ஏறிக்கொண்டது. அந்த வீட்டைத் தேடி அத்தனை பேர் ஏன் வருகிறார்கள் என்பதை அந்த ஒரு நிகழ்விலே அவன் புரிந்து கொண்டுவிட்டான்.

ராமி சிரித்தபடியே "இவ்வளவுதான்டா எல்லாம்" என்றபடியே "எனக்குக் கால்வலித் தைலம் தேய்ச்ச்சிவிட மாட்டியா" என்று கேட்டாள். ராமியின் மீது மயக்கமே உருவாகியிருந்தது. அவன் தைலம் தேய்த்துவிட்டு கீழே இறங்கி வந்தபோது ஜிக்கி அறையில் ரேடியோவில் பாட்டு கேட்டுக்கொண்டிருந்தது.

ராமி அன்றிரவிற்குள் அந்த வீட்டில் இருந்த எல்லாப் பெண்களிடமும் அழகர் தன்னோடு படுத்துக்கொண்டதைப் பற்றி சொல்லிவிட்டிருந்தாள் போலும். அந்தப் பெண்கள் அவனை கேலி செய்ததுடன் "அதற்கு எவ்வளவு பணம் கொடுத்தாள்" என்றும் நக்கல் செய்து கொண்டிருந்தார்கள்.

ஜிக்கிக்கு விஷயம் தெரியவந்தபோது அவள் அவனை அருகில் அழைத்து கன்னத்தோடு அறைந்தாள்.

"உன்னை மாடில போய் எவ வாயையும் பாத்துகிட்டு இருக்கக் கூடாதுனு சொன்னேன்ல. அதுக்குள்ள உனக்கு விறைச்சிக்கிட்டு நிக்குதா" என்று திட்டினாள்.

அழகர் பேசாமல் இருந்தான். ராமிக்கு வசைகள் விழுந்தது.

டோலிதான் அது ஒன்றும் பெரிய விஷயமில்லை என்பதுபோல "நாம் சொல்லித்தராட்டி தெரியாமலா போயிரும், விடுக்கா. இதெல்லாம் இப்பவே தெரிஞ்சிகிட்டா நல்லதுதான்" என்றாள்.

ஜிக்கி கோபத்தில் அவனை அங்கிருந்து விரட்டிவிடப்போவதாக சொன்னாள். டோலிதான் அவனுக்காகப் பரிந்து பேசி அங்கேயே தங்கிக்கொள்ளச் செய்தாள். ஒன்றிரண்டு நாட்களுக்கு அவன் எந்தப் பெண்ணோடும் பேசவேயில்லை. "என்னடா காச்சல் வந்துருச்சா" என்று கேலி செய்தார்கள்.

அதன்பிறகு டோலி அவனை அழைத்து தன்னோடு ஏற்காடு வரை கூடவரும்படியாகச் சொன்னாள். ஜிக்கி முதலில் மறுத்தபோதும் டோலியின் வற்புறுத்தலால் அவனை அனுப்பிவைத்தாள். அவர்கள் ஒரு டாக்சியில் போனார்கள். அங்கே ஒரு தனி பங்களா ஏற்பாடு செய்யப்பட்டிருந்தது. வீட்டின் முன்னால் நிறைய பூச்செடிகள் இருந்தது. முப்பது நாற்பது அறைகள் கொண்ட வீடு அது. ஒரேயொரு சமையல் ஆள் மட்டுமே இருந்தான். வீட்டில் இருந்து பார்க்கும் போது சரிவில் பேருந்து வருவது தெரிந்தது. வெள்ளிப்பாத்திரங்கள், ஆளுயரக் கண்ணாடிகள், பெரிய யானைத் தந்தங்கள் என்று அந்த வீட்டில் பணம் கொட்டிக்கிடந்தது.

டோலியோடு சுகங்காண வந்திருந்தவர் ஒரு மில் முதலாளி என்றார்கள். அவருக்கு ஐம்பது வயதைத் தாண்டியிருக்கக்கூடும். தங்கப்பல் அணிந்திருந்தார். அவரால் வேகமாக நடக்க முடியவில்லை. மூச்சு வாங்கியது. ஒரு இரவு டோலி அவனை ரகசியமாக அழைத்து "அந்த ஆளுக்குத் தெரியாமல் எடுத்த பணம் இது. ரகசியமாக வைத்துக் கொள்" என்று ஒரு கட்டுப் பணத்தைத் தந்தாள்.

மூன்று நாட்கள் தனியே அவன் மலைச்சரிவுகளில் சுற்றியலைந்து கொண்டிருந்தான். திரும்பி வரும்போது டோலியும் அவனும் மட்டுமே ஒரு காரில் வந்தார்கள். தன் அக்காவிடம் இந்தப் பணம் பற்றி எதுவும் சொல்லாதே என்றபடியே "அந்த ஆள் குடிக்கிற பால்ல தினம் ரெண்டு மாத்திரையைப் போட்டுவிட்ருவேன். பச்சப்பிள்ளை மாதிரி தூங்கிருவான்" என்று சொல்லிச் சிரித்தாள்.

வழியெல்லாம் டோலி எப்படி ஆண்களை ஏமாற்றுவது என்பதைப் பற்றியே சொல்லிக்கொண்டு வந்தாள். வீடு வந்து சேர்ந்தபோது ஜிக்கியும் டோலியும் பகல் எல்லாம் அந்த

ஆளை எப்படி வளைத்துப் போடுவது என்பதைப் பற்றியே பேசிக்கொண்டிருந்தார்கள்.

அந்த வீட்டில் இருந்து ஒரு சந்தனப் பவுடர் டப்பாவை ராமிக்காகத் திருடிக்கொண்டுவந்திருந்தான். அதை அவளிடம் தந்தபோது வாசனையை முகர்ந்து பார்த்துவிட்டு "திருடினயா" என்று கேட்டாள். அவன் பேசாமலிருந்தான். அவள் தானும் ஜிக்கிக்குத் தெரியாமல் பணத்தைத் திருடுவதாகச் சொல்லியபடியே "யாராவது என்கூட படுக்க வர்ற நேரத்தில நீ வந்து கதவைத் தட்டு. நான் அந்த ஆள்கிட்டே காசைக் கறந்துகிடுறேன்" என்றாள்.

அதனால் தனக்கு பிரச்சினை வந்துவிடாதே என்று கேட்டான்.

"அதெல்லாம் நான் பார்த்துக்கிடுறேன்" என்றாள் ராமி. அன்றிலிருந்து ஜிக்கிக்குத் தெரியாமல் அவளுக்கு தினமும் பத்து இருபது பணம் அதிகமாகக் கிடைத்துக்கொண்டிருந்தது. உண்மையில் அங்கிருந்த பெண்களில் முக்கால்வாசிப்பேர் ஜிக்கிக்குத் தெரியாமல் பணத்தைச் சேர்த்துக்கொண்டிருந்தார்கள்.

ஒரு நாள் ராமியிடம் அவள் ஏன் இந்தத் தொழிலுக்கு வந்தாள் என்று கேட்டான்.

அவள் சலிப்போடு "நான் எங்க வந்தேன். என்னைய ஒரு பய இழுத்துக்கொண்டுவந்து விட்டுட்டான். திருவிழாவுல நான் நாகக் கன்னியா வேஷம் போட்டுக்கிட்டு இருந்தேன். நல்ல வருமானம். நோகாம சம்பாதிச்சிக்கிட்டு இருந்தேன். அதைப் பாக்க வந்த ஒரு பய என்னை ஆசைக்காட்டிக் கூட்டிட்டு வந்துட்டான். அவன் பின்னாடி போயி பத்து நாள் ஒண்ணா இருந்தேன். பிறகு என்னை அத்துவிட்டுட்டு ஓடிப்போயிட்டான். திரும்ப ஷோ காட்டுறதுக்கு போனா எங்க மாமா போடி ஓடுகாலினு அடிச்சி துரத்திவிட்டுட்டாரு.

திருப்பூர்ல ரெண்டு வருஷம் இருந்தேன். அப்புறம் ஆறுமாசம் ஆந்திராவுக்குப் போயிருந்தேன். அங்கே ஒரு ஆள் ஆசைப்பட்டு என்னைக் கூட்டிகிட்டு வந்து விருத்தாசலத்தில் தனி வீடு எடுத்துக் கொடுத்து தங்க வச்சிருந்தான். அந்த வீட்டுக்குப் பக்கத்தில் நாலைந்து படிக்கிற பசங்க தங்கியிருந்தாங்க. அதுல ஒரு பையன் பாக்க லட்சணமா இருந்தான். அவன் கூட எனக்குப் பழக்கம் ஏற்பட்டுப் போச்சி. அவனை படிக்கவிடாம, பண்ணி நானே கூட்டிக்கிட்டு போய் குன்னூர்ல நாலு மாசம் இருந்தேன். அந்தப் பயல் என் மயக்கம் தெளிஞ்சி ஓடிப்போயிட்டான். அப்போதான் ஜிக்கி பழக்கம் ஏற்பட்டுச்சி. அவ கூடவே வந்துட்டேன்" என்றாள்.

"காசைச் சேத்து வச்சி என்ன செய்யப்போறே" என்று கேட்டான்.

ராமி சிரித்தபடியே "உன்னைய மாதிரி ஒரு பயலைக் கட்டிகிட்டு வாழலாம்னு ஒரு ஆசைதான். நீ என்னைக் கட்டிக்கிடுறயா" என்று கேட்டாள். "மாட்டேன் என்று மறுத்தான். ஏன் நான் அழகாயில்லையா" என்று கேட்டாள். "அழகாதான் இருக்கே. ஆனா ஜிக்கியக்கா திட்டும்" என்றான்.

"அவளுக்குத் தெரியாம ஓடிப்போயிருவம்" என்றாள். "நான் மாட்டேன்" என்றான்.

ராமி அவன் தலையைத் தடவிக் கொடுத்து "சும்மா சொன்னேன். நீ நல்லா லட்சணமா ஒரு பொண்ணைக் கட்டிக்கிட்டு ஏதாவது வியாபாரம் பண்ணிக்கிட்டு சந்தோஷமா இரு. இந்த வீடு உனக்கு சரிப்படாது. நீ கிளம்பிப் போயிரு" என்றாள். அங்கிருந்து போய் விட்டால் இந்த வசதியும் காசும் கிடைக்காது என்று அவன் மறுத்தான். "அதுக்கு பாத்தா நீ வீணாப் போயிருவே" என்றாள்.

அன்றிரவு படுக்கையில் கிடந்தபடியே அதைப்பற்றியே நினைத்துக் கொண்டிருந்தான். தன்னை எந்தப் பெண் கல்யாணம் செய்து கொள்வாள், அவள் எப்படியிருப்பாள் என்று அவனாகவே யோசித்துக் கொண்டிருந்தான்.

அதன்பிறகான ஒரு வெள்ளிக்கிழமையில் பச்சைக் கோடு போட்ட சட்டை அணிந்த ஒருவன் ஜிக்கியைக் காண்பதற்காக வந்திருந்தான். அவனை காலையிலே வீட்டின் எதிரில் இருந்த மரத்தடியில் அழகர் பார்த்தான். அந்த ஆள் ஜிக்கி வீட்டை பகலெல்லாம் வெறித்துப் பார்த்தபடியே இருந்தான். மாலையில் அவன் ஒருமுறை ஜிக்கியை வந்து பார்த்துப் போனான் என்றும் சொல்லிக்கொண்டார்கள். இரவில் அவன் நடுங்கும் கைகளுடன் ஒரு சிகரெட்டைப் பற்றவைத்துக் கொண்டு ஜிக்கியிடம் தான் ஒரேயொரு முறை புவனாவைப் பார்த்துப் பேசிவிட்டுக் கிளம்பிவிடுவேன் என்றான். "வேண்டாம். உனக்கும் அவளுக்கும் சண்டையாகித் தானே பிரிந்துவிட்டீர்கள்" என்றாள் ஜிக்கி.

அவன் "அதையெல்லாம் நான் மறந்துவிட்டேன். இன்று எங்களது திருமண நாள். அவளை ஒரேயொரு முறை பார்த்து ரெண்டு வார்த்தை பேசினால் போதும். அதன் பிறகு அவளைத் தேடி வர மாட்டேன்" என்றான். ஜிக்கி புவனாவை அழைத்துவரும்படியாக அழகரை அனுப்பிவைத்தாள்.

புவனாவின் கணவன் காலையில் இருந்தே வீட்டின் வெளியே காத்துக்கிடப்பதை அவள் தெரிந்திருக்கக்கூடும். அதனால் எரிச்சல் அடைந்தவளைப் போல "அவனைப் பார்க்க எனக்கு இஷ்டமில்லை. அப்படியே திரும்பிப் போகச் சொல்லு" என்றாள். ஜிக்கியிடம் அதைச் சொன்னபோது அந்த ஆள் வாய்விட்டு அழுதபடியே "அக்கா ஒரேயொரு முறை நான் அவளைப் பார்த்துவிட்டுப் போகிறேன். அதற்காக அவள் காலைப் பிடித்து வேண்டுமானாலும் கெஞ்சுகிறேன்" என்றான்.

ஜிக்கி இவனோடு உள்ள பிரச்சினையை எப்படித் தீர்ப்பது என்று தெரியாமல் "மேலேதான் இருக்கிறாள். போய்ப் பார்த்துவிட்டு உடனே திரும்பி வந்துவிட வேண்டும். சண்டை போடக்கூடாது" என்றாள். அவன் ஒத்துக்கொண்டபடியே மாடியேறிச் சென்றான். புவனாவின் அறைக்கதவு சாத்தப்பட்டிருந்தது. அவன் கதவைத்தட்டும் ஓசை கேட்டது. நீண்ட அழைப்பின் பிறகு புவனா கதவைத் திறந்தாள். அவன் கலக்கமான குரலில் "உன்னோட பேசணும் புவனா" என்றான். புவனா அவனைத் திட்டுவது கேட்டது. அதன் பிறகு அந்த அறையில் சப்தமேயில்லை. திடீரென ஓங்காரமான கூச்சல் ஒன்று கேட்டது. புவனா வீறிட்டு அலறிக்கொண்டிருந்தாள். அந்த ஆள் மாடியில் இருந்து இறங்கி வாசற்கதவைத் தாண்டி ஓடிக்கொண்டிருந்தான். என்ன நடந்தது என்று யாருக்குமே புரியவில்லை. புவனாவின் அறைக்கதவை திறந்து பார்த்த வசந்தியும் கூப்பாடு போட்டுக்கொண்டிருந்தாள். ஜிக்கி மாடிக்குப் போனபோது புவனா தரையில் விழுந்து கிடந்தாள். அவளது தலைமயிர் அறுக்கப்பட்டு பிடறியில் ஒரு கத்தி குத்தப்பட்டிருந்தது. அதிலிருந்து ரத்தம் ஒழுகி, தரையெல்லாம் ஓடிக்கொண்டிருந்தது. அறுபட்ட தலைமயிர்கள் அறையெங்கும் சிதறிகிடந்தன.

"புவனாவ அந்தக் கடுவாப்பய கத்தியாலே குத்திட்டான்கா" என்று கதறினாள். அழகர் அந்தக் கத்தியைப் பார்த்தான். சிறிய பேனா கத்தி. அதைத் தனது இடுப்பில் அவன் சொருகி வைத்திருக்க வேண்டும். புவனாவை ஹாஸ்பிடலுக்குக் கொண்டுபோகும்படியாகச் சொன்னாள் ஜிக்கி, பிறகு அழகரை வெளியே அனுப்பி அந்த ஆள் வெளியே எங்காவது நிற்கிறானா என்று பார்த்து வரச் சொன்னாள். அழகர் தெருவில் ஓடி அவனைத் தேடினான். அந்த ஆளின் சுவடேயில்லை. இது நடந்த இரண்டு மணி நேரத்தின் பிறகு மயில்வாகனம் வந்திருந்தார். "விசயம் வெளியே தெரிந்தால் போலீஸ் கேஸ் ஆகிவிடும்" என்று சொல்லி அப்படியே மூடி மறைக்கும்படியாகச் சொன்னார்.

புவனாவிற்கு பிடறியில் நாலு தையல் போட்டு மருத்துவமனையில் படுக்க வைத்திருந்தார்கள். இந்தச் சம்பவம் ஜிக்கியின் வீட்டின் தொழில் செய்யும் பெண்களின் மனநிலையை மிகவும் பாதித்தது. அவர்கள் வேற்று ஆட்களுடன் படுத்துக்கொள்ளத் தயக்கம் காட்டியதுடன் காய்ச்சல் வந்தவர்களைப் போலவே எதிலும் விருப்பமில்லாமல் நடந்து கொண்டார்கள். ஜிக்கி நாலைந்து நாட்களுக்கு ஆட்களை வீட்டிற்குள் அனுமதிக்க வேண்டாம் என்று மயில்வாகனத்தைக் கேட்டுக்கொண்டாள். அந்த நாட்களில் யாரும் யாருடனும் பேசிக் கொள்ளவேயில்லை. ஜிக்கி ஒவ்வொரு பெண்ணாகக் கூப்பிட்டு சாந்தப்படுத்திக்கொண்டிருந்தாள்.

மருத்துவமனையில் இருந்து திரும்பி வந்த புவனா தன்னைத் தேடித் தனது புருஷன் மருத்துவமனைக்கு வந்திருந்ததாகவும் அவள் மீதான கோபத்தில் கத்தியால் குத்திவிட்டதாகச் சொல்லி அழுது மன்னிப்புக் கேட்டதாகவும், அவனோடு சேர்ந்து வாழ்வதற்காகத்தான் கிளம்பிப் போக உள்ளதாகவும் சொன்னாள். ஜிக்கி மறுப்புச் சொல்லவேயில்லை. அழகருக்கு மட்டும் அது புரியாததாயிருந்தது. எப்படி தன்னை கத்தியால் குத்தியவனோடு சேர்ந்து வாழப்போகிறாள் என்று யோசித்தபடியே புவனாவிற்குப் பொருட்களை காலி செய்ய உதவிக்கொண்டிருந்தான்.

அவளை அழைத்துப் போக அந்த ஆள் வரவில்லை. ஒரு ரிக்ஷாவைப் பிடித்து புவனாவே கிளம்பிச் சென்றாள். அது நடந்த மூன்று நாட்களின் பிறகு ஜிக்கிக்கு அவள் போன் செய்து இப்போது மதுராந்த கத்தில் இருப்பதாகவும், அவள் புருஷன் ரயில்வே லைன் போடும் வேலைக்குச் சென்று வருவதாகவும் சொன்னாள். அதன் சில நாட்களிலே புவனாவை யாவரும் மறந்து போய்விட்டார்கள். அந்த அறை காலியாகவே இருந்தது. பகல் நேரங்களில் அதைக் கடந்து போகும்போது அழகர் மட்டுமே அவளை நினைத்துக்கொள்வான்.

இது நடந்த ஆறு நாட்களுக்குப் பிறகு டோலி ஒரு வாடகை காரை வரச்செய்து வெளியே கிளம்பிப் போனாள். அவள் போன சில மணி நேரத்தின் பிறகு எதிரில் உள்ள மெடிகல் ஸ்டோரில் இருந்து ஒரு ஆள் ஜிக்கிக்குப் போன் வந்துள்ளது என்று சொல்லி ஜிக்கியை அழைத்துக்கொண்டு போனான். திரும்பி வந்த ஜிக்கி ஒரு பையில் கொஞ்சம் டோலியின் துணியை எடுத்துத் தந்து அவனை "நாலாம் நம்பர் பஸ்ஸில் போய் இறங்கி மணிக்கூண்டுகிட்டே நில்லு. டோலி வருவா" என்று சொன்னாள்.

அவன் பஸ்ஸைப் பிடித்துப் போனபோது அங்கே டோலி ஒரு டாக்சியில் உட்கார்ந்திருந்தாள். டாக்சியின் பேனட்டில் சாய்ந்தபடியே ஒரு ஆள் சிகரெட் பிடித்துக்கொண்டிருந்தார்.

டோலி தனது மாற்று உடைகளை வாங்கிக்கொண்டு "நீயும் கூட வர்றயா" என்று கேட்டாள். அவன் வரவில்லை என்று மறுத்தான். அந்த ஆள் டோலியிடம் "யாரு உன் தம்பியா" என்று கேட்டான். ஆமாம் என்று தலையாட்டியபடியே "இவரு எப்படிறா இருக்காரு" என்று கேட்டாள்.

"பாக்க போலீஸ் மாதிரி இருக்கு" என்றான். "பாத்தீங்களா, உங்க முகத்தைப் பாத்தவுடனே சொல்லிட்டான். இவரு இன்ஸ்பெக்டரா வேலை பாக்குறாரு. பேரு கோலப்பன்" என்றாள். அந்த ஆள் "ஏன் வீடு, விலாசம் எல்லாம் சொல்றதுதானே" என்று கோவித்துக் கொண்டார்.

டோலி அவர் பாக்கெட்டில் இருந்து பத்து ரூபாயை எடுத்து நீட்டி "போற வழியில சாப்பிட்டுக்கோ" என்றாள். அந்த டாக்சி போவதைப் பார்த்துக்கொண்டேயிருந்தான். டோலி தலையை வெளியே நீட்டி கையசைத்தபடியே இருந்தது தெரிந்தது.

அதன் இரண்டு நாட்களில் திரும்பிவருவதாகச் சொல்லிப் போன டோலி வரவேயில்லை. என்னவானாள் என்று தெரியாமல் ஜிக்கி அவனை அழைத்துக்கொண்டு அந்த இன்ஸ்பெக்டரைப் பற்றி விசாரிக்கத் துவங்கினாள். அப்படி யாரும் இன்ஸ்பெக்டராக வேலை செய்யவில்லை என்றும் எங்காவது டோலியைக் கூட்டிக்கொண்டு போய் விற்றிருப்பான் என்று மயில்வாகனம் சொன்னார். ஜிக்கியால் நம்பமுடியவில்லை. அவள் டாக்சி ஸ்டேண்டில் போய் விசாரித்து வந்தாள். அவர்கள் ஓமலூர் ரயில் நிலையத்தில் இறங்கிக்கொண்டு விட்டார்கள் என்று மட்டுமே டிரைவர் சொன்னான்.

ஜிக்கி தன்னிடம் இருந்த பெண்களை அழைத்து யாரிடமாவது டோலி ஏதாவது சொன்னாளா என்று கேட்டாள். ராமி மட்டும் அவள் அந்த இன்ஸ்பெக்டரைக் காதலிப்பதாகவும் அவனோடு ஓடிப்போயிருக்கக்கூடும் என்றும் சொன்னாள். நிஜமாக இருக்குமா என்று ஜிக்கி தடுமாறிப்போனாள்.

மயில்வாகனம் ஜிக்கியை அழைத்துக்கொண்டு போய் உள்ளூர்க் காவல் நிலையத்தில் ஒரு புகார் கொடுக்கச் செய்தார். பதினைந்து நாட்கள் ஆகியும் டோலி திரும்பி வரவேயில்லை. ஜிக்கி அழுது கொண்டேயிருந்தாள். அவளது முகமே மாறிப்போயிருந்தது.

தெரிந்தவர்கள், அங்கு வாடிக்கையாக வருபவர்கள் எனப் பலருக்கும் போன் செய்து விசாரித்தபடியே இருந்தாள். ஒரு துப்பும் கிடைக்கவில்லை.

எதற்காக இப்படிச் செய்தாள், தன்னிடம் எதையும் மறைக்காமல் சொல்லிவிடக்கூடியவள் தனக்குத் தெரியாமல் ஏன் இப்படி நடந்து கொண்டாள், எங்கே போயிருப்பாள் என்று குழப்பமாக இருந்தது. டோலியின் பிரிவை அவளால் தாங்கிக்கொள்ளவே முடியவில்லை. ஜிக்கியின் அருகில் இருந்தபடியே அவளைக் கவனித்துக்கொண்டான் அழகர்.

முன்னாடியே ஒரு தடவை போலி அவளுக்குத் தெரியாமல் பணம் ஏமாற்றியதைப் பற்றி தயக்கத்துடன் சொன்னான். அதைக் கேட்ட ஜிக்கியின் அழுகை அதிகமாகியது. அவள் சாப்பிட மறுத்து ஆளே ஒடுங்கிப் போயிருந்தாள். சில வேளைகளில் டாக்ஸி வரவழைத்து ஜோசியர் வீட்டிற்குப் போய் மை போட்டுப் பார்த்து வருவாள். சில நேரங்களில் டோலி இருக்கும் இடம் சொன்னால் கூட தான். போய் அழைத்துக்கொண்டு வந்துவிடுவேன் என்று பூக் கட்டிப் பார்ப்பாள்.

டோலி எங்கே போனாள் என்று யாருக்குமே தெரியாமல் போனது. ஒரு இரவில் டோலி செத்துப் போய்விட்டதைப் போலக் கனவு கண்டு ஜிக்கி அலறி எழுந்து தன்னிடம் இருந்த பெண்களை அழைத்து "ஆளுக்கு ஒரு ஊருக்குப் போயி அவளைத் தேடிட்டு வாங்கடி" என்று பணத்தைத் தந்து அனுப்பினாள்.

ஜிக்கியும் அவனும் ஒரு காரைப் பிடித்து ஜிக்கியின் சொந்த ஊரான ஆனைக்குளத்திற்குப் புறப்பட்டார்கள். கேரளாவில் இருந்து தான் வெளியேறி வந்த பிறகு இப்போதுதான் பிறந்த வீட்டிற்குப் போகிறேன் என்று கலங்கியபடியே ஜிக்கி சொன்னாள்.

பத்து மணி நேரப் பயணத்தின் பிறகு அவர்கள் ஜிக்கியின் சொந்த வீட்டிற்குப் போனார்கள். அணைக்கட்டு ஒன்றின் அருகாமையில் உள்ள சிறிய கிராமம் அது. மிகக் குறைவான வீடுகளே இருந்தன. ஒரு தேவாலயமும் அதன் அருகாமையில் ஒரு தபால் நிலையமும் தென்பட்டன. ஜிக்கி தன் வீட்டிற்குச் செல்லும் பாதை மிகச்சிறியது என்று காரை விட்டு இறங்கி நடந்து சென்றாள். அவள் பின்னாடியே அழகர் சென்றான். அங்கே ஒரு பலாமரத்தின் அடியில் உட்கார்ந்திருந்த ஒரு முத்தச்சிக்கு அவளை அடையாளம் தெரிந்தது.

"நீ சூசனாவின் மகள்தானே" என்று கேட்டாள்.

ஜிக்கி அந்தப் பாட்டியின் அருகில் உட்கார்ந்தபடியே தனது தங்கை டோலி அங்கே வந்தாளா என்று கேட்டுக்கொண்டிருந்தாள்.

முத்தச்சி "அப்படி யாரும் வரவேயில்லை. ஒருவேளை உன் அப்பா ஊருக்குப் போயிருப்பாள்" என்றாள். ஜிக்கிக்கு அது ஏன் தனக்குத் தோன்றவேயில்லை என்று பட்டது. அப்பாவும் அப்பாவின் சொந்த ஊரும் அவள் மனதை விட்டு மறைந்து போய் பல காலமாகியிருந்தது.

ஜிக்கி தன் அப்பாவைப் பற்றி நினைத்துக்கொண்டாள். அப்படி ஒரு மனிதரை இனிமேல் பார்க்கவே முடியாது என்பது எவ்வளவு பெரிய துயரம். அப்பா எதற்கும் கோபப்பட்டதேயில்லை. அப்பாவின் நினைவு தண்ணீரில் நகர்ந்து செல்லும் மேகம் போல சப்தமில்லாமல் ஜிக்கிக்குள் ஊர்ந்து செல்ல துவங்கியது. அந்த நினைவு வந்ததிலிருந்து அவளது முகம் வருத்தம் தோய ஆரம்பித்தது. என்றோ இறந்து போன அப்பாவை ஒரேயொரு முறை பார்த்தால் கூட போதும் போல ஏக்கம் கவ்வ ஆரம்பித்தது.

ஜிக்கியின் அப்பா தேவராஜ் தமிழ்க்காரர். ஊர் திருவாடனை. வேலைக்காக கேரளா வந்து தங்கியிருந்தார். அப்படி தச்சுவேலை செய்ய வந்த இடத்தில் அம்மாவோடு பழக்கமாகி அம்மாவின் சொந்த ஊரான ஆனைக்குளத்திலே தங்கிவிட்டார் என்றார்கள்.

அப்பா ஹிந்து. அம்மாவின் வீடு கிறிஸ்துவக்குடும்பம். அப்பா அவர்களுக்காக மதம் மாறவில்லை என்று அம்மாவிற்கு வருத்தமிருந்தது. அப்பா அதிகம் யாரோடுப் பேசுவதேயில்லை. அப்பாவின் சம்பாத்தியத்தில்தான் அம்மாவின் தங்கைகள் யாவரும் திருமணம் செய்து போனார்கள்.

அப்பாவின் சொந்த ஊருக்கு ஜிக்கியும் அவள் அம்மாவும் ஒரேயொரு முறை போயிருக்கிறார்கள். மற்றபடி அப்பா தன் ஊரையும் சொந்த மனிதர்களையும் முற்றிலும் மறந்து போயிருந்தார். அவரது உலகம் அம்மா மட்டுமே. அவளுக்காகவே அவர் கேரளாவில் தங்கியிருந்தார்.

அம்மாவை சூசனா என்று அப்பா கூப்பிடுவதைக் கேட்க அழகாக இருக்கும். அப்படி அவளை வேறு யாரும் அழைப்பதில்லை. அம்மாவும் அவள் அண்ணனான ரூபெஸ் மாமாவும்தான் வீட்டை நிர்வாகம் செய்தார்கள். ஊரில் உள்ள சர்ச்சிற்கு மணி வாங்கித் தந்தது, சுற்றுசுவர் கட்டிக்கொடுத்தது எல்லாம் ரூபெஸ் மாமாதான். அதனால் சபையில் அவர்களுக்காக முன்வரிசை பெஞ்சு ஒதுக்கப்பட்டிருந்தது.

அம்மா பிராயத்தில் ரொம்ப அழகாயிருந்திருக்கிறாள். அவளுக்குக் கல்வீட்டு தோமாவின் மகன் பல்தியாசைக் கட்டிக் கொள்ளவேண்டும் என்ற ஆசையிருந்திருக்கிறது. ஆனால் அவர்கள் வசதியோடு ஒப்பிடும் போது அம்மாவின் வீடு ஒன்றுமில்லாதது. அத்தோடு பல்தியாசிற்குப் படித்த பெண்ணைத்தான் கட்டுவது என்று அவன் அம்மா உறுதியாக இருந்தாள். அந்த ஊரிலே பல்தியாஸ் அளவிற்கு சிவப்பாகவும் லட்சணமாகவும் உள்ள இளைஞன் யாருமேயில்லை என்றார்கள்.

பல்தியாஸ் கிதார் வாசிப்பதிலும் திறன் பெற்றிருந்தான். அம்மா அவனுக்காகவே திருச்சபையில் பாடுகின்றவளாகச் சேர்ந்து கொண்டிருந்தாள். ஆனால் பல்தியாஸிற்கு கொச்சியில் வசிக்கும் பென்னட் டாக்டரின் மகளைக் கட்டிக்கொள்ளப் போவதாக நிச்சயமானது. அன்றிலிருந்து தினம் ஒரு ரூபாய் காணிக்கைக் காசை உண்டியலிட்டு அம்மா அந்தக் கல்யாணம் நடந்துவிடக்கூடாது என்று தேவாலயத்தில் பிரார்த்தனை செய்தாள். ஆனால் எந்த தடையுமில்லாமல் பல்தியா ஸின் திருமணம் நடந்தேறியது.

பல்தியாஸின் திருமணத்திற்குத்தான் ஊருக்குள் அதிக கார்கள் வந்தன. இருபத்தியோரு வகை உணவுகள் விருந்தில் பரிமாறப்பட்டன. டிவைன் ஜிங்கிள்ஸ் இசைக்குழுவின் கச்சேரிகூட நடைபெற்றது. பல்தியாஸின் மனைவி குள்ளமாக இருந்தாள். சப்பை மூக்கு. கண்ணாடி அணிந்திருந்தாள். ரேடியோ ஸ்டேஷனில் வேலை பார்த்து வந்தாள் என்றார்கள். அவளை சபையில் பார்த்தபோது அம்மா வாய்விட்டு அழுதிருக்கிறாள்.

தன்னை அப்படிப் படிக்க வைக்காமல் போய்விட்டார்களே என்று இரண்டு நாட்கள் பட்டினியாகக்கூடக் கிடந்திருக்கிறாள். பல்தியாஸின் திருமணம்தான் அம்மா வாழ்க்கையைப் புரட்டிப் போட்ட முக்கிய சம்பவம். அதன்பிறகு அம்மா தனக்கு கர்த்தரின் கருணை கிட்டவேயில்லை என்று முடிவு செய்து கொண்டபடியே கட்டட வேலைக்குப் போய் வரத் துவங்கினாள்.

அப்போதுதான் அவளுக்கு அப்பாவின் அறிமுகம் உருவானது. அம்மா அவரைக் கட்டிக்கொள்ள யோசிக்கவேயில்லை. சந்தித்த ஆறாம் நாளில் அவர்கள் திருமணம் முடிவாகிப் போனது. சபையில் அதற்கான அறிவிப்புத் தந்தபோது அப்பாவின் பெயரை எபினேசர் என்றுதான் தந்தார்கள். கிராமத்து சபை என்பதால் யாரும் வேறு விபரங்களைக் கேட்டுக்கொள்ளவில்லை. ரூபெஸ் மாமா பாதிரியிடம் மிக எளிமையாக அந்த கல்யாணம் நடந்து முடிந்துவிட வேண்டும் என்று சொன்னதாகவும், அதனால் பாதிரி திருமணத்தின்போது

கூட அதிக வசனங்களைச் சொல்லவில்லை என்றும் இன்றும் அம்மா குறைபட்டுக்கொண்டுதானிருக்கிறாள். அப்பாவை யாரும் இன்றுவரை எபினேசர் என்று கூப்பிட்டதேயில்லை. அப்பாவே அந்தப் பெயரை மறந்து போயிருக்கக்கூடும்.

ஜிக்கி பிறந்தபோதுதான் பல்தியாஸிற்கும் பையன் பிறந்திருந்தான். சபை முடிந்து வெளியே வரும்போது மகிழமரத்தடியில் பல்தியாஸின் தாய் அந்தப் பையனை வைத்துக்கொண்டு நிற்பதை அம்மா பார்த்தாள். ஆனால் அவளுக்கு பல்தியாஸின் மீது இருந்த வெறுப்பு குழந்தையின் மீதும் திரும்பியது. சைத்தானின் குஞ்சைப் போலிருக்கிறது என்று முணுமுணுத்தபடியே அவள் தேவாலயத்தை விட்டு வெளியே நடந்து போனாள்.

அம்மா அதன் பிறகு எப்போதுமே சிடுசிடுப்பு உள்ளவளாகவே மாறியிருந்தாள். அதிலும் அப்பாவைக் காணும்போதுதான் அவளது கோபம் அதிகமாகும். அவளது ஏச்சு பேச்சுகளை கவனம் கொள்ளாமல் அப்பா எப்போது சுவர்ப் பல்லி போல அந்த வீட்டோடு ஒட்டிக் கொண்டு கிடந்தார் என்பதுதான் உண்மை. அவர் அம்மாவோடு ஞாயிற்றுக்கிழமைகளில் பிரார்த்தனைக்காக சர்ச்சிற்கு வருவதோ, வேண்டிக்கொள்வதோகூட இல்லை. அம்மா அவருக்காக வேண்டிக் கொண்டதுமில்லை.

கிறிஸ்துமஸ் அன்று மட்டும் அவர் புத்தாடைகள் அணிந்து கொள்வார். சில வேளைகள் அன்று அப்பா அதிகம் குடிப்பதும் உண்டு. வீட்டில் மலையாளம் பேசியபோதும்கூட அவர்கள் அப்பாவிடம் தமிழிலே பேசினார்கள். அவர் தன்னை அப்பா என்று அழைக்கும்படியாகவே சொல்வார். டோலிக்கு ஏழு வயது நடக்கும் வரை அப்பாவோடு தினமும் காலையில் குளிக்கச் செல்வாள். ஜிக்கி அம்மாவின் செல்லம் என்பதால் அவள் அப்பாவோடு ஒட்டிக்கொண்டது கிடையாது. ஆனால் டோலியை அப்பா ஆற்றிற்குக் குளிக்கக் கூட்டிச் செல்லும் போது வழியெல்லாம் ஏதாவது கேட்டுக்கொண்டே வருவாள்.

அப்பா அவளது கேள்விகளுக்கு மிகுந்த அக்கறையோடு பதில். சொல்வதோடு அவளுக்காக வழியில் இருந்த செம்பருத்தி மலர்களை எல்லாம் பறித்துத் தருவார். அப்பா தண்ணீரில் நீந்துவது இலை மிதப்பது போலத்தானிருக்கும். தண்ணீரோடு சண்டை போடுவது போல நீந்தக்கூடாது என்பார்.

அவர்கள் சில நாட்கள் யானையைப் பார்ப்பதற்காக ஆற்றங்கரையிலே உட்கார்ந்திருப்பார்கள். அப்பாவின் நண்பராக இருந்த பாகன் அவளை யானை மீது ஏற்றி உட்கார வைப்பார்.

ஆற்றின் கரையில் யானையில் அமர்ந்து வருவது டோலிக்கு மிகவும் பிடித்தமான ஒன்று.

வீடு திரும்பும் வழியில் தினமும் அப்பா ஒரு தாமரைப் பூவைப் பறித்துக்கொண்டுவருவார். அது அவர் வேலை செய்யுமிடத்தில் இருக்கும். மாலை நான்கு மணியானதும் அவர் தன் தச்சு உளிகளையும் சாமான்களையும் எடுத்து வைத்துவிடுவார். வயலின் ஊடாகவே நடந்து போய் யாருமில்லாத இடமாகப் பார்த்து உட்கார்ந்து கொள்வார்.

சில நாள் அவரோடு ஜிக்கியும் போயிருக்கிறாள். பறவைகள் கூடு திரும்புவதையும், காற்றின் ஏகாந்தத்தையும் அனுபவித்தபடியே அவர்கள் உட்கார்ந்திருப்பார்கள். அதுபோன்ற நேரங்களில் அப்பாவின் முகத்தில் சொல்லமுடியாத வலி மறைந்து போயிருப்பது போன்றிருக்கும். ஜிக்கி அப்பா ஊரில் யார் இருக்கிறார்கள் என்று பலமுறை கேட்டிருக்கிறாள். அப்பா தலைகவிழ்ந்து கொள்வார். தன்னுடைய பிராய் வயது பற்றி அவர் எதையும் சொல்லிக்கொண்டதேயில்லை.

வயலில் இருந்து திரும்பி வரும்போது ஒரு நாள் இரவு தளியத்தின் வீடு உள்ள தெருவில் ஒரு நாய் தலையைத் தூக்கக்கூட முடியாதபடி பிணி கண்டு படுத்துக்கிடந்ததை அப்பா கவனித்தார். அருகில் உட்கார்ந்து நாயின் உடலைத் தடவிவிட்டபடியே பரிவான அதன் கண்களை உற்றுப் பார்த்துக்கொண்டிருந்தார். நாயின் வயிறு துடித்துக் கொண்டேயிருந்தது. அதன் நாக்கில் எச்சில் வழிந்தபடி இருந்தது. அப்பா நாயைக் கையைக் கொடுத்துப் புரட்டப் பார்த்தார். அது வேதனையில் கத்தியது. அவர் கைக்குழந்தையை எடுப்பது போல் மிகக் கவனமாக அந்த நாயைத் தூக்கிக்கொண்டு தன் பட்டறைக்குக் கொண்டுவந்தார்.

ஜிக்கி வீட்டில் போய் சுடவைத்த எண்ணெய் கொண்டுவந்து தந்தாள். அப்பா ஏதோ நாட்டுமருந்துச் செடியின் இலைகளை அரைத்துப் போட்டார். பிறகு ஒரு மண்கலயத்தில் கஞ்சி கொண்டு வந்து நாயின் முன்பாக வைத்தார். அது கஞ்சியைக் குடிக்கவேயில்லை. அதன் கண்கள்கிறங்கிக்கொண்டிருந்தன, ஜிக்கி அதை வேடிக்கை பார்க்க அருகில் வந்தபோது அப்பா "வேணாம் மகளே, அது செத்துக்கொண்டிருக்கிறது" என்று சொல்லி அவளை வீட்டிற்குள் அனுப்பி வைத்தார்.

அந்த நாய் எப்போது செத்தது என்று தெரியாது. அப்பா அதைத் தென்னை மரத்தடியில் புதைத்து வைத்தார். இரவில் அப்பா அழுதிருப்பார் போல அவரது கண்கள் வீங்கியிருந்தன. நாய்

செத்துப்போன நாளில் அப்பா சாப்பிடவேயில்லை. யாரோடும் பேசவும் இல்லை. ரொம்பவும் கலங்கிப் போயிருந்தார். அந்த துக்கம் வடிந்த இரண்டு நாட்களில், பின்பு ஜிக்கி அப்பாவிடம் கேட்டாள் "நீங்க அழுதீங்களாப்பா."

அப்பா அமைதியான குரலில் சொன்னார், "வலிக்குதுனு வாய்விட்டுச் சொல்ல தெரியாத ஜீவன் அது... யாரை நம்பி அது இந்த ஊர்ல வாழ்ந்துகிட்டு இருந்துச்சி. இப்போ செத்துப் போச்சி. அதை யாரு நினைவுல வச்சிக்கிடப் போறாங்க. அதை நினைச்சா மனசு தாங்கல. அழுதுட்டேன்" என்றார். ஜிக்கிக்கு அந்த நிமிடம் அப்பா ரொம்ப அற்புதமானவராகத் தோன்றினார்.

ஒவ்வொரு நாளும் பணி முடிந்து வீடு திரும்பியதும் அவர் தயக்கத்துடன் அம்மாவிடம் ஒரு ரூபாய் பணம் கேட்பார். அம்மா அந்தப் பணத்தைத் தருவதற்குள் அவரைப் பத்து முறையாவது அவமதிப்பது போலத் திட்டுவாள். அப்பா அதைத் தாங்கிக்கொண்டு நின்று கொண்டேயிருப்பார். முடிவில் அவள் சில்லறைகளாக எடுத்துப் போடுவாள். அப்பா அதைப் பொறுக்கிக்கொண்டு சாராயக்கடை நோக்கிப் போவார்.

தனியாகவேதான் அப்பா எல்லா இரவிலும் சாப்பிடுவார். எப்போதாவது ஜிக்கி அவர் அருகில் உட்கார்ந்தபடியே அப்பாவிற்கு மீன் வேண்டுமா என்று கேட்பாள். அவர் சாப்பாட்டைக் கவனித்துச் சாப்பிடுவது போலவே இருக்காது. தொண்டையில் முள் சிக்கிக் கொண்ட மனிதன் அதை வெளியே எடுக்க முடியாமல் திணறுவது போலவே அப்பாவின் நிலையிருக்கும். அம்மாவும் அப்பாவும் சிரித்துப் பேசி அவர்கள் பார்த்ததேயில்லை.

ஒரு நாள் அப்பா ஜிக்கிக்காக தலையாட்டும் ஒரு பெண் பொம்மை ஒன்றைச் செய்து தந்தார். அதைத் தரையில் வைத்தால் ஆடிக் கொண்டேயிருக்கும். அந்தப் பொம்மையைப் பார்க்கும் போது அது அம்மாவின் ஜாடையிலே இருந்தது. ஜிக்கி அதை பற்றி அப்பாவிடம் சொன்னபோது அவர் வேடிக்கையாகச் சிரித்தபடியே "ஆமா... அப்படித்தான் இருக்கு" என்றார். அந்தப் பொம்மையை வைத்து ஜிக்கி நாளெல்லாம் விளையாடிக்கொண்டிருந்தாள். டோலிக்கு அந்தப் பொம்மையைப் பிடிக்கவேயில்லை.

ஜிக்கி விளையாட்டுத்தனமாக டோலியிடம் "அந்தத் தலையாட்டி பொம்மை அம்மா போலவே இருக்கிறது பாரடி" என்றதும் டோலி அதைப் பிடுங்கிக்கொண்டு அம்மாவிடம் ஓடினாள். அம்மாவிற்கு அது தாங்க முடியாத ஆத்திரத்தை உண்டுபண்ணியிருக்கவேண்டும். விடுவிடுவென உள்ளே வந்து அப்பாவின் முன்பாக அந்த

பொம்மையைத் தூக்கி எறிந்து மனுசனாக இருந்தால் விசுவாசம் வேண்டும். அது உனக்கு எங்கே இருக்கிறது" என்று கத்தினாள்.

அப்பா குனிந்து அந்தப் பொம்மையைக் கையில் எடுத்துக்கொண்டார். அதை சகித்துக்கொள்ள முடியாத அம்மா பிடுங்கிக்கொண்டுபோய் எரியும் அடுப்பில் போட்டாள்.

ஜிக்கி அதை நினைத்து இரவெல்லாம் அழுதாள். பின்னிரவில் காய்ச்சல் கண்டு உடம்பு நடுங்கத் துவங்கியது. மருத்துவரை வீட்டிற்குக் கூட்டிவந்து பார்த்தார்கள். காய்ச்சல் குறைவதற்காகப் பத்து அரைத்து போடும்படியாகத் தந்துவிட்டுப் போனார். விடிகாலையில் ஜிக்கிக்கு விழிப்பு வந்தபோது அவள் தலைமாட்டில் உட்கார்ந்து அப்பா அழுது கொண்டிருந்ததைப் பார்த்தாள். அவரைத் தவிர யாருமே விழித்திருக்கவில்லை. அவளுக்கு அப்பாவை அப்படிக் காண்பது அழுகை அழுகையாக வந்தது. அப்பா நீங்கள் எங்காவது போய் விடுங்கள் என்று கத்த வேண்டும் போலிருந்தது. ஆனால் நாவு உலர்ந்து போய் அவளால் பேச முடியவேயில்லை. அப்பா அவர்களை விட்டு கடைசி வரை விலகவேயில்லை.

ஜிக்கிக்கு உடம்பு நலமானபோது அப்பா ஒரு நாள் யாரிடமும் சொல்லிக்கொள்ளாமல் வெளியூர் கிளம்பிப் போனார். திரும்பி வந்தபோது அப்பா மொட்டையடித்திருந்தார். அவரது மஞ்சள் பையில் பஞ்சாமிர்தமும் கற்கண்டுப் பொட்டலும் திருநீறும் இருந்தது. அப்பாவின் கோலத்தைக் கண்டதும் அம்மா எரிந்து விழுந்து கத்தினாள். தன்னால் சபையில் யார் முகத்திலும் முழிக்கவே முடியாது என்று திட்டினாள். அப்பா அவளுக்கு பதில் பேசவில்லை. அந்த வாரம் இதற்காகவே அம்மா சர்ச்சிற்குப் போகவில்லை. ஆனாலும் அருகாமை வீட்டுப் பெண்கள் அம்மாவிடம் இதைப் பற்றி கேலியாக விசாரித்தார்கள். இதை ஈடு செய்வதற்காகவே பாதிரியை வரவழைத்து அம்மா வீட்டிலே ஒரு ஜெபக்கூட்டத்திற்கு ஏற்பாடு செய்திருந்தாள். அன்றைக்கு வந்தவர்கள் அத்தனை பேருக்கும் அப்பாதான் சாப்பாடு பரிமாறினார்.

டோலி அப்பாவோடு நெருக்கமாக இருந்ததேயில்லை. எப்போதாவது அவரைக் கூப்பிட அவரது பட்டறைக்குள் போகும்போதுகூட அப்பாவை அதிகாரமாகவே கூப்பிடுவாள். அப்பாவும் டோலியிடம் அன்போடு பேசியதேயில்லை. அப்பா செய்த மரச்சாமான்களை விற்று வரும் காசு முழுவதையும் அம்மாவே வைத்துக்கொள்வாள். சில வேளைகளில் அவள்

வாங்கிய கடனுக்காக நாற்காலிகள் செய்து தரும்படி அப்பாவைத் திட்டுவதும் உண்டு.

ஒரு மழைக்காலத்தில் மறுநாள் கல்யாண வீட்டிற்குப் போக வேண்டும் என்று அப்பாவை தோமா டெய்லரிடம் தைக்கக் கொடுத்த ஜாக்கெட்டுகளை இரவே வாங்கிவரும்படியாக அனுப்பி வைத்தாள். குடையோடு நடந்து போன அப்பா வீடு திரும்பும் வழியில் வழுக்கி விழுந்து சுயநினைவில்லாமல் கிடந்தார். இரவெல்லாம் அவர் மழைக்குள் ளாகவே கிடந்திருக்கக்கூடும். அம்மா அவர் எங்காவது குடித்துவிட்டுப் படுத்து உறங்கியிருக்கக்கூடும் என்றாள்.

விடிகாலையில் சிரில்தான் அவரைத் தூக்கிக்கொண்டுவந்து வீட்டில் போட்டான். அப்பாவின் உடல் ஜில்லிட்டிருந்தது. அவர் செத்துப் போய்விட்டார் என்றுதான் அம்மா நம்பினாள். இந்த மனிதனை இப்படிப் போட்டுவிட்டு கல்யாண வீட்டிற்கு எப்படிப் போவது என்று வேறு அவளுக்குக் கவலையாக இருந்தது. வைத்தியர் வந்து பார்த்துவிட்டு இடுப்பு முறிவு கொண்டிருப்பதால் குணமாவதற்கு ஒரு மாதமாவது ஆகும் என்றார். அப்பாவின் உடல்நிலையை விட ஒரு மாச காலம் வருமானம் போய்விட்டால் என்ன செய்வது என்று அம்மா புலம்பத் துவங்கினாள்.

"இந்த மனிதனுக்கு வயசாகுதில்லே. இப்படி வழுக்கிவிழுந்து இடுப்பு முறிஞ்சி கிடந்தா யாரு வச்சிப் பாக்குறது. வீட்ல சொர்ணமும் வெள்ளியுமாக வாங்கித் தந்திருக்கானா... வித்து வைத்தியம் பாக்குற துக்கு. வெறுங்கையோடு வந்த ஆளை நம்பி மோசம் போய் நான்தான் ரெண்டு பொம்பளைப் பிள்ளைகளோடு நிக்கேன். இனி எங்களைக் காப்பாற்ற யாரு இருக்கா" என்று புலம்பினாள்.

அப்பாவை அதே பட்டறையில் ஒரு கட்டிலைப் போட்டுப் படுக்க வைத்திருந்தார்கள். தைலம், சூரணம், மருந்துகள் என்று விதவிதமாக வைத்தியர் தந்து போயிருந்தார். அதை எல்லாம் யார் அருகில் இருந்து சவரட்டணை செய்வது என்று அம்மா எரிச்சல்பட்டாள். ஜிக்கிக்கு அப்பாவை அப்படிப் பார்க்கும்போது தொண்டையில் வலித்தது. அப்பா செத்துப்போயிருந்தால்கூட அழுது தீர்த்திருக்கலாம் என்று தோன்றியது. அவள் அப்பாவின் கட்டில் அருகில் உட்கார்ந்தபடியே உறங்கும் அவரைப் பார்த்துக் கொண்டிருப்பாள்.

எப்போதாவது அப்பாவின் கண்கள் திறந்து கொள்ளும். அது மிகுந்த இரக்கத்துடன் அவளை நேர்கொள்ளும். காய்ந்துபோன உதடுகளுடன் அவர் ஜிக்கி என்று மெதுவாக அவளை அழைப்பார்.

குடிப்பதற்குத் தண்ணீர் வேண்டும் என்று கேட்பார். ஜிக்கி தண்ணீரை அவருக்குப் புகட்டிவிடுவாள். ஒரு மடக்கிற்கு மேல் குடிக்க முடியாது. அதற்குள் மார்புக்கூடு விம்மத் துவங்கி கண்கள் நீர்க்க ஆரம்பிக்கும். அவள் துணியால் கண்களைத் துடைத்துவிட்டு அப்பாவின் கையை இறுக்க மாகப் பிடித்துக்கொள்வாள். அப்பாவின் கைகள் நடுங்கிக்கொண்டேயிருந்தன. ஜிக்கி எப்போதாவது அப்பா படுத்துக் கிடந்த அறைக்குள் வந்து நிற்பாள். ஒரே மருந்து வாடையாக இருக்கிறது என்று மூக்கைப் பொத்திக்கொள்வாள். பிறகு அம்மாவோடு போய் ஒட்டிக்கொள்வாள்.

வைத்தியர் சொன்னதுபோல் ஒரு மாதத்தில் அப்பா எழுந்து கொள்ளவில்லை. ஐந்து மாதமாகியும் அவர் படுக்கையிலே கிடந்தார். அம்மாவும் மாமாவும் யார் யாரிடமோ கடன் வாங்கினார்கள். அப்பாவை இலவமாக வைத்தியம் பார்க்கும் பொது மருத்துவமனைக் குக் கொண்டுபோய்ச் சேர்த்துவிடலாம் என்று ரூபெஸ் மாமா சொல்லிக்கொண்டிருந்தார்.

யார் அவரோடு கூட இருந்து பார்ப்பது என்று அம்மா யோசித்தாள். ரூபெஸ் மாமாவோ அப்படி யாரும் கூட இருக்கவேண்டிய அவசியமில்லை. அவர்களே நன்றாகப் பார்த்துக் கொள்வார்கள் என்று சொல்லி புனலூரில் இருந்த இலவச மருத்துவமனையில் கொண்டு போய்ச் சேர்த்து வந்தார்கள்.

அது நடந்த இரண்டு வாரங்களுக்குப் பிறகு அம்மா பீடிக்கம்பெனி ஒன்றுக்கு வேலைக்குப் போய்வரத் துவங்கினாள். ஜிக்கியின் படிப்பு அத்தோடு நின்று போனது. டோலி மட்டும் உள்ளூர்ப் பள்ளிக்கூடத்திற்குப் போய்வந்தாள். அப்பாவை அவர்கள் யாரும் மருத்துவமனைக்குப் போய்ப் பார்ப்பதேயில்லை. ஞாயிற்றுக்கிழமை பிரார்த்தனையின் போது ஜிக்கி கண்ணை மூடிக்கொண்டு இயேசு எப்படியாவது அப்பாவைக் காப்பாற்ற வேண்டும் என்று மனதாராப் பிரார்த்தனை செய்வாள். அப்பாவின் வருமானம் இல்லாமல் போனதால் அம்மா வாங்கியிருந்த கடன் குறையவேயில்லை.

கிறிஸ்துமஸிற்கு இரண்டு நாட்கள் முன்னதாக ஒரு பகலில் அம்மா அவர்களை அழைத்துக்கொண்டு அப்பாவைப் பார்ப்பதற்காக மருத்துவமனைக்குப் போயிருந்தாள். அப்பா அடர்ந்து மண்டிய தாடியோடு மெலிந்து போய் படுக்கையில் உட்கார்ந்திருந்தார். அவர் கண்களில் அனாதரவாகத்தான் இருக்கிறேன் என்பது துல்லியமாக வெளிப்பட்டது.

அப்பாவை அப்படிப் பார்ப்பதைத் தாளமுடியாமல் ஜிக்கி அழுதாள். அப்படி ஜிக்கி அழுது அம்மா பார்த்ததேயில்லை. அப்பா ஜிக்கியின் முதுகைத் தடவிக் கொடுத்தபடியே மலையாளத்தில் “கரையண்டா மோளே” என்று சொன்னார். இதைக் கண்ட டோலிக்கும் அழுகையாக வந்தது. அவள் அப்பாவின் அருகில் உட்கார்ந்து கொண்டாள். அம்மா அவருக்கு சொஸ்தமாகிவிட்டால் தான் அழைத்துப் போக வந்திருப்பதாகவும் நிறைய கடன் இருப்பதால் அவர் வேலை செய்யாமல் தாங்கள் வாழ முடியாது என்றும் சொன்னாள்.

அப்பா தனக்கு இடுப்பு எலும்பு இன்னும் ஒட்டவில்லை. தான் வேறு எதற்காக சுமையாக இருப்பது என்று சொல்லி தான் இங்கேயே இன்னும் சில நாட்கள் இருக்கப் போவதாகச் சொன்னார். அம்மா டோலியின் முகத்தைத் துடைத்துவிட்டு மௌனமாக அவரையே பார்த்துக்கொண்டிருந்தாள். அப்பா தன் படுக்கையின் அடியிலிருந்து ஒரு வாதாம்பழம் ஒன்றை எடுத்து ஜிக்கியிடம் தந்தபடியே வெளியே ஒரு வாதாமரமிருக்கிறது. நிறைய வாதம்பழங்கள் உதிர்ந்து கிடக்கின்றன. யாரும் பொறுக்க வருவதேயில்லை. நீங்கள் வருவதாகச் சொன்னதால் ஒன்றிரண்டை எடுத்து வைத்தேன் என்றார். ஜிக்கியிடமிருந்து டோலி அந்த வாதாம்பழத்தை வாங்கிக்கொண்டாள். அம்மா தனக்கிருக்கும் கடன்களைப் பற்றிச் சொல்லிக்கொண்டிருந்தாள். அப்பா தான் நலமாகி வந்து உழைத்து அந்தக் கடனை அடைத்துவிடுவதாகவும் அதுவரை அவள் கவலை கொள்ளத் தேவையில்லை என்றும் சொல்லி அவளுக்காகத் தானும் பிரார்த்தனை செய்வதாகச் சொன்னார்.

பிறகு அவர்கள் கிளம்பும் சமயம் அவர் அம்மாவை தனியே அழைத்து ஏதோ சொன்னார். அம்மா கேவியழுதபடியே நின்றுகொண்டிருந்தாள். அப்பா மௌனமாக விடையனுப்பி வைத்தார். மூவரும் மருத்துவமனை யிலிருந்து வெளியேறி வந்தார்கள். வழியில் ஜிக்கி தனது தங்கை டோலியிடம் தான் பெரியவள் ஆனதும் அப்பாவை தன் கூடவே வைத்துக்கொண்டு அவருக்குப் பட்டுவேட்டி சட்டை எல்லாம் வாங்கிக் கொடுப்பேன் என்று சொன்னாள்.

டோலிக்கு அப்படி அப்பாவிற்கு என்ன வாங்கித் தருவது என்று தெரியவில்லை. அவள் தானும் அப்பாவிற்காக ஏதாவது செய்வேன் என்றாள். அப்பாவின் ஏக்கம் படிந்த கண்கள் பல நாட்கள் இரவில் நினைவு வந்தபடியே இருந்தது.

அந்த வருடம் அவர்கள் கிறிஸ்துமஸ் கொண்டாடவில்லை. புது வருடம் பிறந்து இரண்டு வாரங்கள் ஆன பிறகு ஒரு நாள் அப்பா தானாகவே மருத்துவமனையில் இருந்து புறப்பட்டு வீடு வந்து சேர்ந்திருந்தார். அப்பா வருவதை ஜிக்கிதான் முதலில் பார்த்தாள். அவள் சப்தமாகக் கத்தினாள். அப்பா காவி வேஷ்டி ஒன்றுடன் தாடியும் களைத்துப்போன முகமுமாக வீடு வந்து சேர்ந்தார். வாசலில் கிடந்த கட்டிலில் உட்கார்ந்துகொண்டார். டோலி அப்பாவின் அருகில் போய் உட்கார்ந்து கொண்டு சிரித்தாள். ஆள் யாருனு தெரியலையே என்று வேடிக்கையாகச் சொல்லியபடியே அவர் டோலியை அருகில் இழுத்துக் கொஞ்சினார்.

அப்பாவின் முகத்தில் இப்போது சாந்தம் கூடியிருந்தது. அவர் தான் கொண்டுவந்திருந்த பையில் இருந்து கொஞ்சம் இனிப்புகள் மற்றும் பாசிமாலைகளை டோலியிடம் தந்தார். பிறகு ஜிக்கியிடம் தன் பையிலிருந்த ஒரு சாமி படம் ஒன்றை எடுத்து அதைத் தனது பட்டறையில் வைத்துவிடும்படியாகச் சொன்னார். ஜிக்கி ஓடிப்போய் அந்தப் படத்தை வைத்துவிட்டு வந்தாள். நீண்ட பல நாட்களுக்குப் பிறகு அவர்கள் ஒன்றாகச் சாப்பிட்டார்கள். அம்மா அன்றைக்குத்தான் விடிந்து காலை வெளிச்சம் படியேறும் வரை உறங்கியிருந்தாள். அவள் தூங்கி எழுந்தபோது அவள் முகத்தில் சிரிப்பு துளிர்த்ததை ஜிக்கி அதிசயத்தோடு பார்த்தாள்.

அப்பா தன்னுடைய உளி மற்றும் தச்சு சாமான்களை எடுத்துக் கொண்டு பட்டறைக்குப் போனார். அன்றைய பகல் முழுவதும் அப்பா வேலை செய்து கொண்டேயிருந்தார். மாலையில் பப்பி அந்த அறைக்குப் போனபோது சாமி படம் வைப்பதற்கு ஏற்றார் போல ஒரு சிறிய மாடம் ஒன்றைச் செய்திருந்தார். அதில் தான் கொண்டுவந்திருந்த சாமியாரின் படத்தை வைத்து அதன் அடியில் அகல் விளக்கு ஏற்றி வைத்தார்.

ஜிக்கி, "அது யார்" என்று கேட்டாள்.

"சட்டாம்பி சாமி" என்று அப்பா சொன்னார்.

டோலியிடம் அதைப்பற்றிச் சொன்னபோது அவள் "அம்மாவுக்குத் தெரிஞ்சா சண்டை போடப்போறா" என்று பயத்தோடு சொன்னாள். அன்றிரவு அதுதான் நடந்தது. நாள் எல்லாம் மரவேலை செஞ்சது சாமியாருக்கு பீடம் வைக்கத்தான் என்பதை அவளால் தாங்கிக் கொள்ளவே முடியவில்லை.

சட்டாம்பி சாமியார் அவர் மருத்துவமனையில் இருந்த நாட்களில் வாரம் வெள்ளிகிழமை வருகை தந்து ஒவ்வொருவருடனும் தனித்துப்

பேசி ஆறுதல் சொல்லி அவர்களுக்குப் பழமும் ரொட்டியும் தந்து போவது வழக்கம். சில நாட்கள் கூட்டுப் பிரார்த்தனையும் நடத்துவார். அவர் மீது அப்பாவிற்குப் பிடித்தம் உருவாகியிருந்தது. குடும்பம் என்றில்லாவிட்டால் அந்த சாமியாரோடு போய்ச் சேர்ந்திருப்பேன் என்றார் அப்பா. அம்மா அந்த பதிலைக் கேட்டு ஆத்திரம் தாங்க முடியாமல் கத்திக்கொண்டேயிருந்தாள்.

அப்பா தன்னால் முடிந்த மரச்சாமான்கள் செய்து அவள் கடனை அடைக்க உதவுவதாக சமாதானம் சொன்னபோது அம்மா அடங்கினாள். அப்பா அதன் பிந்திய நாட்களில் முக்காலி, உட்காரும் பலகை, இழுப்பறைகள் கொண்ட மேஜை, நகைப் பெட்டி, ஊதுபத்தி ஸ்டேண்ட் என்று ஏதேதோ செய்து தந்தார். அம்மாவின் கையில் மறுபடியும் காசு வர ஆரம்பித்தது. ஒரு கோடையில் அப்பா ஜிக்கியையும் டோலியையும் தன்னோடு அழைத்துக்கொண்டு பழனி வரை போய்விட்டு வருவதாகச் சொன்னார். அம்மா மறுக்கவில்லை. அப்பா அவர்களைப் பழனிக்கு அழைத்துப் போகவில்லை. மாறாக அவரது சொந்த ஊரான திருவாடனைக்கு அழைத்துப் போனார். அங்கே அவரை பலருக்கும் நினைவேயில்லை.

அப்பாவின் பூர்வீக வீட்டில் அவரின் உறவுக்காரப் பெண் ஒருத்தி குடியிருந்தாள். மண்சுவர்கள் கொண்ட வீடு. தாழ்வான கதவுகள் கொண்டிருந்தது. அந்த வீட்டிலிருந்த பெண் மிக உரிமையுடன் அப்பாவை அண்ணே அண்ணே என்று அழைத்தாள். ஜிக்கிக்கும் டோலிக்கும் ரவா லட்டுகள் வாங்கித் தந்தாள்.

அப்பா அன்று மாலையே அவர்களைக் கூட்டிக்கொண்டு பழனிக்கு வந்து சேர்ந்தார். எதற்காக தன்னுடைய ஊருக்கு அவர்களை அழைத்துப் போனார் என்று ஜிக்கிக்குப் புரியவேயில்லை. பழனியில் அவர்கள் நடந்து படியேறி மலை உச்சிக்குப் போய் சாமி கும்பிட்டார்கள். திரும்பி வந்த இரண்டு மூன்று நாட்களுக்குப் பிறகு ஒரு இரவு அப்பா மறுபடியும் உடல் நலம் குறைந்து படுத்தார். வைத்தியர் வந்து பார்க்கும்போது அப்பாவின் பாதி உயிர் போயிருந்தது. ஏன் அப்படி ஆனது என்று தெரியவில்லை. அம்மா அழவேயில்லை.

அப்பா டோலியை அருகில் அழைத்து கையை பிடித்துக் கொண்டார். ஜிக்கி அம்மாவோடு நின்றுகொண்டிருந்தாள். அப்பா அவர்களை நோக்கிக் கைகூப்பியபடியே "என்னாலே இவ்வளவு தான் முடிஞ்சது. பிள்ளைகளை வளர்த்து கல்யாணம் பண்ணிப் பாக்க எனக்குப் கொடுப்பினை இல்லை. என்னாலே உன்னை

நல்லபடியாக வாழ வைக்க முடியலை சூசனா... நான் உன்னை ஏமாத்திட்டேன்" என்று சொல்லிவிட்டு மௌனமானார்.

அம்மா அவரையே வெறித்துப் பார்த்துக்கொண்டிருந்தாள். அப்பாவை அந்த அறையில் விட்டுவிட்டு வெளியே வந்துவிடும் படியாக அம்மா சொன்னாள். திரும்ப அவர்கள் காலையில் உள்ளே போன போது அப்பா இறந்து போயிருந்தார். ஜிக்கி வேதனை தாங்க முடியாமல் கத்தி அழுதாள். பாதிரி வீட்டிற்கு வந்து இறுதிச்சடங்குகள் செய்தார். கல்லறைத் தோட்டத்திலே அப்பாவைப் புதைத்தார்கள்.

ஜிக்கி அம்மாவை சமாதானம் செய்தபடியே இருந்தாள். அப்பா இறந்த ஒரு வாரத்தின் பிறகு அம்மா டோலியையும் அவளையும் அழைத்துக்கொண்டு குமுளி எஸ்டேட் வேலைக்காகப் புறப்பட்டுச் சென்றாள். அதன் பிறகு அவர்கள் ஊர் திரும்பவேயில்லை.

இரண்டு பெண் பிள்ளைகளை வைத்துக்கொண்டு ஒரு பெண் தனியாக வேலை செய்து பிழைப்பது எளிதானதில்லை. எஸ்டேட்டில் அவர்கள் வீட்டின் ஜன்னல்கள் காற்றிற்கு அடித்துக் கொண்டால்கூட அம்மா பதறிப்போய் எழுந்து கொள்வாள். யாரிடமும் முகம் கொடுத்துப் பேசுவதேயில்லை. வீட்டில் இனிப்புப் பதார்த்தங்கள் எதுவும் செய்வதுமில்லை. ஜிக்கியும் அம்மாவும் வேலைக்குப் போகத் துவங்கியிருந்தார்கள். டோலி எஸ்டேட் பள்ளிக்கூடத்திற்குப் போய்வரத் துவங்கினாள்.

அம்மா வாழ்க்கையில் தோற்றுப்போன ஆத்திரம் அத்தனையும் தன் வேலையில் காட்டினாள். அவளைப் போல் வேகமாகத் தேயிலை கிள்ளுவதற்கு ஆட்களே இல்லை. பிரார்த்தனைக்காக அவள் தேவாலயத்திற்குப் போவதையும் நிறுத்திக்கொண்டுவிட்டாள். ஜிக்கி எப்போதாவது அப்பாவை நினைவுகொள்ளும்போது அம்மா ஆத்திரம் கொள்ளுவாள். கையில் கிடைப்பதை எடுத்து ஜிக்கியை அடிப்பாள்.

டோலிக்கு அம்மாவை அப்படிப் பார்க்கையில் பயமாக இருக்கும். சில நாட்கள் குளித்து ஈரத்தலையுடன் வந்து நிற்கும் ஜிக்கியை அம்மா பார்த்தபடியே இருப்பாள். அவள் அறியாமல் கண்ணீர் பெருகிக்கொண்டிருக்கும். என்னம்மா. என்னாச்சி என்று ஜிக்கி எவ்வளவு முறை கேட்டாலும் அவளிடம் பதில் வராது. அவள் புறங்கையால் கண்ணைத் துடைத்துக்கொண்டு அடுப்படியைக் கவனிக்கப் போய்விடுவாள்.

எப்போதாவது அவர்களைத் தேடி ரூபெஸ் மாமா வருவதுண்டு. அவர் வரும் நாட்களில் மறக்காமல் நெய் உருண்டைகள்

செய்து கொண்டுவருவதுண்டு. வாயிலிட்டால் இனிப்பு கரைந்து தேன்போல ஓட்டிக்கொள்ளும். அம்மா அதை ஒருபோதும் வீட்டில் செய்ததேயில்லை. ரூபெஸ் மாமா வரும் நாட்களில் இரவில் அவரும் அம்மாவும் உறங்காமல் பேசிக்கொண்டேயிருப்பார்கள். டோலியைத் தன்னோடு அழைத்துக்கொண்டு போய் வைத்துக்கொண்டால் அவளுக்கு சிரமம் குறையுமில்லையா என்று அவர் ஒவ்வொரு முறையும் கேட்பார். அம்மா பிள்ளையை அனுப்ப ஒத்துக்கொண்டதேயில்லை. ரூபெஸ் மாமா அப்பாவின் ஊரில் அவருக்கு உள்ள பூர்வீகச் சொத்துகளை அம்மா போய்க் கேட்டு வாங்கவேண்டும் என்று சொல்வார். அம்மா அந்த மனுசனைப் பற்றிப் பேச வேண்டாம். அவர்தான் செத்து மண்ணாகிப் போய்விட்டாரே என்று தடுத்துவிடு வாள். அவள் மனதிற்குள் ஆறாத காயம் போல அப்பாவின் நினைவுகள் கொந்தளித்துக்கொண்டேயிருந்தன.

ஒவ்வொரு முறையும் மாமா வந்து போன இரண்டு நாட்களுக்கு அம்மா வருத்தம் படிந்தவளாகவே இருப்பாள். பிறகு தனக்கென உலகில் யாருமேயில்லை என்பதை மறந்துவிட்டவளைப் போல வெறி கொண்டுவிடுவாள். ஒரு அடைமழை காலத்தில் அவர்கள் தங்கியிருந்த வீடு மழைச் சீற்றத்தால் இடிந்து விழுந்தது. அவர்கள் ஒண்டிக்கொள்ள இடமில்லாமல் திவாகரன் வீட்டுத் திண்ணையில் இரவெல்லாம் உட்கார்ந்திருந்தார்கள். அம்மா அன்றுதான் வாய்விட்டு அழுதாள். மழையில் அவளது அழுகையை யார் கவனிக்கப் போகிறார்கள். விடிந்து காலையில் வெயில் ஏறிய போது இடிந்த அவர்களின் வீட்டைப் பார்க்க விநோதமாக இருந்தது. இடிந்த சுவரை முட்டுக் கொடுத்து மேலே மறைப்பாக ஓலையிட்டு தற்காலிகமாக அதில் தங்கியிருந்தார்கள். அம்மா வேறு வீடு தேட வேண்டும் என்று அலைந்து கொண்டிருந்தாள். வீடு இடிந்த சில வாரங்களுக்குப் பிறகு அம்மா ஒரு நாள் அதிகாலையில் குளித்து தலையைப் பின்னி புருவம் திருத்திக்கொண்டு வெளியே புறப்படும்போது ஜிக்கியிடம் சொன்னாள்.

“வீட்டுச்சாமான்களை எல்லாம் கட்டிவை. நாம் வேறு வீட்டிற்குப் போகப் போகிறோம்.”

டோலியும் ஜிக்கியும் வீட்டில் இருந்த பொருட்களை ஒரு காலிசாக்கில் இட்டு நிரப்பிக்கொண்டிருந்தார்கள். அன்றைக்கு வெயில் அதிகமில்லை. மதியவேளையின்போது அவர்கள் வீட்டின் முன்னால் இருந்த சரிவில் ஒரு பிளைமவுத் கார் வந்து நின்றது. அதிலிருந்து அம்மா புதிய முண்டு கட்டியவளாக இறங்கினாள்.

அவளோடு எஸ்டேட்டில் மேனேஜராக வேலை பார்க்கும் முரளிகண்ணனும் நின்றிருந்தான். அம்மா சரிவில் ஏறி மேலே வந்து கொண்டிருப்பது தெரிந்தது. ஜிக்கி அம்மாவைப் பார்த்தபடியே இருந்தாள். அம்மா எதுவும் நடக்காதவள் போல சாமானை எல்லாம் கட்டியாகிவிட்டதா என்று கேட்டாள்.

ஜிக்கி ஆத்திரத்துடன் அந்த ஆள் யார் என்று கேட்டாள். அம்மா அவரைத்தான் திருமணம் செய்து கொண்டுவிட்டதாகவும் இனிமேல் அவரோடுதான் தங்கிக்கொள்ளப் போவதாகவும் சொன்னாள். ஜிக்கி தான் அவளோடு வரப்போவதில்லை என்று சொன்னாள். அம்மா ஆத்திரத்தில் அவள் தலைமயிரைப் பற்றி இழுத்து "அப்போ எவனோடயாவது ஓடிப் போயிரு" என்று சொல்லி வாசலில் பிடித்துத் தள்ளினாள். டோலிக்கும் அம்மா யாரையோ கல்யாணம் செய்து கொண்டது பிடிக்கவேயில்லை. ஆனால் அவள் அம்மாவின் கோபத் தின் முன் பயந்துபோய் நின்றுகொண்டிருந்தாள்.

ஜிக்கி விடுவிடுவெனச் சரிவில் இறங்கி ஓடினாள். அம்மா டோலியை இழுத்துக்கொண்டு சாமான்களை வெளியே எடுத்து காருக்குக் கொண்டுபோக முயன்றாள். ஜிக்கி அவர்களைத் திரும்பிப் பார்க்கவேயில்லை. அவள் எஸ்டேட் இறக்கத்தினுள் நடந்து தைலமரங்களைத் தாண்டி யானைப்பாதை வழியாக ஓடத்துவங்கினாள். தொலைவில் ஒரு கார் போய்க்கொண்டிருந்தது. ஜிக்கி வட்டாம்பாறைவரை ஓடி அகன்று விரிந்து கிடந்த மர நிழலில் உட்கார்ந்து கொண்டு அழுதாள். அப்படியே எங்காவது விழுந்து செத்துப் போய்விட வேண்டும் போலிருந்தது. அப்பாவைப் பற்றி நினைத்துக்கொண்டாள். விசும்பி விசும்பி அழுதாள். மரத்தில் இருந்த மரங்கொத்தி ஒன்று அவளை வேடிக்கை பார்த்தபடியே இருந்தது. ஈரமாக இருந்த பாறையில் சுருண்டு படுத்துக்கொண்டாள். மரம் மெதுவாக அசைந்து கொண்டிருந்தது.

ஏரியில் விழுந்து செத்துவிட வேண்டியதுதான் என்று தோன்றியது. அம்மா தங்களை ஏமாற்றிவிட்டாள் என்பது அவளை ரணப்படுத்திக் கொண்டேயிருந்தது. நெடுநேரம் அங்கேயே கிடந்தாள். வெயில் வடிந்துபோயிருந்த மாலையில் அவள் சாவது என்று முடிவு செய்து ஏரிக்குச் சென்றாள். மாலை வெயில் ஏரியின் மீது கவிந்திருந்தது. தண்ணீரில் சலனமேயில்லை. ஒருவேளை தான் செத்துப் போய் விட்டால் டோலி என்னாவாள்? அம்மா அவளையும் துரத்திவிட்டாள் டோலி பாவமில்லையா? டோலியைப் பற்றி நினைக்க நினைக்க — துக்கம் அதிகமானது. அப்பா ஏன் டோலியை நேசிக்கவேயில்லை. இப்படி மனக்குழப்பத்துடன் அவள்

ஏதேதோ நினைத்தபடியே ஏரியைப் பார்த்துக்கொண்டிருந்தாள்.

டோலிக்காக அவள் சாகக்கூடாது என்று தோன்றியது. அவமானத்தைத் தாங்கிக்கொள்வதைத் தவிர வேறு வழியில்லை என்று முடிவு செய்து கொண்டபடியே அவள் இருட்டிய பாதையில் நடந்து சென்றாள்.

முரளி கண்ணனுக்கு எஸ்டேட்டில் தனிவீடு கொடுத்திருந்தார்கள். அது பங்களா போல விசாலமானது. வீட்டைச் சுற்றிலும் நிறைய மரங்கள் அடர்ந்திருந்தன. வீட்டின் முன்னால் செயற்கையான நீரூற்று போலக்கூட அமைக்கப்பட்டிருந்தது. வெளியே முகப்பு கேட்டை தள்ளிக்கொண்டு அவள் உள்ளே நடந்து போனபோது வீட்டின் முன்னால் இருந்த புல்வெளியில் முரளிகண்ணன் உட்கார்ந்திருப்பது தெரிந்தது. நாற்பது வயதைக் கடந்த தோற்றம், சிவப்பாக, சுருண்ட தலைமுடியுடன் இருந்தார்.

அவரைப் பார்க்காதவள் போலவே ஜிக்கி உள்ளே நடந்தாள். அவர் ஜிக்கி வந்ததை கவனித்தவரைப் போலவே வா மகளே என்று அழைத்தார். ஜிக்கி அவர் குரலைக் கேட்காதவள் போல நடந்தாள். வீடு மிகப்பெரியதாக இருந்தது. மரத்தால் கட்டப்பட்ட வீடு அது. ஜிக்கி சமையல் அறைக்குள் நடந்தபோது அங்கே ஒரு வயதான பெண் மாட்டு இறைச்சியை வேகவைத்துக்கொண்டிருந்தாள்.

அம்மாவும் டோலியும் எங்கே என்று புரியாமல் அவள் சமையல் அறையிலிருந்து பின்வாசலைத் திறந்துகொண்டு வெளியே வந்தபோது மாடியில் இருந்து டோலியின் குரல் கேட்டது. ஜிக்கி உதட்டைக் கடித்தபடியே நின்றுகொண்டிருந்தாள். டோலி இறங்கி ஓடி வந்து அவளை மாடிக்கு அழைத்துக்கொண்டு போனாள். பெரிய பெரிய படிகள் இரட்டைக் கட்டில் ஒன்றில் அம்மா சாய்ந்து உட்கார்ந்திருந்தாள். ஜிக்கியை அவள் கண்டு கொள்ளவேயில்லை. டோலி அக்காவிடம் மிகவும் ரகசியமாக தான் பிளைமவுத் காரில் ஏறி வந்ததாகச் சொன்னாள். ஜிக்கி அம்மாவை முறைத்துக்கொண்டிருந்தாள். அம்மா ஏதோ நினைத்துக்கொண்டவளைப் போல ஜிக்கியை அருகில் வரச்சொல்லி அவள் கையைப் பிடித்துக்கொண்டாள். டோலி அம்மா கூப்பிடாமலே அருகில் போய் ஒட்டிக்கொண்டாள். அம்மா இரண்டு பிள்ளைகளையும் கட்டிக்கொண்டு அழுதாள். பிறகு அவர்கள் இனிமேல் கஷ்டப்படப் போவதில்லை அதற்குத்தான் இந்த ஏற்பாடு என்று சொன்னாள்.

அன்றிரவு அவர்கள் மிகப்பெரிய உணவு மேஜையில் அமர்ந்து சாப்பிட்டார்கள். அப்படிச் சாப்பிடுவது அதுதான் முதல்முறை.

காரமான கறிக்குழம்பும் பப்படமும் இருந்தன. சாப்பிடும்போது யாரும் பேசிக் கொள்ளவில்லை. வீட்டில் நிறைய மின்சார விளக்குகள். இருந்தன. அந்த வீட்டில் போன்கூட இருந்தது. டோலியும் ஜிக்கியும் கீழே உள்ள ஒரு அறையில் தங்கிக்கொள்ள வேண்டியது என்று அம்மா சொன்னாள். ஜிக்கி தலையாட்டிக் கொண்டாள். அன்றிரவு டோலியும் ஜிக்கியும் படுப்பதற்கு முன்பு மண்டியிட்டு பிரார்த்தனை செய்தார்கள்.

ஜிக்கி மிக அக்கறையாக தங்கைக்குப் போர்த்திவிட்டாள். பெரிய மரக்கட்டில் மிருதுவான இலவம் பஞ்சு மெத்தை, மின் காற்றாடி, கதகதப்பான அறை. ஆனாலும் உறக்கம் வரவில்லை. ஜிக்கி சுழலும் காற்றாடியைப் பார்த்தபடியே இருந்தாள். அம்மா இந்த நேரம் அந்த ஆளை முத்தமிட்டுக் கொண்டு இருப்பாள். அந்த ஆளின் கைகள் அம்மாவினைத் தொட்டுத் தழுவும் என்று நினைக்க நினைக்க ஆத்திரமாக வந்தது. டோலி உறங்கியிருந்தாள். ஜிக்கி எழுந்து ஜன்னல் கதவைத் திறந்துவிட்டு வெளியே பார்த்தபடியே இருந்தாள். அன்று வானில் ஒரேயொரு நட்சத்திரம் மட்டுமே இருந்தது. அது அவளையே பார்த்துக்கொண்டிருப்பது போலிருந்தது. குளிர்காற்றும் இருட்டுப்பூச்சிகளின் சப்தமும் இரவெல்லாம் கேட்டபடியே இருந்தன.

அம்மா மறுநாள் காலை மிகச் சோர்வுடன் இருந்தாள். அவள் கண்கள் வெளிறியிருந்தன. வெந்நீரில் தைலம் இட்டுக் குளித்துவிட்டு கண்ணாடியில் தன்னையே நெடுநேரம் பார்த்துக்கொண்டிருந்தாள். முரளிகண்ணன் அதிகாலையில் எழுந்து தேயிலைத் தோட்டத்தைப் சுற்றிவர போயிருந்தார். அன்றைய பகலில் அம்மா டோலியையும் ஜிக்கியையும் காரில் அழைத்துக்கொண்டு புதிய உடைகள் வாங்கி வருவதற்காகப் போனாள். அம்மாவிடம் மூன்று நூறு ரூபாய் தாள்கள் இருந்தன. அதை டோலி ஆசையோடு கையில் வாங்கிப் பார்த்தாள். புடவை, ஜாக்கெட், பாவாடை, ரிப்பன் என்று வேண்டும் மட்டும் அவர்கள் வாங்கினார்கள்.

ஒரு கடையில் பழச்சாறு குடித்தார்கள். பவுடர், சோப், கண்மை, உதட்டுச்சாயம், தந்தத்தால் ஆன சீப்பு, வட்டக்கண்ணாடி, சந்தன எண்ணெய், தலைகிளிப்புகள், பவுடர் போட்டுவைக்கும் கிண்ணம், மல்லிகை மணம் தரும் வாசனைத் திரவியம், செருப்புகள் என்று அம்மா ஆசைப்பட்டதெல்லாம் வாங்கினாள். பிச்சைக்காரர்களுக்கு தாராளமாகச் சில்லறைகள் போட்டாள். டோலி தனக்காக ஒரேயொரு மவுத் ஆர்கான் வாங்கிக்கொண்டாள். ஜிக்கி தனக்காக எதையும் வாங்கவில்லை.

முரளிகண்ணன் அன்றிரவு அவர்களிடம் தன்னைப் பிடித்திருக்கிறதா என்று கேட்டார். டோலி ஆமாம் என்றும் ஜிக்கி இல்லையென்றும் தலையாட்டினார்கள். ஜிக்கிக்கு எத்தனை வயதாகிறது என்று முரளிகண்ணன் கேட்டார். அவள் பதினாலு என்று சொன்னாள்.

டோலி அவர் கேட்காமலே தனக்கு ஏழு நடக்கிறது என்றாள். முரளி கண்ணன் அவர்கள் இருவரையும் திருச்சூரில் உள்ள தங்கிப் படிக்கும் மிஷனரி பள்ளி ஒன்றில் சேர்த்துவிடுவதைப் பற்றி யோசிப்பதாகச் சொன்னார். ஜிக்கி அதில் தனக்கு இஷ்டமில்லை என்றாள்.

முரளி கண்ணன் "இங்கே சும்மா இருந்தால் கெட்டுப்போய் விடுவார்கள்" என்றபடியே எழுந்து மாடியேறிப் போகத் துவங்கினார். அம்மா அவர் குடிப்பதற்காக சீரகத் தண்ணீர் எடுத்துக்கொண்டு மாடியேறி சென்றாள். டோலி பயத்துடன் அவளிடம் "நிஜமாக நாம் திருச்சூருக்கு போய்விடப்போகிறோமா" என்று கேட்டாள். ஜிக்கி ஆத்திரத்துடன் "அதற்கு நாம் செத்துப் போய்விடலாம்" என்றாள். டோலிக்கும் அதுதான் சரி என்று தோன்றியது.

அம்மா மறுநாள் இரண்டு மூட்டுகளிலும் காயமாகி எண்ணெய் போட்டுக்கொண்டிருந்தாள். என்னவானது என்று ஜிக்கி கேட்ட போது அவள் பதில் சொல்லவில்லை. ஆனால் வலியோடு டோலியிடம் தன்னுடைய கால்களைப் பிடித்துவிடச் சொல்லிக் கொண்டிருந்தாள். அதன்பிறகான சில இரவுகளில் அம்மா வீறிட்டு அழும் சப்தமும் வலியோடு கத்தும் குரலும் மாடியிலிருந்து கேட்கத் துவங்கியது. ஜிக்கி ஒருபோதும் மாடியேறிச் சென்று அம்மாவிற்கு என்னவானது என்று பார்த்ததேயில்லை. அம்மா தன் வயதை மறந்து உடைகள் உடுத்தவும் அலங்காரம் செய்து கொள்ளவும் துவங்கியிருந்தாள். இரவில் கூட அவள் ஏன் பவுடர் போட்டுக்கொள்கிறாள். ஏன் பகலெல்லாம் உறங்குகிறாள் என்று டோலிக்குப் புரியவேயில்லை.

அந்த வீட்டிற்கு வந்த பிறகு அம்மா ஒரு நாளைக்கு ஐந்து முறை சாப்பிட்டாள். வெறி கொண்டவள் போல அவள் எதையும் மிச்சம் வைக்காமல் சாப்பிட்டுக்கொண்டிருந்தாள். இரண்டு மாதங்கள் அந்த வீட்டில் அவர்கள் குளிர்ச்சியான மரநிழலில் படுத்துக்கிடப்பது போல ஆனந்தம் கொண்டார்கள்.

முரளிகண்ணன் வீட்டில் ஒரு நாளிரவு விருந்து நடந்தது. நிறைய ஆட்கள் வந்திருந்தார்கள். வன இலாகா அதிகாரிகள்,

மரவியாபாரிகள், தபால் அதிகாரி, இரண்டு போலீஸ்காரர்கள் உள்ளிட்ட பலரும் இருந்தார்கள். அம்மாவின் தோள்மீது கைபோட்டபடியே முரளி கண்ணன் நின்றிருந்தார். அம்மா கூச்சத்துடன் நின்றிருந்தாள். ஜிக்கியும் டோலியும் தலைவாரிப் பூச்சூடி அம்மாவின் பக்கத்தில் வந்து ஒண்டிக்கொண்டார்கள்.

முரளிகண்ணன் அதை விரும்பாதவரைப் போல ஜிக்கி, டோலி இருவரையும் விருந்தினர்களின் முன்னால் அறிமுகப்படுத்த வேண்டாம் என்று அறைக்குள் இருக்கும்படியாகச் சொன்னார். அது அம்மாவிற்கு ரோஷத்தை உருவாக்கியது. “நான் மட்டும் வேண்டும். என் பிள்ளைகள் வேண்டாமா” என்று கேட்டாள். “அது என்னுடைய பிள்ளைகள் இல்லை. எவனுக்கோ பிறந்தவை. மாட்டை ரெண்டு கன்றுக்குட்டிகளோடு ஓட்டிவந்தது என் தப்பு” என்று அவர் சொன்னார். அம்மா அவரை முறைத்தபடியே பிள்ளைகளை இழுத்துக்கொண்டு போய் ஒரு அறையில் போட்டுப் பூட்டிவிட்டு தன் அறைக் கதவை மூடிக்கொண்டாள். இரவு குடிவெறியில் முரளிகண்ணன் அம்மாவின் படுக்கை அறைக் கதவை நீண்ட நேரம் தட்டிக்கொண்டேயிருந்தார். அம்மா கதவைத் திறக்கவேயில்லை.

இது நடந்த இரண்டு நாட்களுக்குப் பிறகு ஒரு நாள் பகலில் முரளி கண்ணன் வீட்டு வாசலில் மோரிஸ் கார் வந்து நின்றது. அதிலிருந்து நாராயணி அம்மா இறங்கி வந்தாள். வேலைக்காரப் பெண் அதுதான் முரளிகண்ணனின் அம்மா என்றும் அவர் ஊரில் இல்லாத நாளில் உங்க அம்மாவைக் கல்யாணம் பண்ணிக்கொண்டுவிட்டார் என்றும் ஜிக்கியிடம் சொன்னாள்.

நாராயணி அம்மா விடுவிடுவென மாடியேறிச் சென்றாள் அம்மாவின் உடைகள், பொருட்கள் அத்தனையும் தூக்கி வெளியே வீசி எறிந்து விட்டு தலைமயிரைப் பிடித்து வெளியே தள்ளினாள். அம்மா அவளோடு கூக்குரலிட்டு சண்டையிட்டாள். இருவரும் கட்டிப்புரண்டு அடித்துக்கொண்டார்கள். நாராயணியம்மாவின் மணிக்கட்டை அம்மா திருப்பி ஒடித்துவிட்டாள். வலியில் நாராயணி அம்மா ஓங்காரமிட்டு அழுதாள். முரளிகண்ணன் வரும்வரை இருவரும் வீட்டுவாசலில் உட்கார்ந்திருந்தார்கள்.

முரளிகண்ணன் கார் வந்து நின்றதும் நாராயணியம்மா தன் மணிக்கட்டை ஒடித்துவிட்டாள் என்று பிலாக்கணம் வைத்தாள். முரளிகண்ணன் ஆவேசத்துடன் படியேறிச் சென்று ஜிக்கியின் அம்மாவின் செவுளில் அறைந்துவிட்டு “வெளியே போடி என்று கத்தினார். அம்மா “நான் எதுக்காகப் போகணும். நான் உன்

பொண்டாட்டி என் கூடப் படுத்து எந்திருச்சிருக்கே. அந்தக் கிழட்டு முண்டையை வெளியே போகச் சொல்லு” என்றாள்.

நாராயணியம்மா மறுபடியும் கத்தினாள். அம்மா தான் போலீஸில் போய் புகார் பண்ணப் போவதாகச் சொல்லியதும் முரளிகண்ணன் தன்னுடைய அம்மாவை மாடி அறைக்குப் போகும்படியாகச் சொன்னார். ஜிக்கி டோலி இருவரும் அன்றைக்கு மிகவும் பயந்து போயிருந்தார்கள். தன் காரில் நாராயணியம்மாவை மருத்துவமனைக்குக் கூட்டிக்கொண்டு போனார் முரளிகண்ணன்.

அம்மா அதன்பிறகு மிகவும் பிடிவாதமானவளாக மாறினாள். முரளிகண்ணனுடன் பலத்த வாக்குவாதம் நடந்தது. அந்தச் சண்டையில் அம்மாதான் ஜெயித்தாள். நாராயணியம்மாவை ஊருக்குச் கொண்டுபோய்விட்டு வந்தார் முரளி கண்ணன். அந்தச் சண்டைக்கு பிறகு அம்மா வீட்டில் இருந்த வேலையாட்களை மாற்றிப் புதிய வேலையாட்களை நியமித்தாள். தன்னை கேட்காமல் அந்த வீட்டிற்குள் யாரையும் அனுமதிக்கக்கூடாது என்று வாசல் கதவைப் பூட்டியே வைத்திருந்தாள். ஜிக்கிக்கு அம்மாவைப் பிடிக்காமலே போனது. அவர்கள் பகலில் வீட்டின் பின் உள்ள நாவல் மரத்தடியில் போய் உட்கார்ந்துகொள்வார்கள். எதிர்காலத்தைப் பற்றிக் கனவு காணத் துவங்குவார்கள்.

அம்மா அதன் பிறகு கர்ப்பம் கொண்டாள். அதிகத் தலைச்சுற்றலும், பித்தமும் சேர்ந்து கொள்ள ஆள் வெளிறிப்போனாள். வாரம் ஒரு முறை அவளை மருத்துவர் வீட்டிற்குக் கூட்டிப்போவதும் வருவதுமாக இருந்தார்கள். அம்மாவால் எதையும் சாப்பிட முடியவில்லை. கால்கள் நடுங்கிக்கொண்டேயிருந்தன. ஜிக்கியையும் டோலியையும் அழைத்து அவளுக்குப் பிறக்கப் போகும் பையனை அவர்கள் தனது தம்பியாகச் சேர்த்துக்கொள்ள வேண்டும் என்றும் அவன் மீது பிரியமாக இருக்க வேண்டும் என்றும் அம்மா சொன்னாள். டோலிக்கு அது பிடிக்காமலே இருந்தது. சோகை பிடித்தவள் போல பூஞ்சையாக இருந்த அம்மா ஒரு நாள் படியேறும்போது மயங்கிக் கீழே விழுந்தாள். மருத்துவமனைக்குக் கொண்டு போனபோது அவளது கர்ப்பம் கலைந்து போனது. வேண்டும் என்றே தன் பிள்ளையை கர்ப்பத்திலே அவள் கலைந்து போகும்படி செய்து விட்டாள் என்று முரளிகண்ணன் கத்தினார்.

அம்மா நலிந்த உடலுடன் வலி தாங்கமுடியாமல் சுருண்டே கிடந்தாள். அறையை விட்டு வெளியே வராமலே கிடந்தாள். எப்போதாவது டோலி அறைக்குள் போகும்போது அம்மா அழுது கொண்டிருப்பது தெரியும். நான்கு வாரங்களுக்குப் பிறகு

ஒரு நாள் பகலில் அம்மா தன்னுடைய பொருட்களை எடுத்துப் பெட்டியில் வைத்துக்கொண்டபடியே டோலியையும் ஜிக்கியையும் அழைத்தாள்.

புல்வெளியில் உட்கார்ந்து முரளிகண்ணன் கணக்குப் பார்த்தபடி இருந்தார். அவள் பிள்ளைகளை அழைத்துக்கொண்டு தாங்கள் திருவாடனைக்குப் போய்விடப்போவதாகச் சொன்னாள். முரளி கண்ணன் அவர்களைத் தடுக்கவில்லை. தன் பையிலிருந்து ஐம்பது ரூபாய் ஒன்றை எடுத்துத் தந்தார். அம்மா அந்தப் பணம் தனக்குப் போதாது. ஐநூறு ரூபாய் வேண்டும் என்று சொன்னாள். அவர் வீட்டினுள் சென்று பணத்தைக் கொண்டுவந்து தந்தார். அவள் பிள்ளைகளை அழைத்துக்கொண்டு வெளியேறி நடக்க ஆரம்பித்தாள்.

அவர்கள் திருவாடனைக்குப் போகப் போவதாகவே ஜிக்கி நம்பிக் கொண்டிருந்தாள். ஆனால் அம்மா அவர்களை அழைத்துக்கொண்டு ரூபேஸ் மாமாவின் வீட்டில் விட்டுவிட்டு அன்றிரவே வீட்டின் உள் அறையில் சுருக்கிட்டுக்கொண்டு இறந்து போயிருந்தாள். அன்றைக்கு அம்மாவின் வைராக்கியத்தை நினைத்து ஜிக்கி பீறிட்டு அழுதாள். அதுதான் அவர்கள் வாழ்வினைப் புரட்டிப் போடும் நிகழ்ச்சி என்று அன்றே அவளுக்குத் தெரிந்து போனது. தாயும் தகப்பனும் இறந்து போன பிள்ளைகள் உறவினர் வீட்டில் என்ன அவமானங்களை எல்லாம் சந்திக்க வேண்டியிருக்கும் என்பதை இரண்டு மாதத்திலே ஜிக்கி உணர்ந்து கொண்டாள்.

ஒரு நாள் மதியம் டோலி அவளிடம் நாமும் அம்மாவைப் போல சுருக்கிட்டுக்கொண்டு செத்துப் போய்விடலாமா என்று கண்ணீருடன் கேட்டாள். அன்று இரவு ஜிக்கி ரூபேஸ் மாமாவின் பர்ஸில் இருந்து அவர் அறியாமல் நூறு ரூபாய் பணத்தைத் திருடி எடுத்துக்கொண்டு டோலியை அழைத்துக்கொண்டு புனலூருக்கு பஸ் ஏறினாள். இனிச் செத்தாலும் அந்த ஊருக்குத் திரும்பி வரக்கூடாது என்ற வைராக்கியம் அவளுக்குள் இருந்தது.

*

நீண்ட காலத்தின் பிறகு ஜிக்கி வந்திருப்பதைக் கண்ட உறவுப்பெண்கள் அவள் குடும்பம் எப்படியிருக்கிறது என்று விசாரித்துக் கொண்டிருந்தார்கள். தனது புருஷன் சேலத்தில் பெரிய டாக்டர், தனியே பங்களா இருக்கிறது என்றும் பத்துப்பனிரெண்டு வேலையாட்கள், கார் எல்லாம் இருக்கிறது என்றும் தங்கை டோலி

ஒரு தமிழ் ஆளான இன்ஜினியரைக் கட்டிக்கொண்டு ஏற்காட்டில் வசிப்பதாகவும் பொய்யை அள்ளிவிட்டுக்கொண்டிருந்தாள்.

அழகரைக் காட்டி அவன் யார் என்று கேட்டார்கள். அவன் தன் கணவரின் தம்பி என்று சொல்லிய ஜிக்கி, டோலி சொந்த ஊருக்கு வந்து தேவாலயத்திற்கு வெள்ளிச்சிலுவை காணிக்கை கொடுக்க வேண்டும் என்று சொல்லிக்கொண்டேயிருந்தாள். அதனால் வந்திருக்கிறாளோ என்று தான் பார்த்துப் போக வந்ததாகச் சொன்னாள்.

ஜிக்கியைப் பார்ப்பதற்காக தேவாலயத்தில் இருந்து பாதிரியே வந்திருந்தார். அவரிடம் ஜிக்கி அதே பொய்யைத்தான் சொன்னாள். பிறகு அவர்கள் சேலம் புறப்பட்டபோது ஜிக்கி கவலையான குரலில் அப்பாவும் அம்மாவும் நிம்மதியில்லாமல் வாழ்ந்து செத்துவிட்டார்கள். டோலியாவது சந்தோஷமாக வாழட்டும் என்றுதான் இப்படி இழி பிழைப்பு வாழ்ந்து கொண்டிருந்தேன். அவளும் என்னை விட்டுப் போய்விட்டாள் என்று ஆதங்கத்துடன் சொல்லிக்கொண்டு வந்தாள். டோலி காணாமல் போன ஒரு மாசத்தின் பிறகு ஒரு நாள் ஜிக்கி தன்னிடமிருந்த பெண்களை அழைத்து தான் இனிமேல் தொழில் நடத்தப் போவதில்லை என்றும், தன் தங்கை வந்து சேரும்வரை திருவாடனையில் போய்க் குடியிருக்கப் போவதாகவும் சொன்னாள். அதை மற்றப் பெண்கள் ஏற்றுக்கொள்ளவில்லை. டோலியைப் போலவே தாங்களும் அவளுக்குத் தங்கைகள்தானே என்றனர். அவர் மனது மாறவேயில்லை.

அவள் சேர்த்து வைத்திருந்த பணத்தில் இருந்து ஆளுக்குக் கொஞ்சம் தந்து அந்தப் பெண்களை அனுப்பிவைத்தாள். அன்று ராமிதான் நிறைய அழுதாள். ஜிக்கியை விட்டு வெளியே போனால் அவமானப் பட வேண்டியிருக்கும் என்று வாய்விட்டுக் கதறினாள். பிறகு அவள் நாமக்கல்லில் உள்ள தன் தோழி ஒருத்தியோடு போய்த் தங்கப் போவதாக முகவரி எழுதித் தந்துவிட்டுச் சென்றாள். அன்றைக்கு மயில்வாகனம்கூட கலங்கிப் போய்விட்டார்.

யாவரையும் வெளியேற்றி அனுப்பிவிட்டு அழகரைத் தனித்து அழைத்து அவனுக்கும் பணம் தந்து சொந்த ஊருக்குப் போய் ஏதாவது தொழில் செய்து பிழைத்துக்கொள் என்றாள். அழகருக்கு ஜிக்கியை விட்டுப் பிரிந்து போக மனமில்லாமலிருந்தது. தான் அவள் கூடவே இருப்பதாகச் சொன்னான்.

அவள் வேண்டாம் வீணாக உன் வாழ்க்கை கெட்டுப் போய்விடும் என்று சொல்லி அவள் தனி ஆளாக அப்பா ஊருக்குக் கிளம்பிப் போவதாகச் சொன்னாள்.

எஸ்.ராமகிருஷ்ணன் ❖ 345

இனி, தான் எந்த ஊருக்குப் போவது என்ன தொழில் செய்வது என்று தெரியாமல் ஒன்றிரண்டு நாட்கள் சேலத்திலே அழகர் தங்கியிருந்தான். பிறகு ஜிக்கியைப் போல பெண்களை வைத்து தொழில் நடத்தலாமா என்றுகூட யோசித்தான். அப்போதுதான் ராமி சொன்ன நாகக்கன்னி வேஷம் போடும் ஷோ பற்றிய நினைப்பு வந்தது.

ஏன் ராமியைக் கூட்டிக்கொண்டு அதே வேஷத்தைப் போட்டு வசூல் செய்யக்கூடாது என்று நினைத்தான். இந்த யோசனை வந்த மறுநிமிடமே நாமக்கல்லுக்குக் கிளம்பிப் போனான். அவனை ராமி அந்த இரவில் எதிர்பார்க்கவேயில்லை. இருவரும் ஒரே பாயில் படுத்துக்கொண்டார்கள். விடிய விடிய நாகக்கன்னி ஷோ எப்படி நடத்துவது என்பதைப் பற்றியே ராமி சொல்லிக் கொண்டிருந்தாள். அப்படித்தான் அழகர் திருவிழாவில் ஷோ நடத்துகின்றவனாக மாறினான்.

நாலு வருடங்கள் அவளோடு ஊர் ஊராகப் போய் நிகழ்ச்சி நடத்தினான். ராமி வேசைத்தொழிலுக்குப் போவதை முற்றிலும் நிறுத்திக்கொண்டுவிட்டாள். ஷோ நடத்தப்போன ஊர்களில் அவள் அடிக்கடி அழகரோடு சண்டையிடுவாள். அவனுக்குத் தெரியாமல் பணத்தைத் திருடிக்கொண்டுவிடுவாள். ஒரு நாள் ஆத்திரத்தில் கூடாரத்திற்குத் தீவைத்துவிட்டாள். அவளது சுபாவம் மெல்ல மாறிக்கொண்டே வந்தது.

தினமும் ஷோ முடிந்து எழுந்தவுடன் அவள் நாட்டுச்சாராயம் குடிக்கத் துவங்கினாள். குடிவெறி அதிகமாகி அவனைக் கட்டிக் கொண்டு பாட்டுப் பாடினாள். அவனால் ராமியை சகித்துக் கொள்ளவே முடியாமல் போனது.

ஒரு நாள் நாகக்கன்னியாக இருந்த ராமி பார்வையாளர்கள் கேட்ட கேள்விக்கு வாய்க்கு வந்த கெட்டவார்த்தைகளை பதில் சொல்லி அவனை சிக்கலில் மாட்டிவிட்டாள். அன்றைக்கு நடந்த சண்டையில் தான் அவனை விட்டுப் போய்விட்டால் பிழைப்பதற்கு அழகர் சிங்கியடிக்கவேண்டும் என்று ஏளனமாகச் சொன்னாள். அது அவனுக்குள் ஆறாத ரணம் போல இருந்தது. என்றாலும் அவளோடு சேர்ந்து ஊர் ஊராகச் சுற்றிக்கொண்டேயிருந்தான்.

அப்போதுதான் இலங்கையில் இருந்து வந்திருந்த புதிய ஷோவான கடற்கன்னி நிகழ்ச்சியை சித்திரைத் திருவிழாவில் அழகர் பார்த்தான். கடற்கன்னியைப் பார்ப்பதற்குக் கூட்டம் வரிசையில் நின்றது. வெள்ளை பேண்ட் சர்ட் அணிந்து தலைப்பில் பெரிய தொப்பி வைத்த ஒருவர் மைக்கில் கடற்கன்னியை

எப்படி கடற்கரையில் கண்டுபிடித்தேன் என்று மயக்கும் குரலில் சொல்லிக்கொண்டிருந்தார். அழகரும் வரிசையில் நின்று கடற்கன்னியைப் பார்த்தான். அது ஒரு பெண். அவளுக்கு வேஷமிட்டிருக்கிறார்கள் என்பது தெரிந்தது.

அப்படியொரு காட்சி தன்னால் நடத்த முடிந்தால் நிறைய வருமானம் கிடைக்கும் என்று உள்ளூற ஆசையாக இருந்தது. ஆனால் தன்னால் அப்படி உடையை மாட்டிக்கொண்டு படுத்துக் கிடக்க முடியாது என்று ராமி மறுத்துவிட்டாள்.

சித்திரைத் திருவிழாவின் முடிவில் அவள் மரணக்கிணறு சுற்றும் ஒருவனோடு நட்பாகி அழகரைத் தனித்துவிட்டு ஓடிப்போனாள். அந்தத் திருவிழாவோடு இந்தத் தொழிலை மூட்டைகட்டிவிட்டு இனித் தானே திருமணம் செய்து கொண்டு தன் மனைவியைக் கொண்டே புதிதாகக் கடற்கன்னி ஷோ நடத்தலாம் என்ற முடிவுடன் பெண் தேடி சொந்த ஊருக்கே புறப்பட்டான் அழகர்.

அத்யாயம்

15

1982

எட்டூர் மண்டபம்

அந்தப் பெண் தலையை மொட்டையடித்திருந்தாள். தாடை எலும்புகள் துருத்திக்கொண்டிருந்தன. தலை கழுத்தோடு ஒட்ட வைத்திருந்தது போலிருந்தது. காவிநிற நூல் புடவையணிந்திருந்தாள். ஜாக்கெட் கழுத்தை விட்டு இறங்கி கைகள் தொளதொளவெனத் தொங்கிக்கொண்டிருந்தது. கழுத்தில் காதில் நகைகள் எதையும் அணிந்திருக்கவில்லை. கால் செருப்புகூட அவளிடமில்லை. காய்ந்து போன உதடுகளுடன் அவள் கொண்டலு அக்காவிடம் தர வேண்டும் என்று ஒரு சாம்பல்நிறப் பூனையை வைத்தபடியே சமையற்கூடத்திற்கே வந்து காத்திருந்தாள். அக்காவிடம் அந்தப் பெண் காத்திருப்பதைப் பற்றி யாருமே சொல்லவில்லை.

எட்டூர் மண்டபமெங்கும் நோயாளிகள் நிரம்பி யிருந்ததால் இடை விடாத கூச்சலிருந்தது. ஒரு நோயாளியின் குடிநீர்க் குவளையை யாரோ திருடிக் கொண்டு போய்விட்டார்கள் என்று ஒரே சப்தமாக இருந்தது. சுருளியப்பன் அப்படி யாரும் அங்கே திருடியிருக்க மாட்டார்கள் என்று சமாதானம் சொல்லிக்கொண்டிருந்தார்.

குடிநீர்க் குவளையைத் தொலைத்தவன் ஒரு புருவம் துண்டிக்கப்பட்டிருந்த ஒரு ஆளை

சுட்டிக்காட்டி அவன் நேற்றிரவில் இருந்தே எனது துணிப்பையை நோண்டிக்கொண்டிருந்தான். அவன்தான் நிச்சயம் திருடியிருக்க வேண்டும் என்றான். அவனோ தான் கால் ஆணியைத் துண்டிப்பதற்காக ஒரு பிளேடு தேடியதாகவும் மற்றபடி அவனது குடிநீர்க் குவளையைத்தான் திருடவேயில்லை என்றான்.

அவனை நம்பமுடியாது என்று அவனது துணி மூட்டையை பரிசோதனை செய்யும்படியாகச் சொன்னான் திருட்டுக் கொடுத்தவன். சுருளியப்பன் அந்தத் துணிமூட்டையைக் கேட்ட போது கால் ஆணி வந்தவன் தரமறுத்ததோடு அங்கிருந்து ஓடவும் முயற்சி செய்தான். அவனை இரண்டு மூன்றும் சேர்ந்து பிடித்துக்கொண்டு வந்தார்கள்.

அதற்குள் நாலைந்து பழந்துணிகளுடன் சிறுமிகள் அணியும் காலணி ஒன்று ஊதா நிறத்தில் புதியதாக இருந்தது. சுருளியப்பன் அது யாருடைய காலணி என்று கேட்டார். அந்த ஆள் பதில் சொல்லாமல் அதை வழியில் ஒரு வீட்டில் திருடினேன் என்று மட்டும் சொன்னான்.

"எதற்காக இதைத் திருடியிருக்கிறாய்" என்று சுருளியப்பன் கேட்டதற்கு அந்த நோயாளி பதில் சொல்லவேயில்லை.

"உனக்குப் பிள்ளைகள் இருக்கிறார்களா" என்று சுருளியப்பன் கேட்டார். அவன் "நான் தெருவில் கிடக்கும் பிச்சைக்காரன். என்னை யார் கட்டிக்கொள்வார்கள். எப்பவுமே நான் தனிக்கட்டைதான்" என்றான்.

பிறகு எதற்கு இந்தச் சிறுமியின் காலணிகள் என்று யாருக்குமே பதில் தெரியவில்லை. குடிநீர்க் குவளையைத் தொலைத்தவன் அந்தச் செருப்பை கண்டவுடன் தான் தவறான ஆளைக் குற்றம் சொல்லிவிட்டோமோ என்று தலைகவிழ்ந்து கொண்டான்.

இந்தச் சண்டையை வேடிக்கை பார்த்துக்கொண்டிருந்த இன்னொரு நோயாளி குடிநீர்க் குவளையை அந்த ஆள் பூச்செடிகளுக்குத் தண்ணீர் ஊற்றிவிட்டு அங்கேயே மாலையில் வைத்துவிட்டு வந்திருப்பதாக எடுத்து வந்து தந்தான்.

கால் ஆணி கொண்ட பிச்சைக்காரன் தனது துணிமூட்டையைக் கட்டிக்கொண்டு ஓரமாக உட்கார்ந்து கொண்டான். அவனைப் பற்றி அக்காவிடம் சுருளியப்பன் சொல்லியிருக்கவேண்டும். கொண்டலு அக்காவே அவனைத் தேடி வந்திருந்தாள். அக்கா வந்தவுடன் யாவரும் அவளைச் சுற்றிக் கூடிவிட்டார்கள்.

ரோகி பனித்த கண்களுடன் பேச்சு வராமல் அமைதியாக இருந்தான். அக்கா அவனைத் தனியே அழைத்துக்கொண்டு போய் குளத்தின் படிக்கட்டில் உட்கார்ந்து கொண்டாள்.

அவன் அக்காவின் கண்களையே பார்த்துக்கொண்டிருந்தான். அக்கா ஒரு சிறு கல்லை அவன் கையில் எடுத்துத் தந்து “குளத்தில் வீசி எறி பார்ப்போம்” என்றாள். அவன் கல்லை வீசி எறிந்தான். அது தண்ணீரின் மீது நடனமாடியபடியே சென்றது.

அக்கா அதைக் கண்டு சிரித்தபடியே “இன்னொரு முறை இதைப் போல எறிந்து காட்டு பார்க்கலாம்” என்றாள். அடுத்த கல்லை அவனாகவே எடுத்துத் தண்ணீரின் மீது வீசினான். அது வேறுவிதமாக தாவியோடியது.

அக்கா தண்ணீரைப் பார்த்தபடியே இருந்தாள். பிறகு “தம்பீ, எல்லா சந்தோஷமும் அற்ப நிமிசத்தில் முடிந்துவிடக்கூடியதுதான். நீ எறிந்த கல் முடிவற்று தண்ணீரின் மீது தாவிக்கொண்டேயிருக்க முடியவில்லை பார்த்தாயா. அது ஒரு மாயத்தை சில நிமிசங்கள் ஏற்படுத்திவிட்டு அடங்கிவிட்டது. அப்படித்தான் நமது வாழ்க்கையும், நாம் ஏதோ காரியங்கள் செய்கிறோம். அதுவும் இதுபோலத் துள்ளி எழுந்து ஓடி, பின்பு அடங்கிவிடுகிறது. வெறும் விளையாட்டுத்தானப்பா வாழ்க்கை. ஒவ்வொரு மனிதனும் தன்னால் சுமக்க முடியும்மட்டும் கவலைகள், வேதனைகள், சொல்லமுடியாத தவிப்புகளைச் சுமந்து கொண்டுதானிருக்கிறான். அதை யார் இறக்கிவைப்பது. தலைச்சுமையை இறக்கிவைக்க சுமைதாங்கிக் கல்லை வைத்திருப்பார்கள். அப்படி மனதை இறக்கி வைக்க எந்தச் சுமைதாங்கிக் கல் இருக்கிறது.

தம்பீ, உன் கஷ்டங்களின் சரித்திரத்தை உன் முகமே காட்டிக் கொடுத்துவிட்டது. சுருளியப்பன் உன்னைப் பற்றிச் சொல்லும்போது நீ சிறுமிகளின் காலணியைச் சுமந்துகொண்டிருப்பதாகச் சொன்னார். தம்பீ, அது ராமனின் காலணிகளைத் தலையில் வைத்துச் சுமந்த பரதனைத்தான் நினைவுபடுத்தியது.

எதற்காக நீ சிறுமியின் காலணியை உன்னோடு வைத்திருக்கிறாய். அது யாருடைய காலணிகள்” என்று கேட்டாள். அதற்கு கால் ஆணி கண்டவன் உடைந்த குரலில் சொன்னான்,

“அக்கா நான் நினைவு தெரிந்த நாளில் இருந்தே தனியாக இருக்கிறேன். தெருவிலும் கோவில் வாசல்களிலும் காய்கறிச் சந்தையின் கழிவுகளுக் குள்ளும் படுத்து எழுந்து என் நாட்களை ஓட்டியிருக்கிறேன். இப்போது என்ன வயதாகிறது என்றுகூட எனக்குத் தெரியாது. கடந்த சில வருசங்களாக எனக்கு என்னையும்

அறியாமல் ஒரு பயம் உருவாகியது. அது நாளுக்கு நாள் அதிகமாகிக்கொண்டேயிருக்கிறது. நான் தனியாக இருக்கிறேன் என்ற பயமது. எத்தனை பேர் கூட இருந்தாலும் நான் தனியாக இருக்கிறேன் என்றே தோன்றுகிறது.

அதிலிருந்து விடுபட முடியாமல் தவித்துக்கொண்டிருந்தேன். அப்போது ஒரு நாள் கோவில் வாசலில் ஒரு குடும்பம் செருப்பைக் கழட்டிப் போட்டுவிட்டு சாமி கும்பிடச் சென்றது. அதில் ஒரு சிறுமியின் செருப்புகளைக் கண்டேன். இளஞ்சிவப்பு நிறத்திலிருந்தது. அதைப் பார்த்தவுடன் திருடிக்கொள்ளவேண்டும் போலிருந்தது. யாரும் பார்த்துவிடும் முன்பாக ஓடிப்போய் அதைத் திருடி எனது துணி மூட்டைக்குள் ஒளித்து வைத்துக்கொண்டேன்.

அந்தச் சிறுமி திரும்பி வந்து தனது செருப்புத் தொலைந்து போனதை கண்டு வருத்தப்படுவதைக் காணப் பிடிக்காமல் உடனே மேற்குக் கோபுரம் பக்கமாக இடம் மாறியும் போய்விட்டேன். அன்றிரவு நான் வழக்கம் போல உறங்கும் மரத்தடியின் முன்பு துணிப்பையைத் தலைக்கு வைத்தபோது அந்தச் செருப்புத் தலையை உறுத்தியது. அதை எடுத்து என் பக்கத்தில் வைத்துக்கொண்டு படுத்துக்கொண்டேன். சொன்னால் நம்புவீர்களோ என்னவோ. அந்தச் சிறுமி என்கூட இருப்பதுபோலவே உணர்ந்தேன். அந்த நிமிடத்தில் நான் தனியாகயில்லை என்ற உணர்வு எனக்குள் வந்தது. நான் அந்தச் செருப்பை அருகில் வைத்துத் தடவிக் கொடுத்தேன். சிறுமியின் பாதங்களைத் தொடுவதைப் போலவே இருந்தது. அப்போது நான் நெகிழ்ச்சியடைந்து போய் அதை முத்தமிட்டேன். அந்தச் செருப்பு என்னோடு இருக்கும்வரை நான் தனியாக இல்லை என்ற எண்ணம் வந்து கொண்டேயிருந்தது. செருப்போடு பேசவும் கஷ்டங்களைப் பகிர்ந்து கொள்ளவும் துவங்கினேன்.

அதிலிருந்து நான் சிறுமிகளின் செருப்புகளை அடிக்கடி திருடத் துவங்கினேன். ஒரு செருப்பைச் சில மாத காலம்கூட வைத்திருப்பேன். பின்பு அதை எங்காவது பள்ளிக்கூடம் ஒன்றின் முன்னால் போட்டு விட்டு யாராவது சிறுமிகள் எடுத்துப் போகிறார்களா என்று பார்த்துக் கொண்டேயிருப்பேன். நிச்சயம் அதை ஒரு சிறுமி வியப்போடு எடுத்து அணிந்து கொண்டு போவாள். அப்படி அணிந்து கொண்ட சிறுமி நிச்சயம் என்னைப் பற்றி நினைத்துக்கொள்வாள் என்று நான் நம்பினேன்.

அப்படித்தான் பாதயாத்திரை வரும்வழியில் ஒரு வீட்டில் என்னை சாப்பிடச் சொல்லி மாதா கோவிலுக்குக் காணிக்கை

கொடுத்து அனுப்பினார்கள். அந்த வீட்டிலிருந்த சிறுமியின் காலணிகள்தான் அவை. அதை நான் திருடியிராவிட்டால் இவ்வளவு தூரம் வந்திருக்கவே மாட்டேன். தனியே நடந்து வருகையில் ஏதோ ஆகிவிடும் என்ற பயத்தை இந்தச் செருப்பு போக்கியது.

ஏனோ பெரியவர்களை விடவும் எனக்குக் குழந்தைகளை அதுவும் பெண் குழந்தைகளை அதிகம் பிடித்திருக்கிறது. உண்மையில் எனக்கு ஒரு துணை தேவைப்படுகிறது. என்னோடு அன்பு கொள்ள எந்தச் சிறுமியும் விருப்பமாட்டாள். அதனால் அவளது காலணிகளைத் திருடி அதன் வழியே அவளை அன்பு செய்கிறேன். அது தவறு என்று தெரிந்தாலும் எனக்கு வேறு வழிகள் எதுவுமில்லையக்கா" என்றார்.

கொண்டலு அக்கா அந்தப் பிச்சைக்காரரின் கைகளைப் பிடித்துக் கொண்டு "உன் தோற்றம்தான் அழுக்கடைந்து போயிருக்கிறது. மனது சுத்தமாக ஒளிர்ந்து கொண்டிருக்கிறது. உலகம் ஒரு வலைப் பின்னல். சூரிய சந்திரன் துவங்கி நம் வீட்டுவேப்பமரங்கள் வரை யாவும் ஒன்றோடு ஒன்று சேர்ந்துதான் இயங்குகின்றன. உண்மையில் நாம் விரும்பினாலும் உலகில் தனியாக இருக்க முடியாதப்பா.

தனிமை என்று நீ சொல்வது உன்னைப் புரிந்து கொள்ளாத உலகத்தைப் பற்றியது மட்டும்தான். உன் உடல் உனக்கு மட்டுமானதில்லை. அது உன் தாயின் சொத்து. உயிர் தந்த வகையில் உன் தாய் உன் னோடு இருக்கிறாள். உனக்காக உணவு தந்த அத்தனை மனிதர்களுக்கும் உன் உடலில் பங்கிருக்கிறது. உனக்கு நிழல் கொடுத்த மரம். தாகம் தீர்த்த தண்ணீர். உன்னை உறங்க வைத்த காற்று அத்தனைக்கும் உன்னோடு உறவிருக்கிறதப்பா. பின் எப்படி நீ தனி மனிதனாயிருக்க முடியும். எல்லாம் மனம் செய்யும் சித்துவேலை. அது தரும் மயக்கம் அவ்வளவுதான். அதிலிருந்து நீ விடுபட்டால் உலகம் எவ்வளவு பெரியது என்று உனக்கே தெரியும்.

யோசித்துப் பார். இவ்வளவு பெரிய பூமியில் நீ எவ்வளவு தூரம் நடந்திருக்கிறாய். எத்தனை ஆறுகளைக் கண்டிருக்கிறாய். எத்தனை மலைகளில் ஏறியிறங்கியிருக்காய். எந்தக் கடலின் அலைகளுக்கு எதிராகப் பயணம் செய்திருக்கிறாய். எவ்வளவோ கோடி மனிதர்களில் உனக்குத் தெரிந்தவர் எத்தனை பேர். கிணற்று ஆமையைப் போல நம் உலகம் நான்கு சுவர்களுக்குள் அடங்கிவிடுவதுதானா வாழ்க்கை. உன் மனத்தடையை

விடுவித்துக்கொண்டால் பிறகு உலகம் முடிவில் லாதது. நீ அசதியடையும் வரை அதில் ஓடி நீந்திப் பறந்து விளையாடலாம். யாரும் உன்னைத் தடுக்கப்போவதில்லை” என்றாள்.

கால் ஆணி கொண்டவன் அதை முழுமையாகப் புரிந்து கொள்ளவில்லை என்றபோதும் அவள் சொன்னதைப் போல தனியாக இருப்பது என்பது வெறும் மனமயக்கம்தான் என்பதை உணர்ந்தான். அக்கா சிரித்தபடியே “வாழ்க்கையில் பற்று கொள்வதற்கு ஒவ்வொரு வருக்கும் ஒரு பிடிமானம் வேண்டியிருக்கிறது. உனக்குச் சிறுமியின் காலணிகள்” என்று சிரித்தபடியே அவனை அழைத்துக் கொண்டு திரும்பினாள். வரும்வழியில் அந்த மொட்டையடித்த பெண் “அக்கா அக்கா” என்று அழைத்தபடியே அவள் பின்னால் வந்துகொண்டிருந்தாள். அக்கா குனிந்து அவளைத் தூக்கிவிட்டு “என்ன செய்கிறது பாப்பா” என்றாள்.

தன்னை “பாப்பா” என்று அக்கா அழைப்பதைக் கேட்டதும் மொட்டை அடித்தவள் கலங்கிப் போய்விட்டாள். அக்காவிற்காக தான் ஒரு பூனையைக் கொண்டுவந்திருப்பதாகச் சொன்னாள். கொண்டலு அக்கா அந்தப் பூனையைக் கையில் வாங்கிக் கொஞ்சியபடியே செல்ல தம்பியே உனக்குப் பசிக்கிறதா” என்று கேட்டாள். மொட்டையடித்த வள் “அக்கா நான் உங்களோடு கொஞ்ச நேரம் பேசவேண்டும்” என்றாள்.

கொண்டலு அக்கா அவள் தாடை பிடித்துத் தடவிவிட்டு “மதியநேரம் நீ பசு, கொட்டடிக்கு வா. நாம் பேசிக்கொண்டிருக்கலாம். இப்போது நீயும் களைத்துப்போயிருக்கிறாய். அந்த மர நிழலில் சற்று ஓய்வு கொள். நானே வந்து உன்னை அழைத்துப் போகிறேன்” என்றாள். மொட்டையடிக்கபட்டவள் அக்காவின் சொல்லுக்குக் கட்டுப்பட்டவள் போல அந்த மரநிழலில் போய்ப் படுத்துக்கொண்டு கண்களை மூடிக் கொண்டாள். நோயாளிகளில் ஒருவன் தகரடப்பா ஒன்றினை உரக்க அடித்து எதையோ கத்திக்கொண்டிருந்தான். நாலைந்து நோயாளிகள் ஒன்றாகச் சேர்ந்து மண்டபத்தின் படிக்கட்டுகளைச் சுத்தம் செய்து கொண்டிருந்தார்கள்.

*

“**அ**க்கா... என் பெயர் கோமகள். என் கணவர் பஞ்சாலை ஒன்றில் வேலை செய்கிறார். என் அப்பா காய்கறிக் கடை வைத்து நடத்திக்கொண்டிருக்கிறார். நான் சிறுநீரகக் கோளாறினால்

கடந்த ஒன்பது வருடங்களாக அவதிப்பட்டுக்கொண்டிருக்கிறேன். நோயை விடவும் இதைத் தீர்த்துக்கொள்வதற்காக நான் பட்ட அவமானங்கள் தான் என்னை அதிகம் வேதனைப்படுத்துகின்றன.

எனக்குத் திருமணமாகி நான்கு வருடங்கள் குழந்தைகள் இல்லாமலிருந்தன. இது என் கணவருக்குக் கவலையாக இருந்தது. அதற்காக சிகிச்சை எடுத்துக்கொள்வதற்காக ஒரு பிரபலமான பெண் மருத்துவரிடம் சென்றிருந்தோம். அந்த மருத்துவரைக் காண்பதற்காக முன்பதிவு செய்து காலையில் இருந்தே காத்திருக்க வேண்டியதாயிருந்தது. இரவு எட்டரை மணிக்கு நான் மருத்துவரின் அறைக்குள் சென்றேன். பெண் மருத்துவர் சோர்ந்து போயிருந்தார். நான் என் பிரச்சினையைப் பற்றி பேச ஆரம்பித்தவுடன், 'போதும். இது எல்லாரும் சொல்றதுதான். உன் புருஷன் ஒழுங்கா உன்கூட படுக்கிறானா' என்று கேட்டாள்.

எனக்கு என்ன பதில் சொல்வது என்று தெரியாமல் அமைதியாக இருந்தேன். 'உடம்பு இப்பிடி ஊதியிருந்தா எப்படி பிள்ளை பிறக்கும். கிட்டவாடி' என்று அவள் என்னைப் பரிசோதனை செய்தாள்.

நான் அவளிடம் எனது முறையற்ற மாதவிடாய்க் குருதிப் போக்கினைப் பற்றிப் பேச இருந்ததை அவள் கடைசிவரை காது கொடுத்து கேட்கவேயில்லை. அந்த மருத்துவர் எழுதித் தந்த மாத்திரைகளை ஒரு மாத காலம் சாப்பிட்டுவிட்டு மறுபடி வந்து பார்க்கும்படியாக சொன்னாள்.

அந்த மாத்திரைகளின் விலை ஆயிர ரூபாய்களுக்கு மேலாக இருந்தது. நான் தினசரி அதைக் கவனமாகச் சாப்பிட்டு வந்தேன். முதல் இரண்டு நாட்களில் அந்த மாத்திரை சாப்பிடத் துவங்கியதும் தோலில் சிவப்பாக தடித்துத் தேமல் போல வரத் துவங்கியது. 'சாப்பாட்டில் உப்பு சேர்க்காதே' என்று என் கணவராகச் சொன்னார்.

அதன்படி உப்பேயில்லாமல் சாப்பிடத் துவங்கினேன். பத்து நாட்கள் அந்த மாத்திரைகளைச் சாப்பிட்டிருப்பேன். தலை கிறுகிறுப்பு வருவதோடு யாரோ என்னைப் பிடித்துத் தள்ளுவது போன்று மயக்கம் வருவதாக இருக்கும். இதனால் வீட்டை விட்டு வெளியே போகவே மாட்டேன். ஒரு மாதத்தின் பிறகு மறுபடியும் அதே மருத்துவரிடம் பரிசோதனைக்காகச் சென்றேன்.

அந்த மாத்திரைகள் சாப்பிட்டால் தலை சுற்றுகிறது. படபடப்பாக வருவது போல இருப்பதாகச் சொன்னேன்.

அவள் அந்த மாத்திரைகளை வாங்கிப் பார்த்துவிட்டு இதையா சாப்பிட்டே' என்று கேட்டாள். நான் தலையசைத்தேன். அதை மொத்தமாக வாங்கி தன் அருகில் உள்ள குப்பைத்தொட்டியில் போட்டுவிட்டு வேறு புதிய மாத்திரைகள் எழுதித் தந்தாள்.

'இதை தினசரி ஒரு மாத்திரை மட்டும் சாப்பிடு' என்றாள். என் கணவர் அவளைப் பார்த்துச் சில வார்த்தைகள் பேச விரும்புவதாகச் சொன்னேன். 'இது என்ன சந்தைக்கடையா. போகின்ற வருகின்றவர்களுடன் எல்லாம் பேசிக்கொண்டிருக்க. அந்த ஆள் ஒழுங்கா இருந்தா நீ எதுக்கு இங்கே வர்றே' என்றபடியே தனக்கு நேரமில்லை என்று மருத்துவர் மறுத்துவிட்டார்.

என் கணவர் புதிய மருந்துகளை வாங்கிக்கொண்டுவந்து தந்தார். இந்த மாத்திரைகள் சாப்பிடத் துவங்கிய முதல் நாளே உதட்டில் கொப்பளம்போல ஏதோ வெடிக்க ஆரம்பித்தது. நான் பயந்து போய் மறுபடியும் அதே மருத்துவரைத் தேடிப் போனேன்.

அவளை நான் சந்தேகப்படுவதாக நினைத்துக்கொண்டு கண்டபடி என்னைத் திட்டியதோடு எனது மருந்துச்சீட்டைக் கிழித்துப் போட்டு 'இனிமேல் நீ என்னைத் தேடி வரக்கூடாது' என்று கத்தினாள். அத்துடன் என்னை வெளியே அழைத்துக்கொண்டுவந்து அங்கே காத்திருந்த மற்ற நோயாளிகளிடம் 'உங்களுக்கு யாருக்காவது என்மீது சந்தேகம் இருந்தால் இப்போதே போய்விடுங்கள். பிறகு அது சரியில்லை. இது சரியில்லை என்று உயிரை எடுக்காதீர்கள்' என்று கத்தினாள். எந்தப் பெண்ணும் அங்கிருந்து எழுந்து போகவில்லை.

அந்த மருத்துவமனையின் நர்ஸ் என்னை கையைப் பிடித்து வெளியே போகும்படியாகச் சொன்னாள். அன்றிரவு என் கணவர் நான் அப்படி மருத்துவமனைக்குப் போய்க் கேட்டது தப்பு என்று என்னை திட்டிக்கொண்டேயிருந்தார். எனக்கு ஆத்திரமாக வந்தது. அவருக்கு எப்படியாது என்னை நிரூபித்துவிட வேண்டும் என்பதற்காக அன்றிரவு மூன்று மாத்திரைகளைச் சாப்பிட்டு வைத்தேன்.

மறுநாளில் தான் என் உடம்பு முழுவதும் தடிப்பு தடிப்பாக இருந்தது. 'இப்போது நம்புகிறீர்களா' என்று கத்தினேன். அவர் பயந்து போய் என்னை நிர்மலா மருத்துவமனையில் அனுமதித்தார். அந்த மருத்துமனையில் நான் என்ன மருந்து சாப்பிட்டேன் என்று விசாரித்தார்கள். இரண்டு வாரம் அங்கே தங்கவைத்து அவர்கள் புதிய மருந்துகளைத் தந்தபடியே இருந்தார்கள். அந்த மருத்துவமனையில் வெளியில் மருந்து

எஸ்.ராமகிருஷ்ணன் ❖ 355

வாங்க அனுமதிக்கமாட்டார்கள். மருத்துவ மனைக்குள்தான் வாங்க வேண்டியிருந்தது. அங்கிருந்த மருத்துவரும் என்னை சினத்தோடுதான் திட்டுவார். உடம்பில் ஏற்பட்ட தடிப்பு மறைந்து வீடு திரும்பினேன்.

மறுபடியும் என் கணவர் எங்களுக்குக் குழந்தையில்லை என்பதைப் பற்றிப் பேசத் துவங்கினார். நான் என்னதான் செய்வது என்று கதறி அழுதேன். அவர் புதிதாக ஒரு பெண் மருத்துவரைப் பற்றி பேப்பரில் போட்டிருக்கிறார்கள். போய்ப் பார்த்து வரலாம் என்று சொன்னார். வேறு வழியில்லாமல் நான் அதற்கும் ஒத்துக்கொண்டேன்.

அந்த மருத்துவமனையில் பத்தாயிரம் பணம் கட்டினால் மட்டுமே மருத்துவரைப் பார்க்க அனுமதி தந்தார்கள். என் கணவர் கடனை வாங்கி பதிவு செய்தார். பெண் மருத்துவர் என்னைப் பரிசோதனை செய்துவிட்டு நான் குழந்தை பெற்றுக்கொள்ள இரண்டு லட்சம் செலவாகும் என்று சொன்னார். என் கணவர் தன்னால் அவ்வளவு தொகை செலவிட முடியாது என்றவுடன் அப்படியானால் வேறு ஒரு பெண்ணைக் கல்யாணம் பண்ணிக்கொள் என்று சொல்லிவிட்டு இது ஒன்றும் இலவச மருத்துவமனையில்லை என்று அனுப்பி வைத்தாள்.

எப்படியாவது கடனை வாங்கி இரண்டு லட்சம் பணம் புரட்டிவிட வேண்டும் என்று என் கணவர் முனைப்பாக ஆரம்பித்தார். அந்த மருத்துவமனையில் நான் பதினாறு நாட்கள் அனுமதிக்கப்பட்டிருந்தேன். தினசரி ஒரு நிறத்தில் ஊசி போடுவார்கள். கைநிறைய மாத்திரைகள் தருவார்கள். ஒரு நாள் இரவில் எனக்கு மூத்திரம் போகாமல் அடைத்துக்கொண்டு வலி தாங்கமுடியாமல் போனது. அதற்காக ஒரு ஊசி போட்டு மூத்திரத்தை வெளியே எடுக்க முயன்றார்கள். அது முடியாமல் போய் கடைசியில் டியூப் வழியாக என் மூத்திரம் உறிஞ்சி வெளியே எடுக்கப்பட்டது.

அதன் மறுநாள் பெண் மருத்துவர் என் கணவரை அழைத்து 'உன் மனைவியின் சிறுநீரகங்கள் கெட்டுப்போயிருக்கின்றன. இவளுக்கு என்னால் சிகிச்சை அளிக்க முடியாது, அழைத்துக்கொண்டு போய்விடு' என்றார். நாங்கள் கட்டிய முன்பணத்தைத் தந்துவிடுங்கள் என்று கணவர் கேட்டபோது இந்த சிகிச்சையில் பணம் கட்டினால் திருப்பித் தர முடியாது என்று திட்டியதோடு அப்போதே என்னை வெளியேற்றவும் செய்தார்கள். என் கணவர் என்னைப் பொதுமருத்துவ மனைக்கு அழைத்துப்போய் பரிசோதனை

செய்யும்படியாகச் செய்தார். அங்கிருந்த மருத்துவர் இது தவறான மருந்துகளை நான் சாப்பிட்ட காரணத்தால் ஏற்பட்டிருக்கிறது என்று சொல்லி உள்நோயாளியாகத் தங்க எழுதித் தந்தார். மூன்று நாட்கள் அங்கே தங்கியிருந்தேன். அதற்குள் வேறு யாரோ புது நோயாளி வருகிறார் என்று எனது படுக்கையை காலி செய்து தரையில் படுக்க வைத்துவிட்டுப் போனார்கள்.

அன்று நோயாளிகளைப் பார்வையிட வந்த தலைமை மருத்துவர் என்னைப் பார்த்து ஏன் இப்படி நடத்துகிறீர்கள் என்று கோவித்துக் கொண்டவுடன் முந்திய தினமே சிகிச்சை முடிந்து என்னை வெளியே போகச் சொல்லியும் நான் போக மறுப்பதாகச் சொன்னார் மருத்துவ மனை சிப்பந்தி.

தலைமை மருத்துவர் என்னைப் பரிசோதனை செய்துவிட்டு இன்னும் ஒரு வாரம் அனுமதிக்கும்படியாக எழுதித் தந்தார். இந்த வார காலமும் என்னை மருத்துவச் சிப்பந்திகள் திட்டிக்கொண்டேயிருந்தார்கள். மூத்திரம் போகாமல் வலி அதிகமாகும்போது அவர்கள் உதவி செய்ய முன்வரமாட்டார்கள். முடிவில் என் கணவர் அந்த மருந்துவச் சிப்பந்திகள் ஒவ்வொரு வருக்கும் தினமும் நூறு ரூபாய் தருவதாகச் சொன்ன பிறகு எனக்கு உதவி செய்ய ஆரம்பித்தார்கள்.

இரண்டு வாரம் அங்கே சிகிச்சை அளித்தபோது அங்கு சிறப்பு மருத்துவராயிருந்த தணிகை என்னைப் பரிசோதனை பார்த்துவிட்டு தனது மருத்துவமனை சொக்கநாதர் கோவில் அருகில் இருக்கிறது. அங்கே வந்து மேலதிகமான சிகிட்சை எடுத்துக்கொள்ளும்படியாகச் சொன்னார். வேறு வழியில்லாமல் நான் பொதுமருத்துவமனையில் இருந்து வெளியேறி வீட்டில் இருந்தபடியே மூன்று நாட்களுக்கு ஒருமுறை தணிகையின் மருத்துவமனைக்குப் போய் ஊசி போட்டுக் கொண்டேன்.

சிறுநீர் பிரிவதில் எனக்கு வலி அதிகமாகிக்கொண்டே போனது. என் கணவரும் மருந்து வக்கடனிற்காக வாங்கிய தொகையை அடைக்க முடியாமல் திணறத் துவங்கினார். அத்தோடு வீடு திரும்பி வரும்போது நான் நோயாளியாக இருப்பதைக் கண்டு கோபமடையத் துவங்கினார். இதற்காக எனக்கு உடல் உபாதைகள் எதுவும் இல்லாதது போல நான் நடிக்கத் துவங்கினேன். அப்படியும் என்னால் சில நாட்களுக்கு மேல் நடிக்க முடியவில்லை.

ஒருநாள் மதியம் நான் அடுப்படியிலே மயங்கிவிழுந்து கிடந்தேன். மாலையில் வேலை விட்டு வந்த என் கணவர் என்னைத் தூக்கிக் கொண்டு தணிகை மருத்துவமனைக்குக் கொண்டு சென்றார்.

அவர் ஒருவார காலம் சிங்கப்பூர் சென்றிருப்பதாகச் சொல்லி என்னை வேறு மருத்துவமனையில் அனுமதிக்கச் செய்தார்கள்.

அந்த மருத்துவமனையில் குடிதண்ணீரில் இருந்து போர்வை, சோப்பு வரை அத்தனைக்கும் தனியாகக் காசு வாங்கினார்கள். அங்கே ஒரு நாளைக்கு மூன்று மருத்துவர்கள் வந்து போனார்கள். அதில் ஒருவர் என் காது படவே 'இது பத்து நாள் போயிற கேஸ். முடிஞ்ச மட்டும் காசை வாங்கிடுங்க' என்று சொன்னார். நான் அதைக்கேட்டு அழுதேன்.

இதுபோன்ற சிகிச்சையே வேண்டாம் என்று முடிவு செய்து வீட்டிற்குப் போய்விடலாம் என்று சொன்னேன். ஆனால் பனிரெண்டு நாட்கள் முடியும் வரை மருத்துவமனையை விட்டு அனுப்பமுடியாது என்று மறுத்ததோடு என்னோடு இரவில் என் கணவர் தங்குவதாக இருந்தால் அவருக்கு தனியே கட்டணம் வசூலிக்க நேரிடும் என்றார்கள்.

ஒவ்வொரு நாளும் இரவு ஒன்பது மணி வரை என் கூடவே இருந்து விட்டு என் கணவர் வீட்டிற்குப் போய்விடுவார். விடிகாலை ஆறு மணிக்குத் திரும்ப வந்துவிடுவார். எந்த மருத்துவரும் என் கணவரோடு ஆறுதலாக ஒரு வார்த்தைகூடப் பேசவில்லை.

திடீரென ஒரு மருந்துச்சீட்டைத் தந்து மருந்துகள் வாங்கிவரும் படியாகச் சொல்வார்கள். காசைப் புரட்டி வாங்கிக்கொண்டு வரத் தாமத மானால் பயிற்சி மருத்துவர் கடுமையாகத் திட்டுவதோடு தன்னால் ஊசி போட முடியாது என்று மறுத்துவிடுவார். ஒருநாள் என் கணவர் அவர் காலைப் பிடித்து எனக்கு ஊசி போடும்படியாகக் கெஞ்சிக்கொண்டிருப்பதைக் கண்டேன். எனக்கு மனசே கேட்கவில்லை.

எனது வலது சிறுநீரகம் கொஞ்சம் கொஞ்சமாகச் செயல் இழக்க ஆரம்பித்தது. உடம்பு காற்றில் ஆடும் துணி போல் என் விருப்பமின்றி அசைந்து கொண்டிருந்தது. அங்கிருந்தும் வெளியேறி வீட்டில் வைத்து வைத்தியம் செய்து கொள்ளத் துவங்கினேன். அப்படியும் எனக்கு குணமாகவேயில்லை. நாள்பட என் கணவருக்கு என் நோயின் காரணமாக எரிச்சல் அதிகமாக ஆரம்பித்தது.

அவர் என்னைக் கடுமையாகத் திட்டுவதோடு சில நாட்கள் வீட்டிற்கே வராமலும் இருந்தார். நான் தனியே கிடந்து அழுது கொண்டேயிருந்தேன். முடிவில் ஒருநாள் செத்துப்போய்விடலாம் என்றுகூட முயன்றேன். ஆனால் என்னால் தற்கொலை செய்து கொள்ள இயலவில்லை. வாழ வேண்டும் என்ற ஆசையிருந்தது.

என் அப்பா தன்னோடு வந்து இருக்கும்படியாக என்னை அழைத்துக் கொண்டார். அப்பாவும் அண்ணன் அண்ணியும் எனக்குச் சில மாதங்கள் வைத்தியம் செய்து பார்த்தார்கள். நோய்மை குணமாகவேயில்லை. அதை விடவும் மருத்துவர்கள் பொறுமையின்றித் திட்டுவதும் பணம் பணம் எனப் பிடுங்குவதையும் என்னால் தாங்கிக் கொள்ளவே முடியவில்லை. இனிமேல் சிகிச்சைகளே வேண்டாம் என்று வீட்டிலே கிடந்தேன்.

அந்த நாட்களில் சாவைப் பற்றியே நினைத்துக்கொண்டிருப்பேன். நான் இறந்துவிட்டால் என் கணவர் சற்று ஆறுதல் அடைவார் என்று தோன்றியது. எங்கள் தெருவில் உள்ள பழவண்டிக்காரர் அப்பாவிடம் சொல்லி என்னை ஒரு புதிய மருத்துவரைப் பார்க்கும்படியாகச் சொன்னார். அவர் நகரைவிட்டு விலகி ஒரு சிறிய ஓட்டுவீட்டில் இருந்தார். அந்த இடத்தைக் காணும்போது அது மருத்துவமனை போலவே தெரியவில்லை. நிறைய பூச்செடிகளை வீட்டின் முன்பாக வைத்திருந்தார். மரப்பெஞ்சில் அவரைப் பார்க்கக் காத்துக்கொண்டிருந்தேன். அது ஹோமியோபதி மருத்துவமனை என்றார்கள். அந்த மருத்துவருக்கு முப்பது வயதிற்குள்ளாகத் தானிருக்கக்கூடும். அவர் வேஷ்டி சட்டை அணிந்திருந்தார். என் வாழ்க்கையில் முதன்முறையாக வேஷ்டி சட்டை அணிந்த மருத்துவரை அன்றுதான் பார்த்தேன். அவர் என்னிடம் மிகப் பரிவாக எனது பெயர், வசிப்பிடம் எல்லாவற்றையும் கேட்டுக் குறித்துக்கொண்டார்.

பிறகு என்ன செய்கிறது. எங்கே வலிக்கிறது. என்ன சாப்பிடுகிறேன் என்று விரிவாகக் கேட்டுக்கொண்டேயிருந்தார். இப்படி ஒரு மருத்துவர் பேசி நான் கண்டதேயில்லை. அதுவே எனக்கு ஆறுதல் தருவதாக இருந்தது. நான் அவரிடம் என் மனம்விட்டுப் பேசினேன். சில நேரங்களில் அவரோடு பேசும்போது வீட்டு மனிதரிடம் பேசுவது போலவே இருந்தது.

அவர் எனது மருத்துவச்சிகிச்சைகளைக் கேட்டு அறிந்து கொண்டு என்னிடம் 'நீங்கள் பயப்பட வேண்டாம். இதை எளிதாக குணமாக்கி விடலாம். நான் பதினைந்து நாட்களுக்கு மருந்துகள் தருகிறேன்' என்றார். அவர் சிறிய புட்டியில் உருண்டைகளாக மருந்தைத் தந்தார். அது என்ன மருந்துகள் என்று கேட்டேன். அவர் இவை ஹோமியோபதி மருந்துகள். எல்லாமும் தாவரங்கள் கனிமங்களில் இருந்து தயாரிக்கப்படுவது. பக்கவிளைவுகள் கிடையாது என்றார்.

எனக்கு அந்த மருத்துவரின் பேச்சும் அமைதியும் ரொம்பவும் பிடித்திருந்தது. நான் அங்கிருந்து வெளியேறி வரும்போது அப்பா மருத்துவருக்குப் பணம் தந்து கொண்டிருந்ததைக் கண்டேன். எவ்வளவு பீஸ் என்று கேட்டேன். அப்பா நாற்பது ரூபாய் என்று சொன்னார். என்னால் அதை நம்பமுடியவில்லை. பதினைந்து நாட்களுக்கான மருந்தையும் தந்து வெறும் நாற்பது ரூபாய்தானா என்று நினைத்தபடியே வீட்டிற்கு வந்தேன்.

அந்த மருந்து சிறுவர்கள் சாப்பிடும் இனிப்புமிட்டாய் போலவேயிருந்தது. ஆனால் அந்த மருந்தைச் சாப்பிடத் துவங்கிய சில நாட்களில் எனக்கு சிறுநீரக வலி உருவாவது குறைந்து போனது. பயம், கவலைகள் இல்லாமல் நானாக எழுந்து வேலை செய்யத் துவங்கினேன். பதினைந்து நாட்களுக்குப் பிறகு நானாக அதே மருத்துவரைத் தேடிச் சென்றேன்.

அவர் என்னைக் கண்டதும் என்ன கோமகள் எப்பிடியிருக்கிறீர்கள் என்று கேட்டார். என் பெயரைக்கூட மருத்துவர் தெரிந்து வைத்திருக்கிறாரே என்று வியந்தபடியே வலி இப்போது அடிக்கடி வருவதில்லை என்று சொன்னேன். அவர் என்னோடு அன்றும் அரைமணிநேரம் பேசிக்கொண்டிருந்தார். என் அப்பாவைப் பற்றி விசாரித்துவிட்டு மாத்திரைகள் தந்து அனுப்பினார். முடிந்தால் அடுத்தமுறை என் கணவரை அழைத்துக்கொண்டு வரும்படியாகச் சொல்லி அனுப்பி வைத்தார்.

வீட்டிற்கு வந்து என் கணவரிடம் சொன்னேன். 'அந்த வைத்தியம் எல்லாம் உனக்குச் சரியாக வராது. உன் நோய்க்கு காரணம் குடும்ப ஜோதிடர் சொன்னபடி கிரகதோஷம்தான். இதிலிருந்து விடுபட ஜோசியருக்கு அவருக்குத் தெரிந்த மருத்துவரிடம் சிகிச்சை பெற கொல்லிமலைக்குப் போய்வர வேண்டும்' என்று சொன்னார். நான் இந்த ஹோமியோ மருந்தே எனக்கு சரியாகி வருகிறது என்று சொன்னபோதும் கணவர் கேட்கவேயில்லை.

கொல்லிமலையில் சென்று ஒரு மண்டலம் மருந்துகள் சா.ப்பிட்டு வைத்தேன். நோய் மட்டுப்பட்டது. ஆனால் தலைமயிர்கள் கொட்டத் துவங்கின. அங்கே தான் எனக்கு மொட்டை அடித்தார்கள். மாதம் ஒரு முறை எனக்கு மொட்டையடித்துவிடுவது நல்லது என்று வைத்தியர் சொல்லியதால் இன்று வரை அப்படியே செய்து கொண்டு வருகிறேன்.

இத்தனை வைத்தியர்களைப் பார்த்தும் எனக்கு நோய் குணமாகவேயில்லை. நான் உயிர் பிழைப்பேன் என்ற நம்பிக்கை அனைவருக்கும் போய்விட்டது. நாலு வருடங்கள் வைத்தியம்

பார்த்த என் கணவர் பிறகு மனம் மாறி வேறு ஒரு பெண்ணைத் திருமணம் செய்து கொண்டுவிட்டார். நான் மறுப்பு ஏதும் சொல்லவேயில்லை. நாங்கள் குடியிருந்த வீட்டில் இப்போது அந்தப் பெண் வசிக்கிறாள். நான் என் அம்மா வீட்டிற்குப் போய்ச் சேர்ந்தேன். அப்பா என் நோய்மையை நினைத்து நிறைய நாட்கள் கவலையில் உறங்காமல் கிடந்திருக்கிறார்.

பிறகு நானாக வள்ளியம்மாள் குருகுலம் என்ற ஆதரவற்றவர் விடுதிக்குப் போய்ச் சேர்ந்து கொண்டேன். அப்பாவும் என்னைத் தேடி வரவேயில்லை. அங்கே என்னைப் போலவே நோயாளியாக வீட்டை விட்டு வெளியேற்றபட்ட நாற்பது பேர்கள் இருக்கிறோம். வாரம் ஒரு தடவை ஒரு மருத்துவர் வந்து இலவசமாக மருந்து தந்து போகிறார். மற்றபடி என் வாழ்க்கையில் எந்தப் பிடிப்பும் இப்போது இல்லை. என்னோடு விடுதியில் தங்கியிருந்த அன்னமேரி சொன்னதால்தான் இந்த மாதா கோவிலைப் பற்றிக் கேள்விப்பட்டேன். நடந்தே போய்வரலாமே என்று கிளம்பினேன். யாருமே என்னோடு துணைக்கு வரவில்லை. எங்கள் வீட்டில் நான் வளர்த்த பூனை மட்டுமே என் காலைச் சுற்றி சுற்றி வந்தது. அதைத் துணைக்குத் தூக்கிக்கொண்டு நடந்து போகத் துவங்கினேன். இங்கு வந்து சேரும்வரை உங்களைப் பற்றி எதுவுமே நான் அறிந்திருக்கவில்லையக்கா.

ஆனால் இந்த இரண்டு நாட்களில் இங்குள்ள நோயாளிகளை நீங்கள் நடத்தும் விதமும் பரிவும் என்னைக் கரைத்துவிட்டது. என் துயரை உங்கள் ஒருவரிடமாவது சொல்லிவிட வேண்டும் என்பதற்காகவே காத்துக்கிடந்தேன். இப்போது என் மனது சாந்தியடைந்து விட்டது. இனி நான் சாவதைப் பற்றிக் கவலைப்படவே மாட்டேன்” என்றாள்.

அக்கா அந்தப் பெண்ணின் துயரத்தைத் தாங்கிக்கொள்ள முடியாமல் தன்னை மீறி அழுதுவிட்டாள். பிறகு அவள் கைகளை தன்னோடு சேர்த்து அணைத்துக்கொண்டு சொன்னாள், “நோயாளிடம் பரிவு கொள்ளத் தெரியாத மருத்துவரைப் போல இந்த உலகில் மோசமானவர் எவருமில்லை. மருத்துவம் என்பது பணம் சேர்க்கும் தொழில் இல்லை. அது ஒரு சேவை. கைமாறில்லாத சேவை. அது கறைபடும் போது மனிதன் மீட்சியுறவே முடியாது” என்றாள்.

அத்யாயம்

16

1982

திருவேலம்

ரயில் பதினைந்து நிமிடங்களுக்கு திருவேலம் ரயில் நிலையத்தில் நின்றிருந்தது. தெக்கோட்டு திருவிழாவிற்குக் காணிக்கையாகக் கொண்டு போகப்படும் ஆடு கோழிகள், முயல், புறா, அரிசி, கம்பு, கேப்பை, உப்பு மூட்டைகளை ரயிலில் ஏற்றிக்கொண்டிருந்தார்கள். திருவேலத்திலும் ஒரு தேவாலயமிருந்தது. அது தெக்கோடு அளவு பெரியதில்லை.

அந்த ஊரில் ஐம்பது வருடங்களின் முன்பாக சூசையப்பர் என்ற புனிதர்வன் கொலை செய்யப் பட்டார் என்றும் அவரை வெட்டிக் கொன்ற கல்லில் இன்றைக்கும் ரத்தக்கறை உலரமால் இருப்பதாகவும் சொல்லிக்கொள்கிறார்கள். அந்தப் பலிக்கல் தேவலாயத்தின் பின் பகுதியில் உள்ளது. அதை வழிபட்டு அங்குள்ள தேவாலயத்தில் பிரார்த்தனை செய்து வருவது நன்மை தரும் என்றும் ரோகிகளின் சிறு கூட்டம் ஒன்று திருவேலம் வருவதுண்டு.

அழகர் ஒருமுறை அந்தப் பலிக்கல்லைப் பார்த்திருக் கிறான். குகை போலப் படியிறங்கிப் போகும்படியான இடத்தினுள் அது அமைக்கப்பட்டிருந்தது. உள்ளே குளிர்ச்சியான காற்று வரும்படியாக இரண்டு தூவாரங்கள் இருந்தன. கண்ணாடிப் பெட்டகம் ஒன்றில் அந்த கல் இருப்பதைப் பார்த்திருக்கிறான்.

அன்றைக்கு ரயிலில் காணிக்கைப் பொருட்களை ஏற்றிக் கொண்டிருந்த வர்களில் பாதி திரு வேலத்தில் உள்ள கிறிஸ்துவர்கள் என்றும், அவர்கள் ஊரில் பதினைந்து நாட்களுக்கு முன்பாகவே தமுக்கு அடித்து காணிக்கைப் பொருட்களைக் கொண்டுவந்து ஒப்படைக்கும் படியாகச் சொல்லப்பட்டதாகவும் அதன்படி குடும்பம் ஒன்றுக்கு மூன்று காணிக்கைப் பொருட்களை ஒப்படைத்திருப்பதாக எபி என்ற தூபங்காட்டுபவன் சொன்னான்.

ரயில் நிலையத்திற்கே தேவாலயத்தின் இன்னிசை பாடுபவர்களும் பாதிரியும் வந்திருந்தார்கள். ரயிலில் காணிக்கைப் பொருட்களை ஏற்றி முடித்தவுடன் பிளாட்பாரத்திலே ரோகிகளும் உள்ளூர்வாசிகளும் மண்டியிட்டனர். பாதிரி அங்கேயே ஒரு பிரார்த்தனையை நடத்தினார். அவரோடு வந்திருந்த இன்னிசைபாடுபவர்கள் ஒரே குரலில் தேவனை வாழ்த்திப் பாடினார்கள். திடீரென அந்த ரயில்நிலையத்தின் இயல்பே மாறிப்போய்விட்டது போலிருந்தது.

அந்த உள்ளூர்வாசிகளில் மூன்று இளம்பெண்கள் இருப்பதை அழகர் பார்த்துக்கொண்டிருந்தான். அதில் மஞ்சள்நிற முக்காடு அணிந்த பெண் மிக அழகாயிருந்தாள். அவளையே வெறித்துப் பார்த்தபடியே இருந்தான். அவள் கண்களை மூடியபடியே மிகப் பணிவாக தேவனை வணங்கிக்கொண்டிருந்தாள். அவர்களைக் கடந்து செல்லும் ரயில்வே ஊழியர்கள் தங்களை அறியாமல் ஸ்தோத்திரம் சொல்லிப் போனார்கள். பாதிரி தனது பிரார்த்தனையை முடித்துவிட்டு ரயிலின் இன்ஜின் அருகே சென்று அங்குள்ள டிரைவர்கள் மற்றும் பணியாளர்களுக்குத் தனது ஆசிர்வாதத்தையும் கற்கண்டு பிரசாதத்தையும் தந்தார். பிறகு ரயில் புறப்படலாம் என்று அவராகவே ஆணையும் தந்தார். அவரது இந்த உத்திரவிற்காகக் காத்திருந்தவரைப் போல திருவேலம் ரயில் நிலையத்தின் ஸ்டேஷன் மாஸ்டர் கொடியசைத்து ரயிலைக் கிளம்பச் செய்தார்.

ரயில் புறப்படும்போது சப்தமாக யாரோ இயேசுவின் மகிமையைப் பாடத் துவங்கினார்கள். ஆட்டுக்குட்டிகள் ரயில் வேகமாகின்ற உற்சாகத்தால் கத்தத் துவங்கின. பாதிரி தன்னைக் கடந்து செல்லும் ரயிலை நோக்கிக் கைகளை உயர்த்தி ஆசி தந்தபடியே நின்றுகொண்டிருப்பதை அழகர் கவனித்தான். காணிக்கைப் பொருட்களை ஏற்றிக் கொண்டு அவனது பெட்டியில் ஏறியிருந்த பெண்களில் அந்த மஞ்சள் முக்காடு அணிந்த பெண்ணும் இருந்தாள். தன்னை சின்னராணி கவனிக்கிறாளா

என்று பார்த்துவிட்டு அந்தப் பெண்ணைப் பார்த்து மெலிதாகச் சிரித்தான். அவள் அழகரைக் கண்டு கொள்ளவேயில்லை.

அதுவரை காலியாக வந்த அவர்கள் பெட்டியில் இப்போது இருபது முப்பது பேர் நிரம்பியிருந்தார்கள். அதனால் பேச்சரவமாயிருந்தது. செல்வி புறாக்கூண்டுகளை வேடிக்கை பார்த்தபடியே உட்கார்ந்திருந்தாள். அந்த நீலமுக்காடு அணிந்த பெண்ணும் அவளோடு வந்திருந்த வயதான பாட்டி ஒருத்தியும் பைபிளைப் பிரித்துப் படிக்கத் துவங்கினார்கள். கிறிஸ்துவப் பெண்களுக்கு என்று தனியாக அழகிருப்பதாக அந்த நிமிடம் அழகர் உணர்ந்தான். அவளைப் பார்க்கப் பார்க்க தன் வேலு அண்ணன் காதலித்த முத்தனேந்தல்காரி போலவே இருந்தாள். அந்தப் பெண்ணின் பெயர் என்ன என யோசித்தபடியே இருந்தான். அது உடனே நினைவிற்கு வராமலேயிருந்தது.

வேலு அண்ணன் லாரியில் டிரைவராகப் போகாத நாட்களில் கடைத்திண்டில் உட்கார்ந்துகொண்டு நாளெல்லாம் பேசிக் கொண்டிருப்பான். அந்தக் கடை சுப்பையா என்ற ஆளுடையது. அவன் ஒரு ஆடு வளர்த்தான். அது கடையின் முன்பாகவே கட்டிப்போடப்பட்டிருக்கும். வேலு அண்ணன் சில சமயம் அந்த ஆட்டைக் கூட்டிக்கொண்டு நடைப்பயிற்சி போவான். இரவில் கடையை எடுத்து வைத்துவிட்டு இருட்டிற்குள்ளாகவே அவர்கள் உட்கார்ந்து சாராயம் குடிப்பார்கள். சில நாட்கள் அங்கேயே சுருண்டு தூங்கி விடுவதும் உண்டு.

சுப்பையாவிற்கு அந்தப் பகுதியில் இருந்த கரகாட்டக்காரிகள் அத்தனை பேரையும் நன்றாகத் தெரிந்திருந்தது. அந்தப் பெண்களும் அவர் கடையில் மிக உரிமையுடன் வந்து உட்கார்ந்து கொள்வார்கள். காசில்லாமல் சர்பத் குடிப்பார்கள். வெற்றிலை போடுவார்கள். சிலவேளை கைச் செலவிற்குக் காசுகூட கடன்வாங்கிப் போவார்கள்.

அதில் முத்தனேந்தல்காரி ஒருத்தியிருந்தாள். அவளுக்கு லேசான பூனைக்கண்கள். ஆள் வயதை மறைக்க அதிக ஒப்பனை செய்து கொண்டிருப்பாள். துடுப்புப் போன்ற உடல்வாகு. அவள் வந்தால் போதும் சுப்பையாவிற்கு வாயாடுவதற்கு நேரம் போதாது. அவளும் சாலையில் போகின்ற வருகின்றவர்களை கேலி செய்து கொண்டேயிருப்பாள்.

அவளுக்குத் திருமணமாகி புருஷன் ரெண்டு பிள்ளைகள் இருந்தார்கள். ஆனாலும் அவள் கரகாட்டம் ஆடுவதற்காக வந்திருந்தாள். அதைப் பற்றி அவள் அதிகம் பேசிக்கொள்வதில்லை.

உண்மையில் அவள் கரகாட்டம் ஆடுவதை விடவும் வேற்று ஆம்பளையுடன் பேசிச் சிரிப்பதற்கும், சாப்பாட்டுக்கடைகளில் விதவிதமாகச் சாப்பிடுவதற்கும் தான் அதிகம் ஆசைப்படுகிறாள் என்று ஊரே சொல்லிக்கொள்வார்கள்.

சுப்பையா அவள் வரும் நாட்களில் அதிக உற்சாகமாக இருப்பான். மாலை நேரங்களில் அவளோடு சினிமாவுக்குப் போவதுகூட நடக்கும். அவளுக்காக உதிரியாக முல்லைப்பூக்கள் வாங்கிக்கூட வைத்திருப்பான். அவள் கழுத்தடியில் பவுடர் எப்போதும் திட்டாக உறைந்து போயிருக்கும். ஒவ்வொரு முறையும் அதை சுப்பையா தன் கையால் தடவி சரிசெய்வான். அதற்காகத்தான் அப்படி பவுடர் போட்டு வருகிறாளோ என்னவோ.

ஒரு நாள் சுப்பையாவிற்கும் முத்தனேந்தல்காரி தன் வீட்டிலே கறி சமைத்துச் சோறு போட்டாள். மிகச் சிறிய ஓட்டுவீடு. சுப்பையா வேலுவையும் சாப்பிடுவதற்குத் துணைக்கு அழைத்துக்கொண்டு போனார், அவளது வீட்டில் இரண்டு தண்ணிப் பானைகளும் ஒரு ஹெர்குலிஸ் சைக்கிளும் உள்ளே இருந்தன. கதவோரம் இரண்டு பாய்கள் சுருட்டி வைக்கப்பட்டிருந்தன. சுவரில் முருகன் படம் போட்ட காலண்டர். தொட்டிலில் ஒன்றரை வயதுப் பையன் ஒருவன் உறங்கிக்கொண்டிருந்தான். நாலைந்து சமையல் பாத்திரங்கள். அழுக்குத் துணிகள் ஓரமாகக் கிடந்தன. சுவரில் ரசம்போன கண்ணாடி ஒன்றிருந்தது. அதன் அருகே ஒரு குட்டிகூரா பவுடர் டப்பா திறந்து கிடந்தது.

முத்தனேந்தல்காரி ரத்தப் பொறியலும் கறிக்குழம்பும், பொரித்த மீனும் சமைத்திருந்தாள். சுப்பையாவை கேலி செய்தபடியே அவள் சாப்பாடு போட்டாள். ஒரு கவளம் அள்ளி அவனுக்கு ஊட்டி விட்டாள். வேலுவிற்கும் ஒரு கவளம் ஊட்டிவிடச் சொன்னார் சுப்பையா. அவள் கையில் சோற்றை அள்ளி நீட்டியதும் வேலு கூச்சத்துடன் வேண்டாம் என்றான். அவள் சும்மா சாப்பிடுங்க என்று வாயில் திணித்தாள். அவளது முகத்திலிருந்து வியர்வை வழிந்து மார்புக் குழியில் போய்க்கொண்டிருந்தது. அந்தப் பெண் அருகில் உட்கார்ந்தபடியே இருவருக்கும் ஓலை விசிறியால் வீசிக் கொண்டிருந்தாள். அவளது மார்பு கண்ணில்படுவதும் மறைவதுமாக இருந்தது.

சாப்பிட்டு இருவரும் கிளம்பும்போது அவள் தானும் அவர்களுடன் வருவதாகச் சொல்லியபடியே அவர்கள் முன்னாடியே சேலையை மாற்றத் துவங்கினாள். அடிவயிற்றின்

வெளுப்பு கண்ணில் பட்டது. பாவாடை நாடாவைத் தளர்த்தி உதறிவிட்டு மிக இறுக்கமாக நாடாவைக் கட்டிக்கொண்டாள். பிறகு சேலையை விரல் இடுக்கில் மடித்துக் கட்டிக்கொண்டு தோளில் மாராப்பைப் போட்டபோது சுப்பையா ஏதோ சொல்லிச் சிரித்தார். அவள் சுப்பையாவின் தலையில் செல்லமாக அடித்தாள். அவள் அடிவயிற்றில் இருந்த தழும்புகள் பிரசவக் காயத்தை நினைவுபடுத்தியது. அவர்கள் மூவரும் டவுன் பஸ்ஸை பிடித்து டவுனுக்குப் போனார்கள். சிறுமியைப் போல் அவள் ஆசை ஆசையாக வளையல்கள், பவுடர், நகபாலீஷ் என்று வாங்கினாள்.

மூவரும் ஒன்றாக பரோட்டாக் கடையில் போய் சாப்பிட்டார்கள். இரவில் அவளைத் தனியே அனுப்பிவிட்டு பெட்டிக்கடைக்கு வந்த சுப்பையா அந்தப் பெண்ணைப் பற்றி நிறைய நேரம் பேசிக்கொண்டிருந்தார். அழகர் அண்ணனுக்கு அவள் பாவாடை நாடாவை மிக இறுக்கமாகக் கட்டியிருந்தது ஏனோ மனதை உறுத்திக்கொண்டேயிருந்தது. அதைப் பற்றி சுப்பையாவிடம் எதுவும் சொல்லிக்கொள்ளவில்லை.

அது நடந்த இரண்டு நாட்களுக்குப் பிறகு ஒரு மதியம் அழகர் தன் அண்ணனுடன் விலக்கு ரோட்டில் சைக்கிளில் போய்க்கொண்டிருக்கும்போது அண்ணனை யாரோ பெயர் சொல்லி அழைப்பது போலிருந்தது. முத்தனேந்தல்காரி புளியமரத்தடியில் நின்றிருந்தாள். தன்னை ஆஸ்பத்திரி வரை கொண்டுபோய் விடும்படியாகச் சொன்னாள். அழகரை முன்னால் கம்பியில் உட்கார்ந்து கொள்ளச் சொல்லி விட்டு அண்ணன் அவளை பின்னாடி கேரியரில் உட்கார வைத்துக் கொண்டு சைக்கிள் ஓட்டினான். சைக்கிள் மெதுவாகப் போய்க் கொண்டிருந்தது.

அவள் வழி எல்லாம் பேசிக்கொண்டேயிருந்தாள். ஆஸ்பத்திரி வாசலில் இறக்கிவிட்டு என்ன உடம்புக்கு என்று அண்ணன் கேட்டான். 'எனக்கு என்ன செய்யுது. நல்லாத்தான் இருக்கு. என்கூட ஆடுறவ ஒருத்தி முடியாம இருக்கா, அவளைப் பாக்க வந்தேன். சுப்பையா கூட வந்தாதான் என் வீட்டுக்கு வருவியா. நீயா வரமாட்டியா' என்று கேட்டாள். அழகர் அண்ணன் சிரித்துக்கொண்டான். அவள் சைக்கிளை விட்டுக் கடந்து போய் வேப்பம்காய் ஒன்றைப் பிடுங்கி அண்ணன் மீது அடித்தாள். அண்ணன் சிரித்தபோது அழகருக்கும் சிரிப்பாக வந்தது.

அதன்பிறகு அண்ணனையும் அவளையும் ஒன்றாக அடிக்கடி அழகர் பார்த்திருக்கிறான். ஒரு நாள் அவள் வீட்டிற்கே அழகரை அண்ணன் அழைத்துப் போனான். அவள் ஆசையோடு அழகரை

முத்தமிட்டு வெல்லமும் பொட்டுக்கடலையும் சாப்பிடத் தந்தாள். அவர்கள் மூவருமாக ஒரு சினிமாவிற்குக்கூடப் போனார்கள். பிறகு அண்ணன் ஒரு நாள் அய்யாவிடம் வந்து தான் முத்தனேந்தல்காரியைக் கட்டிக் கொள்ளப்போவதாகச் சொன்னான். அப்போது அம்மாவும் உயிரோடு தானிருந்தாள். அய்யா அதற்கு ஒத்துக் கொள்ளாமல் போனதோடு குடித்துவிட்டு அவள் வீட்டின் முன்பாகப் போய் மிக அசிங்கமாகப் பேசியிருக்கிறார். அவள் கணவன் அழகர் அண்ணனைத் தேடி வந்து மறுநாள் நெடுநேரம் பேசிக்கொண்டேயிருந்தான். இது நடந்த. நான்கு நாட்களுக்குப் பிறகு அண்ணன் முத்தனேந்தல்காரியைக் கூட்டிக்கொண்டு ஊரைவிட்டுப் போய்விட்டான்.

இரண்டு வருடங்களுக்கு ஊருக்கு வரவேயில்லை. அம்மா இறந்து போனதற்குக்கூட அவன் வரவில்லை. பின்பு காரியாபட்டியில் அவர்கள் இருந்தபோது ஒரு இரவு தன் லாரியோடு வந்திருந்தான். மதினி எப்பிடியிருக்கிறார்கள் என்று அழகர் விசாரித்தபோது அவள் ஆறுமாசத்தில் ஓடிப்போயிட்டா. 'நான் இப்போ ஒரு வடக்கத்திப் பொம்பளையைக் கட்டிக்கிட்டு இருக்கேன். பேரு அனார். ரெண்டு பிள்ளைகள் இருக்கு' என்றான்.

முத்தனேந்தல்காரி எங்கே போயிருப்பாள் என்று அப்போது யோசித்துக் கொண்டேயிருந்தான். அய்யாவும் அண்ணனும் அன்று ஒன்றாக சேர்ந்து குடித்தார்கள். அய்யா பெண்களை எப்படி அடக்கி நம் கைக்குள் வைத்திருப்பது என்பதைப் பற்றி அண்ணனிடம் பேசிக் கொண்டிருந்தார். இருவரும் ஒரே பீடியைக் குடித்துக் கொண்டிருந்தார்கள். மறுநாள் பம்பாய்க்கு லாரியில் திரும்பிப் போகையில் அழகருக்கு பனியனும் செருப்பும் வாங்கிக் கொடுத்துப் போனான் அண்ணன். அதன்பிறகு அண்ணனைப் பார்க்கவேயில்லை. என்னவானான். அவன் பிள்ளைகள் எப்படியிருக்கின்றன என்ற எந்தத் தகவலும் தெரியவேயில்லை. தெரிந்தவர் அறிந்தவர் யாரும் இல்லாத ஊரில் தனி ஆளாக அண்ணன் என்ன செய்து கொண்டிருப்பான் என்று அந்த நேரத்தில் தோன்றியது. அத்தோடு அண்ணனை விட்டுப்போன முத்தனேந்தல்காரி இப்போது எந்த ஊரில் இருப்பாள். தன்னைப் பார்த்தால் அடையாளம் தெரிந்து கொள்வாளா என்ற யோசனையாக இருந்தது. ஏனோ அவளை மறுபடியும் ஒரு தடவை பார்க்கவேண்டும் போலவும் இருந்தது.

பைபிள் படித்துக்கொண்டிருந்த பெண்கள் அதை மூடி வைத்துக் கொண்டு வெளியே வேடிக்கை பார்க்கத் துவங்கியிருந்தார்கள்.

இன்னும் கொஞ்ச நேரத்தில் தெக்கோடு வந்துவிடும் என்று தோன்றியது. ரயில் செல்லும் பாதையை ஒட்டிய மண்சாலையில் இரண்டு மாட்டு வண்டிகள் போய்க்கொண்டிருந்தது தெரிந்தது. மாலை வெயிலில் தூசிகள் மிதப்பது தட்டான்கள் காற்றில் அலைவது போலவேயிருந்தது.

*

சின்னராணியின் அருகில் உட்கார்ந்திருந்த வயதானவர் தனது பையில் இருந்து உலர்ந்த நெல்லிக்காய்த் துண்டுகள் கொண்ட பாக் கெட்டை எடுத்து ஒன்றை வாயிலிட்டுக்கொண்டார். பிறகு அவள் கேட்காமலே தண்ணித் தாகம் எடுக்காது. ஒண்ணை எடுத்துப் போட்டுக்கோம்மா" என்று நீட்டினார். சின்னராணிக்குக் கூச்சமாகக் இருந்தது. அவள் ஒரு உலர்ந்த நெல்லிக்காய் துண்டைக் கையில் எடுத்துக்கொண்டாள். அவர் சிரித்தபடியே "நீ கிறிஸ்துவச்சியா" என்று கேட்டார். அவள் இல்லையெனத் தலையாட்டினாள். "நெத்தியில் பொட்டு வைக்கலை அதான் கேட்டேன்" என்றார். அவளுக்கே அப்போதுதான் நெற்றியில் தான் பொட்டு வைத்திருக்கவில்லை என்ற உணர்வு வந்தது. அவள் பதில் சொல்லாமல் சிரித்துக்கொண்டாள்.

அந்த வயதானவர் "நான் கிறிஸ்துவன். இயேசுவுக்கு உண்மையா உழைக்கிற தொண்டன். எங்க குடும்பமே ரொம்ப விசுவாசமான குடும்பம்" என்று அவள் கேட்காமலே சொல்லத் துவங்கினார். ஏன் வயதானவர்கள் யாரைப் பார்த்தாலும் பேச ஆசைப்படுகிறார்கள் என்று நினைத்தபடியே அவர் சொல்வதைக் கேட்டுக்கொண்டு வந்தாள்.

அவர் தன் மகன் மகள், மருமகள் என்று குடும்பக்கதையை விரிவாகச் சொல்லத் துவங்கினார். அவரின் மூத்தமகள் அவரை கப்பலில் ஏமனுக்குக் கூட்டிக்கொண்டு போனதை அதிசயமாக சொல்லிக் கொண்டேயிருந்ததைக் கேட்டு சின்னராணிக்கு வருத்தம் கவ்வத் துவங்கியது.

அப்படி நினைத்துப் பெருமைப்படுமளவு தன் அய்யாவிற்குத் தான் எதையும் செய்ததேயில்லை என்று சின்னராணிக்குத் தோன்றியது. அய்யா இத்தனை வருஷம் தன்னை வளர்த்து ஆளாக்கி ஒரு மனுஷியாக்கிவிட்டிருக்கிறார். அவர் சந்தோஷப்படும்படியாக தான் என்ன செய்திருக்கிறோம் என்று நினைத்துக்கொண்டேயிருந்தாள். இந்த தேதி வரை அப்படி எதையும் செய்ததாக அவள் நினைவில் இல்லை. ஆனால் அவரை நிறைய கஷ்டப்படுத்தியிருக்கிறோம்

என்பது மட்டும் அவள் மனதில் ஆறாமல் இருந்தது. அய்யாவிற்கு அவள் கடற்கன்னி வேஷமிடுகிறாள் என்பதே சில வருடங்கள் தெரியாமல்தானிருந்தது. தன் மாப்பிள்ளை திருவிழாவில் ஏதோ ஷோ போடுகிறார் என்று மட்டுமே அவர் தெரிந்து வைத்திருந்தார்.

அவள் கடற்கன்னியாக ஒரு கண்ணாடிப் பெட்டிக்குள் படுத்துக் கிடப்பதை அவர் முதன்முறையாக பாளையம்பட்டியில்தான் பார்த்தார். அன்றைக்குக்கூட அய்யா அவளைத் தேடி வருவார் என்று எதிர்பார்க்கவேயில்லை. அய்யாவும் அவர்கள் ஊரைச் சேர்ந்த உலக நாதனும் மிளகாய் நாத்து வாங்கிப் போவதற்காக பொம்மலாபுரத்திற்கு வந்திருக்கிறார்கள். திரும்பிப் போகையில் உலகநாதன் சொல்லித்தான் அவர்கள் ஷோ நடப்பதை அறிந்து அய்யா வந்திருந்தார்.

கூடாரம் அடித்து அதன் முன்பே கையில் ஒரு மைக் கோடு அழகர் கதை சொல்லிக்கொண்டிருப்பதைக் கேட்டபடியே அய்யா கூட்டத்திற்குள் நின்றுகொண்டிருந்தார். அழகர் தன் மாமனாரைக் கண்டவுடன் ஆச்சரியத்துடன் வணக்கம் சொல்லியபடியே 'எப்பே வந்தீங்க மாமா' என்று கேட்டான். அவர் அழகர் சொல்லிக் கொண்டிருந்த கடற்கன்னிக் கதையை உள்வாங்கியபடியே 'தொழில் எப்படிப் போகுது மாப்ளே' என்று கேட்டார்.

அவன் சிரித்தபடியே கூடாரவாசலில் கிடந்த நாற்காலியில் அவரை உட்கார வைத்தான். அவர் கூச்சத்துடன் 'நான் மிளகாய் நாத்து வாங்க வந்தேன். அப்படியே மகளையும் பேத்தியையும் ஒரு எட்டு பாத்துட்டுப் போகலாம்'னு நினைச்சேன்' என்றார். அழகர் என்ன சொல்வது என்று தெரியாமல். 'பேத்தி தூங்கிட்டு இருக்கா... நீங்க இருங்க மாமா. இந்தா வந்துர்றேன்' என்று வெளியேறிச் சென்றான்.

கடற்கன்னியைப் பார்ப்பதற்காக ஆட்கள் வரிசையில் நின்று கொண்டிருந்தார்கள். அய்யா கூடாரத்திற்குள் எட்டிப்பார்த்தார். உலகநாதன் உள்ளே நுழைந்து கண்ணாடிப் பெட்டி அருகில் வந்து பார்த்துவிட்டு அய்யாவை அருகில் வரும்படியாக அழைத்தார். அய்யா கூடாரத்திற் குள் வந்து கண்ணாடிப் பெட்டிக்குள் இருக்கும் சின்னராணியை வெறித்துப் பார்த்துக்கொண்டிருந்தார். அவரது முகம் சிவந்து உருமாறிக் கொண்டேயிருந்தது. அய்யா தன்னைப் பார்த்துவிட்டாரே என்ற கூச்சமும் பயமும் சின்னராணிக்குள்ளும் இருந்தது.

அவர் எதுவும் பேசாமல் வாயைப் பொத்திக்கொண்டு வெளியே போய் கூடாரத்தை விட்டுத் தள்ளி நின்று கொண்டார். அழகர்

இருவருக்கும் டீ வாங்கிக்கொண்டு வந்து நின்றபடியே “மாமா இந்தாங்க டீ” என்று சொன்னான். அவர் ஆத்திரம் அதிகமானவரைப் போல “என் பிள்ளையை இப்படி ஆக்கிட்டயேடா” என்று செவுளோடு அறைந்தார். அதை அழகர் எதிர்பார்க்கவேயில்லை. “பெத்து வளர்த்து பொம்பளைப் பிள்ளையை உனக்குக் கட்டிக் கொடுத்தா. அவளை இப்பிடி சவம் மாதிரி கண்ணாடிப் பொட்டிக்குள்ளே போட்டு வச்சிருக்கியே. அவ என்னடா பாவம் பண்ணினா. அவளைக் காட்டி பிழைக்கிறதுக்கு பிச்சை எடுத்துப் பிழைக்க வேண்டியதுதானடா” என்று கத்தத் துவங்கினார்.

அழகர் எதையும் பேசவேயில்லை. அய்யாவிற்கு ஆத்திரம் அடங்கவேயில்லை. “இதுக்காடா நான் உனக்கு என் மகளைக் கட்டிக் கொடுத்தேன் சொல்றா” என்று அவன் சட்டையைப் பிடித்து உலுக்கிக் கேட்டார். அழகர் அவரிடம் தன் கோபத்தைக் காட்டவேயில்லை.

உலகநாதன் அய்யா சமாதானப்படுத்தியபடியே “நாலு பேரு பாக்குறாங்க... மாப்ளை சட்டையைப் பிடிச்சிக்கிட்டு... விடுங்க” என்று அவர் கையை விலக்கிவிட்டார்.

அப்படியும் அய்யாவின் ஆத்திரம் அடங்கவேயில்லை. “பொம்பளைப் பிள்ளையை இப்படி நடுத்தெருவில் கொண்டுவந்து நாலு பேர் பாக்கும்படி ஆக்கிவச்சிருக்கானே சண்டாளப்பய என்று” தலையில் அடித்துக்கொண்டார். அய்யாவின் குரல் சின்னராணிக்குக் கேட்டுக் கொண்டுதானிருந்தது. அவளால் அழுகையைக் கட்டுப்படுத்த முடியவில்லை. அழுதால் மற்றவர்கள் பார்த்துவிடுவார்களே என்று அடக்கிக்கொண்டேயிருந்தாள். தொண்டை வலிக்கத் துவங்கியது.

அப்படியே எழுந்து போய் அய்யாவைக் கட்டிக்கொண்டுவிட வேண்டும் போலிருந்தது. கூடாரத்தின் உள்ளே வேடிக்கை பார்க்கின்ற ஆட்கள் அவளை வியப்போடு பார்த்தபடியே இருந்தனர். அடி வாங்கிய வலியை மறந்து அழகர் “என்னை மன்னிச்சிருங்க மாமா” என்று சொன்னான்.

அய்யா தன் அழுகையைத் துடைத்தபடியே இன்னும் “என் பிள்ளையை என்னடா செய்ய நினைச்சிக்கிட்டு இருக்கே. நீங்க ரெண்டு பேரும் என்கூட கிளம்பி வாங்க. நான் உங்களை வச்சி கஞ்சி ஊத்துறேன்” என்று அவன் கையைப் பிடித்துக் கெஞ்சினார்.

உலகநாதன் அய்யாவை சமாதானப்படுத்தியபடியே “சின்னப் பிள்ளையாட்டம் நீங்க மருகிட்டு நின்னா எப்பிடி. அதான் மாப்ளே

செஞ்சது தப்புனு சொல்லிட்டாருல்லே. விடுங்க. எல்லாம் காலம் நேரம் சரியா வந்தா மாறிப்போயிரும். பிழைக்க வழி தெரியாமத் தானே இப்படி வித்தை காட்டிப் பிழைச்சிக்கிட்டு இருக்காரு" என்றான்.

அய்யா தன் சினத்தை அடக்கிக்கொண்டவரைப் போல "இவன்தான் இப்படி என்னை ஏமாத்திட்டான்னா. பெத்த மகளும் இந்த உண்மை எல்லாம் சொல்லாம என்னை ஏமாத்தியிருக்கா பாருங்க" என்றார்.

சின்னராணி கண்களை மூடிக்கொண்டாள். அதைக் கேட்கவே வருத்தமாயிருந்தது. உலகநாதனும் அழகரும் தனியே போய் நிறைய நேரம் பேசிக்கொண்டேயிருந்தார்கள். சின்னராணியின் அய்யா தனியே ஒரு அரசமரத்தடியில் போய் உட்கார்ந்து கொண்டார். அவர்கள் கிளம்பும்போதுகூட சின்னராணி அய்யாவைப் பார்க்கவேயில்லை.

பத்து நாளைக்குள் வேறு வேலை பார்த்துப் பிழைத்துக்கொள்வதாக அவர்களிடம் உறுதி சொன்னான் அழகர். அய்யா அப்படி அவன் நடந்து கொள்ளாவிட்டால் தான் பெண்ணைக் கூட்டிக்கொண்டு போய்விடுவேன் என்று கறாரான குரலில் சொல்லிவிட்டுப் போனார். தனக்காக அய்யா கண்ணீர் விட்டதை அன்று அவளால் தாங்கிக் கொள்ளவே முடியவில்லை. அய்யா சொன்னதைப் போல ஏதாவது செய்துவிடுவார் என்று நினைத்துதானோ என்னவோ அழகர் பாளையம்பட்டியோடு ஷோ போடுவதை நிறுத்திக்கொண்டான்.

ஒரு வாரத்திற்குள் கோரிப்பாளையத்தில் ஒரு வீடு பிடித்து அவளைத் தங்க வைத்ததோடு அங்கேயே பருத்திப்பால் விற்க ஏற்பாடு செய்திருப்பதாகவும் சொன்னான். சின்னராணியால் நம்பவே முடியவில்லை. இனிமேல் ஊர் ஊராகப் போய் வேஷம் போட்டுப் பிழைக்க வேண்டியிருக்காது என்றபடியே பருத்திப்பால் காய்ச்சி விற்பதற்காக ஏற்பாடுகளைச் செய்யத் துவங்கினாள். வெண்கலப் பாத்திரம் ஒன்றும் டம்ளர்களும் தண்ணீர் வாளியும், சைக்கிளும் ஏற்பாடு செய்து அழகர் பருத்திப்பால் விற்பதற்காகக் கிளம்பிப் போனான். செல்வியை இடுப்பில் தூக்கி வைத்துக்கொண்டு தெருமுனை வரை போய் அவனுக்குக் கைகாட்டிவந்தாள் சின்னராணி.

முதல் நாள் பாதி பருத்திப்பால் விற்காமல் போயிருந்தது. வியாபாரத்தில் அப்படி ஆவது வழக்கம்தான் என்று மறுநாள் காலை அளவு குறைத்து பருத்திப்பாலைக் காய்ச்சிக் குடுத்தாள். அவன்

புதூர்ப் பக்கம் போய்வருவதாகக் கிளம்பிப் போனான். இவ்வளவு பொறுப்பாக அழகர் மாறுவான் என்று அவள் நினைக்கவேயில்லை. ஆம்பளைகள் ஒருபோல எப்போதும் இருக்கமாட்டார்கள். அவர்கள் கஷ்டம் புரிந்து நாம்தான் அனுசரித்துப் போக வேண்டும் என்று அவளாகவே சொல்லிக்கொண்டாள்.

அந்த நாட்களில் அவள் தினசரி மாலையில் தலைசீவி முல்லைப்பூ வைத்து குழந்தைக்கும் பவுடர் போட்டு அழகர் வருவதற்காகத் தயாராகக் காத்திருப்பாள். அழகர் வந்தவுடன் குளித்துவிட்டு இருவரும் வீட்டின் திண்ணையில் உட்கார்ந்தபடியே பேசிக் கொண்டிருப்பார்கள். எந்தத் தெருவிற்குப் போனான். எங்கே அதிக பருத்திப்பால் விற்கிறது என்று சொல்லிக்கொண்டிருப்பான். இந்தப் பருத்திப்பாலோடு கூடவே கொஞ்சம் முறுக்கு அதிசரம் போட்டால் அதிகம் விற்கக்கூடும் என்றுகூட யோசனை சொன்னான்.

பின்பு கிராமத்திலிருந்து அவளின் அய்யா ஒரு நாள் மகளை தேடி வந்து பார்த்துப் போனார். அய்யா வந்த அன்றைக்கு அவருக்குப் பிடித்தமான அயிரை மீன் குழம்பும் ஆட்டுக்கறியும் செய்து தந்தாள். அய்யா சாப்பிட்டபடியே “இப்படியே கையை ஊன்றிப் பிழைச்சி வந்துருங்க” என்று சொல்லி தனது பேத்திக்கு அரைப்பவுனில் ஒரு செயின் வாங்கிப் போட்டுவிட்டுப் போனார். பத்து நாட்களுக்கு எல்லாமும் இயல்பாகவே போய்க்கொண்டிருந்தது.

அது ஒரு திங்கள்கிழமை காலையில் சைக்கிளில் பருத்திப்பால் விற்கக் கிளம்பி அழகர் இரவாகியும் வரவேயில்லை. பக்கத்து வீட்டுக் காரர்களை விட்டு சின்னராணி தேடியும் பார்த்தாள். ஆள் அகப்பட வேயில்லை. நாலு நாட்கள் ஆளைக் காணாமல் என்ன ஆனது என்று பதறிப்போய்விட்டாள். ஐந்தாம் நாள் காலை அழுக்கடைந்து போன வேஷ்டியும், அடிபட்டு உதடு கிழிந்து கன்னங்கள் வீங்கிப் போயும் அழகர் வந்திருந்தான். சைக்கிளை வைத்துச் சீட்டாடித் தோற்றுவிட்டதாகவும், நாலு நாட்கள் சின்னாளப்பட்டிக்குப் போய் குடித்து, சீட்டாடி அதிகக் கடனாகிப் போய்விட்டதாகச் சொன்னான்.

பருத்திப்பால் விற்கக்கொண்டுபோன பாத்திரங்கள் எங்கே என்று கேட்டாள். அதை எல்லாம் ரயில்வே கேட் அருகே தூக்கி எறிந்து விட்டேன் என்றான். அவன் மீது ஆத்திரமாக வந்தது. அவன் தன் காயத்தைத் தடவியபடியே “இப்படித் தெருத்தெருவா போய் என்னாலே பருத்திப்பால் விற்க முடியாது. நான் திரும்ப

ஷோ நடத்தப்போறன். உனக்கு இஷ்டம் இல்லேன்னா. நீ உங்கய்யா கூட ஊர்ல போயி இரு. நான் எவளையாவது வச்சி நடத்திக்கிடுறேன். அப்புறம் நீ என்னைத் தேடி வரவே கூடாது" என்றான்.

தன் விதி ஒரு இடத்தில் தன்னை வாழ விடாது என்று உணர்ந்து கொண்டவளைப் போல அவள் மறுபடியும் ஷோ போடுவதற்கு ஒத்துக்கொண்டாள். அதைக் கேள்விப்பட்டதில் இருந்து அய்யா அவளைத் தேடி வரவேயில்லை.

அத்யாயம்

17

1874 மே

தெக்கோடு

தெக்கோட்டில் நோயாளிகள் வரத்துவங்கிய பிறகு ஏலன் உள்ளூர்வாசிகளில் ஒருத்தி போல் கலந்துபோய்விட்டாள். அவளுக்கு லகோம்பே பாதிரிக்குக் கடிதங்கள் எழுத நேரம் கிடைக்கவேயில்லை. அருகாமை கிராமங்களில் போய் வைத்தியம் பார்த்து வருவதற்காக சிறிய ஒற்றை மாட்டு வண்டி ஒன்றினைக் கூட அவள் ஏற்பாடு செய்துகொண்டிருந்தாள். ஏலனுடன் சீயாளி எங்கே போனாலும் கூடவே போவதும் உதவி செய்வதுமாக இருந்தாள். தெக்கோடும் அதைச் சுற்றிய கிராமங்களும் தனது மருத்துவ சேவையைப் பயன்படுத்திக்கொள்ளத் துவங்கியதைப் பற்றிய இந்தக் கடிதம் மே மாத இறுதியில் எழுதப்பட்டிருக்கிறது.

1874 ஆம் ஆண்டு மே 5ஆம் நாள்.

தெக்கோடு கிராமம்.

என் அன்பிற்கும் மரியாதைக்கும் உரிய ஞான தந்தையே,

துயரப்படுகின்றவர்களை சீர்படுத்தவும், அவர்களுக்கு சாம்பலுக்குப் பதிலாகச் சிங்காரத்தையும்,

துயரத்திற்குப் பதிலாக ஆனந்த தைலத்தையும் ஒடுங்கின ஆவிக்குப் பதிலாகத் துதியின் உடைகளையும் கொடுக்கவே அவர் என்னை அனுப்பினார் என்று ஏசாயாவின் வாக்கியம் அதிகாரம் 61 இல் கூறுகிறது. நானும் அவ்வண்ணமே என்னை உணர்கிறேன்.

இந்த ஆறுமாதங்களில் தெக்கோட்டில் நிறைய மாற்றங்கள் ஏற்பட்டிருக்கின்றன. எனது மருத்துவமனைக்குப் புதிதாக சிவப்பு ஓடுகள் வேய்ந்திருக்கிறேன். மருத்துவமனையின் முன் வைத்த வேம்பங்கன்றுகூடத் துளிர்த்து வளரத் துவங்கியிருக்கிறது. இப்போது எங்களோடு இரண்டு வாத்துகளும் ஒரு முயலும் ஒரு ஆட்டுக்குட்டியும் ஒரு நாயும் சேவலும் இருக்கின்றன. உண்மையில் ஒரு பண்ணை விவசாயி போலத்தானிருக்கிறேன். நானும் சீயாளியிடமிருந்து கோலம் போடுவது எப்படி என்பதைக் கற்றுக்கொண்டுவிட்டேன். நீங்கள் ஒருமுறை என் மருத்துவமனைக்கு வந்து பார்த்தால் ஆச்சரி யப்படுவீர்கள். அதன் வாசலில் தினமும் சீயாளியும் நானும் கோல மிடுகிறோம்.

உள்ளே குளிர்ந்த குடி தண்ணீருக்கான ஒரு சிவப்பு மண்பானை வாங்கி வைத்திருக்கிறோம். அதில் ஊற்றி வைக்கப்படும் தண்ணீர் மிகக் குளிர்ச்சியாகவே இருக்கிறது. தினமும் இரண்டு மூன்று நோயாளிகள் வருகிறார்கள். காய்கறிகள், தானியங்கள் என்று எதையாவது கொண்டுவந்து தருகிறார்கள். நேற்று ஒரு பெண் ஒரு கூடை நிறைய உமி கொண்டுவந்து தந்தாள். எதற்காக அது என்று கேட்டதற்கு அதை ஒரு துணியில் அடைத்துத் தலையணை செய்து கொள்ளலாம் என்றாள் சீயாளி. இரவே ஒரு உமித்தலையணையை நாங்கள் செய்து பார்த்தோம். நன்றாகவே இருக்கிறது.

சில நாட்களுக்கு முன்பாக இந்த ஊரில் மழை பெய்ய வேண்டி கழுதைக்குத் திருமணம் செய்து வைத்தார்கள். ஊரே கூடி வேடிக்கை பார்த்துக்கொண்டிருந்தது. ஒரு கழுதையை மாப்பிள்ளையாகவும் இன்னொரு கழுதையை மணப்பெண்ணாகவும் அலங்கரித்து தெருத்தெருவாகக் கூட்டிவந்தார்கள். அரசமரத்தடியில் வைத்துத் திருமணம் நடைபெற்றது. இந்த மக்களைக் காணும்போது எவ்வளவு வெகுளியாக இருக்கிறார்கள் என்றே தோன்றுகிறது. கழுதைகள் திருமணமும் கூட உள்ளூர் முறைப்படி தாலி கட்டித்தான் நடந்தது வியப்பாக இருந்தது. திருமணம் முடிந்தவுடன் கல்யாணத்திற்கு வந்தவர்களுக்கு நாட்டுச்சர்க்கரை தந்தார்கள். அன்றைக்கு முழுவதும் மழை பெய்யக்கூடும் என்று ஊரே வானத்தைப் பார்த்தபடியே இருந்தது. ஆனால் மழை பெய்யவேயில்லை. மேகம் மறைந்து வெயில் அடங்கிய போதும் அன்று மழை பெய்யவில்லை. அந்தக் கோபம் கழுதைகளின் மீது திரும்பியது.

மாப்பிள்ளை பெண்ணாக இருந்த கழுதைகளையும் அடித்துத் துரத்தினார்கள். கழுதைகளின் சப்தம் எங்கள் மருத்துவமனை வரை கேட்டது. அன்றைய பகலில் அருகாமை ஊரில் உள்ள நாட்டு மருத்துவர் ஒருவரைப் பார்த்தேன். ஆரம்பத்தில் அவர் என்னோடு பேசுவதற்கே விருப்ப மற்றவராயிருந்தார். ஆனால் நோயாளிகள் என்னைப் பற்றிச் சொல்லிய தகவல்கள் அவரை மாற்றியிருந்தது.

அத்தோடு நான் தற்போது தமிழில் பேச ஆரம்பித்துவிட்டதால் அவர் தயக்கம் கலைந்து என்னிடம் வந்து நான் மருந்தை எப்படி அரைத்துக் கொடுக்கிறேன் என்று கேட்டார். நான் எந்த மருந்தையும் கல்லில் அரைப்பதோ, சூரணம் தயாரிப்பதோ கிடையாது. மாத்திரைகளாகவும் ஊசியில் ஏற்றும் மருந்தாகவும் அவை செய்து அனுப்பப் படுகின்றன என்று சொன்னேன். அதைத் தனக்குக் காட்டமுடியுமா என்று கேட்டார். நான் மருத்துவமனைக்கு அழைத்துச் சென்று அவரது கைகளில் மாத்திரைகளை எடுத்துக் கொடுத்தேன். விசித்திர மான பொருளைக் காண்பது போல அதைப் பார்த்துவிட்டு இவை என்ன மூலிகைகளில் இருந்து தயாரிக்கப்பட்டவை என்று கேட்டார்.

இவை வேதியியல் பொருட்கள். மூலிகைகள் அல்ல என்றேன். மூலிகையின் பெயரைச் சொல்ல நான் விரும்பாவிட்டால் பரவாயில்லை. ஆனால் தன்னை ஏமாற்ற வேண்டாம் என்றார். நான் நிஜமாகவே இவை எந்தச் செடியிலிருந்தும் உருவாக்கப்பட்டதில்லை' என்றேன். 'மனித உடலுக்கு மூலிகைகளைத் தவிர வேறு எதைத் தந்தாலும் ஏற்றுக்கொள்ளாது' என்றார். 'அப்படியில்லை, இப்போது மருத்துவம் மாறிக்கொண்டிருக்கிறது. இந்த மருந்துகள் உடலை நலமாக்கக்கூடியவை' என்றேன். அவர் அதை நம்பவில்லை. 'இவை மனிதனை ஒருபோதும் நலமாக்காது' என்றார். நான் அவரிடம் 'இதை ஆராய்ச்சி செய்து கண்டுபிடித்திருக்கிறார்கள்' என்றபடியே அவர் காய்ச்சல் தலைவலி போன்ற நோய்களுக்கு என்ன மருந்து தருவார் என்று கேட்டேன். அவர் அதைத் தன்னால் வெளிப்படையாகச் சொல்லமுடியாது என்றும், மருந்துகளைத் தயாரிப்பதைப் பற்றி யாரிடமும் சொல்வதில்லை என்று குருவிடம் வாக்கு தந்திருப்பதாகச் சொன்னார்.

யார் அவரது குரு என்று கேட்டேன். அவரின் தந்தை என்றார். அவர்களது குடும்பம் தலைமுறையாக மருத்துவம் செய்து வருவதாகவும் வீட்டின் மூத்த பிள்ளைக்கு மட்டுமே மருத்துவ அறிவு சொல்லித்தரப்படும் என்றும் அப்படித்தான் பதினாறு

வருடங்கள் தந்தையோடு கூட இருந்து மருத்துவத்தைக் கற்றுக் கொண்டதாகவும் மாதம் இருமுறை மூலிகை பறிக்க தன் தந்தை வனத்திற்குப் போகையில் தன்னையும் அழைத்துப் போவார் என்றும், அவர் கூடவே சென்று மூலிகைச் செடிகளை அறிமுகம் செய்து கொண்டு மருந்து அரைக்கப் பழகியிருப்பதாகவும், எந்த மூலிகையைப் பறிக்க என்ன மந்திரம் சொல்லவேண்டும் என்று எனக்குத் தெரியும் என்றும் பெருமையாகச் சொன்னார். நான் சில காலம் இந்திய மருத்துவ முறைகளை அறிந்துகொண்டதைப் பற்றி அவரிடம் விபரமாகச் சொன்னேன்.

கிழக்கு வங்களாத்திற்கு வரும்வரை இந்திய மருத்துவமுறைகள் பற்றி அதிகம் தெரிந்துகொள்ளாமலே இருந்தேன். ஆனால் அங்கே இருந்த நாட்களில் மீனவர்களின் நோய்மையைப் போக்குவதில் உள்ளூர் மருந்துகள் மிகுந்த வீரியத்துடன் செயல் ஆற்றுவதைக் கண்டு அதைப்பற்றிப் படித்துக்கொள்ள விரும்பினேன். ஆனால் அதற்கான புத்தகங்கள் எதுவும் கிடைக்கவில்லை. இந்தியப் பராம்பரிய மருத்துவம் பெரிதும் ரகசியமாகவே பாதுகாக்கப்படுகிறது. அதில் ஒரு சதவீதம் மட்டுமே எழுதி வைக்கப்பட்டிருக்கிறது என்று அறிந்தேன்.

இந்தியாவில் பெரும்பான்மை பாரம்பரிய மருத்துவர்கள் அடித்தட்டு வகுப்பைச் சேர்ந்தவர்களாக இருப்பது ஆச்சரியமாக இருந்தது. படித்த, ஞானமுள்ள சமஸ்கிருதம் அறிந்த உயர்வகுப்பினர் மருத்து வம் செய்வதை கேவலமானதாகவே கருதியதை நான் நேரில் அறிந்திருக்கிறேன். அதன்பிறகு நான் கல்கத்தாவில் உள்ள நூலகத்தில் தேடி, சில புத்தகங்களை எடுத்துவந்து வாசித்தேன். ஆனால் எதுவுமே புரியவில்லை. அப்போதுதான் முஷாபூரில் உள்ள தன்வா என்ற மருத்துவரின் அறிமுகம் கிடைத்தது. அவர் மிக அழகாக ஆங்கிலம் பேசினார். தனக்கு உருது, பெர்சியன் உள்ளிட்ட பதினோரு மொழிகள் தெரியும் என்றார்.

எனது ஓய்வு நேரங்களில் அவரைத் தேடிச் சென்று இந்தியப் பாரம் பரிய மருத்துவத்தை அறிந்துகொள்ள ஆரம்பித்தேன். உண்மையில் அது ஒரு கடல் தாவரங்களையும் கனிமங்களையும் பற்றி அவர்கள் அறிந்துள்ள அளவு மேற்குலகம் ஒருபோதும் அறியவேயில்லை. காற்றும் நீரும் நெருப்பும் மண்ணுமே அவர்கள் வைத்தியத்தின் மூலாதாரங்கள். அவர்கள் இயற்கையில் இருந்தே மருந்தை உருவாக் குகிறார்கள். நோயை தனித்து அறிவதை விடவும் நோய்மையுற்ற மனிதனைத்தான் அவர்கள் அக்கறை கொள்கிறார்கள். ஆனால் இந்த மருத்துவமுறைகள்

மிகுந்த உணவுக்கட்டுப்பாடும் ஒழுக்கக் கட்டுப்பாடுகளும் மதச் சடங்குகளும் நிரம்பியதாயிருக்கிறது. ஒரு வகையில் இந்த மருத்துவத்தை மதம் தனதாக்கிக்கொண்டிருப்பதை உணர முடிந்தது. அவர்கள் பிரபஞ்சத்தையும் கிரகங்களையும் பற்றி வைத்தியர்கள் முழுமையாக அறிந்திருக்கவேண்டும் என்கிறார்கள். மேற்குலகின் மருத்துவம் அதைக் கற்றுக் கொடுக்கவேயில்லை.

என்னோடு வாதம் செய்த தன்வா 'காற்று எப்போது மாறுகிறது. எந்த நாளில் மழை பெய்யும், அது என்ன மழை. எப்போது கிரகணம் என்று மருத்துவர்கள் கட்டாயம் அறிந்திருக்க வேண்டும். வானவியலின் பாதிப்பு மருத்துவத்திற்கு அதிகமிருக்கிறது' என்றார். நான் அந்தப் பாரம்பரிய மருத்துவத்தைக் கற்றுக்கொள்ள எவ்வளவு ஆண்டுகள் ஆகும் என்று கேட்டேன். அவர் சிரித்தபடியே 'உன் ஆயுள் முழுவதும் கற்றுக்கொண்டால் நூறில் ஒரு பங்கு கற்றுக் கொள்ளலாம்.

அதாவது இதைப் பற்றி ஒரு கதையிருக்கிறது. ஒரு குருவி கடலில் சென்று தினமும் ஒரு துளியைக் குடித்து வருகிறது என்று வைத்துக் கொள். அது கடல் முழுவதையும் குடித்து முடிப்பதற்கு எவ்வளவு காலம் ஆகுமோ அவ்வளவு காலமாகும் மருத்துவத்தை முழுமையாகக் கற்றுக்கொள்வதற்கு' என்றார். அந்தக் கதை எனக்குப் பிடித்திருந்தது. கடலை ஒவ்வொரு துளியாகக் குடித்துத் தீர்க்க நினைக்கும் குருவியைப் போலத்தான் நானிருக்கிறேன் என்று தோன்றியது.

தன்வாவோடு அடிக்கடி சந்தித்துப் பேசிக்கொண்டிருந்தேன். அவர் தான் நோயாளிகள் பற்றிய எனது எண்ணங்களை முழுமையாக மாற்றியமைத்தவர் என்று தெக்கோட்டு மருத்துவரிடம் சொன்னேன். அவர், 'அதிகம் படிப்பது மருத்துவத்திற்கு உதவாது. மருத்துவம் நம்பிக்கையில் உருவாகிறது. மருந்தை நாம் நம்ப வேண்டும். நோயாளி நம்மை நம்பவேண்டும் அவ்வளவுதான்' என்றார். நான் அவரிடம் 'ஏதாவது மருத்துவப் புத்தகங்கள் இருக்கிறதா' என்று கேட்டேன். தன்னிடம் ஓலைச்சுவடிகள் இருப்பதாகவும் அதைத் தன் மூத்த மகனைத் தவிர வேறு யாரும் படிக்க அனுமதிக்க முடியாது என்றபடியே நான் விரும்பினால் என்னை ஒருமுறை வனத்திற்கு அழைத்துப் போய் சில மூலிகைகளை அறிமுகம் செய்து தருவதாகச் சொன்னார்.

உண்மையில் அவர் தனது அறிவை என்னிடம் காட்டிக்கொள்ள விரும்புகிறார் என்பது புரிந்தது. அதை இங்கே வந்த நாளில் இருந்தே பார்த்துக்கொண்டிருக்கிறேன். என்னைப் போல வெளியாட்களின்

முன்பாக தங்களது அறிவைக் காட்டிக்கொள்வதில் அவர்களுக்கு இயல்பாகவே அதிக விருப்பமிருக்கிறது. நான் அவரிடம் அடுத்த முறை வனத்திற்கு வருவதாகச் சொன்னேன். அவர் அப்படி நான் வருவதாக இருந்தால் பதினாலு நாட்கள் அதற்காக உபவாச மிருந்து தான் சொல்லும் பத்தியம் இருக்கவேண்டும் என்றார். என்னால் உணவைக் கட்டுப்படுத்த முடியாது என்று சொல்லிச் சிரித்தேன். அவர் என்னிடம் விடை பெற்றுக்கொண்டு கிளம்பினார். அப்போது நான் கொடுத்த மாத்திரைகளை ரகசியமாக ஒளித்து எடுத்துக்கொண்டு போவதைக் கண்டேன். நிச்சயம் அதைத் தனது வீட்டிற்கு எடுத்துப் போய் பரிசோதனை செய்து பார்ப்பார் என்றுதான் தோன்றியது. அவரை எப்படி நம்பவைப்பது என்று தெரியாமல் அன்றெல்லாம் சிரித்துக்கொண்டேயிருந்தேன்.

இந்த இடைப்பட்ட நாட்களில் நடைபெற்ற ஐந்து சம்பவங்களை உங்கள் கவனத்திற்குக் கொண்டுவர ஆசைப்படுகிறேன். முதல் சம்பவம் ஜனவரி மாதம் நடைபெற்றது. அநேகமாக அது ஒரு ஞாயிற்றுக்கிழமை என்று எண்ணுகிறேன். இங்கே என்னிடம் பழைய நாட்காட்டி மட்டுமேயிருக்கிறது. புதிய வருடத்தின் தேதிகளை அதை வைத்து நானாக உருவாக்கிக்கொள்கிறேன். விடிகாலையாக இருக்கக்கூடும். யாரோ கதவைத் தட்டும் சப்தம் கேட்டது. சீயாளி கதவைத் திறந்தாள். வாசலில் ஒரு கிழவியும் அவளோடு இருபது வயதுள்ள ஒரு இளைஞனும் நின்றுகொண்டிருந்தார்கள். அந்தக் கிழவி சீயாளியிடம் ஏதோ சொல்லிக்கொண்டிருந்தாள். அந்த இளைஞன் கையில் இருந்து ரத்தம் சொட்டிக்கொண்டிருப்பதைக் கண்டேன். என்ன நடந்தது என்று பதற்றத்துடன் சீயாளியைக் கேட்டேன். அவள் ஆடு திருடப்போன இடத்தில் அவனைப் பிடித்து கைவிரல்களை வெட்டிவிட்டார்கள் என்றாள். என்னால் நம்பவே முடியவில்லை. விரல் வெட்டுப்பட்ட ஒருவன் அதைப்பற்றிய பயமே யில்லாமல் அமைதியாக நின்றுகொண்டிருக்கிறானே என்றபடியே அவனை அருகில் வரச்சொன்னேன். அவன் அசையாமல் நின்று கொண்டேயிருந்தான். நான் எண்ணெய் விளக்கு ஒன்றை ஏற்றி எடுத்துக்கொண்டு அவனை மருத்துவமனைக்கு அழைத்து வரும்படியாகச் சொன்னேன். கிழவி அவனைத் திட்டிக் கொண்டிருப்பது கேட்டது.

மருத்துவமனைக்குள் அந்தப் பையன் வந்து நின்றபோது கவனித்தேன். கூர்மையான கண்கள். பெரிய புருவங்கள். அவன் கைகளை முன்னால் நீட்டும்படியாகச் சொன்னேன். ரத்தம் சொட்டும் வலக் கையை நீட்டினான். அதில் பெருவிரல்

துண்டிக்கப்பட்டிருந்தது. கிழவி தன் கையில் அந்த விரலை வைத்திருந்தாள். இளைஞன் தன் வலியைக் காட்டிக்கொள்ளாமல் நின்றிருந்தான். கிழவி தெக்கூர்க்காரர்கள்தான் விரலை வெட்டி விட்டதாகச் சொன்னாள். சீயாளி முதன்முறையாக திருட்டில் மாட்டுபவர்களை இப்படி கட்டை விரலை வெட்டிவிடுவார்கள். அடுத்து அவன் திருடப்போய் மாட்டினால் மணிக்கட்டோடு வெட்டிவிடுவார்கள். மூன்றாவது முறை மாட்டினால் கைபோய்விடும் என்றாள். அப்படி கை போன ஒருசிலர் ஊரில் இருப்பதை ஏலன் கண்டிருக்கிறாள். இதுதான் காரணம் என்று அப்போதுதான் தெரிந்தது.

அவன் விரலை மறுபடியும் ஒட்டவைக்க முடியாது என்பது தெரிந்தது. டிஞ்சர் வைக்கும் போது மட்டும் ஆ என்று லேசாக சப்தமிட்டான். காயம்பட்ட இடத்தைத் துடைத்து கிழிந்த இடங்களை தையல் போட்டுவிட்டாள். கிழவி சீயாளியோடு வெளியே பேசிக்கொண்டிருப்பது கேட்டது. விரல் வெட்டுப்பட்டவனிடம் அவன் இரண்டு நாளைக்கு அப்புறம் வந்து காட்டவேண்டும் என்று சொல்லி வலி தெரியாமல் இருக்க ஒரு ஊசி போட்டுவிட்டாள். கிழவி தன் பேரனைக் கூட்டிக்கொண்டு நடந்து போனாள். இனிமேல் உறங்க முடியாது என்றபடியே சீயாளிடம் ஆடு திருடுபவர்களின் கதையைக் கேட்டுக்கொண்டிருந்தேன். அவள் நிறைய திருடர்களைப் பற்றிச் சொல்லிக்கொண்டிருந்தாள்.

அந்தத் திருடன் அதன் ஐந்து நாட்களுக்குப் பிறகு ஒரு பகலில் தனியே வந்திருந்தான். சீயாளி அவன் விரல்கள் எப்பிடியிருக்கின்றன என்று கேட்டாள், அவன் தன் கையில் வைத்திருந்த இலைப் பொட்டலம் ஒன்றை அவள் முன்னால் போட்டான். அதில் இரண்டு பெருவிரல்கள் இருந்தன. தன்னை வெட்டிய ஆட்களின் பெரு விரலை தான் மடக்கிவெட்டிவிட்டதாகச் சொல்லிச் சிரித்தான். சியாளியும் அவனோடு சேர்ந்து சிரித்துக்கொண்டிருந்தாள். அந்தத் திருடனின் விரலுக்கு மருந்து போட்டுவிட்டு ஏன் அவன் திருட்டுத் தொழிலில் ஈடுபடுகிறான் என்று கேட்டேன். அது ஒன்றுதான் தனக்குத் தெரியும் என்றபடியே அவன் வெளியேறிப் போய்விட்டான்.

இந்த ஊரில் வெட்டுக்காயமும் தழும்புகளும் இல்லாத ஆட்களே இல்லை என்பதைப் பின்பு தெரிந்துகொண்டேன். பிழைக்க இயற்கை வளங்கள் எதுவும் இல்லாத கிராமமாக இருப்பதால் திருட்டை இங்கே தவிர்க்க முடியாது என்றுதான் தோன்றியது. ஒரு மாதத்தின் பிறகு அந்தத் திருடன் ஒரு நாள் ஒரு கட்டு மயிலிறகும்

இரண்டு வாத்துகளையும் கொண்டுவந்து தந்து போனான். அதன் பிறகு எப்போதாவது மருத்துவமனையைக் கடந்து போகும்போது அவன் என்னைப் பார்த்தால் சிரித்துக்கொண்டே போவான். ஒரு விரல் இல்லாத குறையை அவன் முகத்தில் நான் காணவேயில்லை.

*

இரண்டாவது சம்பவம் நடந்தது தெக்கோட்டில் இருந்து முப்பது மைல் தொலைவில் உள்ள நந்திபட்டி என்ற ஊரில் நடந்தது. அங்கே ஒரு புளியந்தோப்பு இருளப்பசாமி கோவில் இருக்கிறது என்றும் அதைக் கும்பிட்டால் நோய் தீர்ந்துவிடும் என நோயாளிகள் அதிகம் வருவார்கள். அவர்களை நாம் நேரில் சென்று பார்க்கலாம் என்றாள் சீயாளி. இதற்காக நானும் அவளுமாக மாட்டுவண்டியில் பயணம் செய்தோம். நந்தி பட்டி மிகச்சிறிய ஊர். அந்த ஊரில் நல்லையா என்ற ஒரு ஆசிரியர் இருந்தார். அவர் திண்ணைப் பள்ளிக்கூடம் நடத்துகின்றார். அவர்தான் எங்களைப் புளியந்தோப்பிற்கு அழைத்துப் போனார்.

அந்தப் புளியந்தோப்பு பெரியதாக இருந்தது. அங்கே நான் கண்ட காட்சி என்னை அதிர்ச்சியடையச் செய்தது. ஒவ்வொரு மரத்திலும் நாலைந்து ஆட்கள் சங்கிலியால் கட்டிப்போடப்பட்டிருந்தார்கள். அதில் பலர் மெலிந்து, எலும்புகள் துருத்திக்கொண்டிருந்த உருவங்கள். சட்டையில்லாத அவர்கள் உடம்பில் அடிவாங்கியும் சூடுவாங்கியும் காயங்கள் ஆறிப்போயிருந்ததைக் காண முடிந்தது. ஆண்களும் பெண்களுமாக வேறுவேறு வயதில் நூற்றுக்கும் மேற்பட்ட நோயாளிகள் அங்கே ஆடுமாடுகளைப் போல கட்டிப் போடப்பட்டிருந்தார்கள். அவர்கள் அத்தனை பேரும் பைத்தியங்கள் என்றும், அப்படிக் கட்டிப்போடாவிட்டால் தப்பியோடிவிடுவார்கள் எனவும் நல்லையா சொன்னார்.

பைத்தியங்கள் என்றாலும் அவர்கள் மனிதர்கள்தானே. எதற்கு அவர்களை இப்படிக் கட்டிப்போட்டு வைத்திருக்கவேண்டும் என்று ஆத்திரமாக வந்தது. நான் அந்த மனிதர்களை நெருங்கிச் சென்று பார்த்தேன். புறக்கணிப்பின் உச்சம் என்பது அவர்கள்தான் என்று தெரிந்தது. அவர்களில் சிலருக்கு உடலில் புண்கள் இருந்தன. சிலருக்கு தோல் நோய் இருந்தது. சிலருக்குப் பற்கள் உடைந்து ரத்தம் கசிந்து கொண்டிருந்தன. கண் புரையிருந்தது. ஒரு பெண் தொடையில் பெரிய கட்டிவந்து வீங்கியிருந்தது. ஒரு வயதானவர் கால் வீங்கிப் பருத்துப்போயிருந்தது. ஒரு பத்து வயதுச் சிறுவன்கூட மொட்டையடிக்கப்பட்டுக் கட்டிப்போடப்பட்டிருந்தான். அந்த இடம் சுத்தமாகயில்லை. நாள்பட்ட இறைச்சியின் வாசனை போல

துர்கந்தம் வந்துகொண்டிருந்தது. அதே மரத்தடியில் அவர்கள் மூத்திரம் மலம் கழித்திருக்கிறார்கள். அருகிலே அவர்கள் உறங்கவும் செய்கிறார்கள். என்ன துயரமது.

அந்தக் கோவில் பூசாரிதான் இவர்களுக்கான மருத்துவர் என்பதை அறிந்துகொண்டேன். அவர் காலையிலும் மாலையிலும் கையில் ஒரு சவுக்குடன் வந்து அவர்களை மாறிமாறி அடிக்கிறார். வலி தாங்க முடியாமல் அவர்கள் கத்துகிறார்கள். முடிவில் அவர்கள் மீது ஒரு குடம் தண்ணீர் ஊற்றிவிட்டு நெற்றியில் திருநீறு பூசிவிடுகிறார். அமாவாசை, பௌர்ணமி இரண்டு நாட்களில் மட்டும் அவர்களுக்கு பைத்தியம் முற்றிவிடும் என்பதற்காக போதை தரும் பச் சிலையை அரைத்து குடிக்க வைத்து மயக்கமடையச் செய்துவிடுகிறார் என்றார்கள். இந்த நோயாளிகள் என்ன சாப்பிடுகிறார்கள் என்று கேட்டேன். ஒரு நாளைக்கு ஒருவேளை மட்டும்தான் உணவு. அதிகம் சாப்பிட்டால் அவன் கத்திக் கூப்பாடு போடுவதை சகித்துக் கொள்ள முடியாது என்றார் பணியாள்.

அந்த இடம் மனிதவதையின் பெரும் முகாம் போலிருந்தது. புளியந்தோப்பிற்கு நடக்க நடக்க என் உடல் நடுங்கிக்கொண்டிருந்தது. மனநலமற்றவர்கள் என்னை அழைப்பதைக் கேட்டேன். அவர்கள் கைகள் என்னிடம் யாசிக்கின்றன. அவர்கள் வேதனையைச் சொல்லி அழுகிறார்கள். நான் கோவிலின் அருகாமைக்கு வந்தேன். கோவில் பூசாரிக்கு ஐம்பது வயதிருக்கும். அவர் என்னிடம் சிரித்தபடியே 'இதெல்லாம் உங்க வைத்தியத்துக்குக் கட்டுப்படாது. ரொம்ப மூர்க்கமானது. அடிச்சிதான் அடக்கணும்' என்றார்.

அந்தப் பூசாரியிடம் மனநலமற்றவர்கள் மட்டுமில்லை, குழந்தையில் லாதவர்கள், கைகால் ஊனமுற்றவர்கள் எனப்பலரும் வந்து சவுக் கடி வாங்கிப் போவதைக் காணும்போது நோய்மை எவ்வளவு தவறா கப் புரிந்துகொள்ளப்பட்டிருப்பதை உணர்ந்தேன். அந்த நோயாளிகள் ஒவ்வொருவருக்கும் ஒரு தனிப்பட்ட மனசிக்கல், அவஸ்தையிருக்கிறது. அதைச் சரியாகக் கண்டறிந்து குணமாக்கவேண்டும். இப்படி அடித்து வதைத்தால் அவர்கள் மேலும் மூர்க்கமாகிவிடுவார்கள் என்று சொன்னேன்.

அந்த ஆள் சிரித்தபடியே 'அப்படி ஒரு ஆளுக்கு ஒரு வைத்தியம் செய்யணும்னா ஆயிரம் வைத்தியர் வேணும். இங்கே அது எல்லாம் சரிப்படாது. ஒண்ணுக்கு நாலு கூட சவுக்கடி கொடுத்தா தானே பைத்தியம் ஓடிப்போயிரும். அப்படி குணமாகிப் போனவர்கள் நிறைய இருக்கிறார்கள்' என்று சொல்லிச் சிரித்தார். இது மனித அவமானம் என்று உணர்ந்தேன். அங்கே பேசிக்கொண்டிருந்தபோது

இதைப் போலவே முஸ்லீம்கள் நடத்தும் ஒரு பைத்தியக்காரக் காப்பகம் கடற்கரைப் பகுதி உள்ள ஊரில் இருக்கிறது. அங்கேயும் கட்டிப்போட்டுதான் வைத்தியம் பார்க்கிறார்கள் என்றார் நல்லையா. மனநலம் கெடுவதற்கு எவ்வளவோ காரணங்கள் இருக்கின்றன. அப்படி மனச்சிதைவு கொண்டவர்கள் குழந்தைகளை விடவும் கவன மாகப் பாதுகாக்கப்பட வேண்டியவர்கள். அவர்கள் மீது வன்முறையைத் திணிப்பது தவறில்லையா என்று கேட்டேன்.

ஆசிரியர், அடிவாங்குவது அவர்களுக்குத் தெரியாது. வேறு வழியில் அவர்களை எப்படிக் கட்டுக்குள் வைப்பது, அப்படி அடித்து ஒடுக்காவிட்டால் அவர்கள் தப்பிப் போய்விடுவதோடு வன்முறையில் இறங்கிவிடுவார்கள். அப்படி ஒரு பைத்தியம் ஒரு ஆளை கழுத்தில் கயிற்றைப் போட்டு இறுக்கிக்கொன்றுவிட்டது என்றார். நான் அதை மறுத்து அவர்களைத் தனிமைப்படுத்தி முறையான சிகிச்சை தர வேண்டும். தனிமைப்படுத்துதல் தவறில்லை. ஆனால் கடுமையான தண்டனைகள் நோயைக் குறைத்துவிடாது என்றேன். இப்படித்தான் பல நூறு வருடமாக சிகிச்சை அளிக்கப்பட்டு வருகிறது என்று சொன்னார் நல்லையா.

அது தவறு. இப்படித் தொடர்ந்து செயல்படுவது தண்டிக்கப்பட வேண்டியது. நான் இதற்கு மாற்றாக இவர்களுக்கு மருத்துவ சிகிச்சை அளிக்கத் தயாராக இருக்கிறேன். அதைச் செய்யச் சொல்லுங்கள் என்றேன். பூசாரி அதைக் கேட்டுச் சிரித்தபடியே ‘அதில் எல்லாம் பைத்தியம் குணமாகாது’ என்று சொல்லி என்னை அங்கிருந்து வெளியேறிப் போகும்படியாகச் சொன்னார். நான் அந்தப் புளியந்தோப்பில் உள்ள பைத்தியங்களின் கட்டுகளை அவிழ்த்து விடும்படியாகச் சொன்னேன். பூசாரி கோபம் வந்து என்னை அடிப்பதற்காக சவுக்கைக் கையில் எடுத்தபடியே முறைத்தான். நல்லையா என்னைச் சாந்தப்படுத்தி அங்கிருந்து அழைத்து வந்தார். திருச்சபையின் வழியே இதுபோன்ற மனிதவதைகளைத் தடுத்து நிறுத்துவதற்கு முயல வேண்டும் என்று தெக்கோட்டு போதகரிடம் சொன்னேன். அவர் சிரித்தபடியே நாமும் இதுபோல ஒன்றிரண்டு பைத்தியக் காப்பகம் நடத்திக்கொண்டிருக்கிறோம். அங்கேயும் இதுதான் நடைமுறை என்று சொல்லிச் சிரித்தார்.

யார் இந்த வதையைச் செய்கிறார்கள் என்று முக்கியமில்லை. ஏன் இப்படி செய்கிறோம் என்பதுதான் முக்கியம். பைத்தியம் என்பது பரிகசிக்கப்பட வேண்டிய ஒன்றில்லை. அது ஆழ்ந்த அக்கறையும் ஆறுதலும் காட்ட வேண்டிய நோய்மை. அதை அணுகுவதற்கும் சிகிச்சை அளிப்பதற்கும் முறையான மருத்துவம்

வேண்டும். மனதை அறிந்து மென்மையும் நுட்பமுமாக வைத்தியம் செய்யவேண்டும் என்று கத்தினேன். 'அங்கே போய் வந்தவுடனே நீங்களே பைத்தியம் போலதான் நடந்து கொள்கிறீர்கள். இதை உங்களாலே கட்டுப்படுத்த முடியவில்லை. எப்படி முற்றிய பைத்தியங்களைக் கட்டுப்படுத்துவது' என்று செபஸ்டியன் என்னை பரிகாசம் செய்தார்.

நான் இதுபோன்ற செயல்களைத் தடுத்து நிறுத்தி இவர்களுக்காகத் தனி மருத்துவக் குழுவை உருவாக்கும்படியாக மிஷனரி தலைமை அலுவலகத்திற்கு ஒரு கடிதம் அனுப்பிவைத்தேன். என்னால் அந்தப் புளியந்தோப்பில் கண்ட காட்சியை மறக்கவே முடியவில்லை. நோய்மையின் காரணமாக மனிதர்கள் எவ்வளவு அவமானத்தைச் சந்திக்கவேண்டியிருக்கிறது என்று நினைத்து நினைத்து வேதனைப்பட்டேன்.

*

மூன்றாவது சம்பவம் தெக்கோட்டின் அருகில் உள்ள கீழோடை என்ற இடத்தில் நடந்தது. அதன் அருகில் ஒரு ஆள் உயரக் குன்று காணப்படுகிறது. அதைச் சுற்றிலும் நிறைய காய்ந்துபோன புற்களும் செடிகளும் காணப்பட்டன. அந்த இடத்தில் ஆடுகளை மேய்ச்சலுக்கு விட்டபடியே ஒரு வயதானவர் உட்கார்ந்திருப்பதைக் கண்டிருக்கிறேன். ஆடுகள் திசைக்கொன்றாய் அலைந்து கொண்டே யிருக்கும். காலை வெளிச்சம் துவங்கும் போது ஆடுகளை ஓட்டிக் கொண்டு வரும் அவர் வெயில் அடங்கிய பிறகு ஆடுகளை ஓட்டிக் கொண்டு போவார். ஒரு நாள் சீயாளி அவரைக் காட்டி அந்த ஆளுக்கு காது கேட்காது என்றும், ஆடுகளை கண் பார்வையால் மட்டுமே அறிந்து வைத்திருக்கிறார் என்றாள். எதனால் அவருக்குக் காது கேட்காமல் போனது என்று கேட்டேன். சிறுவயதில் ஜன்னிக் காய்ச்சல் வந்து அப்படி ஆகிவிட்டதாக சொல்லிக்கொள்கிறார்கள் என்றாள்.

நான் மாட்டுவண்டியை நிறுத்திவிட்டு அந்த வயதானவரின் அருகில் சென்று பார்க்க முற்பட்டேன். அவர் அடுகள் சிதறி ஓடுவதைக் கண்டு யாரோ ஆடு திருட வந்துவிட்டார்களோ எனும் படியாக யாரு என்று தன்னுடைய துரட்டிக்கம்பை ஓங்கினார். சீயாளி 'பாட்டையா நாங்கதான்' என்று கையசைத்தாள். அதைக் கண்டதும் உட்கார்ந்து கொண்டார். சீயாளி அவர் அருகில் போய் 'டாக்டரம்மா உங்களைப் பார்க்கணும்னு வந்திருக்காங்க' என்று சைகையில் சொன்னாள். அந்தக் கிழவர் 'ஏன் என்னைக் கட்டிக்கிடணும்னு ஆசையா' என்று கேலியாகக் கேட்டார். நான்

சிரித்தபடியே 'உங்களுக்கு இன்னும் கல்யாணம் ஆகலையா' என்று சைகையிலே கேட்டேன். 'கல்யாணம் கட்டி பெத்த பிள்ளைகள்தான் இங்கே மேஞ்சிகிட்டு இருக்கு' என்று ஆடுகளைக் காட்டினார். நான் அவரை அருகில் அழைத்து அவர் காதுகளைப் பரிசோதித்துப் பார்த்தேன். அவர் 'காது அவிஞ்சி போய் பல வருசமாச்சி' என்றார். அவரை மாலையில் மருத்துவ மனைக்கு அழைத்துவரும்படியாக சீயாளியிடம் சொல்லிவிட்டு வந்தேன். அவர் அன்று மாலை மருத்துவமனைக்கு வரவில்லை.

மறுநாள் நானாக அவரைத் தேடிப் போய்ப் பார்த்து மருத்துவ மனைக்கு வரும்படியாக அழைத்தேன். 'நீ எனக்கு பதிலா ஆடு மேய்ப்பியா' என்று கோபத்துடன் கேட்டார். ஒரு நாளைக்கு அவருக்கு பதிலாக சீயாளி ஆடு மேய்ப்பாள் என்று சைகையிலே சொன்னேன். 'இது ஒண்ணும் உட்கார்ந்துகிட்டு பாக்குற உத்தியோகம் கிடையாது. வேற்று ஆள் வந்தா ஆடு ஓடிரும்' என்று வர மறுத்தார். அவரை சீயாளியை வைத்து கட்டாயப்படுத்தி முடிவில் ஒரு நாள் மருத்துவமனைக்கு வரவழைத்தேன். அவரது காதைச் சுத்தப்படுத்தி சொட்டுமருந்து போட்டுவிட்டேன். தினமும் அவர் ஆடுகளை ஓட்டிக்கொண்டு போகும்போது மருத்துவமனைக்கு வந்து காதில் சொட்டு மருந்துகள் போட்டுக்கொண்டுவிட வேண்டும் என்று சீயாளி கட்டாயப்படுத்தினாள்.

கிழவர் அதை சரியாகவே செய்ய ஆரம்பித்தார். பதினைந்து நாட்களுக்குப் பிறகு ஒரு பகலில் அவர் ஓடிவந்து மருத்துவமனையில் உள்ள என்னிடம் தனக்கு ஆடு கத்துவது கேட்கிறது என்று சொன்னார். என்ன நடந்தது என்று கேட்டேன். 'காலையில் மருந்து ஊற்றிக்கொண்டுவிட்டு ஆடுகளைக் குன்றின் அடியில் மேயவிட்டு உட்கார்ந்திருந்தேன். எங்கிருந்தோ ஒரு கழுகு பறந்து வந்து மரத்தில் உட்கார்ந்திருந்தது. இதுபோன்ற கழுகைக் கண்டதேயில்லை என்ற நோக்கில் அருகில் போய்ப் பார்க்க ஆரம்பித்தேன்.

சிவப்பு மூக்கு கொண்ட கழுகு அது. அதன் சிறகுகள் பெரியதாக இருந்தது. கழுகுகள் ஒரு ஆட்டையே தூக்கிக்கொண்டு போய்விடும் என்று யாரோ சொன்னது நினைவிற்கு வந்தது. பயத்தில் ஒரு கல்லை எடுத்து கழுகை எறியத் துவங்கினேன். கழுகு படபடவென றெக்கையை அடித்தபடியே பறந்தது. அந்த சப்தம் கேட்டு பயந்து போன ஆடு கத்தியபடியே தாவியேடியது. அந்த ஆடு கத்திய சப்தம் எனக்குக் கேட்டது. என்னால் நம்பவே முடியவில்லை. ஓடிப்போய் அதே ஆட்டினை ஒரு கல்லை எடுத்து எறிந்தேன். ஆடு மறுபடியும் கத்தியது. என்னால் தாங்கவே முடியவில்லை. உணர்ச்சிகளை அடக்க முடியாமல் அழுதுவிட்டேன். ஓடிப்போய் ஆட்டை கட்டிக்

கொண்டு கொஞ்சினேன். எனக்குக் காது கேட்கிறது. ஆடுகள் கத்துவதை என்னால் கேட்க முடிகிறது' என்றார்.

சீயாளி சிரித்தபடியே 'நான் பேசுறது கேட்குதா பாட்டையா, என்றாள். அவர் சிரித்தபடியே 'ஆடு பேசுறதே கேட்குது. நீ பேசுறது கேட்காமலா போயிரும்' என்றார். ஆடு மேய்க்கும் கிழவருக்குக் காது கேட்கத் துவங்கியதைப் பற்றி ஊரெல்லாம் பேசிக்கொண்டிருந்தார்கள். அவர் காதில் இருந்த அடைப்பின் காரணமாகக் கேட்காமல் இருந்திருக்கிறது என்றும் அது நீங்கியதும் காது கேட்கத் துவங்கிவிட்டதாகவும் சீயாளியிடம் சொன்னேன். அவள் அதைப் பெரிய அதிசயமாக நம்பினாள். அந்த வாரம் தேவாலயத்தில் நடை பெற்ற பிரசங்கத்தில் பாதிரி 'ஆட்டுக்காரனின் காது குணமடைந்ததற்கு யார் காரணம். தேவன்தான். அவர்தான் மருத்துவரை அனுப்பி இதுநாள் வரை செவிடாகிப்போயிருந்த அந்தக் காதுகளைத் திறந்துவிட்டார். இப்போதாவது நீங்கள் நம்புகிறீர்களா தேவனின் மகிமையை. ஆண்டவரின் மீது நீங்கள் கொள்ளும் விசுவாசம் உங்களைக் காப்பாற்றும் என்பதற்கு இது அல்லவா சாட்சி' என்று ஆவேசமாக பிரசங்கம் செய்துகொண்டிருந்தார். அதை உண்மை என்று தெக்கோட்டு வாசிகள் நம்ப ஆரம்பித்தார்கள்.

தெக்கோட்டின் பாதிரி அந்த ஆடுமேய்ப்பவரிடமிருந்து காணிக்கையாக ஆறு ஆட்டுக்குட்டிகளைப் பெற்றுக்கொண்டார் என்றும் சீயாளி சொன்னாள். அதைக் கேட்டது முதல் எனக்குக் குழப்பமாக இருந்தது. நான் மருத்துவம் என்று நினைத்துக்கொண்டிருந்த ஒன்று கடவுளின் மகிமையால்தான் நலமாகியது என்றால் நான் வெறும் கருவிதானா. உண்மையில் எனது மருத்துவ அறிவு என்பது கடவுளின் கருணை என்றுதான் எடுத்துக்கொள்ள வேண்டுமா என்று யோசனையாக இருந்தது. நான் சபையின் அந்த முடிவை ஏற்றுக் கொண்டேன். ஒருவேளை இப்படி அவரை குணமாக்க வேண்டும் என்பது ஆண்டவரின் விருப்பமோ என்னவோ என்று எனக்கே கூடத் தோன்றியது.

*

நான்காவது சம்பவம் தெக்கோட்டில் உள்ள நாகலா என்ற பெண்ணிற்கு நடந்தது. அவளுக்குத் தலைப்பிரசவம் அது. மருத்துவச்சி பார்த்துவிட்டு குழந்தை தலைபுரண்டிருக்கிறது என்று சொல்லி, கெடுவைத்துவிட்டுப் போயிருந்தாள். வலி தாங்கமுடியாமல் அந்தப் பெண் அலறியதைக் கண்டு என்னை அழைத்துக்கொண்டு போனார்கள். சீயாளியும் நானும் அந்த வீட்டிற்குள் போனபோது

ஒரு சேலையில் மறைத்துத் திரைகட்டியிருந்தார்கள். அதன் உள்ளே கர்ப்பிணிப் பெண் காலை விரித்தபடியே படுத்துக் கிடந்தாள். பனிக்குடம் உடைய ஆரம்பித்திருந்தது. மருத்துவச்சி எதையோ காய்ச்சி வந்து அந்த பெண்ணைக் குடிக்கும்படியாகச் சொன்னாள். அவள் அதைக் குடிக்க முடியாமல் துப்பினாள். நான் அந்தப் பெண்ணின் வயிற்றை அறுவை சிகிச்சை செய்து குழந்தையை வெளியே எடுத்துவிட முடியும் என்றேன். மருத்துவச்சி என்னோடு சண்டையிட்டாள். நான் அவளை வெளியே அனுப்பிவிடும் படியாகக் கத்தினேன்.

மருத்துவமனைக்கு அந்தக் கர்ப்பிணிப் பெண்ணைத் தூக்கிக் கொண்டு வரும்படியாகச் சொன்னேன். நான்கு பேர் சேர்ந்து அந்தப் பெண்ணை மருத்துவமனைக்குக் கொண்டுவந்தார்கள். அவளது அலறலை வீதியே கேட்டுக்கொண்டிருந்தது. அவளது குழந்தையைக் காப்பாற்ற அறுவை சிகிச்சை செய்தேன். முன்னதாக கிழக்கு வங்காளத்தில் இருந்தபோது இதுபோல இரண்டு மூன்று பிரசவங்கள் செய்த அனுபவம் எனக்கிருந்தது. அந்தப் பெண்ணிற்கு நிறைய குருதிப்போக்கானது. சீயாளி என்னோடு கூடவேயிருந்து கருவிகளை எடுத்துத் தந்தபடியே இருந்தாள். அறுவை சிகிச்சை முடிந்து குழந்தையை வெளியே எடுத்தபோது அது இறந்து போயிருந்தது. என்னால் அழுகையைக் கட்டுபடுத்தவே முடியவில்லை.

அடுத்த ஒரு மணி நேரத்தில் அந்தப் பெண்ணும் இறந்துபோய் விட்டாள். இரண்டு உயிரற்ற உடல்களைப் பார்த்தபடியே கலங்கிப் போய் நின்றிருந்தேன். அந்தப் பெண்ணை நான் அறுவைசிகிட்சை செய்து கொன்றுவிட்டதாக மருத்துவச்சி கத்திக்கொண்டிருந்தாள். பெண்ணின் சாவைத் தாங்க முடியாமல் அவளது குடும்பம் கதறி அழுது கொண்டிருந்தது. அந்தப் பெண்ணின் சாவிற்கு நானே காரணம் என்று தெருக்காரர்கள் கூடி நின்று கத்தினார்கள். பெண்ணின் கணவன் என்னைக் கொல்வதற்காக ஒரு கடப்பரையோடு நின்றுகொண்டிருந்தான்.

தேவாலயத்தின் பாதிரி தலையிட்டு 'ஆண்டவரின் கிருபை யில்லாமல் எந்த உயிரும் பிழைக்காது என்றதற்கு இதுதான் சான்று. படித்த மருத்துவராயிருந்தாலும் உயிரைக் காப்பாற்ற முடியவில்லை என்பதைப் பார்த்தீர்களா. இதைத்தான் நான் அன்றும் சொல்கிறேன். இன்றும் சொல்கிறேன். ஆண்டவனின் கிருபை மட்டுமே நம்மைக் காப்பாற்றும். ஒரு உயிரை எடுக்கவோ, கொடுக்கவோ ஆண்டவரால் மட்டுமே முடியும்' என்று சொல்லி மருத்துவரின் மீது தவறு இல்லை என்று அவர்களைக் கலைந்து

போகச் சொன்னார். யாரும் போகவில்லை. விரல் வெட்டுப்பட்ட திருடன் 'டாக்டர் அம்மா மேல தப்பு கிடையாது. போங்க' என்று அவர்களை விரட்டி அனுப்பினான்.

அன்றிரவு ஊரே கூடி அழுது கொண்டிருந்தது. அந்தச் சாவு என்னை உலுக்கிவிட்டது. நான் படித்த மருத்துவம் தோற்றுப்போய்விட்டது என்பதைப் போலவே உணர்ந்தேன். எதற்காக அந்தப் பெண் இறந்து போனாள், உண்மையில் நான் மருத்துவராகத் தேர்ச்சியடையவில்லையா என்று புலம்பிக்கொண்டேயிருந்தேன். என்னை விட சீயாளி இன்னும் பயந்து போயிருந்தாள். ஆறு நாட்களுக்கு மருத்துவமனையைத் திறக்கவேயில்லை. படுக்கையிலே கிடந்தேன்.

பாதிரி ஒரு பகலில் என்னைத் தேடி வந்து அத்தோடு நான் மருத்துவ மனையை மூடிவிட்டு அங்கிருந்து போய்விடுவது நலம் என்றும் இங்கே நடந்தவை பற்றி மதுரை மிஷனரி அலுவலகத்திற்கு தான் கடிதம் எழுதியிருப்பதாகவும் சொன்னார். அது என்னை மிரட்டுவது போலவே இருந்தது. தவறு என்னுடையதில்லை என்று சொன்னேன். பாதிரி 'அப்படி என்னையும் நம்பச் சொல்கிறீர்களா' என்று கேட்டார். அது எனக்கு ஆத்திரமாக வந்தது. நான் அவரோடு சண்டையிட்டேன். அவர் மிக ஆபாசமாகப் பேசியபடியே என்னை அந்த ஊரில் இருந்து விரட்டியடிப்பதாகச் சொல்லிவிட்டுப் போனார்.

அன்றிரவு என் வீட்டில் யாரோ கல் எறிந்தார்கள். நாங்கள் கதவைத் திறக்கவேயில்லை. மருத்துவமனையின் முன் வைக்கப் பட்டிருந்த வேப்பங்கன்று வெட்டிப் போடப்பட்டிருந்தது. வாத்துகளும் முயல்களும் கொல்லப்பட்டிருந்தன. நான் பாதிரி சொன்னதுபோல அங்கிருந்து போய்விடலாமா என்றுகூட யோசித்தேன். பிறகு செய்யாத தவற்றுகாக நான் ஏன் ஊரை விட்டுப் போக வேண்டும் என்று தோன்றியது. வைராக்கியத்துடன் மருத்துவமனையைத் திறந்து வைத்தேன். அதன் பிறகு ஒருவர்கூட எனது மருத்துவமனைக்கு வரவேயில்லை. மாட்டுவண்டியில் சென்று அருகாமை ஊர்களுக்குப் போய் மருத்துவம் பார்த்து வரத்துவங்கினேன்.

*

ஐந்தாவது சம்பவம் தெக்கோட்டின் துவக்கத்தில் உள்ள சங்குணி மடத்தின் முன்பு உள்ள கொடுக்காய்ப்புளி மரத்தில் நடந்தது. அந்த மரத்தில் ஒரு வேசையைக் கட்டிப்போட்டிருப்பதாகவும், அவளிட மிருந்து பொம்பளைச் சீக்கு பரவுகிறது என்று

சொல்லி அவள் தலையில் சுண்ணாம்பைக் கொதிக்க வைத்து ஊற்றப்போவதாகச் சொன்னார்கள். ஊரே கூடி நின்று அதை வேடிக்கை பார்த்துக் கொண்டிருந்தது. சீயாளிதான் அதைப்பற்றிச் சொல்லி என்னை அங்கே அழைத்துப் போனாள். அந்தப் பெண் குள்ளமானவளாயிருந்தாள். அவள் அக்காமடம் பக்கமிருந்து பிழைப்பதற்காக அந்த ஊருக்கு வந்தவள் என்றும் வேசைத்தொழில் செய்து பிழைக்க ஆரம்பித்து அந்தப் பக்கம் உள்ள கிராமத்து இளைஞர்களை மயக்கி தன் பிடியில் வைத்திருக்கிறாள் என்றும், அவளிடம் படுத்து எழுந்து போகும் ஆட்களுக்கு பொம்பளைச் சீக்கு வந்துவிடுவதாகவும் அப்படி சீக்கு வந்து ஒருவன் ஓடையில் செத்துகிடந்தான் என்றும் புகார் சொன்னார்கள்.

மரத்தில் கட்டிப்போடப்பட்டிருந்த பெண் ஆவேசத்துடன் 'உங்ககிட்டே இருந்துதான்டா சீக்கு எனக்கு வந்துச்சி. சீக்காளின்னு தெரிந்துதானே கூடப் படுத்தே. இப்போ என்ன மசிருக்குடா கட்டி வச்சிருக்கீங்க' என்று கத்தினாள். அவளை ஊரை விட்டு இரண்டு முறை விரட்டிவிட்டதாகவும் அவள் வெளியூர் போவது போலப் போக்குக்காட்டிவிட்டு திரும்ப தெக்கோட்டிற்கே வந்துவிடுவதாகச் சொன்னார்கள். அந்தப் பெண்ணின் தலைமயிர் சிக்கு பிடித்துப் போயிருந்தது. நிறைய வெற்றிலை போடக்கூடியவள் என்பது பற்கறையிலே தெரிந்தது. அவள் கூட்டத்தைப் பார்த்து கட்டை அவிழ்த்துவிடுங்கள் என்று கத்திக்கொண்டிருந்தாள்.

'சுண்ணாம்பைக் கொதிக்க வைத்து ஊற்றிவிட்டால் அதன் பிறகு அவளிடம் எந்த ஆணும் உடலுறவிற்குப் போகமாட்டார்கள் என்று பாதிரிதான் சொன்னார்' என்றார்கள். அவரும் கூட்டத்தில் நின்றிருந்தார். அந்தப் பெண் கூட்டத்தைப் பார்த்து 'நீங்க எல்லாம் என்கூடப் படுத்து சுகங்கண்டவங்கதானடா. இப்போ என்ன பாக்குறீங்க. கட்டை அவுத்துவிடுங்கடா' என்று கத்தினாள். யாரும் முன்வரவேயில்லை.

ஒரு இளைஞன் மட்டும் பனைமட்டை ஒன்றை எடுத்து அவள் வாயோடு அடித்தான். அது கன்னத்தைக் கிழித்து ரத்தம் வரச் செய்தது. அவள் அழவில்லை. மாறாக உருமுவது போலக் கத்தினாள். நான் அந்தப் பெண்ணின் கட்டுகளை அவிழ்த்துவிடச் சொன்னேன். அவள் ஒரு சீக்காளி நான் தொட்டால் நோய் ஒட்டிக்கொள்ளும் என்றார்கள். 'மருத்துவம்தான் எனது தொழில் அவளை அவிழ்த்துவிடுங்கள்' என்று சப்தமிட்டேன். மரத்தின் அருகில் ஒரு பானையில் சுண்ணாம்பு கொதித்துக்கொண்டிருப்பது என் கண்ணில் பட்டது.

ஒரு வயதானவர் இந்தப் பிரச்சினையில் நான் தலையிடுவது தேவை யற்ற ஒன்று என்று கண்டித்தார். நான் அவர்களை விலக்கிக் கொண்டு முன்னால் போய்க் கட்டை அவிழ்த்துவிட முயன்றேன். பாதிரி எனக்கு எதிராகக் கூச்சலிட்டார். நான் அவரைக் கடிந்து கொண்டபடியே அந்தப் பெண்ணின் கட்டை அவிழ்த்தபடியே, உன் கட்டுகளை அவிழ்த்தவுடன் நீ ஓடிவிடக்கூடாது. என்னோடு இருந்து சிகிச்சை பெறுவதாக இருந்தால் உன் கட்டுகளை அவிழ்க்கிறேன்' என்றேன். அவள் 'முடியாது. இந்த ஊரில் நான் இருக்கவே முடியாது' என்றாள். நான், அப்படியானால் கட்டுகளை அவிழ்க்கப் போவதில்லை என்றதும் அவள் ஒத்துக்கொண்டாள். அந்தப் பெண்ணை யாராவது துன்புறுத்தவோ, தண்டிக்கவோ நினைத்தால் நான் உடனடியாக கடிதம் அனுப்பி காவலர்களை வரவழைத்துவிடு வேன் என்று உரக்கச் சொன்னேன். அவர்கள் அரை மனதோடு கலைந்து போகத் துவங்கினார்கள்.

நான் அந்தப் பெண்ணின் கட்டை அவிழ்த்து அவளை என்னோடு கூட்டிக்கொண்டு வந்தேன். அவளால் நடக்கவே முடியவில்லை. அவள் தோளோடு கைகொடுத்து கூட்டிக்கொண்டு வந்தேன். மருத்துவமனையில் அவளைப் படுக்க வைத்து பரிசோதனை செய்து பார்த்தேன். பிறப்பு உறுப்பு ரணமாகியிருந்தது. இரண்டு மாதம் அவள் சிகிச்சை எடுத்துக்கொள்ள வேண்டும் என்று சொன்னேன். அவள் அழுதாள். தனக்குப் பிழைக்க வழியில்லாமல் போய் இப்படி யாகிவிட்டது என்று நினைத்து நினைத்து அழுதாள். அவளை என் மருத்துவமனையிலே வைத்து குணமாக்கத் துவங்கினேன்.

சீக்குப் பிடித்த வேசையை நான் காப்பாற்றி வருவதைப் பற்றி போதகர் மிக மோசமாக அவதூறுகளைப் பரப்பத் துவங்கினார். நானே ஒரு வேசை என்றும், அதனால் இன்னொரு வேசையைக் காப்பாற்ற முனைகிறேன் என்றும் அவன் ஊர்க்காரர்களிடம் சொல்லிக்கொண்டிருந்தார். அந்த அவதூறின் காரணமாக என்னைத் தேடி நோயாளிகள் வருவது முற்றிலும் நின்றுபோனது. அருகாமை ஊர்களிலும் என்னிடம் ஒருவரும் வைத்தியம் பார்க்கவில்லை. ஆனால் நான் அந்த ஒரு நோயாளியை சொஸ்தப்படுத்த என்னால் முடிந்த கவனத்தைச் செலுத்தியபடியே இருந்தேன். அவள் உடலில் இருந்தநோய் மறையத் துவங்கி. அவள் பொலிவு கொள்ள ஆரம்பித் தாள். இனிமேல் இந்தத் தொழிலை விட்டு தான் வேலை செய்து பிழைக்கப் போவதாகச் சொல்லிக் கிளம்பிப் போனாள். அதன் ஒரு வாரத்தின் பிறகு மதுரை மிஷனரி

அலுவலகத்தில் என்னை விசாரணை செய்வதற்காக ஆறு பேர் கொண்ட குழு வந்திருந்தது.

அவர்களில் ஒருவர்கூட என் பக்கமிருந்த நியாயத்தைக் கேட்கவேயில்லை. நான் செய்தது மன்னிக்க முடியாத தவறு என்றும், சபைக்கும் தேவாலயத்திற்கும் நான் களங்கம் விளைவித்த காரணத்தால் உடனடியாக தேவாலய வளாகத்தில் உள்ள எனது மருத்துவ மனையை நான் மூடிவிட்டு உடனே கல்கத்தா கிளம்பிப் போக வேண்டும் என்றும் அந்த விசாரணைக்குழு முடிவு செய்தது. அதை மறுத்து அப்படி தெக்கோட்டில் இருந்து நான் வெளியேறிப் போக முடியாது என்றும் என்னை நியமித்த கல்கத்தா அலுவலகத்தில் இருந்து கடிதம் வரும்வரை நான் இங்கேயே தானிருப்பேன் என்றும் பிடிவாதமாகச் சொன்னேன்.

அப்படியானால் எனக்கு அளிக்கப்பட்ட இடம் உதவிகள் அத்தனையும் உடனே பறிமுதல் செய்யப்படும் என்றதோடு என் மீது நடவடிக்கை எடுக்கும்படியாக கல்கத்தாவில் உள்ள அலுவலகத்திற்கு உடனே தந்தி அனுப்பப்படும் என்றும் விசாரணைக் குழு சொன்னது. நான் அது உங்கள் இஷ்டம் என்று சொல்லிவிட்டு நானே அந்த இடத்தை காலி செய்துகொள்வதாக எடுத்துக் கொண்டு சீயாளியின் வீட்டிற்கு இடம் மாற்றிக்கொண்டேன். எனது மருத்துவமனையாக இயங்கிய இடம் அன்றே மூடப்பட்டதுடன் என்னிடம் யாரும் மருத்துவம் பார்க்கவோ, தொடர்பு வைத்துக்கொள்ளவோ கூடாது என்று தமுக்கு அடித்துச் சொல்லவும் பட்டது.

இந்தக் கடிதத்தை எழுதும் நாளில் நான் தனியாளாக தெக்கோட்டில் உள்ள ஒரு மண்வீட்டின் வெளியே உட்கார்ந்திருக்கிறேன். ஆனால் என் மனதில் நான் இந்த ஊரை விட்டுப் போகமாட்டேன் என்ற நம்பிக்கையிருக்கிறது. என்னை இங்கே நிலைகொள்ளச் செய்வதும் வெளியேற்றுவதும் உங்கள் கையில்தானிருக்கிறது. எப்போதும் போலவே உங்கள் வழி காட்டுதலுக்காகக் காத்துக்கிடக்கிறேன்.

அத்யாயம்

18

1982

எட்டூர் மண்டபம்

எட்டூர் மண்டபத்தை விட்டு நோயாளிகள் தெக்கோடு நோக்கி கொஞ்சம் கொஞ்சமாகக் கிளம்பிக்கொண்டிருந்தார்கள். ஒருசிலர் அக்காவின் கால்களில் விழுந்து ஆசி வாங்கிக்கொண்டார்கள். ஒரு நோயாளி மெழுகுவர்த்தி ஒன்றை அக்காவிடம் தனது காணிக்கையாகத் தந்துவிட்டுப் போனான். சிலர் அங்கிருந்து கிளம்பும் முன்பு ஒன்றாகக் கூடி தேவனை பிரார்த்தனை செய்தார்கள். சிலர் அக்காவிடம் சொல்லிக்கொள்ளாமல் விடிகாலையிலே எழுந்து போயிருந்தார்கள். ஒரு ரோகிகளின் கூட்டம் அங்கிருந்து கிளம்பத் தயாராகிக் கொண்டிருந்தது.

கொண்டலு அக்கா அவர்களிடம் சொல்லிக் கொண்டிருந்தாள்,

“மகாபாரதத்தில் மாபெரும் ஞானியும் நீதிமானுமாகிய விதுரன் தனது நாவை அடக்கிக்கொண்ட ஒரு நிகழ்ச்சி சொல்லப்படுகிறது. தனது நாவில் கூழாங்கற்களை ஒதுக்கிக்கொண்டு விதுரன் யாரோடும் பேசாமல் நாவை அடக்கியிருந்தான் என்று வருகிறது. தம்பீ, அது ஒரு யோகம். நாவை அடக்கிக்கொள்ளும்போது மனதும் சேர்ந்து ஒடுங்கத் துவங்குகிறது. மனது ஒடுக்கம் கொண்டுவிட்டால் உலகின் சுமைகள் எதுவும் நம் மீது

படியாது. நீர்க்குமிழ்போல நாமும் மிதக்கத் துவங்கிவிடுவோம். ஆனால் நாவைக் கட்டுவது எளிதானதில்லை. உங்களில் பலரும் பிரார்த்தனை செய்து நோய்மை நீங்க நடந்து போகிறீர்கள்.

பிரார்த்தனை என்பது ஆண்டவரின் முன்பாக மண்டியிட்டுச் செய்வது மட்டுமில்லை. அது ஒரு நீண்ட பயிற்சி. உங்களுக்காக நான் இந்தச் சிறு கற்களைத் தருகிறேன். இதை உங்கள் நாவின் அடியில் வைத்துக்கொள்ளுங்கள். தெக்கோடு போய்ச் சேரும்வரை யாரோடும் பேச வேண்டாம். அந்த மௌனம் உங்களுக்கு நிறைய விஷயங்களை தானே புரிய வைத்துவிடும். நிசப்தத்தை நாம் சில நிமிடங்களுக்கு மேலாகத் தாங்கிக்கொள்ள முடியாமல் இருக்கிறோம். உண்மையில் நிசப்தம்தான் நோய் தீர்க்கும் மருந்து. அதற்குள் உங்களை மூழ்கடித்துப் பாருங்கள். அது எவ்வளவு பெரிய வெளிச்சம் என்பதை நீங்களே உணர்வீர்கள்.

நாவின் அடியில் கல்லை வைத்துக்கொண்டு நடந்து போவது எளிதானதில்லை. அதற்கு நீங்கள் முயற்சி எடுக்கவேண்டும். அலை பாயும் மனது உடனே கற்களை எடுத்து வீசி எறியச் சொல்லும். ஒருவேளை தெக்கோடு வரை இந்தக் கல்லை வைத்து நாவை அடக்கி பயிற்சி செய்து வென்றவனால் பின்பு இந்தக் கற்கள் இல்லாமலே தன் நாவை அடக்கிக்கொள்ள முடியும். உங்களுக்குள் மௌனம் நிரம்பிவிட்டால் உங்கள் முகம் அற்புதமாகிவிடும். அது அலையில்லாத கடலைக் காண்பதைப் போல யாவருக்கும் விருப்ப மானதாகிவிடும். அப்போது நீங்கள் பிரார்த்தனை செய்வது யாவும் நிச்சயம் நடக்கும். உங்களில் எவருக்கெல்லாம் விருப்பமிருக்கிறதோ அவர்கள் என்னிடமிருந்து இந்தச் சிறு கற்களை வாங்கிக்கொள்ளுங்கள்" என்றாள்.

அங்கிருந்த ரோகிகள் அத்தனை பேரும் அக்காவிடமிருந்து பாக்கு அளவிலான சிறிய கூழாங்கற்களை வாங்கிக்கொண்டனர். அதை நாவின் அடியில் உள்ள குழிந்த பாகத்தில் வைத்துக்கொண்டபடியே அவர்கள் நடந்து போகத் துவங்கினார்கள். அந்தக் கற்கள் நாவின் அடியில் இருப்பதை சுமக்க முடியாத ஒன்றை தாங்கள் தூக்கிக் கொண்டு போவதைப் போல இருப்பதாக சில ரோகிகள் உணர்ந்தார்கள். ஒருவன் நாவு அசைவது நின்றுவிட்டால் மனது வேகமாக அலைபாய்கிறது என்பதை உணர்ந்தான். மற்றொருவனோ பேச்சை நிறுத்திக்கொண்டுவிட்டு எதற்காக வாழவேண்டும் என்று அந்தக் கற்களை காறித்துப்பினான். ஒரு சில ரோகிகள் அதை எவ்வளவு தூரம் கொண்டு செல்ல முடியுமோ அவ்வளவு கொண்டு போய்விடலாம் என்பது போல மௌனமாகப் போய்க்கொண்டிருந்தார்கள்.

இரண்டு வயதானவர்கள் சாந்தமான முகத்துடன் மண்டபத்தை விட்டு விலகிய வெளியில் தனியே ஆடுபுலியாடிக்கொண்டிருந்தார்கள். அவர்கள் முகத்தைக் காணும்போது ஆர்வத்துடன் இரண்டு சிறுவர்கள் விளையாடிக் கொண்டிருப்பதைப் போலவேயிருந்தது. அக்கா இரண்டு நாட்களாகவே அந்த முதியவர்களைப் பார்த்துக் கொண்டிருக்கிறாள். இரட்டைப் பிள்ளைகளைப் போல ஒன்றாகவே அவர்கள் ஓடியாடி வேலை செய்கிறார்கள். தண்ணீர் இறைத்துச் செடிகளுக்கு ஊற்றுகிறார்கள். உணவு பரிமாற உதவி செய்கிறார்கள். குளத்தின் படிகளைத் தாங்களாகவே சுத்தம் செய்கிறார்கள். யார் அவர்கள் என்று தெரிந்து கொள்ளும் ஆர்வத்துடன் அக்கா அருகில் போய் உட்கார்ந்தாள். விளையாட்டைக் கவனித்தபடியே கேட்டாள்.

"உங்களில் யார் ஆடு, யார் புலி."

கொண்டலு அக்காவைக் கண்டதும் அவர்கள் சிரித்தபடியே "அக்கா இதை நாங்கள் ஆடு புலி ஆட்டத்திலிருந்து மாற்றிவிட்டோம். இந்த மூன்று புலிகளையும் கண் காது வாய் என்று மூன்று புலன்களாக உருமாற்றியிருக்கிறோம். இதை அடக்கி வைக்கும் எண்ணங்களாக ஆடுகளை வைத்துக்கொண்டிருக்கிறோம். கண்கள், காது, வாயை அடக்கிக்கொண்டுவிடுவது எவ்வளவு கடினமானது என்பதை விளையாடும்போது நன்றாகவே உணர்கிறோம். நமது எண்ணங்களால் இந்தப் புலன்களை அடக்கிக் கட்டுவது எளிதில்லை. ஆனாலும் தொடர்ந்து கவனம் செலுத்தினால் அது முடியக்கூடும்" என்றனர். அக்கா ஆடு புலி ஆட்டத்தை இப்படியும் புரிந்துகொள்ளலாம் என்று வியந்தபடியே இதை யார் கற்றுத் தந்தது என்றாள்.

"அக்கா, நாங்களே இதை உருவாக்கிக் கொண்டோம்" என்றனர். அக்கா "நீங்கள் யார், இரட்டைப் பிள்ளைகளைப் போல ஒன்றாகவே இருக்கிறீர்களே" என்று கேட்டாள்.

அதற்கு அந்த முதியவர் "அப்படிப் பிறந்திருக்கக்கூடாதா என்று நானே பலமுறை நினைத்திருக்கிறேன். என் பெயர் தானப்பன். இவன் ரமணன். நாங்கள் இருவரும் கடந்த இருபது வருசங்களாக ஒன்றாகவே வசிக்கிறோம். ஆனால் அதன் முன்பு வரை நாங்கள் ஒரு முறை கூட சந்தித்துக்கொண்டதேயில்லை. அக்கா எங்களை ஒன்று சேர்த்தது எது தெரியுமா நோய். நான் தீராத வயிற்றுவலி கொண்ட நோயாளி. இவனோ விபத்தில் வலதுகையை இழந்தவன். இது மரத்தால் செய்யப்பட்ட கை. அதைப் பொருத்திக்கொண்டு உலகிற்குக் கையிருப்பது போலக் காட்டிக்கொண்டிருக்கிறான்.

இல்லாவிட்டால் காண்பவர்கள் ஒவ்வொருவரும் தேவையில்லாத பரிதாபம் ஒன்றைக் காட்டுகிறார்கள். அது இவனுக்குப் பிடிக்கவேயில்லை.

அக்கா நாங்கள் இருவருமே வீட்டில் இருந்து விரட்டப்பட்டவர்கள். எந்த வயதில் தெரியுமா. ஐம்பது வயதைக் கடந்தபோது. எங்களுக்கு என மனைவி பிள்ளைகள், உறவினர்கள் அத்தனை பேரும் இருக்கிறார்கள். ஆனால் அவர்கள் எங்களை வெறுத்து ஒதுக்கினார்கள். எனது கடந்த காலத்தைப் பற்றிப் பேசி உங்கள் மனதை சுமையாக்க நாங்கள் விரும்பவில்லை. நாங்களே எங்களது கடந்த காலத்தைப் பற்றி இப்போது யோசிக்கவேயில்லை. இப்போது எனக்கு எழுபத்தி மூன்று வயதாகிறது. இவனுக்கு எழுபத்தி ஒன்று. அதை நாங்கள் பெரிதாகக் கருதவில்லை. இன்னும் நாங்கள் விளையாடவும் சந்தோஷப் படவும், உதவி செய்யவும் எவ்வளவோ இருப்பதாகவே கருதுகிறோம்.

இந்த நோய் முற்றி நாங்கள் வீட்டிலிருந்து வெளியேற்றப்படாமல் போயிருந்தால் உண்மையில் உலகம் தெரியாமல் போயிருப்போம். இப்போதுதான் உலகம் எவ்வளவு பெரியது என்று கண்டு கொண்டோம். எனக்கு இருபத்தி மூன்று வயதில் திருமணமானது. அதிலிருந்து ஐம்பத்திரெண்டு வயது வரை வீடுதான் உலகம். வேறு எதையும் நான் நினைக்கவேயில்லை. எனது வயிறு எதைச் சாப்பிட்டாலும் வலிக்கத் துவங்கிவிடும். சில நிமிடங்களில் வாந்தி எடுக்கத் துவங்கி விடுவேன். சில நாட்கள் இரவில் உறங்கவே முடியாது. அதனால் வெளியே எங்கேயும் சாப்பிடவே முடியாது. எவ்வளவோ சிகிச்சைகள், வேண்டுதல்கள் செய்து பார்த்தும் அது குணமாகவேயில்லை. தினமும் எனது கைப்பையில் மருந்துபுட்டிகளை வைத்திருப்பேன். அலுவலகத்தில் கூட அடிக்கடி எடுத்துக் குடித்துக் கொள்வேன்.

இந்த நோயால் அதிக ஏப்பம் விடுவதும், வாயிலிருந்து துர்வாடை வருவதையும் என்னால் தடுக்கவே முடியவில்லை. அதுதான் வீட்டில் இருந்தவர்களுக்குப் பிடிக்கவில்லை போலும். நான் வெளியேற்றப்பட்டேன். அப்படிச் சொல்வதை விட என்னைத் தனியே விட்டு யாவரும் ஒன்றாகிப்போய்விட்டார்கள். நானாக வீட்டிலிருந்து வெளியேறி ஸ்ரீவில்லிபுத்தூரில் உள்ள ஆண்டாள் கோவிலில் போய்த் தங்கிக்கொண்டேன். அருகாமையில் ஒரு சத்திரமிருக்கிறது. அங்கே படுத்துக்கொள்வேன். நாளெல்லாம் ஆண்டாள் சேவை. கோவிலுக்கு வரும் பக்தர்களைப் பார்த்தபடியே இருப்பேன். சில நேரம் அங்குள்ள ரதி மன்மதன் சிற்பத்தைப் பார்த்து ரசித்துக்கொள்வேன். எவ்வளவு பேர் கோவிலுக்கு

வருகிறார்கள். எவ்வளவு வேண்டுதல்கள் என்று ஆச்சரியமாக இருக்கும். அங்குதான் ரமணனைக் கண்டேன். அவனும் என்னைப் போலவே விரட்டப்பட்டு வந்திருந்தான். அவன் என்னை விட தைரியசாலி. கோவிலில் தரப்படும் பிரசாதத்தைச் சாப்பிட்டுவிட்டு மண்டபத்தில் தனியே உட்கார்ந்தேயிருப்பான்.

இருவரும் ஒரு நாள் கோவில் யானையை வேடிக்கை பார்த்துக் கொண்டிருந்தோம். ரமணன் சொன்னான். 'யானை மனிதனோடு பழகியது தவறு. அதை மனிதர்கள் அவமானப் படுத்துகிறார்கள். வளர்ப்பு நாயைப் போல யானையை நடத்துவது அசிங்கமாயிருக்கிறது' என்றான். எனக்கும் அது சரிதான் என்று தோன்றியது. அதைப் பற்றி பேசத்துவங்கித்தான் இருவரும் நண்பர்களாக மாறினோம். இரண்டு வாரத்தில் நாங்கள் மிகவும் நெருக்கமாகிவிட்டோம்.

நாங்கள் ஏன் ஒன்றாக ஒரு வீடு எடுத்துத் தங்கி வாழக்கூடாது என்று தோன்றியது. உடனே இருவரும் கோவிலின் அருகாமையில் ஒரு வீட்டை வாடகைக்குப் பிடித்தோம். அதில் தங்கியபடியே காலையில் கோவிலுக்குப் போய்வருவோம், பிறகு ஊரின் புறவெளியில் மரக்கன்றுகள் நடுவோம். கோவில் குளத்தைச் சுத்தம் செய்வோம். தேரடி அருகில் ஒரு குடிநீர்ப் பானை வைத்து போகின்ற வருகின்றவர்களுக்குக் குடிநீர் கிடைக்கச் செய்தோம்.

மாலையில் அருகாமையில் உள்ள குழந்தைகளுக்கு ரமணன் இலவச மாகப் பாடம் நடத்தத் துவங்கினான். நான் ஒரு கோணிப்பையை எடுத்துக்கொண்டு போய் வீடுவீடாக பழைய புத்தகங்கள் ஏதாவது இருந்தால் போடுங்கள் என்று சேகரித்து ஒரு வாசகசாலையைத் துவங்கினேன். அங்கே யார் வேண்டுமானாலும் எதையும் எடுத்துக் கொண்டுபோய்ப் படிக்கலாம் என்றேன்.

இதைப் பார்த்த ரமணன், 'இதுபோல தேவையில்லாமல் வீடுகளில் கிடக்கும் பழைய துணிகளை நாம் ஏன் சேகரிக்கக்கூடாது' என்று சொன்னான். நாங்கள் இருவருமாக வீடு வீடாகப் போய் பழைய துணிக்களைச் சேகரிக்க ஆரம்பித்தோம். அப்படிச் சேகரித்த துணிகளைத் தனித்தனியாகப் பிரித்து அதில் கிழிந்து போனதைத் தைத்து நாங்க ளாகவே துவைத்து சுத்தம் செய்து தேய்த்து உடல் அளவிற்குத் தகப் பிரித்து வைத்தோம். சில துணிகளை நாங்களே சாயம் போட்டு புதியதாக்கினோம். பிறகு அதை யார் வேண்டுமானாலும் எடுத்துக் கொண்டுபோய் அணிந்து கொள்ளலாம் என்று வீட்டின் முகப்பில் ஒரு பந்தல் போட்டு அதில் ஒரு மர அலமாரி செய்து அதில் அடுக்கி வைத்தோம்.

உண்மையில் இலவசமாகத் துணிகள் கிடைப்பதை அறிந்து பலரும் வாங்கிப்போகத் துவங்கினார்கள். நாங்கள் எதிர்பாராதபடி ஒவ்வொரு மாதமும் நாங்கள் சேகரிப்பதற்கு அதிக துணிகள் சேர்ந்து கொண்டேயிருந்தன. ரமணன் இதை நடைமுறைப்படுத்த ஒவ்வொரு வீதியிலும் தபால் பெட்டி போல பழைய துணிக்கூடை ஒன்றை மாட்டி வைத்தான். அது இரண்டு மூன்று நாட்களில் நிரம்பிவிடும். இப்படி நாங்கள் செய்வதற்காக வேலைகள் அதிகமாகிக்கொண்டே போனது. இரண்டு முதியவர்கள் இப்படிச் செய்வதைக் கண்ட இளைஞர்கள் பலர் எங்களோடு சேர்ந்து கொண்டார்கள்.

நாங்கள் விரும்பியபடியே எங்களால் ஆன உதவிகள், ஆக்கப் பணிகளைச் செய்து கொண்டிருந்தோம். ஒருநாள் ரமணன் என்னை அழைத்து இனிமேல் இதை அவர்களே பார்த்துக்கொள்வார்கள். வேறு ஊருக்குப் போய்விடலாம்' என்று சொல்லி இரவோடு ஸ்ரீவில்லிபுத்தூரிலிருந்து கிளம்பச் சொன்னான். அன்றிரவே நாங்கள் சம்பந்தமில்லாத கடலூர் மாவட்டத்திற்கு இடம் மாறிப் போனோம். அங்கும் இது போல எங்களால் முடிந்த அளவு உதவிகள் செய்தோம். அது வளர்ச்சியடைந்தவுடன் அடுத்த ஊருக்கு மாறிப்போனோம்.

இப்படியாக இந்த இருபது வருடங்களில் நாங்கள் முப்பதுக்கும் மேற்பட்ட ஊர்களுக்கு மாறிவிட்டோம். ஒருவேளை நாங்கள் விட்டுச் சென்ற பணி அப்படியே முடங்கிப் போனாலும் போயிருக்கக்கூடும். ஆனால் எங்கள் இருப்பிற்கான அர்த்தத்தை நாங்கள் இப்போது நன்றாக உணர்ந்து கொண்டோம். இப்படி எங்களைச் செயல்படுத்திக் கொள்ள ஆரம்பித்த பிறகு எனது நோவு மிகவும் குறைந்துபோனது. ரமணன் தனது உடற்குறைபாட்டினை மறந்து என்னைவிட மிகத் தீவிரமாகச் செயல்பட ஆரம்பித்தான். அவன் மனது புதிது புதிதாக எப்படி உதவிகள் செய்வது என்பதை உருவாக்கிக்கொண்டேயிருந்தது.

நாங்கள் இருவரும் சேர்ந்து ஒரு ஊரில் பள்ளிக்கூடம் ஒன்றிற்கு பதினைந்து நாட்கள் வேலை செய்து வெள்ளை அடித்துக் கொடுத்திருக்கிறோம். இன்னொரு ஊரில் ஆறு மாணவர்களைத் தயார் செய்து அவர்கள் சைக்கிள் கேரியரில் ஒரு பெட்டியைப் பொருத்தி வீடு வீடாகப் போய் இலவசமாக புத்தகம் படிக்க வைக்கும் நடமாடும் நூலகத்தை உருவாக்கியிருக்கிறோம்.

அனுப்பங்குடி என்ற கிராமத்தில் ரமணன் எங்கோ தேடி அலைந்து ஒரு தொலைநோக்கிக் கருவி வாங்கிவந்து பொருத்தி

அங்குள்ள சிறுவர்கள், பெரியவர்கள் அத்தனை பேரையும் வானத்தையும் நட்சத்திரங்களையும் காணும்படி செய்திருக்கிறான்.

இப்படி எங்கள் கவனத்தை திசைமாற்றிக்கொண்டோம். இதனால் எங்களுக்கு நிறைய நண்பர்கள், நெருக்கமானவர்கள் கிடைத்திருக்கிறார்கள். ஐம்பது வருசமாக யாரையும் நான் சம்பாதிக்கவேயில்லை. ஆனால் கடந்த இருபது வருசத்தில் நான் நூற்றுக்கணக்கான மனிதர்களின் அன்பை சம்பாதித்திருக்கிறேன். இந்த அன்பு எங்கள் இருவரையும் வயதை மறந்து செயல்படச் செய்கிறது. உண்மையில் நாங்கள் கவலையில்லாமல் இருக்கிறோம்.

முதுமையைப் பற்றிய பயம் எதுவும் எங்களிடமில்லை. நாங்கள் இப்போதும் தினமும் எதையாவது கற்றுக்கொள்கிறோம். படிக்கிறோம். பாடுகிறோம். இயற்கையைத் தேடி நடக்கிறோம். ரமணனுக்கு நடக்கப் பிடிக்கும். அவன், 'மனிதனின் முன்னேற்றம் அவன் நடக்கத் துவங்கிய தால்தான் ஏற்பட்டது' என்று அடிக்கடி சொல்வான்.

நாங்கள் இருவரும் பல மைல் தூரம் நடக்கக்கூடியவர்கள். இந்தப் பயணத்தினைக்கூட நோயாளிகளுக்கு உதவி செய்வதற்காகவே மேற்கொள்கிறோம். நிஜமாக கடவுளிடம் நாங்கள் வேண்டிக்கொள்ள எதுவுமில்லை. ஆனால் இப்படி காலாற நடந்து, யார் யாருக்கோ உதவி செய்வதில் உள்ள ஆனந்தம் வேறு எதிலும் கிடைப்பதில்லை. அதனால் எங்களிடம் பதற்றமில்லை. இங்கே நீங்கள் செய்து கொண்டிருக்கும் சேவையில் ஒரு துளியை நாங்களும் பகிர்ந்து கொள்ள ஆசைப்பட்டோம். அதற்காகத்தான் இன்று ரோகிகளுடன் நடந்து போகாமல் நாங்கள் இங்கேயே தங்கிக்கொண்டோம். இன்றிரவும் நிச்சயம் நோயாளிகள் வருவார்கள். அவர்களுக்கு உதவி செய்துவிட்டு நாளை அவர்களுடன் நாங்களும் தெக்கோடு போய்விடுவோம்" என்றார்.

தானப்பன் சொன்னதைக் கேட்டு அக்கா அழுதாள். அது மனதின் அடியாழத்தில் இருந்து வருவதைப் போல அவர்கள் உணர்ந்தார்கள்.

"வாழ்க்கையை அர்த்தப்படுத்திக்கொள்வது எவ்வளவு அற்புத மானது. அதை உணர்ந்த நீங்கள்தான் உண்மையான ஞானிகள் உங்களைக் கண்டதே எனது பாக்கியம். முதுமையை எதிர்கொள்ளும் போது மனிதன் பயந்துபோய்விடுகிறான். ஆனால் நீங்கள் முதிய வயதில் தான் செயல்பட ஆரம்பித்திருக்கிறீர்கள். இந்த தைரியம் போற்றுதலுக்கு உரியது. மனிதர்களின் பொறாமையும் குரோதமும் பேராசையும் காணும்போது என் மனது பெரிதும் ஆதங்கப்படும்.

இன்று உங்களை போன்று சிலர் இருந்தால் போதும் என்று மகிழ்ச்சியடைகிறது. நீங்கள் பல ஆண்டுகள் வாழவேண்டும் என்று நான் பிரார்த்திக்கிறேன்" என்றாள்.

அவர்கள் உணர்ச்சிவசப்படாமல் "அக்கா இப்படி நன்றி சொல்வதாக இருந்தால் உலகில் உள்ள ஒவ்வொன்றிற்கும் நாம் நன்றி சொல்லியே ஆக வேண்டும். படகின் வேலை ஒரு கரையில் இருப்பவர்களை மறு கரைக்குக் கொண்டுபோய் சேர்ப்பது. நாங்களும் எங்களை அப்படித்தான் உணர்கிறோம்" என்று சிரித்தனர்.

அத்யாயம்

19

1982

தெக்கோடு விலக்கு

ரயில் தெக்கோடு விலக்கை நெருங்கிக் கொண்டிருந்தனர். ரோகிகளும் காணிக்கைப் பொருட்களுடன் வந்தவர்களும் இறங்கத் தயாராகிக் கொண்டிருந்தார்கள். அழகர் எழுந்து தனது பெட்டிகள், கூடாரத்துணி யாவையும் எடுத்துக்கொண்டிருந்தான். செல்வி வியப்போடு மாதா கோவில் தென்படுகிறதா என்று பார்த்துக்கொண்டிருந்தாள். ரயிலின் வேகம் குறைய ஆரம்பித்திருந்தது.

பாம்பாட்டி எழுந்து கொண்டிருந்தான். அவன் மனைவி தனது பிள்ளைகளின் கலைந்துபோன தலையை சீவிவிட்டு முகத்தைத் துடைத்துக்கொண்டிருந்தாள். மஞ்சள் முக்காடு இட்ட பெண்ணும் அவளோடு இருந்த வயதானவளும் தங்களது உடைகளை சரி செய்துகொண்டனர்.

பாம்பு இந்த நேரம் தூங்கி எழுந்திருக்குமா, அதற்கு ரயிலில் வரு வதைப் பற்றித் தெரியுமா என்று செல்வி யோசித்துக் கொண்டேயிருந்தாள். காணிக்கை கொடுப்பதற்காக அடைத்துக் கொண்டுவரப்பட்ட கூண்டுப்புறாக்கள் வெடுக் வெடுக்கெனத் தலையை ஆட்டியபடியே இருந்தன.

ரயில் தெக்கோடு விலக்கு ரயில் நிலையத்தில் நின்றது. சின்னராணியும் செல்வியையும் கீழே இறங்கி நிற்கச் சொல்லிவிட்டு தனது பொருட்களை ஒவ்வொன்றாக இறக்கிக் கொடுத்தான் அழகர். அவனை இடித்துக்கொண்டு சில ரோகிகள் கீழே இறங்கினார்கள். ரயில் தெக்கோடு விலக்கில் பத்து நிமிடங்களுக்கு மேலாக நிற்கும் என்பதால் அவன் மெதுவாக தனது பொருட்களை இறக்கினான். சின்னராணி ஒரு பெட்டியைத் தூக்கிக்கொண்டாள். கூடாரத் துணியையும் மற்றப் பொருட்களையும் தலைச்சுமையாக அழகர் எடுத்துக்கொண்டான். அவர்கள் பிளாட்பாரத்தில் நடந்தபோது மாலையாகியிருந்தது. வெளியேறும் வழியெங்கும் நோயாளிகள் தென்பட்டனர். ரயில் நிலையத்தை விட்டு வெளியே வந்தபோது தெக்கோட்டினை நோக்கி நோயாளிகளின் கூட்டம் பிரார்த்தனைப் பாடல்களைப் பாடியபடியே போய்க்கொண்டிருந்தது.

அழகருக்குத் தெரிந்த ஒரு குரங்காட்டி ரயில் நிலைய வாசலில் அவனைப் பார்த்துச் சிரித்தபடியே “இந்த வருசம் கூட்டம் அள்ளப் போகுது பாரு... நேத்து ஆயிரம் பேருக்கு மேலே வந்துட்டாங்க” என்றான். அது நிஜம் என்பது போலவே எங்கும் ஜனத்தலையாகவே தெரிந்தன. ஒரு ஆள் வயதான குதிரை ஒன்றினைப் பிடித்தபடியே நடந்து போய்க்கொண்டிருந்தான். செல்வி தான் அந்த குதிரையில் ஏறிக்கொள்ளலாமா என்று கேட்டாள். அதைக் கோவில் காணிக்கையாகக் கொண்டுபோகிறேன் என்று சொல்லிய ஆள் அவளை ஏற்றிக்கொள்ள மறுத்துப்போனான்.

அவர்கள் நடந்து கொண்டேயிருந்தார்கள். பாதையை விட்டு விலகி கீற்றுக்கொட்டகை வேய்ந்த ஒரு தண்ணீர்ப் பந்தல் தெரிந்தது. ஆள்கள் தாகம் பொறுக்கமுடியாமல் அங்கே தள்ளுமுள்ளு செய்தபடியே டம்ளரில் மோந்து குடித்துக்கொண்டிருந்தார்கள். அழகர் சுமையை இறக்கிவிட்டு தண்ணீர் குடிக்கவா என்று யோசித்தான். சின்னராணி தன்னைக் கண்டுகொள்ளாமல் நடக்கவே தானும் பின்னாடியே நடக்க ஆரம்பித்தான்.

சங்குணி மடத்தின் அருகில் பெரிய அலங்கார ஆர்ச் அமைக்கப் பட்டிருந்தது. அதைத்தாண்டி தலைச்சுமையோடு அவர்கள் தெக்கோடை நோக்கி நடந்து போகையில் தள்ளுவண்டியில் வைத்து, லட்டு முறுக்கு அதிரசம் விற்பவன் கூட்டத்திற்குள் ஊர்ந்து வந்துகொண்டிருந்தது தெரிந்தது. செல்வி அதைப் பார்த்த உற்சாகத்துடன் “யம்மா மிக்சர் வண்டி வருது” என்று கத்தினாள். சின்னராணிக்கும் பசியாகவே இருந்தது. அவள் நாக்கை எச்சில் படுத்தியபடியே “ஏதாச்சி வாங்குங்க. தின்னுகிட்டே நடக்கலாம்” என்றாள்.

தள்ளுவண்டி வியாபாரி காலையில் இருந்து அலைந்து கொண்டிருக்கக் கூடும். அவனது கண்கள் சிவந்து போயிருந்தது. ஆள் கறுத்து குள்ளமானவனாக இருந்தான். தலைச்சுமையை ஓரமாக இறக்கி வைத்துவிட்டு மிக்சர் வண்டியை நிறுத்தி ஒரு பொட்டலம் வறுத்த வேர்க்கடலையும் காரச்சேவும் வாங்கிக் கொண்டான். செல்வி தனக்கு லட்டு வேண்டும் என்றாள். அவளுக்கு ஒரு லட்டு தரும்படியாகக் கேட்டான் அழகர். "ஏன் நாங்க லட்டு திங்க மாட்டமா" என்று சின்னராணி கேட்டாள். அவளுக்கும் சேர்த்து இரண்டாக வாங்கினான். அதைச் சாப்பிட்டு முடித்துவிட்டு தண்ணீர்ப் பந்தலில் போய் ரெண்டு டம்ளர் தண்ணீரைக் குடித்தான். பசி மட்டுப்பட்டது போலிருந்தது. பொருட்களைக் கொண்டுபோய் ஒரு இடத்தில் இறக்கி வைத்துவிட்டு சின்னராணியை மட்டும் அழைத்துக்கொண்டு போய்க் காட்டி ஷோ போட அனுமதி வாங்கவேண்டும் என்று நினைத்துக்கொண்டான்.

சாலையோரம் ஒரு துருப்பிடித்த தாடி கொண்ட ஆள் முள்படுக்கை மீது ஏறி உட்கார்ந்திருந்தான். அருகில் வரிசையாகப் பிச்சைக்காரர்கள் முன்னால் அலுமினியத் தட்டை வைத்துக் கொண்டு உட்கார்ந்திருந்தார்கள். கையில் மைக்கை வைத்துக் கொண்டு ஒரு ஆள் தனியே பிரசங்கம் செய்தபடியே போனான். உப்பு மிளகு விற்பவர்கள், மெழுகுவர்த்தி விற்பவர்கள், வெள்ளைக் கருப்பட்டி விற்பவர்கள், சர்பத் கடைகள், பூக்கடைகள், அலங்கார மணிகள், ஜெபமாலைகள், தாயத்துகள், ஸ்டிக்கர்கள் விற்கும் கடைகள், இனிப்பு அப்பம் விற்பவர்கள், மொச்சைப் பயிறு, அவித்த சீனிக்கிழங்கு விற்பவர்கள், பிளாஸ்டிக் கடிகாரம் விற்பவர்கள், லாட்டரிச் சீட்டு விற்பவர்கள் என வழியெல்லாம் ஒரே கடைகளாக இருந்தன. மைக்செட்டில் தேவனின் மகிமை சங்கீதம் பாடப்படுவது கேட்டது.

நடக்க இடமில்லாதபடியே கூட்டம் முண்டி அடித்துச் சென்று கொண்டிருந்தது. இன்னும் திருவிழா துவங்க ரெண்டு நாட்கள் இருக்கிறது. அதற்குள்ளாகவே இவ்வளவு கூட்டமா என்று நினைத்தபடியே நடந்தான். மரத்தடிகள், சாலையோரக் கீற்றுக்கொட்டகைள் என எங்கும் நோயாளிகளின் முகங்களாகவே யிருந்தன. மூன்று எக்காளம் முழக்குபவர்கள் அவர்களைக் கடந்து போய்க்கொண்டிருந்தார்கள். அவர்கள் நடந்து கொண்டே யிருந்தார்கள்.

தொலைவில் தெக்கோடு மாதாவின் கோபுரம் தெரிவதை சின்னராணியும் செல்வியும் வியப்போடு பார்த்துக்

கொண்டிருந்தார்கள். அது மாலை நேரத்து மஞ்சள் வெளிச்சத்தில் ஒளிர்ந்து கொண்டிருந்தது. அழகர் தேவாலய கோபுரத்தை ஏறிட்டுப் பார்த்துவிட்டு இந்த முறை கையில் நிறைய காசு புரளப்போகிறது என்ற கனவுடன் திருவிழா நடக்க இருந்த மைதானத்தை நோக்கி நடந்து போக ஆரம்பித்தான். மாலைச் சூரியன் மேற்கு வானிற்குள் விழுந்திருந்தது.

உற்சவம்

அத்யாயம்
20

1982
கொடியேற்றம்

நூற்று அறுபது வருடத்திற்கு முன்பாக தெக்கோட்டில் மாதாக் கோவிலைக் கட்டியவர் சப்பரம் கேபிரியேல். அன்றைக்குத் தெக்கோட்டில் ஒரேயொரு கிறிஸ்துவக் குடும்பமே இருந்தது. கேபிரியேலின் அப்பா கோவில்களுக்குத் தேர் செய்கின்றவரா யிருந்தார். அவர்களது குடும்பம் தான் திருவலம் வட்டாரத்துக் கோவில்களில் உள்ள தேர்களைச் செய்து தந்தது. அதிலும் குறிப்பாக வைகுந்த பெருமாள் கோவிலில் உள்ள மிகப்பெரிய தேரைச் செய்தது கேபிரியேலின் தாத்தா மச்சராஜன். அதற்காக அவருக்குப் பதினாறு குழி நிலமும் ஒன்றரைப் பவுன் தங்கக்காசும் கூடுதலாகக் கிடைத்ததோடு வைகுந்தப் பெருமாள் கோவிலின் தேர் உற்சவத்தில் வடக்கயிறு பிடிக்கும் உரிமையும் வழங்கப்பட்டிருந்தது.

கேபிரியேலின் அப்பா சங்குநாதனும் தேர் செய்வதைத்தான் தொழிலாகக் கொண்டிருந்தார். அவரது காலத்தில்தான் முதன் முதலாகப் பனையூரில் மரியன்னை தேவாலயம் கட்டப்பட்டது. அந்த தேவாலயத்திற்கு ஒரு தேர் செய்து தரும்படியாக உபதேசியார் வந்து கேட்டுக் கொண்ட போது தங்கள் குடும்பம் இதுவரை வேறு மதத்தவர் எவருக்கும் தேர் செய்து தந்ததில்லை என்று சொல்லி சங்குநாதன் மறுத்துவிட்டார்.

அதைக் கேட்ட உபதேசியார் "தேர் செய்வது என்பது ஒரு புனிதக்கலை. இதில் இந்து மதம், கிறிஸ்துவ மதம் என்ற பேதம் என்ன இருக்கிறது. நாங்கள் எங்கள் அன்னையின் பவனிக்காகத் தேர் செய்ய ஆசைப்படுகிறோம். இதுவும் புனிதமான காரியம்தான். யோசிக்காமல் முன்பணத்தைப் பெற்றுக்கொண்டு வேலையை ஆரம்பியுங்கள்" என்றார்.

சங்குநாதன் தயக்கத்துடன் ஒரு வார காலம் அவகாசம் தந்தால் தான் பெரியவர்களைக் கலந்து ஆலோசித்து, தேர் செய்வது தொடர்பாக முடிவு சொல்வதாக அவர்களை அனுப்பி வைத்துவிட்டு, மதுரையில் உள்ள உறவினர்களைச் சந்தித்து இதைப் பற்றிப் பேசி வந்தார். எவரும் தேர் செய்து தருவதற்கு ஒத்துக்கொள்ளவில்லை.

தாடிக்கொம்பில் இருந்த தன் சித்தப்பா கொண்டையா ஆசாரி வீட்டிற்குப் போய்க் கேட்டுவந்தபோது அவர் "அப்படி தேர் செய்து தருவதால் ஒரு தோஷமும் ஆகிவிடாது. இன்றைக்கு வெள்ளைக்காரன் கட்டி வைத்த பள்ளிக்கூடத்தில் நம் பிள்ளைகள் போய்ப் படிக்கின்றன. வெள்ளைக்காரன் போட்டுத் தந்த சாலையில் வண்டிகள் போகின்றன. வெள்ளைக்காரனோடு விற்று வாங்கல் செய்யும் பலர் நம் ஊரிலே உருவாகிவிட்டார்கள். ஆகவே இதில் யோசிப்பதற்கு எதுவுமில்லை. வெள்ளைகார சாமிக்குத் தேர் செய்து தருவது தப்பேயில்லை. அதை தைரியமாக ஒத்துக்கொள்" என்றார்.

சங்குநாதனுக்கு எதை எடுத்துக்கொள்வது என்று தெரியாத குழப்பமாக இருந்தது. அவர் எதற்கும் திருவலம் கோவிலில் போய் ஒரு வார்த்தை கேட்டுவிடலாம் என்று நினைத்து கோவில் காரியஸ்தர் ரங்க பாஷ்யத்தைப் பார்த்து விபரம் சொன்னபோது அவர் ஆத்திரப்பட்டு, "என்ன வார்த்தை பேசுகிறாய். இது மகாபாவம். தலைமுறையாக கோவிலுக்குத் தேர் செய்த குடும்பம் இன்னொரு மதத்திற்கு சேவகம் பண்ணவே கூடாது" என்று மறுத்தபடியே அப்படி அவர் செய்வதற்கு முயன்றால் அவர் மீது ஊர்கூடி நடவடிக்கை எடுக்கப்படும் என்றும் சொல்லி மிரட்டி வைத்தார்.

இது நடந்த இரண்டாம் நாளில் மறுபடியும் உபதேசியார் சங்குநாத னைச் சந்தித்து அவரால் செய்து தர இயலாவிட்டால் அவரின் உதவியாள் யாரையாவது வைத்து தேரை செய்ய உதவுங்கள், பண்டிகை நாள் நெருங்கிவிட்டது என்று கேட்டுக்கொண்டார். இதில் என்ன தவறு இருக்கிறது என்று அவர் தனக்குக் கீழே

வேலை பழகிக்கொண்டிருந்த சாமிக்கண்ணுவை அழைத்துத் தேர் செய்து தரும்படியான வேலையை ஒப்படைத்தார்.

அதை அறிந்த ரங்கபாஷ்யம் தன் வார்த்தையை மீறி வேறு ஆளை வைத்துச் செய்வது போல நடிக்கிறான் என்று சொல்லி உடனே தாங்கள் தானம் தந்த கோவில் நிலத்தை ஒப்படைக்கவேண்டும் என்று சொல்லியதோடு அவரது கோவில் உரிமைகள் அத்தனையும் பறிக்கப்படுவதோடு அவரைச் சேர்ந்தவர்கள் இனிமேல் எந்தக் கோவிலுக்கும் தேர் செய்ய முடியாதபடியே பதினெட்டு ஊர் கோவில்களுக்கும் சேதி சொல்லி அனுப்பி அவர் வயிற்றில் அடித்தார். அதை சங்குநாதனால் தாங்கிக்கொள்ளமுடியவேல்லை.

ஒரு வாரம் அவர் படுக்கையில் கிடந்தபடியே மிகுந்த கவலையோடு மனதை உழட்டிக்கொண்டேயிருந்தார். சில நேரம் தனியே போய் உபதேசியாரைப் பார்த்துப் பேசிவிட்டு வந்தார். முடிவில் ஒரு நாள் தன் மனைவி மகள் மகன் அத்தனை பேரையும் அழைத்துக்கொண்டு உபதேசியாரோடு மதுரைக்குப் போய் கிறிஸ்துவத்திற்கு மதம் மாறி விட்டார். இதை சங்குநாதனின் உறவினர்களால் ஏற்றுக்கொள்ள முடியவேயில்லை. அவர்கள் இனி சங்குநாதனின் குடும்ப நிகழ்வுகள் எதிலும் யாரும் கலந்து கொள்ளக்கூடாது என்று முடிவு செய்து அவரை விலக்கி வைத்தார்கள்.

லூர்து எனப் பெயர் மாற்றம் செய்யப்பட்ட சங்குநாதன்தான் தெக்கோட்டின் முதல் கிறிஸ்துவர். அப்போது அந்த ஊரில் தேவாலயம் எதுவுமில்லை. பனையூரில் உள்ள தேவாலயத்திற்குத்தான் பிரார்த்தனைக்காகப் போய்வரவேண்டும். வருடம் இரண்டு முறை போய் வந்தால் போதும் என்றார் உபதேசியார். லூர்துவாக மாறிய சங்குநாதன் செய்து தந்த தேர் மிக அழகானது. அதில் இறக்கைகளை அடித்துக் கொண்டு வானில் பறக்கும் தேவதைகளின் உருவங்கள் கம்பீரமாகச் செதுக்கப்பட்டிருந்தன.

இதற்காக இத்தாலியில் இருந்து பிரதியெடுத்துக் கொண்டுவந்து வைக்கப்பட்டிருந்த ஓவியங்களின் நகல்களைத் தந்து அதை போலவே தேரில் உருவங்கள் அமைய வேண்டும் என்று கேட்டுக்கொண்டார்கள். ஓவியத்தின் வழியே பார்த்த தேவதூதர்கள், தேவதைகள், எக்காளமிடுபவர் என அத்தனை உருவங்களையும் அவர் மரத்தேரில் செதுக்கியிருந்தார். அந்தத் தேரின் அமைப்பே வித்தியாசமாக இருந்தது. அதில் மெழுகுவர்த்திகள் ஏற்றத் தனிப் பலகையும் தூபம் கொளுத்தக் கிண்ணமும், மலர் அலங்காரத்துடன் கூட வளைவும், உச்சாணி கொம்பில் பெரிய சிலுவையும்

செய்திருந்தார். அந்தத் தேரில் மாதா பவனி வந்தபோது ஊரே கூடித் தேரின் சொல்லமுடியாத அழகை வியந்து பாராட்டியது.

அந்தத் தேர் திருவிழாவைப் பார்த்த பிறகுதான் பல் தேவாலயங்களிலும் அது போலத் தேர் அமைக்க வேண்டும் என்ற ஆசை பிறந்தது. தென்தமிழ்நாட்டில் உள்ள பல தேவாலய தேர்களை லூர்துதான் செய்து கொடுத்தார். அதற்குக் கைமாறாக அவரது பிள்ளைகளை ஏற்காட்டில் உள்ள கிறிஸ்துவப் பள்ளிக்கு அனுப்பிப் படிக்க வைக்க சபை முடிவு செய்தது.

அதில்தான் சபரி எனப்பட்ட கபிரியேலும் அவரது தங்கை நவமணி எனும் பெலிந்தாவும் ஏற்காட்டிற்கு படிக்க அனுப்பி வைக்கப்பட்டார்கள். அந்த பள்ளியில் கேபிரியேல் ஆங்கிலமும் லத்தீனும் கற்றுக் கொண்டதோடு விஞ்ஞானம், உலக சரித்திரம் ஆகியவையும் படித்துக் கொண்டார். அவரது பதினேழாவது வயதில் கடற்கரையில் உள்ள பரதவர்களிடம் இறை ஊழியத்திற்காகத் தெக்குதுறைக்கு அனுப்பி வைக்கப்பட்டார். அங்கு பணியாற்றி, பெயரும் புகழும் சம்பாதித்துக் கொண்டிருந்த ஒரு நாளில் ஊரில் இருந்த தன் தாயைக் காண்பதற்காக கேபிரியேல் தெக்கோட்டிற்குப் புறப்பட்டார்.

அப்போது தெக்கோட்டிற்குச் செல்வதற்கு சரியான பாதைகள் கிடையாது. ஒற்றையடிப் பாதை வழியாக நடந்து ஆறுமடைக் கண்மாய்ப் பாதையேறி கருவேலங்காட்டினைக் கடந்து, சரளிக்கல் பாதை வழியாக வந்து சேரவேண்டும். மாட்டு வண்டிகளில் வருவது என்றால் சங்குணி மடத்திற்குக் கிழக்கே ஏழுமைல் தொலைவு சுற்றிக்கொண்டு வரவேண்டும். அதற்கு நடந்தே போய்விடலாம் என்று அவர் விடிகாலையில் ஊரை நோக்கி நடந்து போகத் துவங்கினார்.

அப்போதும் கோடைக்காலமாகவே இருந்தது. அவர் வெயிலோடு கண்மாய்ப் பாதையைக் கடந்து வெட்டவெளியில் நடந்தபோது ஆட்களேயில்லை. கருவேல மரங்கள் அடர்ந்த கண்மாய்க்குள்ளாக அவர் பகலில் நடந்து வரும் போது பூனையொன்று அவரை முறைத்துப் பார்த்தபடியே கடந்து போனது. எங்கோ மயில் கத்துவது போன்ற சப்தம் கேட்டது. திரும்பிப் பார்த்தபோது மயில் தென்படவில்லை. கண்மாயின் உள்ளே பாசிக்கிணறு என்று ஒரு சிறிய கிணறு இருந்தது. அது வற்றுவதேயில்லை. குறுகலான படிகள் கொண்ட கிணறு அது. எப்போதும் அதில் தண்ணீர் சுரந்து கொண்டேயிருக்கும். அந்தக் கிணற்றின் அருகில் ஒரு கல்மேடை

இருந்தது. வழிப்போக்கர்கள் அதில் சுமையை இறக்கி வைத்துவிட்டு கிணற்றின் உள்ளே இறங்கித் தண்ணீர் குடிப்பார்கள்.

அந்தக் கிணற்றின் தண்ணீர் பச்சை நிறத்தில் இருக்கும் ஆனால் ருசி மிக்கது. அன்றைக்குக் கேபிரியேலும் வெயில் தாள முடியாமல் கிணற்றின் உள்ளே இறங்கித் தண்ணீரை அள்ளி குடித்தார். அப்போதும் தாகம் அடங்கவேயில்லை. அவர் தண்ணீரைக் கையளவு அள்ளி உச்சந்தலையில் வைத்துக்கொண்டபடியே மேலேறி வந்தார். கண்கள் வெக்கை தாளமுடியாமல் எரிச்சல் கொண்டது. இமையில் ஒட்டியிருந்த தண்ணீரைத் துடைக்காமல் அவர் கைகளால் விசிறியபடியே உடைமரங்களை வெறித்துப் பார்த்தார். பாளம் பாளமாக வெடித்துக் கிடந்தது கண்மாய்.

அதை விடுத்து நடக்கத் துவங்கியபோது மறுபடியும் அதே சப்தம் கேட்டது. அந்த சப்தம் மகனே என்று அழைப்பது போலவே இருந்தது. யார் தன்னை அப்படி அழைக்கிறார்கள் என்று தெரியாமல் அவர் திரும்பிப் பார்த்தபோது அங்கே ஒருவருமேயில்லை. அந்தக் குரல் மிக விசித்திரமானதாக அவருக்குத் தோன்றியது. யாராவது மயங்கிக் கிடக்கிறார்களோ என்று பார்க்க கருவேல முட்களைத் தாண்டி உள்ளே சென்று பார்த்தார். அங்கே ஒரேயொரு மயிலிறகு மட்டும் அசைந்து தரையில் விழுந்து கிடந்ததைக் கண்டு அருகில் சென்று அதைக் குனிந்து எடுத்தபோது இரண்டு மரங்களுக்கு ஊடாக தேவ அன்னை அவர் முன்னே தோன்றி மகனே என்று அழைத்தார்.

அன்னையின் தரிசனத்தைக் கண்டு அங்கேயே மண்டியிட்டுத் தொழுது கண்ணீர் மல்கிய கேபிரியேல் மெய்மறந்திருந்த போது அன்னை, எனக்காக நீ ஒரு ஆலயத்தை உனது ஊரில் அமைப்பாயா என்று கேட்டதாகவும், அப்படியே செய்வதாக உறுதி சொன்ன கேபிரியல் தன் முன்னே தேவ அன்னை தோன்றிய அற்புதத்தை ஊராருக்கு தான் எப்பிடி நம்ப வைப்பேன் என்று மனம் உருகியதாகவும், வெயிலுக்காக அவர் தலையில் போட்டிருந்த வஸ்திரத்தை வாங்கி அன்னை அதில் தனது கைகளால் தொட்டுத் தந்துவிட்டு மறைந்துவிட்டதாகவும் அந்த வஸ்திரத்தை கையில் வாங்கிப் பிரித்த போது அதில் அன்னையின் புன்னகைப் புரியும் முகம் சித்திரம் போல, பதிந்து போயிருப்பதை கண்டு கண்ணீர் விட்டு அந்த வஸ்திரத்தை ஊருக்குள் எடுத்துச் சென்று அங்கிருந்த மக்களிடம் காட்டி, தான் இங்கே அன்னைக்கு ஒரு தேவாலயம் அமைக்க இருப்பதாகச் சொல்லி அதற்கு விரும்பியவர்கள் நிலம் தந்து உதவலாம் என்று கேட்டுக்கொண்டார். அதற்கு ஒருவரும்

ஒப்புக்கொள்ளவேயில்லை. அத்தோடு இங்கே தேவாலயம் கட்ட முயன்றால் அது இரவோடு உடைக்கப்பட்டுவிடும் என்றும் கோபப்பட்டார்கள்.

ஆனால் அவர் தன் மனவுறுதியைக் கைவிடாமல் ஊர் ஊராகப் போய்க் காணிக்கை சேர்க்கத் துவங்கினார். கம்பு கேப்பை வரகு போன்ற தானியங்கள், ஆடுமாடுகள், உப்பு, வத்தல், பருத்தி, கருப்பட்டி, அடுப்புக்கரி என்று எந்தக் காணிக்கையும் அவர் மறுப்பதேயில்லை. இதற்காகவே அவர் ஒரு ஓலைப் பெட்டியைத் தன்னோடு கொண்டு சென்றார். தெக்கோட்டினைச் சுற்றிய சில ஊர்களில் பனைவெல்லம் காய்ச்சுபவர்கள் இருந்தார்கள். அவர்களிடம் மாதா கோவில் கட்ட ஒரு பங்குக் கருப்பட்டி காணிக்கை வேண்டும் என்று யாசிக்கத் துவங்கினார். அவர் எந்தச் செல்வந்தரையும் தேடிச் செல்லவில்லை. மக்களிடமிருந்தே காணிக்கை வசூல் செய்து கொண்டிருந்தார். காணிக்கை கேட்கச் செல்லும் ஒவ்வொரு ஊரிலும் காணிக்கை தருவதின் மகிமையைப் பற்றிய ஒரு சம்பவத்தை விளக்கிச் சொல்லு வார்.

இயேசுவின் காலத்தில் ஒரு ஏழ்மையான கைம்பெண் தேவாலயப் பணிக்காக இரண்டு காசுகளைப் போட்டாள். அதே ஊரில் இருந்த கப்பல் வியாபாரி ஒருவன் ஆயிரம் வெள்ளிகள் காணிக்கையாகத் தந்தான். இயேசு அந்த ஏழை பெண்ணை மட்டுமே அருகில் அழைத்து ஆசி தந்தார். வணிகனுக்கு ஏன் இப்படி தராதரம் தெரியாமல் நடந்து கொள்கிறார் என்று புரியாமல் அதிக பணம் காணிக்கை கொடுத்தவன் நான்தானே என்று இறுமாப்புடன் கேட்டான். அதற்கு இயேசு நீங்கள் உங்கள் செல்வத்திலிருந்து காணிக்கை போட்டீர்கள் இவளோ தனக்குப் பற்றாக்குறை இருந்தும் தன் பிழைப்பிற்காக வைத்திருந்த பணத்தைக் காணிக்கையாகத் தந்திருக்கிறாள். அதனால் அவளே ஆசிக்கு உரியவள் என்று சொல்லி யுணர்த்தினார். ஆகவே வறுமையிலும் நீங்கள் தரும் காணிக்கையே ஆண்டவரின் ஆசிர்வாதத்திற்கு உரியது என்று சொல்லி அவர் ஊர் ஊராக கருப்பட்டியும் நெல்லும் ஆடு கோழிகளும் தானமாக வாங்கி அந்தப் பணத்தில் தேவாலயம் உருவாக்கத் துவங்கினார்.

ஆனால் அந்தக் காணிக்கைப் பணத்தைக் கொண்டு அவரால் நிலத்தை மட்டுமே வாங்க முடிந்தது. தேவாலயம் கட்ட அவரிடம் பணமில்லாமல் போனது. நான்கு ஆண்டுகள் அவர் போராடியும் பணம் திரளவேயில்லை. அந்த நாட்களில் அவர் மிஷனரி அலுவலகத்தில் வைத்து தற்செயலாக சுவிசேஷ புத்தகம் ஒன்றில்

வெளியாகியிருந்த பிரான்சில் உள்ள ரீம்ஸ் தேவாலயத்தின் சித்திரம் ஒன்றைப் பார்த்தார். அது மனதைக்கவருவதாக இருந்தது. அதைப்போல் ஒன்றை தான் உருவாக்கவேண்டும் என்று கனவு விரியத்துவங்கியது. அந்தச் சித்திரத்தை அன்றிலிருந்து தன்னோடு சேர்த்து வைத்துக்கொண்டார். காணிக்கை கேட்கச் செல்லுமிடத்தில் எல்லாம் தான் அமைக்க உள்ள தேவாலயம் இதுபோலத்தானிருக்கும் என்று அந்தச் சித்திரத்தைக் காட்டுவார். அதை வீண் கனவு எனப் பலரும் பரிகாசம் செய்தார்கள்.

ஒரு நாள் அவரை ராமநாதபுரத்தில் இருந்து மேஜர் வில்லியம் பார்க்கர் தன்னை வந்து பார்க்கும்படியாக அழைத்திருந்தார். துரையைப் பார்ப்பதற்காக அதிகாலை நேரத்தில் சென்று அவரது பங்களாவில் காத்திருந்தார் கேபிரியேல். அதுபோன்ற காலை நேரங்களில்தான் அதிகாரிகள் நல்ல மனநிலையில் சந்தோஷமாக இருப்பார்கள் என்று அவருக்கும் தெரிந்திருந்தது. வீட்டின் முகப்பு அறையில் போடப்பட்டிருந்த நாற்காலியில் அமர்ந்தபடியே சுவரில் மாட்டப்பட்டிருந்த தைலவண்ண ஓவியங்களை வேடிக்கை பார்த்தபடியிருந்தார். யுத்தமுனையில் குதிரைகள் கால்தூக்கி நிற்கும் காட்சியொன்று சித்திரமாக வரையப்பட்டிருந்தது.

வீட்டின் வெளியில் இருந்து அழகான வேட்டை நாய் ஒன்றைக் கையில் பிடித்தபடியே பார்க்கர் நடந்து வந்து சேர்ந்தார். அவரோடு நான்கு பணியாளர்கள் உடன் வந்தனர். வில்லியம் பார்க்கர் நல்ல உசரமும் பருத்த சரீரமும் கொண்டிருந்தார். அவரை ஏறிட்டுப் பார்த்தே பேசவேண்டியிருந்தது. அவர் லண்டனில் வாழும் அவரின் சகோதரி பர்னாளின் கனவில் ஒரு தேவாலயம் வந்தது என்றும் அதன் அழகும் கம்பீரமும் கண்டு வியந்துபோன அவள் அந்த ஆலயத்தையும் ஊரையும் ஒரு சித்திரமாக வரைந்து அனுப்பியிருக்கிறாள் என்றும் அது எங்கேயிருக்கிறது என்று விசாரித்துச் சொல்லும்படியாக உத்தரவிட்டபடியே கேபிரியேலிடம் பர்னாள் கனவில் வந்த சித்திரத்தை எடுத்துக்கொண்டுவந்து காட்டினார்.

கேபிரியேலால் நம்பவே முடியவில்லை. அது தனது சொந்த ஊரான தெக்கோடு என்றும் அங்கே தான் கட்ட விரும்பிய தேவாலயம் கட்டி முடிக்கப்பட்ட பிறகு எப்படியிருக்கும் என்பது போல அந்தச் சித்திரம் உருவாக்கப்பட்டிருக்கிறது என்றும் சொல்லி நெகிழ்ந்து போனார். மேஜர் வியப்போடு இந்த தேவாலயம் இன்னமும் கட்டப்படவில்லையா என்று கேட்டார். கேபிரியல் அதற்காகவே தான் காணிக்கை பெறுவதற்காக

அலைந்து திரிவதாகவும் அதன் அடித்தளம் கூட இன்னமும் உருவாக்கப்படவில்லை என்றார்.

பின் எப்படி அது என் தங்கையின் கனவில் வந்தது என்று மேஜர் கேட்டபோது, அதுதான் மரியன்னையின் அற்புதம் என்றபடியே தனது தேவலாயம் பற்றி மதாம் பர்னாளிற்குக் கடிதம் எழுத அவர் அனுமதி தரவேண்டும் என்று கேட்டுக்கொண்டார். மேஜர் தானே இது குறித்து அவளுக்கு ஒரு கடிதம் அனுப்பிவைப்பதாகவும் அவரும் ஒரு கடிதம் அனுப்பலாம் என்றும் உத்தரவு தந்தார். அதன்படியே விரிவான கடிதம் ஒன்றினை எழுதி லண்டனில் வாழும் மதாம் பர்னாளிற்கு அனுப்பிவைத்தார்.

அதன் பதிநான்கு வாரங்களுக்குப் பிறகு பர்னாளிடமிருந்து மறுகடிதம் வந்திருந்து. அவள் தெக்கோட்டில் கட்டப்பட உள்ள மாதாகோவிலுக்காக தனது சொத்தில் பாதியைத் தருவதாகவும் அதற்கான ஏற்பாடுகளுக்காக அவர் மூன்று மாதம் காத்திருக்க வேண்டும் என்றும் தெரிவித் திருந்தார். அந்த மகிழ்ச்சியை கேபிரியேலால் தாங்கிக்கொள்ள முடியவில்லை.

அதன்படியே நான்காம் மாதம் முதல் தவணையாக ஐந்து ஆயிரம் ரொக்கப்பணம் அவருக்கு வந்து சேர்ந்தது. அவர் அவ்வளவு பணத்தை எதிர்பார்க்கவேயில்லை. மாதாவின் கருணைதான் அதைச் சாத்திய மாக்கியது என்று நன்றி சொல்லியபடியே அவர் தெக்கோட்டு ஆலயப் பணியைத் துவக்கினார். அன்றிலிருந்து ஆறு ஆண்டுகளுக்குப் பிறகு மரியன்னை ஆலயம் முழுமையாகக் கட்டி முடிக்கப்பட்டது.

அவர் கனவு கண்டது போலவே அந்த தேவாலயம் வானை முட்டும் படியான கோபுரத்துடன் இருந்தது. அந்த மாதா கோவிலில் முதல் பூஜை நடந்த நாளில் இங்கிலாந்தில் இருந்து கப்பலில் வந்து சேர்ந்த பெர்னாள் கலந்து கொண்டாள். அவளது முன்முயற்சியின் காரண மாகவே அந்த தேவாலயத்திற்குக் கண்ணாடி ஓவியங்களும் பியானோவும் தூப் கிண்ணங்களும் தேக்கு நாற்காலிகளும் பட்டு வஸ்திரங்களும் கிடைத்தன.

மதாம் பர்னாள் அந்தக் கோவிலை மிகவும் நேசித்தாள். அதற்காக அவள் லண்டனில் உள்ள புரவலர்கள் பலரையும் சந்தித்து பொருள் உதவிகள் பெற்றுத்தந்தபடியே இருந்தாள். அத்தோடு ஒரு ஆண்டிற்குத் தேவைப்படும் மெழுகுவர்த்திகள், வஸ்திரங்கள் யாவும் வாங்கிக் கப்பலில் அனுப்பிவைத்தாள். அவளது யோசனையின்படியே பூந்தோட்டங்கள் அமைக்கப்பட்டன. ஒவ்வொரு நாளும் அவள் நலனிற்காக பிரார்த்திக்க கேபிரியேல்

மறக்கவேயில்லை பர்னாளின் மறைவிற்குப் பிறகும் அவளது குடும்பத்தினரால் தொடர்ந்து தேவாலயத்திற்கான உதவிப் பொருட்கள் நாற்பது ஆண்டுகள் அனுப்பப்பட்டுவந்தன. அதன்பிறகு அது எந்தத் தகவலும் இன்றி நின்று போனது.

சில வேளைகளில் கேபிரியேல் மரியன்னை கோவிலின் முன்பாக வந்து நின்றபடியே இவ்வளவு சிறிய ஊரில் எவ்வளவு பெரிய தேவாலயம் என்று பெருமிதம் கொள்வார். அதைக் காணும்போது அவர் அறியாமலே கண்ணீர் ததும்பும். உள்ளூர்வாசிகளைக் கோவிலுக்கு வரவழைப்பதற்காக அவர் தேவாலயத்தில் வழிபடுபவர்களுக்கு அரிசிக்கஞ்சி ஊற்றும் நிகழ்ச்சியைத் துவங்கினார். அதனால் கஞ்சி வாங்கிக் குடிப்பதற்காக வந்தவர்கள் தேவாலயத்தை வழிபட்டுப் போனார்கள். அதன்பிறகு உள்ளூர்வாசிகளின் குடிநீர் பிரச்சினையை தீர்ப்பதற்காக தேவாலயத்தின் பின்புறம் இரண்டு கிணறுகள் வெட்டி அதிலிருந்து குடிநீர் எடுக்க வசதி செய்து தந்தார். ஒரு கிறிஸ்துமஸ்ஸின் போது ஊர் முழுவதற்கும் அவர் சுண்ணாம்பு அடித்து, வெள்ளை வெளேரென அழகு பார்த்தார். தங்கள் ஊரின் நிறம் மாறிப் புது பொலிவு கொண்டிருப்பதைக் கண்டு மக்கள் வியந்து போனார்கள். ஆனால் அவர்கள் கிறிஸ்துவத்திற்குள் தங்களை ஐக்கியமாக்கிக் கொள்ளவில்லை.

ஒரு நாள் அவர் தஞ்சாவூரில் இருந்து கிளாமெண்ட் ஐயர் என்பவரை தெக்கோட்டிற்கு அழைத்து வந்திருந்தார். கிளாமெண்ட் பஞ்சகச்சம் கட்டி மார்பில் பூணூல் அணிந்து தலையில் குடுமியோடு இருந்தார். அவரது கழுத்தில் ஒரு வெள்ளிச் சிலுவை தொங்கிக்கொண்டிருந்தது. வெள்ளை வெளேரென அவரது தோற்றம் ஊர்வாசிகளை வியப்பில் ஆழ்த்தியது. அவர் தனது குடும்பம் நாலுவேதம் படித்தவர்கள் என்றும் அதில் ஊறித் திளைத்த தாங்கள் தற்போது புதிய வேதம் ஒன்றினை ஏற்றுக் கொண்டுள்ளதாகவும் அந்த வேதத்தின் பெயர் கிறிஸ்துவம் என்றும் சொல்லி தனது சொற்பொழிவை ஆற்றினார். வேடிக்கையாகவும், கதைகள் போலவும் பேசிய அவரது பேச்சு ஊர்வாசிகள் மத்தியில் கிறிஸ்துவம் மீதிருந்த வெறுப்பைக் குறைத்ததில் பெரிய பங்கு வகித்தது. அதன் பிறகு ஒன்றிரண்டு பேர் கிறிஸ்துவத்திற்கு மாறிக்கொண்டார்கள்.

பிரமாண்டமான தேவாலயமாக புகழ் அடைந்த போதும் அங்கே பிரார்த்தனை செய்ய அதிக ஆட்கள் வரவேயில்லை. தங்களது குடும்பத்தின் காணிக்கையாக கேபிரியேல் ஒரு பெரிய

மரத்தேர் செய்து கோவிலுக்குத் தந்தார். அதன்பிறகு அவரை ஊர்மக்கள் சப்பரம் காபிரியேல் என்று கூப்பிடத்துவங்கினார்கள்.

மாதா கோவில் திருவிழா ஆரம்பத்தில் இரண்டு நாட்கள்தான் நடைபெற்றது. அதன்பிறகு அது ஐந்து நாட்கள் ஆக்கப்பட்டது. எப்போதிருந்து ரோகிகள் அங்கே வரத்துவங்கினார்கள் என்று தெரியவில்லை. ஆனால் சப்பரம் கேபிரியேல் காலத்தில் அது நடை பெறவில்லை. பின்பு எப்போதோ அது துவங்கியது. அதன் பின்னர் ஏழு நாட்கள் உற்சவமாக அது நடந்தது. கடந்த முப்பது ஆண்டுகளாகவே பத்து நாட்கள் திருவிழா நடந்து கொண்டிருக்கிறது.

அந்தப் பத்து நாட்கள் ஊரே விழாக்கோலம் கொண்டிருக்கும். பல்வேறு தேவாலயங்களில் இருந்து விசேஷப் பொருட்கள் காணிக்கையாகக் கொண்டுவந்து தரப்படுவதுடன், தெக்கோட்டினை ஒட்டிய ஊர்களில் உள்ள முக்கிய கிறிஸ்துவக் குடும்பங்களின் விசேஷத் திருப்பலியும் பிரார்த்தனைகளும் விழாவின் பகுதியாக இருந்தன. தன் சொத்து முழுவதையும் தெக்கோட்டு கோவிலுக்காகவே தந்த பர்னாளின் மறைவிற்குப் பிறகு அவளது பெயரால் கேபிரியல் ஒரு நுழைவாயிலை உண்டாக்கியிருந்தார். இன்றைக்கும் மதாம் பர்னாளின் நுழைவாயில் வழியாகவே மாதாவிற்காக ஆராதனை நடைபெறுகிறது.

மாதாகோவில் கொடியேற்றத்தை முன்னிட்டு முதல் நாள் மாலையில் கொடிப்பவனி நடைபெறும். தேவாலயத்திலிருந்து திருச்சிலுவை ஊரின் அத்தனை வீதிகளுக்குள்ளும் கொண்டு செல்லப்படும் கொடிப் பவனியில் எளியோருக்கும் நோயாளிகளுக்கும் திருவழிப்பாட்டுக்கும் பள்ளிப் பிள்ளைகள் படிப்பிற்கும் காணிக்கையாக வழங்கப்பட உள்ள பொருட்கள் யாவும் காட்சி போலக் கொண்டு செல்லப்படும். இதில் ஆலய பங்குத் தந்தையர்களும் இறைமக்களும் பொதுமக்களும் ஒன்றாகக் கலந்து கொள்வார்கள்.

பத்து நாட்கள் நடைபெறும் திருவிழாவில் முதல்நாள் அன்று காலை ஐந்தரை மணி அளவில் திருப்பவனியும் அதைத் தொடர்ந்து கூட்டுத் திருப்பலியும் நடைபெறும் அன்று தவறான முறையில் நடைபெற்ற திருமணங்கள் முறைப்படுத்தப்படும். அந்த நாளின் மாலையில் ஜெபமாலை மறையுரையும் நற்கருணை ஆசிர்வாதமும் நடைபெறும். இரவில் கலைநிகழ்ச்சிகள் உண்டு.

மற்ற நாட்களில் திருப்பவனி, திருப்பலிச்சடங்குகளுடன் நோயாளிகளுக்கான கூட்டுப்பிரார்த்தனையும், காணிக்கை

அளிக்கும் சடங்குகள், ரோகம் தீர்த்த அற்புத நிகழ்வு, நவநாள் மறையுரையும் நற்கருணை ஆசீர்வாதமும் வாணவேடிக்கைகளும் நடைபெறும். ஒன்பதாம் நாளில் தேரில் மரியன்னை வீதி உலா வருவார். அன்று அதிகாலை நான்கு மணிக்கு ஆலய வளாகத்திற்குள் தேர் கொண்டுவரப்பட்டு பிரார்த்தனை செய்யப்படும். அதன் பிறகு ஆடம்பரப் பெருவிழாவின் கூட்டுத்திருப்பலியும் தேர்ப்பவனியும் நடைபெறும் அன்றிரவு இசைக் கச்சேரி நடைபெறும்.

நவநாட்களில் எந்நேரமும் தேவாலயமும் ஆலய வளாகமும் மக்களால் நிறைந்து காணப்படுவார்கள். திருப்பலியினை சிறப்பாக நடத்தி செல்வதற்கு உதவும் வகையில் பாடகர் குழு ஒன்று ஏற்படுத்தப்படும். அதில் பதினோரு பெண்களும் எட்டு ஆண்களும் உடனிருந்து ஒன்றாகப் பாடுவார்கள்.

திருப்பலி நேரத்தில் பங்குத்தந்தைக்கு உதவுவதற்குச் சிறுவர்கள் துணையிருப்பார்கள். அவர்கள் தூபம் காட்டுதல், தீபமேற்றுதல் போன்ற பணிகளைச் செய்வார்கள். பங்குத்தந்தையோடு எல்லா காரியங்களிலும் உபதேசியார் துணை நிற்பார். தேர்த்திருவிழா அன்று அன்னையின் சுரூபத்தைப் பலிபீட மாடத்திலிருந்து இறக்கித் தேருக்கு எடுத்துச் செல்வதற்காக முத்துப்பல்லக்கு ஒன்று செய்யப்பட்டிருக்கிறது.

முத்துச்சரங்களால் உருவாக்கப்பட்ட அந்தப் பல்லகை மலர்களால் அலங்காரம் செய்வார்கள். அதில் சுரூபம் வைக்க ஒரு இடமும் பக்கத்தில் ஒரு இருக்கையும் இருக்கும். சுரூபத்தை இறக்கி வைப்பவர்களும் பல்லக்குத் தூக்குபவர்களும் இரவு முழுவதும் உபவாசமிருந்து ஆராதனை செய்து வருவார்கள். பிறகு அதிகாலை பக்தியோடு பாவப்பரிகார ஜெபம் வாசித்தபின்பு சுரூபம் இறக்கப்பட்டு பல்லக்கினுள் வைக்கப்படும். பங்குத்தந்தை இருக்கையில் அமர்ந்து சுரூபத்தைப் பிடித்துக்கொள்ள மாதாவின் மகிமையைப் போற்றும் பாடலுடன் பல்லக்குப் புறப்படும்.

தேரின் முன்னால் மிகவும் பக்தி ஆசாரத்துடன் சுரூபம் இறக்கி வைக்கப்பட்டு குருவானவர் மந்திரித்து நீர் தெளித்தபிறகு தேரின் மீது ஏற்றிவைக்கப்படும். அதன்பிறகு பலிபூசை நடந்தேறியதும் தேரின் வடத்தை பனையூர் வாசிகள் ஒருபக்கமும் தெக்கோட்டின் முக்கிய குடும்பங்கள், தலைக்கட்டுகள் ஒரு பக்கமும் தொட்டுப்பிடிக்க மிக நீண்ட தேர்வடத்தை மக்கள் மரியே மாதாவே வாழ்க என்று கோஷம் எழுப்பி இழுக்க தேர் நகர்ந்து செல்லத் துவங்கும். வீதியெங்கும் மக்கள் நிரம்பி வழிபடுவார்கள்.

பத்தாம் நாள் திருப்பலி நடத்திக் கொடியானது இறக்கப்படும். பத்து நாட்களும் ஒவ்வொரு ஊரிலும் இருந்து பங்குத்தந்தையர்கள் திருவிழாவில் கலந்துகொண்டு மறையுரை மற்றும் ஆசியுரை வழங்கி விழாவைச் சிறப்பிப்பார்கள். அதே போன்று எட்டு, ஒன்பது நாட்களின் விழாவின்போது மேதகு ஆயர் கலந்து கொண்டு விழாவை கனம் செய்வார்கள். திருவிழா முடிந்த இரண்டு நாட்களின் பின்பு விழாக் குழுவினர் அந்தோனியார் மண்டபத்தில் ஒன்றுகூடி வரவு செலவுக் கணக்குகளை சரிசெய்வார்கள். மீதிப்பணம் திருச்சபையின் உயர் அங்கத்தினர் வசம் ஒப்படைக்கப்படும். அவர்கள் அதை நோயாளிகளின் மருத்துவச் செலவிற்கும் நற்பணிகளுக்குமாக அவ்வப்போது செலவிடுவார்கள்.

தெக்கோட்டு திருவிழாவின் ஆலய முறைமைகள் ஒருபக்கம் நடந்து கொண்டிருந்தாலும் மறுபக்கம் அதை விடவும் கூடுதலாக திருவிழாவிற்கு வந்துள்ள வேடிக்கை நிகழ்ச்சிகளையும் அற்புத சாகசங்களையும் நகைச்சுவை நிகழ்வுகளையும் இசை நடனக்காரர்களின் குதூகல நடனத்தையும் விந்தையான காட்சி நடத்துபவர்களையும், விதவிதமான ராட்டினங்கள் உணவுப்பொருட்கள், கேளிக்கைகளைக் காண்பதிலும் மக்கள் ஓடியாடிபடியே இருப்பார்கள்.

ஐந்து ஆண்டுகளுக்கு முன்பு வரை புலி மார்க் பீடி கம்பெனியின் வேன்களில் ஒன்று அங்கேயுள்ள மைதானத்தில் திரைக்கட்டி இயேசு நாதரைப்பற்றிய சினிமா போடுவதுண்டு. தெக்கோட்டில் இருந்த பலர் அப்படித்தான் முதன்முறையாக சினிமா பார்த்தார்கள். அதன் வழியாகத்தான் இயேசு நாதரைப் பற்றி அறிந்து கொண்டார்கள். படம் துவங்குவதற்கு முன்பாக பவுல் பாதிரி திரையின் முன்பாக நின்று கண்ணை மூடி இரண்டு நிமிடம் ஜெபம் செய்வார். மண் தரையில் பாயை விரித்து உட்கார்ந்திருக்கும் பலருடைய உதடுகளும் அந்த ஜெபத்தைப் பின்தொடரும்.

பாதிரி சினிமா பார்ப்பதைப் பெரிய பாவமாக நினைக்கக்கூடியவர் என்பதால் அவர் சினிமா துவங்கியதும் தனது குடியிருப்பிற்குள் சென்று கதவை மூடிக்கொண்டுவிடுவார். அதனால் அவர் மீது கிராம மக்களுக்கு மிகப்பெரிய மரியாதையிருந்தது. ஒரு முறை சினிமா காட்டப்படும்போது நெருப்புப் பரவி அங்கிருந்த கொட்டகைகள் எரிந்து போனதால் சினிமா போடுவது பாவம் என்று தடை செய்யப்பட்டது. அதன்பிறகு இளைஞர்கள் எவ்வளவோ முயன்றும் சினிமா காட்டுவதற்கு அனுமதி அளிக்கப்படவேயில்லை.

இரண்டு ஆண்டுகளுக்கு முன்பு தெக்கோட்டு திருவிழாவின் தேர் அன்று அறுபதாயிரம் பேர் கலந்துகொண்டார்கள் என்று நாளிதழ் செய்தி வெளியிட்டிருந்தது. இந்த ஆண்டு அது இன்னும் அதிகமாகக் கூடும் என்றார்கள். அதை மெய்ப்பிப்பது போல கொடியேற்றத்தன்று தெக்கோடு நிரம்பி வழியும்படியாக நோயாளிகள் வந்து திரண்டிருந்தார்கள்.

தெக்கோடு தேவாலயத்தைச் சுற்றிலும் ஐந்து இடங்கள் முக்கியமாகக் கருதப்பட்டன. ஒன்று ஊசிக் கிணறு. அது ஒரு ஆள் உள்ளே இறங்கிப் போகும் அளவு படிகள் கொண்ட மிகச்சிறிய கிணறு. எப்போதும் இருண்டு போயிருக்கும். அந்தத் தண்ணீரை சூரியன் பார்த்ததேயில்லை என்பார்கள். இப்போது அதற்குள் ஆள் இறங்க அனுமதிக்கப்படுவதில்லை. ஒரு காலத்தில் அதில் ஒவ்வொரு நோயாளியாக உள்ளே இறங்கிச் சென்று தன் தலையில் ஒரு கை தண்ணீரை அள்ளித் தெளித்துக்கொண்டு வருவதற்கு அனுமதிக்கப்படுவர். அதைக் கண்காணிக்க ஒரு காவல் ஆளும் இருந்தார். இப்போது கிணறு மூடப்பட்டிருக்கிறது. கிணற்றில் இருந்து வெளியே எடுக்கப்பட்ட தண்ணீர் ஒரு தொட்டியில் நிரப்பப்படுகிறது. அந்தத் தொட்டி உள்ள இடத்தைச் சுற்றிலும் வட்டமாக பெரிய சுவர் கட்டியிருக்கிறார்கள். அதில் ஒரு பகுதி ஆண்களுக்கு. மறுபகுதி பெண்களுக்கு. உள்ளே வரும் வாசல் ஒரு பக்கமும் வெளியேறிச் செல்லும் வாசல் மறுபக்கமும் அமைக்கப்பட்டிருந்தது. அதிகாலை நான்கு மணி முதல் இரவு பனிரெண்டு மணி அங்கே நோயாளிகள் தீர்த்தம் தெளிக்க அனுமதிக் கப்படுவார்கள். அந்தத் தண்ணீர் எப்போதுமே பனி கரைந்தது போல் மிகவும் குளிர்ச்சியாகவே இருக்கிறது என்பார்கள் நோயாளிகள்.

இரண்டாம் இடம் காணிக்கை மண்டபம். அங்கே காணிக்கை செலுத்துவோர்கள் தங்கள் பொருட்களைக் கொண்டு செலுத்தி ரசீது பெற்றுக்கொள்வார்கள். அதன் மறுபக்கம், பெற்ற காணிக்கைகளை மாலை நேரம் இல்லாதவர்களுக்கு வழங்குமிடம் ஒன்றும் அமைக்கப்பட்டிருந்தது.

மூன்றாம் இடம் கூட்டுப்பிரார்த்தனை மைதானம். அங்கேதான் அத்தனை மக்களும் ஒன்று சேர்ந்து பிரார்த்தனை செய்வது நடை பெறுகிறது. இரவில் அங்கே இடைவிடாமல் ஜெபம் நடந்தபடியிருக்கும். பிரசங்கிகளின் விசேஷ உரைகள் அங்கேதான் நடத்தப்படுகின்றன.

நான்காம் இடம் கேபிரியல் நினைவு மண்டபம். இந்தக் கோவிலினை நிர்மாணம் செய்த கேபிரியல் பயன்படுத்திய கதர் அங்கி, ஜெபமாலை, மர நாற்காலிகளை, தன்னைத் தானே வருத்திக்கொள்ள அவர் வைத்திருந்த கசையும் காட்சிப்பொருள்களாக வைக்கப்பட்டிருக்கின்றது. அந்த மண்டபத்தைச் சுற்றிலும் நிறைய பூச்செடிகள் அமைக்கப்பட்டிருக்கின்றன. அதன் நுழைவாயிலில் கேபிரியேலின் உருவச்சிலை ஒன்று அமைக்கப்பட்டிருக்கிறது. அதன் கண்கள் நிஜமான மனிதனின் கண்களைப் போலவே இருப்பதாகச் சொல்லிக் கொள்வார்கள். அந்த மண்டபம் அமைக்கப்பட்டுள்ள இடத்தில் ஒரு காலத்தில் ஏலன் பவர் என்ற பெண் மருத்துவர் ஒரு மருத்துவமனை கட்டியதாகவும் அது இடிந்துபோய் பல ஆண்டுக்காலம் அதை யாரும் புதுப்பிக் காமலே கிடந்தது என்றும், தேவாலய நூற்றாண்டுவிழாவின்போது அந்த இடத்தைச் சுத்தம் செய்து அங்கே கேபிரியேலின் நினைவுப் பொருள்களைத் வைத்து தனிமண்டபம் உருவாக்கினார்கள் என்கிறார்கள்.

தெக்கோட்டின் ஐந்தாவது இடம், ராயப்பர் விருந்துக் கூடம். அங்கே நாள் முழுவதும் தேவாலயத்திற்கு வருபவர்களுக்கு உணவு அளிக்கப்பட்டுக்கொண்டிருக்கிறது. உணவிற்கு முன்பான பிரார்த்தனைகளுக்கும், விருந்து முடிந்து வெளியே வந்த நோயாளிகள் தங்கி இளைப்பாறவும் ஒரு நிழல்கூடம் அமைக்கப்பட்டிருக்கிறது.

மாதா கோவிலை ஒட்டியே பார்வையற்றவர்களுக்கான அச்சுக்கூடம் ஒன்றும் பெண் துறவிகளுக்கான கன்னியர்மடமும் வண்ண மெழுகுவர்த்திகள், காலண்டர்கள், காகிதப்பைகள் செய்யும் சிறிய தொழிற் கூடமும் இருக்கின்றன. கொடியேற்றம் துவங்கிய அன்றே தேவாலயமும் அதை ஒட்டிய வீதிகள், இடங்கள் யாவும் அலங்கார விளக்குகள் அமைக்கபட்டு பிரகாசமாக ஒளிர்ந்துகொண்டிருக்கின்றன. இரவு முழுவதும் அந்த விளக்குகள் அணைக்கப்படுவதேயில்லை. இத்தோடு இரண்டு ஆண்டுகளுக்கு முன்பு புதிதாக சுழலும் வண்ண விளக்கு ஒன்றைப் பொருத்தியிருந்தார்கள். கப்பலில் பயணம் செய்பவர்களுக்குக் கலங்கரை விளக்கம் உதவி செய்வதுபோல மக்களை நல்வழிப்படுத்த அன்னையின் மகிமை உதவி செய்கிறது என்று சொல்லும்படியாகக் கலங்கரை விளக்கம் போலவே ஒரு கோபுரம் அமைக்கப்பட்டு அதன் உச்சியில் பெரிய வண்ண விளக்கு பொருத்தப்பட்டிருக்கிறது. அந்தச் சுழலும் வெளிச்சம் ஒவ்வொரு கிராமத்தின் மீதும் ஊர்ந்து போவதைக் கண்ட சிறுவர்கள் ஆர்ப்பரிப்பு செய்கிறார்கள். அந்த விளக்கை அமைப்பதற்குப் பொருள் உதவி செய்தது ஆக்னஸ் குடும்பத்தவர்கள். அவர்கள் ஆண்டிற்கு ஒரு முறை மட்டுமே

தெக்கோட்டிற்கு வருகிறார்கள். அவர்கள் கோவிலை கட்டிய சப்பரம் கேபிரியேலின் வம்சாவளிகள் என்றும் இப்போது அவர்கள் அமெரிக்காவில் குடியிருந்து வருவதாகவும் மக்கள் பெருமையுடன் சொல்லிக் கொண்டார்கள்.

*

சின்னராணியை அழைத்துக்கொண்டு போய் மூன்று பாதிரியார்களின் முன்னால் நிற்க வைத்திருந்தான் அழகர். அவர்களில் மிக வயதானவராயிருந்த அம்புரோஸ் அடிகள் அவளை ஏறிட்டுப் பார்த்துவிட்டு எதுவும் சொல்லாமல் திருவிழாவிற்கு அனுமதிக்கப்பட்ட கடைகளின் உரிமைகள் முறையாக வழங்கப்பட்டிருக்கிறதா என்று முத்திரைகளை சரிபார்த்துக்கொண்டிருந்தார். வயதில் குறைந்த பாதிரியான ராயப்பர் அழகரைச் சுட்டிக்காட்டி இவர் கடற்கன்னி ஷோ நடத்த அனுமதி கேட்கிறார். தென்மாவட்டங்களில் பல ஊர்களிலும் இவர் காட்சி நடத்தியிருக்கிறார். இதை மக்கள் ஆர்வமாக வேடிக்கை பார்ப்பார்கள் என்றார். அம்புரோஸ் அடிகள் சின்னராணியைச் சுட்டிக்காட்டி இந்தப் பெண்ணையா வேஷம் கட்ட வைக்கிறான் என்று கேட்டார். அழகர் ஆமாம் என்றான்.

இதுபோன்று மக்களை ஏமாற்றுவது பாவமானது. அதை நான் அனுமதிக்க மாட்டேன் என்று மறுத்தார். அழகர் அது தங்கள் வயிற்றுப்பிழைப்பிற்காகச் செய்யும் வித்தை என்று விளக்கம் சொன்னான். அடிகள் அதைத் தன்னால் ஏற்றுக்கொள்ள முடியாது என்றார். சின்னராணி குறுக்கிட்டு தான் கடற்கன்னியாக நடிப்பதற்கு சிரமப்படவில்லை என்றும் இது நாடகம் நடத்துவது போல ஒரு வேஷங்கட்டுவதுதான் என்றும் சொன்னாள். அம்புரோஸ் அடிகள் உனக்குப் பிள்ளைகள் இருக்கிறதா என்று கேட்டாள். அழகர் உடனே தனக்கு கால் முடங்கி சவலையான ஒரு பெண் குழந்தையிருக்கிறது என்றான்.

அதை கேட்ட அம்புரோஸ் பாதிரி கண்களை மூடி யோசித்துவிட்டு "அந்தக் குழந்தையின் பொருட்டு இதை அனுமதிக்கிறேன். யாராவது ஏதாவது புகார் சொன்னால் மறுநிமிடம் நீங்கள் இடத்தை காலிசெய்துவிட்டுப் போய்விட வேண்டும்" என்றார். அழகர் ஒத்துக் கொண்டான். அவனது உரிமைக் காகிதத்தை அலுவலகத்தில் வந்து வாங்கிப் போகும்படியாக ராயப்பர் சொல்லி அனுப்பிவைத்தார். ஏன் பிள்ளையின் ஊனத்தைக் காட்டி அனுமதி வாங்கினான் என்ற கோபம் சின்னராணிக்கு இருந்தது. அவன் கூடாரம் அடிப்பதற்கு உதவுவதற்கு ஆட்களை

அழைத்துவருவதாகச் சொல்லி அவளை தனியே அனுப்பிவிட்டுப் போனான்.

அவள் கூட்டத்திற்குள் நடந்து கொண்டிருந்தாள். வழியில் ஒரு பச்சோந்தி மனிதன் நின்றுகொண்டிருந்தான். அவன் உடலில் இருந்த நிறம் நிமிடத்திற்கு நிமிடம் மாறிக் கொண்டேயிருந்தது. அவனைப் பார்க்க பெரிய கூட்டமே சுற்றிக்கொண்டிருந்தது. தன்னை ஒரு பச்சோந்தி கடித்துவிட்டதாகவும் அன்றுமுதல் இது போல தன்னுடைய உடலின் நிறம் அடிக்கடி மாறிக்கொண்டேயிருக்கிறது என்றான். உண்மையில் அது ஒரு வித்தையா அல்லது அது நிஜம்தானா என்று புரியாமல் நின்றுகொண்டேயிருந்தாள். பச்சோந்தி மனிதன் அவளைப் பார்த்துச் சிரித்து தன் முகத்தில் இருந்த நிறத்தை நீலமாக மாற்றி காட்டினான். அவளும் சிரித்தாள். 'பச்சோந்தி மனிதன் கைகளை தொட்டுப் பார்க்கலாமா' என்று ஒரு ஆள் கேட்டான்.

பச்சோந்தி மனிதன் தன் கையை நீட்டி 'தொடு' என்றான் வேடிக்கை பார்த்தவன் தொட்டதும் அவன் கைகளில் பச்சை நிறம் ஒட்டிக் கொண்டது.

'அது எப்படி கேட்டான் மற்றவன். 'இப்படித்தான்' என்று அவனது தலையைத் தொட்டான் பச்சோந்தி மனிதன். உடனே அந்த ஆளின் தலை பச்சை நிறமாகிப்போனது. அவன் மறுபடியும் கையால் தொட்டான் சிவப்பு நிறத்திற்கு தலைமயிர் மாறியது. கூட்டம் அதைக்கண்டு சிரித்தது. அவன் விசில் அடித்தபடியே நடந்து போகத் துவங்கினான். அவனைவ் சுற்றிக் கொண்டே சிலர் பின்னால் போய்க்கொண்டிருந்தார்கள்.

அவனைக் கடந்து மைதானத்தை நோக்கிச் சென்றாள் சின்னராணி. கண்ணைக் கட்டிக்கொண்டு கத்தி வீசுகின்ற ஒருவன் ஒரு பெண்ணை மரபலகை ஒன்றில் நிறுத்திவிட்டு சரமாரியாகக் கத்தி வீசிக்கொண்டிருந்தான். ஒரு கத்திகூட குறி தவறவேயில்லை. முடிவில் அந்தப் பெண் போட்டிருக்கும் எலுமிச்சை மாலையை மட்டும் தனியே அறுத்துக் காட்டவா என்று கேட்டான். கூட்டம் ஆர்ப்பாட்டம் செய்தது. அவர் தனது கத்தியை வீசி எறிந்தான். அது அவள் கழுத்தில் பட்டு எலுமிச்சை மாலை மட்டும் தனியே விழுந்தது. கூட்டத்தில் நடந்து அந்தப் பெண் காசு வசூல் செய்து கொண்டிருந்தாள்.

அவர்களைக் கடந்தபோது இரண்டு ஆழி உருவங்கள் ஆண் பெண் போல பத்தடி உயரமான கட்டைக் கால்களைக் கட்டிக் கொண்டு நடந்து கொண்டிருந்தார்கள். அவ்வளவு உயரமான

ஆழிகளைக் காண்பது ஆட்களுக்கு வேடிக்கையாக இருந்தது. தலையை நிமிர்த்தி அவர்களைப் பார்த்தார்கள். ஆழிகள் ஒன்றோடு ஒன்று மோதி ஆடிக்கொண்டு வந்தன. அதில் ஆண் ஆழி தனது கையில் வைத்திருந்த ரோஜாப் பூவின் ஒரு இதழைப் பிய்த்து சின்னராணியின் தலையின் மேல் போட்டது. அவளுக்குக் கூச்சமாயிருந்தது. ஆழிகள் இரண்டும் ஆடியாடி நடந்து கொண்டிருந்தன. அவர்களின் பின்னால் நையாண்டி மேளமும் நாதஸ்வரமும் சென்றது. அதைத் தாண்டியதும் ராட்டினம் சுற்றுவதும் தெரிந்தது. ஒரு தண்ணீர்ப் பந்து விற்பவன் பந்தை எறிந்து காட்டிக்கொண்டிருந்தான்.

ஒரு இடத்தில் ஆட்கள் கூட்டமாக நின்றிருந்தார்கள். அந்தக் கூட்டத்தை விலக்கி சின்னராணி பார்த்தபோது முந்நூறு கிலோ எடையுள்ள ஒரு பெண் உட்கார்ந்திருந்தாள். அவளது கால்கள் ஒவ்வொன்றும் பப்பாளி மரம் போலிருந்தன். பெரிய தொப்பை சரிந்து விழுந்துகிடந்தது. கன்னம் கழுத்து எனச் சதை விழுந்து தொங்கிக்கொண்டிருந்தது. அவளால் எளிதாக மூச்சுவிட முடியவில்லை. அவள் கணவன் என்று ஒரு ஒன்றரையடிக் குள்ளன் நின்றிருந்தான். அவனுக்குக் கைகால்கள் எல்லாம் ஈர்க்குச்சியில் செய்தது போலிருந்தது. அவன் அந்த குண்டுப்பெண்ணை காதலித்து கல்யாணம் செய்து கொண்டதாகவும் அவளை கட்டிப்பிடிக்க பயமாக இருக்கிறது. ஒருவேளை மூச்சுமுட்டி செத்துவிட்டால் என்ன செய்தவை என்று தெரியவில்லை என்றுச் சொன்னான். அந்த குள்ளனின் குரல் தகரத்தைத் தட்டுவதுபோலவே இருந்தது. அந்தக் குண்டுப்பெண் குழந்தைகள் அணியும் கவுன் போல ரோஸ் நிறத்தில் அணிந்திருந்தாள். குள்ளன் அவளது கால் மீது ஏறி நடந்து கையைப் பிடித்து தோளிற்கு வந்து நின்றுகொண்டு இவளை முத்தமிடுவதற்கு ஒரு ஏணி வேண்டியிருக்கிறது. அது கிடைக்காதபோது அவள் மீதே ஏறிப்போக வேண்டியிருக்கிறது என்று அவள் கன்னத்தில் முத்தமிட்டான். அதைக் கண்டு கூட்டம் பலமாகச் சிரித்தது.

அந்தப் பெண் பூ என்று ஊதிவிட்டாள். குள்ளன் பறந்து போய் விழுந்தான். அவள் சிரிப்பதுகூட விசித்திரமான சப்தமாக இருந்தது. குள்ளன் இப்போது அவளை அடிப்பதற்காக ஒரு தீக்குச்சியைக் கையில் எடுத்துக்கொண்டு இந்தக் கம்பால உன்னை அடிச்சி மண்டையை உடைக்கிறேனா இல்லையா பாரு என்று கத்தினான். கூட்டம் தாங்கமுடியாமல் வயிறைப் பிடித்துக்கொண்டு சிரித்தது. குண்டுப்பெண் தங்களுக்காக அவர்கள் ஏதாவது காணிக்கை தர வேண்டும் என்றாள். குள்ளன் ஒவ்வொருவரிடமும்

ஒரு அலுமினியத் தட்டை ஏந்திக்கொண்டு காசு வாங்க வந்தான். சின்னராணி அங்கிருந்து கிளம்பி தனது கூடாரம் அமைக்கப்படவுள்ள இடத்திற்கு போய்ச் சேர்ந்தாள். இதற்குள் கூடாரம் அமைப்பதற்காக ஆட்களை அழைத்துவந்திருந்தான் அழகர். அவர்கள் ஒன்று சேர்ந்து சில மணி நேரத்தில் கூடாரம் அடித்தார்கள். உள்ளே கண்ணாடித் தொட்டியை ஏற்பாடு செய்துவிட்டு தனது மைக், விளம்பரத் துணி யாவற்றையும் வெளியே எடுத்துக்கொண்டிருந்தான் அழகர்.

அவனது கூடாரத்தின் அருகில் ஒரு ஆள் தனது தோளில் கிளியோடு நின்றிருந்தான். அந்தக் கிளியிடம் யார் என்ன கேட்டாலும் பதில் சொல்லும். அப்படி கிளியிடம் ஒரு கேள்வி கேட்பதற்கு நாலணா தர வேண்டும் என்று கத்திக்கொண்டிருந்தான். அவனைச் சுற்றி சிலர் நின்றபடியே கிளிடம் கேள்வி கேட்டுக்கொண்டிருந்தார்கள். கிளி அவர்களுக்கு எளிதாக பதில் சொல்லிக்கொண்டிருந்தது. தனது கிளிக்கு பனிரெண்டு மொழிகள் தெரியும் என்றும் அதை தான் ஐந்து ஆண்டுகள் பழக்கியிருப்பதாகவும் சொன்னான். பேசாமல் இது போல கிளி ஒன்றினைப் பழக்கிவைத்துக்கொண்டால்கூடப் போதும் போலிருக்கிறதே என்று அந்த ஆளின் பக்கத்தில் போய் அழகரும் கிளியிடம் ஒரு கேள்வி கேட்டான்.

"முனிகோவில் எந்த ஊர்ல இருக்கு."

"மதுரை மொட்டை கோபுரத்தில் இருக்குடா மண்டையா" என்றது கிளி.

அதைக் கேட்டு கூட்டமே சிரித்தது. கிளியை வைத்திருப்பவன் "மரியாதையா பேசிப் பழகுனு எத்தனை தடவை சொல்லியிருக்கேன்" என்றபடியே கிளியைத் தடவிக் கொடுத்தான்.

அவனிடம் அழகர் "தான் கடற்கன்னி ஷோ போடுகின்றவன்" என்று அறிமுகம் செய்து கொண்டுவிட்டு "இந்தக் கிளி என்ன விலை என்று கேட்டான்.

அந்த ஆள் சிரித்தபடியே "இது என்ன, பத்து ரூபாய் குடுத்தா குடுத்துருவேன்" என்றான்.

"இத்தனை பாஷை பேசுற கிளிக்கு இவ்வளவுதான் விலையா?" என்று கேட்டான்.

அவன் அழகர் காதருகே வந்து "கிளி பேசலைண்ணே. நான்தான் குரலை மாத்தி அப்படிப் பேசுறேன். யாரும் அதைக் கண்டுபிடிக்க

முடியாது. இது ஒரு வித்தை. சும்மா கிளி துணைக்குத்தான்" என்றான்.

அழகரால் நம்பவே முடியவில்லை. "நிஜமாக கிளி பேசுவது போலவே இருக்கிறதே" என்றான்.

"அது குரலை மாத்தி நம்ப வைக்கிறது. கிளி இம்புட்டு அறிவாளியா இருந்தா அது நம்கிட்டே ஏன் இருக்குது. இந்நேரம் பறந்து போயிருக்காது?" என்று சொல்லிச் சிரித்தான்.

இப்படியும் ஒரு கலையிருக்கிறதா என்று வியப்போடு பார்த்துக் கொண்டிருந்தான் அழகர்.

அத்யாயம்

21

1874

தெக்கோடு

கல்கத்தாவிலிருந்து ஏலன்பவரை விசாரணை செய்வதற்காக ஐந்து பேர் கொண்ட குழு வருவதாகத் தகவல் வந்திருந்தது. அந்தக் குழுவினரை வரவேற்று தெக்கோடு அழைத்து வருவதற்காக இரண்டு நாட்களின் முன்பாகவே செபஸ்டியன் மதுரைக்குச் சென்றிருந்தார். அவர்கள் இரண்டு குதிரை வண்டிகளில் வந்துசேர்ந்தனர். விசாரணைக் குழுவிற்குத் தலைமையாக இருந்தவர் பிரான்சிஸ் தெக்குருஸ். அவருக்கு எண்பது வயது கடந்திருந்தது. அவரோடு ஒர்னால்ஸ், இம்மானுவேல், பிரித்தோ, தாமஸ் பர்னாந்தோ என்று நான்கு பாதிரிகள் வந்திருந்தார்கள். அவர்கள் இறை ஊழியத்தில் தங்கள் வாழ்நாளை கரைத்துக்கொண்டவர்கள்.

போப்பரசர் பெயரால் நடைபெற்ற அந்த விசாரணையில் பதினோரு சாட்சிகள் விசாரிக்கப் பட்டார்கள். சீவாளியும்கூட சாட்சி சொல்ல வேண்டி யிருந்தது. விசாரணையின் துவக்கத்திலும் முடிவிலுமாக ஏலன் பவர் இரண்டு முறை பேச அனுமதிக்கப் பட்டாள். அந்த விசாரணை மொத்தம் ஏழு மணி நேரம் நடந்தேறியது. விசாரணையை முழுமையாகக் குறிப்புகள் எடுத்து எழுதிக்கொள்வதற்காக அவர்களே இன்னாசியார் என்ற துறவியை அழைத்து

வந்திருந்தார்கள். அவர் முழு விசாரணையும் ஒரு வார்த்தை விடாமல் கவனமாகப் பதிவு செய்து குறிப்பேட்டில் எழுதிக்கொண்டார்.

மருத்துவ ஊழியம் செய்ய வந்த வெளிநாட்டவர் ஒருவர் மீது சபை இப்படியான விசாரணை எதையும் இதன் முன்பாக நடத்தியதில்லை என்பதுடன் விசாரிக்கப்படும் பெண் கல்கத்தாவில் உள்ள தலைமை குரு லகோம்பேயால் தேர்வு பெற்றுப் பணியாற்றுகின்றவள் என்பதும் கூடுதலான கவனத்திற்கு காரணமாயிருந்தது.

அந்த விசாரணைக்கு முந்திய நாளில் உபவாசமிருந்து ஜெபம் செய்து கொண்டாள் ஏலன். ஒருவேளை அவள் தண்டிக்கப்பட்டால் அங்கிருந்து உடனே கிளம்ப நேரிடும் என்பதால் அவளது உடைமைகளை புறப்படுவதற்குத் தயாராகக் கட்டி வைத்திருந்தாள். மருத்துவப் பொருட்களையும் உபகரணங்களையும் பங்குத்தந்தையிடம் ஒப்படைத்துவிட்டுத் தான் கல்கத்தா கிளம்பத் தயாராகவே இருந்தாள்.

விசாரணை துவங்குவதற்கு முன்பு தெக்கோட்டு ஆலயத்தில் விருந்தினர்களாக வந்த மூத்த குருக்களுக்கான விசேஷ பிரார்த்தனை நடைபெற்றது. தெக்குருஸ் இவ்வளவு சிறிய ஊரில் எவ்வளவு பெரிய தேவாலயம் என்று வியந்து அதன் அழகை நுணுக்கமாக ரசித்துக் கொண்டிருந்தார். விசாரிக்கப்பட இருந்த ஏலன் விடிகாலையில் குளித்து வெண்ணிறமான கவுனும் மேல் கோட்டு ஒன்றும் அணிந்து கொண்டு மருத்துவருக்கான லட்சினையும் பைபிள் ஒன்றும் கையில் வைத்தபடியே தேவாலயத்தின் இடப்புறமிருந்த பங்குத்தந்தையின் அலுவலகத்தில் காத்திருந்தாள்.

விசாரணை துவங்குவதற்கு முன்பு அறையின் கதவுகள் சாத்தப்பட்டு விசாரணைக்குழுவினர் ஒரு சத்தியப்பிரமாணம் எடுத்துக் கொண்டார்கள். அதுபோலவே விசாரணை முடியும் வரை உள்ளூர்வாசிகள் எவரும் தேவாலயத்திற்கு வருவது அனுமதிக்கப்படவுமில்லை.

விசாரணையின் துவக்கமாக ஏலன்பவர் மீது சுமத்தப்பட்ட குற்றச் சாட்டுகள் வாசிக்கப்பட்டன. அவை மொத்தம் 29 பக்கங்கள் கொண்டதாக இருந்தன். அதை செபஸ்தியன் தான் எழுதியிருந்தார். ஆகவே அவரது முன்னிலையில் புகார் வாசிக்கப்பட்டு சரியானது தானா என்று உறுதி செய்து கொள்ளப்பட்டது. அவர் தனது புகாரின் ஒருவாசகம்கூட மாற்றப்படவோ, திருத்தபடவேயில்லை. முழுவதும் தான் மனசாட்சிக்கும் தேவனுக்கும் பயந்து எழுதியது. மற்றபடி தனக்கு ஏலன்பவர் மீது தனிப்பட்ட எவ்விதமான

விரோதமோ, முன்பகையோ, உள்நோக்கமோ கிடையாது என்று சொல்லி, விசாரணைக் குழு இந்தப் புகாரின் உண்மையைக் கண்டறிந்து தக்க தண்டனை வழங்கும்படியாக பணிவோடு கேட்டுக்கொண்டார். விசாரணை குழுவினர் அதன் பிறகு செபஸ்தியனை விசாரணைக் முடியும் வரை அந்த அறைக்குள் அனுமதிக்கப் போவதில்லை என்று சொல்லி அவர் மாலையில் வந்தால் போதும் என்று வெளியே. அனுப்பி வைத்தார்கள். தன் கண்முன்னே ஏலன் பவர் அவமதிக்கப்படு வதைக் காணமுடியாமல் போய்விட்டதே என்று உள்ளூற ஏங்கியபடியே அவர் எதுவும் அறியாதவரை போல அமைதியாக அங்கிருந்து வெளியேறி நடந்தார்.

ஏலன் பவர் அழைக்கப்பட்டு வாசிக்கப்பட்ட குற்றச்சாட்டுகளுக்கு ஏதாவது மறுப்புச் சொல்லவிரும்புகிறாளா என்று தெக்குருஸ் பாதிரி கேட்டார். சில உண்மைகளையும் எண்ணங்களையும் தான் சொல்வதற்கு விரும்புவதாகவும், அந்த உண்மைகள் யாவையும் தேவன் அறிந்திருக்கிறார் என்றாலும் புனிதத்தந்தைகளாகிய நீங்கள் அறிந்து கொள்ளும்படி அதை வெளிப்படுத்தவிரும்புகிறேன் என்றபடியே அவள் தனது மறுப்புரையைச் சொல்லத் துவங்கினாள்.

*

மனசாட்சியுள்ளவர்கள் அத்தனை பேரும் தன் கண்முன்னே ஒரு மனிதன் துயரப்படுவதைக் கண்டால் நிச்சயம் உணர்ச்சிவசப்படவே செய்வார்கள். என் செயல்கள் யாவும் என் மனசாட்சியின் விருப்பபடி நடந்ததே. சாலையில் ஒரு ஆட்டுக்குட்டி அடிபட்டு விழுந்துகிடக்கிறது என்று கண்டால் ஏன் ஓடிப்போய் அதற்கு யாரோ உதவி செய்ய முயல்கிறார்கள். ஒருவர்கூட அதன் முன்னே உட்கார்ந்து நலமடைய பிரார்த்தனை செய்வதில்லை. அந்த உள்ளுணர்வினைத் தான் அக்கறை என்று சொல்கிறோம்.

மருத்துவம் மனித நலன் குறித்த அக்கறையில் உருவானது. அது மனிதன் தன் உடலைப் பேணுவதற்குத் தவறும்போதும், இயற்கையாக உருவாகும் சூழல் சீர்கேடுகளால் ஏற்படும் வியாதிகளை அப்புறப்படுத்தவும் உருவாக்கப்பட்டது. ஒவ்வொரு தேசமும் அதற்கான மருத்துவக் கலாச்சாரத்தைக் கொண்டிருக்கிறது.

நான் முக்கியமாகச் சுட்டிக்காட்ட விரும்புவது இந்தக் கலாச்சாரத்தைத்தான். அதுதான் ஒரு மனிதன் நலமாக இருக்கிறான் என்பதை வரையறை செய்கிறது. யார் யாருக்கு வைத்தியம் செய்ய வேண்டும், எந்த விதத்தில் அமையவேண்டும், நோய்க்கு என்ன

காரணம். அதில் எது நன்மை, எது தீமை என்று கலாச்சாரமே முடிவு செய்கிறது. ஆகவே ஒரு கலாச்சாரத்தில் உடலுக்கு நலம் என்று அனு மதிக்கப்பட்ட ஒன்று இன்னொரு கலாச்சாரத்திற்குக் கேடு என்று ஒதுக்கப்படுகிறது. தண்ணீரும் காற்றும் சரிவிகித போஷாக்குள்ள உணவும் முறையான தூக்கமும் தான் உடல் நலத்தின் அடிப்படை. அதை ஒவ்வொரு கலாச்சாரமும் தனித்தனி விதிகளோடு, கட்டுப் பாடுகளோடு பிரித்து நடைமுறைப்படுத்தி வருகிறது.

மூன்று வேளை உணவு உண்ணுதல் என்பதை யார் பொதுவாக்கியது. எல்லா இயற்கைச் சூழலிலும் மூன்று வேளை உணவு உண்பது சரி யானதாயிருக்குமா. ஒரு சீதோஷ்ண நிலையில் நான்கு வேளை உண்பது அவசியமாகிறது. ஒரு நிலப்பரப்பில் இரவில் இரண்டு முறை உண்ண வேண்டிய சூழல் உள்ளது. மலைவாசிகள் இரு வேளைதான் உண்கிறார்கள். பிரபுக்களோ நள்ளிரவில் நடனத்திற்குப் பிறகு முழுவிருந்து சாப்பிடுகிறார்கள். பாலைவனத்தில் உணவை விடவும் குடிப்பது அதிகமாயிருக்கிறது என்றால் பல்வேறு சூழல்களில் வாழும் மக்களின் உணவும், அதனால் உருவாகும் ஆரோக் கியமும் நலக்கேடுகளும் ஒன்றுபோல் அறியப்படுவது எவ்வாறு சரியாக இருக்கும் என்று கேட்க விரும்புகிறேன்.

ஆகவே கலாச்சாரம் மனித நலத்தைக் கட்டுப்பாடு செய்யும் சூழலில் மருத்துவம் வெறுமனே மருந்து தருவதை மட்டும் தனது வேலையாகக் கொள்ளாமல் கலாச்சார காரணிகளை ஆராய வேண்டியிருக்கிறது. அவ்வாறு ஆராயும்போது எது அறிவியல் அறிவிற்குப் பொருந்துவதாக இருக்கிறதோ அதைக் கேள்வி கேட்கவும் மறுபரிசீலனை செய்யவும் தேவையிருக்கிறது. இந்த விசாரணைக்கு எல்லா தேசமும் எல்லா மதங்களும் பொதுவானதே.

நமது தேசங்களின் கலாச்சாரத்தை மதமே கட்டமைக்கிறது. பண் பாட்டுக் கூறுகளால் கலாச்சாரம் உருவாக்கப்பட்டபோதும் விலக்க வேண்டிய, தண்டிக்கவேண்டிய அம்சங்களை மதமே தீர்மானம் செய்கிறது. அப்படி மதம் உருவாக்கிய கட்டுப்பாடுகள் நேரடியாகச் செயல்படுத்தப்படாமல் கலாச்சாரக்கூறுகளாக மாற்றம் செய்யப்பட்டு நடைமுறைப்படுத்தப்படுகின்றன. இந்தியாவில் நான் கண்ட முக்கிய உண்மை இதுவே. இங்கே மதம் அரசை, அதிகாரத்தை, அடிப்படைக் கலாச்சாரத்தை, தனிமனிதனை, குடும்பத்தை, பிறப்பு சாவு உள்ளிட்ட அத்தனை சடங்குகளையும் கட்டுப்படுத்துகிறது.

மதத்தின் உதவியில்லாமல் ஒரு மனிதன் பிறக்கவோ, இறக்கவோ முடியாது என்பது எவ்வளவு பெரிய நெருக்கடி. அதை ஏன் உணர மறுக்கிறார்கள்.

இந்த இந்தியாவில் இந்த வலைப்பின்னலில் நிறைய இடைவெளிகள், ஊடுபாதைகள் இருக்கின்றன. அதன்வழியே மதமே அதைச் சாராத ஒருவன் தனித்து இயங்குவதற்கான தர்க்க நியாயங்களையும் வழங்குகிறது. அதாவது மதத்தை எதிர்த்துச் செயலாற்றுவதற்கான வெளியை மதமே உருவாக்கித் தந்திருக்கிறது. இது நமது ஐரோப்பிய நாடுகளில் இல்லை. ஆகவே நாம் மதத்தை எதிர்ப்பவர்களை மத விரோதி என்று அடையாளப்படுத்துகிறோம். உடனே தீயிட்டுக் கொளுத்துகிறோம். அவர்கள் மனிதன் மீது நம்பிக்கை கொண்டவர்கள். மத நிறுவனங்களின் மீது அதிருப்தி கொண்டவர்கள் என்பதே உண்மை.

இவ்வளவு பீடிகைகளை நான் சொல்வதற்குக் காரணம் இந்தியா வருவதற்கு முன்பு வரை நான் நோய் என்பது ஒரு மனிதன் பலவீனமாக இருப்பதாலும், சூழலின் அக, புறச் சீர்கேட்டாலும் மட்டுமே ஏற்படுவதாக நம்பிக்கொண்டிருந்தேன். அதற்கு முக்கிய காரணம் கிருமிகள் அவற்றை ஒழித்துவிட்டால் மனித நலம் மேம்பட்டுவிடும் என்று நினைத்துக்கொண்டிருந்தேன். இந்தியா வந்து சேவையாற்றத் துவங்கிய பிறகு நோய் முக்கியமானதில்லை. நோயுற்ற மனிதனே முக்கியமானவன். அவனைத்தான் ஆராய வேண்டியிருக்கிறது. நோயின் காரணங்கள் எங்கே புதையுண்டு இருக்கின்றன. எது ஒரு வனை நோயாளியாக்குகிறது என்று அவனது சமூக காரணங்களை ஆராயத் துவங்கினேன். அதற்கு முக்கியப் பங்கு இருப்பதைக் கண்டுபிடித்தேன்.

உண்மையில் நோய்மையுறச் செய்வதை இந்தச் சமூகமே தொடர்ந்து செயல்படுத்திக்கொண்டிருக்கிறது. சமூகத்தின் ஒரு தட்டு நோய்மையுற்று இருக்கும்படியாக அதன் சமூகக் கட்டு மானங்கள் உருவாக்கப்பட்டிருக்கின்றன. ஆகவே நோய்மையுறுதல் என்பது இந்தியாவில் ஒருவிதமான சமூக ஒடுக்குமுறை என்றுகூடச் சொல்லலாம். அதனால்தான் கொள்ளை நோய் போன்று பல மோசமான தொற்றுநோய்கள் பரவியபோதுகூட அதைப் பற்றிய விழிப்புணர்வும் புதிய அறிவும் அனுபவ வெளிப்பாடும் தோன்றவேயில்லை. இவ்வளவு கோடி மக்கள் அடிப்படையான குடிநீர், தரமான உணவு, கழிப்பறை வசதிகூட இன்றி எலிப்பொந்து போல ஒடுங்கி வாழ்ந்துகொண்டிருந்தும் யாரும் அதைக் கண்டுகொள்ளவேயில்லை. நீங்கள் எந்தத் தரத்தில் இருக்கிறீர்கள்

என்பதை நோயை வைத்தே அடையாளம் கண்டுவிடலாம். அதுதான் இந்தியாவில் நான் கண்ட உண்மை.

ஒவ்வொரு நோயின் வரலாறும் தனித்து எழுதப்பட வேண்டியிருக்கிறது. அப்படி எழுதப்பட்டால் அது சமூகத்தின் எந்தத் தட்டினை எந்தக் காலத்தில் பாதிக்கிறது. எதனால் பாதிக்கிறது என்பதை எளிதாகத் தெரிந்துகொள்ள முடியும். நான் கிழக்கு வங்காளத்தில் இருந்தபோது ஒரு குறிப்பிட்ட பிரிவு மக்களிடம் ஒருவருக்குக்கூட கண்பார்வைக் குறைபாடு இல்லவே யில்லை. அது எப்படி சாத்திய மானது என்று கேட்டதற்கு அவர்கள் சாப்பிடும் ஆற்று மீன்தான் காரணம் என்றார்கள். அந்த மீனைச் சாப்பிடாத உயர்சாதியினர் சிலருக்கு இளவயதில் பார்வைக்குறைபாடு இருப்பதை அறிந்தேன் என்றால் இந்தக் குறைபாட்டினை தனிநபர் சார்ந்து நான் மருத்துவம் செய்வதா அல்லது சமூகக் கட்டுப்பாடுகளால் இது உருவாகிறது என்று எடுத்துக்கொள்வதா?

ஆங்கில மருத்துவம் ஒவ்வொரு தேசத்திலிருந்தும் அதன் மரபு மருத்துவமுறைகளில் இருந்து அதிகம் உறிஞ்சி எடுத்துத் தன்வச மாக்கியிருக்கிறது. உலகில் மருத்துவத்தை வணிகமாக்கியது ஆங்கில மருத்துவம்தான் என்று தோன்றுகிறது. ஆகவே நான் ஒரு கூட்டு மருத்துவமுறை ஒன்றினை உருவாக்கியிருக்கிறேன். இது மரபும் நவீன மருத்துவமும் இணைந்த ஒன்று. இதில் கசாயமும் உண்டு அறுவை சிகிச்சையும் உண்டு. நோயாளியை பரிசோதனை எலி போல நடத்த என் மனது ஒருபோதும் சம்மதிக்காது. அவனை நான் ஒரு சகஜீவியாகவே கருதுகிறேன்.

இந்திய மருத்துவத்தை நடைமுறைப்படுத்தவிடாமல் தடுப்பது சாதியே. அது மனிதனை நோய்மையிலும் பிரித்தே வைத்திருக்கிறது.

மருத்துவ வரலாற்றை வாசிக்கையில் விநோதமாயிருக்கிறது. அதில் எங்குமே நோயாளியிடம் பணத்திற்காக வைத்தியம் செய்யும் முறைகளை நான் காணமுடியவில்லை. பெத்துரா என்ற ஒரு ஆதிகுடியில் மருத்துவர் என்றால் அவர் சிறந்த இசைக்கலைஞராக இருக்க வேண்டும் என்ற விதியிருக்கிறது. எவர் இசையின் உயர்ந்த தன்மைகள் கொண்டிருக்கிறாரோ அவரோ மருத்துவம் செய்ய அனுமதிக்கப்படுகிறார். எதற்காக ஒரு இனக்குழு இசைக்கலைஞரை மருத்துவராக்குகிறது.

கூனா பழங்குடிகள் மருத்துவரைப் பெயர் சொல்லி ஒருபோதும் அழைப்பதில்லை. அவரை வாழும் கடவுள் என்றே சொல்கிறார்கள். உங்களுக்கே தெரியும், கிறிஸ்துவின் சீடராக இருந்த புனிதர்

லூக்கா ஒரு மருத்துவர். அவர் நோயாளிகளை இலவசமாக குணப்படுத்தியவர். இப்படி மருத்துவம் ஒரு சேவையாக உலகெங்கும் தொடர்ந்த போது இங்கிலாந்தும் அமெரிக்காவுமே அதை முதலில் பணத்திற்கான மருத்துவசேவையாக மாற்றியது. இதை மெய்பிக்க என்னிடம் எந்த நேரடி சாட்சியங்களும் இல்லை. ஆனால் இவை நான் படித்த புத்தகங்களில் இருக்கின்ற உண்மைகள். அதை உங்கள் முன் சொல்ல விருப்பப்படுகிறேன்.

நான் மருத்துவம் செய்யத் துவங்கியபோது அதை மாபெரும் மனித சேவையாகக் கருதியே செய்ய ஆரம்பித்தேன். கிழக்கு வங்காளத்திலும் இதுபோன்று நாட்டு மருத்துவர்கள் என்னோடு சண்டையிட்டார்கள். பெண்ணால் மருத்துவம் செய்ய முடியாது என்று தடை விதிக்கப்பட்டேன். கோவில் பூசாரிகளும் மதத்தலைவர்களும் என்னை மிரட்டினார்கள். நான் மருத்துவம் மட்டுமே பார்க்க அனுமதிக்கப்பட்டிருக்கிறேன் பிற மதங்களின் நம்பிக்கைகளில் தலையிட எனக்கு அருகதையில்லை என்று என்னை கிழக்கு வங்காள பக்கீர்கள் எச்சரிக்கை செய்தார்கள்.

நோயாளிக்கு மதம் கிடையாது. அவனது நோய்மையை அகற்ற மதம் தடையாக இருந்தால் அதை நான் எதிர்ப்பதைத் தவிர வேறு வழியில்லை. ஆனால் அதே மதம் எளிய மக்களுக்கு நம்பிக்கையின் மூலம் பல நேரங்களில் உதவி செய்கிறது என்பதை அறியும் போது அவற்றில் நானே விட்டுக்கொடுக்கவும் செய்கிறேன். ஆகவே நான் ஒரு மத விரோதியில்லை. மருத்துவர். எனக்கு எதற்கு இந்தச் சீர்திருத்த வேலை என்று கேட்பீர்கள்.

இயேசுவின் பெயரால் நான் ஊழியம் செய்ய அனுப்பப் பட்டிருக்கிறேன். அவர் அன்பிற்காகவும் சகமனிதன் மீதான அக்கறையின் பெயரிலுமே தன்னை பலி கொடுத்திருக்கிறார். அந்த அன்பையும் நன்மைகளையுமே நான் முன்னெடுத்துச் செல்ல முயற்சி செய்கிறேன். அறிவுபூர்வமான உண்மைகளை ஒருபோதும் எந்த ரட்சக ரும் மறுப்பதில்லை. அவர்கள் மக்களை விழிப்புணர்வு கொள்ள வைக்கவே போராடியிருக்கிறார்கள்.

எல்லா தீர்க்கதரிசிகளும் ஏன் அறவுரை நிகழ்த்துகிறார்கள். அவர்கள் நோக்கம் வாழ்வைச் சீராக்குவது. அதை முறையாக வாழ முயன்றால் மண்ணிலே உங்கள் வாழ்வு சொர்க்கம் போலாகும் என்பதையே சுட்டிக் காட்டுகிறார்கள். நான் அதை நம்புகிறேன். இன்றைய கட்டுப்பாடுகள் யாவும் நாளை தானே நொறுங்கிப் போய் விடக்கூடியவை என்று நினைக்கிறேன்.

எனது மருத்துவப்பணியின் முக்கியத் தடையாக உள்ள ஐந்து காரணங்களை உங்கள் முன்பாகச் சொல்ல விரும்புகிறேன்.

முதற்காரணம், ஒரு பெண்ணை ஆண் நடத்தும் விதம்... அது ஒரு உடன்படிக்கை. இருவரும் ஒருவருக்கொருவர் சமமாக, கௌரவ மாக, சேர்ந்து வாழ ஏற்படுத்தப்பட்ட உடன்படிக்கை. ஆனால் அப்படி நடைமுறையில் இல்லை. ஆண் உயர்ந்து பெண் தாழ்ந்து போயிருக்கிறாள். பெண்ணை நோய்மையாகவே சமூகம் கருதுகிறது. பெண்ணின் வழியே நோய் பரவுகிறது. ஆண்வழியே பரவுவதில்லை என்று கதை கட்டுகிறது. பெண் தனது பிறப்பு முதல் பூப்பு அடை தல், பாலுறவு, பிள்ளைப்பேறு, பிள்ளை வளர்ப்பு, பிரசவத்திற்குப் பின்பான உடல்நலம், மாதவிடாய்க் கோளாறுகள், என்று எவ் வளவோ வேதனைகளுக்கு ஆளாகிறாள். ஆணின் உடல் செய்து வைக்கப்பட்ட சிற்பம் போல அப்படியே இருக்கிறது.

பெண்ணின் உடல் தான் சதா உருமாறிக்கொண்டேயிருக்கிறது. இவ்வளவு உடல்நலப் பிரச்சினைகள் கொண்ட பெண்கள் அதைச் சரி செய்வதற்கோ தங்களை நலமாக்கிக்கொள்வதற்கோ தடையாக எது உள்ளது? முக்கிய காரணம் மதமும் கலாச்சாரமும். அது உருவாக்கி வைத்துள்ள ஆணின் அதிகாரம் மற்றும் கட்டுப்பாடுகள். குடும்பம் என்ற அமைப்பின் அறுக்கவே முடியாத விதிகள், இவை தானே. அதை நான் கேள்விகேட்கிறேன்.

ஒரு பெண் தனது முலைகளில் வீக்கம் வந்தால் அதை வெளிப்படையாகச் சொல்ல முடியாது. அதற்கு வைத்தியம் செய்துகொள்ள முடியாது. வாய்விட்டுச் சொல்ல முடியாதபடி ரகசிய நோயாக அது அடையாளப்படுத்தப்படுகிறது. எல்லா உடல் உறுப்புகளைப் போல அதுவும் ஒரு உறுப்புதானே. எதற்கு இந்த ரகசியம். மற்றவர்களிடம் அதைப்பற்றி விவாதிப்பதற்குக் கூச்சப்பட்டாலும் பரவாயில்லை. மருத்துவரிடமே ஒரு பெண் நிர்வாணமாக நிற்க ஏன் கூச்சப்பட வேண்டும். காரணம் நிர்வாணம் தீமையானது என்கிறது கலாச் சாரம். அது எனக்குக் கோபமாக வருகிறது.

பெண்களை நடத்தும் விதத்தில் உயர்ந்த சமூகமும் எளிய சமூகமும் ஒன்றுபோலத்தானிருக்கிறது. ஆகவே நான் பெரும்பான்மை நோய் மைக்குக் காரணமாக இருப்பது பெண்ணிற்கு உணவு, மருத்துவம், சமூக இடம் போன்றவற்றில் உள்ள பேதம்தான் என்று கருதுகிறேன். அது மாற்றியமைக்கப்படும்போது அதன் விளைவாக நோய் மையுறுதல் மாறுபடக்கூடும். சிறார்களின் நலன் இன்னும் கூடுத லாக வளர்ச்சியடையும்.

இரண்டாவது காரணம், நோய்மையுறுதலை தீமையின் அடையாள மாகக் காண்பது. அது எளிய வயிற்று உபாதையாக இருந்தாலும் சரி அல்லது மோசமான வலிப்பு நோயாக இருந்தாலும் சரி, இரண்டையுமே தீமையின் அடையாளமாகவே காண்கிறோம். ஒரு நோய் உருவாக எத்தனையோ அகப்புறக்காரணங்கள் இருக்கின்றன.

ஆகவே இந்த நன்மை தீமை என்ற அறவேறுபாடு காரணமாக நோய்மையுற்றவன் விலக்கப்பட வேண்டியவன் ஆகிறான். அவனை ஒதுக்கிவைக்கவும், பரிகாசம் செய்யவும் நேரிடுகிறது. இதுவும் சமூகக் காரணங்களால்தான் ஏற்படுத்தப்பட்டிருக்கிறது.

மூன்றாவது காரணம் சாவு குறித்த பொது அச்சம். அது எல்லா நோயாளிகள் மனதிலும் இருக்கிறது. அதைப் பற்றி எந்த மருத்துவராலும் விளக்கமாகச் சொல்ல முடியவில்லை. அந்த அச்சத்தோடு சொர்க்கம் நரகம், பாவத்திற்கான தண்டனை போன்றவை சேரும் போது நோயாளி மிகுந்த பயம் கொள்ளத் துவங்குகிறான். அது அவனது நோய்மையை அதிகமாக்குகிறது. நோய்மையின் மீதான பயத்திற்கு ஆணிவேர் சாவு குறித்த அச்சம்தான். அதைப் புரிந்து கொள்ளும் போது நோய்மையை பதற்றமில்லாத ஒரு அனுபவமாக மட்டுமே எதிர்கொள்ள முடியும்

நான்காவது காரணம், கடவுளின் பெயரால் நடைபெறும் நோய் நீக்குதல் சடங்குகள் மற்றும் வழிமுறைகள். இவை நம்பிக்கையில் இருந்து உருவானவை என்றபோதும் அவை கட்டாயமாகத் திணிக்கப்படுவதை ஏற்றுக்கொள்ள முடியவில்லை. நம்பிக்கை என்பது வலிந்து உருவாக்குவதில்லை. தானே வருவது. இந்தச் சடங்குகளில் காணப்படும் வன்முறையும் குரூர முறைகளும் நோய்மையைப் பற்றி தவறான மனச்சித்திரத்தைப் பொது மனதில் ஏற்படுத்திவிடுகிறது. அதை நான் ஏற்றுக்கொள்ள மறுக்கிறேன்.

ஐந்தாவது காரணம், தனது நோய்மை குறித்து எந்த நோயாளியோ அவனது குடும்பமோ, அவன் வசிக்கும் ஊரோ, அதன் ஒட்டு மொத்த சமூகமோ எதையும் யோசிக்காமல் இருப்பது. அது மாபெரும் தவறு. இந்தியாவில் எண்ணிக்கையற்ற கிராமங்கள் இருக்கின்றன. மொத்தம் பல கோடிப் பேர் வசிக்கிறார்கள். ஆனால் கிராமப்புறங்களில் அடிப்படை மருத்தும் இன்றும் அரிதான ஒன்றாகவே உள்ளது. தொற்று நோய்களுக்கு எதிராகப் போராட முடியாமல் இறந்து கொண்டேதானிருக்கிறார்கள். நோய்மை குறித்த விழிப்புணர்வு ஏற்படுத்தப்படாத ஒரு சமூகம் அதை எப்படி எதிர் கொள்ள முடியும். ஆகவே அதிலிருந்து தப்பித்துக்கொள்வதற்குத்

தான் சமூகம் விரும்புகிறது. நோய் உருவாக யார் காரணம் என்ற கேள்விக்கு எப்போதும் இயற்கையைப் பழிபோடுவதற்கு இதுதான் காரணம்.

ஆனால் ஒரு உண்மையைச் சொல்லிக்கொள்ள விரும்புகிறேன். மனிதனுக்கு ஏற்படும் பெரும்பான்மை நோய்களுக்கு மனிதன் உற்பத்தி செய்த கருவிகளும், அவனது மோசமான வணிகப் புத்தியும், அலட்சியமான வாழ்க்கை முறையும்தான் காரணம் என்பேன்.

வாழ்வியல் மருத்துவம் என்ற ஒன்றினை கிழக்கு வங்காள மீனவர்கள் வைத்திருக்கிறார்கள். அவர்கள் ஆற்றில் நீர்வரத்து அதிகமாவது, குறைவது இரண்டையும் வைத்து தங்களை எந்த நோய் பாதிக்கும் என்பதை அறிந்து வைத்திருக்கிறார்கள். அவர்களிடம் ஒரு நிலவு அட்டவணை உள்ளது. அதை வைத்து நிலவின் நகர்வை அறிந்து கொள்கிறார்கள். அதிலிருந்து காற்று செல்லும் திசை, வேகம் அறிந்துகொள்கிறார்கள். எப்போது பூமி குளிர்ச்சியடையும், எப்போது வெப்பமாகும் என்று தெரிந்திருக்கிறார்கள். தங்கள் உடல் உழைப்பிற்கு ஏற்ப உணவும் குடிநீரும் உறக்கமும் கொண்டிருக்கிறார்கள். இந்த வாழ்வியல் முறை எனக்கு வியப்பாக இருந்தது. எளிமையான நேரடியான இயற்கையோடு இணைந்த வாழ்வு அது. அதைக் கடைப்பிடிக்கும்போது மருத்துவத்தின் தேவை வெகுவாகக் குறைந்து போய்விடுகிறது என்பதே உண்மை.

ஒரு காலத்தில் பிரான்சில் மருத்துவமனைக்குக் கொண்டு போகிறார்கள் என்றால் அவன் இறப்பை நோக்கிச் செல்கிறான் என்றுதான் அர்த்தம். டிரக் எனப்படும் கிரேக்க வார்த்தையின் உண்மையான பொருள் அது குணமாக்கவும் செய்யும் கொல்லவும் செய்யும் என்பதே. மருத்துவமனை என்பது தேவாலயம் போல நிசப்தமும் அமைதியும் மனநிம்மதியும் தரும் இடமாகவே செயல்பட வேண்டும். வலியின் வரலாற்றை மனிதர்கள் தொகுத்து அறிந்து பகிர்ந்து கொள்ளத் துவங்கினால் நோயை எதிர்கொள்ளும் துணிவு தானே உருவாகிவிடும்.

என்மீது சுமத்தப்பட்டுள்ள குற்றங்கள் யாவும் இந்த எனது எண்ணங்கள் மற்றும் செயல்பாடுகளால் ஏற்பட்டவையே. இவற்றில் உள்ள எந்த அடிப்படைத் தகவலையும் நான் மறுக்கப்போவதில்லை. ஆனால் இவை மதத்திற்கு எதிராக நடத்தபட்டவை போலத் தோற்றம் தருவதை மறுக்கிறேன். எனது செயல்கள் உண்மையில் மதம் ஆற்றவேண்டிய கடமை. அன்பின் பங்கினால் மனிதனை மேன்மையுறச் செய்ய முடியும்

என்ற நோக்கமே இதற்கு காரணம். அதற்கு மேல் நான் எதையும் உங்களிடம் வேண்டிக்கொள்ளப் போவதில்லை. எனக்கு எதிராக இருப்பவை மனிதர்களின் இழி செயல்கள் தானே தவிர கடவுள் இல்லை. அவரை நான் நம்புகிறேன். அவரது கருணைக்காக மன்றாடுகிறேன். இந்த நிலையில் உங்கள் முன்னால் நான் சொல்லிக்கொள்ள விரும்புபவை இவையே என்றாள்.

இதைக்கேட்ட பாதிரிகள் நிசப்தமாக இருந்தனர். பாதர் தெக்குருஸ் மட்டும் அவளைப் பரிகாசம் செய்வதுபோலச் சொன்னார்,

'நிறைய படித்தவர்கள் எதையும் சிக்கலாக்கிவிடுவார்கள் என்பது உன் விசயத்தில் உண்மையாக இருக்கிறது. ஏலன், நீ சொன்ன அத்தனையும் வெறும் கற்பிதங்கள், புத்தகங்களை உண்மை என்று நம்பும் உன் போன்ற எளிய முட்டாள்களுக்கான பொய்கள். இவை உண்மையில்லை. உண்மை ஒன்றாக இருக்கிறது. அதை வழிநடத்த வேதாகமம் இருக்கிறது. மற்றவை பொய்யின் திரட்டுகள். நீ உண்மையின் வெளிச்சத்தை உணரவேயில்லை. அன்பின் பெயரால் யாரோ புனைந்த கதைகளை நிஜம் என்று நம்பியிருக்கிறாய். நீ சொன்ன அத்தனையும் கட்டுக்கதைகள் என்று என்னால் மறுக்க முடியும், மற்ற நடுவர்கள் என்ன சொல்கிறார்கள் என்பதைத் தெரிந்துகொண்டு உனக்கான பதிலைத் தருகிறேன். " என்றபடியே அவர் ஒர்னாலஸ்' என்ன நினைக்கிறீர்கள்' என்று கேட்டார். அவர் தனது கண்களை இடுக்கியபடியே 'இந்தப் பெண் பேசுவது ஜோன் ஆப் ஆர்க் பேசுவது போலவே இருக்கிறது. நல்ல தேர்ச்சியான அறிவும் மனதும் கொண்டிருக்கிறாள். அவளது சிந்தனையோடு அனுபவமும் சேர்ந்து பேசுகிறது. நான் அவள் சொல்லிய பல விசயங்களில் உடன்படுகிறேன். நாம் மருத்துவத்தை ஒரு அறிவுத் துறையாக அங்கீகரிக்கவேயில்லை என்பது உண்மை தானே. நம்மிடமும் மருத்துவ சடங்குகளும் பலியிடுதலும் இருக்கத் தானே செய்கிறது. நாமும் நோயைப் பாவமாகத்தானே கருதுகிறோம்.

அதை இறை நம்பிக்கை என்று வைத்துக்கொண்டாலும் நோயின் வரலாற்றை நாமும் சரியாகக் கணிக்கவில்லைதானே. மாறிக் கொண்டிருக்கும் ஒரு சமூகத்தினை இந்தப் பெண் உன்னிப்பாகக் கவனித்துச் சொல்லியிருப்பதாகவே அறிகிறேன். அவள் மருத்துவத் தின்பால் மிகுந்த ஈடுபாடு கொண்டிருந்திருக்கிறாள். அந்த ஈடுபாட்டின் காரணமாக சில வேளை உணர்ச்சிமிகுதியாகி சில விளைவுகள் நடந்திருக்கக்கூடும். மற்றவகையில் அவள் நல்ல ஆத்மா என்றே தோன்றுகிறது. இவளைப் போல சிலர் மருத்துவம் செய்ய

முன் வந்தால் நமது சேவை உண்மையில் மக்களுக்கு நன்மை விளைவிக்கும்' என்றார்.

உடனே அடுத்த நடுவரான பிரித்தோ சொல்லத் துவங்கினார்,

'எனக்கும் அப்படித்தான் தோன்றுகிறது. எனது சிறுவயதில் நானே திக்குவாய் கொண்டிருந்தேன். அதற்கு சிகிச்சை அளிக்க ஒரு மருத்துவரைத் தேடிச் செல்ல விரும்பினேன். ஆனால் என் தந்தை அப்படி நான் திக்குவாயாக இருப்பது கடவுளின் விருப்பம் என்று மறுத்துவிட்டார். ஆனால் நான் பேசமுடியாமல் அவதிப்படுவதை அறிந்து என் தாய் ரகசியமாக என்னை ஒரு மருத்துவரிடம் அழைத்துச் சென்று பரிசோதனை செய்யச் சொன்னார். முறையான பயிற்சிகள் தந்தால் என்னைப் பேசச் செய்ய முடியும் என்றார் மருத்துவர். இதற்காக அம்மா அந்த மருத்துவருக்கு இரண்டு வான் கோழிகள் காணிக்கையாகத் தந்தாள். ஒரு வருச காலம் நானும் அம்மாவும் ரகசியமாக அந்த மருத்துவரைச் சந்தித்தோம். அப்படித்தான் எனக்குப் பேச்சு வந்தது. ஒருவேளை என் தாய் என்னைக் கைவிட்டுப் போயிருந்தால் எனக்குப் பேச்சுவராமலே போயிருக்கும். அந்த நாட்களில் எனது குறைபாட்டினை நீக்குவதற்கு நாங்கள் ஏன் பயந்து பயந்து போய்வர வேண்டும் என்று ஆத்திரமாக இருக்கும். அதே நேரம் என் அப்பாவிற்குத் தெரிந்தால் அது பெரிய பிரச்சினையாகிவிடும் என்ற பயம் கூடவே இருந்தது. இந்த உண்மையைத்தானே அந்தப் பெண் சுட்டிக்காட்டுகிறாள்.

ஒரு ஆடு மேய்க்கின்றவன் காதினைக் கேட்கச் செய்தது கடவுளின் விருப்பம் என்பதை இவள மறுத்திருக்கிறாள் என்பதுதானே செப்ஸ்டியன் பாதிரியின் ஒரு குற்றச்சாட்டு. இது எனக்குப் பேச்சு வந்தது கடவுளின் அருளால் எனச் சொல்லியிருந்தால் எனக்கு சிகிச்சை அளித்த மருத்துவர் கோபப்பட்டிருப்பார் என்பதைப் போன்றது தானே. நான் இங்கே கடவுளின் விருப்பம் என்னை அப்படிச் செயல் படச் செய்தது என்பதை வேண்டுமானால் ஒத்துக் கொள்வேன். ஆனால் மருத்துவருக்கு அவரது பங்கான நன்றியைச் செலுத்தவே செய்வேன்' என்றார்.

இதைக் கேட்ட இமானுவேல் பாதர் நான் தந்தை தெக்குருஸின் பேச்சைத்தான் வழிமொழிகிறேன். அவர் சொன்னது போல் இவை சிறுபிள்ளைகளின் கற்பனைகள். மருத்துவம் மதம் இரண்டில் எது முக்கியம் என்று கேட்டால் நான் மதமே என்பேன். மருத்துவம் உடலை மட்டுமே நலமாக்கும். மதம் ஆன்மாவை நலமாக்குகிறது. அது உன்னதமானது. அதை ஒருவர் மறுப்பது எளிதான ஒன்றில்லை.

இவளது பேச்சின் சாதுர்யம் அதை உண்மை போலாக்கியிருக்கிறது. மற்றபடி அது ஒரு புழுகு மூட்டை' என்றார்.

பர்னாந்தோ இறுதியில் 'இந்தப் பெண்ணின் மீது தவறு இருப்பதாக எனக்குத் தெரியவில்லை. ஆனாலும் சாட்சிகளை விசாரித்த பிறகு அதைப்பற்றிக் கூறுகிறேன். ஆனால் இந்த தேவாலயத்திலிருந்து புகார் சொன்ன செபஸ்டியன் நல்ல மனிதரைப் போலத் தெரியவில்லை. அவரது கண்களில் கள்ளம் நிரம்பியிருக்கிறது. இந்தப் பெண்ணின் நாவுகள் உண்மையைப் பேசுவதாகவே நான் உணர்கிறேன். மற்றவை சாட்சி விசாரணைக்குப் பிறகு தெரியப்படுத்துகிறேன்' என்றார்.

*

அதன் பிறகு நான்கு மணிநேரம் சாட்சி விசாரணைகள் நடைபெற்றன. மதிய உணவு வேளையில் நீதிபதிகள் அனைவரும் உணவருந்தச் சென்றனர். பகலின் வெக்கை தாளாமல் அவர்கள் சிறு ஓய்வு எடுத்துக்கொண்டு பின் மதியம் மீண்டும் சாட்சிகளை விசாரித் தனர். மெழுகுவர்த்திகள் ஏற்றப்பட்டு இரவு வெளிச்சத்தில் விசாரணை முடிவுற்றது. அதன்பிறகு அவர்கள் தங்களுக்குள்ளாகவே கலந்து பேசி ஆராய்ந்தார்கள். முடிவில் மறுபடியும் ஏலன் பதில் சொல்ல அனுமதிக்கப்பட்டாள்.

அன்றைய இரவில் நீதிவிசாரணைக் குழு அவள் குற்றமற்றவள் என்று தீர்ப்புச் சொல்லியதோடு அவளது மருத்துவமனையை விஸ்தாரப்படுத்தி விரும்பியபடி அமைக்கப் பொருளுதவி செய்யும்படியாக மிஷனரியைக் கேட்டுக்கொள்ள இருப்பதாகவும், அவளது மருத்துவக் களப்பணிகளுக்காக ஒரு குதிரை வண்டியைப் பரிசாக அளிக்க இருப்பதாகவும், அதுவரை உள்ளூர் போதகராக இருந்த செபஸ்டியன் மாறுதல் செய்யப்பட்டு தஞ்சையில் இருந்து அந்த்ரேயா என்ற புதிய பங்குத்தந்தை அங்கே அனுப்பி வைக்கப் படுவார் என்றும் தீர்ப்பு சொன்னது. அவள் ஆண்டவருக்கு நன்றி சொல்லியதோடு அங்கு வந்திருந்த நீதியரசர்கள் முன் மண்டியிட்டு ஆசியும் பெற்றாள். புனித லூக்காவின் பெயரால் அந்த ஊரில் மருத்துவமனை அமையட்டும் என்று தெக்குருஸ் வாழ்த்தினார்.

அவளால் அந்த சந்தோஷத்தைத் தாங்கிக்கொள்ள முடியவேயில்லை. அவள் அன்று இரவு தனது மருத்துவமனையின் கதவுகளைத் திறந்து வைத்துவிட்டு உரத்த குரலில் ஆங்கிலப்பாடல் ஒன்றினைப் பாடிக்கொண்டிருந்ததை ஊரே கேட்டுக்கொண்டிருந்தது.

அத்யாயம் 22

1982
ரோகச்சித்திரம்

தெக்கோட்டிற்கு வரும் ஒவ்வொரு நோயாளியும் ஒரு கதையைக் கொண்டிருக்கிறான். அவனது நோய் தான் அந்தக் கதையின் காரணமாக இருந்தது. அல்லது அவன் ஒரு கதையை நோயோடு இணைத்திருந்தான். கதையில்லாத நோயாளிகள் யார் இருக்கிறார்கள். அந்த கதைகள் வளர்ந்து கொண்டேயிருக்கின்றன. நோயாளி சில வேளைகளில் தன்னைப்பற்றிய கதையை வளர்த்து கொண்டேயிருக்கிறான். அதற்குள் பல புதிய கதாபாத்திரங்கள், புதிய சம்பவங்கள் இணைந்து விடுகின்றன. அவனே சில நேரம் அதை யாருடைய கதையை போலவோ கேட்கவும் செய்கிறான். நோய்மை என்பது கண்ணுக்குத் தெரியக்கூடியது மட்டுமில்லை. அது ஒரு சரிவு நிலை. நினைவுகளே அதை வளர்த்து எடுக்கின்றன. அதனால் கதைகளால் மட்டுமே நோயாளி ஆறுதல் அடையமுடியும். நோயாளிகளின் கதைகள் உருமாறி பிரார்த்தனைகளாகிவிடுகின்றன. உலகின் எல்லா பிரார்த்தனைகளுக்குப் பின்னும் முடிவில்லாத கதைகள் ஒளிந்திருக்கின்றன. பிரார்த்தனை என்பது கடவுளிடம் முன் கதை சொல்வது தானா? தெக்கோட்டிற்கு வரும் ரோகிகளின் விசித்திரம் அறியாமல் அந்த ஊரின் சுபாவத்தை ஒருபோதும் அறிந்துகொள்ளவே முடியாது.

*

சாந்தியாகு என்ற கிழவர் தனது பிராயத்தில் நேசித்த ஒரு பெண்ணை தனது முதிய வயதிலும் மறக்க முடியாமல் அவளது நலத்திற்காக பிரார்த்தனை செய்ய வந்திருந்தார். ஏன் ஒரு பெண் தன் நினைவில் இருந்து விலகிப்போகாமல் இத்தனை ஆண்டுக்காலம் பசுமையாக இருக்கிறாள் என்று அவருக்குப் புரியவேயில்லை. இவ்வளவுக்கும் அந்தப் பெண்ணை அவர் காதலித்ததைப் பற்றி எவருக்குமே தெரியாது. அவர் மட்டுமே அதை அறிவார். அந்தப் பெண் அவரது காதலை முதல்பார்வையிலே அங்கீகரித்துவிட்டிருந்தாள்.

இருபது வயதாக இருக்கும். அப்போது அவர் குளிப்பதற்காக ஒருநாள் அருவிக்குச் சென்றிருந்தார். கூட்டமில்லாத நாட்களில் அருவியில் குளிப்பது அவருக்குப் பிடித்தமானது. அன்று அந்தப் பெண்ணும் அதே அருவியில் குளித்துக்கொண்டிருந்தாள். அப்படி சொல்வது தவறு. அந்த அருவிக்குள்ளாகத்தான் அவளை சந்தியாகு முதன்முறையாகப் பார்த்தார். ஐந்தடி உயரம். கண்ணாடிப் பாத்திரம் போல வாளிப்பான உடல் வாகு. கச்சிதமான முகம். அந்தப் பெண்ணின் கூந்தலில் தண்ணீர் வழிந்து கொண்டிருந்தது அவள் சிரித்தபடியே வாயில் தண்ணீரை பிடித்து உமிழ்ந்தபடியே குளித்துக் கொண்டிருந்தாள். கள்ளச் சிரிப்போடு தண்ணீருக்குள் அவளைக் கண்டது ரொம்பவும் பிடித்திருந்தது.

ஒரே போர்வையை மூடிக்கொண்டு இருவரும் படுத்து உறங்குவது போல் இருவரையும் ஒன்று சேர்த்து அருவி கொட்டுகிறது என்று அவர் நினைத்து சந்தோஷம் அடைந்தார். அருவியில் குளித்துக் கொண்டிருந்த ஒரு சிலர் அவர்களைக் கவனித்திருக்கக்கூடும். அதை அவர் லட்சியம் செய்யவில்லை.

அவர் சிரிப்பதை அந்தப் பெண்ணும், அந்தப் பெண் சிரிப்பதை அவரும் பார்த்தபடியே குளித்தார்கள். நெடுநேரம் இருவரும் அருவிக் குள்ளாகவே நின்றிருந்தார்கள். முடிவில் அந்த பெண் வெளியே வந்து நின்று தன் சிகையை இளவெயிலில் உலர்த்திக்கொண்டிருந்தாள். அவரும் ஈர உடலைத் துடைத்தபடியே நின்றிருந்தார். அந்தப் பெண் சிரித்தாள்.

பிறகு தன் கூந்தலில் வழிந்த நீர்த்துளியைப் பிடித்து அவர் மீது தெளித்துவிட்டாள். எவ்வளவு துணிச்சலான பெண் என்று தோன்றியது. அவள் நடந்து செல்லும்போது கூடவே சென்றார். அவள் வழியில் ஒரு செண்பகப்பூவை எடுத்து பின்னால் வீசிவிட்டுச் சென்றாள். ஓடிப்போய் குனிந்து எடுத்துக்கொண்டார். அது உலகில் இதுவரை பூக்காத அதிசய மலரைப் போலவேயிருந்தது.

அவள் தளவாய் ஹவுசில் தங்கியிருந்தாள். சந்தியாகு அவள் அறைக்குள் சென்று கதவை மூடிக்கொள்ளும்வரை அங்கேயே நின்று பார்த்துக் கொண்டிருந்தார். பிறகு அடுத்தநாள் காலை வந்த போது அந்தப் பெண்ணைக் காணவில்லை. அவரால் அந்த ஏமாற்றத்தைத் தாங்கிக் கொள்ளவே முடியவில்லை. என்ன விளையாட்டு இது. எதற்காக இப்படி ஒரு அழகான பெண் தன் கண்முன்னே தோன்றி மறைந்து விட்டாள் என்று ஆதங்கமாக இருந்தது. அவளைப் பார்க்கவேண்டும் என்று மனது அடித்துக்கொண்டது. அவள் இல்லாத வெறுமையில் அருவியில் குளிக்கவிருப்பமில்லாமல் நின்றிருந்தார். அன்றிரவு அருவியில் மனதேயில்லாமல் குளிக்கச் சென்றபோது அருவிக்குள் அவள் அருகில் நிற்பது போலவே உணர்ந்தார்.

அருவித் தண்ணீரை விலக்கி நெருங்கிப் போய்ப் பார்த்தபோது அவள் இல்லை. அருவியின் மீது கோபமாக வந்தது. அந்தப் பெண்ணை அவரால் மறக்கவே முடியவில்லை. தன் வாழ்வில் பத்தே நிமிசங்கள் கண்ட பெண் என்றாலும் மனதின் ஆழத்தில் ஒரு தங்கமீன் நீந்திக் கொண்டிருப்பது போல அவள் துள்ளிக்கொண்டேயிருந்தாள்.

அதன்பிறகு அவர் அதே முகச்சாடையுள்ள ஒரு பெண்ணைத் தேடிக் கண்டுபிடித்துத் திருமணமும் செய்து கொண்டார். ஆனால் மனைவியிடம் அருவியில் கண்ட பெண்ணைப் பற்றி எதையும் சொல்லிக்கொள்ளவேயில்லை. அந்த வயதில் இருந்து இன்று வரை அவர் ஒவ்வொரு ஞாயிற்றுக்கிழமை தேவாலயத்திற்குப் போகையிலும் அருவியில் பார்த்த பெண் நலமாக இருக்கவேண்டும் என்று பிரார்த்தனை செய்து கொண்டேயிருக்கிறார். அப்படிச் செய்வதால் அவளை பல ஆண்டுக்காலம் தொடர்ந்து காதலித்துக்கொண்டிருப்பது போலவே உணர்ந்தார். அந்த மகிழ்ச்சியே போதுமானதாயிருந்தது.

சமீபமாக அந்தப் பெண்ணின் நினைவு அவரை அதிகம் உந்தத் துவங்கியது. அவளைத் தேடிக் கண்டுபிடிப்பதைவிட அவளை தனது இறந்து போய்விட்ட மனைவியாக மனது கற்பனை செய்து கொள்ளத் துவங்கியது. தானாக அவளுக்கு ஒரு பெயரை வைத்துக் கொண்டு அவளுக்காக ஒவ்வொரு தேவாலயமாகப் போய் விசேஷ பிரார்த்தனை நடத்திக்கொண்டிருந்தார். ஒவ்வொரு முறை தேவாயல் மணி ஒலிக்கும்போதும் எங்கோ அவள் கேட்டுக்கொண்டிருக்கக்கூடும் என்று நம்பினார். அந்த விசித்திர வேண்டுதலுக்காகவே அவர் தெக்கோட்டிற்கும் வந்திருந்தார்.

*

ஆஸ்டின் என்ற அந்த அடகு வியாபாரி தன் நாற்பதாவது வயது வரை தேவாலயத்திற்குப் போவதற்கே நேரமில்லாமல் இருந்தான். எப்போதாவது அவன் வீட்டில் இருந்தபடியே தேவனைக் கும்பிட்டுக் கொள்வான். மற்றபடி அவன் பணம் சேர்ப்பதிலே கவனமாக இருந்தான். ஒரு நாள் அவனைத் தேடி கோரையான தாடி வைத்த ஒருவன் வந்திருந்தான்.

அவன்தான் முன்பு தான் வாங்கிய கடனுக்கான பணம் என்று கையில் கொண்டுவந்திருந்த பணத்தை ஆஸ்டினிடம் கொடுத்தான். அவனது பெயரோ எப்போது கடன் வாங்கினேன் என்ற விபரமோ சொல்லவேயில்லை. சில நிமிடங்கள் நின்று எதையோ யோசித்துக் கொண்டேயிருந்தான், பிறகு விடுவிடுவென வெளியேறிப் போய் விட்டான்.

இப்படியும் ஒரு மனிதன் இருக்கிறானே என்று நினைத்தபடியே ஆஸ்டின் பணத்தை வாங்கிக் கல்லாவில் போட்டுக்கொண்டான். அதன் இரண்டு மாதங்களுக்குப் பிறகு அதே ஆள் ஒரு மதியம் வந்து கதவைத் தட்டினான். ஆஸ்டின் அவனைப் பார்த்த மாத்திரம் அடையாளம் தெரிந்து கொண்டுவிட்டான். அந்த மனிதன் தன் கையில் கொண்டுவந்திருந்த பணத்தை அவரிடம் தந்தபடியே தான் வாங்கிய பழைய கடனுக்கானது என்று கொடுத்துவிட்டுப் போனான். அன்று மறுபடியும் சில நிமிடங்கள் திகைத்து நின்று விட்டு எதுவும் கேட்காமல் அந்த ஆள் வெளியேறிப் போய்விட்டான்.

இப்படியாக அவன் ஐந்தாறு முறை பணம் கொண்டுவந்து தந்து போனான். அந்த மனிதனை தான் ஏமாற்றுகிறோம் என்று ஆஸ்டினுக் குத் தோன்றியது. ஒருமுறை அவனிடம் பணத்தை வாங்க மறுத்து 'எதற்காக நீ பணத்தைக் கொண்டுவந்து தருகிறாய். என்ன பொருளை அடமானம் வைத்தாய்' என்று கேட்டார்.

அவன் 'நான் ஒவ்வொரு முறை பணம் தரும்போதும் நீங்களாகவே அடமானப் பொருளைத் திருப்பித் தருவீர்கள் என்று காத்திருந்தேன். நீங்கள் தரவில்லை என்பதால் பணம் போதவில்லை என்று சம்பாதித்து வருவதாகக் கிளம்பிச் செல்வேன். கையில் பணம் சேர்ந்தவுடன் உங்களிடம் வந்து தந்துவிடுகிறேன். இப்போதும் நான் என்ன பொருள் அடமானம் வைத்தேன் என்று தெரியவில்லையா' என்று கேட்டான்.

ஆயிரம் பேர் அடமானம் வைக்க வருகிறார்கள். இதில் உன்னை எப்படி நினைவில் வைத்திருக்க முடியும்' என்றான் ஆஸ்டின்.

'நான் ஒரு மழைக்கால இரவில் வந்திருந்தேன். அன்று நீங்கள் என்னை கடுமையாகத் திட்டினீர்கள்' என்றான். 'அது தனக்கு நினைவில்லை' என்றார் ஆஸ்டின்.

அவன் 'நான் குடிப்பதற்காகப் பணம் கேட்டேன். அதுகூட உங்களுக்கு நினைவில்லையா' என்றான்.

'எல்லா சனியன்களும் அதற்காகத்தானே பணம் கேட்கிறார்கள். உன்னை எப்படி தனியே நினைவு கொள்வது' என்றார்.

'நான் பணம் தாருங்கள் என்று ஒரு மோதிரத்தை நீட்டினேன். அதுகூடவா நினைவில்லை.'

'அய்யோ முட்டாளே. உன்னைப் போல மோதிரத்தை அடமானம் வைப்பவர்கள் ஆயிரம் பேர் இருக்கிறார்கள். நீ என்ன வைர மோதிரத்தையா அடமானம் வைத்தாய்.'

'அதை விடவும் உயர்வானது. மேலானது' என்றான். ஆஸ்டினுக்கு அப்படி மோதிரம் கிடைத்திருந்தால் அதைத் தானே அணிந்து கொண்டிருப்பேனே என்று தோன்றியது. என்ன மோதிரம் அது' என்று கேட்டான்.

அவன் தயக்கத்துடன் பிறந்த குழந்தையின் விரல் மோதிரம். நான் அடமானம் வைத்த இரண்டு நாட்களுக்கு முன்பாக எனக்கு ஒரு பெண் பிறந்திருந்தாள். குழந்தையைக் காண்பதற்காக வந்த என் மச்சினன் அந்த மோதிரத்தை அணிவித்திருந்தான். அதை என் மனைவி மிகப் பெருமையாகச் சொல்லிக்கொண்டிருந்தாள். குடிப்பதற்காகப் பணம் வேண்டும் என்று அவள் உறங்கும் போது குழந்தை விரலில் இருந்த மோதிரத்தைத் திருடி கொண்டுவந்து விட்டேன். அதைத்தான் உன்னிடம் பத்து ரூபாய்க்கு அடமானம் வைத்தேன். என் மனைவி கேட்டபோது மோதிரம் தொலைந்து போயிருக்கும் என்று பொய் சொன்னேன். அன்றைக்கு அது தவறாகத் தோன்றவில்லை. ஆனால் என் மகள் வளர்ந்து இப்போது பெரியவளாகி விட்டாள். என் வீட்டிலிருந்து எத்தனையோ பொருட்களை விற்றுத் தொலைத்திருக்கிறேன். ஆனால் அதற்கு என் மனசாட்சி உறுத்தவில்லை. இந்த மோதிரத்தைத் திருடி அடமானம் வைத்தது மட்டும் மனதை ரொம்பவும் உறுத்துகிறது. அதை என்னால் சகித்துக் கொள்ளவே முடியவில்லை. அந்த மோதிரத்தை நீங்கள் திருப்பித் தந்துவிட்டால் நான் மன நிம்மதி கொள்வேன்' என்றான்.

எந்த வருடத்தில் வைத்த மோதிரத்தை எப்போது வந்து திரும்பக் கேட்கிறான் என்று குழப்பத்துடன் அவனை மோதிரம் எதுவென்று

அடையாளம் காட்டும்படியாகச் சொல்லி உள்ளேயிருந்து ஒரு மரப்பெட்டியை எடுத்து வந்தார்.

அந்தப் பெட்டியில் விதவிதமான மோதிரங்கள் இருந்தன. 'இத்தனை பேரா தங்கள் மோதிரத்தை அடமானம் வைத்திருக்கிறார்கள்' என்று அந்த மனிதன் அழுதான்.

எதற்காக இதற்குப் போய் அழுகிறான் என்று புரியாமல் ஆஸ்டின் 'உனது மோதிரம் இதுவா' என்று கேட்டார்.

அவன் 'இதில் என் குழந்தையின் மோதிரம் இல்லை. அது பூவடிவில் இருந்தது' என்றான்.

'அப்படியானால் அது இந்நேரம் உருக்கி வேறு நகை செய்யப்பட்டிருக்கும்' என்றார் ஆஸ்டின்.

அவன் அழுதான். 'ஏன் இப்படி மனிதர்களின் உணர்ச்சியை பற்றி கவலையே படாமல் நடந்து கொள்கிறீர்கள். நகைகள் மோதிரங்கள் யாரோ அணிந்தவையாகக்கூட இருக்கக்கூடும். அவை வெறும் தங்கத்தால் ஆன பொருளில்லை. சந்தோஷத்தின் அடையாளங்கள். யாரோ கண்ட கனவுகள். அதை ஏன் புரிந்து கொள்ளாமல் இப்படிச் சிதைக்கிறீர்கள்' என்று சொல்லி அழுதபடியே வெளியே போய் விட்டான்.

ஆஸ்டினுக்கு அந்த மனிதன் சொன்னது ஆழமான வடுவைப் போலப் புதைந்துவிட்டது. தனக்கு ஒரு குழந்தையின் மோதிரத்தை உருமாற்றி சிதைக்க யார் அதிகாரம் தந்தது. ஏன் இப்படி மனசாட்சியே இல்லாமல் வியாபாரம் செய்திருக்கிறோம் என்று அவன் கவலைப்பட்டான். அவனால் மீட்சியடைய முடியவே யில்லை. அவன் தனது கடையை சில காலங்கள் மூடி வைத்தான். பிறகு தனது வீட்டில் இருந்து வெளியே வராமலே கிடந்தான். அதன்பிறகு தனது சொத்துகளைக் கல்வி நிறுவனங்களுக்கும் மருத்துவமனைக்கும் எழுதி வைத்து விட்டு பிரார்த்தனையிலும் இறை ஊழியத்திலும் ஈடுபடத் துவங்கினான். இப்போது வரை அவன் தன்னை மாற்றிய அந்த மனிதனைப் பற்றியோ, ஏன் தான் அடகுக்கடையை மூடிவிட்டேன் என்றோ யாரிடமும் சொல்லவேயில்லை.

*

ஒரு சாலை விபத்தில் அடிபட்டு விழுந்துகிடந்த பெஞ்சமினை அதற்கு முன்புவரை வாசுவிற்குத் தெரியாது. அதற்கு முன்பு இதுபோல எந்த மனிதரையும் வாசு காப்பாற்றியதே கிடையாது.

அன்று முதன்முறையாக அந்த மனிதரைக் கண்டான். ஸ்கூட்டர் ஒருபக்கம் கிடக்கக் கால் பாதம் முறிவுகொண்டு உடைந்து போய்விடவே எழுந்து கொள்ள முடியாதவராக தலையில் ரத்தம் ஒழுக பெஞ்சமின் சாலையில் விழுந்து கிடந்தார். கூட்டம் அவரை வேடிக்கை பார்த்தது. ஆனால் யாரும் உதவி செய்ய முன்வரவில்லை. அவரை ஒரு மருத்துவமனைக்கு வாசுவே கூட்டிக்கொண்டு சென்றான். அவர் தனது பேண்ட் பாக்கெட்டில் உள்ள பணத்தை எடுத்துக்கொள்ளும் படியாகச் சொன்னார். வாசு அந்தப் பணத்தை எடுத்துப் பார்த்தான். அது உடனடி சிகிச்சைக்குப் போதாது. அவரை மருத்துவமனையில் அனுமதித்துவிட்டு அவன் தனது வங்கிக்குச் சென்று பணம் எடுத்து வந்தான்.

பெஞ்சமினின் வீட்டில் போன் கிடையாது. அவனே தனது பைக்கில் சென்று அவர் மனைவியையும் ஆறு வயது மகளையும் அழைத்துக் கொண்டுவந்தான். அவர்கள் பெஞ்சமினைப் பார்த்து நிறைய அழுதார்கள். பெஞ்சமின் டயர் கம்பெனி ஒன்றில் கணக்கு எழுதுபவராக மாதம் முந்நூற்று நாற்பது ரூபாய் சம்பளத்தில் வேலை செய்து கொண்டிருந்தார். அதுவும் தற்காலிக வேலை. வாசுவே அந்த கம்பெனிக்குச் சென்று விடுப்பு சொல்லி வந்தான்.

பத்து நாள் சிகிச்சைக்குப் பிறகு பெஞ்சமின் வீட்டிற்குச் செல்ல அனுமதிக்கப்பட்டார். அவரது மருத்துவச் செலவிற்கான பணத்தைத் தான் திருப்பித் தந்துவிடுவதாக பெஞ்சமின் சொன்னார். மூன்று மாத காலம் பெஞ்சமினால் நடக்க முடியாது. அதனால் ஓய்வு எடுக்கவேண்டும் என்று மருத்துவர் சொன்னதால் அவர் வீட்டிலே இருந்தார். பெஞ்சமினின் மனைவி வயோலா அடிக்கடி வாசுவின் அலுவலகத்திற்கு போன் செய்து ஏதாவது பணம் கடனாகக் கிடைக்குமா என்று கேட்டுவாங்கிக்கொள்வாள். இதனால் வாசுவிற்கும் பெஞ்சமின் குடும்பத்திற்கும் ஒரு உறவு ஏற்பட்டது.

அவர்கள் நன்றாகச் சாப்பிடவேண்டும் என்பதற்காகவே வாசு ஞாயிற்றுக்கிழமைதோறும் கோழியும் கறியும் வாங்கிக்கொண்டு அவர்கள் வீட்டிற்குப் போய்விடுவான். அவனுக்காகச் செய்து தருவது போல அவர்களும் அதை நன்றாக சாப்பிட்டார்கள், அதன் பின்பு வயோலாவுடன் சீட்டு விளையாடுவான். சிலவேளைகளில் அவளை தேவாலயத்திற்கு தனது பைக்கில் அழைத்துப்போய் இறக்கியும் விடுவான். நான்கு மாதங்கள் ஆகியும் பெஞ்சமின் குணமாகவேயில்லை. கூடுதல் சிகிச்சையும் பணமும் தேவைப்பட்டது. அதை அவர்களால் புரட்டவே முடியவில்லை.

அவரை சிறப்பு மருத்துவமனை ஒன்றில் வைத்து வாசுவே கவனித்துக்கொண்டான்.

இரண்டு லட்ச ரூபாய்க்கும் மேலாக பெஞ்சமினுக்காக வாசு செலவழித்திருந்தான். ஒரு நாள் மதியம் அவன் பெஞ்சமின் வீட்டிற்குப் போனபோது அவர் கால் வீக்கம் காரணமாக பரிசோதிக்கப் போயிருப்பதாக வயோலா சொன்னாள். அவர்கள் இருவரும் எப்போதும்போல் சீட்டு விளையாடத் துவங்கினார்கள். ஒரு சீட்டை இறக்கும்போது சட்டென வயோலாவின் மார்புகள் அவன் கண்ணில் பட்டது. எவ்வளவு பெரிய ஸ்தனங்கள் என்று அதையே பார்த்துக் கொண்டிருந்தான். அவள் வாசுவை கவனித்தபோதும் கண்டுகொள்ளவேயில்லை.

அவன் சீட்டைப் போடுவதைப் போல அவள் விரலை மெதுவாகத் தொட்டான். அவள் சிரித்துக்கொண்டே அவனைச் செல்லமாக அடித்தாள். அவளைக் கட்டிக்கொள்ளவேண்டும் போலிருந்தது. வாசு எழுந்துகொண்டு தண்ணீர் குடிக்க உள்ளே சென்றான். திரும்பிவரும்போது வாசல்கதவு பூட்டப்பட்டிருந்தது. அவள் அருகில் வந்து வாசுவைக் கட்டிக்கொண்டு முத்தமிட்டாள்.

வாசுவும் ஆவேசத்துடன் அவளை இறுக்கிக்கொண்டு முத்தமிட்டான். திடீரென நான் ஏன் இப்படி நடந்து கொள்கிறேன் என்று அவனுக்குள் தோன்றியது. அதை உணர்ந்தபடியே கையை விலக்கும்போது அவள் 'நமக்குள் என்ன இருக்கிறது' என்றாள்.

'வேண்டாம்' என்று அவளை விலக்க முற்பட்டான்.

அவள் கட்டிக்கொண்டபடியே 'இதைப் பற்றி பெஞ்சமினே ஒரு நாள் என்னிடம் பேசினார். எனக்கும் அது சரிதான் என்று தோன்றியது. எங்களிடம் இதைத் தவிர உனக்குத் தருவதற்கு வேறு ஒன்றுமில்லை. நாம் ஒரு முறை படுத்து எழுந்துவிட்டால் போதும். செய்த உதவிக்கு ஈடு செய்தது போலாகிவிடும். பிறகு நீ விரும்பினால் இதை நாம் தொடரலாம்' என்றாள்.

வாசு அவளைத் தள்ளிவிட்டபடியே 'இதை எல்லாம் பெஞ்சமினே உன்னிடம் சொன்னாரா' என்று கேட்டான்.

அவள் தலையைச் சரிபடுத்தியபடியே கையில் காசில்லாமல் கால் ஒடிந்துபோய்க் கிடக்கும் மனிதன் எப்படி இரண்டு லட்சம் கடனை அடைக்க முடியும். இந்த நோய் அவரை எளிதில் விடாது. மீதமிருக்கும் நாட்களை நாங்கள் எப்படி ஓட்டுவது. இதைத் தவறாக நினைத்துக் கொள்ள வேண்டாம். என் உடம்பு இதற்காகவாவது பயன்படட்டும். உங்களுக்கே விருப்பமாகித்தானே

கட்டிக்கொண்டீர்கள். எனக்கு எந்தக் குற்றவுணர்ச்சியுமில்லை' என்றாள்.

வாசுவிற்குக் குமட்டிவிட்டது. நோயாளியாகிவிட்ட ஒருவன் இவ்வளவு அவமானங்களைச் சந்திக்க வேண்டியிருக்கிறதே என்று கதவைத் திறந்து கொண்டு ஓடினான். அவனால் அந்த நடுக்கத்தை மறைக்க முடியவேயில்லை. அன்று முழுவதும் நினைத்து நினைத்து வருத்தப்பட்டான். மறுநாள் காலை பெஞ்சமின் அவன் அலுவலகத்திற்கே தேடி வந்திருந்தார்.

வாசுவைத் தனியே அழைத்துக்கொண்டுபோய் கையைப் பிடித்துக் கொண்டு பேசினார்.

'வாசு நீங்கள் ஏன் அப்படி நடந்து கொண்டீர்கள். நாங்கள்தான் நிஜமாக வெட்கப்படவும் அவமானப்படவும் வேண்டும். நீங்கள் நிறைய பண உதவி செய்திருக்கிறீர்கள். அந்தப் பணத்தை என்னால் திரும்பித் தர முடியாது. இதைத் தவிர எங்களுக்கு வேறு வழிகள். தெரியவில்லை. என் மனைவி இரவெல்லாம் அழுது கொண்டிருக்கிறாள். எங்களுக்கு உதவி செய்தது உங்கள் தவறு. அப்படித்தான் சொல்வேன். நாங்கள் நடந்து கொண்டதை ஒரு மோசமான செயலாகக் கூட நீங்கள் நினைக்கக்கூடும். அது எங்கள் தவறில்லை.

உலகம் இப்படித்தான் எங்களைப் பழக்கிவைத்திருக்கிறது. இது தான் இயல்பு. ஒரு வேளை நான் இருப்பது உங்கள் குற்றவுணர்விற்கு காரணமாக இருக்கும் என்றால் என் வீட்டில் வேண்டாம். நீங்கள் விரும்பிய இடத்திற்கு என் மனைவியை அழைத்துச் செல்லுங்கள். நானே அனுப்பிவைக்கிறேன். இல்லாவிட்டால் ஒரு நாள் நீங்களும் எங்கள் மீது கோபப்படுவீர்கள். உங்களைத் தவிர எங்களுக்கு உதவி செய்ய வேறு யாரும் கிடையாது. என் மனைவி இதை விடவும் மோசமான செயல்களை பணத்திற்காகச் செய்யக்கூடும். அதுதான் உண்மை.''

வாசுவால் அதைத் தாங்கிக்கொள்ளவே முடியவில்லை. அன்றிரவே அந்த ஊரில் இருந்து கிளம்பி தனது சொந்த கிராமத்திற்குப் போய்ச் சேர்ந்துவிட்டான். புற்றுநோய் போல் இந்தச் சம்பவம் அவன் மனதை அரித்துக்கொண்டேயிருக்கிறது. அதிலிருந்து விடுபடுவதற்காக அவன் ஒவ்வொரு தேவாலயமாகப் போய் பெஞ்சமினுக்காகவும் தனது தவறுக்காகவும் பிரார்த்தனை செய்து கொண்டிருக்கிறான். தெக்கோட்டிலும் அவன் வருத்தம் தோய்ந்த கண்களுடன் நிழலைப் போலத்தான் நடந்து போய்க் கொண்டிருக்கிறான் பாருங்கள்.

*

பர்னாபாஸ் பள்ளிக்குப் போகும் வயது முழுவதும் வீட்டில் படுக்கை யிலே கிடந்தான். அந்த அறையும் படுக்கையும் வலது பக்கமிருந்த ஒரு ஜன்னலும் மட்டும்தான் உலகம். அவனது ஒரு கால் சூம்பிப்போய் வதங்கிய கீரைத்தண்டு போலிருந்தது. படுக்கையில் அவனை உட்கார வைப்பது இறக்கிவிடுவதற்குக்கூட அவன் யாரையோ சார்ந்தே இருக்கவேண்டியிருந்தது. அது அவனுக்கு மிகப்பெரிய அவமானமாக இருந்தது. மூத்திரம் போகவேண்டும் என்பதற்காக அடுத்தவரை அழைப்பதைவிட செத்துவிடலாம் என்றுகூட நினைப்பான். சாப்பிடு வதற்கோ, மருந்து எடுத்துத் தரச்சொல்வதற்கோ, ஈயை விரட்டுவதற்காகவோ வீட்டு ஆட்களைக் கூப்பிடும்போது அவன் கூச்சப்படுவதில்லை. மூத்திரம் போகவேண்டும் என்பதற்காக ஆளைக் கூப்பிடுவது தான் அவமானமாக இருக்கும். நிறைய நேரம் மூத்திரத்தை அடக்கிக் கொண்டேயிருப்பான். அது கடுத்து வலிக்கத் துவங்கும். அடிவயிறு முழுக்க நிரம்பிக்கொண்டு தோலைக் கிழித்துக் கொண்டு வெளியே வருவதுபோலிருக்கும்.

ஏன் கடவுள் மனிதனை மூத்திரம் பெய்ய வைக்கிறார் என்ற எரிச்சலாக வரும். அவனுக்கு மலம் கழிப்பதிலும் கடுமையான சிக்கல் இருந்தது. மருந்து கொடுத்துதான் மலத்தை வெளியேற்றுவார்கள். அந்த மலம் மிகுந்த நாற்றம் கொண்டதாக இருக்கும். அதனால் வீட்டில் உள்ளவர்கள் அதை கேலி செய்வார்கள். கழிப்பறை அவமானத்தின் அடையாளம் போலிருந்தது. அதை உலகின் மிகப் பெரிய அவமானமாகவும் வேதனையாகவும் நினைத்தான். அதிலும் இரவில் யாவரும் உறங்கிக்கொண்டிருக்கும்போது மூத்திரம் முட்டிக் கொண்டுவரும். 'தங்கீ. தங்கீ' என்று தன் அம்மாவைக் கூப்பிடுவாள். அவளை வீட்டில் பெயர் சொல்லிக் கூப்பிடும் ஒரே ஆள் அவன் மட்டும்தான். வேறு யாரையும் கூப்பிட மனது வராது. அம்மா சில நாட்கள் தன்னை மீறி களைப்பில் உறங்கிக் கொண்டிருப்பாள். அப்போது கடவுளைத் திட்டியபடியே பர்னாபாஸ் அழுவான்.

அவனது அழுகைச் சப்தம் எந்த உறக்கத்திலும் அம்மாவிற்குக் கேட்டு விடுகிறது. அவள் தூக்கத்தோடு 'யாராவது பர்னாவைத் தூக்கி மூத்திரம் பெய்யவிடுங்க' என்பாள். அண்ணனோ, அப்பாவோ அவனைத் தூக்கிக்கொண்டுபோய் மூத்திரம் பெய்யவிடுவார்கள். அந்தப் பதற்றத்தில் அவனால் மூத்திரம் பெய்ய முடியாது. தான் வளர்ந்து பெரியவன் ஆனாலும் இதுபோல மூத்திரம் பெய்யும்போது இதே வேதனையை அனுபவிக்க வேண்டியிருக்கும் என்பது அவனைக் கடுமையாக வாட்டியது.

அவனுக்காக வித்தோல் என்ற ஒரு மருத்துவர் வாரம் இரண்டு நாட்கள் வந்து சிகிச்சை அளித்துக்கொண்டிருந்தார். அந்த நாட்கள் முழுவதும் அவன் வீட்டில் இருந்தபடியே கடவுளைத் திட்டிக்கொண்டேயிருப் பான். எந்தப் பண்டிகையும் அவனுக்குப் பிடிக்காது. சிறுவர்கள் வெளியே விளையாடும் குரல் அவனுக்குத் தாங்க முடியாத ஆத்திரத்தைத் தந்தது. அவனது பதினாறாவது வயதில் அவன் ஒரு அறுவை சிகிச்சைக்கு அழைத்துச் செல்லப்பட்டான். அதன் மூன்று மாதங்களில் அவனால் காலை இழுத்து நடக்க முடிந்தது. இரண்டே ஆண்டுகளில் அவன் இயல்பானவன் போல தனியே நடந்து போகவும் வரவும் துவங்கி விட்டான். எப்போதாவது பலமில்லாமல் விழுந்துவிடுவது உண்டு. மற்றபடி அவனால் தனித்து நடமாட முடிந்தது.

ஆனால் அவன் தன்னை சிறுவயதில் வேதனை செய்ய வைத்த கடவுளை மன்னிக்கவேயில்லை. தான் ஒருபோதும் தேவாலயத்திற்கு போகக்கூடாது என்பதில் உறுதியாக இருந்தான். ஒரு நாள் அம்மா அவனை அழைத்து ரோகம் தீர்ந்து போனால் தான் தெக்கோடு வரை போய் மாதாவிற்குக் காணிக்கை தருவதாக வேண்டிக் கொண்டிருப்பதாகச் சொன்னாள். அவனுக்கு ஆத்திரமாக வந்தது. தான் ஒருபோதும் எந்த தேவாலயத்திற்கும் போக முடியாது என்று மறுத்துவிட்டான். அம்மா அதன் பிறகு ஒவ்வொரு சந்தர்ப்பத்திலும் அதைப்பற்றி நினைவுபடுத்துவாள். உடனே அவன் தனது பால்யவயதின் கழிப்பறையை நினைவு கொள்வான். பின்பு அம்மா முடக்குவாதத்தில் அவதிப்பட்டு இறந்துபோனாள்.

இறப்பதற்குச் சில நாட்கள் முன்பாக அவனை அருகில் அழைத்து 'தெக்கோட்டிற்கு நீ போய்வர வேண்டும் என்பது எனது ஆசை. உனது ஆசைகளைத்தான் நான் நிறைவேற்றவேயில்லை. எனது ஆசைகளில் ஒன்றையாவது நீ நிறைவேற்றக்கூடாதா. கடவுள் எல்லோருக்கும் எப்போதும் ஒன்றாக நடந்து கொள்கிறவர் இல்லை. நான் பத்து வயதிலிருந்து ஓடியாடி வேலை செய்தேன். என் கைகால்களை அவர் ஐம்பது வயதில் முடக்கிப்போட்டார். உனக்கு பதினாறு வயது வரை இதே கால்கள் முடக்கப்பட்டிருந்து சரியாகி விட்டது. அவரது விருப்பத்தினை நாம் கேள்வி கேட்கவே முடியாது' என்றாள்.

அம்மா இறந்து போன பிறகு அவன் ஒரு ஆண்டு அவள் நினைவிலே இருந்தான். ஒவ்வொரு முறையும் கழிப்பறைக்குள் போகையில் அவளது நினைவு பீறிடும். அதை மறைக்க அவன் எத்தனித்தபோதும் முடியாமல் அழுதிருக்கிறான். அதன் பிறகு இந்த ஆண்டு முதன்முறையாக தெக்கோட்டிற்கு அம்மாவின்

விருப்பதின்படி புறாக்களைக் காணிக்கையாக வாங்கிக்கொண்டு அவனும் தேவாலயத்திற்குப் போய்க்கொண்டிருந்தான். மனதில் வலியும் ஆத்திரமும் கடவுள் மீதான கோபமும் ஒன்றாகவே இருந்தது. எல்லோரும் ஒரே நோக்கத்திற்கு கடவுளைத் தேடிப் போவதில்லைதானே.

*

கரோலினாவிற்கு அடிக்கடி காய்ச்சல் வருவது அவளது பால்யத்தில் இருந்தே நடந்து கொண்டிருக்கிறது. அவள் ஒவ்வொரு முறையும் திடீரென்றுதான் காய்ச்சலில் விழுகிறாள். முந்திய நாள் சாயங்காலம் வரை அவள் சாதாரணமாக இருப்பாள். ஆனால் விடிகாலையில் காய்ச்சல் உடலெல்லாம் கொதிக்கும். இது அவள் பள்ளியில் படிக்கும்போது அடிக்கடி வந்தது. அவள் அதை நினைத்து பயந்து கொண்டேயிருப்பாள். பரீட்சை நாட்களில் காய்ச்சல் வந்துவிடக் கூடாது என்று கடவுளை வேண்டுவாள். அப்படியும் பத்தாம் வகுப்பு கணக்குப் பரீட்சை அன்று காய்ச்சல் வந்துவிடவே அவளால் அந்த ஆண்டு பரீட்சை எழுத முடியாமல் போனது அவளோடு படித்த பிள்ளைகள் மேல்வகுப்பிற்குப் போய்விட அவள் மட்டும் தனித்தேர்வு எழுத வேண்டிய சூழல் உருவானது. அவள் தன் காய்ச்சலை வெறுத்தாள். உலகில் தன்னை மட்டும் ஏன் அது தேர்வு செய்து கொண்டு இப்படி வதைக்கிறது என்று புலம்புவாள். ஒவ்வொரு முறை காய்ச்சலில் விழும்போதும் அவளை மருத்துவரிடம் அழைத்துப் போய்விட்டுத் திரும்பிவரும்போது பிளம் ரொட்டிகள் வாங்கிவருவார்கள். அது ஒன்றுதான் காய்ச்சலில் அவளுக்கு ஆறுதல். அவள் கல்லூரி முடித்து வேலைக்குப் போகும்வரை இந்த காய்ச்சல் வருவது நிற்கவேயில்லை. அவளது வீட்டாரும் கணவரும் இதற்காக எவ்வளவோ வைத்தியங்கள் செய்து பார்த்தார்கள்.

அவளுக்கு சில நேரம் நாமாக உள்ளுக்குள் காய்ச்சல் வர வேண்டும் என்று ஆசைப்படுகிறோமோ என்றுகூடத் தோன்றும். அவளுக்கு வின்சி பிறக்கும் சில நாட்களுக்கு முன்புகூட காய்ச்சல் வந்து கடந்தே போனது. வின்சி பிறந்த பிறகு அவளுக்குக் காய்ச்சல் வருவது முன்பு போல இல்லாமல் குறைந்து போனது. வின்சி வளர்வதே அவள் கண்ணிற்குத் தெரியவில்லை. அவளை சிறுவர் பள்ளியில் சேர்த்துவிட்டு திரும்பிய மறுநாள் வின்சிக்குக் காய்ச்சல் வந்து கூட்டிப் போங்கள் என்று போன் வந்தது. கரோலினா பயந்து போனாள். தன்னிடமிருந்த காய்ச்சல் தன் மகளைப் பிடித்துக்கொண்டுவிட்டதோ என்று பயந்தாள்.

அவளுக்குத் தெரிந்தவர்கள். மருத்துவர்கள் எல்லோரிடமும் தன்னுடைய காய்ச்சல் தன் மகளுக்கு எப்படி வந்து சேர்ந்தது என்று விசாரித்தாள். குழப்பமாகிப் புலம்பினாள். ஆனால் அவளால் புரிந்துகொள்ளவே முடியவில்லை.

தன்னைப் போலவே மகளும் பள்ளிவாழ்க்கை முழுவதும் காய்ச்சலில் கிடந்து அவதிப்படக் கூடாது என்ற ஆதங்கம் அவளை மீறி உண்டானது. அதே நினைவாகவே இருந்தாள். அதுவே அவளது நோயாக மாறியது. அடிக்கடி அவள் வின்சிக்குக் காய்ச்சல் அடிக்கிறதா என்று தொட்டுப் பார்ப்பாள். குளிர்ந்த பொருள் எதையும் சாப்பிட விட மாட்டாள். அறை ஜன்னல்களை மூடியே வைத்திருப்பாள். ஆனாலும் அவளை மீறி வின்சி அடிக்கடி காய்ச்சலில் விழுகிறாள். அது போதாது என்று ஆசையாக பிளம் கேக்குகள் கேட்கிறாள்.

எப்படியாவது தன் மகளை இந்தக் காய்ச்சலில் இருந்து மீட்டுவிட வேண்டும் என்று அவளைக் கூட்டிக்கொண்டு ஆண்டுதோறும் தெக்கோடு வந்து கொண்டுதானிருக்கிறாள். இங்கே வருவதற்குச் சில நாட்கள் முன்பு வின்சிக்குக் காய்ச்சல் கண்டது. இந்த முறை மாதா கருணையால் இனி உனக்குக் காய்ச்சலே வராது என்று அவளை ஆறுதல்படுத்திக் கூட்டி வந்திருக்கிறாள். நோய் ஒரு பெண்ணிடம் இருந்து அவள் மகளுக்கும் தொற்றிக்கொள்ளும் என்பது என்ன விசித்திரம். அது கரோலினாவிற்குப் புரியவேயில்லை.

*

அந்தப் பெண்ணின் பெயர் டோலரஸ். அவள் தனது கூந்தலை மாதாவிற்குச் காணிக்கையாகச் செலுத்த வந்திருக்கிறாள். டோலரஸின் கூந்தலைவிட நீண்ட கூந்தல் கொண்ட பெண் ஒருவரும் உலகில் இல்லை. ஆனால் அவள் அந்தக் கூந்தலை வெறுத்தாள். தன்னிடம் உள்ள விசேஷங்களை அவள் வெறுத்தாள். தனித்துவமாக உள்ள எந்தப் பெண்ணாக இருந்தாலும் அவள் அதிகம் துயரப்படவே நேரிடும் என்பதை அவள் உணர்ந்திருந்தாள். அவளது கேசத்தின் காரணமாக ஏற்பட்ட புகழ் ஊரில் அவளை அழகியாக்கி வைத்திருந்தது. அந்த அழகினை அவளே அதிகம் ரசித்துக் கொண்டிருந்தாள். உலகில் உள்ள எல்லாக் கண்ணாடிகளும் தனது அழகை முழுமையாகக் காட்ட முடியாமல் திணறுகின்றன என்று தோன்றியது. அவள் தன் அம்மா தங்கைகள் யாவரையும் விட தான் அழகாக இருந்ததற்குப் பெருமைப்பட்டாள். அழகோடு சுத்தமும் சேர்ந்து கொண்டுவிட்டதால் அவளை போல் அதிசயம் வேறு எதுவுமில்லை என்று அவள் அடிக்கடி தன்னை பாராட்டிக்

கொள்வாள். யாராவது அவளைப் புகழ்ந்து சொல்லும்போது கடலை பார்த்து ஒரு மனிதன் வியப்பதில் என்ன ஆச்சரியம் இருக்கிறது. என்று நினைத்துக்கொள்வாள்.

அவளது வீட்டிற்கு வரும் ஒவ்வொரு ஆளும் அவளைப் பற்றிப் பேசாமல் இருந்ததேயில்லை. அவளின் அப்பா மிகவும் பயந்திருந்தார். அதிக அழகு ஆபத்தானது என்று அம்மா புலம்பினாள். டோலரஸ் அழகாக இருந்ததோடு அதை வெளிக் காட்டவும் முயன்றாள். இதற்காக அவள் வீட்டின் பால்கனியில் வந்து மாலையில் நின்றபடியே வீதியை வேடிக்கை பார்ப்பாள். அவளைக் காதலிக்க வீதியில் நிறைய பையன்கள் இருந்தார்கள். அவளுக்குத் தன்னைவிட அழகான பையன்களைக் காணவே முடியாது என்று உறுதியாக நம்பினாள். அவளின் அப்பா அவளை ஒரு அச்சக உரிமையாளருக்குக் கட்டிக் கொடுத்தார். அவன் லண்டனில் போய்ப் படித்து வந்திருந்தான். அவனது வீடு பெரியது. நாற்பது வேலையாட்கள் இருந்தார்கள். கண்ணாடிக் குவளையைக் கையாளுவதைப் போல அவளைத் தொடுவதற்கே அவன் தயங்குவான்.

அந்த வீட்டில் அவள்தான் ராணி. வேலையாட்கள், சமையற்காரர்கள், பணம், கார்கள், வசதி அத்தனையும் இருந்த போதும் அவளை ஏதோவொன்று வாட்டியது. அவள் அதை நினைத்து அழுவாள். அவள் அழுவதைக் கண்டால் அவன் பயந்து போய்விடுவான். அவளை எப்படிச் சமாதானப்படுத்துவது என்று அவனுக்குத் தெரியாது. அவளுக்கு உடைகள், நகைகள், ஆடம்பரம் எதுவும் பிடிக்காமல் போனது. அவள் தன் வீட்டில் புறவெளியில் உள்ள செடிகளைப் பார்த்துக்கொண்டேயிருப்பாள். அதில் ஒரு ஆச்சரியமான விஷயமும் இல்லை. ஆனால் அவை சந்தோஷமாக இருக்கின்றன என்பதை உணர்ந்தாள். அவ்வளவு ஏன், அவளுக்குப் பின்னால் திருமணமான அவள் தங்கை இப்போது கர்ப்பமாகியிருக்கிறாள் என்பது அவளுக்கு பொறாமையாக இருந்தது. அவள் பெயர் தெரியாத நோய் ஒன்றினால் பீடிக்கப்பட்டாள். அந்த நோய்க்கு எவரையும் பிடிப்பதேயில்லை. கோபமும் இயலாமையும் ஒன்று சேர்ந்து உருவானது போலிருந்தது.

அவள் எதற்கோ ஏங்கினாள். தன் அழகினைத் தவிர தன்னிடம் எதுவுமில்லை என்பதைப் போலவே உணர்ந்தாள். அதை அவளால் விட்டுவிலகவே முடியவில்லை. அவளது குணமாற்றம் காரணமாக அவளது வீடும் உறவும் சீர்குலையத் துவங்கியது. கணவனைத்

திட்டுவதோடு அவன் அசிங்கமாயிருக்கிறான் என்று ஏளனமும் செய்ய ஆரம்பித்தாள். அவளை யாரும் குறை சொல்லவேயில்லை. அவள் திடீரெனத் தன்னைத் தீர்க்கமுடியாத நோய் பற்றியிருக்கிறது என்று நம்ப ஆரம்பித்தாள். அந்த நோய் தன்னிடமிருந்த அழகைக் கொண்டுபோய்விடும் என்று புலம்பினாள். இதற்காக அதிக எச்சரிக்கையோடு நடந்து கொள்ள ஆரம்பித்தாள். குடிநீரில் துவங்கி உணவுவரை அத்தனையும் கண்டு பயந்தாள்.

முடிவில் ஒரு நாள் அவள் பயந்தது போலவே உடலில் மாற்றங்கள் உருவாக ஆரம்பித்தது. அவள் அழுதாள். தான் ஏன் அழகியாக இருந்து தன்னை இப்படி ஆக்கிக்கொண்டேன் என்று அழுதாள். அவள் கோபத்தைப் போலவே அழுகையையும் யாருமே கேட்டுக் கொள்ளவில்லை. ஒரு மனநல மருத்துவரைச் சந்தித்து சிகிச்சை எடுத்தாள். அவர் 'உனது தனிமையும் அழகைப் பற்றிய எண்ணமும் தான் உனது நோய்' என்றார். அதிலிருந்து அவளால் விடுபடவே முடியவில்லை. ஆனால் திடீரென அவள் தன் அழகை அழித்துக் கொள்ள முற்படுவாள். பிறகு அதற்காக நிறைய வருந்துவாள். அப்பேர்ப்பட்ட அழகி தெக்கோட்டில் தனது சிகையை மொட்டையடித்துக்கொண்டு எப்படியாவது தனிமையில் இருந்து மீண்டுவிட வந்திருந்தாள். தனிமை என்பது நாமே உருவாக்கிக் கொள்வது. அது நம்மைப்பற்றிய பயத்திலிருந்துதான் உருவாகிறது என்பதை அறியாமல் அவள் மிக அழகாக, தன் மீது தூசிபடாதபடி நடந்து போய்க்கொண்டிருக்கிறாள்.

*

தியோடர் மத்திய சிறைச்சாலையின் காவலாளியாக வேலை செய்து கொண்டிருந்தான். அவன் ஒரு அரசுப் பணியில் சேர விரும்பினான். அது சிறைத்துறையாக இருக்கும் என்று நினைக்கவேயில்லை. ஆரம்பத்தில் அந்த வேலையை அவன் வெறுத்தான். குற்றவாளிகளைக் கண்காணிப்பதும், அவர்களுக்குத் தேவையான உதவிகள் செய்து தருவதும் ஒரு வேலையா என்று ஆத்திரமாக வந்தது. அவன் குற்றவாளிகள் அத்தனை பேரையும் தவறானவர்களாகவே நினைத்துக் கொண்டிருந்தான். எப்போதாவது ஒரு கைதி அவனைப் பெயர் சொல்லிக் கூப்பிடும்போது அடிக்கக் கையை ஓங்குவான். அவர்களது சிறைச்சாலையில் மூன்று வார்டுகள் இருந்தன, அதில் பெண்கள் வார்டில் குறைவான கைதிகளே இருந்தார்கள். அரசியல் வார்டில் போராட்டக் கைதிகள் எப்போதாவது வருவதுண்டு. மற்றபடி மிச்சக் கைதிகளில் பெரும்பான்மையினர் கொலையாளிகள். மோசடிப் பேர்வழிகள்.

அவன் அவர்களோடு பேசுவதற்குக்கூட எரிச்சல்படுவான். அதிலும் ஏதாவது கைதி நோய்மையுற்றால் அப்படியே செத்துப் போய்விடட்டும் என்று விட்டுவிடச் சொல்லுவான். சிலவேளைகளில் அவனோடு வேலை செய்பவர்கள் ஏன் குற்றம் நடக்கிறது என்று பேசிக் கொள்வார்கள். பெரும்பான்மை குற்றம் காமத்தினால்தான் நடக்கிறது என்பார்கள். தியோடர், இல்லை, பெரும்பான்மை குற்றங்கள் பயத்தால் தான் நடக்கிறது. அந்த பயம் நிஜமானதாகவோ கற்பனையாகவோ இருக்கக் கூடும். எவன் தனது பயத்தை ஒத்துக்கொள்ள மறுக்கிறானோ அப்போது குற்றம் களையப்படுகிறது என்றான். அவனது சிறைச்சாலையில் சில தூக்குத்தண்டனை கைதிகள் இருந்தார்கள். அவர்கள் சாவைப் பற்றி ஒருபோதும் பயப்படுவதேயில்லை. சிறையில் உள்ளவர்கள் தங்களது கடந்தகாலத்தைப் பற்றி அதிகம் பேசிக்கொள்வதேயில்லை. கைதிகளைப் பார்ப்பதற்கு அதிகம் பெண்கள்தான் வருகிறார்கள் என்பதைத் தனது அனுபவத்தில் தியோடர் அறிந்திருந்தான்.

அவனது சிறைக்கூடத்தில் லாசர் என்ற ஒரு தூக்குத் தண்டனை கைதி இருந்தான். அவன் சிறையில் கூலியாகக் கிடைத்த பணத்தில் பறவைகளுக்குத் தானியங்கள் வாங்கிப் போடுவான். அதைத் தடுப்பதற்கு எந்தச் சிறைவிதியும் இல்லை. ஆகவே அதை அனுமதித்தார்கள். அவன் தன் மனைவியைக் கொன்றுவிட்டு சிறைவாசம் அனுபவிப்பதாகச் சொன்னார்கள். இவ்வளவு நல்ல மனிதனுக்குள்ளும் ஏன் தீய குணம் இருக்கிறது என்று தியோடர் யோசிப்பான்.

ஒரு நாள் அந்தத் தூக்குத்தண்டனை கைதி தியோடரிடம், "நோயை மறைத்துக்கொண்டு வாழ்வதைப் போல பெரிய தண்டனை எதுவும் கிடையாது. நான் அப்படியொரு சம்பவத்தால்தான் கொலையாளி ஆனேன்" என்றான்.

தியோடரால் நம்பவே முடியவில்லை. "நோய்க்கும் கொலைக்கும் என்ன சம்பந்தமிருக்கிறது" என்று கேட்டான். அவன் தனது கதையைச் சொல்லத் துவங்கினான்.

அவன் மனைவியின் பெயர் லிசி என்றும் அவளை மிகவும் காதலித்ததாகவும் யாருக்கும் தெரியாமல் வீட்டை விட்டு அழைத்துப் போய் கொடைக்கானல் மலையின் சிறிய கிராமத்தில் தங்க வைத்து வாழ்ந்து கொண்டிருந்ததாகவும் நான்கு வருடங்கள் அவளை உருகி உருகிக் காதலித்ததாகவும் அவளைப் போல அன்பான பெண்ணைக் காண்பது அரிது' என்றும் சொன்னான்.

'பிறகு ஏன் கொலை செய்தாய்' என்று கேட்டான் தியோடர்.

லாசரின் மனைவியைத் தேடி அவன் இல்லாத நேரம் ஒரு ஆண் வருவதாகவும் அவர்கள் ஒன்றாக வெளியே போய்வருவதாகவும் அறிந்து கொதிப்படைந்து போனான். அந்த ஆளை ஒரு இரவு தன் வீட்டிலிருந்து வெளியேறி வரும்போது மடக்கிக் கத்தியால் குத்தியிருக்கிறான். அதே வேகத்தில் போய் மனைவியைக் கொலை செய்துவிட்டான். ஏன் தனக்கு அவள் துரோகம் செய்தாள் என்று மட்டும் அவனுக்குப் புரியவேயில்லை என்று கோபப்பட்டிருக்கிறான்.

அந்த கொலை நடந்த மறுநாள் பெண்ணின் தந்தை அவனைத் தேடி வந்து தன் மகளைத் தேடிவந்தவன் அவளின் சொந்தச் சகோதரன். அவனுக்குத் தொழுநோய் என்பதால் அதை நாங்கள் மறைத்தே வைத்திருந்தோம். அவன் தனியே ஒரு காப்பகத்தில் வாழ்ந்து கொண்டிருந்தான். எங்கே அந்த உண்மை தெரிந்தால் திருமணமாகாத மற்றப் பெண்களின் வாழ்க்கை பாழாகிவிடுமோ என்று நான் தான் நோயை ஒளித்து வைத்தேன். அதுவே அவனைப் பழிவாங்கிவிட்டது என்று அழுதிருக்கிறார்.

லிசியின் அண்ணன் தொழுநோயால் கடுமையாக அவதிப் பட்டிருக்கிறான். அதனால் தனது சிகிட்சைக்காக ரகசியமாக என் மனைவியிடம் வந்து பணம் வாங்கிப் போயிருக்கிறான். ஒரு வேளை தன் அண்ணன் தொழுநோயாளி என்று சொன்னால் நான் அவளை வெறுத்துவிடுவேனோ என்றுகூட லிசி அதை ஒளித்திருக்கக்கூடும். நான் முட்டா ளைப் போல எனது கற்பனையான பயத்தால் தவறாக நடந்து கொண்டேன். என் மனைவியை இழப்பதற்கு காரணம் இதுதான். உன்னால் முடியுமானால் எனக்கு ஒரு உதவி செய். எங்கெல்லாம் மனிதர்கள் கூடுகிறார்களோ அங்கே எல்லாம் சென்று எந்த நோயையும் மனிதன் மறைக்க வேண்டியதில்லை என்பதை உலகிற்குப் புரியும்படியாக எடுத்துச் சொல். இதை நீயோ அல்லது உனக்கு வேண்டியவர்களோ செய்வீர்களானால் அதற்காக நான் சம்பாதித்து வைத்த பணம் முழுவதையும் தருகிறேன் என்று சொன்னான்.

லாசர் தூக்கிலிடப்பட்டு ஆறு வருடங்கள் ஆகிவிட்டன. ஆனால் வருடந்தோறும் இதுபோல் மக்கள் கூடுமிடங்களுக்குச் சென்று நோட்டீஸ் அடித்துத் தந்தும், மைக்கில் பேசியும் அதை ஒரு கடமையாக தியோடர் செய்து வருகிறான். இன்றைக்கும் தெக்கோட்டிற்கு அதற்குத்தான் வந்திருக்கிறான். அதோ தொழுநோய் என்பது தொற்று நோயில்லை என்று முழங்கியபடியே அவன்

மாதா கோவில் மைதானத்தை நோக்கி நடந்து கொண்டிருக்கும் குரல் உங்களுக்குக் கேட்கிறதா.

*

இதுபோல தற்கொலையில் பிழைத்தவர்கள், மனச்சோர்வு கொண்ட வர்கள், நுரையீரல் கெட்டவர்கள், வயிற்று நோவுக்காரர்கள், குருதிக்கசிவு கொண்டவர்கள், எலும்புவாதம் தாக்கியவர்கள், வெடிப்பு அக்கி வந்தவர்கள். முரடுகட்டிப்போன தசைத்தொல்லைக்காரர்கள். சிறுநீரக அழற்சி, வளைந்த பாதக் கோளாறு என்று எண்ணிக்கையற்ற நோயாளிகள் தெக்கோட்டிற்கு வந்து சேர்ந்திருந்தார்கள். அவர்கள் ஒவ்வொருவரும் ஒரு கதையை தங்களோடு தூக்கிச் சுமந்துகொண்டு திருவிழாவில் யாரிடமாவது அதைச் சேர்த்துவிட்டால் முழுமையான மனசாந்தி அடையலாம் என்று அலைந்து கொண்டிருந்தார்கள்.

அத்யாயம்
23

1982

முதல்நாள் திருவிழா

செல்வி கூட்டத்திற்குள் அலைந்து கொண்டிருந்தாள். எதைப் பார்ப்பது. எதை விடுவது என்று தெரியாதபடி திருவிழாவெங்கும் ஆரவாரமும் வேடிக்கைகளும் நிரம்பியிருந்தன. அவள் ஒரு கூட்டத்தின் ஊடாக நுழைந்து எட்டிப்பார்த்தாள்.

சுருள் முடி கொண்ட ஒரு ஆள் தகர டப்பா ஒன்றை ஒரு மர ஸ்டூலில் வைத்தபடியே தான் போடும் குசுவால் அந்த டப்பா பறந்து போகப் போகிறது. யாவரும் கைதட்டுங்கள் என்று கத்தினான். அதைக்கேட்டு சிறுவர்கள் ஆரவாரம் செய்தார்கள். வேடிக்கை பார்த்துக்கொண்டிருந்த பெண்கள் சிரிப்பை உதட்டிற்குள்ளாகவே ஒளித்துக்கொண்டு பார்த்தார்கள். சுருள்முடி கொண்டவன் சிறுவர்கள் அருகில் போய் நின்று சிறிய குசு ஒன்றை விட்டு இந்தா பிடிச்சிக்கோ. இந்தா பிடிச்சிக்கோ' என்று வளைய வந்தபடியே இருந்தான். அவனது குசு சப்தமும் நாற்றமும் தாங்கமுடியாமல் சிறுவர்கள் மூக்கைப் பிடித்துக்கொண்டார்கள். முடிவில் அவன் பலமான குசு ஒன்றினை புர்ரென விட்டான். அதில் மர ஸ்டூலில் இருந்த தகர டப்பா பறந்து காற்றில் போனது. துர்நாற்றம் தாங்கமுடியவில்லை. அவன் சிரித்தபடியே இந்தக் குசுவுக்கே பயந்துட்டீங்களே. அடுத்த குசு யானையைத் தூக்கி எறியப்போகுது

என்றான். கூட்டம் சிரித்துக் கைதட்டியது. செல்வி நாற்றம் பொறுக்க முடியாமல் அங்கிருந்து எழுந்து ஓடினாள்.

மரச் சிலுவைகளை ஏந்திக்கொண்டு நோயாளிகளின் கூட்டம் ஒன்று நடந்து வந்து சேர்ந்திருந்தது. சிலர் கைகால்கள் போன்ற மண் உருவங்களைச் செய்து எடுத்துக்கொண்டு வந்து கோவிலின் முன்பாக உள்ள திடலில் செலுத்திவிட்டு மாதாவை வணங்கிய படியே தனது ரோகம் தீர வேண்டிக்கொண்டிருந்தார்கள் கோவில் மணியோசையும், ஊசிக்கிணற்றுக்குக் குளிக்கப் போகும் ரோகிகளின் தள்ளுமுள்ளும் பலத்த சப்தமாயிருந்தன. ஒரு நோயாளி மாதாவின் உருவத்தைக் கொண்ட சிறிய அட்டையைக் கையில் வைத்து தன்னை எப்படியாவது நோவிலிருந்து மீட்டுவிடுமாறு கெஞ்சிக் கேட்டுக்கொண்டிருந்தான்.

மூன்று நோயாளிகள் பகலிலும் மெழுகுவர்த்திகள் கொளுத்திக் கொண்டு அது காற்றில் அணைந்துவிடாமல் காத்தபடியே தேவாலயத்தை நோக்கி நடந்துகொண்டிருந்தார்கள். சலோனி என்ற மருத்து வரும் அவரது செவிலியர்களும் நோயாளிகளுக்கு ஓடியாடி மருத்துவம் செய்துகொண்டும் தேவைப்படும் சிலருக்கு துணியால் புண்களைத் துடைத்தும் கட்டுப்போட்டபடியுமிருந்தனர்.

இவ்வளவு நோயாளிகளை ஒன்றுசேர பார்ப்பது பயமாக இருக்கிறது என்று ஒரு ரோகி தலை நிமிராமல் உட்கார்ந்திருந்தான். அவன் அருகில் உட்கார்ந்திருந்த மற்றவன் தான் நோயை மறந்து இரண்டு நாட்கள் ஆடிப்பாடி சந்தோஷமாக இருக்கப் போவதாகக் கத்தியபடியே ஒருவேளை தான் இங்கேயே செத்துப்போனால்கூட சொர்க்கத்திற்குத்தான் செல்வேன் என்றான்.

அப்போது ஒரு நோயாளியை பச்சை நிறத் திரைச்சீலையைத் தடுப்புப் போலச் செய்து அழைத்துப்போவது தெரிந்தது. அவனைப் பார்த்தாலே நோய் தொற்றிவிடும் என்ற பயம்தான் காரணம் என்றார்கள். தலையில் கட்டிகள் வந்துள்ள ஒரு நோயாளி தெக்கோட்டின் மண்ணை வாரி வாரி அள்ளி தலையில் போட்டபடியே மரியே வாழ்க என்று சொல்லிக்கொண்டிருந்தான். பற்களே இல்லாத ஒரு மனிதன் அந்தக் கூட்டத்தில் இருந்தான். அவன் தனக்குப் பதினைந்து வயதில் பற்கள் உதிர்ந்துபோய்விட்டதாகவும் பின் முளைக்கவும் இல்லை என்று, ஒரு காகிதத்தில் எழுதிக் கையில் பிடித்தபடியே நின்றிருந்தான். செல்வி நிஜமாகவே அந்த ஆளிற்குப் பல் இல்லையா என்று உற்று பார்த்தபடியே இருந்தாள்.

முதல்நாள் திருவிழாவில் பலிச்சடங்குகள் முடித்து அறிவிப்புச் செய்ய வந்தபோது எதிர்பார்த்ததைவிட அதிக காணிக்கைப்

பொருட்கள் வந்து சேர்ந்திருப்பதைக் கண்டு பங்குத் தந்தை சந்தோஷம் கொண்டார். ரப்பர் முதலாளி என்று அழைக்கப்படும் எபினேசர் தங்கத்தால் சிலுவை செய்து அதை மாதாவிற்குக் காணிக்கை செலுத்தியிருந்தார். அது தவிர அரைக்கிலோ வெள்ளியிலான செங்கோல் ஒன்றும் யாரோ ஒருவரால் சமர்ப்பணம் செய்யப்பட்டிருந்தது. இத்தோடு விசித்திரமானதாக ஒரு கருங்குரங்கும் ஊதாநிறக் கிளிகள் இரண்டும் காணிக்கையாக அளிக்கப்பட்டிருந்தன.

நெற்றி, கைகள், கால்கள், வயிறு, முதுகு என உடல் எல்லாம் சிலுவைகளைப் பச்சை குத்தியிருந்த ஒருவனை கூட்டமே வேடிக்கை பார்த்துக் கொண்டிருந்தது. அவன் உள்ளங்கையில் கூட ஒரு சிலுவை பச்சை குத்தப்பட்டிருந்தது. இன்னொருவன் கருவேல முள் கிரீடம் அணிந்தபடியே வந்து கொண்டிருந்தான். மூன்று கண்ணுள்ள ஒரு சிறுவன் தான் மாதா அற்புதத்தின் சாட்சி என்று துணியில் தன் மீது எழுதியபடியே ஒரு பலகையின் மீது உட்கார்ந்திருந்தான்.

ஒரு சுருக்கம் விழுந்து ஒடுங்கிய வயதான ஆளை முதுகில் தூக்கிச் சுமந்தபடியே வந்து கொண்டிருந்தான் ஒரு இளைஞன். அந்த வயசாளியின் தாடி நரைத்துப் போய் கோரை போலிருந்தது. அவரது கால்கள் சூம்பியிருந்தன. கைகளை அவர் வௌவால் பற்றியிருப்பதைப் போலப் பிடித்திருந்தார். அவர் கண்கள் புகை மூட்டத்தின் ஊடே காண்பதுபோல் மாதா கோவிலைப் பார்த்துக்கொண்டிருந்தன. அவரைத் தூக்கிவந்த இளைஞன் மிக மெதுவாக நடந்து கொண்டிருந்தான்.

செம்பட்டை மயிர்களைக் கொண்ட பிச்சைக்காரர்கள் கடந்து செல்பவர்களின் பாதங்களைப் பிடித்துக்கொண்டு தங்கள் மீது படிந்திருக்கும் புழுதியையும் புண்ணில் வழியும் குருதியும் காட்டி பிச்சை கேட்டனர். ஏராளமான காகங்கள் தெக்கோட்டில் காணப்பட்டன. நீண்ட தாடியுள்ள ஒல்லியான நெட்டை மனிதன் ஒரு முயலைக் கையில் பிடித்தபடியே கத்திக்கொண்டிருந்தான். கழுகு போலக் கண்கள் கொண்ட ஒருவன் போகின்ற வருகின்றவர்கள் கையில் எடுத்துச் செல்லும் பொருள்களையே வெறித்துப் பார்த்துக் கொண்டிருந்தான். சில நோயாளிகள் அசதி தாங்கமுடியாமல் வீதியில் படுத்து உறங்கினார்கள்.

ஒரு மரத்தடியில் நாலைந்து நோயாளிகள் ஒன்று கூடி சோற்றை இறைத்து சாப்பிட்டுக்கொண்டிருந்தனர். சாட்டை ஒன்றைக் கையில் வைத்துத் தன்னைத் தானே அடித்தபடியே வந்த

ஒருவன் உடலெல்லாம் ரத்தம் கசிந்தபோதும் தனது வலியைக் காட்டிக்கொள்ளாமல் சென்றுகொண்டிருந்தான். சிவப்பு ரிப்பன் அணிந்த ஒரு சிறுமி கையில் ஊதலை வைத்து ஊதியபடியே அங்குமிங்கும் ஓடிக்கொண்டிருந்தாள். ஒரு மாட்டுவண்டி அச்சு முறிந்து தெருவோரம் நின்றிருந்தது. அதன் அடியில் ஒரு குடும்பம் படுத்துக் கிடந்தது. தெருநாய் ஒன்று காலையில் இருந்து வேண்டியதைச் சாப்பிட்ட அலுப்பில் தூக்கி எறியப்படும் உணவை முகர்ந்து பார்த்துவிட்டு சாப்பிட மனதில்லாமல் சென்றுகொண்டிருந்தது.

ஆரஞ்சு வண்ண உடை அணிந்த தேவாலயப் பணியாளர்களில் ஒருவன் ஆடையில்லாமல் அலைந்துகொண்டிருக்கும் ஒரு வயதான பெண்ணைத் துரத்தித் துணியை அவள் மீது போர்த்திவிட முயன்று கொண்டிருந்தான். ஒரு தலைக்கிறுக்கு முற்றியவன் தனது பற்களை தானே கடித்தபடியே முட்டுச்சுவர் ஒன்றினை வெறித்துப் பார்த்தபடியே உட்கார்ந்திருந்தான். தனது கழிந்துபோன தலைமயிர்களை ஒரு துணியில் இட்டுக் கொண்டு வந்திருந்த பருத்த உடல் கொண்ட பெண் அந்த மயிர்களை ஆசையோடு தடவியபடியே பூமியில் யாரும் அறியாமல்புதைத்து வைப்பதற்காகக் குழி தோண்டிக்கொண்டிருந்தாள்.

ஜெபமாலை ஒன்று உருட்டியபடியே ஒரு முடவாதக்காரன் கண்களை மூடி, காலையில் இருந்தே ஜெபித்துக்கொண்டிருந்தான். குட்டிக்கரணம் போட்டபடியே தேவாலயத்திற்குச் செல்லும் ஒரு பிச்சைக்காரனையும் மக்கள் எதிரில் கண்டார்கள். வார் அகன்ற செருப்பை அணிந்து கொண்டு ஒரு பருத்த தொப்பைக்காரன் நடக்க முடியாமல் பெரு மூச்சிட்டபடியே வியர்வை வழியச் சென்றுகொண்டிருந்தான். அவனது செருப்பு சப்தம் விசித்திரமான ஓசையாகக் கேட்டது. ஒரு இடத்தில் மாட்டு கொம்பைக் கையில் வைத்தபடியே முதுகில் உள்ள வீக்கத்தைத் தனது கொம்பின் வழியே உறிஞ்சி எடுத்து வைத்தியம் செய்துவிட முடியும் என்று கத்திக்கொண்டு போனான்.

கால் ஆணி கண்ட ஒருவன் அரைப்பிளேடு ஒன்றால் அதை நறுக்கியபடியே வழியும் ரத்தத்தைத் துடைத்து எறிந்தான். அவனோடு வந்திருந்த பெண் இலந்தைப்பழங்களை வாங்கிவந்து சாப்பிட்டுக் கொண்டிருந்தாள். வயிற்றில் நாலைந்து கயிறுகள் போட்டு வயிற்றை இறுக்கிக் கட்டிக்கொண்டு ஒருவன் நின்றிருந்தான். அவனது காலில் பெரிய சூட்டுத் தழும்பு இருந்தது.

நீர்தெளிப்பானை வைத்து ஒரு சிறுவன் போகின்ற வருகின்ற வர்களின் மீது தண்ணீர் தெளித்துக்கொண்டிருந்தான். பகல் நேரத்து ஆகாசம் அன்று மூட்டமாகவே இருந்தது. மேகங்கள் உலர்ந்து போய் திட்டுத் திட்டாய்ச் சிதறிக்கிடந்தது. ரோகிகளுக்கான உணவுக்கூடத்தின் பின்புள்ள சமையற்புரையில் பெரிய அண்டா ஒன்றில் கஞ்சி கொதித்துக்கொண்டிருந்தது. இன்னொரு அடுப்பில் இஞ்சியும் மாங்காயும் நறுக்கிப்போட்டு ஊறுகாய் செய்து கொண்டிருந்தான் ஒருவன்.

கன்னியர் மடத்திலிருந்து நாற்பது பெண்கள் ஒன்றுபோல வெண் உடையணிந்து ரட்சிப்பின் பாடலைப் பாடியபடியே தேவாலயத்தை நோக்கி நடந்துபோனார்கள். அச்சுக்கூடமும், கைத்தொழில் கூடமும் பத்து நாட்களுக்கு விடுமுறை என்பதால் அந்தத் தொழிலாளர்கள் ஆங்காங்கே மக்களுடன் சேர்ந்து வேடிக்கை நிகழ்ச்சிகளைப் பார்த்துக் கொண்டிருந்தனர்.

ஒரு திடத்தில் ஆட்டுக்கிடாக்களை ஒன்றோடு ஒன்று மோதவிட்டு சண்டையிடும் நிகழ்ச்சி நடந்துகொண்டிருந்தது. திம்மக்குண்டு கிடா ஒன்று காற்றில் பாய்ந்து வந்து மோதிக்கொண்டிருந்தது. அதன் கொம்புகள் வளைந்து திருகியிருந்தன. அந்தக் கிடாக்கள் கொம்புகள் முட்டிக் கொள்ளும் சப்தம் விநோதமாயிருந்தது. அடிபட்ட கிடா மூர்க்கம் கொண்டு புழுதியைக் கிளப்பியபடியே பாயத் துவங்கியது. திம்மங்குண்டுக்கிடாவோ போக்கு காட்டிய படியே சுற்றிவிட்டு சட்டென ஆவேசமாகி முட்டியது. அதை வளர்த்தவன் வாயில் வெற்றிலை மென்றபடியே சலனமில்லாமல் தன்கிடாவைப் பார்த்துக் கொண்டிருந்தான். அதை வெல்வதற்காக மட்டுமே பழக்கியிருக்கிறான் என்பது அதன் பாய்ச்சலிலே தெரிந்தது. வெற்றிபெற்ற ஆட்டுக்கிடாவை நைசாக தன் கையால் தொட்டுப்பார்த்தாள் செல்வி. அது தலையைச் சிலுப்பியது. ஆட்டுக்காரன் செல்வியிடம் “ஆட்டைத் தொடாம் பாரும்மா” என்று மிரட்டினான். தன்னைப் பரிகசித்த நோயாளி ஒருவனை மற்றநோயாளி ஆத்திரத்துடன் தள்ளிவிட்டு மேலே ஏறி உட்கார்ந்து முகத்தில் குத்திக் கொண்டிருந்தான். உடலுக்குப் பொருந்தாத அங்கி ஒன்றை அணிந்தபடியே ஒரு பிச்சைக்காரன் அவர்கள் இருவர் சண்டையும் பார்த்து கைதட்டிச் சிரித்துக் கொண்டிருந்தான்.

இன்னொரு இடத்தில் ஒரு முரட்டுமீசை கொண்ட ஆள் உட்கார்ந்து ஆணிகளைத் தின்னும் போட்டியில் ஈடுபட்டிருந்தான். அவன் முன்னே ஒரு மரப்பெட்டி நிறைய ஆணிகள் இருந்தன. ஒரு ரூபாய் பந்தயம் கட்டினால் அவன் இரண்டு ஆணிகளை

நம் கண்முன்னே மிட்டாய் தின்பதைப் போல ருசித்துத் தின்று காட்டுவான் என்று அறிவிப்பு வந்தபடியே இருந்தது. அவன் இரும்பு ஆணிகளை இப்படிச் சுவையாகத் தின்பதை வியப்போடு ஆட்கள் பார்த்தபடியிருந்தார்கள். அவனைப் போலவே செல்வி வெறும் வாயில் ஆணி மெல்வது போலவே செய்தாள்.

எங்கிருந்தோ உப்புக் குள்ளர்கள் என்ற நான்கு குள்ள ஜோடிகள் வந்திருந்தார்கள். அவர்கள் தண்ணீருக்குள் தங்களால் எவ்வளவு நேரம் வேண்டுமானாலும் மூழ்கியிருக்க முடியும் என்று சொல்லி கண்முன்னே தண்ணீர்த் தொட்டி ஒன்றிற்குள் இறங்கிக்கொண்டு உள்ளேயே மூச்சடக்கி உட்கார்ந்து கொண்டார்கள். எப்போது வெளியே எழுந்து வருவார்கள் என்று தெரியாமல் தண்ணீருக்குள் எட்டி எட்டிப் பார்த்தபடி இருந்தது கூட்டம், செல்வியால் எட்டிப் பார்க்க முடியவில்லை. அவள் விரலால் எக்கி நின்று பார்த்தாள். உப்புக் குள்ளனின் தலை மட்டும் தண்ணீருக்குள் தெரிந்தது.

அவர்கள் அருகில் அரிசியில் பெயர் எழுதித் தரும் ஒருவன் உட்கார்ந்தபடியே ஐம்பது பைசாவிற்கு அரிசியில் பெயர்களை எழுதித் தந்து அதை லென்ஸ் வைத்துப் பார்க்கும்படியாகச் செய்தான். இன்னொருவன் அதே இடத்தில் அமர்ந்தபடியே கையில் ஒரு கயிற்றை வைத்திருந்தான். அக்கயிற்றை அவன் விதவிதமாக முடிச்சுப் போட்டு அந்த முடிச்சை யாராவது அவிழ்த்துவிட்டால் தான் நூறு ரூபாய் பணம் தருவதாகவும் தோற்றுப்போய்விட்டால் அவர்கள் ஒரு ரூபாய் தந்தால் போதும் என்றான். அவன் கயிற்றில் போட்ட முடிச்சை ஒருவரும் அவிழ்க்க முடியவேயில்லை.

இவர்களைத் தாண்டிய கிழக்கு வீதியொன்றில் ஒருவன் இரண்டு பேசும் மண்டையோடுகளை வைத்தபடியே உட்கார்ந்திருந்தான். அந்த மண்டையோடுகள் நாம் கேட்டதற்கு வாயைத் திறந்து பதில் சொல்லின. அவன் பறந்து போ என்று சொன்னதும் அவை காற்றில் பறந்து வட்டமடித்து விட்டுத் திரும்பி வந்தன. அதே இடத்தில் தண்ணீரில் ஓவியம் வரையும் ஒருவனும் உட்கார்ந்து இருந்தான். அவன் ஒரு வாய் அகன்ற தாம்பளம் ஒன்றில் தண்ணீரை நிரப்பி அதில் மெல்லிய உமியால் இயற்கைக் காட்சியைப் படம் வரைந்து கொண்டிருந்தான். அந்தத் தண்ணீர் ஓவியத்தைக் காண்பதற்காக ஆட்கள் நிரம்பியிருந்தார்கள்.

அந்த இடத்தின் தென்பக்கம் ஒரு வேடிக்கை நிகழ்ச்சி நடந்து கொண்டிருந்தது. அங்கே ஒரு மர நாற்காலி போடப்பட்டிருந்தது. அதில் யார் உட்கார முயன்றாலும் அவர்களை அது தூக்கி எறிந்தது.

ஒருவராலும் அந்த நாற்காலியில் உட்காரவே முடியவில்லை. யாரும் பின்னாடியிருந்து பிடித்துத் தள்ளாமல் நாற்காலியே எப்படி உட்கார அனுமதிக்கிறது என்ற வியப்போடு பலரும் அதை வேடிக்கை பார்த்தபடியே இருந்தனர். அந்த நிகழ்ச்சியின் அருகாமையிலே ரப்பர் போல உடலை வளைத்துத் திருகி சிறிய இரும்பு வளையத்திற்குள் தன்னை நுழைத்துக்கொண்டு வேடிக்கை காட்டினாள் ஒரு பெண். அவளோடு கூட இருந்த கோமாளி பெண்குரலில் அழகாகப் பாட்டுப் பாடினான்.

அவனுக்கு அருகில் தன் மீசையால் சைக்கிளைத் தூக்கிக் காட்டும் பயில்வான் ஒருவர் தனது முழுப்பலத்தையும் காட்டி வித்தை செய்துகொண்டிருந்தார். அவரது மீசை பெரியதாக வளர்ந்து இடுப்பு அளவு தொங்கிக்கொண்டிருந்தது.

இன்னொருவரோ தனது மவுத் ஆர்கன் போன்ற வடிவத்தில் இருந்த இசைக்கருவியைக் கொண்டு சிறுவர்கள் அழுவதுபோல விதவிதமாக அழுது காட்டிக்கொண்டிருந்தான். அவனோடு உடனிருந்த மற்றவன் தனது கையை முழுக்கைச் சட்டையால் மூடியிருந்தான். கையைத் திறந்து பார்ப்பதற்கு ஐம்பது காசு தரவேண்டும் என்றான். அப்படி என்ன இருக்கிறது என்று கேட்டதற்கு அவன் காதில் ஏதோ சொன்னான். காசு தந்து அவன் வலது கையைப் பார்த்தபோது அதில் ஒரு பெண்ணின் உருவம் நிர்வாணமாகப் பச்சை குத்தப்பட்டிருந்தது. அவன் தனது கையை மாற்றி மாற்றி அசைக்க கையில் இருந்த பெண்ணின் தோற்றம் உருமாறிக்கொண்டேயிருந்தது. வேறுவேறு உடல்வாகில் பெண்ணின் உருவம் தோன்றி மறைந்தது. அது எப்படி என்று ஒருவருக்கும் புரியவேயில்லை.

அவன் முடிவாக எல்லாப் பெண்களின் நிர்வாண உடலும் ஒன்று போன்றதுதான். உடல்வாகுதான் வேறு வேறு போலத் தோன்றுகிறது. கோப்பைதான் மாறியிருக்கிறது. உள்ளே ஒரே பழச்சாறுதான் இருக்கிறது என்று சொல்லிச் சிரித்தான்.

நோயாளிகள் நெரித்துக்கொண்டு வீதியில் வரும்போது அவர்களை விலக்கிக்கொண்டு ஒரு குதிரை பின்னாடி ஓடியபடியே வந்து கொண்டிருந்தது. அதை வைக்கோல் தொப்பி அணிந்த ஒருவன் ஓட்டிக்கொண்டிருந்தான். தனது குதிரையை பின்னாடியோடும்படியாகப் பழக்கிவைத்திருப்பதாகவும் அதற்கு முன்னாடி ஒருபோதும் நடக்கத் தெரியாது என்றும் சொல்லிச் சிரித்தபடியே குதிரையின் முதுகில் ஏறி, சில வித்தைகள் செய்து காட்டினான். கூட்டம் அந்தக் குதிரையை பரிகாசம் செய்தது.

உடம்பெல்லாம் எண்ணெய் தேய்த்து வழிய விட்டபடியே ஒரு குஸ்தி பயில்வான் தன்னோடு எவராவது சண்டைக்கு வருகிறார்களா என்று சவால் விட்டுக்கொண்டிருந்தார். அவரது தொப்பையின் அளவையும் சாப்பிடுவதற்காக அருகில் அடுக்கி வைக்கப்பட்டிருந்த முட்டைகளின் எண்ணிக்கையும் கண்டு சிறார்கள் வியந்து கொண்டிருந்தார்கள்.

அவரை விட்டு விலகி ஒரு முதியவர் சோப்பு நுரைகளை மிகப்பெரிய உலக உருண்டை போன்று உருவாக்கி காற்றில் பறக்கவிட்டுக் கொண்டிருந்தார். காற்றில் மிதக்கும் அந்த நுரைகளைத் துரத்திக் கொண்டு சிறுவர்கள் ஓடிக்கொண்டிருந்தனர். எப்படி அவரால் இவ்வளவு பெரிய சோப்புக்குமிழ்களை உருவாக்க முடிகிறது என்று ஆச்சரியத்தோடு சிலர் பார்த்தபடியே இருந்தனர். மைதானத்தின் வடபக்கத்தில் மின்சார மனிதன் என்று ஒருவன் நின்று கொண்டிருந்தான். அவன் எதிரில் நான்கு நிறங்களில் பல்புகள் ஒரு மேஜையில் வைக்கப்பட்டிருந்தன. அவன் ஒரு ரூபாய் தந்தால் அந்த பல்புகளை எரிய வைத்துக் காட்டுவதாகச் சொன்னான்.

அதைக் காண ஆவல் கொண்ட ஒரு நடுத்தரவயதுக்காரன் பணத்தைத் தந்தவுடன் அவன் அந்த பல்பை தனது விரலால் இறுக்கிப்பிடித்தவுடன் அது ஒளிர்ந்து எரிய ஆரம்பித்தது. ஒவ்வொரு நிற பல்பாக அவன் தன் விரலால் தொட்டு ஒளிர வைத்தான். தன் உடலில் ஓடும் மின்சாரத்தால் அப்படி சாத்தியமாகிறது என்று சொல்லி தன்னோடு கைகுலுக்கும்படியாக அவன் பணம் கொடுத்தவனைக் கேட்டுக் கொண்டான். அவனோடு கைகுலுக்கியபோது சுளீரென ஷாக் அடித்தது போல வலித்தது. கைகளை உதறிக்கொண்டு அவன் பயத்தோடு சிரித்தான். மின்சாரமனிதன் இப்போது நம்புகிறாயா என்றபடியே அடுத்த ஆளிடம் தன் திறமையைக் காட்ட அழைத்துக் கொண்டிருந்தான். செல்வி அந்த ஆளைக் கண்டு பயந்துபோய் தன் கைகளை மார்போடு இறுக்கியபடியே பயத்தோடு விலகி நின்றுகொண்டாள். அவன் கையைக் கொடு என்று செல்வியைக் கேட்டுவிடுவானோ என்ற பயம் அவளுக்குள் இருந்தது.

அவனருகில் வாத்து வடிவிலான ராட்டினம் ஒன்றும் குடை ராட்டினம் ஒன்றும் சுழன்றுகொண்டிருந்தன. குலுக்குக்கட்டை போட்டுக் குலுக்கியபடியே “வை ராஜா வை’ என்று ஒருவன் உரத்த சப்தத்துடன் சூதாட அழைத்துக்கொண்டிருந்தான். தூள் ஐஸ் விற்பவர் ஐஸ் கட்டியை ஒரு சுரண்டியால் தேய்த்து தூள் தூளாக்கி

அதில் மஞ்சள் பச்சை சிவப்பு என்று நிறமூட்டிக்கொண்டிருந்தான். காணிக்கைக்காக வாங்கிச் செலுத்தப்படும் கோழிக்குஞ்சுகளை விற்பவன் அதற்குப் பச்சை ஊதா என நிறம் மாற்றி வண்ணக் கோழிகளாக அலைய விட்டிருந்தான். கூடைக்குள் அந்தக் கோழிக் குஞ்சுகள் தானியங்களைக் கொத்தியபடியே சப்தமிட்டுக்கொண்டிருந்தன.

இடைவிடாத ஏப்பத்துடன் ஒரு ஆள் உடற்சிரமம் தாளமுடியாமல் நெளிந்து நடந்து சென்றான். தேவாலய மணி முழங்கியது. குதிரை வண்டிகள், மாட்டுவண்டிகள், சங்குணி மடத்தை ஒட்டிய திறந்தவெளியில் வரிசையாக நிறுத்தப்பட்டிருந்தன. நீண்ட தூரம் நடந்த களைப்பில் மாடுகள் கண்ணீர் வழிய கால் மடக்கிச் சோர்ந்து கிடந்தன. குதிரைகளோ சப்தம் வரும் திசை நோக்கித் தலை திருப்புவதும் பின்பு பூமியை வெறித்துப் பார்ப்பதுமாக நின்று கொண்டிருந்தன.

தேவாலயத்தினுள் பிரார்த்தனைக்காக வந்து செல்லும் வழிகளை மூன்று இளம் துறவியர் ஒழுங்குபடுத்திக்கொண்டிருந்தார்கள். பிள்ளையைத் தொலைத்த தாய் அழுவது போல ஒரு ரோகி மாதாவின் முன்னால் அழுது கொண்டிருந்தான். ஒரே விதமான மஞ்சள் மலர்கள் ஆயிரத்து எட்டு தேடி எடுத்து அதைச் சரமாக்கி மாதாவின் கோவில் படிக்கட்டில் செலுத்தி வழிபட்டாள் ஒரு பெண். அவள் வணங்கி நிமிரும்போது வானில் மாதாவின் உருவம் பொறித்த வால் நீண்ட பட்டம் ஒன்று பறந்து கொண்டிருந்தது.

அங்கிருந்து கூப்பிடும் தொலைவில் காது குடும்பி, பித்தளை ஊக்குகள் விற்கும் ஆள் மெல்லிய குரலில் கத்தியபடியே இருந்தான். நன்னாரி சர்பத், பன்னீர் சோடா விற்கும் கடைகளும், ஓலை விசிறிகளும், குஞ்சலம், கிலுகிலுப்பை, ஓலைக்கிளிகள் விற்பனை செய்யும் தள்ளு வண்டியும், கண்ணாடி வளையல்கள், பொட்டு பாசி விற்கும் ஆளும், கார் பொம்மைகள், தத்திப் பாயும் தவளை போன்ற ரப்பர்பொம்மை விற்பவனும், பொன்வண்டுகளைத் தீப்பெட்டியில் அடைத்து விற்க முயலும் சிறுவர்கள் இருவரும், துணியில் உப்பும் மிளகும் கட்டி காணிக்கைப் பொருளாக விற்கும் பதின்வயதில் உள்ள மெலிந்த பெண்ணொருத்தியும் நின்றிருந்தார்கள்.

ஜீவ நீர் எனக் கண்ணாடி புட்டியில் ஊசிக்கிணற்றின் தண்ணீரை அடைத்து விற்பனை செய்யும் கடைகளும்; சதங்கைகள், சோழிகள், ஆமை ஓடுகள், திருக்கை மீன்களின் வால்கள் விற்பனை செய்பவர்களும்; தெக்கோட்டு ஆலயத்தின்

எஸ்.ராமகிருஷ்ணன்

பிடிமண்ணை பிளாஸ்டிக் காகிதத்தில் அடைத்து விற்பவர்களும், உப்புக்கொழுக்கட்டை விற்பவனும், அவித்த மரசீனிக் கிழக்குகள், பொரித்த வாழைக்காய் சிப்ஸ் விற்பவனும் பால் ஐஸ், சேமியா ஐஸ் விற்பவனும், ஆடு மாடுகளின் கழுத்தில் கட்டும் மணியும் கண்கோளாறு கயிறுகள் விற்பவனும், என அந்த மாதா கோவில் முன் உள்ள திடலெங்கும் கடைகளும், வேடிக்கைக்காரர்களுமாக நிரம்பி வழிந்தது. யாரோ வாங்கித் தவறவிட்டுப்போன பச்சை நிறத் தீப்பெட்டி வண்ணக் காகிதத்தால் செய்த கூலிங்கிளாஸ் ஒன்றை எடுத்து அணிந்தபடியே செல்வி கூட்டத்திற்குள் நடந்தாள். காண்பவை அத்தனையும் பச்சை நிறத்தில் தெரிந்தன. பச்சைநிற மனிதர்கள், பச்சைநிறக் கடைகள், பச்சைநிற ஆகாசம் என்று அவள் உற்சாகமாகக் கண்டபடியே நடந்து கொண்டிருந்தாள்.

மாதாகோவில் உள்ள வீதியை நோக்கி, அசைய முடியாத கைகள் மரத்துப்போன வாலிபன், டொக்கு விழுந்த கன்னம் கொண்ட ஒரு பெண், பனங்கொட்டைத் தலை கொண்ட சிறுவன், புற்றுநோய் தின்றுவிட்ட பாதி முகத்தை மூடிக்கொண்ட கறுப்பு அழகி, முதுகு எலும்பு பிசகி நடக்க முடியாமல் தபக்தபக் எனச் செல்லும் கிழவன். எனப் பலரும் போய்க்கொண்டிருந்தனர். புனிதக் குடை ஒன்றினை ஏந்திக்கொண்டு தெய்வ நற்கருணையை ஏந்தியபடியே ஒரு பங்குத் தந்தை நடந்து சென்றார். சில நோயாளிகள் தங்கள் நோயை மறந்து அடுத்தவர் குணம் அடையும்படியாக பிரார்த்தனை செய்து கொண்டார்கள். ஆங்காங்கே சில மருத்துவ அதிசயங்கள் நடைபெற்றதாகப் பேசிக்கொண்டார்கள்.

நடக்கவே முடியாமல் தூக்கிச் செல்லும் நோயாளிகளுக்கு உதவி செய்வதற்காக தொண்டர்படை ஒன்று அமைக்கப் பட்டிருந்தது. அவர்கள் திடகாத்திரமான ஆட்களாக ஓடியாடி வேலை செய்தார்கள். அவர்கள் இரவில்கூட சில மணி நேரமே உறங்குகிறார்கள் என்றார்கள். மண்டபசாலையில் இருந்து கிளம்பி வந்திருந்த திருடர் குடும்பம் ஒன்று கூட்டத்திற்குள் புகுந்தபடியே கைப்பைகள், பர்ஸ், மூக்குக் கண்ணாடிகள், காணிக்கைப் பொருட்கள் எனத் திருடிக்கொண்டு அலைந்தனர். ஒரு பூம்பூம் மாட்டுக்காரன் தனது மாட்டின் காலில் கட்டிய சலங்கையை யாரோ திருடிக்கொண்டுவிட்டார்கள் என்று கத்திக்கொண்டிருந்தான். கைவிரலில் ஊசி போல நீண்ட வளைவு ஒன்றைச் செருகிக்கொண்டு போகின்ற வருகின்றவர்களின் பிருஷ்டத் திலும் முதுகிலும் குத்தி அவர்கள் வலியில் துடிப்பதை ரசித்தபடியே போய்க் கொண்டிருந்தான் காவியேறிய பற்களைக் கொண்ட ஒருவன். நரிப்பல்லும் மரச் சிலுவைகளும் விற்றபடியே குறவர்களும்

அலைந்து கொண்டிருந்தார்கள். வெல்வெட் துணியொன்றில் அழகான பூ வேலைப்பாடுகள் செய்து விற்றுக்கொண்டிருந்தாள் முப்பது வயதுள்ள பெண். ஐம்பதடி உயரத்திலிருந்து உடம்பில் நெருப்புப் பற்றி எரியக் குதிக்கும் மனிதன் என்ற விளம்பரத்துடன் ஒரு நிகழ்ச்சி நடந்து கொண்டிருந்தது.

உசரமான ஏணிமீது நின்றபடியே தன் உடம்பில் மண்ணெண்ணெய் ஊற்றிக்கொண்டு தனக்குத் தானே தீப்பற்றவைத்தபடியே நீச்சல் அடிக்கத் தாவுவதுபோல் இயல்பாக ஒரு ஆள் தண்ணீர்த் தொட்டி ஒன்றிற்குள் குதிப்பதைக் கண்டு மக்கள் வியந்து போயினர். உடம்பு முழுவதும் சிறுசிறு மணிகள் கட்டிக்கொண்டு நடக்கும்போதே துள்ளலான இசையோடு நடந்து போனான் ஒரு இருபது வயதுக்காரன். தலையில் நிறைய பூக்கள் சூடி வாயில் வெற்றிலைச் சாறு வழிய இறுக்கமான ஜாக்கெட் அணிந்து ஒய்யாரமாக நடந்து போனார்கள் அரவானிகள்.

இரண்டு வேப்பமரங்களுக்குள் இடையில் ஒரு பெரிய ஊஞ்சல் கட்டப்பட்டிருந்தது. அதில் ரோஸ்வண்ண பேண்டு சர்ட் அணிந்த இளம் பெண் நின்றிருந்தாள். ஊஞ்சலை ஆட்டிவிடுவதற்காக ஒரு ஆள் அவள் பின்னால் நின்றுகொண்டிருந்தான். அந்தப்பெண் என்ன செய்யப்போகிறாள் என்று புரியாமல் செல்வி அவளையே பார்த்துக்கொண்டிருந்தாள். அந்த ஊஞ்சல் பின்னால் போவதும் திரும்பி வருவதுமாக இருந்தது. ஊஞ்சலை மிக வேகமாக ஆட்டி விட்டார்கள். இப்போது ஊஞ்சல் திரும்பி வந்தபோது அது காலியாக இருந்தது. அதில் நின்றுகொண்டிருந்த பெண்ணைக் காணவில்லை. அவள் காற்றில் மறைந்துவிட்டாள் என்றார்கள்.

மறுபடியும் ஊஞ்சலை ஆட்டிவிட்டான். அவள் திரும்பி வரவேயில்லை. அடுத்த முறை ஊஞ்சல் போய்வந்தபோது அவள் வெண்ணிறமான பேண்ட் சர்ட் அணிந்து சிரித்தபடியே அதே ஊஞ்சலில் நின்று கொண்டிருந்தாள். எப்படி காற்றில் மறைந்தாள். எப்படி அவளது உடை மாறியது என்று அதிசயமாக இருந்தது. ஒருவேளை அவள் பேயாக இருக்குமோ என்று அவள் காலையே பார்த்துக்கொண்டிருந்தாள். அவள் ஊஞ்சலை விட்டுக் குதித்து இறங்கிக் காணிக்கை வசூல் செய்யத் துவங்கினாள். செல்விக்கு அவளைப் பார்க்க பயமாக இருந்தது, அங்கிருந்து தப்பியோடினாள்.

இந்தப் பேனா நீங்கள் எந்த வார்த்தையை எழுதினாலும் அதை தானே பேசிக்காட்டும் அதிசயமான பேசும் பேனா என்று சொல்லி ஒரு தங்கநிறப் பேனாவை விற்றுக்கொண்டிருந்தான் வியாபாரி. அவன் முன்னே தனது பெயரை காகிதத்தில்

எஸ்.ராமகிருஷ்ணன் ❖ 467

பேனாவால் எழுதிப் பார்த்து பேனா பிலாத்து என்று சொல்வதைக் கேட்டு வியந்து கொண்டிருந்தான் வழுக்கை விழுந்த ஆள். கீரிக்கும் பாம்பிற்கும் சண்டையும் முறுக்கு தின்னும் போட்டியும் ஒருபக்கம் நடந்துகொண்டிருந்தது. உடம்பு முழுவதும் தேனீக்கள் அப்பிய ஒருவனைக் கூட கூட்டத்தில் காண முடிந்தது. அவன் தேனீக்களைப் பற்றிய பிரக்ஞையே இல்லாதவனைப் போல நடந்து போய்க்கொண்டிருந்தான்.

திருவிழாவிற்கு எங்கிருந்தோ ஒரு ஒட்டகச்சிவிங்கியை அழைத்து வந்திருந்தார்கள். அது பரிக்கல் மாதா கோவிலைச் சேர்ந்த அலங்காரம் அடிகளுக்கு பரிசாக கொடுக்கப்பட்டது என்றார்கள். அவர் தான் அடிக்கடி வட இந்தியாவிற்குப் போய் பிரசங்கம் செய்பவர். அவரது சுவிசேஷப் பேச்சால் மயங்கிய ஒரு விசுவாசி இந்த ஒட்டகச்சிவிங்கியைப் பரிசாகத் தந்தார் என்றும் அது முதல் அவர் பிரசங்கம் செய்ய போகின்ற ஊர்களுக்கு எல்லாம் அந்த ஒட்டகச்சிவிங்கியை கொண்டு போவதாகச் சொன்னார்கள். செல்வி அதனை பார்ப்பதற்காக அண்ணாந்து கழுத்தை வளைத்துக்கொண்டிருந்தாள். ஒட்டகச்சிவிங்கி காற்றில் எதையோ நுகர்வது போல தலையை அசைத்துக்கொண்டிருந்தது. செல்வியின் அருகில் உட்கார்ந்து பார்த்துக் கொண்டிருந்த ஐந்து வயதுச் சிறுவன் இது ஒட்டகம்தானே என்று கேட்டான். அவள் “இல்லை ஒட்டகச்சிவிங்கி” என்றாள். “உனக்கு எப்படித் தெரியும்” என்று கேட்டான். “தீப்பெட்டி லேபிள்ல பாத்திருக்கேன்” என்றாள். அவன் ரகசியமான குரலில் “இது பேரு என்னது” என்று கேட்டான். அவள் தானாக ஒரு பெயரைக் கற்பனை செய்துகொண்டு “ரங்கி” என்றாள்.

அவன் “ஒட்டகச்சிவிங்கி இட்லி சாப்பிடுமா” என்று கேட்டான். வேண்டும் என்றே அவனை பயமுறுத்துவது போல “ஒட்டகச்சிவிங்கி சின்னப் பிள்ளைகள் காதைப் பிடுங்கித் தின்னும், நீ உன் காதை மூடிக்கோ” என்றாள். அவன் பயத்துடன் தன் காதைப் பொத்தியபடியே “உன் காதை மூடலை” என்று கேட்டான். அவளும் வேண்டுமென்றே காதைப் பொத்திக்கொண்டு நடித்தாள். அந்தச் சிறுவன் பயத்துடன் அங்கிருந்து ஓடிவிடலாமா என்பவனைப் போல நீ யாரு கூட வந்திருக்கே என்று கேட்டான். அதற்கு செல்வி “நான் மட்டும் தனியா வீட்டை விட்டு ஓடி வந்துட்டேன். இங்கேயிருந்து கப்பல்ல ஏறி கடலுக்குள்ளே போகப் போறேன். அதுக்குள்ளே தான் எங்க வீடு இருக்கு” என்றாள்.

அவன் புரியாமல் “கடலுக்குள்ளயா இருக்கு” என்று மறுபடி கேட்டான். அவன் அந்தச் சிறுவனை அருகில் அழைத்து மிக ரகசியமான ஒன்றைச் சொல்வதுபோல “நான் ஒரு கடற்கன்னி. தண்ணிக்குள்ளே இருந்து திருவிழா பாக்க மேல வந்திருக்கேன். மறுபடியும் கடலுக்குள்ளே போயிருவேன். யார்கிட்டயும் சொல்லாதே” என்றாள். அவன் பயம் அதிகமாகிப் போனவனைப் போல அவளை ஆச்சரியத்துடன் பார்த்தபடியே “கடலுக்குள்ளே ஒட்டகச்சிவிங்கியிருக்குமா” என்று கேட்டான். அவள் “ஒட்டகச்சிவிங்கியை மாதிரியே ஒரு மீன் இருக்கு. அது கழுத்து மட்டும் இருபது அடியிருக்கும்” என்று கையை நீளமாக்கிக் காட்டினாள்.

அந்தச் சிறுவன் அதை நம்பமுடியாதவன் போல வாயைத் திறந்தபடியே “அது உன்னைக் கடிச்சிருக்கா” என்று கேட்டான். அவள் “அது என்னைக் கடிக்கவே கடிக்காது. நான் கடலுக்குள்ளே போகும்போது நீயும் வர்றயா” என்று கேட்டாள். அவன் “நான் வரவில்லை” என்று பயத்தோடு சொன்னான். உன்னை இழுத்துக்கிட்டுப் போயிட்டன்னா” என்று கேட்டாள். அந்தச் சிறுவன் கண்களை முட்டும் கண்ணீரோடு “போடி நான் உன்கூட சேரமாட்டேன்” என்று எழுந்து ஓட முயன்றான். செல்வி அவனை விரட்டுவது போல பாவ்லா காட்டினாள். அந்தச் சிறுவன் கூட்டத்திற்குள் இடித்துக்கொண்டு ஓடினான்.

அவளுக்குப் பசிக்கத் துவங்கியது. அத்தோடு கூட்டத்தில் நெரிபட்டும் அலைந்தும் அசதியாக இருந்தது. நடந்து மணிக்கூண்டின் அருகில் இருந்த மேட்டில் ஏறி உட்கார்ந்து கொண்டாள். ஒரு சிறுவன் அங்கே உட்கார்ந்து கால் ஆட்டியபடியே சவ்வுமிட்டாய் தின்று கொண்டிருந்தான். அவனிடம் கையை நீட்டினாள் செல்வி. அவன் கொஞ்சம் பிய்த்துத் தந்தபடியே “அங்கே பாரு” என்று கையைக் காட்டினான். ஒரு பொட்டலம் கிடப்பது தெரிந்தது. அவள் ஆர்வத்தோடு என்னது அது என்று கேட்டாள். அந்தச் சிறுவன் “அதில் கழுதை விட்டைய அள்ளிப் போட்டிருக்கேன். யாராவது கையில் எடுத்து பிரிச்சா பீ ஒட்டிக்கிட்டு நாறப்போகுது” என்றான். அவளுக்குச் சிரிப்பாக வந்தது. யார் அதை எடுக்கப் போகிறார்கள் என்று அவர்கள் கூட்டத்திற்குள்ளாகப் பார்த்துக்கொண்டேயிருந்தார்கள்.

கடந்து போகின்ற எவரும் அதைக் கண்டுகொள்ளவேயில்லை. சில்க் சட்டை அணிந்த ஒரு ஆள் அந்தப் பொட்டலத்தைக்

கண்டதும் யாரும் கவனிக்கிறார்களா என்று சுற்றிலும் நோட்டம் விட்டபடியே அதைக் குனிந்து எடுத்துப் பிரித்தார். கழுதை விட்டை கையில் பட்டது. அவர் "ச்சீ... தூ" என்ற தூர எறிந்தபடியே கையை முகர்ந்து பார்த்தார். நாற்றம் தாங்கமுடியவில்லை. அந்தச் சிறுவனும் செல்வியும் வாயைப் பொத்திக்கொண்டு சிரித்தார்கள். அந்த ஆள் யார் செய்திருப்பார்கள் என்று தெரியாமல் கூட்டத்தைப் பார்த்துத் திட்டிக்கொண்டிருந்தான். அந்த ஆளைப் போலவே சிறுவன் செய்து காட்டி சிரித்தான். செல்வியால் சிரிப்பை அடக்கவே முடியவில்லை.

அந்தச் சிறுவன் தனது மிட்டாயைத் தின்று முடித்துவிட்டு அதிகார மான குரலில் "உனக்கு எந்த ஊரு" என்று கேட்டான். அவள் "என் அம்மா கடற்கன்னி வேஷமிடுகிறாள்" என்று சொன்னாள். அந்தச் சிறுவன் "கிட்டவா உனக்கு ஒரு மேஜிக் பண்ணிக்காட்டுகிறேன்" என்று சொல்லி அவள் கன்னத்தைப் பிடித்துக் கிள்ளினான். சொடக்குப் போட்டது போல சப்தம் வந்தது. கையை நீட்டச் சொல்லிக் கிள்ளினான். அப்போதும் சொடக்கு சப்தம் வந்தது. "நீ வாயை வச்சி சப்தம் போடுறே" என்றாள் செல்வி. அவன் "இந்தா பாரு வாயைத் திறந்து வச்சிக்கிடுறேன்" என்று தன்னுடைய வாயைத் திறந்தபடியே அவள் காதைப் பிடித்து இழுத்தான். அப்போதும் சொடக்கு சப்தம் வந்தது. ஆச்சரியத்துடன் "இதை எப்படிச் செய்றே" என்று கேட்டாள். அவன் அந்த ரகசியத்தை அவள் காதில் சொன்னபடியே "நீ செய் பார்ப்போம்" என்று தன்கையை நீட்டினான். அவள் சொடக்குப் போட முயன்றாள். ஆனால் சப்தம் வரவில்லை. "நல்லா செஞ்சி பாரு" என்று மறுபடியும் ரகசியத்தைச் சொன்னான். இப்போது செல்வி கிள்ளும்போதும் சொடக்கு சப்தம் கேட்டது. அவள் அந்த வியப்புத் தாளமுடியாமல் மறுபடி மறுபடி அவனைக் கிள்ளிக்கொண்டேயிருந்தாள். அவன் சிரிப்போடு நெளிந்தான். "நான் இப்பவே போயி எங்க அய்யாகிட்டே இதைச் செஞ்சி காட்டப்போறேன்" என்று அவள் தங்கள் ஷோ நடக்கும் இடத்தினை நோக்கி ஓடினாள்.

கூடாரத்தின் முன் தொங்கவிடப்பட்டுள்ள கடற்கன்னி விளம்பரத் துணியின் கீழே நின்றபடியே கையில் மைக்கோடு அழகர், "வாருங்கள். வந்து பாருங்கள். இதுவரை நீங்கள் பார்த்து அறியாத அற்புதம். வங்கக்கடலில் கரை ஒதுங்கிய கடற்கன்னியைக் காப்பாற்றி உங்கள் கண்முன்னே காட்சிக்கு வைத்திருக்கிறேன். இதுபோல் அதிசயத்தை நீங்கள் வாழ்நாளில் கண்டிருக்கவே மாட்டீர்கள். நல்ல உள்ளம் கொண்ட தாய்மார்களே,

பெரியோர்களோ, தவறவிடாமல் அதிசயத்தைக் கண்டுகளித்து உற்சாகம் அடையுங்கள்" என்று கூப்பிட்டுக் கொண்டிருந்தான். யாரும் டிக்கெட் வாங்கி கடற்கன்னியைப் பார்க்க உள்ளே போகவேயில்லை. இவ்வளவு ஆயிரம் மக்கள் இருக்கிறார்கள். ஏன் எவருக்கும் கடற்கன்னியைப் பார்க்க விருப்பமேயில்லை என்று ஆதங்கப்பட்டபடியே குரலை உயர்த்திக் கத்திக்கொண்டிருந்தான்.

அவர்கள் ஷோ போட்டிருந்த இடத்தின் எதிரில் புதிதாக ஒரு கூடாரம் போடப்பட்டிருந்தது. அதன் வாசலில் குண்டாகவும் ஒல்லியாகவும் இரட்டை போலவும் உள்ள மூன்று விதமான தோற்றம் கொண்ட கட் அவுட் ஒன்று வைக்கப்பட்டிருந்தது. அந்தக் கூடாரத்தின் வாசலில் ஆள் உயரக் கண்ணாடி ஒன்று போகின்ற வருகின்றவர்கள் நின்று பார்த்துப் போகும்படியாக அமைக்கப்பட்டிருந்தது. கூடாரத்தின் முன்னால் மடக்கு நாற்காலி ஒன்றைப் போட்டுக்கொண்டு சந்தன நிறத்தில் ஜிப்பாவும் பேண்டும் அணிந்த நாற்பது வயது ஆள் உட்கார்ந்திருந்தான். அவன் கையில் ஒரு செண்ட் பாட்டில் இருந்தது. அதைப் போகின்ற வருகின்றவர்கள் மீது தெளித்துக்கொண்டேயிருந்தான். அந்த கூடாரத்தில் என்ன இருக்கிறது என்று பார்ப்பதற்காகவே தனது மைக்கை மூடி வைத்து விட்டு அருகில் சென்று பார்த்தான். மடக்கு நாற்காலியில் உட்கார்ந்தவன் ஒரு வார்த்தை வாயை திறந்து பேசவில்லை. ஆனால் அவன் குரல் ஒரு இடத்திலிருந்து வந்து கொண்டிருந்தது. அதை உன்னிப்பாகக் கேட்டான் அழகர்.

"பரிகாசம் செய்யும் மாயக்கண்ணாடிகள் என்ற உலகப்புகழ் பெற்ற கண்காட்சியைக் காண வாருங்கள். ஒரு கண்ணாடியில் பார்த்தால் நீங்கள் மிக குண்டாகத் தெரிவீர்கள். இன்னொரு கண்ணாடியில் பார்த்தால் உங்கள் உருவம் ஒல்லியாகிவிடும். மூன்றாவது கண்ணாடி மனதில் உள்ளதைக் காட்டும் விந்தையானது. இதுபோன்ற மாயக் கண்ணாடிகள் இதுவரை கெய்ரோவிலும் பாக்தாத்திலும் பாரிஸிலும் மட்டுமே இருந்தன. இந்த விந்தையை தமிழக மக்களும் அறிந்துகொள்ள வேண்டும் என்ற ஆசையில் கப்பல் ஏறி பாக்தாத் போய் லட்ச ரூபாய் கொடுத்து மாயக்கண்ணாடியை வாங்கி வந்திருக்கிறோம். நான்கே நாட்கள் நடைபெறும் இந்தக் கண்காட்சியை உடனே வந்து பாருங்கள். கண்டிப்பாக நான்கு நாட்கள் மட்டுமே இந்த நிகழ்ச்சி நடைபெறும். தவறவிட்டால் மறுபடி காண்பதற்கு ஐந்து வருசமாகிவிடும். நாங்கள் இந்தக் கண்ணாடியோடு இந்தியா முழுவதும் சுற்றிக்கொண்டிருக்கிறோம். வாய்ப்பை நழுவ விடாதீர்கள். வந்து பாருங்கள். விந்தையை நீங்களே உணர்வீர்கள். பொய்யில்லை. ஏமாற்றில்லை. கண்முன்னே

எஸ்.ராமகிருஷ்ணன் ❖ 471

காணும் விந்தையிது. கட்டணம் பெரியவர்களுக்கு ஐந்து ரூபாய், சிறியவர்களுக்கு இரண்டு ரூபாய்."

அந்த ஷோவிற்காக அறிவிப்புக் கேட்ட அடுத்த நிமிடம் கூடாரத்தின் முன்பாக வரிசை நிற்கத் துவங்கியது. மடக்கு நாற்காலியில் இருந்தவன் தனது எடுபிடி ஆளிடம் டிக்கெட்டைத் தந்து விற்கச் சொல்லிக் கொண்டிருந்தான். உள்ளே நுழைபவர்கள் மீது செண்ட் அடிப்பதற்காக குள்ளமான ஒரு பெண் காக்கிநிற பேண்ட் சர்ட் அணிந்து நின்றிருந்தாள். மாயக்கண்ணாடிகளைக் காணச் சென்ற ஆட்களின் சிரிப்பொலி அந்தக் கூடாரத்திற்கு வெளியில் கேட்கத் துவங்கியது. அழகரால் நம்பவே முடியவில்லை. உள்ளே போய் தன்னை குண்டாகவும் ஒல்லியாகவும் உருமாறியும் பார்த்த ஆள் அடுத்த சில நிமிடத்திலே இன்னொரு ஆளை அழைத்துக்கொண்டு வந்து கண்ணாடியை மறுபடி பார்க்க நின்றிருந்தான். நோயாளிகளும், குழந்தைகளும் பெண்களும் என அடித்துக்கொண்டு உள்ளே போய் தங்களைக் கண்ணாடியில் பார்த்துப் பார்த்து தாங்களே சிரித்துக்கொண்டிருந்தார்கள்.

மடக்கு நாற்காலியில் உட்கார்ந்தபடியே அந்த ஷோவை நடத்தும் தம்பான் சிகரெட் பிடித்துக்கொண்டிருந்தான். அவனைப் பார்க்கவே அழகருக்கு ஆத்திரமாக வந்தது. அந்த ஷோ எதிரே போடப்பட்டால் தனது நிகழ்ச்சிக்குக் கூட்டமே வராது என்று எரிச்சல்பட்ட அவன் அந்த ஆளை முறைத்தபடியே "போலிகளை நம்பி ஏமாறாதீர்கள். கண்ணாடியை வைத்து ஏமாற்றும் கேடிகளைக் கண்டு எச்சரிக்கையாக இருங்கள்" என்று அழகர் மைக்கில் உரக்கச் சொல்ல ஆரம்பித்தான். அந்த ஆள் அதைக் கண்டுகொள்ளவேயில்லை.

அழகரின் கோபம் அறியாமல் அவன் பின்னாடி ஓடி நின்று அவனது இடுப்பில் கிள்ளினாள் செல்வி. ஆத்திரத்தோடு அவளை ஓங்கி அறைந்தான் அழகர். அவள் அடிவாங்கிய வலியோடு பிரம்மை பிடித்தவள் போல நின்றிருந்தாள். தன் கோபம் முழுவதையும் அவள் மீது காட்டியவனாக அவளை அடிக்க ஆரம்பித்தான். செல்வி தான் செய்து காட்ட விரும்பிய சொடக்குப்போடும் வித்தையைப் பற்றி ஒன்றுமே சொல்லிக்கொள்ளவில்லை. அடித்து ஓய்ந்த அழகர் "உள்ளே போயி பேசாம சுருண்டுகிடக்கணும். வெளியே அங்கேயிங்கே ஓடிட்டு திரியுறதைப் பார்த்தேன், காலை வெட்டிப்போடுவேன்" என்று கத்தினான். செல்வி அழுகையை அடக்கிக்கொண்டு உதட்டைப் பிதுக்கியபடியே நின்றிருந்தாள்.

"என்னடி முறைக்கே. போ... உள்ளே" என்று அவள் பிடறியைப் பிடித்து உள்ளே தள்ளிவிட்டான். செல்வி கூடாரத்திற்குள் வருவதை சின்னராணி பார்த்தபடியே தொட்டிக்குள் படுத்திருந்தாள். செல்வி கூடாரத்தின்பின் பக்கமிருந்த மரப்பலகை ஒன்றில் உட்கார்ந்து கொண்டு தலைகவிழ்ந்து கொண்டாள். ஒரேயொரு ஆள் கடற்கன்னி ஷோ பார்ப்பதற்காக உள்ளே நுழைந்தான். அவனை அந்தக் காட்சி எந்த வியப்பிலும் ஆழ்த்தவில்லை போலும். அவன் சலிப்போடு வெளியே கிளம்பிப் போனான். எதிரில் மூன்று கண்ணாடிக்காரரின் கூடாரத்தின் முன்பு கூட்டம் தள்ளுமுள்ளு செய்து கொண்டிருந்தது.

அத்யாயம்

24

1982

எட்டூர் மண்டபம்

தெக்கோட்டுத் திருவிழா துவங்கிய பிறகு எட்டூர் மண்டபத்திற்கு நூற்றுக்கணக்கில் நோயாளிகளின் கூட்டம் வருவது குறைந்துபோனது. ஆனாலும் எப்படி தினம் இருபது பேராவது வந்து போனார்கள். மாதாவின் தேர்த் திருவிழாவின் போது அதிகக் கூட்டம் வரக்கூடும் என்று சுருளியப்பன் சொல்லிக்கொண்டிருந்தார். அன்றைய அதிகாலையின்போது ஐந்து நோயாளிகள் எட்டூர் மண்டபத்திற்கு வந்திருந்தார்கள். அவர்கள் இரவிலும் நடந்திருக்கிறார்கள் என்பது தெரிந்தது. மண்டபத்திற்கு வந்துசேர்ந்தபோது விடிகாலை நாலு மணியாக இருக்கக்கூடும். யாரும் விழித்துக்கொள்ளவில்லை. நோயாளிகளில் நெடுநாட்களாக உறக்கமற்ற சிலர்கூட காற்றில் இருந்த லேசான குளுமை காரணமாகக் கண்களை மூடிப் பாதித்துயிலில் இருந்தனர். வந்தவர்கள் ஆங்காங்கே திறந்த வெளியில் ஆட்கள் உறங்கிக்கொண்டிருப்பதைக் கண்டு அவர்களுக்கு இடையூறு செய்யாமல் குளத்தின் படிக்கட்டில் போய் உட்கார்ந்துகொண்டார்கள்.

இப்படியே கிளம்பிப் போய்விடலாம் என்று ஒருவன் மெதுவான குரலில் சொன்னான். ஐந்து பேரில் ஒருத்தியாக இருந்த நாற்பது வயதைக் கடந்த பெண் தன்னால் நடக்க முடியவில்லை கால்கள்

வீங்கிக்கொண்டுவிட்டன என்று சொன்னாள். அவளது காலில் பெரிய துணிக்கட்டு போடப்பட்டிருந்தது. அதிகாலையின் குளிர்ச்சி தாளமுடியாமல் ஒருவன் செருமிக்கொண்டான். சிம்னி விளக்கு ஒன்றினை ஏந்திக்கொண்டு யாரோ மண்டபத்திலிருந்து வருவது தெரிந்தது. அந்தப் பெண் வெளிச்சம் கண்ணில் படுவதைத் தாங்க முடியாதவளைப் போல கைகளால் வெளிச்சத்தை மறைக்க முற்பட்டாள். கொண்டலு அக்கா தான் கையில் விளக்கோடு வந்திருந்தாள்.

குளத்தின் படிக்கட்டில் உட்கார்ந்திருந்த அவர்களின் முகத்தில் இருந்த களைப்பையும் உறக்கமின்மையையும் பார்த்துவிட்டு வழியில் ராத்தங்கி வந்திருக்கலாம்தானே என்று ஆதங்கத்துடன் கேட்டாள். அந்தப் பெண் உறங்குவதில் யாருக்கும் விருப்பமில்லை என்றாள். அக்கா அவளது தலையை ஆறுதலாகத் தடவிவிட்டு “என்னோடு வாருங்கள். உங்களுக்காக நான் சுக்கு காபி தயாரித்துத் தருகிறேன்” என்று அவர்களை தன்னோடு சமையல்கூடத்திற்கு அழைத்துப் போனாள்.

அங்கே இரண்டு வயதானவர்கள் உறங்கிக்கொண்டிருந்தார்கள். இரவிலே துடைத்து சுத்தம் செய்யப்பட்டிருந்த அடுப்படியில் ஒரு கல்விளக்கு எரிந்து கொண்டிருந்தது. அடுப்பிலும்கூட வெந்நீர் கொதித்துக்கொண்டுதானிருந்தது. இரவும் பகலும் அடுப்பு அணைக்கப் படுவதேயில்லை என்றபடியே அக்கா சிறிய அடுப்பு ஒன்றில் அந்த மண்கலயம் ஒன்றினை வைத்து அடுப்பைப் பற்றி எரிய விட்டாள். அவர்கள் அடுப்பைப் பார்த்தபடியே உட்கார்ந்து கொண்டார்கள்.

மல்லியும் சுக்கும் பொடித்து வைத்திருந்ததை எடுத்துப் பனங்கல்கண்டு உடன் சேர்ந்து அக்கா கொதிக்க விட்டுக் கொண்டிருந்தாள். அந்த மணம் நாசியில் ஏறிக்கொண்டிருந்தது. அக்கா அவர்களுக்கு சூடான சுக்கு காபியைக் குடிக்கத் தந்துவிட்டு தானும் ஒரு குவளை கையில் எடுத்துக்கொண்டாள். அந்தப் பெண் சூடு தாங்கமுடியாமல் ஊதி ஊதிக் குடித்துவிட்டு பெருமூச்சிட்டுக்கொண்டாள். அக்கா அவர்களிடம் சொன்னாள்,

“நேற்று இரவு ஏனோ உறக்கம் பிடிக்கவேயில்லை. எப்போதும் படுத்த உடனே தூங்கிவிடுவேன். நேற்று மட்டும் ஏனோ மனது நிலைகொள்ளாமல் தவித்துக்கொண்டேயிருந்தது. எப்போது உறங்கி னேன் என்று தெரியவில்லை. ஆனால் ஒரு கனவு வந்தது. அந்தக் கனவில் நான் ஒரு மலையுச்சியின் மீது தனியாக ஏறிக் கொண்டிருக்கிறேன். முடிவில்லாத படிக்கட்டுகள். ஏற ஏற

வளர்ந்து கொண்டே போகிறது. நான் தளர்ந்து போகாமல் ஏறிக் கொண்டேயிருக்கிறேன். மிக உயரத்திற்குப் போனபோது அங்கே ஒரு பெரிய கதவு மூடப்பட்டு இருப்பதைக் கண்டேன். அந்தக் கதவைத் திறக்க முயன்றேன். அது நெடுநாட்களாக சாத்தியே கிடைந்தது போலிருந்தது. பலமாகத் தள்ளியபோது ஒருபக்கம் திறந்து கொண்டது. உள்ளே நடந்தேன். மறுபக்கம் எதுவுமில்லை. கீழே இறங்கிப் போகும் படிக்கட்டுகள் மட்டுமே இருந்தன. நான் புரியாமல் அந்தப் படிக்கட்டுகளில் இறங்கத் துவங்கினேன்.

ஒரு படிக்கட்டின் ஓரம் ஒரு பெண் கையில் குழந்தையுடன் உட்கார்ந்திருந்தாள். அவள் என் காலைப் பிடித்துக்கொண்டு கீழே போகவேண்டாம் என்று கத்தினாள். நான் அவளைக் கடந்து சில படிகள் இறங்கினேன். இன்னொரு ஆள் பாய்ந்து என் காலில் விழுந்து கீழே இறங்கிப் போக வேண்டாம் என்றான். இப்படி ஆங்காங்கே படியில் உறைந்து போயிருந்த சிலர் என்னைக் கீழே போகவேண்டாம் என்று தடுத்துக்கொண்டேயிருந்தார்கள்.

நான் அதைத் தாண்டிக் கீழே இறங்கிக்கொண்டேயிருந்தேன். அது பூமிக்கும் கீழே போவதுபோல் படிக்கட்டுகள் இறங்கிக் கொண்டேயிருந்தன. அந்தப் படிகள் முடிவடைந்த இடத்தில் வயதாகி சுருக்கம் விழுந்து போன ஒரு ஆள் நான் உள்ளே போக விருப்பப்படுகிறேனா என்று கேட்டார். நான் ஆமாம் என்றேன். திரும்பி வரவே முடியாது பரவாயில்லையா என்று கேட்டார். நான் ஒத்துக் கொண்டேன். அவன் என் உடைகளைக் களைந்துவிட்டு உள்ளே நுழையும்படியாகச் சொன்னார்.

அதற்கும் நான் ஒத்துக்கொண்டேன். அவன் என்னை அனுமதிக்கும் முன்பாக என்னைப் பார்த்துக் கண்ணீர் விட்டபடியே வேண்டாம் நீ திரும்பிப் போய்விடு என்று உள்ளே அனுமதிக்க மறுத்துவிட்டான். நான் கோவித்துக்கொண்டு கத்தினேன். உள்ளே போக விரும்புவதாக ஆத்திரப்பட்டேன். முடிவில் அவர் என்னை உள்ளே செல்ல அனுமதித்தார்.

வழியெங்கும் இருட்டு, தாரை தாரையாக வழிந்து கொண்டிருக்கும் இருட்டு. அதற்குள்ளாகவே நடந்து சென்றேன். அங்கே ஒரு பெரிய படகு போல நின்றிருந்தது. அதில் ஏறிக்கொண்டேன். அது ஒரு கரையில் இறக்கிவிட்டது. அந்தக் கரையில் நான் இறங்கிக் கண்ட காட்சி உடலை நடுக்கமடையச் செய்தது.

சாணத்தில் நெளியும் புழுக்களைப் போல மனிதர்கள் நெருக்கியடித்துக் கொண்டிருந்தார்கள். அத்தனை பேரும் பாதி துண்டிக்கப்பட்ட உடல்களோடு இருந்தது குரூரமாக இருந்தது.

திரள் திரளாக ஆட்கள், கண் இருந்தால் காது இல்லை. உதடுகள், கைகள், கால்கள் வெட்டப்பட்ட மனிதர்கள். ஒரு ஆளின் தலை துண்டிக்கப்பட்டு குருதி பெருகுகிறது. ஒரு பெண்ணின் முலைகள் அறுக்கப்பட்டிருக்கின்றன. ஒரு பெண் அடிவயிறு கீறப்பட்டு குழந்தை தொப்பூள் கொடியோடு வெளியே தொங்கிக்கொண்டிருக்கிறது. ஓலம், அழுகை, ரத்தப்பீச்சல், வலி. எங்கும் ஆட்கள் ஓடுவதும் அழுவதுமாக இருக்கிறார்கள். அதில் சிலர் என் வீட்டு மனிதர்கள். அவர்களது உடல்களும் துண்டிக்கப்பட்டிருக்கின்றன.

ஒரு முழு மனிதரைக்கூடக் காணவில்லை. ஆனால் அந்தக் குருதிக் களத்தில் ஆட்கள் எங்கே செல்வது என்று புரியாமல் ஓடிக் கொண்டிருந்தார்கள். யாரோ அதன் ஊடாக நின்று கத்துவது கேட்டது. திடீரென ஒரு மரவண்டி வந்து நின்று அதிலிருந்து சோற்று உருண்டைகள் வீசி எறியப்பட்டன. அதை எடுப்பதற்காக ஒருவர் மீது மற்றவர் ஏறி அடித்துக்கொண்டு ஒருவர் கையை மற்றவர் பற்றி இழுத்து. வாயில் விரலை விட்டுப் பிடுங்கி, அடித்து, மிதித்து அந்த உணவிற்காகப் போராடிக்கொண்டிருந்தார்கள். அதைக் காணமுடியாமல் ஓடினேன்.

இன்னொரு இடத்தில் இவ்வளவு மூர்க்கமான போராட்டத்தின் ஊடாகவும் தன் உடலில் கொப்பளிக்கும் குருதியைக்கூட மறந்து நிர்வாணமான ஆணும் பெண்ணுமாக ஒருவரையொருவர் முத்தமிட்ட படியும் கட்டிக்கொண்டு சிரித்தும், கட்டி உருண்டும் மகிழ்ந்து கொண்டிருந்தனர். ஒரு பெண்ணை நான்கு ஆண்கள் துரத்துவதும், நான்கைந்து பெண்கள் ஒரு இளைஞனுடன் சுகித்துக் கிடப்பதுமாக முடிவில்லாத நிர்வாண உடல்களின் ஒன்று சேரும்களிப்புகளைக் கண்டேன். அங்கும் இதே கூச்சல், ஆரவாரம். எனக்குக் குமட்டிக் கொண்டுவந்தது. எங்கே செல்வது என்று தெரியாமல் இருந்த போது இரண்டு பக்கமிருந்த ஆட்களும் திடீரென என்னை வெறித்துப் பார்த்தபடியே துரத்தத் துவங்கினார்கள். என்னை விட்டுவிடுங்கள் என்று கத்தினேன். ஆனால் என் உடலைக் குறிவைத்து அவர்கள் வந்து கொண்டிருப்பது தெரிந்தது. என் கைகால்களை அவர்கள் பற்றிக்கொண்டு இழுத்தார்கள். ஒருவன் என் உடலில் முத்தமிடுகிறான். மற்றவன் என் கால்களைப் பிடுங்கிப் புசிக்கிறான். அய்யோ அய்யோ என்று கத்துகிறேன். விழிப்பு வந்துவிட்டது. என்னால் நம்பவே முடியவில்லை. என்ன கோரக்கனவு இது. எதற்காக எனக்கு வந்தது.

நான் எழுந்து ஒரு குவளை குடி நீர் குடித்துவிட்டு படுக்கையில் படுத்துக்கொண்டேன். கனவினால் ஏற்பட்ட நடுக்கம் மறையவேயில்லை. யோசித்துக்கொண்டேயிருந்தேன்.

எஸ்.ராமகிருஷ்ணன் ❖ 477

மெல்ல அது கனவில்லை என்று புரிய வந்தது. இத்தனை காலமாக நான் கேட்டும் அறிந்தும் வந்த நோய்மையின் கதைகள் தான் இன்று ஒன்று சேர்ந்திருக்கிறதோ என்று தோன்றியது. பிறகு அப்படியில்லை. அது நிஜம்தானா என்று எனக்கு நானே யோசித்துக்கொண்டிருந்தேன்.

பெரும்பான்மை நோய்கள் காமத்திலிருந்தே உருவாகின்றன. காமமும் அது சார்ந்த சிக்கலுமே நோயைத் தோற்றுவிக்கின்றன. இச்சை உடலுக்குள் வளரும் புற்றுநோயைப் போல பிறர் அறியாமல் ஆளை உருக்கிக் கொன்றுவிடுகிறது. காமத்தைப் புரிந்துகொள்ள முடியாமல் நோய்மையை விலக்கவே முடியாது. மனிதன் பசியைக் கடந்து செல்லக்கூடப் பழகியிருக்கிறான். ஆனால் காமத்தை எதிர்கொண்டு சமாளிக்கப் பழகவில்லை. அதன் முன்பு தோற்றுவிடுகிறான். அல்லது அதை வேட்டையாடுகிறான். ஆகவே காமநோய்மையில் இருந்து எவரும் தப்ப முடிந்ததில்லை. அடக்கப்பட்ட காமத்தைப் போல கொடிய வேதனை வேறு எதுவுமில்லை. அதுதான் நோயின் மூலவிதை.

மற்றொரு காரணம் பசி. அது உணவால் மட்டுமே தீர்க்கப்பட முடியாது. பசி என்பது ஒரு விருட்சத்தைப் போலத்தானிருக்கிறது. அதற்கு நிறைய கிளைகள் இருக்கின்றன. அதன் வெளிப்பாடு ஒவ்வொரு மனிதனுக்கும் ஒருவிதமாக இருக்கிறது. இந்த இரண்டுமே நினைவுகளால்தான் உந்தப்படுகின்றன.

நினைவு தான் நோயின் தாய் போன்று தோன்றுகிறது. நினைவு கொள்ளுதல் என்பதன் வழியேதான் நோயாளி அதிக துயரமடைகிறான். துர்சொப்பனங்கள்கூட நமக்குள் நினைவுகளாகப் படிந்துவிடுகின்றன. பறவை சுவடில்லாமல் வானைக் கடந்து போவது போல நம் மனதை விட்டுப் போய்விட வேண்டியதுதானே. ஏன் அப்படி நடக்காமல் துர்கனவுகூட நினைவாகிவிடுகிறது.

நமது அனுபவங்கள் மட்டுமில்லை. நாம் அறிந்தவை, கேட்டவை, யாரோ சொன்னவை, என அத்தனையும் நினைவுகளாகிவிடுகின்றன. நினைவு ஒரு சுடரைப் போல அசைந்தபடியே இருக்கிறது. நினைவில் விழுந்துகிடப்பதுதான் நமது பலமும் பலவீனமும். நினைவேயில்லாமல் மனிதனால் வாழமுடியாது. கடந்த காலம் என்ற ஒன்றினை கையில் ஊன்றிக்கொண்டு மனிதர்கள் நடந்து திரிகிறார்கள்.

இங்கே எதிர்காலம் என்ற ஒன்றேயில்லை. அது வெறும் சொல். கடந்த காலத்தின் மீது ஊன்றி நடப்பதை நிகழ்காலம் என்கிறோம். நமது நோய்மைகளுக்கு முக்கிய காரணம் இந்தக் கடந்தகாலத்தின்

நினைவுகள். என்றோ, எப்போதோ, யாரோ ஏற்படுத்திய அவமானங்கள், வடுக்கள், முறைகேடுகள், புறக்கணிப்புகள் நம்மை நோயாளிக்கி விடுகின்றன.

இப்படியாக நினைக்க நினைக்க மனது தாளமுடியாத வருத்தத்தில் தோயத்துவங்கியது. உறக்கம் வராமல் படுத்துக்கிடந்தேன். அப்போது நீங்கள் ஐந்து பேரும் நடந்து வரும் சப்தம் கேட்டது. உண்மையில் உங்கள் வருகை எனது துயரத்திலிருந்து என்னைப் பிடுங்கிப்போட்டது. எனது இருப்பின் உண்மையான அர்த்தத்தை உணரத் துவங்கினேன். மனது இப்போது சற்றுத் தெளிந்திருக்கிறது" என்றாள்.

ஐந்து நோயாளிகளில் ஒருவர் மட்டும் "அக்கா... துர்கனவுகள் நமது புற உலகைப் பற்றிய நமது பயத்திலிருந்துதானே உருவாகிறது. உண்மையில் நாம் அதிக பயத்தைச் சேர்த்துக்கொள்ளும்போது அதிகமான துர்கனவிற்கு உள்ளாகிறோம்" என்றார். அக்கா அது உண்மை என்றபடியே ஐவரில் ஒருத்தியாக இருந்த பெண்ணிடம் அவள், "கால்களைத் துடைத்து சுத்தம் செய்துவிடவா" என்று கேட்டாள். அந்தப் பெண் தானாகச் செய்து கொள்வதாகச் சொன்னாள். அதற்காகத் தானே நான் இருக்கிறேன் என்றபடியே அவளது காலை தன்வசம் எடுத்து அழுக்கடைந்த துணியை அகற்றியபடியே "உன் பெயர் என்ன பாப்பா உனக்கு என்ன செய்கிறது" என்று கேட்டாள்.

இந்தக் கேள்விக்கு எந்த பதிலும் சொல்லாமல் அந்தப் பெண் அமைதியாக இருந்தாள். அக்கா "உனக்கு உறக்கம் வருகிறது என்றால் இங்கேயே சில மணி நேரம் உறங்கலாம்" என்றாள். அவள் "அக்கா பத்து வயதிற்குப் பிறகு பெண்கள் ஒருபோதும் நிம்மதியாக உறங்க முடியாது. யாராவது ஏதாவது ஒரு காரணம் சொல்லி எழுப்பி விட்டுவிடுவார்கள் என்ற நடுக்கம் இருந்துகொண்டேதானிருக்கிறது. அக்கா என் பெயர் பாக்கியம். நான் என்னைப்பற்றியக் கதையை விட என் அம்மாவைப் பற்றிய கதையை சொல்ல விரும்புகிறேன். அதுதான் என் நோய்மையை உருவாக்கியது. அந்தக் கதையை நான் எனக்குள்ளாகவே புதைத்துக்கொண்டிருக்கிறேன். நமக்குள் புதைந்த நினைவுகள் நோய்மையாகிவிடுகின்றன என்று நீங்கள் சொன்னது சத்தியம். அதற்கு என் கதைதான் சாட்சி" என்றபடியே அவள் தன் அம்மாவின் கடந்தகாலத்தைச் சொல்லத் துவங்கினாள்

*

அப்போது நாங்கள் திருக்குடி என்ற கிராமத்திலிருந்தோம். அப்பா தபால்துறையில் வேலையில் இருந்தார். அதனால் சிறு

கிராமங்களில் உள்ள தபால் நிலையங்களில் பணியாற்ற அவர் தஞ்சை மாவட்டம் முழுவதும் அனுப்பட்டார். அப்படித்தான் நாங்கள் திருக்குடிக்கு இடம்மாறிச் சென்றிருந்தோம். வீட்டில் என்னோடு பிறந்தவர்கள் இருவர் ஒரு அண்ணன் ஒரு தம்பி. நான் நடுவில் உள்ளவள். என் அம்மாவின் பெயர் சூடாமணி. அவள் நன்றாகப் பாடுவாள். சிறுவயதில் முறையாக சங்கீதம் படித்திருக்கிறாள். சில வேளைகளில் கோவில்களில் பாடுவதைக் கேட்டிருக்கிறேன். அப்பாவிற்கும் அம்மா பாடுவது பிடிக்கும். ஆனால் எப்போதாவதுதான் அவர் அம்மாவைப் பாடச் சொல்லிக் கேட்பார். அப்பாவின் பெயர் தீர்த்தராமன்.

தபால் நிலையம் என்பதால் அதிக வேலையிருக்காது. அப்பா காலையோடு தபால் நிலையத்தை எடுத்துவைத்துவிட்டு மதிய நேரங்களில் ஜோசியத்தில் மூழ்கிவிடுவார். எப்போதும் அவரது கையில் ஒரு பஞ்சாங்கமும் ஜாதக நோட்டுகளும் இருக்கும். அவரிடம் ஜாதகம் பார்ப்பதற்காக மாலை நேரங்களில் சிலர் வந்து காத்திருப்பதுண்டு. அப்பா அதற்கு எந்தக் கட்டணமும் வாங்குவது கிடையாது. எங்கள் வீட்டின் பிரச்சினைக்கு காரணம் அப்பாவில்லை. ஆனால் அப்பாவின் வழியாகத்தான் அந்தப் பிரச்சினை உருவாகியது. அப்பா வாரம் ஒரு முறை தனது சொந்த ஊருக்குப் போய்விடுவார்.

அவருக்கு அவரின் அம்மா அப்பா தங்கை என்று யாவரிடமும் மிகுந்த ஒட்டுதல் இருந்தது. ஒவ்வொரு முறை அவர் தனது ஊருக்குப் போய்விட்டுத் திரும்பியதும் அம்மாவைப் பற்றி ஏதாவது சொல்லிக் காட்டித் திட்டுவார். அம்மா அதைக் கேட்டவுடன் கண்ணீர்விட ஆரம்பிப்பாள். அப்பா 'எதுக்குடி நீலிக்கண்ணீர் விடுகிறாய் என்று கத்துவார்.

அப்பா தனது ஜாதகத்தின் படி அவளைக் கட்டிக்கொள்ளாமல் வேறு ஒருவரைக் கட்டியிருந்தால் ராஜவாழ்க்கை கிடைத்திருக்கும் என்று ஒவ்வொரு முறையும் சொல்லிக் காட்டுவது உண்டு. அப்பா வோடு அம்மா ஆரம்ப காலத்தில் சண்டையிட்டிருக்கிறாள். 'பிள்ளைகளை வச்சிக்கிட்டு என்கிட்டே எதிர்வாதம் பேசினால் அது என்னை எப்படி மரியாதையாக நடத்தும்' என்று அப்பா கத்துவதைக் கண்டு அம்மா சண்டையிடுவதைக் குறைத்துக்கொண்டுவிட்டாள். பிறகு அம்மாவின் நடவடிக்கைகள் விசித்திரமானதாக மாறத் துவங்கின.

அப்பா ஊருக்குப் போய்வந்து சண்டையைத் துவக்கிய உடனே அவள் அமைதியாக நின்று கேட்டுக்கொண்டேயிருப்பாள்.

‘வாயைத் திறந்து பதில் சொல்லுடி’ என்று கேட்டால் கூட பதில் பேசமாட்டாள். பிறகு விடுவிடுவெனக் கிணற்றடிக்குச் சென்று வாளியில் தண்ணீரை இறைத்து தன் தலையில் ஊற்றிக் கொள்வாள்.

அப்போது அவள் உதடுகள் எதையோ முணுமுணுத்துக் கொண்டிருக்கும். என்ன சொல்கிறாள் என்று யாரும் கேட்டுக் கொண்டதேயில்லை. பிறகு ஈரத்தலையுடன் ஈரப்புடவையுடன் சமையற்கட்டில் போய்ப் படுத்துக் கொள்வாள். அன்று வீட்டில் சமையல் நடக்காது. என் அண்ணன் ராஜாராமன் நன்றாகச் சமைப்பான். அதனால் அவன் அம்மா சுருண்டு படுத்துக்கொள்ளும் நாளில் சமைக்கத் துவங்குவான். அம்மா அது போன்ற நாட்களில் சாப்பிட மாட்டாள். இந்தக் கோவம் ஒரு நாளைக்கு இருக்கும் மறுநாள் வழக்கம் போல அவள் காலையில் பாலைக் காய்ச்சி காபி போட்டு வேலை செய்ய ஆரம்பித்துவிடுவாள்.

இப்படி ஈரத்தலையோடு உறங்கி உறங்கி அவளுக்குத் தலை நோவும், நரம்புத் தளர்ச்சியும் சேர்ந்து கொண்டது. தலையில் தண்ணீரை இறைத்து ஊற்றியதும் மயங்கிவிழும் அளவு அது சேர்ந்துபோனது. அப்படி அம்மா நோயாளியாகிவிட்டாள் என்று தெரிந்தபோதும் அப்பா அவளைக் கோவித்துக்கொள்வதை நிறுத்தவேயில்லை. அண்ணன் மட்டும் ஒரு நாள் அப்பா வீட்டில் உள்ளவர்கள் செத்துப் போனால் மட்டுமே அவர் அம்மாவைத் திட்டுவதை நிறுத்துவார்’ என்றான். அப்பா அதற்காக அவன் கன்னத்தில் அறைந்து உங்க அம்மா புத்தி உனக்கும் வந்துருச்சா என்று கத்தினார்.

அப்பாவின் கட்டுப்படுத்த முடியாத கோபம் அம்மாவைக் கிணற்றடிக்கு விரட்டிக்கொண்டேயிருந்தது. அப்பா அதை ஒருபோதும் பெரிய விசயமாகக் கருதவேயில்லை. இந்தச் சண்டையில்லாத நாட்களில் அவர்கள் இருவரும் ஒன்றாகக் கோவிலுக்குப் போய்வருவதும் கடைக்குப் போய் வீட்டு மளிகைப் பொருட்கள் வாங்கிவருவதும், பாட்டுக்கேட்பதும் என இயல்பாக இருப்பார்கள். அம்மாவின் நோய்மை அதிகமாகிக்கொண்டே போனது. ஒரு நாள் அம்மா தலையில் தண்ணீரை இறைத்து ஊற்றியதும் மூக்கில் ரத்தம் கொட்டத் துவங்கியது. அந்த ரத்தத்தை ஒரு துணியில் துடைத்துக்கொண்டு போய் அப்பா முகத்தில் எறிந்து நீங்களே அவளைக் கொன்னுடுங்க’ என்று அண்ணன் கத்தினான். அப்பா ‘அவள் ஜாதகப்படி இதுபோன்ற கோளாறுகள் கட்டாயம் இருக்கத்தான் செய்யும்’ என்றார். அண்ணன் ஆத்திரம் தாங்கமுடியாமல் அப்பாவின் பஞ்சாங்கங்களை எடுத்துக் கிழித்து

எறிந்தான். அன்றும் அவனை வீட்டை விட்டு வெளியே போகச் சொல்லி அப்பா சண்டையிட்டார். அவன் போக மறுத்துக் கத்தினான்.

அப்போது எனக்குப் பத்து வயதிருக்கக்கூடும். அண்ணன் இந்த வீட்டில் இருக்கக் கூடாது என்று அப்பா பிடிவாதமாக இருந்தார். மாமா வீட்டிற்கு அவனை அனுப்பி வைத்தோம். அதன் பிறகு நான் ருதுவடைந்தேன். அம்மா ஒவ்வொரு நாளும் என்னை அருகில் அழைத்து நான் திருமணம் செய்துகொள்ளக்கூடாது. எந்த ஆம்பளையோடும் நெருக்கமாகப் பழகக் கூடாது. அவர்கள் அத்தனை பேரும் ஏமாற்றுக்காரர்கள் என்று சொல்லிக்கொண்டேயிருந்தாள். அத்தோடு அவள் என்னை சங்கீதம் கற்றுக்கொள்வதையோ, சமையல் கற்றுக்கொள் வதையோகூட அனுமதிக்கவில்லை. சில நேரம் அவள் என்னை உப்பு, காரமில்லாமல் சாப்பிடச் சொல்லிக் கட்டாயப்படுத்துவாள். அதனால் நான் மிகவும் மெலிந்து போனவளாயிருந்தேன்.

அப்பா இதைக் கண்டுகொள்ளவேயில்லை. எனது படிப்பு உள்ளூர்ப் பள்ளிக்கூடத்தோடு முடிந்து போனது. ஒரு நாள் அம்மா ராஜா ராமனைக் காண்பதற்காக ஊருக்குப் போனவள், திரும்பிவர முடியாது என்று அங்கேயே மாமா வீட்டில் தங்கிக்கொண்டுவிட்டாள். நானும் அப்பாவும் தம்பியும் மட்டுமே இருந்தோம். அப்பா தொட்டதற்கு எல்லாம் என்னைத் திட்டினார். நானும் அம்மாவைப் போல ஓடிப் போய் அதே கிணற்றில் தண்ணீர் இறைத்துத் தலையில் ஊற்றிக் கொண்டேன். உண்மையில் அப்படிச் செய்யும்போது நடந்த எல்லாமும் என்னை விட்டுப் போய் நான் சுத்தமாவதைப் போல உணர்ந்தேன். அப்பா ‘உங்க அம்மா எல்லா பிள்ளைகளையும் பைத்தியக்காரியா ஆக்கிவச்சிருக்கா’ என்று கத்தினார். அது உண்மைதானோ என்றுகூடத் தோன்றியது.

அப்பாவிற்குப் பிடிக்காத அத்தனை செயல்களையும் அம்மா பிள்ளைகளுக்குள் புகட்டியிருக்கிறாள். அம்மாவின் அதே நோய்மையை நானே வரவழைத்துக்கொண்டேன். பின்பு அப்பா இறந்துபோனார். தம்பியும் நானும் மாமா வீட்டிற்குப் போய்ச் சேர்ந்தோம். அம்மா என்னைத் தனியே அழைத்துக் கொண்டு கும்பகோணத்தில் ஒரு வீடு எடுத்துக்கொண்டு தங்க வைத்தாள். இரண்டே பெண்கள். நாங்கள் மட்டுமே வாழ்ந்து கொண்டிருந்தோம். கோவில், வீடு, ஒரு வேளை உணவு இவ்வளவுதான் உலகம். நான் திருமணமே செய்து கொள்ளவில்லை. அம்மா அப்பாவின் ஆசைகளைச் சிதறடித்து, தான் வெற்றி பெற்றுவிட்டதாக உணர்ந்தாள். நான் அம்மாவைக் கவனிப்பதை

மட்டுமே எனது வேலையாகக் கொண்டேன். நாங்கள் இருவரும் பலநேரங்களில் ஒருவரையொருவர் பார்த்துக் கண்ணீர் விட்டுக் கொள்வோம். அம்மா சில நாட்கள் முழுவதும் கோவிலில் உட்கார்ந்தேயிருப்பாள். அப்போது அவளைக் காண்கையில் அம்மா வின் நல்ல குணங்கள் அத்தனையும் அப்பாவை அழித்துவிட்டு சப்பி எறிந்த மாங்கொட்டை போல ஆக்கிவைத்திருப்பதாகத் தோன்றும். அம்மாவின் இறுதிநாள் வரை நாங்கள் இருவருமே தனித்திருந்தோம்.

இரண்டு பெண்கள் தனித்து வாழ்வதின் எல்லா அவமானங் களையும் நாங்கள் சகித்துக்கொண்டோம். எப்போதாவது அண்ணன் தேடிவந்து பணம் தந்து போவதுண்டு. அம்மாவின் மீது சிறுவயதில் அத்தனை அன்பு கொண்டிருந்த ராஜாராமன் முப்பது வயதைத் தாண்டியதும் அப்பாவைப் போலவே நடந்து கொள்ள ஆரம்பித்தது எனக்கு வியப்பாக இருந்தது. அம்மா சலிப்போடு சொன்னாள், 'உன் அப்பா தனி ஆள் இல்லை. அவரது சுபாவம் உங்கள் ஒவ்வொருவருக்குள்ளும் இருக்கிறது. அதைப் பிடுங்கி வெளியே எறிய முடியவே முடியாது' என்றாள். அது நிஜம்தான். எனது பிடிவாதம் கூட அப்பாவிடமிருந்து வந்ததுதானே. அப்பாவை நாங்கள் மறந்து போனோம்.

அம்மாவின் காலத்தின் பிறகு நான் தனி ஆளாக வாழத் துவங்கினேன். அதே வீடு. அதே உணவு. அம்மாவிடமிருந்து பெற்றுக்கொண்ட நோய்மை. இவ்வளவுதான் என் உலகமாக இருந்தது. இப்போது எனக்கும் நரம்புத் தளர்ச்சியும் தலைநோவும் இருக்கிறது. அருகாமை வீட்டில் உள்ள ஒருசிலர் என்னோடு இணக்கமாகப் பேசுகிறார்கள். பழகுகிறார்கள். ஆனால் என் வாழ்க்கை எந்த அர்த்தமும் அற்று, பாதி முடிந்துபோய்விட்டது. அம்மா தனது கோபத்திற்காக என்னை பலி கொடுத்துவிட்டாள் என்றுகூடத் தோன்றுகிறது. அவளால் வேறு என்ன செய்துவிட முடியும்.

எனது பிழைப்பிற்காக நான் இப்போது வீட்டுவேலைகள் செய்து வருகிறேன். துடைப்பது, பாத்திரம் கழுவி எடுப்பது, துணி துவைப்பது என்று நான் அறிந்தவை இவ்வளவுதான். யோசிக்கையில் இனி என் வாழ்க்கையில் ஒரு திருப்பமும் வந்துவிடாது என்றே தோன்றுகிறது. அம்மாவின் பரிசாகக் கிடைத்த நோய்மையோடு கூடுதலாக கால்கள் தானே வீங்கிக் கொண்டுவிடுகின்றன. என்னைச் சுற்றி எவருமேயில்லை. கல்லிற்குள் வாழும் தேரையைப் போலத்தான் என்னை உணர்கிறேன்.

எஸ்.ராமகிருஷ்ணன்

எனக்கும் மீட்சி கிடைக்கக்கூடும் என்று இவர்கள் தெக்கோடு அழைத்தார்கள். அதில் நம்பிக்கையில்லை என்றபோதும் நான் சலிப்பைப் போக்கிக்கொள்ளவாவது எங்காவது செல்லவேண்டும் என்று புறப்பட்டேன். என்னை அழைத்துக்கொண்டு வந்தவர் என் வீட்டிற்கு அருகாமையில் வசிக்கும் இந்த தவசிநாதன். அவரது பிள்ளைகளும் என்மீது பிரியம் காட்டுகிறார்கள். ஐந்து வயதில் ஒரு முறை திருவிழாவிற்குப் போய்விட்டு மாட்டுவண்டியில் திரும்பி வரும்போது கையில் வைத்திருந்த கிலுகிலுப்பை ஒன்றை வழியில் தவறவிட்டுவிட்டேன். வீடு தேடி வந்து அழுதேன்.

யாரும் கையில் எடுக்காமல் காட்டுப்பாதையில் விழுந்துகிடக்கும் அந்தக் கிலுகிலுப்பையைப் போலத்தான் இப்போது என்னை உணர்கிறேன். எனது துயரங்கள் நானே உருவாக்கிக்கொண்டது. வாழ்க்கையை சிக்கலாக்கிக்கொண்டதுதான் மிச்சம். இப்போது எதுவும் இல்லை. வெறும் வலி, நோவு, வேதனைகள் மட்டுமே. பெற்றவர்களின் நோய்மை பிள்ளைகளையும் விட்டுவிடாது தானில்லையா. என் அம்மா இப்போதும் கனவில் தோன்றுகிறாள். நான் அவளைப் பார்த்தபடியே இருக்கிறேன். சே, என்ன வாழ்க்கை" என்றபடி அவள் மௌனமாகிவிட்டாள்.

அக்கா அந்தப் பெண்ணின் கதையைக் கேட்டு நெகிழ்ச்சி யுற்றவளாகச் சொன்னாள். "ஆறுதல் சொல்லிச் சாந்தப்படுத்த முடியாதபடிதான் பெரும்பான்மையான பெண்களின் வாழ்க்கையிருக்கிறது. உன்னையும் கடந்தகாலம்தான் நோயாகப் பீடித்திருக்கிறது. அதிலிருந்து நாம் மீள முடியாதுதான். ஆனால் அதைச் சுமந்துகொண்டே அலைவது வீண். உனக்கு மட்டும்தான் உன் கடந்தகாலம் முக்கியமானது; உலகிற்கு இல்லை. ஆகவே அதிலிருந்து விலகி உனக்கான அடையாளங்களை நீ உருவாக்கிக்கொள்ளும்போது கடந்தகாலம் மெல்ல எடையற்றுப் போய்விடும். அதுதான் இந்நாள் வரை நடந்திருக்கிறது. வாழ்க்கை என்பது குடும்பம் மட்டுமில்லை.

நீ இப்படியே முடங்கிப் போய்விடாதே என்று தான் சொல்வேன். நோயிலிருந்து விடுபவதற்குத் தேவையான நம்பிக்கையைவிட வாழ்க் கையை மேம்படுத்திக்கொள்ளத் தேவையான நம்பிக்கை முதன்மை யானது. அதை ஏற்படுத்திக்கொண்டால் நீ உன் துயரிலிருந்து விடுபட முடியும். உன் கதை என் மனதை கனக்கச் செய்துவிட்டது. நான் சற்று வெளிக்காற்றில் இருந்துவருகிறேன்" என்று அக்கா எழுந்து கொண்டாள். இதற்குள் காலை விடிந்து ஆட்கள் நடமாட்டம் துவங்கியிருந்தது. அக்கா அன்று முழுவதும் பாக்கியம் என்ற பெண்ணின் தாயைப் பற்றியே நினைத்துக்கொண்டிருந்தாள்.

முகம் காணாத அந்தப் பெண்ணுக்காக அவள் வருந்தினாள். மனித வாழ்க்கை எத்தனை விதமான சிக்கல், சிடுக்கு கொண்டது என்று நினைத்து மனச்சோர்வும் கொண்டாள்.

அன்றைய பகலில் ஒரு குடிகாரன் எட்டூர் மண்டபத்திற்கு வந்திருந்தான். அவனுக்கு ஐம்பது வயதிருக்கக்கூடும். மஞ்சள் ஓடிய கண்களுடன் பருத்த உதடுகள் கொண்டிருந்த அவன் மொட்டையடித்திருந்தான். காதுகள் விடைத்துக்கொண்டிருந்தன. அவன் புழுதியில் விழுந்திருக்கக்கூடும் என்பதைப் போல அவனது புறங்கைகள் எல்லாம் தூசியும் மண்ணும் அப்பிப்போயிருந்தது. அவன் கொசுவை விரட்டுவது போல கைகளால் எதையோ வீசியபடியே இருந்தான். சில சமயம் உரத்த குரலில் யாரையோ திட்டினான். அவனை அங்கே அனுமதிக்க முடியாது என்று சுருளியப்பன் விலகிப் போகும்படியாகச் சொல்லிக் கொண்டிருந்தார். அவனோ 'நானும் நோயாளிதான். எனக்கு மட்டும் ஏன் சாப்பாடு போட மறுக்கிறீர்கள்' என்று கத்தினான். அவனது உரத்த சப்தம் கேட்டு மற்றவர்கள் நெருங்கிவந்தார்கள்.

அவன் கீழே கிடந்த கழி ஒன்றை எடுத்து, தன்னை வேடிக்கை பார்க்கின்றவர்களை அடிக்க ஓடினான். அவனது கோபத்தைக் கண்ட நோயாளிகள் பயந்து போய் பின்வாங்கினார்கள். சுருளியப்பன் அவன் கஞ்சி குடிப்பதற்காக ஏதாவது கலயங்கள் வைத்திருக்கிறானா என்று கேட்டார். அவன் 'அப்படி எதுவும் தன்னிடமில்லை. ஏன் உங்களிடம் ஒரு மண்கலயம்கூடக் கிடையாதா' என்று கேட்டான்.

'இங்கேயே உட்கார்ந்திரு' என்ற வேம்படியில் அவனை உட்கார வைத்துவிட்டு கஞ்சி கொண்டுவருவதற்காக சுருளியப்பன் சென்றார். அவன் மரத்தில் நிழல் அசைந்து கொண்டிருப்பதைப் பிடிக்காதவன் போல மரத்திடம் கோவித்துக்கொண்டு கத்தினான். பிறகு ஆகாசத்தைப் பார்த்து ஓங்காரமாக எதையோ சொன்னான். பிறகு கண்களை மூடி உட்கார்ந்துகொண்டான்.

ஒரு சிறுவன் குடிகாரன் மீது சிறிய கல்லை எடுத்து வீசி எறிந்தான். அவன் யார் தன் மீது கல் எறிந்தது என்று தெரியாமல் திடுக்கிட்டு எழுந்து அடிக்கப் பாய்ந்தான். ஆனால் அவனது உடல் அவன் வசமில்லாமல் தடுமாறிக் கீழே விழுந்தான். அவனைத் தூக்கிவிடக்கூட யாருமில்லை. அவன் கீழே விழுந்துகிடந்ததைப் பற்றிக் கவலை கொள்ளவேயில்லை. அவனது உதட்டில் எச்சில் வழிந்து மண்ணில் ஒழுகிக்கொண்டிருந்தது. அவன் மண்ணை ஓங்கிக் கையால் அடித்து எதையோ சொன்னான். முடிவில்

சுருளியப்பன் கஞ்சிக் கலயத்தைக் கொண்டுவந்து வைத்தபடியே அவனைத் தூக்கி உட்கார வைத்தார்.

அவன் சுருளியப்பனை மிக மோசமான வசையில் திட்டியபடியே என்னடா முறைக்கே என்று சொல்லிவிட்டு உட்கார்ந்து கொண்டான். கஞ்சியைக் குடித்துவிட்டு மண்டபத்தின் உள்ளே படுத்து உறங்கும்படியாகச் சொன்னார். அவன் அந்த மசிரு எல்லாம் தெரியும்' என்றபடியே கஞ்சியை வாயில் வைத்துக் குடிக்க முயன்றான். பிறகு தூவெனத் துப்பியபடியே 'என்னடா கஞ்சி இது, கழுதை மூத்திரம் மாதிரி இருக்கு' என்று கலயத்தை அப்படியே வீசி எறிந்து உடைத்தான்.

சுருளியப்பனுக்கு அது ஆத்திரமாக வந்தது. அவனை அடக்கி வைக்க முயன்றவரைப் போல தோளைப் பிடித்து அழுத்தினார். அதைத் தாங்கமுடியாமல் அவன் கீழே விழுந்துவிட்டு என்னைய அடிக்கியா என்று கேட்டான். சுருளியப்பன் இரண்டு உதவியாளர்களை அழைத்து அவனை மண்டபத்தின் உள்ளே அழைத்துப் படுக்க வைக்கும்படியாகச் சொன்னார்.

உடனே அவன் 'நான் இங்கே தங்கப்போவதில்லை. இப்போதே இங்கிருந்து போகப்போகிறேன்' என்று விலகி வெளியேறி நடக்கத் துவங்கினான். பத்து அடிகூட நடந்திருக்க மாட்டான். அவனாகக் கீழே விழுந்துவிட்டான். அவனைத் தூக்கிக்கொண்டுவந்து மண்டபத்தில் படுத்து உறங்க வைத்தான் ஒருவன் குடிகாரன் உறக்கத்தில் கூட நிம்மதியில்லாமல் புலம்பியபடியே இருந்தான்.

அன்று மதியம் வெயில் மிகவும் அதிகமாயிருந்தது. மண்டபத்தின் வெளியில் இருந்த நோயாளிகள் வெக்கையைத் தாங்கிக்கொள்ள முடியாமல் ஈரத்துணியை நனைத்து நனைத்து உடலில் போட்டபடியே இருந்தனர். ஒரு ரோகி கையில் ஒரு குவளை நிறையத் தண்ணீரை வைத்துக்கொண்டு அடிக்கடி உச்சந்தலையில் ஊற்றிக்கொண்டிருந்தான்.

உலகைப் பற்றி எரித்துவிடப் போவதைப் போல உக்கிரம் கொண்டு எரிந்து கொண்டிருந்தது சூரியன். என்ன கோபம் அதற்கு என்று புரியாமல் பார்த்துக்கொண்டிருந்தாள் கொண்டலு அக்கா. பகலின் பிரகாசம் பொங்கிவழிந்து கொண்டிருந்தது. இவ்வளவு வெளிச்சத்தைத் தாங்கிக்கொள்ள முடியாது என்பதைப் போல எங்கிருந்தோ குருவிகள் கத்திக்கொண்டிருந்தன. ஒரு மரங்கொத்தியொன்று வெயிலைக் கண்டு திகைத்துப் போய் மரம் கொத்துவதை நிறுத்தி அமைதியாகியது. நாய்கள் கூட அன்றைய வெயிலைக் கண்டு ஒடுங்கிக் கொண்டு ஒரு இடத்தில் சுருண்டு கொண்டுவிட்டன.

வெயில் சில நாட்களில் இப்படி முற்றிவிடுவதை அவள் அறிந்திருக்கிறாள். அப்படி முற்றிக்கொள்ளும் வெயிலின் இறுக்கம் கழுத்தைப் பிடிப்பது போலிருக்கும். அதுவும் ஒரு பிரியம்தான்' என்றான் ஒரு ரோகி. அவனை மற்றவர்கள் முறைத்தபடியே இருந்தனர். ஒருவன் மட்டும் ஆத்திரத்துடன் 'வெயில் அடிப்பது உனக்கு தித்திப்பாக இருக்கிறதா. சூரியன் இரக்கமற்றது. அதை நான் வெறுக்கிறேன்' என்று கத்தினான்.

அதைக்கேட்ட ரோகி 'அப்படிப் பேசாதே. சூரியன் ஒன்று தானேப்பா என்னைப் போலக் காசநோயாளிகளுக்குத் துணை. நீ என்றாவது ஒரு நாள் தலைக்கு மேலாக சூரியன் இருப்பதை அதிசயம் போலப் பார்க்கிறாய். நாங்களோ தினமும் சூரியனோடு பேசிக்கொள்கிறவர்கள். எங்கள் தனிமையை அது ஒன்றுதானே உடனிருந்து அறிந்திருக்கிறது.

பகலின் பிரகாசம் வீட்டிற்குள் இருந்து பழகியவர்களால் தாங்கிக் கொள்ள முடியாது. மனிதர்கள் உருவாக்கியதில் மிக மோசமானது வீடு. அது ஒரு கூண்டைப்போல நம்மை வெளியுலகம் தெரியாமல் ஒடுக்கிக்கொண்டுவிட்டது என்றான். அதைக் கேட்ட மற்றொரு ரோகி சிரித்தபடியே 'திறந்த வெளியில் அலைந்து திரிவதற்கு நாம் என்ன ஆடு மாடுகளா' என்று கேட்டான்.

அந்த ரோகி 'அப்படி வாழ்ந்திருந்தால் இவ்வளவு நோவையும் கவலைகளையும் பெற்றிருக்கவேண்டிய அவசியமில்லை. என் விதி, ஆடுமாடுகளைவிடக் கீழான வாழ்க்கையை வாழ்ந்து நோயுற்று சாக இருக்கிறேன். யோசித்துப் பார்த்தால் நமது கனவுகளில் பெரும் பான்மை பலிக்காமல்தான் போகிறது. சிறுவயதில் நான் இப்படி நோயாளியாக சாவை நோக்கி மெல்ல நடந்து கொண்டிருப்பேன் என்று ஒருநாளும் கனவில் கூட நினைத்ததில்லை. இவ்வளவு ஏன், இளைஞனாக இருந்தபோது வாழ்க்கையை நான் விரும்பும் பக்கம் எல்லாம் திருப்பிக் கொண்டு செலுத்திவிட முடியும் என்று நினைத்துக் கொண்டிருந்தேன். அப்போது வரை எனக்கு மனிதர்கள் எவரும் தேவையில்லாமல்தான் இருந்தார்கள். எதற்காக யாருடனும் நட்பாகவும் அன்பாகவும் இருக்கவேண்டும் என்று நினைத்துக்கொண்டிருந்தேன். ஆனால் வயது அதிகமாக அதிகமாக மனிதர்கள் அடுத்தவர்கள் உதவியில்லாமல் வாழ முடியாது என்பதை உணர்ந்து கொண்டுவிட்டேன்.

என் முப்பது வயதில் நான் ஒரு அச்சகத்தின் ஊழியனாக இருந்தேன். மாதச் சம்பளம். சொந்தமாக ஒரு சைக்கிள். ஒரு வாடகை வீடு என்று வாழ்க்கை சீராகப் போய்க்கொண்டிருந்தது.

அண்டை வீட்டார் யாரிடமும் பேச மாட்டேன். திருமணமும் செய்து கொள்ளவில்லை. எப்போதாவது சில வேளைகளில் தனியாக நானே குடிப்பதுண்டு. மற்றபடி உலகில் நான் மட்டுமே இருப்பதுபோலப் பாவிப்பது போதுமானதாயிருந்தது. எப்போதாவது அச்சகத்தில் அடிக்கப்படும். புத்தகங்களைப் படிப்பதுண்டு. அவ்வளவுதான் என் உலகம்.

ஒரு நாள் அச்சகத்தில் வேலை பார்த்துக்கொண்டிருந்தபோது வாய்க்கசப்பு வந்து வாந்தியெடுத்தேன். என் நெற்றியில் கை வைத்துப் பார்த்தபோது காய்ச்சல் அடித்தது. யாரிடமும் சொல்லிக் கொள்ளாமல் வீட்டிற்குப் போய்ப் படுத்துக்கொள்ளலாம் என்று நினைத்துக் கிளம்பினேன்.

எனக்கு நன்றாகத் தெரிகிறது, என்னால் இந்த சைக்கிளை ஓட்ட முடியாது, வழியில் எங்காவது விழுந்துவிடுவேன் என்று. ஆனால் மனது உன்னால் முடியும் நீ வீடு வரை போய்விடு என்று உரத்துச் சொல்லிக்கொண்டேயிருந்தது. நான் சைக்கிளை மிதிக்கிறேன். அப்போதும் இதே சூரியன். அதுவும் இதே உக்கிரமான முகத்துடன் தானிருந்தது. அது என்னைப் பார்த்துக்கொண்டிருப்பதை நான் நன்றாக உணர்ந்தேன்.

உண்மையில் அதன் மீது அன்று எரிச்சல் மட்டுமே இருந்தது. நான் சூரியனைக் கண்டுகொள்ளாமல் சைக்கிளில் ஒரு பாலத்தைக் கடந்து செல்ல முயன்றேன். சைக்கிள் போவது போலவே இருக்கிறது. ஆனால் நகரவேயில்லை. என் கால்கள் தளர்ச்சியடைந்து விட்டதை உணர்ந்தேன். என்னைக் கடந்து சில சைக்கிள்காரர்களும் ஒரு சில நடைவாசிகளும் போய்க்கொண்டிருந்தார்கள். நான் அவர்களிடம் உதவி கேட்டிருந்தால் யாராவது முன்வந்திருக்கக்கூடும். ஆனால் எதற்காக உதவி கேட்கவேண்டும் என்று இறுமாப்புடன் நான் சைக்கிளை மிதித்தேன். கால்கள் மிதிப்பதை உணர்ந்தபோதும் சைக்கிள் செல்லவில்லை.

தலைக்கு மேலாக இருந்த சூரியன் என்னைப் பரிகசிப்பதை உணர்ந்தேன். அது என்னைப் பார்த்துப் பேசுகிறது என்பது நன்றாகவே கேட்டது. யாருடைய துணையும் இல்லாமல் எப்படி வாழப்போகிறாய். நீ தனியாள் இல்லை என்றது அக்குரல்.

நான் அந்தக் குரலை மறுக்கவேண்டும் என்பதற்காகவே என் முழுச் சக்தியைத் திரட்டி சைக்கிளை மிதித்தேன். அது என்வசமிருந்து நழுவி வளைந்து கீழே விழுவது போலத் தோன்றியது. நான் விழுந்து கொண்டிருக்கிறேன் என்பதை உணர்ந்தேன். அதன் பிறகு தன் உணர்வு இல்லை. ஆனால் லேசாக ஏதோ தோன்றுகிறது.

நான் பாலத்தின் ஒருபக்கம் புழுதியில் விழுந்துகிடக்கிறேன். என் மீது சூரியன் ஒளிர்ந்து கொண்டிருக்கிறது. மரணத்தின் முதல் வாசனையை அன்றுதான் நுகர்ந்தேன். அந்த அனுபவம் என்னைப் புரட்டிப் போட்டது.

என்னால் எழுந்து கொள்ள முடியவேயில்லை. யாரோ என்னைத் தூக்கிவிடுவது தெரிந்தது. என் முகத்தில் தண்ணீர் தெளித்து என்னை நான்கு கைகள் உட்கார வைப்பதை உணர்ந்தேன். எப்படி வீட்டிற்கு வந்தேன் என்று தெரியவேயில்லை. ஆனால் என் கயிற்றுக்கட்டிலில் படுக்க வைக்கப்பட்டிருந்தேன். பதினோரு நாட்கள் காய்ச்சலில் கிடந்தேன். அருகாமை வீட்டுப் பெண்கள் தாங்களாகவே எனக்கு உதவிக்கொண்டிருந்தார்கள். நான் உண்மையில் கூச்சம் அடைந்தேன். ஒவ்வொரு நாள் காலையிலும் ஜன்னல் வழியாக எட்டிப்பார்க்கும் சூரியன் என்னைப் பரிகசிப்பதைப் போல இருந்தது. நான் நன்றாக உணர்ந்து கொண்டேன் என்னைச் சுற்றிய உலகம் எவ்வளவு முக்கிய மானது என்று. அவர்களை நேற்றுவரை யாரோ முகம் அறியாதவர்கள் என்று நினைத்துக்கொண்டிருந்தேன்.

ஆனால் அது என்னுடைய தவறு என்பதை அந்த நோய் சுட்டிக் காட்டியது. காய்ச்சலில் இருந்து நலமாகி எழுந்து நடமாடத் துவங்கிய பிறகு நான் முந்தைய மனிதனைப் போல இல்லை. தினசரி காலையிலும் மாலையிலும் அண்டை அயலாருடன் பேசிப்பழக ஆரம்பித்தேன். எத்தனை குழந்தைகள், வயசாளிகள், வீட்டைத் தவிர உலகமே அறியாத பெண்கள் என்னைச் சுற்றி வசிக்கிறார்கள் என்பதை அறிந்துகொள்ளத் துவங்கினேன். உண்மையில் அன்றுதான் எனக்குக் கண்கள் உண்டானது போலத் தோன்றியது. உலகம் மிகப் பெரியதாகவும் எல்லையற்று விரிந்து இருப்பதையும், நேசிக்கவும் பகிர்ந்து கொள்ளவும் எண்ணிக்கையற்ற மனிதர்கள் நம்மோடு வசிக்கிறார்கள் என்பதையும் நான் நன்றாக உணரத் துவங்கினேன். எனது சைக்கிளை எடுத்துக் கொண்டு ஊரை விட்டு வெளியே சென்றேன். ஒரு திறந்த வெளியில் சைக்கிளை நிறுத்திவிட்டு சூரியனைப் பார்த்தேன். அதன் முகத்தில் அதே பரிகாசம். என்னைப் போல எத்தனை மனிதர்களை அது கண்டிருக்கிறது. எனது தவற்றை உணர்ந்து கொண்டதாக அதனிடம் மன்னிப்புக் கேட்டேன்.

அன்றிலிருந்து என் வாழ்வின் திசை மாறிவிட்டது. என் சுபாவத்தையே மாற்றிக்கொண்டுவிட்டேன். கலகலப்பாகவும், மற்றவர்களுக்கு முடிந்த உதவி செய்யும் மனதோடும், என்னைச் சுற்றிய மனிதர்களின் சந்தோஷம், கவலைகளுடன் என்னைக்

கரைத்துக் கொண்டு வாழ ஆரம்பித்தேன். நான் எதிர்பாராதபடியே காலில் காசநோய் உருவாகி அது என் நெஞ்சு எலும்புகளை அரிக்கத் துவங்கியது. எவ்வளவோ வைத்தியம் செய்தும் அது குணமாகவில்லை. ஒருவேளை நான் தனியனாகவே இருந்திருந்தால் இந்த நோய் என்னைக் கொன்று போட்டிருக்கும்.

ஆனால் என் நோய்மையை எனது உடனிருப்பவர்களின் அக்கறை தணித்துவிட்டது. அவர்கள் என்னை ஒருபோதும் நோயாளியாகக் கருதவேயில்லை. எனக்குக் கூச்சமாகக்கூட இருந்தது. ஒரு நாள் அடுத்த வீட்டுப் பெண்மணி எனக்கு உணவை அவளாகவே பிசைந்து கொண்டுவந்து தந்திருந்தாள். நானே பிசைந்து சாப்பிட்டுக் கொள்வேனே என்று தயக்கத்துடன் சொன்னதற்கு இதில் என்ன இருக்கிறது. எதற்காக நீ சிரமப்பட வேண்டும் என்றாள். சோற்றைப் பிசைவதில்கூட எனக்குச் சிரமம் தரக்கூடாது என்று நினைக்கும் அளவு இவர்களுக்கு நான் என்ன செய்திருக்கிறேன் என்று அழுதேன்.

எனக்குப் பாடம் புகட்டித் தந்த ஆசான் இந்தச் சூரியன். அதுதான் நான் தனியாள் இல்லை என்பதை நினைவூட்டியதுடன் வாழ்வில் மறக்கமுடியாத பாடத்தையும் கற்றுத் தந்திருக்கிறது. அன்றிலிருந்து இன்று வரை நான் ரகசியமாக சூரியனோடு பேசுகிறேன். எனது அந்தரங்களை அதனிடம் ஒப்படைத்திருக்கிறேன். வானில் உள்ள சூரியன் நிலவு நட்சத்திரங்கள் வானில் இருப்பதற்கு காரணம் அவை மனிதர்களின் துயரத்தையும் ரகசியத்தையும் வாங்கிக் கொண்டு இருப்பதால் தான். அவை விலகி நின்று நம்மோடு ஒரு பந்தம் கொள்கின்றன. அதனால் சூரியனைத் திட்டாதீர்கள்" என்றான்.

வெயிலை வெறுத்துக்கொண்டிருந்த ரோகி மௌனமாக தனக்குள்ளே சொல்லிக்கொண்டான். "நோய் ஒரு மனிதனின் புத்தியைக் குழப்பிவிடும் என்பதற்கு நீதான் சாட்சி. வெயிலை நேசிக்கச் சொல்கிறாய். அது நாய்க்குட்டியில்லை. நமது ஆசைகளுக்கும் விருப்பத்திற்கும் ஏற்ப உடனிருந்து ஓடியாடுவதற்கு. அது ஒரு காட்டுப்புலியைவிடக் கொடூரமானது. வெயிலை எந்தக் கைகளாலும் மூடி மறைக்கமுடியாது என்பதில் இருந்தே அதன் மூர்க்கம் தெரிகிறதுதானே" என்றான். இரண்டு ரோகிகளும் அமைதியாக இருந்தார்கள்.

அன்றைய சூரியன் ஒரு நீரூற்றுக் கொப்பளிப்பது போல வெயிலைப் பீச்சியடித்துக்கொண்டிருந்தது. மரங்கள் ஒடுங்கிநின்றன. மேகமற்ற வானம் கண்கொண்டு பார்க்க முடியாதபடி இருந்தது.

ஆனால் உச்சிவேளைக்குப் பிறகு வெயில் திடீரென மட்டுப்பட ஆரம்பித்தது. விடிகாலை வேளையைப் போல மதியத்தை அது உருவாக்கியது. மழை வரப்போகிறது என்ற சந்தோஷம் அனைவருக்குள்ளும் உருவானது. சுருளியப்பன் 'தெக்கோடு விழா துவங்கும் நாளில் கட்டாயம் மழை பெய்யும்தானே' என்று உற்சாகமாகச் சொன்னார்.

மழைக்கான இறுக்கம் தீவிரமாகத் துவங்கியது. காற்றும் ஒடுங்கிக் கொண்டுவிட்டது. வானில் இருந்து முதல் துளி எப்போது விழப் போகிறது என்று நோயாளிகளின் கண்கள் எதிர்பார்த்தபடியே இருந்தன. குத்துச் செடிகளும் மரங்களும் கூட மழையினை எதிர்நோக்கி இருப்பதைப் போல சலனமற்றிருந்தன. மழையின் முதல்துளி எங்கே விழுந்தது என்று தெரியவில்லை. ஆனால் அந்த மழை திருடனைத் துரத்தி ஓடும் ஊர்மக்களின் ஆவேசத்தைப் போலிருந்தது. வெயிலை விடவும் தான் அதிக உக்கிரம் கொண்டவன் என்பதைப் போல மழை வெறி கொண்டிருந்தது.

இன்றோடு நிலத்தைப் பிடுங்கித் தலைகீழாகப் போட்டுவிடப் போகிறேன் என்பதுபோல் அது வீசியது. எங்கிருந்தோ காற்றும் சேர்ந்து கொள்ளத் துவங்கியது. எட்டூர் மண்டபத்தின் முன்பாக சாதுக்கள் போலிருந்த மரங்கள் திடீரென ஆத்திரம் கொண்டுவிட்டதைப் போல ஆடத்துவங்கின. இனிமேல் தாங்கள் இங்கே இருக்கப் போவதில்லை என்று முடிவு செய்துவிட்டதைப் போல அந்த மரங்கள் பூமியை விட்டுப் பிடுங்கிக்கொண்டு காற்றில் பறந்து செல்ல எத்தனிப்பது போல வெறி கொண்டு ஆடின. மழையும் காற்றும் அந்த இடத்தைச் சுற்றிவளைத்துக் கொண்டது. மாடுகள் கத்துவதும், நோயாளிகள் மழையின் ஆவேசம் தாங்கமுடியாமல் முணங்குவதும், சந்தோஷம் அதிகமான ஒன்றிரண்டு பேர் மழைக்குள் ஓடியோடித் திரும்புவதும் என அங்கே மழையின் நாடகம் நடந்து கொண்டிருந்தது.

அதுவரை புழுதியில் படுத்திருந்த நாய் மழையைக் கண்டதும் அதில் நனைவதா, ஒதுங்கிப் போவதா என்று தெரியாமல் தட்டழிந்து கொண்டிருந்தது. ஒரு ரோகி மழையைத் திட்டிக்கொண்டிருந்தான். உடைகள், பொருட்கள், கட்டடங்கள், நிலம் என்று மழை தனக்குப் பிடித்த அத்தனையும் வாரிச் சுருட்டிக்கொண்டு போக ஆசைப்படு வதைப் போல இழுத்துக்கொண்டிருந்தது. மழை ஒரு மிருகம் என்பதை அவர்கள் கண்டுகொண்டிருந்தார்கள். அந்த மிருகம் ஆயிரம் கைகால்கள் கொண்டதோடு மூர்க்கமான அதன் வாலால் வீசியடித்து பொருள்களை நாசமாக்குவதைக்

கண்டார்கள். மழையின் பேரோசையில் மனிதர்களின் பேச்சரவம் ஒடுங்கிப்போனது. மழை நின்று பெய்தது. யாரையோ விசாரித்துக்கொண்டிருப்பது போல அதன் பாவனையிருந்தது. அக்கா மழையைப் பார்த்துக்கொண்டேயிருந்தாள்.

“வெயில் கடந்த காலத்தை மறக்க வைக்கிறது. மழை விழித்துக் கொள்ளச் செய்கிறது” என்றாள் அக்கா.

பிறகு அவளாகவே, மழையின் ஊடாக நினைவுகள் விழித்துக் கொள்ளத் துவங்குகின்றன. ஒவ்வொரு முறை மழையைக் காணும் போதும் மனது இழுந்துவிட்ட எதையோ நினைத்து வேதனை கொள்ளத் துவங்குகிறது என்று சொல்லிக்கொண்டாள்.

அக்காவின் அருகில் நின்றபடியே ஒரு ரோகி மழையைப் பார்த்துப் பார்த்து சிரித்துக்கொண்டிருந்தான். எத்தனையோ நூற்றாண்டுக் காலமாக மழையை மனிதர்கள் எதிர்கொண்டபோதும் அதன் மீதான வசீகரமும் மாயமும் குறையவேயில்லை என்பதை அக்கா உணர்ந்து கொண்டவளைப் போல தானும் சிரித்துக்கொண்டாள்.

மழை வெறிக்கத் துவங்கியது. ஆட்டுமந்தைகளை இன்னொரு இடத்திற்கு மேய்ப்பன் ஓட்டிக்கொண்டு போவதைப் போல் காற்று மழையை அழைத்துக்கொண்டு போனது. மழைக்குப் பிந்திய இறுக்கம் அந்த இடத்தைப் பிடித்துக்கொண்டது. பகல் முழுவதும் பேசிக் கொண்டிருந்த நோயாளிகள் இப்போது பேச்சை மறந்து மழைக்குப் பிந்திய ஈரமண்ணில் நடந்து கொண்டும், மழை எதையாவது தந்து விட்டுப் போயிருக்கிறதா என்று தேடிக்கொண்டும் இருந்தார்கள். ஒரு ரோகி மழை கொண்டுவந்து போட்டிருந்த ஒரு தகரக்குவளையைக் கையில் எடுத்துத் தட்டிக்கொண்டிருந்தான். ஒரு மரத்தின் கிளையை மழை முறித்துப் போட்டிருந்தது. அதில் இருந்த வேப்பங்காய்களைக் கிள்ளி எடுத்துக்கொண்டிருந்தான் ஒரு நோயாளி.

அதுவரையில்லாதபடி பூமி மிருதுவாகியிருந்தது. விரலால் தொட்டுப் பார்த்தபோது அது நெகிழ்ந்திருந்தது. செடிகள் நனைந்து இலைகளில் மழைத்தண்ணீர் படிய இருப்பதைக் காணும் போது செடி சிரித்துக் கொண்டிருப்பது போலத் தோன்றியது. பறவைகள் மழையைத் துரத்திவிட்டகளிப்பில் இங்குமங்கும் பறந்துகொண்டிருந்தன. மழை வெறித்த சாலையில் ஐந்து நோயாளிகள் ஒன்றாக நடந்து வந்து கொண்டிருந்தார்கள்.

எட்டூர் மண்டபத்திற்கு வந்தபோது அவர்கள் நனையவேயில்லை என்பதைக் கண்ட நோயாளிகள் ஆச்சரியமடைந்தார்கள்.

வந்திருந்த நோயாளிகளில் ஒருவர் "வழியில் மழையில்லை. இங்கே மட்டும்தான் மழை பெய்திருக்கிறது" என்றார். அந்தக் குரலில் மழையில் நனையமுடியாமல் போன ஆதங்கமிருந்தது.

"நிஜமாகவா" என்று அவரது உடைகளைத் தொட்டுப்பார்த்தான் ஒரு நோயாளி.

வந்தவர்களில் ஒருவர் எரிச்சலோடு "வழியெல்லாம் வெயில்தான் மழையைப் போலப் பொழிந்து கொண்டிருக்கிறது. நாங்கள் எட்டூர் மண்டபத்தின் இரண்டு மைல் தொலைவிற்கு வந்தபோது மழை மேகங்களைக் கண்டோம். ஆனால் நடந்துவருவதற்குள் மழை எங்களைக் கடந்துபோய்விட்டிருக்கிறது. நாங்கள் மழையின் முதுகைக் கூடப் பார்க்கவில்லை" என்றார்.

சுருளியப்பன் வந்திருந்த நோயாளிகளுக்குக் குடிநீர் கொண்டுவந்து தந்தபடியே எங்கிருந்து வருகிறார்கள் என்று கேட்டுக்கொண்டிருந்தார். ஐவரும் ஆளுக்கு ஒரு ஊரைச்சொன்னார்கள்.

அதில் ஒரு கறுப்புத் துணியால் ஒரு கண் மூடப்பட்டு இன்னொரு கண்ணால் மட்டும் உலகைக் காண்கிற ஒரு ஆள் மட்டும் "அய்யா பசிக்கிறது. ஏதாவது சாப்பிடக் கிடைக்குமா" என்று கேட்டான். சுருளியப்பன் "இந்த நேரம் கஞ்சி முடிந்துபோயிருக்கும். இருங்கள் ஏதாவது பழங்கள் எடுத்துவருகிறேன்" என்றார். அந்த ஆள் "என்னால் பசி தாங்க முடியாது. அழுதுவிடுவேன்" என்றார். சிறுபிள்ளையைப் போல இப்படி மனதைத் திறந்து பேசுகிறாரே என்று சுருளியப்பன் கஞ்சி மீதமிருக்கிறதா எனப் பார்ப்பதற்காக நடந்து சென்றார்.

ஐந்து பேரும் அமைதியாக உணவிற்குக் காத்திருந்தார்கள். சுருளியப்பன் ஒரேயொரு கலயத்தில் கஞ்சி கொண்டுவந்து இவ்வளவுதான் மீதமிருக்கிறது' என்றார். அதை எப்படிப் பகிர்ந்து குடிப்பது என்று தெரியாமல் அவர்கள் கலயத்தைப் பார்த்தபடியே இருந்தனர். ஒற்றைக் கண் உள்ளவன் முழுக் கலயத்தையும் தானே குடித்துவிட்டு மற்றவர்களைத் தலைநிமிர்ந்து பாராமல் உட்கார்ந்திருந்தான். அவர்கள் அவனைக் குற்றம் சொல்லவேயில்லை.

பிறகு ஒற்றைக்கண் ஆள் தனது தவற்றை ஒத்துக்கொள்பவனைப் போல சொன்னான்.

"என்னால் அரைவயிற்றோடு இருக்கமுடியாது."

மற்றவர்கள் அதனால் என்னவென்பதைப் போல அமைதியாக இருந்தார்கள். சுருளியப்பன் மட்டும் சற்று ஆத்திரமான குரலில்

எஸ்.ராமகிருஷ்ணன்

அப்படியென்ன சுயநலம் என்று கடிந்துகொண்டார். பிறகு அவரும் அங்கிருந்து விலகிப்போய்விட்டார். மழைக்குப் பின்பாக விரிந்து கிடந்த ஈரவெளியில் சிறுவர்கள் சுற்றியலைந்து கொண்டிருந்தார்கள்.

கஞ்சியை முழுவதும் குடித்தவன் மட்டும் எந்த குற்றவுணர்ச்சியும் இல்லாதவனைப் போல காலாட்டியபடியே உட்கார்ந்திருந்தான். அவர்கள் வந்ததையும் ஒரே ஆளாக ஒற்றைகண்ணன் கஞ்சி முழுவதையும் குடித்ததையும் குடிகாரன் விழித்தபடியே பார்த்துக்கொண்டிருந்தான். பிறகு நரநரவெனப் பற்களைக் கடித்தபடியே எழுந்துவந்து அந்த ஒற்றைக் கண் கொண்டவனை அடிவயிற்றோடு சேர்த்து மிதித்தான். அதை அவன் எதிர்ப்பார்க்கவேயில்லை. குடிகாரன் அவனை பலமாக அடித்ததோடு தலைமயிரைப் பிடித்து உலுக்கியப் டியே “நீ பீ திங்கிற பன்னியா” என்று கேட்டான்.

அப்படியும் ஆத்திரம் அடங்காதவன் போல அவன் மறுபடியும் அடிக்கத் துவங்கினான். அந்த அலறல் சப்தம் கேட்டு மற்ற நோயாளிகள் அங்கே திரண்டுவந்து அவர்களை விலக்கிக் கொண்டிருந்தார்கள். ஒரு கண் இல்லாதவன் தன்னை அடித்த குடிகாரனை மிக மோசமான வசைகளால் திட்டிக்கொண்டிருந்தான்.

அக்கா நோயாளிகளுக்குள் ஏற்பட்ட சச்சரவைக் கண்டு அங்கே வந்து சேர்ந்தாள். எதற்காக அவர்கள் அடித்துக்கொள்கிறார்கள் என்று கேட்டாள். யாவரும் குடிகாரனைத் தப்பு சொன்னார்கள்.

அவன் பல்லைக்கடித்தபடியே “தவறு என்னுடையதுதான். என்னை நீங்கள் வெறுக்கிறீர்கள் என்பது நன்றாகவே தெரிகிறது. அதைத்தான் நான் விரும்புகிறேன். நான் குடிப்பதற்கு காரணமே என்னை மற்றவர்கள் வெறுக்கவேண்டும் என்பதற்காகவே. இப்போது இங்கே என்னை யாருக்குமே பிடிக்கவில்லை. அது எனக்கு மிகுந்த சந்தோஷமாக இருக்கிறது.

ஆனால் இந்த மனிதன் என்னை விடவும் கேவலமானவன். அவன் மற்றவர்களுக்கு உரியதைத் தானே தின்றதோடு அதைப் பற்றிய உணர்ச்சியில்லாமல் கால் ஆட்டிக்கொண்டிருக்கிறான். அதை என்னால் தாங்கிக்கொள்ள முடியாது. குற்றவுணர்ச்சியில்லாத மனிதன் உயிர் வாழ்வதில் அர்த்தமேயில்லை. இவனை நான் கொன்றுவிடப் போகிறேன். இதனால் என்னை இன்னும் மோசமாக யாவரும் வெறுக்கக்கூடும். அப்போது நான் முழுமையான சந்தோஷம் அடை வேன்” என்று கத்தினான்.

அக்கா அவனருகில் வந்து உன்னை எல்லோரும் வெறுக்கிறார்கள் என்று யார் சொன்னது என்று கேட்டாள்.

அவன் ஆவேசத்துடன் "குடிகாரர்களை எவரும் நேசிப்பதில்லை. குடிப்பதற்குச் சொல்லப்படும் காரணங்கள் எல்லாமும் வெறும் வேஷங்கள். ஒருவன் தன்னைப் பற்றி வெளியே சொல்லமுடியாத ஆதங்கத்தில்தான் குடிக்கத் துவங்குகிறான். மிதமிஞ்சிக் குடிப்பவர்கள் அத்தனை பேரும் பிறரோடு பேசிக்கொள்ள முடியாதவர்கள் துயரம் நிரம்பியவர்கள். அவர்கள் தன்னைத்தானே தண்டித்துக் கொள்கிறார்கள்.

அக்கா உங்களுக்குத் தெரியாது. நான் என்னோடு வலிய பேச வருகின்றவர்களிடம் ஒருபோதும் பேசுவதில்லை. ஆனால் முகம் தெரியாத சிலரோடு பேச விரும்புகிறேன். அவர்கள் என்னை விலக்கும் போது நான் ஆத்திரப்படுகிறேன். அவர்களைத் துன்புறுத்தத் துவங்குகிறேன்.

என்னை ஒரு நோய் பிடித்து ஆட்டிக்கொண்டிருக்கிறது. அந்த நோயைக் கடந்து போகவே குடிக்கிறேன். உண்மையில் அது குடித்தவுடன் அதிகமாகிவிடுகிறது. என்ன நோய் என்று கேளுங்கள்" என்றான்.

ஒரு கண் இல்லாதவன் அடித்தொண்டையைச் செருமியபடியே "அது சாவு. அது நிச்சயம் உன்னைப் பிடித்து விழுங்கிவிடும்" என்றான். குடிகாரன் சிரித்தபடியே "நீ அவமானப்படும் போது எவ்வளவு கோபம் வருகிறது. இப்போது தெரிகிறதா வலி எப்படிப்பட்டது என்று. என்னால் உன்னைப் போல கிருமிகளைச் சகித்துக் கொள்ளவே முடியாது. நீ ஒரு கரையான். கூடவே இருந்து அழித்துவிடு வாய். கரையான்களிடம் இரக்கம் காட்டக்கூடாது அழித்துவிட வேண்டும்" என்றான்.

ஒரு கண் இல்லாதவன் "நீ ஒரு தெருநாய் அதான் இப்படி பேசுகிறாய்" என்று கத்தினான்.

குடிகாரன் சிரித்தபடியே "நீ பயப்படுகிறாய் என்பது உன் கண்ணில் தெரிகிறது. இதை உருவாக்க நான் என்னை அழித்துக்கொள்ள வேண்டியிருக்கிறது."

நான் இந்த உலகைப் பயமுறுத்த விரும்புகிறேன். அது என்னைக் கண்டு ஒருபோதும் பயப்படுவதில்லை என்பதால் என் குரலை உயர்த்தி, சண்டையிட்டுக் கூச்சலிட்டு நான் உலகைத் திரும்பிப் பார்க்க வைக்கிறேன். என் முரட்டுத்தனத்தின் வழியே நான் உலகைப் பணிய வைக்க முயல்கிறேன்.

இது தண்ணீருக்குள் ஒரு பந்தை மூழ்கச் செய்வதுபோல சில நிமிடங்கள் நடக்கக்கூடிய ஒன்று. பிறகு பந்து தண்ணீரின்

வெளியே வந்துவிடுவது போல பயம் போய்விடும். புதிய பயத்தை உருவாக்கத் தவறும்போது நான் தாக்கப்படுவேன். என்னை அடித்து உதைத்து குப்பையைப் போல நீங்கள் தூக்கி எறிவீர்கள் என்று எனக்குத் தெரியும்.

அதன் முன்பாக நான் செய்ய விரும்புவது என்னைப் பார்த்து உலகம் பயப்படுவதை உலகம் என்னிடமிருந்து பின்வாங்கும் காட்சி அற்புத மானது. அது நடக்கிறது. ஒவ்வொரு நாளும் கண்முன்னே நடக்கிறது. அதனால் இந்த வேஷத்தை அணிந்து கொள்வதில் நான் வெற்றி பெற்றதாகவே நினைக்கிறேன்” என்றான்.

அக்கா அவனிடம் “உன்னை நேசிப்பதற்காக நான் இருக்கிறேன் இந்த உலகில் தனியாக யாருமேயில்லை” என்றாள்.

அதைக்கேட்டு சிரித்தபடியே “இப்படி ஏன் உன்னையும் ஏமாற்றி எங்களையும் ஏமாற்றுகிறாய். யாரும் யாரையும் நேசிக்கவே முடியாது. ஏமாற்றங்கள், தோல்விகள், நிராசைகள், துரோகம், வெறுப்பு என்று நீண்டுகொண்டிருக்கும் வாழ்க்கையில் நேசிப்பது என்பது ஒரு பொய்யான செயல். உண்மையில் நமது குழந்தைகள் கூட நம்மிடம் நேசமில்லாமல்தான் வளர்கின்றன. அவர்கள் தேவையைப் பூர்த்தி செய்யாமல் இருந்து பார். உன்னை வெறுக்கவும் முடிந்தால் வன்முறையை பிரயோகிக்கவும் துவங்கிவிடுவார்கள்.

இந்த உலகத்தைப் பிடித்துள்ள பெரிய நோய் பாசாங்குதான். அந்த நோய் மற்றவர்களிடம் நாம் அன்பாக இருப்பதுபோல் நடிக்கச் செய்கிறது. மனதில் அன்பாக இருப்பது போல நம்பவைக்கிறது. ஆனால் அதன் அடியில் சுயநலம் ஒளிந்திருக்கிறது. அது யாரையும் எப்போதும் விட்டுக் கொடுக்கவும் காட்டிக் கொடுக்கவும் ஏமாற்றவும் தயாராகவே இருக்கிறது.

ஒன்றாகவே நடந்து வந்த ஐந்து நோயாளிகளில் ஒருவனை மற்றவன் கண்முன்னே ஏமாற்றுவதற்குப் பெயர் என்ன? நோய்மையைக் காட்டி ஆடும் நாடகத்தை ஏன் மற்றவர்கள் அனுமதிக்கிறார்கள். மனைவி குழந்தைகள், தாய், தந்தை நண்பன் என்று எல்லா உறவின் பின்னாலும் எதிர்ப்பார்ப்பும் சுயநலமும் இருக்கிறது. அது பராமரிக்கப் படாமல் மறுக்கப்படும்போது இதே உறவு நம் மீது விரோதமாக, கசப்பாகப் பீறிடுகிறது. நான் அதைக் கண்டிருக்கிறேன். என் வாழ்நாள் முழுவதும் பார்த்துக்கொண்டுதானிருக்கிறேன்.

பத்து வயதில் நான் இந்த உலகை வெறுக்கத் துவங்கினேன். அது இன்று வரை ஆழமாக எனக்குள் வேர் ஊன்றியிருக்கிறது.

அதற்கான காரணம் மிக எளிமையானது. அந்த வயதில் நான் புறக்கணிக்கப்படுவதாக உணர்ந்தேன். வீட்டில் பள்ளியில் நண்பர்கள் மத்தியில் என எப்போதும் எங்கும் என்னைப் பரிகாசமே செய்தார்கள். நான் விரும்பியது எதுவும் கிடைக்கவேயில்லை. ஏமாற்றங்களைத் தாங்கிக் கொள்ள முடியாமல் வளர்ந்து வளர்ந்து அதுவே எனக்கு நோயாகிப் போனது.

அதிக ஏமாற்றங்களை சந்தித்தவன் முடிவில் ஒரு நாள் மற்றவர்களை ஏமாற்றத் துவங்குவான் என்பது என்வரையில் உண்மையானது. நான் மற்றவர்களை ஏமாற்றவும் துன்புறுத்தவும் துவங்கினேன். அது ஒரு ஆனந்தம். ஒருவன் நோயாளியாகிவிடும்போது இன்னொருவன் நோயாளி ஆவதை நிச்சயம் விரும்புவான். நான் அப்படித்தானிருந்தேன். என்னால் துன்புறுத்தவும் அவமதிக்கவும் பட்டவர்களில் முக்கியமானவர்கள் என் சகோதர சகோதிரிகள். அவர்களை நான் வெறுத்தேன். ஏன் என்னோடு சேர்ந்து பிறந்தார்கள் என்று கோபமாக வந்தது.

ஆனால் அந்த வெறுப்பதன் வழியேதான் அவர்களை நேசிக்க முடியும் என்று எனக்குத் தோன்றியது. அன்பைக் காட்டுவதற்கு இரண்டு வழிகள் இருக்கின்றன. ஒன்று கட்டிக்கொள்வது. இரண்டாவது சண்டையிடுவது. நான் இரண்டாவது வழியைத் தேர்வு செய்து கொண்டேன்.

என்னை ஒருவர் எவ்வளவு சகித்துக்கொள்ள முடியும் என்று பரிசோதிக்க ஆசைப்பட்டேன். அதற்காக அவர்களைத் தேடிப் போய்த் துன்புறுத்தினேன். என் சகோதரி வீட்டிற்கு ஒரு முறை சென்றிருந்தேன். அவள் கணவர் ஒரு பல்மருத்துவராயிருந்தார். எனக்கு காரணம் இல்லாமலே மருத்துவர்களைப் பிடிக்காமல் போயிருந்தது. அவளது வீட்டில் போய் அவரைப் பற்றி மிக மோசமாகப் பேசினேன். அத்தோடு அவர் ஊரை ஏமாற்றி வாழ்கிறார் என்றும் ஏதாவது ஒரு சந்தர்ப்பத்தில் நான் அவரை அடித்து கைகால்களை உடைத்து விடுவேன் என்றும் கத்தினேன்.

என் சகோதரி எனக்காக அழுதாள். நான் நலமடையவேண்டும் என்று கடவுளிடம் வேண்டினாள். என்னை, குளித்து சுத்தமாக்கிக் கொண்டுவந்தால் நல்ல உணவு தருவதாகச் சொன்னாள். நானோ எதற்காகக் குளிக்கவேண்டும் என்று கத்தியதோடு அவள் வீட்டில் சாப்பிடப்போவதில்லை. அவள் கணவன் நோயாளிகளிடமிருந்து காசைப் பிடுங்கி ஏமாற்றுகிறான். அந்த வீட்டில் சாப்பிடுவதை நான் அருவருப்பாக நினைப்பதாகச் சொன்னேன். அவள் அழுதாள். அந்த அழுகையை நான் ரசித்துக்கொண்டிருந்தேன்.

அப்போது அவள் கணவன் வீட்டிற்கு வந்து சேர்ந்தான். அவனுக்கு முப்பது வயதிற்குள்ளாகவே தலை வழுக்கை விழுந்து தொப்பை வந்திருந்தது. நான் அவனைப் பார்த்தவுடன், பன்றிப்பயலே ஊரை ஏமாற்றிவிட்டு இப்போதுதான் வருகிறாயா என்று சப்தமாகக் கேட்டேன்.

அவன் கோபப்படவில்லை. அழுது கொண்டிருக்கும் என் தங்கையிடம் சென்று அவளைச் சமாதானப்படுத்தினான். அதற்கும் நான் அவனிடம் கோவித்துக்கொண்டேன். அவள் அழவேண்டும். அவள் எனக்காக அழுவதைக்கூட நீ ஏன் சகித்துக்கொள்ள முடியாமல் இருக்கிறாய். அவள் உன் மனைவியாவதற்கு முன்பு என் தங்கையாக இருந்தாள். அதனால் அவள் அழுவதை நான் விரும்புகிறேன் என்றேன். அவன் முகத்தில் ஆத்திரம் வந்தது. அதை அடக்கிக்கொண்டான். அதைக் கிளறிவிட விரும்பியவன் போல என்னை அடித்து வெளியே துரத்த முயற்சி செய்கிறாயா. அது உன் விருப்பம் என்றால் நான் உடன்படுகிறேன். நீ என்னைத் துரத்தும்போது என் தங்கை இன்னும் கூடுதலாக அழுவாள்' என்றேன். அவன் என்னை வெளியே செல்லும்படியாகத் துரத்தவில்லை. அன்று மதியம் அவர்கள் சாப்பிடவேயில்லை. சமைத்து வைத்த உணவு அப்படியே இருந்தது. என் தங்கை நெடுநேரம் அழுதபடியிருந்தாள். பிறகு ஆத்திரமாகி என்னை வெளியே போகும்படியாகக் கத்தினாள். இதை எதிர்பார்த்துக்கொண்டிருந்தேன். அந்தக் கதவு என்னை அடைத்து சாத்தப்பட வேண்டும் என்று நான் விரும்பினேன். அதன்படியே நடந்தது. மூடிய கதவிற்குப் பின்னால் நின்றபடியே அவள் அழுவது கேட்டது. நான் அதை சகித்துக்கொள்ள முடியாமல் அவள் கணவனைப் பற்றி மிக மோசமாகத் திட்டினேன். அவள் இனிமேல் எனக்காக ஒரு நாளும் அழமாட்டாள் எனும்படியாக வெறுப்பை உருவாக்கினேன். பின்பு என் வேலை முடிந்துவிட்டது போல ஆசுவாசத்துடன் நான் தெருவில் நடந்தேன்.

ஒரு உறவை முறித்துக்கொள்வது எளிதானதில்லை என்று எனக்குத் தெரியும். அதுவும் உடன் பிறந்த உறவை அறுத்துக்கொள்வது கஷ்டமானது. நான் விரும்பி அதில் வெற்றி பெற்றேன். என்னால் அப்படி மற்றவர்கள் ஒருபோதும் மன்னிக்கவே முடியாதபடி வெறுப்பைக் காட்டும் செயல்களை எளிதாகச் செய்ய முடிந்தது.

இதேபோல் என் அண்ணன் வீட்டிலும் நடந்து கொண்டேன். அவனது வீட்டின் சுவர்க்கடிகாரம் ஒன்றினை உடைத்தேன். காபி டம்ளரில் வாந்தி எடுத்து வைத்தேன். வீட்டுப் பூந்தொட்டியில்

மூத்திரம் பெய்தேன். அவன் அந்த நிலையிலும் என் மீது பரிவு கொண்டு நான் எங்காவது சென்று பிழைத்துக்கொள்ளும்படியாக பத்து ரூபாயை என் சட்டைப் பையில் வைத்தான். அதைக் கிழித்து எறிந்தேன். அவன் உறவும் அன்றோடு முடிந்தது.

இப்படி என் அண்ணன்கள், தம்பிகள், நெருங்கியவர் என்று அறிந்த அத்தனை உறவுகளையும் நானே முறித்துக் கொண்டு விட்டேன். இனி அந்தக் கதவுகள் எதுவும் எனக்காகத் திறக்காது என்று அறிந்து கொண்டபோது நான் சந்தோஷம் கொண்டேன். இனிமேல் இந்த உலகில் நான் தனி ஆள். என்னை வெறுத்த உலகினை நான் பழி வாங்கிவிட்டேன். என்னை யாருக்கும் பிடிக்காது.

என்னைப் பற்றிப் பேசும்போது ஆத்திரம் அடைவார்கள் என்பது மகிழ்ச்சி தருவதாயிருந்தது. மனிதர்கள் தாங்கள் விரும்புவதை விடவும் வெறுப்பதைப் பற்றிதான் அதிகம் நினைத்துக் கொண்டிருப்பார்கள். அது என்வகையில் மிக நிஜமாக இருந்தது. நான் தனித்து அலையத் துவங்கினேன். என்னை முன்பின் தெரியாதவர்களைத் துன்புறுத்துவதில் ஒரு இன்பத்தை அடைந்தேன்.

இதற்காகவே நான் குடித்துவிட்டு வீதிக்கு வருவேன். அங்கே யாரைத் துன்புறுத்தப் போகிறேன் என்று தேர்வு செய்வதில் ஒரு சுகமிருக்கிறது. அந்த ஆளை எப்படித் தேர்வு செய்கிறேன் என்று எனக்குத் தெரியாது. ஆனால் ஒரு சிலரைப் பார்த்த மாத்திரம் துன்புறுத்தவேண்டும் என்று தோன்றும். அவர்களைத் தேடிச்சென்று வலிய வம்புகள் செய்ய ஆரம்பிப்பேன். சிலர் என்னை அடிப்பார்கள். திட்டுவார்கள். நான் அதை எல்லாம் சகித்துக்கொண்டு எதுவும் அறியாதவன் போல் வம்பு வளர்ப்பேன். முடிவில் அவர்கள் என்னை விட்டு விலகிப் போய்விடுவார்கள். முகம் அறியாதவன் என்னை வெறுப்பது எனக்குப் பிடித்திருக்கிறது.

நான் யாரையெல்லாம் நோகச்செய்தேன் என்று துல்லியமாக நினைவிருக்கிறது. அதுதான் எனது ஒரே சந்தோஷம். என்னை வெறுப்பவர்களை நான் உருவாக்குகிறேன். அவர்கள் வழியாக எனது இருப்பை ஸ்தாபித்துக்கொள்கிறேன். வாழ்நாள் முழுவதும் என்னை மறக்க முடியாதபடி அவரைக் காயப்படுத்துகிறேன். ஆனால் இந்த சந்தோஷத்தை ஒரு ஆள் முழுவதுமாகச் சிதறடித்துவிட்டாள்.

அவளை ஏன் சந்தித்தேன் என்று இப்போதும் குழப்பமாகவே இருக்கிறது. அவளுக்கு பதினைந்து வயதிற்குள்ளாகவே இருக்கக்கூடும்.

பச்சை நிறப் பாவடையும் சட்டையும் அணிந்திருந்தாள். கழுத்தில் முருகன் படம் கொண்ட கறுப்புக் கயிறு அணிந்திருந்தாள். அவளது கையில் ஒரு எவர்சில்வர் வாளியிருந்தது. அதில் அச்சு முறுக்குகள் வைத்து விற்றுக்கொண்டிருந்தாள். ஒரு நாள் அவளை கோர்ட்டிற்குப் பின்னால் சாலையைக் கடக்கும்போது 'கவனித்தேன். கோதுமை மாவு அரைக்கப் போய்விட்டு வீடு திரும்பும் சிறுமி போலவே இருந்தாள். நான் அதனால் அவளை விட்டு கண்களை விலக்கிக் கொண்டேன். அங்கிருந்து நடந்து பூங்காவிற்குள் நான் போன போது அவள் முறுக்கு விற்றுக்கொண்டிருப்பதைக் கண்டேன். அவள் என்னை ஏமாற்றிவிட்டதாக ஏனோ தோன்றியது. அவளைச் சீண்ட வேண்டும் என்பதற்காகவே அருகில் வரும்படியாகக் கூப்பிட்டேன். என் தோற்றத்தைக் கண்டு அவள் அருகில் வராமல் நின்று கொண்டேயிருந்தாள். இப்போது அவளாக வருகிறாளா இல்லை நான் வரட்டுமா என்று கத்தினேன். அவள் தனது கையில் இருந்த காசை சிறிய பர்ஸ் ஒன்றில் போட்டு அதை முறுக்குவாளியின் உள்ளே ரகசியமாகப் போட்டுவிட்டு அப்பாவி போல் என் முன்னே வந்தாள். நான் அவளிடம் ஏன் கூப்பிட்டால் வர மறுக்கிறாய் என்று கேட்டேன். அவள் பதில் சொல்லாமல் சிரித்தாள்.

அவளது தூக்குவாளியில் என்ன இருக்கிறது எனக் கேட்டேன். அவள் கைமுறுக்கு, அச்சு முறுக்கு என்றாள். நான் அதை எடுத்துக் கொடு என்று கேட்டேன். அவள் காசு வேண்டும் என்று கைகளை நீட்டினாள். நான் அவள் செவுளோடு சேர்த்து அறை கொடுத்துவிட்டு முறுக்கு குடுடி என்றேன். அவள் அடிவாங்கியபடியே நின்றுகொண்டிருந்தாள். அவளிடமிருந்த வாளியைப் பிடுங்கி முறுக்கைக் கை விட்டு அள்ளி கீழே கொட்டினேன். அவள் பார்த்துக்கொண்டேயிருந்தாள். அவளது கோபம் எனக்குப் பிடித்திருந்தது. அவள் என்னிடமிருந்த வாளியைப் பிடுங்கவேயில்லை. நான் அதனால் ஆத்திரமாகி மொத்த முறுக்கையும் அள்ளி வீசி எறிய ஆரம்பித்தேன். அவள் கண்களைக் கவனித்தேன். அது ததும்பிக்கொண்டிருந்தது.

அவள் அழுவாள் என்று எதிர்பார்த்தேன். ஆனால் அழவில்லை. மாறாக அவள் நின்றுகொண்டேயிருந்தாள். முடிவில் நான் அவளது பர்ஸை எடுத்து அதில் உள்ள சில்லறைகளையும் நானே எடுத்துக் கொண்டு வாளியை பூங்காவை விட்டு வெளியே தூக்கி எறிந்து எடுத்துட்டுப் போடி என்றேன். அவள் அமைதியாக வெளியே போய் தனது வாளியை எடுத்துக்கொண்டு வீதியில் நடந்து கொண்டிருந்தாள். அந்தச் சிறு பெண் என்னை மறக்கவே

மாட்டாள். இரவெல்லாம் திட்டுவாள் என்று நினைத்தபடியே அவள் சம்பாதித்த காசுகளைச் செலவிடத் துவங்கினேன். அடுத்த நாள் நேஷனல் தியேட்டரைக் கடந்து போகையில் அந்தச் சிறு பெண் என்னைப் பார்த்துவிட்டாள். அவள் கோபத்துடன் திரும்பிக்கொள்வாள் என்று நினைத்தேன். ஆனால் அவள் சிரித்த முகத்துடன் என்னை நெருங்கிவந்து தூக்கு வாளியைத் திறந்து ஒரு முறுக்கை எடுத்து நீட்டினாள். என்னைக் கண்டு பயந்துவிட்டாளோ என்று நினைத்தபடியே அதை வாங்க மறுத்தேன்.

அவள் 'உங்கமேல கோவம் வரலே அண்ணே' என்றாள். அவளை முறைத்தபடியே நேத்து வாங்கினது பத்தாதா, ஓடிப்போயிரு என்றேன். அவள் என்னை ஏறிட்டுப்பார்த்தபடியே, 'உங்க கண்ணு வீங்கியிருக்கு. நேத்தே பாத்தேன் கக்கண்டு வந்திருக்குனு நினைக்கிறேன். இதை உரசிப் போடுங்க' என்று ஒரு சுண்ணாம்புக் கட்டி போல் ஒன்றை நீட்டினாள். அதைப் பிடுங்கித் தூக்கி வீசினேன். அந்தச் சிறு பெண் அமைதியாக நின்றுகொண்டிருந்தாள்.

அவள் கையில் பெரிய சூட்டுக் கொப்பளம் தெரிந்தது. என்னானது என்று கேட்டேன். அவள், நேத்து முறுக்கை சாக்கடையில் கொட்டிட்டேனு சொன்னேன். அதுக்கு மாமா சூடு வச்சிட்டாரு என்றாள்.

அவள் ஏன் பொய் சொல்லவேண்டும். ஏன் என்னைப் பற்றி வெறுப்பு வராமல் போனது என்றபடியே எதுக்கு அப்படிச் சொன்னே என்று கேட்டேன். 'நீங்க வேணும்னு செய்யலை. குடிச்சிட்டுதானே செஞ்சீங்க, அதான்' என்றாள். நான் குடிப்பது வெறும் நாடகம் என்று எப்படி இவள் கண்டுகொண்டாள் என்ற ஆத்திரத்தில் அன்றைக்கும் அவளைக் காதோடு அறைந்தேன். அவள் அடிவாங்கியபடியே நின்றுகொண்டிருந்தாள். இனிமே உன்னை எங்காவது வழியில் பார்த்தேன், சாகடிச்சிருவேன் என்றேன். அவள் தன் வலியைக் காட்டிக்கொள்ளாமல் நடந்து கொண்டிருந்தாள். என் பொறுட்டு ஒரு சிறு பெண் சூடுபட்டிருக்கிறாள். ஆனால் அவள் என்னை வெறுக்கவில்லை என்பது வியப்பாக இருந்தது. எப்படியாவது அவளுக்குள் வெறுப்பை உருவாக்கிவிட வேண்டும் என்பதில் கவனமாக இருந்தேன்.

மூன்றாவது சந்திப்பு தெப்பக்குளம் அருகில் நடந்தது. நான் தெப்பக்குளத்தின் படிக்கட்டில் குடித்துவிட்டுப் படுத்துக் கிடந்தேன். அந்தச் சிறு பெண் என் அருகில் உட்கார்ந்திருந்தாள். அவள் எப்படி இங்கே வந்தாள் என்று புரியாமல் பார்த்தபோது அவள் என்

முகத்தில் ஒட்டியிருந்த ஈக்களை கையால் விரட்டிக்கொண்டிருந்தாள். போதையோடு எழுந்து உட்கார்ந்து எதையோ சொல்ல முயன்றேன். அவள் என்னிடம் 'சாப்பீட்டீங்களா அண்ணே' என்று கேட்டாள். என்னை ஏன் இந்தச் சிறு பெண் நேசிக்கிறாள் என்பது எனக்கு ஆத்திரமாக வந்தது. மிக மோசமான வார்த்தைகளால் அவளைத் திட்டினேன். அவள் என் சட்டையில் ஒட்டியிருந்த தூசியைத் தட்டி விட்டு நான் வேணும்னா உங்களுக்கு டீ வாங்கிட்டு வரட்டுமா என்று கேட்டாள்.

எப்படி இவளை வெறுக்க வைப்பது என்று தெரியாமல் 'அடிவாங்கி சாகாம போயிரு' என்றேன். அந்தச் சிறு பெண் நீங்க கொன்னாலும் பரவாயில்லை. எதுக்காக நீங்க தெருவுல விழுந்துகிடக்குறீங்க' என்றாள். அது என் ஆத்திரத்தை அதிகமாக்கியது. 'போடி மசிரு. கேள்விகேட்க வந்துட்டா என்று கத்தினேன். அவள் என் பின்னாடியே வந்து கொண்டிருந்தாள். நான் ஒரு கல்லை எடுத்து அவள் மீது எறிந்தேன். அதன்பிறகு அவள் என்னை எங்கே பார்த்தாலும் சிரிப்பதும் நான் அவளை அடிக்க முயற்சி செய்வதுமே நடந்தது.

ஒரு நாள் இரவு நான் கையில் காசில்லாமல் குடிக்கப் போய் தகராறு செய்து தெருவில் தூக்கிப் போடப்பட்டேன். கிழிந்துபோன உதடுகளுடன் தெருவிளக்கு ஒன்றின் அடியில் உட்கார்ந்திருந்தபோது இதே சிறு பெண்ணைப் பார்த்தேன். இப்போது அவள் வெறும் தூக்குவாளியோடு நடந்து போய்க்கொண்டிருந்தாள். அவளைக் கூப்பிடலாமா என்று நினைத்தேன். அவளாக என்னைப் பார்த்து விட்டாள். நான் முகத்தைத் திருப்பிக்கொண்டேன். அவள் என் அருகில் வந்து நின்று சிரித்தபடியே காசு வேணுமா என்று கேட்டாள். நான் பதில் பேசாமல் இருந்தேன். அவள் தன்னிடமிருந்த சில்லறைகளை மட்டும் எடுத்துக்கொண்டு, 'இந்தா அஞ்சு ரூபா வச்சிக்கோங்க. நான் தொலைஞ்சி போச்சுனு சொல்லிடுறேன்' என்றாள்.

நான் ஒரு நிமிடம் வாங்க வேண்டாம் என்று யோசித்தேன். பிறகு அவளிடமிருந்த காசை வாங்கிக்கொண்டு வேகமாகக் குடிக்கச் சென்றேன். திரும்பி வந்தபோது அதே இடத்தில் நின்றிருந்தாள். அவள் தனது தூக்குவாளி ஒன்றில் இருந்து ஒரு முறுக்கை எடுத்து நீட்டியபடியே இது மிச்சம் என்றாள். நான் அதைத் தின்றபடியே போ... போ... என்று விரட்டினேன். அவள் உங்க வீடு எங்கண்ணே இருக்கு என்று கேட்டாள். நான் பதில் சொல்லவில்லை. அவள் என் அருகில் உட்கார்ந்துகொண்டு உங்க அப்பா அம்மா செத்துப்போயிட்டாங்களா என்று கேட்டாள்.

நான் போடி என்று கத்தினேன். ‘எனக்கு உங்களைப் பத்தி நினைச்சா அழுகை அழுகையா வருது. எதுக்குன்னே தெரியலை’ என்றாள். எனக்குள் அதுவரை இல்லாத ஒரு பதற்றம் உருவானது. நான் அழுதுவிடப்போகிறேன் என்று தோன்றியது. அந்தச் சிறு பெண்ணை அதற்காக விரட்ட ஆரம்பித்தேன். அவள் என்னைப் பார்த்தபடியே சொன்னாள்,

‘இப்படியே இருந்து ஒரு வேளை நீங்க செத்துப்போயிட்டா யாருமே உங்களை நினைக்கமாட்டாங்க. ஆனா நான் கட்டாயமா நினைச்சிகிடுவேன். என்னாலே உங்களை மறக்கவே முடியாது. ’

நான் உடைந்து கதறினேன். அவள் என் மனதில் இதுவரை புதைந்திருந்த அந்த பயத்தின் மூடியைத் திறந்துவிட்டாள். சிறுவயதில் இருந்தே என்னை யாரும் நேசிக்கவேயில்லை. என்னைக் கண்டுகொள்ள யாருமேயில்லை என்று புதையுண்டு இருந்த ஆதங்கம் மீண்டும் பீறிட்டது. யாரோ நெருங்கியவரின் சாவிற்கு அழுவதைப் போல நான் அழுது புலம்பினேன். அவளால் என்னைச் சமாதானம் செய்ய முடியவில்லை. பயந்து போய் நின்றுகொண்டிருந்தாள். அந்த நிமிசம் வெறுப்பால் உலகை வென்றுவிட முடியாது என்று தோன்றியது.

என் சகோதரர்கள், சகோதரிகள், உறவினர்கள் என்று ஒவ்வொருவர் வீடாகப் போய் மன்னிப்புக் கேட்கவேண்டும் போலிருந்தது. அந்தச் சிறு பெண்ணை விட்டுவிலகி ஓடினேன். இருட்டிற்குள்ளாகப் போய் உட்கார்ந்து கொண்டு வேலிச்செடியினை ஒடித்து என் முகத்திலே அடித்துக் கொண்டேன். முள்பட்டு ரத்தம் கொப்பளித்தது. அந்த வலியோடு அழுதேன்.

நம்மை நேசிக்க யாரோ இருந்து கொண்டேயிருக்கிறார்கள் என்ற உண்மை முகத்தில் அறைவது போல உணர முடிந்தது. மறுநாளே என் சகோதிரிகளைப் பார்த்து மன்னிப்புக் கேட்கச் சென்றேன். அவர்கள் என்னை வீட்டினுள் அனுமதிக்கவில்லை. ஆனால் தெருவில் நின்றபடியே யாவரும் அறியும்படியாக மன்னிப்புக் கேட்டேன். என் சகோதரன் எனது மனநலம் கெட்டுவிட்டதாகச் சொன்னான். நான் அவனைக் கோவித்துக்கொள்ளவில்லை. ஆனால் என்னைக் கடுமையாக நடத்தினான். உண்மையில் என் மன்னிப்பை ஒருவரும் ஏற்றுக் கொள்ளவேயில்லை. மூன்று மாதங்கள் திருந்திய வாழ்க்கையில் இருந்து பார்த்தேன். பின்பு என் இயல்பு உலகிற்கே திரும்பிவிட்டேன். தூய எண்ணங்களும் தூய செயல்களும் எவராலும் பின்பற்றப்படுவதில்லை.

மன்னிக்கத் தெரியாத உலகின் முன்பு மண்டியிடுவதைவிட அதன் முகத்தில் காறித்துப்புவதே சரி என்று தோன்ற ஆரம்பித்துவிட்டது. இப்போது நான் அடிபட்ட மிருகம். என் மனதில் முன்பு இருந்ததை விட பல மடங்கு குரோதம் வளர்ந்திருக்கிறது. அதை உருவாக்கிக் கொள்ளக் குடிக்கிறேன். அதுதான் நான் என்று என்னையே நம்ப வைத்துவிட்டேன். இனிமேல் எனக்கு மீட்சி கிடையாது. உலகில் விஷப்பூச்சிகள் தான் கொல்லப்படும் முன்பு தன்னால் முடிந்த ஆட்களைக் கொன்றுவிட்டுத்தான் வாழ்க்கையை முடித்துக்கொள்ளும். அப்படித்தான் நானும், என்றான்.

அக்கா அந்தக் குடிகாரனின் கதையைக் கேட்டுவிட்டுச் சொன்னாள். "தம்பீ, நீ உலகை அல்ல, உன்னை நீயே ஏமாற்றிக்கொண்டிருக்கிறாய். எவன் தன்னைத்தானே அழித்துக்கொள்ளத் துவங்குகிறானோ அவனுக்குள் குற்றவுணர்ச்சி ததும்பிக்கொண்டிருக்கிறது என்று அர்த்தம். உலகின் மீது கோபம் கொள்வதற்கு ஒவ்வொருவருக்கும் ஒரு காரணம் இருக்கிறது. அந்தக் கோபம் நேசிக்க முடியாமல் போனதில் இருந்துதான் உருவாகிறது. நீ உன்னைப் பகடையைப் போல உருட்டி விளையாடி அழித்துக்கொள்கிறாய். போதும் தம்பீ. அந்தச் சிறு பெண்ணைப் போல நூறு பேர் உன்னை நேசிக்கத் தயாராகவே இருக்கிறார்கள். அதை நீ அறியாமல் இருப்பது உனது தவறு" என்றாள்.

குடிகாரன் அமைதியாக நின்றுகொண்டேயிருந்தான். அக்கா சொன்னாள்,

"ஒரு குடும்பத்தில் சகோதர சகோதரிகளுடன் ஒன்றாகப் பிறப்பது ஒரு அதிசயம். இத்தனை கோடி மனிதர்களில் இவர்கள் மட்டும் ஏன் நம்மோடு ஒன்றாகப் பிறக்கவேண்டும். தம்பீ, குடும்பத்தை நேசிக்கவும் புரிந்து கொள்ளவும் தெரியாத மனிதனால் உலகை நேசிக்க முடியாது. நீயும் அப்படித்தானிருக்கிறாய்" என்றாள்.

குடிகாரன் அமைதியாக இருந்தான்.

"இங்கே உன்னை வெறுப்பவர்கள் எவருமில்லை. நீ யாரிடம் வேண்டு மானாலும் உன் கோபத்தைக் காட்டலாம்" என்றாள்.

குடிகாரன் சட்டென அருகில் அருந்த ஒரு நோயாளியின் ஊன்று கோலைப் பிடுங்கி, கொண்டலு அக்காவின் மண்டையில் அடித்தான். மண்டை உடைந்து ரத்தம் கொட்டத் துவங்கியது. மாறிமாறி அவள் முதுகில் காலில் அடித்தான். அக்கா தடுக்கவேயில்லை. அவள் ரத்தம் சொட்ட நின்றபடியே "எனது ரத்தம் உன்னை சந்தோஷப்படுத்தும் என்றால் கை ஓயும் வரை

அடித்துக்கொள்" என்றாள். அவன் ஊன்றுகோலைத் தூக்கி எறிந்துவிட்டுச் சொன்னான்.

"நீங்கள் நேசிக்கும் அளவு அருகதை அற்றவன் நான். எனக்குள் தீவினைகள் மட்டுமே நிரம்பியிருக்கின்றன. என்னை நீங்கள் அத்தனை பேரும் சேர்ந்து அடித்து கைகால்களை முறித்துப் போடும்போது நான் சந்தோஷம் அடைவேன். இந்த உலகில் சொந்த குடும்பத்தால் புறக்கணிக்கப்பட்ட மனிதனை வேறு எந்த சந்தோஷமும் திருப்தியளித்துவிடாது. என் கசப்பு என் நாவில் படிந்துவிட்டது. இனி நான் வாழத்தகுதியற்றவன். என்னை அடியுங்கள். இந்தக் கொடுமைக்குப் பதிலாக என் மீது நீங்கள் பாய்ந்து தாக்குங்கள். என் உடலை வெட்டிப் போடுங்கள்" என்றான்.

ஆனால் ஒருவரும் அவனை அடிக்கவோ, திட்டவோ முற்படவில்லை. கொண்டலு அக்கா மட்டும், 'தம்பீ, நீ எவ்வளவு மோசமாக நடந்துகொண்டாலும் என்னை வெறுப்பில் தள்ள முடியாது. மழை பெய்து ஒரு மரம் முறிந்து போகிறது. அதை ஒருவரும் மழையின் தவறு என்று சொல்வதில்லை. உனது இந்தச் செயலும் அப்படியானது தான்' என்றாள்.

ரோகிகள் அவளது காயத்தைத் துடைத்து மருந்திட முனைந்தார்கள். அக்கா சிரித்தபடியே இந்த உலகின் மீளவே முடியாத நோய்மை நிர்கதிதான். அதன் சாட்சியைப் போலதானிருக்கிறான் இந்த மனிதன். இவன் பொருட்டு வலியை ஏற்றுக்கொண்டது சந்தோஷமாக இருக்கிறது' என்று சொல்லியபடியே மயங்கினாள்.

சுருளியப்பனும் மற்ற நோயாளிகளும் அக்காவைப் படுக்க வைப்பதற்காக உள்ளே தூக்கிக்கொண்டு போனார்கள். குடிகாரன் தனியே நின்றபடியே எட்டூர் மண்டபத்தினை வெறித்துப் பார்த்துக் கொண்டிருந்தான். ஒருவர்கூட அவனை வெறுக்கவேயில்லை. அவன் நீண்ட நேரம் தனது செயலை நினைத்தபடியே நின்று கொண்டிருந்தான். பிறகு அழுவதற்கு வெட்கப்பட்டவனைப் போல தன்னைத்தானே அதே ஊன்றுகோலால் அடித்துக்கொள்ளத் துவங்கினான். வெறி கொண்ட அந்த சப்தம் விநோதமாக இருந்தது. அது கேட்பவரின் மனதைக் கரைத்து நிம்மதியற்றுப் போகச் செய்து கொண்டிருப்பதை அனைவரும் உணர்ந்தேயிருந்தனர்.

அத்யாயம்

25

1982

மூன்றாம் நாள் திருவிழா

இரண்டு நாட்களாக கடற்கன்னி நிகழ்ச்சியைப் பார்க்க சொற்பமான ஆட்களே வந்தார்கள் என்பது சின்னராணிக்கு சந்தோஷமாகவே இருந்தது. இப்படியே அவளைப் பார்ப்பதில் ஆட்களுக்கு ஆசை குறைந்துபோய்விட்டால் வேறு தொழிலுக்கு மாறிவிடலாம். இந்த உடுப்புகளை மாட்டிக்கொண்டு நாளெல்லாம் படுத்துக்கிடக்க வேண்டிய அவஸ்தை கிடையாது என்று தோன்றியது. அவர்கள் வந்து இறங்கியபோது கண்ட தெக்கோட்டிற்கும் இப்போது கண் முன்னே காணும் தெக்கோட்டிற்கும் எவ்வளவு மாற்றம். எங்கும் நோயாளிகள், ஜெபம் செய்கின்றவர்கள். அவர்களுக்கு உதவி செய்ய வந்தவர்கள், செவிலியர்கள். உலகெங்கும் உள்ள அத்தனை நோயாளிகளும் ஒன்று திரண்டுவிட்டார்களோ என்றுகூட அவளுக்கு மூச்சு முட்டியது. தெக்கோட்டின் பகல் மிக நீண்டதாயிருந்தது. காற்றும் அதிகமாயில்லை. ஆனால் இந்த வெக்கையைக் கண்டுகொள்ளாமல் மக்கள் நெருக்கியடித்துக் கொண்டு நலமடையும் பிரார்த்தனை விழாக்களில் கலந்து கொண்டிருந்தார்கள். மைக்கில் அறிவிப்புகள் வந்தபடியே இருந்தன.

சின்னராணி மிகச் சோர்வாகவே தன்னை உணர்ந்தாள். முந்திய இரவில் உறக்கம் சீராக

இல்லை. யாரோ தன்னை அழுத்திப்பிடித்துக் கொண்டிருப்பது போலவேயிருந்தது. நள்ளிரவிற்குப் பின்பு விழித்துக் கொண்டாள். எங்கே படுத்திருக்கிறோம் என்று தன் உணர்வு இல்லாமல் இருந்தது. கண்களைக் கசக்கியபடியே குடிப்பதற்குத் தண்ணீர் தேடினாள். ஈயப்பாத்திரத்தில் இருந்த தண்ணீரைத் தேடி எடுத்துக் குடித்தாள். எங்கோ அந்த இரவிலும் ஜெபம் செய்யும் சப்தம் கேட்டுக்கொண்டிருந்தது. தன்னை மீறிய அசதியோடு அவள் உடம்பை நெளித்துக்கொண்டு அருகில் உறங்கும் செல்வியைப் பார்த்தாள். அவள் முகம் எதையோ பார்த்துச் சிரிப்பது போலவே இருந்தது.

அழகரைக் காணவில்லை. அவன் வருமானமில்லாமல் போன ஆத்திரத்தில் எங்காவது குடித்துக்கொண்டிருக்கக்கூடும் போலிருந்தது. முந்திய நாள் எதிரில் உள்ள மூன்று கண்ணாடிக்காரனைப் பற்றி அவளிடம் திட்டிக்கொண்டேயிருந்தான். அதனால் என்ன, அவனுக்கு வருகின்ற வருமானத்திற்கு நாம் என்ன செய்வது என்று திட்டினாள் சின்னராணி. அழகர் அதனால்தான் நமக்கு ஆட்கள் வருவது குறைந்து போய்விட்டது. அந்தக் கண்ணாடிகளை நான் நொறுக்கப் போகிறேன் என்று சொல்லிக்கொண்டிருந்தான்.

சின்னராணிக்கு எதிர்க்கூடாரத்தில் இருந்து வரும் சென்ட் வாசனை பிடித்திருந்தது. எங்கிருந்து அதை வாங்கி வந்திருந்தார்கள். என்ன வாசனையது என்று வியந்து கொண்டேயிருந்தாள். மதிய உணவு வேளையின்போது ரகசியமாக எதிர்க்கூடாரத்தைப் பார்த்தாள். மூன்று மாயக்கண்ணாடிகளைக் கொண்டுவந்துள்ள ஆள் உட்கார்ந்திருப்பது தெரிந்தது. அந்த ஆள் மடக்கு நாற்காலியில் அமர்ந்தபடியே புகைபிடித்துக்கொண்டிருந்தான். அந்தக் கண்ணாடிகளை தானும் ஒரு முறை பார்த்துவந்தால் என்னவென்று தோன்றியது. அழகருக்குத் தெரிந்தால் திட்டுவான்.

அவனுக்கு ஷோ நடத்தப் போகின்ற இடத்தில் யாரோடும் ஸ்நேகமாகி விடுவது பிடிக்காது. அவனும் யாரோடும் நெருங்கிப் பழகி நட்பு கொள்ள மாட்டான். ஒரேயொரு முறை மடப்புரம் திருவிழாவின் போது சின்னராணி தங்களைப் போலவே ஷோ நடத்த வந்திருந்த அம்புலி என்ற ஒரு பெண்ணோடு நட்பாகப் பழக ஆரம்பித்தாள். அம்புலியும் அவள் அண்ணனும் வாயிற்குள் நீண்ட கத்தியை விழுங்கிக்காட்டும் நிகழ்ச்சியை நடத்திக்கொண்டிருந்தார்கள். அவள் அண்ணன் நீலநிறக் கண்கள் கொண்டிருந்தான். அவனைப் பூனைக்கண் பரமன் என்றே அழைத்தார்கள்.

அவர்கள் திருவிழா மைதானத்தில் நின்றபடியே நீண்ட வாளை கைப்பிடி மட்டுமே வெளியே தெரியும்படியாக வாயிலினுள் நுழைத்து வெளியே எடுத்துக்காட்டுவான். அது எப்படி வயிற்றைக் கிழிக்காமல் வெளியே வருகிறது என்று ஆச்சரியமாக இருக்கும். அதைப் போலவே அவன் தங்கை வடிவு குறுங்கத்திகள் இரண்டை வாயில் விழுங்கிக் காட்டுவாள். பதினொரு விதமான கத்தி விழுங்கும் நிகழ்ச்சி முடிந்தவுடன் அவன் தன்னுடைய பைக்கில் நாலு பேரை ஏறிக் கொள்ளச் செய்து பல்லால் கடித்து பைக்கை இழுத்துக் காட்டுவான். பச்சை கலரான அந்த பைக்கில்தான் பரமனும் அம்புலியும் ஒவ்வொரு ஊராகப் போய்க்கொண்டிருந்தார்கள். அம்புலிக்குப் பெரிய கண்கள். அவள் முகத்தில் குழந்தைத்தனம் அப்படியே இருந்தது. அவள் தலைமயிரை வாரிவிட்டிருப்பதுகூட சிறுமிகளைப் போலவே இருக்கும். குரல் கூட கீச்சென்றே இருந்தது.

சின்னராணி ஒரேயொரு முறை அந்த நிகழ்ச்சியை வேடிக்கை பார்த்தாள். பாவம் சின்னப்பெண் இப்படி ஒரு கத்தியை விழுங்குகின்றாளே என்று வருத்தமாக இருந்தது. அன்றிரவு அவளைத் தற்செயலாக காசு வெட்டிப்போடும் இடத்தருகே பார்த்தாள். அவள் நெற்றி நிறைய திருநீறு பூசியபடியே நின்றுகொண்டிருந்தாள். சின்னராணியாகத்தான் போய்ப் பேசினாள். அம்புலியால் நம்பவே முடியவில்லை. “யக்கா, நீங்கதானா அந்தக் கடற்கன்னி. நம்பவே முடியலை. நேத்து கூட கூடாரத்துக்குள்ளே வந்து பார்த்தேன். மெய்யாலுமே நீங்கதான் கடற்கன்னியா” என்று அவள் கைகளைச் சேர்த்துப் பிடித்துக்கொண்டாள். சின்னராணி சிரித்தபடியே அவளோடு நெடுநேரம் பேசிக்கொண்டிருந்தாள். அம்புலியும் அவளும் அங்கிருந்த மூன்று நாட்களில் மிகவும் நெருங்கிப் போனார்கள்.

அம்புலி திருவிழாக்கடையில் கறுப்புக்கயிறு ஒன்றை வாங்கி வந்து அவள் கையில் கட்டி “என் ஞாபகமாக இதை எப்பவும் கட்டியிருக்கணும்” என்றாள். எவ்வளவு அப்பாவிப் பெண்ணாக இருக்கிறாள் என்று நினைத்தபடியே “அதுக்கு என்ன, கட்டியிருக்கேன்” என்றபடியே அம்புலியை அழைத்துக்கொண்டுபோய் திருவிழாக் கடையில் ஒரு பாசி வாங்கிக் கொடுத்தாள். அவள் சந்தோஷமாகப் போட்டுக் கொண்டு “அடுத்து எந்த ஊருக்கு நீங்க போவீங்கன்னு சொல்லுங்க. நாங்களும் அங்கே வர்றோம்” என்றாள். “அது எனக்கு ஒண்ணும் தெரியாது. அவுங்க எங்க கூப்புடுறாங்களோ அங்கதான் போகணும்” என்றாள்.

அம்புலியின் அண்ணன் பரமனும் நல்ல சுபாவமான ஆளாகத்தான் இருந்தான். அவன் சின்னராணியோடு பேசும்போது

தலை கவிழ்ந்தபடியேதான் பேசுவான். அம்புலி கூட சிரித்தபடியே "எங்க அண்ணன் பொம்பளைகூட பேசக் கூச்சப்படும். உங்ககிட்டேதான் நாலு வார்த்தை யாவது பேசியிருக்கு" என்றாள். "உங்க அண்ணனுக்கு எங்க ஊர்லயே பொண்ணுப் பாத்து முடிச்சிவச்சிருறேன்" என்று கூட சின்னராணி கேலி செய்தாள். அதை நிஜம் என்று நம்பியவளைப் போலவே "உங்களுக்கு யாராச்சி தங்கச்சி இருந்தா எங்க அண்ணனுக்குக் கட்டி வச்சிருங்க. நாம ஒண்ணாவே இருக்கலாம்" என்றாள். அதற்கு சின்னராணி "அதுக்கு நீ என் புருஷனைக் கட்டிகிட்டா நாம் ரெண்டு பேரும் ஒண்ணா இருந்திரலாம்லே" என்று சொன்னாள்.

அதைக் கேட்டு வெட்கப்பட்ட அம்புலி "போக்கா. உங்க வீட்டுக்காரர் எப்போ பாத்தாலும் முறைச்சிக்கிட்டே இருக்கிறாரு. அவரைப் போயி யாரு கட்டிக்கிடுறது" என்றாள். சின்னராணிக்குச் சிரிப்பாக வந்தது. அந்தப் பெண்ணை ஏனோ அழகருக்குப் பிடிக்கவேயில்லை. அவள் சின்னராணியோடு பழகுவதைப் பார்த்தாலே ஆத்திரப்படத் துவங்கினான். அவளையே கூப்பிட்டு கூடாரத்துப் பக்கம் வந்தே சடைப் பிடிச்சி அறுத்துவிட்டுருவேன் பாத்துக்கோ என்று மிரட்டியிருக்கிறான். சின்னராணியிடம்கூட "எதுக்கு கண்ட பக்கிகளோட பழகிட்டு இருக்கே. அறியாத ஆட்கள் கூட பேசக்கூடாதுனு சொல்லியிருக்கேன்ல" என்று மிரட்டினான். திருவிழா முடிந்து போகையில் அம்புலி கதறிக் கதறி அழுதாள். இன்னொரு ஊரில் பார்த்துக்கொள்ளலாம் என்று சமாதானம் சொல்லி அவளை அனுப்பி வைத்தாள். ஆனால் உள்ளுக்குள் அவளுக்கும் வருத்தமாகவே இருந்தது. அதன்பிறகு அவளைச் சந்திக்கவேயில்லை. அவளைப் போல வேறு எந்தப் பெண்ணும் சின்னராணியோடு ஒட்டிக்கொள்ளவும் இல்லை.

தெக்கோட்டிற்கு வந்த நிமிடத்தில் இருந்தே அவளது நினைப்பு வந்துகொண்டிருந்தது. ஒருவேளை அவள் வந்திருப்பாளோ என்றுகூட நினைத்துக்கொண்டிருந்தாள். மூன்று மாயக்கண்ணாடிகள் பற்றிய அறிவிப்புக் குரல் அவர்கள் கூடாரத்தின் உள்ளும் கேட்டுக்கொண்டேயிருந்தது. நாள் முழுவதும் ஷோ நடத்தியும் இருபது பேர் வரவில்லை. அழகர் இருந்த காசை எல்லாம் தன் டவுசர் பையில் வாரிப் போட்டுக்கொண்டு ஆத்திரத்துடன் குடிப்பதற்காக வெளியேறிப் போனான்.

அவளும் செல்வியும் மட்டுமே கூடாரத்தில் இருந்தார்கள். யாரோ ஆள் நடமாட்டம் தெரிவது போல இருந்தது. செல்வி ஷோ முடிஞ்சி போச்சி என்று சொல்வதற்காக முன்னால் சென்றாள்.

தம்பான் கையில் ஒரு செண்ட் பாட்டிலோடு நின்றிருந்தான். அவன் கூடாரத்தில் வந்து நின்றபடியே சின்னராணி எங்கேயிருக்கிறாள் என்று கண்களால் தேடினான். கலைந்து போன கேசத்தைச் சீர் செய்தபடியே அவள் வெளியே வந்தாள்.

அவன் சிரித்தபடியே “என் மேல் உங்களுக்குக் கோபம் ஒண்ணும் இல்லையே” என்று கேட்டான்.

சின்னராணி “அவுங்க வெளியே போயிருக்காங்க” என்றாள்.

தம்பான் தன் கையில் இருந்த செண்ட் பாட்டிலை செல்வியிடம் தந்து “நாம எல்லாம் ஒரே தொழில் பாக்குறவங்க. நமக்குள்ளே எதுக்கு போட்டி பொறாமை. என் வயிற்றுக்கு நான் பிழைக்கிறேன். உங்க வயிற்றில் அடிச்சிப் பிழைச்சா நான் விளங்க மாட்டேன். நாளைக்கு இடத்தை மாத்தி தெக்கே போட்டுக்கிடுறேன். அதைச் சொல்லிட்டுப் போகத்தான் வந்தேன்” என்றான்.

சின்னராணியால் நம்பமுடியவில்லை.

அவள் “உட்காருங்க” என்று மர ஸ்டூலைக் காட்டினாள். அவன் பரவாயில்லை என்றபடியே அவள் எந்த ஊர் என்று விசாரித்துக் கொண்டிருந்தான். சின்னராணி விபரம் சொல்லிக்கொண்டிருந்தாள்.

“நீங்க இப்படி ஷோ நடத்துனா எப்படி கூட்டம் வரும். நிறைய சீரியல் லைட் போட்டு கூடாரத்தை அலங்காரமா வச்சிருக்கணும். தங்கத்தில செஞ்சது மாதிரி ஒரு டிரஸ் வந்திருக்கு. அதை இடுப்புல மாட்டிக்கிட்டா மினுமினுன்னு ஜொலிக்கும். பாக்குறவங்க ஆச்சரியப் படுவாங்க. அப்புறம் பம்பாய்ல போய் வாங்கினா எட்டணாவுக்கு ஒரு பிளாஸ்டிக் கிண்ணம் விக்குறான். அதை வாங்கி பேப்பரைச் சுத்தி உள்ளே வர்றவங்க அத்தனை பேருக்கும் ஆளுக்கு ஒரு பரிசுனு கொடுத்தா கூட்டம் இந்த ஓசிப்பொருளை வாங்க தானா முண்டியடிக்கும். கடற்கன்னியை ஒரு தரம் பார்த்தா உடம்புல தோல் நோய் உள்ளவங்களுக்கு நோய் போயிடும். கண்ணு நல்லா தெரியும்னு நிறைய பொய் சொல்லணும் அப்போதான் வருவாங்க. உன் புருஷன் வாசல்ல நின்னு கதை சொல்லிக்கிட்டு இருக்கான். அதை யாரு கேட்குறது” என்றான்.

அது நிஜம்தான் என்று தோணியது.

“உன் புருஷன் என்னை விரோதி மாதிரி முறைச்சிக்கிட்டு இருக்கான். பாக்கவே பயமா இருக்கு. அதான் உன்கிட்டே சொல்லிட்டுப் போகலாம்னு வந்தேன். ஷோ நடத்திப் பிழைக்கிறதுன்னா நிறைய ஜோடனை காட்டணும். என்

கண்ணாடியை ஒரு தடவை வந்து பாரு. அப்போ தெரியும்" என்றான். செல்வி ஆசையோடு "போய்ப் பார்க்கலாம்மா" என்றாள். உடனே தம்பான், "இப்போ யாரும் இல்லை. ப்ரீயாதான் இருக்கு. வந்து பாருங்க" என்றான்.

போவதா வேண்டாமா என்று சின்னராணிக்குக் குழப்பமாக இருந்தது.

அழகருக்குத் தெரிந்தால் நிச்சயம் திட்டுவான். ஆனால் ஒரு தரம் போய்ப் பார்ப்பதால் என்னவாகிவிடப்போகிறது என்று யோசனை செய்துகொண்டிருந்தாள்.

"எதுக்கு இவ்வளவு யோசனை. ஒரு தடவை வந்து பாருங்க" என்றான் தம்பான்.

சின்னராணியும் செல்வியும் எதிரில் இருந்த கூடாரத்திற்குள் போனார்கள். வாசனை மூக்கைத் துளைப்பதாக இருந்தது. அவள் மீதும் சில துளிகள் வாசனை சென்ட் அடிக்கப்பட்டது. அவள் உள்ளே போய் ஆள் உயரத்தில் இருந்த கண்ணாடிகளைக் கண்டாள். முதல் கண்ணாடியின் முன்பாக அவள் நின்றபோது அவளது உடல் பெருத்து மிக குண்டாக குள்ளமாகத் தெரிந்தாள். அவளை அப்படிப் பார்க்க அவளால் சிரிப்பை அடக்க முடியவில்லை. அதைப் பார்த்த செல்வியும் சிரித்தாள். செல்வியை அந்தக் கண்ணாடியில் பார்த்தபோதும் சிரிப்பாகவே வந்தது.

அடுத்த கண்ணாடியில் அவள் உருவம் மெலிந்து ஈர்க்குச்சி போலிருந்தது. அதையும் கண்டு சிரித்தாள். செல்வியால் சிரிப்பை அடக்க முடியவில்லை. கையை வாயில் பொத்திக்கொண்டு சிரித்தாள். மூன்றாவது கண்ணாடி அவர்கள் மனதைக் காட்டக்கூடியது என்றான். அதன் முன்னே நிற்க தயக்கமாக இருந்தது. அவள் கண்ணாடி எதிரில் நின்றபோது உள்ளே அவள் முன்னே நிறைய தங்கக்காசுகள் கொட்டிக்கிடப்பது போலக் காட்சி தெரிந்தது. பின்னாடி நின்றபடியே தம்பான் "இது ஒரு ட்ரிக். நாலைந்துவிதமா செட்டப் பண்ணி வச்சிருக்கோம். எல்லார் மனசிலயும் காசு பணம், வீடு, வசதி தானே இருக்கு. வயசுப் பசங்க வந்தா மட்டும் பொம்பளையைப் பாக்க ஆசைப்படுவாங்க. இந்தக் கண்ணாடி பின்னாடி ஒரு திரை இருக்கு. அதுக்குள்ளே நம்ம ஆள் நின்னு பார்த்துகிட்டு இருப்பான். ஆளுக்குத் தக்க உள்ளே தெரியுற பிம்பத்தை மாத்திருவான்" என்றான்.

எதற்காக தன்னிடம் எல்லா உண்மைகளையும் சொல்கிறான் என்று சின்னராணிக்கு வியப்பாக இருந்தது.

ஷோவைப் பார்த்து வெளியே வந்தபோது தம்பான் ஒரு சிறிய மஞ்சள் ரோஜா ஒன்றை செல்வி கையில் கொடுத்து வைத்துக் கொள்ளச் சொன்னான்.

பிறகு செல்வியிடம் எப்படியிருக்கு என்று கேட்டான்.

அவள் பதில் சொல்லாமல் சிரித்தாள்.

"இந்த மூணு கண்ணாடியை வச்சி வருஷத்துக்கு ஆயிரம் ஆயிரமா சம்பாரிச்சிகிட்டு இருக்கேன். நீங்க உசிரைக் குடுத்தாலும் இவ்வளவு பணம் பாக்க முடியாது" என்றான்.

"இப்படி ஏதாவது தொழில் செய்துவிட்டுப் போய்விடலாம்தானே" என்றபடியே "அதுக்கு உங்களை மாதிரி திறமை வேணும். அது அவங்ககிட்டே கிடையாது" என்றாள்.

தம்பான் "அதெல்லாம் பெரிய விஷயமில்லை. கத்துக்கிடலாம். நானே இந்த வியாபாரத்தை யார்கிட்டயாவது ஒப்படைச்சிட்டு மதுரைல ஒரு பெரிய லாட்ஜ் விலைக்கு வருது. அதை வாங்கிப் போட்டு இருப்பிடத்தில் உட்கார்ந்து சம்பாதிக்கலாம்னு நினைச்சிகிட்டு இருக்கேன். ஆள் கிடைக்க மாட்டேங்குது" என்றான்.

சின்னராணிக்கு அதைக் கேட்ட போது மாயக்கண்ணாடிகளை அழகரே வாங்கிவிட்டால் நன்றாக இருக்கும் என்று ஆசையாக வந்தது. அதைக் காட்டிக்கொள்ளாமல் "நாங்க கிளம்புறோம்" என்று அவர்கள் கூடாரத்திற்கு வந்தாள்.

செல்விக்கு கூடாரத்திற்கு வந்தபிறகும் ஆச்சரியம் குறையவில்லை.

"எப்படிம்மா நாம் கண்ணாடில் அவ்வளவு உசரமாக மாறுனோம்" என்று கேட்டுக்கொண்டேயிருந்தாள்.

சின்னராணிக்கும் அந்த மாயக்கண்ணாடிகள் பற்றி அதிகம் தெரியவில்லை. "அது எல்லாம் மேஜிக்" என்று மட்டும் சொன்னாள்.

அழகர் குடித்துவிட்டு வந்து கூடாரத்தின் முன்னால் உட்கார்ந்திருந்தான். செல்வி அவனிடம் எதிரில் உள்ள கண்ணாடிகளைப் பார்த்து வந்த விபரத்தைச் சொல்லிக் கொண்டிருந்தாள். அதைக் கேட்டதும் அவனது ஆத்திரம் மிகவும் அதிகமானது. ஆவேசத்துடன் உள்ளே வந்து "அங்கே என்ன மசிருக்குடி போனே" என்று அடிக்கக் கையை ஓங்கினான். "நானா ஒண்ணும் போகலை. அந்த ஆளுதான் வந்து கூப்பிட்டான்" என்றாள்.

"அவன் கூப்பிட்டா நீ என்ன மசிருக்குப் போறே" என்று கத்தினான்.

"அந்த ஆள் நீ நினைக்கிற மாதிரி ஒண்ணும் இல்லை. நாளைக்கு இடத்தை மாத்திகிடப் போறேன்னு சொல்லிட்டுப் போகத்தான் வந்தார். அதான் போனேன்" என்றாள்.

அதை அழகரால் நம்பமுடியவில்லை.

"நிஜமாவா சொல்றே" என்றான்.

"நீங்க எல்லோரையும் முறைச்சிக்கிட்டு இருந்தா நாம எப்படிப் பிழைக்கிறது. கோளாறா பேசிப் பழகினா எல்லாம் நமக்கு நல்லதா முடியும்" என்றாள்.

கோளாறாகப் பேசுவதற்கு என்ன இருக்கிறது என்று யோசித்தபடியே அவன் உன்கிட்டே என்ன சொன்னான் என்று கேட்டான்.

சின்னராணி தன்னிடம் தம்பான் சொன்ன விஷயங்கள் அத்தனையும் சொல்லி "அதுல என்ன தப்பு இருக்கு. நம்ம நல்லதுக்கு தானே சொல்றாங்க" என்றாள். ஏனோ அது அழகருக்குப் பிடிக்கவேயில்லை. "அவனைப் போல நம்மளையும் ஏச்சிப் பிழைக்கச் சொல்றானா இரு கேட்டுட்டு வர்றேன்" என்றான்.

"போ... போயி சண்டை போட்டு அவன் மண்டையை உடை இன்னைக்கே நம்மளை கூடாரத்தை தூக்கிட்டு கிளம்பி போக சொல்லி வேதக்கோவில்ல சொல்லிருவாங்க" என்றாள்.

அது நிஜம்தான். அவனோடு சண்டை போடவும் வேண்டும். அது தற்செயலாக இருக்கவும் வேண்டும் என்று யோசித்தபடியே இன்னும் கொஞ்சம் குடித்துவிட்டு அவனை சண்டைக்கு இழுத்து அடித்து விடலாம் என்று முடிவு செய்தபடியே அவன் குடிக்கச் சென்றான்.

நட்சத்திரங்கள் உதிர்வதைப் போல வானில் வெடி போட்டுக் கொண்டிருந்தார்கள். ஏனோ சின்னராணிக்கு நாமும் போய் தேவாலயத்தில் பிரார்த்தனை செய்துவிட்டு வந்தால் நல்லது நடக்கும் என்பது போலவே இருந்தது. அவள் அழகர் வருவதற்குள் தேவாலயத்திற்குப் போய் வந்துவிடலாம் என்பதைப் போல செல்வியை அழைத்துக் கொண்டு நடக்கத் துவங்கினாள்.

தேவாலயத்திற்குச் செல்லும் வழி முழுவதும் ஆட்கள் கையில் மெழுகுவர்த்தி ஏந்தியபடியே நடந்து கொண்டிருந்தார்கள்.

எங்கும் சுடர்களாக இருந்தது, காண்பதற்கு ஆச்சரியமாக இருந்தது. செல்வி தானும் ஒரு மெழுகுவர்த்தி வாங்கி ஏந்திக் கொள்வதாகச் சொன்னாள். சின்னராணி அவளுக்கும் ஒன்றைக் கையில் வாங்கித் தந்தாள். அவர்கள் கூட்டத்தோடு கையில் மெழுகுவர்த்திகள் ஏந்தியபடியே நடந்து போனார்கள். தேவாலயத்தின் அருகாமைக்குக்கூடப் போக முடியவில்லை. அதன் முகப்பு மைதானத்தில் ஆங்காங்கே பிரார்த்தனை நடந்து கொண்டிருந்தது. தன் முன்னே வந்தவர்கள் மண்டி யிடுவது போல அவர்களும் மண்டியிட்டு மரியன்னையை பிரார்த்தனை செய்தனர்.

சின்னராணி கண்களை மூடிக்கொண்டாள். அவள் மனதில் மெல்லிய சந்தோஷம் ஒன்று மீன்குஞ்சைப் போல வாலாட்டிக் கொண்டிருந்தது. அதை அழகரிடம் சொல்வதா வேண்டாமா என்று தெரியாமல் யோசித்துக்கொண்டேயிருந்தாள். கண்ணை மூடிக்கொண்டு பிரார்த்தனை செய்யும் போதும் அவளுக்கு உறுதியாகத் தெரிந்தது. மாதவிடாய் தள்ளிக்கொண்டு போகிறது. நிச்சயம் தான் கர்ப்பமாகியிருக்கிறோம் என்று அவள் உணர்ந்தாள். தங்கள் பாடே இவ்வளவு சிக்கலோடு இருக்கும்போது இன்னொரு குழந்தை தேவைதானா என்றும் மனது யோசித்தது. பிறகு தனது கர்ப்பத்தில் உள்ள சிசு ஆண் குழந்தையாகத்தான் இருக்கும் என்றும் அவளுக்குத் தோன்றியது. அதைப்பற்றி இப்போது பேசினால் அழகர் சண்டையிடக்கூடும். திருவிழா முடிந்து ஊருக்குப் போகையில் சொல்லிக் கொள்ளலாம் என்று முடிவு செய்துகொண்டாள். வயிற்றில் உள்ள குழந்தை நல்ல ஆரோக்கியமாக, அழகாகப் பிறக்க வேண்டும் என்று அவள் மரியன்னையிடம் மனதார வேண்டினாள்.

நோயாளிகள் உரத்த குரலில் பாடிக்கொண்டிருந்தார்கள். செல்வி கண்களை மூடி எதையோ வேண்டிக்கொண்டிருந்தாள். இந்த வயதில் என்ன வேண்டிக்கொண்டிருக்கிறாள் என்று புரியாமல் அவளையே பார்த்துக்கொண்டிருந்தாள்.

செல்வி கண்ணைத் திறந்து பார்த்துவிட்டு சிரித்தபடியே "இந்த சாமி ஏம்மா பிள்ளையைத் தூக்கி வச்சிக்கிட்டே இருக்கு" என்று கேட்டாள். "அதுதான் யேசப்பா. இது அவங்க அம்மா" என்று சொன்னாள்.

"அந்த அம்மாவைப் பாக்க அழகா இருக்குல்லே" என்றாள் செல்வி.

சின்னராணி சிரித்துக்கொண்டாள். தாயும் மகளும் வழியெல்லாம் இருந்த நோயாளிகளைப் பார்த்தபடியே நடந்து வந்தனர்.

அவர்கள் கூடாரத்திற்கு வந்தபோது அழகரைக் காணவில்லை. எங்கேயாவது போயிருக்கக்கூடும் என்று தோன்றியது. செல்வி வானில் வெடிக்கப்படும் வெடிகளை வேடிக்கை பார்த்தபடியே இருந்தாள்.

*

அழகர் குடித்துவிட்டுத் திரும்பி வரும்போது பிளாஸ்டிக் பொருள்கள் விற்கும் ஒருவனிடமிருந்து மீன் போன்ற வடிவத்தில் உள்ள மடக்குக் கத்தியை டவுசரில் போட்டுக்கொண்டான். அவனை எங்கே குத்த வேண்டும் என்று யோசித்தபடியே நடந்து தனது கூடாரத்தினை நோக்கி வந்தான்.

மூன்று கண்ணாடி ஷோ நிகழ்ச்சி முடிந்து போய் திரை போடப்பட்டிருந்தது. அதன் நுழைவாசலில் சென்ட் மணம் கமழ்ந்து கொண்டிருந்தது. வெளியே வைத்திருந்த விளம்பரப் பலகையைத் தள்ளிவிட்டு உள்ளே சென்றான். நிகழ்ச்சியை நடத்தும் தம்பானும் அவனது உதவி ஆளும் உட்கார்ந்து ரம் குடித்துக்கொண்டிருந்தார்கள். தம்பான் அவனைக் கண்டதும் வாயெல்லாம் சிரிப்பாக “உன்னை நான் ஒருதடவை சேலத்தில் ஜிக்கி வீட்ல பார்த்திருக்கேன். இது என்ன புதுத் தொழில்” என்று கேட்டான். அழகருக்குக் கோபமாக வந்தது. “அதெல்லாம் விட்டுட்டேன்” என்று சொன்னான்.

தம்பான் தவறாகக் கேட்டதற்கு மன்னிப்புக் கேட்டபடியே “எதுக்கு இந்தத் தொழிலுக்கு வந்துட்டே. இதுல அவ்வளவு வருமானம் கிடைக்காதுல்லே” என்று சொன்னான். தன்னை கேலி செய்கிறான் என்பதை உணர்ந்தவனைப் போல அழகர் முறைத்துப் பார்த்தபடியே மூன்று கண்ணாடிகள் எங்கேயிருக்கின்றன என்று திரும்பிப் பார்த்தான். அவை மரச்சட்டகம் ஒன்றிற்குள் பொருத்தப்பட்டு கதவு போட்டுப் பூட்டப்பட்டிருந்தன.

தம்பான் தனது பையில் இருந்து ஒரு சிகரெட்டை எடுத்து நீட்டியபடியே “திருவிழாவுக்கு நிறைய ஜாரிகள் வந்திருக்காளுக. அவளுக எல்லாருக்கும் என்னை நல்ல தெரியும். ஊர் ஊரா போறேன்ல. அதனால வழியில் ஒரு குள்ளச்சி பிடிச்சிகிட்டு ரோஸ் மில்க் வாங்கிக் குடுக்கச் சொல்றா. அவ கூட படுத்து சலிச்சி போச்சி. அதான் புதுசா ஏதாவது வந்திருக்கானு பாக்கப் போனேன். ஒரு அம்மாவும் பொண்ணும் வந்திருக்காளுக. வடக்கத்தி ஆளுக மாதிரி தெரியுது. தோலு சிவப்பா இருக்கு. ரெண்டு பேருக்கும் ஒரே மாதிரி உடம்பு. குடும்பப் பொண்ணுக மாதிரி தலைய

முக்காடு போட்டுட்டு விசிறிக்கடைக்கிட்டே உட்கார்ந்திருந்தாங்க. பக்கத்தில பேசி முடிச்சி வரச் சொல்லியிருக்கேன். நிஜமாகவே அம்மாவும் மகளுமா இல்லை, அப்படி நடக்கிறாளுகளானு தெரியலை. அதெல்லாம் நமக்கு எதுக்கு" என்றபடியே தானும் ஒரு சிகரெட்டைப் பற்ற வைத்துக்கொண்டான்.

அழகர் தனது டவுசரில் இருந்து கத்தியை வெளியே எடுத்தான். அணைந்துபோன சிகரெட்டைப் பற்றவைத்தபடியே தம்பான்,

"ஒண்ணு ரெண்டு பழைய ஜாரிகள் ஆள் கிடைக்காம சுத்திகிட்டு திரியுதுக. சேலத்தில தொழில் பண்ணினாளே ஜிக்கி, அவகூட யாரோ ஒரு சின்னப் பையலைக் கூட்டிகிட்டு போய்க்கிட்டு இருந்ததை மாதா கோவில் திடல்ல பாத்தேன். இப்போ தொழில்ல இருக்காளா இல்லை விட்டுட்டாளா" என்று கேட்டான்.

அழகர் பதற்றமான மனதோடு "யாரு ஜிக்கியா... அவளை எங்கே பாத்தே" என்று கேட்டான்.

"ராட்டினம் சுற்றுகிற இடத்துக்கிட்டேதான் பாத்தேன். ஏன் கேட்குறே" என்றான் தம்பான்.

"நல்லா தெரியுமா அவதானா" என்று கேட்டான் அழகர்.

"ஏம்பா, நான் அவ வீட்ல இருக்கிற ஜாரிகளைப் பாக்க நிறைய தடவை வந்திருக்கேன். அவளே தான். ஆனா கிழடு தட்டி முகம் ஒடுங்கிப் போச்சி" என்றான்.

அழகரால் சிகரெட்டை உள்ளே இழுக்கமுடியவில்லை. தம்பான் மீதான ஆத்திரம் மறைந்து போய் ஜிக்கியை இப்போதே பார்க்க வேண்டும் போலிருந்தது. தம்பான் தனது சிகரெட்டை ஆழமாக இழுத்தபடியே "அவ வீட்ல சுருள்முடியோட ஒரு பொம்பளை இருந்தா தெரியுமா. பேருகூட டோலினு. அவளைக்கூட ஒரு தடவை வேலூர் பஸ் ஸ்டாண்டிலே பார்த்தேன். வெறும் அஞ்சு ரூபா கிராக்கியா கக்கூஸ்ல அலைஞ்சிகிட்டு இருந்தா. பிச்சைக்காரி மாதிரி மெலிஞ்சி போய் ஆளே பாக்க சகிக்கலை. அவளுக்கு என்னை அடையாளம் தெரியலை. நான்தான் அவளைப் பாத்து கைச் செலவுக்கு ஐம்பது ரூபாய் குடுத்துட்டு வந்தேன்" என்றான்.

டோலியைப் பற்றிச் சொன்னவுடன் அழகர் சிகரெட்டை அணைத்துக் கொண்டு "எத்தனை வருசமிருக்கும்" என்று கேட்டான்.

"அது எப்படியும் அஞ்சு வருசமிருக்கும்" என்றான் தம்பான்.

"டோலி தனியாதான் வந்தாளா" என்று அழகர் கேட்டான்.

“கூட ரெண்டு பொம்பளைக இருந்தாளுக... அதுவும் லோக்கல் கிராக்கிதான்” என்றான்.

ஜிக்கியைத் தேடிப்போய்ப் பார்ப்பதா வேண்டாமா என்று மனதில் ஒரு குழப்பம் உண்டானது. சின்னராணிக்கு அவன் வேசையர் வீட்டில் எடுபிடி பையனாக இருந்த விபரம் எதுவும் தெரியாது என்பதும் நினைவிற்கு வந்தது. அவன் தம்பானிடம் “ஜிக்கி என்ன கலர்ல சேலை கட்டியிருந்தா” என்று கேட்டான்.

தம்பான் சிரித்தபடியே “செங்கல் கலர்ல கட்டம் போட்டு இருந்தது” என்றபடியே “பாத்து... காசைப் பிடுங்கிருவாளுக” என்று சொல்லிச் சிரித்தான்.

அழகர் எழுந்து கொள்ளும் போது அவன் பாக்கெட்டில் இருந்த கத்தி கீழே விழுந்தது. அதைக் குனிந்து எடுக்கும்போது தம்பான் கத்தியைக் கவனித்தவனைப் போலக் கேட்டான்,

“இது எதுக்கு... என்னை குத்துறதுக்கா?”

அழகர் தலையாட்டினான்.

“நீயும் நானும் ஆளுக்கு ஒரு தொழில் பண்றோம். ஒரு ஊர்ல உனக்குக் கூட்டம் அதிகமா வரும். இன்னொரு ஊர்ல எனக்கு அதிகமா வரும். இதுல என்னப்பா கோபம். எனக்கு இதை நடத்தவே அலுத்துப் போச்சி. யார்கிட்டயாவது இதை ஒப்படைச்சிட்டு டவுன்ஹால் ரோட்ல ஒரு லாட்ஜ் விலைக்கு வருது. அதை வாங்கி உட்கார்ந்த இடத்தில காசைப் பாத்துட்டுப் போயிரலாம்னு நினைச்சா எவனும் சரியான ஆள் கிடைக்க மாட்டேங்கிறான்” என்றான்.

அழகர் கத்தியை எடுத்து டவுசரில் போட்டபடியே தம்பான் பேச்சை கவனிக்காதவனைப் போல வெளியே வந்தான்.

எங்கே போய் ஜிக்கியைத் தேடுவது என்று தெரியவில்லை. ஊசிக்கிணறு பக்கம்தான் நோயாளிகளின் கூட்டம் அதிகமாக இருக்கக்கூடும் என்று அங்கே நடக்கத் துவங்கினான். இரவிலும் நோயாளிகள் வந்து கொண்டேயிருந்தார்கள். ஒரு ஆள் மூன்று நாட்களாக தேவாலயத்தைச் சுற்றி மண்ணில் உருண்டு போய்க் கொண்டேயிருந்தான். இரண்டு ரோகிகள் ஒரு சுவரில் தலையை முட்டி முட்டி அழுது கொண்டிருந்தார்கள்.

ஒரு இடத்தில் கால் முடங்கிப்போன சிறுமி ஒருத்திக்குக் கால்கள் சரியாகிவிட்டது என்று சொல்லி மூன்று வயதுச் சிறுமியைச் சுற்றிலும் ஆட்கள் நெருக்கி அடித்து உட்கார்ந்தபடியே

ஆண்டவரின் கிருபையைப் பாடிக்கொண்டிருந்தார்கள். சாலையோரம் ஒரு ரோகி வயிற்றைப் பிடித்தபடியே எக்கியெக்கி வாந்தியெடுத்துக் கொண்டிருந்தான். இன்னொருவன் உடல் முழுவதும் ஊசியைக் குத்திக்கொண்டு படுத்துக்கிடந்தான். புதுமணப்பெண் போல் அலங்காரம் செய்யப்பட்ட ஒரு முதியவளும் அவள் கணவனும் ஒன்றாகக் கைகோர்த்து நடந்து போய்க்கொண்டிருந்தார்கள். மீதமான உணவின் வாசனையும் எரிந்து போன மெழுகுவர்த்திகளின் மணமும் எங்கு சென்றாலும் கமழ்ந்தபடியே இருந்தன.

வெள்ளை அங்கி அணிந்த நான்கு பாதிரிகள் கையில் ஜெபமாலையுடன் நடந்து சென்றனர். ஜிக்கியை நோயாளிகள் இருந்த ஒவ்வொரு இடமாகத் தேடினான். ஒரு இடம் முழுவதும் உடல் உறுப்புகள் சேதமானவர்கள் மட்டுமேயிருந்தார்கள். இன்னொரு இடத்திலோ சாவை எதிர்பார்த்திருப்பது போல் கண்களை மூடிப் படுத்திருந்த வயதானவர் முன்பாக பத்து பதினைந்து பேர் சுற்றியமர்ந்து ஜெபித்துக் கொண்டிருந்தார்கள். ஜிக்கியை எங்கேயும் காணவில்லை. மணிக் கூண்டு, உணவு தரும் இடங்கள், விற்பனைக் கூடங்கள், வேடிக்கை நிகழ்ச்சி நடக்கும் இடங்கள் என எங்கும் அவளைக் காணவில்லை.

இரவிலும் மின்விளக்குகள் வெளிச்சத்தில் வேடிக்கைகள் நடந்து கொண்டேயிருந்தன. ஒரு இடத்தில் பாஸ்கா நாடகம் போல மேடையில் நடிகர்கள் உற்சாகமாக பாடி நடித்துக் கொண்டிருந்தார்கள். அதிலிருந்து விலகி கிழக்காக உள்ள திடலில் சுற்றிலும் மின்கம்பங்கள் அமைக்கப்பட்டு ஒளிர்ந்து கொண்டிருந்தன. பல்சுவை நிகழ்ச்சிகள் நடப்பதாகச் சொன்னார்கள்.

மின்விளக்கு ஒன்றின் கீழே ஒரு ஆள் நின்றபடியே தனது நாக்கை வெளியே நீட்டி ரப்பர் போல வெளியே இழுத்துக் காட்டிக் கொண்டிருந்தான். அது எப்படி என்று புரியாமல் அனைவரும் பார்த்தபடியே நின்றனர். அவனருகே ஒரு சைக்கிளில் பத்தொன்பது ஆட்கள் ஒருவர் மீது மற்றவர் ஏறிக்கொண்டு சைக்கிளை வளையம் போலச் சுற்றிக் கொண்டு வந்தனர். பார்வையாளர்களில் யார் வேண்டுமானாலும் அவர்களை எந்த சவாலுக்கும் அழைக்கலாம் என்ற குரல் கேட்டது ஒரு ஆள் ஒரு கலர் பாட்டிலை அவர்களுக்குத் தூக்கிப் போட்டான். சைக்கிள் ஓட்டிக்கொண்டிருந்தவன் அதைத் திறந்து குடிக்கத் துவங்கி ஒவ்வொரு ஆளாக அந்த கலர்பாட்டிலைக் குடித்து முடித்தார்கள். இப்படி ஊசி எடுப்பது, நாற்காலியை வாயில் கவ்வுவது என்று விதவிதமான சாகசங்களைச் செய்து காட்டினர். அதன் எதிரில்

ஒரு மேடை போடப்பட்டு அங்கே ஒரே நேரத்தில் நூறு வேலைகள் செய்து காட்டும் அவதானி ஒருவர் வேறு வேறு ஆட்கள் சொல்லும் வேலைகளைச் செய்து காட்டி, கைதட்டு வாங்கிக்கொண்டிருந்தார்.

ஒரு இடத்தில் ஏலம் நடந்து கொண்டிருந்தது. புறாக்கள், வான்கோழிகள், போர்வை, சேலைகள், மணிமாலைகள், பித்தளை கிண்ணங்கள் என்று ஏதேதோ பொருட்கள் ஏலத்தில் விடப்பட்டுக் கொண்டிருந்தன. ஏலக்காரனின் குரல் வித்தியாசமானதாயிருந்தது. அந்தக் கூட்டத்திலும் ஜிக்கியைக் காணவில்லை. ஒருவேளை எங்காவது போய் உறங்கியிருக்கக் கூடுமோ என்ற நினைப்போடு அவன் நடந்து தனது கூடாரம் அமைக்கப்பட்டிருந்த இடத்திற்கு வந்து கொண்டிருந்தான். மரச்சிலுவைகளாக ஒரு இடத்தில் கிடந்தன. அதைக் கடந்து அவன் திரும்பும்போது ஒரு நோயாளிகளின் கூட்டம் வரிசை வரிசையாக எங்கோ சென்று கொண்டிருப்பது தெரிந்தது. எங்கே போகிறார்கள் என்று நிறுத்திக் கேட்டான்.

அவர்கள் ஜிராட் என்ற கப்பல் முதலாளி. நோயாளிகள் அத்தனை பேருக்கும் புதிய வஸ்திரங்கள் தருகிறார் என்றும். அது நள்ளிரவு பிரார்த்தனைக்குப் பிறகே வழங்கப்படும் என்றும் சொன்னார்கள். அந்த வரிசை நீண்டு வளைந்து சென்று கொண்டேயிருந்தது. தங்களை மீறிய பாதி உறக்கத்தைக் கட்டுப்படுத்த முடியாமல் அவர்கள் கால்கடுக்க நின்றுகொண்டிருந்தார்கள். கூட்டத்தை விட்டுவிலகி வேகமாக முன்னே நடந்துகொண்டிருந்தான். அந்தக் கூட்டத்தில் சிறுவனை கையில் பிடித்தபடியே முக்காடு இட்டபடியே ஜிக்கி நின்றிருந்தாள். அவள் கண்கள் எங்கோ நிலைகுத்திவிட்டதைப் போல வெறித்துக்கொண்டிருந்தன. அவள் அருகில் போய் நின்று அவள்தானா என்று பார்த்தான். அவளேதான். ஆனால் அந்த முகத்தில் இருந்த பிரகாசம் ஒடுங்கிப்போயிருந்தது. ஆள் உருக்குலைந்து போயிருந்தாள். அவன் அருகில் போய் அவள் கையைத் தொட்டு “ஜிக்கியக்கா” என்றான். அவள் ஒரு கணம் எதோ நினைவில் இருந்து அறுபட்டவள் போல திடுக்கிட்டு அவனைப் பார்த்தபடியே இருந்தாள்.

“ஜிக்கியக்கா நான்தான் அழகர்” என்றான்.

ஜிக்கி அவனிடம் எதுவும் பேசாமல் அவனையே வெறித்துப் பார்த்தபடி இருந்தாள்.

“என்னைத் தெரியலையா” என்று கேட்டான்.

அவள் அழகரின் கையை இறுக்கிப்பிடித்தபடியே “நல்லா இருக்கியா” என்று கேட்டாள்.

ஜிக்கியை இப்படிக் காண்பது அவனுக்குத் தொண்டையை அடைத்தது. "என்கூட வாக்கா" என்றான். அவள் தன்னிலை மறந்தவளைப் போல அவன் பின்னாடியே நடந்து வந்து கொண்டிருந்தாள். அவன் வழியிலே "சாப்பிட்டயாக்கா" என்று கேட்டான். ஜிக்கி தலையாட்டினாள்.

அந்தச் சிறுவன் ஜிக்கியிடம் "யம்மா இது யாரும்மா" என்றான்.

"உங்க மாமாடா" என்றாள் ஜிக்கி.

இது ஜிக்கியின் மகனா என்பது போல அவனைத் தூக்கித் தோளில் வைத்தபடியே நடந்து சென்றான். அவர்கள் மாதா கோவிலினை விட்டுவிலகி கன்னியர் மடம் இருந்த பகுதிக்கு நடந்து போனார்கள். இரவிலும் தெருவிளக்குகள் எரிந்துகொண்டிருந்தன. ஜிக்கியை அவர் ஒரு கொடிக்கம்பம் போன்ற மேடை ஒன்றின் அருகில் உட்கார வைத்துவிட்டு "ஐந்து நிமிசத்தில் வந்துவிடுகிறேன்" என்று சொல்லிப் போனான். அவன் திரும்பி வந்தபோது கையில் வாழைப்பழங்களும் இனிப்பு பிஸ்கட்டும் மக்ரோனும் இருந்தது. அதை ஜிக்கியின் முன்னால் வைத்து "சாப்பிடுக்கா" என்றான்.

ஜிக்கி அவனை அருகில் உட்காரச் சொன்னாள். அவன் ஜிக்கியின் அருகில் உட்கார்ந்தவுடன் அவன் கையைப் பிடித்துக்கொண்டு "உன்னைய இங்கே பாப்பேன்னு நினைக்கவேயில்லை" என்றாள். அழகர் அமைதியாக இருந்தான்.

"நான் இங்கே வந்திருக்கேனு யாரு சொன்னது" என்று கேட்டாள்.

"தெரிஞ்ச ஒரு ஆள் உன்னைப் பாத்திட்டு வந்து சொன்னான்" என்றான்.

"என்னை ஞாபகம் வச்சிருக்கிற ஆளுகூட இருக்காங்களா" என்று கேட்டாள்.

அந்த ஆதங்கத்தில் அவளது மொத்த வாழ்வின் சாரமும் அடங்கியிருந்தது.

"ஏன்கா அப்படிக் கேட்டுட்டே. நான் எல்லாம் உயிரோடதானே இருக்கேன்" என்றான் அழகர்.

ஜிக்கி சில நிமிசங்கள் மௌனமாகவே இருந்தாள். பிறகு தன்னோடு இருந்த சிறுவனைக் கைகாட்டி "இது டோலி மகன். பேரு ஜான்" என்றாள்.

அந்தச் சிறுவனின் கையைத் தன்னோடு எடுத்து வைத்துக் கொண்டு "டோலி எப்பிடியிருக்கா?" என்று கேட்டான் அழகர்.

ஜிக்கி தணிவான குரலில் "அவள் செத்துப் போய் நாலு வருசம் இருக்கும். செத்துப் போனது கூட எனக்குத் தெரியாது. நம்மகூட வேணினு ஒரு பொண்ணு இருந்தா தெரியுமா. அவதான் வந்து சொன்னா. அதுவும் டோலி செத்த மூணாம் நாளைக்கு அப்புறம்.

அடக்கம் பண்ணிட்டாங்களா, எரிச்சிட்டாங்களானு எதுவும் தெரியாது. நான் கேட்டுக்கிடலை. வேணிதான் இந்தப் பையனைக்கூட என்கிட்டே கொண்டுவந்து ஒப்படைச்சிட்டுப் போனா. டோலி வாழ்ந்த வாழ்க்கைக்கு மிச்சம் இந்தப் பயதான். யார் சொல்றதையும் கேட்காமப் போயி அவளா தன்னை அழிச்சிக்கிட்டா" என்றாள்.

அழகர் எச்சிலை விழுங்கியபடியே ஜிக்கி சொல்வதைக் கேட்டுக் கொண்டிருந்தான்.

"நினைச்சா மனசு எரியுதுடா. உனக்கே தெரியும், நான் அவளை எப்படி வச்சிருந்தேனு. ஆனா எந்தக் கருவாப்பயலோடயோ ஓடிப் போயிட்டா. அந்தக் கேடுகட்ட பய, அவளை பேசிப்பேசியே மயக்கி வச்சிருந்திருக்கான். அவனை நம்பி வீணாப் போனவ, திரும்பி வரவேண்டியதுதானே. நான் யாரு. அவ அக்கா. அவளுக்காகத் தானே என் வாழ்க்கையைக் கூட பாக்காம எல்லாத்தையும் விட்டுட்டு நின்னேன். என்னையக்கூடத் தேடிவரலை. பஸ் ஸ்டாண்ட் பஸ் ஸ்டாண்டா அலைஞ்சி நோய் வந்து புளுத்த பொட்டை நாய் மாதிரி செத்துப்போயிருக்கா. இதுக்குத்தானா அவளை அப்படி பாத்து பாத்து வளத்தேன். சாகுறப்போ அவளுக்கு என்ன வயசு இருக்கும். முப்பதுகூட முடிச்சிருக்காது. அதுக்குள்ளே முண்டை செத்து போயிட்டா. எங்கம்மா குணம் அப்படியே அவகிட்டே இருந்துச்சி. நான் எங்கப்பாவைப் போல அடுத்தவருக்கே வாழ்ந்து கொஞ்சம் கொஞ்சமா செத்துக்கிட்டு இருக்கேன். நாங்க எல்லாம் ஏன்டா பொம்பளையா பிறந்தோம். எதுக்குடா எங்களை ஆண்டவர் இப்படி அலைக்கழிக்கிறார். நான் என்ன தப்புப் பண்ணினேன். நினைச்சா உடம்பெல்லாம் எரியுது. என்கிட்டே வந்து அக்கானு நின்னி இருந்தா நான் வச்சிக் காப்பாத்தி இருப்பேனேடா. எதுக்குடா டோலி செத்துப் போனா. எதுக்கு எவன் எவனுக்கோ காலை விரிச்சிப் படுத்து நோயை வாங்கிக்கிட்டா. என்னடா வாழ்க்கை இது."

அழகர் ஜிக்கி அழுவதைப் பார்த்தபடியே இருந்தான். அவள் ஆதங்கத்தைக் கொட்டியபடியே இருந்தாள்.

“வேணி ஒரு நாள் அவளை மதுராந்தகம் பஸ் ஸ்டாண்டில் பாத்திருக்கா. குடிச்சிட்டு குப்பைத்தொட்டிகிட்ட படுத்துக்கிடந்தாளாம். தொடை கைகால் எல்லாம் புண்ணு. அவளைக் கூட்டிக்கிட்டுப் போய் லோக்கல் டாக்டர்கிட்டே வைத்தியம் பாத்து வீட்ல தங்க வச்சிருக்கா. அப்போதான் தன் புள்ளையைப் பத்தி சொல்லி, அது ஒரு இடத்தில வளருது. நீ போய் கூட்டிவா. நான் இன்னும் கொஞ்ச நாள்ள செத்துப்போயிருவேனு சொல்லியிருக்கா. வேணி போய் இந்த ஜானை ஒரு வாத்திச்சி வீட்ல இருந்து கூட்டிட்டு வந்திருக்கா. ஆனா அந்த முண்டை பெத்த பையனைப் பாக்கக்கூட இல்லை. அங்கேயிருந்து ஓடிப்போயிட்டா. ஐந்தாறு நாள் வேணி தேடிப்பாத்துருக்கா. அப்போதான் திருக்கழுக்குன்றம் பஸ் ஸ்டாண்ட் கக்கூஸ்கிட்டே டோலி செத்துக்கிடந்தானு, கொண்டு போய் புதைச்சிட்டோம்னு சொல்லியிருக்காங்க. வேணிக்கு என்னை எங்கே தேடுறதுனு தெரியலை. ஆளை வச்சி விசாரிச்சி என்னைப் பாக்க புதுக்கோட்டைக்கு வந்திருந்தா. ஒரு நாள் பூரா அழுதேன். அழுது என்ன செய்றது. செத்தவ கதை முடிச்சி போச்சினு பிள்ளையை நானே வளர்க்கிறேனு கூட வச்சிக்கிட்டேன். இவன் அப்பன் யாருனு இவனுக்கும் தெரியாது. எனக்கும் தெரியாது. தெரிஞ்ச டோலியும் செத்துப்போயிட்டா. இதுதான்பா பொம்பளை வாழ்க்கை.”

சிறுவன் ஜிக்கி அழுவதைக் கண்டு அவனும் முகம் வாடியபடியே இருந்தான்.

அழகர் அந்தச் சிறுவனின் தலையைத் தடவிக்கொண்டிருந்தான். ஜிக்கி சேலை முந்தானையில் கண்களைத் துடைத்தபடியே மூக்கு சிந்திப் போட்டாள். பிறகு தன்னை ஆசுவாசப்படுத்திக்கொண்டவளைப் போல விசாரித்தாள்.

“நீ எப்படியிருக்கே. கல்யாணம் பண்ணிக்கிட்டயா?”

“கல்யாணம் ஆகி பொம்பளைப் பிள்ளை இருக்கு. ஊர் ஊரா போயி கடற்கன்னி ஷோ போடுறேன்” என்றான்.

“முன்னாடியே யாரோ சொன்னாங்க. எங்க நீயும் எங்களோட இருந்து வீணாப் போயிடுவியோனு நினைச்சிகிட்டே இருந்தேன். அந்த ராமி எப்படியிருக்கா?” என்று கேட்டாள்.

“ராமியைப் பாத்து ரொம்ப வருசமாச்சி. ஓவர் குடி. இந்நேரம் செத்துப்போனாலும் போயிருப்பா” என்றான்.

ஜிக்கி வாழைப்பழத்தினை உரித்து சிறுவனிடம் தந்தபடியே “சந்தோஷமா இருக்கியா?” என்று கேட்டாள்.

அழகர் பதில் சொல்லாமல் இருந்தான். பிறகு ஆதங்கத்துடன் "நீ ஏன்கா இப்படி ஆகிட்டே" என்றான்.

"நான் எங்க ஆனேன். எல்லாம் என் விதி. என்னை இங்கே கொண்டு வந்து தள்ளியிருக்கு" என்றாள். அழகர் அவளிடம் மீண்டும் பழைய கதை எதையும் கேட்கவேண்டாம் என்றவனைப் போல "இனிமே எங்கேயும் போகவேணாம். என் கூட வந்து இரு" என்றான்.

ஜிக்கி அமைதியான குரலில் "உன் பொண்டாட்டி கேட்டா என்ன சொல்வே. நான் நாறிப் புழுத்து சாகப்போற இடத்துக்கு வந்துட்டேன். இனிமே எதுக்கு ஆளு துணை. இப்படியே இருக்கிற காலத்தை ஓட்டிட்டு செத்துப்போயிர வேண்டியதுதான்" என்றாள்

"ஏன்கா இப்படிப் பேசுறே" என்றான் அழகர்.

"இந்தப் பையனுக்காகப் பாக்குறேன். இல்லேன்னா, பூச்சிமருந்தைக் குடிச்சி எப்பவோ போய்ச் சேர்ந்திருப்பேன்" என்று அவளை மீறி அழுதாள்.

அழகர் ஜிக்கியை அப்படிக் கண்டதேயில்லை. எப்படி ஆறுதல் சொல்வது என்று புரியாமல் அவளையே பார்த்துக்கொண்டிருந்தான்.

சிறுவன் ஜான் மட்டும் "ஏன்மா அழுதுகிட்டே இருக்கே. இந்த மாமா திட்டிட்டாரா" என்று கேட்டுக்கொண்டேயிருந்தான்.

ஜிக்கி கண்களைத் துடைத்தபடியே "இல்லைடா கண்ணு. உங்கம்மா நினைப்பு வந்துருச்சி. அதான் அழுதேன்" என்றாள்.

அவன் "நானும் எங்க அம்மா நினைப்பு வந்தா அழுதுருவேன்" என்றான்.

பிறகு அழகரிடம் ஜிக்கி "உன் பிள்ளை பேரு என்னது?" என்றாள்.

"செல்வி" என்றான்.

"யாரு மாதிரி இருப்பா" என்று கேட்டாள்.

"அவங்க அம்மா முகச்சாயல்லதான் இருக்கா" என்றான். "உன்னை ஒரு தடவையாவது பாத்திரணும்னு நினைச்சிகிட்டே இருந்தேன். மாதாவா கொண்டுவந்து சேர்த்திருச்சி" என்றாள் ஜிக்கி.

அழகர் அவளை தன்னோடு கூடாரத்திற்கு வரும்படியாக அழைத்தான். அவள் காலையில் ஊசிக்கிணற்றில் குளித்து மாதாவைக் கும்பிட்டு விட்டு வருவதாகச் சொல்லியபடியே

எந்த இடத்தில் அவனது கூடாரம் இருக்கிறது என்று கேட்டாள். இப்போதே என்னோடு வாருங்கள் என்று பிடிவாதமாகக் கூப்பிட்டுக்கொண்டிருந்தான் அழகர்.

எங்கிருந்தோ தேவாலய மணி ஓசை கேட்டது. ஜிக்கி கண்களை மூடியபடியே இருந்தாள்.

"நல்லா தூங்கி ரொம்ப நாள் ஆச்சிடா. என்னை மறந்து தூங்கணும்னு நினைச்சா மனசு முழிச்சிக்கிட்டே இருக்கு. அது அசர மாட்டேங்குது. இந்த உலகமே மறந்து போய்த் தூங்கணும்னு ஆசையா இருக்கு. எப்பவோ ஒரு ஆளோட அப்படிப் படுத்துத் தூங்கியிருக்கேன். அதை வெறும் சுகம்னு சொல்ல முடியாது. என் கைகால்கள் எல்லாம் தனியா கழண்டு போயி கழட்டிப் போட்ட துணி போல நான் தூங்கிட்டு இருந்தேன். இப்போ நினைச்சாகூட அது ஏக்கமா இருக்கும். அப்படித் தூங்கவே முடியலை. படுத்தா மனசு ஓட ஆரம்பிச்சிருது. கையில் காசில்லை. பையனை வளர்க்கணும். உடம்புல ஊர்பட்ட நோய். இப்படி மனசு அடிச்சிக்கிட்டே இருக்கு. எங்கேயாவது படுத்து நல்லா ஒரு ராத்திரி தூங்கி எந்திரிச்சா போதும். அப்புறம் கையை ஊன்றி கரணம் போட்டு பிழைச்சிக்கிடுவேன். அழகரு, உன்கிட்டே காசு இருந்தா கொஞ்சம் பிராந்தி வாங்கிக் குடு. அதைக் குடிச்சிட்டு இங்கயே எங்கேயாவது படுத்து எந்திரிச்சி காலையில் உன்னைப் பாக்க வர்றேன்" என்றாள்.

"நீ இங்கேயே இருக்கா நான் வாங்கிட்டு வர்றேன்" என்று அழகர் கிளம்பிப் போனான்.

நாட்டுச்சாராயம் விற்பவர்கள் மட்டுமே இருந்தார்கள். பிராந்தி கிடைக்கவேயில்லை. நிச்சயம் தம்பான் வைத்திருக்கக் கூடும் என்ற நினைப்பில் அவனது கூடாரத்திற்குத் திரும்பிச் சென்றான். தம்பான் உறங்கியிருந்தான். துணையாளிடம் அவனை எழுப்பும்படியாகச் சொன்னான். தம்பான் சட்டையில்லாத மேலோடு எழுந்து வந்த போது அவனிடம் கெஞ்சும் குரலில் அரைப்புட்டி பிராந்தி கடனாகத் தந்தால் அதற்கு எவ்வளவு காசு வேண்டுமானாலும் தருவதாகச் சொன்னான்.

தம்பான் சிரித்தபடியே "எந்தத் தேவிடியா கேட்குறா?" என்றான்.

அழகருக்குக் கோபம் உண்டானது. ஆனாலும் அதைக்காட்டிக் கொள்ளாமல் "குடு. காலையில சொல்றேன்" என்றான்.

அவன் தனது மரப்பெட்டி ஒன்றில் இருந்து ஒரு முழுப்பட்டி பிராந்தியை எடுத்து நீட்டியபடியே "வெளிநாட்டு சரக்கு" என்றான்.

கையில் பாட்டில் கிடைத்த மறுநிமிடம் விடுவிடுவென நடந்து ஜிக்கியைத் தேடிச் செல்லத் துவங்கினான்.

நள்ளிரவு ஜெபம் முடிந்து நோயாளிகளின் கூட்டம் ஒன்று உறங்கு வதற்காகப் போய்க்கொண்டிருந்தார்கள். அவர்கள் வழியெல்லாம் இசைபாடியபடியே கடந்து போனார்கள். அதே நேரம் மைக்கில் புதிய துணிகள் கொடுக்கப்போவதற்கான அறிவிப்புக் கேட்டது. அதுவரை ஆங்காங்கே உறங்கிக்கொண்டிருந்த நோயாளிகள் எழுந்து வேகமாக அந்த அறிவிப்பு வந்த இடத்தை நோக்கி ஓடத் துவங்கினார்கள்.

அழகர் ஓடும் நோயாளிகளுக்கு இடம் விட்டு ஒதுங்கி நின்று கொண்டான். கூட்டம் கடந்துபோன பிறகு ஜிக்கி உட்கார்ந்திருந்த இடத்திற் குத் தேடிப்போனான். அங்கே அவளைக் காணவில்லை. எங்கே போயிருப்பாள் என்று தெரியாமல் அவளைத் தேடியபடி வந்த வழியிலே நடக்கத் துவங்கினான். இரவெல்லாம் ஜிக்கியைத் தேடி தெக்கோடு முழுவதும் அலைந்து திரிந்தான். அவளைக் கண்டது பேசியது எல்லாமும் கனவில் நடந்து முடிந்தது போலவேயிருந்தது. எங்கே ஓடி ஒளிந்து கொண்டார்கள். எதற்காக தன்னை விட்டுவிலகிப் போகவேண்டும் என்று ஆதங்கமாகவே இருந்தது.

அவளைத் தேடிச் சலித்து ஏமாந்து போய் பிராந்திபுட்டியோடு கூடாரத்திற்கு வந்தபோது விளக்குகள் அணைக்கப்பட்டு சின்னராணி உறங்கிக்கொண்டிருந்தாள். அவள் அருகில் சுருண்ட படியே செல்வி படுத்துக் கிடந்தாள். அது தன் மனைவி. தன் பிள்ளை என்று உணர்ச்சிப் பெருக்கில் பார்த்தபடியே இருந்தான். செல்வி உறக்கத்தில் யாருடனோ பேசிக்கொண்டிருந்தாள். சின்னராணி உறங்குவது கூட ஷோவில் கால் நீட்டிப் படுத்திருப்பது போலவேயிருந்தது. அவன் ஒரு சாக்குப்பையைத் தலைக்குச் சுருட்டி வைத்துக்கொண்டு படுத்துக் கொண்டான்.

மனதில் டோலியின் நினைவு பீறிடத்துவங்கியது. அடையாளமற்று ஏதோ ஒரு ஊரில் யாருமில்லாமல் ஏன் செத்துப்போனாள் என்று அவள் மீது தாங்கமுடியாத வேதனை உருவானது. அந்த நிமிசம், என்ன வாழ்க்கை. ஒருவேளை தானும் இதுபோல் என்றாவது எங்காவது இறந்து கிடப்பேனா என்றுகூடத் தோன்றியது. அவன் மறுபடியும் தன் பிள்ளையைப் பார்த்துக்கொண்டான். ஜிக்கி ஒரு வேளை நாளை திரும்பி வரக்கூடும் என்று மனது சொல்லிக் கொண்டிருந்தது. அவளைப் பற்றி நினைத்தபடியே படுத்துக்கிடந்தான். உறக்கம் அவன் காலில் ஊர்ந்து செல்லத் துவங்கி உச்சியை நோக்கி ஏறிக்கொண்டிருந்தது.

அத்யாயம் 26

1874
தெக்கோடு

கல்கத்தாவில் இருந்து விசாரணைக் குழு வந்து சென்ற இரண்டு வாரங்களுக்குப் பிறகு ஏலன் பவர் உபயோகத்திற்காக புதிய குதிரை வண்டி ஒன்று தெக்கோடு வந்திருந்தது. உறுதியான வெள்ளைக் குதிரையது. கூண்டுவண்டியும் அழகாக அமைக்கப் பட்டிருந்தது. அந்த வண்டியை ஓட்டுவதற்காக கிக்கிலி என்ற கிழவனும் நியமிக்கப்பட்டிருந்தான். அந்தக் கிழவன் ஆறடி உயரத்திற்கும் மேலாக இருந்தான்.

ஒரு காலத்தில் அவன் புகழ்பெற்ற திருடனாக இருந்தான் என்றும் அவனை மனம் திருந்தச் செய்து தேவாலயத்தின் தோட்ட வேலைகளுக்குப் பழக்கி அப்படியே போதகர்களுக்குக் குதிரைவண்டி ஓட்டுகின்றவனாக்கியது பிஷப் மச்சாது என்றார்கள். கிக்கிலி அவரை எப்போதும் நினைவு கொள்ள கையில் சிலுவை உருவமும் மச்சாது என்ற பெயரையும் பச்சை குத்தியிருக்கிறான். அவன் விசித்திரமான மனநிலை கொண்டவனாக இருந்தான். யாராவது அவனை விரட்டி வேலை வாங்கும்போது அவன் வேலை செய்வதேயில்லை. வண்டியை அதே இடத்தில் போட்டுவிட்டுப் போய்விடுவான். அதுபோல அவன் குதிரையை மிகவும் மோசமாகத் திட்டியபடியே

அடிப்பான். அதை வேகமாக ஓடும்படியாகக் கத்துவான். வம்புச்சண்டைகளை இழுப்பதிலும் குடிப்பதிலும் ஆர்வமுள்ளவன். ஆனால் விசுவாசமானவன். எதையும் திருட மாட்டான் என்றார்கள்.

தினசரி ஏலன் பவரின் மருத்துவமனைக்கு நோயாளிகள் வேறுவேறு ஊர்களில் இருந்து நடந்தே வந்து காத்துக்கொண்டிருந்தனர். நோயாளிகளை ஏலன் பரிசோதித்துச் சொல்லும் மருந்துகளை எடுத்துத் தருவது சீயாளியின் வேலை. அவள் அந்த மாத்திரைகளை எப்படி சாப்பிட வேண்டும் என்று விளக்கிக் காட்டுவாள்.

வாரத்தில் மூன்று நாட்கள் அவர்கள் குதிரை வண்டியில் தெக்கோட்டி னைச் சுற்றியுள்ள கிராமங்கள் ஒவ்வொன்றாகச் சென்று வருவார்கள். நோயாளிகளைத் தேடி வந்து வைத்தியம் செய்யும் ஒரே டாக்டரம்மா ஏலன் பவர் மட்டுமே என்று அந்த வட்டாரத்தில் பேச்சு பரவியது.

அவள் நன்றாகத் தமிழ் பேசக் கற்றுக்கொண்டதுடன் ஒவ்வொரு ஊரிலும் உள்ளூர்வாசிகளின் வீடுகளில் சாப்பிடவும் துவங்கினாள். வெள்ளைக்காரப் பெண் தங்களோடு ஒன்றாக உட்கார்ந்து கம்பங்கஞ்சியைக் குடிப்பது அவர்களுக்கு ஆச்சரியமாக இருந்தது. அதை விடவும் அவள் கிராமவாசிகளை அக்கா, அண்ணா, மாமா என்று முறை சொல்லிக் கூப்பிடப் பழகியது அத்தனை பேருக்கும் பிடித்திருந்தது. ஏலன் குணமாக்கிய நோயாளிகள் அவளைப் பற்றிப் புகழ்ந்து சொல்லியபடியே இருந்தனர்.

திங்கள் புதன் வெள்ளி மூன்று நாட்களில் அவர்கள் பயணம் துவங்கும்போது சீயாளி குதிரை வண்டியில் மருந்துப் பொருட்களை ஏற்றிக்கொண்டு கிக்கிலியிடம் பாதை சரியாக இருக்காது. நீ வேகமாக ஓட்டக்கூடாது என்று மிரட்டி வைப்பாள். அந்தக் கிழவன் சிறுமியின் பேச்சினைக் கேட்டு பயந்தவன் போல தலையாட்டிக்கொள்வான். ஆனால் அவனால் குதிரை வண்டியை மெதுவாக ஓட்ட முடியாது. வண்டி மண்பாதையில் செல்ல ஆரம்பிக்கும்போது அவளும் சீயாளியும் பேசிக்கொண்டே வருவார்கள். சில நேரம் மயில்களையும், சாலையில் சுருண்டுகிடக்கும் பாம்புகளையும்கூடக் கண்டிருக்கிறார்கள்.

ஏலன்பவர் தெக்கோட்டிற்கு வந்து மருத்துவத்திற்குள் தன்னை ஐக்கியப்படுத்திக்கொண்ட பிறகு அவளது உடைகள், பேச்சு, சிரிப்பு எல்லாமும் மாறியிருந்தது. அவள் ஓய்வேயில்லாமல் பிணிநீக்குவதில் மூழ்கிப்போயிருந்தாள். ஒரேயொரு முறை அவளுக்குக் காய்ச்சல் கண்டது. அப்போது சீயாளி துணையாக இருந்து அவளுக்கு

மருந்துகள் புகட்டிவிட்டதோடு தன் அம்மாவைத் துணைக்கு அழைத்து வந்து சமைக்கவும் செய்தாள்.

தேவாலயத்தை விட்டு விலகி இடிந்த மண்டபம் ஒன்றின் அருகில் இருந்த பெரிய இடத்தில் தனது புதிய மருத்துவமனை ஒன்றினை அவள் உருவாக்கிக்கொண்டாள். அந்த இடத்தில் நோயாளிகளைப் பரிசோதனை செய்யும் அறை. மருந்து தரும் அறை. வெளியூர் நோயாளிகள் இரண்டு மூன்று நாட்கள் தங்கிப் போகும்படியான பனிரெண்டு படுக்கைகள் என்று அவள் விரும்பியபடியே புதிய மருத்துவமனை இருந்தது.

தனது கனவுகள் நிறைவேறியது பற்றியும், புதிய ஆசைகள் பற்றியும் விரிவாக அவள் லகோம்பேக்கு ஒரு கடிதம் எழுதியிருந்தாள். இது விசாரணை நடைபெற்ற ஏழு மாதங்களுக்குப் பிறகு எழுதப்பட்டிருக்கிறது.

*

என் அன்பிற்கும் மரியாதைக்கும் உரிய ஞானத்தந்தையே,

எவன் ஒருவனும் விளக்கைக் கொளுத்தி அதை ஒரு பாத்திரத்தினுள் மூடி வைக்கமாட்டான். கட்டிலின் கீழே பிறர் அறியாமல் ஒளித்து வைக்கவும் மாட்டான். அதன் வெளிச்சத்தை யாவரும் காணும்படியாக விளக்குத் தண்டின் மேல் வைப்பான். வெளிச்சத்திற்கு எந்த பேதமும் கிடையாது என்கிறது விவிலியம். மருத்துவமும் அப்படியானதுதான். அது ஒருபோதும் முடக்கப்பட்டுவிடக்கூடாது. அறிவார்ந்த மனிதன் வெளிச்சத்தைப் புரிந்துகொள்வான்.

திருடர்களும் துன்மார்க்கர்களும் வெளிச்சத்தை விரும்புவதில்லை. தன்னை மறைத்துக்கொள்ள விரும்புகின்றவன் வெளிச்சத்தை வெறுக்கிறான். இருள் அவனது மனதைப் போலவேயிருக்கிறது. இருள் தவறானதில்லை. ஆனால் இருளை காரணம் சொல்லி நாம் செய்யும் தந்திரங்கள், துர்வினைகள் தவறானவை. வெளிச்சம் மனிதனை வழிநடத்த மட்டுமே செய்யும். எங்கே செல்கிறான் என்பதை மனிதன் தான் தீர்மானிக்கிறான். கலங்கரை விளக்கத்தின் வேலை வழிகாட்டுவது மட்டும்தான். அந்த வெளிச்சத்தைப் பின்பற்றி வரும் மனிதர்கள் நல்லவரா கெட்டவரா என்பதை வெளிச்சம் அறிந்து கொள்ளுவதுமில்லை. பேதம் காட்டுவதுமில்லை. நான் அப்படித்தான் நடந்து கொண்டிருக்கிறேன்.

தந்தையே... என் மீது வீசப்பட்ட குற்றச்சாட்டுகளும் கறைகளும் இன்று மறைந்து போய்விட்டன. நான் இப்போது தெக்கோட்டு

வாசி. என்னை அவர்கள் தங்களில் ஒருவராகவே நினைக்கிறார்கள். சில வேளைகளில் அவர்கள் வீடுகளில் செய்த உணவையும் இனிப்புகளையும் கூட எனக்குக் கொண்டுவந்து தருகிறார்கள். நான் ஆசைப்பட்ட அங்கீகாரம் இன்று எனக்குக் கிடைத்திருக்கிறது.

தெக்கோட்டிலும் அதைச் சுற்றிய ஊர்களிலும் உள்ள மனிதர்களின் தோற்றம்தான் பார்க்க மூர்க்கமாக இருக்கிறது. ஆனால் அவர்கள் மிகவும் அன்பானவர்கள். அவர்களின் நேசம் நம்மைத் திணறடிக்கக் கூடியது. வேடிக்கையான சுபாவம் கொண்டவர்கள். அவர்கள் என்னிடம் நிறைய உரிமை எடுத்துக்கொள்வது சந்தோஷம் தருவதாகவே உள்ளது. நானும் அப்படி அவர்களோடு உரிமை எடுத்துக்கொள்ளவேண்டும் என்று ஆசைப்படுகிறார்கள். அது எனக்குத்தான் கூச்சமாக இருக்கிறது.

தெக்கோட்டினைச் சுற்றிய இந்த ஊர்களில் எந்த அடிப்படை வசதிகளும் இல்லை. இயற்கை என்பது இவர்களுக்கு கட்டாந்தரையும் கரடுகளும் தான். வேம்பமரங்களும் பனையும் கள்ளிச்செடிகளும் கருவேலமரங்களும்தான் இங்கே காணப்படுகின்றன. கோடை என்பது இங்கே ஒரு பருவமில்லை. வருசமெல்லாம் கோடையாகத்தானிருக்கிறது. நல்ல உழைப்பாளியான இந்த மக்கள் வாழ்வதற்கான ஆதாரங்கள் எதுவும் இங்கேயில்லை. கிணறுகள் வறண்டு கிடக்கின்றன. ஆண்டிற்குப் பத்து நாட்களே மழை பெய்கிறது.

பசுமை என்ற சொல்லைக்கூட அவர்கள் அறிந்ததில்லை தெருக்கள் வீடுகள், ஊரின் புறவெளி என எங்கும் புழுதி பறக்கிறது. இந்தக் கிராமங்களைக் காணும்போது ஒரு பெரிய மயானவெளி போலவே தோன்றுகிறது.

மனிதர்களை இரக்கமற்றவர்களாக இயற்கையே மாற்றுகிறது என்பதை இங்கேதான் கண்டேன். குரூரம் என்பதை நாம் மனதின் துவேச நிலையாக நினைத்துக்கொண்டிருக்கிறோம். ஆனால் குரூரம் என்பதை வாழ்வின் நடைமுறையாக மாற்றி வைத்திருக்கிறது இயற்கை.

எரிக்கும் வெயில், ஈரமில்லாத பூமி, உலர்ந்த மேகங்கள், முள் அப்பிய செடிகள், வறண்ட கிணறுகள், பறவைகளுக்குப் பிடிதானியம்கூடக் கிடைக்காத வெட்டவெளி என்று இயற்கை தன்னைத் தகவமைத்துக் கொண்டிருந்தபோதும் இந்த மனிதர்கள் அதை வெறுக்கவில்லை. அதுதான் இயற்கையின் இயல்பு என்று நினைக்கிறார்கள். அதைப் போலவே தாங்களும் உருமாறிக் கொள்கிறார்கள். இந்த ஊர்களில் ஆண் பெண்

என யாவருக்குள்ளும் ஒரு சூரியனிருக்கிறது. அது அவர்களை வழிநடத்துகிறது. காட்டு இலந்தை என்று இந்தப் பகுதியில் ஒரு செடியிருக்கிறது. அதன் முட்கள் கடுகடுப்பான வலி தரக்கூடியது. ஆனால் அதன் பழம் தனித்த ருசியுடையது. இந்த மக்கள் அந்தக் காட்டு இலந்தைகளைப் போலத்தானிருக்கிறார்கள்.

இவர்கள் இயற்கையை மட்டுமில்லை. எந்த மனிதரையும் குற்றம் சொல்வதில்லை, வாழ்வதற்காக அவர்கள் எதையும் செய்யத் தயாராக இருக்கிறார்கள். பசித்த வேளைகளில் அவர்கள் எதையும் யோசிப்பதில்லை. அதுதான் அவர்களைக் குற்றவாளிகள் போலக் காட்டுகிறது. உண்மையில் இவர்களைப் போல குடும்பத்தையும் பிள்ளைகளையும் நேசிப்பவர்கள் எவருமில்லை. அந்த நேசத்தை சொற்களால் காட்டுவதில்லை. உணவு தான் அவர்களின் மொழி. எதையும் உணவின் வழியாகவே வெளிப் படுத்துகிறார்கள்.

ஒரு நாள் கிணற்றுவெட்டுக்குப் போய் அடிபட்டு வந்த ஒருவனுக்கு வைத்தியம் செய்து குணமாக்கினேன். அவனது குடும்பம் எனக்குக் கறிச் சாப்பாடு போடுவதாக அழைத்திருந்தார்கள். அவர்கள் வீட்டின் பின்புறம் சமையல் நடந்துகொண்டிருந்தது. சொன்னால் நம்பமாட்டீர்கள். பெரிய பெரிய பானைகளில் ஆட்டுக்கறியும், குருணை அரிசிச் சோறும் வெந்து கொண்டிருந்தது. பத்துப் பேர் சாப்பிடுவதற்கு அவர்கள் ஐம்பது பேர் சாப்பிடும் அளவு உணவு தயாரித்திருந்தார்கள். சுவையைவிடவும் அதிகமாகச் சாப்பிடுவதுதான் அவர்களை சந்தோஷப்படுத்துகிறது. அவர்கள் சாப்பிடும்போது பேசுவதேயில்லை. அள்ளி அள்ளிச் சாப்பிடும் போது அவர்கள் அடையும் சந்தோஷம் அற்புதமானது. அன்று தான் உணவு என்பதை அவர்கள் அன்பின் வெளிப்பாடாகக் கருதுகிறார்கள் என்பதைப் புரிந்துகொண்டேன்.

தெக்கோட்டின் அருகாமை கிராமவாசிகள் இப்போது எனக்காக எதையும் செய்யத் தயாராக இருக்கிறார்கள். ஒவ்வொரு ஊருக்கு எனது மருத்துவ வண்டி செல்லும்போதும் உள்ளூர்வாசி தமுக்கு அடித்து நோயாளிகளை ஒரு இடத்திற்கு வரச்செய்துவிடுகிறான். காலை துவங்கி மாலை வரை நான் அவர்களைப் பரிசோதித்து மருந்து தருகிறேன். பெரும்பான்மை நோய்களுக்கு காரணம் மிதமிஞ் சிய வெக்கையும், சரியான குடிநீர் கிடைக்காமல் போவதும்தான். அவர்கள் நோய்மை ஏன் வந்தது என்பதைப் பற்றி அறிந்துகொள்ள ஆர்வம் காட்டுவதில்லை.

கைவிரல்கள் வெட்டப்பட்ட ஒரு திருடனைப் பற்றி முன்பு உங்களுக்குத் தெரியப்படுத்தியிருந்தேன். அவனும் அவன்

நண்பர்களும் இணைந்து எனது புதிய மருத்துவமனையைக் கட்டுவதற்கு உதவி செய்தார்கள். ஓடுகளையும் மரங்களையும் அவர்களே வாங்கி வந்தார்கள். அந்த இளைஞன் என் மீது காட்டும் அன்பு வியப்பானதாயிருக்கிறது. அவன் எனக்காக அடிக்கடி எங்கிருந்தோ எலுமிச்சைப் பழங்களை வாங்கி வந்து தருகிறான். ஒரு நாள் அவன் எங்கிருந்தோ ஒரு நெளிவு மோதிரம் ஒன்றினைக் கொண்டுவந்து என்னை அணிந்து கொள்ளும்படியாகச் சொன்னான். யாருடைய மோதிரம் அது என்று கேட்டேன்.

அவன் சிரித்தபடியே, நானாகத் திருடவில்லை. தெக்கேயுள்ள பனை மரத்தின் பொந்திற்குள் கிடைத்தது என்றான். சீயாளி அப்படி தனக்குக் கூட ஒரு முறை கூந்தப்பனை அருகே ஒரு வளையல் கிடைத்ததாகச் சொன்னாள். அது உண்மை. தெக்கோட்டினைச் சுற்றியுள்ள திருடர்கள் திருடிய பொருட்களை பூமிக்குள் புதைத்து வைப்பதோடு இதுபோல் பனைமரத்தில் உள்ள பொந்தில் போட்டு வைத்திருப்பதும் உண்டு. நான் அந்த மோதிரத்தை என் கையில் போட்டுப் பார்த்தேன். அது மிகப் பெரியதாக இருந்தது. அதை எனக்கு வேண்டாம் என்று சொல்லி அவனிடமே தந்து வைத்துக்கொள்ளும்படியாகச் சொன்னேன். அவன் என்னை முறைத்தபடியே அதை வாங்கி கல்லை வீசி எறிவது போல மோதிரத்தைத் தூர எறிந்துவிட்டுச் சென்றான். இது தான் இவர்களின் சுபாவம். ஒரு நிமிசத்தில் மனம் மூர்க்கமாகிவிடுகிறது. நேசம் மறுக்கப் படும்போது மறுநிமிடமே அது கோபமாகிவிடுவதை உணர்ந்தேன்.

இந்தக் கிராமங்கள் ஒவ்வொன்றிலும் ஒரு மருத்துவமனை அமைக்கப்பட வேண்டும். அப்போது தான் இவர்களின் நோய்மை உரிய முறையில் கவனிக்கப்பட்டு நலமடையச் செய்ய முடியும். அது எப்போது சாத்தியம் என்று தெரியவில்லை.

இங்கே வந்தபிறகு நான் நிறைய கற்றுக்கொண்டிருக்கிறேன். அதில் முதலாவது, எதையும் சகித்துக்கொள்ளப் பழகியது. முன்பு என்னைச் சுற்றி நடக்கின்ற விசயங்களைத் தாங்கிக் கொள்ள முடியாமல் நிறைய கோபப்பட்டிருக்கிறேன். வேதனையில் அழுதிருக்கிறேன். இங்குள்ள பெண்கள் எதையும் சகித்துக்கொள்வதைக் கண்டபிறகு அதன் உள் அர்த்தம் எனக்கும் புரிந்து போய்விட்டது. வேறு வழியில்லை என்று சகிப்புத்தன்மையை அவர்கள் ஏற்றுக்கொள்ளவில்லை. இதுவும் இயல்பு தான் என்றே ஏற்றுக் கொள்கிறார்கள். சகிப்புதன்மையைக் காட்டுவதன் வழியே சகிப்புணர்வை வளர்த்துக் கொள்வதன் வழியே மனதை அதிக துயரம் கொள்ளவிடாமல் பார்த்துக்கொள்ள

முடியும் என்பதையும் உணர்ந்திருக்கிறார்கள். அதை நான் அவர்களிடமிருந்தே கற்றுக் கொண்டேன்.

இது போலவே காத்திருப்பது. எதற்காகவும் இவர்கள் காத்திருப்பதற்குத் தயங்குவதேயில்லை. ஒரு வாரம், ஒரு மாதம், ஒரு வருசம் என்று காலம் எவ்வளவு நீண்டு போனாலும் அவர்கள் மனம் துவண்டுவிடாமல் காத்திருக்கிறார்கள். காத்திருப்பதுபோல மோசமான செயல் வேறு எதுவுமில்லை என்று நினைத்துக்கொண்டிருந்த எனக்கு காத்திருப்பது என்பது இயற்கையின் மாறாத செயல் என்பது போல இவர்களே புரிய வைத்தார்கள்.

இவர்களுக்கு கடவுளின் தேவை மிகக் குறைவாகவே இருக்கிறது. அது தான் உண்மை. மிகவும் அரிதான சந்தர்ப்பங்களில் மட்டுமே அவர்கள் கடவுளை நினைக்கிறார்கள். வழிபடுகிறார்கள். மற்ற நேரங்களில் அவர்கள் கடவுளை நினைப்பதும் இல்லை. அவரிடம் வேண்டுவதுமில்லை. ஆகவே இங்கே பிரார்த்தனைகளும் வழிபாடும் வெறும் சடங்காகவே உள்ளது. அந்த நிகழ்வுகளைக்கூட அவர்கள் கூட்டுக்களிப்பாகவே கருதுகிறார்கள்.

இங்கே வாழ்க்கை குறித்த பயம் குழந்தைப் பருவம் முதலே விலக்கப் படுகிறது. வாழ்வின் மீதான பயம் அற்றுப்போகும் போது வாழ்வதை ஒரு சந்தர்ப்பமாக மட்டுமே கருதுகிறார்கள். அதனால் அவர்களால் எதையும் துணிச்சலுடன் செய்து பார்க்க முடிகிறது. அது போலவே அவர்கள் கற்பனையான எதையும் நம்புவதுமில்லை. அதைத் தங்களுக்குள் நிரப்பிக்கொண்டு சுகம் காண்பதுமில்லை. கையில் கிடைக்கும் வரை எதைப்பற்றியும் அவர்கள் கனவுகாண்பதில்லை. இதனால் எதிர் காலம் என்னவாகும் என்ற பயமே அவர்களிடம் இல்லை. நாளையோடு உலகம் முடிந்துவிடும் என்று யாராவது சொன்னால்கூட அப்படியா என்று கேட்டுவிட்டு நிம்மதியாக உறங்கக் கூடியவர்கள் இவர்கள். இதுதான் எனக்கு வசீகரமாக இருக்கிறது.

இவர்கள் அறிவிற்கோ மனதிற்கோ அதிக இடம் கொடுப்பதில்லை. உடலைத்தான் அதிகம் நம்புகிறார்கள். உடல் நலமாக இருக்கும்வரை அவர்கள் அதைக் கொண்டு எதையும் சாதித்துவிட முடியும் என்று நினைக்கிறார்கள். தங்களது செயலால் இன்னொருவர் மனது வேதனைப்படும் என்பதை அவர்கள் உணர்வதில்லை. மனதை முதன்மையாக்கினால் மனிதனை பலவீனமாக்கிவிடும் என்று ஒரு திருடன் என்னிடமே சொன்னான்.

நான் எனது மிச்சமிருக்கின்ற காலத்தை இவர்களோடு ஒன்றாகச் சேர்ந்து வாழவே ஆசைப்படுகிறேன். இவர்களுக்காக மருத்துவம் செய்துகொண்டு இந்தக் கருணையற்ற கோடையை நானும் அனுபவித்துக்கொண்டு கிடக்கவே விரும்புகிறேன். அடிமனதில் இந்த ஊர்வாசிகள் மீதான எனது நேசம் கொப்பளித்துக் கொண்டேயிருக்கிறது.

என் மனதில் இப்போது ஒரு ஆசை முளைத்திருக்கிறது. இங்குள்ளவர்கள் மேம்படுவதற்கு கல்வியால் மட்டுமே உதவ முடியும் என்று தோன்றுகிறது. அதற்காக ஒரு கல்விக்கூடத்தை உருவாக்கி ஊரில் உள்ள சிறுவர்கள், ஆண்கள் பெண்கள் என யாவரையும் கல்வி கற்கச் செய்தால் அவர்கள் வாழ்க்கை நிச்சயம் மேம்படக்கூடும். அதை எப்படி சாத்தியப்படுத்துவது என்று எனக்குத் தெரியவில்லை. தெக்கோட்டினைச் சுற்றிய ஊர்களில் படித்தவர்கள் எண்ணிக்கை பத்திற்கும் குறைவாகவே இருக்கும். பெண்களில் ஒருவர்கூட இதுவரை கல்லூரி சென்று படித்ததேயில்லை.

என் மருத்துவப் பணியின் ஒரு பகுதியாகக் கல்வி தருவதை உருவாக்க முனைகிறேன். இதற்காக மிஷனரி அலுவலகத்திற்கு விரிவான கடிதம் எழுதியிருக்கிறேன். அந்தக் கனவு இப்போது என்னைத் துரத்த ஆரம்பிக்கிறது. அனுமதி கொடுக்கப்பட்டால் எனது மருத்துவமனையைச் சுற்றி யுள்ள காலி இடத்திலே நான் ஒரு துவக்கப்பள்ளியை நிறுவிவிடுவேன். அது பின்னாளில் வளர்ந்து பெரியதாகும்போது அதற்கான பள்ளிக் கட்டடத்தைக் கட்டிக் கொள்வேன். ஆனால் இது உடனே செயல்படுத்தப் படவேண்டும் என்று மனது சொல்லிக்கொண்டேயிருக்கிறது. நீங்கள் தான் இந்த மேலான காரியத்திற்குத் துணை நிற்கவேண்டும்.

நீங்கள் எனக்காக அனுப்பி வைக்கப்பட்ட ஒரு ரிக்கார்ட் பிளேயரும் சில இசைத்தட்டுகளும் மிஷனரி அலுவலகத்தில் இருந்து ஆள் மூலம் அனுப்பித் தரப்பட்டது. இசைத்தட்டு ஓடுவதை இந்த ஊர்மக்கள் விசித்திர மாகப் பார்த்துக்கொண்டிருந்தனர். அதற்குள் குரல்கள் ஒளிந்திருப்பதாகப் பேசிக்கொண்டார்கள். ஒரு பெண் அது பேயின் குரல்கள் என்றும் அதுதான் உருவமில்லாமல் பாடக்கூடியது என்றும் சொன்னாள். நான் தினசரி இரவு வேளைகளில் இசை கேட்பதை வழக்கமாக்கிக் கொண்டுவிட்டேன். என்னோடு சீயாளிக்கும் அந்தப் பழக்கம் வந்துவிட்டது. இந்த இசையைக் கேட்டுப்பழகிய கிக்கிலிகூட இப்போது அதை ரசிக்கத் துவங்கியிருக்கிறான்.

அவனைப் பற்றி நிறைய சொல்வதற்கு இருக்கிறது. ஒரு மனிதன் எவ்வளவு மோசமாக வாழ முடியும் என்பதற்கு உதாரணம் போலிருந்திருக்கிறான். மனைவி பிள்ளைகள் என்று எதுவுமில்லை. விபரம் தெரிந்த வயதில் இருந்தே திருட்டு, குடி, அடிதடி என்றுதான் வளர்ந்திருக்கிறான். தன்னிடம் நல்ல குணம் என்று எதுவுமேயில்லை. இப்போது தன்னை மனிதனாக்கியது மச்சாது அய்யாதான் என்று கண்ணீர் மல்கச் சொல்லுவான். திருந்தி வாழ்ந்தபோதும் இப்போதும் குடி அவனைப் பழைய மனிதனாக்கிவிடுகிறது. அவன் மற்றவர்களிடம் கூச்சலிடும் போதுகூட என்னைப் பார்த்தால் ஒடுங்கிப்போய்விடுவான்.

சில இரவுகளில் அவன், முன்பு திருடனாக இருந்த போது நடைபெற்ற கதைகளைச் சொல்லுவான். அதைக்கேட்பதில் சீயாளிக்கு ஒரு ஆனந்தம். சில வேளைகளில் மருத்துவம் செய்யச் செல்லும் ஊர்களில் அவன் தனது மூர்க்கத்தனத்தால் சிலரை அடித்துவிடுவது உண்டு. ஒரு இரவில் எங்கோ போய்க் குடித்துவிட்டு வம்புசண்டையில் ஒருவனுடைய காதை அறுத்து கையில் எடுத்துக்கொண்டு வந்துவிட்டான். மறுநாள் பகலில் அந்தக் காதை சீயாளிடம் காட்டி ‘என்கிட்டே முறைச்சிகிட்டு இருந்தான், சுப்புணி பய காதை அறுத்துட்டேன். இனிமே என்னைக் கண்டால் பயப்படுவான்’ என்று பெருமிதத்துடன் சொல்லிக் கொண்டிருந்தான். நான் அவனைத் திட்டினேன். கிக்கிலி சிரித்தபடியே இது எல்லாம் இந்த ஊர்ல சகஜம் துரையம்மா என்றான்.

சில நேரங்களில் அவன் குதிரையை விளாரை வைத்து அடிப்பதைக் காணும்போது எனக்கு ஆத்திரம் தாங்க முடியாமல் வரும். கத்திவிடு வேன். அது போன்ற நாட்களில் அவன் என்னோடு பேசுவதேயில்லை. தனது தவற்றிற்கு பிராயச்சித்தம் போல் உபவாசமிருப்பான்.

ஒரேயொரு நாள் அவன் மருத்துவமனைக்கு சிகிட்சை பெற வந்திருந்த பெண்ணை குடிவெறியில் இழுத்து அணைத்துவிட்டான் என்று ஆட்கள் சேர்ந்து அடித்தார்கள். நான் அதை மன்னிக்கவே முடியாது என்று சொல்லி அந்த நோயாளியின் காலில் விழுந்து மன்னிப்புக் கேட்கச் சொன்னேன். கிக்கிலி தன் தவறை உணர்ந்து மன்னிப்புக் கேட்டுக் கொண்டதோடு அதற்கு தண்டனையாக அவள் தன்னைச் செருப்பால் அடிக்கட்டும் என்று மண்டியிட்டு நின்றான். என்ன மனிதன் அவன். தப்பைச் செய்வதோடு அதன் தண்டனைக்கும் தன்னை உட்படுத்திக் கொள்கிறானே என்று அவனை மன்னித்து அனுப்பிவிட்டேன்.

மனிதர்களால் முற்றிலும் தன்னை மாற்றிக் கொண்டுவிட முடியாது தானே. தனது சுபாவத்தை ஒரு மனிதன் மறைத்துக்கொள்ளலாம். முற்றிலும் மாற்றிக்கொண்டுவிட முடியாது. ஆனால் முதுமை எந்த ஒரு மனிதனையும் அடிபணிய வைத்துவிடுகிறது என்பதை கிக்கிலி விசயத்தில் நிஜம் எனக் கண்டேன். காட்டிலும் மேட்டிலும் பகலிரவு பார்க்காமல் குதிரை வண்டி ஓட்டுகின்ற அவன் வெறும் மூன்று வேளை உணவிற்காக மட்டுமே இதைச் செய்கிறான் என்பதுதான் வாழ்க்கையின் நெருக்கடி இல்லையா.

இதுபோல விசித்திரங்களையும் துயரமிக்க வலியின் கதைகளையும் தினமும் கேட்டுவருகிறேன். என் மனதில் புதுப்புதுக் கனவுகள், புதிய திட்டங்கள் உருவாகிக் கொண்டேயிருக்கின்றன.

எனது சந்தோஷம் நீரோடையின் சலசலப்பைப் போல வெளிப்படையாக யாவரும் கேட்கும்படியாக உள்ளது. அதற்காக ஆண்டவருக்கு நன்றி சொல்லிக் கொள்கிறேன். உயரமான கிளைகளில் உள்ள பூக்கள் யாரும் பறிக்க முடியாதவை. அவை எவரும் பார்த்து ரசிப்பதற்காகப் பூப்பதில்லை. அது தன்னை சந்தோஷப்படுத்திக்கொள்ளவே பூக்கிறது என்று சிறு வயதில் ஒரு பாடலைப் படித்திருக்கிறேன். என்னை அப்படித்தான் உணர்கிறேன். உங்களுக்கு என் நிறைந்த அன்பும் நன்றியும் காணிக்கையாக்குகிறேன்.

*

இந்தக் கடிதம் லகோம்பேயை மிகுந்த மகிழ்ச்சிக்கு உள்ளாகியது போலும். அவர் தனது மகிழ்ச்சியைப் பகிர்ந்துகொள்ள உடனே பதில் கடிதம் அனுப்பியிருந்தார். அந்தக் கடிதம் மூன்றே பக்கங்களில் இருந்தது.

*

1874
கல்கத்தா

அன்பு ஏலன்,

மணற்பாலையின் நடுவில் நீரூற்றைக் காண்பதைப் போல சந்தோஷம் அடைகிறேன் என்று விவிலியம் சொன்னதை உன் விசயத்தில் இன்று முழுமையாக உணர்ந்தேன். உனது கடிதம் என் நம்பிக்கையை உறுதி செய்தது.

நீ தோற்றுப்போய்விடுவாய் என்று நினைத்துக்கொண்டிருந்தேன். அடுக்கடுக்காக இன்னல்கள், சோதனைகள் வரும்போது

பெரும்பான்மை மனிதர்கள் தோற்றுப்போய்விடுகிறார்கள். எவன் மனது உறுதியும் கலக்கமும் இல்லாமல் இருக்கிறதோ அவர்களே வெற்றி பெறுகிறார்கள். நீ நங்கூரமிட்டப்பட்ட கப்பலைப் போல உறுதியாக உன்னைத் தாக்கிய பிரச்சினைகளை எதிர்கொண்டாய். இன்று கடலே உன்வசமாகியிருக்கிறது.

தெக்கோட்டினைப் பற்றி நீ எழுதியுள்ள யாவும் சத்தியமானது என்பதை நான் எனது சேவையின்போது உணர்ந்திருக்கிறேன். உன்னைப் போலவே நானும் பிரான்சின் தென்பகுதியில் உள்ள சிறிய கிராமம் ஒன்றில் சில ஆண்டுகள் பணியாற்றச் சென்றிருந்தேன். அது இடையர்கள் வாழும் பகுதி. அவர்களோடு சேர்ந்து பணியாற்றுவது இதுபோன்ற அனுபவத்தையே தந்தது.

அவர்கள் பனிப்பிரதேசத்தில் வாழ்பவர்கள் வெளியுலகம் அறியாமல் ஒதுங்கி வாழ்பவர்கள். அவர்களோடு நான் பணியாற்றிய காலத்தில் இதுபோல நிறைய அனுபவங்களை அடைந்தேன். உன் கடிதத்தை வாசித்தபோது அந்த நாட்கள் என் நினைவில் துளிர்க்கத் துவங்கிவிட்டது.

அந்த இடையர்கள் ஒரு குழுவைப் போல வாழ்ந்தார்கள். அவர்கள் வாழ்வில் பெற்றோர்களைக் கவனிப்பதுதான் பிரதானமான வேலை. எந்த இடையனும் பெற்றோர்களின் வயதைச் சொல்லவே மாட்டான். அதிக வயதான பெற்றோர்கள் குழந்தைகள் போன்றவர்கள் என்று அவர்களைக் குளிக்க வைப்பது முதல் உணவு தருவது வரை அத்தனையும் மகனே முன்னின்று செய்வான். அவர்கள் ஒரு வயதுக் குழந்தையைத்தான் அதிக வயதானவராகக் கருதுகிறார்கள். காரணம் அவன் பிறப்பதற்கு முன்பு இருந்த காலம் யாவும் அவனோடு சேர்ந்து பிறக்கிறது என்று நம்புவார்கள்.

பகலில் தனியாக ஒரு மனிதன் ஒரே இடத்தில் நெடுநேரம் நின்றுகொண்டிருந்தால் அவன் ஏதோ கள்ளத்தனம் செய்ய விரும்புகிறான் என்று திட்டும் அவர்கள் இரவில் எவராவது வெட்டவெளியில் தனியாக நின்றால் அவன் துக்கத்தில் அவதிப்படுகிறான் என்று தாங்களே உணர்ந்து அவனை ஆறுதல் படுத்துவார்கள். இரவில் தனியாக நிற்பது துயரத்தின் அடையாளம் என்பது எவ்வளவு நுண்மையான உணர்வு.

அதுபோலவே ஒருவன் வீட்டில் நோய்மையுறும்போது மற்றவர்கள் ருசியான உணவையோ, விசேஷமான பதார்த்தங்களையோ சாப்பிடுவதில்லை. அதைக் கவனமாகத் தவிர்த்துவிடுவதோடு அவனது நோய்மை குறித்து மற்றவர் எவரோடு எதையும்

விவாதிக்கமாட்டார்கள். பெற்றோர்கள் இறந்து போய்விட்டால் அந்த துக்கத்தை அவர்கள் மூன்று ஆண்டுக்காலம் வரை அனுபவிப்பார்கள். அந்த நாட்களில் அவர்கள் இசை கேட்பதோ, இசைப்பதோ கிடையாது. இசையிலிருந்து தன்னைத் துண்டித்துக்கொள்வதுதான் நினைவு செலுத்துதலின் முதல் பணி என்று நினைக்கிறார்கள்.

அந்த இடையர்கள் தூரத்தில் பார்க்கும்போது மூர்க்கமான வர்களைப் போலிருப்பார்கள். அதே நேரம் நெருங்கி வரும்போது பணிவாகத் தெரிவார்கள். பேசத்துவங்கினால் அப்பாவிகளைப் போல இருப்பார்கள். அது அவர்களின் இயல்பு. தோற்றத்தை வைத்து மனிதனை எடை போடக்கூடாது என்பதை அவர்களிடமே கற்றுக்கொண்டேன். அவர்கள் தங்களது வீட்டுப்பிரச்சினைகளை ஒருபோதும் வெளியில் பேசுவதேயில்லை. அதுபோலவே படுக்கையில் ஒருபோதும் புறஉலகின் பிரச்சினைகளைப் பற்றி தனது வேலைச் சிரமங்கள் பற்றிப் பேசிக்கொள்வதேயில்லை. அது ஒரு பாடம் போலக் கற்பிக்கப்படுகிறது.

ஒரு முறை ஒரு இடையன் என்னிடம் சொன்னான்.

நீ ஏன் கடவுளின் முன்பு கூட நிசப்தமாக இருப்பதேயில்லை. கடவுள் ஒருபோதும் சப்தமிடுவதில்லை. அதை உனது திருச்சபை ஏன் உணர மறுக்கிறது. இந்த மரங்கள் செடிகள் கொடிகள் எதுவும் சப்தமிடுவதில்லை. நிசப்தமாகவே வளர்கிறது. நிலவும் சூரியனும் கூட சப்தமிடுவதில்லை என்றால் நிசப்தம் தானே கடவுள் எங்கே மனம் மௌனத்தை உணர்கிறதோ அதுதானே கடவுளின் இருப்பு. அதை விடுவித்து நீயும் உன்பிரசங்கிகளும் வாய் ஓயாமல் பேசிக்கொண்டேயிருக்கிறீர்கள். நிசப்தமாக ஒரு மெழுகுவர்த்தியின் சுடரைப் போல் இருங்கள். உங்கள் விருப்பம் தானே நிறைவேறும் என்றான்.

எவ்வளவு சத்தியமான வார்த்தை தெரியுமா. இந்த இடையன் எந்தத் தத்துவமும் பயின்றவன் இல்லை. அவனுக்கு சுவிசேங்கள், நீதிமொழிகள் என எதுவும் தெரியாது. ஆனால் அவன் மிக முக்கியமான அனுபவத்தைப் பெற்றிருக்கிறான்.

இயற்கையைப் பற்றி எவ்வளவோ வாசித்திருக்கிறேன். அப்போது புரியாத உண்மையை இந்த மனிதன் தன் அனுபவத்தின் வழியே எனக்குப் புரிய வைத்துவிட்டான். அந்த இடையனின் பேச்சைக் கேட்ட பிறகு நான் காட்டிற்குள் சென்றேன். அவன் சொன்னதன் உண்மை புரிந்தது. காட்டின் மௌனம் கடவுளின் இருப்பைப் போலவே இருக்கிறது. என்னால் அன்று அந்த நிசப்தத்தை ஒரு

பனித்துளியைக் கையில் தொட்டு உணர்வதைப் போல் உணர முடிந்தது. இயற்கையின் வழியாகவே கடவுள் பேசுகிறார் என்பதை நான் நன்றாகவே உணர்ந்தேன். அந்த இடையனை என் ஆசானைப் போலவே நினைத்துக் கொண்டு நன்றி சொன்னேன்.

ஒரு நாள் அவன், இடையர்கள் எந்த எதிர்ப்பார்ப்பும் இல்லாமலே பிறக்கிறார்கள். வளர்க்கிறார்கள். கஷ்டங்களை பிறர் மீது குறை சொல்லாமல் ஏற்றுக்கொள்கிறார்கள். அதே நேரம் சாவு நெருங்கும்போது சந்தோஷமாக சங்கீதம்பாடியே சாவைத் தேடி அணைத்துக் கொள்கிறார்கள். அது தான் இடையர்களின் வாழ்வின் தனித்துவம் என்றான்.

நான் அவனிடம் இயற்கையை அவர்கள் வெளிப்படையாக நேசிப்பதில்லையே, ஏன் என்று கேட்டேன். அதற்கு அவன் இயற்கை நம் கருணைக்கோ பாராட்டிற்கோ அப்புறப்பட்டது. அது நமக்கு பரிசும் தருவதில்லை. தண்டனையும் தருவதில்லை. மாறாக தன் விருப்பத்தின் பாதையில் முடிவில்லாத மாற்றங்களை உருவாக்கிக் கொண்டேயிருக்கிறது. சிலவற்றை நாம் நேசிக்கிறோம். சிலவற்றைக் கண்டு நாம் பயப்படுகிறோம். இயற்கையை நாம் அறிந்துகொள்ள நமது கண்களைப் பயன்படுத்துவது தவறானது. அது வெறும் தோற்றத்தைத் தாண்டி எதையும் நமக்கு உணரச் செய்யாது என்றான்.

பெரிய உண்மைகளை இவன் எளிய விசயங்களைப் போலப் பேசியது உன் கடிதத்தைப் படித்த போது நினைவிற்கு வந்தது.

ஆண்களைப் போலவே பெண்களும் தனது மரபான அறிவில் இருந்து தங்களை உருவாக்கிக்கொண்டிருக்கிறார்கள். என்பதே அங்கு நான் கண்ட அனுபவம்.

ஒரு முறை பிரசங்கம் முடிந்து நான் ஒரு குடியானவன் வீட்டிற்குச் சாப்பிடச் சென்றிருந்தேன். ரொட்டித்துண்டுகளை என்னிடம் தந்துவிட்டு அந்தப் பெண் வழியில் காற்று எப்படியிருந்தது என்று கேட்டாள். அது குளிர்காலம் என்பதால் நான் சிரித்தபடியே காற்று சாத்தனைப் போல முணுமுணுக்கிறது என்றேன். அவள் என்னை முறைத்தபடியே காற்றை அப்படிப் பேசாதே. அது உன் அருகில் இருந்தபடியே கேட்டுக் கொண்டிருக்கக்கூடும். இந்த உலகில் அதிக காதுகள் உள்ள ஒரே ஆள் காற்று மட்டும்தான்.

அதன் எண்ணிக்கையில்லாத காதுகள் எப்போதும் திறந்தே யிருக்கின்றன. அதற்கு நாம் பேசுவது கேட்டுவிட்டால் நம்மைத் துன்புறுத்தத் துவங்கிவிடும் என்றாள். இந்த இடையர்குலத்தில்

வயதான பெண்கள் அத்தனை பேரும் எதிர்காலத்தை உணர்ந்தவர்களாக அறியப்பட்டுவிடுகிறார்கள். ஒரு பெண் என்னிடம் சொன்னாள். எதிர்காலம் என்ற ஒன்று எங்கோயில்லை. இந்த நாளிற்குள்தான் அது ஒளிந்து கொண்டிருக்கிறது. நாம் அதன் மூக்குநுனியைக் கண்டுபிடித்துவிட்டால் போதும் மொத்த எதிர்காலத்தினையும் அடையாளம் கண்டுவிடலாம் என்றாள்.

இப்படி வாழ்வு அனுபவங்களில் இருந்துதான் என்னை நான் உருவாக்கிக்கொண்டிருக்கிறேன். உனக்கும் அது போன்ற அனுபவங்கள் உன்னைச் செழுமைப்படுத்த உதவும் என்று தோன்றுகிறது. நீ ஆசைப் படுவதைப் போல் கல்விக் கூடம் அமைப்பதற்குத்தான் இன்று இந்தியா முழுவதும் மிஷனரி முன்முயற்சி எடுத்துக்கொண்டிருக்கிறார்கள். நான் உனது வேண்டுதலைப் பரிசீலிக்கும்படியாக அனுப்பிவைக்கிறேன்.

சேவை செய்வதற்குத் திறந்த மனது இருந்தால் மட்டும் போதாது. ஆரோக்கியமும் வலிமையுமான உடலும் வேண்டும். அதைக் காப்பாற்றிக்கொள்ள மறக்காதே. உனது கடிதங்களில் இருந்து நான் பார்க்காத தெக்கோடு எனக்கு விருப்பமான ஊராக மாறிக் கொண்டிருக்கிறது. என்றாவது ஒரு நாள் உன்னைத் தேடி தெக்கோட்டிற்கு வந்து சேருவேன். அன்று நாம் இருவரும் நடந்தே அந்தத் தெக்கோட்டினைச் சுற்றிய அத்தனை ஊர்களையும் கண்டுவருவோம்.

மலையும் மனிதனும் ஒன்றுசேர்ந்தால் அற்புதங்களை உருவாக்க முடியும் என்று ஒருவாசகம் படித்திருக்கிறேன். அது போலத்தான் பூமியும் மனிதனும் இணைந்துவிட்டால் அதிசயங்கள் சாத்தியமாகும் என்று தோன்றுகிறது.

உன் வளர்ச்சியைக் கண்டு எல்லையில்லாத அன்பும் நன்றியுமாகப் பெருமைப்படுகிறேன். ஆண்டவரின் ஆசியும் கருணையும் எப்போதும் உனக்கு உண்டு.

அத்யாயம்

27

1982

நான்காம் திருவிழா

நான் ஒரு புத்திசாலிப்பூனையைப் போலவே என் வாழ்நாளில் நடந்து கொண்டிருக்கிறேன். அது என்னை நானே ஏமாற்றிக் கொண்டது என்பதை இப்போது புரிந்துவிட்டேன். ஆண்டவரே என் தவறுகளை மன்னித்து ரட்சிப்பு தாருங்கள்" என்று வேண்டிக் கொண்டபடியே தனது பட்டாசுத் தொழிற்சாலையில் இருந்து விதவிதமான வான வேடிக்கைகள், அலங்கார வெடிகளை ஒரு வேன் நிறைய ஏற்றி வந்து காணிக்கை தந்தார் டொமினிக் பாஸ்கரன். அன்றிரவு அந்த வானவேடிக்கைளை ஊரே காணும்படியாக ஏற்பாடு செய்யப்பட்டிருந்தது.

டொமினிக்கின் குடும்பம் நான்கு கார்களில் வந்திறங்கி விசேஷ பிரார்த்தனைகள் செய்து ஆயிரம் பேருக்கு இறைச்சியோடு விருந்து கொடுத்தார்கள். அந்த விருந்தில் பரிமாறப்பட்ட இனிப்புகள் இலவம் பஞ்சினைப் போல கையில் தொட்டால் ஒட்டிக் கொள்ளும்படியாக மிருதுவாக இருந்தது. விருந்தோடு ஐவகைப் பழங்களும் சாப்பிடத் தந்தனர்.

அதை வாங்கிப் புசித்த இரண்டு ரோகிகள் விருந்து மண்டபத்திற்கு வெளியில் வந்து பேசிக்கொண்டிருந்தார்கள்.

“இவ்வளவு தானமும் தர்மமும் ஒரு ஆள் தருகிறான் என்றால் அவன் வீட்டில் யாருக்கோ வெளியே சொல்ல முடியாத மோசமான வியாதி இருக்கிறது என்று அர்த்தம். ஒருவேளை இந்த டொமினிக்கிற்கே கூட மோசமான நோய் இருக்கலாம். காரணம் இல்லாமல் ஒருவனும் தானம் தர மாட்டான். அடுத்தவருக்கு சாப்பாடு போடுவதன் வழியே அவன் தனது தவற்றை சரிகட்டப் பார்க்கிறான்” என்றான்.

அதைக் கேட்ட மற்றொரு நோயாளி “அது உண்மைதான். அந்த வீட்டுப் பெண்களைப் பார். எவ்வளவு பகட்டு, ஆடம்பரம், தேவாலயத்திற்கு வரும்போது எதற்காக இவ்வளவு நகைகள் அணிந்து வரவேண்டும். மினுக்கிக் காட்டுவதற்குத்தானே. விசுவாசியாக இருந்தால் அவள் முக்காடு அணிந்தபடியே உதடு அசையாமல் பிரார்த்தனை செய்துவிட்டுப் போவாள்தானே. இந்த வீட்டு ஆட்கள் அத்தனை பேரும் தின்று கொழுத்து பிருஷ்டம் வீங்கியிருக்கிறார்கள். இவர்கள் ஆயிரம் கிடா வெட்டி விருந்து போட்டாலும் ஆண்டவரின் கருணை கிடைக்கவே செய்யாது” என்று சொல்லிச் சிரித்தார்கள்.

அதைக் கேட்ட ரோகி “மனசாட்சியை விற்றுவிட்டு இப்போது கள்ள வேஷம் போடுகின்றார்கள். அதற்கு பிச்சை எடுக்கும் நாமே பரவாயில்லை” என்றான். இருவரும் எதிர்ப்பட்டவர்களுக்கு ஸ்தோத் திரம் சொல்லியபடியே நடந்து போனார்கள்.

அன்றிரவு கலங்கரை விளக்கத்திற்கு அருகாமையில் உள்ள திடலில் வானவேடிக்கைகள் நிகழ்த்த ஏற்பாடு செய்யப்பட்டிருந்தது. வானில் வெடிகள் உயர்ந்து வெடித்து நட்சத்திரங்களாகக் கக்கின. ஒரு வெடி வானில் ஏழு சுற்றி சுற்றி நீருற்று போல பொங்கியது. இன்னொரு வெடியோ வானில் பாம்பு போல ஓடி, பூச் சிதறியது போல ஒளிர்ந்து கொண்டேயிருந்தது. ஒரு வெடியின் சப்தத்தில் இடி விழுந்தது போலிருந்தது. இப்படியாக நூற்றுக்கணக்கான வெடிகள் வானில் சிதறி ஒளிர்வதை வேடிக்கை பார்த்தபடியே திருவிழாவிற்கு வந்தவர்கள் வியந்து கொண்டிருந்தனர்.

ஒரு வெடி வானில் உயர்ந்து கிறுக்குப்பிடித்தது போல சுற்றி தரையை நோக்கியே திரும்பி வெடித்தது. அதைத் தொடர்ந்து ஏழு நிற வெடி ஒன்று வானில் உயர்ந்தது. அது சிதறி ஒளிர்வதற்கு பதிலாக நெருப்பு மழையைப் பொழிவதைப் போல தீப்பொறியை உமிழத் துவங்கியது. அதைக் கண்டு வேடிக்கை பார்த்துக் கொண்டிருந்த ஆட்கள் விலகி ஓடினார்கள். சிதறி விழுந்த ஒரு தீப்பொறி தண்ணீர்ப் பந்தலில் விழுந்து தென்னை ஓலைகள்

தீப்பற்றிக் கொண்டன. அந்தப் புகை உயரமாக எழுவதைக் கண்டு அணைக்க முற்படுவதற்குள் திருவிழாக் கடைகளில் தீப்பற்றிக்கொண்டது. அடுத்த சில நிமிடங்களில் வரிசையாகத் தென்னை ஓலைகள் எரியும் சப்தமும் மூங்கில் வெடிக்கும் ஓசையும் கேட்கத் துவங்கியது. ஆட்கள் அலறியபடியே ஓடினார்கள். ஊரே தீப்பற்றி எரிகிறது என்று பயந்து நோயாளிகள் காணிக்கை மண்டபத்தின் உள்ளேயும் கன்னிமார் விடுதிகளை நோக்கியும் ஓடத் துவங்கினார்கள். ஒரே கூச்சல் குழப்பமாக இருந்தது. நெருப்பில் பிளாஸ்டிக் பொருட்கள் எரியும் வாசனை பரவியது. தீயை அணைக்க தண்ணீரைக் குடம் குடமாகக் கொண்டு வந்து கொட்டிக்கொண்டிருந்தனர். சிலர் ஓடியோடி வாளியில் மண்ணை அள்ளிக்கொண்டு வந்து போட்டனர்.

சில மணி நேரங்களில் அந்த தீ அணைக்கப்பட்டது. ஆனால் பதினெட்டுக் கடைகள், தண்ணீர்ப் பந்தல்கள், ஆடுமாடுகள் தங்கப் போடப்பட்ட கொட்டகைகள் எரிந்துபோயிருந்தன. ஒரு நோயாளிக்கும் சிறு காயம்கூட ஏற்படவில்லை. அது மாதாவின் அற்புதம் என்று மைக்கில் அறிவிக்கப்பட்டது. நான்கு போதகர்கள் அன்று தீப்பற்றிய இடத்திற்கு வந்து விசேஷ ஜெபம் செய்தார்கள். நெருப்புப் பற்றிக் கொண்டு எரிந்ததற்கு காரணம் டொமினிக் கொடுத்த விருந்துதான் என்ற பேச்சு பிச்சைக்காரர்களிடமும் நோயாளிகளிடமும் பரவியது. அவர்கள் டொமினிக்கை வெறுத்தார்கள். அதை டொமினிக்கும் அறிந்து கொண்டவரைப் போல நெருப்பு அணைக்கபட்ட இரவிலே அவர் யாரிடமும் சொல்லிக் கொள்ளாமல் அங்கிருந்து புறப்பட்டுப் போய்ச்சேர்ந்தார்.

நோயாளிகள் மறுநாள் எரிந்து வளைந்துகிடந்த பிளாஸ்டிக் குவளைகள், பொம்மைகள், ரிப்பன்களைத் தேடி எடுத்துக் கொண்டிருந்தனர். ஒரு சிறுவன், முகம் எரிந்து போயிருந்த ஒரு பிளாஸ்டிக் பொம்மையைக் கையில் வைத்துத் துடைத்துக் கொண்டிருந்தான். அந்தத் திருவிழாவில் வெடி போட்டதில் இருந்த கவனக்குறைவிற்கு காரணம் காட்டி ஆலய ஊழியர் இருவர் பணிநீக்கம் செய்யப்பட்டனர். அன்றிலிருந்து கூடுதல் பாதுகாப்பிற்கு அதிகமான காவலர்கள் நியமிக்கப்பட்டதோடு தேவாலயத்தின் நீர்த்தொட்டி எப்போதும் நிரப்பப்பட்டேயிருக்க வேண்டும் என்றும் உத்தரவு பிறப்பிக்கப்பட்டது.

அத்யாயம்

28

1982

ஐந்தாம் திருவிழா

தெக்கோட்டில் இருந்து முப்பது மைல் தொலைவில் உள்ள கிட்ணாபுரம் என்ற ஊரில் இரண்டு நெருப்புக்கோழிகளை நடத்திக் கூட்டிக்கொண்டு சாம்சன் என்ற ஒரு ஆள் மாதா கோவில் திருவிழாவிற்குப் போய்க்கொண்டிருப்பதை வியப்போடு பார்த்தார்கள். அது தென்மலை காப்பித் தோட்ட முதலாளி ரோசரியோ மாதா கோவிலுக்குப் பரிசாக வாங்கி அனுப்பிவைத்தது என்றும், அரபு நாட்டில் இருந்து கப்பலில் வந்து இறங்கிய நெருப்புக்கோழியை மக்கள் அனைவரும் பார்க்கும்படியாக நடத்தியே தெக்கோடு வரை கூட்டிப் போக வேண்டும் என்று உத்தரவிட்டு அதற்காகத் தன்னை கொச்சிக்கு அனுப்பிவைத்ததாகவும், தான் கொச்சியில் இருந்து பதினைந்து நாட்களாக அந்த நெருப்புக்கோழிகளுடன் ஒவ்வொரு ஊராகத் தங்கித் தங்கி நடந்து வருவதாகச் சொன்னான். நெருப்புக் கோழிகள் நடந்து போவதைக் காண்பதற்காக சில கிராமங்களில் ஊரே கூடி நின்றது. நெருப்புக் கோழியின் கண்கள் யாரையோ பார்த்துச் சிரிப்பதைப் போலவே மின்னின. கழுத்து நீண்ட அந்தக் கோழிகள் வேகமாக ஓடிவிடக்கூடாது என்பதற்காக அதை ஒரு நீண்ட கயிற்றால் கட்டியிருந்தான். நெருப்புக் கோழிகள் என்ன சாப்பிடும் என்ற கேள்வியை எல்லா

கிராமங்களிலும் கேட்டார்கள். அது புற்களையும் செடிகளையும் தின்னும். சில நேரம் பூச்சிகளைத் தின்பதும் உண்டு என்று சொன்னான். நெருப்புக்கோழிகள் விடுவிடு வென நடந்து கொண்டிருந்தன. சில நேரம் விசித்திரமான குரல் எழுப்பியபடியே வாயைத் திறந்து திறந்து காட்டின.

அதன் பற்களையும் நாக்கையும் காணும்போது மனிதனைப் போலவேயிருந்தது. நெருப்புக்கோழிகள் மிக வேகமாக நடந்தன. சண்டைக்குச் செல்லும் கிராமத்துப் பெண்களின் ஆவேசம் போலவே அந்த நடையிருந்தது. அந்த ஆள் நெருப்புக்கோழிகளின் பின்னாடி ஓடிக் கொண்டேயிருந்தான்.

நெருப்புக்கோழிகளுக்குக் காது மிக நுட்பமாக இருந்தது. அதை நோக்கி யாராவது நடந்து வந்தாலோ, எங்காவது தொலைவில் நாய்கள் வருவதோகூட அதற்குத் துல்லியமாகத் தெரிந்தது. அவன் ஒவ்வொரு ஊரிலும் ரோசாரியோ இது போல பதினைந்து தேவாலயத்திற்கும் விசித்திரமான மிருகங்களை வாங்கிப் பரிசாக அளித்திருப் பதைப் பற்றிய கதைகளைச் சொல்லியபடியே நடந்தான்.

நெருப்புக்கோழிகளின் கழுத்து உயர்ந்திருந்தது. அதன் நடையைக் காண்பதே வேடிக்கையாக இருந்தது. தீக்கோழி போலவே சிறுவர்கள் கூடவே நடந்து பரிகாசம் செய்தார்கள். ரோசாரியோ முதலாளிக்கு உலகெங்கும் ஆட்கள் இருக்கிறார்கள் என்றும் அவர்கள் விசித்திரமான மிருகங்களை விலைக்கு வாங்கி அவருக்கு அனுப்பிவைத்தபடியே இருக்கிறார்கள் என்றான் சாம்சன்.

நெருப்புக்கோழிகளின் சப்தம் விநோதமாக இருந்தது. அது ஏன் சப்தமிடுகிறது என்று ஒரு பெண் அவனிடம் கேட்டாள். அது இணையும் பருவம் வந்துவிட்டது. அதனால் பெண் துணை தேடுகிறது என்றான். ஆனால் தன்னிடம் இருக்கும் இரண்டும் ஆண் நெருப்புக் கோழிகள். ஆகவே இவை இனப்பெருக்கம் செய்ய முடியாது என்றான். மாதாவிற்கு இவ்வளவு பெரிய காணிக்கையைத் தந்த ரோசரியோவை வியந்தபடியே நெருப்புக்கோழி தங்கள் ஊரைக்கடந்து போவதை ஆட்கள் பார்த்தபடியே இருந்தனர். நாய்களும் ஆடுகளும் ஏன் காளை மாடுகளும்கூட அதைக் கண்டு வெறித்து நின்றன. நெருப்புக் கோழிக்கு வேறு எந்த மிருகத்தோடும் ஒட்டுதலே இல்லை. அது தன் கண்முன்னே விரிந்து கிடக்கும் வெக்கையை உற்றுப் பார்த்தபடியே ஓடுவதும் நின்று திரும்பிப் பார்ப்பதுமாக இருந்தது. அது போய்ச் சேர்வதற்குள்

திருவிழா முடிந்துவிடப்போகிறது என்று சிலர் கேலி செய்து கொண்டிருந்தார்கள். சரியாக தான் மாதா தேர் கிளம்புவதற்கு முன்பு அங்கே போய்ச் சேர்ந்துவிடுவேன் என்று அந்த ஆள் நெருப்புக் கோழியோடு சென்றுகொண்டிருந்தான்.

*

தெக்கோட்டின் கிழக்கு முகமாக அமைக்கப்பட்டிருந்த பந்தலில் தங்கியிருந்த நோயாளிகளில் ஒருவன் இரவெல்லாம் புலம்பியபடியே இருந்தான். இன்றைக்கோடு நான் செத்துப்போய்விடப் போகிறேன். என் கதை முடியப்போகிறது என்று நோயில் அரற்றிக்கொண்டேயிருந்தான். கையெல்லாம் புண்ணாகி அழுகிப்போயிருந்த மற்றவன், வலியைத் தாங்கிக்கொள்ள முடியாமல் ஏன் அழுகிறாய். வாயை மூடிக் கொண்டு படுத்துக்கொள் என்று திட்டினான். அந்த ஆள் சில நிமிடங்கள் படுத்துக்கிடப்பான். பிறகு அவன் தனக்கு ஏதாவது ஒரு அதிசயம் நடந்து தான் நலமாகிவிட மாட்டோமா என்று கேட்டுக்கொண்டேயிருப்பான்.

"உனக்கு ஒருபோதும் எந்த அதிசயமும் நடக்காது. எந்த மனிதன் தாளமுடியாத நோய்மையை ஏற்றுக் கொண்டு அதைப் பற்றிய சிறு முணுமுணுப்பு கூட இல்லாமல் இருக்கிறானோ அவனுக்குத்தான் அதிசயங்கள் நடக்கக்கூடும்" என்றான் மற்றொரு நோயாளி.

அதைக்கேட்ட சாவதாகக் கத்தியவன் கோபப்பட்டான்.

"அப்படி நோயை சகித்துக்கொள்பவனுக்கு எதற்காக அதிசயம் நடக்கவேண்டும். அது என் போல வணிகனுக்கு நடந்தால் நான் இன்னும் சில காலம் வியாபாரம் செய்து பணம் சேர்த்துக்கொள்வேன். இந்த நோய்தான் என்னை நகர விடாமல் செய்கிறது" என்றான்.

அதைக் கேட்டுச் சிரித்த மற்றொரு நோயாளி, "உனக்கு பிரச்சினை நோயில்லை. காசு. அதுதானேப்பா உன்னிடம் நோயை உருவாக்கியது. காசைச் சேர்க்க சேர்க்க அது பிரச்சினைகளைத்தானே கூட்டிக் கொண்டு வரும். எங்கள் ஊரில் காரும் வீடும், கட்டுகட்டாகப் பணமும் வைத்திருந்த ஒரு ஆள் இருந்தான். அவன் இறந்த அன்று அவன் உடலைப் புதைக்க விடாமல் பிள்ளைகள் சண்டையிட்டு அடித்துக்கொண்டார்கள். அந்தச் சண்டையில் பிணம் கிடந்து இரண்டு நாள் நாறியது. முடிவில் அதைத் தோட்டிகளே தூக்கிக் கொண்டு போய்ப் போட்டார்கள். இதை சம்பாதிப்பதற்குத் தானா இத்தனை ஓட்டம் ஓடினான் என்று ஊரே கேலி செய்தது" என்றான்.

அதைக்கேட்ட சாவதாகக் கத்தியவன், "இதெல்லாம் பொய், இப்படிச் சொல்லி பயத்தை உருவாக்கி அடுத்தவன் பணத்தை அபகரிக்கத் திட்டமிடுகிறீர்கள். நான் நோய்மையுற்று அழிந்தாலும் பரவாயில்லை. ஆனால் என் பணத்திலிருந்து ஒரு பைசா கூட எந்த தான தருமங்களுக்கும் செலவிட மாட்டேன்" என்றான்.

மற்றநோயாளிகள் சிரித்துக்கொண்டார்கள். சாகப்போவதாகக் கத்தியவன் அங்கிருந்தவர்கள் மீது ஆத்திரமாகி தனியே போய் உட்கார்ந்து கொண்டான். அவனுக்கு உதவியாக வந்த பெண்ணிடம் "அந்த ஆள் சாவதற்குள் சுவையான உணவைச் சாப்பிட்டுவிடுகிறேன். பொரித்த இறைச்சியும் நாட்டுக்கோழிச் சாறும் வாங்கிக்கொண்டு வா" என்று கத்திக்கொண்டிருந்தான். அங்கிருந்த அத்தனை நோயாளிகளும் அவனைக் கண்டு சிரித்தனர்.

*

இன்னொரு இடத்தில் ஒரு சிறுவன் எங்கிருந்தோ ஒரு ஆரஞ்சுப் பழத்தைக் கொண்டுவந்திருந்தான். அதை யாரும் அறியாமல் சங்குணி மடத்திற்குப் போகின்ற வழியில் உள்ள மரங்களின் நடுவில் கொண்டு போய் புதைத்து வைத்துவிட்டு வரவேண்டும் என்று காத்துக் கொண்டிருந்தான். அங்கே போய்த் திரும்பிவருவதற்கு நேரமில்லாதபடி கூட்டம் வந்துகொண்டேயிருந்தது. அவன் கறுப்புக்கயிற்றில் மாதாடாலர் தொங்கவிடப்பட்டுள்ள செயின்களை விற்றுக்கொண்டிருந்தான். அவனது இடது கையில் முப்பது நாற்பதுடாலர்கள் தொங்கிக்கொண்டிருந்தன. ஒன்றின் விலை இரண்டு ரூபாய் என்று ஓடியோடி விற்றுக்கொண்டிருந்தான். செல்வி அந்தச் சிறுவனையே பார்த்துக் கொண்டிருந்தான்.

அவன் ஓடும்போது டவுசர் பையில் இருந்து ஆரஞ்சுப் பழம் பிதுங்கிக் கீழே விழுந்தது. அதை ஓடிப்போய் கையில் எடுத்துக் கொண்டாள் செல்வி. சிறுவன் தனது ஆரஞ்சுப் பழம் கீழே விழுந்ததைக் கண்டுகொள்ளவேயில்லை. செல்வி அவன் தேடுகின்றானா என்று பார்த்துவிட்டு அவனிடம் தந்துவிடலாம் என்றவளைப் போல அவனையே பார்த்துக்கொண்டிருந்தாள். அவன் தனது டவுசர் பையைத் தொட்டுப் பார்த்துவிட்டு ஆரஞ்சுப் பழத்தைக் காணவில்லை என்றவுடன் திகைப்போடு அங்குமிங்கும் தேடிப்பார்க்க ஆரம்பித்தான். பழத்தைக் காணவில்லை என்ற ஏமாற்றம் அவன் முகத்தை மாற்றியது.

செல்வி கைகளைப் பின்னாடி கட்டியபடியே அவன் முன்பு போய் நின்று "என்ன தேடுறே?" என்று கேட்டாள்.

“போடி” என்றபடியே அவன் சாலையைக் கவனித்தபடியே இருந்தான்.

திருவிழா பார்க்க வந்தவர்கள் போவதும் வருவதுமாக இருந்தார்கள். அவள் தன்னிடமிருந்த ஆரஞ்சுப் பழத்தை நீட்டி “இதுதானா?” என்று கேட்டாள். அவன் சட்டென அவள் கையில் இருந்துப் பிடுங்கியபடியே “இதை ஏன்டி திருடுனே” என்று கேட்டான்.

“நான் ஒண்ணும் திருடலை. கீழே விழுந்து கிடந்துச்சி” என்றாள்.

“மாதா மேல சத்தியம் பண்ணு. அப்போதான் நம்புவேன்” என்றான்.

அவள் உடனே “மாதா மீது சத்தியமாக நான் திருடவில்லை” என்றாள்.

அவன் தனது டவுசர் பாக்கெட்டில் ஆரஞ்சுப் பழத்தைத் திணித்துக் கொண்டு “காசு வச்சிருக்கியா?” என்று கேட்டான்.

அவள் “இல்லை” என்றாள்.

“டாலர் வேணுமா” என்று கேட்டான்.

“இதெல்லாம் போட்டா எங்க அய்யா அடிப்பாரு” என்றாள்.

“அப்போ எதுக்கு மாதா கோவில் திருவிழாவுக்கு வர்றீங்க” என்று கேட்டான்.

“நாங்க ஒண்ணும் சாமி கும்பிட வரலை. ஷோ போட வந்திருக்கோம்” என்றாள்.

அந்தச் சிறுவன் அவளோடு பேசுவதை நிறுத்திக்கொண்டு மாதாடாலர் விற்க ஓடினான். செல்வி அவன் பின்னாடியே ஓடினாள். அந்தச் சிறுவன் ஒருடாலரை விற்று கையில் வாங்கிப் போட்டுக் கொண்டு “இந்த ஆரஞ்சுப் பழத்தை நான் பூமிக்குள்ளே புதைச்சி வைக்கப் போறேன். இது முளைச்சி நிறைய ஆரஞ்சுப் பழம் வரும். அதை எல்லாம் நானே பிடுங்கிப் பிடுங்கித் தின்பேன்” என்றான்.

“நான் தானே இதைக் கண்டுபிடிச்சிக் குடுத்தேன். எனக்குத் தர மாட்டியா?” என்று கேட்டாள்.

“உனக்கு ஒண்ணே ஒண்ணு வேணா தர்றேன்” என்றான்.

“எங்கே கொண்டு போய்ப் புதைக்கப் போறே?” என்று கேட்டாள்.

"யார்கிட்டயும் சொல்லாதே. சங்குணிமடத்துக்குப் பக்கத்தில" என்றான்.

"எப்போ?" என்று ரகசியமான குரலில் கேட்டாள்.

"நீயும் கூட வர்றயா?" என்று கேட்டான். அவள் தலையாட்டினாள். "மாதா கோவில் பெரிய மணி அடிச்சது அப்புறம் போகலாம்" என்றான். அந்த வேளையில் உணவிற்காக நோயாளிகள் போய்விடுவார்கள் என்று அவளுக்கும் தெரிந்திருந்தது. அவர்கள் இருவரும் ஓடியோடி மாதாடாலர் விற்றுக்கொண்டிருந்தார்கள்.

பின்பு வெயிலோடு அவர்கள் சங்குணி மடத்தை நோக்கி நடந்து போனார்கள். செல்வி அந்தச் சிறுவனிடம் "உன் பேரு என்ன?" என்று கேட்டாள். "மார்ட்டின்" என்றான்.

செல்வி அவனிடம் பெருமையாக "நான் கூட கோவிலாங்குளம் திருவிழாவுக்குப் போயிருந்தப்போ அங்கே காசை மண்ணுக்குள்ளே புதைச்சி வச்சிட்டு வந்திருக்கேன். அது முளைச்சி நிறைய காசு காச்சிருக்கும். அதைப் போய்ப் பறிச்சிகிடணும்" என்றான்.

"காசு எல்லாம் முளைக்காதுடி. நீ முட்டாளா இருக்கே" என்றான் மார்ட்டின்.

"யாரு சொன்னா முளைக்காதுனு. அதெல்லாம் முளைக்கும்" என்றாள்.

"பைத்தியம் மாதிரி பேசாதே. காசு முளைக்காது. எனக்குத் தெரியும். நான் புதைச்சி வச்சி பாத்துருக்கேன்" என்றான்.

அவனை வியக்க வைக்க என்ன சொல்வது என்று தெரியாமல் யோசித்தபடியே நடந்தாள் செல்வி. பிறகு சட்டென நினைவு வந்தவளைப் போல சொன்னாள்,

"நான் தட்டைக்காடு திருவிழா பாக்கப் போறேன். அது இந்த உலகத்திலயே யாருமே பாத்திராத திருவிழா..."

"அப்படி என்ன திருவிழா" என்று கேட்டான் மார்ட்டின்.

"அந்தத் திருவிழாவில் இந்த உலகத்தில உள்ள மரம் எல்லாம் ஒண்ணா சேர்ந்து கூடி ஆடிப்பாடி ஒரே வேடிக்கையா இருக்குமாம்."

"யாரு சொன்னா?"

"ஒரு பிச்சைக்காரன் சொன்னான். நான் போய் பாக்கப் போறேன்" என்றாள்.

“தட்டைக்காடு எங்கே இருக்கு?” என்று கேட்டான்.

“ரொம்ப தூரத்து அந்தப்பக்கம் இருக்கு. அங்கே விதவிதமான பழங்கள் கிடைக்குமாம். எக்கச்சக்க பறவைகள் வருமாம். ஒரு பறவைக் காலைப் பிடிச்சிகிட்டு நாம் பறந்து காட்டுக்குள்ளே போயிரலாமாம்” என்றாள்.

அதை நம்ப ஆரம்பித்தவனைப் போல “அந்தப் பறவை பேரு என்ன?” என்று கேட்டான்.

“அண்டரண்டா பட்சி” என்று சொன்னாள்.

“தட்டைக்காட்டில் எப்போ திருவிழா?” என்று கேட்டான்.

“மாதா தேருக்கு முதநாள். ஆனா அங்கே போறதுக்கு ஒரு நாள் ஆகிருமாம்.”

“நானும் உன்கூட வரட்டும்மா?” என்று கேட்டான்.

அவள் ரகசியம் போல சொன்னாள், “எங்க அய்யாவுக்கு தெரிஞ்சா அடிச்சே கொன்னுருவார். நைசா போயிட்டு வந்துருவோம்.”

“நானும் எங்க மாமாவுக்குத் தெரியாம வந்துருறேன். ஓடிப்போயிட்டு ஓடி வந்திரலாம்” என்றான்.

அவள் மிகுந்த சந்தோஷத்தில் பிச்சைக்காரர்கள் தன்னிடம் சொன்ன கதை முழுவதையும் அவனிடம் சொல்லியபடியே வந்தாள். அவனால் அந்த வியப்பைத் தாங்கிக் கொள்ள முடியவேயில்லை.

அவர்கள் சங்குணி மடம் அருகே வந்து யாரும் இல்லாத ஒரு இடமாகப் பார்த்துக் குழி தோண்டி ஆரஞ்சுப் பழத்தினை நட்டார்கள். அதன்மீது செல்வியும் மண்ணைப் போட்டாள். பிறகு அந்த இடத்தை மறக்காமல் இருப்பதற்காக அதன் அருகில் உள்ள புளிய மரம் ஒன்றில் போய் கல்லை எடுத்து சிலுவை போல அடையாளம் போட்டு வந்தான் மார்ட்டின். திரும்பி வரும்போது மார்ட்டின் தான் திருவிழாவில் பார்த்த வேடிக்கைகளைச் சொல்லிக்கொண்டேயிருந்தான்.

சிரித்து சிரித்து செல்விக்கு வாய் வலித்துவிட்டது. அவர்கள் மறுபடியும் மாதா கோவில் செல்கின்ற பாதையில் போய் நின்றுடாலர் விற்க ஆரம்பித்தார்கள். தன்னை அம்மா தேடுவாள் என்று செல்வி கூடாரத்திற்குச் சென்ற போது அங்கே கூட்டமேயில்லை. அய்யா எதிரில் உள்ள மாயக்கண்ணாடிக்காரனுடன் உட்கார்ந்து பேசிக் கொண்டிருப்பது கேட்டது. அவள் உள்ளே ஓடிப்போய் அம்மாவைப் பார்த்தாள். கண்ணாடிப் பெட்டி காலியாக

இருந்தது. அம்மா உள்ளே ஒரு சேலையை விரித்து சுருண்டு படுத்துக்கிடந்தாள்.

அவள் கிட்டத்தில் போய் உட்கார்ந்து என்னம்மா செய்யுது என்று கேட்டாள்.

“ஒண்ணுமில்லைடி. கிறுகிறுப்பா இருக்கு” என்றபடியே “உங்க அய்யா எங்கே?” என்று கேட்டாள் சின்னராணி.

“வெளியே அந்தக் கண்ணாடிக்கார மாமாகூட பேசிகிட்டு இருக்காரு” என்றாள்.

“நீ தனியா எங்கேயும் போயி விளையாடாதே. இங்கேயே இரு” என்றபடியே அந்த மாயக்கண்ணாடிகளை தாங்கள் வாங்கிக்கொண்டுவிட்டால் பிழைப்பு எளிதாகிவிடும். பிள்ளை பெற்றுக்கொண்டு நிம்மதியாக இருக்கலாம் என்பதுபோல கற்பனை செய்து கொண்டு அதைப்பற்றி நினைத்தபடியே படுத்துக்கிடந்தாள்.

*

அழகரால் நம்ப முடியவில்லை. நிஜமாகவே இந்த மாயக்கண்ணாடிகளை தம் பான் தனக்குத் தந்துவிடப்போகிறானா என்று மறுபடியும் கேட்டுக் கொண்டிருந்தான்.

தம்பான் அதை ஆமோதிப்பவனைப் போல, “உன் கையில் காசு சேர சேர கொஞ்சம் கொஞ்சம் குடுத்தா போதும். ஆறு மாசத்தில் என் கடன் அடைஞ்சி போயிரும். எதுக்கு யோசிக்கிறே. நான் எப்படியும் விக்கப்போறேன். அது உன்னை மாதிரி தொழில் தெரிஞ்சவன்கிட்டே வித்தா சந்தோஷப்படுவேன்” என்றான்.

அந்தக் கண்ணாடிகளை மறுமுறை போய் அருகில் நின்று பார்க்க வேண்டும் போலிருந்தது. ஆனால் உள்ளே ஆட்கள் முண்டியத்துக் கொண்டு கண்ணாடி பார்த்து சிரித்துக்கொண்டிருந்தார்கள். தம்பான் தன் கைப்பையைத் திறந்து காட்டினான்.

“இவ்வளவும் இங்கே வந்து சம்பாதிச்சது. இதை வேண்டாம்னு விட்டுட்டு போறேன்னா. லாட்ஜ்ல எவ்வளவு வருமானம் வரும்னு பாத்துக்கோ. இப்பவே உன்கிட்டே எல்லாத்தையும் ஒப்படைக்கட்டா” என்று தனது கைப்பையை முன்னாடி நீட்டினான்.

அழகர் “திருவிழா முடியுற வரைக்கும் நீங்களே நடத்துங்க. நான் ஊர்ல போயி கொஞ்சம் பணத்தைத் திரட்டிட்டு வந்து வாங்கிக்கிடுறேன்” என்றான்.

தம்பான் சிரித்தபடியே "நல்ல ஆளா இருக்கப்பா. எனக்கு நீ தந்துருவேனு நம்பிக்கையா இருக்கு. உன் பொண்டாட்டிகிட்டே கூட நேத்து பேசினேன். அவளும் எத்தனை நாளைக்கு இப்படி இருப்பா. அனுபவிக்கிற வயசுல வாயைக் கட்டிப் படுத்துக்கிடந்துட்டு கிழடு ஆன பிறகு கையில் காசை வச்சி என்ன செய்யப்போறே?" என்றான்.

அதுவும் சரிதான் என்று அழகருக்குத் தோன்றியது.

தம்பான் இன்னும் ஒரு படி மேலே போய் சொன்னான்.

"நான் ஒரு யோசனை சொன்னா நீ தப்பா எடுத்துடக்கிட கூடாது. நீ ஒண்ணு செய். உன் கடற்கன்னி ஷோவை நம்ம கூடாரத்துக்குள்ளே மாத்திரு. ஒரே டிக்கெட்டில ஜனங்க ரெண்டையும் பாக்கட்டும். வருமானத்தைப் பிரிச்சிக்கிடலாம்."

எதற்காக தனக்காக இவ்வளவும் செய்கிறான் என்று புரியாமல் அழகர் சிரித்தான்.

"என்னப்பா சிரிக்கே. நிஜமாதான் சொல்றேன். அந்தக் கண்ணாடிகளை ஒரு வரிசையாக வச்சிருவோம். இங்கிட்டு கடற்கன்னி இருக்கட்டும். நீயே முன்னாடி நின்று மைக்ல சொல்லு. என்ன யோசிக்கிறே?" என்றான்.

அப்படிச் செய்தால் நிச்சயம் அதிக வருமானம் கிடைக்கத்தான் செய்யும். மனுசங்களை நம்பாமல் இருந்தது தனது தவறு தான் என்று உணர்ந்தவனைப் போல் ஒத்துக்கொண்டவனாக சிரித்தான்.

"எதுக்கும் உன் பொண்டாட்டிகிட்டே ஒரு வார்த்தை கேட்டுக்கோ" என்று தம்பான் அவனை அனுப்பி வைத்தான்.

அழகர் உள்ளே போனபோது சின்னராணி சுருண்டு படுத்துக்கிடந்தாள். அவள் அருகில் உட்கார்ந்து தம்பான் சொன்னதை எல்லாம் வார்த்தை மாறாமல் சொன்னான். அவள் எழுந்து உட்கார்ந்துகொண்டு ஆசையோடு "நீ ஒத்துக்கிட்டயா?" என்று கேட்டாள். ஆமாம் என்று சொன்னான்.

"அந்த ஆளு மனசு மாறுறதுக்குள்ளே நம்ம கண்ணாடிப் பெட்டியை அங்கே மாத்திரு" என்றாள்.

"அது சரியா வரும்லே" என்று ஏதோ யோசனையோடு கேட்டான் அழகர்.

"சாமியாப் பாத்து வருமானத்துக்கு வழியைக் காட்டிவிட்டுருக்குக் அதைக் கெடுத்துக்கிடாதே" என்றாள்.

அழகர் ஒத்துக் கொண்டான். அவர்கள் பேசிக்கொண்டிருக்கும் போதே அங்கு வந்த தம்பான் சிரித்தபடியே "என்ன பொண்டாட்டியும் புருஷனும் பேசி முடிச்சாச்சா" என்று கேட்டுச் சிரித்தான்.

அழகர் தானும் சிரித்தபடியே "அவளுக்கும் முழுச்சம்மதம்" என்றான். "அப்போ இன்னைக்கு ராத்திரி அதை மாத்தி ஏற்பாடு பண்ணிரு வோம்" என்றபடியே தான் அவர்களுக்கும் சேர்த்து பிரியாணி வாங்கிக்கொண்டுவரச்சொல்லி ஆள் அனுப்பி உள்ளதாகச் சொன்னான்.

அன்றைக்கு மதியம் முழுவதும் தம்பானும் அழகரும் ஒன்றாகச் சீட்டு விளையாடிக்கொண்டிருந்தார்கள். சின்னராணி மறுமுறையும் போய் மாயக்கண்ணாடிகளைப் பார்த்துவந்தாள். அது இனிமேல் அவர்களுக்குச் சொந்தமாகப்போகிறது. அதைப்பற்றி நினைக்கும் போது அவளுக்குள் உருவான சந்தோஷம் அளவில்லாமல் இருந்தது. அன்று மாயக்கண்ணாடி ஷோ பார்க்க கூட்டம் வழிந்தது. அன்றிரவு தம்பாணத் தேடி ஒருவன் ஜீப்பில் வந்திருந்தான். தம்பான் தன்னோடு வரும்படி அழகரையும் அழைத்துக்கொண்டு ஜீப்பில் கிளம்பிச் சென்றான். அது இரண்டு மணி நேரப் பயணத்தின் பிறகு ஒரு தென்னந்தோப்பிற்குச் சென்றார்கள். அங்கே தம்பானுக்கு அறிமுகமாகியிருந்த ஒரு மில் முதலாளியும் அவர் நண்பர்களும் இருந்தார்கள்.

தம்பானைப் பற்றி அவர்கள் பெருமையாக நிறைய சொன்னார்கள். இரவெல்லாம் அவன் குடித்தான். இனிமேல் தானும் தம்பானைப் போல நிறைய சம்பாதிக்கப் போவதாகக் கனவு கண்டான். அவர்கள் விடிகாலையில் தெக்கோடு வந்து சேரும்வரை சின்னராணி விழித்துக் கொண்டேயிருந்தாள். அவளது கடற்கன்னிக் கூண்டினை எதிரில் உள்ள கூடாரத்திற்கு தம்பானின் ஆட்கள் மாற்றிக்கொண்டிருந்தார்கள். தம்பானின் கூடாரத்திலே அன்று அழகர் தங்கிக் கொண்டுவிட்டான்.

மறுநாள் சின்னராணி அதிகாலையில் எழுந்து குளித்துத் தயாராகி கடற்கன்னி உடையை அணிந்து கொண்டிருந்தாள். அப்போது தம்பான் எழுந்து அவள் பின்னால் வந்து நின்றபடியே அவளையே பார்த்துக் கொண்டிருந்தான். அவன் எப்போது வந்தான் என்று கவனிக்கவில்லையே என்றது போல அவசரமாக சேலையைச் சுற்றிக் கொண்டாள். தம்பான் அவளைக் காணாதவனைப் போல் "அழகர் எந்திரிச்சிச் சான்னு பாக்க வந்தேன். மன்னிச்சிக்கோம்மா" என்று தனது கூடாரத்திற்குப் போனான். கடற்கன்னி உடைகளை

மாட்டிக்கொண்டு அவள் மாயக்கண்ணாடி உள்ள கூடாரத்திற்குள் போய்ப் படுத்துக் கொண்டாள்.

அன்று அழகர் அணிந்து கொள்வதற்காக தன்னிடமிருந்த வெள்ளை பேண்டு சட்டை ஒன்றைத் தந்தான் தம்பான். அதைப் போட்டுக் கொள்வது வேடிக்கையாக இருந்தது. தம்பான் ஆசைப்படுகிறானே என்று போட்டுக்கொண்டு மைக்கைக் கையில் வாங்கி உற்சாகமாகப் பேசத்துவங்கினான்.

செல்வியைத் தேடி மார்ட்டினும் இன்னொரு சிறுவனும் அவர்கள் கூடாரத்தின் முன்பாக வந்து நின்றிருந்தார்கள். செல்வி உள்ளே வரும்படியாகக் கூப்பிட்டாள். அவர்கள் தயங்கி தயங்கி உள்ளே வந்தார்கள். செல்வி மாயக்கண்ணாடி பாக்குறயா என்று கேட்டாள்.

அந்தச் சிறுவர்கள், வேண்டாம். வெளியே போய்ப் பேசுவோம் என்று அவளை அழைத்தனர்.

செல்வி அய்யாவிற்குத் தெரியாமல் ரகசியமாக வெளியே வந்தாள். அவர்கள் நடந்து விளக்குத்தூண் அருகில் போய் நின்று கொண்டார்கள்.

மார்ட்டின் செல்வியிடம் “இவனும் நம்ம கூட தட்டைக்காட்டுக்கு வரப்போறான்” என்றான்.

“இவன் யாரு” என்று கேட்டாள் செல்வி.

“கரும்பு சாறு பிழியுற பையன்” என்றான் மார்டின். அந்தச் சிறுவன் பயத்தோடு நின்று கொண்டிருந்தான்.

பிறகு அவர்கள் மூவரும் ரகசியம் போல தங்களுக்குள்ளாகப் பேசிக் கொள்ளத் துவங்கினார்கள். மார்ட்டின் அவளிடம், “வரும்போது காசை எடுத்துட்டு வா” என்று சொல்லி அனுப்பி வைத்தான்.

*

அவ்வளவு கூட்டம் தன்னை உற்று உற்று அதிசயமாகப் பார்ப்பது சின்னராணிக்கு சந்தோஷமாக இருந்தது. ஒரு நோயாளி அவள் கண்ணாடியின் முன்பாக சிலுவைக் குறியிட்டு அவள் நலனிற்காக பிரார்த்தனை செய்தபடியே எதையோ முணுமுணுத்தான். அவர்கள் கூடாரத்தைவிட இங்கே வாசனையாக இருந்தது. தம்பானின் உதவி ஆட்கள் காசை வாங்கிப் போட்டுக்கொண்டேயிருந்தார்கள். ஒரே டிக்கெட்டில் இரண்டு காட்சிகள் என்பதால் நிறைய வருமானம்

கிடைத்தது. தம்பானும் அழகரும் வாயெல்லாம் சிரிப்பாக காசைப் பிரித்துக்கொண்டார்கள். அன்றிரவு சின்னராணியிடம் தங்களுக்குக் கிடைத்த பணத்தைக் காட்டியபடியே இதே மாதிரி வருமானம் வந்துச்சின்னா ரெண்டு மாசத்தில் நாம் புதுசா வீடு கட்ட ஆரம்பிச்சிரலாம் என்றான். அன்று மிகுந்த சந்தோஷத்தில் அவனை முத்தமிட்டாள் சின்னராணி. அழகரும் அவளை ஆசையோடு கட்டிக்கொண்டான். காரணம் இல்லாமல் அவனைக் கிள்ளி வைத்து தலைமயிரைப் பிடித்து இழுத்துவிட்டுக்கொண்டு சிரித்தபடியே இருந்தாள் சின்னராணி. அழகரும் அவளது மார்பில் முகம் புதைத்தபடியே அவளது கழுத்தடியில் கையால் தடவியபடியே இருந்தான். செல்வி தட்டைக் காட்டிற்குப் போக இருப்பதைப் பற்றியே நினைத்துக் கொண்டு படுத்துக்கிடந்தாள். அய்யாவிற்குத் தெரியாமல் அவரது பையில் இருந்து எடுத்த ஐந்து ரூபாய் பணத்தை ஒரு தீப்பெட்டியில் ஒளித்து வைத்துக்கொண்டவளாக அவள் தட்டைக்காடு பற்றிய கனவில் இருந்தாள்.

அத்யாயம்
29

1982

எட்டாம் திருவிழா

கூடாரத்திற்குள் வருகின்றவர்களுக்குத் தெளிப் பதற்கான சென்ட் பாட்டில் தீர்த்துவிட்டது. நாளை மாதா தேர் என்பதால் நிறைய ஆட்கள் வருவார்கள் என்று விடிகாலையிலே அழகரை எழுப்பி மதுரை வரை போய்வர வேண்டும் என்றான் தம்பான். பீடி கம்பெனி வண்டி ஒன்று மதுரைக்குப் போவதாகவும் அதிலேயே போய்விடலாம் என்றபடியே மதுரையில் சென்ட் பாட்டில்கள் யாரிடம் கேட்டு வாங்கிவர வேண்டும் என்ற விபரங்களை சொல்லியதோடு அழகருக்குத் துணையாக தனது உதவி ஆள் வருவான் என்றும் சொல்லி கைச் செலவிற்குக் காசு கொடுத்தான்.

திரும்பி வரும்போது அவர்கள் தம்பானின் மைத்துனன் காரில் திரும்பிவந்துவிட்டால் போகும் போது யாவரும் திருவிழா முடித்து. ஒன்றாக அதே காரில் போய்விடலாம் என்றும் சொன்னான். அழகருக்கு அதை எல்லாம் கேட்க சந்தோஷமாக இருந்தது.

அவன் கிளம்பிப் போகும்போது சின்னராணி ஈரத்தலையை உலர்த்திக் கொண்டு உட்கார்ந்திருந்தாள். அழகரைப் பார்க்கும்போது அவளுக்கு சிரிப்பாக வந்தது.

அழகர் அவளிடம் "கூட்டம் வந்திரப்போகுது. டிரஸை மாட்டிக்கிட்டு போய்ப் படு" என்று சொன்னான். அவள் "ரெண்டு நாளா நல்லா தூக்கம் வருது" என்று சொல்லிச் சிரித்தாள். அழகர் அவளிடம் தன்னிடமிருந்த பணத்தை எடுத்துக்காட்டி "மதுரைல எதுனாச்சி வேணுமா" என்று கேட்டான். அவள் "போனமா வேலையை முடிச்சிட்டு வந்தமானு இரு" என்று செல்லமாகக் கடிந்து கொண்டாள்.

மாட்டுவண்டியின் சக்கரத்தில் செருகப்படுகின்ற கூர்மையான அச்சாணியைக் கையில் வைத்து விளையாடிக்கொண்டிருந்தாள் செல்வி. "இது எங்க கிடைச்சது" என்று கேட்டான் அழகர்.

"மைதானத்தில் கிடந்தது. வண்டி மசி வேணும்கிறதுக்காக எடுத்து வச்சிருக்கேன்" என்றாள். "அந்த மையை கையில் தொட்டா ஒரே கறுப்பாயிரும். போயி கையைக் கழுவு" என்று பிடுங்கி கூடாரத்தின் ஒருபக்கம் தூக்கி வீசினான்.

அவள் "அதெல்லாம் ஒண்ணும் கறுப்பு ஆகாது" என்று கையை விரித்துக் காட்டினாள். ஒரே மசிக்கறையாக இருந்தது. "இந்த மை லேசில போகாது. மண்ணைப் போட்டுத் துடைச்சிட்டு கையைக் கழுவு" என்று திட்டி அனுப்பிவைத்தான். தானும் அவனோடு பீடி கம்பெனி வேனில் மதுரை வருவதாகச் சொன்னாள். செல்வி எதற்கு? வேண்டாம் என்று சின்னராணி சொல்லியும் செல்வி விடவேயில்லை. தான் மதுரைக்குப் போவதாக முரண்டுபிடித்தாள். சின்னராணி கோபத்தில் திட்டவே செல்வி மூஞ்சியைத் தூக்கி வைத்துக்கொண்டு திரும்பி உட்கார்ந்து கொண்டாள்.

அதனால் என்ன அவளையும் தன்னோடு கூட்டிக்கொண்டு போவதா கச் சொல்லியபடியே செல்வியை தன்னோடு வரும்படியாகச் சொன்னான் அழகர்.

அவள் "மாட்டேன் போ" என்று கோவித்துக்கொண்டு கூடாரத்தின் வெளியே ஓடத்துவங்கினாள். "செல்வியைக் கூட்டிட்டு போகலை. நீ அவளைப் பாத்துக்கோ" என்று சொல்லியபடியே அவன் வேன் நிறுத்தப்பட்ட இடம் நோக்கிச் செல்லத் துவங்கினான்.

அது நடந்த சில மணி நேரத்தின் பிறகு கூடாரத்திற்குள் சின்னராணி கடற்கன்னி உடையை மாட்டிக்கொள்ளக் கையில் எடுத்தபோது தம்பான் அவள் அறியாமல் உள்ளே வந்து நின்றபடியே "இப்போ சந்தோஷம்தானா" என்று கேட்டான். அவள் சிரித்தாள்.

அன்றைக்கு தெக்கோட்டில் திருவிழா காணவந்தவர்களின் கூட்டம் தாங்கமுடியாமல் ஒரே தள்ளுமுள்ளாக இருந்தது.

மறுநாள் தேர்த் திருவிழா என்பதால் தேரை அலங்காரம் செய்யத் துவங்கியிருந்தார்கள். அதற்கான விசேஷ பிரார்த்தனைகள் நடந்து கொண்டிருந்தன.

செல்வி கோபத்துடன் தனியே காவல் தூண் பக்கம் நடந்து கொண்டிருந்தாள். மார்ட்டினும் இன்னொரு சிறுவனும் அவளைப் பெயர் சொல்லிக் கூப்பிட்டபடியே பின்னால் வந்து கொண்டிருந்தார்கள்.

மார்ட்டின் ஆர்வத்துடன் அவளிடம் "தட்டைக்காட்டுக்குப் போகலாமா" என்று கேட்டான்.

அவள் தலையாட்டினாள்.

"நாம எப்படிப் போறது... உனக்கு வழி தெரியுமா" என்று கேட்டான் மார்டின்.

அவள் "தட்டைக்காடுக்கு போறதுக்கு நரிப்பாதைல போகணும். அங்கிருந்து போனா சோத்துப்பாறை வரும். அதுல ஏறி நின்னு பார்த்தா தெரியும்" என்று அங்கே சென்று வந்தவளைப் போல சொன்னாள்.

மார்ட்டின் நரிப் பாதைக்கு எப்படிப் போவது என்று பிச்சைக்காரனிடம் கேட்டுவருவதாகச் சொல்லிவிட்டுப் போனான்.

அவன் திரும்பிவந்தபோது அவன் கையில் மாங்காய்த் துண்டுகள் இருந்தன. அதைக் கடித்தபடியே அவர்கள் மேற்கு நோக்கி நடக்க ஆரம்பித்தார்கள். அந்தப் பாதையிலும் சில ரோகிகள் நடந்து வந்து கொண்டிருந்தார்கள். வழியெல்லாம் கையில் கிடைக்கும் கல்லை எடுத்து காற்றில் எறிந்தபடியே வந்தான் மார்ட்டின். அவர்கள் ஒரு பனையைக் கடந்தபோது அதில் உட்கார்ந்திருந்த கிளி கத்தியது. மார்ட்டின் தானும் அதற்கு பதில் தருவது போலக் கத்தினான். செல்விக்கு அதனால் மார்ட்டினை ரொம்பவும் பிடித்திருந்தது.

அவர்கள் வெயிலோடு நடந்து போய்க்கொண்டேயிருந்தார்கள். அன்று மதியம் மதுரையில் இருந்து பேராயர் வந்திருந்தார். அவரை வரவேற்ற தேவாலயப் பணியாளர்கள் மேளதாளங்களுடன் காத்துக் கிடந்தார்கள்.

தம்பான் கடற்கன்னியாக இருந்த சின்னராணியைப் பார்த்தபடியே இருந்தான். அவள் கூந்தலை முன்னால் தூக்கிப் போட்டபடியே ஒயிலாகப் படுத்துக்கிடந்தாள். அடிக்கடி அவள் தம்பானைப் பார்த்து சிரித்துக்கொண்டேயிருந்தாள். சிகரெட்டைப்

பற்றவைத்தபடியே தம்பான் எதையோ நினைத்து புகையை விட்டபடியே இருந்தான்.

மார்ட்டின் காய்ந்துபோன பாதையில் தேடி ஒரு பறவை முட்டை ஒன்றினை எடுத்து வந்தான். அதை வீசி உடைக்கப்போனபோது செல்வி வேண்டாம் என்று தடுத்து அதை வாங்கி மீண்டும் ஒரு புதரடியில் வைத்துவிட்டு வந்தாள். பாம்புச்சட்டையும் உலர்ந்த நத்தை ஓடுகளையும் எடுத்துவிளையாடியபடியே வந்தான் மார்ட்டின். மாதா திருவிழாவிற்கு அணிவிப்பு நடத்த யானைகள் தெக்கோட்டிற்கு வந்திருந்தன. முகப்படம் பூண்ட யானைகளை மாதாகோவிலின் மைதானத்தில் நிற்க வைத்திருந்தார்கள். அதை நிறைய மக்கள் வேடிக்கை பார்த்தார்கள்.

மாயக்கண்ணாடிகளைப் பார்க்க வந்த கூட்டத்திற்குள் தனது ஊரைச் சேர்ந்த ஒரு பெண்ணும் இருப்பதைக் கவனித்தாள் சின்னராணி. அந்தப் பெண்ணின் பெயர் வனக்கொடி என்பதும் அவள் வீடு கிழக்குத் தெருவில் இருந்ததும் நினைப்பிற்கு வந்தது. இத்தனை நாட்களுக்கு பிறகு சொந்த ஊர்காரர் ஒருவரைக் காண்பது அவளுக்கு சந்தோஷமாக இருந்தது. ஆனால் எப்படி அவளைக் கூப்பிடுவது என்று தெரியாமல் கண்ணாடிக்குள் படுத்துக்கிடந்தாள். அந்தப் பெண் தன் கணவன் பிள்ளைகளுடன் கண்ணாடிகளைப் பார்த்துச் சிரித்தபடியே வந்தவள் கடற்கன்னி உள்ள பெட்டி அருகே வந்து நின்றவுடன் உன்னிப்பாகப் பார்த்துக்கொண்டிருந்தாள். அவள் தனது ஊரை சேர்ந்தவள் என்று வனக்கொடியும் கண்டுபிடித்துவிட் டதைப் போலவே சின்னராணி உணர்ந்தாள். அவளைப் பார்த்து மெலிதாகச் சிரித்தாள்.

அந்தப் பெண் தன் கணவனிடம் “இவ எங்க ஊரு பொண்ணு. பேரு சின்னராணி” என்றாள்.

அவள் கணவன் அதை மறுத்தபடியே “வெளியே கடற்கன்னினு சொல்லிகிட்டு இருக்காங்க. நீ புரியாம பேசுறே. உங்க ஊர்ல கடற்கன்னி எல்லாம் கூட குடியிருக்குறாங்களா” என்று கேட்டான். “

இல்லை இவளை எனக்குத் தெரியும் இவங்க வீடு கூட களத்துக் கிட்டே இருக்கு. அவளேதான்” என்றாள்.

அந்தப் பெண்ணின் கணவன் சின்னராணியை உற்று பார்த்துவிட்டு “அதே முகச்சாடையா இருக்கும். காலைப்பாரு, மீனு மாதிரி இருக்கு” என்றான்.

அது எப்படி என்று புரியாமல் அந்தப் பெண் குழப்பத்துடன் சின்னராணியைப் பார்த்தபடியே இருந்தாள்.

"உங்க ஊர் ஆளைப் பாத்தவுடனே முகத்தில எம்புட்டு சந்தோஷம். அப்படி என்னடி இருக்கு உங்க ஊர்ல" என்று கணவன் கேலி செய்தான். அவள் இது கடற்கன்னியில்லை என்று நம்பாதவளைப் போலவே சின்னராணியைத் திரும்பித் திரும்பிப் பார்த்தபடியே போனாள்.

தன்னால் அவளை அழைத்துப் பேச முடியாமல் போய்விட்டதே என்ற ஆதங்கத்துடன் படுத்துக்கிடந்தாள் சின்னராணி. என்ன பிழைப்பு இது. தெரிந்தவர் வந்தால்கூட ஓடிப்போய்ப் பேச முடியவில்லை. எல்லாம் ஒரு மாசத்துக்குத்தான். பிறகு இந்த நிலைமை மாறிவிடும் என்று அவள் உறுதியாக நினைத்தபடியே கண்ணாடிக்குள் இருந்த தண்ணீரை வெறித்துப் பார்த்தபடியே இருந்தாள்.

செல்வியும் மார்ட்டினும் தண்ணீரின் மீது கல்லை வீசினார்கள். கண்மாயில் நிறைய தண்ணீர் இருந்தது. மார்ட்டின் "நாம் கரை மேலயே நடந்து போனா நரிப்பாதை வந்துரும்னு சொன்னாங்க" என்றான். கரைப்பாதையில் ஒரே முள்ளாக இருந்தது. அவர்களோடு வந்த சிறுவன் தான் தெக்கோடு திரும்பிப் போய்விடுவதாகச் சொன்னான்.

அவனை மார்ட்டின் மிரட்டியபடியே "நீ தனியா திரும்பிப் போனா வழியில் இருக்கிற பேய் உன்னைப் பிடிச்சிக்கிடும்" என்றான்.

அந்தச் சிறுவன் பயத்தோடு "நான் வரலை" என்று ஓடத் துவங்கினான்.

அவன் ஓடுவதைக் கண்ட மார்ட்டின் அவன் மீது ஒரு கல்லை எடுத்து எறிந்தான். அந்தச் சிறுவன் தெக்கோட்டினை நோக்கி ஓடிக்கொண்டிருந்தான். திருவிழாவிற்கு சப்பரம் தயாராகி தேவாலயத்தின் முன் உள்ள மைதானத்திற்கு வந்திருந்தது. அதைச் சுற்றிலும் கட்டுப்படுத்த முடியாத கூட்டம் நிரம்பி வழிந்தது. ரோகிகளாக ஒன்று சேர்ந்து அமைக்கப்பட்ட இசைக்குழு ஒன்று மரியன்னையின் புகழ்பாடியபடியே வீதியெங்கும் சென்றபடியிருந்தது. கடற்கரை மணலை விடவும் அதிகம் ஜனங்கள் வந்திருக்கிறார்கள் என்று ஒரு ஆள் மைக்கில் சொல்லிக் கொண்டிருந்தான். கொடிகளும் தோரணங்களும் அணிவகுப்புக் குதிரைகளும் கொம்பு வாத்தியங்களும், பெரிய முரசு அடிக்கும் சப்தமும் என்று விழாவின் உச்சம் போலிருந்தது அன்றைய மாலை.

பகல் ஒடுங்கியபோது ஒரு பாறையொன்றின் மீது மார்ட்டினும் செல்வியும் உட்கார்ந்திருந்தார்கள். எங்கிருந்து அண்டரண்டாபட்சி

பறந்து வரும் என்று தெரியவில்லை. ஒருவேளை இரவில் வரக்கூடுமோ என்னவோ. மங்கிய வெளிச்சத்தின் ஊடாக வானில் ஒரு கொக்கு தனியே கடந்து போய்க்கொண்டிருப்பதைக் கண்டாள் செல்வி. அதை அடித்துக் கீழே விழச் செய்யப்போவதாக மார்ட்டின் ஒரு கல்லை எடுத்து விசினான். கல் பறந்து கொக்கினைத் தொட முடியாமல் தோற்று விழுந்தது. கொக்கு கண்ணை விட்டு மறைந்தது. செல்வி வெறும் ஆகாசத்தைப் பார்த்தபடியே இருந்தாள். வெகு தொலைவில் இருந்து ஒளிரும் ஒரு நட்சத்திரம் அவளிடம் ஏதோ சொல்வது போலத் தெரிந்தது. அதை கேட்டுக் கொண்டிருப்பது போல் தலையாட்டிக் கொண்டேயிருந்தாள்.

இரவின் உற்சாகங்கள் துவங்கியிருந்தன. ஓராயிரம் பேருக்கும் மேலாக கையில் மெழுகுவர்த்திகள் ஏந்தி ஊர்வலம் போய்க் கொண்டிருந்தார்கள். அன்றைய இரவில் நிறைய நட்சத்திரங்கள் இருந்தன. ஒன்பது மணியை நெருங்கும்போது ஏன் அதுவரை அழகர் வந்து சேரவில்லை என்று யோசித்துக்கொண்டு படுத்துக்கிடந்தாள். இன்னும் பத்து நிமிடத்தில் ஷோ முடிந்துவிடப்போகிறது என்று தம்பான் அறிவித்துக்கொண்டிருந்தான். செல்வி எங்கே போனாள் என்று தெரியவில்லை. வேடிக்கைகளும் விளையாட்டுமாக இருப்பதால் அருகில் சுற்றிக்கொண்டிருக்கக்கூடும் என்று நினைத்த படியே அவள் படுத்துக்கிடந்தாள்.

நிகழ்ச்சி முடிந்து கூடாரத்தின் முகப்புத் திரை மூடப்பட்டது. சின்னராணி தனது உடைகளை தானே களைந்துவிட்டு மாற்றுச் சேலையைக் கட்டிக் கொண்டு தனது மரப்பெட்டியில் கடற்கன்னி உடையை மடித்துவைத்துவிட்டு தம்பான் என்ன செய்கிறான் என்று எட்டிப்பார்த்தாள். அவன் அன்றைய வசூலை எண்ணிக் கொண்டிருந்தான் நிறைய சில்லறைகளும் பணமும் அவன் முன்னே இருந்தது. அவள் கவனிக்கிறாள் என்பதை அறிந்து கொண்டவனைப் போல அருகில் வந்து உட்காரும்படியாக அழைத்தாள். அவள் வேண்டாம் என்று நின்று கொண்டாள். அவளுக்கும் தனக்கும் சாயா வாங்கிவரும் படியாக துணையாளை அனுப்பிவிட்டு அவள் உட்காருவதற்கு ஒரு முக்காலியை எடுத்துப் போட்டான்.

வசூலான பணத்தை இரண்டாகப் பிரித்து அவள் கையில் கொடுத்து விட்டுச் சிரித்தான். அவள் அந்தப் பணத்தை எண்ணிப் பார்க்கவேயில்லை. செல்வி ஞாபகம் வந்தது. அழகரோடு வேனில் போய்விட்டாளா அல்லது எங்காவது வெளியில் விளையாடுகிறாளா என்று தெரியவில்லை. அழகர் செல்வியைக் கூட்டிக்கொண்டு

போகவில்லை என்று சொன்னது போலவும் இருந்தது. எதற்கும் தேடிப்பார்த்துவிட்டு வருவதாக வெளியே கிளம்பி வந்தாள். நடக்க முடியாதபடி எங்கும் நெருக்கடியாக இருந்தது. அவள் ராட்டினங்கள் போடப்பட்ட இடத்திற்குப் போய்ப் பார்த்து வந்தாள். அங்கேயும் செல்வியைக் காணவில்லை. மைதானத்தின் பக்கம் போகவே முடியவில்லை. கயிறு கட்டி தடுத்திருந்தார்கள். யாரோ ஒரு பிரசங்கி உரத்த குரலில் பேசிக்கொண்டிருந்தார். எங்கே போய்த் தொலைந்தாள் செல்வி என்ற எரிச்சலோடு அவள் மறுபடியும் கூடாரத்திற்குத் திரும்பினாள். தம்பானிடம் சொல்லி ஆளை அனுப்பித் தேடச் சொல்லாம் என்று தோன்றியது.

அவள் உள்ளே போனபோது தம்பான் சட்டையில்லாத உடம்போடு உட்கார்ந்து குடித்துக்கொண்டிருந்தான். உடம்பெல்லாம் மயிராக இருந்தது. அவளைப் பார்த்தவுடன் பாட்டிலை மறைத்தபடியே "எங்க உன் மக" என்று கேட்டான். அவள் செல்வி கூட்டத்திற்குப் போய் வேடிக்கை பார்த்துக்கொண்டிருக்கக் கூடும் துணையாளை அனுப்பித் தேடி வரச் சொல்லும்படி சொன்னாள்.

தம்பான் "அவன் சாயா வாங்கப் போனவன் ஆளே காணோம். வரட்டும். வந்தவுடன் போயி தேடிக் கூட்டிட்டு வரச் சொல்றேன்" என்றான்.

சின்னராணி அங்கே கிடந்த முக்காலியில் உட்கார்ந்து கொண்டாள். வெளியாட்கள் போவது வருவது தெரிந்தது. தம்பான் எழுந்துவந்து கூடாரத்தின் முகப்புத் திரையை இழுத்து விட்டபடியே யாராவது குடிச்சிட்டு உள்ளே வந்துட்டா தேவையில்லாத பிரச்சினை என்று சொன்னான்.

அவள் தனது கூடாரத்திற்குப் போய்விடலாமா என்று நினைத்துக் கொண்டிருந்தபோது அவன் சின்னராணியின் பின்னால் வந்து தோளில் கைவைத்து அழுத்தினான். அவள் அதிர்ச்சியோடு திரும்பிய போது சட்டெனக் கட்டிப்பிடித்தபடியே முத்தமிட முயன்றான். அவள் ஆத்திரத்துடன் கையைத் தள்ளிவிட்டபடியே திமிறினாள்.

அவன் சிரித்தபடியே "என்னடி பசப்புறே. லட்ச ரூபா கண்ணாடியை யாராவது சும்மா தூக்கிக் குடுத்துருவாகளா. வா... வந்து படு" என்றான்.

அவள் தம்பானின் பேச்சு மாறுவதை உணர்ந்தவளைப் போல "விடுறா" என்று கத்தினாள். அவளது மூர்க்கம் தாங்க முடியாமல் தம்பான் கையை உதறினான். அவள் தம்பானை

முறைத்தபடியே அங்கிருந்து விலகிப் போக முயன்றாள். தம்பான் குறுக்கிட்டுச் சிரித்தபடியே "என்னமோ தெரியலை. உன்னை மாதிரி கடற்கன்னிகூட படுத்து எந்திரிச்சா எப்படி இருக்கும்னு உன்னைப் பாத்ததுலே இருந்து ஒரே கிறுக்கு. அதுக்குத்தான் இவ்வளவு ஏற்பாடும், அந்த வெறும்பயலோடு வாழ்ந்து என்ன சுகத்தைக் காணப்போறே. என் கூட வந்துரு. நான் உன்னை மகாராணி மாதிரி வச்சி காப்பாத்துறேன்" என்றான்.

சின்னராணி அவனை முறைத்தபடியே எச்சிலைக் காறித் துப்பிவிட்டு விடுவிடுவென கூடாரத்தின் தடுப்புத் திரையை விலக்கி ஜனத்திரளை நோக்கி நடக்க ஆரம்பித்தாள். நடக்க நடக்க இவனைப் போய் நம்பினோமே என்று அவளுக்கு ஆத்திரமாக வந்தது. அழகர் வந்தவுடன் முதல் வேலையாக இந்த ஆளைப் பற்றிச் சொல்லி அவன் கையைக் காலை வெட்டி எறிய வேண்டும். எவ்வளவு தைரியமிருந்தால் கட்டிப்பிடித்திருப்பான் என்று நினைத்தபடியே கூட்டமாக உட்கார்ந்திருந்த நோயாளிகளுடன் தானும் ஒரு ஆளாக உட்கார்ந்து கொண்டாள். அவளுக்குள் படபடப்பும் ஆற்றாமையும் நடுக்கத்தை உருவாக்கியபடியே இருந்தது.

செல்வி எங்கே போய்த் தொலைந்தாள் என்று அது வேறு அவளை ஆத்திரப்படுத்தியது. அழகர் எப்போது வருகிறானோ. அதுவரை கூடாரம் பக்கமே போய்விடக்கூடாது என்றவளைப் போல் உட்கார்ந்திருந்தாள். தொலைவில் காமெடி நாடகம் நடந்து கொண்டிருந்தது. ஒரு ஆணும் பெண்ணும் மேடையில் நகைச்சுவையாகப் பேசிக் கொண்டிருந்தார்கள். சின்னராணிக்கு எதிலும் மனம் கூடவேயில்லை. அவள் தனது இயலாமையைத் தாங்கிக் கொள்ள முடியாதவள் போல தலைகவிழ்ந்து உட்கார்ந்திருந்தாள். திடீரென எல்லாமும் தன்னை விட்டுப் போய்விட்டது போல உணர்ந்தாள். அழகர் மீது ஆத்திரமாக வந்தது. எப்போது வருவான் என்று சாலையைப் பார்த்தபடியே இருந்தாள்.

நள்ளிரவு வரை அந்த வேடிக்கை நிகழ்ச்சிகள் நடந்து கொண்டிருந்தன. பிறகு மெல்ல உறக்கம் அந்த மைதானத்தைக் கவ்வியது. பலர் அங்கேயே உறங்கினார்கள். உறங்கும் மனிதர்களைத் தாண்டித் தாண்டி செல்வி எங்காவது இருக்கிறாளா என்று தேடிக் கொண்டேயிருந்தாள்.

செல்வியை எங்கேயும் காணவில்லை. ஒருவேளை அவள் கூடாரத்திற்குப் போய் உறங்கியிருப்பாளோ என்று நினைத்தபடியே

அவசரமாக தனது கூடாரத்திற்குப் போனாள். தம்பானின் கூடாரத்தில் விளக்கு அணைக்கப்பட்டிருந்தது. அவனும் உறங்கியிருக்கக்கூடும். அவள் தனது கூடாரத்தின் திரையை விலக்கி உள்ளே பார்த்தாள். ஒரு நாய் மட்டுமே சுருண்டு படுத்துககிடந்தது. அதை விரட்டிவிட்டு "செல்வி செல்வி" என்று கூப்பிட்டாள். சப்தமே காணோம்.

செல்விக்கு என்ன ஆனது. எங்கே போயிருப்பாள். எங்கே என்று தேடுவது என்று புரியாமல் அவள் மறுபடியும் மாதாகோவிலின் முன் உள்ள மைதானத்திற்குப் போகத் துவங்கினாள். நோயாளிகள் உறங்கும் ஒவ்வொரு இடமாகப் போய்ப் பார்த்து வந்தாள். தெரிந்தவர் யாராவது இருந்தால் கேட்கலாம் என்றால் ஒரு ஆளைக்கூட அவளுக்குப் பரிச்சயமில்லை. "செல்வி செல்வி" என்று வாய்விட்டுக் கூப்பிட்டாள். மாதா கோவிலைப் பார்த்து மண்டியிட்டு செல்வியை கொண்டு சேர்த்து விடும்படியாக அழுதாள். ஆனால் அவளது அழுகையோ மனத்தவிப்போ எதையும் கண்டுகொள்ள அந்தப் பின்னிரவில் யாருமில்லை. செல்வி காணாமல் போய்விட்டாளா. யாராவது அவளைப் பிடித்துக் கொண்டு போய்விட்டார்களா என்று துயரம் தாங்க முடியாமல் இருந்தது.

நினைக்க நினைக்க ஒரே அழுகையும் வருத்தமுமாக இருந்தது. இந்த நேரம் பார்த்து அழகரும் இல்லாமல் போய்விட்டானே என்று மனது உடைந்து போனாள். பொழுது விடிவதற்கு இன்னமும் நேரமிருந்தது. உறக்கமில்லாத சில நோயாளிகள் இருட்டிற்குள் உட்கார்ந்தபடியே கல்லை வைத்து எதையோ விளையாடிக்கொண்டிருந்தார்கள். தூக்கம் அவளைத் தள்ளியது. ஆனால் மனது செல்வியைத் தேடும் தீவிரத்தில் அவளை உந்தித் தள்ளிக் கொண்டேயிருந்தது. சங்குணிமடம் வரை நடந்து போய்ப் பார்த்துவந்தாள். சாலையோரங்களில் கூட ரோகிகள் உறங்கிக்கொண்டிருந்தார்கள். தேடியலைந்து எங்கே போயிருப்பாள் என்று அறியமுடியாமல் மறுபடியும் அவள் கூடாரத்திற்கே வந்து சேர்ந்தாள்.

அவளுக்கு வாய்விட்டு அழ வேண்டும் போலிருந்தது. கூடாரத்திற்குப் போய் உட்கார்ந்துகொண்டு நினைத்து நினைத்துக் கதறினாள். அவளால் அழுகையைக் கட்டுபடுத்தவே முடியவில்லை. அந்த அழுகையின் துயரம் அறியாமல் நீண்டதுயில் எல்லா மனிதர்களையும் தன்வசமாக்கி வைத்திருந்தது.

அத்யாயம் *30*

1874
தெக்கோடு

இந்த ஆவண அறிக்கை. 1874ஆம் ஆண்டு அக்டோபர் 19 ஆம் தேதி மதராஸ் வேப்பேரியில் எழுதப்பட்டிருக்கிறது. இதை எழுதியவர் அருள்திரு. அந்தோனி சவரிமுத்து. அவரும் அவரோடு உடன்வந்த ஆறு பேர் கொண்ட ஒரு குழுவும் தெக்கோட்டிற்கு நேரில் வந்து முழுமையாக விசாரணை நடத்தி எழுதிய உண்மை விபரங்கள் என்று குறிக்கப்பட்டுள்ளது. நடந்தவை யாவும் நிஜம் என்பதை அவர்கள் நேரில் உறுதி செய்து கொண்டதற்கான சாட்சிவிபரங்கள் இத்தோடு இணைக்கப்பட்டிருக்கிறது. இந்த விசாரணையின் போது உடன் இருந்ததாக பங்குத்தந்தை அந்த்ரேயாவும் கையொப்பமிட்டிருக்கிறார்.

*

நாங்கள் தெக்கோடு போய்ச் சேருவதற்கு இரண்டு நாட்களின் முன்பாக, அதாவது வெள்ளிகிழமை இரவு சுமார் பனிரெண்டரை மணி அளவில் அந்தத் துயரச்சம்பவம் நடைபெற்றிருக்கிறது. தனது மருத்துவமனையை ஒட்டிய வீட்டில் தனியே வசித்து வந்த பெண் மருத்துவரான ஏலன் பவர் புல் வெட்டும் மண்வெட்டியால் தலையில் பலமாகத் தாக்கப்பட்டிருக்கிறார். தானியங்களைப் பரிசோதனை

செய்து பார்க்கும் இரும்பால் ஆன நீண்ட குத்தூசியால் அவள் உடலில் பனிரெண்டு முறை குத்தப்பட்டிருக்கிறாள். பற்கள் உடைந்து போன நிலையில் அடிவயிற்றில் ரத்தம் பீறிட அவள் கிழக்குப் பார்த்து விழுந்து இறந்துகிடந்தாள். ஒரு கால் மடங்கிக் கிடந்தது.

அவளது அறையில் இருந்த பொருட்கள் யாவும் அப்படியே இருந்தன. பாதி எழுதி முடிக்கப்படாத கடிதம் ஒன்றும், படித்துவிட்டு மூடி வைத்திருந்த புத்தகம் ஒன்றும் அவளது படுக்கை அருகே இருந்தன. அவளது இழுப்பறை மேஜையில் பதிமூன்று ரூபாய் பணமும், ஒரு தங்கமோதிரமும் செயினும், ஒரு வெள்ளிச் சிலுவையும் இருந்தன. அவளது உடைகள் யாவும் ஒரு மர அலமாரி ஒன்றில் சீராக அடுக்கிவைக்கப்பட்டிருந்தது. சாவதற்கு முன்பு அவள் தண்ணீர் குடித்திருக்கவேண்டும். பித்தளை டம்ளர் ஒன்றில் பாதித் தண்ணீர் இருந்தது. அவள் படுக்கை அறையில் இரண்டு நீண்ட மெழுகுவர்த்தி ஸ்டேண்டுகள் காணப்பட்டன. ஒரு முகம் பார்க்கும் கண்ணாடியும் மருத்துவக் கருவிகளும் அந்த அறையின் உள் அறையில் இருந்தன.

அவளைத் தானே தாக்கிக் கொன்றதாகக் குற்றத்தை ஒப்புக் கொண்டு கிக்கிலி என்ற குதிரை வண்டிக்காரன் அந்த வீட்டின் முன் உள்ள புல்தரையில் தூக்கவீசி எறிந்த, கொலைக்குப் பயன்படுத்திய ஆயுதங்களை ஒப்படைத்தான்.

எதற்காக இந்தக் கொலை நடைபெற்றது என்ற விபரம் எதையும் அவன் சொல்ல மறுத்துவிட்டான். அவனை கிராமத்து மக்கள் அடித்து சித்திரவதை செய்து மரத்தில் கட்டிவைத்திருக்கிறார்கள். நாய்ப்பீயைக் கரைத்து வைத்து குடிக்கச் செய்திருக்கிறார்கள். கால் முட்டு மற்றும் தாடை உடைக்கப்பட்டிருக்கிறது. தலைமயிர்களை நெருப்பால் பொசுக்கியது போலக்கூட காணப்பட்டது. அந்தக் கிழவன் இத்தனை அடிகளையும் பொறுத்துக்கொண்டு ரத்தம் வழியும் உதடுகளோடு 'என்னைக் கொன்றுவிடுங்கள். என் புத்தி கெட்டுப்போய்விட்டது' என்று மட்டுமே சொல்லிக்கொண்டிருந்தான். அன்று என்ன நடந்தது என்ற விபரம் எதையும் அவன் சொல்லவேயில்லை. குரூரமாக அடித்துச் சித்திரவதை செய்யப்பட்ட அந்தக் கிழவன் நீதிவிசாரணைக்காக அழைத்துச் செல்லப்பட்டிருக்கிறான்.

ஏலன்பவர் தேவ ஊழியத்திற்காக அரும்பாடுபட்ட பெண். அமெரிக் காவில் மருத்துவம் படித்து இந்திய மக்களின் மீது

சொல்லொண்ணாத அன்பும் அக்கறையும் கொண்டவளாக தனது சேவையைச் செய்திருக்கிறாள். அவளது நினைவிற்காக தேவாலயம் சிறப்பு பூஜை நடத்தியது. அன்று ஊரே துக்கத்துடன் அவள் மரணத்தைத் தாங்க முடியாமல் விம்மியது. நல்ல இதயங்கள் ஆண்டவரின் சாட்சியாகவே இருக்கின்றன என்பதையே ஏலன் பவரும் மெய்ப்பித்திருக்கிறாள்.

இந்த விசாரணையில் நாங்கள் கேட்டு அறிந்த தகவல்கள் வரிசைப் படியாகத் தரப்படுகின்றன. இதில் குறிப்பிடப்பட்டுள்ள மனிதர்கள் தெக்கோட்டிலும் அதைச் சுற்றிய ஊர்களிலும் வசிப்பவர்கள்.

*

கிடாத்திருக்கை என்கிற நான் மனசாட்சிக்கு உண்மையாகக் கண்ட நிஜம் என்னவென்றால் வெள்ளைக்கார டாக்டரம்மாவுக்கும் குதிரைக்காரனுக்கும் இரண்டு நாட்களுக்கு முன்னதாகவே மதிய நேரத்தில் சிறிய வாக்குவாதம் நடந்துகொண்டிருந்தது. அது எதன் பொருட்டு நடந்தது என்று தெரியவில்லை. ஆனால் டாக்டரம்மா இனிமேல் நீ குதிரைவண்டி ஓட்ட வேண்டாம். உனது வண்டியில் நான் ஏறப்போவதில்லை என்று உறுதியாகச் சொல்லிவிட்டுப் போனாள். எதற்காக அந்தச் சண்டை நடந்தது என்ற விபரங்கள் எதுவும் எனக்குத் தெரியாது. ஆனால் கிழவன் அவளை மிக மோசமாகத் திட்டியபடியே சென்றதை நான் கேட்டேன். இவ்வளவு தான் நான் அறிந்துள்ள உண்மை.

*

சசிவர்ணம் என்கிற நான் இந்தக் கொலைக்கு காரணம் கிடாக்குளம் மருத்துவர் சின்னப்பாவும் அவர் வகையறா ஆட்களும்தான் என்று நினைக்கிறேன். காரணம் இந்த மேற்படியார்களுடன் குதிரைவண்டிக்காரன் கிக்கிலி ஒன்றாகக் குடித்துக்கொண்டிருப்பதை இரண்டு நாட்களுக்கு முன்பாகக் கண்டேன். கிடாக்குளம் சின்னப்பா பேய் ஓட்டுவது, மந்திரித்து தாயத்துக் கட்டுவது போன்ற வேலைகளைச் செய்து வந்தவர். டாக்டரம்மா அதை எல்லாம் செய்யக்கூடாது என்று வம்படியாகத் தடுத்து நிறுத்தியதோடு பேய் பிடித்த சிலருக்கு மருந்து கொடுத்து சரியாக்கிவிட்டார்கள். அதனால் ஆத்திரமான சின்னப்பா வகையறா கிக்கிலியை ஏவி இந்தக் கொலையைச் செய் திருக்கவேண்டும். கிக்கிலில் கிடாக்குளத்தில் பிறந்தவர். அந்த ஊரில் தான் கொலை செய்வதன் தன் குற்றத்தைத் தானே

ஒப்புக்கொண்டு விடுவான். அதனால் இதுதான் உண்மையான காரணமாக இருக்கக் கூடும்.

*

ஆடு மேய்கின்ற சவலை என்ற நான் அறிந்த உண்மைகள் என்ன வென்றால் கிக்கிலி இங்கே வந்ததில் இருந்தே வேடிக்கையாகப் பேசவும் நடக்கவும் செய்வார். ஆனால் அவர் நிச்சயம் டாக்டர் அம்மாவைக் கொன்றிருக்க மாட்டார். இந்தக் கொலை நடந்த அன்றைக்கு சாயங்காலம் தனது கூட்டாளி ஒருவனின் பேத்திக்கு மறுநாள் காலை காட்டுக்கருப்பு கோவிலில் முடி இறக்கி கிடா வெட்டிக் கறிச்சோறு போட இருப்பதால் அங்கே போய்விட்டு இரண்டு நாள் கழித்து வருவேன் என்று சொல்லி கைச்செலவுக்குக் காசு வாங்கிக்கொண்டு போனார். இதை அவர் என்னிடம் நேரில் சொல்லி கறிச் சாப்பாடு சாப்பிட வரும்படியாக அழைத்தார். நான் அறியாத வீடுகளில் கை நனைப்பதில்லை என்று மறுத்துவிட்டேன். அப்படிப் போன ஆள் எதற்காக நள்ளிரவில் திரும்பி வந்து டாக்டர் அம்மாவைக் கொல்லவேண்டும். ஒருவேளை டாக்டர் அம்மாவைப் பிடிக்காத யாரோ கொலை செய்யப்போவதை அறிந்து தடுக்க வந்திருக்கலாம் என்றும் தோன்றுகிறது.

*

தெக்கோடு தேவாலயத்தின் தந்தையாகப் பணியாற்றிய செபஸ்டின் ஆகிய நான் ஏலன் பவர் வந்த நாளில் இருந்தே இதுபோல அவளுக்கு நடந்துவிடக்கூடும் என்பதால் அவள் தெக்கோட்டினை சுற்றிய ஊர்களில் அவள் சாதி வித்தியாசம் பார்க்காமல் பழக வேண்டாம் என்று எச்சரித்துக்கொண்டுதானிருந்தேன். இங்கே சாதிப்பற்று மிக முக்கியமானது. அதை அவள் புரிந்துகொள்ளவேயில்லை. அவள் ஒரே நேரத்தில் ரெண்டு சாதிக்காரர்களுடன் பழகுகிறாள் என்பதுதான் இந்தக் கொலைக்கு காரணமாக இருந்திருக்கக் கூடும். அதிலும் அவள் இரண்டு சாதிக்காரர்களையும் ஒன்று போல நடத்துவதை பலர் பிடிக்காமல் என்னிடம் முறையிட்டிருக்கிறார்கள். இதுபோலவே இறை ஊழியம் செய்கின்ற பலரையும் பற்றி அவள் ஏளனமாகப் பேசியிருக்கிறாள். அதனால் மனக்காயம் பட்ட எவராவது இந்தச் செயலைச் செய்திருக்கக்கூடும். இப்படி அவளுக்கு நிறைய எதிரிகள் இருந்த காரணத்தால் அவள் கொல்லப்படுவதற்கு உரிய காரணம் இன்னது என்று தனியாகச் சொல்ல முடியவில்லை.

*

மாரியம்மாள் என்ற நான் கொலை நடந்த நாளில் காலையில் டாக்டரம்மாவைப் பார்ப்பதற்காக என் மகனை அழைத்துக்கொண்டு போயிருந்தேன். அவன் தெருவில் எச்சில் துப்பிவிட்டான் என்று அடித்து உடம்பில் பதினோரு இடத்தில் சூடு போட்டிருந்தார்கள். அதைப்பற்றிக் கேள்விப்பட்ட டாக்டரம்மா தெருவில் எச்சில் துப்பியதற்கு இதுவா தண்டனை என்று ஆத்திரப்பட்டதுடன் சம்பந்தட்ட ஆட்களின் மீது கடுமையாக நடவடிக்கை செய்ய பிராது கொடுக்கும் படியாகக் கேட்டுக்கொண்டார். நான் அப்படி என் மகனை அடித்த வர்கள் இன்னார் என்ற பெயர் விபரம் சொன்னதைக் கேட்டு அவரும் எழுதி வைத்துக்கொண்டார்கள். இந்த விசயத்தை நான் என் அண்ணன் தம்பிகளிடம் சொன்னது எப்படியோ மேற்படியார் காதுகளுக்குப் போயிருக்கக்கூடும். அதனால் அவளை அவர்கள் ஈவு இரக்கமின்றிக் கொன்று போட்டிருக்கக்கூடும்...

*

வெட்டுக்கிளி என்று பட்டப்பெயரில் சொல்லப்படும் கனகவல்லியாக நான் அறிந்த உண்மை என்னவென்றால், டாக்டரம்மாவை எனக்குப் பிடிக்கவே பிடிக்காது. அந்த ஊரில் உள்ள எல்லா ஆம்பளைகளுடனும் தயக்கமேயில்லாமல் முகத்திற்கு நேராக நின்று பேசக்கூடியவள். அடிக்கடி சிரிக்கின்றவளாகவும் இருந்தாள். ராத்திரி நேரங்களில்கூட அவள் அலங்காரம் செய்துகொண்டிருந்தாள். புருஷன் இல்லாமல் தனித்து வாழக்கூடிய பெண்கள் எப்போதுமே பசப்பவே செய்வார்கள். இவளுக்கும் ரகசியமான புருஷன்கள் இருந்திருக்கக்கூடும். அவள் செருப்புப் போட்டுக் கொண்டு தெருவில் நடப்பதோடு கையை வீசி வீசிப் போவதைக் கண்டிருக்கிறேன். இதுபோன்ற பெண்கள் கெட்ட ஆவிகள் பிடித்தவர்கள். அவர்கள் கையில் சின்னக் குழந்தைகளைக் கொடுத்தால் அது உடனே செத்துப் போய்விடும். இதை நான் அந்த டாக்டரம்மா முகத்திற்கு எதிராகவே சொல்லியிருக்கிறேன். தேவனையின் குழந்தையை அவள் ஆசையோடு ஒரு நாள் கையில் எடுத்துக் கொஞ்ச முயன்ற போது அதைப் பிடுங்கிக்கொண்டு இவள் ஒரு கேடுகெட்டவள், இவள் கை பட்டால் குழந்தைக்கு வயிற்றுப் போக்கு வந்துவிடும் என்று சொல்லிப்பிடுங்கினேன். அதற்குக் கூட அந்த டாக்டரம்மா கோவித்துக்கொள்ளவில்லை. 'அப்படி உன் பிள்ளைக்கு வயிற்றுப் போக்கு வந்துவிட்டால் என்னிடம் தூக்கிக் கொண்டுவா நான் சிகிச்சை செய்து சரியாக்குகிறேன்' என்று சொல்லிவிட்டுப் போனாள். அவளது

நாக்கு தடித்தது. யாரையும் அது எதிர்வாதம் செய்யக்கூடியது. அவளைப் பற்றி ஊரில் பல கதைகள் இருக்கின்றன. அவளைக் கொன்றது அந்தக் கதைகளில் ஒன்றுதான். அதை என் வாயால் சொல்லவிரும்பவில்லை.

*

சீயாளி என்கிற நான் டாக்டர் அம்மா இந்த ஊருக்கு வந்த நாளில் இருந்தே அவர் கூடவே தங்கிக்கொண்டு மருத்துவ சேவகம் செய்வதற்கு உதவி செய்து கொண்டு வருகிறேன். அவர் எந்த ஊருக்கு எந்த நோயாளியைக் காணச் சென்றாலும் என்னைத்தான் அழைத்துக்கொண்டு போவார். சில நாட்களுக்கு முன்பு நான் ருதுவாகிப்போன காரணத்தால் என்னை மருத்துவமனையில் தங்கிக் கொள்ள வேண்டாம் என்று சொல்லி என் அம்மாவோடு தங்கிக் கொள்ள அனுப்பி வைத்தார்கள். அவர்கள் எனக்கு தெய்வம் போன்றவர்கள். எனக்கு ஆங்கிலம் படிக்கக் கற்றுத் தந்திருக்கிறார்கள். அவர்களை யார் கொன்றாலும் நிச்சயம் நரகத்திற்குத்தான் போவார்கள். அந்தப் பாவம் அவர்களை சும்மா விடாது. டாக்டரம்மா இந்த ஊரில் புதிய பள்ளிக்கூடம் கட்ட வேண்டும் என்று சொல்லி அதற்காக அருகாமை ஊர்களில் உள்ள பெண்களை ஒன்று திரட்டி ஒரு கூட்டம் நடத்தினார்கள். நானும் அதற்குப் போயிருந்தேன். அந்தக் கூட்டம் வடக்குப்பட்டியில் நடந்துகொண்டிருந்தது. அப்போது அதைக் கலைப்பதற்காக யாரோ கல் எறிந்தார்கள். பெண்கள் பயத்தோடு எழுந்து போக முயன்றபோது டாக்டரம்மா அதை எதிர்த்து சப்தமிட்டதோடு அப்படி தன்னை மிரட்டினால் தான் பயந்து போய்விட மாட்டேன் என்று உறுதியாகச் சொன்னார்கள். அந்த ஆட்கள் எங்கள் குதிரைவண்டியில் திரும்பி வரும்போதுகூட ஆங்காங்கே ஒளிந்து கல் எறிந்தார்கள். ஒருவேளை அவர்களும் கூட இந்தக் கொலையைச் செய்திருக்கக்கூடும்.

*

அந்த்ரேயாவாகிய நான் அறிந்த உண்மைகள் என்னவென்றால், மருத்துவராக இங்கே பணியாற்ற வந்த ஏலன் வெறும் மருத்துவராக மட்டும் பணியாற்றாமல் இங்குள்ள மக்களின் வாழ்க்கை முன்னேறு வதற்கு தன்னால் ஆன முயற்சிகளை மேற்கொள்ளத் துவங்கினார்கள். அதற்கு தேவாலயம்கூடத் தடையாக இருக்கிறது என்று சில வேளைகளில் சொல்வதும் உண்டு. ஆழ்ந்த இறைநம்பிக்கை இல்லாதவரைப் போலத்தான் அவர்கள் நடந்து கொண்டார்கள். ஞாயிற்றுக்கிழமை பிரார்த்தனைக்குக்கூட வருவதில்லை.

எப்போதாவது தனிமையில் மண்டியிட்டு பிரார்த்தனை செய்வது உண்டு. அவர் அடிக்கடி மருத்துவர் நோயாளியை மட்டும் பரிசோதித்தால் போதாது. அவன் ஏன் நோயாளி ஆனான் என்பதை ஆராய வேண்டும். பெரும்பான்மையினர் நோயாளி ஆக்கப்படுகிறார்கள். அதைப் பொறுத்துக்கொண்டு போகக்கூடாது என்பார். இதை அவரைத் தேடிவந்த நோயாளிகள் பலரிடமும் அவர் சொல்வதைக் கேட்டிருக்கிறேன். அவர் ஒரு போதும் தன்னை ஒரு ஊழியரைப் போல் பணிவாக நடந்து கொண்டதேயில்லை. தன்னை உலகினைக் காக்க வந்த ஒரு ரட்சகரைப் போலத்தான் நினைத்துக்கொண்டிருந்தார். தேவாலயத்தை மட்டுமில்லாது. உள்ளூர் நம்பிக்கைகள், வழிபாடுகள், திருமணச்சடங்குகள், இறப்பு சடங்குகள் என்று எல்லாவற்றையும் அவர் விமர்சனம் செய்தார். அதை எத்தனை பேரால் தாங்கிக்கொண்டு போக முடியும். அவர் மீது விசாரணை நடந்திருக்கிறது. குற்றமற்றவர் என்று நிரூபிக்கப்பட்ட போதும் அதில் பாதிக்கப்பட்டவர்கள் அவர் மீது கொடுஞ்செயல் செய்யக் காத்திருக்கலாம்தானே. இந்தக் கொலை அவரது பாவத்திற்கான தண்டனை என்றே நினைக்கிறேன். மற்றபடி அவர் என்னோடு எந்த வம்பும் வழக்கும் கொள்ளவில்லை. ஒன்றிரண்டு முறை என்னைப் பரிகாசம் செய்திருக்கிறார். அது என் மனதை வருத்தவில்லை. இறந்த ஆன்மா சாந்தி அடைய நான் ஆண்டவரை பிரார்த்தனை செய்துகொள்கிறேன்.

*

என்னை எதுவும் கேட்காதீர்கள். ஒவ்வொரு மனிதனுக்குள்ளும் அவன் விரும்பாத ஒருவனும் ஒளிந்திருக்கிறான். அவன் எப்போது தன்னை வெளிப்படுத்திக்கொள்வான் என்று தெரியாது. எந்த மனிதனும் எப்போதும் ஒன்று போல் இருப்பதில்லை. ஒருவன் எதைச் செய்யக்கூடாது என்று விரும்பி விலகிப் போகிறானோ அதைச் செய்யும்படி ஏதாவது சூழலில் நிர்ப்பந்திக்கப்படுகிறான். அதுதான் நேற்றும் நடந்தது. உண்மையில் நான் டாக்டரம்மாவைக் கொல்ல விரும்பவில்லை. ஆனால் கொல்லும்படியாகிவிட்டது. அதை என் தவறு என்றே கருதுகிறேன். அப்போது நான் அதிகம் குடித் திருந்தேன். எனக்குள்ளாகச் சேர்ந்து போயிருந்த அத்தனை அவமானங்களையும் டாக்டர் அம்மாவின் மீது துடைத்துக்கொள்ள முற்பட்டேன். ஏன் அப்படி மனது நடந்து கொண்டது என்று தெரியவில்லை. ஆனால் என்னை மீறி வெறி ஆட்கொண்டது. அவரால் எல்லோரையும் ஒன்று போல் நேசிக்க முடிகிறது என்பது எனக்குப் பிடிக்கவேயில்லை.

இதற்கு மேல் நான் எதையும் சொல்ல விரும்பவில்லை. இறந்தவர்கள் மீது எந்தக் கறையும் சுமத்த வேண்டாம். மரணம் அவர்கள் வாழ்ந்த வாழ்க்கையின் நல்லவைகளை மட்டுமே உலகிற்கு அறிவிக்கட்டும். நான் டாக்டரம்மாவை எனக்குப் பிறக்காத ஒரு மகளைப் போல நேசித்தேன். அதுவும் உண்மை. குற்றவாளியான பிறகு நான் சொல்லும் கடந்த கால உண்மைகள் எதுவும் உங்கள் காதுகளில் ஏறப்போவதில்லை. என்னை தண்டியுங்கள். நான் தவறு செய்துவிட்டேன். தெக்கோட்டிற்கு இதற்காகத்தான் வந்தேனோ என்று தோன்றும்படியாக அந்தத் தவற்றை செய்துவிட்டேன். என்னைக் கொன்றுவிடுங்கள். கிக்கிலி என்ற ஒருவன் இந்த உலகிற்கே தேவையில்லை. என்னைக் கொன்றுவிடுங்கள்.

*

நீண்டு செல்லும் இந்த அறிக்கையோடு ஏலன் பவரின் வாழ்க்கை முடிந்துபோனது. அவளது உடலை அதே ஊரின் புறவெளியில் உள்ள சங்குணி மடம் அருகே புதைத்தார்கள். மரச்சிலுவை ஒன்றினை நட்டு சீயாளி அதன் முன்னே தினமும் கண்ணீர்விட்டபடியே இருந்தாள். ஏலன் இறந்துபோன பிறகு தெக்கோட்டிற்கு எந்த மருத்துவரும் சேவை செய்ய வரவேயில்லை. அவளது மருத்துவமனை கவனிப்பார் அற்றுக் கைவிடப்பட்டது. மருத்துவ உபகரணங்கள் மருந்துப் பொருட்கள், ஏலன் பயன்படுத்திய மேஜை நாற்காலிகள் போன்றவற்றை ஒரு வண்டியில் ஏற்றி மதுரைக்குக் கொண்டுபோனார்கள். அவள் உருவாக்க நினைத்த அத்தனையும் அந்தப் புழுதிக்காற்றோடு கரைந்து போனது. நீண்ட கோடையின் பிறகு தெக்கோட்டிற்கு மழை வந்தது. அந்த மழையின் போது வீசிய காற்றில் ஏலன் கல்லறையில் இருந்த சிலுவை முறிந்து போனது. மழை வெறித்த மறுநாள் சீயாளி அந்தக் கல்லறையில் புதிய சிலுவை ஒன்றினை நடுவதற்கு முயன்றாள். அதை நடும்போது அவளாகவே அழுது கொண்டிருந்தாள். பின்பு அவளையும் கன்னியர் மடத்தில் சேர்த்துவிடுவதற்காக பூம்பாறைக்கு அழைத்துக் கொண்டு போய்விட்டார்கள்.

தெக்கோட்டில் சில ஆண்டுகளுக்கு வெள்ளைக்கார டாக்டரம்மாவைப் பற்றிய பேச்சு மங்காமல் இருந்து கொண்டே யிருந்தது. பின்பு அதுவும் மறைந்து போனது. தெக்கோட்டின் ஒரு பிரஜையைப் போல ஏலன் பவர் அந்த ஊரின் மண்ணிற்குள் அடங்கிப்போனாள். மற்றபடி அவள் தெக்கோட்டிற்கு வந்து போனதற்கான ஞாபகங்களாக அவளது கடிதங்கள் மட்டுமே

மிஞ்சியிருக்கின்றன. அதுவும் யாரும் வாசிக்கப் படாமல் ஆயிரக்கணக்கான பக்கங்கள் உள்ள ஆவணத் திரட்டுகளின் நடுவே தூசியும் துளையும் விழுந்து போய்க் கிடக்கிறது. இவை எல்லாம் நடந்து முடிந்த பல ஆண்டுகளுக்குப் பிறகுதான் தெக்கோடு ஆலயம் பிரலமாகத் துவங்கி அங்கே நோயாளிகள் கூட்டம் கூட்டமாக வரத் துவங்கினர். ஏலன்பவரின் கல்லறையை காலம் புதர்ச்செடிகளால் மூடியது. அதன் மீது எப்போதாவது சூரியன் நின்று ஒளிர்வதுண்டு. அது நிசப்தமாக கடந்த காலத்தின் நினைவுகளுடன் மெதுவாகக் கடந்து செல்வதை யாரும் ஏறிட்டுக் காண்பதேயில்லை.

*

அதன் சில வருடத்தின் பிறகு பூனாவில் துவங்கிய கொள்ளை நோய் இரண்டு வாரங்களுக்குள் ஊர்விட்டு ஊர் பரவி ஆயிரக்கணக்கா னோரைப் பலிவாங்கத் துவங்கியது. திராவகத்தில் விழுந்த புழுக்கள் சுருண்டு சாவது போல நோயாளிகள் அடிவயிற்றைப் பிடித்தபடியே வலி தாங்கமுடியாமல் செத்து விழுந்தனர். மலக்கழிவின் துர்நாற்றம் ஊர்கள் எங்கும் படர்ந்திருந்தது. கிராமம் கிராமமாக கொள்ளை நோயில் விழுந்து அழிந்து கொண்டிருந்தன. எங்கும் செத்துக் கிடந்த நோயாளிகளை அப்புறப்படுத்தக்கூட ஆட்கள் எவருமில்லை.

பஞ்சகாலமும் கொள்ளை நோயும் ஒன்று சேர்ந்து வந்த காரணத்தால் ஊர் பயம் கொள்ளத் துவங்கியது. வெட்டுக்கிளிகள் பறந்து வந்து விளைச்சலை மென்று அழிப்பதைப் போல கொள்ளைநோய் இரக்கமற்று ஊர் ஊராக சாவை அறுவடை செய்து கொண்டிருந்தது. அப்போதுதான் தெக்கோடு அற்புத மாதா கோவிலின் ஊசிக்கிணற்றில் உள்ள தண்ணீரைக் குடித்து மாதாவை பிரார்த்தனை செய்தால் கொள்ளை நோய் மறைந்து போகிறது என்ற செய்தி பரவத் துவங்கியது. யார் அதைச் சொன்னது. எப்படி அதை நம்பத் துவங்கினார்கள் என்று தெரியவில்லை. அதை நிஜமாக்குவது போல காலரா கண்டு சாகக் கிடந்த நாலு பேர் உயிர் பிழைத்து ஊர் ஊராகப் போய் தங்களையே சாட்சிப் பொருளாக்கி மாதாவின் கருணையைப் பற்றிச் சொல்லிக் கொண்டிருந்தார்கள் என்றார்கள்.

அந்த நாட்களில் எல்லோர் மனதிலும் ரோகத்தை குணமாக்கிய அற்புதங்களைப் பற்றி ஊர் ஊராகப் பேசி மக்களை எழுச்சி கொள்ளச் செய்த கன்னியர் மடத்தின் துறவியான ருத் சீயாளி என்ற பெண்ணைப் பற்றி அழியாத சித்திரம் இருந்தது. அவள்

ரோகிகளை மிகவும் நேசித்தாள் என்றும் ஊர் ஊராகப் போய் பெண்களை அவள் தேவ ஊழியத்திற்குத் தயார் செய்தாள் என்றும் சொல்லிக்கொள்கிறார்கள். அவளால்தான் மரியன்னையின் புகழ் தெக்கோட்டினைச் சுற்றிலும் முழுமையாகப் பரவியது.

அதன்பிறகு எங்கெங்கிருந்தோ கொள்ளை நோய் கொண்டவர்கள் தெக்கோட்டை நோக்கி வந்து இறங்கத் துவங்கினர். அதிலிருந்துதான் ஊசிக்கிணற்றின் தண்ணீர் நோயாளிகளை குணமாக்கக் கூடியது என்று ரோகிகள் வரத்துவங்கினர். உறக்கமில்லாத நோயாளிகளை குணப் படுத்தி அதிசயங்கள் நடத்துவதால் அந்த மாதாவை துயில்தரு மாதா என்றும் அழைக்கத் துவங்கினார்கள். வருடந்தோறும் நடைபெறும் மாதாகோவில் உற்சவத்திற்கு ரோகிகள் நிறைய வருவது அப்படித்தான் துவங்கியது.

அத்யாயம்

31

1982

ஒன்பதாம் திருவிழா

இரவெல்லாம் செல்வியும் மார்ட்டினும் அந்தப் பாறையிலே காத்துக் கிடந்தார்கள். காலை வெளிச்சம் அவர்கள் மீது ஊர்ந்து போனது. மார்ட்டின் சோம்பல் முறித்தபடியே எழுந்தான். செல்வி பாறை மீது நின்றபடியே அண்டரண்டாபட்சி வருகிறாதா என்று பார்த்தாள். அதைக் காணவில்லை. அந்தப் பறவை ஒருவேளை தாங்கள் தூங்கும் போதே கடந்து போயிருக்குமா. அண்டரண்டாபட்சி எப்படியிருக்கும். அதில் எப்படி ஏறுவது. ஆனால் பறவையின் மீது உட்கார்ந்து கொண்டு பறந்து போனால் ரொம்ப வேடிக்கையாக இருக்கும் என்று தோன்றியது. செல்வி சலிப்போடு திரும்பிப் பார்த்தாள். ஆங்காங்கே மரங்கள் அசைவில்லாமல் இருந்தன. வெளிச்சம் தத்திச் சென்று கொண்டிருந்தது.

தட்டைக்காடு திருவிழா ஆரம்பித்திருக்குமா. இந்த மரங்கள் ஏன் அங்கே போகாமல் இங்கேயே நிற்கின்றன என்று செல்வி அதையே பார்த்தபடியே இருந்தாள்.

மார்ட்டின் ஆத்திரத்துடன் ஒரு கல்லை எடுத்து மரத்தின் மீது எறிந்தான். அவள் வானத்தைப் பார்த்தபடியே "வயிறு பசிக்குதுடா" என்றாள்.

"நல்லா பசிக்கட்டும். உன்னை நம்பி நான் வீணா ஏமாந்திட்டேன்" என்று திட்டினான்.

"நான் ஒண்ணும் ஏமாத்தலே. உன்னைய யாருடா என்கூட வரச் சொன்னது" என்று அவளும் பதிலுக்குத் திட்டினாள்.

"நீ தான்டி பொய் புளுகின. உன்னாலே என் கால்வலிச்சது தான் மிச்சம்" என்றான்.

"எனக்கும்தான் கால்வலிக்குது" என்றாள்.

"இனிமே பறவையும் வராது. கொறவையும் வராது. நான் போறேன்" என்றான்.

"இருடா. ஒரு வேளை நாளைக்குத்தான் தட்டைக்காடு திருவிழாவா இருக்கும்" என்றாள்.

"நீ இங்கேயே கிடந்து செத்துப்போ. பேய் வந்து உன்னைப் பிடிச்சிட்டுப் போகட்டும் நான் போறேன்" என்று ஓடத்துவங்கினான்.

அவள் பயத்துடன் டேய் நில்லுறா நானும் வர்றேன் என்று அவன் பின்னாடியே ஓடினாள்.

அவள் தன்னைப் பின் தொடர்ந்து வருவதைக் கண்டு அவன் மிக வேகமாக ஓடினான். தனது சவலைக்காலை இழுத்து செல்வியால் ஓடமுடியவில்லை. அவள் தடுமாறிக் கீழே விழுந்தாள். நெற்றியில் தலையில் மண் அப்பிக்கொண்டது. அவள் எழுந்து உடம்பைத் துடைத்துக் கொண்டு பார்த்த போது மார்ட்டினைக் காணவேயில்லை. எங்கும் வெட்ட வெளியாக இருந்தது. இனிமேல் தன்னால் வீட்டிற்கே போக முடியாமல் போய்விடுமோ என்று பயமாக இருந்தது. அவள் அழ ஆரம்பித்தாள். சப்தம் போட்டு அழுதபடியே ஓடத் துவங்கினாள். எந்தப் பக்கம் ஓடுவது என்று தெரியவில்லை.

ஆனால் யாராவது வந்து தன்னைப் பிடித்துக்கொண்டு போய்விடுவார்களோ என்ற பயம் அவளை ஓட வைத்தது. கூடவே எங்கிருந்தாவது பேய் வந்துவிட்டால் என்ன செய்வது என்று புரியாமல் அவள் வடக்கு நோக்கி ஓடிக்கொண்டேயிருந்தாள். பாதையே இல்லை. நடந்து வந்தபோது இருந்த கண்மாயோ பனைமரங்களோ எதுவும் தெரியவேயில்லை. அடிவயிறு வலித்தது. அதைத் தாங்கிக் கொண்டு பெருமுச்சிட்டபடியே அவள் ஓடிக் கொண்டிருந்தாள். காட்டுப்பறவை ஒன்று எங்கிருந்தோ சப்தமிட்டு அவளைத் துரத்தியது. அவள் நின்று திரும்பிப் பார்க்கவேயில்லை. வடக்கே ஊர்களே தெரியவில்லை. பகல் முடிவதற்குள் ஓடி

எங்காவது சேர்ந்துவிட வேண்டும் என்று நினைத்து அவள் போய்க்கொண்டேயிருந்தாள். புதர்ச் செடிகளில் ஒளிந்திருந்த ஓணான்கள் சப்தம் கேட்டு திடுக்கிட்டு தாவி மறைந்தது. ஒரு காட்டுப் பூனை ஒன்று அவள் ஓடுவதைக் கண்டு முறைத்தபடியே நின்றது. அவள் சாமி காப்பாத்து சாமி காப்பாத்து என்று சொல்லியபடியே போய்க் கொண்டிருந்தாள்.

*

அழகர் வந்திருந்தான். இரண்டு பெட்டிகள் நிறைய சென்ட் பாட்டில்கள், அவர்கள் குடிப்பதற்கு ரம், சிகரெட் பாக்கெட்டுகள், செல்விக்குப் பிடித்தமான டின் பிஸ்கட் என எல்லாமும் வாங்கிவந்திருந்தான். அவனும் தம்பானின் மச்சினனும் சிரித்தபடியே மாதா தேருக்கு வந்திருந்த கூட்டத்தை அதிசயப்பட்டபடியே நடந்து கூடாரத்தை நோக்கி வந்தனர். அவனைப் பார்த்த மாத்திரத்தில் கூக்குரலிட்டு அழுதபடியே ஓடிவந்தாள் சின்னராணி. அவனுக்கு என்ன நடந்தது என்றே புரியவில்லை.

"என்னடி... என்னடி" என்று கேட்டுக்கொண்டேயிருந்தான்.

அவள் பதில் சொல்லாமல் கேவிக்கேவி அழுதாள்.

சட்டென அவனுக்கு உறைத்தது போல "செல்விக்கு என்னாச்சு. எங்கடி அவ" என்று கேட்டான்.

அவள் அழுகையோடே "செல்வியை நேத்துல இருந்து காணோம். நானும் எல்லா இடத்திலயும் தேடிப்பார்த்துட்டேன். எங்க போய்த் தொலைஞ்சானு தெரியலை" என்றாள்.

அழகர் ஆத்திரத்தோடு அவள் செவுளோடு அறைந்தான். "பிள்ளைய பாத்துக்கிட முடியாம என்னடி மசிரைப் பிடுங்குனே. நான் போறப்போ பிள்ளை கோவிச்சிகிட்டு போச்சி. திரும்பி வரவேயில்லையா?" என்று கேட்டான்.

"நான் உள்ளே ஷோவுல இருந்தேன். எனக்கு எப்படித் தெரியும். நீங்க செல்வியைத் திட்டுனீங்களா" என்று கேட்டாள்.

"மதுரைக்குக் கூட வர்றேனு சொல்லிச்சி. எதுக்கு, வேணாம்னு நீ தானே திட்டுனே" என்றான்.

"அய்யோ நான் தான் பிள்ளையை அடிச்சி விரட்டிவிட்டுட்டேனா. என் தங்கம். என் செல்லம், செல்வி" என்று பிலாக்கணம் வைத்தாள்.

தம்பான் குளித்துவிட்டு தெற்கேயிருந்து வந்து கொண்டிருந்தான். அவனைக் கண்டதும் அழகரிடம் முந்தைய நாள் அவன் நடந்து கொண்டதைப் பற்றிச் சொல்லிவிடலாமா என்று நினைத்தாள்.

ஆனால் இப்போது சொன்னால் தன்னைத்தான் அழகர் திட்டுவான் என்றபடியே தம்பானை முறைத்தபடியே இருந்தாள்.

தம்பான் அருகில் வந்து "நம்ம துணையாட்களை விட்டு ரயில்வே ஸ்டேஷன் வரைக்கும் தேட விட்ருக்கேன். எங்க போகப் போறா இங்கே தான் விளையாண்டுகிட்டு இருப்பா" என்றபடியே மதுரையில் இருந்து காரில் தன்னைத் தேடி வந்திருந்த மச்சினனோடு பேசியபடியே கூடாரத்திற்குள் சென்றான்.

அழகரால் அந்த சமாதானத்தை ஏற்றுக் கொள்ள முடியவில்லை. தானே தேடிப்பார்த்து வருவதாகக் கிளம்பிப் போனான். தேவாலயத்தைச்சுற்றி ஒவ்வொரு கடையிலும் மகளின் விபரத்தைச் சொல்லி யாராவது பார்த்தார்களா என்று கேட்டுக்கொண்டிருந்தான். இன்னொரு பக்கம் சின்னராணி தானும் மகளைத் தேடிக்கொண்டு அலைந்து கொண்டிருந்தாள். அன்றைக்குத்தான் மாதாவின் தேர் என்பதால் கூட்டம் மிக அதிகமாயிருந்தது.

தம்பான் எப்போதும் போல தனது மாயக்கண்ணாடிகள் உள்ள கூடாரத்தைத் திறந்து வைத்து மைக்கில் அறிவிப்புக் கொடுக்கச் செய்தான். அழகரும் சின்னராணியும் தெருவெல்லாம் தேடியலைந்தும் செல்வியைக் காணவேயில்லை. ஒரேயொரு பிச்சைக்காரன் மட்டும் மூன்று சின்னப்பிள்ளைகள் ஒன்றாகப் போவதைப் பார்த்தாகச் சொன்னான்.

எந்தப் பக்கம் போனார்கள் என்று விசாரித்தான் அழகர்.

அவன் சங்குணிமடம் பக்கம் கையைக் காட்டினான்.

அழகர் சங்குணிமடத்தின் பக்கம் தேடிப்போனான். சின்னராணி பிள்ளையைக் காணாமல் அழுதபடியே போவதைக் கண்டு ரோகிகள் அவள் பிள்ளை இறந்து விட்டது என்று நினைத்து ஆறுதல் சொன்னார்கள். அது அவளுக்கு இன்னமும் கோபத்தை உண்டாக்கியது.

மாதா கோவிலில் இருந்து தேர் புறப்பட்ட காரணத்தால் ஒரே கோஷங்களும் ஆர்ப்பரிப்புமாக இருந்தது. அலங்கரிக்கப்பட்ட ரதம் மெல்ல தேவாலயத்திலிருந்து வெளியே வந்தது. வீதியில் நடக்கவே முடியவில்லை. ஒருவரையொருவர் முண்டிக் கொண்டு நின்றுகொண்டிருந்தார்கள். ஒரு நாய் குறுக்கே புகுந்துவிட்டு எந்த பக்கம் போவது என்று தெரியாமல் குலைத்தது. மரங்களின் மீது கூட ஆட்கள் ஏறி உட்கார்ந்திருந்தார்கள். மழைக்குப் பின்பு ஈசல்கள் பெருகி வருவது போல சங்குணிமடப்பாதை வழியாக நோயாளிகள் பெருகிவந்தபடியே இருந்தனர்.

சின்னராணி கூட்டத்திற்குள் மாட்டிக் கொண்டாள். பேராயர் கூட்டத்தை ஆசிர்வாதம் செய்தபடியே தேரில் வந்து கொண்டிருந்தார். நோயாளிகள் மண்டியிட்டு அதை ஏற்றுக் கொண்டார்கள். சின்னராணி தொலைவில் தேர் வருவதைக் கண்டாள். தன் மகள் கிடைத்துவிட்டால் மாதாவிற்கு முடி இறக்குவதாக வேண்டிக் கொண்டாள். இரவில் இருந்து தான் சாப்பிடாமல் இருப்பது அந்தக் கூட்ட நெரிசலில்தான் உணர முடிந்தது. தலையைச் சுற்றிக் கொண்டு வந்தது. யாரோ அவள் கையைப் பிடித்து இழுத்துத் தள்ளினார்கள்.

அன்று வானில் சூரியன் மட்டுப்பட்டிருந்தது. ஒருவேளை மழை பெய்யவும்கூடும் என்றார்கள். அழகர் கூட்டத்தை இடித்து நெரித்துக் கொண்டு மகளைத் தேடிக் கொண்டிருந்தான். அவனுக்குத் தெரிந்த பலூன்காரர்கள், ராட்டினம் போடுகின்றவர்கள், பம்பரம் விற்பவர்கள் என்று பலரிடமும் அவன் விசாரித்துப் பார்த்தும் செல்வியைப் பற்றி அறிந்து கொள்ளவே முடியவில்லை. யாராவது அவளை பேசி மயக்கிக் கூட்டிக்கொண்டு போய்விட்டார்களோ என்று பயமாக இருந்தது.

தம்பானை அழைத்துக் கொண்டு வந்து பெரிய பாதிரியிடம் பேசி அறிவிப்புக் கொடுக்கச் செய்யலாம் என்று தோன்றியது. உடனே தம்பானைத் தேடிப் போனான். அவனது மாயக்கண்ணாடிகளைப் பார்க்க வரிசை நீண்டிருந்தது. தம்பான் தானே உடன்வருவதாகச் சொல்லிக் கிளம்பினான். இருவரும் காணாமல் போனவர்களைப் பற்றிய அறிவிப்பு கொடுக்கும் இடத்திற்குப் போனார்கள். வயது, அணிந்திருந்த உடை, பெயர், நிறம், அடையாளம் யாவும் சொல்லிக் கண்டுபிடித்துத் தருபவர்களுக்கு தான் ஆயிரம் ரூபாய் பரிசு தருவதாக தம்பான் அறிவிக்கச் சொன்னான். மறுநிமிசம் திருவிழாவெங்கும் செல்வியின் பெயர் அறிவிக்கப்பட்டது. யாராவது தேடிவரக்கூடும் என்று அழகர் அறிவிப்பு நிலையத்திலே காத்திருந்தான். யாரும் வரவேயில்லை. ஒரேயொரு நோயாளி மட்டும் அந்தப் பிள்ளை காலைச் சவட்டி நடக்கக்கூடியதா என்று கேட்டான். அழகர் ஆமாம் அதுதான் தன் மகள் என்றான். அந்தப்பிள்ளையைக் கூட்டிக் கொண்டு கரும்புச்சாறு பிழிகின்ற சிறுவன் போனதை தான் பார்த்தாகச் சொன்னான்.

உடனே கரும்புச்சாறு பிழியும் கடையை நோக்கி ஓடினான். அங்கே செல்வியோடு தட்டைக்காடு பார்க்கப் போயிருந்த சிறுவன் கரும்பைப் பிழிந்து கொண்டிருந்தான்.

அழகர் அந்தப் பையனிடம் "தன் மகள் எங்கே போனாள்" என்று கேட்டான். அவன் "தனக்கு எதுவும் தெரியாது" என்று மறுத்தான். கரும்புச் சாறு விற்பவன் அவன் பிடறியில் அடித்து "உள்ளதைச் சொல்லுறா" என்று சொன்னான்.

"அவளும் மார்ட்டினும் நரிப்பாதை வழியாக தட்டைக்காட்டிற்குப் போயிருக்கிறார்கள்" என்றான்.

"அதுக்கு எப்படிப் போகணும்?" என்று அழகர் கேட்டான்.

"சங்குணி மடத்துல இருந்து ஒரு பாதை மேற்கே போகுதுல்லே அதுவழியா போனா வரும்னு சொன்னாங்க. நான் பயத்தில் திரும்பி வந்துட்டேன்."

அந்தச் சிறுவனுக்கு மீண்டும் அடி விழுந்தது. அழகர் செல்வி எங்கே போயிருக்கிறாள் என்பதை அறிந்து கொண்டுவிட்டதை சின்னராணி யிடம் சொல்வதற்காகச் சென்றான். அவள் கூடாரத்தின் வாசலில் உட்கார்ந்து இருந்தாள்.

"உன் மக ஒரு சின்னப்பயலோட எங்கேயோ காட்டுக்குள்ளே நரி பாக்கப் போயிருக்காளாம்" என்றான்.

சின்னராணி அழுதாள். அழகர் தம்பானிடம் தன்னோடு உதவிக்கு இரண்டு ஆட்களை அனுப்பும்படியாகச் சொன்னான். தம்பான் தனது உதவியாளர்களை அவனோடு அனுப்பிவிட்டு இன்றைக்கு ஒரு நாள் ஷோ கிடையாது என்று அறிவித்துக் கொண்டிருந்தான்.

அழகர் அந்த ஆட்களோடு கிளம்பும்போது செல்வி போட்டுக் கொள்ளத் தேவையான உடை, குடிநீர், டார்ச் லைட், தீப்பெட்டி, ஒரு கட்டுப் பீடி எல்லாவற்றையும் ஒரு பையில் போட்டு எடுத்துக் கொண்டான். அதிக தூரம் போயிருக்க மாட்டார்கள் என்றே தோன்றியது.

தெக்கோடு முழுவதும் மாதாவின் தேர் சுற்றிவந்து கொண்டிருந்தது. மரியே மாதாவே என்று கூட்டம் கத்தி ஓய்ந்தது. அழகர் தன்னோடு மூன்று பேரைக் கூட்டிக்கொண்டு கிளம்பிப் போனான்.

அவன் கிளம்பும் போது சின்னராணி தானும்கூட வருவதாகச் சொன்னாள்.

"அதெல்லாம் வேணாம். நீ ஒத்தையில் கூடாரத்தில இருக்க வேண்டாம். தம்பானோட இரு. வந்துருறேன்" என்று சொல்லிவிட்டுக் கிளம்பினான்.

எஸ்.ராமகிருஷ்ணன் ❖ 579

அவளுக்கு தம்பானைப் பார்த்தாலே எரிந்தது. அவள் ராட்டினம் போடுகின்ற இடத்தில் போய் உட்கார்ந்து கொண்டாள்.

அழகர் ஆட்களுடன் மகளைத் தேடிப் போய்க் கொண்டிருந்தான். அவன் போன பிறகு தம்பான் தன் மைத்துனனுடன் பேசியபடியே வந்தான். சின்னராணியைப் பார்த்ததும் மைத்துனனைத் தனியே அனுப்பிவிட்டு அவளிடம் வந்து தனது செயலுக்காக மன்னிப்புக் கேட்டான்.

"ஏதோ புத்திகெட்டுப் போயி குடிவெறியில தப்பா நடந்துகிட்டேன். நீ என்னை மன்னிச்சிரும்மா. செஞ்ச தப்பை உணர்ந்துட்டேன். வேணும்னா என்னை செருப்பாலே அடிச்சிக்கோ" என்றான்.

அழகரைக் கண்டு பயப்படுகிறானோ என்றபடியே அவள் அதெல்லாம் எதுக்கு. நான் ஒண்ணும் அழகர்கிட்டே நடந்த எதையும் சொல்லலை என்றாள்.

தம்பான் அவள் சாப்பிடுவதற்கு ஏதாவது வாங்கிவரட்டுமா என்று கேட்டான். அவள் வேண்டாம் என்றபடியே ராட்டினம் சுற்றுபவர்களையே பார்த்துக்கொண்டிருந்தாள்.

தேர் சுற்றி அசைந்து முன்னேறி ஊரெல்லாம் சென்று முடிவில் நிலைக்கு வந்திருந்தது. பெரிய அலை அடித்து ஓய்ந்தது போல ஆட்கள் அசதியில் ஆங்காங்கே உட்கார்ந்திருந்தார்கள். அன்றைய இரவில் ஒயிட் ரோஸ் இன்னிசைக் கச்சேரி நடக்க இருந்தது. அதற்காக பாடகர்கள் வந்திருந்தார்கள். வீதியில் இலவசமாகத் தரப்பட்ட விசிறிகள், மாதா காலண்டர்களை ஆளுக்கு ஆள் வாங்கிக் கொண்டு நடந்தார்கள். அன்றைய பகல் மிகச் சிறியதாகவே இருந்தது.

மாலையில் நடன நிகழ்ச்சி துவங்கியது. மினுக்கும் உடை அணிந்து நான்கு பெண்கள் மேடையில் ஆடிக்கொண்டிருந்தார்கள். இன்னொரு பக்கம் மிகப்பெரிய தந்திரக்காட்சி ஒன்று இலவசமாக நடத்தப்பட்டுக் கொண்டிருந்தது. திருவிழாவிற்கு வந்தவர்கள் சர்பத் சோடா கலர் பானங்கள் குடித்துக் கொண்டு புகைப்படம் எடுக்கச் சென்றார்கள்.

ரோகிகள் மாதாவின் தேரைப் பார்த்த சந்தோஷத்தில் தங்கள் வலியை மறந்து சிரித்தார்கள்.

மாலையில் பாட்டுக் கச்சேரி துவங்கியது. கோலகலமான பாட்டு சப்தமும், ஆட்டமும் கேட்க ஆரம்பித்தது. மக்கள் பாடல்களை

ரசித்துக் கேட்டனர். செல்வியைத் தேடி எவ்வளவு தூரம் சென்றிருப்பார்கள் என்றே தெரியவில்லை. செல்வி கிடைத்து அவளை தோளில் தூக்கி வைத்துக் கொண்டு அழகர் நடந்து வருவது போலவே அவளுக்குத் தோன்றிக்கொண்டிருந்தது.

அன்றைய இரவு கேளிக்கைகளின் இரவாக இருந்தது. அவள் பசியும் அசதியுமாக உட்கார்ந்திருந்தாள். தம்பான் அவளுக்காக ஒரு இலையில் வைத்து இட்லியும் வடையும் வாங்கி வந்திருந்தான். வேண்டாம் என்று மறுத்தாள். "இந்நேரம் திரும்பி வந்துகிட்டு இருப்பாங்க. நீங்க எதுக்கு இங்கே உட்கார்ந்துகிட்டு. உங்க கூடாரத்தில் போய் சாப்பிட்டுப் படுங்க. நான் சங்குணி மடத்துக்குப் போய் காத்துக்கிட்டு இருக்கேன். அழகர் வந்தவுடனே அழைச்சிட்டு வந்துர்றேன்" என்றான்.

அவள் கூடாரத்திற்குப் போவதா வேண்டாமா என்று தயங்கிக் கொண்டேயிருந்தாள். தம்பான் தனது மச்சினன் உடன் சங்குணிமடம் நோக்கிப் போவது தெரிந்தது.

திருவிழா முடிந்து ரோகிகள் அவரவர் ஊர்களுக்குக் கிளம்பிப் போய்க்கொண்டிருந்தார்கள். நாளை கொடியிறக்கம் மட்டுமே. அதற்குக் கூட்டம் இருக்காது. ஆயிரக்கணக்கான ஆட்கள் வந்து போன தடயங்கள் ஊரெல்லாம் இருந்தன, உடுத்திக் கசக்கிப் போட்ட உடையைப் போலிருந்தன் தெருக்கள். காகிதக் குப்பைகள், சாப்பிட்ட இலைகள், அறுந்து போன செருப்புகள், காய்ந்து போன பூமாலைகள், பாதி எரிந்து போன மெழுகுவர்த்திகள் உடைந்த விசிறிகள், குழந்தைகள் விளையாடித் தூக்கி எறிந்த பிளாஸ்டிக் பொம்மைகள், ஐஸ் குச்சிகள், மரச்சாமான்கள், வீதியெல்லாம் சிதறிக்கிடந்த உப்பு மிளகு, பனை நார்கள், மீதமாக சிதறப்பட்ட பிரசாத பொருட்கள், வண்ணக்காகிதங்கள், நோயாளிகளின் ரத்தக்கறை படிந்த துணிகள், காலி மருந்துப் புட்டிகள், கிழிந்து போன வஸ்திரங்கள், உடைந்து போய்க் கிடந்த பிளாஸ்டிக் வாளி. வெற்றிலை சக்கைகள், மூக்குப்பொடி டப்பாக்கள், ஊக்குகள், கசக்கி எறியப்பட்டிருந்த கறுப்புக்கயிறுகள், ஐந்து பைசா பத்துப் பைசா நாணயங்கள், காலில் மிதிபட்டு நசுங்கிப் போன கிலுகிலுப்பை, யானைகளின் லத்தி என்று தெக்கோடெங்கும் கழிவுப்பொருட்களாக இருந்தன. இரவெல்லாம் நோயாளிகள் தெக்கோட்டினை விட்டு விலகி நடந்து சென்றபடியே இருந்தனர்.

இலையில் இருந்த இட்லியோடு நடந்து தனது கூடாரத்திற்குள் போனாள். பசியில் அந்த இட்லி போன இடமே தெரியவில்லை. உறக்கம் அவளை அசத்தத் துவங்கியது. அழகர் வருவதற்குள்

தூங்கிவிடக்கூடாது என்ற வைராக்கியத்தோடு விளக்கைப் போட்டுவிட்டு சாய்ந்து படுத்துக்கொண்டாள். அவள் எப்போது உறங்கினாள் என்று தெரியாது.

விடிகாலைக்குள் பெரும்பான்மையினர் தெக்கோட்டிலிருந்து போயிருந்தனர். அத்தனை ஆயிரம் மக்கள் திரண்டிருந்த மைதானம் இப்போது காலியாக இருந்தது. காற்றும் ஒடுங்கிய காரணத்தால் அந்த இடம் பார்க்க விநோதமாக இருந்தது. தேவாலயத்தின் படிக்கட்டுகளில் இந்த ஒன்பது நாட்களாக இரவிலும் காத்திருந்த கூட்டம் அன்றில்லை. அறுவடைக்குப் பிந்திய வயலைப் போல வெறிச்சோடிக்கிடந்தது அந்த வளாகம். சிலர் பாதி உறக்கத்தில் எழுந்து கொண்டு இப்போதே நடந்தால் வெயிலுக்குள் வீடு போய்ச் சேர்ந்துவிடலாம் என்று கைத்தடிகளை ஊன்றியபடியே நடக்கத் துவங்கினார்கள். அந்த அசைவைத் தவிர வேறு இயக்கமேயில்லை.

*

சின்னராணி யாரோ தன்னைத் தொடுவதை அறிந்து கண்விழித்த போது தம்பான் அவள் முன்னால் உட்கார்ந்திருந்தான். அது கனவா இல்லை நிஜம்தானா என்று ஒரு நிமிசம் புரியாமல் கண்ணைக் கசக்கியபோது அவன் பல்லை இழிப்பது தெரிந்தது. தம்பான் டவுசர் மட்டுமே போட்டிருந்தான். அவனைப் பார்த்தவுடனே அவள் கத்த முயன்றாள். அதற்குள் தம்பானின் மைத்துனன் புறங்கையால் அவள் வாயை அமுக்கியபடியே அவள் மீது ஏறி உட்கார முயன்றான். அவள் திமிறினாள். தம்பான் ஒரு துணியை அவள் வாயில் அடைத்துத் தலையில் ஒரு மஞ்சள்பையைப் போட்டு இறுக்கினான். அவள் தலையை உலுக்கினாள்.

தம்பானின் மச்சினன் தான் கொண்டுவந்திருந்த கயிற்றை எடுத்து சின்னராணியின் கைகளை பின்னால் வளைத்துக் கட்டினான். அவள் திமிறினாள். தலையில் பையை மாட்டியது மூட்டு முட்டுவது போலிருந்தது. தம்பானின் மச்சினன் அவள் தொண்டைக்குழிக்குள் கையை வைத்து அழுத்தியபடியே கத்துனே சங்கை நெறிச்சிருவேன் என்றான். தொண்டை இறுக்கியதில் கடுமையாக வலித்தது.

அவளை தரையில் வாகாகக் கிடத்தி தம்பானின் மச்சினன் பிடித்துக் கொண்டான். காலை இறுக்கிக்கொண்ட போது தொடையில் அடிவிழுந்தது. பிறகு அவசரமாக தம்பான் அவளது சேலையை விலக்க முயன்றான். அவள் கால்களை நெருக்கிக்

கொண்டாள். அவளது பாவாடை நாடாவை அவிழ்க்க முடியாமல் தம்பான் இழுத்தான். கயிறு இறுகி வலித்தது. அவள் வலிமை எல்லாம் திரட்டி அவனைப் புரட்ட முயன்றாள். ஆனால் தம்பான் தனது கால்களை அவள் மீது கிடுக்கிபோலப் போட்டபடியே அவளது முலைகளை கசக்கத் துவங்கினான். சின்னராணி அழுதாள்.

அவன் அவளது தலைமயிரை காலில் வைத்து மிதித்தபடியே சேலையை உருவி எறிந்தான். அவள் காலை உதறினாள். அவள் மீது ஏறி உட்கார்ந்தபடியே சின்னராணியின் உடலில் இயங்கத் துவங்கினான். அந்த வன்கலவி சில நிமிடங்களில் முடிந்து போனது. அவன் சலிப்போடு எழுந்து “போய் உன் புருஷன்கிட்டே சொல்லு. என்ன செய்வானு பாக்குறேன்” என்றபடியே “நீ போய் படுறா” என்று மச்சினனிடம் சொன்னான். தம் பான் மச்சினனும் அவள் மீது ஏறிப் புணர்ந்தான். பிறகு அவன் “இப்போ உன் வாயில் மூத்திரம் பெய்யப் போறேன் குடி” என்று மூத்திரம் பெய்தவனாக தன் ஆத்திரம் தணிந்து எழுந்து சென்றான். அவள் அழுதாள். தன்மீது மூத்திரம் சிதறியிருப்பதைக்கூடத் துடைக்காமல் அவள் விசும்பி அழுதாள். அவளது உடலை இரண்டு ஓநாய்கள் பிடுங்கி எடுத்ததுபோல ரணமாகியிருந்தது அவர்கள் இருவரும் “கடல் கன்னின்னா என்னமோனு நினைச்சேன். சப்புனுதான் இருக்கா” என்று கேலிப்பேச்சோடு அவளை கூடாரத்திற்குள் போட்டுவிட்டு நடந்து வெளியேறினர்.

அவர்கள் போனபிறகு சின்னராணி தன்னை உதறி எழுந்து கொண்டாள். ஆத்திரமாகவும் நடுக்கமாகவும் இருந்தது. உடம்பெல்லாம் வலித்தது. தன்னுடைய சேலையை உடலோடு சேர்த்து சுற்றிக்கொண்டு எழுந்து வெளியே வந்தாள். மங்கிய வெளிச்சத்தில் அந்த இடமே கனவில் இருப்பது போலிருந்தது. தம்பானும் அவனது மச்சினனும் கூடாரத்திற்குள் சென்று மறுபடியும் குடித்துக்கொண்டிருந்தனர்.

சின்னராணி தம்பானின் கூடாரத்தின் வாசலில் நின்றாள். அவளைக் கண்டதும் தம் பான் காசு ஏதாவது வேணும்னா கேட்டு வாங்கிக்கோ என்றான்.

அவள் நின்றுகொண்டேயிருந்தாள். தம்பானின் மச்சினன் அவள் முகத்தில் ஒரு ஐம்பது பைசாவை விட்டு எறிந்து “நீ இதுக்குத்தான் லாயக்கு” என்றான். அவள் முகம் இறுக்கமாகியது. ஆவேசத்துடன் அவள் தம்பான் அருகில் போய் அவனது அடிவயிற்றோடு குத்தினாள். அவள் கையில் வைத்திருந்த மாட்டுவண்டியின்

கூர்மையான அச்சாணி அவனது வயிற்றில் குத்தி குடல் சரிந்தது. தம்பானின் மச்சினன் அவளைத் தடுக்க முயன்றான். அவனது கன்னத்தோடு சேர்த்துக் குத்தினாள். அச்சாணி தாடை எலும்புக்குள் நுழைந்து காதுவரை கிழித்துக்கொண்டு வெளியே வந்தது. ரத்தம் பீச்சியடிக்க அவன் வலி தாங்க முடியாமல் அலறினான். தம்பானின் இடுப்போடு சேர்த்து மறுபடியும் குத்தினாள். அவன் ஓலம் அந்த இரவில் உறங்குபவர்களை எழுப்புவதாக இருந்தது. தாடையில் இருந்து ரத்தம் சொட்ட தம்பானின் மச்சினன் அலறியபடியே வெளியே ஓடினான். அவனது குரல் கேட்டு ஆட்கள் விழித்துக்கொண்டார்கள்.

தம்பான் குடல் சரிந்து விழுந்துகிடந்தான். சின்னராணி அந்த அச்சாணியை அவனது தொண்டைக்குழிக்குள் செருகிவிட்டு வெளியே வந்து நின்றாள். பாதி உறக்கத்தோடு நின்றிருந்த கூட்டம் பயந்து போய் அவளைப் பார்த்தபடியே இருந்தது.

அவள் யாரிடமும் எதுவும் சொல்லவில்லை. கூட்டத்தை விலக்கி வந்த பாதிரியின் முன்னால் மண்டியிட்டு அழத் துவங்கினாள்.

அத்யாயம்
32

1982

வெளியேற்றம்

அழகர் மூன்று நாட்களுக்குப் பிறகு செல்வியை அச்சம்பட்டி என்ற ஊரில் கண்டுபிடித்தான். ஒரு வண்ணான் வீட்டின் வெளியே உறங்கிக் கொண்டிருந்தாள். அவள் தும்பைச் செடிகள் அடர்ந்து போயிருந்த கிடாக்குளம் போகின்ற காட்டுப்பாதையில் விழுந்து கிடந்தாள், அவளைத் தூக்கிக்கொண்டு வந்ததில் இருந்து காய்ச்சல் இறங்கவேயில்லை என்றார்கள். செல்வி வெளிறிப்போயிருந்தாள். கை வைக்கமுடியாதபடி அவள் உடம்பு கொதித்தது. ஒரு நாள் முழுவதும் மகளின் அருகில் உட்கார்ந்தபடியே அவளுக்கு ஈரத்துணியைத் தலையில் போட்டு ஒற்றி எடுத்துக்கொண்டேயிருந்தான். லேசாக அவள் முணுமுணுப்பதும் பிறகு கண்களைத் திறக்க முயன்று முடியாமல் அவதிப்படுவதுமாக இருந்தாள்.

மகளை அப்படிப் பார்க்க அழகருக்கு கஷ்டமாக இருந்தது. எதற்காக இப்படி ஒரு தொழிலைச் செய்து பெண்டாட்டி பிள்ளைகளை கஷ்டப்படுத்துகிறோம். சின்னராணி சொல்வது போல பேசாமல் எங்காவது ஒரே இடத்தில் கூலி வேலை செய்து கொண்டு பிழைத்தால் கூடப் போதும்தானே என்று தோன்றியது. வண்ணான் வீட்டில் அவனுக்கு ஒரு மண்கலயத்தில்

ஊர்க்கஞ்சி எடுத்துவந்ததில் இருந்து கொஞ்சம் ஊற்றி “நாங்க தாழ்ந்த சாதி நீங்க இதை எல்லாம் குடிப்பீங்களா” என்று கேட்டார்கள்.

அவன் கலயத்தைக் கையில் வாங்கிக் குடித்தான். வண்ணான் மனைவி செல்விக்காக மருந்து அரைக்கத் துவங்கினாள். ஐந்தாம் நாள் செல்வி கண்விழித்துக்கொண்டாள். ஆனால் அவளால் நடக்க முடியவில்லை. கொஞ்சம் பாலும் ஒரு வாழைப்பழமும் சாப்பிட்டாள். மகளை தான் தோளில் போட்டுத் தூக்கிக்கொண்டு போவதாகச் சொன்னான். வண்ணான் ஒரு சேலையை அவனிடம் தந்து பிள்ளையை நன்றாகப் போர்த்திக்கொள்ளும்படியாகச் சொன்னான்.

அழகர் மகளைத் தூக்கித் தோளில் போட்டபடியே தெக்கோடு நோக்கி நடந்து வரத்துவங்கினான். பனையூரைத் தாண்டும் போது ஒரு மாட்டுவண்டி வந்தது. அதில் அவனை ஏற்றிக்கொண்டார்கள். வண்டி அவனை சங்குணிமடத்தின் முன்னால் இறக்கிவிட்டுச் சென்றது.

செல்வி அசதியோடு இறங்கிக்கொண்டு தானே நடந்து வருவதாகச் சொன்னாள். “இல்லைடா அய்யா தூக்கிக்கிடுறேன்” என்றான். அவள் “நானே நடந்துருவேன்யா” என்று மெதுவாக நடக்க ஆரம்பித்தாள்.

காலை இழுத்து இழுத்து அவள் நடப்பது அவனுக்கு மனதை வலித்தது. மெல்ல அவளோடு நடந்து தெக்கோட்டின் மாதாகோவிலை நோக்கி நடக்க ஆரம்பித்தான். திருவிழா முடிந்து மூன்று நாட்கள் ஆகியிருந்தது. தெக்கோடு எப்போதும் போல சிறிய கிராமமான தனது இயல்பிற்குத் திரும்பியிருந்தது. திருவிழாவின் அடையாளமேயில்லை. வந்திருந்த ரோகிகள் அத்தனை பேரும் ஊரை விலக்கிப் போயிருந்தனர். நடைக்கு பயந்த சில நோயாளிகள் மட்டுமே காணிக்கை மண்டபத்தின் நிழலில் தங்கியிருந்தார்கள். கடைகளும், வேடிக்கை நிகழ்ச்சிகளும் நடந்த மைதானத்தில் இப்போது தனது கூடாரம் மட்டுமே மிச்சமாக இருப்பதைக் கண்டான்.

செல்வியைப் பார்த்தால் சின்னராணி அழுதுவிடுவாள் என்ற நினைப்போடு கூடாரத்தை நோக்கிச் சென்றான். செல்வி தங்களது கூடாரத்தைக் கண்டதும் வேகமாக முன்னால் ஓடினாள். வானில் சூரியன் அசையாமல் நிலைகுத்தி நிற்பது போல ஒளிர்ந்து கொண்டிருந்தது.

அழகர் கடந்து போவதைக் கண்ட ஒரு பிச்சைக்காரன் அவனிடம் "நீ தான் கடற்கன்னி ஷோ நடத்துகின்ற ஆளா?" என்று கேட்டான்.

அழகர் தலையாட்டினான்.

"உன் பொண்டாட்டி அங்கேயில்லை. அவளை போலீஸ் பிடிச்சிட்டுப் போயிருச்சி. அவ ரெண்டு பேரைக் குத்திப்போட்டா. அதில ஒருத்தன் செத்துப்போயிட்டான். நீ போய் உபதேசியாரைப் பாரு" என்றான்.

அழகருக்கு அதிர்ச்சியாக இருந்தது.

நம்பமுடியாத குழப்பத்துடன் "என் பெண்டாட்டியா" என்று மறுபடியும் கேட்டான்.

"கடல்கன்னியா வேஷம் போட்டுச்சில்லே அதுதானே உன் பொண்டாட்டி" என்று கேட்டான் பிச்சைக்காரன். அவளே தான் என்று தலையசைத்தான் அழகர்.

"அவதான் கொன்னுட்டா. நான்கூட பார்த்தேன். குடல் குந்தாணி எல்லாம் வெளியே பிதுங்கிக் கிடந்துச்சி" என்றான்.

"என்னைக்கு" என்று வருத்தம் தோய்ந்த குரலில் கேட்டான் அழகர்.

"தேர் அன்னைக்கு ராத்திரி. போலீஸ் வந்து அந்தப் பொம்பளையை இழுத்துட்டுப் போயிட்டாங்க" என்றான் பிச்சைக்காரன்.

செல்வி கூடாரத்தில் தேடியபடியே "அம்மாவைக் காணோம்யா... ஒருவேளை தாத்தா ஊருக்குப் போயிருச்சா" என்று கேட்டாள்.

அழகர் அவளிடம் எதையும் சொல்லவில்லை. அவன் கிழித்துப் போடப்பட்டிருந்த கூடாரத்துள்ளே போய்ப் பார்த்தான். விளம்பரத் துணிகள், உடைகள் யாவும் கிழித்து எறியப்பட்டிருந்தன. அவனது மைக் மற்றும் கல்லாபெட்டி வைத்திருந்த தகரப்பெட்டி உடைக்கப்பட்டிருந்தது. உள்ளே எதுவுமேயில்லை. கடற்கன்னி உடைகளைக் கிழித்து எறிந்திருந்தார்கள். அவன் அத்தனையும் அள்ளிக்கொண்டு கழிவுநீர் போல் தேங்கிக் கிடந்த குட்டை ஒன்றில் தூக்கி எறிந்துவிட்டு வந்தான்.

கடற்கன்னி உடை தண்ணீரில் மிதந்து கொண்டிருந்தது. அதைக் காணும்போது மீன் நீந்துவது போலவே இருந்தது. ஒரு தவளை

எஸ்.ராமகிருஷ்ணன் ❖ 587

அந்த உடைமீது தாவி ஓடியது. மெல்ல அந்த உடை தண்ணீருக்குள் மூழ்கிப் போவதைப் பார்த்தபடியே இருந்தான்.

பிறகு அவன் கிழிந்த கூடாரத்தை விட்டுவிலகி உபதேசியரைப் பார்க்கப் போனபோது விழாக் கணக்குவழக்குகள் சரிபார்க்கப்பட்டுக் கொண்டிருந்தது. வாசலில் நின்றுகொண்டேயிருந்தான் அழகர். உபதேசியார் வெளியே வந்து அவனை விசாரித்தார்.

பிறகு அவனிடம் சின்னராணியைக் கைது செய்து கோர்ட்டிற்குக் கொண்டு போய்விட்டார்கள் என்றும், மதுரை ஜெயிலில் தான் அடைக்கப்பட்டிருக்கிறாள் என்று கேள்விப்பட்டதாகச் சொன்னார். அழகர் தலைகவிழ்ந்தபடியே நின்றுகொண்டிருந்தான்.

"நீ ஒரு வக்கீலைப் பாத்து கூட்டிக்கிட்டு ஜெயில்ல போயி பாரு. எப்படியும் கேஸ் நடத்தினா வெளியே கொண்டுவந்துரலாம். தப்பு அந்தக் கண்ணாடிக்காரன் மேலதான். இதுவரைக்கு இப்படி ஒரு சம்பவம் திருவிழாவில் நடந்ததேயில்லை பேப்பர்காரன் எல்லாம் முதப்பக்கத்தில போட்டு அசிங்கப்படுத்திட்டான். பிஷப்கூட ரொம்ப கோவிச்சிகிட்டாரு" என்றார்.

அழகர் இனி என்ன செய்வது என்று புரியாமல் நின்று கொண்டேயிருந்தான். உபதேசியார் செல்வியைப் பார்த்தபடியே உன் மகளா என்று கேட்டார். அழகர் அமைதியாக இருந்தான்.

"மாதாவை மனசார கும்பிட்டுட்டு ஊர் போயி சேர்ற வழிய பாரு" என்றார் உபதேசியார்.

அழகர் உடைந்துபோன மனதோடு செல்வியை அழைத்துக் கொண்டு மதுரைக்குப் போவதற்காக ரயில் நிலையம் நோக்கி நடக்க ஆரம்பித்தான். ஏன் இப்படி எல்லாம் நடந்தது என்று அவனுக்குப் புரியவேயில்லை.

தெக்கோடு விலக்கு ரயில் நிலையம் வெறிச்சோடிக் கிடந்தது. செல்வி உபதேசியார் சின்னராணி பற்றிச் சொன்னதைக் கேட்டிருக்கக்கூடும். அவளது முகத்தில் பயமும் குழப்பமும் சேர்ந்து போயிருந்தது. அவள் அய்யாவிடம் எதையும் கேட்டுக் கொள்ளவில்லை.

அடுத்த பத்து நிமிடத்தில் மெயில் வரப்போவதாக அறிவிப்பு வந்து கொண்டிருந்தது. செல்வி எதையோ நினைத்தபடியே இரும்புக் கிராதிகளை வெறித்துப் பார்த்தபடியே இருந்தாள். அவளைப் பார்க்கும்போது இவளை எப்படி வளர்த்து ஆளாக்கப் போகிறோம் என்று அழகர் மனதில் கவலை உருவானது. இனி எங்கே போவது.

எங்கே தங்குவது. சின்னராணியை போலீஸ் அடித்திருப்பார்களா. அவள் அழுது கொண்டிருப்பாளா என்று மனதில் ஏதோ யோசனைகள் ஓடி அவனைத் துயரப்படுத்திக்கொண்டிருந்தன.

அழகர் தனியாக நின்றுகொண்டிருந்தான். தண்டவாளம் எங்கும் மலம் ஒட்டிப்போயிருப்பது தெரிந்தது. அழுகை முட்டும் மனதோடு எப்படியாவது சின்னராணியை ஜாமீனில் எடுக்க ஏற்பாடு செய்ய வேண்டும் என்று நினைத்தபடியே அவன் நின்று கொண்டிருந்தான். தெக்கோட்டினைக் கடந்து மேற்கில் சூரியன் மெல்ல நகர்ந்து போய்க்கொண்டிருந்தது.

தொலைவில் ரயில் வருவதற்கான புகை தெரிந்தது. அழகர் அதை நிமிர்ந்து பார்க்க மனதில்லாமல் தலை கவிழ்ந்து நின்றிருந்தான்.

* * *